கோபிகிருஷ்ணன் படைப்புகள்
முழுத் தொகுப்பு

தொகுப்பு: சி. மோகன்

நற்றிணை பதிப்பகம்

கோபிகிருஷ்ணன் படைப்புகள் (முழுத் தொகுப்பு) * © உஷாராணி * முதல் பதிப்பு: டிசம்பர் 2012 * இரண்டாம் பதிப்பு: ஏப்ரல் 2024 * வெளியீடு: நற்றிணை பதிப்பகம் (பி) லிமிடெட் * எண். 136, தரைத்தளம், சோழன் தெரு, ஆழ்வார்திருநகர், சென்னை-600 087.

* மின்னஞ்சல் : natrinaipathippagam@gmail.com
* கைப்பேசி : 94861 77208
* தொலைபேசி : 044 - 4273 2141
* அச்சாக்கம் : பிரிண்ட் பார்க், சென்னை-600 005

புதிர் மொழி ஞானம்

ஒரு படைப்பாளி, தன் எழுத்துப் பயணத்தில் தன்னைக் கொஞ்சம் கொஞ்சமாக வெளிப்படுத்திக்கொண்டே செல்கிறான். இந்தப் பயணத்தினூடாக, அவனுடைய ரகசியங்களும் அந்தரங்கங்களும் அப்பட்டமாகின்றன. அவனுடைய சுயம் வெளியுலகில் நிர்வாண கதியை அடைகிறது. இப்படியான ஒரு கருத்தாக்கத்துக்குத் தமிழில் பரிபூரண உதாரணம், கோபி கிருஷ்ணன்.

கோபிகிருஷ்ணனின் மறைவுக்குப் பின் நிகழ்ந்த ஒரு கூட்டத்தில் வாசிக்கப்பட்ட என் கட்டுரையிலிருந்து ஒரு பகுதியை முன்வைப்பது இதை இன்னும் தெளிவுபடுத்தும்.

தன்னை ஜோடித்துக்கொள்ளும் காரியமாக அல்ல, தன்னை நிர்வாணப்படுத்திக்கொள்ள முனையும் ஒரு செயலாகவே கோபிக்கு எழுத்து இருந்தது. இந்த மனோபாவம் காரணமாகத்தான் அதிகாரத்தை விழையும் சிறு சாயைகூட அவருடைய எழுத்திலோ, வாழ்விலோ படியவில்லை. அகந்தையைக் கட்டி எழுப்பித் தன்னைக் கொண்டாடவும், அதன்மூலம் தனக்கான அதிகார வட்டத்தை உருவாக்கவும் முனையும் எழுத்தாளர்களுக்கு மத்தியில் கோபி விசித்திரமானவர். தனியானவர். பாலுணர்வின் தகிப்புகள் உட்பட தன் சகல மனவுணர்வுகளையும் வெகு சகஜமாகவும், படைப்பின் தீவிரத் தோடும், அவருக்கே உரிய நுட்பங்களோடும் வெளிப்படுத்தியதன் மூலம் தன்னை முழு நிர்வாணியாக முன்னிறுத்தியவர். இத் தன்மையால்தான் எவ்வித அங்கீகாரத்தையும் விழையாத ஒரு எளிய மனிதராகத் தன் இருப்பை வைத்திருக்கவும் அவரால் முடிந்தது.

மனித மனச் சிதைவுகளை இவர் படைப்புகளாக ஆவணப்படுத்தி இருப்பதானது, இவருடைய படைப்புலகின் விசேஷ அம்சமாகவும், தமிழ் எழுத்துலகில் ஒரு புதுப் பிராந்தியமாகவும் வடிவம் கொண்டிருக்கிறது. இதன் மூலம் மனித இயல்புகளும் நடத்தைகளும் பற்றிய ஒரு புதிய வெளிச்சம் தமிழ்ப் படைப்பு வெளியில் பாய்ந்தது.

'மனநோய் என்பது பிறிதொரு மனநிலை. சிகிச்சை தேவையென்றாலும் அது துர்பாக்கியமோ, துரதிர்ஷ்டமோ அல்ல. நோய்க்குறிகளை அனுகூலமானதாகப் பயன்படுத்திக் கொள்ள ஒரு வரப்பிரசாதமாகவும் அமைய வாய்ப்புண்டு' என்கிறார் கோபிகிருஷ்ணன். அவ்வாறே, தனக்கேற்பட்டிருந்த மனநோயைத் தனதான படைப்புலகை சிருஷ்டிப்பதற்கான சாதகமாக ஆக்கிக் கொண்டுவிட்ட ஓர் அபூர்வ படைப்பாளி இவர்.

நம் சமூகத்தில் நிலவும் ஏகப்பட்ட கட்டுப்பாடுகளும் நியதிகளும் நெறிமுறைகளுமே மன இறுக்கம், சிக்கல், பிறழ்வு என விதவிதமான மனநோய்களை உருவாக்குகின்றன. 'மன இயல்பின் செழுமையான பாதையில் குறுக்கும் நெடுக்குமாக முளைகள் நட்டு, முட்களைப் பரப்பி, கூரான கற்களை ஆங்காங்கே போட்டுவிட்டால் ஓட்டம் எப்படிச் சீராக இருக்க முடியும்' என ஆதங்கப்படுகிறார் இவர்.

வெவ்வேறு வகையான மனநோய்க்கு ஆட்பட்டவர்களின் விசித்திரமான நடத்தைகள் நாமறியாத ஒரு மொழியாகவே வெளிப்படுகிறது. சமூக நியதிகளை மீறும் ஓர் அபூர்வ மொழி. ஓர் அதீத ஆரோக்கிய நிலையின் மொழி எனவும் இதைக் கொள்ளலாம். இம்மொழியை நமக்குக் கற்றுக் கொடுக்கின்றன கோபியின் எழுத்துகள்.

இவருடைய எள்ளல் நடையின் துணையுடன் நாம் ஆற்றில் சாவகாசமாக நீந்திக்கொண்டிருக்கும் போதே, சட்டென ஒரு சுழலுக்குள் சிக்கிக்கொண்டு அடியாழத்துக்கு இழுத்துச் செல்லப்படுவது போலவும், சமயங்களில் காற்று புகா இருட் குகைக்குள் அகப்பட்டுக்கொண்டு மூச்சுத் திணறுவது போலவுமான ஓர் ஆழமான அனுபவ வெளிக்குள் இவருடைய எழுத்துகள் நம்மை இட்டுச் செல்கின்றன. இவருடைய படைப்பு களின் வாசிப்பினூடே, நாம் சுவாதீனமாகத்தான் இருந்துகொண் டிருக்கிறோமோ என்ற எண்ணம் அவ்வப்போது மேலெழுந்து நம்மைத் திடுக்குற வைப்பதை நம்மால் தவிர்க்க முடியாது.

இவருடைய படைப்பாக்க காலமானது? 1983 இறுதியி லிருந்து அவருடைய மரணம் வரையான (2003) 20 ஆண்டு கள். அவர் தன் வாழ்நாளில் 17 நிறுவனங்களில் ஒன்று மாற்றி ஒன்று என வேலை பார்த்திருக்கிறார். ஏகப்பட்ட வீடுகளில் குடியிருந்திருக்கிறார். இவ்விரு பின்புலங்களி லிருந்துமே இவருடைய படைப்புகள் உருவாகியிருக்கின்றன.

கோபிகிருஷ்ணன் (1945–2003)

நவீன தமிழ் இலக்கியப் பரப்பில் ஓர் அதீத உலகை சிருஷ்டித்ததன் மூலம் ஒரு தனிப் பிராந்தியத்தை உருவாக்கிய கோபிகிருஷ்ணன், 1945ஆம் ஆண்டு ஆகஸ்டு 23ஆம் தேதி மதுரையில் பிறந்தவர்.

பள்ளிப்படிப்பை மதுரை சௌராஷ்டிரா உயர்நிலைப் பள்ளியில் மேற்கொண்டார். பின்னர், சென்னை பிரசிடென்சி கல்லூரியில் உளவியலில் பி.ஏ., பட்டம் பெற்றார். இவருடைய அம்மா வழி தாத்தா இறுதிக் காலத்தில் மனநோய்க்காளாகி மரணமடைந்ததை அடுத்து, உளவியலில் இவருடைய ஆர்வம் அதிகரித்தது. கல்லூரிப் படிப்பு காலத்திலேயே அப்பாவுடன் கொண்ட பிணக்கினால் வீட்டை விட்டுப் பிரிந்து படிப்பைத் தொடர்ந்தார். குற்றவியல் மற்றும் தடயவியலில் முதுநிலை டிப்ளமோ பெற்றிருக்கிறார். அஞ்சல்வழிக் கல்வி மூலம் சமூக வியலில் எம்.ஏ., பட்டம் பெற்றிருக்கிறார்.

1983 இறுதியில் சிறுகதைகள் எழுதத் தொடங்கிய இவர், அதையடுத்த 20 ஆண்டுகளில் சிறுகதைகள், குறுநாவல்கள், மனப்பதிவுகள், கட்டுரைகள் எனத் தொடர்ந்து எழுதி வந்திருக் கிறார். இவருடைய முதல் சிறுகதைத் தொகுப்பான 'ஒவ்வாத உணர்வுகள்' 1986இல் வெளிவந்து பெரும் கவனத்தைப் பெற்றது. ஒரு புதுக்குரலாகக் கோபிகிருஷ்ணன் அறியப்பட்டார். இவர் வாழ்ந்த காலத்தின் கடைசி 20 ஆண்டுகள் இவருடைய படைப் பாக்க காலமாக இருந்தது. இக்காலத்தில் நான்கு சிறுகதைத் தொகுப்புகள், மூன்று குறுநாவல் தொகுப்புகள், மூன்று பதிவு நூல்கள் வெளிவந்துள்ளன. இவை தவிர, பல கட்டுரைகளும் எழுதியுள்ளார்.

வாழ்வின் கடைசி மாதங்களில் மூச்சுத்திணறலால் பாதிக்கப்பட்டார். 2003ஆம் ஆண்டு மே 10ஆம் தேதி மரணம் சம்பவித்தது.

அவிழ்த்துப் போட்ட அதிகாரியும் அனாதரவான பணியாளர்களும்	*528*
நம்பிக்கை	*531*

குறுநாவல்கள் — *535*

பிறழ்வு – விடிவு	*537*
காத்திருந்த போது	*594*
டேபிள் டென்னிஸ்	*620*
இடாகினிப் பேய்களும் நடைப்பிணங்களும் சில உதிரி இடைத்தரகர்களும்	*655*

பதிவுகள் — *703*

சமூகப்பணி, அ-சமூகப்பணி, எதிர்-சமூகப்பணி	*705*
உள்ளேயிருந்து சில குரல்கள்	*739*
சைக்கியாட்ரி டுடே	*876*

கட்டுரைகள் — *897*

கீழுலகிலிருந்து குறிப்புகள்	*899*
க.நா.சு. என்னும் ஓர் ஆன்மா	*904*
அப்பழுக்கற்ற எழுத்து	*908*
மனநிலைப் பிறழ்வு பற்றிய படைப்புகள்	*911*
ஜன்னல் வழியே	*919*
பாரனோயா என்பது மனநோயா அல்லது கடவுளின் தண்டனையா?	*921*

கவிதைகள் — *925*

சொர்க்கவாசி	*927*
இயக்கம்	*928*
கவலைக்குரிய விஷயம்	*929*

நேர்காணல் — *931*

சிறுகதைகள்

*

இப்பகுதியில் 86 சிறுகதைகள் இடம்பெற்றிருக்கின்றன. கோபிகிருஷ்ணனின் சிறுகதைகள் நான்கு தொகுப்புகளாக வெளிவந்துள்ளன. அவை: ஒவ்வாத உணர்வுகள் (6 சிறுகதைகள் அடங்கியது. சிட்டாடல் வெளியீடு, 1986); முடியாத சமன் (26 சிறுகதைகள் கொண்டது. ஸ்நேகா, 1998); தூயோன் (22 சிறுகதைகள் கொண்டது. தமிழினி, 2000); மானிட வாழ்வு தரும் ஆனந்தம் (30 சிறுகதைகள் அடங்கியது. தமிழினி, 2001). இந்த நான்கு தொகுப்புகளில் அமைந்துள்ள 84 கதைகளும், அந்நூல்கள் வெளிவந்த காலவரிசைக்கேற்பவும், கதைகள் அத்தொகுப்புகளில் அமைந்திருந்த வரிசையின் படியும் இப்பகுதியில் தொகுக்கப்பட்டுள்ளன.

இவை தவிர, அவருடைய இரண்டாவது புத்தகமாக வெளிவந்த 'உணர்வுகள் உறங்குவதில்லை' (1989) என்ற குறுநாவல் தொகுப்பில் இடம்பெற்றிருந்த 'சகல சம்பத்துகளும்...' என்ற கதை சிறுகதை எல்லைக்குள் கச்சிதமாக அமைந்திருப்பதால் அக்கதை இப்பகுதியில், ஒவ்வாத உணர்வுகள் தொகுப்பில் வெளிவந்துள்ள ஆறு கதைகளை அடுத்து, ஏழாவது கதையாக இடம்பெற்றிருக்கிறது.

அவருடைய மரணத்துக்குப் பின், 'புது எழுத்து' கோபிகிருஷ்ணன் சிறப்பிதழ் ஒன்றைக் கொண்டு வந்தது (ஆவணி, 2003). அதில் 'புது எழுத்து' இதழுக்காக கோபி அனுப்பிய கதைகளில் ஒன்றான 'நம்பிக்கை' வெளிவந்துள்ளது. அக்கதை இத்தொகுப்பின் கடைசிக் கதையாக இடம்பெற்றிருக்கிறது. மேலும் இரு கதைகள் 'புது எழுத்து' மனோன்மணி வசம் மறைந்திருக்கின்றன. அவர் எவ்வளவோ விரும்பியும் முயற்சித்தும்கூட அவரால் அவற்றைத் தேடி எடுத்து அனுப்ப முடியாமல் போனது துரதிர்ஷ்டமே.

தமிழ் எழுத்துலகம் அறிந்திராத வெகு அசாதாரணமான சில கதைகளை கோபிகிருஷ்ணன் படைத்திருக்கிறார். அவை மனித நடத்தைகளின் புதிர்மொழி வெளிப்பாடுகளாக அமைந்திருக்கின்றன.

*

இத்தொகுப்பானது சிறுகதைகள், குறுநாவல்கள், பதிவுகள், கட்டுரைகள், கவிதைகள், நேர்காணல் என ஆறு பகுதிகளாகப் பிரிக்கப்பட்டிருக்கிறது. ஒவ்வொரு பகுதியின் தொடக்கத்திலும் அப்பகுதி பற்றிய சிறு குறிப்பு தரப் பட்டிருக்கிறது.

இத்தொகுப்பு வெளிவர அனுமதியும் உரிமையும் அளித்த திருமதி. உஷாராணி கோபிகிருஷ்ணனுக்கும், கோபிகிருஷ்ணன் எழுத்துகள் அடங்கிய புத்தகங்கள் மற்றும் இதழ்களைத் தந்துதவிய நண்பர்கள் சஃபி, யூமா. வாசுகி, அழகியசிங்கர், வெளி ரங்கராஜன், மனோன்மணி ஆகியோருக்கும், முகப்பை வடிவமைத்திருக்கும் ஓவியர் மணிவண்ணனுக்கும் நெஞ்சம் நெகிழ்ந்த நன்றிகள்.

கோபியின் எழுத்துகள், இன்றைய நம் அக வாழ்விலும் புற வாழ்விலும் நேர்ந்துவிட்டிருக்கும் மனித இயல்புகளும் நடத்தையும் பற்றிய ஓர் அரிதான படைப்பு ஆவணம். இது மனித வாழ்வுக்கு மிகவும் பெறுமதியான ஒரு புதிர் மொழியின் ஞானத்தை நமக்குக் கற்றுக் கொடுக்கிறது.

சி. மோகன்

சென்னை
30–12–12

பொருளடக்கம்

சிறுகதைகள் — 15

- காணி நிலம் வேண்டும் — 17
- குற்றமும் தண்டனையும் — 35
- மக்கள் தினசரி – ஒரு தேசிய நாளேடு — 44
- உரிமை — 78
- இனிமையான வக்கிரம் — 81
- ஒவ்வாத உணர்வுகள் — 88
- சகல சம்பத்துகளும்... — 98
- அழைப்பிதழ் — 114
- பூச்சிகள் — 116
- தேவதைகள் விண்ணப்பிக்கலாம் — 120
- மொழி அதிர்ச்சி — 123
- காத்துக்கொண்டிருக்கும் உல்லாசபுரி — 126
- அன்பே சிவம் — 132
- பேய் — 137
- பீடி (மீறல் வகைமையில் ஒரு சிறுகதை) — 140
- மிகவும் பச்சையான வாழ்க்கை — 145
- கதையின் கதை — 147
- ஈடன் தோட்டம் தொட்டு இறையுணர்வுக் கூட்டம் ஊடாக ஐந்து நட்சத்திர ஓட்டல் வரை — 152
- இழந்த யோகம் — 157
- முடியாத சமன் — 168
- எண்கள் – எண்ணங்கள் — 176
- மகான்கள் — 183
- தணிக்கையிலிருந்து தப்பிய கதை — 187

மயிரே துணை	194
எப்படியோ எல்லாம் மர்மமாக இருந்தால் சரி	202
ஆண்	207
வார்த்தை உறவு	211
கருத்தரங்கில் கணக்கில் கொள்ளப்பட்டவை	216
சமூகப்பணி	232
அபத்த இலக்கியம் என்ற வகைமையில் இரண்டு சிறுகதைகள்	237
ஆத்ம தரிசனம்	242
அவலம்	246
உற்ற நண்பர்கள்	250
துரயோன்	253
தெய்வீக அர்ப்பணம்	259
பரிணாமம்	262
வயிறு	265
புயல்	271
உடைமை	277
ஒரு பேட்டியின் விலை முப்பத்தைந்து ரூபாய்	285
சடங்கு	290
இரு உலகங்கள்	294
விழிப்புணர்வு	300
உழைப்பாளிகள்	307
ஒரு ரூபாய்க்கு ஒரு கதை	311
ஆதி... அந்தம்	315
உயர்திணை – அஃறிணை = ஒரு சங்கமம்	319
அம்மன் விளையாட்டு	327
பகவானும் பகவதியும் பக்தையும் நாத்திகனும்	337
போதை	340
இதுவும் சாத்தியம்தான்	350
இந்த நெஞ்சம் என்ற ஒன்றைப் பற்றியும் இதன் நிறைவு பற்றியும்...	355
மனிதர்களும் பறவைகளும் போதையும்	359

கடவுளின் கடந்த காலம்	*362*
எதிர்உளவியல்	*366*
ஊனம்	*371*
ஒரு துண்டு	*379*
நடைபாதை உறவு	*393*
நிர்ணயங்கள்	*395*
ஜீவகாருண்யம்	*401*
ஆயிரம் உண்டு	*402*
அணிகலன்	*412*
ஓட்டம்	*416*
நானும் அதுகளும்	*420*
உயிர்ப்பு – நாட்குறிப்புப் பதிவுகள்	*424*
வேரற்ற தோழர்கள்	*429*
தகவல் தொடர்பு சாதன வாழ்க்கை	*433*
ஆசான்	*440*
மானிட வாழ்வு தரும் ஆனந்தம்	*444*
பரஸ்பரம்	*449*
உன்னதமும் உடைசல்களும்	*457*
தொழுகை	*466*
சென்னை உழைப்பாளிகள் சங்கம் உழைப்பாளிகளின் செய்தி மடல்	*469*
நேரமும் நேசமும்	*480*
தெய்வத்தின் குரல்	*486*
இலியும் வழியும் புறப்பாடும் தெறிப்பும்	*489*
அண்டரண்டப் பிசாசும் ஐஸ் வண்டிக்காரனும்	*498*
சிதைந்த நிலையில் ஒரு சிநேகிதி	*502*
குறுக்கீடு	*506*
கலக்க மறுத்த கண்கள்	*510*
அன்பான வனதேவதைக்கு	*516*
ஒரு வயசாளியும் இரண்டு கள்ளக் காதலிகளும்	*520*
வர்க்கம்	*523*
நினைவு ஓட்டம்	*525*

காணி நிலம் வேண்டும்

அக்டோபர் 1980. திருமணமாகி தாராவுடன் மயிலையிலுள்ள ஒரு சிறு சந்தில் உள்ள வீட்டில் ஒரு பகுதியில் குடியேறினேன். சந்தில் பல நாய்கள், நாய்க்குட்டிகள், பசுக்கள், எருமைகள், கன்றுகள், வழிநெடுக புழுதி நிறைந்த மண், சகதி, ஆவினங்களின் கழிவுகள், மிகவும் ஓரமாக நடந்து சென்றால் குழந்தைகளின் நரகல். இரவில் மாதத்தில் 20 நாட்கள் எரியாத தெரு விளக்குகள்.

வீடு என்பது ஒரே ஒரு அறை. ஜன்னல் என்பது வெளிச்சம் வருவதற்காக ஏற்படுத்தப்பட்ட ஒரு சிறு திறப்பு. அதற்குக் கதவு இல்லை. வெளிச்சம் சிறிதளவு எப்படியோ உள்ளே வரும். காற்று என்பது விந்தை. மழை பெய்தால் திறப்பின் வழியே தாராளமாக உள்ளே தண்ணீர் வரும். மழை நீர் சுத்தமானது.

துணி காயப் போட வேண்டுமென்றால் வீட்டுக்காரர்கள் மாடியில் போட வேண்டும். இரண்டு கழிப்பறைகள், ஒன்று வீட்டுக்காரர்களுக்கு. இன்னொன்று குடித்தனக்காரர்களுக்கு. கழிப்பறையில் வாந்திதான் வரும். கார்ப்பரேஷன் கட்டணக் கழிப்பறை எவ்வளவோ மேல். ஒரே ஒரு பம்ப். வரும் தண்ணீரைக் குடிநீராகப் பயன்படுத்த முடியாது. தெருக் குழாயில்தான் ஒரு தவலை பிடித்துக்கொள்ள வேண்டும். வேலைக்காரி ஒரு தொண்டு கிழம். அவள்தான் அதைச் செய்தாள். அதைச் செய்வதற்கு அவளுக்கு மாதம் ரூ. 5 சம்பளம். உடலுழைப்புக்கு ஏனோ நம் நாட்டில் அதிக ஊதியம் தருவதில்லை. எனக்கு அதைவிட அதிகம் தர இயலாத நிலை. சமூகம் பரவலாக அங்கீகரிக்கும் உழைப்புச் சுரண்டலில் நானும் சேர்ந்துகொள்ள வேண்டிய அவல நிலை. அந்தக் கிழத்தைப் பார்க்கும் போதெல் லாம் என்னுள் ஒரு குற்ற உணர்வு. அதைப் போக்கிக்கொள்ளவே வாரம் இரு முறையாவது அவள் டீ செலவுக்கு 30 பைசா கொடுத்து வந்தேன்.

குளியலறை இன்னொரு விந்தை. ஒரு குறுகிய பாதை. நான் மேற்கூறியபடி இது பம்ப். பம்புக்குப் பின்னால் சிறிது வெற்றிடம். வெற்றிடத்தின் பக்கவாட்டில் கழிப்பறைகளின் பின்

பக்கச் சுவர். வெளியேயிருந்து பார்த்தால் பம்ப் தெரியும். கதவு என்பது வீட்டுக்காரர்களுக்கு அனாவசியச் செலவு. குளிக்க வேண்டுமென்றால் ஒரு பக்கெட்டை குறுகிய பாதை உள்ளே முடியும் இடத்திலும் கழிப்பறைகளின் சுவர் பாதையின் சுவரைத் தொடும் இடத்திலும் வைக்க வேண்டும். வெளியிலிருந்து பார்த்தால் பாதி பக்கெட் தெரியும். யாராவது குளியலறைக்குள் வருமுன் பக்கெட் வெளியே தெரிகிறதா என்று பார்த்துக் கொள்ள வேண்டும். பிறகு, 'யாரது?' என்றோ, 'யார் உள்ளே?' என்றோ அவரவர் விருப்பப்படி கனிவாகவோ, அதட்டியோ அவரவர் மனநிலையைப் பொறுத்துக் குரல் கொடுக்க வேண்டும். குளிப்பவர் உள்ளேயிருந்து தன்னை அறிமுகப் படுத்திக் கொள்வது பிறிதொரு விந்தை. ஆணாக இருந்தால் மனைவியின் பெயரைச் சொல்லி அவளது கணவன் என்று சொல்ல வேண்டும். உதாரணமாக நான் 'தாரா வீட்டுக்காரர்' என்று சொல்வேன். பெண்ணாக இருந்தால் பெயர் சொல்வாள். தாயாக இருந்தால் குழந்தையின் பெயர் சொல்லி, அதன் அம்மா என்று சொல்வாள். இந்தக் கட்டுக்கோப்பையும் மீறி எனக்கு ஒரு தடவை விபரீதம் நிகழ்ந்துவிட்டது. அம்புச்சம்மாள் என்ற மூதாட்டி எதிர்ப் பகுதியில் குடியிருந்தாள். அவள் நான் குளிக்கும்போது திடீரென்று உள்ளே பிரவேசித்து, பேயறைந்தாற் போல முகம் மாறி வெளியேறினாள். அத்துடன் விட்டிருக் கலாம். தாராவிடம், 'இனிமேல் உன் புருஷனை ஜட்டி போட்டுக்கொண்டு குளிக்கச் சொல்' என்று வேறு சொல்லி வைத்தாள். தான் செய்த குற்றத்தை மறைக்க மற்றொருவன் மேல் குற்றச்சாட்டு. வீடு முழுவதும் செய்தி பரவிவிட்டது. ஏனோ இந்த விபரீதம் அங்கு குளித்த மற்ற ஆண்களுக்கு ஏற்படவில்லை. வீட்டுக்காரம்மாள் ஒரு கட்டளை பிறப்பித்தாள். எல்லா ஆண்களும் ஜட்டி போட்டுக் கொண்டுதான் குளிக்க வேண்டும். எனக்கு மிகவும் அவமானமாகப் போய்விட்டது.

சிறு வயதிலிருந்தே நிர்வாணமாகத்தான் குளித்துக் கொண்டிருந்தேன். அதில் எந்தக் கேடும் இருப்பதாக எனக்குத் தோன்றியதில்லை. இவர்கள் செய்த ரகளையில் நான் ஏதோ அம்புச்சம்மாளுக்காகப் பிரத்தியேகமாக அவ்வாறு முறை கேடாக நடந்துகொண்டு விட்டதாக ஒரு எண்ணம் தோன்றி, மகத்தான ஒரு குற்ற உணர்வை என்னுள் ஏற்படுத்தி, ஒரு வாரம் தலையைக் குனிந்து தரையைப் பார்த்து நடந்து கொண்டி ருந்தேன். என்னுள் ஒரு பிரகாசமான எண்ணம் உதித்தது. அதன்படியே குளிக்கும்போது சற்று உரக்க ஒரு ஹிந்திப் பாட்டைப் பாடிக்கொண்டு குளிக்க ஆரம்பித்தேன். எந்த

வேளையில் ஆரம்பித்தேனோ, அடுத்த நாள் அவ்வாறு செய்து கொண்டிருக்கையில் வீட்டுக்காரம்மாளுடைய குரல் கணீரென்று ஒலித்தது. ஜமீன்தாரிணிகள் குரல் வேறு எவ்வாறு இருக்கும்? 'யாரது பாத்ரூமிலே பாட்றது?' ஹிந்திப் பாட்டும், குளியலும் கசந்தே விட்டன. வாழ்க்கை சத்தியமாக வெறுத்துவிட்டது.

அலுவலகத்திலிருந்து அப்பொழுதுதான் திரும்பியிருப்பேன். திடீரென்று வீட்டுக்காரம்மாள் மகளுக்கு ஆங்கிலப் பாடத்தில் சந்தேகம் வந்துவிடும். அவள் 10 + 1 படித்துக் கொண்டிருந்தாள். ஒரு மணி நேரம் அவள் சந்தேகங்களைத் தீர்த்து வைக்க வேண்டியிருக்கும். எனது கேடுகாலம், அந்த வீட்டில் மிகவும் கல்வித்தகுதி பெற்றவன் நான்தான்.

அம்புச்சம்மாளும் அவள் உறவினர்களும் வீட்டைக் காலி செய்தார்கள். புதுக்குடித்தனம் ஒன்று வந்தது. திருமணமாகாத இரு வாலிபர்கள் அந்தப் பகுதியில் குடியேறினர். ஒருநாள் மாலை, அலுவலகத்திலிருந்து வீடு திரும்பினேன். வாசலிலே வீட்டுக்காரம்மாள் 'தம்பி, ஒரு விஷயம்' என்றாள். சிறிது திடுக்கிட்டேன். 'என்னப்பா இந்த அநியாயத்தைப் பாத்தியா? புதுசா வந்த அந்தப் பசங்க ஜட்டி போட்டுண்டு ஓம் பொண்டாட்டி கிட்டே பேசறாங்க. இவளும் சிரிச்சி சிரிச்சி பதில் சொல்றா. அவளெக் கொஞ்சம் கண்டிச்சி வை. காலம் கெட்டுக் கெடக்கு' என்றாள். நான் உள்ளுக்குள் திடீரென்று அமைதியை ஏற்படுத்திக்கொண்டேன். முகத்தில் வீட்டுக்காரம் மாள் எதிர்பார்த்த கலவரத்தை வரவழைத்துக்கொண்டு, 'அப்படியா, என்ன அநியாயமாக இருக்கு. அவகிட்டே கேக்கறேன்' என்று சொல்லிவிட்டு வீட்டுக்குள் நகர்ந்தேன். தாராவிடம் ஒரு வார்த்தைகூட இதைப் பற்றிப் பிரஸ்தாபிக்க வில்லை; பேசுவதற்கு என்ன இருக்கிறது? ஆடையின்றி அந்த வாலிபர்கள் தாராவிடம் அரட்டை அடித்திருந்தால் ஒரு வேளை எனக்கு ஏதாவது வித்தியாசமாகப் பட்டிருக்கலாம். மேலும், இந்த இரு வாலிபர்களும் லாட்ஜில் மட்டுமே இருக்க உகந்தவர்கள். சாதாரணமாக லாட்ஜில் இதெல்லாம் சகஜம்.

திருமணமாவதற்கு முன்னால் நானும் லாட்ஜில் தங்கியிருந்த வன்தான். நான் இவர்களைப் போல் வக்கிர progressive வாக, நடந்து கொள்ளவில்லையென்றாலும் நடப்புகளைக் கவனித்துக் கொண்டுதான் இருந்தேன். அந்த லாட்ஜில் ஒரு முதியவர் ஒரு அறையில் தங்கியிருந்தார். என்னிடம் சற்றுக் கண்ணியமாகவே நடந்துகொண்டார். ஓரிரு முறை அவருக்குக் கீழே உள்ள ஹோட்டலிலிருந்து சிற்றுண்டி வாங்கி அவர் அறைக்குக் கொண்டு கொடுத்திருக்கிறேன். என் அறைத் தோழர் கூடக்

கேட்டார். 'நீங்கள் ஏன் ஒரு பியூன் மாதிரி இதெல்லாம் செய்து கொண்டிருக்கிறீர்கள்' என்று. பாவம், அவர் தனிக்கட்டை ஒரு pensioner. மேலும் வயதில் மூத்தவர். ஏதோ நம்மால் முடிந்த சிறு உபகாரங்கள்-என்று நான் என்னுள் சொல்லிக் கொண்டேன். அந்த முதியவர் சாதாரணமாக 4-30 மணிக்கே எழுந்து குளியல் துவையல்களை முடித்துக்கொண்டு கோவிலுக்குப் போய்விடுவாராம். ஒருநாள் தற்செயலாக நான் 4-45க்கே எழுந்துவிட்டேன். ஒரு டம்ளர் பச்சைத் தண்ணீர் குடித்துவிட்டு ஒரு பீடி பற்ற வைத்துக்கொண்டு அறையிலிருந்து வெளியே வந்தேன். கீழே இருக்கும் டீக்கடை 5-00 மணிக்குத்தான் திறக்கும். 15 நிமிடங்கள் டீ இல்லாமல் எப்படிக் கழிப்பது. ஒரு வேளை இன்றைக்குச் சீக்கிரமே திறந்திருக்கலாம். இந்தச் சர்ச்சைகளுடன் போராடிக்கொண்டு கீழிறங்கும் படிக்கட்டின் அருகே வந்துகொண்டிருந்தேன். அந்த வயதானவரின் அறை விளக்கு எரிந்துகொண்டிருந்தது. தற்செயலாகத் திரும்பிப் பார்த்தேன். அவர் உடம்பில் துணியே இல்லாமல் குளியலறை யிலிருந்து தன் அறைக்குத் திரும்பிக் கொண்டிருந்தார். நான் அவரைப் பார்த்துவிட்டது அவருக்குத் தெரிந்துவிட்டது. உடனே அறைக்கு ஓட்டமாக ஓடி கதவைத் தாளிட்டுக் கொண் டார். எனக்குச் சற்று அருவருப்பாக இருந்தது. அதிகாலையில் பரந்து கிடக்கும் நீல ஆகாயத்தைப் பார்த்தாலோ அல்லது ஒரு அழகிய இளம்பெண்ணின் முகத்தைப் பார்க்க நேர்ந்தாலோ மனம் சற்று சந்தோஷமாக இருக்கும். ஆனால் இவ்வளவு அதிகாலையில் அழகான இளம் பெண் ஒரு அரிதான சமாச் சாரமே. எனக்கு அன்று முழுவதும் வயிற்றைக் குமட்டிக் கொண்டிருந்தது. அறைத் தோழரிடம் சொல்லலாம் என்று தோன்றியது. செய்யவில்லை. அப்படிச் சொல்லி, அவர் மற்றவர்களிடம் சொல்லி, அந்த நற்செய்தி லாட்ஜ் பூராவும் பரவி, வயதானவரை எல்லோரும் ஒரு மாதிரியாகப் பார்க்க ஆரம்பித்து, அப்படிப் பார்ப்பதன் காரணம் அவருக்குத் தெரிந்துவிட்டு, அவர் மனத்திடம் இல்லாதவராக இருக்கும் பட்சத்தில், அனைவருக்குமே தான் நடந்துகொண்ட விதம் தெரிந்திருக்கிறது என்று ஒரு பெரிய ஐயம் ஏற்பட்டு, அதன் காரணமாக அவருக்கு paranoia மனநோய் பிடித்து, அதைப் போக்கிக்கொள்ள மனநல மருத்துவர்களிடம் சென்று transquilizersஐக் காலம் பூராவும் சாப்பிட வேண்டிய நிலை ஏற்பட்டால் நான் நிச்சயம் என்னை மன்னித்துக் கொண்டிருக்க மாட்டேன். வேண்டாம். ஆண்பாவம் பொல்லாதது. நான்

கல்லூரியில் கற்ற உளவியல் எந்த வகையிலும் பயன்படா விட்டாலும் இந்த மாதிரி சமயங்களில் பயனுள்ளதாக இருந்தது. உளவியல் மீது எனக்குச் சொந்த வகையில் ஒரு வெறுப்புதான். எதற்கெடுத்தாலும் அலசல், ஆய்வு. வாழ்க்கையில் உள்ள romance செத்துதான் போய்விடுகிறது. எதையுமே சாதாரண மனிதன் அனுபவிப்பது போல் ரசனையுடன் அனுபவிக்க முடிவதில்லை. உளவியல் படிப்பு ஒரு சாபக்கேடே. லாட்ஜின் குடிமகன்கள் பற்றி சற்று நிறுத்திக்கொள்கிறேன். இந்த வீட்டுக்காரம்மாளுக்கு இதெல்லாம் தெரிந்திருக்க நியாயமில்லை.

Paranoia பற்றி சில கருத்துகள். சந்தேகம்தான் இதன் அடிப்படை. இந்நோய் மனத்திடம் அதிகமாக இல்லாத எவருக்கும் எந்தச் சந்தர்ப்பத்திலும் ஏற்படலாம். சமூகம் அங்கீகரிக்காத ஒன்றை ஒருவன் (உதாரணமாக மாற்றான் மனைவியுடன் படுப்பவன்) பிறருக்குத் தெரியாமல் செய்யும் போது மற்றவர்கள் அதைப் பார்த்துவிட்டதாகச் சந்தேகம் எழுந்தாலும், மற்றவர்கள் தன்னைப் பற்றித்தான் பேசுகிறார்கள், தான் செய்த இழிசெயலைப் பற்றித்தான் பேசுகிறார்கள் என்ற நினைப்பு வந்துவிட்டால் இந்த மனநோய் ஏற்படுகிறது. தன்னைப் பற்றி மிகவும் உயர்வாக நினைத்துக்கொள்பவன் தன்னை வீழ்த்த சதிகள் நிகழ்வதாக நினைத்தாலும் இது ஏற்படுகிறது. பிறர் தன்னை ஏமாற்றுவதாக நினைப்பதே paranoiaவின் அறிகுறிதான், பார்க்கப் போனால் இந்த வியாதி நம் சமூகத்தில் மிகவும் பரவலாக வியாபித்திருக்கும் ஒன்று. காய்கறிக்காரன் அநியாய விலை சொல்கிறான். நாம் குறைத்துக் கேட்கிறோம். அவன் உனக்கும் வேண்டாம் எனக்கும் வேண்டாம் என்று ஒரு மத்திய விலையைச் சொல்லிக் காய்கறி களை நமக்குக் கொடுத்துவிட்டுச் செல்கிறான். நிகழ்ச்சியில் அடிப்படை அவநம்பிக்கை இழைந்தோடுகிறது. சாமி கண்ணைக் குத்தும் என்று பயமுறுத்தும் மதமும், உன் வீட்டில் நடக்கும் சம்பாஷணைகளை ஆண்டவர் கேட்டுக் கொண்டுதான் இருக் கிறார் என்று சொல்லும் மதமும் paranoia நோய்க்கு வித்திடு கின்றன. சமூகம் என்று ஒன்று இருக்கிறது. 'நான்' என்று ஒன்று இருக்கிறது. தனக்கு சமூகத்தில் ஒரு image இருக்கிறது. தனக்கு self image என்று ஒன்று இருக்கிறது என்று நாம் நம்மை ஏமாற்றிக் கொண்டிருக்கும் வரையில் இந்த மனநோய் நம்முடன் சற்றுத் தாராளமாகவே சிநேகம் கொள்ளும். ஆண்டவா, ஏன் தான் உளவியல் படித்தேனோ? உளவியல் படித்தவன் ஆண்ட வனை விளிக்கக் கூடாது. அது அபசாரம்.

மற்றொரு நாள். இதே மாதிரிதான் நடந்துகொண்டாள் வீட்டுக்காரம்மாள். இன்னொரு பகுதியில் குடியிருக்கும் சாயபுவிடம் தாரா பேசினாளாம். எனக்கு ஆத்திரமாக இருந்தது. நீ மட்டும் என்னுடன் பேசவில்லையா என்று நுனி நாக்கு வரை வந்த எரிச்சலை அடக்கிக்கொண்டு உள்ளே சென்றேன்.

தாரா வேறு ஒன்று சொல்லி வைத்தாள். பக்கத்துப் பகுதி யில் குடியிருக்கும் பிரமிளா இரவில் எப்பொழுதுமே அம்மண மாகத்தான் தூங்குவாளாம். பிரமிளா தாராவிடம் அதைச் சொல்ல, தாரா அதை என்னிடம் சொல்ல, எனக்கு இரண்டு இரவுகள் படு அவஸ்தையாக இருந்தது. நான் பார்க்காத பிரமிளாவின் வெற்றுடம்பு கண்முன் தோன்றிச் சங்கடப்படுத்திக் கொண்டிருந்தது. நான் அயோக்கியன் என்பதற்கு இது ஒரு சாலச் சிறந்த எடுத்துக்காட்டு. அயோக்கித்தனத்தைக் காரண ரீதியில் நியாயப்படுத்திக் கொள்ள விருப்பமில்லை. நியாயப் படுத்திக் கொள்ளும் அயோக்கியத்தனம் படுயோக்கியத்தனம் ஆகிவிடப் போவதில்லை. ஆனால், பிரமிளாவும் அதற்கு ஈடாக தாராவும் விவஸ்தை கெட்ட ஜன்மங்களே. எதை யாரிடம் சொல்வது என்று தெரிந்திருக்கக் கூடாதா இவர்களுக்கு? பிரமிளாதான் சொன்னாள். தாரா ஏன் இதை என்னிடம் சொல்ல வேண்டும்? என்னைப் போன்ற உத்தமனின் மாசற்ற உள்ளத்தில் (ஒரே புளுகு) கள்ளத்தை உண்டுபண்ணி என் தூய்மை, கற்பு (!) பறிபோகுமாறு அவள் ஏன் செய்ய வேண்டும்? எல்லோருக்கும் மற்றவர்கள் வயிற்றெரிச்சலைக் கிளப்புவதில் ஒரே குறி. பிரமிளாவின் கணவனை நினைத்தால் எனக்கு மிகவும் பரிதாபமாக இருந்தது. நான் பார்த்திருக்கிறேன். பிரமிளாவின் உத்தியோகம் typist. அவளுக்கு விரலெல்லாம் வலிக்குமாம். அவள் கணவன் அவள் விரல்களை வெந்நீர் வைத்து உருவிக்கொண்டிருப்பான். நானும் அதே உத்தியோகம் தான் செய்கிறேன். அப்படியெல்லாம் ஒன்றும் நிகழ்ந்ததில்லை. ஒரு வேளை அவளது அலுவலகத்தில் இரும்பு டைப்ரைட்டர் வைத்திருக்கிறார்களோ என்னமோ? பிரமிளா தன் சுகக்கேடு தன் கணவனுக்குத் தெரிய வேண்டும், அவன் தன்மீது பச் சாதாபப்பட வேண்டும் என்ற எண்ணங்கள் கொண்ட மன நோயாளியாகவே எனக்குத் தோன்றினாள். மற்றவர்கள் தன்னைப் பார்த்துப் பரிதாபப்பட வேண்டும் என்று நினைப்பவனும், தன் தோற்றத்தைப் பல பேர் ஏற இறங்கப் பார்த்து ரசிக்க வேண்டும் என்று எக்கச்சக்க அழகாக உடுத்திக் கொள்ளும் பெண்ணும், நடனக் கலைக்குத் தன்னை அர்ப்பணித்துக் கொண்ட கவர்ச்சி

நடனக்காரியும் மனநோய் பிடித்தவர்களே. Hysteria மனநோய் பிடித்தவனுக்கு மற்றவர்கள் தன்னைச் சூழ்ந்திருக்கும் போது தான் வலிப்பு வரும். மறுக்க முடியாத உளவியல் உண்மை. உளவியல் ஒருவனது கண்ணோட்டத்தை எவ்வளவு கசப்பாக இருக்கச் செய்துவிடுகிறது!

நான் தாஸ்தாவஸ்கியின் இரு கதைகள் கொண்ட ஒரு புத்தகத்தை வைத்திருந்தேன். அதைப் பிரமிளா படிக்கக் கேட்டாள். கொடுத்தேன். நிச்சயமாக அவளுக்கு தாஸ்தாவஸ்கியைப் புரிந்துகொள்ளும் மனப்பக்குவம் இருக்குமா என்பது எனக்குச் சந்தேகமாக இருந்தது. எனக்கு மட்டும் இருக்கிறதா என்ன? மற்றவர்களிடம் குறை காண்பதில் நான் நிறைவுடையவனாக இருப்பதாகத் தோன்றும் ஒரு மகத்தான மாயை.

ஒட்டினாற்போல உள்ள அடுத்த பகுதியில் ஸ்வர்ணலதா என்ற ஒரு இளம்பெண் இருந்தாள். எனக்கு அன்று விடுமுறை மதியம். அவளுக்கு M.B.B.S.-ன் விரிவு தெரிய வேண்டியிருந்தது. தாரா மூலம் எனக்குத் தெரியுமா என்று கேட்டாள். நானும் சொன்னேன். அத்துடன் விட்டிருக்கலாம். மற்ற மருத்துவக் கல்வித் தகுதிகளின் விரிவும் தெரிந்துகொள்ள ஆவலுண்டா என்று கேட்டு, அவளும் தாரா மூலம் ஆம் என்று சொன்னாள். நேராக ஒரு ஆணும் பெண்ணும் பேசிக் கொள்ளக்கூடாது. Orgasm வந்துவிடுமோ என்ன இழவோ இந்த வீட்டுக்காரம்மாள் கண்ணோட்டப்படி. ஆண் + பெண் = நெருப்பு + பஞ்சு. கற்பு: அந்தப் பரிசுத்தச் சொல்லின் சரியான அர்த்தம் எனக்கு இன்னும் சத்தியமாகப் புரிந்தபாடில்லை. நான் ஒரு 30 கல்வித் தகுதிகள் மற்றும் Fellowshipsன் விரிவுகளை அவசரப்படாமல் எழுதிக் கொடுத்தேன். தனக்குத் தெரிந்ததை மற்றவரிடம் பறைசாற்ற சந்தர்ப்பம் கிடைத்தில் pedantry என்ற ஒரு வக்கிர இன்பம் எனக்கு.

மதிப்பிற்குரிய வீட்டுக்காரம்மாளுக்கு இது எப்படித்தான் தெரிந்ததோ? அடுத்த நாள் தாராவிடம் சொல்லியிருந்தாள்: 'அந்தப் பொண்ணுக்கு ஒம் புருஷன்கிட்டே என்ன வேண்டியிருக்கு? என்ன சுத்த விவரம் புரியாதவளா இருக்கே. ஏடாகூடமா ஏதாச்சும் நடந்துட்டா? மொதல்லேயே கட் பண்ணிவை. இதெல்லாம வம்பு. ஒனக்கு இதெல்லாம் தெரியாது. நான் வயசுலெ மூத்தவ. ஒனக்கு நல்லதுக்குத்தான் சொல்றேன்.' வீட்டுக்காரம்மாள் அறிவுரைகளின் சிகரம். இதில் ஒரு double standard. இவளுடைய மகள் என்னிடம் ஒரு மணிநேரம் பாடம் சொல்லிக்கொள்ளலாமாம். ஆனால், ஸ்வர்ணலதா கிட்டத்தட்ட தூர இருந்து அதைச் செய்தால் அது பெருங்குற்றம். Double

Standard உள்ள அனைவரும் schizophrenia (split personality) மன நோயாளிகளே. இதில் ஐயப்பாடு ஏதுமில்லை. இந்தக் கண்ணோட்டப்படிக் கணக்கெடுத்தால் ஜனத்தொகையில் 85%ஐ இந்தச் சீக்குபிடித்தவர்களாகவே கொள்ளலாம்.

ஸ்வர்ணலதாவும் அவளுடைய உறவினர்களும் வீட்டைக் காலி செய்தனர். புதிதாகக் குடித்தனம் ஒன்று வந்தது. ஒரு நடுத்தர வயது அம்மாள், ஒரு 10 வயதுப் பையன், ஒரு கைக் குழந்தை, ஒரு தடி ஆண். அந்த ஆண் அவளுடைய Visting husband. இரண்டு நாட்களுக்கு ஒரு முறை வருவார். சிறிது நேரம் இருந்துவிட்டுப் போய்விடுவார். இந்த அம்மாள் அவரது மூன்றாவது மனைவி. மற்ற இரண்டு மனைவிகளும் இன்னும் உயிரோடுதான் இருக்கிறார்கள். இவர் அவர்களைத் தனித்தனி வீட்டில் வைத்துக் குடித்தனம் செய்கிறார். எனக்கு இது படு ஆச்சரியமாக இருந்தது. மனிதனுக்கு இதற்கெல்லாம் அசாத்தியத் திறமை தேவை. மன்னரும் பட்டத்தரசியும், அந்தப்புரமும் அதில் இரண்டு சேடிப் பெண்களும் மன்னரால் மணக்கப்பட்டு கௌரவிக்கப்பட்டிருந்தார்கள். அவர் ஒரு அச்சுக்கூடம் வைத்து நடத்துகிறார். அந்த அச்சுக்கூடத்தை அடகு வைத்து சில செல்வந்தர்களின் உதவியுடன் ஒரு சினிமா தயாரிக்கிறார். காவிய நாயகி. முந்தின தினம் ஒரு கவர்ச்சி நடிகையுடன் படுக்கையைப் பகிர்ந்துகொண்ட சுவையான ஆனந்தத்தைத் தன் மனைவியிடம் சொல்லி மகிழ்வாராம். நண்பர் சம்பத் சொன்னது நினைவுக்கு வந்தது. 'தேவடியாளிடம் படுப்பதற்கு ஏன் சினிமாப்படம் எடுக்க வேண்டும்? படம் எடுக்காமலேயே அதைச் செய்யலாமே!' சம்பத்தைப்போல் எனக்கும் எந்தக் குறிப்பிட்ட காரணமும் தோன்றவில்லை. படத் தயாரிப்பாளரின் மனைவி பாலுறவு பற்றிய ஜோக் ஏதாவது அவரிடம் சொல்வாளாம். ஜோக் எவ்வளவு தரம் வாய்ந்ததோ அவ்வளவு சன்மானம் பொருள் வடிவில் சகதர்மிணிக்குக் கொடுத்துவிட்டுச் செல்வாராம் அந்தத் தாராள மனம் கொண்டவர். நான் அவரைப் பார்த்திருக்கிறேன். அவர் என்னைப் பார்த்த பார்வை, 'சீ, நீயெல்லாம் என்ன மனுஷன், பொடியன்' என்று சொல்வது போல இருந்தது. கலைக்காகத் தன்னை அர்ப்பணித்துக்கொண்டுள்ள கனவான் ஒரு சாதாரணப் பிரஜையை வேறு எவ்வாறு பார்க்க முடியும்!

ஒருநாள் கக்கூஸ் பக்கெட்டைத் தூக்கினேன். ஒரு தேள். எனக்குப் பூச்சிகளைக் கொல்வதென்றாலே அருவருப்பு. நான் சற்றுப் பலமாகச் சொல்லியதை அந்தச் சாயபு கேட்டு, கையில் விளக்குமாறுடன் வந்து அதை நையப்புடைத்துக் கொன்றார்,

என்னை ஒரு துரும்பைப் பார்ப்பது போல ஒரு முறை முறைத்து விட்டு. அந்தப் பார்வை 'நீ ஒரு நபும்சகன்' என்று கூறியது. என்ன இருந்தாலும் சாயபு ஒரு ஆண் வீரரே.

1981 நவம்பர். எங்களுக்கு ஒரு பெண் குழந்தை பிறந்தது. மொத்தமாக ஒரு மூன்று மாத காலம் பிறந்தகத்தில் இருந்துவிட்டு 1982 ஜனவரியில் பொங்கல் அன்று தாரா வீடு திரும்பினாள். பிரசவத்திற்கு முன்னால் நான் நிலைகுலைந்து போயிருந்தேன். ஒருவேளை கருச்சிதைவு ஏற்பட்டுவிடுமோ, பிரசவத்தில் தாரா இறந்துவிடுவாளோ, குழந்தை இறந்து பிறந்துவிடுமோ என்றெல்லாம் பயங்கரக் கிலிகள் என்னைப் பிடித்தாட்டிய போது நண்பர் ரமேஷ்தான் என் கிலேசங்களைப் போக்கி ஓரளவு நம்பிக்கையூட்டி என்னைப் பார்த்துக்கொண்டவர். தாரா குழந்தையுடன் வீடு திரும்பிய போதுதான் நான் என் பழைய நிலையை அடைந்தேன்.

வீட்டுக்காரர்களின் பகுதியின் ஓரத்தில் மாடிக்குச் செல்லும் படிக்கட்டு. படிக்கட்டுக்குக் கீழே ஒரு வெற்றிடம். அதற்கொரு கதவு. அதாவது அது ஒரு சிறிய அறை. வாடகை ரூ.20. அதில் நெடுங்காலமாக ஒரு வயதான அம்மாள் குடியிருந்தாள். அவளை எல்லாரும் ஐயப்பன் மாமி என்றே அழைத்தனர். அவள் சுமங்கலி. அவள் கணவரைப் பற்றி நமக்கு ஒன்றும் தெரியாது. அவள் ஒரு பிராமணக் குடும்பத்திற்குச் சமையல்காரியாக இருந்து காலம் தள்ளி வந்தாள். அதிகாலையில் குளித்து விடுவாள். குளித்து விட்டுத் தன் அறைக்குத் திரும்பும் போது பார்க்க வேண்டும். புடவையின் கீழ்ப் பகுதியைச் சற்றுத் தாராள மாகவே தூக்கி இடுப்பில் செருகிக் கொண்டு வழிநெடுக நடப் பாள். எனக்கு அது மிகவும் அநாகரிகமாகப் பட்டது. யாரும் அவளைத் தொடக் கூடாது. மடி. பாதையோ மிகவும் குறுக லானது. எதிரே யாராவது வந்தால் உடலைக் குறுக்கிக் கொண்டு அதன் பிறகும் போதிய இடைவெளி விட்டு மாமிக்கு இடம் அளிக்க வேண்டும். ஆஸ்திரேலியப் பழங்குடி மக்களிடம் ஒரு பழக்கம். மருமகன் மாமியாரைக் கண்ணால் பார்க்கக் கூடாது. பாதையில் அவ்வாறு நேர்ந்தால் மருமகன் உடனே திரும்பி வேறு திசையில் செல்ல வேண்டும். அல்லது ஒரு புதருக்குப் பின்னால் மறைந்துகொள்ள வேண்டும். இந்தப் பழங்குடி மக்களின் Avoidance behaviourஐத்தான் இந்த மாமி எனக்கு நினைவூட்டினாள். நாகரிக வளர்ச்சி அடைந்துவிட்டதாகக் கற்பனையில் நினைத்துக் கொண்டிருக்கும் நம்முள்ளும் இன்னும் பழங்குடி மக்கள் நிலவி வருகிறார்கள் என்பதற்கு மாமி ஒரு தலைசிறந்த எடுத்துக்காட்டு.

‘தரையில் ஸ்டவ்வை வைத்து நீங்கள் ஏன் சிரமப்படு கிறீர்கள்?’ என்று திடீரென்று ஒருநாள் வீட்டுக்காரம்மாள் எங்கள் மீது கரிசனப்பட்டாள். அவளுக்குத்தான் என்ன அக்கறை என்று வியந்தேன். சிமென்டும் காரையும் சேர்ந்த கலவையில் மேடை மாதிரி ஒரு அமைப்பைச் செய்து கொடுத் தாள். வீட்டு வாடகையில் ரூ. 15 ஏற்றிவிட்டாள். வாடகை ரூ. 115 மொத்தத்தில் ரூ. 50 தான் மேடை போடுவதில் செலவாகி யிருக்கும். அதற்கு மாதா மாதம் நிரந்தரமாக ரூ. 15 கொடுக்க வேண்டுமாம். நாங்கள் தரையில் சமைப்பதை அசௌகரியம் என்றே நினைக்கவில்லை. சமைப்பதற்கு ஒரு மேடை இல்லை என்று நாங்கள் அழவும் இல்லை. வாழ்க்கையில் ஏதோ ஒரு காரணத்தினால் விரக்தியடைந்து cynicalஆகவும் வருத்தத் துடனும் இருக்கும் ஒருவனை ஒரு உளவியல் மருத்துவர் பேட்டி கண்டு ‘உனக்கு morbid depression, இது neurasthenia என்ற மன நோயின் அறிகுறிகள். நான் சொல்லும் மருந்துகளைச் சாப்பிடு’ என்று அறிவுரை கூறி அவன் வாழ்நாள் முழுவதும் மருந்து களுக்கு அடிமையாகும் அவல நிலை. எங்கள் பாஷையில் ஒரு முதுமொழி உண்டு. சும்மா இருந்த கோழியை உமியைப் போட்டுக் கெடுத்தானாம்.

திடீரென்று ஒருநாள் அட்வான்ஸ் ரூ. 500 ஆக உயர்த்தி னாள் வீட்டுக்காரம்மாள். எல்லோருக்கும்தான். பாரபட்சம் இல்லாதவள். ரூ. 200ஐ எப்படியோ புரட்டிக் கொடுத்தேன். இந்த ரூ. 200ஐ மாதா மாதம் ரூ. 25ஆக வாடகையில் குறைத்துக் கொடுத்துக் கழித்துக் கொள்ளலாமாம். என்ன பரந்த நோக்கு, சலுகை! எப்படியோ வட்டியில்லாமல் பணம் வந்தால் சரி.

வீட்டு மின்விளக்கு மாலை 6.00லிருந்து இரவு 9.00 மணி வரையில் அனுமதிக்கப்பட்ட சந்தோஷம். 8.45க்கே ‘லைட் ஆப், லைட் ஆப்’ என்று வீட்டுக்காரம்மாளின் குரல் கேட்கும். நாம் சாப்பிட்டுக் கொண்டிருந்தாலும் உடனே விளக்கை அணைக்க வேண்டும். சிம்னி விளக்கில்தான் இரவுப் பொழுது கழிய வேண்டும். இரவில் நாம் கண்ணை மூடிக்கொள்வதாலும் அப்படிச் செய்யுங்கால் பூலோகம் நமக்கு இருண்டு விடுவதாலும், பூச்சிகள், எலிகளின் அரவங்கள் நம்மை கிலிக்குள்ளாக்கு வதில்லை. வேண்டுமானால் தனி மீட்டர் போட்டுக்கொள்ளுங் கள். மீட்டர் போட்டுக் கொள்வதென்றால் ரூ. 250ஐ என்னிடம் முதலிலேயே டெபாசிட்டாகக் கொடுத்துவிட வேண்டும். Logic எல்லாம் வீட்டுக்காரம்மாளிடம் பிச்சை வாங்க வேண்டும்.

வீட்டுக்காரர் மிகவும் நல்லவர். தினமும் வஞ்சனை யில்லாமல் நிறையக் குடிப்பார். சாதுவானவர். இந்த மாதிரி

மனைவி வாய்த்தால் ஒரு மனிதனால் வேறெவ்வாறு இருக்க முடியும்? மேலும் புறச்சூழலின் உபாதைகளிலிருந்து குடி அவரை நிச்சயம் பாதுகாத்தது.

நவம்பர் 1982. ஒரு விடுமுறை. தாராவுக்கு ஓரளவு நாகரிகமாக உடுத்திக்கொள்ள வேண்டும் என்ற நப்பாசை தோன்றியது. அவளுக்கு அப்படித்தான் எப்போதாவது சற்று வித்தியாசமாக நடந்துகொள்ள வேண்டும் என்று தோன்றும். பாவாடையையும் என் சட்டையையும் அணிந்து கொண்டிருந்தாள். எங்கள் அறையை விட்டுக் குப்பையைக் கொட்ட வாசல்வரை போனாள். வீட்டுக்காரம்மாள் பயங்கரமாகச் சத்தம் போட்டாள்: 'இதென்ன ட்ரஸ். இது குடும்பஸ்தர்கள் இருக்கிற வீடு. மொதல்லே போய் சேலையைக் கட்டிக்கோ.' எனக்கு இது உண்மையிலேயே உறுத்தியது. தாரா எந்தத் தவறும் செய்ததாக எனக்குத் தோன்றவில்லை. இதில் மீண்டும் ஒரு double standard. பிரமிளாவைப் பார்ப்பதற்கு அவளது தோழர்கள் வீடு தேடி வருவார்கள். பிரமிளா, 'ஹாய் சந்துரு', 'ஹாய் ஜேகப்' என்று உரக்க உணர்ச்சி ததும்பக் கூவி, அன்பு பிரவாகம் கரைகளை உடைத்து வெள்ளத்தை உண்டுபண்ண, அவர்களைப் பரவசத்தால் ஆரத் தழுவாத குறையாக உள்ளே அழைத்துச் செல்வாள். இதெல்லாம் நான் தவறு என்று சொல்லவில்லை. நவீன யுக சமூகத்தில் இந்த மாதிரியான அங்கீகாரம் பெற்ற ஓரளவு permissiveness இருக்கத்தான் செய்கிறது. இதில் விரசம் ஒன்றும் இல்லைதான். ஆனால் எங்கோ ஏதோ நெருடுகிறது. இந்த வீட்டுக்காரம்மாளுக்கு இதெல்லாம் வித்தியாசமாகவே தோன்றவில்லை. தாராவின் உடையில் மாற்றம் அவளை எப்படிப் பேச வைத்துவிட்டது!

தாரா ஒரு பதிவிரதை. பீச்சில் கண்ணகிக்கு அடுத்தாற்போல் தாராவின் சிலையொன்றைச் செய்து வைக்க ஆசைதான். பொருள் வசதி இல்லாத காரணத்தினால் இந்த உயரிய அவா பகற்கனவு அளவிலேயே இருந்து வருகிறது. உள்ளுக்குள்ளே இன்னொரு பயம். எனக்குப் பணவசதி ஒரு காலத்தில் கிடைக்கும் பட்சத்தில் நிறைய சிலைகள் ஏற்கனவே பிரதிஷ்டை செய்யப்பட்டிருந்தது. தாராவின் சிலைக்குப் பீச்சில் இடமில்லாமல் போய்விட்டால் என் ஆசையை எப்படி நிறைவேற்றிக் கொள்வது? இப்படிப்பட்டவளுக்குத் தேவடியாள் பட்டம் கட்டத் தன்னால் இயன்ற போதெல்லாம் முயன்று கொண்டிருந்த வீட்டுக்காரம்மாளை, குறிப்பாக இந்தப் பாவாடை – சட்டை நிகழ்ச்சிக்குப் பிறகு, நினைக்க நினைக்க எனக்குள் தாங்க முடியாத கசப்புணர்வு எழுந்தது. சம்பவம் நடந்த மாலை அவ

ளிடம் போய்ச் சொல்லிவிட்டேன். 'நாங்கள் வேறு வீடு பார்க்கிறோம்' என்று. அவளுக்கு அது சிறிது அதிர்ச்சியாகவே இருந்திருக்கக்கூடும். முகமாற்றத்திலிருந்து ஊகித்துக்கொண்டேன்.

வீடு தேடும் படலம் ஆரம்பித்தது. மூன்று வாரங்கள். பல வீடுகள். இரண்டு தரகர்கள். ஒரு வீடு சற்று வசதியாக இருந்தது. வாடகை ரூ. *140* அட்வான்ஸ் ரூ. *1000* ஒரு அறை. ஒரு சமையலறை. பிடித்திருந்தது. வீட்டுக்காரார் முதலில் சொன்னது: 'உங்களைப் பார்த்தால் பிராமணர்கள் மாதிரித் தோன்றுகிறது. நாங்கள் non-brahmins. உங்களுக்கு ஒத்துவருமோ அதெல்லாம்?' நீங்கள் Bushmen ஆக இருந்தாலும் சரி, ஆட்டை நீங்களே கொன்று தோலுரித்து இடையில் இரும்புக் கம்பியைச் செருகி மேலே தொங்க வைத்து, கீழே அக்னியை எழுப்பி அதைச் சமைத்து உணவு உட்கொள்பவர்களாக இருந்தாலும் சரி; பரவாயில்லை. வீடு வசதியாக இருக்கிறதே என்று நினைத்துக் கொண்டு 'அதெல்லாம் பரவாயில்லை. நாங்கள் பிராமணர்கள் தான். ஆனால் கறி சாப்பிடுவோம். எல்லாம் ஒத்துப்போகும்' என்றேன். அடுத்த கேள்வி, 'நீங்கள் ஐயரா, ஐயங்காரா?' நான் என்னால் இயன்ற அளவு பொறுமையை வரவழைத்துக் கொண்டு, எங்கள் ஜாதியில் இந்தச் சிக்கலான பிரிவுகள் இல்லையென்றும் சாரிகளும், ஐயர்களும், ராவ்களும் ஒரே குடும்பத்திலேயே கூட இருக்கிறார்கள் என்றும் அவருக்கு விளக்கினேன்.

நான் முழு நேரக் கல்லூரிப் படிப்பை முடித்த பிறகு வேலை தேடும் சமயம் நடந்த முதல் பேட்டி எனக்கு நினைவுக்கு வந்தது. பெயர், படிப்பு எல்லாம் கேட்டு விட்டு, 'நீ எந்த communityயைச் சேர்ந்தவன்?' என்று கேட்டார் அதிகாரி. எனக்கு ஏனோ அவரைச் சீண்ட வேண்டும் என்று ஆத்திரமாக இருந்தது. காலையில் *1000* மணிக்குப் பேட்டிக்கு அழைத்திருந் தார்கள். பேட்டி ஆரம்பித்தது மாலை *400* மணிக்கு. கேவலம் கால தாமதத்திற்கு ஒரு sorry கூடச் சொல்லவில்லை என்னைப் பேட்டி கண்ட கனவான். நான் உட்கார்ந்திருந்த நாற்காலிக்கும் அவர் அமர்ந்திருந்த சுழல் நாற்காலிக்கும் நடுவே பெரிய மேஜை. என் கை அவரது கன்னத்தை எட்ட நிச்சயம் எந்தவித சௌகரியமும் இல்லாத ஒரு எரிச்சல் வேறு. 'நான் ஆனமலைக் குன்றுகளைச் சார்ந்த டோடா இனத்தின் சக்கிலியப் பிரா மணன், பேட்டிக்கு வரும் அவசரத்தில் நெற்றிக்கு இட்டுக் கொள்ள மறந்துவிட்டேன். அந்தத் தவறுக்காக பேட்டிக்காகக் காத்துக்கொண்டிருக்கும் சமயத்தில் குறைந்தது மூன்று முறை களாவது என் குலதெய்வத்திடம் மன்னிப்புக் கேட்டுகொண்டு

விட்டேன்' என்று அமைதியாகப் பதில் சொன்னேன். அந்த அதிகாரி நிச்சயமாக காண்டாமிருகத் தோல் படைத்தவராகத்தான் இருந்திருக்க வேண்டும். என் நக்கலை அவரால் புரிந்துகொள்ள இயலவில்லை. என்னிடம் சற்று வகையாகவே மாட்டிக் கொண்டார். 'பார்த்தால் அந்த மாதிரித் தெரியவில்லையே' என்று வியந்தார். நான் 'நீங்கள் டோடர்களைப் பார்த்திருக் கிறீர்களா?' என்றேன். அவர் 'இல்லை' என்று சொல்ல, நான் 'பிறகெப்படி அவ்வாறு சொல்கிறீர்கள்? வெளித் தோற்றங் களெல்லாம் மாயையே' என்று உடனே சொன்னேன். அப் பொழுதுதான் அந்தக் காண்டாமிருகத்திற்கு நான் அதை நையாண்டி செய்வது கொஞ்சம் புரிந்தது. இருந்தாலும் அவருள் ஒரு ஐயம். என்னுடைய சான்றிதழ்களைப் புரட்ட ஆரம்பித்தார். என்னுடைய S.S.L.C. புத்தகத்தைப் பார்த்தார். எந்த இனத்தைச் சார்ந்தவன் என்று புரிந்துகொண்டிருக்க வேண்டும். 'நீ மிகவும் திமிராகப் பதில் சொல்கிறாய். பேட்டி சமயத்திலேயே இப்படி நடந்துகொள்கிறாய். வேலை தந்தால் எப்படி நடந்து கொள் வாயோ?' என்று கோபாவேசப்பட்டார். எனக்கு ஆத்திரம் அதிகரித்துக்கொண்டிருந்தது. அவரிடம் அந்த அறையில் குடிதண்ணீர் கிடைக்குமா என்று கேட்டு, அவர் ஆச்சரியத்துடன் மூலையிலிருந்த ஃபில்டரைச் சுட்டிக் காண்பிக்க, நான் மூன்று டம்ளர் தண்ணீரை நிதானமாகக் குடித்துவிட்டு, திரும்பவும் என் நாற்காலியில் அமர்ந்துகொண்டேன். 'Prevention is better than cure. தயவுசெய்து அடுத்து வரும் அப்பாவியிடம் communityயைப் பற்றிக் கேட்காதீர்கள். என் நேரத்தை வீணடித்ததற்கு உங்களுக்கு என் மனப்பூர்வமான நன்றி. உங்கள் ஆண்டவர் உங்களுக்கு நல்ல புத்தியைத் தரட்டும்' என்று அவரை வாழ்த்திவிட்டு வெளியேறினேன். 20 ஆண்டுகளுக்கு ஒரு முறையாவது நம் நாட்டில் ஒரு காந்தி பிறக்க வேண்டும் என்று நினைத்துக்கொண்டேன். இந்தச் சம்பவத்தைத்தான் வீட்டுக்காரக் கிழவனார் என் நினைவுக்குக் கொண்டு வந்தார்.

டிசம்பர் 1982. மூன்றாவது வாரம். புது வீட்டில் புதுமனை புகும் எல்லாச் சடங்குகளும் என் கசப்புடன் நிறைவேறிக் குடியேறினோம். பல முறைகள் பூரான்கள் வந்தன. இரவில் கொசுக்களின் ஆதிக்கம். அடுத்த பகுதியில் ஒருநாள் முன்னிரவு ஒரு பாம்பு வந்தது. அவர்கள் அலறியே விட்டார்கள். அதைப் பிடித்து உயிரோடு கொளுத்தினார்கள். சம்பவத்தைப் பார்த்த வீட்டுக்காரர் 'குட்டிப் பாம்புதானே பின்னால் புளிய மரம் அதான்' என்று சமாதானம் சொல்லிவிட்டுச் சென்றார்.

அவரைப் பொறுத்தவரை படமெக்கும் நாகப் பாம்போ, ராட்சத மலைப் பாம்போ வந்தால்தான் பெரிய விஷயம். மேலும் எல்லாப் பாம்புகளும் விஷமுடையவை அல்ல. அது கடித்து யாராவது மண்டையைப் போடும் வரை காத்திருந்தால்தான் நமக்குப் பாம்புகளைப் பற்றிய உயிரியல் அறிவு ஏற்படுகிறது. மேலும் நாம் மனிதர்களாக இருப்பதால் சக ஜீவிகள் வாழ் வதைவிட நாம் வாழ்வதே நமக்கு முக்கியம். அங்கீகரிக்கப்பட்ட அநியாயங்கள்தான் மனிதனுடைய வன்முறைகள் வெளிப் படுவதற்கு எவ்வளவு சௌகரியத்தைச் செய்து கொடுத்திருக் கின்றன! நாம் அமைதியைத் தவிர வேறு எதையும் நாடாத சாந்தஸ்வரூபிகள் என்று நினைத்துக் கொள்வதில்தான் என்ன பரமானந்தம்! சுறாப்புட்டுத்தான் எவ்வளவு சுவையாக இருக் கிறது! வேட்டைக்காரர்கள் இன்னும் இருந்து கொண்டுதானே இருக்கிறார்கள்! விலங்குகளின் சுதந்திரத்தைப் பிரக்ஞையே இல்லாமல் பறித்து, கூலி கொடுக்காமல் வித்தைகளைச் செய்யச் சொல்லி கூட்டங்களுக்கு மகிழ்வூட்டி ஊர் ஊராகச் சென்று திரவியம் தேடவில்லையா? யானைகளும் ஒட்டகங்களும் கோவில்களை அலங்கரிக்காவிட்டால் புனிதம் குறைந்துவிடுகிறது நமக்கு. எத்தனை கூண்டுக் கிளிகள்! எத்தனை தொட்டி மீன்கள்! சமூக அரசியலைச் சற்றே நிறுத்திக்கொள்கிறேன்.

1983. மழை பெய்ததில் அடுத்த பகுதி வீட்டில் சுவர்கள் ஷாக் அடித்தன. நான் வாங்கி வைத்திருந்த 'பொய்த்தேவு'ம், 'நீலக்கடலும்' கறையான்களால் படிக்கப்பட்டு ஜீரணிக்கப் பட்டன. கறையான்கள் இலக்கியம் படிக்கக் கூடாதென்று எந்தவிதக் கட்டுப்பாடும் இல்லை. அடுத்த பகுதியில் இருந்த வர்கள் வீட்டைக் காலி செய்தனர்.

1984 ஜூன். அடுத்த பகுதியில் ஒரு பிராமணக் குடும்பம் குடியேறப் போகிறதாம். நாம் மீன், முட்டை முதலியவைகளை ரகசியமாகத்தான் சமைத்துச் சாப்பிட வேண்டுமாம். தாராவின் கண்ணோட்டப்படி ஒவ்வொரு கிழமையும் ஒரு கடவுளின் கிழமையாக இருப்பதாலும், ஹிந்துக் கடவுள் தொகை எண்ணிக்கையில் அதிகமாக இருப்பதாலும், தெய்வீக தினங் களில் புலால் உணவு சாப்பிடுவது குற்றமாதலாலும், இது எங்களுக்குச் சமாளிக்க முடியாத ஒரு பெரும் பிரச்சனையாகப் படவில்லை. குழந்தைக்குத் தினமும் ஒரு அவித்த முட்டை கொடுப்பதோடு சரி. மீனோ, கறியோ நான்கு மாதமொரு முறை செய்தால் அதுவே பெரிது. பாவங்களைச் சில நாட்களில் மட்டும் செய்தால் எப்படி அது புண்ணியமாகிவிடப் போகிறது என்று எனக்கு இன்றும் புரிந்ததில்லை.

ஒரு வங்கியில் வேலை செய்து வந்த ஒரு தனவந்தரும் அவர் குடும்பமும் புதிதாக அந்தப் பகுதியில் குடியேறினர். தனவந்தர் வீட்டுக்காரரிடம் 'மழை பெய்தால் வீடு ஒழுகுமா?' என்று கேட்டார். 'ஒரு துளி உள்ளே சொட்டினால் செருப்பெடுத்து அடியுங்கள்' என்று உணர்ச்சி வசப்பட்டார் முதியவர். என் செருப்புகளில் ஒன்றைத் தனவந்தரிடம் கொடுக்கலாம் என்று என்னுள் ஒரே துடிப்பு. எல்லாச் சமயத்திலும் உண்மையாக நாம் நடந்துகொள்ளச் சாத்தியப்படுமா என்ன?

குடி வந்தது சங்கீத ஞானம் பெற்ற குடும்பம். இரண்டு பெண் குழந்தைகள். அந்தத் தனவந்தரின் மனைவியின் தாயார் அந்த இரண்டு குழந்தைகள் எங்கள் குழந்தையுடன் விளையாடுவதைப் பார்த்து, 'பெண் குழந்தைகள் லட்சுமி கடாக்ஷம்' என்று சொல்லிவிட்டுப் போனாள். அவர்கள் பழகுவதற்கு மிகவும் நல்லவர்கள் என்பதில் எனக்கு ஒரு நிம்மதி. ஆனால் அவர்கள் முறை வரும் போது அந்தப் பெண்மணி வாசல் பெருக்கிக் கோலம் போடவில்லை. லச்சி வந்தால் கழிப்பறைக்குத் தண்ணீர் ஊற்ற மாட்டேன் என்றாள். பிராமணர்களாம். என்னால் ஒன்றும் பேச முடியவில்லை. குற்றம் பார்க்கில் சுற்றம் இல்லை. தாராவே அவர்களுக்காக இவைகளைச் செய்தாள். என் குழந்தையோடு அவர்களது குழந்தைகள் வாஞ்சையோடு விளையாடிக் கொண்டிருக்கும்போது அவர்களை எந்த விதத்தில் கண்டிப்பது?

ஒருநாள் வீட்டுக்காரம்மாள் அந்தப் புதிய பெண்மணியிடம் மெதுவான குரலில் 'அவுங்களா, ஃபான் போன மாசம் தான் போட்டாங்க. முந்தியெல்லாம் அவுங்க வீட்லெ அதெல்லாம் ஒண்ணுமில்லெ' என்று சொல்லிக்கொண்டிருந்தாள். நாங்கள் சமீப காலத்தில்தான் வசதி பெற்றவர்களானோம் என்று பிறருக்கு அறிவிப்பதில் வீட்டுக்காரம்மாளுக்கு என்ன லாபம் என்று எனக்கு விளங்கவில்லை. 'நேற்று வரை ரிக்ஷா இழுத்தவன், இன்றைக்கு கார் என்ன, பங்களா என்ன, எடுபிடி ஆட்கள் என்ன' என்று அங்கலாய்ப்பதிலோ, தெருவில் தன் பாட்டுக்குக் குடித்துவிட்டு யாருக்கும் கேடு விளைவிக்காது சற்றுத் தள்ளாடி நடந்து செல்பவனைப் பார்த்து 'போராம் பார், குடிகாரத் தேவடியாப்பிள்ளை' என்று வசைச் சொற்கள் உதிர்ப்பதிலோ என்ன அர்த்தம் இருக்கக் கூடும் என்று என்னால் புரிந்துகொள்ள முடியவில்லை.

வீடு வசதியில்லை. இயற்கைக் காற்று துளிகூட உள்ளே வருவதற்குச் சந்தர்ப்பம் இல்லை. தன் ஆஸ்த்மாவுக்கு இயற்கைக் காற்று அத்தியாவசியம் என்ற பிரக்ஞை தோன்ற தனவந்தருக்கு

இரண்டு மாத காலம் பிடித்தது. மனிதர் கொஞ்சம் மந்தம் என்று நினைக்க வேண்டியதாயிற்று. எதையும் அனுபவரீதியில் ஆழமாகப் புரிந்துகொண்டுதான் முடிவெடுப்பவர் போலும். வீட்டைப் பார்த்த புதிதிலேயே உடனே புரியக்கூடிய சமாச் சாரங்கள் அவருக்குச் சொந்த அனுபவம் ஏற்பட்ட பிறகே தெரிந்தன. அவர்களும் வீட்டைக் காலி செய்தனர்.

ஒரு மாதத்திற்குப் பின் வேறொரு குடித்தனம் வந்தது. இப்படியே சொல்லிக்கொண்டே போகலாம். எதற்கு, வேண்டாம்; ஒரு இடத்தில் நிறுத்தித்தானே ஆக வேண்டும். அது இந்த இடமாக இருக்கட்டுமே.

1984 காந்தி ஜெயந்தி தேசிய விடுமுறை. காலையில் நான்கு மணிக்கு எழுந்து ப்ளாக் காஃபி போட்டுக் குடித்துவிட்டு, ஒரு 'புளிய மரத்தின் கதை'யை வலது கையில் பிடித்துக் கொண்டு, முழங்கையைத் தலையணைமீது வைத்துக்கொண்டு விட்ட இடத்திலிருந்து படித்துக்கொண்டிருந்தேன். கறுப்பாக ஒன்று என் பின்னாலிருந்து முழங்கைக்கும் உடம்புக்கும் நடுவிலிருந்த இடைவெளி வழியே கதவை நோக்கி ஓடி மறைந்தது. சிறிது நேரம் கழித்து அது ஒரு பெரிய எலி என்று புரிந்துகொண் டேன். காலை மணி ஐந்து. வாயில் டீ தாகம் எடுத்தது. வழக்க மாகச் செல்லும் டீக்கடை இந்நேரம் திறந்திருக்கும். நடை விளக்கின் மின்விசையை அழுத்தினேன். விளக்கு வெளிச்சத்தில் பூதாகாரமான பல்லி. ஒன்று விசையின் மிகவும் அருகாமை யிலிருந்து விருட்டென்று மேலே சென்றது. கொஞ்சம் பயந்து விட்டேன். வீட்டுக்காரரிடம் இவைகளைச் சொல்லவில்லை. அவருக்கு நான் அதிகாலையில் சந்தித்த சக ஜீவன்கள் பெருச் சாளியாகவோ உடும்பாகவோ இருந்தால்தான் சிறிது அசைவு ஏற்படும். மேலும் எலிகளையும், பல்லிகளையும், பூரான்களையும், கரப்பான்பூச்சிகளையும், கொசுக்களையும், கறையான்களையும், குட்டிப் பாம்புகளையும் அவர் சோறு போட்டு வளர்க்கவில்லை என்பது எனக்கு நன்றாகவே தெரியும். தான் உயிரோடிருப் பதைத் தவிர அவர் எந்தக் காரியமும் செய்யவில்லை. உயிரோடு இருப்பதற்கு எந்தப் பிரத்தியேகப் பிரயாசையும் செய்ய வேண்டிய அவசியமுமில்லை.

எனக்குச் சூதாட்டத்திலும் தனிநபர் சொத்திலும் நம்பிக்கை இருந்ததில்லை. சூதாட்டத்தில் வெற்றியடையப் போதிய திறமைகள் என்னிடம் இல்லாத காரணத்தினாலும், பொருள் வசதி குன்றியவனாகவே இருப்பதினாலும் ஒரு வேளை இவ் வாறு தத்துவம் பேசி என்னை நியாயப்படுத்திக் கொள் கிறேனோ என்னவோ! அப்படியும் நீண்ட காலம் முன்பு ஒரே

ஒரு முறை சூதாட்டம் ஆடியிருக்கிறேன். வேலாயுதமும் நானும் ஒரு பந்தயம் கட்டிக்கொண்டோம். தொடர்ந்து அதிக எண்ணிக்கையில் சார்மினார் சிகரெட்டுகளை முழுமையாக விரல் சுண்டும் வரை புகைக்க வேண்டும். நடுவில் தண்ணீர் அருந்தக் கூடாது. பரிசு ஒரு பிளேட் சிக்கன் பிரியாணி. பந்தயம் சுவையாகவே இருந்தது. வேலாயுதத்தினால் 7க்கு மேல் முடிய வில்லை. 'நம்மால் முடியாது சாமி' என்று இருமிக்கொண்டே நாலு கிளாஸ் தண்ணீரைக் காலி செய்தார். நான் 8க்குள் முடித்துக் கொண்டிருக்கலாம். 12 வரை கஷ்டப்பட்டுப் புகைத்து விட்டுத்தான் நிறுத்தினேன். வேலாயுதம் செலவில் ஹோட்டல் ஸீலார்டில் பிரியாணி சாப்பிட்டு, அறைக்குச் சென்று வாந்தி யெடுத்து அடுத்த நாள் சுகவீனமாகப் படுக்க வேண்டியிருந்தது. அற்ப வெற்றியாயிருந்தாலும் சிரமப்பட்டுப் பெற்றது. அனுபவிக் கத்தான் கொடுத்து வைக்கவில்லை.

டீக் கடையில் டீ சாப்பிட்டுக் கொண்டு, உடனே இந்த மாதத்திலிருந்து லாட்டரி சீட்டு மாதம் ஒன்று வாங்கி, அதில் என்றைக்காவது நிச்சயமாக வரும் அதிர்ஷ்டத்தில் சொந்தமாக ஒரு வீடு கட்டி யார் தொந்தரவும் இல்லாமல், 6 மாதங்களுக்கு ஒரு முறை Pest Control செய்து பூச்சி பொட்டுக்கள் இல்லாமல் நிம்மதியாக இருக்க வேண்டும் என்று பேராசைப்பட்டுக் கொண்டிருந்தேன். டீ தீர்ந்துவிட்டது சற்று நேரம் கழித்துத்தான் தெரிந்தது. வருங்காலப் பேருவுவகையை நினைத்து நிகழ்கால குட்டி சந்தோஷத்தைக் கைவிட்ட எரிச்சலில் இன்னொரு டீயை வரவழைத்துக் கவனமாக ரசித்துக் குடித்துவிட்டு வீடு திரும்பினேன். நாள் கிழமை தெரியாமல் கெட்ட காரியத்தில் நம்பிக்கை ஏற்பட்டது எனக்குச் சற்று வருத்தமாக இருந்தது. காந்தி ஜெயந்தி அன்று ஒரு மனிதனுக்குச் சூதாட்டத்தில் நம்பிக்கை ஏற்படலாமா என்ன?

தயவுசெய்து என் விலாசத்தைத் தெரிந்துகொண்டு வீட்டுக் காரரிடம் வத்தி வைத்து விடாதீர்கள். லாட்டரி லட்சாதிபதி ஆகும்வரை நான் இந்த வீட்டில் இருந்தாக வேண்டும். இவ்வளவு வசதிகள் கொண்ட வேறு வாடகை வீடு எனக்கு எங்கே கிடைக்கப் போகிறது?

பின்குறிப்பு:

இந்தக் கதையில் வரும் சம்பவங்கள் அனைத்தும் கற்பனையே என்றும், சென்னையில் ஒரு வசிக்கும் அறை, ஒரு சமையலறை, ஒரு வரவேற்பறை, ஒரு படுக்கையறை, தனிக் குளியலறை, தனிக் கழிப்பறை கொண்ட பங்களாக்கள் ரூ. 40 வாடகையில் நிறை

யவே கிடைத்துக்கொண்டிருக்கின்றன என்றும், வீட்டுக்காரர்கள் ஒட்டுமொத்தமாக அனைவரும் தங்கமானவர்கள் என்றும், தனிக் குடித்தனம் செய்ய வரும் புதுத் தம்பதிகளானால் அவர்கள் ரூ. 20க்கே இப்பங்களாக்களை உவந்தளித்து தாம் பத்தியத்தைச் சுவைக்க எல்லா வகையிலும் உற்சாகப்படுத்து கிறார்கள் என்றும், பங்களாக்களில் எந்தவிதப் பூச்சியும் வாசம் செய்வதில்லை என்றும், சென்னை மாநகர் துப்புரவானது என்றும், ஆவினங்கள் அனைத்தும் மிருகக்காட்சிசாலையில் மட்டும்தான் இருக்கின்றன என்றும், படித்து முடித்தவுடன் கையில் ஒரு இருபது வேலைகளை வைத்துக்கொண்டு 'உனக்கு எந்த வேலையில் நாட்டமுண்டோ, தெரிந்தெடுத்துப் பணி புரி' என்று கம்பெனிக்காரர்கள் கூவி அழைக்கிறார்கள் என்றும், காந்தி தீண்டாமையை அறவே பாரத நாட்டிலிருந்து ஒழித்துக் கட்டி அதற்கு ஒரு பிரம்மாண்டமான சமாதி எழுப்பி விட்டார் என்றும், தற்பொழுதைய சமுதாயம் ஒரு classless society என்றும், லாட்டரிச் சீட்டு வாங்குவது தேங்காய், பழம் விபூதி, கற்பூரம் வாங்குவது போன்ற ஒரு புனிதமான செயல் என்றும், அது நிச்சயம் சூதாட்டம் இல்லை என்றும், ஏழைகளைப் பணக்காரர்களாக்குவதற்காகவே செய்யப்பட்ட பிரத்தியகே ஏற்பாடு என்றும், பூலோக சொர்க்கவாசிகளான சென்னை வாழ் மக்கள் அனைவருக்கும் நன்றாகவே தெரிந்திருப்பதால், கதை அனைத்தும் சரடு என்று நீங்கள் லகுவில் புரிந்து கொள்வீர்கள் என்றும் நம்புவதோடு, கடைசியாக, நான் மிகவும் யோக்கியமானவன் என்றும், ஆரோக்கியமான சிந்தனைகள் மட்டும் கொண்டவன் என்றும் நான் உறுதியளித்துக் கொள்கிறேன்.

●

குற்றமும் தண்டனையும்

5.1.85 முற்பகல். முக்கியமான ஒரு கடிதத்தை டைப் செய்து கொண்டிருந்தேன். தொலைபேசி மணி அடித்தது. சகஊழியர் க்ளமென்ட் அதை எடுத்தார். செய்தி அனைவருக்கும் தெரிவிக்கப் பட்டது. அன்றைக்கு இரவு *10–45*க்கு தாஸ்தாவஸ்கியின் 'குற்றமும் தண்டனையும்' என்ற புதினத்தின் திரைப்படத்தைத் தொலைக்காட்சியில் காண்பிக்கப் போகிறார்கள். தவற விட வேண்டாம். ஒரு இலக்கிய நண்பர் அறிவித்திருந்தார். எனக்கு மிகவும் உற்சாகமாக இருந்தது. தொலைக்காட்சி எப்பொழுதாவது இந்த மாதிரி நல்ல காரியங்கள் செய்துகொண்டிருக்கிறது என்று.

மணி பிற்பகல் *1–15*. இப்பொழுது நண்பர் ரமேஷ் சாப்பாட்டிற்கு வீடு திரும்பியிருப்பார். நான் பணிபுரியும் நிறுவனத்திலிருந்து மிகவும் அருகாமையில்தான் அவர் வீடு. அவரிடம் போய்ச் சொன்னதில் அவருக்கும் மிகவும் மகிழ்ச்சி. அவர் முன்தினம் தொலைக்காட்சியைப் பார்க்காததால் அது அவருக்குத் தெரிந் திருக்கவில்லை. இரவு *9–30*க்கு அவர் வீட்டுக்கு வருவதாகக் கூறிவிட்டு அலுவலகம் திரும்பிப் பணியைத் தொடர்ந்தேன்.

எனக்கு மாலை இரண்டு சந்தோஷங்கள் காத்துக் கொண் டிருக்கின்றன என்று அகமகிழ்ந்து கொண்டிருந்தேன். ஒன்று மாலை அலுவலகத்திலிருந்து சீக்கிரமே கிளம்பி ஜே.கே.யின் உரையைக் கேட்பது. இரவு ஒரு பெரிய படைப்பாளியின் படைப்பின் படக்காட்சியைக் கண்டுகளிப்பது.

மாலை மணி *4–45*. அப்பொழுது கிளம்பினால் பஸ் பிடித்து வஸந்த் விஹாரை *5–30* மணிக்குள் வந்தடைந்து விட லாம். இன்னும் வேலை முடியவில்லை. சற்று எரிச்சலாக இருந்தது. எல்லாம் அவசரமாகச் செய்து முடிக்க வேண்டிய அலுவல்கள். நடுவில் விட்டுவிட்டு நகர முடியாது. கடைசியாக அலுவலகத்தை விட்டு வெளியே வரும்போது சரியாக மாலை *6–30*. ஜே.கே. உரையை முடித்திருப்பார். 'மனிதனுக்குக் கடமை தான் முக்கியம்' என்று சொல்லிப் பார்த்துக்கொண்டே, 'செய்யும் தொழிலே தெய்வம், வேறு எல்லாச் செயல்களும் இரண்டாம்

பட்சம்' என்று தேற்றிப் பார்த்துக்கொண்டேன். 'தொழில் மூலமாக நீ கடவுளைத் தரிசிக்கிறாய்' என்ற கார்லைலின் கூற்றை மனத்திற்குக் கொண்டு வந்து நிறுத்திப் பார்த்தேன். எனக்கு எரிச்சல்தான் அதிகரித்தது. உண்மையிலேயே எந்தக் கடவுளின் உருவத்தையும் நான் வணங்காதவனாகையாலும், கடவுளைத் தரிசிக்க வேண்டிய எந்தவித நிர்ப்பந்தமும் எனக்கு ஏற்பட்ட தில்லையாலும், கடவுள் என்று தனியாக வெளியில் ஒன்றும் இல்லை என்ற எண்ணமும் கொண்டவனாகையாலும் எனக்கு எல்லாச் சமாதானங்களும் சப்பைக்கட்டு மடத்தனங்களாகத் தோன்றின. ஜே.கே. சொல்லும் முறையைக் கையாண்டும் என்னுள் ஏற்பட்ட எரிச்சலை அகற்ற முடியவில்லை. மனம் அதீதமாகத்தான் இயங்க ஆரம்பித்தது. கடைசியில் ஜே.கே. மீதே சிறிது எரிச்சல் ஏற்பட ஆரம்பித்தது. இவர் ஏன் தன் உரையை *7–15*லிருந்து *8–15* வரைக்கும் நிகழ்த்தக் கூடாது? அனைவருக்கும் சௌகரியமாக இருக்குமே. கடைசியில் எனக்கு ஒன்று நன்றாகவே தெரிந்தது. நான் உணர்ச்சிவசப்பட்டிருந்தேன். சீரான மனநிலை கொஞ்சம் குலைந்துதான் போயிருந்தது. வீட்டுக்குத் திரும்பும் வழியில் நான் வாடிக்கையாகச் செல்லும் டீக்கடையில் நான்கு கிளாஸ் தண்ணீரை மடமடவென்று குடித்துவிட்டு, ஒரு டீயையும் குடித்துவிட்டு, ஒரு சிகரெட்டைப் பிடித்துக்கொண்டே வீட்டை வந்தடைந்தேன். வீட்டில் தாரா கொடுத்த டீயையும் குடித்து ஒரு சிகரெட்டையும் முடித்த பிறகுதான் என் எரிச்சல் கணிசமாகக் குறைந்திருப்பதை உணர்ந்தேன். இன்னொரு சிகரெட்டைப் பற்ற வைத்துக்கொண்டு உட்கார்ந்தேன். ஜே.கே.யை நான் அறிவுரீதியாக மட்டும்தான் ஓரளவு, மிகவும் ஓரளவு மட்டும்தான் புரிந்துகொண்டிருக்கிறேன். ஆழமாக ஒன்றும் அறிந்து கொள்ளவில்லை என்று உணர்ந்தேன். இந்த உணர்வு என்னுள் மீண்டும் எரிச்சலைத்தான் கொடுத்தது. நான் என்னைச் சித்திரவதை செய்துகொண்டிருக்கிறேன் என்று உணர நீண்ட நேரம் ஆகிவிட்டது. நான் சஞ்சலமாகவும் ஒருவித மனக்கசப்புடனும் இருப்பதைத் தாரா புரிந்து கொண்டிருந்திருக்க வேண்டும். அதிகம் பேச்சுக் கொடுக்கவில்லை. என் குழந்தை வாணி பக்கத்து வீட்டுக் குழந்தையுடன் விளை யாடிக் கொண்டிருந்திருக்க வேண்டும். புறச்சூழலின் பிரக்ஞை ஓரளவுதான் இருந்தது. தாரா டீ கொடுத்ததும், ஏதோ ஓரிரு வார்த்தைகள் பேசியதும், என் குழந்தையின் குரலும், அடுத்த வீட்டுக் குழந்தையின் குரலும் லேசாகக் கேட்டதும் நனவா இல்லை கனவா என்று கண்டுபிடிக்க இயலவில்லை. மனதின் பகுத்தறியும் திறன் சக்தியிழந்திருந்தது. தாராவுக்கு என் மௌனம்

மனச்சங்கடத்தை ஏற்படுத்தியிருக்க வேண்டும். என் தோள்களைப் பிடித்து உலுக்குவதை உணர்ந்தேன். இப்பொழுது தாரா என் அருகில் நின்றிருந்தாள். வீட்டில் நான் இருக்கிறேன் என்பதைப் பரிபூரணமாக மிகவும் கஷ்டப்பட்டுத்தான் உணர முடிந்தது. ஏதோ தோன்றியது. கடிகாரத்தைப் பார்த்தேன். மணி 9–00. தாராவிடம் உணவு பரிமாறச் சொல்லி, ஏதோ கொஞ்சம் சாப்பிட்டுவிட்டு, அவளிடம் விஷயத்தைச் சொல்லி, அவளை இரவு கண் விழித்திருக்குமாறும், இரவு நான் வெகு நேரம் கழித்துத்தான் வீடு திரும்புவேன் என்றும், நான் தட்டியதும் வெளிக்கதவை வந்து திறந்துவிடும்படியும் கேட்டுக்கொண்டு, அவளிடம் சொல்லிக்கொண்டும் வாணிக்கு டாட்டா சொல்லிவிட்டும் வீட்டை விட்டுக் கிளம்பினேன்.

வழியில் யாரோ என் பெயரைச் சொல்லிக் கூப்பிட்ட மாதிரி இருந்தது. காதில் நன்றாகவே விழுந்தது. ஏனோ அதை நான் மனப்பிரமை என்று எண்ணி புறக்கணித்துவிட்டு நடந்து கொண்டிருந்தேன். சிறிது தூரம் நடந்திருப்பேன். ‘ராஜ்.’ இப்பொழுது குரல் என் வலது காதின் மிகச் சமீபத்திலிருந்து கேட்டது. எந்த எண்ணமும் தோன்றுமுன்னமேயே ரமேஷும் அவருடைய நண்பர் ஒருவரும் என் அருகில் இருந்தனர். அவர் மூன்று முறை என் பின்னாலிருந்து அழைத்திருந்தாராம். என்னை யாரோ அழைத்ததை நான் ஒரு முறை நன்றாகவே கேட்டதையும், பிறகு நான் ஏன் திரும்பிப் பார்க்கவில்லை என்ற காரணத்தையும் சொன்னேன். ரமேஷுக்கு என் அர்த்தமற்ற கற்பனைகளும், விசித்திரமான மனப்போக்கும் புதிதல்ல என்பதால் அவருக்கு நான் சொன்னது எந்தவித ஆச்சரியத்தையும் உண்டுபண்ணவில்லை.

வழியில் தாஸ்தாவஸ்கியின் எழுத்து பற்றிப் பேசிக் கொண்டு அவர் வீட்டை வந்தடைந்தோம். தொலைக்காட்சியில் 10–45க்கு அந்த நிகழ்ச்சிக்கான அறிவிப்பு எதுவும் இல்லை. வேறு எதையோதான் அறிவித்துக்கொண்டிருந்தார்கள். எனக்குச் சற்று ஏமாற்றமாக இருந்தது. ஒருவேளை அந்த இலக்கிய நண்பர் ஏதாவது கலாட்டா செய்திருப்பாரோ என்று எண்ணத் தோன்றியது. கடைசியில் அன்றைய இந்தியன் எக்ஸ்பிரஸ்ஸை மீண்டும் ஒரு முறை கவனமாகப் பார்த்ததில் தொலைக்காட்சிக் காக ஒதுக்கப்பட்டிருந்த நிகழ்ச்சிநிரல் பகுதியில் கடைசி வரியாக 10–45: Crime and Punishment - foreign film என்று போட்டிருந்தது. அக்கறையுடன் செய்தி கூறிய நண்பரைத் தவறாக நினைத்ததில் குற்ற உணர்வு ஒரு கணம் தோன்றி ஓரளவு நன்றாகவே சங்கடப்படுத்தி மறைந்தது.

10–45க்கு மேலேயே ஆகிவிட்டது. வேறு நிகழ்ச்சிதான் நடந்து கொண்டிருந்தது. இனி செய்வதற்கு ஒன்றுமில்லை. ஒருநாளில் இரண்டு ஏமாற்றங்கள்.

ரமேஷிடமும் அவருடைய நண்பரிடமும் சொல்லிக் கொண்டு அவருடைய வீட்டிலுள்ள கதவு, வெளிக்கதவுகள் இரண்டு, மற்ற குடித்தனக்காரர்களுக்கு அசௌகரியமாக இருக்குமோ என்ற ஒரு சிறு மனக்கலக்கத்தை என்னுள் உண்டுபண்ண, ரமேஷ் திறந்து விட, அவரிடம் விடைபெற்றுக் கொண்டு 11–00 மணி அளவில் சாலையை வந்தடைந்தேன். ஒரு டீக்கடையில் ஒரு ப்ளம் கேக்கும் டீயும் சாப்பிட்டுவிட்டு சிகரெட் ஒன்றைப் புகைத்தவாறே என் வீட்டை நோக்கி நடந்தேன்.

11–30 மணி சுமாருக்கு வீட்டை வந்தடைந்தேன். கதவின் தாழ்ப்பாளை மூன்று முறை தட்டினேன். எங்கள் வீடு வெளிக் கதவிலிருந்து மிகவும் உள்ளே தள்ளி இருந்தது. தாரா அவள் சொன்னது மாதிரி நைலான் கூடை பின்னிக்கொண்டிருப்பாள். வந்து கொண்டிருப்பாள் கதவைத் திறக்க. சிறிது நேரம் காத் திருந்தேன். யாரும் நடைவிளக்கைப் போடுவதைக் காணோம். ஒருவேளை தாராவுக்குக் கேட்காமல் இருந்திருக்கலாம். மீண்டும் மூன்று தடவை தட்டினேன்; இந்தத் தட்டுதல் – காத்திருத்தல் ஐந்து முறைகள் நிகழ்ந்துவிட்டன. நான் பொறுமையிழந்தேன். யாராவது வந்து கதவைத் திறக்க வேண்டும். இல்லை இரவுப் பொழுது நடைபாதை ஓரத்தில்தான் கழிக்க வேண்டி வரும். சந்தேகக் கேஸ் என்று போலீஸ்காரர் யாராவது என்னைக் காவல் நிலையத்துக்கு அழைத்துக்கொண்டும் போகலாம். என் பாடு திண்டாட்டமாக ஆவதற்குச் சகலவித சௌகரியங்களும் ஏற்படலாம். ரமேஷ் வீட்டுக்குத் திரும்பிச் செல்லவும் மனம் விழையவில்லை. திடீரென்று என் எண்ணங்கள் கலைந்தன. நடைவிளக்கு எரிந்தது. மனதிற்குச் சிறிது ஆசுவாசம். ஆனால், இந்தத் திடீர் ஆறுதல் இடைக்கால நிவாரணமாகத்தான் அமைந்தது. அதுவும் கற்பனை; மனம் நிகழ்த்திய ஒரு தந்திர சதி. வந்தது தாரா இல்லை. வீட்டுக்காரம்மாள். அவள் ஏதாவது கத்துவாள் என்று எனக்குத் தெரியும். அப்படிச் செய்யா விட்டால்தான் அவள் எப்படி வீட்டுக்காரம்மாளாக இருக்க முடியும்? கதவைத் திறந்து கொண்டே ‘மணி என்னா பன் னெண்டு...’ என்று ஏதோ ஒரு பெரிய பத்தியை ஆக்ரோஷத் துடன் ஆரம்பித்தாள். மணிகாட்டியில் 12 இலக்கங்கள் மட்டுமே இருப்பதால் அவள் ‘மணி 5549’ என்று சொல்ல எந்தவித வாய்ப்பும் அமையவில்லை. நான் என் எரிச்சலை அடக்கிக்

கொண்டு தாமதமாக வந்ததற்கும், எங்களுக்கு இருப்பிடம் தந்து புகலிடம் அளித்துக் கொண்டிருக்கும் பரோபகாரியான அவளே வந்து கதவு திறந்துவிட வேண்டி வந்த துர்பாக்கிய அசௌகரியத்திற்கும் மன்னிப்பு கேட்டுக் கொண்டே உள்ளே சென்றேன்.

என் வீட்டுக் கதவு உள்பக்கம் தாழிடப்பட்டிருந்தது. 'தாரா தாரா தாரா' என்று மூன்று கத்தல்கள். மூன்று தடவை கதவிடிப்பு. கடைசியாக கதவு ஒருவழியாகத் திறக்கப்பட்டது. எங்கள் தாம்பத்தியத்தில் காரசாரமாக அதுவரை எதுவும் நிகழ்ந்ததில்லை. தாராவைப் பார்த்ததும் அவளை வார்த்தை களால் சிறிது சத்தம் போட்டே சாடினேன். ஆண் ஆதிக்கத்தின் அயோக்கியத்தனமான உச்சகட்ட வெறிச் செயல். கத்தலின் முக்கிய நோக்கம் (கூச்சல் போடுவதில் ஏதாவது நோக்கம் இருக்குமா என்று தெரியவில்லை) வீட்டுக்காரம்மாள் காதில் அது விழ வேண்டும். அவளுக்குப் பாம்புச்செவி என்று ஏற்கனவே தெரியும். நான் என் மனைவியைக் கடிந்துகொள்வது தெரிந்தால் அவள் இந்தச் சமாச்சாரத்தை அன்றைக்கே மறந்து விடுவாள். இல்லையேல் அடுத்த நாள் தாராவிடம் இதை ஒரு பெரிய விஷயமாக எடுத்துச் சொல்லி அறிவுரை வழங்க ஆரம்பித்துவிடுவாள். எந்த உணர்ச்சியுடன் ஒருவன் பேசுகிறான் என்பது தெரிய மொழி புரிய வேண்டிய அவசியமில்லை. ஜுலுவோ, ஸ்வாஹிலியோ வேறு எந்த மொழியோ இதற்கு விதிவிலக்கல்ல என்று கொள்ளலாம். ஆகையால் என் மொழி யில்தான் கத்தினேன் என்றாலும், நான் தாராவைக் கோபித்துக் கொண்டது வீட்டுக்காரம்மாளுக்குத் தெரிய எந்தவித இடை யூறும் இருந்திருக்காது. எனக்கு மிகவும் அவமானமாக இருந்தது. நான் வீட்டுக்காரம்மாளிடம் மன்னிப்பு கோர நேர்ந்ததைத் தன்மானத்திற்கு ஏற்பட்ட இழுக்காகவே எடுத்துக்கொண்டேன்.

வாணி ஆழ்ந்து தூங்கிக்கொண்டிருந்தாள். தாரா உடனே தூங்கிவிட்டாள். படுக்கையில் கிடந்து 2–30 வரைக்கும் உறக்கம் கொள்ளாமல் புகைத்துக்கொண்டும் தண்ணீர் அருந்திக் கொண்டும் சிரமப்பட்டுக் கொண்டிருந்தேன். தாரா எழுந்ததும் அவளிடம் முதல் காரியமாக கத்தியதற்கு மன்னிப்பு கேட்க வேண்டும் என்று நினைத்துக்கொண்டேன்.

முழிப்பு வந்தது மிகவும் தாமதமாக. மணி 7–15. தாரா எனக்குச் சூடாக டீ கொடுத்தாள். சம்பிரதாய முறைப்படி வாழும் சராசரி ஹிந்துப் பெண் கணவனைக் கண்கண்ட தெய்வமாகக் கருதுவதாலும், என்னைப் போன்ற கல்லோ,

புல்லோ கூட ஒரு நல்ல பெண்ணுக்குக் கணவனாக வாய்க்கும் பொழுது அவை எந்தக் குறையுமில்லாமல் பவித்திரப்படுத்தப் பட்டுக் கௌரவிக்கப்பட்டு விடுவதாலும், சில மணி நேரங் களுக்கு முன் நான் கத்தியது எங்கள் உறவைப் பாதித்துவிடவில்லை. ஆண்கள் முறைகேடாக நடக்க நம் சமூகம் மகத்தான சௌகரியங்கள் செய்து கொடுத்திருக்கிறது. வண்டிக்காரன் சாராயம் குடித்துவிட்டு வந்து மனைவியை உதைத்து வதைத்து நம் உயரிய பண்பாடைச் சீர் குலையாமல் காத்து நிற்கும் காட்சி ஒன்றும் அரிதல்ல. கோரத்தைச் சகிக்க முடியாமல் வெளியாட்கள் யாராவது கணவனை வெளியே இழுத்துத் திட்டி இரண்டு உதைகள் கொடுக்க ஆரம்பித்தாலோ, சிறிது நேரம் முன்வரை வதைபட்டுக் கொண்டிருந்த சகதர்மிணி, ‘அவெர அடிக்காதீங்க. பொண்ஜாதி புருஷனுக்குள்ளே ஆயிரம் இருக்கும். நீங்க இதி லெல்லாம் வர வேணாம். நாங்க இண்ணெக்கு அடிச்சிக்கு வோம். நாளைக்குச் சேந்துக்குவோம்’ என்று கணவனுக்கு வக்காலத்து வாங்கும் சம்பவமும் புதிதல்ல. இவர்கள் அடித்துக் கொண்டுதான் பிறகு சேர்வார்கள். ஊடலில்தான் என்ன சுவை! நம் சடங்குசார் புனிதப் பெண்கள் மகோன்னத மகிமை வாய்ந்தவர்களே. இந்த அன்னியோன்னிய லட்சிய தம்பதிகள் இல்லாமல்தான் நம் கலாச்சார தர்மங்கள் எப்படிச் செழித்தோங்க முடியும்? புரியாத சுப மந்திரங்கள் ஏதோ ஒரு விளங்காத புனிதச் சூழலை உண்டு பண்ண, முன்பின் தெரியாத எவனோ ஒருவன் தன் கழுத்தில் கட்டும் பவித்திரத் தாலி சில பல வேளைகளில் சுருக்குக் கயிறாக மாறும்போது ஏற்படும் வேதனையின் இன்பத்தை நன்றாகச் சுவைத்தே அனுபவித்துக் கொண்டிருக்கும் பொறுமை யின் சிகரம் ஒரு வக்கிரம் பிடித்த masochist. காந்தி நம் சம்பிரதாய மகளிர்களில் இன்னும் உயிரோடு நிலவி வருகிறார். சடங்குகளால் பிணைக்கப்பட்ட உறவு இறுதிச் சடங்குவரை நிலைத்திருப்பது நம் கலாச்சாரத்தின் பிரத்தியேக சிறப்பம்சம். கலாச்சாரம் ஏனோ அதி முக்கியமாகத் தான் கருதப்பட்டுக் கொண்டு வருகிறது.

இந்த இடத்தில் பெண் விடுதலை இயக்க வீராங்கனை யாராவது எனக்கு மாலை சூட்டி கௌரவிக்க முன்வரலாம். அவள் சிறிது பொறுத்திருக்கலாம் என்று தோன்றுகிறது. என் உற்ற நண்பன் ஒருவனின் கதை மிகவும் பரிதாபத்துக்குரியது. காலை 7–00 மணிக்கு அவன் தொழிற்சாலைக்குச் செல்ல பஸ் பிடிக்க வேண்டும். மனைவியோ குறைந்தது 7–00 மணிவரை தூங்குபவள். அவள் தூக்கத்தைக் கலைப்பது அசாத்தியம். முன்

தூங்கி பின் எழுபவள். இந்தக் காலத்து ஜன்மங்கள் அனைத்துக் கும் எழுந்ததும் சூடாக காப்பியோ, டீயோ தேவைப்பட்டுத் தொலைக்கிறது. இந்த விஷயத்தில் ஜாதி மத பேதம் இல்லாமல் ஒருவித சந்தோஷமான ஒருமைப்பாடு இயல்பாகவே அமைந்து விட்டிருக்கிறது. வீட்டிலுள்ள சுவரையோ ஜன்னலையோ உசுப்பி காப்பி போட்டுத் தரச் சொல்ல முடியாத நிலை. மனைவி சுகமாகப் படுத்து ஆனந்தித்துத் தூங்கும் அழகிய அவலட்சணக் கண்கொள்ளாக் காட்சியை ரசிக்கத் தெரியாத அழகுணர்வு கொஞ்சமும் இல்லாத மூர்க்கன் அவன். எழுந்ததும் வீட்டின் அருகில் இருக்கும் டீக்கடைக்குச் சென்று காப்பி குடித்துவிட்டு, வீடு திரும்பி, தற்சுகாதாரச் செயல்களை அவசரமாகச் செய்து முடித்துவிட்டு அலுவலுக்கு விரைவான்.

பொருளாதாரப் பிரச்சனைகள் தவிர வாழ்வில் வேறு எந்தப் பிரச்சனைகளுக்கும் விடிவுகாலம் நிகழ்வதில்லை. வாழ்க்கைப் பிரச்சனை. வாழ்க்கையே பிரச்சனை. பிரச்சனையே வாழ்க்கை. பழகிப் போவதால் பிரச்சனைகள் வாழ்க்கையின் முக்கியமான அம்சமாக அமைந்து விடுகின்றன. பிரச்சனைகள் இல்லாத வாழ்க்கை சலிப்பை உண்டாக்கும். மிகவும் சரி என்றே நினைக்கத் தோன்றுகிறது. ஆனாலும் பிரச்சனைகள் இருப்பதால் வாழ்க்கை சுவாரஸ்யமாக அமைந்து விடுவதில்லை. தலை முடியைப் பிய்த்துக்கொள்ளாமல் இருப்பதற்கு ஒரு தனி பிரயாசை தேவைப்படுகிறது. மரவுரி ஆடைகள் தரித்து, மரப் பொந்துகளிலும், குகைகளிலும் வாழ்ந்தபோது மனிதனின் வாழ்க்கை சுவை மிகுந்ததாக இருந்திருக்கலாம். அப்பொழுதைய வாழ்க்கை நிலையில்லாததாக அமைந்திருந்தாலும்கூட. இப் பொழுதும் அதே நிலைதான். ஆனால், ஒரு வேறுபாடு. வாழ்க் கையில் சுவை குன்றிவிட்டது. இல்லையேல் அது அறவே ஒழிந்து விட்டது. அடிப்படைப் பாதுகாப்பு உணர்ச்சி அமைய எவ்விதச் சாத்தியப்பாடுகளும் இல்லை. சும்மா இருக்கும்போதே ஒருவனின் தலை தாராளமாக உருள்வது சர்வசாதாரணமான விஷயம்.

தார்மீக சிந்தனை வீட்டில்தான் ஆரம்பிக்கிறது. மனிதனுக்கு எரிச்சலும் அங்கேதான் துவக்கி வைக்கப்படுகிறது. அதுவும் விடியற்காலையில். குடும்பம் நடத்தப் பொருள் வசதி தேவை. எல்லாக் காரியங்களையும் தானே செய்துகொண்டு, தனக் கென்று சொர்க்கத்தில் வாய்த்த மனைவி எப்பொழுதும் ஓய் வெடுத்துக் கொள்பவளாக இருப்பதை நொந்துகொண்டு, எரிச் சலை அடக்கப் பழகிக்கொண்டு, கடைசியில் வாழ்க்கையே எரிச்சலாகி, எரிச்சலே வாழ்க்கையாகி, 'Behind every successful man, there is a woman' என்பதை எங்கோ படித்தது நினைவுக்கு வந்து, சொன்னவனின் கழுத்தை நெரிப்பது ஒரு நல்ல காரியமாகத் தோன்றி, சொன்ன 'சான்றோன்' யாரென்று மறந்து போய், நியாயமான காரியத்தைச் செய்ய முடியாத இயலாமைக்கு வருந்தி, எரிச்சல், குழப்பம், கையாலாகாத்தனம், சுய இரக்கம், பைத்தியம் எல்லாம் ஒட்டுமொத்தமாகப் பிடித்து, உருக்குலைந்த நிலையில் தெருவுக்கு வந்து வானத்தைப் பார்த்து சிறிது ஆசுவாசம் தேடிக்கொள்ளும் அபாக்கிய ஆண்மகன் அந்த நண்பன். இதில் ஐயம் இல்லை. எந்தக் கண்ணராவிக்கு இந்த அலைச்சல், சிரமம் என்று விடைகாண முடியாத கேள்வி ஒன்று என்றைக்கோ எழுந்து, குடும்பம் நடத்துவதற்குத்தான் என்ற ஒரு தவறான பதில் வந்து, இப்பொழுது அதை நடத்தாவிட்டால் என்ன கேடு விளைந்துவிடும் என்று அலசி, இவையனைத்தும் என்றைக்கோ நடந்து முடிந்து, மனதின் அடித்தளத்தில் போய் மறைந்துவிட்டு–தினமும் செய்யும் எல்லாமே சடங்காக ஆகிவிடுவதால், தொழிற்சாலைக்குச் செல்வதும் ஒரு தினசரிச் சடங்காகவே ஆகிவிட்டது அவனுக்கு. உண்மையில் மனைவி சுகமாக ஓய்வெடுத்துக்கொள்ள; போதுமான வசதி செய்து தரத்தான் அவன் வேலைக்குப் போகிறான்.

எதையும் சொல்வதற்கில்லை. ஆண்–பெண் உறவே பல வேளைகளில் ஒருவகைச் சுரண்டலாகத் தோன்றுகிறது. 'எங்கள் பெண்ணை உங்களிடம் ஒப்படைக்கிறோம். கண் கலங்காமல் பார்த்துக் கொள்ளுங்கள், மாப்பிள்ளை.' ஓ. தாராளமாக. பெண் ஆணின் கண்களைக் கலக்குகிறாள் அன்றாடமும். பையனின் பெற்றோர் மணப்பெண்ணிடம் எந்த வேண்டுகோளையும் விடுப்பதில்லை. 'என் பையனின் மனதை நோகடிக்காமல் பார்த்துக்கொள்ளம்மா.' அது நம் கலாச்சாரத்திற்குப் புறம்பானது. திருமணமாகிப் பையன் பெண்ணை அழைத்துக்கொண்டு குடித் தனம் நடத்த ஒரு அடி எடுத்துவைக்கும்போதே, அது அழுகை யில்தான் ஆரம்பிக்கிறது; கண்களில் தாரை தாரையாகக் கண் ணீர் சொரிந்து பெற்றோரை விட்டுப் பிரிந்து ஏதோ கொலைக் களத்திற்குச் செல்லும் தோரணையில்தான் கணவனுடன் செல் கிறாள். பிறகு, 'எல்லாம் அவன் செயல்' ஆகிவிடுகிறது. நம் கலாச்சாரம் பைத்தியம் பிடித்து, சட்டையைக் கிழித்துக் கொண்டு வலம் வந்து, நம்மைப் பார்த்து, அட்டகாசமாகக் கொக்கரித்து அனைவரையும் ஒரு விதத்தில் உற்சாகமாக ஹிம்சித்துக் கொண்டிருக்கிறது. எனினும், அது அத்தியாவசியமாகவே இருந்திருக்கிறது.

சில சந்தர்ப்பங்களில் அவள் கேட்பதுண்டாம்: 'பாக்டரியில் என்ன அப்படி வெட்டி முறிக்கிற வேலை! கொஞ்சம் சீக்கிரம் வந்திருந்தால் இன்றைக்கு ஒரு சினிமாவுக்குப் போயிருந்திருக் கலாம்.' தூக்க முடியாத ஒரு பெரிய பாறையை முதுகின் மீது ஏற்றி வைத்துக்கொண்டு ஒரு இடத்திலிருந்து நீண்ட தூரம் தூக்கிச் சென்று இறக்கி வைப்பது அவன் பணியாக இருந்தால் ஒருவேளை வெட்டி முறிக்கும் வேலையைத்தான் தன் கணவன் செய்கிறான் என்று அவள் ஒப்புக்கொள்ளக்கூடும்.

'சாமி! என்னைப் பூவும் பொட்டுமாகக் கொண்டு போய்விடு' – மனுஷன் தனியாகக் கிடந்து அவஸ்தைப்படட்டும் – இது நல்லொழுக்கம் படைத்த பத்தினிகள் தெய்வத்திடம் செய்யும் பிரார்த்தனை. வன்முறைக்கும் சாமி துணை தேவைப் படுகிறது.

அந்த நண்பனை நான் குறைந்தது வாரம் ஒரு முறை பார்த்து நலன் (துக்கம்) விசாரிப்பேன். ஒரு தடவை அவன் மனைவி பற்றி நான் ஏதோ கேட்கப் போய், அவன் எரிச்சலின் உச்சகட்டத்தில், 'அவள்தானே, சுகமாக இருக்கிறாள். நண்பர் களுக்குக் காட்ட ஒரு அலங்கார அழகான காட்சிப் பொருள், you know, a very beautiful show-piece' என்று கூறினான். அவன் துக்கம் என் தொண்டையை அடைத்த சந்தர்ப்பங்கள் நிறையவே இருக்கின்றன. ஆனால் உண்மையிலேயே யாரும் யாரையும் தேற்ற முடியாது. அவன் தற்கொலை வாழ்க்கைதான் வாழ்ந்து கொண்டிருக்கிறான் இன்னும். அவன் வாழவில்லை. வாழ்க்கை அவனுக்கு நேர்ந்துகொண்டிருக்கிறது.

* * *

தாரா கொடுத்த டீயைச் சுவைத்துக்கொண்டே நினைத்துப் பார்த்தேன். நான் செய்த குற்றம்: என்றைக்குமில்லாமல் அன்றைக்கு எனக்கு ஏற்பட்ட தொலைக்காட்சி பார்க்கும் நப்பாசை. கிடைத்த தண்டனை: மன உளைச்சல் + வேண்டாத சிந்தனைகள்.

●

மக்கள் தினசரி – ஒரு தேசிய நாளேடு

பொது நிகழ்ச்சிகள்

சென்னை *4–4–85*. *29*சி எண் பேருந்தில் நேற்று மாலை *6–00* மணியளவில் ஸ்டெல்லா மாரிஸ் கல்லூரி நிறுத்தத்தில் கால் ஊனமுற்ற வயோதிகர் ஒருவர் தாங்குகட்டைகளுடன் ஏறினார். ஊனமுற்றோர்க்காக ஒதுக்கப்பட்டிருந்த இடத்தில் இரண்டு வாலிபர்கள் மிடுக்காக, அட்டகாசமாக அமர்ந்திருப் பதைக் கண்ணுற்ற இவர் மனம் கொதித்து ஒரு தாங்குகட்டையால் இருவரில் ஒருவரைத் தாக்கிக் காயப்படுத்தினார். தாக்கப்பட்ட வாலிபர் செயற்கை அவயவங்கள் தயாரிக்கும் ஒரு நிறுவனத்தில் புனர்வாழ்வு அதிகாரியாகத் தொண்டாற்றுபவர். தாக்கியவர் மீது விசாரணை, நடவடிக்கை எதுவும் மேற்கொள்ள வேண்டாம் என்றும் வாலிபர் காவல் துறையைக் கேட்டுக்கொண்டிருக்கிறார்.

தாக்கியவர்–தாக்கப்பட்டவர் மனநிலைகளைப் புரிந்து கொள்ள இயலாமல் தான் குழம்பிப் போயிருப்பதை மக்கள் தினசரி ஆசிரியர் குழு வாசகர்களுக்கு வருத்தத்துடன் தெரி வித்துக் கொள்கிறது.

பயணம்

சென்னை. *4–4–85*. எஸ்.பி. லட்சுமணன் நேற்று மாலை மதுரையிலிருந்து புறப்பட்டு பாண்டியன் எக்ஸ்பிரஸ்ஸில் இன்று காலை *7–00* மணிக்கு சென்னை எழும்பூர் ரயில் நிலையத்தை வந்தடைந்தார். அவரது நண்பர் கோபிநாத் அவரை வரவேற்றார். லட்சுமணன் கோபிநாத் இல்லத்தில் தங்குவார். தன் அலுவல்களை முடித்துக்கொண்டு *6–4–85* அன்று மதியம் வைகை எக்ஸ்பிரஸ்ஸில் *12–20* மணிக்கு மதுரை புறப்படுவார்.

வைபவங்கள்

சென்னை. *4–4–85*. ‘மிதிலா வனம், *23*, டாக்கர்ஸ் சந்து, புரசை, சென்னை *600 084*–இல்லத்தில் சௌபாக்கியவதி லலிதா என்ற லல்லுவுக்கும் திருநிறைச் செல்வன் சந்திரசேகரன்

என்ற சந்துருவுக்கும் *4–4–85* காலை நடைபெறவிருக்கும் திருமணத்திற்கு வராத, நடிப்புக் கலைக்கு இலக்கணம் வகுத்த நடிகர்குல நாயகன் சோபன சுந்தரமே வாழ்க!' என்ற சுவரொட்டியை மணமகனின் தந்தை இல்லத்தில் இரு கதவு களிலும், வெளிச்சுவர்களில் பல இடங்களிலும் ஒட்டி நடிகரைக் கௌரவித்துள்ளது இன்றைய நிகழ்ச்சிகளில் குறிப்பிடத்தக்கது.

*

சென்னை. *4–4–85*. என். பிரபாகர் என்ற நடுத்தரக் குடும்பஸ்தருக்கு பிரஜா பேட்டை பாமரர் மண்டபத்தில் பேட்டைவாசிகள் மணிவிழா கொண்டாடினார்கள். இவ் விழாவில் பேசிய ஒவ்வொரு அன்பரும், இவர் வாழ்வதற்கு எந்தவிதக் காரணமோ, தூண்டு சக்தியோ இல்லாமல் இருக்கும் போதிலும், இவர் வாழ்ந்துகொண்டு வருவதையும், என்றைக்கோ அலுப்புத்தட்டியிருக்க வேண்டிய வாழ்க்கையைச் சலிக்காமல் பொறுத்துக்கொண்டிருக்கும் இவரது சகிப்புத்தன்மையையும், இதுவரை நிகழாத சுபீட்சம் தன் வாழ்வில் ஒருநாள் நிகழும் என்று இவர் கொண்டிருக்கும் நன்னம்பிக்கையையும் பாராட்டி, வாழ்த்தி, வணங்கினர். பேட்டை சார்பில் ஒரு கதர் துண்டை இவரது இடது தோள்பட்டையில் போட்டுக் கௌரவித்தனர். விழாவில் கலந்து கொண்ட மக்கள் அனைவரும் தலா இரண்டு பொறைகளும், 'சிங்கிள் ஸ்ட்ராங்க் சக்கரை ஜாஸ்தி தண்ணி கம்மி' டீயும் உட்கொண்டு மகிழ்ந்தனர். விழா இனிதே நடைபெற்றது.

*

சென்னை. *4–4–85*. பொது மக்கள் பேருந்து ஒன்றின் ஓட்டுநர் தன் சொந்தச் செலவில் 'சக பயணிகள் உங்கள் சக ஜீவிகளே. நட்புடன் அமைதியாக சுகப் பயணம் செய்வதில் உங்கள் கண்ணோட்டத்தைத் தவிர யாதொரு இடையூறுமில்லை' என்ற வாசகங்கள் கொண்ட பலகைகள் இரண்டைத் தயார் செய்து தான் ஓட்டும் பேருந்தின் இரு பக்கங்களிலும் மாட்டி யிருக்கிறார். இவரது சமயோசிதச் செயலைப் பாராட்டும் வகையில் பொதுஜனத் தொடர்பு வாரியம் நேற்று மாலை 6–30 மணியளவில் எம்.கே.எஸ். திடலில் நடந்த விழாவில் 'மக்கள் தொண்டன்' என்ற பெயரைச் சூட்டி இவரைக் கௌரவித்தது. தான் பெற்ற கௌரவத்தைத் தன் இல்லத்தில் மனைவி மக்களிடம் கூறி ஓட்டுநர் ஒருநாளாவது சந்தோஷமாக இருப்பார் என்று எதிர்பார்க்கப்படுகிறது.

பத்திரிகைகள்

கோவை. 4–4–85. ஐந்து ஆண்டுகளுக்கு முன் ஒரு சஞ்சிகையில் வந்த ஒருவரின் துணுக்கு ஒன்று இந்த ஆண்டில் வேறொரு சஞ்சிகையில் வேறு யாரோ எழுதியிருப்பதாக வெளியாகும் பாரதச் சஞ்சிகைகளின் உன்னத நிலையை எண்ணி வாசக அன்பர் ஒருவர் வியந்திருக்கிறார்.

இயற்கை

ஆந்திரப் பிரதேசம். 4–4–85. ஆந்திரப் பிரதேசத்தில் வெள்ளத்தில் உயிர் இழந்தோரின் எண்ணிக்கை 2795 ஆக உயர்ந்துள்ளது. பிரதமர் ஹெலிகாப்டரில் பவனி வந்து பாதிக்கப்பட்ட பகுதிகளைப் பார்வையிட்டார். நாளை மாலை பிரதமர் லக்னோவில் பொதுக் கூட்டம் ஒன்றில் ஜனத்தொகை பெருக்கத்தின் தீமைகளைப் பற்றியும் குடும்ப நலத் திட்டங்களின் அவசியம் பற்றியும் பேசவிருக்கிறார்.

அசம்பாவிதம்

சென்னை. 4–4–85. எம்.ஏ., பொருளாதாரம் பட்டம் பெற்ற 45 வயது முதியவர் நேற்று இரவு தன் அறையில் தூக்கில் தொங்கினார். “நான் பட்டம் பெற்ற புதிதில் பொருளியல் வல்லுனராக ஒரு பெரிய நிறுவனத்தில் வேலையில் இருப்பேன் என்று நம்பினேன். ஆனால் என்னால் ஜவுளிக்கடை குமாஸ்தாவாகத்தான் பதவியேற்க முடிந்தது. வருந்திக்கொண்டே வாழ்வதைவிட வாழ்வே இல்லாமல் போவதே மேல். என் இந்த முடிவுக்கு நிச்சயம் பாரத நாடு காரணமில்லை. சந்தேகப்பட்டு காவல் துறையினர் அதை வீணாக விசாரிக்க வேண்டாம்” என்ற கடிதம் அவர் சட்டைப் பையில் இருந்தது.

கல்வி கற்பது பொருளீட்டுவதற்கு என்ற தவறான கருத்தை இளைஞர்கள் மனதில் உலவவிடக் கூடாது என்றும், அவ்வாறு நினைப்பது ஆதாயம் கருதும் அயோக்கியத்தனம் என்றும், பலன் கருதிச் செய்யும் செயல் கீதை பிறந்த பவித்திர பூமிக்குப் புறம்பானது என்றும் மக்கள் தினசரி அபிப்பிராயப்படுவதுடன் மாண்ட பட்டதாரியின் ஆத்மா சாந்தியடைய இறைவனைப் பிரார்த்திக்கிறது. அவர் நடந்ததை நினைந்து – படித்துப் பட்டம் பெற்றதை – இவ்வளவு வருந்தியிருக்க வேண்டாம் என்று மக்கள் தினசரி கருதுகிறது.

குடும்பக்கட்டுப்பாடு

சென்னை. 4–4–85. நேற்று இரவு 11–38க்கு திருமதி கோகில்சந்த் என்ற 29 வயது பெண்மணி சிந்தாதரிப்பேட்டை

மாநகராட்சி தாய்சேய் இலவச மருத்துவமனையில் ஒரு பெண் மகவைப் பெற்றெடுத்தார். இது இவருக்குப் பிறந்த ஐந்தாவது பெண் குழந்தையாகும். பிறந்ததெல்லாம் பெண் குழந்தைகளாக இருப்பதால் ஒரு ஆண் குழந்தை பிறக்கும்வரை கருத்தரிக்கும் முயற்சியைக் கைவிடப் போவதில்லையென்றும், குட்டிக் கண்ணன் அவதரித்ததும், கருத்தடை அறுவை செய்துகொள்ளப் போவதாகவும் இவர் உத்தேசித்துள்ளார். ஆண்டவர் கண் திறந்து கோகிலுக்குக் கூடிய விரைவில் ஒரு ஆண் குழந்தை பிறக்க அருள் பாலித்து வழி வகுப்பார் என்று எதிர்பார்க்கப் படுகிறது. அவனில்லாமல் பாரதப் புவி மீது எந்த அணுவும் அசையாது என்பதும், இந்தியாவில் எல்லாம் அவன் திருவிளை யாடல் என்பதும் இங்கு குறிப்பிடத்தக்கது. இருப்பினும், அவர் மக்களைச் சிறிது/நீண்ட/குறுகிய/நெடும் காலம் சோதித்துக் களித்த பிறகே அருளோ கருணையோ அவர் விருப்பம் போல் புரிவார் என்பதும், அவருக்கும் பாவம், சோதிப்பதற்கு மக்களை விட்டால் வேறு யாரும் கிடைக்க மாட்டார்கள் என்பதும் அவரை மனப்பூர்வமாக நம்பி வாழும் அனைத்திந்திய பக்தப் பிரஜைகள் சற்று நன்றாகவே அறிந்ததே.

நிகழ்ச்சி நிரல்

சென்னை. 4–4–85. கொசப்பேட்டை மொட்டை குழுவினருக்கும் குயப்பேட்டை மாயாண்டி குழுவினருக்கும் முனியம்மாள் விவகாரத்தின் காரணமாக மாலை 5–30 மணியளவில் சலசலப்பு தொடங்கவிருக்கிறது.

சட்டம் ஒழுங்கு

சென்னை. 4–4–85. ‘கடைசியாக எஞ்சியிருந்த ஒரே கிருத்தவன் சிலுவையிலே செத்துப் போனான்’ என்ற வாக்கியம் கொண்ட பலகையைத் தாங்கி 25–12–84 கிறிஸ்த்மஸ் அன்று பழவந்தாங்கல் ஸி.எஸ்.ஐ. கிருத்தவ ஆலயத்தின் முன் நின்று குழப்பம் விளைவித்ததற்காகக் கைது செய்யப்பட்ட இக்னேஷியஸ் ஜெபமணி என்ற 59 வயது வயோதிகர் நீண்ட கால சிறைவாசத் திற்குப் பிறகு இன்று காலை விடுதலை பெற்றார். ‘நான் இனி சத்தியமாக உண்மையே பேச மாட்டேன்’ என்று சிறைச்சாலை உயர் அதிகாரியிடம் உறுதியளித்துவிட்டு இவர் சாலையை விட்டு வெளியேறினார்.

கல்வித்துறை

சென்னை. 4–4–85. அன்னை பாரதம் பள்ளியில் முதல் வகுப்பில் படித்துக்கொண்டிருக்கும் ஜான் கிஷோர் என்ற

சிறுவன் ஆசிரியையை, 'அன்னையும் பிதாவும் முன்னறி தெய்வம்' என்று பாடம் கற்பித்தபோது, 'தினமும் சாராயம் குடித்துவிட்டு இரவில் ரகளை செய்து தூக்கத்திற்குப் பங்கம் விளைவிக்கும் பிதாவும், ரெக்கார்ட் நடனம் ஆடும் அன்னையும் எப்படித் தெய்வங்களாக முடியும்!' என்று வியந்ததற்கு, பாடப் புத்தகத்தில் போட்டிருப்பதை அப்படியே ஒப்புக்கொள்ள வேண்டுமென்றும், பிஞ்சில் பழுத்து, அதிகப்பிரசங்கித்தனமாக ஏதாவது தத்துபித்தென்று பாட போதனையை அளிக்கும் ஆசிரியையே கேள்வி கேட்கக்கூடாது என்றும் சினந்து கூச்சல் போட்டு அந்த வகுப்பு முடியும்வரை கிஷோரை பெஞ்சின் மீது நிற்க வைத்தது மட்டுமன்றி, இறங்கியதும் இரண்டு உள்ளங் கைகளிலும் ஸ்கேலால் நையப் புடைத்ததுடன் 'இனி, கேள்வி கேட்காமல் பாடத்தைக் கேட்பேன்' என்று 101 முறை வீட்டுப் பாடம் எழுதிக்கொண்டு வருமாறும் பணித்திருக்கிறார். குறிப் பிட்ட ஆசிரியையின் வன்முறையை மக்கள் தினசரி ஆசிரியர் குழு வன்மையாகக் கண்டிக்கிறது.

பொதுக் கூட்டங்கள்

ஸ்ரீரங்கம். 4–4–85. நேற்று மாலை *6–00* மணியிலிருந்து தேரடி அரங்கில் நடைபெற்ற அ.மு.ம. கட்சிப் பொதுக் கூட்டத்தில் கட்சித் தலைவர் தன் கட்சியின் உயரிய கொள்கை களையும் குறிக்கோள்களையும் இலட்சியங்களையும் விவரித்துச் சொற்பொழிவு நிகழ்த்திக்கொண்டிருந்தார். நடுவில் சோடா சாப்பிட ஆரம்பித்த நேரம் பார்த்து, *45* வயது மதிக்கத்தக்க ஒருவர் 'நீ பேசுவது மனிதக் குரங்கு கத்துவது போல் இருக்கிறது. உன் உளறல்கள் அர்த்தமாகவில்லை' என்று கூவிக்கொண்டே தன் கையில் வைத்திருந்த அழுகிய முட்டை ஒன்றைத் தலைவ ரின் தோள் துண்டின்மீது குறிபார்த்து எறிந்து கறை படுத்திக் கூட்டத்தில் குழப்பத்தை விளைவித்தார். தலைவர் பதறியது மட்டுமின்றி இரட்டிப்பு ஆத்திரமடைந்தார். அவர் சைவர் என்பதால் அழுகிய தக்காளியைப் பிரயோகித்திருந்தால் அவருக்கு அவ்வளவு ஆத்திரம் வந்திராது என்று தோழர்கள் வட்டாரம் அபிப்பிராயம் தெரிவித்துள்ளது.

தலைவரின் வேண்டுகோளுக்கிணங்க இவரைக் காவல் துறையினர் கைது செய்து புலன் விசாரணை செய்தனர். இவர் உளவியலில் முதுகலைப் பட்டம் பெற்று, பிறகு டாக்டர் பட்டமும் பெற்று, திருச்சி தேவலோகக் கல்லூரியில் உளவியல் விரிவுரையாளராக 10 ஆண்டு காலம் பணிபுரிந்து, திடீரென்று ஒருநாள் உளவியல் தத்துவங்கள் அனைத்தும் மடத்தன

மானவை என்றும் மனம் பற்றிய கருத்துகள் அனைத்தும் அண்டப்புளுகு என்றும், மனிதனை உளவியல் பரிசோதனைகள் செய்து மிகத் துல்லியமாகக் கணித்துவிட முடியும் என்று இறுமாந்திருப்பது மகத்தான மடத்தனம் என்றும், திட்டவட்டமாகக் கல்லூரி முதல்வரிடம் கூறி பதவியிலிருந்து விலகியிருக்கிறார். அன்றே, துறை முதல்வரையும் சக விரிவுரையாளர்களையும் தனித்தனியாகச் சந்தித்து, துறையை மூடிவிட்டு கண்ணியமாக உடலுழைப்பு செய்து பிழைப்பது நேர்மையானது என்று எடுத்துரைத்திருக்கிறார். அவர்கள் இவரது இந்த 'சமூகச் சரிவு மனப் போக்கை' இவருக்குத் திடீரென்று ஏற்பட்ட மனநோயின் அறிகுறி என்று எண்ணி, உளவியல் மருத்துவரிடம் கலந்தாலோசிக்கும்படிக் கூறி வேண்டிக் கொண்டும் இவர் அவ்வாறு செய்யவில்லை. இப்பொழுது ரிக்ஷா ஓட்டுநராகப் பணிபுரிந்து கொண்டிருக்கிறார்.

இவரை விசாரணை செய்து பின்வரும் தகவல்களை சப் இன்ஸ்பெக்டர் திரு. எஸ்.ஐ. அன்புச் செல்வன் தந்திருக்கிறார். பரிணாம வளர்ச்சி இன்னும் சிந்திக்கத் தெரிந்த மனிதர்களைக் காணவில்லை என்றும், மக்களில் 85% நாகரிக உடையணிந்து கொண்டு திரியும் மனிதக்குரங்குகள் (anthropoid apes) என்றும் 10% நிமிர்ந்து நடக்கத் தெரிந்த சற்றுப் பரிணாம வளர்ச்சியடைந்த மனிதர்கள் (Homo erectus) என்றும், மீதி 5 விழுக்காடு ஒரு வேளை சிந்திக்கத் தெரிந்த மனித வர்க்கமாக (Homo Sapiens) இருக்கலாம் என்றும், கூட்டத்தில் குழப்பம் விளைவித்த இவர் அபிப்பிராயப்படுகிறார். கொள்கைகள் அனைத்தும் மாயை என்றும், இலட்சியங்கள் பேதமை என்றும், நல்லொழுக்கக் கோட்பாடுகள் ஒரு குறிப்பிட்ட சமயத்தில் நிலவும் சமூக கால நிலையைப் பிரதிபலிப்பதால் அவைகளை நம்புவதும் பின் பற்றுவதும் அறிவிலித்தனம் என்றும், அநேகமாக, தற்பொழுதைய கரிசனங்கள் அனைத்தும் போலித்தனங்கள் என்றும், இந்தச் சமூகத்தில் உண்மையான மனித உறவு சாத்தியமில்லை என்றும், வெளியுலகத்தில் இயங்க ஒரு நேர்த்தியான கண்ணியமான போர்வையைப் போர்த்திக்கொண்டு சாதகமாகவும் மென்மையாகவும் மட்டும் பேசிக் காரியத்தைச் சாதித்துக்கொள்ளும் சந்தர்ப்பவாத வர்க்கம் கலியுகத்தின் உச்சகட்டம் என்றும் இவர் கருதுகிறார்.

இவரை நாளை காலை மனநலக் காப்பகத்திற்கு அழைத்துச் சென்று இவரின் மனதைச் சீர்செய்ய காவல் துறை முடிவு செய்துள்ளது. இந்த முடிவை இவர் வன்மையாகக் கண்டித்துள்ளார். தன் தூய மனதை உளவியலாளர்கள் மாற்றி தனித்

தன்மைகளை உருக்குலைத்து, ஆத்மாவைக் கூறுபோட்டு, அதன் பின் சராசரிகளில் தானும் ஒருவனாய் வாழச் செய்யப்போகும் அவல நிலை குறித்து இவர் வெறுப்புற்றிருக்கிறார். அப்படி வாழ்வதைத் தரக் குறைவான செயலாகக் கருதுவதால் தன் வாழ்க்கையை முடித்துக் கொள்வதாக முடிவு செய்துள்ளதாக இவர் கூறியிருக்கிறார். இவரைக் காப்பகத்தில் சேர்க்கும் வரையில் காவல் துறையினர் கவனமாகக் கண்காணிப்பார்கள் என்றும், இவர் மண்டையைப் போட யத்தனிக்கும் முயற்சிகளை சிரத்தையுடன் தவிர்ப்பார்கள் என்றும் எதிர்பார்க்கப்படுகிறது.

இவர் கூறிய மனித விழுக்காடுகள் அனைத்தும் மக்கள் தினசரி வாசிக்கத் தேவைப்படுவதால், 10% சிந்திக்கத் தெரிந்த மக்கள்தான் ஜகத்தில் உலாவி வருகிறார்கள் என்றும், ஆசிரியர் குழு உறுப்பினர்கள் அளவிலா புத்திக்கூர்மை வாய்க்கப் பெற்ற elite என்றும், இந்த நபர் முழுக்க முழுக்க மனநிலை சீர்குலைந்தவர் மட்டுமின்றி மனிதகுலத் துவேஷி என்றும், இவரைக் கழுவிலேற்றினால் மனித குலம் ஈடேறும் என்றும் மக்கள் தினசரி கருதுகிறது.

*

பூண்டி. 4–4–85. நடன நடிகை செல்வி சங்கீத்புஷ்பக் நேற்று பிற்பகல் 3–00 மணியளவில் ஹோட்டல் கார்னர்லாண்டில் நடைபெற்ற பெயர் சூட்டுவிழாவில் சிறப்புறக் கலந்து கொண்டார். சிசுக்கள் 50 பேரைச் சிறிதும் சளைக்காமல் நவீன பெயர்கள் சூட்டி, ஈன்றெடுத்தோரின் சிரமத்தை நீக்கிய இவர் நாமகரணத்தில் ஒரு புரட்சிகரமான சூழலை உருவாக்கியிருக்கிறார் என்பதில் நம் நிருபர்களுக்குச் சந்தேகம் தட்டவில்லை. நேற்று காலை தன் பசு பிரசவித்தத்தையும் கன்றுக்கு ஒரு பெயர் இருந்தால் விசேஷமாக இருக்கும் என்ற தன் அபிலாஷையையும் நாயக மருதன் என்பவர் தெரிவித்தார். செல்வி சங்கீத்புஷ்பக் சிறிதும் தயங்காமல் காமதேனு என்ற மிகப் பொருத்தமான பெயரைச் சூட்டி வியப்புக் கடலில் மேற்கூறப்பட்ட மருதனாரை ஆழ்த்தியது விழாவின் சிறப்பம்சமாகும். கன்றை விழாவுக்கு எடுத்து வருவது அசௌகரியமாதலால், அவ்வாறு செய்யாமல் இருந்த இவர், வாங்கிக்கொண்ட அதிர்ஷ்டப் பெயரைச் சிரத்தையுடன் எடுத்துக்கொண்டு இல்லம் திரும்பி கொட்டகைக்குச் சென்று தன் கன்றுக்குக் கவனத்துடன் அதைச் சூட்டி மகிழ்விப்பார் என்று எதிர்பார்க்கப் படுகிறது. ஒரு நடன நடிகை பசுக்கன்று ஒன்றுக்குப் பெயர் சூட்டுவது இதுதான் முதல் தடவை. நடன நடிப்புத் துறையிலும், பெயர் சூட்டுத் துறையிலும், ஜீவகாருண்யத் துறையிலும், ஆவினப் பராமரிப்புத்

துறையிலும் இவர் பெயர் நீங்காத இடம் பெற்று, இவரின் புகழ் ஜோதி கொழுந்துவிட்டு அணையாமல் எரிந்துகொண்டிருக்கும் என்பதில் நாம் ஐயம் கொள்ளத் தேவையில்லை.

*

ஐயம்பேட்டை. *4–4–85.* எப்பொழுதுமே கடுமையாக உழைக்கும் கமல்பிரபு நேற்று மாலை தொழிற்சங்கக் கூட்டம் ஒன்றில் பேசுகையில், இன்று நாட்டுக்குத் தேவையானது அயராது உழைக்கும் தொழிலாளர்கள்தாம் என்றும், மேற்பார்வை என்பது 'நான்' உணர்வு அடிப்படையில் தோன்றிய உத்தியோகம் (ego-based designation) என்றும், மேற்பார்வையாளர்கள் 'அதைச் செய். இதைச் செய்' என்று தொழிலாளர்களுக்கு எரிச்சல் கிளப்பாமல் இருந்தால் உழைப்பு சீராக இயங்கும் என்றும், மேற்பார்வையிடுவதைச் சற்றே நிறுத்திக்கொண்டு அவர்களும் உழைக்க ஆரம்பித்தால் உழைப்பின் அளவு கணிசமாகப் பெருகும் என்றும், யார் வேண்டுமானாலும் மேற்பார்வை யாளனாகச் செயலாற்ற முடியும் என்றும், அதற்குப் பிரத்தியேகப் பயிற்சியோ, திறமையோ தேவையில்லை என்றும், எந்தச் சமூகப் பாகுபாடும் தீண்டாமைக்கு அடிகோலும் என்றும், தொழிலாளி – மேற்பார்வையாளன், அதிகாரி–கடைநிலை ஊழியன் போன்ற வேறுபாடுகள் இந்தக் கண்றாவியைத் தலை விரித்தாடச் செய்யும் என்றும் காரசாரமாகவும் வருத்தப்பட்டுக் கொண்டும் தெரிவித்தார். சந்தர்ப்பத்தை நழுவவிடாத உழைக்கும் கரங் களின் கரகோஷமும் ஆரவாரமும் வானை எட்டியது. தொழி லாளர்களின் விழிப்புணர்வின் பரிமாணம் விஸ்தாரமடைந் திருப்பது மக்கள் தினசரிக்குக் களிப்பூட்டுவதாக அமைந்திருக்கிறது.

கூட்டம் முடிந்ததும், உற்சாகம் உச்சகட்டத்தை அடைந்த நிலையில், தொழிலாளர்கள் ஒட்டுமொத்தமாக, 'குடி குடியைக் கெடுக்கும்' என்ற பொன்னெழுத்துக்கள் தாங்கிய 14ஆம் எண் கடையில் உருளைக் கிழங்கு வறுவலையும் அவித்த முட்டை யையும் சாராயத்தையும் அனுபவித்து அகமகிழ்ந்து கொண்டிருந் தனர். சற்று நேரம் கழித்து அந்தப் பக்கம் வந்த கமல் பிரபு இதைக் கண்ணுற்று மனம் வருந்தினார். மென்மை உணர்வுகள் அவரை ஆட்கொள்ள, "தொட்டுக்கொள்ள நானாவிதச் சமாச் சாரங்களுடன், குளிர்சாதன அறையில் மேல்நாட்டு சங்கீத இனிமைக்கு நடுவில் பியரும், விஸ்கியும் சோடாவும், ஜின்னும் லிம்காவும், ரம்மும் கோ கோ கோலாவும் ஐஸ் க்யூப்ஸுடன் கலந்து அனுபவிக்கும் காலம் கூடிய விரைவில் தொழிலாளர்கள் பெறுவீர்கள்; அவலச் சாராயமும், தரித்திரச் சப்பியும், பீடை ஜிஞ்ஜரும் மிக வேகமாக மறைந்து போய் வாழ்வில் வஸந்தமும்

சுபிட்சமும் மாறி மாறித் தோன்றி உழைப்பாளிகளைத் திக்கு முக்காடச் செய்யும். தொழிலாளர் ஒற்றுமை ஓங்குக. தொழிலாளர் நலன் வாழ்க" என்று கோஷமிட்டார். போதையில் உற்சாகம் இன்னும் அதிகரித்த நிலையில் கமல்பிரபுவின் கோஷம் சகதொழிலாளர்களால் வானே அதிரும்படி எதிரொலிக் கப்பட்டது. ஆமோதிப்பின் ஆனந்தத்தினாலும், வளமான எதிர்காலம் வரவிருக்கும் களிப்பினாலும் உந்தப்பட்ட கமல் பிரபு, தன் சட்டைப் பையில் வைத்திருந்த கஞ்சா அடைக்கப் பட்ட சிகரெட்டுகளில் ஒன்றைப் பற்ற வைத்துக்கொண்டு, தன் அறையை நோக்கி நடக்கத் தொடங்கினார்.

*

அய்யம்பட்டி. *4–4–85*. மாண்புமிகு துப்புரவுத்துறை அமைச்சர் நேற்று மதியம் நடைபெற்ற அகிலத் தமிழகத் தோட்டிகள் மாநாட்டில் பேசுகையில், தோட்டிகள் அக்கறை யுடனும், சிரத்தையுடனும், நாட்டத்துடனும், ஆர்வத்துடனும். செவ்வனேயும் செயலாற்ற வேண்டும் என்று அவர்களைக் கேட்டுக்கொண்டார். மலம் அள்ளுவதை எவ்வாறு ஆர்வத்துடன் செய்ய முடியும் என்று மதிப்பிற்குரிய துப்புரவுப் பணியாளர்கள் கலவரமடைந்த போதிலும், பேசியது அமைச்சர் என்ற பிரக்ஞை திரும்பியதுமே கை தட்டி ஆரவாரம் செய்ததுடன் தலைகளைக் கூடியமட்டும் பலமாக ஆட்டி ஆமோதித்தனர்.

புரட்சி

மைசூர். *4–4–85*. திரையுலகப் புகழ் கவர்ச்சி நடன விஜயப் பதிவிரதாவுக்கும் நரம்பியல் மருத்துவ நிபுணர் அலோய்ஷியஸ் அற்புதராஜ், M.D.D.M. (Neuro)வுக்கும் இன்று மாலை *7–00* மணிக்கு ஹோட்டல் க்ளோப் ஏன்ஜல்ஸ் வரவேற்புக் கூடத்தில் மதச்சார்பற்ற திருமணச் சடங்கு நடைபெறவிருக்கிறது. ரசிக இளைய தலைமுறையும், மருத்துவர்களும், செவிலிகளும், சீக்காளிப் பெருமக்களும் சுற்றம் சூழ வந்து வைபவத்தைக் கண்டு களிப்பர். விவாகரத்து நடைபெறாத பட்சத்தில், கலைத் துறையும் மருத்துவத் துறையும் கலந்து முற்றிலும் புதிய வழித்தோன்றல்கள் உருவாக இந்தப் பவித்திர இணைப்பு வழிகோலும் என்று எதிர்பார்க்கப்படுகிறது.

சமூகவியல்

கன்னியாகுமரி. *4–4–85*. விவசாயத்துறை உயர் அதிகாரி யான திரு. என்.வி.எஸ். கணேஷ் நாத், M.Sc. (Agric) கடந்த இரண்டு மாத காலமாகத் தனக்குக் கீழ் ஊழியம் செய்யும்

அனைவரிடமும், குறிப்பாகக் கடைநிலை ஊழியர்களிடமும் கனிவுடன் அதிகார தோரணையே சற்றும் இல்லாமல் நடந்து வந்து கொண்டிருந்திருக்கிறார். இவரது செய்கைகள் அதிகாரிகளுக்குப் புறம்பான நடத்தையாக இருப்பதாகக் கருதிய இவரது அடுத்த உயர் அதிகாரி கோரியதின் பேரில் இன்று காலை இவர் மனநலக் காப்பகத்தில் சேர்க்கப்பட்டார். காப்பகத்தில் சேர்க்கப்படுவதற்காகப் புறப்படும் முன் தன் நாற்காலியின் நேர் மேலே சுவரில் தொங்கவிடப்பட்டிருந்த மகாத்மாவின் படத்தைத் தன்னுடன் இவர் எடுத்துக் கொண்டு சென்றார் என்பது விசேஷ கவனத்துக்குரியது.

திரையுலகம்

திருநெல்வேலி. 4-4-85. சம்பத் சலீம் சாலமன் திரைப் படத்தைப் பார்த்த கிருத்தவ ரசிகப் பெருமக்கள் அதை வன்மை யாகக் கண்டித்துள்ளனர். ஒவ்வொரு முறையும் எதிரிகளைச் சாலமன் உதைக்கும் போதும், தன் கழுத்துச்சங்கிலியில் தொங்கும் சிலுவையை அடிக்கடி புகைத்த பீடி நாற்றம் கமழும் கறும் உதடுகளால் முத்தமிட்டு அசுத்தப்படுத்தி, 'பரமண்டலத் திலிருக்கும் பிதாவே என்னை மன்னிப்பீராக' என்று கத்திவிட்டு அடி உதை கொடுப்பது வேதத்திற்கு எதிராக உள்ளது என்றும், 'ஒரு கன்னத்தில் அடித்தால் சேதமடையாமல் இருக்கும் மறு கன்னத்தை லாவகமாகக் காட்டி எதிராளியை உற்சாகப்படுத்து என்று அறிவுரை கூறிய பிதாவை வன்முறையில் இறங்குவதற்கு முன் துணைக்கு அழைத்துப் பயன்படுத்திக்கொள்வது பிசாசுத்தனம் என்றும் அவர்கள் அபிப்பிராயப்பட்டுள்ளனர். கர்த்தர் சொன்ன, தினமும் 490 தடவை சகஜீவிகளை மன்னித்த பிறகு 491வும் அதற்கு மேற்பட்ட தடவையாகத்தான் அம்மாதிரி சாலமன் உதை கொடுத்ததாக தயாரிப்பாளர் சமாதானம் கூறியிருக்கிறார். மக்கள் தினசரி எது சரி என்று குழம்பிக்கொண் டிருக்கிறது. இனி வரும் ஒரு வார காலம் இரவு விழித்திருந்து விவிலியத்தை விழுந்து விழுந்து ஆசிரியர் குழு ஆய்ந்த பிறகு அடுத்த வாரம் திரைப்படத்தின் விமரிசனத்தை விரிவாக வெளியிடும் என்று கூறிக்கொள்வதுடன், வாசகர்கள் அதுவரை பொறுமையிழக்க வேண்டாம் என்றும் குழு கேட்டுக்கொள்கிறது.

*

நாகப்பட்டினம். 4-4-85. எல்லாம் பரமேஸ்வரனின் கிருபை திரைப்படம் ரஸாபாசமாக இருக்கிறது என்று ஹிந்து அன்பர்கள் கருதுகிறார்கள். பார்வதி ரவிக்கையணியாமல் பல வண்ண, பலவகை ஆபரணங்களுடன் கூடிய மார்க்கச்சுடன்

காட்சியளித்து தெய்வீகத்தைப் பாழ்படுத்தி அபச்சாரப்படுத்தி யுள்ளதாக அவர்கள் சங்கடப்பட்டுக் கொண்டிருக்கிறார்கள்.

*

திண்டுக்கல். 4–4–85. திருமதி சூரியகலா சந்தர் என்பவர் ஒட்டுமொத்தமாக அனைத்துத் தமிழ்த் திரைப்படத் தயாரிப் பாளர்களுக்கும் ஒரு துயரமான வேண்டுகோள் விடுத்துள்ளார், கற்பழிக்கும் காட்சிகளைத் தவிர்க்குமாறு. படம் பார்த்துவிட்டு வீடு திரும்பும் ஒவ்வொரு இரவும் தன் கணவர் தன்னிடம் வன்முறையுடன் செயல்படுவதாக அவர் கண்ணீருக்கு நடுவே கூறியுள்ளார். இந்த முக்கியமான சுவையான நிகழ்ச்சி இடம்பெறாமல் தரமான தமிழ்ப்படத்தை எப்படி உருவாக்குவது என்ற சிந்தனை ஆழ்கடலில் தயாரிப்பாளர்கள் மூழ்கித் தத்தளித்துக் கொண்டிருக்கிறார்கள்.

*

பட்டி வீரம்பட்டி. 4–4–85. படங்களில் வருவதுபோல் தன் காதலி திடீர் திடீரென்று வியக்கத்தக்க வகையில் பலவித ஆடைகளை மாற்றி மாற்றிக் காட்சியளித்து, ஆடைகளைக் கூட்டி முக்கியமாகக் குறைத்து, குலுக்கிக் குலுக்கிக் கூச்சல் போட்டுக் கொண்டு பாடி, ஆடி, இவ்வளவுக்கும் நடுவில் தன்னைக் கட்டி இறுக்கமாக ஆலிங்கனம் செய்து புரளவில்லை என்ற விரக்தியில் விவேக் என்ற 23 வயது வாலிபர் இனி காதலிப்பதே விரயம் என்ற முடிவுக்கு வந்துள்ளார். அவர் துக்கத்தில் மக்கள் தினசரி ஆசிரியர் குழு தற்காலிகமாக முழுமையாகப் பங்கேற்றுக் கொள்கிறது.

அவர் இனி தமிழ்ப் படங்கள் பார்ப்பதை கொஞ்ச காலம் தவிர்க்கலாம் என்றும், அது இயலாத பட்சத்தில் படத்தில் flash back காதல் காட்சிகள், முக்கியமாக காதல் ஆடல்–பாடல் காட்சிகள் இடம் பெறும்போது அரங்கத்தை விட்டு வெளியேறி இரண்டு பீடிகளோ, சிகரெட்டுகளோ புகைத்துவிட்டு, ஒன்றுக்கு இருந்துவிட்டு, ஒரு டம்ளர் ஜலம் அருந்திவிட்டு, திரும்பி வந்து படத்தைக் கண்டுகளிக்கலாம் என்றும், புகைப்பழக்கம் இல்லா திருந்தால் அதை அவசியம் கற்றுக்கொள்வது ஒரு சிறந்த உபாயம் ஆகும் என்றும் மக்கள் தினசரி ஆசிரியர் குழு விவேக்குக்கு ஆலோசனை அளிக்கிறது. இருந்தபோதிலும் காதலும் வீரமும் தமிழர் ரத்தத்தில் ஊறிய முக்கிய சமாச் சாரங்கள் என்பதை அவருக்கு எடுத்துரைப்பதுடன், வீரத்தை நவீன காலத்தில் காட்ட, புறப்பட்ட பேருந்தில் தாவி ஏறுவது, அது நிற்கும் முன்னமேயே கீழே குதிப்பது போன்ற சாகசச்

செயல்களைத் தவிர வேறு சந்தர்ப்பங்கள் இல்லையாதலால், குறைந்தது காதலிப்பதையாவது உருப்படியாகச் செய்து தமிழர் பண்பாட்டிற்கு ஊறு விளைவிக்காமல் பாதுகாக்குமாறும், காதலிப்பதைத் தொடருமாறும் அவரை வேண்டிக்கொள்கிறது.

*

சென்னை. 4-4-85. குழந்தைகள் இப்பொழுதெல்லாம் 4½ வயதிலேயே எல்லாச் சமாச்சாரங்களையும் நம்மைவிட நன்றாகத் தெரிந்து வைத்துக்கொள்வதால் 5 வயதும் அதற்கு மேற்பட்ட வயதும் உள்ளவர்கள் 'வயது வந்தோர்க்கு மட்டும்' திரைப்படங்களைப் பார்க்க அனுமதிக்கப்படுவார்கள் என்று அரசு தீர்மானித்திருக்கிறது. இத்தீர்மானம் அரசின் ஆழ்ந்த அலசலின் விளைவு என்பதால் இதை மக்கள் தினசரி வெகுவாக வரவேற்கிறது.

*

புளியம்பட்டி. 4-4-85. காதல் வாழ்வு என்ற படம் மிகவும் தத்ரூபமாக இருக்கிறது என்று ரசிகப் பெருமக்கள் மகிழ்ந் துள்ளனர். விஜயவல்லியின் belly dance ஒரு விதப் பயங்கரமான சந்தோஷத்தை ஏற்படுத்துவதாகவும் நடனம் முடிந்ததும் கதாநாயகன் மடியில் ஓய்வெடுத்துக்கொள்ள அவர் நளினமுடன் அமர்வது பெருமக்கள் மடியில் உட்கார்வது போலவும் வல்லி நாயகனை ஆலிங்கனம் செய்வது பெருமக்களை ஆலிங்கனிப்பது போலவும் அமைந்து புல்லரிப்பதாக இருக்கிறது என்று ரசிக குலம் ஆனந்தித்துள்ளது. இருப்பினும் சண்டைக் காட்சிகளை 3Dயில் தவிர்ப்பது நல்லது என்று குலத்தின் சிலர் கருதி யுள்ளனர். கதாநாயகன் வில்லன் தலையில் பாறாங்கல்லைத் தூக்கிப் போடுவது பெருமக்களின் தலைகளில் போடுவது போல் தோன்றி அவர்களை அச்சுறுத்தியிருக்கிறது.

வானொலி

சென்னை. 4-4-85. 2-4-85 அன்று இரவு ஒலிபரப்பப் பட்ட காதலா வாழ்க்கையா என்ற வானொலி நாடகம் சுரத்தே இல்லாமல் இருந்தது என்றும், துக்கம்-இன்பம், வேண்டுகோள்- கட்டளை, காதல்-பிரிவுத் துயர் எல்லாம் ஆண்டு அறிக்கை வாசிக்கும் குரலில் அமைந்திருந்தது என்றும் வருந்தி, கதாபாத்திரங்களைச் சற்று உணர்ச்சிவசப்பட்டுச் சொல்லக் கோரி, 1,12,542 வானொலி நேயர்களிடமிருந்து வேண்டுகோள் கடிதங்கள் இதுவரை வந்திருக்கின்றன. இவைகளை வானொலி நிலையத்தார்க்குச் சமர்ப்பிக்குமாறு இவர்கள் கோரியுள்ளனர். நேயர்களின் விருப்பத்திற்கிணங்க வானொலி நிலைய இயக்கு

நரிடம் மக்கள் தினசரி இன்று தன் பிரத்தியேக பிரதிநிதியான எம். கார்ல் ஜாய்ஸ், M.A., M.B.A., M.O.L., M.Phil. Ph.D., Dip. Journalism–ஐ அட்லஸ் துவிச்சக்கர வண்டி மூலம் மதியம் 2–00 மணியளவில் அனுப்பவிருக்கிறது. இவர் மக்கள் தினசரி எஸ்டேட்டிலிருந்து புறப்பட்டு, அண்ணா சாலை, பெஸண்ட் சாலை, டாக்டர் நடேசன் சாலை வழியாகக் கடித மூட்டையைச் சுமந்தவாறே சுமார் 3–30 மணியளவில் வானொலி நிலையத்தை வந்தடைவார். வேண்டுகோள் விடுத்த அன்பர்கள் வழியில் அவரைப் போதிய அளவு உற்சாகப்படுத்துமாறு கேட்டுக் கொள்ளப்படுகிறார்கள்.

*

சென்னை. 4-4-85. காலை நேரங்களில் 'இஷ்க், இஷ்க், ம்மா, ம்மா' போன்ற இன்ப முனகல்கள் நிறைந்த காதல் சங்கீதங்களை வானொலியில் முழக்க வேண்டாம் என்று விஜய் உம்ரீகர் என்ற நடுத்தரக் குடும்பஸ்தர் கேட்டுக்கொண்டிருக்கிறார். தத்தம் ஜோலிகளைப் பார்க்க அலுவலகங்களுக்கோ தொழிற் சாலைகளுக்கோ விரைய வேண்டிய நேரங்களில் ஒரு இளம் பெண்ணின் பொன் மேனி உருகிக்கொண்டிருப்பதும் அவள் ஆசை பெருகிக்கொண்டிருப்பதும் போன்ற அந்தரங்கப் புனிதங் களைப் பகிரங்கமான பொது விஷயங்களாக்கி விடுவதால் ஒருவன் தன் மனைவியுடனோ, கனவில் தன் காதலியுடனோ கழித்த சற்று வித்தியாசமான முந்தைய இரவுப் பொழுதை இவ்வினிமைகள் நினைவூட்டிப் பொழுது விடியாவண்ணம் செய்து விடுவதால் அலுவல்களுக்கு ஊறு விளைகிறது என்று இவர் கருதுகிறார். வானொலி இவரது நியாயமான வேண்டு கோளை ஏற்குமா என்பதைப் பொறுத்திருந்து பார்ப்போம்.

தொலைக்காட்சி

சென்னை. 4-4-85. இனி, நாக தேவதை, நாக கன்னி, நாக சக்தி, நாக பஞ்சமி, பால நாகம்மா போன்ற படங்களை தொலைக்காட்சியில் காண்பிக்க வேண்டாம் என்று மயிலையில் வசிக்கும் நாகராஜ் வேண்டிக்கொண்டிருக்கிறார். இவர் வீட்டுக்குப் பின்னால் புளியமரம் ஒன்று வானளாவ வளர்ந் திருக்கிறது. அதில் சர்ப்பங்கள் நடமாடுவதாக இவர் முழுமை யாக நம்புகிறார். தொலைக்காட்சியில் நாகங்கள் வரும்போது, கூடவே வரும் திடுக்கிடச் செய்யும் திகில் சங்கீத நாதத்தில், தொலைக்காட்சி-படக்காட்சி-வானொலி சூழ்நிலையில் வாழும் நகர்ப்புற நவீனகால நாகங்களுக்கு உற்சாகம் ஏற்பட்டு இல்லத் தில் வந்து குதூகலிக்க ஆரம்பிக்கும் அபாயம் விளையலாம்

என்றும், தான் பிள்ளைகுட்டிக்காரன் என்றும், தொலைக் காட்சிக்காரார்கள் தன்மீது கருணை காட்டுமாறும் கண்ணீரும் கம்பலையுமாக இவர் வேண்டிக்கொண்டிருக்கிறார். இவருடைய கோரிக்கையை மக்கள் தினசரி ஆதரிக்கிறது.

சென்னை. *4–4–85.* ஆந்திராவில் கூடூர் அருகில் உள்ள வாராகலி என்ற குக்கிராமத்திலிருந்து நேற்று சென்னை வந்தடைந்த கொண்டையா என்ற *69* வயதானவர் மந்தை வெளியிலுள்ள தன் தம்பி இல்லத்தைக் காலை சுமார் *8–30* மணியளவில் வந்தடைந்தார். பயணக் களைப்பு நீங்க இரவு *8* மணி வரை நன்றாக ஓய்வெடுத்துக் கொண்ட இவர், தம்பி மகன் நீலகாந்த் அழைத்ததன் பேரில் பக்கத்து வீட்டுத் தொலைக்காட்சியில் ஒளியும் ஒலியும் நிகழ்ச்சியைக் கடைசி வரை கண்டுகளித்தார். நகர்ப்புறச் சூழல், திரைப்படம், வானொலி, தொலைக்காட்சி இவற்றை அதுவரை கண்டிராத இவர் முதன்முதலாகத் தொலைக்காட்சியை அன்றைக்குப் பார்த்தார். ஒரு ஆடல்–பாடல் இவரை மிகவும் கவர்ந்தது. ஒரு வாலிபனும் இளம் பெண்ணும் அதில் கலந்துகொண்டனர். இருவரும் கடலோரத்தில் ஆடிக்கொண்டே பாடினர். திடீரென்று கடலில் நீராடினர். மீண்டும் கரையில் ஆடிப்பாடி அகமகிழ்ந்தனர். பின் நீர்ப்பரப்புக்குக் கீழே ஒரு ஆமை, பல மீன்கள் முதலியன நீந்தின. இவைகளுக்கு நடுவில் இசை முழங்க அந்தப் பையனும் பெண்ணும் மூச்சுபிடித்து நீருக்கடியில் நீந்தினர். அடுத்த கணம் கரைக்குக் காய்ந்த ஆடைகளுடன் திரும்பி வந்து மீண்டும் ஆடல் பாடலைத் தொடர்ந்தனர். அடுத்து, பெண் ஒரு படுக்கையிலும், பையன் ஒரு படுக்கையிலும் புரண்டு புரண்டு பாடினர். மீண்டும் கரை. ஆடல்–பாடல். காட்சி முடிந்தது. கொண்டையா இதைப் பற்றிப் பிரஸ்தாபித்த போது, நீலகாந்த் ‘அது ஒரு காதல் காட்சி’ என்று விளக்கினார். மிகவும் அற்புதமாக இருந்தது என்றும், இவ்வளவு குறுகிய காலத்தில் துரிதகதியில் ஆடிப்பாடி, நீரில் மூழ்கி, படுக்கையில் புரண்டு, மீண்டும் ஆடிப்பாடுவதற்கு அசாத்தியத் திறமை வேண்டும் என்றும், என்ன இருந்தாலும் கல்யாணம் செய்து கொள்ள இவ்வளவு சிரமம் தன் காலத்தில் அவர் பட்டதில்லை என்றும் வியந்தார். இது நாகரிக வளர்ச்சி என்று நீலகாந்த் கூற, இது மிகவும் சிக்கலாக இருக்கிறது என்றும், நாகரிக வளர்ச்சி இவ்வளவு கஷ்டங்களை விளைவித்திருக்கும் போது அது அவசியம்தானா என்று வினவி வேதனைப்பட்டார். ஆடல், பாடல், நீரில் மூழ்குதல் போன்றவை தெரியாதவர்கள் திருமணம் செய்துகொள்ள முடியாததை நினைத்து மிகவும்

மனவருத்தம் அடைந்தார். தன் காலம்போல் இப்பொழுது சமாச்சாரங்கள் சுலபமாக இல்லை என்று அங்கலாய்த்துக் கொண்டார்.

இலக்கியம்

சென்னை. 4-4-85. இந்த ஆண்டு இலக்கிய பீடம் பரிசு பெற்ற ஜேம்ஸ் நற்குணத்திற்குக் குழு ஒரு வேண்டுகோள் விடுக்கிறது. தனது புகைப்படத்தை இனி புத்தகத்தின் பின்பக்க முன்பக்க அட்டையில் வெளியிடாமல் இருக்க வேண்டுமென்று. உருவம் பார்க்கச் சகிக்காமல் இருப்பதால் அது மற்றவர்களை ஹிம்சிப்பதாகும் என்றும், அஹிம்சாவாதிகளாகிய நாம் வன் முறையில் இறங்குவது அகோரமானது என்றும் கூறிக்கொள் வதுடன் அவர் பரிசு பெற்றதற்கு நல்வாழ்த்துகள் தெரிவித்துக் கொள்கிறது. அவரது இலக்கியப் பணி தொடர்ந்து செயல்பட எல்லாம் வல்ல இறைவனை வேண்டிக்கொள்கிறது.

*

சென்னை. 4-4-85. இலக்கியக் கூட்டங்களில் அரசியல் வாதிகள்போல் எழுத்தாளர்கள் முழங்குகிறார்கள் என்று வி.ஆர். காங்கேயன் சங்கடப்பட்டுள்ளார். அவர்கள் எழுதுவதோடு தங்கள் பணியை முடித்துக்கொள்ளலாம் என்று மக்கள் தினசரி கருதுகிறது. இலக்கியத்தில் அரசியல் நெடியடிப்பது அவ்வளவு அழகல்ல என்பது யாவரும் அறிந்ததே. இதை எடுத்துக்கூற வேண்டிய நிலை ஏற்பட்டிருப்பதை மக்கள் தினசரி அபாக்கிய மாகக் கருதுகிறது.

*

திருவண்ணாமலை. 4-4-85. Jefferis Kuprin எழுதிய Yashima, the Pit என்ற புதினத்தைப் படித்திருந்த எச். கந்தப்பன் அது அவர் மனதிற்குப் பிடித்திருந்ததால் அதே ஆசிரியர் எழுதிய Yashima, the Hello-hole என்ற புதினத்தைப் படித்திருக் கிறார். இரண்டு புதினங்களும் ஒன்றே என்றும், தலைப்பும் அட்டையும்தான் வேறுபட்டிருக்கின்றன என்றும் அறிந்து கொண்ட ஆத்திரத்தில், தன் நேரத்தையும், பணத்தையும் விரயமாக்கிய பதிப்பகத்தார் மீது வழக்குத் தொடுத்துள்ளார்.

*

கும்பகோணம். 4-4-85. தமிழ் எழுத்தாளர் சங்கம், பாலுறவை மையமாக வைத்து சிறந்த புதினங்களை நேர்த்தி யாகத் தொடர்ந்து எழுதித் தொண்டாற்றிவரும் வனிதவாணனுக்கு நேற்று மாலை 7-00 மணியளவில் எல்.எம். கலையரங்கத்தில்

நடைபெற்ற இலக்கியக் கூட்டத்தில், 'தமிழ் உலக ஹெரால்ட் ராபின்ஸ்' என்ற பெயர் சூட்டிக் கௌரவித்துள்ளது. விழாவில் கலந்துகொண்ட எழுத்தாளர்கள் அனைவரும் இவர் பாலியல் எழுத்துத் துறையில் ஆற்றிவரும் புனிதப்பணியை வாழ்த்தி வணங்கினர்.

*

சென்னை. *4–4–85.* திடீரென்று ஒன்றன்பின் ஒன்றாக நான்கு நடிகர்களும் இரண்டு நடிகைகளும் தந்தை, பூட்டு, மஞ்சள், தாழை, சந்தோஷ பத்திரிகைகளில் தொடர்கதைகள் எழுத ஆரம்பித்துள்ளது குறித்து முற்போக்கு எழுத்தாளர்கள் சங்கம் மூக்கின் மீது விரலை வைத்துக்கொண்டுள்ளது. இவ்வியப்பு ஆனந்தமா, உற்சாகமா, சந்தேகமா என்பதைச் சங்கம் சரிவர விளக்கவில்லை.

புதுமை

கடலூர். *4–4–85.* திரையுலகப் புகழ் எலிஸபெத் சௌந்தர்யாவுக்கு இன்று தலைவர், உபதலைவர், செயலாளர், உபசெயலாளர், பொருளாளர், ஆலோசகர் கொண்ட ரசிகர் மன்றம் ஒன்று துவக்கி வைக்கப்பட்டுள்ளது. மன்றங்கள் தங்களுக்கு மட்டும்தான் என்று இறுமாந்துகொண்டிருக்கும் ஆண் கலைஞர்களுக்கு இது ஒரு தாங்கமுடியாத சாட்டையடியாக அமைய வாய்ப்பிருக்கிறது.

சாதனை

பெங்களூர். *4–4–85.* ஒருவர் எந்த மனநிலையில் இருக்க விரும்புகிறாரோ அந்த மனநிலையில் இருக்கச் செய்யவைக்கும் பல மாத்திரை வகைகளை டாக்டர் நீலசமுத்திரம் கண்டுபிடித்துள்ளார். இவரைக் கௌரவிக்கும் வகையில் எல்.பி. ஹாலில் நேற்று மாலை *6–00* மணியளவில் விழா ஒன்று நடந்தது. இவர் உளவியல் மருத்துவத்திற்குச் செய்துள்ள இந்தப் பிரமிக்கத்தக்க சேவையை மேதகு ஆளுநர் பாராட்டி மருத்துவபூரணர் என்ற கௌரவப் பட்டத்தை வழங்கினார். மிகவும் குஷியாக இருக்க உதவும் தயாரிப்பின் முதல் குளிகையைப் பல அலுவல்களுக்கிடையில் பாராட்டு விழாவுக்கு வருகை தந்திருந்த மருத்துவ சுக வாழ்வுத் துறை அமைச்சர் பெற்றுக்கொண்டார்.

கிளர்ச்சி

சென்னை. *4–4–85.* தான் வழக்கமாக டீ சாப்பிடும் நஸ்ரீனா தேநீர் விடுதியில் சென்ற ஒரு வாரமாக கப்புகள் சரிவரக் கழுவப்படாமல் அதன் விளைவாக வகைப்படுத்த

இயலாத மனதிற்கு ஒவ்வாத ஒருவித வீச்சம் அவைகளில் அடிப்பதைக் கண்டிக்கும் வகையில் ராஜ் நாயக் தன் நண்பர்கள் 50 பேருடன் பாதயாத்திரை மேற்கொள்ளவிருக்கிறார். பாத யாத்திரை நாளை காலை 5–00 மணியிலிருந்து 5–25 வரை நடைபெறும். யாத்திரை நாயக்கின் இல்லமான 86, வி.எம். தெருவிலிருந்து புறப்பட்டு டாக்டர் ராதாகிருஷ்ணன் சாலை வழியே சென்று இச்சாலை ராயப்பேட்டை நெடுஞ்சாலையைச் சந்திக்கும் இடத்திலுள்ள போக்குவரத்து மின் சமிக்ஞைகளுக்குச் சிறிது முன்னால் அமைக்கப்பட்டுள்ள நஸ்ரீனா விடுதியை வந்தடையும். இந்த யாத்திரைக்கு அனைத்திந்திய வெளியில் தேநீர் அருந்தும் அன்பர்கள் இயக்கம் அமோகமான ஆதரவை அளித்துள்ளது மிகவும் குறிப்பிடத்தக்கது. அ.வெ.தே.அ.அ. இயக்கத் தலைவர் பி.கே. ஹபிபுல்லாவுக்கும் உப தலைவர் எஸ்.என். குல்கர்னிக்கும், துணைத்தலைவி செல்வி எம்.பி. அலமேலுவுக்கும், இணைத்தலைவி திருமதி சீதாலக்ஷ்மணாவுக்கும், மக்கள் தினசரி தன்னால் ஆன நல்வாழ்த்துகளை மனப்பூர்வமாகத் தெரிவித்துக்கொள்வதுடன், சமூக அநீதிகளைக் கண்டிப்பதில் கண்ணும் கருத்துமாய் இருக்கும் இந்த இயக்கத்தின் பணி தொடர்ந்து செவ்வனே நடைபெற இப்பொழுது புழக்கத்தில் இருக்கும் எல்லாம் வல்ல முப்பத்து முக்கோடி தேவர்களையும் யேசுநாதரையும், அல்லாவையும், புத்த பிரானையும் வேண்டிக்கொள்கிறது.

*

தொலைக்கப்பட்டவர்கள்

காணவில்லை

பெயர்: திரு.பி. கண்ணபிரான்

வயது: 63

புகைப்படம்:

விலாசம்: கே. கோவிந்த நாயகன் (மூத்த மகன்)
18, கென்னடி சந்து
எழும்பூர்
சென்னை – 600 008

இவர் நேற்று பிற்பகல் 2–00 மணியிலிருந்து காணவில்லை. இவரை உயிருடன் பிடித்து மேற்கூறிய விலாசத்தில் சேர்க்குமாறு இவரின் குடும்பத்தினர் வேண்டுகின்றனர். இவரால் பிறருக்கு

யாதொரு புண்ணியமும் இல்லாத காரணத்தினால் இவரை அழைத்து வருபவருக்கு எந்தவித வெகுமதியும் அளிக்கப்பட மாட்டாது. இருப்பினும், குடும்பத்தில் ஒரு கை குறையும்போது கொஞ்சம் சங்கடமாகத்தான் இருக்கிறது என்று குடும்பத்தினர் மனம் வருந்துகிறார்கள். காணாமல் போன ஒருவரைக் குடும்பத்தினர் காணத் துடிப்பது மென்மை உணர்வுகளின் சடங்கு என்பது அனைவருக்கும் தெரிந்ததுதான். இந்தச் சடங்கு வேட்கையைத் தணிக்க உதவுமாறு குடும்பத்தினர் வேண்டிக் கொள்கிறார்கள். காணாமல் போனவரின் முக்கிய அடையாளம்: இவர் சற்றுப் புத்தி ஸ்வாதீனமுள்ளவர்.

*

பெயர்: செல்வன் ஐ. ராஜேஷ்

வயது: 6

புகைப்படம்:

விலாசம்: எல். ஐயப்பன் (தந்தை)
45, ஜவஹர் நகர் முதல் தெரு
சென்னை – 600 082

முக்கிய அடையாளம்: இடது கால் கட்டை விரலில் நகம் மூடியிருக்கும் சதைமேல் குண்டூசிமுனை அளவு லேசான பழுப்பு நிற மச்சம் இருக்கும். சற்றுச் சிரமப்பட்டு உற்றுப் பார்த்தால் நன்றாகவே தெரியும்.

இவன் நேற்று மதியம் 3–00 மணியிலிருந்து வீட்டில் இல்லை. இந்தப் பாலகனைக் கண்டுபிடிப்பவர் தனவந்தராக இருக்கும்பட்சத்தில் தானே அவனைப் பொறுப்பேற்று வளர்க்கும்படிக் கோரப்படுகிறார். அப்படி இல்லாமல் இருக்கும் பட்சத்தில் மனிதாபிமானம் படைத்த ஒரு செல்வந்தரிடம் அவனை வளர்க்க வேண்டி ஒப்படைத்துவிடுமாறு கேட்டுக் கொள்ளப்படுகிறார். சிறுவனுக்குச் சகலவித சௌகரியங்களும் செய்துகொடுத்து கல்வி போதிய அளவு புகட்டி வளர்க்குமாறு கண்டுபிடித்த அல்லது புகலிடம் அளித்த தனவந்தர் வேண்டிக் கொள்ளப்படுகிறார். வளர்ப்புப் பிள்ளைதானே என்று சரிவர அவனைப் பராமரிக்காவிடில் தனவந்தர் தெய்வ நிந்தனைக் குள்ளாவார் என்பதில் காணாமல் போகவிட்ட குடும்பத் தினருக்கு எவ்வித ஐயப்பாடும் இல்லை.

சமூக சேவைகள்

சென்னை. 4–4–85. முன்னணி நடிகை செல்வி அம்புஜ்ஸ்ரீ ஞாயிறு 7–4–85 அன்று காலை 9–00 மணியளவில் ராஜா

கிராமணித் தோட்டத்தில் குடில்களுக்கு நடுவில் குறுக்கும், நெடுக்குமாக இழைந்தோடும் பாரத மண் சாலைகளில் குறைந்தது மூன்றையாவது பெருக்கி, தம்மால் இயன்ற அளவு சுத்தம் செய்யவிருப்பதாக எங்கள் விசேஷ நிருபரிடம் கூறினார். இப்பொதுப்பணி சுமார் 45 நிமிடங்கள் நடைபெறும். சமூக சேவையின்போது செல்வி அம்புஜ்ஸ்ரீ அவர்கள் ஒப்பனைகள் எதுவுமின்றி இயற்கை எழிலுடனும், சாதாரணப் பிரஜைகள் கட்டும் தறிப் புடவை ஒன்றை அணிந்து பாமர மக்களுள் ஒருவராயும் காட்சி தருவார் என்பது வியக்கத்தக்கவகையில் குறிப்பிடத்தக்கது. இம்மாதம் முழுவதும் ஒவ்வொரு ஞாயிறும் வசதி படைக்காத அக்ரஹாரங்களில் ஏதோ ஒன்றை 45 நிமிடங்கள் சுத்தீகரிக்கப்போவதாக இந்த முற்போக்கு நடிகை பார்வதி பரமேஸ்வரனிடம் ஒப்புக்கொண்டிருக்கிறார். தனது பொமரேனியன் நோய்வாய்ப்பட்டிருந்து, மேற்கூறிய தெய்வ தம்பதிகளின் துணையால் உடல் நலம் பெற்றதற்குக் கைமாறாக இந்தச் சேவையை இவர் மேற்கொண்டிருப்பது இவர் ஒரு பக்தை என்பதைத் தெள்ளத் தெளிவாக்குகிறது.

*

சென்னை. 4–4–85. நேற்று காலை சுமார் 9–30 மணியளவில் எங்கள் நிருபர் சைமன் பைலட் தியேட்டர் அருகில் சாலையின் ஓரமாக நகர்வலம் வந்துகொண்டிருந்தார். இளம் ஜோடி ஒன்று mini scooter ஒன்றில் ஆளுக்கொரு walkman வைத்துக்கொண்டு ஜன சந்தடி, போக்குவரத்து நெரிசல் இவைகளுக்கு நடுவில் வளைந்து வளைந்து உல்லாசச் சவாரி செய்துகொண்டிருப்பதைக் கண்ணுற்றார். இளம் காதலர்களைச் சற்றே நிறுத்தி அவர்கள் இசை வெள்ளப் பயணம் செய்வதைக் கண்டு தான் சந்தோஷிப்பதாகவும், இருப்பினும் ‘வீட்டில் சொல்லிவிட்டு வந்த ஒருவன்’ எவனாவது ஸ்கூட்டரில் மாட்டி, புறஉலகச் சூழலிலிருந்து ஒரேயடியாகப் பிரிந்துபோய், இவர்கள் அவனுக்கு requiem பாட வேண்டிவந்தால் அந்தச் சங்கீத குதூகலம் அவ்வளவு இனிமையான ஆனந்தமாக இராது என்றும் அவர்களிடம் தன் கருத்தைத் தெரிவித்தார்.

பத்திரிகை நிருபர்கள் பொதுப்பணியில் தங்களை ஈடுபடுத்திக் கொள்வது மிகவும் ஆரோக்கியமான ஆர்வமாக மக்கள் தினசரி கருதுகிறது. குறிப்பாக மக்கள் தினசரியின் சைமன் அவ்வாறு செய்யும்போது.

தேசிய விளையாட்டுப் போட்டி

சென்னை. 4–4–85. ஒரு அவித்த முட்டையை ஓடுடன் சாப்பிட்டால் ரூ. 25ம் ஒரு பிளேட் சிக்கன் பிரியாணியும் பரிசு

தருவதாக பாபு என்பவர் தன் நண்பர்கள் குழாமில் அறிவித்தார். நண்பர் வேல்முருகன் சவாலை ஏற்றுக்கொண்டார். மாலை சுமார் 6–30க்கு பாபுவும் வேல்முருகனும் திருவல்லிக்கேணி பாரதிசாலையில் கோஷாஸ்பத்திரி என்றழைக்கப்படும் கஸ்தூரிபா காந்தி தாய்சேய் மருத்துவமனை அருகில் அமைந்துள்ள ஹோட்டல் எக்ஸ்ஸல்லில் நுழைந்தனர். சரியாக 6–40க்குப் போட்டி ஆரம்பமாகியது. முதலில் ஓட்டைச் சிறு துண்டுகளாக ஆக்கி முட்டையுடன் சேர்த்து பற்களால் நன்றாகக் கூழ் செய்து போட்டியாளர் மென்று விழுங்கினார். போட்டி சரியாக 8–00 மணிக்கு நிறைவு பெற்றது. வெற்றி பெற்ற வேல்முருகன் பரிசை அனுபவித்து மகிழ்ந்தார்.

சமயம்

மதுரை. 4–4–85. முகமது ஹனீஃபா என்ற 25 வயது வாலிபர் பிள்ளையார் எறும்பு ஒன்றைப் பேனாக்கத்தியால் குத்தி அறுத்துக் கொலை செய்திருக்கிறார். மதத்துவேஷத்தை வளர்க்கும் வகையில் இந்த அராஜகச் செயல் அமைந்துள்ளதால் தேசிய ஒருமைப்பாடு சட்டத்தின் கீழ் இவர் கைது செய்யப் பட்டுள்ளார்.

*

சேலம். 4–4–85. கோவிலில் தெய்வீகச் சொற்பொழிவுகளை ஆற்றும்போது தாய்க்குலத்தின் எதிரில் முடி நிறைந்த திறந்த மார்பைக் காட்டிக்கொண்டு அவ்வாறு செய்வது அநாகரிகமாக இருப்பதாகவும், சட்டை அணிவது அபசாரம் ஆகிவிடப் போவதில்லை என்றும் திருமதி பங்கஜம் ராஜமூர்த்தி என்ற இல்லத்தரசி தன் கருத்தைத் தெரிவித்திருக்கிறார். உளவியலில் பரிச்சயம் உள்ள இவர் பிரசங்கிகளின் இச்செய்கையை வக்கிரப் பாலுணர்வின் exhibitionism என்ற வகையின் வெளிப்பாடாக இதைக் கருதுகிறார்.

*

ஆண்டிப்பட்டி. 4–4–85. ஆண்டிப்பட்டி ஆதீன குரு, மதக் குருக்கள் சினிமாவில் சேர்ந்து நடிப்பதை வன்மையாகக் கண்டித்துள்ளார். தவத்திரு தெய்வ அன்பு கிருபைவரம், ‘உண்மையாக உழைத்து நாலு காசு சம்பாதிப்பதை மதம் தடுப்பது உசிதமல்ல’ என்று அதற்குப் பதிலிறுத்திருக்கிறார். தவத்திரு கிருபைவரம் கௌரி நோன்பு படத்தில் பல காட்சிகளில் தோன்றிப் புகழெய்தியவர் என்பது ரசிகப் பெருமக்கள் அனைவரும் அறிந்ததே.

*

சென்னை. *4–4–85*. தவத்திரு விஜயேந்திர லக்ஷ்மிகரன் அவர்கள் 'புராணம் மனைவியைப் போன்றது. மனைவி கட்டளையிடவும் மாட்டாள். கட்டளையிடவும் கூடாது' என்று இந்த வாரத்திய சோமரசசுரபியில் எழுதியிருப்பதற்கு, பெண் விடுதலை இயக்கத்தின் வடசென்னைக் குழுத் தலைவி செல்வி வைஜயந்தி சந்திரிகா கண்டனம் தெரிவித்திருக்கிறார்.

உளவியல்

சென்னை. *4–4–85*. காசிப்பேட்டை உடல் ஊனமுற்றோர் புனர் வாழ்வு மையத்தில் உயர் உளவியலாளராகப் பணிபுரியும் பால்சந்த் ஜெய்ட்லி சென்னையிலுள்ள புனர்வாழ்வு நிறுவனங் களையும் உளவியல் துறைசார் நிறுவனங்களையும் பார்வையிட நேற்று மதியம் சென்னை வந்திருக்கிறார். சென்னை பச்சாங் கரையிலுள்ள மனநலக்காப்பகத்தைச் சுற்றிப் பார்த்திருக்கிறார். அங்கு பணிபுரியும் மருத்துவ உளவியலாளரான கண்பத் ராஜிடம் அன்று மாலை அலுவல் முடிந்ததும் சிரமமில்லை யெனில் பிரசித்தி பெற்ற கபாலீஸ்வரர் கோவிலுக்குத் தன்னை அழைத்துப் போகுமாறு கோரியிருக்கிறார். காசிப்பேட் உளவிய லாளருக்குச் சிற்பக் கலையில் ஈடுபாடு இருப்பதாக நினைத்து கண்பத்ராஜ் மாலை *6–00* மணியிலிருந்து *7–30* மணிவரை திருக்கோவிலைச் சுற்றிக் காண்பித்திருக்கிறார். ஜெய்ட்லி எல்லாச் சாமிகளையும் ஒன்றுவிடாமல் கும்பிட்டு, ஒரு சாமிக்கு அர்ச்சனையும் செய்வித்து, விபூதி, குங்குமம் நெற்றியில் இட்டுக் கொண்டு, தன் குடும்பத்தினருக்கு எடுத்துச் செல்வதற்காக இட்டுக்கொண்டதின் மீதியை ஒரு காகிதத்தில் பொட்டலமாகக் கட்டிக்கொண்டு, பிறகு வெளிப்பிரகாரத்தில் தேங்காய், பழம், சாப்பிட உட்கார்ந்து கண்பத்தையும் அவைகளைப் பகிர்ந்து கொள்ளுமாறு வேண்டியிருக்கிறார். இவைகள் மட்டுமின்றி கோவிலை விட்டு வெளிவரும் சமயம் 'Lord Kabaleeshwara has a real effect on me' என்று மது அருந்திய போதையில் இருப்பவர் போல் வியந்திருக்கிறார். உளவியல் துறைக்குப் பங்கம் விளை விக்கும் வகையில் இவரது நடத்தை அமைந்திருந்ததாலும் இவருக்கு மனப்பிரமை பயங்கரமாகத் தட்டியிருக்கிறது என்று கண்பத்ராஜ் நினைத்ததாலும் இவரை உளவியல் மருத்துவத்திற்கு உடனே உட்படுத்துமாறும், உளவியல் துறையை விட்டு நீக்கி, சிகிச்சை முடிந்ததும் ஒரு மடத்தில் சேர்த்துவிடுமாறும், இத னால் இவரது குடும்பம் பாதிக்கப்படுமென்பதால் மாதா மாதம் அதற்கு ரூ.*999.85* உளவியலாளர் மனநலக் காப்புத் தொகையி லிருந்து நன்கொடையாக வழங்குமாறும் கோரி உளவியல் தொழிலதிபர்கள் சங்கத்திற்கு கண்பத்ராஜ் ஆலோசனைக்

கடிதம் ஒன்றை அனுப்பியிருக்கிறார். உளவியல் தொழிலாளர்கள் சங்கத் தலைவர் ஆர். தாகூர்தாஸ் இந்த அசம்பாவிதத்திற்கு ஆழ்ந்த அனுதாபம் தெரிவித்திருக்கிறார்.

*

சென்னை. 4–4–85. தஞ்சை ஊனமுற்றோர் தொழிற் பயிற்சி நிறுவனத்தைச் சேர்ந்த உயர் உளவியலாளர் டாக்டர் வி. கணேச சுப்ரமணியம் நேற்று மாலை சென்னை கீழ்ப்பாக்கம் மருத்துவக் கல்லூரியில் நடைபெற்ற அனைத்திந்திய உளவியல் கருத்தரங்கில் பேசுகையில், 'மனநோயாளிகள் தங்கள் மனக் கண்களில் கடவுளைக் காண்பதாக அவர்கள் கூறக் கேட்டிருக் கிறேன். உண்மையிலேயே அவர்கள் காண்பது ஏன் கடவுளாக இருக்கக் கூடாது? நாம் ஏன் அதை நம் குறுகிய உளவியல் கண்ணோட்டம் மட்டும் கொண்ட பார்வை சம்பந்தப்பட்ட மனப்பிரமை என்று ஒதுக்க வேண்டும்?' என்று தன் சுதந்திர சிந்தனையை வெளியிட்டார். இதை ஆமோதித்துப் பேசிய உளவியலாளர் டி. சீதாபதி, 'பல தலைகள், பல அவயவங்கள் கொண்ட அதீத உருவங்கள் படைத்த ஆண்பெண் கடவுள்கள் நம் புனித ஆலயங்களை அலங்கரிக்கும் போது மூன்று தலைகள் கொண்ட பிரும்மாவை மனக்கண்களில் காண்பவன் மட்டும் எப்படி மனநோயாளி ஆக இருக்க முடியும்! ஹனுமாரையும் விநாயகரையும் தியானத்தில் தத்ரூபமாக நேரில் காணும் நம் ஞானிகளை எவ்வகையில் சேர்ப்பது?' என்று வியந்தார். கருத்தரங்கத் தலைவர் டாக்டர் எல்.எம். வடிவேல், M.D. (Paed), D.M. (Neuro), D.P.M., M.R.C. Psych (London) உளவியலில் சுதந்திரச் சிந்தனையைக் கலைப்பது அபாயகரமானது என்றும் அவ்வாறு செய்வது துறையைக் களங்கப்படுத்துவதாகும் என்றும் திட்டவட்டமாகத் தன் உரையில் தெரிவித்தார்.

*

சென்னை. 4–4–85. 10 ஆண்டு காலமாக உளவியல் மருத் துவச் சிகிச்சை பெற்றுக்கொண்டே, குடும்பம் நடத்திக் கொண்டும், அரசாங்க அலுவலகம் ஒன்றில் கண்ணியமாகப் பணியாற்றிக்கொண்டும் இருக்கும் ஒருவர் இரு வாரங்களுக் கொரு முறை மனநலக் காப்பகப் புறப்பிணியாளர் பகுதிக்கு மாத்திரைகள் வாங்க வருவதை பால்வினை நோய்க்குச் சிகிச்சை பெறுவதற்கும், தேவடியாள் இல்லத்திற்குச் செல்வதற்கும் வேண்டிய ரகசிய, யாருக்கும் தெரியாமல் செய்யும் காரியமாகவே இன்னும் செய்ய வேண்டிய அவல நிலையைக் குறித்து மன வருத்தம் தெரிவித்திருக்கிறார். எனக்கு Diabetes நோய் இருக் கிறது என்று சொல்வதற்கும், எனக்கு Schizophrenia Paranoid

நோய் இருக்கிறது என்று சொல்வதற்கும் பயங்கரமான வித்தியாசம் இருக்கிறது என்று இவர் சங்கடப்பட்டுக்கொள்கிறார்.

*

சென்னை. 4-4-85. மனநலக் காப்பகத்தில் பீடி என்பது ஒரு அரிதான பொக்கிஷம். இன்று காலை காப்பகத்தின் சூப்பரின்டென்டென்ட் தனியாக ஒரு பிரிவிலிருந்து மற்றொரு பிரிவுக்குச் சென்றுகொண்டிருந்தார். சீருடை அணிந்த மனநோயாளி ஒருவர் ஒரு செடியின் நிழலின் ஆனந்தத்தையும் பீடிப்புகையின் சந்தோஷத்தையும் ஒரே சமயத்தில் அனுபவித்துக் கொண்டிருந்தார். ஆத்திரமடைந்த மருத்துவ அதிகாரி, 'நான் ஹாஸ்பிடல் சூபர். என் எதிரிலேயே எவ்வளவு திமிர் இருந்தால் பீடி பிடிப்பாய்!' என்று கர்ஜித்திருக்கிறார். கொஞ்சமும் அலட்டிக் கொள்ளாத நோயாளி, 'நானும் இதே கதையைச் சொல்லி, சீருடை அணிந்து மாறு வேடத்தில் கண்காணிக்க வந்ததாக மிரட்டி ஒரு கட்டு பீடியையும் ஒரு வத்திப் பெட்டியையும் ஒரு அப்பாவி நோயாளியிடமிருந்து பறிமுதல் செய்தேன். நீ தேவலாம். வார்டன் யாருடையதோ ஒரு சட்டை பேண்ட் கோட்டை வாங்கி அணிந்து என்னிடமே வந்து கதை விடுகிறாய். பார்த்துப்போ நைனா' என்று கூறி விடை கொடுத்திருக்கிறார்.

பொருள்களின் நிலவரம்

வாணியம்பாடி. 4-4-85. நேரு சாலையிலுள்ள டெலி விஷன்ஸ் தொழிற்சாலையில் டர்னராகப் பணிபுரியும் இ. துரைக்கண்ணன் நான்கு மணி நேரம் அதிகமாக வேலை செய்துவிட்டு நேற்று இரவு 8-00 மணியளவில் நடந்து வீடு திரும்பிக்கொண்டிருந்தார். தன்னைச் சிறிது ஆசுவாசப் படுத்திக் கொள்ள எண்ணி வழியில் ஒரு கடையில் 20 பைசாவுக்கு இந்திரன் பீடி வாங்கினார். முதல் பீடியைப் பற்றவைத்த இவர் புகையில் கரப்பு சம்பந்தப்பட்ட துர்சுகந்தம் கமழ்ந்ததைத் தாங்கிக்கொள்ள சக்தியற்றவராய் அதை வெறுப்புடன் வீசி எறிந்து, கசப்புடன் காறி உமிழ்ந்தார். மனக்கசப்பைப் போக்கிக் கொள்ள இன்னொரு பீடியைப் பற்றவைத்த இவர் அதிலும் அதேவித சுகந்தம் கமழ்ந்ததில் கொதிப்படைந்தார். இந்திரன் பீடி நிறுவனத்திற்குப் புகார் கடிதம் ஒன்றை அனுப்பியிருக்கிறார். கலப்படம் செய்யப்பட்ட பீடிகளையும், நாள்பட்ட பீடிகளையும் விற்பனை செய்வதைத் தவிர்க்குமாறும், இனிமேல் ISI சான்றிதழ் பெற்றுத்தான் பீடிகளை வெளிக் கொணர வேண்டும்

என்றும், பீடிக்கட்டுகளின் மேல் தயார் செய்யப்பட்ட தேதியும் எந்தக் காலவரையறைக்குள் உபயோகப்படுத்த வேண்டும் என்ற குறிப்பும் சுற்றியிருக்கும் காகித உறையின்மேல் குறிப்பிடப் பட்டிருக்க வேண்டும் என்றும், பாரதர்களாக இருப்போம், பாரதப் பொருட்களையே வாங்குவோம், Be/Buy Indian இத் யாதி இத்யாதி. நிலைத்து நிற்க வேண்டுமானால் தரக்குறைவான பீடிகள் தயாரிப்பதை விட்டுவிடுமாறும் தன் புகாரில் குறிப் பிட்டுள்ளார்.

தொழில் முன்னேற்றம்

வாலாஜாப்பேட்டை. *4-4-85*. நேற்று சங்கர்தாஸ் யாரிடமும் அரட்டையடிக்காமலும், பத்திரிகை படிக்காமலும், நான்கு முறை டீ சாப்பிடுவதற்கு வெளியில் செல்லாமலும் நேரத்தை எந்த விதத்திலும் விரயமாக்காமலும், வாங்கும் காசுக்குத் துரோகம் செய்யாமலும் தன் அலுவலகத்தில் ஒழுங் காக வேலை செய்தார். பாரதம் முன்னேற்றப் பாதையில் தலை தெறிக்க நாலு கால் பாய்ச்சலில் இனி தங்கு தடையின்றி ஓடிக் கொண்டிருக்கும் என்று மக்கள் தினசரி முழுமையாக நம்பித் திளைத்துக்கொள்கிறது. இரண்டு தினங்களாக வாலாஜாபாத்தில் பரவலாகக் காணப்படும் ‘மனந்திருந்துங்கள். பரலோக சாம்ராஜ்ஜியம் சமீபித்து விட்டது’ என்ற வாசகங்கள் தாங்கிய சுவரொட்டிகளுள் ஒன்று இவரைப் பாதித்திருக்கக்கூடும் என்று இவரது சகஊழியர் ஃபிரான்ஸிஸ் கோபாலன் இவரது விசித்திரப் போக்கிற்கான காரணத்தைக் கண்டறிந்துள்ளார்.

*

சென்னை. *4-4-85*. இன்டக்ரேடெட் மோபெட்ஸ் கம்பெனி சேல்ஸ் எக்ஸிகியூடிவ்க்காக நடத்திய நேர்முகத் தேர்வில் எம்.ஏ., சரித்திரத்தை முதல் வகுப்பில் *1972*ஆம் ஆண்டில் தேறிய எல்.ஓ. ராஜேந்தர் தேர்வுபெற்றார். இது இவரது முதல் தொழில் வெற்றியாகும். இவர் கேட்கப்பட்ட கேள்விகளுக்கு எந்தவிதத் தவறும் இல்லாமல் ஆங்கிலத்திலேயே பதிலிறுத்தியிருக்கிறார். உங்கள் பெயர், உங்கள் கல்வித் தகுதி, எந்த ஆண்டில் தேறினீர்கள், உங்கள் பெற்றோர் பெயர், இருப் பிட விலாசம் போன்ற ஞாபக சக்தியை சோதிக்கும் கேள்வி களும், பாரதத்தின் தலை நகரத்தின் பெயர், மாநிலக்கல்லூரி, பல்கலைக்கழகக் கட்டிடம் முதலியன சென்னையில் எந்தப் பகுதியில் உள்ளன, தற்பொழுதைய துணைவேந்தரின் பெயர், பாரதத்திற்கு சுதந்திரம் வாங்கித் தந்த மகானின் பெயர், சென்னையில் கடைசியாக எந்தத் தேதியில் மழைச்சொட்டுகள்

உதிர்ந்தன போன்ற சிக்கலான கேள்விகளும் தேர்வில் கேட்கப் பட்டிருந்தன.

எல்.ஓ. ராஜேந்தர் M.A. (Hist) மக்கள் தினசரியின் நல் வாழ்த்துகளுடன் விரைவில் பதவி ஏற்பார் என்று எதிர்பார்க்கப் படுகிறது. எதற்கும் முதல் மாத ஊதியம் பெற்ற கையோடு திருப்பதிக்குச் சென்று சிரமமில்லையெனில் தலைமுடியைத் துறந்து உண்டியலில் வசதியைப் பொறுத்து ரூ. 11 அல்லது ரூ. 101 போட்டு உத்தியோக நிரந்தரம் பெற வழிகோலிக் கொள்ளுமாறு ஆலோசனை தருகிறது.

இல்லவியல்

சென்னை. 4–4–85. வேலைப்பளு காரணமாக இரவு 9–15க்கு வீடு திரும்பிய சாந்தமூர்த்தி, தன் மனைவி, வீட்டின் அருகிலுள்ள இரு கடைகளில் 20 பைசா டீ பொட்டலங்கள் கிடைக்கவில்லையென்றும், 100 கிராம் டீ பொட்டலம்தான் இருந்தது என்றும் மூர்த்தி போதுமான பணம் கொடுக்காததால் அதை வாங்க இயலவில்லை என்றும் அறிவித்தபோது மிகவும் துக்கமடைந்தார். சிறிது தூரம் தள்ளிப் போனால் சாலை அரு கில் உள்ள பங்க் கடையில் 20 பைசா பொட்டலம் கிடைக்கும் என்பதையும், களைப்புடன் வீடு திரும்பியபோது அது தனக்கு மறந்துவிட்டதையும், மறதியின் தண்டனை தன் தலையில் விடிந்ததையும் தொழிற்சாலையில் லேத் மெஷினில் முதுகொடிய வேலை செய்தது போக, வரவர வீட்டு வேலையையும் செய்ய வேண்டி வந்ததையும் மனைவியிடம் சொல்லி நொந்தார். வீடு திரும்பியதும் இவருக்குச் சூடாக ஒரு பெரிய டம்ளரில் டீ தேவைப்பட்டது. அது இரவு 10–00 மணியானாலும் சரி. இவர் ஒரு டீ வெறியர்; அது இல்லாமல் போனால் இவருக்கு வாழ்க்கையின் அர்த்தம் கணிசமாக மறைந்தும், வாழ்க்கை ஒரேயடியாக அஸ்தமித்தும் விடும். டீ இல்லாத மனக்கசப்பிலும், தூங்குவதற்கு முன் ஏதோ கொஞ்சம் சாப்பிடுவது அவசியம் என்பது நினைவுக்கு வந்தவராக சாப்பிட உட்கார்ந்த இவர், சாதத்தில் நான்கு கற்கள் சிறிதும், நடு அளவும், பெரிதுமாகக் கலந்திருந்ததாலும், அவைகளைத் தன் பற்கள் ஸ்பரிசித்ததாலும் எரிச்சல்பட்டு பாதியில் எழுந்து கை கழுவி, ஒரு பீடி பற்ற வைத்துக்கொண்டு படுக்கையில் படுத்து 'ஒருநாள் சடங்கு ஒழிந்தது. இனி காலை 5–00 மணி வரை உலக உபாதைகளிலிருந்து ஒரு தற்காலிக விடுதலை' என்று மனைவிக்குக் கேட்குமாறு சற்று உரக்கவே கூறினார். மனைவி மேல் இவருக்கு எரிச்சல் தணியவே இல்லை; நாக்கு டீயின் சுவைக்காகத் தவித்துக்

கொண்டிருந்தது. இந்த இரண்டு காரணங்களும் சேர்ந்து கொள்ளவே, இவர் வாழ்க்கையின் கொடூரத்தை மிகவும் குரூரமான வார்த்தைகளால் படுக்கையில் கிடந்தவாறே வர்ணிக்க ஆரம்பித்தார். தொழிற் கல்லூரியில் கற்ற ஆங்கிலம் அவர் பிதற்றலுக்குக் கை கொடுத்தது. ஆங்கிலம் தெரியாத மனைவி தனக்கு வாய்த்ததற்காக எரிச்சலுக்கு நடுவே இவர் ஆண்டவனுக்கு நன்றி தெரிவித்துக்கொண்டார். கணவன் சற்று வித்தியாசமாக நடந்துகொள்வது குறித்து திருமதி மூர்த்தி துணுக்குற்றபோதிலும், 'மனுஷன் காலையில் சரியாகிவிடுவார்' என்ற நம்பிக்கையில் கண்ணயர்ந்தார்.

ஒரு சராசரி நடுத்தர பாரதக் குடும்பத்தின் நிலை மிகவும் சுவாரஸ்யமாக இருக்கிறது என்று மக்கள் தினசரி அபிப் பிராயப்படுகிறது.

*

சென்னை. *4–4–85*. நந்தன்குமார் நேற்று இரவு நான்கு மணி அதிக நேரப் பணி செய்துவிட்டு இரவு *8–45*க்குத் தன் இருப்பிடப் பகுதிக்குச் செல்ல வீட்டு வெளிக் கதவைத் தட்டினார். வீட்டுக்காரர் வந்து கதவைத் திறந்தார். 'மணி *11* ஆகிறது. என்ன நினைத்துக் கொண்டாய்? இது வீடா சத்திரமா?' என்று கத்தினார். தரக்குறைவான வார்த்தைகளால் நந்தன்குமாரைத் திட்டினார். திட்டப்பட்டவர் தற்காப்புக்காகச் சில பதிலடிகளைக் காரசாரமாகக் கொடுத்தார். இனி எப்பொழுதும் வீடு வெளிக் கதவைத் தாழிட்டு வைக்குமாறும், வேளாவேளைக்கு, தனக்கும் தன் மனைவிக்கும், குழந்தைக்கும் அவரே காபி, டிபன், சாப்பாடு, இலவச இருப்பிட வசதி முதலி யவைகளை உவந்தளித்து விட்டால் பிரச்சனைகள் சுலபமாகத் தீர்ந்து விடும் என்றும் பதிலின் ஒரு பகுதியில் குறிப்பிட்டார். வீட்டுக்கார வயோதிகர் வாயிலிருந்து சாராய நெடி வீசியது. இதற்குள் நந்தன்குமாரின் மனைவி சப்தம் சகிக்க முடியாமல் உறக்கம் கலைந்தவராக ஸ்தலத்திற்கு விரைந்தார். வீட்டுக்காரர் *7–30* மணிக்கே வெளிக்கதவைத் தாழிட்டதாகவும், சுமார் *8–15*க்கு தள்ளினால் உடனே திறந்துகொள்ளும்படியாக தான் வந்து லேசாக உள் தாழிட்டதையும், அதற்குப் பிறகு வேண்டு மென்றே வீட்டுக்காரர் இறுக்கமாகத் தாழிட்டிருக்க வேண்டு மென்றும், போன வாரம் *8–00* மணிக்கு வீடு திரும்பிய பக்கத்துப் பகுதி பத்ரிநாத்துக்கும் இதே ரகளை நேர்ந்ததையும் கூச்சலுக்கு நடுவே திருமதி நந்தன்குமார் தன் கணவருக்கு எடுத்துரைத்தார். எல்லாம் ஓய்ந்த பிறகு, உடல் களைப்பு, மனக் கசப்பு, தன் வாழ்க்கையின் பரிதாப நிலை, இயலாமை எல்லாம் தன்னை

வாட்ட நந்தன்குமார் இரவு உணவு உண்ணாமல் படுத்தார். கனவில் தான் அவதரித்துள்ள பாரத நாட்டில் தேனாறும் பாலாறும் நெய் ஊற்றும் காட்சியளித்து அவருக்கு மகிழ்வூட்டின. அடுத்த மாதம் வீட்டைக் காலிசெய்ய வீட்டுக்காரரிடமிருந்து நந்தன்குமாருக்குக் கட்டளை பிறக்கும் என்று எதிர்பார்க்கப் படுகிறது.

பொருளாதாரம்

சென்னை. *4–4–85*. எதிர்பாராத திடீர்ச் செலவுகளின் விளைவாகப் பணப்புழக்கம் குறைந்த நிலையில் கே. கைலாஷ் தன் சகதர்மணியின் காதணிகளை ரூ. *200*க்கு மயிலை வி.பி. கோவில் தெருவில் இருக்கும் அபய ஜெயின் முல் சௌகார் கடையில் 'வைத்து' வட்டி போக மீதிப் பணத்தைப் பெற்றார். இவர் காலை *8–30* மணிக்குக் கடையில் நுழைந்தபோதிலும் ஜனத்தொகைப் பெருக்கத்தினால் கடை விழாக்கோலம் பூண்டிருந்ததால் *10–30*க்குத்தான் கடையை விட்டு வெளிவர முடிந்தது. அலுவலகத்திற்கு இவர் இன்று தாமதமாகவே செல்ல நேர்ந்தது. நேரம் என்பது தத்துவரீதியில் பார்க்கும்போது அளவிட முடியாத ஒன்றானதாலும், மணிகாட்டி நாள்காட்டி போன்றவை நம் சௌகரியத்திற்காகச் செய்துகொண்ட செயற்கைக் காட்டுகைகளாக இருப்பதாலும், இந்த விஷயத்தைத் தத்துவ ஞானிகள் அனைவரும் நன்றாக அறிந்து வைத்துக் கொண்டிருப்பதாலும், பாரத பிரஜைகள் அனைவரும் ஞானி களாக இருப்பதாலும், சாதாரணமாக டீ கோப்பையிலிருந்தே வாழ்க்கையைப் புரிந்துகொள்ளும் தத்துவம் – எதையோ நினைத்துக்கொண்டே நாம் டீ அருந்திக் கொண்டிருக்கிறோம். எப்பொழுது டீ தீர்ந்தது என்று நமக்குத் தெரிவதில்லை. அதே போல்தான் வாழ்க்கையும் – நம்மில் புழங்கிக்கொண்டிருப்பதாலும், ஒரு துரும்பை வைத்துக்கூட தத்துவத்தை உருவாக்க முடியும் என்ற உன்னத நிலை நிலவி வருவதாலும், இவர் தாமதமாகச் சென்றது பெரிய விஷயமாகக் கருதப்படவில்லை. அலுவலகம் முடிந்து நேரம் கழித்து வீடு திரும்பிய இவர் 'நாடு பொருளாதார ரீதியில் வேகமாக முன்னேறி வருவதாக பிரதமர் நேற்று ஆக்ராவில் நடந்த பொதுக்கூட்டம் ஒன்றில் பேசுகையில் குறிப் பிட்டார்' என்ற அடுத்த வீட்டு வானொலிச் செய்தி கேட்டு அகமகிழ்ந்தார்.

*

சென்னை. *4–4–85*. கே.ஏ. கிருஷ்ணகுமார் தம் குடும்ப நிதிநிலை க்ஷீணித்து வருவது குறித்து தன் மனைவியுடன் கலந்தாலோசித்தார். தன் அண்ணனிடம் ரூ. *2000* கடனாகப்

பெற எண்ணி நேற்று இரவு 9–30 மணிக்கு எல்.பி. ட்ராவெல்ஸ் பேருந்தில் பெங்களூர் பயணமானார்.

*

சென்னை. 4–4–85. ஒன்றுக்கு இருப்பதற்காக கட்டணக் கழிப்பறை ஒன்றை உபயோகித்த ஆர்.எஸ். செல்வபாண்டியன் கழிப்பறை ஊழியரிடம் 25 பைசா நாணயம் ஒன்றினைக் கொடுத்தார். ஊழியரிடம் சில்லரை இல்லை என்ற காரணத் தினால் மீதி 10 பைசாவைப் பெறாத இவர், சரியான பண வசதியில் 10 பைசா குறைந்ததால் ஒரு பேருந்து ஸ்டேஜ் முன்னாலேயே இறங்கி வெகுதூரம் நடந்து தன் இல்லத்தை நேரம் கழித்து வந்தடைந்தார். சம்பவம் நிழ்ந்தது நேற்று மாலைப்பொழுது.

இசை நிகழ்ச்சி

சென்னை. 4–4–85. எல். அதிர்ஷ்டம் ராஜுக்கு ரூ. 100 அவசரமாகத் தேவைப்பட்டது. அதிகாலை 5–00 மணிக்கே எழுந்த இவர் அவசர அவசரமாகப் பல் துலக்கிவிட்டு வெளியில் போய் ஒரு சிங்கிள் டீ சாப்பிட்டு வீடு திரும்பி படுக்கையில் கிடந்தவாறே ஒரு துதிப்பாடல் ஒன்றினை மெதுவான குரலில் நா தழுதழுக்கப் பாட ஆரம்பித்தார். கண் கள் மேற்கூரையை ஆவலுடன் கவனித்தவண்ணம் இருந்தன. ஒன்றன்பின் ஒன்றாக ஐந்து பக்திப் பாடல்களைப் பாடி முடித்த இவர், கூரையில் ஒரு துவாரம் ஏற்பட்டு ஐந்து விரல்களிலும் விரலுக்கு ஒன்றாக ஐந்து பவுனில் செய்யப்பட்ட, இருபது கற்கள் ஒவ்வொன்றிலும் பதிக்கப்பெற்ற மோதிரங்கள் அணிந்த செக்கச்செவேலென்ற தெய்வத்தின் வலது கை ஒன்று, ஏற்பட்ட தொண்டியின் வழியே நுழைந்து 10 ஐந்து ரூபாய்த் தாள்களும் 5 பத்து ரூபாய்த் தாள்களும் கத்தையாகத் தன் மீது போட வில்லை என்று வருத்தம் அடைந்து, தன் துதிப் பாடல்களில் பிழை இருக்கலாம் என்று நொந்தும், அதனால்தான் கூரை பிய்யவில்லை என்றும் சங்கடப்பட்டுக் கொண்டார். எத்தனை நண்பர்களிடம் கேட்டு தனக்கு வேண்டிய தொகையைப் புரட்டு வது என்று யோசிக்க ஆரம்பித்தார்.

மொழி வளர்ச்சி

அண்ணாமலை நகர். 4–4–85. நேற்று மாலை நடைபெற்ற மொழியியல் கருத்தரங்கு ஒன்றில் பேசுகையில் பேராசிரியர் ராச செல்லமுத்து கணேசனார் அவர்கள், தமிழில் அர்த்தமற்ற பல சொற்கள் கலந்து மொழியைக் களங்கப்படுத்துவதாக வருந்தினார். ‘அவன் பார்க்கும் பார்வையே சரியில்லை, எனக்கு

அப்பவே தெரியும், நான் ஒருவனைப் பார்த்ததுமே எப்படிப் பட்டவன் என்று புரிந்துகொண்டு விடுவேன். திருட்டு முழி, தேவடியாள் சிரிப்பு முதலியன இவற்றில் அடங்கும். 'யாரும் என்னுடன் ஒத்துழைப்பதில்லை; இந்த உலகத்தில் அனைவரும் அறிவிலிகள், எல்லோருமே படு அயோக்கியர்கள், நாடு கெட்டுக் கிடக்கிறது. வர வர இங்கு ஒன்றும் சரியில்லை' முதலிய வாக்கியங்களை யார் வேண்டுமானாலும் எப்பொழுது வேண்டு மானாலும் பிரயோகிக்கலாம் என்றும், அவ்வாறு செய்யுங்கால், அவை மடத்தனமாக இருந்தபோதிலும், சரியாகவே இருக்கும் என்றும் தொடர்ந்து பொழிந்தார்.

விளம்பரங்கள்

இன்று விளம்பரங்கள் வெளியிடுவதை மக்கள் தினசரி சிரத்தையுடன் தவிர்த்திருக்கிறது. வெளிவந்த விளம்பரங்களினால் சில விபரீதங்கள் விளைந்ததுதான் காரணம். வாசகர்கள் நலனில் மக்கள் தினசரி கொண்டுள்ள நாட்டத்தையே இந்த விளம்பரத் தவிர்ப்பு நடவடிக்கை எடுத்துக்காட்டுகிறது. நிகழ்வு கள் வருமாறு:

வைப்–ஓ–ஸில் களிம்பு

அவளுக்குக் கன்னங்களில் பரு வந்து கறுப்பு பொட்டுக் களாகப் படிந்திருந்தன. பெண் பார்க்க வந்த வாலிபன் சொஜ்ஜி, பஜ்ஜி, காஃபி உட்கொண்டு தெம்படைந்ததில் பெண் அழகாக இருப்பதாகவும் ஆனால், கறும் புள்ளிகள்தான் அழகைக் குறைப்பதாகவும் அங்கலாய்த்துக்கொண்டான். இந்தக் குசுகுசு பெண்ணின் தோழியின் காதில் விழுந்து வைத்தது. 15 நாட்கள் கழித்து மீண்டும் பெண் பார்க்க வரும்படி மாப்பிள்ளையிடம் கேட்டுக் கொள்ளப்பட்டது. காலை எழுந்ததும், இரவு படுக்குமுன்பும் முகத்தைச் சுத்தமாகச் சவுக்காரம் போட்டுக் கழுவி, ஈரத்தைத் துண்டினால் துடைத்துக்கொண்டு, பிறகு வைப்–ஓ–ஸில்லை முகம் முழுவதும் லேசாகப் பூசிக்கொண்டும், பரு இருக்குமிடங்களில் சற்று அதிகமாக அப்பிக்கொண்டும், இவ்வாறு 10 நாட்கள் சிரமப்பட்டுக் கொண்டும் இருந்தால் பிரச்சனைக்கு விடிவுகாலம் ஏற்படும் என்றும் தோழி சிபாரிசு செய்தாள். மணப்பெண் அவ்வாறு செய்ததில் ஸில் தடவப் பட்ட பருவைச் சுற்றி யேசுநாதர் தலைக்குப் பின்னால் இருக்கும் வட்டமான ஒளிச்சுடர் போல பிரகாசம் தோன்றி மறைந்தது. மணப்பெண்ணுக்கு இந்த அற்புத நிகழ்வு பிடித்திருந்தது. காலையிலும் இரவிலும் மட்டுமின்றி அலுவலகத்திலிருந்து இரண்டு வாரம் விடுப்பு எடுத்துக் கொண்டு 2 மணி நேரத்திற்

கொரு முறை ஸில்லைத் தடவிக் கொள்ள ஆரம்பித்தாள். 15ஆம் நாள் பெண் பார்க்கும் வைபவம் மறுபடியும் நிகழ்ந்தது. பையனுக்கு வியப்பு காத்துக்கொண்டிருந்தது. இப்பொழுது பெண்ணின் முகத்தில் மஞ்சள் புள்ளிகள் தோன்றியிருந்தன. மங்களகரமான மஞ்சள் புள்ளிகள் உள்ள பெண்ணை மணக்கக் கொடுத்து வைத்திருக்க வேண்டும் என்று ஆனந்தித்து மாப் பிள்ளை திருமணத்திற்கு உடனே ஒப்புதல் தெரிவித்தான். பெண்ணின் பெற்றோர் பம்பாயிலுள்ள வைப்-ஓ-ஸில் தயாரிக்கும் சர்வதேச இளம் பெண்கள் துயர் துடைப்பு நிறு வனத்திற்கு நன்றிப் பெருக்கைப் பாய்ச்சி ஆனந்தக் கண்ணீரைக் கடிதம் முழுவதும் பரவலாகத் தெளித்துப் பாராட்டுக் கடிதம் எழுதி பதிவு அஞ்சலில் சொட்டச் சொட்ட அதை அனுப்பி வைத்தனர். பெண்ணுக்குத் திடீர் சந்தேகம் ஏற்பட்டது. புள்ளி களின் நிற மாற்றமே வரப்போகும் கணவனின் மனநிலையை மாற்றும்போது அவன் உளத் திடம் படைத்தவனாக எவ்வாறு இருக்க முடியும்? வயதான காலத்தில் அழகு குன்றும்போது விட்டு ஓடிவிடுவானோ?

என்றும் உடையாத 'கண்ணியா' கிளாஸ்கள்

'கண்ணியா' கிளாஸ் ஒன்றை வாங்கிய வில்லியம்ஸ் அதன் என்றும் உடையாத் தன்மையைப் பரிசோதிக்க விரும்பினார். வீட்டில் மேஜையின் மேல் தன் ஹெல்மெட்டை வைத்தார். 20 அடி தள்ளி நின்றுகொண்டார். 'கண்ணியா'வை ஹெல் மெட்டைக் குறி வைத்து பலம் கொண்ட மட்டும் எறிந்தார். ஆச்சரியம்! ஆனந்தம்! 'கண்ணியா' உடையவில்லை! மேஜையின் அடியில் கிடந்த கிளாஸை எடுக்கக் குனிந்த இவர் தற்செயலாக ஹெல்மெட்டைக் கண்ணுற்றார். அதில் விரிசல் ஏற்பட்டிருந்தது குறித்து ஆனந்தப்படுவதை உடனே நிறுத்திக் கொண்டார்.

'டேயா' டயர்

சகலவிதங்களிலும் சிறந்த புத்தம்புது 'டேயா' டயர்களைத் தன் ஸ்கூட்டரில் பொருத்திக்கொண்ட க்ளமென்ட் டேவிட் தேவதாஸ் டயர்களின் தன்மையைப் பரிசோதிக்க எண்ணி, வாகனத்தை கரடுமுரடான பாதையில் ஓட்டினார். டயர்கள் பழுதடையவில்லை. திட்டு திட்டாகத் தண்ணீர் தேங்கியிருந்த இடங்களில் வண்டியைச் செலுத்தினார். டயர் முழுமையாக ஒத்துழைத்தது. உற்சாகத்தின் உச்சகட்டத்தை அடைந்த இவர் ஜான் டொக்கு குப்பத்தில் செம்மண் சந்தில் வேகமாக ஸ்கூட் டரை ஓட்டினார். 'சரக்'கென்று ப்ரேக் போட்டார். இரைச்சல்

கேட்டது. திடுக்கிட்ட தயிர்க்காரி ஒருத்தி நிலை குலைந்ததில் அவள் தலைமீதிருந்த தயிர்ப் பானை கீழே உருண்டோடியது. தயிர்க்காரியிடம் தேவதாஸ் வாங்கிக் கட்டிக்கொண்டார்.

'ஃபிரஷோ' எண்ணெய்

"வியாபாரிகளுக்கோர் நற்செய்தி. நீண்ட காலம் விற்பனை யாகாமல் இருக்கும், காய்கறி, பழங்களை வைத்துக்கொண்டு இனி வியாபாரிகள் சங்கடப்படத் தேவையில்லை. 'ஃபிரஷோ' தாவர எண்ணெய் அபயம் அளிக்கிறது. கொடிகொடிக்காய், புளியம்பழம், ஈச்சம் பழம், இலந்தை முதலிய சிறிய பழங்களி லிருந்து பலாப்பழம், பப்ளிமாஸ் முதலிய பெரிய பழங்கள்வரை, எலுமிச்சை, சுண்டை முதலிய சிறு காய்கறிகளிலிருந்து சுரைக் காய், பூசணி முதலிய பிரம்மாண்டமான காய்கறிகள்வரை எல்லா வஸ்துக்கள் மீதும் 'ஃபிரஷோ'வைத் தடவலாம். 'ஃபிரஷோ' தடவப்பட்ட பழங்கள்/காய்கறிகள் அன்றைக்குத்தான் தோட்டத்திலிருந்து பறிக்கப்பட்ட பசுமையுடன் காட்சியளித்து விற்பனை பெருகும்."

இவ்விளம்பரத்தைப் பார்த்துப் பயனடைய எண்ணிய புதுப்பேட்டை நடைபாதை வியாபாரிகள் 'ஃபிரஷோ' எண்ணெயை உபயோகித்தனர். இரண்டு நாட்கள் கழித்து வியாபாரம் படுத்துவிட்டது. வாங்குவோர் கட்டம் கணிசமாகக் குறைந்திருந்தது. இரண்டு பேர் ஒரு காய்கறி வியாபாரியிடம் காரசாரமாக ஏசிக்கொண்டிருந்தனர். காய்கறி சமைத்த பிறகு துர்நாற்றம் வீசியதாகவும் வாயில் வைக்க முடியவில்லையென்றும் கூச்சல் போட்டார்கள். புதுப்பேட்டை வியாபாரிகள் 'ஃபிரஷோ' தடவுவதைக் கைவிட்டனர்.

'இன்டர்நேஷனல்' சூப்பர் கிங் ஃபில்டர் சிகரெட்

செயல்வீரர்களுக்கென்றே பிரத்தியேகமாகத் தயாரிக்கப் பட்டுக் கொண்டிருக்கும் 'இன்டர்நேஷனல்' சிகரெட்டை சதா ஊதித் தள்ளும் மரியதாஸ் சாலையில் நடந்து போய்க் கொண்டிருந்தார். எதிரே வந்த இளம் பெண்ணின் கைப்பையை ஒரு முரடன் பிடுங்கிக்கொண்டு ஓடுவதைப் பார்த்தார். 'இன்டர்நேஷனலை' துரிதகதியில் நான்கு இழுப்பு உள்ளிழுத்துப் புகையை நெஞ்சினுள் தக்க வைத்துக்கொண்டு முரடனைப் பிடிக்க சாதனை மன்னர் மரியதாஸ் ஓடினார். 1/4 பர்லாங் ஓடியதும் மயக்கமுற்றுக் கீழே விழுந்தார். மருத்துவமனையில் சேர்க்கப்பட்ட இவரை, இன்டர்நேஷனல் புகைப்பதை உடனே நிறுத்தினால்தான் சற்று வேகமாகவாவது நடக்க உடலில்

திராணி இருக்கும் என்றும் இல்லையேல் நரம்புத் தளர்ச்சி பிடித்தாட்டும் என்றும் மருத்துவர் எச்சரித்தார்.

சிறுத்தை ப்ராண்ட் டீ

சிறுத்தையின் கண்களை நேருக்கு நேர் சந்திக்கும் தைரியத்தை ஏற்படுத்தும் சிறுத்தை ப்ராண்ட் டீயைத் தினமும் குறைந்தது 10 முறையாவது பருகும் இக்பால் மிருகக்காட்சி சாலைக்குச் சென்றார். வீட்டிலிருந்து புறப்படுமுன் ஒரு கப் ஸ்ட்ராங் டீயை ருசித்துக் குடித்திருந்தார். டீயின் குணாதிசயத்தைச் சோதிக்க எண்ணிய இவர் சூழ்ந்திருந்த சிறு கூட்டத்தினுள் அவசர அவசரமாகப் புகுந்து சிறுத்தைக் கூண்டின் மிக அருகில் வந்து நின்றுகொண்டார். கூண்டில் அமர்ந்திருந்த சிறுத்தையின் கண்களை நேருக்கு நேர் சந்தித்தார். கிட்டத்தட்ட பதினைந்து நிமிடங்கள் இவ்வாறு உற்றுப் பார்த்துக்கொண்டிருந்தார். டீயின் மகிமையை மனதார வாழ்த்திக்கொண்டிருந்தார். சிறுத்தைக்கு என்ன தோன்றியதோ, திடீரென்று கர்ஜித்தது. பயந்து போன இக்பால் பின்னால் நகர்ந்தார். குதிரை லாடம் பொருத்தப்பட்டிருந்த இவரது வலது கால் ஷூ வேடிக்கை பார்த்துக்கொண்டிருந்த ஐந்து வயதுக் குழந்தையின் இடது கால் சிறுவிரலை நசுக்கி ரத்தக்களரி ஏற்படுத்தியது. குழந்தை மருத்துவமனைக்கு அழைத்துச் செல்லப்பட்டது. சக பார்வையாளர்கள் இக்பால் மீது வசைமாரி பொழிந்தனர். சிறுத்தை ப்ராண்ட் டீ சாப்பிடுவதை இக்பால் நிறுத்திவிட்டார்.

சில்வியா–பரதன் மின்விளக்குகள்

கூடுதல் பிரகாசத்துடன் எரியும் சில்வியா–பரதன் மின்விளக்கு ஒன்றை உபயோகித்துப் பார்க்க எண்ணிய ரிச்சர்ட் கடைக்குச் சென்று 25 வாட் விளக்கு ஒன்றை வாங்கி வந்தார். வீட்டிற்கு வந்ததும் ஏற்கனவே இருந்த பழைய 25 வாட் மின்விளக்கைக் கழற்றி புதுவிளக்கை மாட்டினார். அறை மிகவும் பிரகாசமாக ஜொலித்தது. மாலை 7–00 மணியளவில் இவர் பகுதியைக் கடந்த வீட்டுக்காரர் 60 வாட் பல்ப் உபயோகப்படுத்தக் கூடாதென்றும் அனுமதிக்கப்பட்டுள்ள 25 வாட் பல்பைத்தான் பயன்படுத்த வேண்டும் என்றும் இவரைக் கண்டித்தார். ரிச்சர்ட் உண்மையை விளக்கியும் வீட்டுக்காரர் சமாதானமடையவில்லை. மாலை 6–00 மணியிலிருந்து இரவு 9–30 வரை 25 வாட் பல்ப் போட்டுக்கொள்வதற்காகத்தான் மின் கட்டணம் மாதம் ரூ. 10 என்றும், பிரகாசமான விளக்குகளைப் போட்டுக் கொள்வதென்றால் ரூ. 25 கொடுக்க வேண்டிவரும் என்றும் ரிச்சர்ட்டிடம் எச்சரிக்கையிட்டார்.

ரிச்சர்ட் சில்வியா–பரதனைக் கழற்றி பழைய பல்லை மீண்டும் பொருத்தினார். அனாவசியமாக ஐந்து ரூபாய் பழுத்ததை நினைத்துத் துக்கித்தார்.

‘மங்களா’ தங்க முலாம் ஆபரணங்கள்

தோழி கிருஷ்ணவேணியின் திருமணத்திற்கு ‘மங்களா’ தங்க முலாம் ஆபரணங்கள் வாங்கி அணிந்துகொண்டு சென்றாள் புஷ்பா. வேணி தன் கணவருக்கு புஷ்பாவை அறிமுகப்படுத்தி வைத்தாள். ஆபரணங்கள் புஷ்பாவின் அழகைப் பன்மடங்கு பெருக்கியிருந்ததன் விளைவாக, மாப்பிள்ளை வைத்த கண் வாங்காமல் புஷ்பாவைப் பார்த்துக்கொண்டும், அவளிடம் அடிக்கடி பேச்சுக் கொடுத்துக்கொண்டும் சிரித்துக்கொண்டும் இருந்தார். வைபவம் முடிந்து முதல் இரவில் வேணி தன் கணவருக்கு ‘பெண் பிள்ளைப் பொறுக்கி’ என்ற பட்டத்தைக் கண்ணீருக்கு நடுவில் சூட்டி, தன் விதியை நினைத்து நொந்து கொண்டாள்.

வாசகர்களுக்கு விசேஷ செய்திகள்

மகளிர்க்கு ஓர் நற்செய்தி

கிளுகிளுப்பை ஆண் வர்க்கத்திற்கு மட்டும் ஏற்படுத்துவது பாரபட்சமாகும் என்று மக்கள் தினசரி ஆசிரியர் குழுவுக்குக் கொஞ்ச காலமாகக் குற்ற உணர்வு தோன்றிக்கொண்டிருக்கிறது. எனவே வரும் மே மாதம் முதல் தேதியிலிருந்து பெண்களுக்குப் புளகாங்கிதம் ஏற்படுத்தும் வகையில் அழகான உடற்கட்டு படைத்த ஒரு இளம் வாலிபரின் புகைப்படத்தையும் கவர்ச்சிப் படங்களுள் ஒன்றாக வெளியிடுவதாக முடிவு செய்யப் பட்டுள்ளது. சமத்துவ அடிப்படையில், பால் வேறுபாடுகளை அடியோடு ஒழிக்கும் வகையில் நிறைவேற்றப்பட்டுள்ள புரட்சிகரமான, புதுமையான இந்தத் தீர்மானத்தை வாசகர்கள் ஏக மனதோடு வரவேற்பார்கள் என்று ஆசிரியர் குழு நம்புகிறது. வையத்தில் எல்லோரும் இன்புற்றிருக்க மக்கள் தினசரி தன்னால் ஆன முயற்சிகளை மேற்கொள்ளும்.

பல வண்ண மாலைப் பதிப்பு

மக்கள் தினசரி வரும் ஏப்ரல் 15ஆம் தேதியிலிருந்து நாள் ஒன்றுக்கு இரண்டு இதழ்களாக வெளியாகும் என்று ஆசிரியர் குழு குதூகலத்துடன் தெரிவித்துக்கொள்கிறது. மாலை வெளியாகும் இதழ் பல வண்ணங்களுடன் – ஊதா, கறுப்பு, வெள்ளை, அல்ட்ரா வயலெட், இன்ஃப்ரா சிகப்பு, மஞ்சள், அரக்குப்பச்சை, நீலம், ஃப்ளோரஸன்ட் இண்டிகோ, இளம்

வெளிர் – வெளிவரும். வேறு எந்த எந்த வண்ணங்களை இதழில் சேர்க்கலாம் என்று வாசகர்கள் யோசனை தெரிவித்தால் அந்த வண்ணங்களையும் மாலை இதழ் சேர்த்துக்கொள்ளும் என்று ஆசிரியர் குழு அறிவித்துக்கொள்கிறது. இப்புது முயற்சியில் வண்ணங்கள், தூரிகைகள், வண்ண வல்லுநர்கள் போன்றவைகளால் செலவு அதிகரித்தாலும் மக்கள் நலன் கருதி பத்திரிகையின் விலை உயர்த்தப்படாது என்று கூறி ஆசிரியர் குழு வாசகர்களுக்கு ஆறுதலளிக்கிறது.

புரட்சிகரமான செய்தி

செய்திகளை முந்தித் தரும் பத்திரிகை என்ற பெயருக்கேற்ப அடுத்த வாரம் என்ன நடக்கும் என்பதை இனி மக்கள் தினசரி முன்கூட்டியே வெளியிடும். இதற்காகத் தீர்க்கதரிசிகள் ஐவர் கொண்ட குழு ஒன்று விரைவில் அமைக்கப்படும்.

ஆசிரியர் உரை

வாசகர்கள் கொடுக்கும் 70 காசுகளுக்குப் போதுமான செய்திகளை இன்று வெளியிட்டு முடித்துவிட்ட உளப்பூரணத்துவத்துடன் மக்கள் தினசரி தன் செய்திகள் வெளியீட்டை இத்துடன் நிறுத்திக்கொள்கிறது. நாளை மீண்டும் பரவசமூட்டும் செய்திகளைத் தரும் என்று உறுதி கூறி வாசக அன்பர்களிடமிருந்து கரம் கூப்பி ஓய்வு பெறுகிறது.

தோழமையுடன்,
ஜான் இம்பஸைல் ராஜ், சென்னை
ஆசிரியர். 4-4-85

உரிமை

மாநிலக் கல்லூரியில் இளங்கலை உளவியல் பிரிவில் என் முதலாம் ஆண்டு ஆரம்பித்தது. நாங்கள் பத்து மாணவர்கள்; ஒன்பது மாணவிகள். மதுரையில் என் பாட்டியின் கண்டிப்பான வளர்ப்பும், வீட்டிலுள்ள கோவிலில் தினபூஜையும், அவர் நடத்திய பஜனை மண்டபத்திற்கு வரும் பெண்களை அக்கா, தங்கை, அத்தை, மாமி, பாட்டி என்று அழைக்க வேண்டி வந்த திணிக்கப்பட்ட நிர்ப்பந்தமும், பாலுணர்வு புரிந்தும் புரியாத நிலையில் ஒரு அழகிய இளம் பெண்ணைப் பார்த்து ஒரு ஆணுக்கு ஏற்படும் இயற்கையான அழகுணர்வே பஞ்சமகா பாதகங்களுள் ஒன்று என்ற குற்ற உணர்வை ஏற்படுத்திய மனநிலையும், என்னுள் சற்றுத் தாராளமாகவே சங்கோஜ பாவத்தை வளர்த்திருந்தன. கல்லூரிக்கு வந்த பிறகும் சகமாணவிகளுடன் சாதாரண விஷயங்களைப் பற்றி ஓரிரு வாக்கியங்கள் பேசுவதற்குள் உடலில் ஒரு நடுக்கம் ஏற்பட்டது. முகம் வியர்த்துக் கொட்டியது.

முதலில் என்னுடன் சகஜமாகப் பேசியது ரோஸி ஜான்தான். என்னமோ என்னுடன் நெடுங்காலம் பழகியதுபோல் எடுத்த எடுப்பிலேயே அவள் என்னுடன் பேசிய முதல் வாக்கியங்கள்: 'என்ன ராஜ், இண்ணெக்கி அட்டகாசமா சட்டை போட்டிருக்கே? யாரையாச்சும் காதலிக்கறாயா? யார் அந்த அதிர்ஷ்டசாலிப் பெண்?' எனக்கு உண்மையிலேயே தூக்கி வாரிப் போட்டது. முகத்தில் வழக்கமாக வழியும் வியர்வையுடன் சற்று அசடும் சேர்ந்து வழிந்தது. மிகவும் கஷ்டப்பட்டு வர வழைத்துக் கொண்ட, புன்சிரிப்பு என்று நான் நம்பிய ஒன்றை வெளிப்படுத்தினேன். அவளும் சிரித்துக்கொண்டே சென்றுவிட்டாள். எனக்கு அதிர்ச்சி இன்னும் நீங்கவில்லை. புது மாதிரியான சட்டை நான் போட்டால் ரோஸிக்கு ஏன் அது அட்டகாசமாகப் பட வேண்டும்? அட்டகாசமான சட்டை போட வேண்டுமென்றால் ஒரு காதலி ஒருவனுக்கு இருக்க வேண்டுமா? எனக்கு வாழ்க்கைப்படப் போகிறவள் அதிர்ஷ்ட சாலியாகத்தான் இருக்க வேண்டும் என்று ரோஸி ஏன் நினைத்தாள்? அன்று இரவு தூங்க ஒரு diazepam தேவைப்பட்டது.

ரோஸி பார்ப்பதற்கு அழகாகவே இருந்தாள். அவளிடம் எனக்கு ரொம்பவும் பிடித்த ஒன்று அவள் மூக்கின் நுனி சற்றுத் தூக்கலாக இருந்தது. ஒரு ரோமானிய அம்சம்.

ஓராண்டு கழிந்து மறு ஆண்டு வந்து அதுவும் கழிந்து மூன்றாம் ஆண்டு இறுதியில் இருந்தோம். ரோஸியும் நானும் இந்நேரம் மிகவும் நெருங்கிப் பழகிக்கொண்டிருந்தோம். இப்பொழுதெல்லாம் எனக்கு வியர்த்துக் கொட்டுவதில்லை. மூன்று கலை நிகழ்ச்சிகளுக்கும், அடிக்கடி கல்லூரிச் சிற்றுண்டிச் சாலைக்கும், தோராயமாக ஒரு இருபது ஆங்கிலப் படங்களுக்கும் சேர்ந்தே சென்றாகி விட்டிருந்தோம். என்னை அவளுக்கு ரொம்பவும் பிடித்துவிட்டிருந்தது. என்னைப்போல் ஒரு இனிய நண்பன் கிடைக்க அவள் கொடுத்து வைத்தவள். அவள் வாழ்க்கையில் நான் கலந்துவிட்டால் வேறு ஏதும் தேவையில்லை. நான் புளகாங்கித்துக் கொண்டிருந்தேன். இரவில் அவளின் பளிச்சென்ற புன்னகை பூக்கும் முகமும், குறிப்பாக அவளது அழகிய மூக்கும் என் கண்முன் தோன்றிக் கொண்டிருந்தன. எனக்கு ஏதேதோ கற்பனைகள். சாதாரணமாக, உளவியல் படிப்பவர்கள் ஒரு உறவை, உறவின் அடிப்படையை, உணர்வுகளைச் சித்திரவதை செய்து காரண அலசலில் மூழ்கி மூர்க்கத்தனமான அர்த்தங்களை அவற்றிற்கு ஏற்படுத்தி, உறவிலுள்ள இனிமையைக் காரணரீதியில் காயப்படுத்துவார்கள். நல்ல வேளை, எனக்கு எங்கள் உறவை அப்படியெல்லாம் செய்யத் தோன்றவில்லை. எங்கள் உறவில் ஒரு இனிய கவிதை இழைந்தோடிக் கொண்டிருப்பதாகவே பட்டது. எனக்குள் ஒரு குறை. அவளை இதுவரை தொட்டதில்லை. என்னுள்ளிருந்த பாட்டி என்னை விட்டு ஒழியவில்லை. நான் என்ன செய்யட்டும்?

என் சகமாணவர்கள் ரோஸியையும் என்னையும் சேர்த்து கன்னாபின்னா என்று கழிப்பறைச் சுவர்களில் எழுதியோ, ஆட்டின் படத்தையும் அம்புக்குறியையும் வரைந்தோ, எங்கள் உறவில் அவர்களுக்குள்ள அக்கறையைப் பிரகடனப்படுத்திக் கொள்ளவில்லை. என்ன இருந்தாலும் உளவியல் மாணவர்கள் கண்ணியமானவர்களே. மூன்று ஆண்டுகள் ஒரு உறவு சுமூகமாக இருந்ததற்கு ஆண்டவனுக்கு நன்றி சொல்லத் தோன்றியதோ, இல்லையோ என் வகுப்புத் தோழர்களுக்கு நிச்சயமாக மானசீகமாக நன்றி தெரிவித்துக்கொண்டேன்.

இறுதி ஆண்டு பல்கலைக்கழகத் தேர்வுக்கு இன்னும் இரு தினங்களே இருந்தன. மாலை, என் அறையில், மனநலம் பாதிக்கப்பட்டவர்களின் உளவியலைப் பற்றி நான் ஆழ்ந்து படித்துக் கொண்டிருந்தேன். விடுதியின் பையன், என்னைத் தேடி ஒரு

இளம் பெண் வந்திருப்பதாக அறிவித்துவிட்டுப் போனான். எனக்குக் குழப்பமாக இருந்தது. மனநலம் குன்றியவர்களைப் பற்றிப் படித்துக்கொண்டிருந்தது ஒரு காரணமாக இருக்கலாம். மேலும், எந்தப் பெண்ணும் என் விடுதி தேடி வந்ததுமில்லை. உடனே சட்டை, பாண்டை மாட்டிக்கொண்டு தலையை ஒருவாறு சரிசெய்து கொண்டு அவசரமாக வாசலின் அருகே உள்ள பார்வையாளர்கள் அறைக்கு விரைந்தேன்.

எனக்கு ஒரே ஆச்சரியம். அங்கு ரோஸி எனக்காகக் காத்துக் கொண்டிருந்தாள். அவளுக்குப் படித்துப்படித்து அலுத்து விட்டதாம். ஒரு மாறுதலுக்காக கடற்கரைக்குச் செல்ல வேண்டும் என்று தோன்றியதாம். நான் கூட இருந்தால் சந்தோஷ மாக இருக்குமாம். அறைக்குச் சென்று கதவைப் பூட்டிவிட்டு அவளுடன் கிளம்பினேன். வழிநெடுக இனிமையான அன்னி யோன்னியங்களைப் பேச்சால் பகிர்ந்துகொண்டு மணற்பரப்பில் வெகு தூரத்தைக் கடந்து அலைகள் மணலைத் தொடும் இடத் திற்கு வந்துவிட்டோம். எனக்கு மிகவும் இன்பமான மாலைப் பொழுது. இன்னும் ஓரிரு மாதங்களுக்குள் நாங்கள் திருமணம் செய்து கொள்ளப்போகிறோம். நாங்கள் ஏற்கனவே செய்து கொண்ட முடிவுதான். அந்த எண்ணத்தில் 'நான்' என்று நம்பிக் கொண்டிருக்கும் ஒன்றுக்கு ஒரு பாதுகாப்பு உணர்வு. ஏதேதோ இனிய எண்ணங்கள்.

ரோஸிக்கு என்ன தோன்றியது என்று என்னால் ஊகிக்க முடியவில்லை. நாங்கள் அப்பொழுது உட்கார்ந்திருந்தோம். 'ராஜ், கொஞ்சம் என் செருப்பைப் பார்த்துக்கோயேன். நான் அலையிலே நின்னுட்டு வர்ரேன்' என்று இனிமையாகச் சொல்லி, செருப்பை சிரத்தையுடன் அவசரப்படாமல் கழற்றி என் முன்னால் விட்டுவிட்டு அலைகளை நோக்கிச் சென்று கொண்டிருந்தாள். அவள் பின்னழகையோ நடை எழிலையோ ரசிக்க எனக்கு அப்பொழுது நிச்சயம் தோன்றவில்லை. எனக்கு ஒன்று உடனே நினைவுக்கு வந்தது. நான் மதுரையில் அடிக்கடி சென்று கொண்டிருந்த கோவில் வாசலில் அழுக்குச் சட்டையும் கிழிந்த அரைக்கால் சட்டையும் போட்டுக்கொண்டிருந்த ஒரு பத்து வயதுச் சிறுவன் கோவிலுக்கு வரும் பக்தர்களிடம் பத்து பைசா வாங்கிக்கொண்டு அவர்களது காலணிகளைப் பாதுகாத்துக் கொண்டிருந்தான்.

மாநிலக் கல்லூரியை விட்டு நான் வெளியேறி 20 ஆண்டு கள் ஆகின்றன. என் மனைவியின் பெயர் ரோஸி இல்லை.

●

இனிமையான வக்கிரம்

நீண்ட மருத்துவ அறிக்கை ஒன்றை டைப் செய்து முடித்துவிட்டு அப்பொழுதுதான் என் அறையை விட்டு வெளியே வந்தேன். என் அறையை அடுத்தது செவிலிகளுக்கான பணி அறை. அதற்கு முன் பார்த்திராத ஒரு புது முகம் தென்பட்டது. ஒரு இளம்பெண். தூய வெள்ளை உடை. அழகிய குள்ளம். கருமையான நிறம், குழந்தை போன்ற முகம். செவிலி. அன்றைக்குத்தான் வேலையில் சேர்ந்தாள்போலும்.

ஒரு மாதம். நான் அவளுக்கு wish பண்ணுவதோடு சரி. என்னுடைய இயற்கையான சங்கோஜம் அப்படி. அவள் நெருங்கிப் பழக ஆரம்பித்தாள். அவளை மன அளவில் எப்படி ஏற்றுக்கொள்வது? என் கூட வேலை செய்பவள், girl-friend- இதெல்லாம் என் மனதிற்குப் பிடிக்கவில்லை.

இயற்கையாகவே எனக்கு அவள்மீது ஒரு பாச உணர்வு தோன்ற ஆரம்பித்தது. அந்த உணர்வு ஒரு தந்தை மகள்மீது கொள்ளும் பாசமாகவே எனக்குப் பட்டது.

அவளை நான் child என்றே கூப்பிட ஆரம்பித்தேன். அப்படி அழைத்தபோதெல்லாம் அவள் முகத்தில் மகிழ்ச்சியின் அறிகுறிகள் தென்பட்டன. கண்களில் ஒரு திடீர் பிரகாசம். இதழ்களில் ஒரு புன்முறுவல். நான் அப்படிக் கூப்பிட்டது அவளுக்கு மிகவும் பிடித்துவிட்டது போலும்.

என்னை அவள் daddy என்று அழைக்க ஆரம்பித்தாள். எனக்கும் ரொம்ப சந்தோஷம்.

32 வயதான நானும் 22 வயதான அவளும் இப்படி ஒரு உறவுடன் பழகுவது என் சக ஊழியர்களுக்கு விசித்திரமாகப் பட்டது என்று எனக்குத் தோன்றியது.

இரண்டு வாரங்கள் கழிந்தன. ஒரு பையன் அவளைப் பார்க்க வர ஆரம்பித்தான். பெயர் குமார். எனக்குப் புரிந்தது. அவன் childஇன் boy-friend என்பது. வாரம் ஒரு முறை சினிமா செல்வார்கள். டிக்கெட் நான்தான் தவறாமல் reserve செய்வேன். இதில் எனக்கொரு குட்டி சந்தோஷம்.

நற்றிணை பதிப்பகம் ○ 81

குமாரை நான் மாப்பிள்ளை என்று அழைக்க ஆரம்பித் தேன். என்னுள் இருந்த பாசம் அதிகரிக்க ஆரம்பித்தது. அவர் களுக்குப் பிறக்கப் போகும் குழந்தைகளை நான் எடுத்து வளர்ப்பது என்று முடிவு செய்தேன். அதை childஇடம் சொன் னேன். அவளுக்குக் கொள்ளை சந்தோஷம்.

ஒருநாள் childக்கு விடுமுறை. வெளியே போயிருந்தாள். ஒரு ஃபோன் கால். Child பேசினாள். டாக்டரிடம் பொய் சொல்லி அனுமதி பெற்று நான் அவளை என் வீட்டுக்கு அழைத்துப் போக வேண்டுமாம். அவள் எனக்காக டெய்லர்ஸ் ரோட் பஸ் ஸ்டாப்பிங்கில் காத்திருக்கிறாளாம். டாக்டரிடம் சென்று மனதில் தோன்றிய முதல் பொய்யைச் சொல்லி அனுமதி பெற்றாகிவிட்டது.

Childஐ என் வீட்டுக்கு அழைத்துப்போனேன். அம்மா வீட்டில் இல்லை. சம்பிரதாயத்திற்கு childஐ என் தம்பி தங்கை களுக்கு அறிமுகம் செய்து வைத்துவிட்டு மொட்டை மாடிக்கு அழைத்துச் சென்றேன். இரவு 7-30 மணி வரை ஏதோ பேசிக் கொண்டிருந்தோம்.

Childக்கு நேரமாகிவிட்டது. அவளுக்கு அன்றைக்கு இரவு நேர வேலை. மருத்துவமனைக்குச் செல்ல வேண்டும். அவளை ஒரு சேட்டுக்கடைக்கு அழைத்துச் சென்று ஆடைகள் நிறைந்த மசாலாப்பால் வாங்கிக் கொடுத்து, மருத்துவமனை வரை சென்று அவளை விட்டுவிட்டு வந்தேன்.

வீட்டுக்குச் சென்றேன். அம்மாவிடம் ஒரே திட்டு எனக்கு. ஏற்கனவே வீட்டில் 'நல்ல பெயர்.'

இருட்டு வேளையில் மொட்டை மாடியில் ஒரு கல்யாணம் ஆகாத பெண்ணிடம் என்ன பேச்சு?

எனக்குப் புரியவில்லை. என்ன பேச்சு என்று சொன்னால் அம்மா ரொம்பவும் சுவாரஸ்யமாகக் கேட்கப் போவதில்லை. அவர்கள் கண்ணோட்டப்படிப் பார்க்கப்போனால் ஒரு வேளை கல்யாணமான பெண்ணிடம் இரவு வேளையில் மொட்டை மாடியில் பேசலாமோ என்னவோ! என் அம்மா எப்பொழுதுமே எனக்கு ஒரு புதிர்.

மருத்துவமனையில் வேறு எனக்கு 'அதி நல்ல பெயர்.' நான் childவுடன் சுற்றுகிறேனாம். அவள் எனக்கு girl-friendஆம்.

உடுப்பிழந்த சொற்களால் இவர்களைத் திட்டலாம் என்று தோன்றியது. சமூகம், நாலு விதமாகப் பேசும். அந்த நாலு பேர் – இதற்கெல்லாம் நான் கவலைப்படுவதில்லை. சமூகம் ஒரு

bull shit. பிறரைப் பற்றிப் பேசுவதென்றால் ஒரு தனி இன்பம். அவலுக்கு என்ன அவ்வளவு சுவை!

Child செய்வது வேறேதோ ஒரு உறவைக் குறிப்பது போல வேறு இருந்து தொலைத்தது. ஒருநாள் உணவு இடைவேளையில் மாடியில் நோயாளிகளைப் பார்க்க வருபவர்கள் உட்காருவ தற்காகப் போடப்பட்டிருந்த பெஞ்சில் உட்கார்ந்து Daddy I Love You என்று ஒரு சினிமாப் பாட்டின் ராகத்தில் மெதுவாகப் பாடிக்கொண்டிருந்தாள். 'என்ன child' என்றேன். 'Daddy அடுத்த வாரம் நீங்கள் கட்டாயம் எங்களுடன் சினிமாவுக்கு வரணும்' என்றாள். சந்தோஷத்துடன் சரி என்றேன். ஆனால், போக மனம் இடம் தரவில்லை.

அவள் குமாருடன் மட்டும் சினிமா போனால் போதும். Daddy ஏன் ஒரு கரடியாக வேண்டும் அவர்கள் தனிமைக்கு?

Childக்கு மருத்துவமனையில் இருக்கப் பிடிக்கவில்லை. தலைமைச் செவிலியுடன் சில சலசலப்புகள். Child பாவம்! என்னை வேறு இடத்தில் வேலை தேடித் தருமாறு சொன்னாள்.

நானும் முயன்றேன். சுலபமாகவே அவளுக்கு வேறு ஒரு மருத்துவமனையில் வேலையும் கிடைத்தது.

ஒவ்வொரு மாலையிலும் அவளை அந்த மருத்துவமனைக்குச் சென்று பார்த்து வர ஆரம்பித்தேன். தினமும் ஏதாவது ஒரு ஸ்வீட் கொண்டு கொடுத்துவிட்டு வந்தேன்.

குமாரும் அடிக்கடி வருவான். நல்ல பையன். Child விட இரண்டு வயது இளையவன். அங்கே childக்கு ஒரு தனி அறை. இவர்கள், அதாவது குமாரும் childம் வேறு விதமாகவெல்லாம் நெருங்கிப் பழக ஆரம்பித்தார்கள்.

திருமணமாகாமலேயே உடலுறவு கொள்வது பெரும் பாவம் போன்ற நல்லொழுக்கம் பற்றிய அறிவுரைகளைத் தயவுசெய்து இப்பொழுது நினைவுக்குக் கொண்டு வராதீர்கள். எப்படியும் இவர்கள் கடைசிவரை ஒருவரை ஒருவர் விட்டுப் பிரியாமல் இருந்தால் சரி. ஆனால், சமூகமாக வாழ்ந்தால் மற்றவர்களுக்குப் பிடிப்பதில்லை. எப்படியும் அம்மாவோ அப்பாவோ காதலர்களைப் பிரித்து வேறொரு பையனுக்கோ பெண்ணுக்கோ கட்டி வைத்துவிடுவார்கள். அது அவர்களுக்கே பரம திருப்தி. ஒரு ஆத்மீக ஆனந்தம், கடமை – வேறு என்ன என்னவோ! இவர்களெல்லாம் பண்ணிக்கொள்வது இரண்டாம் கல்யாணம். திருமணங்கள் சொர்க்கத்தில் நிச்சயிக்கப்படுகின்றன.

குமாரின் மாமா கோபக்காரராம். Childவுடன் சுற்றுவதை மறுபடியும் பார்த்தால் கொலை விழுமாம். குமார் அடிக்கடி

வருவது குறைந்தது. இது ஒரு பக்கம். இந்த child வீட்டுக்குப் போனாள். அவர்களுக்கு இவள் குமாருடன் சுற்றுவது தெரிந் திருக்கிறது. இவள் அப்பா ரொம்பவும் கடிந்து கொண்டிருக்கிறார்.

Childக்கு ஒரே சோகம். அவளைத் தேற்றினேன். அவளை ஒரு சத்தியம் பண்ணுமாறு கேட்டேன். பண்ணிக் கொண்டால் குமாரைப் பண்ணிக் கொள்ளுங்கள். இல்லையேல் யாரையும் பண்ணிக் கொள்ளாதீர்கள் என்று. சரி என்றாள்.

இந்த மருத்துவமனையிலும் என்ன பிரச்சனையோ தெரிய வில்லை. அவளைப் பார்க்கப் பல பேர் வருகிறார்களாம். நான், குமார், வேறு யார்! ஆம். அவளைப் பார்க்க ஒரு cousin வந்து கொண்டிருந்தான் (அப்படித்தான் அவள் சொன்னாள்). சரி.

வேறு ஒரு மருத்துவமனையில் childக்கு வேலை கிடைத்தது. வழக்கம்போல் அங்கேயும் நான் போய்ப் பார்க்க ஆரம்பித்தேன். குமாரும் வருவான்.

அங்கே ஒரு புதுப் பையன் வர ஆரம்பித்தான். பெயர் சுந்தரம். அழகாக இருந்தான். அவனுடன் ஸ்கூட்டரில் சினிமா சென்றிருக்கிறாள். Childக்கு அவன் அண்ணன் போலவாம். ஏதோ ஒரு பெரிய ஹோட்டலில் வரவேற்பாளன் வேலையாம். Child ரொம்ப வெளிப்படையானவள். எதையுமே மறைக்கத் தெரியாது.

குமாருக்கு இதெல்லாம் பிடிக்கவில்லை. Child என்னிடமும் குமாரிடமும் அவளுடைய விலாசத்தைப்பற்றி மழுப்பிக் கொண்டிருந்தாள்.

ஒருநாள் மாலை. Childக்கு வேலை முடிந்து அந்த சுந்தருடன் போய்க்கொண்டிருந்தாளாம். குமார் பின்தொடர்ந்து சென்றிருக்கிறான். ஒரு வீட்டின் முன் பகுதியில் உள்ள அறை யில் அவர்கள் இருவரும் போயிருந்திருக்கிறார்கள். இரவு மணி பத்து. சுந்தர் வெளியே வரவில்லை. குமாருக்கு வீட்டுக்குப் போயாக வேண்டும்.

அடுத்த நாள் காலை குமார் அந்த அறைக்குச் சென்று childஐக் கடிந்துகொண்டிருக்கிறான். பையன்கள் போடும் ஒரு உள்ளாடை, ஒரு ஸ்போர்ட்ஸ் பனியன் கொடியில் தொங்கிக் கொண்டிருந்ததாம். மூலையில் ஆணிகள் பதித்த Shoes. சுந்தர் ஒரு விளையாட்டு வீரனாம். என்ன விளையாட்டோ!

பாவம், குமாருக்கு என்ன செய்வதென்றே புரியவில்லை. உணர்வுகளின் கொந்தளிப்பு. மனத்தில் ஒரு பெருத்த அடி, நெஞ்சில் ஒரு கீறல். உண்மையான அன்பு கொலை செய்யப்

பட்டிருக்கும் ஒரு அருவருப்பான உணர்ச்சி. அறையை விட்டுக் கஷ்டப்பட்டு வெளியே வந்திருக்கிறான்.

குமார் இன்னும் மருத்துவமனைக்கு வந்துகொண்டு தானிருந்தான்.

இரு தினங்கள். நான் Childஐப் பார்க்கச் செல்லவில்லை. மூன்றாம் நாள், என் மருத்துவமனையிலிருந்து வெளியே சென்றிருந்தேன். தேநீருடனும் சிகரெட்டுடனும் உறவாடிக் கொண்டிருந்த நேரம். ஒரு ஃபோன் கால். எனக்குத்தான். ஐவி அந்தப் போஃனை எடுத்திருக்கிறாள். Childதான் பேசினாளாம். பஸ் நிலையத்திலிருந்து பேசினாளாம். சுந்தருக்கும் அவளுக்கும் கல்யாணம் நடந்து மூன்று மாதங்கள் ஆகின்றதாம். Child மூன்று மாத கர்ப்பிணியாம். அம்மாவுக்கு இது தெரிந்துவிட்டதாம். வேலையை ராஜினாமா செய்துவிட்டு அம்மாவுடன் ஊருக்குப் போகிறாளாம். Daddy வந்தால் சொல்லிவிட வேண்டுமாம். ஏழு மாதம் கழித்துக் குழந்தையுடன் daddyயைச் சந்திக்கிறாளாம். என்ன நெஞ்சழுத்தம்! குமார் திருமண மோதிரம் செய்ய என்னிடம் கொடுத்து வைத்திருந்த வைரக்கல்லை நான் குமாருக்குக் கொடுத்துவிட வேண்டுமாம். பிறர் பொருள் நமக்கெதற்கு? என்ன நல்லொழுக்கம்!

ஐவி எல்லாவற்றையும் என்னிடம் சொன்னாள். நெஞ்சைப் போட்டு ஏதோ ஒரு வகைக் கசப்பான உணர்வு என்னைப் பிழிந்தெடுத்தது. அன்று பூராவும் சாப்பிடவில்லை. உண்ணா விரதம். நான் கொஞ்சம் நாடக பாணியானவன்.

Child கெட்டுப் போய்விட்டாள் என்று எனக்குப் பட்டது. அவள் இறந்துவிட்டதாகவே நான் முடிவு செய்தேன். ‘என் குழந்தையின் சவத்தை என் இதயத்தில் சுமந்து கொண்டிருக்கிறேன்’ என்று என் சக ஊழியர்களிடமெல்லாம் சொல்லிக் கொண்டிருந்தேன். வீட்டுக்குச் சென்றேன். பெட்டியிலிருந்து வைரக்கல்லை எடுத்துக்கொண்டேன். குமார் கடைக்குப் போனேன். எல்லாவற்றையும் சொன்னேன். கல்லை அவனிடம் கொடுத்தேன். குமார் அழுதே விட்டான். கடமை முடிந்தது. வீட்டுக்குத் திரும்பினேன்.

இரண்டு மாதங்கள் கழிந்தன. திடீரென்று ஒருநாள் child எனக்குக் கடிதம் போட்டிருந்தாள். காஞ்சிபுரத்தில் இருக்கிறாளாம். ஒரு மகப்பேறு மருத்துவமனையில் செவிலியாக வேலை பார்க்கிறாளாம். புனிதமான சேவை. Daddyயைப் பார்க்க ஆசையாக இருக்கிறதாம்.

பாசம் அழைத்தது. வார இறுதியில் அங்கு போனேன். Childஐப் பார்த்தேன். ஒரே பூரிப்பு இருவருக்கும். நடந்தவை களைப் பற்றிக் கேட்டேன். அவள் எனக்கு ஃபோன் பண்ண வில்லையாம். எல்லாம் வதந்திகள்தானாம். நேர்த்தியாகப் புளுகக் கற்றுக்கொண்டிருந்தாள். அழகாகப் பொய்களைச் சரளமாகப் பேசினாள்.

பேசிக்கொண்டிருக்கும்போது சாம்பிராணி போடும் ஒரு வாலிபன் வந்தான். Child அவன் அருகில் சென்றாள். என்னவோ பேசினாள். அவன் தோள்பட்டை மீது மிகவும் உரிமையுடன் கை வைத்தாள். பிறகு அவன் போய்விட்டான். அவர்களுக்குள் ஏதோ ஒரு கொச்சையான உறவு இருப்பதாக என்னுள் ஒரு எண்ணம் தோன்றி மறைந்தது.

பிறகு, அவளுடைய தோழி, அவளுடன் வேலை செய்பவள் ஒருத்தி வந்தாள். பெயர் ஹாரியட். Child அவளுக்கு என்னை அறிமுகம் செய்து வைத்தாள். சிறிது நேரம் பேசினோம்.

வழக்கம் போல் Childக்கு ஸ்வீட்ஸ் கொடுத்துவிட்டுத் திரும்பினேன்.

அடுத்த நாள் வேலைக்குச் சென்றேன். லில்லியிடம் பேசிக் கொண்டிருந்தேன். Childஐப் பற்றிப் பேச்சு வந்தது. லில்லிக்கு என் மீது ஒரே கோபம். நான் உருப்பட மாட்டேனாம். முக்கிய மாக எடுத்துக்கொள்ள வேண்டிய விஷயங்களை லேசாக எடுத்துக் கொள்கிறேனாம். நான் Childவுடன் பேசக்கூடாதாம். அவள் அடுக்கடுக்காகப் பாவம் செய்கிறாளாம்.

எனக்குச் சில வார்த்தைகளுக்குச் சரியான அர்த்தம் தெரியாது. லில்லியிடம் பாவம் என்றால் என்ன என்று கேட்டேன். கோபமாக ஒரு முறை முறைத்தாள். லில்லியிடம் சந்தோஷமாக வசவுகளை வாங்கிக் கட்டிக் கொண்டாகி விட்டது.

லில்லி சொன்னாள், நான் Childஐத் திருத்த முயல வேண்டுமாம். அப்பொழுதுதான் நான் என் கடமையைச் செய்வேனாம்.

ஒரு நபரை அப்படியே மன அளவில் ஏற்றுக்கொள்வதுதான் என் பழக்கம். லில்லிக்கு ஒரு உதாரணம் சொன்னேன். ஒரு ஹோட்டலில் தேநீர் அருந்திக் கொண்டிருக்கிறோம். இளம் பெண் ஒருத்தி எதிர் ஸீட்டில் உட்கார்ந்திருக்கிறாள். அவள் முகம் ரொம்பவும் அழகாக இருக்கிறது. ஆனால், அந்த மூக்கு மட்டும் நன்றாக அமையவில்லை. அதை நாம் என்ன செய்ய முடியும்?

லில்லிக்கு இதெல்லாம் பேத்தலாம். லில்லிக்கு சமாதானம் சொன்னேன. என் childக்கு மிகவும் சின்ன வயது. சின்ன வயதில் கழுதை வாலில் டப்பா, பட்டாஸ், தும்பிக்குக் கல்லைக் கட்டுதல், நாய்க்குக் கல்லடி – இதெல்லாம் செய்கிறோம். பெரிய வயதில் இந்த விஷயங்களைச் செய்வதில்லை. Child இன்னும் சின்னவள்தான்.

ஒரு வாரம் சென்றது. ஏதோ ஒரு வேலையாக ஹாரியட் சென்னைக்கு வந்திருந்தாள். மருத்துவமனையில் என்னை வந்து சந்தித்தாள். காஞ்சிபுரத்திலும் childக்கு boy-friendsதானாம். Child ஒரு சுவாரஸ்யமான nymphomaniac.

ஒருநாள் ரமேஷுடன் ஒரு ஹோட்டலில் காபி அருந்திக் கொண்டிருந்தேன். அவரிடம் இதெல்லாம் சொல்ல வேண்டும் போல் இருந்தது. அமைதியாகக் கேட்டுக்கொண்டிருந்தார். கடைசியில் ‘ You are a lousy pervert’ என்றார்.

●

ஒவ்வாத உணர்வுகள்

இரைச்சலிலிருந்து தப்பித்தால் போதும் என்ற அவசரத்தில், தற்சுகாதாரச் செயல்களைத் துரிதமாக முடித்துக்கொண்டு சாப்பிடாமலேயே, அலுவலகம் திறப்பதற்கு மூன்று மணி நேரத்திற்கு முன்னாலேயே அதை வந்தடைந்து, வாட்ச்மேனிடம், வேலை அதிகமாக இருக்கிறது என்ற பாதி உண்மை பாதி பொய்யைச் சரியான விகிதத்தில் கலந்து சொல்லி, அலுவலகத்தில் நுழைவு பெற்று வேலையை ஆரம்பித்துவிட்டேன். இனி உருப்படியான காரியங்கள் ஆரம்பித்துவிட்டன. அமைதியான சூழலில் சற்று வேகமாகவே பணிகளை ஒன்றன்பின் ஒன்றாக முடித்துவிடலாம். உழைப்பதில் ஏனோ 'நான்'க்கு ஒரு திருப்தி. ஒரு வேலையை நேர்த்தியாகவும் தவறு இல்லாமலும் செய்து முடித்த பின்பு அதில் கிடைக்கும் பூர்ணத்துவத்தில் ஒரு சொகுசு. எல்லாம் மனம். சர்வமும் அதுவே.

தாராவுக்கு முந்தைய தின இரவிலிருந்து – சினிமா பார்த்து விட்டு வீடு திரும்பியதிலிருந்து – விட்டு விட்டு ஜுரம். குழந்தை வாணிக்கு வறட்டு இருமல், ஒழுகும் மூக்கு, விட்டு விட்டு ஜுரம். தெரிந்த மாத்திரைகள் கேட்கவில்லை. நான் என் நிம்மதியை நாடி, மனைவியின் ஜுரத்தையும், குழந்தையின் சுகக்கேட்டையும் அசிரத்தைப்படுத்தி, மனித நேயத்தைக் குழி தோண்டிப் புதைத்து, அமைதியான சூழலில் இயங்கிக்கொண்டிருந்தேன். கோழிக்கறி சாப்பிடுகிறவன் என்னவோ ருசித்துத்தான் சாப்பிடுகிறான். அது உணவு என்பது சப்பைக்கட்டு. மனிதக் காரியங்களை நியாயப்படுத்திக் கொள்ளும் காரணங்களை விரல் விட்டு எண்ண முடியுமா என்று தெரியவில்லை. மதிய உணவு இடைவேளையில் வீட்டுக்குச் சென்று நிலைமையைத் தெரிந்துகொண்டு, மாலையில் மருத்துவரிடம் அழைத்துச் சென்றுவிடலாம். ஆனால், திடீரென்று குறுக்கிட்ட சுயநலம் வீடுவரை நடக்க இடம் கொடுக்கவில்லை. களைப்பு என்ற பொய்க் காரணத்தை மனம் சௌகரியமாக உருவாக்கித் தந்தது. உடுப்பியிலிருந்து வரவழைக்கப்பட்ட சாம்பார் சாதம் அன்றைக்குக் கூடுதல் ருசியுடன் இருப்பதாக ஒரு எண்ணம்,

பிரமை. எல்லாமே மனம் சார்ந்த விளையாட்டு. இனி மாலை வீடு திரும்பினால் போதுமானது.

அலுவலகத்தை விட்டுப் புறப்படும் சமயம் ஒரு நல்ல துறையில் நேர்மையாக உழைத்துக்கொண்டிருக்கும் ஒரு நெருங்கிய நண்பர். அவருக்குத் துறை அநீதி இழைத்திருந்தது. அவருடன் ஒரு கண்ணியமான நடுவயது எழுத்தாளர். அவருடைய இலக்கியப் படைப்புகள் என்னை வெகுவாகக் கவர்ந்திருந்தன. சமூக இயக்கங்கள் பொதுவாக நிறுவனங்கள், துறைகள், இவ்விடங்களில் நிகழும் அயோக்கியத்தனங்கள் பற்றி அறிவுபூர்வமான சம்பாஷணை. சராசரியிலிருந்து தெரியாத்தனமாகச் சரிந்து சற்றுக் கண்ணியமாக இயங்கும் ஓரிரண்டு (இது ஒரு மிகையான எண்ணிக்கை என்று கொள்வது தோராயமாக, இல்லை அநேகமான நிச்சயமாகச் சரியாகத்தான் இருக்கும்) நிறுவனங்களைத் தவிர்த்து, மற்றவைகள் அனைத்திலும் குறைந்தது ஒரு black sheep. வெண்புறாக்கள் மீது கல்லையெறிந்து விளையாடுவதில் ஒரு பிரத்தியேகக் குதூகலம். நாலு பேரு இருக்கிற இடத்தில் இதெல்லாம் சகஜம். எல்லாமே சகஜமான சகஜம். இந்த சகஜங்களைச் சகஜமாகச் சகித்துக்கொண்டு முணுமுணுப்புகளை உள்ளுக்குள்ளேயே வைத்துக் கொள்ளக் கற்றுக்கொண்டிருக்கும் சராசரி நபும்சகர்களும் பாரதத்தில் சர்வசகஜம். எல்லா விரல்களுமா ஒரே மாதிரி இருக்கின்றன? மிகவும் வாஸ்தவம். புனித கங்கை, பவித்திர தாமிரபரணி, தூய கூவம் ஓடும் நாட்டில் முதுமொழிகளுக்குப் பற்றாக்குறை வந்ததாகச் சரித்திரம் இல்லை. ரதத்தைப் படைக்கும் வல்லுனன் ஒரு சிறு கோணலை ஒரு இடத்திலாவது ஏற்படுத்திவிடுவான். அவ்வாறு செய்யாத பட்சத்தில் அது பறந்து போய்விடும். எந்த நிறுவனமோ, துறையைத் தாங்கிய கட்டிடமோ வானில் உலா வருவதை இதுவரை யாரும் பார்த்ததாகத் தெரியவில்லை. எப்பொழுதாவது இரவில் அசுவாரஸ்யமாகப் புரட்டும் செய்தித்தாள்களில் இந்த மாதிரியான அற்புதங்கள் நிகழ்ந்ததாகச் செய்தி எதுவும் கண்ணில் பட்டதில்லை. பேச்சில் முழுமையாக ஈடுபட்டிருந்ததில் தற்செயலாக மணிகாட்டியைப் பார்த்ததில் 8–00 என்று அறிந்துகொண்டபோது சற்றுத் துணுக்குற்றேன்.

நண்பர்களிடம் விடைபெற்றுக் கொண்டு, ஓட்டமும் நடையுமாக வீடு திரும்பினேன். தாராவின் நிலை மிகவும் பரிதாபகரமானதாக இருந்தது. வாணிக்கு, சுகக்கேட்டிலும் விளையாட்டு, குதி இத்யாதி. மருத்துவச் செலவுக்கு ஒரு நண்பரிடமிருந்து கடனாகப் பெற்ற முப்பது ரூபாயும், ஏற்கனவே இருந்த பத்து ரூபாயும் சட்டைப் பையில் கனக்க மருத்துவரிடம்

அழைத்துச் செல்ல ஒரு ரிக்ஷா. பணம் ஒரே நபரிடம் தேங்கக் கூடாது. அது என்னிடமிருந்து இன்னொருவரிடம் போனால் தான் பணப் புழக்கப் பரவல், பொருள் சுழற்றி முதலியன நிகழும். இது பொருளியல். என்னிடம் கையில் பைசா இல்லாமலும், நண்பர் ஒருவரிடம் ஐம்பது ரூபாயும் இருந்தால் சராசரியாக தலா இருபத்து ஐந்து ரூபாய் இருப்பதாகப் பொருள். புள்ளி விவரவியலில் சராசரி என்ற பிரிவு புகட்டும் போதனை. என் கையில் காசில்லாத பொழுது எனக்கு 25 ரூபாய் கிடைத்தால் அது குதூகலம். இது உளவியல். கல்வி தான் எவ்வளவு சுலபமானது! கஷ்டப்பட்டுப் பல்கலைக்கழகத்தில் வருடக்கணக்கில் தொந்தரவுபட்டுப் பட்டதாரிகளாகின்றவர் களுடன் ஏனைய அனைவரும் படிக்காத மேதைகள் அல்லது ஆன்று அவிந்து அடங்கிய சான்றோர்கள் முதலியவர்களாக ஊர் சுற்ற வருவதில் நாட்டின் கல்வி அறிவுத் தரம், சிறு சந்துகளைத் தவிர்த்து பிரதான சாலை, மைதானம் முதலிய இடங்களிலிருந்து அண்ணாந்து பார்த்தால் தெரியும் வானை எட்டும் எல்லையில்லா ஆனந்தம். நாடு செழித்துத் தொலைத்துக் கொண்டுதான் இருக்கிறது. மருத்துவ ஆலோசனைக்கும் தெரிந்த மருந்துக் கடையில் கடனில் வாங்கிய 22 ரூபாய் குளிகை, பொடி, பளபளக்கும் கண்ணைக் கவரும் அழகான மாத்திரைகள் தவிர்த்து, அந்த வாடிக்கைக்காரரிடம் கிடைக் காததால் வேறொரு மருந்துக் கடையில் வாங்கிய இருமல் கட்டுப்படுத்தி திரவத்திற்கு ஐந்து ரூபாய் நாற்பது பைசாவும், பத்து ரூபாய்த் தாளுக்குச் சில்லரை இல்லாது கிடைத்த சந்தர்ப்பத்தை நழுவ விடாத, முதலிய காரணங்களினாலும், ‘திரும்பி வார்றப்போ ஒடம்பு சரியில்லாத அம்மாவெ அவ்ளோ தொலைவு நடந்தா இட்டுண்ணு போவே சார், நான் வேண்ணா வெய்ட் பண்றேன்’ என்ற ரிக்ஷா ஓட்டுநர் என் மனைவிமீது சொறிந்த அன்புத் தொல்லையைத் தாங்க முடியாததாலும், அவர் வண்டியிலேயே வாடிக்கையான மருந்துக்கடை, வாடிக்கை யில்லாத மருந்துக்கடை முதலிய இடங்களுக்குச் சென்று, பேசியதற்கு மேல் சிறிது அதிக தூரமே அவரது வாகனத்தை உபயோகப்படுத்திக் கொண்டதில், ஒரு ரூபாய் அதிகமாகத் தர எண்ணி, உடலுழைப்புதான் உண்மையான உழைப்பு என்று மனதின் மூலையிலிருந்து ஏதோ ஒன்று சொல்ல, மனதில் முளைத்த கூடுதல் ஒரு ரூபாயைவிட மேலும் ஒரு ரூபாய் அதிகமாக அவருக்குப் போட்டுக் கொடுத்து, பையில் ஏழு ரூபாயுடன் வீடு திரும்பி, மீண்டும் யாரிடம் கடன் வாங்குவது என்ற கலவரம் புடைசூழ, சரியான மருந்து வகையறாக்களை

தாராவுக்கும் வாணிக்கும் அளித்து, ஒரு கப் டீயைக் குடித்து புத்துயிர் பெற்றுப் படுக்கையில் கிடந்து எண்ணங்களை அசை போட ஆரம்பித்தேன்.

முந்தைய தினம் பாரதத்தின் மிக முக்கிய அரசியல் தலைவர் தொலைதூரத்திலிருந்து வந்திருந்தார். அயராத உழைப் பின் அவசியத்தையும் உற்பத்தியைப் பெருக்குவதின் அவசரத் தையும் மேடையில், வானொலியில், படத் தொலைக்காட்சிகளில், சுவரொட்டிகளில், சஞ்சிகைகளில், வேறு எங்கெங்கு முடியுமோ அங்கெல்லாம் வலியுறுத்தும் பிரபல பாரதத் தலைவர்கள் மாநகர்களுக்கு விஜயம் செய்யும்போது, கூடவே ஓய்வின் அவசி யத்தையும் உளவியல் ரீதியில் வலியுறுத்தி, அலுவலகங்களைப் பாதி நாளுக்கு மேல் மூடிவிடுவது சாதாரணமாக நிகழும் சமாச்சாரம். சீக்கிரமே அடைக்கப்பட்ட அலுவலகத்திலிருந்து வீடு திரும்பி, வாணி தூங்கும் வரை, என்னுடைய விருப்பமான செயல்களான புத்தகங்களைப் படிப்பது, ஏதேதோ எழுதுவது போன்ற காரியங்களைச் செய்ய முடியப் போவதில்லையாதலால், ஜனநாயக அரசியல் தலைவர் வரும் வழியே பிரஜைகள் சாதாரணமாக நடமாட முடியாத திவ்ய நிலையில் ஊர்வலம் வராத வழியில் அருகாமையிலுள்ள ஒரு கலையரங்கத்தில் மூன்று டிக்கெட்டுகளைக் கிழித்துக் கொடுத்து, ‘இன்னும் யாராவது வர்றாங்களா சார்?’ என்று டிக்கெட் கிழித்துக் கொடுக்கும் ஊழியர் வினவ, ‘இல்லை, குழந்தைக்கு ஒரு டிக்கெட்’ என்று நான் சொல்ல என்னை அவர் ஒரு வினோதமான பார்வையில் நோட்டமிட, மூவரும் உட்சென்று சிறிது நேரம் சரியான ஆங்கில உச்சரிப்பைக் கேட்ட சந்தோஷத்தில், சட்டைப் பையில் மிஞ்சியது பத்து ரூபாய். மீசைக்கு ஆசைப்பட்டால் கூழை ருசிக்க முடியாதுதான்.

இடைவேளையின்போது ஒரு காட்சி நினைவில் தங்கியது. நல்ல உடல்வாகுடன் கை, கால், கழுத்து முதலிய பகுதிகள் தாராளமாகத் தெரிய நாகரிக decollete உடையணிந்த ஒரு இளம்பெண் தன் தோழனுடன் அன்னியோன்னியமாக ஐஸ்க்ரீம் சாப்பிட்டுக் கொண்டிருந்தாள். உடையணிவது மற்றவர்களைத் திருப்திப்படுத்த. பார்ப்பவர் கண்களை ஈர்க்கும் ஆடைகளை அணிந்துகொண்டு, மிகவும் இயல்பான முகபாவத் துடன் வளைய வருவது, ஒரு வரம்புக்குள் கொணர முடியாத தற்பொழுதைய வக்கிரமான நாகரிகம். படிப்பு வாசனை அதிகமில்லாத சராசரி சென்னைவாழ் பாரதக்குமரி ஒருத்திக்கு அதே ஆடைகளை அணிவித்து வெளியில் நடமாடச் சொன் னால், வெட்கத்தால் கூசி, குனிந்து, குறுக, முகம் மிகவும் சிவந்து,

பயங்கரமான self consciousness ஏற்பட்டு உருக்குலைந்து விடுவாள் என்று கொள்வது தவறாகி விடாது என்பதென்னவோ உண்மை. பிறவி உறுப்புகள், பாலுறவு சம்பந்தப்பட்ட பிற அங்கங்கள்பால் பிறர் கவனத்தை ஈர்ப்பதற்காகவே உடைகள் தோன்றியதாக ஆடைகளைப் பற்றி ஒரு சித்தாந்தம் உண்டு. நினைப்பதற்குக் கொச்சையாகவும் விரசமாகவும் இருக்கிறது. மேலை நாடுகளில் சில காலம் முன் புழங்கிய topless, இயற்கையுடன் ஒன்றி இழைய, இப்பொழுதும் இருக்கும் nudist camp இத்யாதி, மூலை முடுக்குகள் உள்ளிட்டு, நாடு முழுவதும் வியாபித்திருப்பதாக பக்தியுடன் நம்பப்படும் தேசிய ஒருமைப் பாட்டின் விளைவான, ஒரு குழுவின் பழக்கவழக்கங்கள் மற்றொரு குழுவுக்குப் பரவும் நிலையையும் தாண்டிச் சென்று சர்வதேச ஒருங்கிணைப்பில் லயிப்பதில் ஒரு வினோதமான கிளுகிளுப்பு. என்ன இருந்தாலும் மனிதன் மனிதன்தான் (?) ஏவாள் சாத்தானின் ஆசைக்கிணங்கி உட்கொண்ட தடை விதிக்கப்பட்ட கனியின் விளைவில் உருவான மனித குலம் இசகு பிசகாக ஏதாவது செய்து வைப்பதில் ஆச்சரியப்படும் சமாச்சாரம் ஒன்றுமிருப்பதாகத் தோன்றவில்லை.

அடுத்த நாள், சற்றுக் குணமாகியிருந்த வாணியை, வழக்கத்துக்கு மாறாக, காலையில் நானே பள்ளிக்கு அழைத்துச் சென்றதில் 5 நிமிடங்கள் தாமதமாகிவிட்டது. 'இதென்ன கார்ப்பரேஷன் ஸ்கூலா கான்வென்டா? இஷ்டத்துக்கு வந்தா எப்படி? திங்கக் கௌமெய்லிருந்து லேட்டா வந்தா ஃபிஃப்டி பைசே ஃபைன்.' கரஸ்பாண்டென்ட் இரைந்துகொண்டிருந்தாள். கல்வியை யானை குதிரை விலையில் விற்கும் கடையில் எதற்கெடுத்தாலும் காசு கேட்பார்கள் என்பது எனக்குக் கொஞ்ச நாளாகவே தெரிந்திருந்தது. இறை வணக்கம் என்ற தேவையில்லாத சடங்கு முடிந்த பிற்பாடு போய்க்கொள்ளலாம் என்றுதான் நான் வேண்டுமென்றே தாமதித்துப் போயிருந்தேன்.

ஜூன் 10ஆம் தேதி பள்ளி தொடங்குவதாக அறிவித்தது. பிறகு நடுவில் குருவி, கிளி, வெள்ளை எலி – இதில் ஏதோ ஒரு ஜோசியம் பார்த்ததில் 14ஆம் தேதிதான் மிக நல்ல நாள் என்றறிந்து துவக்க நாளைத் தள்ளிப்போட்டு அதிர்ஷ்டத்தை நம்பி செயல்படும் conventஇல் மூன்று வாரம் கழித்து முதலில் என் மகளுக்குச் சொல்லிக் கொடுத்த rhymes:

Hot cross buns!
Hot cross buns!
One a penny, two a penny
Hot cross buns!

எடுத்த எடுப்பிலேயே பிழைப்புக்கு வழி சொல்லிக் கொடுத்திருந்தார்கள். என் மகன் $17\frac{1}{2}$ வயதில் +2 முடித்த கையோடு, ஒரு கூடையில் பன்களை அடுக்கி, தலையில் பிரிமனை, பன் கூடை சகிதமாகத் தெருத் தெருவாகச் சுற்றி, மொய்க்கும் பாரத தேசியப் பறவையினமான ஈக்கூட்டத்தை ஒரு சிறு குச்சியால் கலைத்துக்கொண்டே, பன் விற்கும் காட்சி கண்முன் தோன்றியது என்னவோ எனக்கு அவ்வளவு உவகை தருவதாக அமையவில்லை. எதையும் மனதில் போட்டுக் குழப்பிக்கொள்ளாமல் பேசாமல் வாணியை வகுப்பறையில் விட்டுவிட்டு அலுவலகம் சென்றடைந்தேன்.

தாராவுடன் கூடமாட இருந்து ஒத்தாசை செய்ய மதியம் விடுப்பு பெற்று *1–00* மணிக்கே வீடு திரும்பி, வாணியைப் பள்ளியிலிருந்து நானே வீட்டுக்கு அழைத்து வந்துவிட, ஒரு நண்பரைக் காண அவர் அலுவலகம் வரை சென்று, அவரும் விடுப்பு எடுத்துக் கொண்டிருப்பதாக அறிந்து, அலுப்புடன் வீடு திரும்பி, வயிறு ஏதோ கலாட்டா செய்ததில் கழிப்பறை சென்று திரும்பும்போது அந்தக் குறுகிய பாதையில் ஒரு பெரிய எருமைக் கன்றுக்குட்டி. உள்ளிருந்து யாராவது வந்து அதை விரட்டினால் தான் உண்டு. உடலைக் குறுக்கிக்கொண்டு அதைத் தாண்டிச் செல்ல எனக்குப் போதிய தெம்பு, தைரியம், சாதுரியம் முதலியன இல்லாததாலும், ஒரு சராசரி பாரதனின் அன்றாட வாழ்க்கையில் விதி திடீர் திடீரென்று நேரம் காலம் தெரியாமல் விளையாடி, தன் இருப்பை நினைவூட்டும் என்பதை நான் நன்றாக அறிந்து வைத்திருப்பதாலும், ‘என்னங்க, என்னங்க’ என்று பக்கத்து வீட்டுக்காரிகளை அழைப்பது அவ்வளவு தரம் வாய்ந்த செயலாகாது என்பதாலும், நான் ‘தாரா தாரா’ என்று குரல் கொடுக்க, அவள் நல்லவேளையாக உடனே வந்து நிலைமையைக் குறிப்பறிந்து, ‘சூ சூ’ என்று கத்தி, முதலையின் வாயிலிருந்து யானையின் காலைக் காப்பாற்றினாள். முரட்டுக் காளை ஒன்றை உடலெல்லாம் காயம் ஏற்படுத்திக் கொண்டு அடக்கித்தான் வெள்ளையம்மாளை மணம் முடிக்க முடிந்தது வெள்ளையத்தேவனால். ஒரு கன்றுக்குட்டியிடமிருந்து தன்னைக் காத்துக்கொள்ளத் துப்பில்லாமல் தன் மனைவியை நோக்கி அபயக்குரல் எழுப்பும் ஒரு ஆடவனைக் கணவனாக வாய்க்கப் பெற்றதில் தாரா தலையில் அடித்துக்கொள்ளாதது குடும்பநலம் கருதி.

மணி *5–00*. உடம்பு சரியில்லாத நிலையிலும், குடித்தனக்காரர்கள் பொதுவாகப் பயன்படுத்தும் ஒரு வெற்றிடத்தில் தாரா வாணியின் சீருடைகளைத் துவைக்க ஆரம்பித்தாள். இது

தினசரி நடக்கும் வீட்டு வேலைகளில் ஒன்று. வாணியின் கல்வி வியாபார நிறுவனம் குறிப்பிட்டிருந்த கடையில் ஒரு ஜதை மாற்றுச் சீருடைக்கான துணி வாங்கி மலிவாகக் கூலி கேட்கும் தையற்காரனிடம் தைத்துப் பெற்றுக்கொள்ள நூற்று முப்பத்தைந்து ரூபாயைச் சேமிக்க ஏதுவான சூழலை இன்னும் கடவுள் அருள் பாலிக்கவில்லை. தெய்வம் நின்று நிதானித்துதான் அந்த மாதிரி காரியங்களையெல்லாம் செய்யும். அதன் போக்கில் அதை விட்டு விடுவதுதான் உசிதம். நானே அன்று துவைத்திருக்கலாம். ஆனால், மற்ற குடித்தனக்காரர்கள் பார்வையில் நான் சிறுத்து விடுவேன். வரட்டு ஜம்பம். வரும் விருந்தாளியிடம் 'இண்ணெக்கி காலேலதான் ஹார்லிக்ஸ் தீர்ந்தது. இவர்டெ சொன்னா இவருக்கு இதெல்லாம் ஞாபகம் இருக்கிறதில்லை. இருங்க கொஞ்சம் டீ போட்டுக் கொண்டார்ரேன்.' 'ஒண்ணும் வேணாம். இப்பொழுது heavy tiffin வர்ற வழியே சாப்பிட்டு வர்றேன்.' சராசரி குடும்பங்களில் காசில்லாத தருணங்களில் தவறாமல் நிகழும் பழகிப் புளித்துப்போன காட்சி.

வாணியைப் பார்த்துக் கொள்ள ஒரு நபர் எப்பொழுதும் தேவை. ஏதாவது செய்து வைப்பாள். இன்னும் சின்னவளாக இருக்கும் போது, ஒரு baby sitter; இப்பொழுது ஒரு ஆயா இதெல்லாம் கனவில் வேலைக்கமர்த்தப்பட்டிருந்தனர். அவளைத் தூக்கி இடுப்பில் வைத்துக்கொண்டு, 'பார்ரா கண்ணா மேலே ஈ எவ்ளோ ஜோராப் பறக்கறது! அந்த எருமெக்குட்டிக் கன்னுக்குட்டியெப் பார். சாணியிலே என்னமா வெளெயாட்றது!' என்று புறச்சூழலின் ரம்மியத்தை வேடிக்கை காட்டிக்கொண்டிருந்தேன்.

ஐந்து ஆண்டுகளுக்கு முன் கல்யாணப் பரிசாகக் கிடைத்திருந்த ஒரு மேஜை இரண்டு நாற்காலிகள் வசிக்கும் அறையின் 1/8 பாகத்தை அடைத்துக்கொண்டிருந்தன. பரிசுகள் திருமணத்தின் பிரதான அனுகூலங்கள். ஒரு நாற்காலியில் அமர்ந்து இளைப்பாறிக்கொண்டிருந்தேன். பயங்கரமான சோர்வு. என் பகுதியைச் சுற்றிலும் ஒரே இரைச்சல். அதன் விளைவாக எரிச்சல்.

பக்கத்து வீட்டுக்காரிகள் காலை 7–45லிருந்து இரவு 10–30 வரை ஏதாவது பேசிக்கொண்டிருப்பார்கள். பம்ப் அடிக்கும் சப்தம், குழந்தைகளின் அழுகுரல், இவர்களின் ஓயாத பேச்சுச் சப்தம், திடீர் திடீரென குலுங்கிக் கூச்சல் போட்டுச் சிரிக்கும் குதூகல ஒலி, தோராயமாக 20 நிமிடங்களுக்கு ஒரு முறை பக்கத்துப் பகுதிக்காரியின் 'குட்டிப் பையா' என்ற காதைத்

துளைக்கும் பயங்கர இரைச்சல் (தன் 6 மாத ஆண் மகவின் மீது அவள் இரைச்சலுடன் விட்டுவிட்டு அன்பு செலுத்திக் கொண்டிருந்தாள். ஒரு 6 மாதச் சிசுவை அழைக்க இவ்வளவு பெரிய அன்புக் கூச்சல் அவசியமா என்று தெரியவில்லை). சில சமயம் ஐந்தாவது பகுதியிலிருந்து முழுதாகத் திருகி விடப்பட்டிருக்கும் வானொலியிருந்து இரைச்சலுடன் காதில் விழுந்து வைக்கும் தமிழ்த் திரைப்படப் பாடல்கள் இத்யாதி. பழைய ஹிந்திப் பாடல்கள், சாஸ்த்ரீய சங்கீத் இதுவரை காதில் விழுந்ததாக நினைவில்லை. இரவலில் இனிமைகளை எதிர் பார்ப்பது சரிதானா என்று தெரியவில்லை. மேலும் இரவல் என்பது யாசகம், ஒரு இழி நிலை. வீட்டில் அடிக்கடி திரும்பத் திரும்ப நிகழும் சம்பாஷணை. 'மொதல்லெ வீட்டுக்கு ஒரு ட்யூப் லைட் வாங்கணும், பிறகு ஒரு சின்ன டிரான்சிஸ்டர், அதுக்கப்புறம் ஒரு குட்டி டி.வி. ட்ரான்ஸிஸ்டர் இல்லாமெ தலையே வெடிச்சிடும் போல இருக்கு.' 'அதுக்கும் மொதல்லெ ஒரு கட்டில், ஒரு பீரோ, அதெல்லாம் எப்படி மறந்துச்சு ஒனக்கு?' காதணிகள் அடகுக் கடையில் இருப்பதை, மறந்த மயக்க நிலையில் சுபீட்சம் பற்றிய இனிய சிந்தனைகள். 'இதெல் லாம் வந்ததுக்கப்பறம் ஒரு சொந்த வீடு, சிம்பிளா ஒரு சின்ன கார்.' 'ஆசைகளுக்கு அளவே இல்லை. ஆசைகள் அனைத்தும் துன்பத்துக்கு அடிகோலும். நான் சொல்லறது தப்புன்னா, புத்தரைக் கேள்.' வசதி படைக்காதவனுக்கு வசதியாகக் கை வசம் ஒரு கௌதமர்.

இரைச்சலுக்கு நடுவே எனக்கு ஒன்று தோன்றியது. பேச்சைத் திறமையுடனும் செவ்வனேயும் வெளிப்படுத்த இவர் கள் கற்றிருந்தால் எவ்வளவோ சாதனைகள் புரிந்திருக்கலாம். வாக்குச் சாதுரியமுள்ளவனின் இடது காலடியில் பாதி உலகமும் வலது காலடியில் மீதி உலகமும் கிடக்கிறது. இது உலகியல்.

வாழ்க்கையை ஒரு சில வாக்கியங்களில் அடக்கிவிடலாம். இவ்வளவு பேச்சு அவசியம்தான் என்று தெரியவில்லை. மிகவும் ஆழமான உறவுகள் அநேகமாக அமைதியாகவே இருக்கும். நேசத்தையும், மென்மை உணர்வுகளையும், தோழமையையும் வெளிப்படுத்த இனிய முகபாவம் மட்டும் போதுமானதே. வார்த்தைகள் பரிமாறிக் கொள்ளாமலேயே ஒருவருடைய எண்ணங்கள் மற்றவரைச் சேர்ந்தடையும். வாழ்க்கை மிகவும் நிசப்தமாக இருப்பதற்குச் சாத்தியக் கூறுகள் உள்ளன. ஆனாலும், இரைச்சல் ஏனோ எப்பொழுதும் இருந்து கொண்டு தான் இருக்கிறது.

அன்றாட இரைச்சல், தினமும் ஒரே மாதிரியான வாழ்க்கை வாழ்வதில் ஏற்பட்ட சலிப்பு – எல்லாவற்றையும் விட்டு ஓடி வடக்கில் ஏதோ ஒரு ஆஸ்ரமத்தில் அமைதியான சூழலில் எஞ்சியிருக்கும் வாழ்நாளைக் கழித்தால்... கனவுலகில் சஞ் சரித்துக் கொண்டிருக்கும்போது வீட்டுக்குள்ளேயே ஒரு இரைச்சல் ஆரம்பமாகியது. வாணிக்கு உடனே நான் வெளியில் அழைத்துக் கொண்டு போக வேண்டுமாம். *5–45* ஆகியும் பால்காரர் இன்னும் ஓய்வெடுத்துக் கொண்டிருந்ததால் எனக்கு டீ கிடைக்காததில் நிலைகொள்ளாமை, உளப் பூசல் புகைந்த நிலையில் இணக்கமாக வாணியிடம் சொல்லிப் பார்த்தும் அவள் வீம்பு பிடித்து பயங்கரக் கூச்சலுடன் அழ ஆரம்பித்ததில், எரிச்சல் உச்சகட்டத்தை அடைய, வெறி பிடித்த நிலையில் அவள் முதுகில் கையை ஓங்கி அடித்துவிட்டேன். க்ஷணப் பொழுதில் பாண்ட் சட்டை மாட்டிக்கொண்டு வெளியே விரைந்தேன். எங்கேயாவது சுற்றிவிட்டு இரைச்சல் அடங்கிய பிறகு *11–00* மணி வாக்கில் வீடு திரும்பிப் படுக்கையில் கிடந்தால் அடுத்த நாள் காலைவரை அமைதியை ஆனந்திக்கலாம்.

வழியில் தென்பட்ட முதல் கடையில் டீ சாப்பிட்டுக் கொண்டிருக்கையில் மனம் நெகிழ்ந்துவிட்டது. இதுவரை குழந்தையைக் கை நீட்டி அடிக்காதவனுக்கு அன்று என்ன ஆகிவிட்டது? அடித்த கையை வெட்டி எறிந்தால் தேவலாம் போல இருந்தது. உணர்ச்சிவசப்பட்டிக்கும்போது இந்த மாதிரி ஏடாகூடமாக ஏதாவது செய்யத் தோன்றும். ஒரு புது ப்ளேடை எடுத்து அதை வலது கையில் பிடித்துக்கொண்டு இடது கை சுண்டு விரலில் ஒரு சிறு கீறலை ஏற்படுத்த எவனாலும் முடியப் போவதில்லை. ஆனால் சூளுரைக்கும்போது தனது காதுகளில் ஒன்றை அறுத்துக்கொள்வதாக யார்தான் இரையாமல் இருக் கிறார்கள்! எல்லாம் போதையின் உளறல்கள். உணர்ச்சிவசப் பட்ட நிலையில் இருப்பதற்கும் போதையில் உளறுவதற்கும் அதிக வித்தியாசம் இல்லை. இப்பொழுது முதல் பிராயச்சித்தமாக ஏதாவது செய்தாக வேண்டும். உடனே வீடு திரும்பி வாணியை அழைத்துக்கொண்டு ஒரு walk சென்றால்தான் மனம் சாந்தி யடையும். பிறருக்குச் செய்யும் நல்ல காரியங்கள், உபகாரங்கள் முதலியன மனித நேயத்தின் வெளிப்பாடுகளாகத் தோன்றினாலும் அடிப்படையில் ஒருவித பயங்கர சுயநலம். நம் மனதைச் சாந்த மாக வைத்துக்கொள்ள நாம் செய்துகொள்ளும் சுயசேவைகள். எது எப்படியோ ஓட்டமும் நடையுமாக வீடு திரும்பினேன்.

நினைப்பது நடக்காததில் வெறுப்பு. இல்லை அதுவும் தவறு, ஏமாற்றம். அழுது அழுது வாணி தூங்கிப் போயிருந்தாள்.

நான் பாசமாக வளர்க்கும் குழந்தை; ஒரு குட்டி சினேகிதி. நான் தரையில் அமர்ந்திருக்கும்போது பின்னாலிருந்து என் தோள்பட்டை மீது ஏறி என் தலைமுடியைப் பற்றிக் கீழே குதிக்கும் போதும், lolly pop சாப்பிட்டு என் முகத்தில் இனிப்புப் பிசுபிசுப்பைத் தடவும்போதும், என்னுடன் ரஜினி சண்டை போடும்போதும், அதன் தொடர்ச்சியாக டிஷூம் டிஷூம் என்று வயிற்றில் என்னை எட்டி உதைக்கும்போதும், புதிதாக அப்பொழுதுதான் அணிந்த பாண்டில் தன் செருப்புக் கால்களை வைத்துக் கறையேற்படுத்தும்போதும், அவள் செயல்களைக் கண்டிக்காமல் அமைதியாக சந்தோஷத்துடனேயே ஏற்றுக் கொள்ளும் எனக்கு நேர்ந்த திடீர் ஆத்திரம்? சுய நிந்தனையில் உழன்று சங்கடப்பட்டுக் கொண்டிருந்தேன். இரட்டையாக மடித்துப் போடப்பட்டிருந்த தாராவின் பழைய புடவையின் மீது உறையில்லாத தலையணையில் வாணி படுத்திருந்தாள். அவளை உற்றுப் பார்த்துக்கொண்டிருந்தேன். என் கண்கள் லேசாகப் பனித்தன. மேலே மின்விசிறி சுற்றிக் கொண்டிருந்தது. வெயிலின் உக்கிரம் உள்ளே வந்து பகல் பொழுதில் பழைய கால அடுப்பங்கரை உஷ்ணச் சூழலை ஏற்படுத்திக்கொண்டும், மாலை *6–00* மணியிலிருந்து காலை *7–00* வரை கொசுக்கள் சுதந்திரமாகப் பறந்து வளையவந்தும் கொண் டிருக்கும் ஒரு அறையில் ஒரு மின் விசிறி இருப்பது ஆடம்பரமா என்று தெரியவில்லை. தூக்கத்தில் வாணியின் கால்கள் ஒரு முறை லேசாக அசைந்தன. முகத்தில் இருமுறை விசும்பல். அவளையே பார்த்துக்கொண்டு பிரமை பிடித்தவன்போல் உட்கார்ந்திருந்தேன்.

அதிகாலையில் வாணியை எழுப்பிக் கடற்கரை வரை அழைத்துச் சென்றால்தான் எனக்கு நிம்மதி. எது காலதாமதமாக வழங்கப்படுகிறதோ அது மறுக்கப்பட்ட சமாச்சாரம்தான், நியாயத்தைப் போல. என் மனதை ஆசுவாசப்படுத்திக் கொள்ள அவளை எவ்வளவு விரைவில் சாத்தியமோ அவ்வளவு சீக்கிரம் walk கூட்டிக்கொண்டு போக வேண்டும்.

காலை *5–30*க்கு அலாரம் அடித்ததில் விழிப்பு வந்தது. வழக்கத்துக்கு முற்றிலும் மாறாகக் கனத்த மழை பெய்து கொண்டிருந்தது. மனதைத் துக்கம் கவ்விக்கொண்டது.

●

சகல சம்பத்துகளும்

நான் மூப்படைந்துகொண்டிருக்கிறேன் என்று அச்சுறுத்தும் நாள். வழக்கங்களை ஒட்டி நான் இதைக் கொண்டாடியாக வேண்டும். ஏனோ இதுகாறும் விளங்கியதில்லைதான். நான் ஏதாவது சாதனை புரிந்திருக்கும் பட்சத்தில் சாதனையை நிகழ்த்திய நன்னாளை நான் விமரிசையாகக் கொண்டாடி அமர்க்களித்துக் கொள்வதில் ஏதாவது ஓர் அர்த்தம் இருக்கும்.

சகல சாதனைகளையும் என் சகோதர சகோதரி ஜீவன்கள் நிகழ்த்திவிட்டு எனக்காக எதையும் விட்டு வைக்காமல் வேறு இருந்துவிட்டார்கள். மேலும் இந்நாளை அடைய நான் எவ்விதப் பிரயாசையும் பட்டதில்லை. சரி, இது ஒரு சொந்த வைபவம் அல்லது குடும்ப வைபவம் என்று கருதிக்கொள்ள வேண்டியதுதான்.

என் மனைவிக்குப் பிடித்தமான காரியம் ஒன்றைச் செய்து வைக்கலாம் என்று தோன்றிற்று. இப்பொழுது அவள் 260 கிலோ மீட்டர் தொலைவில் இருக்கிறாள். நான் சாமி சமாச் சாரங்களில் அவளைப் பொறுத்தமட்டில் அடங்கிப் போகாத ஒருவன்.

இன்றைக்காவது அவள் சொல் பேச்சைக் கேட்கலாம். ஒருவாறாகத் துணிந்துவிட்டேன். இந்தக் கிராமத்தின் பிரசித்தி பெற்ற கோவிலுக்குச் செல்வது என்று தீர்க்கமாக முடிவெடுத் தாகிவிட்டது. சென்று விட்டு அவளுக்கு ஒரு கடிதம் எழுதி னால், கணவன் நல்வழிப்பட்டு விட்டான் என்று குஷிப்படக் கூடும்.

என் நேரங்காட்டி பழுதடைந்து விட்டிருந்தது. கொஞ்ச நாட்களாகவே எல்லாம் தோராயமான இயக்கங்கள்தாம். குத்து மதிப்பாக அதிகாலையில்தான் எழுந்துகொண்டிருந்தேன். குறிப்பிடத்தக்க முதல் நிகழ்ச்சி பயங்கரமான கழுத்து வலி. சுப சூசகங்களில் நம்பிக்கை இல்லைதான். கழுத்து வலி என்பது சந்தோஷிக்கத்தக்க சௌகரியம் இல்லை. இரண்டு நிவாரணிகளை விழுங்கித் தேநீர் பருகியதில் கொஞ்சம் வலி குறைந்ததாகப்

பிரமை தட்டிற்று. 'மெஸ்'ஸிலிருந்து சிற்றுண்டி வந்தால் மணி எட்டரையிலிருந்து ஒன்பதுக்குள் என்று அர்த்தம்.

குளியல், துவையல், உணவு உட்கொள்ளல் முடிந்த பிற்பாடு வேலையில் ஆழ்ந்தாயிற்று. இது சனிக்கிழமை. ராகு காலத்தில் சுப காரியங்களைச் செய்யக் கூடாது. என் மனைவிக்கு முழுக்க முழுக்க நான் அவள் ரீதியில் செயல்படுவதில் தான், உள்ளத்தில் பூர்ணத்துவ உணர்வு உண்டாகும். அப்படி யானால் பத்தரை மணி வரை நான் எதையாவது செய்தாக வேண்டும். அதன் பிற்பாடுதான் புனிதத் தல விஜயம். வேலை யைத் தொடர்ந்தேன்.

இப்பொழுது நேரம் பத்தே முக்கால் இருக்கலாம். கதவைப் பூட்டிக்கொண்டு சைக்கிளில் கிளம்பினேன். வழியில் ஒரு கல்லூரி மாணாக்கரிடம் உசாவி மணி பதினொன்றரை என்றறிந்து சற்றுத் திடுக்கிட்டேன். பன்னிரண்டு மணிக்கெல்லாம் கோவிலை மூடிவிடுவார்கள். யாரோ எப்போதோ சொல்லி வைத்திருந்தார்கள். அவசரமாக வண்டியை மிதித்தேன். தோராய மாகத்தான் வழி தெரியும். கோவில் எங்கிருக்கிறது என்று ஒருவரை விசாரிக்க, அவர் பரம பக்தராக இருந்த சிக்கலில், 'கோவில் எங்கிருக்கிறது என்று தெரியாத மூடனெல்லாம் ஊரில் இருக்கிறான். காலம் ரொம்பத்தான் கெட்டுக் கிடக்கிறது' என்ற எண்ண ஓட்டத்தின் சாயலை முகத்தில் துல்லியமாகப் படரவிட்டு, என்னை ஒரு தினுசாக முறைத்து, திசையைத் தெரிவித்து உதவினார்.

கீழ வீதியில் நுழை வாயிலாம். வீதியின் முக்கில் 'கோவி லுக்குப் போகிறவன் முட்டாள்' என்ற பொருள் பதிந்த நான்கு வரிகள் கொட்டை எழுத்துகளில் வரையப்பட்ட ஒரு தகர போர்டு நட்டு வைக்கப்பட்டிருந்தது. எனக்காகவே எழுதப்பட்ட வாசகங்கள் போல் தோன்றி அவ்வரிகள் என்னை இம்சிக்க ஆரம்பித்து விட்டன. ஒரு புறம் ஒரு வெகுஜனக் கொள்கை. மறுபுறம் புரட்சிக் கனல். ஒன்றும் அதன் முரணும் பக்கத்தில் பக்கத்தில் ஓர் அன்னியோன்னிய நெருக்கத்தில். கோட்பாட்டுக் குழப்பங்களில் மானிடனின் அவஸ்தை. 'ரெக்கார்ட்' நடனமும் பரத நாட்டியமும் ஒரே அரங்கில். நடுவில் ஒரு மெல்லிய கோடு இழுக்கப்பட்டு நிகழ்ந்தேறும் குதூகலம். அகிம்சையும் ஆட்டுக் கறியும் கலந்த போஷாக்குத் தரும் சரிவிகிதப் பாரத உணவு. சிந்தனைச் சிக்கலுடன் சைக்கிளை மிதித்துக்கொண்டிருக்கையில் அநியாயமாகத் தாகம் எடுத்துத் தொலைத்தது. தென்பட்ட முதல் தேநீர் விடுதியில் ஒரு லோட்டா தண்ணீரை வாங்கி அருந்த, அது குடிநீராக இல்லாமல் 'குளோரின்' கரைசலாக

இருந்தது. அன்றைக்கு முனிசிபாலிடிக்காரர்களுக்கு அதீத ஆரோக்கியப் பிரக்ஞை தோன்றியிருக்க வேண்டும். எனக்குப் பேதியாகப் போகிறது என்ற பீதி தொற்றிக்கொண்டது. கூடவே மனைவியின் 'பகவான் சோதிக்கிறான் போலும்' என்ற வாக்கியமும் அடிக்கடி ஞாபகத்துக்கு வந்தது.

'மிதியடிகளை இங்கே விடவும்.' சந்தில் பல நடைபாதைக் கடைகளில் போர்டுகள். வசதிக்கேற்ப, தகர போர்டுகளில் பெயிண்டினாலும், அட்டைகளில் வண்ணச் சாக்குக் கட்டிகளினாலும் எழுதப்பட்டு நடப்பட்டிருந்தன. வசதியில் குன்றியவருக்கு உதவ விழைந்து அட்டை போர்டு இருந்த கடையில் காலணிகளைக் கழற்றி வைத்தேன். கடைப் பெண்மணியின் அனுமதியுடன் சைக்கிளையும் அங்கு விட்டு விட்டுப் புனித பிரம்மாண்டத்துக்குள் ஒரு வழியாக நுழைந்து விட்டேன்.

தெய்வச் சிலைகளை வந்தடைவதற்கு முன், முதலில் இரு மாபெரும் வாசல்கள். இரண்டாவது வாசலுள் நுழையுமுன் கோபுரத்தை அண்ணாந்து நோக்கிச் சிற்பங்களை மனதில் வாங்கிக்கொண்டு சற்றே பரவசப்பட்டேன். நுழைந்த பின்பு இரு மருங்கிலும் இருந்த சிற்ப வேலைப்பாடுகளை லயித்துப் பார்த்துக்கொண்டிருந்தேன். இரு ஓரங்களிலும் சமத்துவ அடிப் படையில் யாசக யாசகிகள். ஒரு வாலிப பக்தன் பேண்ட்ஸ், ஷர்ட் அணிந்து ஜோடுகளுடன் உள்ளே நுழைந்துகொண்டிருந்தான். ஒரு மத்திய வயதுப் பெண் – கற்பூரம் விற்றுக்கொண்டிருந்தவள் – ஷூவை இங்கேயே விட்டிருங்க, நான் பார்த்துக்கிறேன்' என்று உதவ முன் வந்துகொண்டிருந்தாள். நான் என் மனைவி சொல் பேச்சைக் கேட்க முற்பட்டு, ஒரு கற்பூரப் பொட்டலத்தை வாங்கப் போனேன். "எவ்வளவு?" "இருபத்தஞ்சி காசுதான் சாமீ." ஒரு பொட்டலத்தை எடுத்துக்கொண்டு காசைத் தட்டி லேயே வைத்துவிட்டேன். தற்செயலாக அவள் விரல்களை நோக்கிப் பார்வை பரவியதில், அவள் ஒரு தொழுநோயாளி என்றறிந்து மிகவும் சங்கடப்பட்டுப் போனேன். கற்பூரத்தை அருவருப்புடன் கீழே போடப் போனவன், அவள் மனதைப் புண்படுத்த விரும்பாமல் வேகமாக உள்ளே நுழைந்து, அவள் பார்வையிலிருந்து நன்றாக மறைந்து ஒரு சிலை அருகே வைத்து விட்டேன்.

இடது பக்கத்தில் ஒரு மேடான பரப்பில் ஒரு கிணறு. வயதான அம்மாக்கள் இருவர் அதில் நீர் சேந்திக்கொண்டிருந் தார்கள். முதலில் எனக்குக் கை கழுவினால் தேவலாம். ஓர் அம்மாள் மிகவும் பரிவுடன் ஒரு குடுவையிலிருந்து என்

கைகளில் நீர் ஊற்றிக் கை கழுவ உதவினாள். வயதானாலேயே ஒரு கனிவு சுரக்க ஆரம்பிக்கிறது. மற்றவர்கள் நமக்கு நம் குழந்தைகளாகவே தோன்றுகிறார்கள். எனக்கும் வயது கூடிக்கொண்டிருப்பது நினைவுக்குக் கொண்டு வரப்பட்டது. தொழுநோய் தொற்று வியாதி அல்ல என்று தெரியும்தான். ஆனாலும், அச்சீக்கைப் பற்றிச் சில உணர்வு கலந்த மனச் சிக்கல்கள். அறிவார்த்தமாக ஒன்றை விளங்கிக்கொண்டாலும் சில விஷயங்களை உள அளவில் ஏற்றுக்கொள்வது இயலாமல் போய்விடுகிறது. பிரச்சனை ஆளுமையின் பாற்பட்டது. கை கழுவி முடிந்ததும் நான் சுத்தமாக இருப்பதாக ஓர் உணர்வு தோன்றி என் குறைபட்ட ஆளுமைக்குச் சற்று ஆசுவாசம் கிட்டியது.

கிணற்றை விட்டகன்று சற்று முன்னே சென்றதும் ஒலி பெருக்கியின் நொய்ங்... '...இரண்டு மணிக்கு வருமாறு கேட்டுக் கொள்ளப்படுகிறார்கள்.' ஓ! கதவைச் சாத்தப் போகி றார்கள் போலும். சரி, எப்படியும் இரண்டு மணி வாக்கில் திறந்து வைப்பார்கள். சிறிது நேரம் உபவாசித்தால் ஒன்றும் கெட்டுவிடப் போவதில்லை. வேளா வேளைக்குக் கொட்டிக் கொண்டுதான் என்னத்தைச் சாதித்தோம்? ஆனாலும் விந்தை. யாரும் நகர்வதாகக் காணோம்.

ஒன்றன்பின் ஒன்றாக இரு சாமிகள். பல்லக்கு போன்ற ஓர் அமைப்பில் வீற்றிருந்தன. மந்திர உச்சாடன ஒலியின் சீரான இரைச்சல். பக்தைகள் கூட்டம் அதிகம். என்னனென்ன சாமி என்று தெரிய எனக்கு எவ்வித வாய்ப்பும் தரப்படவில்லை. துணி போன்ற ஏதோ ஒன்றினால் சாமிகள் மறைக்கப்பட் டிருந்தன. நிறைய அர்ச்சகர்கள் – 15 முதல் 60 வயது வரை – சுறுசுறுப்புடன் இயங்கிக்கொண்டிருந்தார்கள். ஓர் ஓரத்தில் யாகத் தீ கொழுந்து விட்டு எரிந்துகொண்டிருந்தது. ஏதோ விசேஷம் போலும். நாற்பத்து ஐந்து வயது மதிக்கத்தக்க அர்ச்சகர் ஒருவர் வலது மணிக்கட்டில் நேரங்காட்டியையும், கழுத்தில் மைனர் சங்கிலியையும், காதுகளில் பச்சைக் கடுக்கன் களையும் இருத்தி, ஒப்பனை பூர்த்தியான நிலையில் (இவ்வளவு ஐசுவரியத்துக்குச் சாமி அவரைத் தனியாகக் கவனித்துக் கொண்டிருந்திருக்க வேண்டும்.) மூன்று மாமிகளை நோக்கிக் கைகளை மேலே உயர்த்தியும் கீழே தாழ்த்தியும் பக்கவாட்டில் நீட்டியும் வளைத்தும், இவ்வளவுக்கும் இடையே தோள்களைக் குலுக்கியும் சிரித்துக்கொண்டும் பேசிக் கொண்டிருந்தார். சாமி சத்தியமாக, முழுக்க முழுக்கச் சாமி சமாச்சாரமாக மட்டுமே இராது என்பதை அவரது இயக்கம் துல்லியப்படுத்தியது.

கூட்டத்தில் ஒரு cossack பாணி ஸ்கர்ட் அணிந்த இளம் பெண்; ஜிசட்டையைப் பட்டைகள் வைத்த முழுக்கால் சட்டையுள்ளே செருகி அணிந்த நிலையில் ஸ்கர்ட் பெண்ணுக்கு இளமையில் சற்றும் சளைக்காத இன்னொரு பெண்; பனியனும் அரைக்கால் சட்டையும் அணிந்த ஓர் இளைஞன்; மூவரும் வேறு தேசத்தினர். ஜிசட்டைப் பெண் புகைப்படக் கருவி ஒன்றை இயக்கிக்கொண்டிருந்தாள். இக்கோவிலில் புகைப்படம் எடுக்கத் தடை விதிப்பில்லை போலும். இவர்கள் போன்றோர் கட்டிக் கொண்ட புண்ணியத்தில் அமெரிக்காவில் கிருஷ்ண பிரக்ஞைக் குழு ஒன்று நிர்மாணிக்கப்பட்டாகிவிட்டது. முப்பத்து முக்கோடியில் ஒரு சில வெளிநாட்டுக்கு நகர்ந்ததில் யாதொரு புண்ணியமும் இல்லை. பாதிக்குப் பாதியாவது இடம் பெயர்ந்தால்தான் இங்குள்ள புனிதம் அயல்நாடுகளில் பரவ வாய்ப்புண்டு. தெய்வ நெரிசலும் பாரதத்தில் பாதி குறையும். கொஞ்சம் பவித்திர முடை இங்கு ஏற்படச் சாத்தியமுண்டு. ஆனாலும், கணிசமான பாதிப்புகள் இராது.

நெரிசலின் ஓரத்தை விட்டு நடுவுக்கு நகர்ந்ததும் ஒரு தடுப்புக் கயிறு. கயிற்றை ஒட்டி, கீழே தரையில் உதிரியாகச் சில அர்ச்சகர்கள். இரண்டு திட்டு புனித வஸ்துகள். அவற்றின் மேல் சிவப்பு துணியும் அதன் மேல் புஷ்பத் தோரணமும். என்னவென்று விளங்க வாய்ப்பில்லை.

சிறிது நகர்ந்தபோது, பார்வையில் விழுந்து வைத்தது ஒரு பிரம்மாண்டமான வெண் நந்தி. கண்களில் கோபாவேசம். கலைஞன் அதன் கண்களில் கொஞ்சம் சாந்தைக் குழைத்துப் பூசி சிருஷ்டித்திருக்கலாம் என்று எண்ணத் தூண்டிற்று.

சுற்றிலும் இருந்த வெளியின் தரை பெரிய அளவு கல் துண்டுகளால் அமைக்கப்பட்டிருந்தது. சோம்பலுடன் உலாத்திக்கொண்டிருந்தேன். கல் துண்டுகளின் இடையிடையே புற்கள். ஓர் இடத்தில் கண்ணாடித் துகள்கள். சிரம் தாழ்த்திப் பணிவுடன் நடந்து போய்க்கொண்டிருந்ததற்குச் சன்மானம் கிட்டிற்று. நல்ல வேளை, துகள்கள் பார்வையில் பட்டன; தவிர்க்க முடிந்தது; தெய்வாதீனம். செருப்பு வேறு போட்டுக் கொள்ளக் கூடாது. ஒருவர் வேஷ்டியைத் தாராளமாக உயர்த்தி மடித்துக் கட்டிக்கொண்டு ஒரு பிளாஸ்டிக் வாளியில் ஈரத் துணி ஒன்றைக் கிடத்திக்கொண்டு சட்டை அணியாமல் நகர்ந்துகொண்டிருந்தார். அவர் கால்களில் செருப்பு! நான்தான் மடையனாகி விட்டேன். 'நான் யார்? நான் யார்?' என்று நிறைய வாட்டி மூளையைப் போட்டுப் பிசைந்து சங்கடப்பட்டு விடை கிடைக்காத சஞ்சல நிலையில் துக்க வாழ்க்கையை

மேற்கொண்டிருந்த எனக்கு, என் லட்சியக் கேள்விக்கு, ‘நான் ஒரு மடையன்; 41 வயது நிரம்பப் பெற்ற மடையன்’ என்ற பதில் கிடைத்தது. அதன் விளைவாக என் ஜன்மம் சாபல்யம் அடைந்ததில் உளப் பூரிப்பு கிடைத்தது. இனி நான் சந்தோச மாகச் சாகலாம். சுய ஞானோதயத்தில் நான் திவ்யனானேன்.

என் சிறு உலாத்தலை முடித்துக்கொண்டு இரு சாமிகளின் பின்புறம் சென்றேன். ஒரு பெரிய சாமி–தாங்கி வாகனம். சாமி அப்பொழுது அங்கு இல்லை. அதற்குப் பதிலாக இரு காவலர்கள். இருவரும் தொப்பி அணிந்திருக்கவில்லை. ஒருவர் ஆழ்நிலை உறக்கத்தில் லயித்திருந்தார். மற்றவர் உறக்க நிலையில் காலைத் தொங்கப் போட்டுக்கொண்டு பின்புறம் சாய்ந்து கைகளை வாகனப் பரப்பின்மீது ஊன்றி அமர்ந்த நிலையில் யாக்கைக்கு ஓய்வளித்துக்கொண்டிருந்தார். கல்லூரியில் படித்துக்கொண்டிருந்தபோது சக மாணாக்கர்கள் கண்களைத் திறந்த நிலையில் வைத்துக்கொண்டு வகுப்பறையில் தூங்கும் கலையில் தேர்ச்சி பெற்றுத் துலங்கியது நினைவுக்கு வந்தது. வாகனத்தின் அடியில் இரண்டு நடு வயதுப் பெண்மணிகளும் ஒரு பத்து வயதுப் பையனும் படுத்திருந்தார்கள்.

வாகனம் நிறுத்தி வைக்கப்பட்டிருந்த பகுதியின் தரை பெரிய செவ்வகக் கல் துண்டுகளால் பாவப்பட்டிருந்தது. ஒவ்வொரு துண்டின்மீதும் சிகப்பு மசியினால் ஓர் எண் எழுதப் பட்டிருந்தது. கிறுக்கி விடப்பட்டிருந்தது என்று கொள்வது பொய் என்றாகி விடாது. 136, 140, 138 இத்யாதி. எவ்வித வரிசைக் கிரமமும் இல்லை. தலையைச் சொறிந்து கொள்ளுமாறு ஏற்பட்டுவிட்டது.

சற்று நடந்து முன்னேறியதும், ஒரு சிலை தாங்கிய அறை. இரு மருங்கிலும், அதன் வாயிலை ஒட்டிக் குறுகிய மேடான இடம். வலது புற மேட்டில் அழுக்கு வேஷ்டி அணிந்த ஓர் அர்ச்சகர் அமர்ந்திருந்தார். அவர் சற்று அசந்தாலும் கீழே உருளலாம். அவர் அதிர்ஷ்டத்துக்கேற்ப, சிரசு, கை, கால், இல்லை வேறு ஏதாவது ஓர் அங்கத்திற்கு நல்ல காலம், போறாத காலம் ஆகியவற்றின் துல்லிய கணிப்புக்குட்பட்டு, சேதாரம் விளையலாம். விஸ்தாரமான இவ்வளவு இடம் தரிசாகக் கிடக்க அவர் அந்த இடத்தில் ஒண்டி உட்கார்ந்திருக்கத் தலைவிதியைத் தவிர்த்து வேறு என்ன நியாயம் இருக்கக்கூடும் என்ற வினாவுக்கு விடை கிடைக்காமல் தத்தளித்த நிலையில் முன்னோக்கி நகர்ந்தேன்.

எதிர்கொண்ட படிகள் என்னைக் கீழே இறக்கின. ஒரு பெரிய மண்டபம். என் முன்னால் அந்த மூன்று அயல்

தேசத்தவர்கள் நடந்துகொண்டிருந்தார்கள். இடது பாதம் சற்று வளைந்த பத்து வயதுப் பாலகன் ஒருவன் பவித்திரமிகு புனிதம் கொழி சுவாமியார் ஒருவர் ஆசி வழங்கியிருந்த லாட்டரி சீட்டுகளுள் ஒன்றையாவது என்னிடம் விற்க முயன்று இரு முறை தோற்று, மன வியாகூலத்துக்குள்ளானான். நடப்பு காலச் சூதாட்டத்துக்கு ஒரு புனிதர் துணை நிற்பது எவ்வளவு தூரம் சரி என்பது விளங்கவில்லை. குழப்பம் என்னை ஆட்கொள்ள பார்வையைச் சுற்றுமுற்றும் செலுத்தலானேன். மனதைத் திசை திருப்புவதற்கு நான் கைக்கொள்ளும் பாமரத்தனமான ஓர் உத்தி இது.

மண்டபத்தில் பல தூண்கள். சிற்பங்கள் போற்றத்தக்கவை யாக அமைந்திருந்தன. ஆனால், அடுத்த காட்சி மனதைக் குலைத்துவிட்டது. கலை நுணுக்க ரம்மியச் சூழலைக் கொலை செய்ய வேண்டும் என்ற பிரதான நோக்கத்துடன் மண்டபத்தில், மத்தியில் ஒரு மேடான இடத்தில் தேர் இழுக்கும் வடக் கயிற்றைத் தாறுமாறாகக் கிடத்தி அடிமனத்தில் பொதிந்திருக்கும் வன்முறையை வெளிக்கொணர்ந்தனர். மாத்திரைகள் இல்லாத ஓர் உளவியல் சிகிச்சை. அடிக்கடி ஆத்திரப்படுபவன் ஒரு வெட்டவெளியில் பல செங்கற்களைக் குவித்து வைத்துக் கொண்டு ஒவ்வொன்றாகப் பொறுக்கி விட்டெறிந்து உடைத்து ஆக்ரோஷத்தை யாருக்கும் பாதகமின்றித் தணித்துக் கொள்ள லாம். கயிற்றைக் கிடத்தியவர்களுக்கு உள் ஆசுவாசம் பரிபூரண மாகக் கிட்டியிருக்கும் என்று சற்றுத் தாராளமாகவே நம்பலாம்.

பெரிய சோதனைக் குழாய் வடிவ லாந்தர்கள். அநேகம் நிறமற்றும் சில மெரூன், இளம் பச்சை, அடர் நீலம் முதலிய நிறங்களிலும் மூன்று வரிசையாகக் கூரையில் தொங்கிக்கொண் டிருந்தன. பாதரஸம் பூசப்பட்ட உருண்டை வடிவ விளக்குகளும் நானாவித வண்ணங்களில் தொங்கிக்கொண்டிருந்தன. வண்ண விளக்குகள் பொருத்தப்பட்டிருந்ததில் எவ்வித நேர்த்தியோ ஒழுங்கோ தென்படவில்லை. நிறமற்ற விளக்குகளின் பக்கவாட்டு வரிசையில் திடீரென்று ஒரு வண்ண விளக்கு. வரிசைகளின் நடு இறுதியில் ஒரு வண்ண விளக்கு எடுத்துக்கொண்ட விசேஷ சுதந்திரத்தில் ஏதாவதொரு ஒழுங்கு இருந்திருந்தால் அலங்காரம் கலாபூர்வமாக அமைந்திருக்க வாய்ப்பு ஏற்பட்டிருக்கும்.

மண்டபத்தின் பக்கவாட்டுச் சுவர்களில் பல கதவுகள். உள்ளே அறை இருக்கின்றது என்பதைப் பறைசாற்றின. '...கட்டளை அறை', '...கட்டளை அறை' என்று கதவுகளின் மேல் இருந்த சுவர்ப் பரப்பில் free styleலில் கோணல் மாணலாக எழுதியிருந்தார்கள். கதவின் வழியே சராசரி பாரத உயரம்

படைத்த அர்ச்சகப் பிரஜை ஒருவர், மிகுந்த பணிவுடன் தனது சிரத்தைச் சிரமத்துடனும் சிரத்தையுடனும் தாழ்த்தி, கூனி, குறுகலைச் சாத்தியப்படுத்தி இவ்வளவு சிரமம் ஏன், சிவனே என்று ஊர்ந்தே போகலாம் என்ற சபலத்திலிருந்து ஒருவாறு விடுவித்துக்கொண்டு பிற்பாடுதான் உள்ளே பிரவேசிக்க முடியும். லாப்லாந்து தேசத்து 'இக்ளூ' வாசலமைப்பை உஷ்ண நாட்டில் அமைத்து அகமகிழ்ந்திருந்தார்கள். சுவர்களில் பல இடங்களில் புகை மண்டிக் கிடந்தது.

ரசனையில் லயித்து எரிச்சலுடன் நகர்ந்துகொண்டிருந்த என்னை நேர்த்தியாக உடுத்தியிருந்த நாற்பத்து ஐந்து வயது மதிக்கத்தக்க திடகாத்திர ஆகிருதி படைத்த ஓர் ஆச்சி எதிர்கொண்டாள். "ஒரு ஓர் ரூபா இருந்தா சாதம் வாங்கிச் சாப்பிடலாம்.'' பரவாயில்லை. உணவின் விலையில் திடீரென்று இவ்வளவு அதளபாதாளச் சரிவு. இனி பாரத ஜகத்தினில் தனி ஒருவனுக்கு உணவில்லை என்ற அசௌகரிய நிலை ஏற்படாது. இந்தத் திடீர் சந்தோஷ – சுபீட்சச் செய்தியைக் கூறி உதவிய பெண்மணிக்கு நன்றி நவில வார்த்தைகளை உருக்கத்துடன் உருவாக்கிக்கொண்டிருக்கையில், சுதாரிப்பு என்னை ஆட்கொண்டது. அவள் என்னிடம் யாசகம் கேட்கிறாள். பார்த்தால் வறியவளாக வேறு இல்லை. சரி, ஏதோ சிரம தசை. ஒரு ரூபாய் நாணய வில்லைக்காக சட்டைப் பையைத் துழாவிக்கொண்டிருக்கும்போது அவள் தொடர்ந்தாள்: "ஒரு ரெண்டு ரூபாயா இருந்தா பாருங்க, சாப்பாடே சாப்பிட்டிர்றேன்.'' எனக்கு சாதத்துக்கும் சாப்பாட்டுக்கும் உள்ள துல்லிய வேறுபாடு விளங்கவில்லை. அவளிடம் கேட்க ஓர் அவசர ஆவல் உந்தித் தள்ளிற்று. இருப்பினும் அவளிடம் அன்னியோன்னித்துக் கொண்டால் "ஒரு எட்டு ரூபா இருந்தா கோழி பிரியாணி சாப்பிட்டுருவேன்'' போன்ற நெருக்கமான பாதிப்பு ஏற்படும் ஆபத்து விளையலாம் என்று என்னுள் ஏதோ ஒன்று சொல்ல, என் ஆவலை மட்டுப்படுத்திக்கொண்டு, "ஓர் ரூபாதான் இருக்கு" என்று அநியாயமாகப் புளுகி ஒரு வில்லையை அவளிடம் தந்து நகர்ந்தேன். சட்டைப் பையில் தோராயமாக ஆறு ரூபாய் கனத்துக்கொண்டிருந்தது. எனது பல மோட்டார் வண்டிகளுள் ஒன்று கோவில் வாசலில் நிறுத்தி வைக்கப் பட்டிருப்பதாவும், வாகனத்தில் பட்டாடை – சீருடை புனைந் திருந்த சாரதி என் திரும்பலுக்காக வாசல் மேல் விழி வைத்துக் காத்திருப்பதாகவும், நான் ஒரு மிராசுதாரின் ஏக புத்திரனாக அவதரித்து ஞாலத்தில் உள்ள அனைத்துச் சுகங்களையும் ஒருசேர நுகர்ந்துகொண்டிருப்பதாகவும் அந்தப் பெண்மணியின்

மனதில் என்னைப் பற்றி ஒரு படிமம் தோன்றியிருந்திருக்க வேண்டும். நான் அன்றைக்கு அணிந்திருந்த பருத்தியில்லாத, பாரத – துரோக, விலை உயர்ந்த செயற்கை இழை பேண்ட்ஸ், ஷர்ட் இப்படிமத்திற்கு வழிகோலி உதவியிருக்கும். போதாக் குறைக்கு முந்தைய மாலைதான் முகச்சவரம் செய்திருந்தேன். கோவிலுக்குப் புறப்படும் முன் முக மாவு அப்பி ஒப்பனை வேறு செய்துகொண்டிருந்தேன்.

மண்டபத்தில் ஒரு மேடான பகுதியில் '...பிரசாதம்' என்று எழுதப்பட்டிருந்தது. பசி, குறுகிய நேர உபவாசச் சிந்தனை பறந்தோடிற்று. இது பத்தில் சேர்த்தியா அல்லது இலக்கங்களைக் கூட்டிக் கொள்ள வேண்டுமா என்று தெரியவில்லை. இங்கு தொன்னையில் வழிய வழியப் பட்டாணி சுண்டல் இலவசமாகப் பக்த கோடிகளுக்கு வழங்குகிறார்கள் போலும். போய் நின்றேன். ஒரு பகுதியில் கேசரித் திட்டுகள். மறு பகுதியில் புளியோதரைக் குவியல் குட்டிகள் – எல்லாம் பகவானுக்கு வெளிச்சமாகும்படி திறந்த நிலையில். "சாருவுக்கு என்ன வேணும்?'' ஓ... இங்க பிரியப்பட்டதைச் சாப்பிடலாம் போலும். ''புளியோதரை குடுங்கொ''. தாமரை இலையில் புளியோதரைக் குவியல் குட்டி ஒன்று வைக்கப்பட்டு நீட்டப்பட்டது. "சார், ஓர் ரூபா.'' ஓ இதற்கு விலை உண்டோ? பிரசாதமெல்லாம் இலவசமாகத் தானே தருவார்கள். கற்பூர வாசனையை நான் அறியேன். இளம் பிராய நினைவு வந்தது. என் பாட்டி வீட்டில் பஜனை மண்டபம் ஒன்று இருந்தது. அவர் பட்டாணி, சுண்டல், தாராள அளவு தேங்காய்த் துண்டுகள், இரண்டு துண்டுகளாக மட்டும் அரியப்பட்ட மலை வாழைப்பழம், வெண் பொங்கல், இனிப்புப் பொங்கல், புளியோதரை, நாட்டுச் சர்க்கரை கலந்த பொரி கடலை, அவல், இத்தியாதி அள்ளி அள்ளிப் பிரசாதமாகக் காசே பெற்றுக்கொள்ளாதுதான் பக்தைகளுக்கு வழங்கினார். வாய்க்கு வக்கணையான குட்டி விருந்தென்றே சொல்லலாம். குழம்பிய நிலையில் ஒரு ரூபாய்த் தாள் ஒன்றை அர்ச்சக விற்பனைச் சிப்பந்தியிடம் நீட்டினேன். புளியோதரை – நிஜம் பேசாமல் இருக்கலாகாது – ஓரளவுக்கு மேலேயே நன்றாக இருந்தது. விண்டு விண்டு வாயில் திணித்துக்கொண்டே சுற்றிலும் நோட்டமிட்டேன். பிரசாத எச்சில் இலைகள் ஆங் காங்கே சிதறிக் கிடந்தன. இங்கே சகலவித சுதந்திரங்களையும் எடுத்துக்கொள்ளலாம் என்று அறிந்து கொண்டேன். தமிழ் சினிமா வில்லன் சோடா கலக்காத வீரிய விஸ்கியை எகத்தாள மாகக் குடித்துவிட்டு ஹஹ்ஹஹ்ஹா அட்டகாசக் கொக்கரிப் புடன் கிளாஸைத் தூக்கி நடுக் கூடத்தில் விட்டெறியும் அமர்க்களமான காட்சி கண்முன் இருமுறை பிரத்யட்சமானது.

கடைசி விள்ளலில் விக்க ஆரம்பித்தது. பிரசாத சிப்பந்தியை அணுகினேன். அவர் ஓர் ஓரத்தைச் சுட்டினார். ஒரு சிமெண்ட் தொட்டி. இலையை அதில் கிடத்தினேன். அருகேயே ஒரு செவ்வகப் பள்ளம். அதிலும் நிறைய இலைக் குவியல்கள். துர்கந்தம். ஓரத்தின் ஒரு மூலையில் அடைப்பான் இல்லாத, கீழ் வளைவற்ற இரும்புக் குழாய் வழியே நீர் நேர்த் திசையில் பீச்சி அடித்துக்கொண்டிருந்தது. கை அலம்பி விட்டு, இடது கையை வைத்து பீச்சலுக்குச் சாதுரியத்துடன் அணை கட்டி, வலது உள்ளங்கையைக் குழியாக வைத்துக்கொண்டு தாகசாந்தி, விக்கல் தணிப்பு ஆகிய காரியங்களைச் செய்து முடித்தேன்.

மண்டபத்தை விட்டு வெளியே வந்தேன். சற்றுத் தொலைவில் ஒரு தெப்பக் குளம் தென்பட்டது. அருகே சென்றேன். படியிறங்குமுன் பக்கத்தில் ஒரு சாமி அறை. அங்கே போய்ப் பார்க்கலாம் என்று நகர நினைத்தபோது, படியேறி வந்த சுமார் முப்பது வயது தாங்கிய பெண் ஒருத்தி தனது பின்னை என் புறமும், முன்னை பேரண்டப் பெருவெளிக்கும் தெரியும்படி புடவையை முதுகு மறையும்படி பரத்திச் சாமி அறைமுன் ஆடை மாற்றலை நிகழ்த்த ஆரம்பித்தாள். இப்பொழுது நான் அங்கு சென்றால் நான் அக்கா, தங்கையோடு பிறக்காதவன் என்ற அறியாமை கலந்த வசை முணுமுணுப்பை வாங்கிக் கட்டிக்கொண்டிருந்திருப்பேன். நிலைமை ஏடாகூடமானதில் அறையில் உள்ள சாமி, ஒரு பார்வையாளனை இழக்கும்படி ஏற்பட்டுவிட்டது. குளப் படியில் முதல் கால் வைத்த கணமே ஒரு குரைப்பொலி கேட்டது. ஓசை வந்த திக்கை நோக்கினேன். ஒரு நாய்த் தம்பதியினர் ஓடி விளையாடிக் களித்துக்கொண்டிருந்தன(ர்). ஒரு மூலையில் ஒரு கறுப்பு வெள்ளாடும் அதன் சிசுக்கள் இரண்டும் அமர்ந்து ஓய்வெடுத்துக்கொண்டிருந்தன. தூரத்தில் அசமந்தமாகப் பசு நகர்ந்துகொண்டிருந்தது. இன்னும் சில சாது விலங்குகளைச் சேர்த்துக் கொண்டால் ஒரு வீட்டு விலங்குக் காட்சி சாலை தேறும்.

இரண்டாம் படியில் கால் வைக்கையில், குளத்தில் ஒரு நடு வயதுப் பெண் குளித்துக்கொண்டிருந்தது கண்ணில் குத்தியது. சங்கடமான நேரம். இறங்காமல் திரும்பி விடலாமா என்று தோன்றிற்று. ஆனாலும், எந்தக் குறிப்பிட்ட காரணமுமின்றிக் குளத்தின் பக்கம் பார்வை மீண்டும் பரவியதில் சூழலின் முழுமை கண்ணை உறுத்தியது. அந்தப் பெண்ணின் பக்கத்திலே ஒரு வாலிபன், அருகில் ஒரு வயதான அந்தணர், அடுத்தாற்போல் ஒரு மூதாட்டி, இப்படி நாலா பக்கமும். ஒரு வலம் வருவது என்று மனம் மூர்க்கத்தனமாக முடிவெடுத்தது.

படித் துறையில் ஒரு வாலிபன் ஜட்டியைச் சவுக்காரம் போட்டுத் தேய்த்துக்கொண்டிருந்தான். அருகில் வயதான ஒருவர் தன் வேட்டியை அடித்துத் துவைத்துக்கொண்டிருந்தார். சுற்றிலும் மேடை போன்றதோர் அமைப்பு. அதில் லுங்கி, அழுக்குச் சட்டை தரித்த வாலிபன் ஒருவன் தொடைகளுக் கிடையில் வலது கையைக் கிடத்திக்கொண்டு ஒருக்களித்துப் படுத்திருந்தான். அருகில் மத்திய வயதுக்காரர் ஒருவர் சித்திரத் தொடர்கதை ஒன்றில் ரசனையைக் கலக்க விட்டிருந்தார். புரோகிதர் ஒருவர் துணி ஒன்றை விரித்துத் தர்ப்பைக் குச்சிகளைச் சிரத்தையுடன் அடுக்கிக்கொண்டிருந்தார். ஒருவன் செருப்புகளைக் கையில் ஏந்தியவண்ணம் படியிறங்கி வந்து கொண்டிருந்தான். புரிசை குக்கிராம நண்பர் ஒருவர் சொன்னது அவசரமாக நினைவுக்கு வந்தது. அங்கு சாதிப் பாகுபாடு நிறையவே உண்டாம். கீழ்ச் சாதிக்காரன் மேல் சாதிக்காரனைக் கண்டால் செருப்பைக் கழற்றிக் கையில் ஏந்தி வெறுங்காலுடன் நடந்து செல்ல வேண்டுமாம். ஒருமுறை கைகளில் செருப்பை ஏந்திய நிலையில் மேல் சாதிக்காரனுக்குக் கீழ் சாதிக்காரன் கை கூப்பி 'கும்புட்றேனுங்க எசமான்' என்று பணிவை வெளிப் படுத்தினானாம்.

“சாமீ, மீனுக்குப் பொரி வாங்கிப் போடுங்க'' என்ற குரல் என் சிந்தனையைக் கலைத்தது. முப்பது வயது மதிக்கத்தக்க ஒடிசல் தேகம் படைத்த பெண்மணி ஒருத்தி உடம்பில் ஆங் காங்கே எலும்பு முண்டுகள் துருத்திக்கொண்டிருந்த நிலையில் என் அருகே இருந்தாள். வலது கையில் ஒரு சிறு கூடை. அதில் பாதி வரை நிரம்பியிருந்த பொரி கொண்ட மழைத் தாளாலான பை. “எவ்வளவு?” “இருபத்தஞ்சு காசு.” “ஒரு பத்து பைசாவுக்குப் போடுங்க.” அவள் கூடையைப் படியில் வைத்தாள். அவளது இடது கை பக்கவாதத்தினால் பாதிக்கப்பட்டிருந்தது. வலது கைகொண்டு ஒரு சிறு அளவையில் பொரியை அள்ளயத்தனித்த அவளது முயற்சிகள் வியர்த்தமாகிக்கொண்டிருந்தன. “பரவாயில்லெ, தோராயமாகக் கையிலேய அள்ளிப் போடுங்கள்.” பொரித் துகள்கள் கையில் வந்து விழுந்தன. மீன்களுக்குப் போட்டுப் புண்ணியம் தேடிக்கொண்டேன்.

வலம் வருகையில் கால்கள் காய்ந்துகொண்டிருந்த பல துணிகளைத் தாண்டின. ஒரு வெள்ளை பிரா, வண்ண உள் பாவாடை, லுங்கி, ஜட்டி இத்தியாதி. இள மாது ஒருத்தி மார்பகத்தைச் சுற்றி நீலப் புடவை ஒன்றை இடுக்கிக்கொண்டு சந்தோஷமாக புனித ஸ்நானம் புரிந்துகொண்டிருந்தாள். இவ்வளவு கோலாகலத்தில் நீச்சல் உடை கவர்ச்சிக் கன்னி

ஒருத்தியும் தென்படாதது எனக்குக் கொஞ்சம் ஏமாற்றமாக இருந்தது. சூழல் முழுமை பெறாது போனதில் ஒரு ஆதங்கம். முரட்டுத் தோற்றமுடனிருந்த வாலிபன் ஒருவன் மரப் பட்டைச் சத்தைகளை ஒரு கையிலும், அரிவாள் ஒன்றை மறு கையிலும் ஏந்திக் குளத்தை நோக்கி இறங்கிக்கொண்டிருந்தான். இறங்கி வந்தவன் இரு வஸ்துக்களையும் நீரில் அமிழ்த்திக் கழுவி எடுத்துக்கொண்டு நடக்கலானான்.

சுற்று மேடையில் ஓரிடத்தில் ஒரு விநாயகர். இருபுறமும் ஓவல் வளையத்தில் பின்னிப் பிணைந்துகொண்டு இரு சர்ப்பச் சிலைகள். சுவரில் தெளிவற்ற பிரம்மாண்டமான எழுத்துக்கள். 'உ' (பிள்ளையார் சுழி) அதன் அடியில் 'இந்தப் புனித சி...யில் சோப்புப் போட்டுக் குளிக்கவோ, வேட்டி முதலியவற்றைத் துவைக்கவோ கூடாது.' மொத்தம் மூன்று வரிகள். வரிகளுக்குக் கீழே வலது ஓரத்தில் 'பொது தீ....ள்' என்று எழுதப்பட்டிருந்தது. சுண்ணாம்பு தாறுமாறாக மறைத்திருந்ததால் சில அட்சரங்கள் புலனாகவில்லை. பதினைந்து நிமிட உற்றுப் பார்ப்பிலும் விளங்க வில்லை. சலித்துக்கொண்டே நகர்ந்து சென்றேன். மேடையில் ஒரு வறிய இளம் தாய் தன் இரண்டு வயதுக் குழந்தைக்குப் பால் சுரந்துகொண்டிருந்தாள். ஒரு மறைவுமில்லை. இயற்கை யோடு ஒன்றிய நிலை. அவள் அருகில் ஒரு நான்கு வயதுப் பாலகன் அம்மணமாக அமர்ந்திருந்தான். மேடையின் ஒரு கோடியில் லிங்கம் பிரதிஷ்டை செய்யப்பட்ட ஓர் அறை இருள் மண்டிக் கிடந்தது. தடாகப் படிகளை ஏறிக் கடந்து மேலே வந்து நடந்துகொண்டிருந்தேன்.

ஒரு தொண்டுக் கிழம் ஈரச் சேலையுடன் நின்றிருந்தது. அந்தணர் ஒருவர் அம்மூதாட்டியிடம் பேச்சுக் கொடுத்துக் கொண்டிருந்தார். பக்கத்தில் அமர்ந்திருந்த பெண்மணி ஒருத்தி, "அவுக பொடவெ கட்டிண்டிருக்காங்கல்லே, அந்தாலே போங்க. அப்புறமா பேசுவீயளாம்'' என்று அந்தணரிடம் தான் நெறிமுறை என்று கருதிய ஒன்றைப் போதித்துக்கொண்டிருந்தாள். ஈரச் சேலை மூதாட்டி முகத்தில் லேசான நாணத்தின் சாயல் படர்ந்தது!

அந்தணர் ஏதோ முணுமுணுத்துக்கொண்டே நகர்ந்து என்னிடம் வந்தார். பேச ஆரம்பித்தார். அவர் பல வீடுகளில் வேலை செய்ததாகவும், சொந்த ஊர் வேதவாடி (அவர் அப்படித்தான் சொன்னார்) என்றும், தற்போதைக்குக் கணபதி சீஸர் வீட்டில் தங்கியிருப்பதாகவும் சொன்னார். ரோமானியப் பெயர் தமிழகத்திற்கு எப்பொழுது இறக்குமதி ஆயிற்று என்று வியந்துகொண்டிருக்கையில் 'தீட்சிதர்' என்பதை அவர் 'சீஸர்'

என்று உச்சரித்திருந்தார் என்று பின் நடந்த பேச்சின் மூலம் புரிந்துகொண்டேன். தனக்கு ஏதாவது வேலை தேடித் தருமாறு கேட்டுக்கொண்டார். அவர் பேசிய கோர்வையற்ற பேச்சு மூலமும், பிசகு பிசகான உச்சரிப்புகள் மூலமும் அவர் சித்தம் பேதலித்தவர் என்று புரிய எனக்கு அதிக நேரம் பிடிக்கவில்லை. கோவிலின் கொள்ளை ரம்மியத்தில் சுமார் ஒன்றரை மணி நேரத்தைக் கழித்திருந்ததில் எனது சித்தமும் போதிய அளவு பேதலித்திருந்ததால் அவருடன் நான் சகஜமான தளத்தில் சஞ் சரிக்க முடிந்தது. உள நோயாளியாக இருந்தும் ஒரு வேலையில் இருக்க வேண்டும் என்ற ஆரோக்கிய எண்ணம் கொண்ட அவர்பால் எனக்கு ஒரு நல்ல மதிப்பு ஏற்பட்டது. விரசு எண்ணம் படைத்த அந்த மூதாட்டியையும் பரிந்து பேசிய பெண்மணியையும் (அவர்கள் மன நோயாளிகள் அல்லர்) விட, இப்பெரியவர் மிக உயர்ந்தவர் என எண்ணத் தோன்றிற்று.

சற்றுத் தொலைவில் ஒரு குட்டிக் கோவில். கதவு மூடப் பட்டிருந்தது. கதவுக்குச் சற்றுத் தள்ளி ஓர் இளம் பெண். அன்னியோன்னிய அருகாமையில் அவள் காதலன். பெண் காதலனிடம் பேசிக்கொண்டிருந்தாள். “எப்பிடி நாளெக்கி சினிமாவுக்கு உங்களோட வர முடியுமுன்னு நெனக்கிறீங்க? அப்பாவுக்கு சாயந்திரம் ஆறே காலுக்குத்தான் ட்ரைன். அவர் போனவிட்டுத்தானே வெளியே நகர முடியும்? அவ்வளவு அவசரமுன்னா ஒரே முட்டா வந்து என்னெச் சிறையெடுத்துப் போங்களேன்.'' தெய்வீகச் சூழலில் காதலர்கள். அப்படியானால் அது தெய்வீகக் காதலாகத்தான் இருக்க முடியும். அவர்களது தனிமையைக் கெடுக்க விரும்பாத நல்லெண்ணம் படைத்த கரடி அப்பால் நகர்ந்தது.

ஓர் ஓரத்தில் ஒதுக்குப்புறத்தில் ஒரு நாற்பது வயது மாது கையில் ஒரு செம்புடன் ஒதுங்கிக்கொண்டிருந்தாள். எங்கள் இருவரின் கண்களும் கலந்தன. தூக்கிப் பிடித்திருந்த சேலையைக் கீழே இறக்கிவிட்டாள். அவளுக்குச் சிரமம் தர எண்ணாது குளப் படிகளில் மீண்டும் கால் வைத்து நான்கைந்து படிகள் இறங்கிக்கொண்டிருக்கும்போது எனக்கு நேர் கீழே ஒரு பெண் என் பக்கம் முதுகு தெரியும்படியும், குளத்தின் பக்கம் முகம் தெரியும்படியும் நின்று ரவிக்கையைக் கழற்றுவதில் முனைந்திருந் தாள். என் நிலைமை கவலைக்கிடமாக இருந்தது. எம்ஜியார் மலைக் கள்ளனாக நடித்த படத்தில் இறுதிக் கட்டம். ஒரு பக்கம் காவலர் படை, மறு பக்கம் உறுமும் புலி, செமித்தியான மாட்டல். திரும்பி நடந்தேன். என் அதிர்ஷ்டம். ஆசுவாசத்தை

நிகழ்த்த யத்தனித்த பெண்மணி இப்பொழுது தென்படவில்லை. ஒரு நிம்மதிப் பெருமூச்சு.

ஒரு வெளிவாசல் தென்பட்டதில் உவகை பீறிட்டுக் கொண்டு வந்தது. வாசல் நெடுகிலும் நிறையப் பேர் படுத்துக் கிடந்தார்கள். சில ஆண்கள் மேடை போல் இருந்த அமைப்பிலும், சில பெண்கள் தரையிலும். கோவிலில் ஏதோ மராமத்து வேலை நடந்துகொண்டிருந்தது. ஓர் இரும்புக் கிராதியைப் பிரசாத இடம் அருகே பார்த்ததாக ஞாபகம். இவர்கள் அநேகமாகக் கொளத்து வேலை செய்பவர்களாக இருக்கலாம். ஒருவர் பீடியை ரசனையுடன் பிடித்துக் கொண்டிருந்தார். படுத்திருந்த, வயதில் மூத்த ஒரு பெண்மணி அருகில் இருந்த இளசை விளித்து, 'ஆம்பளைங்கன்னா மேலே ஏறிப் படுத்துக்கிடலாம்' என்று அங்கலாய்த்துக்கொண்டிருந்தாள். அந்தக் குறுகிய மேடை போலிருந்த அமைப்பு கொஞ்சம் அபாயமானது. கொஞ்சம் புரண்டால் கீழே உருண்டு தேக சேதாரம் ஏற்படச் சாத்தியமுண்டு. அந்த அம்மாளுக்குச் சமதளத் தரையில் சௌகரியமாகப் படுத்திருப்பதில் என்ன அசௌகரியம் இருக்கக் கூடும் என்று விளங்கவில்லை.

திடீரென்று வெளியில் விட்டிருந்த செருப்பும் சைக்கிளும் நினைவுக்கு வரவே, பிசகான வாசலுக்கு வந்துள்ளது புரிந்தது. முன் வாசலை மூடியிருப்பார்களோ? ஓர் இளம் தம்பதிகள் தென்பட்டார்கள். "முன் வாசல் தொறந்திருக்குங்களா?" "அதை ஏன் இப்போ மூட்றாங்க?" வினா விடையாகக் கிடைத்தது.

முன் வாசலை நோக்கி நடந்துகொண்டிருந்தேன். ஒரு மண்டப முகப்பின் மேலே ஒரு கடவுள் கல்யாணம், பொம்மைகள் வடிவில். மாப்பிள்ளைக்கு நான்கு கரங்கள். மணமகளுக்கு இரண்டுதான். தலையைச் சொறிந்துகொண்டு நடையைத் தொடர்ந்தேன். ஒரு கணவன் தன் சகதர்மினியைப் புனிதச் சூழலில் புகைப்படம் எடுத்துப் புண்ணியம் கட்டிக்கொள்ள முயன்று கொண்டிருந்தான். மனைவி கொஞ்சம் பிகு பண்ணியிருந்திருப்பாள் போலும். "சீ, நில்றீன்னா ரொம்பதான் ராங்கி பண்ணிக்கிறே" என்று அவர் சுற்றியிருப்போர் செவிப்பறைகள் பழுதாகும்படி அதட்டி இரைந்துகொண்டிருந்தார். மனைவிமீது எப்படி வேண்டுமானாலும் எங்கு வேண்டுமானாலும் எந்தத் தருணத்திலும் ஆதிக்கம் செலுத்தலாம் என்கிற பரவலான பழக்கம் கண்கூடாகத் தெரிந்தது. அந்தத் தெய்வீக மணமகனுக்குத் தேவியைத் தாராளமாக அணைத்துக்கொள்ள வாட்டமாக நான்கு கைகள். தேவிக்கோ இரண்டுதான். தேவர்களும், தேவரல்லாத ஆண்களும் (அசுரர்கள் என்று பொருள் கொள்வது இந்த

இடத்தில் தப்பிதமாகாதுதான்) பிரத்தியேகச் சலுகைகள் அனுபவித்துக்கொண்டுதான் இருக்கிறார்கள். சீனர்கள் இந்த விஷயத்தில் சிரேஷ்டத்தின் மையத்தையே தொட்டுவிட்டார்கள். அவர்களது சதுரங்கத்தில் ராணியே இல்லையாம். நாட்டார் வழக்காற்றியலில் ஆழ்ந்த ஈடுபாடு கொண்ட நண்பர் ஒருவர் 'ஆலன்டின்டிஸ்'ஸின் புத்தகத்திலிருந்து அண்மையில்தான் வாசித்துக் காட்டினார்.

அருகே ஒரு மண்டப வாசல். தூங்கி அப்பொழுதுதான் எழுந்திருந்த, தாடி வளர்த்திருந்த ஐம்பது வயதுக்காரர் ஓர் அர்ச்சகரை நோக்கி, 'சாமி இன்னெக்கி என்னெக் கவனிக் கல்லெ' என்று குறைபட்டுக் கொண்டார். "இரு, நானே இன்னும் சாப்பிட்டாகலை." தனக்கு மிஞ்சித்தான் தான தர்மம் குரலில் சாமி பேசிவிட்டு நகர்ந்தார்.

முன்வாசல் வந்தாயிற்று. கூட்டம் அப்படியே இருந்தது. நபர்கள் மாறியிருப்பினும் எண்ணிக்கை குறைந்தபாடில்லை.

கோவிலை விட்டு அகலுமுன் ஒரு கணம் அமர வேண்டு மாம். ஒரு சிறுமி என்னை ஏனோ பார்த்துக் கொண்டிருந்தாள். தரையில் அமர்ந்து க்ஷணப் பொழுதில் எழுந்துகொண்டு திவ்ய சடங்கை நிறைவேற்றினேன். அச்சிறுமி என் செய்கையைக் கண்டு நான் ஒரு கிறுக்கு என்று (சரியாகக்) கணித்திருக்கலாம். 'கிறுக்கு' என்ற பதம் எனக்கு ஒரு சம்பவத்தை நினைவூட்டியது. ஒரு கிறித்தவக் குடும்பஸ்தர் திடீரென்று 'எல்லாச் சாமியும் ஒண்ணுதான்' என்று மத ஒருமைப்பாட்டைத் தன் மனைவி யிடம் நிலைநாட்டிக்கொண்டிருந்தாராம். அடுத்த நாள் அவள் தன் கணவரை அழைத்துக்கொண்டு உளவியல் மருத்துவர் ஒருவரிடம் சென்றாளாம். கணவருக்கு ஞானக் கிறுக்கு பிடித்து விட்டது என்று உணர்ந்து.

மிக மிக ஆச்சரியகரமாக, சைக்கிளுக்கும் செருப்புக்கும் காவல் காசு பத்துதான் வசூலிக்கப்பட்டது. நிச்சயம் அட்டை போர்டு தகர போர்டாக இந்த ஜன்மத்தில் உயராது.

சந்து முக்கில் ஒரு பூக்காரி. "வீட்டுக்குப் பூ எடுத்துக்கிட்டுப் போ சாமீ". இரண்டு ரூபாய்க்குப் பூ வாங்கிக்கொண்டு 17 முதல் 29 ரூபாய் வரை பயணச் செலவு செய்து மனைவியிடம் அதைச் சமர்ப்பிக்குமுன் வாடிவிடும் என்பதால் பூ வாங்காம லேயே சைக்கிளை உருட்டிக்கொண்டு வந்துகொண்டிருந்தேன். பூக்காரிக்குப் பின்னால் ஒரு கர்ப்பிணிப் பன்றி உடலில் தோராய மாகப் பாதிப் பாகம் சேறு சொட்ட உடம்பைச் சிலிர்த்துக் கொண்டு மெதுவாக ஆசுவாச நடை பயின்று கொண்டிருந்தது.

புனிதச் சூழலினின்று விடுபட்டதும் வழியில் தெரிந்த முதல் மருந்துக் கடையில் நான்கு தலைவலி நிவாரணிகளை வாங்கிக் கொண்டேன். சிப்பந்தியிடம் நேரத்தை அறிந்துகொள்ள உதவுமாறு வேண்டிக்கொண்டதில், அவர், “இப்பொதான் சரிய்யா மணி ரெண்டு ஆவுது'' என்று சந்தோசத்தின் சகல அம்சங்களையும் ஒன்று திரட்டிக் கிட்டத்தட்ட கூவியே விட்டார். மணியைச் சொல்வதில் அளவிலா உவகை அடையும் ஒரே ஆத்மாவை வாழ்நாளில் முதன் முறையாகச் சந்தித்ததில் எனக்கும் பரவசம் தொற்றிக்கொண்டது.

பேருந்து நிலையத்தின் அருகில் ஓர் இனிப்புக் கடை. “பால் ஸ்வீட் ஒண்ணு எப்பிடி?” “ஒண்ணா வாங்கினா ஒண்ணு ஓர் ரூபா. அம்பது கிராமுன்னா ஒண்ணார் ரூபா. அம்பதுன்னா ரெண்டு நிக்கும்.” “சரி அம்பதே போடுங்க.” இரண்டரை நின்றது என் பாக்கியம். மாலை என்னைத் தேடி நண்பர்கள் யாராவது வந்தால் அவர்களுடன் இனிப்பு சாப்பிட்டு மகிழலாம். எனக்குக் கிழடு தட்டிக்கொண்டிருப்பது குறித்து அவர்கள் ஆறுதல் வார்த்தைகள் கூறி என்னைத் தேற்ற முற்படலாம்.

என் இடம் திரும்பியதும் ‘மெஸ்’ சாப்பாடு காத்துக்கொண் டிருந்தது. எனக்கு வர வேண்டிய மரக்கறி உணவு வேறு யாருக்கோ போய்ச் சேர்ந்து, மீன் குழம்பு எனக்கு அனுப்பி வைக்கப்பட்டிருந்தது. தெப்பக்குளத்தில் நான் போட்ட பொரி களை உண்ட மீன்கள் என் கண்முன் நீந்தின. மீன் குழம்பை அப்படியே ஒதுக்கிவிட்டு, ரசம் சோறு கொஞ்சம் சாப்பிட்டுப் பசியாறினேன்.

நான் என் மனைவிக்கு என் தல விஜயத்தைப் பற்றி மடல் வரையவில்லை. இரவு எட்டு மணி வரை காத்திருந்து நண்பர் கள் யாரும் வராததால் அததனை இனிப்பையும் நானே உண்டு களித்ததில் ஒரு மணி நேரம் சென்று, வயிற்றுக் கடுப்பு கண்டது. அன்று முழுவதும் ஆறுதல் அளிக்கும் வகையில் எதுவும் நடக்கவில்லை.

அண்மையில் நான் வாசித்த ஒரு நூலில், ஃபிரட்ரீஹ் நீட்சே ‘கடவுளைப் புதைப்போம் வாரீர்’ என்று கூக்குரலிட்டதாகக் குறிப்பிடப்பட்டுள்ளது. நீட்சேயின் குரலுக்கு மனமொப்பிச் செவி சாய்த்தோ என்னமோ நம் சனங்கள் காரியத்தை நேர்த்தி யாகவும் கவனத்துடனும் செய்து முடித்திருக்கிறார்கள் என்று எண்ணத் தோன்றிற்று, அநேகமாக சரியாக.

●

அழைப்பிதழ்

சிவனுக்கும் எனக்கும் என்ன சம்பந்தம் இருக்க முடியும் என்று நான் நிறைய யோசித்ததுண்டு. எங்கள் பகுதியில் அவருக்கென்று ஒரு பிரமாண்டமான ஆலயம் உண்டு. இந்த பூகோள ரீதியான நெருக்கம் தவிர வேறு எந்த சம்பந்தமும் இருப்பதாகத் தெரியவில்லை. ஆனாலும் புது நண்பர்களுக்கு என் வீட்டுக்கு வழி சொல்ல சிவன் கோவில் பின்புறம் என்று சொல்வேன். ஆக, அடிக்கடி சிவனை உச்சரிக்க வேண்டியதாக இருக்கிறது. இது ஒரு பெரிய பிரச்சனை இல்லைதான்.

வைதீக உறவினர் ஒருவர் சொன்னார், "என்னதான் கடவுள் மறுப்பு, நாத்திகம் என்று சொன்னாலும் நீங்கள் அடிக்கடி சிவனை உச்சரிக்க வேண்டியிருக்கிறது பார்த்தீர்களா? எல்லாம் கடவுள் செயல். நீங்கள் கடவுளை மறக்கலாம், மறுக்கலாம். ஆனால், கடவுள் ஏதோ ஒரு வகையில் உங்களை அவர் பக்கம் இழுத்துக்கொண்டே இருப்பார்" என்று.

சமீபத்தில் ஒரு தமிழ்ப் பேராசிரியரைப் பார்க்க மோபெட்டில் சென்றுகொண்டிருந்தேன். அவருடைய கவிதைகள் எனக்கு மிகவும் பிடிக்கும்.

காஸா மேஜர் சாலை போக்குவரத்து நெரிசலுக்குப் பெயர்போனது, நான் சாதாரணமாகக் கவனத்துடன்தான் வண்டி ஓட்டுபவன். என் ஜாக்கிரதையையும் மீறி என்னை முந்திக்கொண்டு போன ஒரு சைக்கிள்காரர் மோபெட்டின் வேக ஊக்கியை இடித்துக்கொண்டு முன் சென்றதில் நான் நிலை தடுமாறி வண்டியை விட்டுக் கீழே விழுந்துவிட்டேன். வண்டியின் ஒரு பகுதி என் இடது கால் மேல் இருந்தது.

வண்டியை ஓரம் கட்டினார்கள் பாதசாரிகள். என்னை யாரோ தூக்கிவிட்டார்கள். ஒரு சிறு கூட்டம்.

"நல்ல வேளை எதிரில் லாரி கீரி எதுவும் வரவில்லை. தெய்வாதீனமாக உயிர் பிழைத்தீர்கள்" என்றார் ஒருவர் ஈஸ்வர விசுவாசத்துடன். விழுந்து வைத்தது யார் 'தீனமாக' என்று கேட்டிருக்கலாம்தான்.

ஒருவர் "சோடா கொண்டு வரட்டுமா?" என்றார் கரிசனத்துடன். சிலவேளை மனிதன் அல்பமாக நடந்து கொள்வதுண்டு.

“ஒரு போத்தல் குளிர்ந்த பியர் வேண்டுமானால் கொண்டு வாருங்கள்” என்று கேட்கலாம்போல் இருந்தது.

சுதாரித்துக்கொண்டு வண்டியைச் சற்றுச் சீர் செய்து கொண்டு மீண்டும் புறப்பட்டேன். இடது காலில் ஒரு சின்ன சிராய்ப்பு. அவ்வளவே. சோடா, பியர் என்று கடைசியில் ஒரு லோட்டா பச்சைத் தண்ணீர்கூடக் கிடைக்காது போனது கொஞ்சம் வருத்தமாய் இருந்தது. அதுதான் என் முதல் விபத்து அனுபவம். சற்று விமரிசையாக நடந்திருக்கலாம். உப்பு சப்பின்றிப் போனது வேறு சிறிது கடுப்பாக இருந்தது.

வீட்டுக்கு வந்து ஆறுதல் வார்த்தைகளை எதிர்பார்த்து மனைவியிடம் விபத்து பற்றிச் சொன்னேன். ஆனால், அவளோ, “நான் வாரா வாரம் சிவன் கோவிலில் வேண்டிக் கொள்வதால் தான் உங்களுக்கு ஒன்றும் ஆகவில்லை” என்றாள். கதாநாயகனுக் கான முக்கியத்துவம் கிடைக்காமல் போனது கூடுதல் கடுப்பாக இருந்தது.

அன்றாட காரியங்களை நான் கால், அரை பிரக்ஞை யோடுதான் செய்வேன். திடீரென்று முழுப் பிரக்ஞை என்னை யும் மீறி ஆட்கொள்ளும்போது ஒரு புதுக் கண்டுபிடிப்பு நடக்கும்.

ஒருநாள் வீட்டில் தண்ணீர் அருந்திக்கொண்டிருந்தேன். நான் சொன்னேனே முழுப் பிரக்ஞை என்று, அது என்னை ஆக்கிரமித்துக் கொண்டிருக்கவேண்டும். கானக நீரோடைத் தண்ணீர் போலத் தெளிவாகவும் இனிப்பாகவும் இருந்தது தண்ணீர். விட்டால் அன்று முழுக்கக் குடித்துக் கொண்டிருக் கலாம் போல இருந்தது.

மனைவியிடம் கேட்டேன்: “நம் வீட்டுக் கிணற்றுத் தண்ணீரா?” என்று.

சமீப காலமாகத் தினமும் சிவன் கோவிலுக்குப் போய் அங்குள்ள கிணற்றிலிருந்து ஒரு குடம் தண்ணீர் எடுத்துக் கொண்டு வருவதாகச் சொன்னாள் அவள். சிவன் கோவில் தீர்த்தம்தான் என்னைச் சகல ஆபத்துகளிலிருந்தும் காப்பாற்றி வருகிறது. அவள் இதைத் திடமாக நம்பினாள். மவுனம் பெரிய சர்ச்சையிலிருந்து என்னைக் காப்பாற்றியது. பொதுவாக எதிர்க் கருத்துத் தெரிவிக்காமலிருப்பது ஒரு சவுகரியமான உத்தி.

அப்புறம் நிறைய யோசித்துக்கொண்டிருந்தேன். விருந் துக்கோ வைபவத்துக்கோ உங்களை அழைப்பது நிறைய செலவு பிடிக்கும் சமாச்சாரம். ஆனால் சிவன் கோவிலின் சுவையான தண்ணீர் அருந்த என் இல்லத்துக்கு நிச்சயம் வரலாம் நீங்கள்.

•

பூச்சிகள்

ராமன் அலுவலகத்தை விட்டு வீடு திரும்பிக்கொண்டிருந்தான். மிதமான நெரிசல்தான். பின்பக்க பெண்கள் இருக்கைகளில் ஆண்கள் அமர்ந்திருந்தார்கள். ஒரு நபர் உட்காரும் அளவுக்கு இடம் இருந்தது. உட்கார்ந்து கொண்டான் ராமன்.

பச்சையப்பன் கல்லூரி அருகே தன் தோழனிடம் சொல்லிக்கொண்டு ஓடி வந்து பேருந்தில் நுழைந்தாள் அந்தப் பெண். வயது இருபதுக்கு மேல் இராது. பூப்போட்ட தொளதொள என்று இருந்த பெரிய வெள்ளைப் பனியன்; பருத்தித் துணியால் ஆன வெள்ளை முழுக்கால் சட்டை. கோடைக்கு ஏற்ற உடைகள். நடத்துநரிடம் பயணச்சீட்டு வாங்கிக்கொண்டு நின்றுகொண்டிருந்தாள். அவள் ஒரு பாரத நீக்ரோப் பெண். மிதமான கருப்பு. அலை அலையான முடியை க்ராப் செய்துகொண்டிருந்தாள். மலிவான பெரிய காதணிகள். எடுப்பான தோற்றம். சராசரி பாரதப் பெண்களைவிடச் சற்று உயரம்.

ராமன் எழுந்து உட்கார இடமளிக்கலாம் என்று நினைத்தான். ஆனால், இவன் எழுந்தால் பக்கத்தில் இருக்கும் நபர்கூட எழ நேரிடும்.

சில வினாடிகள் கழிந்திருக்கும். வலது பக்க ஆண்கள் இருக்கைகளில் நாலு வயசுப் பையன்கள். ஒருவன் மொட்டைத் தலையில் ரங்கீலா தொப்பி அணிந்திருந்தான். இவன் அந்தப் பெண்ணைப் பார்த்து பகிரங்கமாகப் பல்லை இளித்தான். காமப் பார்வை. தனது சகாக்களுடன் அவளைக் கொச்சையாக வர்ணித்துக்கொண்டிருந்தான். குறிப்பாக அவளது உடல் வளைவுகளை.

அந்தப் பெண் என்ன செய்வதென்று அறியாது நின்றிருந்தாள். முகத்தில் கோபமும் அருவருப்பும் பரவியிருந்தன. நல்ல தெளிவான முகம்; எந்த உணர்வையும் உடனே பிரதிபலித்துவிடும்.

ராமனால் ஒரு கட்டத்துக்கு மேல் தாங்க முடியவில்லை. பக்கத்தில் இருந்த நபரிடம், "நாம் எழுந்து அந்தப் பெண்ணுக்கு இடமளிப்போம்" என்றான். வேண்டாவெறுப்பாக அந்த ஆளும் சரி என்ற ஒப்புக்கொண்டான்.

"பெண்ணே உட்கார்" என்றான் ராமன். "நன்றி சினேகிதரே" என்றாள் அவள். சினேகிதர் என்ற அந்த அன்னியோன்னிய வார்த்தை நண்பர் பதியை ராமனின் நினைவுக்குக் கொண்டு வந்தது. அவர்தான் அடிக்கடி அந்த வார்த்தையை உபயோகிப் பார். "வா, சினேகிதா" என்பார் வாய் நிறைய வரவேற்புடன். காலப்போக்கில் இலக்குகள் மாற, பதி எங்கே இருக்கிறார் என்றே தெரியாமல் போயிற்று. வாழ்க்கை என்றால் அப்படித் தான் என்று சமாதானம் சொல்லிக்கொண்டாலும் மனத்தை சோகம் அப்பும்.

பதியின் நினைவை அகற்றிவிட்டு அவளிடம் கேட்டான், "பெண்ணே, எங்கே இறங்கப்போகிறாய்?" என்று. "திருநின்றவூர்" என்றாள் அவள்.

அந்த நான்கு பையன்களும் அவர்கள் பாட்டுக்கு அவள்மீது 'கமெண்ட்ஸ்' அடித்துக்கொண்டிருந்தார்கள். இப்பொழுது அவளை நேராகவே பார்த்தார்கள். "மச்சி, என்ன தான் சொல்லு, நம்ம புடவை மாதிரி வராது, என்ன சொல்ற?" என்றான் ஒருவன்.

ராமன் இறங்க வேண்டிய இடம் லூகாஸ். அவன் அந்த இடத்திலிருந்து திருநின்றவூருக்கு ஒரு பயணச்சீட்டு பெற்றுக் கொண்டான்.

ராமனுக்கு வயது ஐம்பது. ஓரிரு வருடங்களாகவே இளம் பெண்களைப் பார்க்கும்போது ஒரு தந்தையின் பாசம் மனதில் உருவாவதை அவன் இனம்கண்டு கொண்டிருந்தான். ஒரு 'சப்ளிமேஷன்' (sublimation) தான். தெற்கத்தியச் சிக்கல் இது. இதற்கு மேல் உணர்வுகளை அலசக் கூடாது என்று கட்டுப் படுத்திக்கொண்டான் ராமன்.

பட்டாபிராம் நிறுத்தத்தில் அந்த நான்கு பையன்களும் இறங்கிக்கொண்டார்கள். இறங்கும்போது அந்தக் காமப் பார்வையை மீண்டும் அவள் மீது பாய விட்டுக் கை அசைத்து விட்டுச் சென்றார்கள். ஒருவழியாக அவர்கள் ஒழிந்தது நிம்மதி யாக இருந்தது ராமனுக்கு. அந்தப் பெண் ஒரு நிம்மதி நெடுமூச் செறிந்தாள்.

இப்பொழுது அவள் பக்கத்தில் பெண்கள் அமர்ந்திருந்தார்கள். அவள் பாதுகாப்பாகத்தான் இருக்கிறாள் என்று நினைத்துக்கொண்டான் ராமன்.

திருநின்றவூர். அவளும் ராமனும் இறங்கிக்கொண்டார்கள். பேருந்து காலியானது. அதுதான் கடைசி நிறுத்தம்.

"பெண்ணே, இனி உன் இடத்துக்குப் பாதுகாப்பாகப் போய்விடுவாயல்லவா?" என்று கேட்டான் ராமன்.

"நன்றி சினேகிதரே" என்றாள் அவள் மீண்டும்.

"என்னை அப்பா என்று அழைக்கமாட்டாயா?" என்றான் ராமன்.

அவளது புருவங்கள் லேசாக உயர்ந்தன. கண்களில் கூடுதல் பிரகாசம்.

"நன்றி அப்பா" என்றாள் அவள், ராமனது வலது தோள் பட்டையைப் பாசத்துடன் அழுத்தியவாறே.

அவள் வயதில் அவளுக்கு நிறைய கனவுகள் இருக்கும். அவளது கனவுகள் நிறைவேற வேண்டும் என்று மனதுக்குள் கடவுள் கலக்காத கலப்படமற்ற பிரார்த்தனை செய்துகொண்டான் ராமன். ராமனின் மனது நிறைந்தது. பேருந்து பிடித்து வீடு வந்து சேர்ந்தான்.

மனதில் நெகிழ்வுணர்வுகள் வந்தவண்ணம் இருந்தன.

அவனது இலக்கியத் தோழி ஒரு சஞ்சிகையில் வந்திருந்த ஒரு குறிப்பிட்ட கவிதையைப் படிக்குமாறு பரிந்துரை செய்திருந்தார் இரு தினங்கள் முன்பு.

ராமன் இரண்டாவது முறையாக அந்தக் கவிதையை வாசித்துக் கொண்டிருந்தான். ஒரு பூச்சி வந்தது. சிறியது. தீங் கிழைக்காதது. 'நான் ஒரு உயிர்' என்ற கவிதை வரிக்குப் பக்கத்தில் உட்கார்ந்து கொண்டது. முதலில் அதைத் தட்டி விடலாம் என்று தோன்றிற்று. அப்படிச் செய்ய முடியவில்லை ராமனால். அந்தப் பூச்சி 'நான் ஒரு உயிர்' என்று அவனிடம் சொல்வதுபோல் இருந்தது. ராமன் பூச்சியை அதன் போக்கில் விட்டுவிட்டான். அது பறந்து போய்விட்டது.

சற்றுக்கழித்து அதே பூச்சி மீண்டும் வந்தது. 'நாம் பேசலாம்' என்ற கவிதை வரி மீது உட்கார்ந்துகொண்டது.

பூச்சியை உற்று நோக்கினான் ராமன். சாக்லெட் கலர் உடம்பு. முன்பக்கம் இரண்டு கால்கள். பக்கத்துக்கு ஒன்றாக இரண்டு மீசை. மீசையிழைகள் அசைந்தவாறு இருந்தன – அதன் உயிரியக்கம். தன்னளவில் அது வடிவ நேர்த்தியுடன்

இருந்தது. அந்தப் பூச்சி தனக்குச் சிநேகமாகி விட்டது போன்ற தோழமை உணர்வு மனதில் வியாபித்தது. 'நான் ஒரு உயிர்... நாம் பேசலாம்' என்று அது தன்னிடம் சொல்வது போல் இருந்தது ராமனுக்கு.

பின்குறிப்பு:

கதையில் குறிப்பிடப்பட்டுள்ள கவிதை 'அடையாளங்கள்' என்ற தலைப்பில் சுகந்தி சுப்பிரமணியன் என்ற கவியால் எழுதப்பட்ட ஒன்று. இந்தியா டுடே பெண்கள் மலர் 1996 இதழில் வெளியானது.

தேவதைகள் விண்ணப்பிக்கலாம்

இப்படி ஆகும் என்று நினைக்கவே இல்லை. ஏதோ படிப்படியாகவாவது முன்னேறிக்கொண்டிருக்கிறேன் என்று நினைத்த எனக்கு, ஒரு சாவகாச தினத்தன்று புரிந்தது நான் பெரும் கடனாளி ஆகிவிட்டிருந்தேன் என்று.

அலுவலகத்தில் முதல் தேதி சம்பளத்தன்று கடன்களின் பிடுங்கல் போக மீதி கைக்கு வந்தது நூறு ரூபாய்க்கும் குறைவாக இருந்தது. நான் இதற்கு ஏதாவது செய்தாக வேண்டும். நண்பர்கள் ஓரளவு கடனுதவி செய்தாலும் இன்னும் ஒன்பது மாதங்களைப் பண நெருக்கடியிலிருந்து என்னைக் காத்துக் கொள்ள என் பங்குக்கு நான் ஏதாவது செய்தாக வேண்டும். பகுதி நேர வேலை பார்ப்பது ஒரு சிறு தீர்வாக அமையும் என்று தோன்றிற்று.

அலுவலக அறுவை நண்பர் ஒருவர் மூலம் ஒரு பகுதி நேர வேலை கிடைத்தது. நண்பர் பெரும் பணக்காரர். நாலரை லட்ச ரூபாய் கடன்காரரர் என்றால் எவ்வளவு பெரிய செல்வந்தராக இருக்க வேண்டும்!

நண்பர் வாங்கிக் கொடுத்தது ஒரு ஜாப் டைப்பிங் நிலையத்தில் தட்டெழுத்தாளன் வேலை. அங்கு தொலைபேசியும் உண்டு. ஓர் அழைப்புக்கு ரூபாய் ஒன்று. மாலை நாலரையிலிருந்து இரவு எட்டரை வரை வேலை. மாதம் ரூபாய் நானூறு சம்பளம்.

முதலாளி நல்ல நாள் பார்ப்பவர். புதன் கிழமையிலிருந்து வேலைக்கு வரச் சொன்னார். புதன் கிடைப்பது சிரமம்தானே? தவிர, மயிர்நிறை பாபா படம் உள்ளேயும் பக்கவாட்டில் ஒரு பெரிய ஏழுமலையான் படமும் இருந்தன. பிடிக்காத சூழல்தான். ஆனாலும், பகவான்கள் – மகானுபாவர்கள் சூழலில் மாதம் நானூறு ரூபாய் கிடைப்பதென்றால் வேண்டாம் என்றா சொல்வார்கள்? போதாக்குறைக்கு வேலை வாங்கித் தந்த நண்பர் ஓர் ஆதிபராசக்தி அருள்வாக்கு பக்தர். சகல இழவுகளையும் சகித்துக்கொண்டு வேலையில் அமர்ந்துகொண்டேன்.

ஆப்ரகாம் கோவூரையும் நீட்சேயையும் நான் மறக்க வேண்டி வந்தது.

அழகான மாலைகள் தினமும் அந்தச் சிறு அறையில் விரயமாகும். என் இலக்கியப் படிப்பு, எழுத்து எல்லாவற்றையும் நான் மறக்க வேண்டும். மனம் மிகவும் சோர்ந்துதான் விட்டது. மாலை என்பதுதான் எவ்வளவு அற்புதமான பொழுது!

முதலாளி காசே குறியாக இருந்தார். காசு – குறி; குறி – காசு; முதலாளி – காசு; முதலாளியின் குறி!

அந்த அறையில் ஓர் இளம்பெண் முழு நேர வேலை பார்த்து வந்தாள். அவளுக்கு எண்ணூறு ரூபாய் சம்பளம். அழகான பெண். ரோஜா ஜாக்கெட்டெல்லாம் போட்டுக் கொண்டு பிரமாதமாக இருப்பாள். எப்பொழுதும் லைஃப்பாய் ப்ளஸ் புத்துணர்ச்சி. ப்ளஸ் டூவோ என்ன கண்ணராவியையோ படித்துத் தொலைத்துவிட்டு இங்கு வந்து வாழ்க்கையை வீணாக்கிக்கொண்டிருந்தாள் போலும் என்று அவள்மேல் பச்சா தாபப்பட்டேன். அவள் பெயரை அறிந்துகொள்ள வேண்டும் என்று எனக்கு ஏனோ தோன்றவில்லை. நாற்பத்தொன்பது வயதில் இளசுகள் அவ்வளவாகக் கவருவதில்லைதானே? அந்தப் பெண் நன்றாகத்தான் வேலை செய்துகொண்டிருந்தாள் என்று தோன்றிற்று.

முதலாளியிடம் நான் ஒன்றும் பேசுவதில்லை. நான் உண்டு என் குப்பைத் தொட்டித்தனமான வேலை உண்டு என்றிருந்தேன். ஒருநாள் அதிசயமாக முதலாளி என்னைக் கூப்பிட்டார். அவருக்கு வயது 55 இருக்கலாம். முழு நேர வேலை பார்க்கும் பெண் மதியம் வேலை இல்லாத சமயத்தில் தூங்கிவிடுகிறாள் என்றார். எழுப்பினால் எழுந்துகொள்வாள், இதில் என்ன பெரும் பிரச்சனை என்று நினைத்தேன். சரிவரத் தொலைபேசிச் செய்தி எடுத்துக்கொள்வதில்லை என்றார். அவளைப் பற்றி என்னிடம் ஏன் புகார் செய்கிறார் என்று புரியாத நிலையில் படியளக்கும் ஆண்டவர் சொல்வதைத் தொழிலாளி கேட்க வேண்டும் என்பதால் கேட்டுக்கொண்டிருந்தேன்.

கடைசியில் அவர் விஷயத்துக்கு வந்தார். நல்ல அழகான பிராமணப் பெண், வயது பத்தொன்பதிலிருந்து இருபத்து இரண்டுக்குள், திருமணமாகாதவள் இருந்தால் சொல்லுங்கள் என்றார். நல்ல சூட்டிகையாக இருக்க வேண்டும். குறிப்பாக லட்சுமிகரமாக இருக்க வேண்டும். ஆயிரம் தருவார். வயதான காலத்தில் கல்யாண ஆசையின் திரிபோ என்று நினைத்தேன். நான் தேடிப் பார்த்துச் சொல்கிறேன் என்று ஒப்புக் கொண்

டேன். ஆனாலும் பாருங்கள். நான் லட்சுமியை நேரில் பார்த்ததில்லை.

நான் குடியிருக்கும் குறு அறையின் வீட்டுக்காரருக்கு ஓர் ஐதீகம். மாலை ஐந்தரையிலிருந்து ஏழரை வரை எல்லாக் குடித்தனக்காரர்களின் வெளி விளக்குகளும் ஜக ஜோதியாக எரிய வேண்டும். முன் கதவு பாதி திறந்திருக்க வேண்டும். லட்சுமி வீட்டுக்கு வரும் நேரம். அப்படியானால் வீட்டுக்காரர் தினமும் லட்சுமியைத் தரிசிப்பவர். அவரிடம் கேட்கலாம் என்றால் அவர் ஒரு கோபக்காரர். லட்சுமியைப் பார்த்த பக்தரோ பக்தையோ எனக்குத் தகவல் தெரிவித்து உதவுமாறு கேட்டுக்கொள்கிறேன். என் முதலாளிக்கு ஒரு லட்சுமி அவசரமாகத் தேவைப்படுகிறாள். மேலும் எனக்கும் லட்சுமியைப் பார்க்க வேண்டும் என்ற சபலம் தட்டியிருக்கிறது. ஆனால் தேவதைகள் போய் தட்டச்சு செய்வார்களா என்ன!

●

மொழி அதிர்ச்சி

“பிரச்சனெ பெரிஸ்ஸா ஒண்ணுமில்லிங்க.”

“பரவாயில்லை, எதுவானாலும் சொல்லுங்க. அவங்களுக்கு என்ன பிரச்சினென்னு முழுஸ்ஸாத் தெரிஞ்சாத்தான் உதவி செய்யிறதுக்கு எங்களுக்கு சுலபமா இருக்கும்.”

“கொஞ்ச நாளாவே சிடுசிடுங்கறது, எங்கிட்டெ எரிஞ்சி விழுறது, கொழந்தைங்களெப் போட்டு மொத்துறது இப்படியா யிருக்குதுங்க. சமாதானப்படுத்துனாக்கூட கோபம் தணியிற தில்லை.”

“வீட்டுலெ ஏதாச்சும் சிக்கலாச்சா?”

“சிக்கலுன்னு என்னத்தெங்க சொல்றது? கொஞ்ச நாளா யாபாரம் அவ்வளவு சொகமில்லீங்க. ஒரு வேளெ அதனாலெ தான் ரிலேக்ஸேஸனாயி ஒரு மாதிரி ஆயிட்டாளோன்னு நெனெக்கிறேன்.”

“என்ன ஆயிடுச்சின்னு சொன்னீங்க?”

“அது ஒண்ணுமில்லீங்க. நீங்க மேக்கொண்டு என்ன வெவரம் வேணுமுனு சொல்லுங்க.”

“சரி, நல்ல ஆழ்ந்து தூங்குறாங்களா?”

“தூங்குறா. ஆனாக்க சில வேளையிலெ ரிலேக்ஸேஸனாயி ஒரேமுட்டா யோசிக்க ஆரம்பிச்சிருவா. அண்ணெக்குப் படுக்குறதுக்கு ரவெக்கி ஒரு மணி ரெண்டு மணி ஆயிரும்.”

“என்ன ஆச்சுன்னா தூக்கம் கெடுங்குறீங்க?”

“அது ஒண்ணுமில்லீங்க. நீங்க மேக்கொண்டு கேளுங்க.”

“நல்ல ருசிச்சி வேளாவேளெக்கிச் சாப்பிட்றாங்களா?”

“அப்பிடிச் சொல்றதுக்கில்லீங்க. ஏதோ சாப்பிடும். ஆனா ரிலேக்ஸேஸனாயிட்டா சாப்பாடு எறங்காது.”

“என்ன ஆயிடுச்சின்னா சாப்பாடு எறங்காதின்னீங்க?”

“அது ஒண்ணுமில்லீங்க. நீங்க மேக்கொண்டு கேளுங்க.”

“குளிக்கிறதுலெ ஏதாச்சும் பிரச்சனையிருக்கா? தெனமும் நேரத்துக்குக் குளிக்கிறாங்களா?”

“குளிக்குது. அதுலெ என்னாங்க இருக்கு? ஆனாக்க சிலவேளை இந்த ரிலேக்ஸேஸன் ஆயிடுங்க. அப்ப குளிக்காதுங்க.”

“என்ன ஆனா குளிக்க மாட்டாங்கன்னு சொன்னீங்க?”

“அது ஒண்ணுமில்லீங்க. நீங்க மேக்கொண்டு கேளுங்க.”

“இவங்களுக்குத் தலையிலை எப்பவாச்சும் அடிபட்டிருக்கா”

“பலமா அடின்னு சொல்றதுக்கு ஒண்ணுமில்லீங்க. ஆனா அவ படுத்தற கூத்து தாங்கமாட்டாமெ எனக்கே ரிலேக்ஸேஸன் ஆயி ஒரு ரூல் தடியெ எடுத்து அவ தலையிலெ சிறுஸ்ஸா ஒரு போடு போட்டுட்டேங்க. ஒரு நாலு தையல் போட்டிக்கு. அவ்வளவுதாங்க.”

“ஒங்களுக்கு என்ன ஆச்சுன்னு சொன்னீங்க?”

“அது ஒண்ணுமில்லீங்க. நீங்க மேக்கொண்டு கேளுங்க.”

“நா மேக்கொண்டு கேக்குறதுக்கு முன்னாடி ஒங்ககிட்டெ ஒரு உதவி கேக்கணும்.”

“எங்கிட்டெயா, நா ஒங்களுக்கென்ன உதவி செஞ்சிறப் போறேங்க?”

“அப்பிடிச் சொல்றதுக்கில்லெ. ஒங்களெப் புரிஞ்சிக்கிர்றதுக்கு நீங்கதான் உதவி செய்யணும்.”

“... ...”

“நடுநடுவுலெ என்னமோ வார்த்தையெ உபயோகிச்சீங்க. அது என்னான்னு கொஞ்சஞ் சொல்றீங்களா?”

“அட, நீங்க ஒண்ணு. அது ஒண்ணுமில்லீங்க.”

“அப்பிடி நீங்க சொல்லக்கூடாது. நீங்க அது என்ன வார்த்தைன்னு சொன்னாத்தான் நீங்க சொன்ன முழு வெவரமும் எனக்கு வெளங்கும். இல்லேன்னா இவ்வளவு வெவரம் சேகரிச்சும் பிரயோசனமில்லாமெப் போயிரும்.”

“நா புரியாத எதெயும் சொல்லலீங்களே.”

“இல்லெ, சொன்னீங்க. இந்த ரிலேக்ஸேஸன்னு ஏதோ அடிக்கடி சொன்னீங்க. இந்த வார்த்தையெ வேறெ ஒரு உச்சரிப்புலெ வேறெ ஒரு அர்த்தத்துலெதான் எனக்குத் தெரியும். ஆனா நீங்க எந்த அர்த்தத்துலெ அதெச் சொன்னீங்கன்னு சொல்ல முடியமா?”

“அதுங்களா? அது சும்மாங்க. இந்த பேண்ட் சட்டை போட்டுக்கிட்டு டையெல்லாம் கட்டிக்கிட்டு ஒயிலா சிகரெட்டுப் பிடிக்கிற மாதிரித்தானுங்க அதுவும்.”

“எனக்குச் சத்தியமாப் புரியல்லெ.”

“ஆமாங்க. இந்த இங்கிலீஷ் வார்த்தைக்கெல்லாம் என்னாங்க பெரிஸ்ஸா அர்த்தம் இருந்திரப் போறது?”

“என்ன ஒரேயடியா அப்படிச் சொல்லீட்டீங்க!”

“பெறகென்னாங்க, இங்கிலீஷ்லெ தஸ்ஸு புஸ்ஸுன்னு நாலு வார்த்தெ விட்றதெல்லாம் ஒரு ஸ்டைலுக்குத்தானுங்களே. ரிலேக்ஸேஸனும் அதே மாதிரித்தானுங்க. சும்மா ஸ்டைலுக்கு நடுநடுவுலெ அங்கெ அங்கெ விட்டுக்கிர்றதுங்க. இதுக்கெல்லாம் போயி நீங்க அர்த்தங் கேட்டுக்கிட்டு இருக்கீங்க!”

●

காத்துக் கொண்டிருக்கும் உல்லாசபுரி

யாரையும் மாற்ற முயலாமல் இருப்பது ஒரு சௌகரியமான சித்தாந்தம். இதன் அடிப்படையில்தான் திரு. பாண்டுரங்கன் அவர்களைக் குடிக்க வேண்டாம் என்று கேட்டுக்கொள்ள முடியாமல் போயிருக்கிறது. மேலும் போதையில் இருக்கும்போது திரு. பாண்டுரங்கன் அவர்களின் மனம் மிகமிக விசாலமடைந்து விடுவதாலும் ஒரு தினுசான உன்னத நிலையையும் எய்திவிடுவதாலும் குடி அவருக்கு நல்லதையே செய்கிறது என்று வேறு எண்ண வைத்துக் கொண்டிருக்கிறது. அந்த நிலையில் அவர் ஒரு கனிவுப் பிழம்பாகவும் பரிவின் வட்ட ஒளியாகவும் பரிமளித்துக் கொண்டிருப்பவர்.

ஒரு முன்னிரவு கூடுதல் நேரப் பணியில் ஆழ்ந்திருந்த இடத்தில் அவரது திடீர்ப் பிரவேசம் நிகழ்ந்தது. நான் அவரைச் சற்றும் எதிர்பார்க்காத நிலையில் கொஞ்சம் திகைத்துப் போகும்படி நேர்ந்துவிட்டது. அவர் உற்சாகத்தில் மிதந்து கொண்டிருந்தார். தரம் வாய்ந்த விஸ்கியாகத்தான் இருந்திருக்க வேண்டும்.

"வாருங்கள், வேலையைத் தூக்கிப் போடுங்கள். வாழ்க்கையையும் கொஞ்சம் அனுபவியுங்கள்" என்று கூவினார் பாண்டு. "எனக்குத் தெரிந்த முறையில் நான் வாழ்க்கையை அனுபவித்துக் கொண்டுதான் இருக்கிறேன்" என்றேன் பலவீனமாக.

"என்ன அனுபவிக்கிறீர்கள்? நான் பார்க்கும்போதெல்லாம் வேலைதான் செய்துகொண்டிருக்கிறீர்கள். சதா வேலை செய்தால் மனம் குழம்பிப் போய்விடும்" என்றார் பாண்டு. மனம் பிசகியவர்களை வேலையில் ஈடுபடுத்துவதே ஒரு வகை உளவியல் சிகிச்சை என்றும், வேலை செய்தால் மனம் பிறழாது என்றும் நான் போதுமான சுவாதீனத்துடன்தான் இருக்கிறேன் என்றும் சொல்லிப் பார்த்தேன்.

பாண்டுவுக்குச் சற்று எரிச்சல் வந்திருக்க வேண்டும். "உங்களது உளவியலைக் குப்பைத் தொட்டியில் போடுங்கள்"

என்றார் உரக்க. அதெல்லாம் அவ்வளவு சுலப சாத்தியமல்ல என்று அவரிடம் எடுத்துரைத்தேன்.

"என் நினைவு சரியென்றால் நீங்கள் ஒரு பி.ஏ. சரியா?" என்று கேட்டார் திடீரென்று. நான் "ஆம்" என்றேன்.

"நீங்கள் மேற்கொண்டு படித்திருக்க வேண்டும்" என்று புத்திமதி சொன்னார். பிறகு அவர் தனது துறையைக் குறிப்பிட்டு அதில் நான் ஒரு டிப்ளொமோ பண்ணியிருக்கலாம் என்று கூறினார். நான் என்னுடைய சகதுறையில் செய்திருந்த முதல் டிப்ளொமோவைக் குறிப்பிட்டேன். அவர் ஏன் அவ்வளவு ஆச்சரியப்பட்டுப் போனார் என்பது புரியவில்லை. கிட்டத்தட்ட குதித்தார் என்றே சொல்ல வேண்டும்.

"ஆ, எனக்கு ஏன் இது முதலிலேயே தெரியாமல் போயிற்று? நான் உங்களை 'பிட்ஸ்பர்க்'குக்கு அனுப்பியிருப் பேன்" என்றார். எனக்கு வெளிநாடு போவது அவ்வளவாக ஒத்துக்கொள்ளாத விஷயம் என்றும் இங்கேயே எனக்குச் சக மனிதர்களுடன் ஒத்துப்போவது சிலவேளை மகா சிரமமாகி விடுகிறதென்றும் சொன்னேன்.

"குறைந்தது இங்கேயே உங்களை ஒரு பெரிய பதவியில் இருக்க வைத்திருப்பேன்" என்ற சங்கடப்பட்டுக்கொண்டார். பெரிய பதவியில் இருப்பவர்களுக்கு 'நான்' உணர்வு அதிகமாகச் சேர்ந்துகொள்ளும் குதூகலத்தில் கீழே இருப்பவர்களைக் காலில் போட்டு அவர்கள் துவம்சம் செய்துகொண்டிருப்பதையும் நல்லவேளை நான் உயர் பதவியில் இல்லாதிருப்பது மனித குலத்துக்கு நல்லது என்றும் அவருக்கு எடுத்துச்சொல்ல வேண்டியதாயிற்று.

இப்படி உயர் இலக்குகள் இல்லாமல் இருப்பது கொடுமை என்றும் இது ஒரு தேக்கம் என்றும் இந்த மனநிலை அபாய கரமானது என்றும் பாண்டு சொன்னார். இப்பொழுது அவரது வலது கரம் என் தோள்பட்டைகளை அரை ஆரமாக வளைத் திருந்தது. வாஞ்சை, மனித நேயம், தோழமை உணர்வு! அனைத் துக்கும் மேலாக சுவாசத்தில் இதமான விஸ்கி மணம்!

"நான் வாழ்ந்து முடிந்த ஒரு வாழ்க்கையின் நீட்சியில் மரணத்தை நோக்கி நகர்ந்துகொண்டிருக்கிறேன். என்னுடைய வயதில் இது இயல்பானதுதான்" என்றேன். "உங்களுக்குக் குழந்தை இருக்கிறது. நீங்கள் மரணத்தைப் பற்றியெல்லாம் நினைக்கக்கூடாது" என்றார் பாண்டு மிக மிகப் பதட்டத்துடன். "நான் நினைக்காமலிருக்கும் பட்சத்திலும் அது சம்பவிக்கும்" என்றேன்.

“நீங்கள் வாழ்க்கையில் மிகவும் நொந்து போயிருக்கிறீர்கள். நான் சொன்ன டிப்ளொமோவைப் பண்ணுங்கள். நான் நல்ல ஒரு வேலை வாங்கித் தருகிறேன்” என்றார் பாண்டு தான் சொன்னதை மீண்டும் வலியுறுத்தியவாறு. எனக்குப் பட்டப் படிப்புகள் மேல் சமீபத்தில் உருவாகியிருந்த நம்பிக்கையின்மையைக் காரணரீதியில் அவருக்கு விளக்கினேன். ஆனாலும் பாண்டு தன் முயற்சியைக் கைவிடுவதாக இல்லை. ஏறத்தாழ ஒரு சங்கல்பம்! தான் கூறியதை மீண்டும் ஒருமுறை அழுத்தம் கொடுத்துச் சொன்னார்.

இப்படி ஒரு முக்கால் மணிநேரம் கழிந்திருக்கும். பிறகு பாண்டு நினைவு திரும்பியவராக வந்த விஷயத்தை நினை வூட்டிக்கொண்டு “சரி, இப்பொழுது எல்லாவற்றையும் விடுங் கள். நான் உங்களை அருமையான ஒரு விருந்துக்கு அழைத்துச் செல்லப் போகிறேன். சில அதிமுக்கியமான நண்பர்களை உங்களுக்கு அறிமுகப்படுத்தப்போகிறேன்” என்றார். வாழ்க்கை யில் யாரும் முக்கியமானவர்கள் இல்லை என்றும் இந்தப் பிரபஞ்ச ஓட்டத்தில் அனைவரும் பகடைகள் என்றும் நான் விருந்துண்ணும் மனநிலையில் இல்லை என்றும் மறுத்துப் பார்த்தேன். ஆனால் பாண்டு பின்வாங்குவதாக இல்லை.

அலுவலக அறையை மூடிவிட்டு பாண்டுவுடன் கிளம்ப வேண்டியதாயிற்று. அவரது மோட்டார் சைக்கிளின் பின்னால் அமர்ந்துகொண்டேன். பக்கத்துப் பங்களாவிலிருந்து ஒரு குடும்பக் கும்பல் எங்கோ வெளியே கிளம்பிக்கொண்டிருந்தது. அதில் கட்டை மீசையுடன் ஓங்குதாங்கான ஒருவர் தென்பட்டார். அவருக்கு வயது நாற்பத்து ஐந்து இருக்கலாம். வாகனத்தின் முன் பகுதியில் உட்கார்ந்திருந்த பாண்டுவுக்குப் பிரபஞ்ச ரீதியிலான தோழமை உணர்வு கரை புரண்டிருக்க வேண்டும்; மீசைக்காரரை “ஹலோ அங்கிள்” என்று வரவேற்றார். இலக் கானவர் சிறிது தயங்கிப் பிறகு ‘ஹலோ’வைத் திருப்பியளித்துவிட்டு வாகனத்துக்கு அருகில் வந்தார். “நீங்கள் என்னை எப்படி அங்கிள் என்று கூப்பிடலாம்? எனக்கும் உங்களுக்கும் ஒரே வயதுதானே இருக்கும்?” என்று கேட்டார் கோபாவேசத்துடன். ஆனால் பாண்டு சிறிதும் தளரவில்லை. “என்னை நினைவில் லையா? நான்... சார்ந்தவன்” என்று தன் நிறுவனத்தின் பெயரைச் சத்தமாகக் கூவி நாசப்படுத்தினார். “நீங்கள் யாரென்றே தெரிய வில்லை” என்று மீசைக்காரர் நிர்தாட்சண்யமாக மறத்துவிட்டார். “உங்களுக்கு ஒருக்கால் மறந்திருக்கும்” என்றார் பாண்டு ஈனஸ்வரத்தில். மீசைக்காரர் விடாப்பிடியாக அங்கிள் என்ற சொற்பிரயோகத்துக்கு ஆட்சேபம் தெரிவித்தார் மீண்டும் ஒருமுறை. பிறகு சூழலில் தொய்வும் சலிப்பும் தோன்றின.

மிகுந்த அசௌகரியத்துடன் மோட்டார் சைக்கிள் ஒருவாறு கிளம்பிற்று.

பாண்டு என்னை அழைத்துச் செல்லவிருக்கும் சொர்க்க புரியை நினைத்து நான் குழம்பியவாறிருந்தேன். என் கலவர சிந்தனையைக் குலைத்தது அவர் குரல். அந்த மீசைக்காரர் பட்டாளத்தில் பணி புரிந்தவர் என்றும், தான் தலைக்கவசம் அணிந்திருந்ததால்தான் அடையாளம் தெரியவில்லை என்றும் கூறினார். சற்றுக் கழித்து, "வாழ்க்கை என்றால் அனைவரும் நண்பர்களாக இருக்க வேண்டும்" என்று ஒரு கொள்கை விளக்கத்தை முன்வைத்தார். "பரிச்சயத்தை மறுப்பவர்கள் கூடவா?" என்று கேட்கத் தூண்டிற்று.

இந்த நிலையில் வாகனம் சொர்க்கபுரியை வந்தடைந்தது. நான் மனதில் உருவகித்திருந்த சொர்க்கபுரிக்கும் யதார்த்தத்தில் கண்ட சொர்க்கபுரிக்கும் நிரம்ப வேறுபாடுகள் இருந்தபடியால் நான் பதைத்துப் போனேன். அது ஒரு பிரம்மாண்டமான திருமண மண்டபம். நான் தயங்க, பாண்டு என்னை வலுக் கட்டாயமாக உள்ளே அழைத்துச் சென்றார்.

வைபவத்துக்கான நேர்த்தியான உடைகளை அணிந்து கொள்ளாமலிருந்ததால் நான் மிகவும் கூசியவாறிருந்தேன். அங்கு பாண்டு பல பெண்மணிகளுடன் வலிந்து பேசினார். தெரியாத சிலரிடம் தன்னை அமர்த்தலாக அறிமுகம் செய்து கொண்டார். நான் மாடிப்படி அருகில் ஒதுங்க அவர் "என்ன ஓரமாக நிற்கிறீர்கள்? வாருங்கள்" என்று நடுவுக்கு, வசதியான ஒரு பெரிய கூட்டு நாற்காலியில் சிறந்த ஜோடனைகளுடன் அமர்ந்திருந்த புதுமணத் தம்பதிகள் அருகில் என்னைக் கொண்டு சென்றார். மணப்பெண் தன் நெருங்கிய தோழி என்று ஆரம்பித்து அறிமுகப்படுத்தும் ஆயத்தங்களில் ஈடுபடலானார். மாப்பிள்ளை முகத்தில் லேசான அசௌகரியம் தோன்றி மறைந்ததை என்னால் பார்க்காமல் இருக்க முடியவில்லை. பிறகு, பாண்டு மணமகளுடன் தனக்கிருக்கும் அன்னியோன்னி யத்தைச் சுருக்கமாகத் தான் ஹாஸ்யம் என்று கற்பிதம் செய்து கொண்டவைகளுக்கிடையே விவரிக்க ஆரம்பித்தார். "அவள் எவ்வளவு அற்புதமானவள் என்று உங்களுக்குத் தெரிய நியாயமில்லை" என்றார். மாப்பிள்ளை முகத்தில் அந்த லேசான அசௌகரியம் மீண்டும் படர ஆரம்பித்தது. பெண், பாண்டு அதிகாரியாகப் பவனிவரும் நிறுவனத்தில் பணிபுரிபவள் என்பதை ஊகித்துத்தான் தெரிந்துகொள்ள முடிந்தது. அவர் அதை நேரடியாகச் சொல்லியிருந்தால் பல அனாவசியச் சந்தேகங்கள் என் மனதில் எழுந்ததைத் தவிர்த்திருக்க இயலும்

என்று தோன்றிற்று. அவளை நோக்கிக் கைகூப்ப, அவள் தலையை மட்டும் ஒரு சிறு கணித அளவை நினைவுபடுத்தும் வண்ணம் மிகமிக லேசாக அசைத்தாள். எனக்கு அவமானம் பிடுங்கித் தின்றது. அவளது நேர்த்தியான ஒப்பனையும், என் சொந்த வாழ்க்கையில் கற்பனை செய்துகூடப் பார்க்கவியலாத விலையுயர்ந்த ஆடைகளும், என் சாதாரண உடைகளும், வியர்வை அப்பிய முகமும் தள வேறுபாட்டை உறுதிப்படுத்தின. வசதி படைத்தவள் – இல்லாதப்பட்டவன் வர்க்க வித்தியாசம் துல்லியப்படுத்தப்பட்டது. நான் எவ்வளவு நேரம் அந்த ஒவ்வாத சூழலில் இருக்க நேரிடும் என்பது தெளிவாகவில்லை.

இப்பொழுது பாண்டு ஒரு பெரிய மனித தம்பதிகளை வயதான ஒருவருக்கு அறிமுகப்படுத்தினார். பெரிய மனிதர் ஒரு புகழ்வாய்ந்த மருத்துவர் என்பது தெரியவந்தது. வயதானவர் மணமகளின் தகப்பனாராக இருந்தும் வைபவத்துக்கு வந்திருப்பவர்கள் பிறரால் அறிமுகப்படுத்தப்பட வேண்டிய நிலையில் இருந்ததால் அவரும் மகளும் சற்றுக் குறுக வேண்டிய நிலைக்கு ஆளானார்கள். பிறகு புகைப்படச் சம்பிரதாயம் ஆரம்பித்தது. பாண்டு என்னைப் பிடித்திழுத்துச் சம்பிரதாயத் திலே கலந்துகொள்ள வைத்தார். இதற்குமேல் என்னால் அங்கு தாக்குப்பிடிக்க முடியவில்லை. விறுவிறுவென்று மாடியை விட்டுக் கீழே வந்தேன். அப்படியே வீடு திரும்பிவிடலாமா என்று நினைத்தேன் ஒரு கணம். ஆனாலும் பாண்டுவிடம் சொல்லிக் கொள்ளாமல் வருவது அவ்வளவு நாகரிகத்துக்குரிய செயலல்ல என்று தோன்றிற்று.

யாரோ எனக்காக எங்கோ பிரார்த்தனை நடத்தியிருக்க வேண்டும். சில மணித் துளிகளிலேயே பாண்டு படியிறங்கி வந்தார். ''வாருங்கள் சாப்பிடலாம். மணப் பெண்ணின் குடும்பம் விருந்துக்குப் பெயர் போனது'' என்றார். சாப்பாட்டுக் கூடம் வெறிச்சோடிக் கிடந்தது. நேரம் அதிகமாகிவிட்டிருந்தது. என் அவமான உணர்வு என்னை இன்னும் தின்றுகொண்டிருந்த நிலையில் விருந்தைத் திட்டவட்டமாக மறுக்க வேண்டிவந்தது. மண்டபத்தை விட்டு அகலுகையில் ஒரு சாத்துக்குடி கொண்ட பிளாஸ்டிக் பை என் கையில் திணிக்கப்பட்டது. அனிச்சையாக நான் அதைப் பெற்றுக்கொண்டிருந்திருக்க வேண்டும். என் பாதிப் பிரக்ஞை மனப்புழுக்கத்தால் பாதிக்கப்பட்டிருந்ததை உணர முடிந்தது.

வெளியில் வந்த பாண்டு தான்தான் அந்தப் பெண்ணுக்கு வேலை வாங்கிக் கொடுத்ததாகவும் தான் வரவேற்புக்கு வராதிருந்தால் அவள் மிகவும் துக்கப்பட்டுப் போயிருப்பாள் என்றும் கூறினார். எனக்கு என்னமோ அந்த மாதிரித் தோன்ற வில்லை.

மீண்டும் மோட்டார் சைக்கிள் கிளம்பிற்று. ''நான் உங்களை வீடு வரை கொண்டுவந்து விடுகிறேன்'' என்றார் பாண்டு மிகவும் ஆதுரத்துடன். என்னுடைய இருப்பிடம் வெகு தொலைவில் புறநகர்ப் பகுதியில் இருக்கிறது என்பதை நினைவுபடுத்தினேன். "என் நெஞ்சில் உரமும் இந்த வண்டியும் இருக்கும் வரை என் ஓட்டத்தை யாரும் தடை செய்ய இயலாது'' என்றார் பாண்டு. குரலில் உறுதி தூக்கலாகத் தெரிந்தது. அப்பொழுது வண்டி ஒருவழிப் பாதையில் வாகனங்கள் போகக்கூடாத திசையில் முன்னேறிக்கொண்டிருந்தது. பாண்டு உறுதியளித்தது போலவே காவல் துறையினர் யாரும் வண்டியை நிறுத்தவில்லை! அடுத்துவரும் பேருந்து நிறுத்தத்தில் என்னை விட்டுவிடுமாறு அவரை மன்றாட வேண்டிவந்தது. "என்னை நம்பியவர்களை நான் நடுத்தெருவில் விடுவதில்லை'' என்று கூறியவாறே தெரு ஓரத்தில் தன் வாகனத்தை நிறத்தினார் பாண்டு. நான் இறங்கிக்கொண்டேன்.

தரையில் காலூன்றியவாறே வாகனத்தில் அமர்ந்திருந்த பாண்டு தன் துறையின் முக்கியத்துவத்தைப் பற்றி விலாவாரியாகப் பேசலானார். கிட்டத்தட்ட ஒரு சொற்பொழிவு. அந்தத் துறையில் நான் ஒரு டிப்ளொமோ அவசியம் செய்ய வேண்டுமென்றும், எனக்கு அப்படி ஒன்றும் வயதாகி விடவில்லையென்றும் கூறியதுடன் படிப்பு முடிந்த கையோடு ஒரு சொர்க்கபுரி காத்திருக்கும் என்றும் உறுதியளித்தார். அவர் சொர்க்கபுரி என்ற வார்த்தையைப் பிரயோகித்ததும் எனக்கு வயிற்றைப் புரட்ட ஆரம்பித்தது. இதோடு இன்னொரு அசௌகரியமும் சேர்ந்துகொண்டதை உணர முடிந்தது. பாண்டு உரத்த குரலில் முழங்கிக்கொண்டிருந்ததால் பேருந்து வருகைக்காகக் காத்துக்கொண்டிருந்த பலர் அவரது நேயர்களானார்கள். அவர்கள் பாண்டுவுக்கு நடப்புகால மகான் பட்டத்தை மானசீகமாக வழங்கியிருக்கக்கூடும். அவர் பேசுவதை ஒரு கட்டத்தில் கூட என்னால் நிறுத்த இயலாத அல்லலில் என் பேருந்து வருவது சற்றுத் தூரத்திலிருந்து தெரிந்தது. விடைபெறும் சடங்கு நிகழ்ந்தது. "தங்கள் ஓட்டம் தங்கள் வீடு வந்து சேர்ந்தவுடனே யாவது தடைப்பட வேண்டும்" என்று அவரை வேண்டிக் கொண்டேன். கையில் சாத்துக்குடிப் பை கனத்துக்கொண்டிருந்தது. நெஞ்சுக்குவட்டில் ஒரு மழுங்கலான வலி தோன்றியிருந்தது. பாண்டு குறிப்பிட்ட டிப்ளொமோ வலியுடன் சேர்ந்து கொள்ள நெஞ்சில் பாரம் ஏற ஆரம்பித்தது.

●

அன்பே சிவம்

கல்லூரியில் படித்த நாட்களில் என் அறைத் தோழர் ஜேகப்புக்குக் கரப்பு பற்றிப் பேச்செடுத்தாலே குமட்டிக்கொண்டு வரும். சில ஆங்கிலேயப் பெண்கள் வெள்ளெலிகளைப் பார்த்ததுமே கூச்சல் போடுவதுபோல. எலிகளைப் பார்த்து ஏன் இந்தப் பெண்கள் பயப்பட வேண்டும் என்று தெரியாது. ஜேகப்புக்குக் கரப்பு ஏன் அவ்வளவு அருவருப்பைத் தந்தது என்பதும் எனக்குத் தெரியாது. இந்த அருவருப்புக்கும் பயத்துக்கும் காரணம் ஆழ்மனக் கண்ணோட்டங்களாக இருக்கலாம். சிலரைப் பார்த்த மாத்திரத்திலேயே பிடிக்காமல் போவதும் ஆழ்மனக் கண்ணோட்டம் காரணமாகத்தானே?

எனக்குக் கரப்புமீது ஓர் எதிர்மறைக் கண்ணோட்டத்தை ஜேகப் தந்திருக்க வேண்டும். ஆனால், இந்த வெறுப்பு குரூரமானதல்ல. நான் பூச்சிகளை அதன் போக்கில் விட்டு விடுகிறவன். எறும்பு கடித்தாலும் வலியைச் சகித்துக்கொண்டு அதை மிருதுவாகவும் மெதுவாகவும் எடுத்துத் தரையில் போட்டு விடுவேன் (நான் ஏதோ கதைக்காகச் சொல்வதாக எடுத்துக்கொள்ள வேண்டாம்). உடனே கோபம் பொங்கி, "நான் ஒரு மனிதன், பரிணாமத்தில் ஓர் உயர் ரகம். கேவலம், ஒரு துரும்பான நீ எப்படி என்னைக் கடிக்கலாம்?" என்று ஆவேசித்து அதைக் கொலை செய்கிறவன் அல்ல. எறும்பும் நானும் தத்தம் போக்கில் வாழ உரிமை பெற்றவர்கள். இந்த ஆள் என்னை ஒன்றும் செய்யமாட்டான், சௌகரியமாகக் கடிக்கலாம் என்று நினைத்து அது கடிக்கிறதோ என்னமோ! எறும்பை நான் கேட்டதில்லை. கேவலம் ஓர் எறும்புடன் பேசும் திறன்கூட அற்ற ஒரு கையாலாகாதவனாக இருப்பது என்னுள் ஒரு தாழ்வு மனப்பான்மையை ஏற்படுத்துகிறது. ஆனாலும் எறும்பைக் கேவலம் என்று குறிப்பிட்டுக் கேவலப்படுத்த எனக்கு உரிமை கிடையாது. என்னைப் போலவே அதுவும் ஓர் உயிரினம்.

ஆனால், தேள் கொட்டினால் அதை மிருதுவாகத் தடவிக் கொடுத்துத் தொடர் கொட்டுதல்களைச் சகித்துக்கொண்டு

அதை என் உடலிலிருந்து எடுத்து இறக்கிவிடுவேன் என்று நினைக்கக் கூடாது. வாளை எடுத்தவன் வாளால் சாவான். தேள் தன் கொடுக்கை உபயோகித்து வினையைத் தேடிக் கொண்டு அடிபட்டுச் செத்துப் போவது இயற்கை நியதி போலும்.

நான் இப்பொழுது கரப்புகளைப்பற்றிப் பேசிக்கொண்டிருக் கிறேன் என்று நினைக்கிறேன். நடுவில் எலியையும், எறும்பையும், தேளையும் புக விட்டதற்கு நான் மன்னிப்பு கேட்டுக் கொள்வதுதான் சரி. குறிப்பாக இந்தக் கொடூரமான தேளைப் புகவிட்டதற்காகவேனும் நான் மன்னிப்பு கேட்டுக்கொண்டே ஆக வேண்டும். சரி, கரப்புகளுக்குத் திரும்புகிறேன். சில சிறு வயதுக் கரப்புகள் அழகாக இருப்பது போல சிலவேளை தோன்றுவதுண்டு. வெள்ளையாகச் சில கரப்புகளைப் பார்த் திருக்கிறேன். அவை சவம்போல வெளுத்திருப்பதாக எனக்குப் படுவதால், பார்க்க அருவருப்பாக இருக்கும். நானும் ஜேகப்தான் போலும் என்று நினைத்துக்கொள்வதுண்டு. ஆனாலும் நான் எந்தக் கரப்பையும் கொன்றதில்லை. எங்கள் வீட்டில் கரப்புகள் உண்டு. என் மனைவி இந்த விஷயத்தில் கொஞ்சம் வன்ம மானவள். அவைகளுக்குப் பிடித்தமான வாசமும் சுவையும் கொண்ட 'பேகான்' கொல்லியைத் தட்டில் வைத்து கரப்புகள் உண்டு செத்ததும், சிறிதும் வருத்தம் இன்றி, சடலங்களை அப்புறப்படுத்தி விடுவாள். எனக்கு இது கஷ்டமாக இருக்கும். மீறி, தடை செய்தால் மனைவியுடன் பூசல் வரும். நான் அடிக்கடி நினைவுபடுத்திக் கொள்வதெல்லாம் நான் கரப்பு களுடன் வாழ்வதைவிட மனைவியுடன் வாழ்வதுதான் முக்கியம் என்பது.

என் வெறுப்பையும் மீறிக் கரப்புகளுக்கு நான் உதவிய துண்டு. அதனாலெல்லாம் கரப்பு நன்றிப் பெருக்கெடுத்து எனக்குக் கோவில் கட்டியதில்லை. ஒருவேளை அதற்குத் தெரிந்திருக்கும், கோவில் கட்டினால் நான் பீடத்தில் அமர்ந்து வேலைவெட்டியில்லாமல் குடும்பத்தை நட்டாற்றில் விட்டுவிட வேண்டி வரும் என்று.

நான் செய்த உதவி என்னவென்று சொல்லாமலேயே மேற்கொண்டு தொடர்ந்தால் ஒருக்கால் உங்களுக்கு எரிச்சல் ஏற்படலாம். அல்லது இது ஒரு சஸ்பென்ஸ் உத்தி என்று நீங்கள் தவறாக நினைக்கலாம். எனவே நான் செய்த உதவியைத் தங்கள் முன்வைத்துப் பிரகடனம் தேடிக்கொண்டு அகமகிழப் போகிறேன். ஒருவேளை நீங்கள் என்னைச் சுத்த மடையன் என்றும் திட்டக்கூடும். என்னை நீங்கள் எப்படி வர்ணித்தாலும்

நான் செய்த உதவியைச் சொல்லாவிட்டால் என் தலை வெடித்துவிடக்கூடும். உயிராசை கருதி நான் சொல்லியே விடுகிறேன்

அலுவலக மேல்நாட்டுப்பாணி கக்கூஸில் தண்ணீர் மேல் ஒரு கரப்பு குப்புறப் புரண்டு அவஸ்தைப்பட்டுக்கொண் டிருந்தது. முதலில் அது செத்துவிட்டது என்று நினைத்தவன் அதன் கால்களின் அசைவைக் கண்டு உயிரோடு இருக்கிறது என்று தெரிந்துகொண்டேன். கரப்பு சற்று அசைவற்றிருந்தது. பிறகு கால்களை அசைத்தது. எனக்குத் துக்கமாக இருந்தது. வெறும் துக்கம் அனுஷ்டித்துவிட்டு வருவது போலித்தனமாகும். துயர் களைய இயன்றதைச் செய்து மனிதனாக இருக்கத் தகுதிபெற வேண்டும். சற்று யோசித்துக்கொண்டிருந்தேன். சுற்றுமுற்றும் நோட்டம் விட்டேன். ஒரு தென்னம் விளக்குமாறு மூலையில் சாத்தி வைக்கப்பட்டிருந்தது. ஒரு குச்சியை உடனடி யாக உருவி நிவாரணப் பணியில் ஈடுபட்டேன். குச்சியை அதன் வயிற்றுக்கு நேரே மெதுவாகச் செலுத்தினேன். வயிற்றைக் குத்தாமல் பார்த்துக்கொண்டேன். நீரில் மூழ்கிக்கொண்டிருப் பவன் ஒரு கட்டை அகப்பட்டதும் இறுக்கமாகப் பற்றிக் கொள்வது போல கரப்பு குச்சியைத் தன் கால்களால் பற்றிச் சிறிது மேலே ஏறியது. குச்சியுடன் அதை எடுத்துத் தரையில் கிடத்தினேன். அளவை வைத்துச் சொல்லவேண்டுமென்றால் அது பால்ய வயதுக் கரப்புதான். இன்னும் நிறைய வாழ்க்கையை அது பார்க்கவேண்டியிருக்கும், பாவம்!

நிகழ்ச்சி நடந்தது நவம்பர் *90*இல். வடகிழக்குப் பருவ மழை காரணமாகக் குடிசைகள் வெள்ளத்தால் பாதிக்கப்பட்டு அரசு நிவாரணப் பணியில் ஈடுபட்டது செய்தித்தாள்களில் வந்திருக்கும். என் நிவாரணப்பணி செய்தித்தாளில் இடம்பெறச் சமூகச் சூழல் இடம் தராது. என்னவோ மக்கள் மட்டும்தான் எல்லோருக்கும் பிரதானமாகப்படுகிறார்கள. பூச்சிகள் ஒரு பொருட்டல்ல போலும்.

சம்பவம் நடந்தது காலை பதினோரு மணி அளவில். நான் அன்று முழுக்க மனநிறைவுடன் இருந்தேன். அலுவலக வாடிக்கையாளர்களின் கேஸ் குறிப்புகளை அன்று கூடுதல் மெருகுடன் எழுத முடிந்தது. அவ்வளவு உற்சாகம். முல்லைக்குத் தேர் கொடுத்தவர் ஞாபகம் எல்லாம் வந்தால் மனுஷனுக்குத் தலைகால் புரியாது, தெரியுமோ?

காலம் போய்க்கொண்டிருக்கிறது இப்படியே. கரப்புகள் என் வாழ்வில் அன்றாடம் இடம்பெற்றுக் கொண்டிருக்கின்றன. இரவில் நல்ல தூக்கத்தில் மார்புமீது சடசடவென்று ஏறும்.

பதறி எழுந்து விளக்கைப் போட்டால் அது பறந்துகொண் டிருக்கும். கரப்பு புள்ளினம் அல்லதான். ஆனாலும் கோழி போன்றது; வானுயரப் பறக்கவியலாதது. இந்த இயலாமை குறித்து சிலநாள் நான் வருத்தப்பட்டதுண்டு.

ஒரு சமயம் சோற்றில் ஒரு கரப்புக் கால் தென்பட்டது. அன்று நான் மனைவியிடம் சொன்னேன். “பாவம், கரப்புகளை விட்டு வை. அதையெல்லாம் சமைக்காதே” என்று. அவளுக்குக் கோபம் வந்துவிட்டது.

வீட்டு கக்கூஸில் கரப்பு இருக்கும். பீங்கான் குழியில் அது ஊரும்போது தண்ணீர் விடாமல் ஓரளவு மேலே வரும்வரை காத்திருப்பேன். இதனால் சககுடித்தனக்காரர்களின் அதிருப்திக்கு ஆளாக வேண்டியுள்ளது. ‘மனுஷன் உள்ளே போனா லேசுல வரமாட்டான்’ என்று. நான் கரப்பையும் பார்க்க வேண்டி யிருக்கிறது. சககுடித்தனக்காரர்களையும் கணக்கில் எடுத்துக் கொள்ள வேண்டியிருக்கிறது. என் நிலைமை தர்மசங்கடமாக இருக்கிறது.

ஒருமுறை அலுவலக கக்கூஸில் ‘ஸிங்க்’கில் கை கழுவிக் கொண்டிருந்தேன். ஒரு மூத்த கரப்பு தென்பட்டது. பிறகு காணாமல் போயிற்று. எனக்கு அவசரமாகக் காப்பி குடிக்க வேண்டியிருந்ததால் அதைத் தேடாமல் நான் சிற்றுண்டி யகத்துக்குச் சென்று காப்பி அருந்த ஆரம்பித்தேன். அன்றைக்குக் கட்டம் போட்ட சிகப்புச் சட்டை அணிந்திருந்தேன். சட்டை யின் இடது முன்பக்கம் ஏதோ ஊர்வதுபோல் தோன்றிற்று. சற்றுக் கழித்து அது அந்த மூத்த கரப்பென்று தெரிந்தது. சட்டையின் சிகப்பும் கரப்பின் அரக்குச் சிகப்பும் வித்தியாசத்தை மழுங்க அடித்திருந்தன. கையால் தட்டி அதை அகற்ற அது ஒரு சிறு பறத்தலுடன் கீழிறங்கி ஒரு மூலைக்கு ஓடிற்று. அந்தக் காலத்து வீரப் பெண்டிர் ஒரு முறத்தை எடுத்துப் புலியை விரட்டுவார்களாம். நானோ நிராயுதபாணியாகவே, வெறும் கையாலேயே கரப்பை விரட்டுகிறேன். ஆனாலும் பாருங்கள், என்னை யாரும் வீர ஆண் என்று வர்ணித்தது கிடையாது.

அலுவலகம் திரும்பியதும் என் சகஊழியர் சொன்னார், “நீங்க போறப்ப ஒரு கரப்பாம்பூச்சியெ ஒங்க சட்டையிலெ பாத்தேன். வீட்டுல இருக்கிற கரப்பாம்பூச்சியையெல்லாம் ஆபீஸுக்கு எப்படி ஒங்களால கொண்டுவர முடியிறது?” என்று. கரப்புகளுக்கும் எனக்கும் உள்ள பந்தத்தை அவரிடம் விளக்கிக் கூறினால் ‘சுத்தப் பைத்தியக்காரன்’ என்று நினைத்துவிடுவார் என்று பயப்பட்டதால் வெறுமனே இருந்துவிட்டேன். அது

அலுவலகக் கரப்புதான் என்றாவது சொல்லியிருக்கலாம். ஏனோ எனக்கு அப்படிச் செய்யத் தோன்றவில்லை.

அடடா, ஒரு தவறு செய்துவிட்டேன். நீங்கள் என்னை மன்னித்தே ஆக வேண்டும். வேறு வழியில்லை. நான் கரப்புகளின்பால் எதிர்மறை உணர்வு கொண்டவன் என்று சொல்லியிருந்தேன். இதை எழுதி முடித்ததும்தான் தெரிகிறது, நான் கரப்புகளை நேசிக்கிறவன் என்று.

ஜேகப்பைப் பிரிந்து சரியாகப் பதினைந்து ஆண்டுகளாகின்றன. வாழ்க்கை நிலைகள் மாறிப் போனதில் பிரிவு நிரந்தரமாகிவிட்டது. ஆனால், அவருக்குப் பிடிக்காத கரப்புகள் என்னுடன் தங்கி, அவருடன் நான் கொண்டிருந்த நட்பை நினைவூட்டிக்கொண்டிருக்கின்றன.

●

பேய்

‘பகவானே, இண்ணெக்குமா அந்தச் சத்தம்? இப்படிப் பயமுறுத்துறதுக்கு நீங்க என்னெ ஒரேமுட்டா எடுத்துண்டே போயிறலாம்’. மாதவாச்சாரியின் மனம் அரற்றிற்று. முகம் வியர்வையில் நனைந்திருந்தது. உடலில் லேசான நடுக்கம்.

மாதவாச்சாரிக்கு வயது எழுபது. வேலையிலிருந்து ஓய்வு பெறுபவர்களுக்கே உரித்தான சிக்கல்கள் அவருக்கும் இருந்தன. அலுவலக வாழ்க்கை, குடும்பச் சுமை இப்படி ஒரு சுறுசுறுப்பான வாழ்க்கை வாழ்ந்த பிற்பாடு திடீரென்று செய்வதற்கு ஒன்றுமில்லாமல் போகும்போது ஏற்படும் ஒரு வெறுமை உணர்வு அவரை வெகுவாகப் பாதித்திருந்தது. அவருக்குத் தனித் தேட்டங்கள் என்று எதுவுமில்லாமல் இருந்தது. ஒரு சூனியம். இந்த அந்தகாரச் சூனியத்தை ஒரே ஓர் உணர்வுதான் நிரப்பிற்று. வயதான காலத்தில் ஏற்படும் மரண பயம். சில நாட்களாகவே அது அவரை அடிக்கடி தொந்தரவு செய்து கொண்டிருந்தது. இரவில் ஒரு மணிக்கு எழுந்து கொள்வார். பயத்தில் உடல் பதற விளக்கைப் போட்டுக்கொண்டு ஓர் அரைமணி நேரம் எழுவதும் படுப்பதுமாக இருப்பார். மனைவியை எழுப்பி அவளது கையைத் தன் நெஞ்சில் வைத்துக்கொள்வார். ஓரளவு ஆசுவாசமாக இருக்கும்.

இந்தப் பயம் ஏற்படக் காரணம் ஒன்றும் இருந்தது. பயம் அந்தரத்திலிருந்து குதித்துவிடவில்லை. அதிகாலை ஐந்து மணிக்குப் பூவ்வாங்ங்... டிங் டிங் டிங் டிங். சவ ஊர்வலத்தின் சங்கும் மணியும் இசைக்கும் நாராச ஒலி. தொடர்ந்து இது பத்தாவது நாளாகக் கேட்டது. அதுவும் அதிகாலையில். சில வேளைகளில் அது இரண்டு மணிக்கே கேட்டது. மொத்தத்தில் மாதவாச்சாரியின் தூக்கம் கெட்டது. பயம் பெரும் பீதியாக உருவெடுத்திருந்தது.

இரண்டு நாட்கள் முன்பு மூத்த மகன் ராகவன் வந்திருந்தான். பேச்சுவாக்கில் தகப்பனாருடைய பிரச்சனையும் முன்வைக்கப்பட்டது. பிரமை ஒலிக்குப் பயம்தான் காரணம் என்றும் தைரியமாக இருந்தால் எல்லாம் சரியாகிவிடும் என்றும்

அறிவுரை கிடைத்ததோடு சரி. பிரச்சனை என்னவோ தொடர்ந்துகொண்டிருந்தது.

இப்படியாக நாட்கள், குறிப்பாக இரவுகள் கழிந்தவண்ண மிருந்தன. மாதவாச்சாரி துரும்பாக இளைத்திருந்தார். எப் பொழுதும் யோசனையாகக் காணப்பட்டார். அவரை அவரிடமிருந்து கலைக்க மனைவி நான்கு தடவை 'என்னங்க' சொல்ல வேண்டி வந்தது.

ஒருநாள் அதிகாலை அந்தச் சத்தம் மிகவும் அருகாமை யிலிருந்து ஒலிப்பதாகப் பட்டது. வழக்கம்போல் பயம் பற்றிக் கொண்டது. இப்பொழுது சத்தம் தெளிவாகக் கேட்டது. பிரமையா? இவ்வளவு துல்லியமாகவா? மாதவாச்சாரி மூளையைப் போட்டு வருத்திக்கொண்டார். வெளியே சென்றுதான் பார்ப்போமே என்று ஏதோ ஓர் எண்ணம் உந்த, சட்டையை மாட்டிக்கொண்டு தெருவுக்கு வந்தார். மார்கழிக் குளிர் உடம்பில் குத்த ஆரம்பித்தது. மெதுவாக நடந்து தெரு முக்குக்கு வந்தார். மீண்டும் அந்த ஒலி; மிகவும் சமீபத்திலிருந்து கேட்டது. குளிரோடு பயமும் சேர்ந்துகொள்ளவே உடல் வெடவெடத்தது. ஓர் உலுக்கு உலுக்கிக்கொண்டு மாதவாச்சாரி பக்கத்திலிருந்த சாயாக்கடைக்கு வந்துசேர்ந்தார். பெஞ்சில் உட்கார்ந்துகொண்டார்.

மாதவாச்சாரி அந்தப் புறநகர்ப் பகுதியில் குடியேறி ஒன்பது மாத காலம் ஆகியிருந்தது. சாயாக்கடைக்குப் போகும் பழக்கம் அவருக்கு இல்லை. அவசியமும் இருந்ததில்லை. மாதவாச்சாரியைக் கடைக்காரர் வரவேற்றார். "வாங்க சாமி, வராதவங்க வந்திருக்கீங்க. என்ன போடட்டும்?'' என்று. மாதவாச்சாரி "பால் ஒரு கப் குடுங்க" என்று ஒப்புக்குக் கேட்டு வைத்தார். மீண்டும் அந்த ஒலி அவரை வெகு பக்கத்திலிருந்து பயமுறுத்திற்று. அவரைக் கிலேசம் ஆட்கொண்டது. எதிரில் இருக்கும் சந்தில் ஒற்றை உருவம் ஒன்று சரிவலாகத் தென்பட்டது. ஒலி அந்த உருவத்திடமிருந்துதான். கண்ணெதிரே மரணம். இப்பொழுது ஒலி மட்டுமல்ல, உருவமும் சேர்ந்து கொண்டிருந்தது. மரணத்தை இவ்வளவு தத்ரூபமாக நேரில் கண்டதாக அவர் கேள்விப்பட்டதில்லை. பீதி அவரை முழுமை யாக உலுக்க ஆரம்பித்தது. நிலைகொள்ளாமல் தவித்தார். கையிலிருந்து கிளாஸ் நடுங்க, பால் சிறிது சிந்தியது. உருவம் மெதுமெதுவாக அருகில் வந்தது. அவரருகில், மிகவும் அருகில் வந்தது. மாதவாச்சாரி தொலைந்தார். இல்லை, அப்படி ஒன்றும் ஆகிவிடவில்லை. கடைக்காரர் கொடுத்த சாயாவை உருவம்

ஆற அமரப் பருகிற்று. அப்படியானால் உருவம் பிரமை அல்ல. உருவம் கடைக்காரரிடம் காசு கொடுத்துக்கொண்டிருந்தது.

மாதவாச்சாரி தைரியத்தை முதல்முறையாக வரவழைத்துக் கொண்டு உருவத்தை ஏறிட்டுப் பார்த்தார். கறுப்பு அங்கி போர்த்தியிருந்தது. தலையில் தலைப்பாகை, இல்லை முண்டாசு ஒன்று. இடது கையில் வட்டவடிவ வெண்கலத் தட்டு. வலது கையில் ஒரு சிறு குச்சி, ஒரு வெண்சங்கு. வேட்டி முழங்கால் வரை. உருவத்தை மாதவாச்சாரி உள்வாங்கிக்கொண்டார். உருவம் தன்பாட்டுக்கு நகர ஆரம்பித்ததும் மீண்டும் ஒலி எழும்பிற்று.

மாதவாச்சாரிக்கு இப்பொழுது பயம் தெளிந்திருந்தது. சாயாக்கடைக்காரரிடம் உருவத்தைப்பற்றி விசாரித்தார். கடைக் காரர், "அதுங்களா, நம்ம ராஜாக்க ஆரம்பிச்சி வச்ச வழக்கம் இண்ணெக்கும் நடந்துக்கிட்டிருக்கு. மார்கழி மாசப் பீடையை ஒழிக்கிறதுக்கு இந்த மாதிரி ஆளுங்க – அந்தக் காலத்துலெ இவங்கள தாதன்னு சொல்லுவாங்க – ராத்திரிலேர்ந்து சங்கு ஊதிக்கிட்டு மணியடிச்சிக்கிட்டு தெருத்தெருவாச் சுத்துவாங்க. சங்கு, மணிச்சத்தம் பீடையெ விரட்டும்னு ஒரு நம்பிக்கெ" என்றார் அசுவாரஸ்யமாக.

மறுநாள் அதிகாலையில் மீண்டும் மீண்டும் ஒலி எழும்பிற்று. மாதவாச்சாரி அயர்ந்து தூங்கிக்கொண்டிருந்தார்.

●

பீடி

(மீறல் வகைமையில் ஒரு சிறுகதை)

பீடி. ஒரு கலாச்சாரக் குறையீடு. கலாச்சாரப் பாதுகாவலர்கள் மன்னிக்காவிட்டால் பாதகமில்லை.

சூழலியல்வாதிகள் கண்டனம் தெரிவிக்கவும். ஓஸோன் படலத்தில் பொத்தல். மனப்படலத்தில் ஏராளமான பொத்தல்கள். வாயில் சதா நிக்கோட்டினை நாடும் விழைவு.

புகைத்தலின் உதயம்: 16.10.68 இரவு. காரணம் அந்தரங்க மானது. என் மீது நானே அருவருப்பு கொள்ளச் சுயமாக ஏற்படுத்திக்கொண்ட களங்கம். புகைத்தலின் மறைவு: என் மறைவு நாள். என் பிணத்துக்கு எரியூட்டும்போது ஒரு கட்டு சந்திரிகா பீடியை என்னருகில் வையுங்கள். என் இறுதி ஆசை இது மட்டும்.

1975 தாம்பரத்தில் ஒரு ராத்தங்கலுக்கு ஒரு விடுதியில் அறை எடுத்துத் தங்கியிருந்தேன். படுக்கையில் கிடந்தவண்ணம் புகைத்துக் கொண்டிருந்தேன். யதேச்சையாகக் கூரையைப் பார்த்ததில் 'உங்கள் சாம்பலை எங்கு அனுப்ப?' என்ற ஆங்கில வாசகம் தென்பட்டது. இருப்பினும் அமைதியாக புகைத்தல் தொடர்ந்தது.

பீடி ஒரு குறியீடு. சாதா சிகரெட் நடுத்தர வர்க்க பொது மைக் குறியீடு. ஃபில்டர் சிகரெட் ஒயிலின் குறியீடு. ஃபில்டர் கிங் சிகரெட் கூடுதல் ஒயிலின் குறியீடு; சமூக அந்தஸ்தின் குறியீடு. மேலை நாட்டு சிகரெட் Xenophilia மோகம்.

பீடி கீழ் மத்தியதர வகுப்பினரின் ரகசிய நான்கு சுவர் நுகர்வு; வெளியில் புகைப்பதோ சாதா சிகரெட் பீடி. சேரிவாழ் குடிமக்களின் அன்றாட பகிரங்க நுகர்வு.

பீடி: பெரிய நிறுவன மோட்டார் வாகன ஓட்டிகள், பணக்கார முதலாளிகள், நிர்வாகிகள் மீது நிகழ்த்தும் மறுப்பு தெரிவித்தல் புரட்சி. என் நிறுவன வாகன ஓட்டி எஸ்.கே. நாயருடன் பீடிப் பரிமாற்றம். நிர்வாகி ஒருத்தியின் கோபாவேசப் பார்வை. ஆண்டான் – அடிமை முறையைப் பீடியின் நெருப்புத்

துகள் எரிக்கும் உன்னதம். நிர்வாகிக்கு நெருப்புக் காயம். பீடி எஸ்.கே. நாயரின் வெற்றிச் சின்னம். எனது ஸ்தாபிதச் சின்னமும்கூட. அநேகமாக 'மெமோ' வரலாம். வேலை போகலாம். மயிராப் போச்சு இந்த இழவு வேலை.

புகைக்குழாய் வெளிநாடு சென்று திரும்பிய கிறித்துவத் தோழியின் நேசப் பரிசளிப்பு. மனைவி கும்பிடும் சாமிப் படத்தின் அருகே புனிதமே உருவான அக்குழாய் பிரதிஷ்டை செய்யப்பட்டிருக்கிறது. புனிதம் சாமியில் இல்லை. புகைக் குழாயில் நிறைய இருக்கிறது. மென்உணர்வில் இருக்கிறது. உண்மையான தோழமையில் இருக்கிறது. இந்தப் புகைக்குழாய் தெய்வீகத்தின் குறியீடு. மனிதமின் சின்னம்.

புகைக்குழாயின் பிற அர்த்தங்கள்: அந்தஸ்து. கவன ஈர்ப்பு உத்தி. தீமைக் குறைவு.

புகைக்குழாய் மார்க்கெட் ஆராய்ச்சி 'சர்வே'யில் ஒரு பிரபல எழுத்தாளரின் பச்சையான பொய். பொய்யரின் புத்தகங்களைப் பிறகு தொடவேயில்லை. எழுத்தின் உன்னதம் எழுதுபவரின் ஆளுமையில் பிரதிபலிக்கப்படாத பொழுது அவரது எழுத்தை நிராகரிக்க வேண்டிய நிர்ப்பந்தம். இது என் சுய சித்தாந்தம் மட்டும். சுயகோட்பாடுகளில் என் நசிவைக் காண முடிகிறது. என் சவக்குழியை நானே தோண்டிக்கொண்டு விட்டேன். உங்களுக்குச் சிரமம் வைப்பதில் விருப்பம் இல்லை. நசிவடைந்த நான் நிம்மதியாகத்தான் சாவேன். என் தனித்துவ நசிவின் புனிதத்தைக் கடைசிவரை காப்பாற்றிக்கொண்டு நீங்கள் என்னிடமிருந்து வேறுபடுங்கள். உங்கள் மேன்மை பெற்ற விலகலின்மீதும் வேறுபடுதலின்மீதும் என் தோழமை பரவும். என் முகத்தில் எச்சில் துப்பினால் உங்கள் வெளிப்பாட்டுக்கு நன்றி சொல்லத் தவறமாட்டேன். தோழமை மிக மிக அவசியம்.

உங்கள் சிகரெட்டை நீங்களே உருட்டிக்கொள்ளுங்கள். Roll your own cigarette. விமரிசையான சடங்கு. சுத்தமான, பிற நச்சுப் பொருள் எதையும் யாரும் கலக்க முடியாத சுத்தமான புகையிலைத் துகள்கள் அடங்கிய நேர்த்தியான பை. சிறப்புக் காகிதம். பல்பொருள் சிறப்பு அங்காடிகளில் மட்டும் கிடைக்கும். சுத்தமான புகையிலைத் துகள்கள்தாம். கலப்பு என்ற சந்தேகம் தீர்ந்தது. சந்தேகம் அடிப்படையில் இருப்பதால் இது paranoid மனச்சிதைவு நோயின் ஒரு பூடகமான குறியீடு. சொந்த சிகரெட் தயாரித்தல் ஒரு நீண்ட சடங்கு. நடத்தைக் கோளாறு. Neuroticism. நீங்கள் பணக்காரர்கள். உங்கள் சிகரெட்டைத் தூய்மையுடன் சுற்றிக்கொள்ள உங்கள் மோதிர விரல் கைகளில் நேரம் ஏராளமாகக் கனத்துக்கிடக்கிறது. அனுபவியுங்கள் உங்கள் நோய்க்குறியை. குறுக்கே நான் நிச்சயம் இல்லை.

திணிக்கப்படும் அலுவலக நெறிமுறைகள்: சடங்குகள், அங்கப் பிரதட்சணம் சடங்கு. மீண்டும் Neuroticism.

பீடி உழைப்பாளிகளின் சின்னம். எழும்பூர் ரயில் நிலைய வெளிப்புறத்தில் ஓர் ஏழை விவசாயி பீடியைப் புகைத்த வண்ணம் கலப்பையைத் தோளில் ஏந்தி நிற்கிறார். விளம்பர உத்திதான். விவசாயியின் கோவணமும் தோலின் சுருக்கங்களும் உண்மையான பாரதச் சின்னங்கள். அவர் நிலைக்க நானும் காரணம். குற்ற உணர்வு. ஒரு சந்திரிகாவைப் பற்ற வைத்துக் கொள்கிறேன். பீடி பாட்டாளிகளின் சின்னம்.

மடத்தில் பீடி தடுக்கப்பட்டிருக்கிறது. திருட்டு 'தம்'முக்குத் தண்டனையாக ஒரு சமையலாள் மடத்தை விட்டு நீக்கம் பெறுகிறார். மடத்துக்கு எதிராக இயங்கும் பீடி ஒரு மத மறுப்புச் சின்னம். அங்கு ஓ.பி. நையார் ஆனந்தமாக பகிரங்க மாக பீடி பிடிக்கிறார். இசை வெள்ளத்தில் மிதந்துகொண்டு. தென்னகம் வேறு வடஅகம் வேறு. என் முன்னாள் ஐரிஷ் நண்பரும் பீடி பிடிப்பார். அவரிடம் சர்வகால உற்சாகம். பீடியினாலா ஆளுமையினாலா, இதுவரை புரியவில்லை.

வார்தா – சேவாக்கிராமில் சொந்தப் பிரச்சனைகளுக்குத் தற்காலிக விடுமுறையைப் பறைசாற்றி விட்டு நண்பர் ஒருவரின் அறையில் தஞ்சம். ஒரு மாத நிம்மதியான பீடி பிடிப்பு. வடக்கில் பீடி சர்வசாதாரணம். அப்பொழுது பவுனாரில் வினோபா பாவேவுக்கு ஜலதோஷம். பத்திரிகைச் செய்தி – 1974. சாந்தி சாந்தி சாந்தி. ஜலதோஷம் குறையவில்லை. கடவுளும் உச்சாடனங்களும் தீர்வு அல்ல. உண்மையான தீர்வு என்பது இன்னும் குழப்பமாகவே இருந்துவருகிறது. நவீன மருத்துவமும் ஒரு தற்காலிக விடுவிப்புதான். நிரந்தரத் தீர்வு அல்ல. பீடியும் தீர்வு அல்லதான்.

பழங்குடி மக்கள்: அரிசி 'பியர்'. சாராயம், சப்பி, ஜிஞ்சர், கலக்கல்: சேரிவாழ் ஆத்துமாக்கள். விஸ்கி, ஜின் பற்றி வேறு இடத்தில் பேசுவோம். ஜின்காரப் பணக்காரர்கள் நமக்குத் தேவையில்லை.

1972. லாரி ஓட்டுநர் தணிகாசலத்தின் திருமணத்துக்கு முன்னாள் மருத்துவ நண்பரும், சமூகத்தை ஏய்த்துப் பிழைத்து வந்த முன்னாள் நண்பரும் சென்றிருந்தோம். கிராமத்தில் சாராயக் காய்ச்சலில், உபயோகப்படுத்தப்பட்ட பாட்டரிகளைப் போட்டிருந்தார்கள். ஒரு ராத்தங்கல். அடுத்த நாள் நுங்கு வெட்டித் தந்தார்கள். அபரிமிதமாக முப்பது சாப்பிட்டேன். கிறக்கமாக இருந்தது. இரண்டு தினம் கழித்து விமான ஓட்டி நண்பர் எபிநெஸரின் இறப்புச் செய்தி வந்தது. ஒரு கட்டுப் பீடி துக்கத்தை ஓரளவு தணித்தது. தொண்டையில் வலி. 'லாஸஞ்ஜஸ்'

போட்டும் பிரயோசனமில்லை. பொறுத்துக்கொண்டேன். பீடி உணர்வுகளின் சின்னம். ஒரு வடிகால். ஓர் இரங்கல் சின்னம்.

1976. லீலாவிடம் கேட்டேன். பி.யு.ஸி. படித்திருக்கிறாயே? வேலை செய்யக்கூடாதா? தொழிலை விட்டுவிடேன் என்றேன். மாதம் இரண்டாயிரத்தை ஒரு பி.யு.ஸி. சம்பாதித்துத் தராது. நான் இப்படியே இருக்கிறேன். நீ அழகாகவே உபன்யாசம் செய்கிறாய். பக்கத்துக் கோவில் தர்மகர்த்தா என் வாடிக்கை யாளர்தான். உன் உபன்யாசத்துக்கு அந்தக் கோவிலில் ஏற்பாடு செய்யட்டுமா என்று கேட்டாள். நான் மவுனமாக இருந்தேன். வேண்டுமானால் உன் போன்ற நண்பர்களுக்கு நான் இலவசம்; ஆசையானால் அனுபவித்துக்கொள் என்றாள். தலையை வருட ஆரம்பித்தாள். அப்பொழுது இளவயது. உடல் தொடு உணர்ச்சியைக் கிரகித்துக் கொள்ளுமுன் நேசக்கரம் நீட்டிக் கை குலுக்கி அன்புடன் விடைபெற்றேன். என்மீது எனக்கே பயம் வர ஆரம்பித்தது. நானும் பிறரைப்போல் லீலாவிடம். இல்லை என்னால் முடியாது. லீலா என் உற்ற தோழி. தோழமையை இழிவுபடுத்த என்னால் முடியாது. நான் மனிதன். ஒருக்கால் கோளாறு பிடித்த மனிதன். ஆனால், நிச்சயம் மனிதன். வெளியில் வந்து பீடி ஒன்றைப் பற்ற வைத்துக்கொண் டேன். பீடி உணர்வின் சின்னம். ஒரு வடிகால். உளைச்சலைத் தணிக்கும் அருமருந்து. லீலாவின் வீட்டுக்குப் பிறகு நான் போகவில்லை. என்னைப் பற்றிய பயமும் லீலாவின் எண்ணமும் வந்தபோது கைவசம் பீடி இருந்தது. சென்னையம்பதி பீடி துணை. ஓம் பீடி நமஹ. சமூகக் கோளாறுக்கு லீலாவைச் சொல்லிப் பயனில்லை. Yama, the pit அல்லது Yama, the Hell-hole. Kuprin, Alexander.

பீடி நெகிழ்வின் சின்னம். பீடி உடையாமலிருக்க பீடிக் கட்டை முதலில் உள்ளங்கைகளுக்கு நடுவில் வைத்து உருட்ட வேண்டும். நெகிழ்வு நிகழ்ந்த பின்னரே பீடியை உடைக்காமல் உருவ முடியும். பீடி நிச்சயம் நெகிழ்வின் சின்னம். நெகிழ்வு அன்பு. அன்பே தெய்வம். பீடியே அன்பு. பீடியே தெய்வம். பொங்கலோ பொங்கல். பீடியே பீடி. வாழ்க இந்த நெகிழ்வுச் சின்னம்.

பீடி விளம்பரம் ராகினி படம். சிறுவயது மதுரை சிடி சினிமா விளம்பர 'ஸ்லைட்.'

வடக்கத்திய கஞ்சாப் பிரசாதம். ஓம் ந-ம-ச்-சி-வா-ய.

பீடி

சேரி

விழிப்புணர்வுக் கூட்டம்

நற்றிணை பதிப்பகம் ○ 143

சமூகப்பணிச் சடங்கு

சுட்டிக்காட்டியதில் மனத்தாங்கல்

வாழத் தெரியாதவன் என்ற முத்திரை

பீடி

புகை

மறத்தல்.

சிகார். மதிய உணவின் பிறகு புகைத்தல். பழைய தோழர் களின் நினைவு. எல்லாம் ஓய்ந்து கீழ் மத்தியதர வாழ்க்கை. சிகார் மறைந்து பீடி. வேறு வழியில்லை.

சுருட்டு

தாத்தா.

பீடி

நெஞ்சுவலி

இதய நோயா?

இதய அலைப்படம் சீராக இருந்தது.

Electro-echograph சரியாக இருந்தது.

Stress test இயந்திரக் கோளாறு கீழ்ப்பாக்கம் பொது மருத்துவமனையில். சரி ஆக ஒரு மாத காலம் பிடிக்கும். இதயம் சரியாக சரி ஆக இருந்தது. நெஞ்சு வலி உணர்ச்சிகள் உரு வாக்கிய மனநோய். தீவிர சுய – ஆலோசனை. நெஞ்சு வலியின் மறைவு. மிக சமீபத்திய நிகழ்வு. 1991.

நவீன மருத்துவ வாய்க்கழுவிகள் ஒரு பசப்பல். வாயில் துர்கந்தம் சர்வகாலப் பிரச்சனை. நண்பர்கள் சற்றுத் தூர இருந்தே பேசுகிறார்கள். பீடி மரியாதையான இடைவெளியின் சின்னம்.

சுதந்திரத் தொடர்புபடுத்துதல் உத்தி. சிக்மண்ட் ஃப்ராய்ட். தூண்டுதல் வார்த்தை, கத்தி. பதில் வார்த்தை, கொலை. ஏன் காய்கறி என்ற வார்த்தை வரவில்லை? அகிம்சை ஓர் உண்மை யின்மை. வன்முறை இயல்பான ஒரு மனிதத்தன்மை. பண்பாடு வன்முறையை அமுக்கிவிடுகிறது. பீடி அடக்கி ஆளும் அப்பா வுக்கு எதிரான ஒரு புரட்சி வன்செயல். அதிகார வர்க்கத்துக்கு எதிரான ஒரு குறியீடு.

பீடி ஒரு சமூகக் குறியீடு. புகையிலையை நியாயப்படுத்தும் ஒரு மூடத்தனம்தான். ஆனாலும் வாழ்க பீடி. குறியீடு ஒழியச் சாத்தியமில்லை.

●

மிகவும் பச்சையான வாழ்க்கை

இளமைக்காலம் முதற்கொண்டே நான் ஜட்டிதான் அணிபவனென்றாலும் அது ஒரு பிரச்சனைக்குரிய விஷயமாகி விடும் என்று நான் ஒருபோதும் நினைத்ததில்லை. இதுவரை வாடகை வீடுகளிலேயே இருந்திருக்கிறேன். காயப் போட அனைத்துக் குடித்தனக்காரர்களுக்கும் ஒரே மொட்டை மாடி தான் இருப்பதால் சிறு துணிவகைகள் – கைக்குட்டை போன்றவை – வேறு குடித்தனக்காரர்களுக்குச் செல்லும்; பிறகு திரும்பி வரும்; சில வேளை காணாமல் போகும். ஜட்டிகளுக்கும் இதே கதிதான்.

ஜட்டியோ, ப்ராவோ காணாமல் போனால் பக்கத்து போர்ஷன்காரர்களிடம் கேட்பது மிகவும் சிரமமான விஷயம். எனது ஜட்டிகளில் நிறையத் தொலைந்திருக்கின்றன. நான் வாய்விட்டு அடுத்த வீட்டுக்காரர்களைக் கேட்டதில்லை.

இந்த வீட்டில் வாழ்க்கை சப்பென்று சுரத்தே இல்லாமல் போய்க்கொண்டிருக்கிறதே என்று விசனப்பட்டுக் கொண்டிருந்த சமயம், ஒரு மாலை வீட்டுக்கார அம்மாள் என் மனைவியிடம் கேட்டுக்கொண்டிருந்தாள். “முரளி ஜட்டி ஒங்கதுல கலந் திருக்கான்னு பாரேன்” என்று. அவள் “இல்லை” என்று சொல்ல வீட்டுக்கார அம்மாள் மீண்டும் வலியுறுத்த, பெட்டியில் இருந்த எல்லாத் துணிகளையும் அலசி அவள் மீண்டும் “இல்லை” என்று வீட்டுக்கார அம்மாளிடம் சொல்ல அப்படியே இழுத்துக்கொண்டு போனது விவகாரம். முரளி வீட்டுக்காரர் களின் ஒரே வாரிசு. நல்ல பையன். ஆனால் ஜட்டி அணிபவன் என்பது அப்பொழுதுதான் தெரிந்தது, அது ஒன்றும் தவறில்லை என்றாலும்.

கடைசியாக, என் மனைவி அடித்துச் சொல்லிவிட்டாள், நான் பிறர் ஜட்டியை அணிவதில்லை என்றும், நான் நானுண்டு என் ஜட்டியுண்டு என்று என் பாட்டுக்குக் கிடப்பவன் என்றும், யார் ஜட்டிக்கும் ஆசைப்படாதவன் என்றும், பிறர் ஜட்டி விஷயத்தில் தலையிடாதவன் என்றும். வீட்டுக்கார அம்மாள்

எங்கள் பகுதியை விட்டுச் சென்றாள் ஒருவழியாக. அடுத்த பகுதிக்காரப் பெண்மணியிடம் விசாரணையைத் துவக்கினாள்.

புதுக் கருக்குக் கழியாத புத்தம்புது ஜட்டி. விலை சுளையாக முப்பத்தெட்டு ரூபாய். பச்சைப் பசேல் என்ற நிறம். ஒரே முறைதான் முரளி அணிந்திருந்தான். அதற்குள் யார் கண் பட்டதோ இப்படி ஆகிவிட்டது. புலம்பல், சாபம் இப்படியாக ஒரு வாரம் கழிந்தது. ஒருமுறை நான்கூட நினைக்கும்படி ஆகிவிட்டது. இந்த வீட்டில் இருக்கும் வரை இனி ஜட்டியே உபயோகிக்கக்கூடாது என்று.

காலப் போக்கில் எல்லாம் சரியாகிவிட வேண்டும்தானே? ஆனால் ஜட்டி விஷயத்தில் அப்படி ஆகிவிடவில்லை. சம்பவம் நடந்து இரண்டாவது வார ஞாயிறு. குடித்தனக்காரர்கள் அல்பங்கள், திருட்டுப் புத்தி உடையவர்கள், ஜட்டி திருடின கை அழுகும். இப்படி வாய்க்கு வந்தபடி ஏதேதோ வசவு மீண்டும். கடைசியாக ஒரு போடு, "இருக்கிற ஆம்பளைங்க லுங்கியத் தூக்கியா பாக்க முடியும்?"

அந்த அம்மாளிடமிருந்து இதைச் சற்றும் எதிர்பார்க்காத நான் மிகவும் அதிர்ந்தேன். ஒரு வேளை அந்த மாதிரி நடவடிக்கை ஏதாவது மேற்கொள்ளப்பட்டு விடுமோ என்று நடுக்கமாக இருக்கிறது. ஒருவிதக் கலவரத்துடன்தான் வீட்டில் இருக்கவேண்டி வருகிறது. மிகவும் பாதுகாப்பாகப் பச்சை நிற ஜட்டிகளை வாங்குவதில்லை.

●

கதையின் கதை

நான்கு நாட்கள் முன்பு அருமையான ஒரு கரு கிடைத்தது. இன்று விடுமுறை. கருவைக் கதை வடிவில் அமைக்க நேரம் கிடைத்ததில் மகிழ்ச்சி பொங்கிற்று.

பரபரப்புடன் காலை ஐந்து மணிக்கே எழுந்துகொண்டு, பல் துலக்கி, தேநீர் அருந்திவிட்டு, ஒரு சிறு உலாத்தல் சென்று வந்து எழுத ஆரம்பித்தேன்.

ஒலிபெருக்கி அலற ஆரம்பித்தது. 'எனக்குத் தா, உயிரை எனக்குத் தா...' பாட்டு. ஒரு பெண் பேய் நரன் ஒருவனுடைய உயிரைத் தனக்குத் தருமாறு வேண்டிக்கொள்ளும் உருக்கமான பாட்டு. எழுத்து தடைப்பட, பேய்கள் பற்றிய சிந்தனை மனதில் ஓட ஆரம்பித்தது. பின்னணி இசையுடன் பாடும் அளவுக்கு நவீன காலத்தில் அவை முன்னேறியிருப்பது குறித்து எந்தவித உணர்வை மனதில் கொள்வது என்று தெரியாமல் குழம்பிக் கொண்டிருந்தேன்.

எண்ணங்கள் என்று ஆரம்பித்தாலே நிகழ்விலிருந்து விடுதலைதான். எங்கெங்கேயோ சுற்றி செய்யும் காரியத் திலிருந்து நம்மை விலக்கிவிடும்.

நடுவில் மனைவி காப்பி கொடுத்தது, சிற்றுண்டி கொடுத்தது, எல்லாம் என் அரைப் பிரக்ஞையில் நடந்த நிகழ்வுகள்.

ஒருவாறு என்னை மீண்டும் சேகரித்துக்கொண்டு எழுதுவதில் முனைந்துவிட்டேன். மீண்டும் ஒலிபெருக்கியின் அலறல். 'இதழில் கதை எழுதும் நேரம் இது' பாட்டு. காதலன் ஓர் அசாத்திய எழுத்தாளனாக இருக்க வேண்டும். நான் என்னமோ பேனாவை வைத்துக்கொண்டு பேப்பரில் ஒவ்வொரு எழுத்தாக எழுதிச் சிரமப்பட்டுக் கொண்டிருப்பது மடத்தனமாகப் பட்டுவிட்டது. ஒரு பிரமை பிடித்த நிலையில் பேயறைந்தவன்போல உட்கார்ந்திருந்தேன். அதிகாலைப் பேயின் நினைவு வேறு வந்து கொண்டிருந்தது.

சற்றுக் கழித்து, பக்கத்து வீட்டு வாலிபர் ஒருவர் வந்தார். 'என்ன சௌக்கியமா?' பரிமாறிக்கொண்டோம். பக்கத்தில் இருந்த நாற்காலியில் அவர் அமர்ந்துகொண்டார். "என்ன செய்துகொண்டிருக்கிறீர்கள்?" என்று பாந்தமாக விசாரித்தார். "கதை ஒன்று எழுதக் கஷ்டப்பட்டுக்கொண்டிருக்கிறேன்" என்றேன். "ஞாயிற்றுக் கிழமையில் ஜாலியாக இருக்காமல் ஏன் இப்படிக் கஷ்டப்பட வேண்டும்?" என்று வியந்து துக்கம் அனுஷ்டித்தார். பிறகு "கதை எழுதுவதால் என்ன லாபம்?" என்று கேட்டார். இலக்கியத்துக்கும் பொருள்ரீதியான லாபத்துக்கும் வெகு தூரம் என்று அவருக்கு விளக்கினேன். நஷ்டமான காரியத்தில் ஈடுபடும் அறியாமையை நினைத்து அவர் என்பால் இரக்கம் கொண்டார்.

பிறகு, "எதற்குத்தான் எழுதுகிறீர்கள்?" என்று கேட்டார். "எழுதுவது என் உணர்வுகளின் வடிகாலாக அமைகிறது" என்று எனக்குப் பட்டதைச் சொன்னேன். அவர் கடகடவென்று சிரிக்க ஆரம்பித்துவிட்டார். நான் என்ன அப்படியொரு நகைச்சுவையை உதிர்த்துவிட்டேன் என்று தெரியாமல் குழம்பிக் கொண்டிருந்தேன்.

அவர் இப்பொழுது, "தினகர், தினகரா" என்று சத்தமாகக் குரலெழுப்பினார். சிறிது நேரத்தில் "என்ன மாமா?" என்று கேட்டுக்கொண்டே பதினெட்டு வயதுப் பையன் ஒருவன் வந்தான். "இந்தா பிடி" என்று அவர் அவன் கையில் சில ரூபாய்த் தாள்களைத் திணித்தார். "மறக்காமல் பையை எடுத்துக்கொண்டு போ" என்று அறிவுரை வழங்கிவிட்டு என் பக்கம் திரும்பினார். அவர் மீண்டும் ஏதாவது அசௌகரியமான கேள்விகள் கேட்காமலிருக்க வேண்டுமே என்று உள்ளூரப் பதறியவண்ணம் இருந்தேன். எந்த அசம்பாவிதமும் நிகழுமுன் பையன் வந்து சேர்ந்தான். சுருட்டிய நீல நிறப்பை ஒன்றை அவரிடம் கொடுத்தான். "சரி, நீ போ" என்றார் அவர். பையன் மறைந்தான். அவர் பைச் சுருணையைச் சுட்டி, "இதுதான் உண்மையான வடிகால்" என்றார். "எனக்குப் புரியவில்லை" என்றேன். அவர் பையைப் பிரித்து ட்ரிபிள் எக்ஸ் ரம் போத்தல் ஒன்றை எடுத்தார். "ஒரு குவாட்டர் போட்டால் எல்லா உணர்வுகளுக்கும் வடிகால் கிடைத்துவிடும்" என்றார். "நீங்கள் வடிகாலுக்காக இப்படிச் சிரமப்பட வேண்டாம்" என்றார் மிகவும் அனுசரணையுடன்.

என் அனுமதியை எதிர்பார்க்காமல் அவர் தன்பாட்டுக்குப் போத்தலைத் திறந்தார். "உங்களுக்கு?" என்று உபசரித்தார். நான் "இப்பொழுது வேண்டாம்" என்றேன் மிருதுவாக. அவர்

போத்தலிலிருந்து நேரே குடிக்க ஆரம்பித்தார். "என்ன 'ரா'வாகவே குடிக்கிறீங்கள்?" என்று வியந்தேன். "அப்பொழுது தான் முழுமையான பலன் கிடைக்கும்" என்றார் அவர். சிறிது நேரத்தில் அவர் குறிப்பிட்ட பலன் வெளியாயிற்று. "இந்த உணர்வுகளெல்லாம் பொய்" என்றார். அந்தரத்திலிருந்து ஒரு தத்துவ உதிர்ப்பு! நான் பதில் சொல்ல எந்தவித முயற்சியிலும் ஈடுபடாத நிலையில் அவரே தொடர்ந்தார். "உணர்வு பாதி கற்பனை பாதி" என்றார். மீண்டும் ஒரு மிடறு உட்சென்றது "மாப்பிள்ளை" என்று செல்லமாக என் தோளில் தட்டினார். "இந்த செக்ஸை எடுத்துக் கொள்ளுங்கள். பாதி உடல் சம்பந்தப் பட்ட விஷயம். மீதி கற்பனை" என்றார். என் முகம் கேள்விக் குறியாக ஆகவே அவர் மேற்கொண்டு விளக்க முற்பட்டார். "பெண்டாட்டியை உலக அழகியாகக் கற்பிதம் செய்துகொண் டால்தான் முழுமையாகவே அனுபவிக்க முடியும்" என்றார். நான் இக்கட்டான நிலையில் இருந்தேன்.

மீண்டும் அவர் பேசினார். "அந்தக் காலத்தில் தேவர்கள் சோமபானம் அருந்தினார்கள். இப்பொழுதுள்ள நரர்கள் ரம் குடிக்கிறார்கள். நீங்கள் கதை எழுதுகிறீர்கள். எல்லாம் போதைதான். ரம் சாப்பிடுவது, சாமி கும்பிட்டுவிட்டுப் பக்திப் பரவசத்தில் மூழ்குவது எல்லாம் போதைதான்" என்றார். "மனிதர்கள் தப்பித்தல்வாதிகள்" என்று ஒரு சித்தாந்தத்தை முன் வைத்தார். "யாராலும் தன்னைச் சகித்துக்கொள்ள முடிவ தில்லை. நான் ரம் சாப்பிட்டு என்னிலிருந்து தப்பிக்கிறேன். என் மனைவி சாமி கும்பிட்டு அவளிலிருந்து தப்பிக்கிறாள். நீங்கள் கதை எழுதி உங்களிலிருந்து தப்பிக்கிறீர்கள். எல்லாமே தப்பித்தல்கள்தான். விதங்கள்தான் வெவ்வேறு" என்றார். "கேட்டால், கதை எழுதுவது உணர்வுகளின் வடிகால் என்று நாசூக்காக என்னிடமே கதை விடுகிறீர்கள்" என்றார் குறும் புடன். அவரைப் பேச விடுவதைத் தவிர எனக்கு வேறு வழி இல்லாமல் இருந்தது.

ரம் இப்பொழுது அவரைத் தயாள குணத்துக்கு இட்டுச் சென்றது. "இனி பேப்பருக்கும் பேனாக்களுக்கும் கவலைப் படாதீர்கள். என் ஆபீஸில் நிறைய சப்ளை இருக்கிறது. அள்ளிக் கொண்டு வந்து கொட்டுகிறேன். நீங்கள் எழுதுங்கள்" என்று உதவ முன்வந்தார்.

மதியம் கழிந்துவிட்டிருந்தது. சமூகப் பிரச்சனைகளில் அவர் சிறிது நேரம் மூழ்கிவிட்டு, "மாப்பிள்ளை, நான் கிளம்பு கிறேன். போய் ஓட்டல் சன்ரைஸில் ஒரு ஆறு பரோட்டா சிக்கன் மசாலா சாப்பிட்டால்தான் போட்டதற்கே ஒரு அர்த்தம்

இருக்கும். இந்தாருங்கள். இந்தக் காலி போத்தலை நீங்களே வைத்துக்கொள்ளுங்கள். உங்கள் மனைவி எண்ணெய் வாங்கி வைத்துக்கொள்ள உபயோகமாக இருக்கும்" என்று சொல்லிப் போத்தலை மேசைமீது வைத்துவிட்டு நகர்ந்தார்.

அவர் போனபிறகு, அவர் சொன்ன விஷயங்களைப்பற்றி யோசிக்க ஆரம்பித்தேன். சில சமாச்சாரங்களுக்கு ஒரு புது வெளிச்சம் கிடைத்த உணர்வு ஏற்பட்டது. உலகத்தில் எந்த ஒரு மனிதனும் சாமானியமானவன் அல்ல என்று நினைத்துக் கொண்டேன். முதல் காரியமாகப் போத்தலை எடுத்து, கழுவு வதற்கு வைக்கப்பட்டிருந்த பாத்திரங்கள் பக்கத்தில் வைத்தேன்.

பசி வயிற்றைக் கிள்ளிற்று. ஆக்கி வைக்கப்பட்டிருந்த சோற்றைப் போட்டுக்கொண்டு கொஞ்சம் சாப்பிட்டேன். ஓர் அரை மணி நேரம் கண்களை மூடிக்கொண்டு ஓய்வெடுத்தேன்.

எழுந்து உட்கார்ந்துகொண்டு மீண்டும் எழுதத் தலைப் பட்டேன். மனைவி பக்கத்து உறவினர் – ஒரு வாலிபர் – வந்தார். தன்னை அறிமுகப்படுத்திக்கொண்டார். நான் எங்கே வேலை செய்கிறேன் என்பதை விசாரித்துத் தெரிந்துகொண்டார். சம்பளம் சாப்பாட்டுக்குப் போதுமானதாக இருக்கிறதா என்று அக்கறையுடன் கேட்டார். அப்பொழுது நான் என்ன செய்து கொண்டிருந்தேன் என்பதை அவர் நல்லவேளையாகக் கேட்க வில்லை. தான் ஓர் அலுமினியப் பட்டறையில் வேலை பார்ப்ப தாகச் சொல்லி, அதற்குப் போகும் வழியை விலாவாரியாக அவர் விளக்கினார். நான் "ஓ ஓ, சரி சரி, அப்படியா" என்று பொருத்தமுள்ள, சில வேளை பொருத்தமில்லாத இடங்களில் சொல்லிச் சமாளித்துக்கொண்டிருந்தேன். பேச்சைத் தொடர நானாக எந்தத் தூண்டுதலையும் தராத நிலையில் அவருக்கு நான் அலுத்திருக்கவேண்டும். "டோல்கேட் பக்கம் வந்தீர் களானால் வீட்டுக்கு அவசியம் வாருங்கள்" என்று கூறி அவர் விடைபெற்றார். அவர் தனது விலாசத்தைக் கொடுக்கவில்லை. நானும் கேட்கவில்லை. அவர் சென்றதும்தான் ஞாபகம் வந்தது. வந்த விருந்தாளிக்கு ஒரு காப்பி உபசாரம்கூடச் செய்யவில்லை என்பது.

சற்றுக் கழித்து உறவினர் வீட்டுக்குச் சென்றிருந்த மனைவி திரும்பி வந்தாள். அவளுக்கு மூக்கில் வியர்த்திருக்கவேண்டும். அவள் போத்தலைப் பார்த்துவிட்டாள். நான் விஷயத்தைச் சொல்லியும் அவள் கோபம் தணியவில்லை. "அந்தக் கோபால கிருஷ்ணனை வீட்டில் சேர்க்காதீர்கள் என்று எவ்வளவு தடவை சொல்லியும் உங்களுக்கு உறைக்க மாட்டேன் என்கிறது. இது என்ன வீடா சாராயக்கடையா, கண்டவனெல்லாம் வந்து

சாராயம் குடித்துவிட்டுப் போவதற்கு?" என்று இரைந்தாள். அது சாராயம் இல்லை என்றும், ரம் என்னும் ஒரு தினுசான நாகரிகமான மதுவகை என்றும் விளக்கினேன். "எல்லாம் ஒரே இழவுதான்" என்று கத்தினாள்.

"இப்பொழுது அந்தக் கோபாலகிருஷ்ணனுடைய பாட்டில் உபயத்தில்தான் இங்கே எண்ணெய் வாங்க வேண்டி யிருக்கிறதாக்கும்!" என்றாள் கடுகடுப்புடன். "ஒரு ஆம்பிளையை லட்சணமா, பொறுப்பா வீட்டில் தனியாக விட்டுச் செல்ல முடிகிறதா?" என்று அங்கலாய்த்துக்கொண்டாள்.

"காலையிலிருந்து என்ன பண்ணிக்கொண்டிருந்தீர்கள்?" என்று கேட்டாள் எரிச்சலுடன். "ஒரு கதை..." என்று பரிதாப மாக ஆரம்பித்தேன். "இப்பொழுது மணி என்ன?" என்று கேட்டாள். நான் "ஐந்தரை" என்றேன். "சரியாகப் பத்து நிமிடத் தில் டீ ரெடியாகிவிடும். சாப்பிட்டுவிட்டுப் பக்கத்து வீட்டுக்குப் போகிறோம். புருஷனா லட்சணமாப் பக்கத்தில் உட்கார்ந்து டி.வி. பாருங்கள். என்ன சரியா?" என்றாள். நான் "ம்" என்றேன்.

●

ஈடன் தோட்டம் தொட்டு இறையுணர்வுக் கூட்டம் ஊடாக ஐந்து நட்சத்திர ஓட்டல் வரை

அழகிய பெண் ஒருத்தி தவ வலிமைமிக்க முனிவரின் நிஷ்டையை அனாயாசமாகத் தகர்த்தெறிந்தாள்.

கக்கூஸ் கதவின் உள்புறம் சௌமினி சௌமினி என்று ஆணி வைத்துக் கீறியிருந்தார்கள். ஒரு 'ஆட்டின்' அம்புக்குறிப் படம். கீழே ஐ லவ் யூ – ரத்னம்; ஐ லவ் யூ – பாஸ்கர்; ஐ லவ் யூ – எஸ். முஸ்தாஃபா. உள்ளே உட்கார்ந்திருந்தவனுக்கு 'டியரா டெல் ஃப்யூகோ' பகுதி மனைவியின் இரண்டாம்பட்சக் கணவர்களின் நினைவு வந்தது. இந்த மூன்று பேரில் பிரதான காதலன் யார் என்று தெரியவில்லை. Polygyny சே! இது தமிழ்நாட்டில் சாத்தியமில்லை. கக்கூஸை விட்டு வெளியே வந்தபோது அழகே உருவான அந்தப் பதினெட்டு வயது சௌமினி தன் முறைக்காகக் காத்திருந்தாள். உள்ளே சென்று கிறுக்கல்களைப் பார்த்து இவள் புளகிப்பாள் போலும் என்று நினைத்துக்கொண்டு அவன் வாளியைத் தூக்கிக்கொண்டு புழக்கடைப் பக்கம் சென்றான்.

அன்னியோன்னியமாகப் பழகி, பிறந்த நாளுக்கு அவன் அவளுக்குப் புடவை ஒன்றைப் பரிசளிக்க, சினிமா பீச்செல்லாம் கணக்கு வழக்கில்லாமல் சுற்றி, ஐஸ்கிரீம் பாதி பாதி சாப்பிட்டு, கடைசியில் செயல்திட்டம் முடிந்த பிறகு ஊருக்குக் கிளம்புமுன், "என் அண்ணன் போல எவ்வளவு பிரியமாப் பழகுனீங்க!" என்று வியந்துகொண்டு அவள் ரயிலேற, அவன் இளிச்சவாயன் சிரிப்புடன் அவளுடன் கைகுலுக்கிக் கொண்டிருந்தான்.

"இந்த மாக்ஸி ஒன் வயசெக் கூட்டிக் காட்டுறதடீ" என்று பக்கத்து வீட்டுக்காரி சொல்ல, அவன் "இல்லியே எடுப்பா நல்ல அழகாத்தான் இருக்கு" என்று சொல்ல அந்த மாக்ஸிப் பெண் அடுத்த நாளிலிருந்து அவனிடமிருந்து இந்து பேப்பரை இரவல் வாங்க ஆரம்பித்தாள்.

அவன் பிருந்தாவுடன் ஓர் ஆங்கிலப்படம் பார்க்கச் சென்றான். நடுவில் அவளது புடவையின் ஓரத்தை ஒரு கணம்

சட்டென்று இழுத்தான். அவள் அவன் பக்கம் பார்த்தாள். அவன் தன் செய்கையை ஓர் இனம் புரியாத கணநேர impulse என்று உணர்ந்தான். கல்லூரிப் பிரிவு உபசார விழாவில் ஒரு தமிழ் சினிமாக் காதல் பாட்டை மேடையில் பிருந்தாவும் அவனும் பாடிக்கொண்டிருந்தார்கள்.

அன்றைக்கு வேலைக்கு முழுக்கு தினம். அதைக் கொண்டாட சஃபையர் சினிமாக் கொட்டகைக்கு Mad Mad Mad World பார்க்கச் சென்றிருந்தார்கள். ஆண்களுக்கும் பெண்களுக்கும் ஒரே டிக்கெட் கவுண்டர்தான். தியாகு சொன்னான். "ஒரு டிக்கெட் ஜென்ட்ஸுக்கு ஒரு டிக்கெட் லேடீஸுக்குன்னு குடுங்க" என்று. சிப்பந்தி ஒப்புக்கொண்டார். தியாகுவின் முறை வந்தபொழுது ஓர் இளம்பெண் – அப்பொழுதுதான் திருமணமாகியிருக்க வேண்டும் – வரம்பை மீறிவிட்டான். உள் நுழைந்த கையைத் தியாகு வெளியே இழுத்துவிட்டான். பெண்ணைக் கையைப் பிடித்து இழுத்ததில் ஒரே அமளி.

அறைக்கு செபாஸ்டியனைப் பார்க்க பார்த்தசாரதியின் தங்கை காமினி வருவாள். ஒருநாள் அவனும் அவளும் ஒரே பேருந்தில் பயணம் செய்ய நேர்ந்தது. "சும்மா பக்கத்துலேயே ஒக்காந்துக்குங்க" என்று உபசரித்தாள் காமினி. இறங்கும்போது "நா ஒங்க பக்கத்துலெ ஒக்காந்துக்கிட்டிருந்ததை செபாஸ்டியன் கிட்டெ சொல்லாதீங்க" என்றாள். ஒருநாள் அவன் பார்த்தசாரதியைப் பார்க்கச் சென்றிருந்தான். வீட்டில் பார்த்தசாரதி இல்லை. "இருங்க உப்புமா சாப்பிட்டிட்டுப் போகலாம்" என்று சொல்லி, காமினி உப்புமா கிண்டி எடுத்துவந்தாள். அவனும் சாப்பிட்டான். "உப்புமா எப்படி?" என்று காமினி வினவ அவன் "பேஸ்ட் மாதிரி இருக்கு" என்றான் உண்மையுடன். "நீங்க செபாஸ்டியன் மாதிரி நல்லவர் இல்லை" என்று சான்றிதழ் வழங்கினாள் காமினி.

குமாஸ்தா ஸ்டெல்லாவின் ப்ரா கொக்கி கழன்றுவிட்டிருப் பதை மானேஜர் பரிவுடன் அவளிடம் எடுத்துச்சொல்லிக் கொண்டிருந்தான்.

தன் காதலி காமினியுடன் ரங்கராஜன் பேசிக்கொண்டிருந்தது செபாஸ்டியனுக்குள் எரிச்சலை ஏற்படுத்திற்று. அன்று காமினியுடன் சரிவர அவன் பேசவில்லை.

பேருந்து. பக்கத்து இடம் காலியாக இருக்கவே அந்த இளம் பெண் "பரவாயில்லை. ஒக்காந்துக்குங்க" என்று பழனிக்கு இடம் அளித்தாள். நண்பன் டேவிட் நின்றுகொண்டிருந்தான்.

சிறிது நேரம் சென்று பழனி, "நீ வேணும்னா கொஞ்சம் ஒக்காந்து பாக்கறியா?" என்று டேவிட்டைக் கேட்டான்.

பள்ளி ஆண்டு நிறைவு விழாவில் குழந்தையின் டீச்சர் மெல்லிசான புடவையை 'லோ ஹிப்'பில் கட்டிக்கொண்டு அமர்க்களப்பட்டுக் கொண்டிருந்தாள். அவன் தன் மனைவியிடம் "நம்ம கொழந்தெயோட டீச்சர் இன்னெக்கி அலங்கார பூஷிதையா இருக்காங்கல்லே" என்று வியந்தான். மனைவியின் முகம் கோபத்தில் சிவந்தது.

இறையுணர்வு விழாச் சொற்பொழிவு ஒன்று. ஓர் ஊரில் எந்தப் பசுவுக்கும் பாலே சுரக்கவில்லையாம். ஒருவர் சொன்னாராம் பசுபதியை வேண்டிக்கொள்ளுங்கள் என்று. பயனில்லையாம். உடுக்கை அடிப்பவன் ஒருவனை நிறைய பணம் செலவழித்து அழைத்து வந்து மாரியாத்தாளுக்குப் பூஜை போடச் செய்தார்களாம். காசுதான் விரயமானதாம். காளை மாடுகளின் கொம்புகளுக்கு வர்ணம் பூசச் சொன்னாராம் ஓர் அறிஞர். அதுவும் பிரயோஜனப்படவில்லையாம். கடைசியில் ஒரு விவேகி விலங்கின வைத்தியர் ஒருவரை அணுகுமாறு ஆலோசனை கூறினாராம். வைத்தியர் பரிசோதித்ததில், அந்த ஊர்க் காளைகளெல்லாம் காயடிக்கப்பட்டவைகளாக இருந்தது தெளிவாயிற்று. காயடிக்கப்படாத ஆரோக்கியமான ஒரு காளையைப் பக்கத்து ஊரிலிருந்து வரவழைத்துப் பசுக்கள் நடுவில் உலவிடச் செய்யுமாறு மருத்துவ ஆலோசனை வழங்கினாராம் வைத்தியர். அப்படிச் செய்த பிறகே வியக்கத்தக்க வகையில் ஊரில் பால்வளம் பொங்கி வழிந்ததாம். 'இறையுணர்வு என்பது காயடிக்கப்படாத காளையின் வீரியத்துக்கு ஒப்பாகும்.'

ஜேம்ஸ் பாண்டின் ஆண்மையை நான்கு வெண்பெண்கள் 'Ah! the real thing!' என்று வியந்துகொண்டிருந்தார்கள்.

நண்பர்கள் இருவர் ஒரு பெண்ணுடன் வாழத் தலைப்பட்டு ஈராண்டு கழித்து அந்தப் பெண் அவர்களுள் ஒருவர்மீது நாட்டம் அதிகமாக வைக்கவே அவளைத் துறந்தார்கள்.

Love is God என்பதைக் 'காதலே தெய்வம்' என்று மொழி பெயர்த்து மகிழ்ந்துகொண்டிருந்தார் ஒரு தமிழ் நடிகர்.

பேருந்து. "கொஞ்சம்போல படாமெ நின்னுக்கங்களேன்" என்றாள் அவள். "ஆமா, பஸ்ஸுலெ நீங்க சகல சௌபாக்கியங்ளெயும் எதிர்பார்த்தா நடக்குங்களா?" என்றான் அவன். "சகல சௌபாக்கியங்களெயும் செஞ்சி தர்றதுக்கு நீங்க என்ன எம் புருஷனா?" என்று கேட்டாள் அவள் துடுக்குடன். அவன்

பேசவில்லை. அவள் தன் மனைவியாக வாய்த்தால் எப்படி இருக்கும் என்று அசை போட ஆரம்பித்தான்.

மலையாள செக்ஸ் படம் பார்க்கச் சென்ற குடித்தனக்காரப் பையனை சினிமாக் கொட்டகையில் பார்த்ததில் வீட்டுக்காரப் பையனுக்குத் தேள் கொட்டியது போல் ஆகிவிட்டது. பிறகு, இருவரும் தலைகுனிந்து ஒருவரை ஒருவர் தவிர்த்தபடி இருந்தார்கள்.

"நா ஒண்ணும் இவளெப்பத்திப் பேசல்லெ. ராமா ராமான்னாலும் புண்ணியம் கெடெக்கும். பார்வதி பார்வதின்னா என்ன சார் கெடெக்கும்?" என்று பார்வதியின் புகாருக்கு அப்துல் கஃபார் வகுப்பாசிரியரிடம் பதிலளித்துக் கொண் டிருந்தான்.

அகலிகையும் ஒரு கணம் மனசு அசந்துவிட்டாள்.

ஃப்ளாட்ஃபார வாசிகளில், இருட்டில் சரியாகத் தெரியாமல் தன் மனைவியென்று வேறொருத்தியுடன் படுக்க, அடுத்த நாள் காலை விஷயம் அம்பலத்துக்கு வர, ரத்தக்களரி.

ஒரு காத்திரமான ஆங்கிலப் படத்தில் மூன்று இடங்களில் செக்ஸ் காட்சிகள் அனாவசியமாக இடம்பெற்றன.

பழங்குடிப் பெண்ணொருத்தி ஒரு குடும்பத்து ஐந்து சகோதரர்களைத் திருமணம் செய்துகொண்டாள். அவள் பக்கத்துக் கிராமத்தில் இருந்த தன் தாய் வீட்டுக்குச் சென்ற போது அடுத்த குடிசையில் இருந்த தன் புதுக் காதலனுடன் குலாவிக்கொண்டிருந்தாள். Double morality என்று ஒரு புத்தகம் பதிவு செய்து வைத்தது.

கூரையில்லாத குளியலறையில் குளித்துக்கொண்டிருந்த பெண்ணைப் பக்கத்து வீட்டு மாடி இளைஞர்கள் கண்டுகளிக்க, பெண் அப்பனிடம் புகார் கொடுக்க, அந்த இளைஞர் மூவரை யும் கண்மண் தெரியாமல் அடித்துப்போட்டார் பெற்றவர்.

உருக்கமான ஒரு கி ஜோக். எங்கோ படித்தது. வாலிபன்: "ஒன்னெப் பாத்ததிலேர்ந்து ஒரு இனம் புரியாத அன்பு பிறக்குது." பெண்: "நீங்க செலுத்துற அன்பையும் பாசத்தையும் பார்க்கும்போது என் சொந்தப் புருஷன் போலத் தோணுது."

நண்பர் சம்பத் 'இடைவெளி'யின் முழு விவரணைகளையும் எல்லீஸ் ரோடு ஓரத்தில் நின்று என்னிடம் சொல்லிக்கொண் டிருந்தார். தூரத்தில் ஒரு இளம் ஜோடி. வடக்கத்தி. பையன் தன் வலது கையை அவளது இடுப்பில் ஆழமாகப் பதித்திருந்தான். நடுநடுவில் கையை எடுத்து அவளது பிருஷ்ட பாகத்திலும்

இடுப்பின் மேல் பகுதியிலும் விரவ விட்டுக் கொண்டிருந்தான். எங்களைக் கடந்து சென்றபோதும் இதே கதைதான்.

பெஞ்ச் டிக்கெட். சரோஜாதேவி (இளவரசி) தோழிகளுடன் குளிக்கும் காட்சி. மார்பளவுத் தண்ணீர். பக்கத்தில் இருந்தவர் பெஞ்ச்மீது ஏறி எட்டிப் பார்த்தார்.

மூன்று வேலையத்த கடவுள்களுக்கு அனுசூயாவின் கற்பு மீது சந்தேகம் வந்தது. அம்மணமாக வந்து தங்களுக்கு விருந்தளிக்க (உணவு விருந்துதான்) முடியுமா என்று கேட்க, கற்பின் சக்தியால் கடவுள்கள் குழந்தைகளாக மாற, அனுசூயா அவர்களுக்கு அம்மணமாக விருந்தளித்தாள்.

'டோபு'வில் ஒவ்வொரு இரவும் பின்பக்கம் வழியே உள் நுழைந்து வயதுக்கு வந்த பெண் ஒருத்தியுடன் கழித்துச் சலித்த வாலிபன் ஒருவன், அந்த இரவு அவனுக்குத் தகுந்த பெண் – அவள் அவன் சுகித்த முப்பதாவது பெண் – வாய்த்ததும் காமக் கேளிக்கை முடிந்த கையோடு அந்த அறையிலேயே தங்கி விடுகிறான். அடுத்த காலை அவள் அவனுக்கு அங்கீகாரம் பெற்ற மனைவியாகிவிடுவாள்.

இன்ஸ்டிடியூட் டைரக்டர் தன் (பெண்) அந்தரங்கச் செயலரிடம் தத்துவ ஜோக் அடித்துக்கொண்டிருந்தார். 'Four men can stay under the same roof but not four balls.' செயலர் நெளிந்துகொண்டிருந்தாள்.

'மாலர்' டார்மிட்டரியில் முன்னிரவில் கண்காணிக்கும் தாதி கண்ணயர்ந்ததும் வாலிபர்கள் தங்கள் காதலிகளுடன் மறைவிடங்களில் ஒதுங்கினர்.

நவீன குடவோலைத் தேர்வு: ஐந்து நட்சத்திர ஓட்டல். ஒரு கூடம். விருந்து. பிறகு கம்போடியன் ஒயின். ஒரு வாயகன்ற பாத்திரத்தில் பல கார் சாவிகள். ஒவ்வொரு கனவானும் ஒரு கார் சாவியைக் கண்ணை மூடிக்கொண்டு எடுக்க வேண்டும். காரின் உரிமையாளரின் தர்ம பத்தினி அன்றிரவு சாவிப் பொறுக்கியின் ஆசைக்கிழத்தி.

●

இழந்த யோகம்

மாரிச்சாமி அந்தப் பெண்–மருத்துவரின் அறையில் இருந்தான். அது ஒரு சிறிய பொது மருத்துவமனை.

அவன் கேட்டான், "இந்த நிக்கோடின் அடிமைத்தனத்தை நிறுத்த மனநல மாத்திரைகள் தருவீர்களா?" என்று.

"என்ன? ஒரு நாளைக்கு எத்தனை ஊதுகிறீர்கள்?" என்றாள் மருத்துவர்.

"ஒரு நாற்பது, நாற்பத்தஞ்சு இருக்கும். ஒன்றையடுத்து இன்னொன்று. சங்கிலி மாதிரி" என்று தன் இயலாமையை வெளிப்படுத்திக்கொண்டான் மாரிச்சாமி.

"என்ன செயின் ஸ்மோக்கிங்கா?" கிண்டலடித்தாள் மருத்துவர்.

மாரிச்சாமிக்குக் கொஞ்சம் கடுப்பாக இருந்தது. இருந்தும் சொன்னான்: "பெரிய சிகரெட் எல்லாம் ஒன்றும் இல்லை. சிறு அளவிலான மினி சிகரெட்தான்" என்று.

"இந்த மினி ஸ்கர்ட் மாதிரியா?" என்றாள் மருத்துவர்.

மாரிச்சாமிக்கு வெறுப்பாக இருந்தது. மருத்துவர் ரொம்பவும் பழைமைவாதி என்றும், நவீனத்துவத்தை ஏற்றுக் கொள்ளாதவள் என்றும் நினைத்துக்கொண்டான். சற்று ஏறிட்டுப் பார்த்தான். மருத்துவர் புடவைதான் கட்டியிருந்தாள். இன்னும் பெரிய புடவை கட்டிக்கொண்டிருக்கலாம் என்று தோன்றிற்று அவனுக்கு.

மருத்துவர் சொல்லிவிட்டாள், "எல்லாம் சுயகட்டுப் பாட்டில்தான் நிறுத்த வேண்டும். மாத்திரை மருந்தெல்லாம் ஒன்றும் இல்லை" என்று.

மாரிச்சாமி வீழ்ந்தான். பாதாளத்தில். அதலபாதாளத்தில். எழுந்திருக்க நீண்ட நேரம் எடுத்துக்கொண்டான். அவ்வளவு தானா? யாரும் காப்பாற்ற மாட்டார்களா? நெஞ்சடைத்துச் சாக வேண்டியதுதானா? இவர்கள் விஞ்ஞானம் என்கிறார்கள். முன்னேற்றம் என்கிறார்கள். சனியன், ஒரு சின்ன, மிக மிகச்

சின்ன மினி சிகரெட்டை நிறுத்த மருத்துவம் இல்லையா? மாரிச்சாமி வீழ்ந்தான். மீண்டும் மீண்டும் திரும்பவும் திரும்பவும் மறுபடியும் மறுபடியும் வீழ்ந்து கொண்டேயிருந்தான். ஆபத்து காலத்தில் கைதூக்கி விட யாரும் வரமாட்டார்களா இந்தப் பரந்த மாநகரில்? ஒரு ஜீவன்! ஓர் உயிர்!

ஒரு வாரம் சென்றது. இரண்டு வாரம் சென்றது. யாருமே தன்னைக் காப்பாற்ற வரவில்லையே என்ற கவலையும் தொற்றிக்கொள்ள நாற்பது நாற்பத்தைந்திலிருந்து ஐம்பது ஐம்பத்தைந்தாக மினி சிகரெட் உயர்ந்தது.

மூன்றாவது வாரம். தற்கொலை செய்துகொள்ளலாமா என்றிருந்தது மாரிச்சாமிக்கு. மினி சிகரெட்டே ஒரு சிறு சிறு அளவிலான சின்னச் சின்ன அளவிலான மெதுமெதுவான குட்டியூண்டு குட்டியூண்டான தற்கொலை நகர்வுகள்தான் என்று தோன்றிற்று. ஆகவே பெரிய அளவில் திட்டமிட்டுத் தற்கொலை செய்துகொள்வது அவ்வளவு சரியானதாகப் படவில்லை. அந்த ஆசையும் நிராசையாகிவிடவே மாரிச்சாமியின் மனம் மிகவும் சோர்ந்துவிட்டது. மினி சிகரெட் ஐம்பத்தேழு எட்டாக உயர்ந்தது மனச்சோர்வுடன் சேர்ந்து.

நான்காவது வாரம். மிகவும் தொய்ந்து போனான் மாரிச்சாமி. அலுவலகத்தில் இருந்தான் கவலையே உருவான முகத்துடன். ஆழ்ந்த சிந்தனை வயப்பட்டவனாகக் காணப் பட்டான். நிறைய இருமினான். கண்ணாடி போத்தல் உடைந்து சிதறியதுபோல இருந்தது இருமல் சப்தம். நிறைய தண்ணீர் குடித்தான். நாக்கு வறண்டு வறண்டு போய்க்கொண்டிருந்தது. இருமும்போது நுரையீரல்களை நன்றாகவே உணர முடிந்தது. "ஆட்டம் க்ளோஸ்தான் போல" என்று நினைத்துக்கொண்டான் மாரிச்சாமி. கொஞ்சம் வேகமாக நடந்தாலே மூச்சிரைத்தது. படியேறுவதைப் பற்றிப் பேச்சே வேண்டாம்.

நாற்காலியில் அமர்ந்திருந்தவனுக்கு நினைவில் டக்கென்று ஒரு பொறி தட்டிற்று. 'பராமரிப்பு' என்ற ஒரு நிலையம் ஞாபகத்துக்கு வந்தது. அதுதான் மருந்தடிமைத்தனத்திலிருந்தும் குடிப்பழக்கத்திலிருந்தும் பிரச்சனை உள்ள நபர்களை மீட்டுக் கொண்டிருந்தது.

தொலைபேசி எண் புத்தகத்தைப் புரட்டி விலாசத்தையும் எண்ணையும் குறித்துக்கொண்டான். அவசர அவசரமாக எண்களைச் சுழற்றினான். ஒரு பெண் குரல். நிலையத்தின் பணி நேரத்தைத் தெரிந்துகொண்டான். நான்கரை மணிக்கு அனுமதி பெற்றுக்கொண்டு நிலையம் நோக்கி விரைந்தான். நிலையம் அடையாரில் இருந்தது.

'பராமரிப்பு' கீழ்த்தளத்தில் இருந்தது. மாரிச்சாமி மோபெட்டை முன்பக்க வெளியில் நிறுத்திவிட்டு உள்ளே நுழைந்தான்.

நடு அளவிலான ஓர் அறை. அது முன்பக்கமிருந்தது. இரண்டு மேசைகளில் கோப்புகள் நிறைந்திருந்தன.

ஒரு வாலிபர் இருந்தார். மாரிச்சாமி தன் பிரச்சனையைச் சொன்னான். உள் அறையிலிருந்து ஒரு பெண்மணி வந்தாள். "என்ன, புது கேஸா?" என்று கேட்டாள். வாலிபர் தலை யசைத்தார்.

வாலிபர் தன்னைச் சமூகப்பணியாளர் என்று அறிமுகப் படுத்திக் கொண்டார். பெயர் ராமேஸ்வரன் என்றார். மாரிச் சாமி தன் பெயரைச் சொல்லிக் கைகுலுக்கினான்.

சமூகப்பணிக்கென்றே தான் முதுகலைப்பட்டம் படித்திருப் பதாகச் சொன்னார் வாலிபர். மாரிச்சாமி "இங்கு என்ன செய்துகொண்டிருக்கிறீர்கள்?" என்று கேட்டான் அப்பாவித் தனமாக.

"சமூகப்பணிதான். மருந்தடிமைத்தனத்தில் இருந்து மக்களை மீட்கும் சமூகப்பணி" என்றார் வாலிபர்.

"அது மீட்புப்பணி இல்லியோ!" என்று வியந்தான் மாரிச்சாமி.

"மீட்புப் பணியும் சமூகப்பணியும் ஒன்றுதான். ஆங்கிலத்தில் intervention என்பார்கள்" என்றார் வாலிபர்.

"ஓ, அப்படியா!" என்றான் மாரிச்சாமி.

மாரிச்சாமி மீண்டும் தன் பிரச்சனை குறித்து சிறு அளவில் எடுத்துச் சொன்னான்.

"அட, மினி சிகரெட்தானே? கவலையை விடுங்க. 'பரா மரிப்பு' கஞ்சா, குடி, எல்.எஸ்.டி., ஹெராயின், பெத்தடின், ப்ரவுன் ஷுகர், புகையிலை, சிகரெட், பான்பராக் அனைத்தையும் நிறுத்த உதவிக்கொண்டிருக்கிறது" என்று சொன்னார் வாலிபர்.

மாரிச்சாமிக்கு மூச்சு வந்தது. மினி சிகரெட் புகை வாசம் கலந்த மூச்சே என்றாலும் மிகவும் ஆறுதலாக உணர்ந்தான்.

மருத்துவர் வர இன்னும் அரை மணி செல்லும் என்றும் காத்திருக்குமாறும் வாலிபர் கேட்டுக்கொண்டார்.

ஆட்கள் வர ஆரம்பித்தார்கள். மாரிச்சாமிக்கு ஒரு மினி சிகரெட் தேவைப்பட்டது. இவர்கள்தான் விடவைப்பதாகச் சொல்லி யிருக்கிறார்களே என்று வெளியே வந்து ஒரு சிகரெட்டைப் பற்ற வைத்துக்கொண்டான்.

மீண்டும் உள்ளே நுழைந்தபோது மருத்துவர் வந்திருப்ப தாகச் சொன்னார்கள். அங்கிருந்த ஆட்களிடையே நிசப்தம் போன்ற ஏதோ ஒன்று தோன்றியிருந்தது. பேச்சு தணிந்த குரலில் இருந்தது. ஓராள் அடுத்து இன்னொரு ஆளாக உள்ளே போய் வந்து கொண்டிருந்தார்கள்.

"கடைசியாகத்தான் புது கேஸ் பார்ப்பார்கள்" என்று நோயாளி ஒருவர் சொன்னார். மாரிச்சாமி தலையசைத்தான்.

மாரிச்சாமியின் முறை வந்தது. உள்ளே சென்றான். மருத் துவர் அமர்ந்திருந்தாள். சல்வார் கமீஸில் ஷால் பரத்திக் கொண்டிருக்க ஜாலியாக அமர்ந்திருந்தாள். மாரிச்சாமிக்கு ஒரு விதத்தில் நிம்மதியாக இருந்தது. அவள் மினி ஸ்கர்ட் பற்றித் தரக்குறைவாகப் பேசாத நவீனப் பெண் மருத்துவராகத்தான் இருக்க வேண்டும் என்று நினைத்துக்கொண்டான். மாரிச் சாமிக்கு நவீன உடைகள் பிடிக்கும். குறிப்பாக மினி ஸ்கர்ட் வகையறாகள்.

தன் மினி சிகரெட் பிரச்சனை குறித்து மாரிச்சாமி சொன் னான். மருத்துவர் கை விரித்தாள். ஒன்றும் செய்வதற்கில்லை என்பதை நிறைய வார்த்தைகளில் மிருதுவாகச் சொன்னாள்.

மாரிச்சாமி மீண்டும் வீழ்ந்தான்.

அன்றிரவு முழுக்க மினி சிகரெட்டுகளை ஊதியவண்ண மிருந்தான்.

அடுத்த நாள் அரைநாளுக்கு மேல் அவனால் வேலை செய்ய முடியவில்லை. விடுப்பு எடுத்துக்கொண்டான்.

மிகுந்த சிக்கல்களுடன் ஒரு மாதம் கழிந்தது. மாரிச்சாமி மிகவும் மெலிந்திருந்தான். ஒரு சீக்காளிக் களை முகத்தில் குடியேறியிருந்தது.

அந்த ஞாயிறுதான் சிதம்பரம் வந்திருந்தார். பிராந்தியத் திலேயே முதல் நம்பர் மருத்துவரிடம் அவனை அடுத்த நாள் அழைத்துச் செல்வதாக வாக்களித்தார். அவனிடமிருந்த மினி சிகரெட் பெட்டிகளைப் பறித்துச் சென்றார். சிதம்பரம் சென்று பத்து நிமிடம் கழித்து மாரிச்சாமி அறையைப் பூட்டிக்கொண்டு கீழே வந்து பக்கத்திலிருந்த பங்க் கடையில் ஒரு பெட்டி மினி சிகரெட் வாங்கிக்கொண்டான். அன்றிரவு மாரிச்சாமி ஓரளவு ஆசுவாசத்துடன் தூங்கினான்.

திங்கள் மாலை அலுவலகம் விடும் சமயம் சிதம்பரம் வந்தார். ஒரு தனியார் மருத்துவமனைக்கு அவனை அழைத்துச் சென்றார். மருத்துவர் ஓர் அம்மையார். முதியவர். சாந்தமே

உருவானவர். சிதம்பரம் மாரிச்சாமியின் பிரச்சனையை எடுத்துச் சொன்னார். அம்மையார் ஒரு துண்டுக் காகிதத்தில் ஏதோ எழுதி மாரிச்சாமியிடம் நீட்டினார். அது ஒரு யோக கேந்திரத்தின் விலாசம். அண்ணாநகர் கிழக்கில் மீட்பர் ஆலயம் அருகில். மாரிச்சாமி தங்கியிருந்த விடுதியிலிருந்து சுமார் ஏழு கிலோமீட்டர் தொலைவு.

அடுத்த நாள் காலை மாரிச்சாமி எழத் தாமதமாகி விட்டிருந்தது. யோக கேந்திரத்தை அடையும்போது மணி ஒன்பது ஆகிவிட்டது. அது ஒரு பிரம்மாண்டமான மூன்றடுக்கு பங்களா. வெளியே கார் நிறுத்த இடம். பிற வண்டிகள்விட பெரிய வெளி. மாரிச்சாமி தன் வண்டியை நிறுத்திவிட்டு உள்ளே நுழைந்தான். அழைப்பு மணியை அழுத்தினான்.

சில கணக் காத்திருப்பின் பின் அவன் முகத்தில் ஓர் இன்பப் புயல் வீசிற்று. புயலில் சிக்கித் தவித்தான் மாரிச்சாமி.

ஓர் அழகான, மிக மிக அழகான ஓர் இளம் பெண் – இருபத்து இரண்டு வயது மதிக்கத்தக்க இளம் பெண் – வந்து கதவைத் திறந்தாள். சின்ன வெள்ளைக் குர்தாவும் அதே நிற மினி ஸ்கர்ட்டும் அணிந்திருந்தாள். முகம் கிழக்கத்திய– மேற் கத்தியக் கலவையாக இருந்து முற்றிலும் மாறுபட்ட ஓர் அழகை வெளிப்படுத்திற்று. இதழின் வலது ஓரத்தில் ஓர் இளம் நெளிவு, நகை, முறுவல், வேறென்ன.

முப்பத்து ஐந்து வயது வரை உடலில் உயிரைப் பாதுகாத்து வைத்திருந்தது பற்றி மாரிச்சாமி முதல் முறையாக சந்தோசப் பட்டான். தன் ஆதர்சப் பெண்ணை, இலட்சியப் பெண்ணை முதல் முதலில் சந்தித்திருந்தான் மாரிச்சாமி. அவன் மிகவும் நேசித்த அழகு, அவன் விரும்பிய முக இனிமை, குறிப்பாக அவன் மிகவும் ஆசைப்பட்ட உடைகள்.

புயலிலிருந்து மீட்டுக் கொள்ளச் சற்று நேரம் ஆயிற்று மாரிச்சாமிக்கு. அம்மையார் கொடுத்த துண்டுக் காகிதத்தை அவளிடம் நீட்டினான்.

பெண் தலையசைத்தாள். உள்ளே அழைத்துச் சென்றாள். அவளது நடை மிகவும் ஒயிலுடன் இருப்பதாகப் பட்டது மாரிச் சாமிக்கு. மீண்டும் புயலில் சிக்கிக்கொள்ளாமலிருக்கக் கடுமை யான முயற்சி தேவைப்பட்டது.

பெரிய வரவேற்பு அறை. மூன்று பக்கங்களிலும் விலை யுயர்ந்த சோஃபாக்கள். ஒரு பக்கத்தில் பெரிய மேசை ஒன்று. பக்கத்துக்கு ஒன்றாகக் கைவேலைப்பாடுகள் அமைந்த இரண்டு நாற்காலிகள்.

ஒரு நாற்காலியைச் சுட்டினாள் பெண். மாரிச்சாமி மிகவும் கூசிக் குறுகலுடன் உட்கார்ந்துகொண்டான். தான் இதுநாள்வரை காதலித்து வந்த ஒரு பேரழகியின் முன்னால் ஒரு துரும்பாக உணர்ந்தான் மாரிச்சாமி.

"சொல்லுங்கள்" என்றாள் பெண்.

"மினி சிகரெட் விட யோகாசன முறையில் இங்கு சிகிச்சை கொடுக்கிறார்கள் என்று அம்மையார் சொன்னார்" என்றான் மிகுந்த தடுமாற்றத்துடன்.

"என்ன சிகரெட்!" வியந்தாள் பெண்.

"மினி சிகரெட்" என்றான் மாரிச்சாமி சாதாரணமாக.

அந்தப் பெண் இப்பொழுது சிரித்தாள். வாய் விட்டுச் சிரித்ததாக மாரிச்சாமிக்குத் தோன்றிற்று. பல்வரிசை நேர்த்தியாக இருந்தது. குறிப்பாக அந்த மேல்வரிசைத் தோசைப் பற்கள் இரண்டும் சரியான அளவில் அமைந்திருந்தன. மாரிச்சாமிக்கு சந்தோசமாக இருந்தது மீண்டும். ஆனால், ஏன் அவள் சிரிக்க வேண்டும் என்று புரியவில்லை. ஒருவேளை தன்னைச் சந்தித்ததில் அவளுக்கும் சந்தோசம் பொங்கியிருக்கலாம் என்று நினைத்துக்கொண்டான்.

பெண் அவனைச் சற்றுக் காத்திருக்குமாறு சைகை செய்துவிட்டு உள்ளே சென்றாள். பதினைந்து நிமிடக் காத்திருப்பிற்குப் பின் உயரமான, பருமனும் இல்லாமல் ஒல்லியும் இல்லாமல் தாடியும் மீசையுமாகச் சிவந்த நிறத்தில் ஒருவர் அங்கு தோன்றினார். ஐம்பது வயது இருக்கும். தன் பெயர் கிஷன்சந்த் என்று அறிமுகப்படுத்திக்கொண்டார். மாரிச்சாமி கைகுலுக்குவதற்காகக் கைநீட்ட அவர் கை கூப்பினார்.

மாரிச்சாமி தன் மினி சிகரெட் பிரச்சனையைச் சொல்ல கிஷன்சந்த்ஜியும் முறுவலித்தார். மாரிச்சாமிக்குக் கொஞ்சம் குழப்பமாக இருந்தாலும், தான் தன் பிரச்சனையைத் தெளிவாக முன் வைத்துவிட்டதான திருப்தி ஏற்பட்டது.

அடுத்த திங்களிலிருந்து ஒரு ஐந்து நாட்கள் இரவு 8.00 மணி முதல் 8.30 வரை வர வேண்டும் என்றார். பிறகு காலை வகுப்புகளில் 6.30 முதல் 7.30 வரை பிற மாணவர்களுடன் கலந்துகொள்ளலாம் என்றார் கிஷன்சந்த்ஜி.

மாரிச்சாமிக்கு நம்பிக்கை வரவில்லை. "மினி சிகரெட்டை விட்டுவிட முடியும்தானே?" என்று மீண்டும் ஒரு முறை திட்டவட்டமாகக் கேட்டான்.

"சேர்ந்த ஒரு மாதத்தில் பலன் தெரியும்" என்றார் குருஜி. கட்டணம் ரூ. 4130 எட்டு மாதப் பயிற்சி. தினமும் காலை ஒரு மணிநேரம் மட்டும்.

மாரிச்சாமி ரூ. 130ஐ முன்பணமாக நீட்டினான். குருஜி கூடுதலாக ஒரு ரூபாய் கேட்டார். ஏனென்று தெரியாவிட்டாலும் மாரிச்சாமி கொடுத்தான். எவ்வளவு பெரிய சமாச்சாரம் நடக்கப்போகிறது. காசு, பணம் பார்த்தால் முடியுமா! மீதியைக் கூடிய விரைவில் கொடுப்பதாக வாக்களித்துவிட்டுக் கிளம்பினான் மாரிச்சாமி. குருஜி கைகூப்பினார்.

மாரிச்சாமி அலுவலகத்தில் பி.எஃப். லோன் போட்டான். கிடைக்க சில நாட்கள் ஆகும் என்றார்கள்.

மாரிச்சாமிக்கு ஒரு திடீர் சந்தேகம் வந்தது. ஆகையால் வியாழன் மாலை யோக கேந்திரத்துக்கு மீண்டும் சென்றான். குருஜியிடம் கேட்டான், "யோகப் பயிற்சி மதம் சம்பந்தப் பட்டதா?" என்று. "இல்லை" என்றார் குருஜி. "ஆனால், ஆன்மீகம் சம்பந்தப்பட்டது" என்றார்.

மாரிச்சாமி காலையில் தினமும் நான்கைந்து கிளாஸ் டீ குடிப்பான். இடையிடையே மினி சிகரெட். ஒரு கட்டத்தில் கக்கூஸுக்கு வரும். போய் வருவான். வந்து ஒரு டீயும் சிகரெட்டும் குடிப்பான். அந்தச் சமயத்தில் மிகவும் ஓய்வாகவும் ஆசுவாசமாகவும் உணர்வான். அதுமட்டும்தான் தான் உணரும் ஆன்மீக அனுபவம் என்று ஒரு முறை சிதம்பரத்திடம் சொல்லியிருந்தான். சிதம்பரம் ஒரு முற்போக்குவாதி. ஆனால், சில சமரசங்களுடன். "ஒரு முழுநாளில் சில கணங்களேயாயினும் உங்களால் ஆசுவாசமாக உணர முடிவது ஒரு பெரிய விஷய மல்லவா? நீங்கள் அதற்கு என்ன பெயர் வைக்கிறீர்கள் என்பது முக்கியமல்ல" என்று சொல்லிவிட்டிருந்தார் சிதம்பரம்.

ஆரம்பத்திலேயே காரசார விவாதங்கள் வேண்டாம் என்று மாரிச்சாமி சும்மா இருந்துவிட்டான். தவிர அந்தப் பெண்ணைப் பார்க்கவாவது தான் அங்கு போக வேண்டும் என்று நினைத்தான்.

அடுத்த வாரம் திங்கள் முதல் வகுப்பு. எட்டு மணி வகுப்புக்கு ஏழே முக்காலுக்கே சென்றிருந்தான் மாரிச்சாமி. வழியில் மோபெட்டை நிறுத்தி ஒரு மினி சிகரெட் பிடித்திருந் ததில் நாக்கு வறண்டிருந்தது. அவனுக்குத் தண்ணீர் தேவைப் பட்டது. வரவேற்பறையில் அந்தப் பெண்தான் தண்ணீர் தந்தாள் முகத்தில் மென்னகையுடன். வெறும் தண்ணீர் அல்ல. மூலிகை கலந்த தண்ணீர். ஒரு வினோதமான சுவையுடன்

இருந்தது அது. இனிப்பு, கசப்பு, புளிப்பு மூன்றும் சேர்ந்த கலவைச் சுவை. நாக்கு வறண்டிராவிட்டாலும் தினமும் அவள் கையால் ஒரு லோட்டா மூலிகைத் தண்ணீர் அருந்த வேண்டும் என்றிருந்தது மாரிச்சாமிக்கு.

வகுப்பில் ஆரம்ப கட்ட மாணவர்கள் பதினைந்து பேர் இருந்தார்கள். பாதி நேரம் விரிவுரை. மீதி எளிய யோகாசனப் பயிற்சிகள். மாரிச்சாமிக்கு மூச்சு வாங்கியது. முழுதாகவெல் லாம் மூச்சை உள்ளிழுத்து வெளிவிட முடியவில்லை. மூச்சுத் திணறல். போகப் போகச் சரியாகி விடும் என்றார் குருஜி.

கண்களை மூடிக்கொண்டார் குருஜி. மாணவர்களும் கண்களை மூடிக்கொண்டார்கள். குருஜி 'ஓம்' என்றார் நீளமாக. சற்றுக் கழித்து சமஸ்கிருத சுலோகம் ஒன்றை உச்சாடனம் செய்தார். சில வினாடிகள்தான்.

பிறகு பூசை நடந்தது. ஒரு மூலையில் மேடை போன்ற முகப்பு ஒன்றில் இந்துச் சாமி படம் ஒன்றும், ஒரு துறவியின் படமும் இருந்தன. பக்கவாட்டில் ஒரு குத்துவிளக்கு சுடர் விட்டுக் கொண்டிருந்தது. குருஜி கற்பூரம் காட்டினர். பழகிய மாணவன் ஒருவன் மணியடித்தான். குருஜி வாக்குத் தவறுகிறார் என்று நினைத்தான் மாரிச்சாமி.

மாரிச்சாமியிடம் கற்பூரத் தட்டு நீட்டப்பட்டது. வேறு வழியில்லாமல் கண்களில் ஒற்றிக்கொண்டான். பாழாய்ப் போயிருந்த மாரிச்சாமியின் நெற்றியில் வாழ்க்கையில் முதல் முறையாக விபூதி ஏறிற்று. சற்றுக் கழித்துக் குங்குமமும். பெரும் பக்திமானாகக் காட்சியளித்தான் மாரிச்சாமி. தட்டில் கற் கண்டுப் படிகங்கள் இருந்தன. அது மாரிச்சாமிக்குப் பிடிக்கும். நிறைய அள்ளி வாயிலும் மீதியைச் சட்டைப்பையிலும் போட்டுக் கொண்டான்.

ஐந்து நாட்கள் முடிந்தன. மினி சிகரெட் ஓரளவு, ஓரள வேனும் குறைந்திருந்தது. குருஜி நிறைய கட்டுப்பாடுகள் விதித்திருந்தார். அதில் பாதியைக்கூட மாரிச்சாமியால் பின்பற்ற முடியவில்லை. ஆனால், இப்போது கொஞ்சம் தெம்பாக இருந் தான். தினமும் அந்தப் பெண்ணை மூலிகைத் தண்ணீரைச் சாக்கிட்டுப் பார்ப்பதைக் கைவிடவில்லை.

அடுத்த நாளிலிருந்து காலை வகுப்புகள். காலையில் எழுந்து காலைக் கடன்களை முடித்துக்கொண்டு குருஜி கொடுத் திருந்த காவிக் கலர் முழுக்கால் சட்டையை அணிந்துகொண்டு தினந்தோறும் தவறாமல் யோகாசன வகுப்புகளுக்குப் போக ஆரம்பித்தான். மூன்றாம் மாடி தாண்டி மொட்டை மாடியில்

பயிற்சி. கீத்துக் கொட்டகை. ஓலைகளால் மூடப்பட்ட பெரிய ஒரு கூடம். சுமார் அறுபது மாணவர்கள். ஐந்து மாணவியர். ஒவ்வொருவருக்கும் ஒரு பாய். நல்ல வேளையாகக் காலை வகுப்புகளில் பூசை இல்லை.

அவனுக்குப் பிடித்த யோகாசனப் பயிற்சிகளுள் ஒன்று குழந்தை தவழும் நிலையில் உடலை இருத்திக்கொள்வது. ஒரு பாவமும் அறியாத குழந்தையாக உணர்ந்தான் மாரிச்சாமி அப்பொழுதெல்லாம்.

மாரிச்சாமிக்கு பி.எஃப். லோன் கிடைத்தது. அடுத்த நாள் பத்தாம் நாள். வகுப்பு முடிந்ததும் குருஜியிடம் வள்ளிசாக நாலாயிரம் ரூபாய் கட்டித் தன் பொறுப்பை நிறைவேற்றிக் கொண்டான் மாரிச்சாமி.

நடுவில் மாரிச்சாமி சிதம்பரத்துடன் தொலைபேசி மூலம் பேசினான். தான் யோகாசன வகுப்புகளில் சேர்ந்துவிட்ட தாகவும் நிலைமை பரவாயில்லை என்றும். "நான்தான் சொன் னேனே. எல்லாம் சரியாகிவிடும்" என்றார் சிதம்பரம்.

காலை வகுப்பு மாணவர்களில் நான்கைந்து பேர் மாரிச் சாமிக்குப் பரிச்சயமானார்கள். தன்னை ஒத்த வயதுடைய ஒரு மாணவரிடம் மாரிச்சாமி அந்த மூலிகைத் தண்ணீர்ப் பெண் பற்றி விசாரித்தான்.

குருஜியின் பூர்வீகம் வார்தா. அந்தப் பெண் மகா ராஷ்டிராவில் சேவாக்கிராமில் காந்தி மருத்துவ நிலையக் கல்லூரியில் மருத்துவப் படிப்பை முடித்துவிட்டு வார்தாவில் தனிப் பயிற்சி மேற்கொள்ளுமுன் ஓய்வாக இருக்கத் தன் தகப்பனாரான கிஷன்சந்த்ஜி வீட்டில் தற்காலிகமாகத் தங்கி யிருந்தாள். பெயர் சாரதா. வந்து மூன்று வாரங்களே ஆகின்றன. இன்னும் ஒரு வாரத்தில் போய்விடுவாள். ஆனால், "அந்தக் குட்டையான பாவாடைப் பெண்தானே?" என்று மாணவர் கேட்டதைத்தான் மாரிச்சாமியால் சகித்துக்கொள்ள முடிய வில்லை. "மினி ஸ்கர்ட் என்று சொல்ல வேண்டும்" என்று மாரிச்சாமி கட்டாயப்படுத்தி அவரைத் திருத்த நிலைமை கொஞ்சம் எக்கச்சக்கமாகி விட்டது. நவீன உடை ரசிகனான மாரிச்சாமிக்கு உடைகளின் பெயரைச் சரியாகச் சொல்லா விட்டால் உணர்ச்சி பொங்கியெழுந்து விடும்.

பணம் சுளையாக ரூ. 4131 கட்டணமாகவும் தொளதொளக் காவிக் கலர் துறவறக் கால் சட்டைக்காக ரூ. 300ம் செலவானது குறித்து மாரிச்சாமி கவலைப்பட்டதாகத் தெரியவில்லை. கணிசமான அளவு மினி சிகரெட்டுகளை அவனால் குறைக்க முடிந்திருந்தது.

பணம் கட்டிய இரண்டு தினங்கள் கழித்து மாரிச்சாமி அலுவலகக் களப்பணிக்காகப் பூந்தமல்லி அருகே தன் மோபெட்டில் சென்றுகொண்டிருந்தான். பின்னால் வேகமாக வந்த அம்பாஸடர் அவனை முந்த முயன்றுச் சற்றுப் பலமாக அவன் மோபெட்டின் பின்பகுதியில் இடிக்கத் தான் சாலையில் மல்லாக்க விழுந்து கிடப்பதை உணர்ந்தான் மாரிச்சாமி. ஒன்றும் பிரச்சனை பண்ணிக்கொள்ளவில்லை. அம்பாஸடரைப் போகவிட்டான். மோபெட்டை ஓரங்கட்டினான். வலது முழங்காலுக்குக் கீழே கொஞ்சம் அடி, வலது கையில் முட்டி யருகில் ஒரு நீண்ட சிராய்ப்பு. பக்கத்திலிருந்த ஓர் 24 மணி நேர மருத்துவமனையில் ஏ.டி.எஸ். ஊசி ஒன்று போட்டுக் கொண்டான். ஒரு பெண் அவனது காயங்களில் டிங்ச்சர் போட்டுத் தேய்த்தாள். எரிந்தது. மருத்துவர் மருந்து எழுதித் தந்தார் மூன்று நாட்களுக்கு. வண்டிக்குப் பெரிதாகச் சேதம் ஒன்றுமில்லை. அது பழையபடிக்கு நன்றாகத்தான் ஓடிற்று.

அடுத்த நாள் காலை மறக்காமல் யோக கேந்திராவுக்குச் சென்றான் மாரிச்சாமி. குருஜியிடம் விபத்து பற்றிச் சொன்னான். காயங்களைப் பற்றியும். "அப்படியானால் கால் காயம் ஆறின பிறகு வந்தால் போதும்" என்றார் குருஜி. மிக மிக அதிர்ஷ்ட வசமாக வரவேற்பறையில் சாரதா இருந்தாள். "மூலிகைத் தண்ணீர் வேண்டுமா?" என்று கேட்டு மாரிச்சாமியின் நெஞ் சைத் தொட்டாள். மறுக்காமல் சந்தோசமாக நீர் பருகினான் மாரிச்சாமி.

"பெண்ணே, மூலிகைத் தண்ணீர்ப் பெண்ணே, உன் இதழோர நெளிவுக்காக இந்த மாரிச்சாமி தன் உயிரையே கொடுப்பான்" என்றான் அவளிடம் மானசீகமாக. மினி சிகரெட் விடமுடியாத இயலாமையில் தற்கொலை செய்து கொள்வதற்கும் சாரதாவின் அழகுக்காக உயிர் விடுவதற்கும் இடையிலான பல்வேறு வித்தியாசங்களை அவன் மனம் அலசிப் பார்த்தது.

செத்த பிறகு நிக்கோடின் அடிமையாக இருந்த பாவத்துக் காகத் தனக்கு நரகம்தான் கிடைக்கும் என்று தன் கடவுள் மறுப்புக் கொள்கையையும் மறந்து, மீறி நினைத்துக்கொண்டான். யார் சாவார்கள் முதலில் என்ற பிரச்சனை எழுந்தது. சந்தேக மென்ன? மாரிச்சாமிதான். அவனுக்குத்தான் சாரதாவை விட அதிக வயது.

ஆனால், தான்தான் இப்பொழுது யோகாசனப் பயிற்சி மேற்கொண்டு கூடிய விரைவில் மினி சிகரெட்டை விட்டு விடுவோமே; மனம் திரும்பியவர்களுக்குப் பாவ மன்னிப்பு

உண்டு; எனவே தனக்கு சொர்க்கம் ஒருக்கால் கிடைக்கலாம் என்று நினைத்துக்கொண்டான் மாரிச்சாமி. அப்படியானால் முதலில் இறந்த மாரிச்சாமி சொர்க்கத்தில் சாரதாவின் வருகைக் காகக் காத்திருப்பான். அழகான சாரதாவுக்கு நரகம் என்ற பேச்சுக்கே இடம் இருக்காது. அவள் வந்த கையோடு அவளிடம் மனம் விட்டுப் பேசுவான் மாரிச்சாமி. பூலோகத்தில் கைகூடா நெருக்கம் நிகழ சொர்க்கத்தில் நிச்சயம் போதிய வசதிகள் இருக்கும். சாரதா சொர்க்கத்திலும் மினி ஸ்கர்ட்தான் அணிந் திருப்பாள்.

சொர்க்கத்திலிருந்து இறங்கி வந்து குருஜியிடமிருந்து விடைபெற்றான் மாரிச்சாமி.

அலுவலகத்திலிருந்து பத்து நாட்கள் சிறப்பு விடுப்பில் இருந்தான் மாரிச்சாமி. விபத்து பணியின்போது நிகழ்ந்திருந்ததால் அவனுக்குச் சிறப்பு விடுப்பு கிடைத்திருந்தது.

இப்போது மீண்டும் சிந்தனை வயப்பட்டவனானான் மாரிச்சாமி. யோகாசனப் பயிற்சி, குறிப்பாக இந்த மூச்சுப் பயிற்சி மூலம் மினி சிகரெட் பெரும் அளவில் குறைந்திருந்தது.

ஆறேழு நாட்களில் சாரதா வார்தா போய்விடுவாள். இனிப் பார்க்க இயலாது. முப்பதாகக் குறைந்திருந்த மினி சிகரெட் முப்பத்து ஐந்தாக அதிகப்பட்டிருந்தற்குக் காரணம் இனி சாரதாவைப் பார்க்க இயலாது என்பதால்தான் என்பது மாரிச்சாமிக்கு மட்டுமே தெரியும்.

●

முடியாத சமன்

'என்ன தோணுது இப்பொ மனசிலே?'ன்னு கேட்டா. 'ஒங்களோட படுத்தா தேவலாம்போல இருக்கு'ன்னேன். பார்க்கறதுக்கு நன்னா இருந்தா. நான் தோணினதெச் சொன்னேன். உள்ளெ போறதுக்கு முன்னாலெ அம்மா சொன்னா, 'டாக்டர்கிட்டெ எதெயும் மறைக்கப்படாது'ன்னு. நானும் உண்மையா மனசிலெ தோணினதெச் சொன்னேன். 'நான் டாக்டர். நீங்க இப்படியெல்லாம் பேசக்கூடாது'ன்னுட்டா. 'நான் ஒங்களெ மனசார விரும்பறேன்'னு சொன்னேன். 'எப்படிப் பாத்த மாத்திரத்துலெயே இப்படி முடியறது?'ன்னு கேட்டா. 'என்னாலெ முடியறது'ன்னேன்; 'நீங்க உண்மையெ மதிக்க மாட்டேளா?'ன்னு கேட்டேன். 'சரி, சரி இப்படி யெல்லாம் பேசக்கூடாது'ன்னுட்டா. ஒரு ஃபைல்லெ என்னமோ எழுதிண்டா. 'கொஞ்சம் வெளியே இருங்க. அம்மாவெ உள்ளெ அனுப்புங்க'ன்னா. அம்மா உள்ளெ போயி செத்த நாழி கழிச்சு வெளியெ வந்தா. கையிலெ ஒரு துண்டுக் காயிதம். அம்மா வுக்குக் கண்ணெல்லாம் கலங்கியிருந்து.

இது மொதல்லெ நடந்துது, ஒரு அஞ்சு வருஷம் முன்னாலேன்னு நெனெக்கிறேன். நான் பி.காம். பாஸ் பண்ண கையோட ஆரம்பத்துல கொஞ்ச நாள் அம்மா சதா அழுதுண் டிருந்தா. பாக்கக் கஷ்டமா இருந்துது. நெறெய கோவிலுக்கெல்லாம் அழெச்சுண்டு போனா. அப்பறந்தான் இந்த டாக்டரம்மா. 'நோக்கு சீக்கிரம் நன்னாயிடும். தைரியமா இரு'ன்னா அம்மா. 'நேக்கு இப்பொ என்ன?'ன்னு கேட்டேன். நேக்கு நானே பேசிக்கறேனாம், சிரிச்சுக்கறேனாம், கோபப்பட்டுக்கறேனாம். இல்லாத ஒண்ணெப் பாத்து ஏதோ பேசறேனாம். 'நேக்கு சரியா ஒண்ணும் தெரியலை'ன்னுட்டேன். அம்மா தலைலெ அடிச் சுண்டா. இதோ சாப்பிட்டுண்டு இருக்கேன். காலைலெ ஒரு மாத்திரெ, மத்தியானத்துக்கு ஒண்ணு, ராத்திரிக்கு ரெண்டுன்னு. ராத்திரி கொஞ்சம் நன்னா தூக்கம் வர்றது. ஆனா விடிஞ் சதுலேர்ந்து ஒரே யோசனையாயிர்றது. இண்ணெக்குக் காலைலெ எந்திரிச்சதும் ஜகதலப்பிரதாபனெப்பத்தி யோசிக்க

ஆரம்பிச்சுட்டேன். அவங்க கற்பனெ நேக்கு ரொம்பப் பிடிச்சுருக்கு. அவன் மெத்தையிலெ சயனிச்சிண்டிருக்க, அவனுக்கு இந்திரனோட மக தாம்பூலம் மடிச்சித் தந்துண்டும், அக்னி பகவானோட மக காலெப் பிடிச்சு விட்டுண்டும், வர்ண பகவானோட மக பாட்டுப் பாடிண்டும், ஆதிசேஷனோட மக சாமரெ வீசிண்டும் இருக்கற மாதிரி போகம் அமெஞ்சு, இந்த லோகத்துக்கே அதிபதியாக ஆயிடணும்ன்னு நெனெக்கற ஆசெயெ என்னான்னு சொல்றது? பய புளியங்கொம்புங்கா மேலெதான் கண்ணு வச்சிருந்திருக்கான். லோகத்துலெ இருக்கற பொண்ணுகளெயெல்லாம் அனுபவிக்கணும்கற ஆசெ; ஆசென்னா இதுதான் ஆசெ. நேக்குத்தான் சனியன் இங்கெ ஒண்ணும் உருப்படியாத் தேற மாட்டேங்கறது. ஜகதலப்பிரதாபனெ நேக்கு ரொம்ப ரொம்பப் பிடிச்சிருக்கு. இதாச்சா, அப்பறம் ஒரு ஹெடானிஸ்ட் கவிஞரோட கவிதெப் புத்தகத்துலெ இருக்கற லைன் ட்ராயிங்ஸெல்லாம் நெனெப்புக்கு வருது. நெறெய வேளைலெ இதெல்லாம் என்னாலெ பாக்கக்கூட முடியறது. மன்மதன் ஒரு பொண்ணு மேலெ புஷ்ப அம்பு அடிச்சுண்டிருக்கான். நன்னாத் தெரியறது. இப்படி நெறெயத் தெரியறது. நெறெயவும் யோசிக்கறேன். இந்தமாரி பிஸியா ஏதேதோ நெனெச்சிண்டிருக்கேன். சிந்திக்கறதுன்னா நெறெய அறிவு இருக்குன்னுதானெ அர்த்தம்? ஆனாக்கூட நான் படிக்கறச்சே இருந்த மாரி இப்பொ இல்லைன்னு தெரியறது. ஆனா என்னான்னுதான் புரியலை. நேக்குன்னு இப்பெல்லாம் நன்னா வசதி செஞ்சு குடுத்திருக்கா. நேக்கு தனியா ஒரு ரூம் இருக்கு. நெறெய புத்தகமா வாசிச்சுண்டிருக்கேன். எதெயும் மூணுதரம் படிச்சாத்தான் கொஞ்சம் புரியறது. இருந்தாக்கூட படிக்கறது சலிக்கலை. 'நன்னா ரெஸ்ட் எடுத்துக்கோ'ன்னு அடிக்கொரு தபா அம்மா சொல்றா. ஆனா நெறெய சமயங்கள்லெ ரொம்ப நொந்துக்கறா. 'நான் செத்துட்டேன்னா நீ பிச்செதான் எடுக்கணும்'ன்னா ஒரு விசை. 'நான் அப்படியெல்லாம் செய்ய மாட்டேன். ப்ளாட்பாரத்துலெ ஒக்காந்து ஷேக்ஸ்பியர் படிச்சுண்டிருப்பேன்'னேன். 'நீ படிச்சு நன்னாதான் குப்பெ கொட்டீண்டிருக்கே'ன்னு ஒரு மாரிப் பேசுனா. அப்பறம் ஒரு பாட்டம் அழுதா. அம்மா வர வர ரொம்ப வெசனப்பட்டுக்கறா. அவளெத் தேத்தறது ரொம்ப கஷ்டமா இருக்கு.

டாக்டரம்மாவெ ஒரு மாசத்துக்கு ரெண்டு தரம் போய்ப் பாக்கறேன். அம்மாதான் அழெச்சுண்டு போறா. ஒரு தபா கிளினிக்லெ ஒரு ரூம்லேர்ந்து ஒருத்தர் வந்தார். 'மிஸ்டர்

ராமபத்திரன்'னார். நன்னா மரியாதையா இந்த மாரி என்னெ யாரும் கூப்டதில்லை. சந்தோஷமா இருந்துது. 'என்ன சார்?'ன்னேன். உள்ளெ வரச் சொன்னார். கதவெ உள்பக்கம் தாப்பா போட்டுண்டார். என்னென்னமோ படங்களையெல்லாம் காமிச்சார். மாடர்ன் பெயிண்டிங் மாரி இருந்துது. 'என்னன்னு சொல்லுங்க'ன்னார். 'எல்லாமே செக்ஸ்'ன்னேன். நேக்கு அப்படித்தான் தோணித்து. படுத்துக்கச் சொன்னார். 'நான் ராத்திரிக்குத்தான் படுத்துப்பேன்'னேன். 'நான் தூங்கச் சொல்லலே. சும்மா இந்த டேபிள்லெ படுத்துக்கங்க'ன்னார். படுத்துண்டேன். வலது கையிலெ பாண்டேஜ் மாரி ஒரு ரப்பர் துணியெச் சுத்தினார். அதிலேர்ந்து ஒரு ஒயர் போயிண்டு இருந்துது. ஒரு முனையிலே ஒரு சுவிட்ச் மாரி இருந்துது. அதெ அவர் கையிலெ வச்சுண்டிருந்தார். 'ஒங்களுக்கு செக்ஸ் சிந்தனை வரும்போது மட்டும் சொல்லுங்க'ன்னார். 'என் சிந்தனை பூராவும் செக்ஸ்தான்'னேன். 'சரி, பாப்போம்'ன்னார். 'ஒங்களுக்கு செக்ஸ் சிந்தனை வரும்போது மட்டும் சொல்லுங்க'ன் னார். 'அதுதான் ஏற்கனவே ஒரு தபா சொன்னேனே'ன்னேன். அடிக்கடி சொன்னேன். சொன்னப்பொவெல்லாம் ஷாக் அடிச்சுது கையில. கொஞ்ச நாழி இப்படி இம்செ பண்ணினார். பத்து நிமிஷத்துலெ ஒரு பதினைஞ்சு ஷாக்குன்னா பாத்துக் கோங்க. 'ஒங்களுக்குச் சீக்கிரம் நல்லா ஆயிடும். நீங்க முக்கியமா ஒத்துழைக்கணும்'ன்னார். நேக்குப் புரியலை. ஆனா 'சரி'ன்னு சொன்னேன். நல்ல மனுஷரா இருக்கார். எதுக்கு மாட்டேன்னு சொல்லணும்? இந்த மாரி ஒரு ரெண்டு மாசத்துலெ நாலு தபா செஞ்சார். இந்த கிளினிக்லெ வந்தாலே என்னென்னவோ விநோதமாத்தான் ஆறது.

எப்பவாச்சும் ஃப்ரண்ட்ஸ் வர்றா. பாபு சொன்னான் ஏதாச்சும் சம்பாதிக்க வழியெப் பார்னு. ஒரே பிஸியா சிந்தனெ ஓடிண்டிருக்கறச்செ வேலக்குன்னு சேந்தா அது தடைபட்டுடு மோன்னோ. பாபு என்னமோ புரியாமத்தான் ஒளர்றான். சரி ஆத்துலெ இருந்தே ஏதோ பண்ணலாம்னு தோணித்து. கைரேகை கத்துண்டேன். மாசத்துக்கு ஒருத்தர் ரெண்டு பேர் வர்றா. ஏதோ பத்து இருபதுன்னு கெடெக்கிறது. போன மாசம் ஒரு ஆபிசர் வந்தார். கை பாத்துச் சொன்னேன். 'ஒங்ககிட்டெ நல்ல ஃப்ளவரி லாங்குயேஜ் இருக்கு'ன்னார். கேக்கறதுக்கு சந்தோஷமா இருந்துது. இல்லைன்னா என்னெ யார் சீந்தறா? போறச்செ வள்ளிசா ஒரு முப்பது ரூபா குடுத்துட்டுப் போனார். இந்த மாசம் ஒரு பொம்பனாட்டி வந்தா. நன்னா செக்கச் செவேல்ன்னு இருந்தா. ஏதோ சிரம தசெ. கை பார்த்தேன்.

கையெத் தடவிக் கொடுக்கறச்செ புளகாங்கிதமா இருந்துது. வண்டி இப்பிடியே ஓடிண்டிருக்கு. பொம்பனாட்டிங்க அதிகமா வர்றதா இருந்தா வெளியே போர்டே போட்டுடலாம். நான் இன்னும் நன்னா எஸ்டாப்ளிஷ் ஆனப்பறந்தான் இதெயெல்லாம் நெனெச்சுப் பாக்க முடியும்.

அம்மாவுக்கு ரொம்ப மனக்கஷ்டம். ஒரு விசை நானும் அம்மாவும் கிளினிக்லெ டாக்டர் ரூம்லெ இருந்தம். 'ஏதாச்சும் விஷம் குடுத்துக் கொன்னுடுங்கோ டாக்டர். இவனெப் பாக்கச் சகிக்கலை'ன்னா. அழுதா. 'நீங்க இப்படி மனசெ விட்டுடக் கூடாது'ன்னுட்டா டாக்டர். டாக்டர் ரொம்ப நல்லவ. அழகா இருக்கா. ஒரு ரூம்லெ அழெச்சுண்டு போனா. புட்டத்துலெ ஊசி போடப் போறேன்னா. 'நேக்கு விஷ ஊசியெல்லாம் போடாதேள். அம்மா ஏதோ வெசனத்துலெ சொல்லிட்டா. நான் செத்தா அம்மா அழுவா. அவளுக்கு என்னெத் தவித்து யாரு இருக்கா?'ன்னேன். நர்ஸ் பொண்ணு சொல்லித்து. 'இது ஒங்களெ அமைதிப்படுத்துறதுக்காகத்தான். பயப்படாதீங்க. சாயந்திரம் வரைக்கும் நல்லாத் தூங்குவீங்க'ன்னா. அழகா ஒரு பொண்ணு ஏதாச்சும் சொன்னா கேக்க வேண்டியதுதானே? எப்படி இந்தப் பொண்ணுங்கள்லாம் இவ்வளவு அம்சமா லட்சணமா அழகா இருக்கான்னு தெரியலை. படெச்ச பகவானுக்கு நல்ல ரசனெ இருந்திருக்கணும்.

நேக்கு இதெல்லாம் எப்படி ஆச்சுன்னு தெரியலை. ஒரு தபா ரோட்டுலெ ஒரு காலேஜ் பொண்ணெச் சடார்ன்னு கையெப் பிடிச்சு இழுத்து அணெச்சுண்டேனாம். எல்லாம் மொத்து மொத்துன்னு போட்டு என்னெ அடிச்சாளாம். அந்த வக்கீல் மாமாதான் ஆத்துக்குக் கொண்டுவிட்டாராம். அப்பொதான் நேக்குச் சனியன் ஆரம்பமாச்சுதாம். எல்லாம் அந்த குமார்ப் பய சொல்லித்தான் தெரியறது. நேக்கு ஒண்ணும் ஞாபகமில்லை.

இன்னொரு தபா கிளினிக் போயிருந்தச்செ கையிலெ ஷாக் வச்சவர் பேசினார். 'மனசுலெ ஒங்களுக்கு எப்பவும் வேண்டாத எண்ண ஓட்டம் இருக்கு. 'நிறுத்து'ன்னு ஒரு மொறெ சத்தமாச் சொல்லிப் பாருங்க. கொஞ்ச நேரம் எந்த எண்ணமும் வராது'ன்னார். 'சரி'ன்னேன். மறுநாளெக்கி எந்திரிச்சதும் பிஸியா யோசனைங்க வந்து குமிஞ்சிண்டு இருந்துது. 'நிறுத்து'ன்னு சத்தமாக் கத்தினேன். அம்மா பக்கத்திலெ இருந்திருக்கா. அவ கையிலெ இருந்த காப்பி டம்ளர் கீழெ விழுந்துட்டுது. தரையெல்லாம் காப்பி கொட்டடுத்து. நான் போட்ட சத்தத்துலெ அரண்டுட்டாளாம். காப்பி குடுக்கறதெ

இனிமே நிறுத்திக்கோன்னு நான் சொன்னதா அவ சொல்றா. அம்மாவுக்கு ஒண்ணும் புரியறதில்லை. வயசாயிடுத்தோன்னோ. நான் ஒண்ணெச் சொன்னா அவ வேறெ ஏதோ புரிஞ்சுக்கறா. 'இது என்ன புது கர்மம்டா?'ன்னு அங்கலாச்சுண்டா. அடுத்த தபா கிளினிக்குக்குப் போனப்பொ அவர்கிட்டெ சொன்னேன். 'சும்மா சும்மா 'நிறுத்து'ன்னு கத்திண்டிருந்தா ஆத்துலெ களே பரமா ஆயிர்றது'ன்னேன். 'நான் ஒங்களெ மனசுலெதான் சத்தமா 'நிறுத்து'ன்னு சொல்லச் சொன்னேன்'ன்னார். 'அத ஏன் மொதல்லெயே சொல்லலை?'ன்னு கேட்டேன். நான்தான் சரியாப் புரிஞ்சுக்கலைன்னுட்டார். 'என்னவோ ஒங்களாலெ ஆத்துலெ இவ்வளவு கூத்து நடந்துட்டுது. நீங்க என்னடான்னா சர்வ சாதாரணமாச் சொல்றேள்'ன்னேன். அவர் என் தோள்லெ கைவச்சு முதுகிலெ தட்டிக் குடுத்தார். 'அமைதியா இருங்க. எல்லாம் சரியாயிடும்'ன்னு சொல்லி ரூமெ விட்டு வெளியே அனுப்பிச்சு வச்சார். அவர் ஆம்பிளையா இருக்கறதுதான் பிடிக்கலை. மத்தபடி நல்ல மனுஷர். இதே பொண்ணா இருந்தா சந்தோஷப்பட்டிருப்பேன்.

ஒருநாள் அம்மா அழுதா. 'அப்பாதான் போயிட்டாரு. நோக்கும் ஒருநாள் கொணமாயி நீயும் ஒன் தோப்பனார் மாரி கை நெறெயச் சம்பாரிச்சாத்தான் நேக்கு மனக்கஷ்டம் தீரும்'ன்னா. நான் மாட்டேன்னுட்டேன். அம்மா ரொம்ப அழுதா. ரொம்ப ரொம்ப அழுதா. பின்னெ என்ன? நான் சம்பாரிச்சாக்கூட எம் மாரித்தான் சம்பாரிப்பேன். அப்பா மாரிச் சம்பாரிச்சா காப்பி அடிக்கிற மாரில்லெ இருக்கும்? அம்மாதான் வெவரம் புரியாமெ என்னென்னவோ சொல்றா. ஏதாச்சும் ஏடாகூடமாப் பேச வேண்டியது. அழ வேண்டியது. அவளுக்கு என்னவோ ஆயிட்டுது. முந்தியெல்லாம் நன்னாத்தான் இருந்தா. சிரிக்காட்டிக்கூட அழமாட்டா. நான் படிக்கற காலத்துலெ அமைதியாத்தான் இருந்தா. இப்பொதான் என்னவோ ஆயிட்டுது. அம்மாவெ நெனெச்சா பாவமா இருக்கு. ஆனா சரியோ தப்போ என்னோட பேசாமெ அவ யார்கூடப் பேசப்போறா? அம்மா பாவம் பாவம், அம்மா!

இந்த கிளினிக்கெ நெனெச்சுண்டாலே சில வேளைலெ வயித்தெக் கலக்கிண்டு வர்றது. ஒரு தபா ஒரு பெரிய ரூம்லெ அழெச்சுண்டு போனா. ரெண்டு கட்டில் இருந்துது. ஒண்ணுத்துலெ படுத்துக்கச் சொன்னா. புட்டத்துலெ ஊசி போட்டா. ஒரு மாரி மயக்கமா இருந்துது. தூக்கமும் இல்லை. மயக்கமும் இல்லை. ஆனா எந்திரிக்க முடியலை. 'ஒண்ணுமில்லே'ன்னு டாக்டர் சொன்னா. நாக்குமேல ஒரு துண்டுக் கட்டெயெ

வச்சா. 'ஒண்ணுமில்லைன்னா ஏன் இதெல்லாம் பண்றேள்?'ன்னு கேக்கலாம்ன்னு நெனெச்சேன்; நெனெக்கறேன். நெத்திப் பொட்டுலெ என்னத்தெயோ வச்ச மாரி இருந்துது. கையெக் கட்டிலோடு இழுத்துக் கட்டினா. காலெ ரெண்டு பேரு கெட்டிமாப் பிடிச்சுண்டா. நேக்கு ஒரே பீதியா இருந்துது. ஒரு க்ஷணம் வலி மாரி ஒண்ணுனாலெ நான் கத்தினேன்னு நெனெக்கிறேன். எந்திரிச்சப்பொ சாயங்காலம் ஆயிருந்துது. எந்திரிக்க முடியலை. புட்டத்துலெ ஊசி போட்டிருக்குன்னா. 'திரும்பவுமா?'ன்னு கேக்கத் தோணித்து. ஆனா பேச வரலை. கொளர்னது. திராணியே இல்லைன்னு வச்சுக்கோங்க. அவ்வளவு பலவீனமா இருந்துது. அடுத்த நாளும் அதே ரகளை. அதுக்கு அடுத்த நாளும் இதே கூத்து. ஒரு அஞ்சு நாள் என்ன நடந்துதுன்னே சரியாத் தெரியலை. நெத்திப்பொட்டுலெ கறுப்பா தோலு வெந்து கருகியிருந்துது. ஒரே கோரம். பாக்கச் சகிக்கலை. நான் சைவம். ஆனா தெரியும். இந்த மீனையெல்லாம் வறுப்பாளாம். மனுஷாள் ஒடம்பெ வறுப்பாளோ? என் நெத்திப் பொட்டெ வறுத்துக் கருக அடிச்சுட்டாள்ன்னா நேக்கு எப்படி இருக்கும் பாத்துக்கோங்க. ஆனா இதெல்லாம் முடிஞ் சதுக்கப்புறம் நான் படிக்கற காலத்துலெ இருந்த நெலைலே இருந்த மாரித் தோணித்து. ஒரு ரெண்டு மாசத்துலெ பழையபடி இப்பொ மாரி ஆயிட்டேன். ஒருநாள் கேட்டுண்டேன். எது நான்? படிக்கறச்செ இருந்த நான் நானா, இப்பொ இருக்கற நான் நானான்னு? கொழம்பிட்டுது. இதெல்லாம் பெரிய விஷயம்ன்னு வுட்டுட்டேன். என்னெ நானே அறிஞ்சுண்டா நான் ஞானியால்லெ ஆயிடுவேன். இப்பொவே நெறெய யோசிச்சு யோசிச்சு அறிவாளி ஆயிட்டேன்னு நெனெக்கிறேன். லோகத்துலெ இருக்கற எல்லா மனுஷாளுக்கும் சேத்து நானே யோசிச்சுண்டிருக்கேனோன்னு தோணறது. இதே ரீதியிலே போனேன்னா சீக்கிரம் ஞானியானாலும் ஆயிடுவேன். இப்பொவே கண் முன்னாலெ சில வேளையிலே ஜோதி தெரியறது. அப்படியே ஞானி ஆனாலும் வயசான ஞானிங்க என்னெ ஞானின்னு ஏத்துக்க மாட்டா. ஒரு இருபத்து ஆறு வயசு ஞானி பொடி ஞானி. பொடியன் ஞானியெ வயசான ஞானிங்க ஏத்துண்டா அவாளுக்குக் கௌரவக் கொறச்சல் ஆயிடுமோன்னோ? இவா நெனெப்புலெ வயசானாத்தான் ஞானியாக முடியும். நெனெப்புதான் பொழப்பெக் கெடுக்கு துன்னு குமார் சொல்லுவார் அப்பப்பொ.

ஒரு தபா பாஸ்கர் யாரோ ஒரு சைகாலஜி ஸ்டூடண்டெக் கூட்டிண்டு வந்தான். என்னெப்பத்தி அவன்கிட்டெ சொல்லி

யிருந்தானாம். யாரெக் கேட்டுண்டு சொன்னேன்னு கேக்கலாம்ன்னு தோணித்து. 'ஆழ்மனசு மேல்தளத்துக்கு வந்திருக்கு. விஷயம் அவ்வளவுதான்'னு சொன்னான். நேக்கு ஒண்ணும் புரியலைன்னுட்டேன்.

இப்பெ எல்லாம் அந்த விமலாதான் அடிக்கடி வர்றா. நம்ம சிநேகமானதே ரொம்ப வேடிக்கெ. முந்தியெல்லாம் அம்மாவெத்தான் பாக்க வருவா, சாயங்காலமா வருவா. அப்பொதான் அம்மா ஸ்கூல்லேர்ந்து ஆத்துக்கு வந்திருப்பா. செத்த நாழி பேசிண்டுருந்துட்டுப் போவா. நான் காலேஜ்ல படிக்கறச்செ அம்மாவோடு மட்டுந்தான் பேசிட்டுப் போவா. ஒருநாள் என்ன தோணித்தோ, வந்தா, ரொம்பப் பாந்தமாப் பேசினா. அவ அகம் பக்கத்துலெதான். எங்கெயோ வேலையாயிருக்கா. ஆம்படையான் தவறி ரெண்டு வருஷமாச்சு, பாவம்! அவ மொதல்லெ பேச ஆரம்பிச்சலேர்ந்து வாரத்துக்கு ஒரு விசையாச்சும் வந்துண்டிருக்கா. நான் நெனெக்கறதெயெல்லாம் அவகிட்ட சொல்லுவேன். ஒருதரம் சொன்னா 'நோக்கு செக்ஸ்லெதான் பிரச்னை. வேணும்னா என்னோட ஒருதரம் இருந்துக்கோ. நோக்கு ஒருவேளை சரியாயிடும்'ன்னா. சரின்னேன். செத்த நாழி என்னெயே பாத்துண்டிருந்தா. 'நான் ஒரு மாதிரிப்பட்டவோன்னு நெனெச்சுக்க மாட்டியே?'ன்னா. நேக்கு என்னவோபோல ஆயிட்டுது. 'நீ எம் மேலெ எரக்கப் பட்டுதான் ஒரு ஒதவியா இதெச் செய்யப்போறெ. ஒன்னெ நான் எப்பவும் தப்பா நெனெச்சதில்லை. ஒன்னெ நேக்கு ரொம்பப் பிடிச்சிருக்கு'ன்னேன். எட்டாம் நாள் கழிச்சு வச்சுக்கலாம்னா. அம்மா ஸ்கூலுக்குக் கௌம்புனதுக்கப்பறமா வந்தா. கதவெச் சாத்திண்டாச்சு. 'என்ன இண்ணெக்கிக்கூடவா ஷேவ் பண்ணிண்டிருந்திக்கப்படாது? அசல் பிச்செக்காரனாட்டம்னா இருக்கே'ன்னா. 'முனிவர்ன்னு சொல்லேன்'ன்னேன். 'முனிவரெல்லாம் நீ இப்பொ பண்ணப்போற காரியத்தெப் பண்ண மாட்டா'ன்னு சிரிச்சா. பதினஞ்சு நிமிஷம் ஆச்சு. ஒண்ணும் நடக்கலை. என்னான்னு கேட்டா. 'கொஞ்ச நாளாவே என் ஒடம்பு என்னோடதில்லைன்னு தோணிண்டிருக்கு'ன்னேன். 'கை, கால், தலை சகலமும் என்னெ விட்டுத் தனித்தனியாக் கழண்டுண்டிருக்கிற மாரி இருக்கு. ஒடம்பு என் ஒடம்பா இருக்கறச்செதானெ அது என் சொல் பேச்செக் கேக்கும்?'ன்னேன். அவ ஹெல்ப் பண்ணனும்ன்னு நெனெச்சும் முடியலை. கஷ்ட காலம்!

ஆனா விமலா ரொம்ப நல்லவ. எப்பவும்போலப் பிரியமாத்தான் இருக்கா. அண்ணெக்கு ராத்திரி ஒரு சொப்பனம்

வந்துது. ஈஸ்வரி என்னோட படுத்திருந்தா. காலைலெ லுங்கி ஈரமாயிருந்துது. அடுத்த தரம் விமலா வந்தப்பொ அவகிட்ட சொன்னேன். ‘சிவ சிவ’ன்னு காதெப் பொத்திண்டா. ‘மகமாயி மகமாயி’ன்னு கன்னத்துலெ போட்டுண்டா. ‘நாளைக்குக் காலைலெ எந்திரிச்சதும் கோவிலுக்குப் போயிட்டு வா’ன்னு சொன்னா.

விமலாகிட்டெ கேட்டேன். ‘நீதான் எம் மேலெ பிரியமா இருக்கியே, என்னெக் கல்யாணம் பண்ணிக்கோயேன்’ன்னு. ‘நீ நல்லா ஆயிட்டா நிச்சயம் கட்டிக்கறேன்’னா. நல்ல ஆறதுன்னு அம்மாவும் சொல்றா. விமலாவும் சொல்றா. டாக்டரம்மாவும் சொல்றா. அப்படீன்னா என்னன்னுதான் தெரியலை. விமலா என்னெக் கட்டிக்கர்றதுக்காச்சும் அவ சொல்ற நல்ல ஆறது அப்படின்ற ஒண்ணு நடக்கணும்ன்னு வேண்டிக்கறேன். விமலா எவ்வளவு அழகு தெரியுமோ! கட்டி ஆளக் கொடுத்து வச்சிருக்கணும்.

●

எண்கள் – எண்ணங்கள்

பரிட்சை வந்தால் விழுந்து விழுந்து படிப்போம். நான்கைந்து பையன்கள் என்னோடு சேர்ந்து படிக்க வருவார்கள். பாட்டி வீடு ஒரு பெரிய பங்களா. வீட்டின் முன்புறம் ஒரு பெரிய கூடம் இருக்கும். ஓட்டினாற்போல இரும்புக் கிராதி. அங்கு பன்னிரண்டு மணிவரை படித்துக் கொண்டிருப்போம். பத்தரை மணிக்கு ஒரு கட்டிங் டீ சாப்பிடுவோம். கட்டிங் டீ என்றால் தண்ணீர் கலக்காத அரை கிளாஸ் டீ. மதுரையில் டீ மதுரமாக இருக்கும். ஒரு டீ ஓரணா. நயாப் பைசா அறிமுகமானபோது ஆறு நயாப் பைசா என்றாயிற்று.

பாட்டி பணக்காரி. நான் பாட்டி செல்லம். கை நிறைய காசு கொடுப்பாள். நான்தான் எல்லோருக்கும் டீ வாங்கிக் கொடுப்பேன்.

அதிகாலை நான்கு மணிக்கே எழுந்து டீ குடித்துவிட்டுத் தெரு விளக்கில் படிப்போம். அப்பொழுதெல்லாம் தெரு விளக்கு பிரகாசமாக இருக்கும். இப்போதுபோல் அழுது வடியாது. சிலர் நடந்து படிப்பார்கள். சிலர் யார் வீட்டு வாசலிலோ உட்கார்ந்து படிப்பார்கள். சிலர் பாட்டி வீட்டுக் கூடத்திலேயே படிப்பார்கள். ஆனால் நாங்கள் விரும்பியது தெரு விளக்கு வெளிச்சத்தில் படிப்பதைத்தான். அப்படியென்றால் நாங்கள் அனைவரும் தெரு விளக்கில் படித்து மேதையானவர்கள். நான் மேதை என்பதுதான் உங்களுக்குத் தெரியுமே.

எங்கள் தெருவில் ஜடாமுனிக்கு என்று ஒரு கோவில் இருந்தது. அதிகாலையில் ஜடாமுனி எழுந்து கருப்பு அங்கியைப் போர்த்திக்கொண்டு இருள் கப்பிய முகத்துடன் புகை பிடிப்பவர்களிடம் சுருட்டுக்கு நெருப்பு கேட்குமாம். இச்சம்பவம் நிகழும்போது நெருப்பு கொடுக்கப்போனவர் கன்னத்தில் ஒரு பேயறை விழும். அவர் அலறி அடித்துக்கொண்டு ஓடி விடுவார். 'முனி அடிச்சிருச்சு' என்று சொல்வார்கள்.

என் தாத்தா கௌரி சுருட்டு பிடிப்பார் கக்கூஸுக்குப் போகும்போது. நந்தி சுருட்டுதான் காட்டமாக நன்றாக

இருக்கும். கேள்விப்பட்டிருக்கிறேன். திருமணத்துக்கு முன்பு தாத்தா கௌரி என்ற பெண்ணை விரும்பியிருக்கலாம். அவள் கிடைக்காமல் போகவே என் பாட்டியை மணம் செய்துகொண் டிருக்கலாம். ஆனால் காதலியை யாரும் மறக்க மாட்டார்கள் தானே. அதனால்தான் அவள் நினைவாக கௌரி சுருட்டைப் பிடிக்கிறார்போலும் என்று நினைத்ததுண்டு. தாத்தாவை முனி அடித்ததில்லை. ஏனென்றால் அவர் காலை எட்டு மணிக்குத்தான் எழுந்திருப்பார்.

ஆனால் எங்களுக்கெல்லாம் முனி பயம் கிடையாது. நாங்கள்தான் சுருட்டு பிடிக்க மாட்டோமே.

இது ஒரு பின்புலம். மலரும் நினைவுகளுக்கு ஒரு தற்காலிக முற்றுப்புள்ளி வைத்துவிட்டுக் கதைக்கு வருகிறேன்:

எஸ்.எஸ்.எல்.ஸி. படித்துக்கொண்டிருந்த காலம். என் வகுப்பில் நான்கு பேர் கணக்கில் புலிகளாகத் திகழ்ந்தனர். புலிகள்தான் என்றாலும் உறும மாட்டார்கள். ஆகையால் நீங்கள் தைரியமாகக் கதையைப் படிக்கலாம்.

கணக்கில் முதல் நான்கு இடத்தை வகிப்பவர்கள்

1) ஆர்.ஆர்.பி.எஸ்.எம். *2)* எல்.பி.ஆர் *3)* எஸ்.எம்.ஏ. *4)* பி.எஸ்.ஆர். நாங்கள் ஒருவரையொருவர் இனிஷியல்ஸ் வைத்துத்தான் கூப்பிட்டுக்கொள்வோம். என்னை நண்பர்கள் என்.கே.ஜி என்றழைப்பார்கள்.

மாதாந்திர டெஸ்ட் ஆகட்டும், காலாண்டுத் தேர்வு போன்ற பெரிய பரிட்சை ஆகட்டும் இந்த நான்கு பேர்தான் கணக்கில் மார்க்கை நிறைய அள்ளி எடுத்துக்கொள்வார்கள். வழக்கமாக இந்த ஆர்.ஆர்.பி.எஸ்.எம்.தான் முதல் மார்க் எடுப்பான்.

ஆர்.ஆர்.பி.எஸ்.எம்.ஐ (ஆர்.ஆர். பாலசுப்ரமணியம்) நாங்கள் 'கள்ளப் புருஷன்' என்று அழைப்போம். அவன் ஸ்கூல் விட்டு வீடு திரும்பும்போது பின் கேட் வழியாகத்தான் செல் வான். எஸ்.எஸ்.எல்.ஸி. முடித்த கையோடு நான் சென்னைக்கு வந்துவிட்டேன். ஆர்.ஆர்.பி.எஸ்.எம். முறைப்படி திருமணம் செய்து கொண்டு குடும்பம் நடத்துகிறானா அல்லது உண்மையிலேயே கள்ளப்புருஷனாக இருக்கிறானா, உண்மையான கள்ளப்புருஷ னாக இருக்கிறானா தெரியாது. மதுரைக்குப் போக வேண்டும். போய் யுகக்கணக்காகிறது.

எல்.பி.ஆர். (எல்.பி. ராசேந்திரன்) யாரோடும் பேச மாட்டான். நாங்கள் பேசினால் கண்களாலேயோ முகபாவத் தினாலோதான் பதில் சொல்வான். கண்களால் பேசுவதால்

அவனுக்குக் ‘காதல் மன்னன்’ என்று பெயர் வைத்தோம். எங்கள் பள்ளியில் பையன்கள் மட்டும் படித்துக்கொண்டிருந்ததால் அவனுக்குக் காதலி யாரும் கிடைக்கவில்லை. வருத்தம்தான்.

இந்த எஸ்.எம்.ஏ. (எஸ். மாயா அழகர்) ஒரு பேரழகன். எஸ்.எஸ்.எல்.ஸி. படிக்கிற வயசில்லை அவனுக்கு. வளர்த்தியாக இருப்பான். கட்டுறுதியான உடம்பு. அவனுடைய கையெழுத்து பின்னோக்கிச் சாய்ந்து ஒருமாதிரி இருக்கும். கோணல்மாண லாகவும் கூட. தமிழ் வாத்தியார் அவன் கையெழுத்தைப் பார்த்து வைவார்: “ஒங் கையெழுத்தப் பார்த்தா சரஸ்வதி தாலி அறுத்துக்கிடுவாடா. நிறுத்தி நிதானமா எழுது” என்பார். ஆனால் மாயா அழகர் சரஸ்வதியைப் பற்றிச் சிறிதேனும் கவலைப்பட்டதாகத் தெரியவில்லை. ஆனால், அவன் கணக்கில் புலி.

பி.எஸ்.ஆர். (பி.எஸ். ராதாகிருஷ்ணன்) ஒரு பெரிய ஓட்டல்காரரின் மகன். வெள்ளையாக இருப்பான். வெள்ளிக் கிழமையானால் ஓட்டலில் ‘சந்திரகலா’ என்ற ஒரு ஸ்வீட் போடுவார்கள். அது வெள்ளிக்கிழமை ஸ்பெஷல்.

ஒரு முறை பி.எஸ்.ஆர்.ஐத் தனியாக அழைத்துக் கேட் டேன். “இந்த சொஜ்ஜி, ஜிலேபி, போளி, அல்வா இதெல்லாம் சரி. அதென்னடா இந்த வெள்ளிக்கிழமை மட்டும் ஒரு பொண்ணு பேர்ல ஸ்வீட்?” என்று. அவன் பரம ரகசியக் குரலில் “நீ யார்கிட்டயும் சொல்ல மாட்டேல்ல?” என்று கேட்டான். ‘இல்லடா இந்தப் பொது அறிவெ வளத்துக்கத்தான் தெரிஞ்சுக்கலாம்னு கேக்கறேன். வேற ஒண்ணுமில்ல” என்றேன். “சத்தியமாச் சொல்ல மாட்டேல்ல. தொழில் ரகசியம்டா என்.கே.ஜி.” என்றான். “சாமி சத்தியமாச் சொல்ல மாட்டேன். நீ தைரியமாச் சொல்லு ராதா” என்று அவனை ஊக்குவித்தேன். “கையில அடிச்சுச் சத்தியம் பண்ணு” என்றான் “காட் பிராமிஸ்டா ராதா” என்று கையில் அடித்துச் சொன்னேன்.

இவ்வளத்துக்கும் பிற்பாடுதான் சொன்னான் பி.எஸ்.ஆர். “சனிக்கிழமலேர்ந்து வியாழன் வரை மீந்துபோற ஸ்வீட்டெல்லாம் சேர்த்து ரோஸ் கலர் குடுத்து மிக்சர் பண்றதுதான் சந்திரகலா. வேற யார்கிட்டயும் சொல்லிராத. பொழப்பு விஷயம்டா என்.கே.ஜி.” என்றான்.

“இனி சந்திரகலாவெச் சாப்பிடவே மாட்டேம்பா சாமி” என்றேன்.

பால்ராஜ் வாத்தியாரிடம்தான் ட்யூஷன். ஒரு பத்துப் பன் னெண்டு பையன்கள். அவர் வீட்டில் கோழி வளர்ப்பும் உண்டு.

கோழி சேவல் தாம்பத்யம் நிகழ்ந்தேறும்போது தவறாமல் எல்லோரும் அந்தப் பக்கம் ஆச்சரியத்துடன் பார்த்துக்கொண் டிருப்போம். பால்ராஜ் வாத்தியார் கத்துவார், "எலே இங்க பாடத்தைப் பாருங்கடா" என்று.

பால்ராஜ் வாத்தியார் நல்ல தாட்டியா ஓயரமா இருப்பார். தலை கொஞ்சம் சின்னதா இருக்கும். ஒவ்வொரு வருடமும் ஸ்லோ சைக்கிள் ரேஸில் அவர்தான் வெற்றிபெறுவார். ட்யூஷன் பசங்களுக்கு அன்றைக்குப் பெப்பர்மிண்ட் மிட்டாய் வாங்கிக் கொடுப்பார். அதைச் சிலர் சூடம் மிட்டாய் என்றும் சொல் வார்கள். "நம்ம சார்தான் ஸ்லோ சைக்கிள்ல ஃபர்ஸ்ட்" என்று கொண்டாடுவோம். சாருக்குக் கோபம் வந்துவிடும். "டேய், ஸ்லோ சைக்கிள்ல ஃபர்ஸ்ட்னு சொல்லக்கூடாது. லாஸ்ட்னு சொல்லணும்" என்பார். பெப்பர்மிண்ட் சுவை ஜாலியாக இருக்கும்.

பால்ராஜ் வாத்தியார் ஆங்கிலத்தை வெகு அழகாகச் சொல்லிக் கொடுப்பார். ஸ்பெல்லிங்கை நினைவில் வைத்துக் கொள்ள சில அருமையான உத்திகளைச் சொல்வார். சொந்த மாக இலக்கணப் பிழை இல்லாமல் ஆங்கிலம் எழுதச் சொல்லித் தந்த ஆசான் அவர்தான். ஆனால் கணக்கில் பால் ராஜ் வாத்தியார் சுத்த *0*.

எஸ்.எஸ்.எல்.ஸி.யில் அரையாண்டுத் தேர்வு. செலக்ஷன் தேர்வு. அதில் பாஸ் பண்ணினால்தான் முழு ஆண்டுப் பொதுத் தேர்வுக்கு அனுப்புவார்கள். நான் எல்லாப் பாடத் திலும் எழுபதுக்கு மேல் எடுத்திருந்தேன். ஆனால் கணக்கில் வெறும் *17* மார்க்தான். அப்பாவையோ, அம்மாவையோ அழைத்துவரச் சொன்னார் தலைமை ஆசிரியர். என் முன்னறி தெய்வங்கள் அப்பொழுது சென்னையில் இருந்தார்கள். நான் பாட்டியை அழைத்துப் போனேன். "கணக்குல ஸ்பெஷல் ட்யூஷனுக்கு ஏற்பாடு பண்ணி நல்ல மார்க் எடுக்க வைக்கிறதா நீங்க உறுதி சொன்னா நான் 'வார்னிங் பாஸ்' தர்றேன். இல்லேன்னா செலக்ஷன் குடுக்க மாட்டேன்" என்றார் தலைமை ஆசிரியர் பாட்டியிடம் கறாராக. பாட்டியின் உறுதிமொழிக்கிணங்க எனக்கு செலக்ஷன் வழங்கப்பட்டது.

எனக்கு எண்கள் என்றால் பயம். மாடு சுத்துற கணக்கு, குழி தோண்டுற கணக்கு, ஒரு வேலைக்குப் பத்து நாட்களுக்கு எத்தனை வேலையாட்கள் தேவை கணக்கெல்லாம் ஒர்க் பண்ணப் பண்ணத் தப்புத் தப்பா வரும். குறிப்பா இந்த வேலையாட்கள் *12* ½, *11* ¼ இப்படி வரும். ஆட்களைப் பின்னமாக்கும் அசாத்தியத் திறமை எனக்கு மட்டுமே இருந்தது.

இது பாராட்டக்கூடிய விஷயமாக எனக்குச் சிலவேளை பட்ட துண்டு.

மாட்டை ஒரு முளையில் கட்டி சுற்றளவு கண்டுபிடிக்கும் கணக்கு எனக்குச் சுத்தமாகப் பிடிக்காது. சின்ன வயசிலிருந்தே எனக்குச் சுதந்திரத்தில் நம்பிக்கை உண்டு. பாவம், அந்த மாடு. மாடு என்ன கரெக்டாவா சுத்தும், சில வேளை அது வளைந்து சுத்தும், குறுக்கில் சுத்தும், சில வேளை அக்கடா என்று உட்கார்ந்து ஓய்வெடுத்துக்கொள்ளும். இதெல்லாம் கணிதவிய லாளர்களுக்குத் தெரியாதது எனக்கு வருத்தமாக இருந்தது. பாட்டி தாத்தாவுக்கு அவனியாபுரத்தில் இருபத்து இரண்டு ஏக்கர் நிலம் இருந்தது. நான்கைந்து மாட்டு வண்டிகள் – சகலமும். வண்டி மாடு ஒன்றை நன்றாகப் பழக்கி, “சூ சூ அந்தக் கணிதவியலாளர் மேல பாஞ்சி ஒரு முட்டு முட்டிட்டு வா” என்று ஏவிவிட வேண்டும் போலயெல்லாம் தோன்றியதுண்டு. சாரே, இது ஜோக் இல்ல. நெசம்மா தோணுனதத்தான் எழுதறேன்.

அப்புறம் இந்தக் குழி தோண்டுற கணக்கு. ஐயோ சாமீ, மாபாதகம். குழி தோண்டுவதை சின்ன வயசுலயே கற்றுக் கொடுப்பது தீய நெறியை மாணாக்கர்களுக்குச் சொல்லிக் கொடுப்பது இல்லியோ! நான் இதுநாள்வரை யாருக்கும் குழி தோண்டியவனல்ல.

பிறகு வேறென்ன? ஆம். இந்தக் கடன் வாங்கிக் கழித்தல் ஓரளவு பிடிக்கும். வாழ்க்கைக்கு மிகவும் தேவையான கணக்கு. இப்பொழுது என் வாழ்க்கை ஓடிக்கொண்டிருப்பது கடன் வாங்கிக் கழிப்பதில்தான்.

சரி, இப்பொழுது விஷயத்துக்கு வருவோம். பால்ராஜ் வாத்தியார் என்னை ஒரு நல்ல கணக்கு மாஸ்டரிடம் சேர்த்தார். கணக்கின் மீதான என் கண்ணோட்டத்தைச் சொன்னேன் விலாவாரியாக அவரிடம். “அப்ப கணக்கு ஒனக்குச் சுத்தமா வராது, அப்பிடித்தான?” என்றார் சுதந்திரமுத்து சார்.

சுதந்திரமுத்து சார் மிகவும் நேர்மையானவர். அவரைப் பற்றி நிறையக் கேள்விப்பட்டிருந்தேன். ஒன்றே ஒன்று மட்டும் சொல்லிவிடுகிறேன். இவர் தேர்வில் கண்காணிப்பாளராகப் போகும்போது காப்பியடிப்பவன் பணக்காரப் பையனாக இருந்தாலும் சட்டைக் காலரைப் பிடித்துத் தரதரவென்று இழுத்து வெளியே விரட்டிவிடுவார். இதனால் அவருக்குத் தொந்தரவுகள் வந்ததுண்டு. ஆனால், சார் வளைந்து கொடுத்த தில்லை. நேர்மை எனக்கும் பிடிக்கும். அது நற்பண்பு என்பதால்

அல்ல. மன உறுத்தல் இல்லாமல் நிம்மதியாக இருக்கலாம் என்பதால்தான்.

சுதந்திரமுத்து சார் கேட்டார்: “கணக்கு வராம எப்படி எஸ்.எஸ்.எல்.ஸி. பாஸ் பண்ணப் போற, சொல்லு” என்று.

தயங்கித் தயங்கி ஒருவழியாகச் சொன்னேன், “அதுக்கு ஒரு குறுக்கு வழி இருக்கு சார்” என்று.

குறுக்கு வழி என்ற சொல்லைக் கேட்டதுமே கிட்டத்தட்ட அறைய வந்துவிட்டார் சார். நானும் பதறினேன். ஆனால், என்ன நினைத்தாரோ, ஓங்கிய கையைப் பின்னுக்கிழுத்துக் கொண்டார். ஒருவேளை பால்ராஜ் வாத்தியார் மூலம் வந்த பையனாக இருந்ததால் இருக்கலாம்.

“குறுக்கு வழி... ம்ம்... குறுக்கு வழி” உறுமினார் சற்று. பிறகு நிதானத்துக்கு வந்து “சொல்லு” என்றார்.

சொன்னேன், “இந்தச் சூத்திரம் எல்லாம் மனப்பாடம் செஞ்சு வச்சிக்கிறன். அது சுலபம். அதுல ஒரு பத்துப் பன்னெண்டு மார்க் எடுத்துருவேன். மத்த கணக்குகள் இங்கனேயும் அங்கேனயும் கொஞ்சம் தொட்டு ஒரு அஞ்சி மார்க் வாங்கிரலாம். கைவசம் 17 மார்க். எனக்கு க்ராஃபும் ஜியாமெட்ரியும் நல்லா மனசுல பதியிற மாதிரி சொல்லிக் குடுத்திருங்க சார். தப்பில்லாம போட்டு 20 + 20 = 40 மார்க். அப்ப மொத்தம் 57% மார்க் வாங்கிருவேன்” என்றேன். சார் ரொம்பவும் ஆச்சரியப்பட்டுப் போனார். “புத்திசாலிதான் நீ” என்றார் புருவங்களை உயர்த்தி. “எனக்கு வேற வழி தெரியல்ல சார். நீங்கதான் என்னெக் காப்பாத்தணும்” என்று அவரிடம் சரணாகதி அடைந்தேன். சுதந்திரமுத்து சார் பரிவுடன் என் தோள்மீது கை வைத்தார். “ம். சரி. சரி. நீ நிச்சயம் பாஸ் பண்ணிடுவே” என்றார்.

எஸ்.எஸ்.எல்.ஸி. கணக்குப் பேப்பர் அன்று படு குஷியாக இருந்தேன். கடகடவென்று மிகுந்த கவனத்துடன் விடைகளை எழுதினேன். க்ராஃப், ஜியாமெட்ரி ஆகியவற்றை நிதானமாகத் தப்பில்லாமல் செய்தேன். ஒரு கால் மணி நேரம் முன்னதாகவே தேர்வுக்கூடத்தை விட்டு வெளியே வந்துவிட்டேன்.

சக மாணவர்களுக்காகக் காத்திருந்தேன். குறிப்பாக இந்த ஆர்.ஆர்.பி.எஸ்.எம்.ஐப் பார்க்க வேண்டும். அவன்தான் கணக்கில் வகுப்புத் தேர்வில் நூற்றுக்கு நூறு வாங்குவான். வாடிய முகத்துடன் கூடத்திலிருந்து வந்தான் அவன்.

“என்னடா பேப்பர் எப்படி?” என்றேன்.

“ரொம்ப டஃப்டா என்.கே.ஜி. 70% தாண்டாது” என்றான். “நீ எப்பிடி, ஒரு பாஸ் மார்க்காச்சும் வாங்குவியா?” என்றான் அக்கறையுடன்.

“அடப் போடா, பேப்பர் செட் ஈஸி. ஐயா 57 மார்க்குக்கு வழி பண்ணி வச்சிருக்கார்” என்றேன். “40 சரி. 50ம் சரி. ஆனா எப்படிச் சரியா 57ங்குற?” என்றான் ஆர்.ஆர்.பி.எஸ்.எம்.

“ரிசல்ட் வந்ததும் பார் ஐயாவோட மார்க்கெ. சரியா 57 வரும். என்.கே.ஜியா கொக்கா?” என்றேன்.

ரிசல்ட் வந்தது இரண்டு மாதங்கள் கழித்து. கொஞ்ச நாள் கழித்து எஸ்.எஸ்.எல்.ஸி. புக் சாணித்தாள் அட்டையுடன் கிடைத்தது ஸ்கூலில். ஆர்.ஆர்.பி.எஸ்.எம்.மும் அன்று வந்திருந் தான். நான் எதிர்பார்த்தபடி சரியாக 57 மார்க் பெற்றிருந்தேன். ஆர்.ஆர்.பி.எஸ்.எம். 68 மார்க் வாங்கியிருந்தான்.

“எப்பிட்றா நீ கணக்குல புலி ஆச்சே” என்றேன் அக்கறை யுடன்.

“நீ வேற வெறுப்பேத்தாதடா” என்றான் ஆர்.ஆர்.பி.எஸ்.எம்.

பாட்டி எனக்குத் திரட்டுப்பாலில் பன் அல்வாவைத் தன் கையாலேயே செய்து ஊட்டியும் விட்டாள்.

எஸ்.எஸ்.எல்.ஸி. பாஸ் செய்த மகிழ்ச்சி ஒருபுறமிருக்க நான் தீர்க்கதரிசியாக வேறு உயர்வடைந்திருந்தேன். நான் சொன்ன 57 மார்க் சரியாக வந்திருந்தது. என் தலைக்குப் பின்னால் ஞான ஒளிவட்டம் சுழன்றுகொண்டிருந்தது. வானில் பறக்க ஆரம்பித்தேன் உயர உயர உயர்ர. நடுவில் இரண்டு விமானங்களுக்கு வழிவிட்டது நன்றாக நினைவில் இருக்கிறது.

●

மகான்கள்

நீங்கள் சர்க்கஸ் பார்த்திருப்பீர்கள். கரடி மோட்டார் சைக்கிள் விடுவதை, யானை ஆசையுடன் அழகியைத் தன் தும்பிக்கையால் வளைத்துத் தூக்குவதை, நாய் தீ வளையத் தினூடே தாவி வெளியேறுவதை, குதிரைகள் வட்டமாக ஓடுவதை, சிங்கம் தனக்குச் சம்பந்தமில்லாத சிறு ஸ்டூல் மீது ஏறி நிற்பதை, புலி இரட்டைக் கயிற்றில் நடந்து சிரமப்படுவதை எல்லாம். மேலோட்டமாகப் பார்க்கப்போனால் இது விலங்கின மானுட சங்கமம் போல் தோன்றும். விஷயம் அப்படி அல்ல. மனிதன் இம்மிருகங்களை இம்சைப்படுத்தித் தனது ஆதாயத்துக் காகப் பயன்படுத்திக் கொள்கிறான். இதில் உறவு என்பது ஏதும் இல்லை. வன்மம், ஒடுக்குமுறை என்ற அடிப்படையில் உறவு ஏற்பட எந்தச் சாத்தியமும் இல்லை.

இந்த மிருகங்களும் பூ பறித்துக் கொண்டிருப்பதில்லை. அவ்வப்போது மனிதர்கள் மீதான தங்கள் எதிர்ப்பை வெளிப்படுத்திக் கொண்டுதான் இருக்கின்றன.

பயமின்றி, மிகவும் அன்பாகக் கொடிய விலங்குகளைத் தடவி மருத்துவச் சிகிச்சை கொடுக்கும் ஒரு விலங்கின மருத்துவரைச் சிகிச்சை நடந்துகொண்டிருந்த தருணத்தில் ஒரு காண்டாமிருகம் தாக்கிக் கொன்றுவிட்டதாம். இது ஏதோ ஒரு நாட்டில் ஓர் உயிரியல் பூங்காவில் நடந்தது. பத்திரிகைச் செய்தி இது. மனிதன் விலங்குகளை ஒடுக்குவதால் விலங்கினப் பிரதிநிதி ஒன்று ஒரு மனிதனைப் பலி கொண்டிருக்கிறது. கொஞ்சம் மோசமான ஆளாகப் பார்த்துத் தாக்கியிருக்கலாம். ஆனால், ஒரு காண்டாமிருகத்திடம் போய் விவஸ்தையை எதிர் பார்ப்பது விவஸ்தைகெட்டதனம்தான்.

இவ்வளவு ஏன்? என் அலுவலக 'ஷெட்'டில் அமைதியாகப் புகைத்துக்கொண்டிருந்த என்னை ஒரு காகம் விருட்டென்று செவிட்டில் தன் இறக்கையால் அறைந்து விட்டுச் சென்றது. சிகரெட் கீழே விழ, காதை 'அம்மா' என்று கெட்டியாகப் பிடித்துக்கொண்டேன். நான்கு நாட்கள் இடது காதில் வலி.

இவ்வளத்துக்கும் நான் என் வாழ்நாளில் எந்த ஒரு காகத்துக்கும் தீங்கு நினைத்தது கிடையாது.

பறவை ஒன்று விமானத்தில் மோதியதில் விமானம் வெடித்துச் சிதறியது. இம்மாதிரிப் பத்திரிகைச் செய்திகளையும் பார்க்கிறோம்.

இளம் பிராயத்தில் பாட்டி வீட்டில் புறா வளர்த்துக் கொண்டிருந்தார்கள். ஒருநாள் புறாக்களுக்குத் திங்க தானியம் வைக்கப்போன என்னைப் புறா ஒன்று டொக் என்று விரலில் கொட்டிவிட்டது. விரலில் ரத்தம் கசிந்தது. இந்த அனுபவம் அதிபர் யாருக்காவது ஏற்பட்டிருந்தால் அவர் சமாதானப் புறாக்களைப் பறக்க விடமாட்டார்.

ராமபிரான் பட்டைகளைத் தரித்துள்ள அணில்கள் மென்மையான பிராணிகள் என்று நீங்கள் நினைக்கலாம். அணில் ஓணானைத் துரத்தியடிப்பதைப் பார்த்தால் நீங்கள் உங்கள் எண்ணத்தை உடனடியாக மாற்றிக்கொள்வீர்கள். என் அலுவலக வளாக மரங்களில் நடக்கும் அன்றாட நிகழ்வு இது.

ஆனால், விஷயம் தெரியாத இந்த அம்மாக்கள் தங்கள் மகனுக்கு ஒரு பெண்ணைத் திருமணம் செய்விக்க சிபாரிசு செய்யும்போது, “மூக்கும் முழியுமாகப் பெண் கிளி மாதிரி இருக்கிறாள்” என்று இன்றும் சொல்லிக்கொண்டிருக்கிறார்கள். உண்மையிலேயே கிளி மாதிரி மூக்கும் முழியுமாக இருந்தால் பெண் எவ்வளவு கோரமாக இருப்பாள் என்பதை இவர்கள் மறந்துவிடுகிறார்கள். அப்புறம், கிளி மாதிரி இருந்தால் சிறிது காலம் வாழ்ந்துவிட்டுப் போரடிக்கும்போது பறந்து சென்று விட்டால்...? திருநிறைச் செல்வ மணாளன் பாடு திண்டாட்டம் தான். இதையெல்லாம் அம்மாக்கள் யோசிக்க வேண்டும். சும்மா பஞ்சவர்ணக் கிளி, மயில், கவ்தாரி என்றெல்லாம் சொல்லப்படாது.

சரி, மனித, மிருக, புள்ளின துர்குணங்களைப் பற்றி இன்னும் எவ்வளவுதான் சொல்ல? இப்பொழுது நல்லிணக்கங்கள் மீது பார்வையைத் திருப்புவோம். அப்பொழுதுதான் கதைக்கு ஒரு சமன் நிலை கிடைக்கும்.

இந்த இடத்தில் வேலாயுதத்தை நுழைப்பது சரியாக இருக்கும். என் வாலிப நண்பர் வேலாயுதம் ஃபிட்டராக ஒரு பெரிய தொழிற்சாலையில் பணி புரிகிறார். தனது தன்மைக்குத் தகுந்தாற்போல் அவருக்கு நிறைய நண்பர்கள். தன்னாலான உதவியை மட்டுமின்றி தன் சக்திக்கு மீறியும் நண்பர்களுக்கு உதவும் குணம் படைத்தவர் அவர். பழகுவதற்குத் தங்கமானவர்.

சிறிய குடும்பம்தான். அவர், அவரது தங்கை – ப்ளஸ் டூ படித்துக்கொண்டிருப்பவள் – பெற்றோர்கள். அப்பா ஒரு கருமான். அனைவரும் அன்பே உருவானவர்கள். விருந்தோம் பலுக்குப் பெயர்போன குடும்பம். இவ்வளத்துக்கும் அவர்கள் செல்வந்தர்கள் அல்ல. நான் எப்பொழுதாவதுதான் அவர் வீட்டுக்குப் போவேன். மற்றபடி அலுவலகத் தொலைபேசி மூலம் பேசிக்கொள்வோம்.

வேலாயுதத்தின் வீடு மீர்சாகிப் பேட்டையில். வாடகை வீடுதான். இரண்டு அறைகள், ஒரு சமையற்கூடம். அவ்வளவே. அறைகள் சற்றுத் தாராளமாக இருக்கும். ஒரு ஞாயிறு மாலை நான் அந்தப் பக்கம் ஒரு ஜோலியாகப் போக வேண்டி வந்தது. வந்த வேலை முடிய மணி எட்டாகி விட்டது. வேலாயுதம் வீட்டில் கொஞ்சம் எட்டிப் பார்ப்போம் என்று போனேன்.

"அறையில் சாப்பிட்டுக்கொண்டிருக்கிறான்" என்றார் அவர் தாயார். நடு அறையில் அவர். ஒரு தட்டில் குழம்புச் சாதம். ஒரு சிறு தட்டில் பருப்புக் கூட்டு. அருகில் ஒரு செம்பில் தண்ணீர். அவர் பக்கத்தில் போய் அமர்ந்துகொண்டேன். "சாப் பிடுகிறீர்களா" என்றார். "வேண்டாம். உங்களைப் பார்த்து ஒரு மாதம் இருக்கும். பார்த்துவிட்டுப் போகலாம் என்று வந்தேன்" என்றேன்.

"ஒரு சிறு சம்பவத்தைப் பாருங்கள்" என்றார். விரலால் கூரையின் ஒரு மூலையைச் சுட்டினார். செங்கல் சிமிண்டால் ஆன கூரையின் நடுநடுவே தடிமனான மரப்பட்டைகள் குறுக்கே ஓடின. நான் அன்றைக்குத்தான் உன்னிப்பாகக் கவனித்தேன்.

வேலாயுதம் சுட்டிய மூலையைப் பார்த்தேன். குறிப்பாக ஒன்றும் இல்லை. "என்ன?" என்றேன். "இப்பொழுது பாருங்கள்" என்றார். "க்ளுக் க்ளுக்" என்று வாயால் சப்தம் எழுப்பினார். அவர் சுட்டிய மூலை இடுக்கிலிருந்து மரநிறப் பூதாகாரப் பல்லி ஒன்று தீர்க்கமாகக் கீழே இறங்கி வந்தது. தயக்கம் இல்லை. பயம் இல்லை. நடையில் ஒரு உறுதியும் உரிமையுணர்வும் தெரிந்தது. நேரே வேலாயுதத்தின் அருகே வந்தது. அவர் ஓரிரு பருக்கைகளைத் தரையில் சிந்தினார். பல்லி பூச்சி பிடிப்பது போல் ஒவ்வொரு பருக்கையாக உட்கொண்டது. வேலாயுதம் பருக்கைகளைப் போடப் போட அது சாப்பிட்டுக் கொண்டிருந் தது. ஒரு கவள அளவு உட்கொண்ட பிறகு அது தன் இருப்பிடத்துக்குத் திருப்தியுடன் திரும்பியது.

"என் ராச் சாப்பாட்டுத் தோழன்" என்றார் வேலாயுதம்.

"அருவருப்பாக இல்லையா?" என்றேன்.

"அன்பாயிருங்கள் எப்பொழுதும்" என்றார் வேலாயுதம் கனிவுடன்.

நான் அவர்மீது வைத்திருந்த மதிப்பும் நட்பும் அதிகரித்தன.

நாட்கள் உருண்டுகொண்டிருந்தன; அவைகளுடன் நானும். நிறைய ஞாயிறுகள் வெற்றாக பிரயோசனமில்லாமல் கழிந்தன.

ஒரு ஞாயிறு இக்பால் வந்தார் வீட்டுக்கு. நண்பர் எட்வர்டைப் பார்க்க ஓவியர்கள் குடியிருப்புக்குப் போய்க் கொண்டிருப்பதாகவும் நானும் வந்தால் நன்றாக இருக்கும் என்றும் சொன்னார். மோபெட்டில் ஒரு நீண்ட பயணம். குடியிருப்பை அடைந்தோம். அமைதியான இடம். ஜிலுஜிலு வென்ற காற்று. இங்கும் அங்கும் நவீன கட்டிடங்கள். எட்வர்டின் அறைக்குச் சென்றோம்.

தான் வரைந்த சட்டமிட்ட நவீன ஓவியங்களை ஒவ்வொன்றாக எடுத்துக் காட்டினார் எட்வர்ட். முற்றிலும் ஒரு வேற்றுலக அனுபவமாகப் பட்டது எனக்கு. மலைப்பும் பிரமிப்பும் என்னுள் ஏற்பட்ட பிரதான உணர்வுகள். பிறகு நிறைய நேரம் பேசிக்கொண்டிருந்தோம்.

"டீ சாப்பிடுவோமே" என்றார் எட்வர்ட். கேண்டீனுக்குப் போனோம். கூட்டமே இல்லை. சொறி பிடித்த நாய் ஒன்று எட்வர்ட் அருகில் வாலாட்டிக்கொண்டு வந்தது. அவர் அதை வாஞ்சையுடன் தடவிக் கொடுத்தார். நான் அவரைப் பார்த் தேன். என் முகபாவம் என் எண்ணத்தை வெளிப்படுத்தியிருக்க வேண்டும்.

"சுத்தம் பார்த்தால் அன்பு கிடைக்காது" என்றார் எட்வர்ட.

வேலாயுதம் வீட்டில் ஏற்பட்ட தெளிவு இப்பொழுது இரட்டிப்பு துல்லியத்துடன் உட்சென்றது.

●

தணிக்கையிலிருந்து தப்பிய கதை

நான் அதுவரை அந்த மாதிரி எடுப்பான மூக்கைப் பார்த்ததில்லை. ஃபிலோமினாவின் மூக்கு எனக்கு மிகவும் பிடித்திருந்தது. ஒரு நான்கு மாதங்களில் நெருக்கமாகப் பழகி விட்டோம். அப்படியானால் சில சுதந்திரங்களை எடுத்துக் கொள்ளலாம்தானே.

அவளுக்கென்றே பிரத்தியேகமாக ஒரு புகழாரம் மனதுள் உருவானது. ஓர் அணுக்கமான கட்டத்தில் நான் அவளது அழகை வர்ணிக்க – அவளது உயரத்தை, அவளது சிவப்பழகு நிறத்தை, சுருட்டை சுருட்டையான தலைமுடியை, அழைக்கும் விழிகளை, நேர்த்தியான இதழ்களை, எல்லாவற்றுக்கும் சிகரம் வைத்தாற்போல் அமைந்திருக்கும் ரோமானியச் சாயல் கொண்ட அவளது அற்புதமான மூக்கை – அவள் அப்படியே சொக்கிப் போனாள்.

ஃபிலோமியின் மூக்கைப் புகழ்ந்து தள்ளினேன். அந்த மாதிரி மூக்கு அமைவது அபூர்வம் என்றும் அது ஓர் அதிசய மானுட நிகழ்வு என்றும் ஒரு பாராட்டாக அதை நான் முத்தமிட விரும்புவதாகவும் சொன்னேன். எங்களுடைய ப்ராஜெக்ட் முடிய இன்னும் எட்டு மாதங்கள்தான் இருந்தன. அதாவது ஓர் ஒரு வருட ப்ராஜெக்ட். அதற்குள் மாதத்துக்கு ஒன்றாக மொத்தம் எட்டு முத்தங்களை அவளது மூக்கின்மீது, ஆதர்ச மூக்கின்மீது பதிக்க விரும்புவதாகச் சொன்னேன்.

நான் அவளைப் பார்த்துக் காமுறுவது தவறு என்றும் கர்த்தர் கோபித்துக்கொள்வார் என்றும் சொன்னாள். அது காமம் இல்லை என்றும் நூதனமான ஓர் ஆராதனை என்று கர்த்தரிடம் நான் சொல்லிச் சமாளித்துக்கொள்வேன் என்றும் சொன்னேன். மூக்கை முத்தமிடத் தருமாறு கேட்டுக்கொண்டேன். நான் ஒரு பைத்தியம் என்றாள். உன் மூக்கின்மீதுதான் எனக்குப் பைத்தியம் என்றேன்.

கடைசியில் ஃபிலோமி கொஞ்சம் இரங்கினாள், இளகினாள். என் வலது சுட்டு விரலையும் நடுவிரலையும் அவள் மூக்கின் மீது வைத்து லேசாகத் தொட்டு விரல்களை என் உதடுகளில்

வைத்துக்கொண்டு இச் என்ற ஒலி எழுப்ப என்னை அனுமதிப்ப தாகக் கூறினாள். எனக்குப் படு கடுப்பாகிவிட்டது. இதென்ன சின்னப்பிள்ளை காக்காய்க் கடி விளையாட்டா என்று கோபித்துக்கொண்டேன்.

வேண்டுமானால் மூக்கைக் கொஞ்சம் கிள்ளி விட்டுப் பார்த்து மகிழ்ந்துகொள்ளுங்கள் என்றாள் ஃபிலோமி. சரியாக 'ஹோம் ஒர்க்' செய்துகொண்டு வராத ஒரு மாணவியின் மூக்கை ஒரு தண்டனையாக வாத்தியார் கிள்ளுவதுபோல் அது இருக்கும் என்று அவளது ஆலோசனையைப் புறக்கணித்தேன்.

அப்படியானால் சரி, இது பாவம்தான், இருந்தாலும் இவ்வளவு தூரம் கேட்கிறீர்களே என்று சொல்கிறேன்; உங்கள் உதடுகளை என் மூக்கு நுனி மீது படும்படி, பட்டும் படாதபடி வைத்து ஒரு சின்ன முத்தம் இட்டுக்கொள்ளுங்கள் என்றாள். எனக்கு அதெல்லாம் போதாது; உன் முகத்தை என் கைகளால் நேசத்துடன் ஏந்திப் பிடித்துக்கொண்டு அழுத்தமாக மூக்கின்மீது ஆசை தீர ஓர் இரண்டு நிமிடம் ஆனந்தப் பரவச முத்தத்தைப் பதிக்க வேண்டும்; அதுதான் முழுமையான முத்தம்; அதுதான் எனக்கு வேண்டும் என்றேன்.

அப்படியானால் முறைப்படி திருமணம் செய்துகொள்ளுங ்கள்; என் மூக்கைத் தினம் தினம் முத்தமிடலாம் என்றாள். என்னுள் கொஞ்சம் சபலம் தட்டிற்று. மணம் செய்துகொள்ள லாமே என்றுகூட இருந்தது. ஃபிலோமி பேரழகி. அவளைக் கட்டிக்கொள்ள யார் வேண்டுமானாலும் உடனே முன்வந்து விடுவார்கள். எனக்குக் கொஞ்சம் தயக்கமாக இருந்தது. ஏனென்றால், எங்கள் ப்ராஜெக்ட் நிரந்தரமானதல்ல. அடுத்த வேலை எப்பொழுது கிடைக்கும் என்று சொல்வதற்கில்லை. அவளுக்கும் அதே நிலைதான். ஒரு பாதுகாப்பற்ற சூழலில் திருமணம் செய்துகொள்வது அபாயமாக முடியும்.

எஞ்சியிருந்த எட்டு மாதங்களும் மெதுவாகக் கழிந்த வண்ணம் இருந்தன. நான் விரும்பிய முத்தத்தைப் பற்றியும் அவளது அழகான மூக்கைப் பற்றியும் ஃபிலோமியுடன் பேசு வதை அந்த எட்டு மாதங்கள் முழுக்கக் கஷ்டப்பட்டு அடக்கிக் கொண்டேன். ஆனாலும் அவளுடன் பேசும்போது அவளது மூக்கையே பார்த்துக்கொண்டிருப்பேன். கொள்ளை அழகு அந்த ரோமானிய மூக்கு. பார்த்தால் பசி தீரும் மூக்கு. மதிய உணவுக்குக் காசில்லாத சமயங்களில் ஃபிலோமியின் மூக்கை என் மனக்கண் முன் கொண்டுவந்து பார்ப்பேன். பசி சட் டென்று அடங்கிவிடும். கனவில் அவளது மூக்கு அடிக்கடி தோன்றும். பரவசப் பரபரப்புடன் தூக்கம் கலையும். பிறகு தூக்கம் செத்தாலும் வராது.

எங்கள் ப்ராஜெக்ட் முடிந்தது. ஃபிலோமி திருச்சிவாசி. நடுத்தரக் குடும்பம்தான். அடுத்த நாள் லேடீஸ் ஹாஸ்டல் அறையைக் காலி செய்துவிட்டுத் திருச்சிக்குக் கிளம்பினாள். நான் ரயில் நிலையத்துக்குச் சென்றிருந்தேன். என்னென்னமோ பேசிக்கொண்டோம். நான் தங்கியிருந்த விடுதியின் முகவரியைக் கொடுத்தேன்.

ஒரு சிறு உபகாரம் செய்; உன் மூக்கைப் புகைப்படம் எடுத்து எனக்கு அனுப்பு; அதைத் தினமும் ரசிக்கவும் காதலிக்கவும் தொழவும் ஆசை; என்ன செய்தாலும் உன் மூக்கை என்னால் மறக்க இயலாது; உன் மூக்கு என் நெஞ்சு முழுக்க வியாபித்திருக்கிறது; என்றென்றும் உன் மூக்கை நான் ஆராதிப்பேன் ஃபிலோமி என்றேன் அழாத குறையாக.

ஃபிலோமி ஒரு விலாசத்தைத் தந்தாள். அது அவளது தோழியின் விலாசம். என் விலாசத்துக்கு உங்கள் கடிதம் வருவது பேரபாயமாக முடியும்; என் பெற்றோர்கள் சந்தேகப் பேர்வழிகள்; கடிதத்தைப் பிரித்துப் படிப்பவர்கள்; என் தோழி விலாசத்துக்கே கடிதம் எழுதுங்கள் என்றாள். வாழ்க்கையில் ஏதாவது திருப்பம் நேர்ந்தால் தெரிவியுங்கள் கோபி என்றாள். அவளது மூக்கைப் பார்த்துக்கொண்டே சுரத்தில்லாமல் சரி என்றேன். உனது அழகிய மூக்கைப் பேணிப் பாதுகார் ஃபிலோமி. அது ரொம்ப ரொம்ப முக்கியம் என்றேன்.

ரயில் கிளம்பும் ஆயத்தங்கள் தென்பட்டன. அழுத்தம் திருத்தமாக உறுதியுடன் சொன்னேன், இந்தக் கோபி இறக்கும் வரை உன் மூக்கை உணர்வு பொங்கக் காதலித்துக் கொண்டிருப்பான். சாகும்போது உன் மூக்கின் இனிய நினைவில் பரம சந்தோஷத்தோடு சாவான் ஃபிலோமி என்று. மறக்காமல் உன் மூக்கின் புகைப்படத்தை எனக்கு அனுப்பு; அசட்டையாக இருந்துவிடாதே என்று மன்றாடி வேண்டிக்கொண்டேன்.

ரயில் கிளம்பிவிட்டது. கை அசைத்து விடை கொடுத்தேன். என் கண்கள் நீரைச் சொரிந்தன. அந்த மூக்கு, அந்த மூக்கு, நான் மிகவும் நேசிக்கும் ஆதர்ச மூக்கு... எப்போது பார்ப்பேன் அதை மறுபடியும்?

இந்த உருக்கமான சம்பவங்கள் என் இருபத்து மூன்றாவது வயதில் நிகழ்ந்தவை. ஃபிலோமிக்கு அப்பொழுது வயது இருபத்து இரண்டு.

ஃபிலோமியிடமிருந்து எந்தக் கடிதமும் வரவில்லை. அவள் தன் மூக்கின் புகைப்படத்தை அனுப்புவாள் என்று ரொம்பவும் மிக மிக ரொம்பவும் எதிர்பார்த்தேன். நடக்கவே இல்லை அது. தனிமையில் இருக்கும்போது ஃபிலோமியின் மூக்கு என்னை

நற்றிணை பதிப்பகம் ○ 189

இன்பச் சித்திரவதைக்கு உள்ளாக்கிக்கொண்டிருந்தது. ஏக்கமும் சோகமும் காதல் கசிவும் ஏகமாகப் பிரவாகித்துக் கொண் டிருந்தன.

ஃபிலோமிக்கு ஒரு கடிதம் எழுதினேன். அது கடிதம் அல்ல. அவளது மூக்கின் சகல அழகம்சங்களையும் வர்ணித்து, வார்த்தைகளால் வருடி எழுதிய காதல் காவியம். எழுத, இயற்ற ஒரு முழு இரவு ஆயிற்று. காவியத்தின் கடைசியில் ஒரு தனிப் பத்தியில் ஒரு நினைவூட்டலாக அவளது மூக்கின் புகைப் படத்தை அனுப்புமாறு நேசத்துடன் வேண்டிக்கொண்டேன்.

அதற்குப் பதில் வரவில்லை.

வாழ்க்கையில் கை தூக்கிவிடும் அளவுக்குப் பெரிய மனிதர்கள் யாரையும் தெரியாதாகையால் எனக்கு ஒரு சிறு வேலையே கிடைத்தது ஒரு தனியார் நிறுவனத்தில் தட்டச்சுப் பணியாளனாக. மாதம் ரூ. 500தான் சம்பளம்.

நான் ஃபிலோமிக்கு உடனே கடிதம் எழுதினேன், குறைந்த சம்பளமேயானாலும் ஒரு நல்ல கம்பெனியில் வேலை கிடைத்திருப்பதைக் குறிப்பிட்டு மறக்காமல் அவளது மூக்கை வர்ணித்து ஒரு நீண்ட கவிதையை வரைந்து அஞ்சல் உறையை மூடி ஒட்டினேன். ஃபிலோமியின் ரோமானிய மூக்கை லேசில் மறந்துவிட முடியுமா என்ன என்னால்! உறையைத் தபாலில் சேர்க்கும்போது கிட்டத்தட்ட அழுதுவிட்டேன். நெஞ்சுக் குள்ளிருந்து ஃபிலோமி, எனதினிய ஃபிலோமி என்ற அரற்றல் நீண்ட நேரம் கேட்டுக்கொண்டிருந்தது. அன்று முழுக்க அலுவலகத்தில் கடிதங்களையும் அறிக்கைகளையும் தப்புத் தப்பாகத் தட்டச்சு செய்து மேனேஜரிடம் வசவு வாங்கிக் கொண்டேன். எல்லாம் ஃபிலோமியின் பொருட்டு, அவளது பேரழகான மூக்கின் பொருட்டு. வசவுகளின் கடினம் எனக்கு வலிக்கவில்லை.

எனக்குப் பெற்றோர்கள் உண்டு. ஆனால் ஒட்டுதல் இல்லை. எப்பொழுதும் ஏதாவது ஒரு விடுதியில் அறை எடுத்துத் தங்குவேன். எனக்குச் சுதந்திரம் பிடிக்கும். தன்னிச்சை யாக வாழத்தான் விருப்பம். அதற்கு வீடு லாயக்கில்லை. மாதா மாதம் வீட்டுக்கு ஏதோ என்னாலான பண உதவியை அம்மாவுக்குச் செலுத்திவிட்டு ஆசி பெற்று வருவேன். அம்மா ஒரு பள்ளி ஆசிரியை. சொற்ப சம்பளம்தான். அப்பா ஒரு காதிக்கடைக் குமாஸ்தா. மகா கோபக்காரர். என்னிடம் சரிவரப் பேசக்கூட மாட்டார். ஆகையால்தான் எனக்கு விடுதி வாசம்.

நாட்கள், வாரங்கள், மாதங்கள் ஓடிக்கொண்டிருந்தன. ஃபிலோமியின் மூக்கு தினமும் என் ஞாபகத்துக்கு வந்து என்னை இன்ப இம்சையில் ஆழ்த்திக்கொண்டிருந்தது.

கிட்டத்தட்ட ஓராண்டு கழித்து ஓர் உறை என் விடுதி முகவரிக்கு வந்திருந்தது. ஒரு திருமண அழைப்பிதழ். எனதினிய ஃபிலோமிக்குத்தான். மாப்பிள்ளை ஏ. ரோஜர் ஆப்ரகாம், M.A., Ph.D., தில்லிப் பல்கலைக்கழக ஆங்கிலத்துறை துணைப் பேராசிரியர். அழைப்பிதழுடன் ஒரு சிறு கடிதம்: அன்பான கோபி, நானே நேரில் வந்து அழைத்ததாக நினைத்துத் திருமணத்துக்கு வந்துவிடுங்கள். உங்கள் கடிதங்கள், காவியங்கள் அனைத்தையும் படித்தேன். எனக்காக நீங்கள் இவ்வளவு கசிந்துருகுவீர்கள் எனக் கனவிலும் நினைக்கவில்லை. கேவலம் ஒரு மூக்கு. பைத்தியமாக ஆகிவிடாதீர்கள் கோபி. இது உங்கள் ஆத்ம சினேகிதியின் அன்பான வேண்டுகோள். நீங்கள் இல்லாமல் என் திருமணம் நடப்பதை ஓர் அபாக்கியமாகக் கருதுவேன். எப்படியாவது வந்து சேருங்கள். பரிசெல்லாம் வேண்டாம். வந்து கைகுலுக்கி நெஞ்சார வாழ்த்திவிட்டுப் போங்கள். வைபவத்தன்று தனிப்பட்ட முறையில் உங்களுடன் பேச முடியாது. என்றாவது சென்னைக்கு வந்தால் நிச்சயம் உங்களைச் சந்திப்பேன். பிரியமுடன் உங்கள் சினேகிதி ஃபிலோமி.

அழைப்பிதழை நெஞ்சில் ஏந்தி அழுத்திப் பிடித்துக் கொண்டு விசும்பி விசும்பி அழுதேன். ஃபிலோமி, எனதன்பு ஃபிலோமி, என் இதயம் முழுக்க நிறைந்திருக்கும் உன் அழகான மூக்கைக் கடைசியில் ரோஜர் ஆப்ரகாமுக்குத் தர உனக்கு எப்படி மனம் வந்தது! நான் இன்னும் காதலிக்கும் உன் அற்புத மூக்கின் அருமையையோ, அதன் காந்த சக்தியையோ ரோஜர் ஆப்ரகாமினால் உணர முடியுமா என்ன! ஃபிலோமி, ஏன் இப்படிச் செய்துவிட்டாய்? ஆப்ரகாமினால் பேரழகு ததும்பும் உன் மூக்கைப் புகழத் தெரியாவிட்டாலும் அவர் மிக மிக மிக அதிர்ஷ்டசாலிதான். எனது விசும்பல் அடங்கவில்லை. நிறைய தண்ணீர் குடித்தேன். அப்படியும் துக்கம் தணியவில்லை. நான்கு பாக்கெட் சிகரெட்டுகள் அனாயாசமாகக் கருகின. இரவு முழுக்கக் கண்ணயரவில்லை. காலையில் லேசாகக் காய்ச்சல் அடித்தது. தலை பாரமாக இருந்தது. மிகுந்த சுயவற் புறுத்தலுக்கு ஆட்படுத்திக் கொண்ட பிறகுதான் வேலைக்குப் போக முடிந்தது.

நண்பர் ஒருவரிடம் கடன் வாங்கிக்கொண்டு தில்லிக்குப் பறந்தேன். நான் விரும்பிய மூக்கு, வேறொருவரின் உடைமையாகப்

போவது குறித்து ஒரு பக்கம் துக்கம், ஃபிலோமியின் மூக்கை மீண்டும் காண எனக்கு ஒரு பெரும் பேறு கிடைத்திருப்பது குறித்த ஆசை ஒரு பக்கம்.

22.12.71 அன்று திருமணம். தில்லயில் நண்பர் நாதன் அறையில் ஒருநாள் தங்க வேண்டியதாயிற்று. ஓரளவு நேர்த்தி யான உடைகள் அணிந்துகொண்டு சாணக்கியபுரியின் அருகாமையில் இருந்த கிறித்தவத் திருச்சபைக்கு உரிய நேரத்தில் சென்றேன். சபை நிரம்பியிருந்தது. மணமக்களை வெகு தொலைவிலிருந்துதான் பார்க்க முடிந்தது. திருமணச் சடங்குகள் முறையுடன் நடைபெற்று முடிய ஒரு மணி நேரம் ஆயிற்று.

திருச்சபைக்குப் பக்கவாட்டில் இருந்த பெரிய கூடம் ஒன்றில் விருந்துக்கு ஏற்பாடு செய்திருந்தார்கள். கூடத்தின் ஆரம்பத்தில் மேடை ஒன்றை அமைத்திருந்தார்கள். அதில் போடப்பட்டிருந்த அலங்கார நாற்காலிகளில் தம்பதிகள் அமர்ந் தனர். பரிசு, வாழ்த்து, பாராட்டு, கைகுலுக்கல், புகைப்பட மெடுத்துக் கொள்ளுதல் – ஒரே கூட்டம் தம்பதிகளைச் சுற்றி. கூட்டம் குறையும்வரை காத்திருந்துவிட்டு பிறகு மேடையேறி ஃபிலோமியின் கையைப் பற்றிக் குலுக்கி, நெஞ்சார, மனமார, ஆத்மா–ஆர, உளமார, என் உடலில் இருக்கும் அனைத்து உயிரிழைகளும்–ஆர அவளுக்குத் திருமண நல்வாழ்த்துகளைத் தெரிவித்துக்கொண்டேன். அவளது மூக்கை அருகிலிருந்து காதல் பரவப் பார்த்தேன். அது வெறும் பார்வை அல்ல. ஒரு தரிசனம். பக்தியின் அனைத்து அம்சங்களுடன் கூடிய பவித்திர மான, புனிதமான ஒரு தரிசனம். ஓர் அழகியல் தரிசனம்.

ஃபிலோமி என்னைத் தன் கணவருக்கு அறிமுகம் செய்து வைத்தாள், சென்னையில் ஒரு புராஜெக்டில் உடன் பணிபுரிந் தவர் என்றும் ஒரு கவிஞர் என்றும். ஆப்ரகாமுடன் தோழமை பொங்கக் கைகுலுக்கினேன்.

பிறகு விருந்து. அந்தப் பிரம்மாண்டமான கூடத்தில் விருந்து. முதலில் பிரியாணி பரிமாறினார்கள். மனம் கனத்தது. பிரியாணியின் ஒவ்வொரு பருக்கையிலும் ஃபிலோமியின் அற்புத மூக்கு காட்சியளிக்க, என்னால் இரண்டு கவளங்களுக்கு மேல் சாப்பிட இயலவில்லை. அப்படியே இருக்கையில் உட்கார்ந்திருந்தேன் பிரமை பிடித்தவன் போல. பாயசம் வந்தது ஜவ்வரிசிப் பாயசம். ஜவ்வரிசி உருண்டை ஒவ்வொன்றிலும் ஃபிலோமியின் அழகிய மூக்கு தென்பட்டது. ஒரு மிடறுக்கு மேல் பாயசத்தைப் பருக முடியவில்லை. அப்படியே வைத்து விட்டேன். அமர்ந்திருந்தேன். ஐஸ்க்ரீம் வந்தது. என் உணர்வு களின் உஷ்ணத்தைத் தணிக்க, ஒரு சிகிச்சையாக எடுத்துக்

கொண்டு ஐஸ்க்ரீம் முழுவதையும் சாப்பிட்டேன். உடலில் ஓரளவு குளிர்ச்சி ஏற்பட்டது.

அன்றிரவே நண்பர் நாதனிடம் சொல்லிக்கொண்டு ரயிலேறினேன். சென்னை வந்து சேர்ந்தேன்.

திருமணத்தன்று ஃபிலோமியின் மூக்கின் அருகாமை கிடைத்த அந்த இன்பமான தருணத்தில் நான் சாக விரும்பினேன். சாக மிக மிக விரும்பினேன்.

ஃபிலோமிக்குத் திருமணமாகி இருபத்து ஐந்து ஆண்டுகள் கழிந்துவிட்டன. எனக்கு நிறைய வயதாகிவிட்டது. நான் தனியனாக இருக்கிறேன். திருமணம் செய்துகொள்ளவில்லை. வேலை என்று ஏதோ ஒன்றில் இருக்கிறேன். வயிற்றுப்பாட்டைக் கழுவ வேண்டுமே. தாடியும் மீசையுமாக மனச்சோர்வுடன் ஒரு நடைப்பிணமாக அலுவலகம் போய்வருகிறேன்.

திருமணத்துக்குப் பிறகு ஃபிலோமியிடமிருந்து ஒரு கடிதமும் வரவில்லை. நானும் அவளுக்குக் கடிதம் எழுதவில்லை.

ஞாயிறுகளில் 'இன்பம்தான் பிரதான நன்மை' என்னும் கருத்து கொண்ட ஹெடானிஸத் தத்துவவாதிகளின் காதல் நூல்களை ஃபிலோமியின் மூக்கின் நினைவாகப் படித்துக் கொண்டிருக்கிறேன். இந்த ஞாயிற்றுக் கிழமைகளில் மட்டும்தான் நான் ஓரளவேனும் உயிர் வாழ்கிறேன்.

என் வாழ்வின் ஒரே அர்த்தம் 22.12.71வுடன் முடிவடைந்துவிட்டது. இப்பொழுது நான் உயிர் வாழ்ந்துகொண்டிருப்பது ஒரு மகத்தான விரயம், வீண். மீண்டும் என் ஃபிலோமியைச் சந்திப்பேனா, அவளது மூக்கைத் தரிசிக்க சந்தர்ப்பம் கிடைக்குமா – தெரியாது.

ஒன்று மட்டும் உறுதியாகச் சொல்வேன். ஃபிலோமியிடம் உள்ள அந்த ரோமானிய அம்சம் பொருந்திய மூக்கை இதுவரை நான் வேறு எந்தப் பெண்ணிடமும் கண்டதில்லை. ஆகையால்தான் மீண்டும் மீண்டும் வலியுறுத்திச் சொல்கிறேன்: நான் என் உயிரை இன்னும் உடலில் தக்க வைத்துக்கொண்டிருப்பது வீண், வீண், வீண், முழுக்க முழுக்க வீண்.

●

மயிரே துணை

மயிரைப் பற்றி நீங்கள் என்ன நினைக்கிறீர்கள் என்பது எனக்குத் தெரியாது. என் தலையில் எத்தனை மயிர்கள் உள்ளன என்பதும் எனக்குத் தெரியாது. நிறைய வேலை. எண்ண நேரமில்லை. தவிர, மயிர் பல் போல் இல்லை. எனக்கு எத்தனை பற்கள் என்று கேட்டால் எண்ணி உடனே சொல்லிவிடலாம். எத்தனை விரல்கள் என்று கேட்டாலும் சொல்லிவிடலாம். ஆனால், இந்த மயிர் லேசுப்பட்ட விஷயம் அல்ல.

மயிர் யாருக்கு வேண்டுமானாலும் இருக்கலாம். எழுதப் படிக்கத் தெரியாதவன்–தெரிந்தவன், ஏழை– பணக்காரன், மருத்துவர்–பிணியாளர், ஆண்–பெண், பேராசிரியர்–சிற்றாசிரியர், பேரழகி–சிற்றழகி என்று சகலருக்கும் இருக்கலாம். எங்கள் சங்க ஆனானப்பட்ட செயலருக்கும் அவரைவிட ஆனானப்பட்ட சேர்மனுக்குமே மயிர் உள்ளது என்றால் பார்த்துக்கொள்ளுங்கள்.

நான் நிறைய நாள் வாழ்ந்துகொண்டிருக்கிறேன். நிறைய பேரைச் சந்தித்துக்கொண்டிருக்கிறேன். எல்லோர் தலையிலும் மயிர் இருக்கிறது.

மயிரை ஒருமையில் குறிப்பிடுவது தவறானது. ஏனென்றால் ஒருவர் தலையில் இருப்பது ஒற்றை மயிர் அல்ல. அப்படி மனிதனுக்குத் தலையில் ஒரு மயிர் மட்டும் இருந்தால் அதைப் பேணிப் பாதுகாப்பது பெரும் பாடாகிப் போய்விடும். சென்னையில் உள்ள அத்தனை பேருக்கும் மயிர் உள்ளது. அடர்த்தியிலும் நீள அகலத்திலும் கலரிலும்தான் வேறுபாடு.

மயிரைப் பற்றித் தரவுகள் சேகரிக்க ஒரு முறை சுற்றுப் பயணம் மேற்கொண்டதுண்டு. மதுரை, திருச்சி, கோவை, வண்ணை, காஞ்சிபுரம், சிதம்பரம், நெய்வேலி, பாண்டிச்சேரி என்று காசு தீரும்வரை பயணம் செய்தேன். என்ன ஆச்சரியம்! அங்குள்ள மனிதர்களுக்கும் மயிர் இருந்தது. அப்படியானால் மயிர் ஒரு பொது அம்சம். மயிர் ஒரு சமத்துவவாதி. ஒரு மனிதரைப் பற்றி நினைக்கும்போது அவரது மயிரைத் தவிர்த்து எண்ண முடியாது. மயிரை அவ்வளவு சுலபமாகவெல்லாம் புறக்கணிக்க முடியாது.

மயிர் கேவலமானது அல்ல. துச்சமானதும் அல்ல. தொப்பி அணிந்து மறைத்துக்கொள்ள அது அம்மணமானதும் அல்ல.

மயிரைப் பற்றிச் சொல்ல இன்னும் நிறையவே உள்ளன. நான் ஒரு மயிரறிஞன் என்று சொன்னால் உங்களுக்கு ஒருக்கால் ஆச்சரியமாக இருக்கலாம். நான் மானுடவியல் படித்தவன். எங்கள் செய்முறைத் தேர்வில் ஒரு நீளமான மயிரைக் கொடுத்து இது எந்த இன மனிதனுடையது என்று கேட்டார் அருங் காட்சியக க்யூரேட்டர் (Curator). நான் ஒரு பதினைந்து நிமிடம் அதைப் பார்த்துச் சோதித்து அது மனித மயிரே அல்ல என்றேன். என் விடை சரியானதாக இருந்தது. நான் தேர்வில் வெற்றியடைந்தேன். எனது வெற்றிக்கு ஒரு மயிர் காரணமாக இருந்திருக்கிறதென்றால் மயிர் எத்தனை முக்கியத்துவம் வாய்ந்தது என்பதை நாம் உணரவேண்டும். மானுடவியல் பிரகாரம் மனித இன மயிர்கள் நான்கு வகைப்படும். அது இந்தக் கதையில் தவிர்க்கப்பட்டிருக்கிறது.

இந்த மயிர் (எந்த மயிர் என்று கேட்டுக் கதையின் ஓட்டத் தின் குறுக்கே வராதீர்கள்) எத்தனையோ தடவை என் வாழ்க்கையில் குறுக்கிட்டதுண்டு. இனியும் குறுக்கிடலாம்.

திருமணமான பிறகு உணர்ந்தேன், நான் என் துணை விக்குக் கண் நிறைந்த கணவனாக இல்லாவிட்டாலும் மயிர் நிறைந்த கணவனாக இருக்கிறேன் என்று.

அப்புறம் ஒரு தரம் சைக்கிளில் சென்று கொண்டிருந்த போது ஓர் அதிவேக ஆட்டோவிலிருந்து மயிரிழையில் உயிர் தப்பினேன். அப்பொழுதுதான் எனக்கு மயிரிழையின் அகலம் தெரியவந்தது. பட்டறிவு மட்டும்தான் அறிவு. இப்படியாக நான் மயிரறிவைப் படிப்படியாக வளர்த்துக்கொண்டு வருகிறேன். ஒரு துறையிலாவது ஒருவன், ஒருவனாகிய நான், வல்லவனாக இருக்க வேண்டும். அது மயிற்றுறையாக இருக்கட்டுமே.

அறியாத வயதில் ஓர் ஒரு ரூபாய்த் தாளின் வெள்ளைப் பகுதியில் மாலினி என்று எழுதப்பட்டு அடிக்கோடிடப்பட்டு மயிராண்டி என்று எழுதப்பட்டிருந்ததைப் பார்த்தேன். அதாவது மாலினியை மயிராண்டியால் வகுக்க வேண்டும். நான் கணக்கில் மகா மந்தம். என் ட்யூஷன் வாத்தியாரிடம் கேட்கலாம் என்று தோன்றிற்று. தயக்கம், பயம் காரணமாகக் கேட்கவில்லை. இவ்வளவுக்கும் எங்கள் பால்ராஜ் வாத்தியார் அன்பானவர், நல்லவர். சக மாணவன் சகாதேவனிடம் கேட்டேன். அவன், "நானும் உன் மாதிரிதான். கணக்கில் ரொம்ப வீக்" என்று என்னைக் கைவிட்டான்.

இந்த ஐம்பது வயதிலும் மயிராண்டி மாலினிக்குள் எத்தனை முறை போவான் என்பது தெரியாமலேயே இருக்கிறது. இந்தப் புதிரை என்ன செய்ய?

சமீபத்தில் மயிராண்டி பற்றி நிறைய யோசித்துக் கொண் டிருந்தேன். ஆண்டி என்றால் யாசகன், இல்லாதவன் என்று அர்த்தம். மயிராண்டி என்றால் மயிரில்லாதவன் என்று பொருள். வழுக்கைத் தலை கொண்டவர்களை மயிராண்டி என்று வழங்கலாம்.

எனக்குத் தலையில் ஒரு சிறு பகுதி வெற்றிடமாக இருக்கும். அப்படியானால் நானும் ஓரளவு மயிராண்டிதான். ஆனால், மயிரால் மறைத்திருப்பதால் அந்த வெற்றிடம் தெரி யாது. நான் நேர்மையானவனானால் தலையை வாரும்போது அந்தப் பகுதியை மயிர் கொண்டு மூடாமல் பிறருக்குத் தெரியும் வண்ணம் விட்டுவிட வேண்டும். ஆனால், அப்படி இல்லாததால் நீங்கள் என்னைப் போலி என்றோ, போலி மயிராண்டி என்றோ, மயிர்ப் போலி ஆண்டி என்றோ தங்கள் விருப்பம் போல் அழைக்கலாம்.

ஒரு விளக்கம்: மயிராண்டி என்பதை வசைச் சொல்லாக எடுத்துக்கொண்டு குழப்பமடைய வேண்டாம். டோப்பா, சவுரி மயிர் எல்லாம் வேண்டாம். உலகம் எல்லோரையும் உள்ளடக்கி இருக்கிறது. மயிருடையோர் மயிராண்டிகள் அனைவரையும். நீங்கள் நேர்மையான மயிராண்டிகளாக இருந்து கொள்ளுங்கள். உங்களுக்குப் புண்ணியம் கிடைக்கும்.

மயிரைப் பற்றிச் சொல்ல இன்னும் நிறைய இருக்கிறது. குமரப் பருவத்தில் கல்லூரி கேண்டீனில் நான்கு பேர் நுழை வோம். நாலு ஐஸ்கிரீம் ஆர்டர் பண்ணுவோம். இந்தக் கோபிக்குக் கொஞ்சம் அல்பத்தனம் உண்டு. பாதி ஐஸ்கிரீம் சாப்பிட்ட பிறகு தலையிலிருந்து ஒரு மயிரைப் பிடுங்கி ஐஸ் கிரீமில் போட்டுவிட்டுக் கத்துவான், "என்னய்யா ஐஸ்கிரீமில் மயிரெல்லாம் வருது காண்டீன்ல" என்று. உடனே அவனுக்குப் புது முழு ஐஸ்கிரீம் கொடுக்கப்படும். கோபியை நாங்கள் மயிர் பிடுங்கி என்று அழைப்போம். அவனுக்குச் சிலவேளை கோபம் வந்துவிடும். ஆனாலும் நாங்கள் அசரமாட்டோம். உண்மையை யார் வேண்டுமானாலும் எங்கு வேண்டுமானாலும் பேசலாம்.

மன-மயிர் சம்பந்தத்தையும் இக்கதையில் விளக்க வேண்டும். அப்படிச் சொல்லாவிட்டால் கதை முழுமை பெறாது. சில ஒவ்வாத உணர்வுகளினாலோ, மன இறுக்கம் வரும்போதோ, பரீட்சை காரணமாக மன அழுத்தம் ஏற்படும்

போதோ சில மாணவர்கள், மாணவியர் மயிரைப் பிடுங்கி எறிவார்கள். அவர்களுக்கு வலி ஏற்படாது. இது சுயபிரக்ஞை இல்லாமல் செய்யப்படுகிறது. இதனால் தலையில் ஒரு பகுதியில் சொட்டை விழும். இது ஒரு வகை மனநோய். பெயர் மறந்து விட்டது.

1991இல் அமெரிக்காவிலிருந்து என் தம்பி வந்திருந்தான். அவனிடம் கேட்டேன் நியூ ஜெர்ஸியில் உள்ள மனிதர்களுக்கு மயிர் இருக்கிறதா என்று. அவன் மிகவும் குழப்பத்துக்கு உள்ளானான். அவனுக்குப் புரிய வைக்க நெடுநேரமானது. நான் மயிராராய்ச்சியில் ஈடுபட்டுள்ளேன் என்றும் உலகத்தில் உள்ள மக்கள் அனைவருக்கும் மயிர் இருக்கிறதா என்பதைப் புத்தகங்கள் வாயிலாகவோ வெளிநாடுகளிலிருந்து வருபவர்களிடமிருந்தோ கேட்டுத் தெரிந்துகொள்கிறேன் என்றும் சொன்னேன். அவன் என் நூதன மயிராய்வு வெற்றி பெறத் தன் நல்வாழ்த்துகளைத் தெரிவித்துக்கொண்டான். என்னிடம் காசு இருந்தால் உலகச் சுற்றுப்பயணம் மேற்கொண்டு களப்பணி செய்து அனைத்து மக்களுக்கும் மயிர் இருக்கிறதா என்று நேரடியாகத் தெரிந்துகொள்வேன் என்றும் அவனிடம் சொன்னேன். அவன் என் ஆர்வத்தை மெச்சினான்.

1995 நவம்பர் வாக்கில் ஸ்வீடனிலிருந்து மரியா என்ற மாணவி ஒருத்தி எங்கள் செக்ஷனுக்கு சமூகப்பணியில் நேரடிப் பயிற்சி பெற வந்திருந்தாள். அவளுக்கும் மயிர் இருந்தது. சற்றுச் செம்பட்டையாக இருந்தது. ஓரிரு தினங்கள் சென்று அவளிடம் கேட்டேன். ஸ்வீடன்வாசிகள் அனைவருக்கும் மயிர் இருக்கிறதா என்று. அவளுக்கு இக்கேள்வி மிகுந்த அதிர்ச்சியைத் தந்தது. பிறகு நான் என் ஆய்வைப் பற்றிச் சொன்னேன். அவள் தான் சென்னையில் இருக்கும் வரை எனதாய்வுக்குத் தன்னாலான உதவியை நல்குவதாக வாக்களித்தாள். எனக்கு ஒரு துணை கிடைத்தது; சற்று ஆறுதலாக இருந்தது. ஆனால் தற்காலிகம்தான். டிசம்பர் இறுதியில் மரியா ஸ்வீடன் திரும்பினாள்.

எங்கள் அலுவலக வளாகத்தில் ஒரு கல்லூரி இருக்கிறது. அங்கு அயல்நாட்டுக்காரர்கள் கருத்தரங்கு ஏதாவதுக்கு வருவார்கள். நாங்களும் பல வேளை பங்குகொள்ள அழைக்கப் படுவோம். எனக்கு அயல்நாட்டுக்காரர்களைப் பார்க்க ஆவல் ஏற்பட்டது இந்த மயிரார்வத்தினால்தான்.

கருத்தரங்குகளில் மதிய உணவு வழங்கப்படும். நாமாகவே எடுத்துப் போட்டுக்கொண்டு எவ்வளவு வேண்டுமானாலும் சாப்பிடலாம்.

ஒரு முறை கருத்தரங்க பிரியாணியில் ஒரு ‘காக்கேஷியன்’ மயிர் கலந்திருந்தது. எனக்கு மிகவும் சந்தோஷமாக இருந்தது. மயிரின் அருமை என் போன்ற மூத்த மயிரான்களுக்குத்தான் தெரியும். என் மகிழ்ச்சியை யாருடனாவது பகிர்ந்துகொள்ள வேண்டும் என்று துடியாக இருந்தது. மயிர் கலந்த பிரியாணி பிளேட்டுடன் கல்லூரி இயக்குநர் அறைக் கதவைத் தட்டி நான் உள்ளே வரலாமா என்று கேட்டேன். அனுமதி கிடைத்தது. ஒரு பிளேட்டுடன் ஒருவன் தன் அறைக்குள் நுழைவது இயக்கு நரின் மனதில் கலவர ஆச்சரியத்தை உண்டுபண்ணியிருக்க வேண்டும். ஏதோ சொல்ல வாயெடுத்தார். நான் முந்திக் கொண்டேன். தங்களுடைய பிரியாணியில் ஓர் அற்புதமான ‘காக்கேஷியன்’ மயிர், எத்துணை அழகாக இருக்கிறது பாருங்கள் என்று மயிரை இரு விரல்களால் பாந்தமாகப் பிடித்தெடுத்து அவரிடம் நீட்டினேன். அவர் மிகவும் பதறிப் போனார். மிகவும் தடுமாறினார். உயர் பதவியில் இருக்கும் ஒருவருள் ஒரு மயிர் இத்தனை மன விளைவுகளை ஏற்படுத்தும் என்று நான் கொஞ்சம்கூட எதிர்பார்க்கவில்லை. அவருள் மயிரார்வம் இல்லாதது என்னுள் மிகுந்த வேதனையை அளித்தது. வருத்தத் துடன் அறையை விட்டு அகன்றேன்.

நடுவில் மரியா கடிதம் எழுதியிருந்தாள். என் சக ஊழியர்களை நலன் விசாரித்தும் என் ஆய்வு எத்தனை தூரம் முன்னேறியிருக்கின்றது என்று கேட்டும். நான் விரிவான கடிதம் ஒன்றை எழுதி ஸ்வீடனுக்கு அனுப்பினேன். கடைசி வரியில் தங்கள் மயிர் ஆரோக்கியமாகத் திகழ எல்லாம் வல்ல சென்னைக் கடவுள்களை வேண்டிக்கொள்கிறேன் என்று முடித்தேன். கடிதத்தைத் தபாலில் சேர்க்கும்போது மரியாவின் செம்பட்டை மயிர் நினைவுக்கு வந்தது.

தொலைக்காட்சி ஷாம்பூ விளம்பரங்களில் தலைவிரி கோல மாக இளவழகிகள் தங்கள் மயிர்களைப் பக்கவாட்டில் ஆட்டிக் காண்பிப்பதை நீங்கள் பார்த்திருப்பீர்கள். உங்களுக்குள் இக்காட்சிகள் எந்தவிதமான தாக்கத்தை ஏற்படுத்துகிறது என்பது எனக்குத் தெரியாது. எனக்கென்னவோ அம்மயிர்களை வருட வேண்டும்போல் துடிப்பாக இருக்கும். ஒரு முறை இதை என் மனைவியிடம் சொன்னேன். “பெண்பிள்ளைப் பொறுக்கி” என்று அவள் என்னை வர்ணித்தாள். யார் வேண்டுமானாலும் வையட்டும் பரவாயில்லை. நான் மயிர்த்துறையில் தீவிரமாக ஆய்வு செய்துகொண்டிருப்பேன் என்று தீர்மானித்துக்கொண்டேன்.

மயிரைச் சுற்றி வாழ்க்கையில் சமீபத்தில் ஒரு சம்பவம் நிகழ்ந்தது. இடது கன்னத்தில் ஒரு மாதம் முன்பு ஒரு சிறு

வளர்ச்சி ஏற்பட்டது; மரு போல. அதை அப்படியே விட்டிருக்கலாம். விரல்களால் அதை உருட்ட அது பெரிதாக வளர்ந்துவிட்டது. மனைவி சொன்னாள்: "அந்தப் பழைய காலச் சினிமாவுல திருடனுக்குக் கன்னத்துல கருப்புப் பொட்டு இருக்குமே அந்த வில்லன் மாதிரி இருக்கு. மொதல்ல டாக்டர்கிட்ட போங்க" என்று. எந்த மாதிரி வேண்டுமானாலும் இருக்க எனக்கு உரிமை உண்டு என்று குரல் கொடுத்தேன். எடுபடவில்லை.

எங்கள் செயல்திட்ட அலுவலகத் தலைமைச் சமூகப் பணியாளர் ஒரு சிறந்த கைமருத்துவத்தைப் பரிந்துரை செய்தார். ஒரு மயிரை எடுத்து மருவின் ஆரம்பத்தில் கன்னத்தை ஒட்டினாற்போல இறுக்கமாகச் சுற்றி வைத்தால் ஓரிரு தினங்களில் அது விழுந்துவிடும் தானாக என்று. அதை நான் தீவிரமாக எடுத்துக்கொள்ளவில்லை.

நான் வழக்கமாகச் செல்லும் டிஸ்பென்சரி என்னை அந்தப் பகுதியின் பிரதான மருத்துவமனைத் தோல் பிரிவுக்கு ஒரு சிபாரிசுக் கடிதம் கொடுத்தது. அடுத்த நாள் போனேன். மருத்துவர் அன்பே உருவானவராக இருந்தார். அக்கறையுடன் விசாரித்தார். கடைசியில் வேறொரு பெரிய மருத்துவமனைக்கு ஒரு சிபாரிசுக் கடிதம் கொடுத்தார். புற நோயாளிச் சீட்டில் நோய்ப் பகுதியில் Cutaneous tag என்றும் கீழே Cryotherapyக்குப் பரிந்துரை செய்கிறேன் என்றும் எழுதினார். சாதாரண அறுவைச் சிகிச்சை மூலம் எடுத்தால் முகத்தின் வேறு பகுதிகளில் இந்த மாதிரி வளர்ச்சிகள் உண்டாகும் என்றும் சொன்னார். உடம்பில் வேறு பகுதிகளில் இந்த மாதிரி உள்ளனவா என்று கேட்டார். நான் சட்டையைக் கழற்றி மார்பின் இடது புறத்தில் இருந்த இரண்டு திட்டுகளைக் காட்டினேன். மருத்துவர் ஆழ்ந்த சிந்தனை வயப்பட்டார். பிரியும் போது "என்ன சிகிச்சை செய்தார்கள் என்று என்னிடம் வந்து சொல்லுங்கள்" என்றார் பரிவுடன். Follow-upஇல் அவருக்கு இருந்த அக்கறையை நினைந்து நான் நெக்குருகினேன்.

அடுத்தநாள் பெரிய மருத்துவமனைத் தோல் பிரிவில் இருந்தேன். ஓர் இளம் பெண் மருத்துவர் இருந்தார். Cryotherapy செய்யும் பெரிய மருத்துவர்கள் இருவரும் வேறு மருத்துவ மனைகளுக்கு மாற்றல் ஆகிவிட்டார்கள்; பொது மருத்துவ மனையில் அந்தச் சிகிச்சை வசதி உள்ளது என்றும் சென்னார். அல்லது பொது அறுவைச் சிகிச்சை செய்துகொள்ளுங்கள் இங்கேயே என்றார். அறுவைச் சிகிச்சைப் பகுதிக்குச் சென்றேன். ஓர் இளம் மருத்துவர். முகம், மார்பு ஆகிய பகுதிகளைச்

சோதித்துவிட்டு Condyloma... Multiple என்று மருத்துவச் சீட்டில் எழுதினார். பொது அறுவைச் சிகிச்சை செய்து கொண்டால் முகத்தில் வேறு பகுதிகளில் இது போன்ற வளர்ச்சிகள் உருவாகும் என்றும் சொன்னார். மிகவும் அன்பாக நடந்துகொண்டார். மருத்துவர்களின் அன்பு, கனிவு என்னைத் திக்குமுக்காடச் செய்தது.

அடுத்த செவ்வாய் பொது மருத்துவமைனயில் தோல் பிரிவில் இருந்தேன். வயது முதிர்ந்த ஒரு மருத்துவர்; அவர் எதிரில் ஐந்து மருத்துவ மாணவிகள். நான் என்ன வேலை செய்கிறேன் என்று கேட்டார் மருத்துவர். என் தொண்டு நிறு வனத்தின் பெயரையும் அதில் நான் சமூகப்பணியாளராகப் பணிபுரிகிறேன் என்றும் சொன்னேன். "சமூகப்பணியாளர் களுக்கு இது போன்று வருவதில் ஆச்சரியம் இல்லை" என்றார். மருவுக்கும் சமூகப்பணிக்கும் என்ன சம்பந்தம் இருக்க முடியும் என்று என் அறிவுக்கு எட்டவில்லை.

பிறகு பெரிய மருத்துவமனையில் அந்த இளம் மருத்துவர் சொன்னதை அவரிடம் சொன்னேன். "பொது அறுவைச் சிகிச்சை செய்துகொண்டால் இது போன்ற வளர்ச்சி முகத்தின் வேறு பகுதிகளில் வரும் என்று பெரிய மருத்துவமனை மருத் துவர் சொன்னார்" என்று. அவருக்குக் கோபம் பொத்துக் கொண்டு வந்தது. கர்ஜித்தார். 'இது Condyloma... Multiple அல்ல. இது ஒரு வார்ட்(wart). அதிகமாகப் பேசுகிறாய். அதிக மாகப் பேசினால் சிக்கல்தான். ஒரு டாக்டர் நான் என்ன செய்யவேண்டும் என்று நீ எனக்கு உபதேசம் பண்ணத் தேவை யில்லை, shut up" என்று. என் முகம் செத்தது. உள்ளூரக் குமுறிக்கொண்டு வாயை இறுக்க மூடி தலையைத் தொங்கப் போட்டேன். மருத்துவர் என்னிடம் ஏதோ சொன்னார். எனக்குக் காதில் விழவில்லை. விருட்டென்று எழுந்தேன். ஓர் இரண்டு எட்டில் மருத்துவ மாணவி ஒருத்தி ஒரு சீட்டை என் கையில் திணித்தாள். கையில் வாங்கிக்கொண்டு திரும்பிப் பார்க்காமல் வந்துவிட்டேன். ஞாபகமாகத் தொங்கப்போட்ட தலையை உரிய இடத்தில் பொருத்திக்கொண்டேன்.

வெளியில் வந்து மருத்துவச் சீட்டைப் பார்த்தேன். நோய்ப் பிரிவில் DPN என்றும் கீழே வியாழன் காலை *8.00* மணிக்கு வந்து டாக்டர்...ஐப் பார் என்றும் எழுதப்பட்டிருந்தது.

மருத்துவர்களிடையே நிலவி வரும் தொழில் காய்ச்சல் எனக்கு மிகவும் பரிச்சயமானதுதான். ஆனாலும் அவமானத்தால் அன்று முழுக்கப் புழுங்கிக்கொண்டிருந்தேன். இந்த மிருகத்திடம்

சிகிச்சை பெறுவதைவிட நோயுடனேயே இருந்து கொள்ளலாம் என்று முடிவெடுத்தேன்.

வியாழன் வந்தது. பொது மருத்துவமனைக்குப் போக வில்லை. மாலை வீடு திரும்பியபோது என் தலைமைச் சமூகப் பணியாளர் சொன்ன கைவைத்தியம் நினைவுக்கு வந்தது. என் மனைவியிடம் சொன்னேன். ஒரு மயிரை எடுத்து வளர்ச்சியின் ஆரம்ப இடத்தில் இறுக்கமாகக் கட்டினாள். இரு தினங்களுக்குப் பிறகு மீண்டும் அதே மாதிரி ஒரு மயிர் எடுத்துக் கட்டினாள். அடுத்த நாள் காலை அந்த வளர்ச்சி விழுந்திருந்தது. மனைவி யிடம் சந்தோஷமாகக் கூவிச் சொன்னேன். மனதுக்கு ஆறுத லாக இருந்தது. அலுவலகத்தில் தலைமைச் சமூகப்பணியாள ரிடம் சொன்னேன் நன்றியுடன். அவர் கைவைத்தியத்தின் தாத்பரியத்தை விளக்கினார்.

நீங்கள் ஒத்துக்கொள்வீர்களோ மாட்டீர்களோ மயிர் மயிர்தான். மயிருக்கென்றே சமூகத்தில் ஒரு தனி இடம் உண்டு.

●

எப்படியோ எல்லாம் மர்மமாக இருந்தால் சரி

ஜல் ஜல் ஜல் ஜல். இரவு விளக்கு திடீரென அணைந்தது. பாயில் தூக்கமின்றிப் படுத்திருந்தவனுக்கு உள்ளூரக் கலவரமாக இருந்தது. ஜல் ஜல் ஜல் ஜல். ஜன்னல் வழியே இரவு ஆகாயத்தின் மங்கலான ஒளி. கண்களை அகலத் திறந்து வைத்துக்கொண்டேன். ஜன்னல் வழியே ஏதாவது திகிலூட்டும் உருவம் தெரிகிறதா என்று பார்க்கத் தலைப்பட்டேன். ஒன்றும் பிரயோஜனமில்லை. ஜல் ஜல் ஜல் ஜல். நிச்சயம் கொலுசுச் சத்தம்தான். கதவைத் திறந்தால் ஒரு குறுகிய நீண்ட பாதை தென்படும். வலது பக்கத்திலிருந்து ஒரு மருங்கில் அடுத்தடுத்துக் குடியிருக்கும் போர்ஷன்கள். கதவைத் திறக்கப் பயமாக இருந்தது.

ஜல் ஜல் ஜல் ஜல். இப்பொழுது காம்பவுண்ட் நாய் சன்னமான குரலில் அழத் துவங்கிற்று. நாய்கள் அழுவதற்குப் பல அர்த்தங்கள் சொல்வதுண்டு. அவற்றுள் அவை பேயைப் பார்த்தால் அப்படி முனகும் என்பது ஒன்று. மேலும் நாயின் முனகல் ஒலி துக்கத்தை மனதில் ஏராளமாய் அப்பும். கண்முன் அந்திமகால அவஸ்தைக் காட்சி ஒன்று தோன்றி மறையும். அப்படியானால் ஜல் ஜல் ஜல் ஜல் ஒரு பெண் பேயாக இருக்கலாம். உடம்பில் வியர்வை பெருக்கெடுத்திருந்தது; நாக்கு வறண்டிருந்தது. பேச வாய் வருமா என்பதுகூடத் தெரியவில்லை. எல்லாவற்றுக்கும் மேலாக உணர்வுகள் கூர்மையாகிவிட்டிருந்தன. ஜன்னல் வழியே வெள்ளைப் புடவை அணிந்த பெண் உருவம் ஒன்றைக் கண்கள் எதிர்பார்த்தபடி இருந்தன. சற்றைக்கெல்லாம் மின்சாரம் இயங்க ஆரம்பித்தது. கிட்டத்தட்ட ஓர் அரை மணி நேரம் ஒன்றும் நடக்கவில்லை. ஜல் ஜல் ஜல் ஜல் மீண்டும் கேட்கவில்லை. மிகவும் அசௌகரியத்துடன் முனகிக்கொண்டே பாயில் புரண்டுகொண்டிருந்தேன்.

இரவுக்காட்சி சினிமா பார்த்துவிட்டுத் தனியாக வரும் போது கொலுசுச் சத்தமோ, இளம் பெண்ணின் தாபம் மிகுந்த குரலோ கேட்டால் அல்லது அந்தரத்தில் திடீரென்று மல்

லிகைப்பூ மணம் வீசினால் ஜாக்கிரதையாக இருக்கவேண்டும். கண்களை இறுக்கமாக மூடிக்கொள்ள வேண்டும். திசையை உணர்வில் தக்கவைத்துக் கொண்டு வேகமாக முன்னோக்கி நடக்க வேண்டும். எக்காரணத்தைக் கொண்டும் திரும்பிப் பார்க்கக் கூடாது. குறிப்பாக ஆண்கள், அதுவும் வயசுப்பையன் கள் கவனத்துடன் நடந்துகொள்ள வேண்டும். மோகினி பொல்லாத பிசாசு.

இப்படித்தான் ஒருநாள் வயசுப் பையன் ஒருவன் வயக்காடு வழியே இரவுக்காட்சி முடிந்து தனியே வீடு திரும்பிக் கொண்டிருந்தான் சைக்கிளில். பின்னாலிருந்து ஒரு பெண்ணின் இனிய அழைக்கும் குரல் கேட்டது. திரும்பிப் பார்த்தான். மிக மிக அழகான ஓர் இளம் பெண். தலை நிறைய மல்லிகை. அவள் சைக்கிளில் லிஃப்ட் கேட்க, பையனும் அவளை முன்பக்கம் அமர்த்திக்கொண்டு குஷாலாக சைக்கிளை மிதிக்க ஆரம்பித்தான். உடல்களின் நெருக்கத்தில் உணர்வுகள் கொப் பளிக்க, அவளே “வாங்க, இங்கெ கொஞ்சம் ஒக்காந்து தனியாப் பேசலாம்” என்றாள். குறிப்பைப் புரிந்துகொண்டு இவனும் இரண்டு வைக்கோல் போர்களுக்கு நடுவே அவளை இருத்தி அனுபவித்தான். விஷயம் முடிந்த பிற்பாடு அவளது வலது கை உயர்ந்தது உயர்ந்தது, உயர்ந்து உயர்ந்து நீண்டுகொண்டே இருந்தது. பையனோட கதை அப்பொழுதோடு முடிந்தது.

மொட்டை மாடியில் ஒருவர் மிலிட்டரி பாணியில் நடந்து கொண்டிருக்கும் சத்தம் தீர்க்கமாகக் கேட்டது. சரக் சரக் சரக் – உறுதியான செருப்புச் சத்தம். நேர் உச்சத்தில் சரியாக ஆரம் பித்தது. வலது பக்கமாக நகர்ந்து பிறகு தேய்ந்தது. தேய்ந்த பக்கத்திலிருந்து மீண்டும் ஆரம்பித்து இறுதியாக அதே நேர் உச்சியில் நிலைத்தது. பயம் உலுக்கிற்று. ஜடாமுனி!

இயக்கங்கள் ஸ்தம்பித்த நிலையில் அப்படியே கிடந்தேன். பிறகு தைரியத்தை ஒருவாறு வரவழைத்துக்கொண்டு ஜன்னல் வழியே பக்கவாட்டில் எட்டிப் பார்த்தேன். எதிரே வழக்கமாக இருக்கும் ஒரு பெரிய கட்டிடம். மூன்றாவது அடுக்கில் நான்கு அறைகள் வழியே வெளிச்சம் தெரிந்தது. அறை ஜன்னல்கள் மூடிய நிலையில் இருந்தன. ஒரு நிமிடம்தான். விளக்குகள் ஓரே சமயத்தில் திடீரென அணைந்தன. இருள் வெள்ளத்தில் கட்டிடம் கரைந்தது. ‘மர்ம மாளிகை’ என்று உள்ளுக்குள் ஏதோ ஒன்று சொல்ல, நின்றிருந்த இடத்திலிருந்து விலகிப் போய் அவசரத்துடன் பாயில் கிடத்திக்கொண்டேன். வீட்டருகில் இருந்த முருங்கை மரத்தில் சரசரப்பு. ஆந்தை ஒன்றின் அலறல் சத்தம் கோரமாகக் கேட்டது.

திடீரென்று மல்லிகை வாசனை நாசியைத் தாக்கிற்று. ஜல் ஜல் ஜல் ஜல் முற்றிலும் இல்லை. அப்படியானால் மோகினி எந்தவொரு முன்னறிவிப்புமின்றி அரூபமாக அணுகிக் கொண்டிருக்க வேண்டும். மிகவும் உபயோகப்படுத்தப்பட்டவனுடன் இருக்க ஏன் மோகினிக்கு அப்படி ஒரு ஆசை? கலவரமாக இருந்தது.

மோகினியின் பூவை மனைவி வைத்துக்கொண்டிருந்தாள். தலையணையைச் சற்றுத் தள்ளிப்போட்டு சிறிது விலகி நடுக்கத்துடன் படுத்துக்கொண்டேன்.

தொண்டையில் ஏதோ அடைப்பு. ஒரு வினோதமான இருமல் இயல்பை மீறி வெளிப்பட்டது. அதே சமயத்தில் நாய் ஒரு சிறு குரைப்பை வெளிப்படுத்திற்று. அந்த ஒலி இருமலை ஒத்திருந்தது. மனிதன்–நாய், நாய்–மனிதன், நான்–நாய், நாய்–நான்!

கடுங்காப்பி தயாரித்துக் குடித்துக்கொண்டிருந்தேன். அது தேநீராக இருந்தது. உள்ளூர நடுக்கம் பரவியிருந்தது.

ஒரு புத்தகத்தை எடுத்து வைத்துக்கொண்டு படிக்கலானேன். இரண்டு புதுவகைச் சாத்தான்கள் – அதுவரை கேள்விப்படாதவைகள் – புத்தகத்தில் குறிப்பிடப்பட்டிருந்தன. இழுத்தடிச் சாத்தான், சம்பாரிச் சாத்தான். பொருத்தமான சூழலில் சாத்தான்கள் தோன்றியிருந்தன. கொஞ்சம் ஊன்றி மனதை ஒருமுகப்படுத்தி வாசித்தேன். ஒரு வாக்கியத்தில் "அவனெ கோர்ட்டு கேஸுன்னு இழுத்தடிச்சாத்தான் புத்தி வரும்" என்றும், இன்னொரு வாக்கியத்தில் "நாலு காசு சம்பாரிச்சாத்தான் ஓரளவாச்சும் வாழ முடியும்" என்றும் இருந்தன. புத்தகத்தில் மனம் லயிக்காமல் மீண்டும் பாயில் அடைக்கலமானேன்.

மனைவியை உசுப்பிக்கொண்டிருந்தேன். கைகள் குழந்தையை உலுக்கியவண்ணமிருந்தன.

தூக்கக் கலக்கத்துடன் பாயில் உட்கார்ந்திருந்தேன். சீராகப் பொடி செய்யப்பட்ட கண்ணாடித் துகள்கள் எதிரே ஒரு சிறு தட்டில் இருந்தன. குழந்தை விரல்களைக் குவித்துக் கொஞ்சம் எடுத்து வாயில் போட்டுக்கொள்ளப் பார்த்தது. பதறி எழுந்து வெடுக்கென்று அவளது கையைத் தட்டிவிட்டேன். நல்லவேளை ஒரு பெரிய விபத்து தவிர்க்கப்பட்டது. குழந்தை திருதிருவென முழிக்க, சமையல் கட்டிலிருந்து மனைவி வர, குழந்தை அவளிடம் முறையிட ஆரம்பித்தது: "நான் சக்கரை சாப்பிட்டுக்கிட்டே இருந்தேனா, டாடி தட்டி விட்டுட்டாங்க."

அலுவலகம் செல்லும் வழியில் மீண்டும் மல்லிகைப்பூ மணம் நாசியைத் துளாவிற்று. பக்கத்தில் கண்ணுக்கு எட்டிய தூரம் வரை அந்தச் சந்தில் பெண்களோ மல்லிகைப்பூக்காரியோ தென்படவில்லை.

"என்ன சார் தெரில்லியா?" பரிச்சயமான முகம்.

"அடடே சந்துரு இல்ல நீங்க? திருவாரூரில இருந்து எப்ப வந்தீங்க?"

"என்ன சார், அதுக்குள்ளாற மறந்துட்டீங்க? நான்தான் டைப்ரைட்டர் மெகானிக் ஷாப் கோபி."

சந்துருவும் கோபியும் எப்படி ஒன்றானார்கள்?

அலுவலகத்தில் நுழைந்து வேலையை ஆரம்பிக்குமுன் சக ஊழியர் ராமநாதன் அருகில் வந்தார். "என்ன பேயறஞ்ச மாரி இருக்கீங்க? ஏதாச்சும் கெட்ட சொப்பனமா?" என்று கேட்டார். "கெட்ட சொப்பனமா கெட்ட நிஜமானு ஒரு எழவும் தெரியலை."

திருவான்மியூர் போவதற்காகப் பேருந்து நிறுத்தத்தில் காத்துக்கொண்டிருந்தேன். வலது பக்கம் திரும்பிப் பேருந்து வருகிறதா என்று அடிக்கடி பார்த்துக்கொண்டிருந்தேன். குடிசை மாற்று வாரியக் கட்டிடங்களுக்கு இடையில் மாலைச் சூரியன். அற்புதமான ஆரஞ்சு வட்டம். சற்றைக்கெல்லாம் மொத்தம் மூன்று சூரியன்கள் தென்படலாயின. மூக்குக் கண்ணாடியைக் கழற்றிப் பார்த்தேன். ஒரு சூரியன்தான் தென்பட்டது. கண்ணாடியை அணிந்துகொண்டேன். இப்பொழுது மறுபடியும் மூன்று சூரியன்களைப் பார்க்க முடிந்தது. கண்ணாடியைக் கழற்றாமல் பார்த்துக்கொண்டேயிருந்தேன். ஒரு பேருந்து வந்து நின்றது. ஒரு பேருந்துதான். மூன்றல்ல. ஒரு பெண் நடந்து போய்க்கொண்டிருந்தாள். மூன்று பெண்களல்ல.

ஒரு மாறுதலுக்காகச் சங்கத்துக்குப் போனேன். செயலர் வந்திருந்தார். "நான் செத்தா எவனுக்கும் ஒண்ணும் புரியப் போறதில்லெ" என்றார் அவர். "என்ன ஒங்களோட சாவு மர்மச் சாவா இருக்கப்போறதா?" என்று பதட்டத்துடன் கேட்டேன். அவர் முகத்தில் முதலில் கோபமும் பிறகு குழப்பமும் தோன்றின. பிறகு, "எல்லாச் சமாச்சாரங்களும் சங்கத்தோட கணக்கு வழக்குக எல்லாமே எம் மண்டெயிலதான் இருக்கு. எம் மண்டை ஒரு அசோஸியேஷன் டைரி. திடீர்னு ஒரு நா நான் மண்டெயப் போட்டா அக்கவுண்ட்ஸ் தெரியாம ஒவ்வொருத்தன் மண்டெயெப் பிச்சுக்குவான்" என்றார். "நீங்க சொன்னதெ நான் வேற விதமாப் புரிஞ்சுக்கிட்டேன். ஹி ஹி ஹி" என்று

வழிந்தேன். "என்னெ யாருமே சரியாப் புரிஞ்சிக்கிடறதில்ல" என்று குறைப்பட்டுக் கொண்டார். "மனுஷனுக்கு எப்பிடி வேணும்னாலும் சாவு வரலாம். மர்மச் சாவு மட்டும் வரப் படாது. அதான் கொஞ்சம் கவலெப்பட்டுட்டேன்" என்றேன். செயலரின் முகம் சோகமாக ஆகிவிட்டிருந்தது.

தொலைக்காட்சியில் ஓர் இந்தி நாடகம் ஒளிபரப்பாகிக் கொண்டிருந்தது. ஒரு கோட்டையில் ஒரு ராஜா ஒரு பெண்ணைக் கற்பழிக்கும் எண்ணத்துடன் அவளைத் துரத்துகிறார். கோட்டை உச்சியில் துரத்தல் தொடர்கிறது. பெண் கீழே குதித்து இறந்துவிடுகிறாள். பிறகு பேயாக உருவெடுக்கிறாள். வெள்ளைப் புடவை, கொலுசுச் சத்தம், இலை தழைகளினூடே சரசரப்பு. ரோமக்கால்கள் குத்திட்டு நிற்க, உடம்பு சில்லிட்டிருந்த நிலையில் தொலைக்காட்சியை நிறுத்தினேன். மனக்காதுகளில் ஜல் ஜல் ஜல் ஜல் ஒரு முறை ஒலித்து ஓய்ந்தது.

பத்திரிகை ஒன்று நடத்தும் நண்பர் சந்திரகாந்தைப் பார்க்கச் சென்றேன். நான் ஒரு புத்தகத்துக்கு எழுதிய விமரி சனம் அல்லது வாசக அனுபவம் பற்றி அவரது அபிப்பிரா யத்தைத் தெரிந்துகொள்ள. "புத்தகம் அருமையா இருக்கு. எனக்கு ரொம்பப் பிடிச்சிருக்கு. ஆனா ஒங்க விமரிசனந்தான் திராபையா இருக்கு. எப்பிடி?" என்று கேட்டார். தொய்ந்து போய், "யோசிச்சுப் பெறகு ஒங்களுக்குக் கடுதாசி எழுதறேன்" என்று சொன்னேன்.

வீடு திரும்பியபோது அன்றைய தபாலில் வந்திருந்த ஒரு பத்திரிகை மேசை மீது இருந்தது. அந்தப் பத்திரிகைக்கு இரண்டு கவிதைகள் அனுப்பி வைத்திருந்தேன். மிகவும் நல்ல கவிதை என்று எதை நினைத்திருந்தேனோ அது நிராகரிக்கப்பட்டு சுமாரான கவிதை பிரசுரிக்கப்பட்டிருந்தது.

இரண்டு நாட்கள் கழித்து என் கையெழுத்தில் விலாச மிட்ட கடிதம் எனக்கு வந்திருந்தது. பெறுநர் இடத்தில் என் விலாசமும் விடுநர் இடத்தில் சந்திரகாந்த் விலாசமும் எழுதப் பட்டிருந்தது.

மர்மம் பழகிப்போய்விட்டது.

ஆண்

வீடு மாறும்போது ஒரு சிக்கல் ஏற்பட்டது. வீட்டில் நாய் ஒன்று இருக்கிறது என்றார்கள். தெரு நாய். அது பிரச்சனையாகி விடுமோ என்றிருந்தது. "அது ஒன்றும் செய்யாது. நீங்கள் பாட்டுக்குப் போய்வரலாம்" என்ற உறுதிமொழி தரப்பட்டது.

எங்கள் போர்ஷன் உள் தள்ளியிருந்தது. நீண்ட பாதை ஒன்று. அதைக் கடந்து உளளே போய் பின்புறம் வர வேண்டும்.

அந்த நீண்ட பாதையில்தான் மில்லீ படுத்துக்கொண் டிருக்கும்; நடனமாடிக்கொண்டிருக்கும். முதலில் மில்லீயை எதிர்கொள்வது சற்றுப் பய உணர்ச்சியைத் தந்தது. போகப் போகச் சரியாகிவிட்டது. மில்லீ சாதுவாக இருந்தது. அது குரைத்து நான் பார்த்ததில்லை.

முகம் கழுவக் கிணற்றடியில் நான் பெரிய 'மக்' ஒன்றில் நீர் நிறைத்து வைத்திருந்தால் அதில் பாதியை மில்லீ குடித்துவிடும். இதனால் மில்லீக்கென்றே நாங்கள் உபயோகித்த அளவு பெரிய 'மக்' ஒன்றை வாங்க நேரிட்டது. அதில் நீரை நிரப்பி பாதையருகே வைத்து, "மில்லீ சூ சூ வா குடி" என்று அழைத்து என் மகள் அதனுடைய தாகத்தைத் தணித்துக் கொண்டிருக்கும்படி ஆயிற்று. தினமும் போதிய அளவு சோற்றை ஓர் அலுமினியத் தட்டில் வைத்து மில்லீக்குக் கொடுத் தோம். மில்லீயுடன் வெஜிடபிள் பிரியாணியைப் பகிர்ந்து கொண்ட சுபீட்ச தினங்களும் இருந்ததுண்டு. மில்லீ எங்களுடன் வளர்ந்தது. எங்களுடைய பிரியமான பிராணியாகி விட்டது.

மகளுக்கு மில்லீமேல் கொள்ளை சிநேகம் ஏற்பட்டிருந்தது. சதா மில்லீ, மில்லீ என்றபடி இருந்தாள். ஒரு முறை அவளது அம்மா கடிந்துகொண்டாள். "என்னடீ எப்பப் பாத்தாலும் மில்லீ மில்லீ என்னுக்கிட்டு? பத்தாவது படிக்கிற பொண்ணு. பாடத்த எடுத்து வச்சிக்கிட்டுப் படி. முழுப் பரிட்செக்கு இன்னும் நாலு மாசந்தான் இருக்கு" என்று. எனக்கு முடிவு செய்வது சிரமமாக இருந்தது. ஏட்டுப் படிப்பு முக்கியமா ஜீவகாருண்யம் முக்கியமா என்பது பற்றி எவ்வளவு முயன்றும் ஒரு திருப்திகரமான தீர்மானத்துக்கு வர முடியவில்லை. எனக்கு

என் மகளைப் பிடித்திருந்தது; மில்லீயையும் பிடித்திருந்தது. என் மனைவியின் கண்ணோட்டம்தான் மோசமானது என்று நினைத்துக்கொண்டேன்.

மில்லீமேல் எனக்குப் பாசம் இருந்தாலும் நான் அதை உற்றுப் பார்த்ததாக நினைவில்லை. மில்லீயுடனான உறவுக்கு மூன்று மாத வயது ஆகியிருந்தது. ஒரு மாலை வீடு திரும்பிய போது மகள் ஏக சந்தோசத்தோடு இருந்தாள். மில்லீக்குக் குழந்தைகள் பிறந்திருந்தன.

“ரொம்பக் கிட்ட போய்க் கொஞ்ச ஆரம்பிச்சிராதே. குட்டி போட்ட நாய் கடிச்சிக் குதறிடும்” என்று மகளை மட்டுப் படுத்தினேன்.

பாதையில் மாடிப்படிக்கட்டின் அருகில் மில்லீ சாய்ந்து வாகாகப் படுத்திருந்தது. மூன்று குட்டிகளும் மடியை உறிஞ் சிக்கொண்டிருந்தன. அழகான குட்டிகள். ஒன்று கறுப்பு வெள்ளை, இன்னொன்று ப்ரவுண் வெள்ளை, பிறிதொன்று முழுக்க ப்ரவுண். கீச் கீச் என்ற சப்தம் கேட்டது. மனதில் இனிமை படர்ந்தது.

மகள் நாலு வீடு தள்ளியிருந்த தன் வகுப்புத் தோழியிடம் மில்லீக்குக் குழந்தைகள் பிறந்திருக்கிற மகிழ்ச்சிகரமான செய்தியைச் சொல்லப் போயிருந்தாள். எங்கள் பொறுப்பு அதி கரித்தது. இனி மில்லீயின் குட்டிகளையும் நாங்கள் பராமரிக்க வேண்டும்.

குட்டிகள் வளர்ந்துகொண்டிருந்தன. அந்த மாலை ஒரு மகா மோசமான செய்தி எனக்காகக் காத்திருந்தது. மில்லீயின் இரண்டு குட்டிகள் காணாமல் போயிருந்தன. யாரோ வளர்ப்பதற்காக அவற்றைத் திருடிச் சென்றிருக்க வேண்டும். அயோக்கிய ராஸ்கல்கள். மில்லீயின் முகம் வருத்தமாக இருந்த தாக எனக்குப் பட்டது. மில்லீக்கு எப்படி ஆறுதல் சொல்வ தென்று எனக்குப் புரியாமல் இருந்தது. அந்த முழுக்க ப்ரவுண் குட்டி மட்டும் தாயுடன் ஒட்டிக்கொண்டிருந்தது.

மில்லீயுடனான உறவை வலுப்படுத்திக்கொள்ள எனக்குப் போதுமான அறிவு தேவை என்று தோன்றிற்று. நாய்–இயலாளர் யாரிடமாவது ஆலோசனை பெற வேண்டும் என்று துடியாக இருந்தது. விலங்கியலில் நாய்–இயல் ஒரு தனிப்பிரிவு. மாநகரில் நாய்–இயலாளர் யார் இருக்கிறார்கள் என்பது தெரியாமலேயே போயிற்று. உற்ற இரு நண்பர்களிடமும் ஒரு தோழியிடமும் இது பற்றிக் கேட்க, அவர்களுக்கும் தெரியவில்லை. எனக்கு வருத்தமாக இருந்தது.

பிரவுண் குட்டி கொஞ்சம் வளர்ந்திருந்தது. நான் பாத்ரூம் பக்கம் நடந்துகொண்டிருந்தால் அது என் பின்னாலேயே ஓடி வந்தது. பாதையில் நடந்துகொண்டிருந்தால் பின்னால் குரைத்துக்கொண்டே ஓடி வந்தது.

அதிகாலை ஒருநாள் வெளியில் விட்டிருந்த என் செருப்பு கள் காணாமல் போயிருந்தன. எனக்குப் பக்கென்றிருந்தது. நான்கு மாதங்களுக்கு முன்புதான் வள்ளிசாக ரூ.99.95 கொடுத்து பி.எஸ்ஸி. பாட்டாவில் வாங்கியிருந்தேன். பழைய செருப்புகள்தாம் என்றாலும் அவ்வளவு பெரும் தொகையை மீண்டும் புரட்ட எனக்கு ஒரு மாத அவகாசமாவது தேவை. அந்த ஒரு மாத காலம் நான் செருப்பில்லாமல் நடக்க வேண்டும். எப்படி முடியும்? எனக்குக் காலையிலேயே வருத்தம் ஏற்பட்டது குறித்துக் கொஞ்சம் எரிச்சல் வந்தது.

செருப்பில்லாமல் கழிவறை அருகில் வந்தவனுக்கு ஓர் அதிசயம் காத்திருந்தது. ஒரு செருப்பு கழிவறைப் பக்கத்தில் இருந்தது. ஒற்றைச் செருப்பை மாட்டிக்கொண்டு எப்படி நடக்க? ஆழ்ந்து கலவரத்தினூடே சுற்றுமுற்றும் பார்வையைச் செலுத்தினேன். பாதையின் ஓரத்தில் எனது மற்றொரு செருப்பு இருந்தது. எனக்கு உயிர் வந்தது.

அடுத்த காலையும் இதேபோல்தான் ஆயிற்று. வாசலருகே ஒரு செருப்பு மட்டும்தான் இருந்தது. யார் இந்த மாதிரி சிலுமிஷம் பண்ணுவது? தெரியாமல் குழம்பினேன். ப்ரவுண் குட்டியின் குரைச்சல் சப்தம் கேட்டு அந்தத் திசையில் திரும்பினேன். குட்டி என் இன்னொரு செருப்பை வாயில் கவ்விக்கொண்டு சுற்றிச் சுற்றி விளையாடிக்கொண்டிருந்தது.

எனக்கு மிகவும் சந்தோஷமாக இருந்தது. விசயம் இது தானா? குட்டிக்கு என் செருப்பு பிடித்திருந்தது போலும். இனி அது விளையாடுவதற்கென்றே ஒரு புது ஜோடி செருப்பு வாங்க வேண்டும். ஆனால், அது சாத்தியப்பட எனக்கு ஒரு மாதம் ஆகுமே என்பதுதான் கவலையாக இருந்தது. செருப்புக்கு மாற்றாக வேறு எதை விளையாட்டுப் பொருளாகத் தரலாம் என்ற யோசனையில் நீண்ட நேரம் ஆழ்ந்தேன். நாய்–இயலாளர் ஒருவரிடம் ஆலோசனை பெறும் எண்ணம் வலுப்பெற்றது.

ஒருநாள். அது வியாழன். காலை எட்டு மணி வாக்கில் சந்து முக்கில் இருந்த டீக்கடையில் டீ அருந்திக்கொண்டிருந்தேன். சந்தில் ஒருவிதக் கலவரச் சூழல் ஏற்பட்டிருந்தது. ஒரே குரைச்சல் மயமாக இருந்தது சந்து. ஒரு வண்டி நின்றிருந்தது. வளையம் போன்ற ஒன்றைக் கையில் பிடித்தபடி ஒரு நாயை வளைத்துப் பிடிக்க முயன்றுகொண்டிருந்தான் ஒருவன்.

பாதி டீ நிரம்பிய கிளாஸைக் கடையில் அவசர அவசரமாக வைத்துவிட்டுப் பதறி ஓடினேன் வீட்டுக்கு. மாடிப்படி அருகே மில்லீ அமைதியாகப் படுத்திருந்தது. ப்ரவுண் குட்டி மடியை உறிஞ்சிக்கொண்டிருந்தது. அன்று மாலைதான் காதி கிராமோத்யோக் பவன் கடையில் பொம்மைப் பகுதியில் இருந்தேன். பேப்பர் கூழில் செய்யப்பட்ட பொம்மை ஒன்றை வாங்கினேன். ஓர் இளம் தாய் தன் மகவுக்குப் பாலூட்டிக்கொண்டிருக்கும் பொம்மை அது. அதை என் எழுதும் மேசைமீது வைத்துக் கொண்டேன்.

ஞாயிறன்று இலக்கியச் சிற்றேட்டில் கவனத்தைச் செலுத்திக் கொண்டிருந்தேன். மணி பத்தரை இருக்கும். அலுமினியத் தட்டில் தயிர்ச் சோறையும் ஊறுகாயையும் வைத்து மில்லீக்குக் கொடுக்க மகள் எடுத்துச் சென்று கொண்டிருந்தாள்.

என் கவனம் திசை திரும்பியது. மில்லீயைச் சுற்றி என் எண்ணங்கள் வட்டமிட்டன.

எவ்வளவோ சிரமப்பட்டு மில்லீ தன் குட்டிகளைப் பராமரித்து வந்தது. தன் இரண்டு குட்டிகளைப் பறிகொடுத்துத் துன்பப்பட்டது. எஞ்சியுள்ள ஒரு குட்டியை மிகுந்த பாசத்துடன் வளர்த்துக்கொண்டிருந்தது. ஆனால், குட்டிகளின் தகப்பன் அந்த அழகான குட்டிகளைப் பார்க்க ஒருமுறைகூட வரவில்லை. மிகுந்த ஆச்சரியமாக இருந்தது எனக்கு. சற்றுத் துயரமாகக் கூட.

●

வார்த்தை உறவு

"வாங்களேன், சேந்து போகலாம்."

"சேந்துன்னா கையோடு கையெக் கோத்துக்கிட்டா?"

"இல்ல, சும்மா, கூட."

"அப்ப அதுக்குப் பேரு சேந்து போறதில்லை; சேராம பக்கத்துல பக்கத்துல போறது."

"சரி, பக்கத்துல பக்கத்துல போகலாம் வாங்களேன்."

"சரி, வர்றேன். எதுவரைக்கும் போறீங்க?"

"பக்கத்துலதான்."

"எம் பக்கத்துலயா?"

"உங்க பக்கத்துல நா நடந்துகிட்டே நாம ரெண்டு பேருமாப் பக்கத்துல போறம். அந்த ஃபேன்ஸி ஸ்டோர் வரைக்கும்."

"அதாவது கற்பனைக் கடைக்கு."

"இல்ல, அது கற்பனைக் கடை இல்ல நிஜக் கடை."

"ஃபேன்ஸின்னா கற்பனைன்னு ஒரு அர்த்தம் உண்டு. அதனாலதான் கேட்டேன்."

"இல்ல. நிஜக்கடைதான்."

"என்ன விஷயம்?"

"விஷயம் ஒண்ணும் அவ்வளவு பெரிசில்ல."

"அப்ப சிறிசுங்குறீங்க."

"சிறிசுன்னும் சொல்ல முடியாது."

"அப்ப நடு அளவுன்னு வச்சுக்கலாமா?"

"விஷயத்தோட அளவு சொல்றது கஷ்டம்."

"நீங்க எது சம்பந்தமாப் பேசுறீங்கன்னு சொல்லுங்களேன். நா விஷயத்தோட சரியான அளவெச் சொல்லிர்றேன்."

"இல்ல, ஒங்களால முடியாது. விஷயம் என்றது உருவ மில்லாதது. அத அளக்க முடியாது."

"அதெல்லாம் ஒண்ணுமில்ல. மனுஷனால முடியாத காரியம் ஒண்ணுமில்ல. நீங்க மொதல்ல விஷயத்தச் சொல்லுங்க."

 நற்றிணை பதிப்பகம் ○ 211

"நீங்க விடமாட்டீங்க போலெயிருக்கு."

"இல்லியே நா ஒங்களப் பிடிச்சிக்கிட்டா இருக்கேன், விட்றதுக்கு?"

"இல்ல. நா விஷயத்தச் சொன்னேன்."

"இல்ல, நீங்க சொல்லல."

"ஓ ஆமா இல்ல, இன்னும் சொல்லலே இல்ல."

"ஒண்ணு ஆமா, இல்லேன்னா இல்ல. நீங்க ரெண்டயும் சேத்துச் சொல்றீங்க."

"ஸாரி, நா இன்னும் விஷயத்தச் சொல்லல."

"கடை வர்ற வரைக்கும் விஷயத்த சஸ்பென்ஸா வச்சிக்கிர்றதா முடிவா?"

"இல்ல அந்த மாதிரி எண்ணம் ஒண்ணும் இல்ல."

"அப்ப சொல்லுங்க."

"நீங்க நா சொல்ல வர்றதுக்குள்ள கொழப்பீர்றீங்க."

"எது விஷயத்தையா?"

"இல்ல. அது ஒங்களால முடியாது. ஏன்னா நா விஷயம் என்னன்னே சொல்லல. நா சொல்ல வர்றதுக்குள்ள நீங்க என் னென்னமோ சொல்லிக் கொழப்பீர்றீங்க."

"சொல்ல எங்க வரப்போறீங்க?"

"எங்கெயும் வரப்போறதில்ல. நடந்துக்கிட்டே விஷயத்தச் சொல்லப்போறேன். இருங்க, நீங்க பேச வேணாம். நா மொதல்ல விஷயத்தச் சொல்லிர்றேன்."

"சரி சொல்லுங்க."

"இந்தப் பை ஒண்ணு வாங்கினேன்."

"எந்தப் பை?"

"ஐயோ, கொஞ்சம் பேசாம இருக்கீங்களா?"

"சரி, இருக்கேன்."

"என்ன, இதுக்குமா பதில்!"

"பெறகு என்ன செய்யச் சொல்றீங்க? நீங்க பேசி நா பதில் பேசாட்டி ஒங்க பேச்சுக்கு நா மதிப்புத் தரலேன்னு அர்த்த மாயிடும்."

"அப்பிடி ஒண்ணும் அர்த்தம் இல்ல. சரி நா சட்டுபுட்டுன்னு விஷயத்தச் சொல்லிர்றேன்."

"இல்ல, அப்பிடியெல்லாம் வேணாம். இயல்பா சாதாரணமா விஷயத்தச் சொன்னாப் போதும்."

"சரி, நா என் விருப்பப்படி விஷயத்தச் சொல்ல விட மாட்டீங்களா?"

“நா ஏற்கனவே சொல்லிட்டேன். நா ஓங்களெப் பிடிச்சிக்கிட்டு இல்லேன்னு.”

“அப்பப்பா, நா ஓங்களெக் கூப்பிட்டதே தப்பு.”

“புரிஞ்சாச் சரி, அப்ப நா கழண்டுக்கட்டுமா?”

“ஏற்கனவே கழண்டவன் மாதிரித்தான் பேசறீங்க.”

“ஒரு விதத்துல எல்லாரும் கழண்டவங்கதான். யாருமே எப்பவுமே முழு சுவாதீனத்தோட இருக்குறதில்ல.”

“இப்ப ஏன் பொதுவுக்கு வர்றீங்க. விஷயம் ஓங்களோடது.”

“இல்லியே விஷயத்த நீங்கதான் சொல்றதாச் சொன்னீங்க. இப்ப ஓங்க விஷயம், என் விஷயம், ரெண்டு விஷயமாச்சு. இப்ப ரெண்டு விஷயங்கள விவாதிக்கிற பாரம் ஓங்களுக்கு ஏற்பட்டிருக்கு.”

“நீங்கதான் எதையோ சொல்லி பாரத்தெச் சுமத்துறீங்க. நா இதுவரைக்கும் லேசாத்தான் இருந்தேன். இருங்க, ஓங்களப் பேசவிட்டா இன்னுமொரு விஷயம் – இப்பிடியே சேந்துக்கிட்டு பாரம் அதிகமாயிக்கிட்டே போயிடும்.”

“பாரத்தெ எம் மேலே கொட்டுங்க. ஆறுதல் தர்றேன். நண்பன்கிற முறையில நா இருக்கேன் ஓங்களோட பாரத்தெச் சுமக்க.”

“இந்தாங்க, இதப் பிடிங்க. பாரமா இருக்கா?”

ஒரு டம்பப் பையை அவனிடம் திணிக்கிறாள் அவள்.

“என்னங்க இப்பிடிச் செய்றீங்க?”

“நீங்கதான் பாரத்தெக் கொட்டுங்கன்னு கேட்டீங்க. குடுத்தேன். கொட்டுறது அவ்வளவு நல்லா இருக்காதே, அதுவும் நடு ரோட்டுல.”

“நாம நடு ரோட்டுலயா நடந்துக்கிட்டிருக்கோம்? அடப் பாவமே. சுத்தப் பிரக்ஞையே இல்லாமப் போச்சு ஓங்களோட பேசிக்கிட்டிருந்ததுல.”

“இல்ல இல்ல, ப்ளாட்ஃபாரத்துலதான் நடந்துக்கிட்டிருக்கோம்.”

“நல்ல வேளெ.”

“யாருக்கு?”

“ரெண்டு பேருக்குந்தான். என்ன நீங்க விஷயத்தெச் சொல்ல மாட்டேங்குறீங்க?”

“நா மாட்டேன்னு எப்ப சொன்னேன்?”

“நீங்க சொல்லலேன்னாலும் சொல்லல.”

“அப்பிடீன்னா?”

"நீங்க விஷயத்தச் சொல்ல மாட்டேன்னு சொல்லலேன் னாலும் விஷயத்தச் சொல்லல."

"விஷயந்தான் ஒங்க கையில இருக்கே."

"கையில பைதான் இருக்கு. அதப் பாரம்னு மொதல்ல சொன்னீங்க. இப்ப பேச்செ மாத்துறீங்க!"

"அந்தப் பாரம்தான் விஷயம். இந்தப் பையெப் போன வாரம் கோகுல் ஃபேன்ஸி மார்ட்ல வாங்குனேன். நேத்து பிடி விட்டுப்போச்சு. கடெக்காரன் கிட்ட போயி மாத்திக்கிட்டு வரணும். மாத்திக் குடுக்கல்லேன்னா சண்டெ போடணும்."

"அதாவது நானும் சேந்து ஒங்களோட சண்டெ போடணும்."

"எங்கிட்ட இல்ல. கடெக்காரங்கிட்ட."

"சரி போடலாம்."

"நீங்க தைரியசாலிதான?"

"தெரியல்ல. இதுவரைக்கும் சோதிச்சுப் பாத்ததில்ல."

"அப்ப இது ஒங்களுக்குக் கெடெக்கிற மொதல் சந்தர்ப்பமா இருக்கும்."

"எனக்குச் சந்தர்ப்பம் வாங்கிக் குடுக்கிறதுக்கு நா ஒங்களுக்கு ரொம்பக் கடமெப்பட்டிருப்பேன்."

"என்னெ ரொம்பப் புகழாதீங்க. இதுக்கெல்லாமா நன்றி சொல்லுவாங்க?"

"சின்ன விஷயத்துக்கெல்லாங்கூட நன்றி சொல்லணும். இந்தக் காலத்துல உபகாரமெல்லாம் யார் செய்றா?"

"சரி நீங்க விஷயத்தோட அளவெச் சொல்லாம என்னெ ஏமாத்துறீங்க."

"இல்ல, நா யாரெயும் ஏமாத்துனது கெடெயாது."

"அப்ப சொல்லுங்க."

"விஷயத்தோட அளவு, அகலம் அரை அடி, நீளம் அரை அடி, நிறம் பச்சை."

"என்ன ஒரே ஔறல்!"

"ஔறலெல்லாம் ஒண்ணுங் கெடெயாது. விஷயம் பை. பையோட அளவுதான் விஷயத்தோட அளவு. இன்னொரு சமாச்சாரம். விஷயத்தோட நிறத்தெயும் சொல்லியிருக்கேன்; கவனிச்சீங்களா? இப்ப என் திறமெயெ நீங்க புரிஞ்சிக்கணும்."

"சரி, நீங்க பெரிய திறமெசாலிதான். ஒரு தத்துவத்தயே புரட்டிட்டீங்க."

"என் திறமெய மெச்சி நீங்க பரிதாபப்பட்டு ஏதோ ஒரு பரிசு தரலாமே."

“தரலாம்தான். சுமக்கறதுக்குப் பாரமா இருக்காதோ?”

“நெஞ்சுல நெறைய பாரம் சுமந்துகிட்டுத்தான் இருக்கேன். பரிசு ஒரு கூடுதல் பாரமா இருக்கும். பத்தோட பதினொண்ணா இருந்துட்டுப் போகட்டுமே.”

“அப்ப நிச்சயம் பரிசு வேணுங்குறீங்க.”

“குடுங்களேன். பரிசெப் பாக்குறப்ப ஒங்க ஞாபகம் வரும். ஹி ஹி ஹி.”

“ரொம்ப வழியிறீங்க.”

“சரி கடெ பக்கத்துல வந்துடிச்சுன்னு நெனெக்கிறேன். வழியிறத ஒத்திப் போடலாம்னு தோணுது.”

கடையில் க்ளாராதான் பேசுகிறாள். கொஞ்சம் காரசாரமான பேச்சுதான். பரசுராமன் இங்கொன்றும் அங்கொன்றுமாக ஓரிரு வார்த்தைகள் உதிர்க்கிறான். கடைசியில் ஒரு புதுப் பை க்ளாராவிடம் தரப்படுகிறது. க்ளாராவும் பரசுவும் கடையை விட்டு வெளியே வருகிறார்கள். க்ளாராவின் முகத்தில் புதுத் தெம்பு.

“சே. ஒங்களுக்குச் சண்டை போடவே தெரியல்ல. ரொம்ப சாது நீங்க.”

“அப்ப நா மிரண்டாக் காடு கொள்ளாதுன்னு சொல்லுங்க.”

“பயப்படாதீங்க, ஒங்களெக் காட்டுப் பக்கமாவெல்லாம் அழெச்சிக்கிட்டுப் போகாம நா பாத்துக்குவேன்.”

“என்னெப் பொறுப்பாப் பாத்துக்குவீங்களா?”

“ஓ. நல்லா பாத்துக்குவேன். கவலயெ விடுங்க.”

“எங்க அம்மா ரொம்ப நாளாச் சொல்லிக்கிட்டிருக்காங்க. என்னெப் பொறுப்பாப் பாத்துக்க ஒரு பொண்ணு வேணும்னு. அப்ப ஒங்க பேரை நா அம்மாகிட்ட சொல்லட்டுமா?”

“சொல்லுங்களேன். தாராளமா. நா என்ன வேணாம்னா சொல்லப் போறேன்? எனக்கு நர்ஸிங் இயல்பாவே ரொம்பப் பிடிக்கும்.”

“அப்ப நா இதுக்காக நன்றி சொல்லணும் ஒங்களுக்கு.”

“நன்றியெ இந்தப் புதுப் பையில போட்டிருங்க. நா எங்க அம்மாகிட்ட அதெக் காமிச்சி ஒங்களை அறிமுகப்படுத்தறதுக்கு வாகா இருக்கும்.”

“அப்ப நாம ரெண்டு பேரும் இனிமே எப்பவுமே பேசிக்கிட்டிருப்போமில்லியா?”

“ம்.”

●

கருத்தரங்கில் கணக்கில் கொள்ளப்பட்டவை

இரண்டு நாட்களுக்கு முன்புதான் ஓர் அழைப்பிதழ் அட்டையும் ஒரு கடிதமும் சாமிக்கண்ணு பணிபுரியும் ப்ராஜெக்ட்டின் இயக்குநருக்கு வந்திருந்தன. கருத்தரங்கு ஒன்றுக்கான அழைப்பிதழ் அது. இன்றைய சமுதாயம் எப்படி மனநோயாளிகளை அணுக வேண்டும் என்பதுதான் தலைப்பு. அந்தக் கருத்தரங்கில் சாமிக்கண்ணு கலந்துகொள்ள வேண்டும் என்று கேட்டுக்கொண்டது கடிதம். இயக்குநருக்கு வேறு வழி இல்லை. ப்ராஜெக்ட்டின் பிரதிநிதியாக அவனை அனுப்பா விட்டால் தொண்டு நிறுவனங்களுக்குள் பிரச்சனை ஆகிவிடும். சாமிக்கண்ணுவைப் போக அனுமதித்தாள் இயக்குநர்.

அந்த விளையாட்டு சாமிக்கண்ணுவுக்குக் கைவந்த கலை. மாநகரிலுள்ள ஏழெட்டுத் தொண்டு நிறுவனச் சமூகப் பணியாளர்கள் அவனது உற்ற நண்பர்கள். கருத்தரங்கு, குழு விவாதம் முதலியவைகளுக்கு அவனது ப்ராஜெக்ட் இயக்குநருக்கு அழைப்பிதழுடன், சாமிக்கண்ணுவை அனுப்புமாறு ஒரு கடிதமும் தவறாமல் அனுப்பித் தங்கள் தோழமையை நினை வூட்டிக் கொள்வார்கள். இந்த ஏற்பாடு சாமிக்கண்ணுவுக்கு மிகவும் பிடித்தமானதாக இருந்தது.

விசயம் அப்படி ஒன்றும் பெரிசில்லை. சாமிக்கண்ணுவுக்குக் கருத்தரங்குச் சாப்பாடு, பிரியாணி முதலியவை பிடிக்கும். அனேகமாகத் தரம் வாய்ந்த உணவாகவே இருக்கும். நிறைய விரும்பிச் சாப்பிடுவான். சில கருத்தரங்குகளில் பாயாசம், ஐஸ்கிரீம், பீடா வரை சகலமும் கிடைக்கும். சமூகப்பணித்துறையில் சேர்ந்த இந்த ஏழெட்டு ஆண்டுகளில் நிறைய கருத்தரங்குகளில் கலந்துகொண்டுவிட்டிருந்தான் சாமிக்கண்ணு. இதனால் இயக்குநருக்கு அவன் மேல் சற்றுப் பொறாமைகூட. தவிர, விடுப்பு எடுத்துக்கொள்ளாமல் ஒரு சமூகப்பணிக் கேளிக்கையை ஒரு முழுநாள் கண்டுகளிக்கும் ஒருவித வினோதமான இன்பமும் கிடைக்கும்.

நிறைய உளவியல், எதிர்உளவியல் புத்தகங்களைப் படித் திருந்தான் சாமிக்கண்ணு. உளவியல் அவனுக்குக் கிட்டத்தட்ட திகட்டிவிட்டிருந்தது. ஒரு கட்டத்தில் சலிப்புகூட ஏற்பட்டது. தவிர, நான்கரை ஆண்டுகள் தனியார் துறை மனநலக் காப்பகம் ஒன்றில் பகுதி நேரச் சமூகப்பணியாளராகப் பணி வேறு புரிந்திருந்தான். அந்த நான்கரை ஆண்டுகளும் சராசரி சமூகப் பணியாளர்கள் போலல்லாமல் முற்றிலும் வித்தியாசமான, ஆனால் ஒரு நல்ல சமூகப்பணியாளராகத் தான் பணிபுரிந்த தான நிரம்ப மனநிறைவு அவனுக்கு ஏற்பட்டிருந்தது. இந்தப் பின்புலத்தில்தான் சாமிக்கண்ணுவுக்கு அந்தக் கருத்தரங்குக்கான அழைப்பிதழ் கிடைத்திருந்தது.

'சுகஜீவனம்'தான் அந்த நிறுவனம். குணமடைந்து வரும் மனநோயாளிகள் குடும்பத்தில் மறுநுழைவு செய்யும் முன் சில, பல மாதங்கள் தங்கிக் குடும்பத்துக்கு ஏற்றாற்போல் தங்கள் ஆளுமைகளைத் தகவமைத்துக்கொள்ள உதவும் ஓர் இல்லம் தான் சுகஜீவனம். அங்குதான் கருத்தரங்கு. வடபழனியில் நூறடி சாலையில் ஓர் ஒதுக்குப்புறத்தில் இருந்தது அந்த இல்லம்.

அன்றுதான் கருத்தரங்கு. நிகழ்ச்சிநிரல் அட்டையை நோட்டம் விட்டான் சாமிக்கண்ணு. காலை 10.30க்கு நிகழ்ச்சி கள் ஆரம்பம். நிறைய அனாவசியங்களைத் தவிர்த்தான் சாமிக் கண்ணு. இறைவணக்கப் பாடல், வரவேற்புரை, அறிமுகம் எல்லாம் வேண்டாம். அப்படியானால் 11.15 மணி அளவில் போனால் போதுமானது. அப்பொழுதுதான் உளவியல் மருத்துவரின் பேச்சு ஆரம்பமாகும். பதினோரு மணிவாக்கில் அறையைப் பூட்டிவிட்டுக் கிளம்பினான் சாமிக்கண்ணு.

சுகஜீவனத்தை வந்தடையும்போது 11.20 ஆகிவிட்டிருந்தது. தன் மோபெட்டை மைதானத்தின் ஓரத்தில் நிறுத்திவிட்டு அவன் கருத்தரங்குக் கூடத்தை அடைந்தான்.

மருத்துவர் பேசிக்கொண்டிருந்தாள். மனநோயின் பல்வேறு வகைகள், நோய்க்குறிகள், சிகிச்சைகள் முதலியவற்றை அடுக்கிக் கொண்டிருந்தாள். சாமிக்கண்ணுவுக்கு அதெல்லாம் அத்துப்படி. எதுவும் புதிதல்ல. அவனுக்குப் பாராட்ட ஒரே ஒரு விசயம் மட்டும் இருந்தது. நல்ல கண்ணியமான பேச்சுத் தமிழில் பேச்சு அமைந்திருந்தது. ஆனால், 'ஜன நெரிசல்' என்று சொல்வதற்குப் பதில் 'ஜன நெருக்கடி' என்று மூன்று முறை சொன்னாள் மருத்துவர். கொஞ்சம் சகித்துக்கொள்ள முடியவில்லை. என்றாலும், பரவா யில்லை. ஒரு தப்புதானே என்று விட்டுவிட்டான் சாமிக்கண்ணு.

ஒரு சிறு இடைவேளை விடப்பட்டது. மேரி பிஸ்கெட்டும் காப்பியும் பரிமாறப்பட்டன. மேரி பிஸ்கெட்டை எடுத்துக்

கொள்ளத் தீர்க்கமாக மறுத்தான் சாமிக்கண்ணு. அவனுக்கு மேரி பிஸ்கெட் சுத்தமாகப் பிடிக்காது. கிட்டத்தட்ட ஒரு வெறுப்பு.

சாமிக்கண்ணுவுக்கு மேரி பிஸ்கெட் பிடிக்காதேயொழிய தன் செக்ஷன் மேரியை நிரம்பப் பிடிக்கும். மேரி அவனுடன் எப்பொழுதும் ஆசையுடன் பேசுவாள். சாமிக்கண்ணுவும் படு ஆசையுடன் பேசுவான். ஜொள்ளு ஜாலியாக இருக்கும்.

ஜொள்ளு பற்றி சாமிக்கண்ணு என்ன சொல்கிறான் என்பதை வாசகர்கள் தெரிந்துகொள்வது அவசியம். இளைய, நடு வயது தலைமுறையினருக்கு இவை நல்ல 'டிப்ஸ்.' எனவே இந்தப் பத்தியையும் அடுத்த பத்தியையும் தயைகூர்ந்து வெட்ட வேண்டாம் என்று இதைப் பிரசுரிக்கும் பத்திரிகை ஆசிரியர் கேட்டுக்கொள்ளப்படுகிறார்கள். மீறி வெட்டினால் துயரத்தில் உழலும், நகைச்சுவை உணர்வின் துணை கொண்டு மட்டும் உயிர் வாழ்ந்துகொண்டிருக்கும் சாமிக்கண்ணு அதிகத் துன்பப் பட்டுப் போவான்.

சரி. இப்பொழுது ஜொள்ளு. ஜொள்ளு என்பது ஒரு மெல்லிய திரவம். நிறமற்றது. சற்று இனிப்பான சுவையுடன் இருக்கும். நெஞ்சின் அருகில் அமைந்திருக்கும் ஒரு சுரப்பி மூலம் அந்தத் திரவம் உற்பத்தியாகிறது. தந்துகி போன்ற ஒரு மெலிதான குழாய் மூலம் சுரப்பியிலிருந்து வாய்வரை வந்து வாயில் அது ஒரு தினுசான வழவழப்பை ஏற்படுத்தும். அவ் வமயம் ஆசையான பேச்சுகள் வாய்வழியே வெளிவரும். இதழின் வலது ஓரம் வழியே ஜொள்ளு வழிந்து முகவாய், கழுத்து முதலியவற்றை நனைக்கும். மின்விசிறி சுழன்றுகொண் டிருப்பதால் நனைந்த சட்டை காய்ந்து விடுமேயென்றாலும் வீட்டுக்கு வந்ததும் சட்டையைத் துவைத்துவிடுவது அல்லது தண்ணீரில் அலசிக் காயப்போடுவது விவேகமானது. இல்லையேல், ஜொள்ளுவின் தித்திப்பைச் சுவைக்க எறும்புகள் ஏகமாக வந்துவிடும்.

ஏற்கனவே குறிப்பிட்டதுபோல், சாமிக்கண்ணுவுக்கு மேரி பிடிக்கும். பரஸ்பர ஜொள்ளு பிடிக்கும். மேரி பிஸ்கெட் தனக்குப் பிடிக்காது போனது ஆசையான மேரிக்குத் தான் செய்யும் மாதுரோகம் என்று நினைத்ததுண்டு. இருப்பினும் எப்படி முயன்றும் சாமிக்கண்ணுவுக்கு மேரி பிஸ்கெட் பிடிக் காமலேயே போயிற்று. அவனுக்குப் பிடித்ததெல்லாம் கருத் தரங்குகளில் தரப்படாத 'நல்ல நாள்' பிஸ்கெட்டுகள்தாம். இதனாலேயே பிஸ்கெட் என்கிற ஊக்கி இல்லாமலேயே சாமிக்கண்ணு கருத்தரங்குகளில் தன்னை இருத்திக்கொள்ள நேர்ந்தது.

காப்பி அருந்திய சாமிக்கண்ணுவுக்கு ஒன்றுக்கு வந்தது. கழிவறைகள் மைதான வெளியில் வலது மூலையில் ஒதுக்குப் புறத்தில் அமைந்திருந்ததாகச் சொல்லப்பட்டது. சாமிக்கண்ணு அவசரமாக நடந்து அந்தக் கட்டிடத்தை அடைந்தான். இடது பக்கம் ஒரு கழிவறையும் வலது பக்கம் ஒரு கழிவறையும் குளியலறையும் தென்பட்டன.

சாமிக்கண்ணு இடது பக்கக் கழிவறையில் நுழைந்து உள்தாழ்ப்பாளிட்டுத் தன்னை ஆசுவாசப்படுத்திக்கொண்டான். ஒரு குழாயும் ஒரு சதுரத் தகர டப்பாவும் இருந்தன. டப்பாவில் தண்ணீரை நிரப்பிப் பீங்கான் குழியில் விட்டுச் சுத்தப்படுத்தி விட்டுக் கைகழுவிக் கைக்குட்டையால் தன் கைகளைத் துடைத்துக்கொண்டு கழிவறைக் கதவைச் சாத்திவிட்டுக் கருத்தரங்குக் கூடத்தை அடைந்து தன் நாற்காலியில் அமர்ந்து கொண்டான்.

பணியாளன் ஒருவன் காலியான காப்பிக் கோப்பைகளை ஒரு பெரிய தட்டில் சேகரித்துக்கொண்டிருந்தான். ஒலிபெருக்கி யின் பக்கவாட்டில் இருந்த ஒரு சிற்றிடத்தில் உளவியல் மருத்துவர் நின்றுகொண்டிருக்க அவளைச் சுற்றி ஒரு சிறு கூட்டம் கூடியிருந்தது. வயதான இரு ஆண்களும் மூன்று பெண்களும் கூட்டத்தில் இருந்தனர். அவர்களது உறவினர் யாராவது சுகஜீவனத்தில் தங்கியிருக்கலாம் என்று நினைத்துக் கொண்டான் சாமிக்கண்ணு.

உளவியல் மருத்துவரிடம் பேசத் தனக்கு விசயம் இருப்ப தாகத் தோன்றிற்று சாமிக்கண்ணுவுக்கு. அவள் குறிப்பிட்ட Fugue என்ற மனநோய் அகதா கிறிஸ்டிக்கு இருந்தது பற்றியும் வைக்கம் முகம்மது பஷீர் 'பாத்துமாவுடைய ஆடு'வை ஒரு மனநலக் காப்பகத்தில் சிகிச்சையில் இருந்தபோது எழுதியது பற்றியும் அவளுக்குத் தெரியுமா என்று கேட்கவும், தெரிந்தாலும் தெரியாவிட்டாலும் அது பற்றி ஓரிரு நிமிடங்கள் பேச வேண்டும் என்றும் பட்டது அவனுக்கு. ரைடரும் தோள் பையுமாக அவன் அந்தச் சிறு கூட்டத்தில் நின்றுகொண்டிருந்தான். நான்கைந்து முறை பேச வாயெடுத்துத் தோற்றான். வேட்டி, சட்டை அணிந்த வயதான ஒருவர் மருத்துவரை முற்றாக ஆக்கிரமித்துக் கொண்டிருந்தார். கிட்டத்தட்ட சாமிக்கண்ணுவின் முறை வந்தபோது பேச அனுமதி மறுக்கப்பட்டது. அடுத்த பேச்சாளர் பேச்சைத் துவக்கவிருந்தார். மருத்துவர் மாலை 4.00 மணி வரை இருப்பாள் என்றும் பிறகு பேசிக்கொள்ளலாம் என்றும் கண்ணாடி அணிந்த ஓர் அம்மையார் வந்து சொன்னாள். சாமிக்கண்ணுவுக்கு மிகவும் அவமானமாகப் போய்விட்டது. மருத்துவரும் சொன்னாள், தான் நான்கு

மணிவரை அங்கு இருக்கப் போவதாக. மிகுந்த மன அசவுகரி யத்துடன் சாமிக்கண்ணு கடைசி வரிசையில் இருந்த தன் நாற்காலியில் அமர்ந்துகொண்டான்.

அடுத்த பேச்சாளர் முனைவர் பட்டம் பெற்றவள். மன அழுத்தமும் மனநோயும் என்ற தலைப்பில் பேசினாள். உடலி லுள்ள ஒரு குறிப்பிட்ட சுரப்பி எப்படி மன அழுத்தத்தை ஏற்படுத்தி மனநோய்க்கு வழி வகுக்கிறது என்பது பற்றி இருந்தது அவளது பேச்சு. பேச்சு ஆங்கிலத்தில் இருந்தது. அப்படி ஒன்றும் பிரமாதமாக இல்லை. அவள் முனைவர் பட்டத்தை அமெரிக்காவிலிருந்து அள்ளி வந்ததாகவும், மேற்கொண்டு ஆய்வுக் கட்டுரைகளை மேலைநாட்டு உளவியல் பத்திரிகை களில் தொடர்ந்து எழுதி வருவதாகவும் அவளை அறிமுகப் படுத்திய, அவனை உளவியல் மருத்துவரிடமிருந்து அகற்றிய அம்மையார் சொன்னாள். என்னவோ அவளுடைய பேச்சு சாமிக்கண்ணுவுக்கு எடுபடவில்லை. எஸ்.எஸ்.எல்.ஸியில் விஞ் ஞானப் பாடம் படித்துவிட்டு அந்தப் பாடத்தைத் தன் மொழியில் பேசினால் எப்படி இருக்குமோ அந்த அளவுதான் இருந்தது அவள் பேச்சு. அவளது ஆய்வுக் கட்டுரைகளின் தரம் பற்றிச் சாமிக்கண்ணுவுக்குப் பெருத்த சந்தேகங்கள் எழுந்தன. அவள் ஒரு நரம்பியல் உளவியலாளர். மாநகரிலேயே மாபெரும் கொள்ளை அடித்து நோயாளிகளையும் நோயாளிகளின் உறவினர்களையும் மொட்டையடிக்கும் ஒரு தனியார் மருத்துவ மனையைச் சார்ந்தவள். ஓர் அரை மணி நேரம் அவள் அவனை இம்சித்தாள்.

அடுத்ததாக ஒரு தனியார் மனநலக் காப்பகச் சமூகப் பணியாளர் உரை நிகழ்த்தினார். மனநோயாளிகள் நோயுடன் எப்படி ஒத்துப்போவது என்பது குறித்து அவரது உரை இருந்தது. சமூகப்பணியாளர் ஒல்லியாகவும் வெடவெடவென்று உயரமாகவும் இருந்தார். இளைஞர். துடிப்புள்ளவர். ஆனால், தமிழ் உதைத்தது. ஆங்கிலத்தைத் துணைக்கு அழைத்துக் கொண்டார் அவர். Altitude என்பதைத் தமிழில் சொல்ல வராமல் திக்கித் திணறினார். தான் எழுந்து உதவலாம் போல இருந்தது சாமிக்கண்ணுவுக்கு. ஒரு கட்டத்தில் மனநோய் துர்பாக்கியமானது என்றார் பேச்சாளர். சாமிக்கண்ணுவுக்கு அவரது கருத்தில் உடன்பாடில்லாமல் இருந்தது. மனநோய் என்பது வேறொரு மனோநிலை. அவ்வளவே. சிகிச்சை தேவை யென்றாலும் அது துர்பாக்கியமானதோ துரதிருஷ்டமானதோ அபாக்கியமானதோ அல்ல. உண்மையில் நோய்க்குறிகளைத் தனக்கு அனுகூலமானதாகப் பயன்படுத்திக்கொள்ளத் தெரிந் தால் அதுவே ஒரு வரப்பிரசாதமாகவும் அமைய வாய்ப்புண்டு.

இப்பேரழகில் ஒரு வெள்ளைத் திரை மேடைக்குப் பின்புறம் விரித்துக் காட்டப்பட்டது. நோய் பற்றிய வாசகங்கள், குறிப்புகள் 'ஸ்லைட்' மூலம் கலரில் திரையில் தோன்றின. பேச்சு நடுவில் நின்றது. வாசகங்கள் தமிழறிந்த நல்லோர் அனைவரும் புரிந்துகொள்ளும்படிதான் இருந்தன.

வயோதிக மடையர் ஒருவர் அவற்றை விளக்குமாறு கேட்டுக்கொள்ளவே சூழலுக்குக் கேடு காலம் வந்தது. அதே நிறுவனத்தைச் சார்ந்த சராசரி உயரம் கொண்ட ஒரு சமூகப் பணியாளர் விளக்கம் தரத் தலைப்பட்டார். இடுப்புப் பட்டையும் நவீன ஜோடுகளுமாக அவர் அழகாக இருந்தார். சுருட்டை முடி. பேரழகன் என்று சொல்ல முடியாவிட்டாலும் அழகன் என்று சொல்லலாம். எந்தக் கல்லூரி மாணவியும் சட்டென விழுந்துவிடும் அழகு. அவருடைய முகத்தில் இளமைக் களை துள்ளிக்கொண்டிருந்தது. களை அதிகமாகத் துள்ளிக் கீழே சிதறிவிடாமல் இருக்கும்படி அவர் மிகுந்த கவனத்துடன் பார்த்துக்கொண்டார்.

அவரது விளக்கங்கள் அவர் ஒரு மாபாவி என்பதைப் பறைசாற்றியது. தமிழ் ஏகமாக உதைத்தது அவருக்கு. நடுவில் கலந்திருந்த ஆங்கில வார்த்தைகளின் உச்சரிப்பும் கோரமாக இருந்தது. வேறு பிராந்தியக்காரரர் போல. அதற்கு அவருக்கு முன் பேசிய வாலிபரின் பேச்சு எவ்வளவோ தேவலாம்.

மிகுந்த அசிங்கத்துடன் ஃபில்ம் காட்டுவதும் பேச்சுக்களும் முடிவடைந்தன.

இவ்வளவு களேபரத்தினூடே சாமிக்கண்ணு ஓர் அரைக் காகிதத்தில் இதுவரை தமிழில் வெளிவந்துள்ள மனநோய் பற்றிய இலக்கிய நூல்களின் பட்டியலை எழுதி அவை எங்கு கிடைக்கும் என்பதையும் எழுதி முடித்திருந்தான். உளவியல் மருத்துவரிடம் அந்தக் காகிதத்தைச் சமர்ப்பிப்பது தன் துறை சார்ந்த கடப்பாடு என்று எண்ணினான் சாமிக்கண்ணு. தவிர பேச்சாளர்களிடையே தமிழை எழுதவும் படிக்கவும் பேசவும் தெரிந்தவள் அவள் மட்டும்தான் என்று தெளிவாகப் புரிந்திருந்தது அவனுக்கு. மாத்திரமில்லாமல் விழா நாயகியும் மருத்துவரே.

அடுத்து பேசியவள் ஒரு பெண். அவளும் ஒரு சமூகப்பணி யாளர்தான். மனநோயாளிகளைக் குடும்பம் எந்தக் கண்ணோட் டத்துடன் அணுக வேண்டும் என்பதுதான் தலைப்பு. தான் ஒரு சமூக சேவகி என்றாள். சமூகப்பணியில் முதுகலைப் பட்டம் பெற்ற யாரும் அப்படிச் சொல்லக்கூடாது. சமூகப் பணியாளர் என்றுதான் தன்னை அறிமுகப்படுத்திக் கொள்ள

வேண்டும். பிரச்சனை வேறொன்றுமில்லை. சமூகப்பணியாளர் என்ற சொல் அவளுக்குத் தெரிந்திருக்கில்லை.

அந்தப் பெண் ஒரு குட்டி அரசியல்வாதியாக உரை நிகழ்த்திக் கொண்டிருந்தாள். அரசியல் கூட்டத்தில் அடிக்கடி சொல்லப்படும் "...என்று கூறிக்கொள்ள ஆசைப்படுகிறேன்"–யை நான்கு முறை சொன்னாள். மேலும், நிறைய ஜோக் அடித்தாள்.

'மணநோய்' என்றாள். சபல புத்தி படைத்த கணவன் விவரம் கெட்ட ஏதோ ஒரு பெண்ணுடன் பாதுகாப்பற்ற சம் போகம் கொண்டு தான் பெற்ற பால்வினை நோயை மனைவிக்குப் பரப்புவதைத்தான் அவள் குறிப்பிடுகிறாள் போல என்று நினைத்துக்கொண்டான் சாமிக்கண்ணு.

'மணநலம் பேணுதல்' என்றாள் அடுத்து. தனக்குத் திருமண மானால் தான் நல்ல முறையில் மனைவிக்கு அரவணைப்பு கொடுத்து மணநலம் பேணுவதாக உறுதி பூண்டான் சாமிக் கண்ணு.

'மணத்திடம்' என்றாள் பேச்சாளி. மனைவியைக் கணவனும் கணவனை மனைவியும் தொடர்ந்து வாழ்வதற்குத் தேவையான நெஞ்சுரத்துடனும் சகிப்புத் தன்மையுடனும் தம்பதிகள் இயங்கிக் கொண்டு மனோதைரியத்துடன் இருக்கும் மன வலிமையைத்தான் அவள் அப்படிக் குறிப்பிடுகிறாள் என்று எண்ணிக்கொண்டான் அவன்.

இறுதியில் 'மணநல மருத்துவர்' என்றாள்.

அங்குதான் சாமிக்கண்ணுவுக்குச் சிக்கல் ஏற்பட்டது. 'மணநல ஆலோசகர்' என்று சொல்லலாம். கணவனுக்கும் மனைவிக்கும் இடையே விரிசல் ஏற்படும்போது அதைக் கோந்து போட்டு ஒட்டிச் சரிசெய்யும் உபகாரி. அது தெரியும் அவனுக்கு. அதற்கு ஏன் ஒரு மருத்துவர் தேவைப்பட்டார் என்பதுதான் அவனுக்குப் புதிராக இருந்தது. சமூகப்பணியில் முதுகலைப் பட்டம் பெற்ற ஒரு பெண் அப்படிச் சொன்னால் அதற்கு ஏதாவது சிறப்புக் காரணம் இருக்கவேண்டும். தன் பாழாய்ப் போன அறிவுக்குத்தான் அது எட்டவில்லை என்று கருதினான் சாமிக்கண்ணு.

மூன்று இடங்களில் அவள் சங்கப் பாடல்களை மேற்கோள் காட்டினாள். அவை சற்றும் பொருத்தமில்லாமல் இருந்தன.

'மணம்' பற்றிய அவளது மங்களகரமான உரை முடிந்ததும் சாப்பாட்டு இடைவேளை என்று அறிவிக்கப்பட்டது. சாமிக் கண்ணு மிகவும் எதிர்பார்த்திருந்த உளவியல் தருணம் அது.

ஒன்றுக்கு அவசரமாக வரவே அவன் கழிவறையை நோக்கி வேகமாக நடந்தான். இடது பக்கக் கழிவறையின் கதவு சாத்தப் பட்டிருந்தது. குழாயிலிருந்து தகர டப்பாவில் தண்ணீர் கொட்டிக்கொண்டிருக்கும் சப்தம் கேட்டது. சாமிக்கண்ணு வலது பக்கமிருந்த கழிவறையில் ஒன்றுக்கு அடித்துவிட்டுச் சாப்பாட்டுக் கூடத்தை நோக்கி நடந்தான்.

சிறு கூடம்தான். ஒரு பந்தி நிரம்பியிருந்தது. கூடத்துக்கு வெளியே அடுத்த பந்திக்காக மாணவிகள் பத்துப் பதினைந்து பேர் காத்துக்கொண்டிருந்தார்கள். சல்வார் காமீஸ், ஷால், சுடிதார், ஜீன்ஸ், குர்தா இப்படி. சாமிக்கண்ணு தனித்து விடப் பட்டான். அங்கிருந்து அகன்று கூடத்தின் பக்கவாட்டில் இருந்த மணலில் நின்றுகொண்டு வானத்தை அண்ணாந்து பார்த்துக் கொண்டிருந்தான். வானத்தில் சிறிது மேக மூட்டம் காணப் பட்டது. சமூகப்பணித் துறையின் அவலம் குறித்து ஆழ்ந்து யோசித்துக்கொண்டிருந்தான்.

சற்றுக் கழித்து மீண்டும் கூடத்தின் அருகே சென்றான். வெளியில் நின்றுகொண்டிருந்த மாணவிகள் இப்பொழுது இல்லை. பந்தி நிரம்பியிருந்தது. மாணவிகள் சாப்பிடுகிறார்கள் போல. அப்படியானால் தனக்கு இடம்? இல்லைதான். அவர் கள் சாப்பிட்ட பிறகு தான் மட்டும் தனியே அமர்ந்து சாப்பிட வேண்டும். அது அசிங்கமாக இருக்கும். வேறு வழியில்லை. கவலையுடன் அவன் மணல் பக்கம் வந்து நின்றுகொண்டான்.

மீண்டும் கூடத்தினருகில் போனபோது அடுத்த பந்திக்கு மாணவிகள் உள்ளே நுழைந்துகொண்டிருந்தார்கள். சாமிக் கண்ணுவுக்கு உயிர் வந்தது. அப்பொழுது அவனுக்கு உயிர் மிகவும் தேவைப்பட்டது. அதை அடிப்படையாக வைத்துக் கொண்டுதான் கருத்தரங்கின் விருந்தை உட்கொள்ள முடியும்.

சாமிக்கண்ணு தனியாகத் தயங்கிக்கொண்டிருந்தான். வயதான ஒருவர் அவனை உள்ளே அழைத்தார். ஒரு வரிசையைச் சுட்டி, "உள்ளே போங்கள். You can go inside" என்றார். அவர் ஒரு சிறந்த மொழிபெயர்ப்பாளர் என்று மனதுக் குள் அவரைப் பாராட்டி மகிழ்ந்து தீர்த்தான் சாமிக்கண்ணு.

சாப்பாடு அருமையாக இருந்தது. மரக்கறி உணவுதான். பரவாயில்லை. ஒவ்வொரு கருத்தரங்கிலுமா சிக்கன் பிரியாணி பரிமாறிக்கொண்டிருப்பார்கள்? கூட்டு பொரியலை இரண்டாம் முறை கேட்டுச் சாப்பிட்டான். மோர்ச் சாதம் சாப்பிட்டுக் கொண்டிருக்கும்போது ஒரு பிளாஸ்டிக் கோப்பையில் ஜவ் வரிசிப் பாயசம் அவன் இலையின் ஒரு மூலையில் வைக்கப் பட்டது. பாயசத்துக்குக் காவி வர்ணம் பூசியிருந்தார்கள்.

பரிமாறிய இளம் பெண் "இன்னொரு கப் கொடுக்கட்டுமா?" என்று கேட்க, சாமிக்கண்ணு பேராசையுடன் தலையசைத்தான். இரண்டாவது கோப்பைப் பாயசத்தையும் ஆசையுடன் பருகினான். தண்ணீர் அருந்திக் கை கழுவிய பிறகு சாமிக்கண்ணுவின் ஜன்மம் சாபல்யம் அடைந்திருக்க வேண்டும். அப்படி ஏதும் ஆகவில்லை. சாமிக்கண்ணுவுக்கு ஜன்மத்திலும் அதன் சாபல்யத்திலும் நம்பிக்கை இல்லாமல் இருந்தது. பீடா கொடுக்கப்படாதது சாமிக்கண்ணுவின் அன்றைய பெருங் கவலைகளுள் முக்கியமான ஒன்றாக அமைந்தது.

பிற்பகல் நிகழ்ச்சியில் குழு விவாதம் மட்டும். ஒரு சிலரே கருத்தரங்குக் கூடத்தில் கூடியிருந்தார்கள். சாமிக்கண்ணுவின் முன்வரிசையில் ஒரு நடு வயதுப் பெண்ணும், வலது பக்கத்தில் ஒரு மூதாட்டியும், அவளையடுத்து ஒரு முதியவரும் அமர்ந்திருந்தார்கள்.

பெண்ணின் சேலைத் தலைப்பு ஸ்டீல் நாற்காலியின் ஓர் இடுக்கில் மாட்டியிருந்தது. மூதாட்டி இதைச் சுட்ட, பெண் தலைப்பை இழுக்க, சேலை கிழிந்துவிட்டது. மென்மேலும் பெண் முரட்டுத்தனமாகத் தலைப்பை இழுக்கச் சேலை கிழிந்து கொண்டிருந்தது. சாமிக்கண்ணுவுக்குப் பொறுக்காமல், அவன் அவளிடம், "நாற்காலியை மடக்கினால் சேலை விடுபடும்" என்றான். பெண் சாமிக்கண்ணுவின் ஆலோசனையைப் பின்பற்ற சேலை விடுபட்டது. பெண் அவனுக்கு நன்றி சொன் னாள். சாமிக்கண்ணு அந்த நன்றியைத் தன் சட்டைப் பையில் இருத்தி பத்திரப்படுத்திக் கொண்டான்.

மூதாட்டி இப்பொழுது முதியவரிடம் தணிந்த குரலில் ஏதோ சொன்னாள். முதியவர் பரபரப்புடன் நாற்காலியின் பின்புறம் திரும்பினார். நாற்காலியின் வலது பின்பக்கக் காலில் சாம்பல் நிறப் பூச்சி ஒன்று ஏற முயற்சி செய்துகொண்டிருந்தது.

அதை வலது கால் செருப்பைக் கழற்றி அடித்துக் கொன் றார் முதியவர். சாமிக்கண்ணுவுக்கு முதியவரை உதைக்க வேண்டும் என்றிருந்தது. மனதைத் தகுதி வாய்ந்ததாக வைத்துக் கொள்ளும் ஆறு விதிகளைச் 'சார்ட்'டில் படித்து ஒரு பேப்பரில் குறித்துக்கொண்டிருந்தார் முதியவர் அமைதியாக. அந்த விதி களுள் குறைந்தது மூன்று மேலைநாடுகளில் மட்டும் பின்பற்றக் கூடியவையாக இருந்தன.

கூட்டம் உள்ளே வர ஆரம்பித்தது. ஒருவழியாக சாமிக் கண்ணு மருத்துவரை ஓரங்கட்டுவதில் வெற்றிபெற்றான். "நீண்ட நேரம் என்னுடன் தொடர்புகொள்ள முயன்று கொண்டிருக்கிறீர் களல்லவா?" என்றாள் மருத்துவர். "ஒன்றுமில்லை. இதைத்

தங்களிடம் தரத்தான்..." என்று சாமிக்கண்ணு புத்தகங்கள் பற்றிய விவரம் கொண்ட மடிக்கப்பட்ட அரைக் காகிதத்தை அவளிடம் நீட்டினான். மேலோட்டமாகப் பார்த்த மருத்துவர், "நேரம் கிடைத்தால் படிக்கிறேன்" என்றாள். சாமிக்கண்ணு தன்னை யாரோ ஒரே அடியில் வீழ்த்திக் கொலை செய்வதாக உணர்ந்தான். செத்துத்தான் விட்டான் சாமிக்கண்ணு. எவ்வளவு முக்கியமான புத்தகங்கள் அவை!

மிகவும் வயதான ஒருவர் அவன் அருகில் இருந்தார். அவர் என்ன புத்தகங்கள் என்று கேட்டார். சாமிக்கண்ணு சோர்வுடன் தன் இருக்கையில் அமர்ந்தான். அவனருகில் அந்த வயதானவர் உட்கார்ந்துகொண்டார். ஆவலுடன் புத்தகங்கள் பற்றிக் கேட்டார். ஓரளவு உயிர்ப்பு வந்தது சாமிக்கண்ணுவுக்கு. "ஒரு காகிதம் இருந்தால் தாருங்கள். எழுதித் தருகிறேன்" என்றான். அவர் அழைப்பிதழ் அட்டையையே தந்தார். புத்தகக் கடையின் விலாசத்தை மட்டும் அதில் எழுத முடிந்தது. அங்கு சென்றால் விவரமாகச் சொல்வார்கள் என்றான். தமிழில் மன நோய்கள் பற்றிய இலக்கியப் புத்தகங்கள் இருப்பது அவருக்கு மிகுந்த ஆச்சரியத்தைத் தந்தது. அவருடைய ஆர்வத்தைப் பார்த்த சாமிக்கண்ணு அப்படியே அகமகிழ்ந்து போய் அவரைத் தன் மடியில் உட்கார்த்தி வைத்துக்கொண்டான் அன்புடன். மிகவும் பாரமாக இருக்கவே அவரைப் பழையபடி பக்கத்தில் இருந்த நாற்காலியில் பத்திரமாக வைத்தான்.

கூட்டத்தில் மூக்குத்தி அணிந்த பெண் ஒருத்தி இருந்தாள். சாமிக்கண்ணுவிடம் காசும் காதலியும் இருந்திருந்தால் அந்த மாதிரி ஒரு மூக்குத்தியை வாங்கி அவன் தன் காதலிக்குப் பரிசளித்திருப்பான்.

விவாதத்துக்காக மூன்று குழுக்களாகப் பிரிந்தது கூட்டம். அந்த மூக்குத்திப் பெண்ணின் குழுவில் தான் இல்லாதது சாமிக்கண்ணுவுக்குப் பெருத்த ஏமாற்றத்தை அளித்தது.

சாமிக்கண்ணுவின் குழுவில் அந்தப் புத்தக ஆர்வல வயதானவரும் அவரைவிட வயதான, உயரமான, மூக்குக் கண்ணாடி அணிந்த ஒருவரும் நாற்பது வயது மதிக்கத்தக்க பெண்மணி ஒருத்தியும் இருந்தார்கள். மூவருடைய உறவினரும் சுகஜீவனத்தில் தங்கியிருந்தனர். குழுவில் 'மணநோய்' பற்றிப் பேசிய சமூகப் பணியாளர் இருந்தாள். அவள் தலை கலைந்திருந்தது. சாமிக்கண்ணு கால்சட்டையின் பின்பாக்கெட்டிலிருந்த தன் சீப்பை அவளுக்கு உவந்தளிக்க அவள் தலையைப் படிய வாரிக்கொண்டாள். மானசீகச் சீப்பை மீண்டும் உரிய இடத்தில் வைத்துக் கொண்டான் சாமிக்கண்ணு.

ஒரு வட்டமாகத் தங்களை அமர்த்திக்கொண்டார்கள். ஒவ் வொருவரும் தங்களை அறிமுகம் செய்து கொண்டனர். சாமிக் கண்ணுவை அடுத்து அகதா, அடுத்து ஜோஸ்ஃபின், அடுத்து ஜோசஃப் – சமூகப்பணி மாணவிய மாணவன் – இருந்தார்கள்.

முதலில் உயரமானவர் தன் பிரச்சனையைச் சொல்ல ஆரம்பித்தார். தன் தங்கைக்குத்தான் மனநோய் கண்டிருப்ப தாகவும், அவர்தான் சுகஜீவனத்தில் இருப்பதாகவும், மாதாமாதம் ஆயிரம் ரூபாய் சுளையாகக் கட்ட வேண்டி வருவதாகவும் சலித்துக்கொண்டார். அகதா துடிப்புள்ளவளாக இருந்தாள். சல்வார் கமீஸ், நீல நிற ஷால். "உங்கள் தங்கைக்கு நீங்கள்தான் பணம் கட்டவேண்டும். அதற்கு ஏன் சலித்துக்கொள்கிறீர்கள்?" என்றாள் நேரடியாக. சாமிக்கண்ணுவுக்கு அகதாவைப் பிடித்துப் போயிற்று. அவளுடைய வாதம் மிகவும் சரியானதாக இருந்தது.

சாமிக்கண்ணு, "உங்கள் தங்கையை அந்தரத்தில் விட்டு விடலாமா?" என்றான் சூடாக. தடுமாறினார் உயரமானவர். அப்படி அல்ல என்றும் குடும்பம் என்றால் தான், தன் மனைவி, தன் இரண்டு மகன்கள்தான் என்றார். குடும்பம் என்பதன் அவருடைய விவரணையில் தக்க மாற்றம் செய்துகொண்டால் தங்கையையும் அதில் எளிதில் சேர்த்துக்கொள்ளலாம். ஒன்றும் பிரச்சனை இல்லை என்று அபிப்பிராயப்பட்டான் சாமிக் கண்ணு. அகதாவும் தன்னுடன் சேர்ந்துகொண்டது இதமாக இருந்தது அவனுக்கு.

ஜோசஃப் தப்புத்தப்பாக ஏதோ ஆலோசனை வழங்கி அகதாவைத் தன் பக்கம் ஈர்க்க முயன்று தோற்றான். மிகுந்த கொக்கரிப்புடன் சாமிக்கண்ணு முன்னேறிக்கொண்டிருந்தான்.

ஒரு மதவாதியின் பெயரைச் சொல்லி அவரிடம் ஏதாவது உதவி கோரலாமே என்றாள் மங்களகரமான சமூகப்பணியாளர். இதைச் சரியாகப் பயன்படுத்திக் கொண்டான் சாமிக்கண்ணு. அகதாவைத் தனிமைப்படுத்தி அவளிடம் மட்டும், "உங்களுக்கு இந்த மதத்திலெல்லாம் நம்பிக்கை உண்டா?" என்று கேட்டான். அவள் பதில் சொல்ல வாயெடுக்குமுன், "அந்த மதவாதி சரியான ஒரு ஸ்திரீலோலன் என்பது உங்களுக்குத் தெரியுமா?" என்று கேட்டு அவளை ஆச்சரியத்தில் ஆழ்த்தினான். ஜோசஃப் ஏதோ சொல்லக் கையசைக்க, அகதா கையமர்த்தி அவனை அசட்டை செய்தாள்.

இளைஞனான ஜோசஃபுக்கும் முப்பத்தைந்து வயது நிரம்பிய சாமிக்கண்ணுவுக்குமிடையே தன்னைப் பகிர்ந்து கொள்ள முதலில் அகதா சிரமப்பட்டாளேயென்றாலும் கடைசியில் சாமிக்கண்ணு பக்கமே சாய்ந்தாள் அகதா. சாய்ந்த அவளைத் தன் பரந்த மார்பில் கிடத்திக்கொண்டான் சாமிக்

கண்ணு. அவளது ரோஜா ஷாம்பூ நறுமணக் கூந்தலை வாஞ் சையுடன் வருடிக்கொடுத்தான்.

அப்படியே புளகித்துப் போனாள் அகதா, சாமிக்கண்ணுவின் அறிவொளியில். சாமிக்கண்ணு தனிப்பட்ட முறையில் அவளிடம் ஓர் உளவியல் ஜோக் சொல்ல அவள் வாய் விட்டுச் சிரித்தாள்.

இனி கருத்தரங்கு முடியும்வரை அகதா சாமிக்கண்ணு வுக்குத்தான். ஜோசஃப் படுதோல்வியடைந்திருந்தான்.

சாமிக்கண்ணு கருத்தரங்குக் கூரையில் விரிசலை ஏற் படுத்தித் தன் நீல நிற வெற்றிக் கொடியை உச்சியில் பறக்க விட்டான். 3–1–97 அன்று மாலை 4.20 மணி வாக்கில் நூறடி ரோட்டில் வடபழனி பக்கம் சென்றவர்கள் அதைப் பார்த் திருக்கக்கூடும். அதன் அழகையும் கம்பீரத்தையும் பாராட்டியும் இருக்கக்கூடும். எவரெஸ்ட் சிகரத்தில் முதலில் கால் பதித்த எட்மண்ட் ஹில்லரி, டென்சிங்கைவிட அதிக அளவில் பெரு மிதம் அடைந்திருந்தான் சாமிக்கண்ணு. கிறங்கிய நிலையில் கூரையை விட்டிறங்கி மீண்டும் குழு விவாதத்தில் கலந்து கொண்டான்.

சாமிக்கண்ணுவும் அகதாவும் ஒரு கூட்டு முயற்சியாக உயரமானவரைப் பொடிப்பொடியாக்கி விட்டார்கள். “உங் களுக்கு உங்கள் தங்கை வேண்டுமென்றால் தனியாக வீடு எடுத்து அவளை நீங்களே வைத்துக்கொள்ளுங்கள். அவளை இங்கு வைத்துக்கொண்டு சாக என்னால் முடியாது. நீங்கள் வேண்டு மானால் அவளுடன் இருந்து சாவுங்கள். நீங்கள் போனால் எனக்குத் தாலி மட்டும்தான் போகும்” என்று ஒருமுறை தன் மனைவி உணர்ச்சிவசப்பட்டு விட்டதாகச் சொன்னார் உயர மானவர் பரிதாபமாக.

“இந்தத் தள்ளாத வயதில் உங்கள் மனைவிக்குத் தாலி அவசியம்தானா?” என்று படக்கென்று சுயகட்டுப்பாட்டையும் மீறிக் கேட்டுவிட்டான் சாமிக்கண்ணு.

உயரமானவருக்கு என்னவோபோல் ஆகிவிட்டது. எழுந் தார். கோபப்பட்டார். உட்கார்ந்தார்.

கடைசியில் மங்களகரச் சமூகப்பணியாளர் ஜோசஃப் வேண்டுமானால் தன் களப்பணியின்போது அவருடைய வீட்டுக்குப் போய் விரிவாகப் பேசலாம் என்று மழுப்பலான ஆலோசனை வழங்க, ஜோசஃப் சலிப்புடன் விலாசத்தை ஒரு பேப்பரில் எழுதிக்கொண்டான்.

பிறகு அந்தப் புத்தக ஆர்வல வயோதிகரின் முறை வந்தது. தான் ஒரு பழைய எஸ்.எஸ்.எல்.ஸி. என்றும், இந்தக் காலத்து

பி.ஏவுக்குச் சமானம் என்றும் சொன்னார். சாமிக்கண்ணு விசயம் அவ்வளவு மட்டமானது இல்லை என்றும், 'ஓல்ட் எஸ்.எஸ்.எல்.ஸி.' என்பது இன்றைய பி.எச்டிக்குச் சமானம் என்றும் சொல்லி அவரைத் தூக்கிப் பிடித்து உயர்த்தினான். வயோதிகர் தன்னடக்கத்தை நன்றிப் பெருக்குடன் வெளிப் படுத்தினார். Handicappedä handicraft என்றார். அவருக்கு அதிகமாகப் பிரச்சனை ஒன்றும் இல்லை. ரயில்வே துறையில் அதிகாரி நிலையிலிருந்து ஓய்வு பெற்றிருந்தார் வயோதிகர்.

அந்தப் பெண்மணி சொன்னது யார் காதிலும் விழவில்லை. ஜோசஃபும் மங்களச் சமூகப்பணியாளரும் மட்டும் அவளிடம் ஏதோ சொன்னார்கள்.

ஜோஸ்ஃப்பின் கடைசி வரை வாய் திறக்கவே இல்லை. அது ஒரு சவுகரியம்.

ஜோசஃப் மங்களகரச் சமூகப்பணியாளரை நோக்கி, "நீங்கள் அருமையாகப் பேசினீர்கள் மேடம்" என்றான். அகதா "ஐஸ்" என்றாள். ஜனவரி மாதக் குளிருடனும் மின்விசிறி பரப்பிய குளிர்ந்த காற்றுடனும் இப்பொழுது புதிதாகச் சூழலில் மிகுந்த குளிர்ச்சி ஏற்பட்டிருந்தது. சாமிக்கண்ணு தன் சட்டை யின் முதல் பித்தானையும் போட்டுக்கொண்டு இறுக்கமாக மூடிக்கொண்டான்.

குழு விவாதம் ஒரு வழியாக முடிவுற்றது. கூட்டம் கலைய ஆரம்பித்தது.

'நன்றி கூறுதல்' ஏனோ நடைபெறவில்லை. யாரும் நன்றியைச் சம்பாதித்துக்கொள்ளும் அளவு நடந்துகொள்ள வில்லை போலும்.

மருத்துவர் ஒரு பரிசுப் பெட்டியைத் தாங்கியவண்ணம் வாசலை நோக்கி நடந்துகொண்டிருந்தாள்.

அகதாவும் சாமிக்கண்ணுவும் பேசிக்கொண்டே படியிறங்கி வந்தார்கள். ஏழெட்டுச் சமூகப்பணி ஜோக்குகளை சாமிக்கண்ணு கட்டவிழ்த்துவிட வாய்விட்ட சிரிப்பினூடே அகதா சொக்கிச் சொக்கி விழுந்தவண்ணமிருந்தாள். சாமிக்கண்ணு அவளைத் தாங்கிப் பிடித்தபடி இருந்தான். சாமிக்கண்ணுவின் மோபெட் அருகே இருவரும் பிரிந்தனர். அகதாவின் கோரலின் பேரில் சாமிக்கண்ணு தன் தொண்டு நிறுவனத்தின் முகவரியையும் தொலைபேசி எண்ணையும் அவளிடம் கொடுத்தான். தான் நிச்சயம் அடுத்த வாரம் ஃபோன் செய்து நேரத்தைக் குறிப்பிட்டு விட்டு அவனை வந்து சந்திப்பதாகச் சொல்லி விடைபெற்றாள் அகதா.

சாமிக்கண்ணு கருத்தரங்குக் கூடக் கூரையில் ஏறி வெற்றிக் கொடியைக் கழற்றிச் சுருட்டி தன் தோள்பையில் வைத்துக் கொண்டான்.

படு பரவசமாக இருந்தது சாமிக்கண்ணுவுக்கு. பரவசத்தின் உச்சகட்டத்தில் அவனுக்கு அவசரமாக ஒன்றுக்கு வந்தது.

கழிவறைப் பக்கம் நடந்தான். இடது பக்கக் கழிவறையின் கதவு திறந்தே இருந்தது. முதல் எட்டைக் கிட்டத்தட்ட வைத்து விட்ட சாமிக்கண்ணு சட்டென்று காலைப் பின்பக்கம் இழுத்துக் கொண்டான். அது ஒரு வசிப்பறையாக இருந்தது. நடு வயது ஏழைப் பெண்மணி ஒருத்தி அழுக்கடைந்த ஒரு பருத்திச் சேலையுடன் தரையில் அமர்ந்திருந்தாள். பக்கத்தில் இரண்டு பெண் குழந்தைகள் உட்கார்ந்து தட்டிலிருந்து எதையோ சாப்பிட்டுக்கொண்டிருந்தனர். வலது பக்க மூலையில் மண் ணெண்ணெய் அடுப்பு ஒன்று எரிந்துகொண்டிருந்தது. அடுப்பு மீது அலுமினியப் பாத்திரம் ஒன்று இருந்தது. அடுப்பின் அருகே தரையில் சாமிக்கண்ணு மருத்துவருக்குக் கொடுத்த இலக்கிய நூல்களின் பெயர்கள் அடங்கிய மடங்கிய அரைக் காகிதம் அனாதரவாகக் கிடந்தது.

சாமிக்கண்ணு வலது பக்கக் கழிவறையில் தன்னை ஆசுவாசப்படுத்திக் கொண்டான்.

ஏழெட்டு உதைகளுக்குப் பிறகே இயங்க ஆரம்பிக்கும் அவனது மோபெட் முதல் உதையிலேயே கிளம்பிற்று.

பிரிட்டானியா கம்பெனி முன்னால் இருந்த ஒரு சந்தில் ஒரு வீட்டில் அறை எடுத்துத் தங்கியிருந்தான் சாமிக்கண்ணு. ஒரு சமையலறை, ஒரு வசிப்பு அறை.

திருமங்கலத்தின் அருகே போக்குவரத்து சமிக்ஞையில் மோபெட்டின் ஓட்டம் தடைப்பட்டது. அருகில் ஜோசஃப் அண்ட் பிரதர் சவ ஊர்தி யாருடைய சவத்தையோ எடுத்துவரச் சென்றுகொண்டிருந்தது. பச்சை விளக்கு சமிக்ஞை கிடைத்த வுடனேயே மோபெட் ஓட ஆரம்பித்தது. ஜோசஃப் அண்ட் பிரதர் அவனை முந்தி விரைந்துகொண்டிருந்தது.

ஐந்தரை மணி வாக்கில் தன் இருப்பிடத்தை வந்தடைந்தான் சாமிக்கண்ணு. நடை வழியே மோபெட்டை உள்ளே கொண்டு வந்து தன் அறை அருகே நிறுத்தினான்.

வசிப்பு அறையில் இரண்டு பெரிய ஐந்தடுக்கு அலமாரிகள் சுவரிலேயே எழுப்பப்பட்டிருந்தன.

வலது பக்க அலமாரி நிறைய புத்தகங்கள் இருந்தன. இடது பக்க அலமாரியில் முதல் இரண்டு தட்டுகளில் புத்தகங்களும்

மூன்றாவது தட்டில் இருபது இருபத்தைந்து நீலநிறக் கொடிகளும் இருந்தன. தோள் பையிலிருந்த வெற்றிக்கொடியை வெளியே எடுத்து நீவிச் சீர்படுத்தி மடித்து அந்தக் கொடிகள் மீது அடுக்கினான் சாமிக்கண்ணு.

கீழ்த்தட்டில் ஒரு பெரிய தகர டப்பா இருந்தது. அதன் மூடியைத் திறந்து சட்டைப் பையிலிருந்து நன்றியைப் பாது காப்புடன் எடுத்து அதில் வைத்தான். பெட்டி ஏற்கனவே நிரம்பியிருந்ததால் இரண்டு மூன்று நன்றிகள் கீழே சிதறிவிட்டன. அவற்றையும் பொறுக்கியெடுத்து உள்ளே வைத்து டப்பாவை இறுக்கமாக மூடிவைத்தான் சாமிக்கண்ணு. புதிய தகர டப்பா ஒன்றை வாங்க வேண்டும் என்று நினைத்துக்கொண்டான்.

லுங்கிக்குக் கூடத் தன்னை மாற்றிக்கொள்ளாமல் பாயை விரித்து அதில் உட்கார்ந்து யோசிக்கத் தலைப்பட்டான் சாமிக் கண்ணு. கருத்தரங்கில் தனக்குப் புதிதாக, இதுவரை தெரியாத அறிவுபூர்வமான செய்தி ஏதாவது கிடைத்ததா என்று கேட்டுக் கொண்டான். இல்லை என்ற பதில் உறுதியுடன் உடனே கிடைத்தது. மிகுந்த சோர்வுடன் பாயில் படுத்துக் கொண்டான்.

பத்து நிமிடங்கள் கழிந்தன. கதவை யாரோ தட்டும் சப்தம் கேட்டது. கருப்பு அங்கி தரித்த இரண்டு கன்னிகாஸ்திரீகள் உள்ளே நுழைந்தார்கள். அவர்களது முகங்கள் கருத்தரங்கில் பார்த்தவையாக இருந்தன. அவர்கள் சாமிக்கண்ணுவை வெளியே வருமாறு சமிக்ஞை செய்தார்கள். அவன் அவர் களுடன் சென்றான்.

மருத்துவமனையில் புழங்கும் பாடை ஒன்று நடையில் கிடத்தி வைக்கப்பட்டிருந்தது. கிடந்து படுக்குமாறு ஸ்திரீகள் பணித்தார்கள். சாமிக்கண்ணு கடைசித் தடவையாக மூச்சை உள்ளிழுத்து வெளியே விட்டு அதில் சவுகரியமாகப் படுத்துக் கொண்டான்.

வாசலருகில் தெருவில் ஒரு வெள்ளைச் சவப்பெட்டியும் ஜோசஃப் அண்ட் பிரதர் சவ ஊர்தியும் இருந்தன. கன்னி காஸ்திரீகள் சாமிக்கண்ணுவின் சவத்தைப் பெட்டிக்குள் இறக்கி னார்கள். ஊர்தியின் பின்பக்கக் கதவு திறந்தது. அதிலிருந்து அழுக்கு ஆடைகள் அணிந்த இரண்டு கிழவிகள் வெளி வந்தார்கள். அவர்களது முகங்கள் வேறு ஏதோ ஒரு கருத் தரங்கில் பார்த்தவையாக இருந்தன. அவர்கள் சவப்பெட்டியை மூடிச் சுற்றிலும் ஆணி அறைந்தார்கள்.

ஸ்திரீகளும் கிழவிகளும் சவப்பெட்டியை ஊர்தியில் ஏற்றினார்கள். பெட்டியின் மேலே தலைமாட்டில் ஒரு சிவந்த ரோசாவை வைத்தாள் ஸ்திரீகளுள் ஒருத்தி. ஊர்தி புறப்பட்டது.

ஸ்திரீ ஒருத்தி ஊர்தியை ஓட்டினாள். கிழவிகள் சவப்பெட்டி யருகே பக்கவாட்டில் அமர்ந்துகொண்டார்கள். உள்ளே நமத்துப் போன மேரி பிஸ்கட்டின் துர்நாற்றம் வீசிக்கொண்டிருந்தது.

மெதுவாக வந்த ஊர்தி அற்புதநாதர் ஆலயத்தினருகே நின்றது. ஆலயத்தில் பாதிரியார் ஒருவர் சவப்பெட்டி அருகே நின்று ஜபம் சொன்னார்.

கருத்தரங்குக்கு வந்திருந்த சமூகப்பணி மாணவிகள் சவப் பெட்டியை ஏந்தி வந்தார்கள். கல்லறையின் வாசலை அடையு முன் நன்றாக இருட்டிவிட்டிருந்தது. கன்னிகாஸ்திரீகளும் கிழவிகளும் மறைந்தார்கள். பிஸ்கெட் நாற்றம் முற்றாக நீங்கிற்று.

சிலுவை பதிக்கப்பட்ட பல கல்லறைகளைத் தாண்டி நெடுந்தூரம் சவப்பெட்டி ஊர்வலமாக எடுத்துச் செல்லப்பட்டது. கடைசியில் சாமிக்கண்ணுவுக்காகத் தோண்டப்பட்டிருந்த சவக்குழி தென்பட்டது. சவப்பெட்டி இறக்கப்பட்டது.

ஜோசஃபும் அகதாவும் மண்வெட்டியால் மண் குவித்துச் சவக்குழியை மூடினார்கள். நான்கு மாணவிகள் சேர்ந்து கனத்த ஒரு சிலுவையைக் கொண்டு வந்து நட்டார்கள். தூரத்தில் ஒரு பாதிரியாரின் உருவம் சரிவலாகத் தெரிந்தது.

சிலுவையின் குறுக்கே:

எஸ். சாமிக்கண்ணு, எம்.ஏ. (சமூகப்பணி)

ஆத்துமாவையும் மறுத்தவன்

மரிப்பில் மட்டும் மன்னிக்கப்பட்டவன்

கருத்தரங்குப் பிரியன்

தோற்றம்: 5.1.1962

மறைவு: 3.1.1997

என்ற குறிப்பு பொறிக்கப்பட்டிருந்தது.

மாணவிகள் கல்லறையை விட்டு நகர்ந்துகொண்டிருந் தார்கள். ஜோசஃபும் அகதாவும் கடைசியாக வந்துகொண்டிருந் தார்கள்.

லேசாக மழைத்துளிகள் விழுந்துகொண்டிருந்தன.

●

சமூகப் பணி

ஜாங்கு சக்குச் சஜக்கு சக்கு ஜாங்கு சக்குச் சா.

"பேரென்ன?"

"சுசீ."

"வூட்டுல கூப்புடற செல்லப் பேரெல்லாம் சொல்லக் கூடாது. முழுப் பேரெச் சொல்லுங்க."

"சுசீலா தேவி."

"என்ன சுசீலா தேவி?"

"சசீலா தேவின்னா சுசீலா தேவிதான்."

"உங்க இனிஷியல் என்னான்னு கேக்குறன்."

"ஓ! ஏ."

"ஓ.ஏ. சுசீலா தேவியா?"

"இல்ல இல்ல. ஓ–ன்னது உங்க கேள்வியப் புரிஞ்சிக் கிட்டதுக்கான அங்கீகார ஒலி. ஏ–தான் இனிஷியல்."

"அப்ப ஏ. சுசீலா தேவி."

ஆமா. அதே ஏ. சுசீலாதேவி.

"மிஸ்ஸா மிஸஸ்ஸா?"

"மிஸஸ்."

"அப்பா! ஒரு வழியா முழுப் பெயரெச் சொல்லிட்டீங்க. ஒரு பெரிய சாதனைதான். பாராட்டுகள்."

*

ஜாங்கு சக்குச் சஜக்கு சக்கு ஜாங்கு சக்குச் சா.

"பேரென்னங்க?"

"மிஸஸ் ஸ்ரீதர்."

"உங்க சொந்தப் பேரெயும் சேத்துச் சொல்லுங்க."

"வேணாங்க. கல்யாணத்துக்கப்பறம் என் சொந்தப் பேரெல்லாம் பறிபோயிருச்சி."

"பரவாயில்ல. சொல்லுங்க, நாங்க இருக்கோம்."

"மிஸஸ் கமலா ஸ்ரீதர்."

*

ஜாங்கு சக்குச் சஜக்கு சக்கு ஜாங்கு சக்குச் சா.

"பேரென்னங்க?"

"காமாட்சி அம்மாள்."

"அம்மாள் நீங்களாச் சேத்துக்கிட்டீங்களா? உங்க பேரெ மட்டும் சொல்லுங்க போதும்."

"காமாட்சி. வயசாயிருச்சுன்னா அம்மாள்னு சேத்துப்பாங்க இல்லிங்களா? அதான்... சின்ன வயசுல காமூன்னு கூப்புட்டா, அப்புறமா காமாட்சி, இப்ப காமாட்சி அம்மாள்."

"பக்திப் பரவசத்துல இருக்குறப்ப காமாட்சி அம்மனா மாற மாட்டீங்களே?"

"...."

*

ஜாங்கு சக்குச் சஜக்கு சக்கு ஜாங்கு சக்குச் சா.

"சரி, பின்கோட் சொல்லுங்க."

"சின்ன கிராமமுங்க. அதுக்கெல்லாம் நம்பர் கெடையாதுங்க."

"!!!?"

*

ஜாங்கு சக்குச் சஜக்கு சக்கு ஜாங்கு சக்குச் சா.

"அட்ரஸ் சொல்லுங்க."

"ஜெகன்னாதபுரம்."

"மொதல்ல வீட்டு நம்பர் சொல்லுங்க."

"வீட்டு நம்பருங்களா?"

"ஆமா, வீட்டு நம்பர்தான்."

"அது வீடில்லீங்க."

"முக்காவாசிப் பேரோடது வீடு இல்லதான். சண்டெயும் சச்சரவுமா நரகமாகத்தான் இருக்கும். இப்போதக்கித் தத்துவம் பேசாதீங்க. வீடு இல்லன்னா நரகத்தோட நம்பர் சொல்லுங்க. நேரம் ஆகறது. உங்க பின்னால் எவ்வளவு பேர் நிக்கிறாங்க பாருங்க."

“நா அந்த விதத்துல சொல்லலீங்க. என்னோடது வீடில்ல. குடிசைங்க.”

“சரி குடிசெ நம்பர் சொல்லுங்க.”

“குடிசெக்கி ஏதுங்க நம்பரு!”

“சரி, அப்ப அட்ரஸ் சரியாத் தெரியல்ல.”

“இல்லீங்க. ஜெகன்னாதபுரத்துல வந்து எம் பேரெச் சொல்லி விசாரிச்சீங்கன்னா சொல்லீருவாங்க.”

“சரி, நீங்க போங்க, விடிஞ்சது.”

*

ஜாங்கு சக்குச் சஜக்கு சக்கு ஜாங்கு சக்குச் சா.

“வீட்டுக்காரரு இருக்குறாருங்களா?”

“இல்லீங்க.”

“எங்க?”

“வெளியூரு போயிருக்காரு.”

“என்ன டூருக்குப் போயிருக்காரா?”

“இல்ல வீட்ட விட்டுட்டுப் போயிட்டாருங்க.”

“எவ்வளவு வருஷமாச்சி?”

“ரெண்டு நாளாச்சிங்க.”

“!!!?”

*

ஜாங்கு சக்குச் சஜக்கு சக்கு ஜாங்கு சக்குச் சா.

“கணவனால கைவிடப்பட்டவங்களுக்கு இங்க உதவி செய்றாங்கன்னு சொன்னாங்க. அதான் கண்டுட்டுப் போகலாம்னு வந்திருக்கேன்.”

“விட்டுப் போயி எவ்வளவு வருஷமாச்சி?”

“முழுசா ஒரு மாசமாகுது.”

“ஏம்மா ஒரு ஆறு மாசமாச்சும் டைம் குடுக்க மாட்டீங்களா? இவ்வளவு உடனேயே வந்திரணும்? என்னவோ எப்ப விட்டுட்டுப் போவார்னு காத்துக்கிட்டிருக்குற மாதிரி... ஒரு ரெண்டு மாசம் கழிச்சித் திரும்பி வந்துட்டார்னா என்ன பண்ணுவீங்க? இன்னுமொரு ரெண்டு மாசம் பொறுத்துக் கிடுங்க. அப்புறமா வந்து பாருங்க. சரியா?”

*

ஜாங்கு சக்குச் சஜக்கு சக்கு ஜாங்கு சக்குச் சா.

"வீட்டுக்காரரு இருக்காரா?"

"இல்லீங்க."

"இல்லேன்னா? விட்டுட்டுப் போயிட்டாரா, இல்ல செத்துட்டாரா?"

"அவரு ஏங்க சாகுறாரு! குத்துக்கல்லாட்டமா இருக்காரு ஒரு சிறுக்கிய வச்சிக்கிட்டு. என்னெத்தான் விட்டுட்டுப் போயிட்டாரு."

("விட்டுட்டுப் போனாலும் பாசம் போறதா, சனியன்!")

*

ஜாங்கு சக்குச் சஜக்கு சக்கு ஜாங்கு சக்குச் சா.

"வீட்டுக்காரரு இருக்காரா?"

"இல்லீங்க. விட்டுட்டுப் போயிட்டாரு. இன்னொருத்தி மேலெ ஷோக்கு.

சரி, அந்த அம்மா கிட்டயும் சொல்லி வைங்க. அவங்க மேலே இருக்கிற ஷோக்கு போனதுக்கப்புறம் அவங்களையும் இங்க வந்து விண்ணப்பம் குடுக்கச் சொல்லுங்க. உங்க வீட்டுக் காரரு அபலைங்கள உற்பத்தி பண்ணிக்கிட்டே இருப்பாரு போலிருக்கு. எங்களுக்கும் நெறய பேருக்கு உதவி பண்ற புண்ணியம் கெடெக்கும்."

*

ஜாங்கு சக்குச் சஜக்கு சக்கு ஜாங்கு சக்குச் சா.

"வீட்டுக்காரரு இருக்காரா?"

"இல்லீங்க. எறந்துட்டாரு."

"பிள்ளைங்க எத்தினி?"

"நாலு பசங்க."

"எதுனாச்சும் வேலெவெட்டி செய்றதா?"

"இல்லீங்க, எல்லாம் சின்னச் சின்னப் பசங்க."

"நீங்க என்ன வேலெ பாக்குறீங்க?"

"வீட்டு வேலெ."

"உங்க வீட்டுலயேவா?"

"இல்லீங்க ஒரு பங்களாவுல."

"எவ்வளவு வருது?"

"நூறு ரூபா தர்றாங்க, ரெண்டு வேளெ சோறு போட்டு."

"இருக்குறது வீடா குடிசெயா?"

"குட்செங்க."

"வாடகெ எவ்வளவு தர்றீங்க?"

"தொண்ணூறு ரூபா."

"உங்களுக்கு யாருனாச்சும் உதவி செய்றாங்களா?"

"சாமி சத்தியமா வேற யாரும் உதவி செய்யலீங்க."

"குடிசெ வாடகெ போக பத்து ரூபாயில மாசம் பூராவும் நீங்களும் உங்க குழந்தெகளும் சாப்புட்றீங்க, அப்படியா?"

"ஆமாங்க."

"!!!?"

*

ஜாங்கு சக்குச் சஜக்கு சக்கு ஜாங்கு சக்குச் சா.

"உங்கள் வீட்டுக்காரர் இதய அதிர்ச்சியில செத்துட்டாருன்னு விண்ணப்பத்துல எழுதியிருக்கீங்க."

"இல்லீங்க, அவரு ஹார்ட் அட்டாக்குலதான் போயிட்டாரு."

"ஓ. அப்ப விண்ணப்பத்துலதான் ஏதோ தப்பு இருக்கு. நா சரி பண்ணிக்கறேன்."

"சரிதானுங்க."

*

ஜாங்கு சக்குச் சஜக்கு சக்கு ஜாங்கு சக்குச் சமூகப்பணிச் சா.

ஜிங்கடி ஜிங்கா ஜீபூம்பா ஜிங்கடி ஜிங்கா.

ஜிங்கடி ஜிங்கா ஜிபூம்பா ஜிங்கடி சமூகப்பணி ஜிங்கா.

"அடுத்தது வாங்கம்மா."

அபத்த இலக்கியம் என்ற வகைமையில் இரண்டு சிறுகதைகள்

தீராத பிரச்சனை – சிறுகதை 1

“கோமு.”

“பாலு.”

“கோமு.”

“பாலு.”

“கோமு.”

“பாலு.”

“ஓ மை டியர் கோமளம்” (தமிழன்பர்கள் மன்னிக்க வேண்டும். காதல் மொழிப்பற்றை உடைத்தெறிந்துவிடுகிறது. ஆனால் காதல் பவித்திரமானது திருமணமான பிறகுகூட!)

“ஓ மை டியரஸ்ட் பாலு.”

“கோமு.”

“பாலு.”

“ஹா” (இன்பப் பெருமூச்சு ஒலி)

“ஹா” (அதே ஒலி)

“கோமு.”

“பாலு.”

“கோமு, டாக்டரா இருக்குற ஒன்னெ அடையிறதுக்கு நா எவ்வளவு குடுத்து வச்சிருக்கணும் தெரியுமா?” (இது வினா அல்ல.)

“ஒரு பொண்ணுக்குப் படிப்பு – அந்தஸ்தைவிட பக்கத்துல இருக்குற புருஷன்தான் பெரிசு. நல்ல லீடிங் இஞ்சினியரா இருக்குற ஒங்களெப் புருஷனா அடையிறதுக்கு நா எவ்வளவு குடுத்து வச்சிருக்கணும் தெரியுமா. (இதுவும் வினா அல்ல)

(பெண்நிலைவாதிகள் மன்னிக்க வேண்டும். வாசகங்கள் ஆசிரியருடையவை அல்ல. ஒரு நவீன ஊடகத்திலிருந்து எடுத்தாளப்பட்டவை).

“கோமு, ஒன்னெவிட நாதான் குடுத்து வச்சவன்.''

“இல்லை பாலு, நாதான் ஓங்களெவிடக் குடுத்து வச்சவ.''

“இல்லை கோமு, நாதான் குடுத்து வச்சவன்.''

‘‘இல்லை பாலு, நாதான் உண்மையிலேயே குடுத்து வச்சவ.''

“இல்லை கோமு, நீ புரியாம பேசறே. நாதான் குடுத்து வச்சவன்.''

“இல்லை பாலு, நீங்கதான் புரியாம பேசறேள். நாதான் குடுத்து வச்சவ.''

“என்ன நா சொல்லச் சொல்ல நீ மறுத்துப் பேசிண்டே இருக்கே? நா இப்ப முடிவாச் சொல்றேன். நாதான் குடுத்து வச்சவன் வச்சவன் வச்சவன், சரிதானா?''

“ஓங்களுக்குச் சுத்தமா அறிவு பிசகியாச்சு. நாதான் குடுத்து வச்சவ வச்சவ வச்சவ. காதெ நன்னாத் தொறந்து கேட்டுக் கோங்க.''

‘‘அட கோமளாச் சனியனே, நா ஆரம்பத்திலேர்ந்து சொல்லிண்டே வரேன், நாதான் குடுத்து வச்சவன்னு. எதுத்து எதுத்தாப் பேசறே? நீ வெளியிலதான் டாக்டர், இங்க இல்லை.''

“ஓங்களுக்கு இன்ஜினியர்ன்ற திமிர். என் வார்த்தெயெ ஏத்துக்கற மனப்பக்குவம் ஓங்களுக்கு இல்லை. பெரிஸ்ஸாக் குடுத்து வச்சிட்டாராம் குடுத்து, என்னத்தெக் குடுத்துவச்சேள்?”

“அதானே! கோமு நா உண்மையிலெயே குடுத்துவச்சவன்.”

“திரும்பவும் பழையபடி ஆரம்பிச்சுட்டேள், பார்த்தேளா?''

“இல்லை கோமு. நா இப்ப வேற ஒரு காரணத்துக்காக அப்படிச் சொல்றேன். ஒரே ஒரு கேள்வியில என் தவறெ உணர வச்சுட்டே. இந்த மாதிரி புத்திக் கூர்மை வாய்ச்ச மனைவிய அடையிறதுக்கு நா குடுத்து வச்சிருக்கணும்.''

“ஓங்களெப்போல ஆம்படையானெ அடையிறதுக்கு நா தான் குடுத்து வச்சிருக்கணும்.''

“எப்பிடியோ கடைசீயில நீதான் குடுத்து வச்சிருக்கே.”

“பாலு, ஒண்ணு செஞ்சா என்ன? நாம ரெண்டு பேருமே குடுத்து வச்சுட்டா என்ன?''

“நீ என்னமா சமத்துவத்தைப் போதிக்கறே! உண்மையிலேயே ஒன்னெ அடையிறதுக்கு நாதான் குடுத்து வச்சிருக்கணும்.’’

“மறுபடியும் பாத்தேளா, ஒங்க ஈகோ ஒங்களெ விட்டுப் போக மாட்டேன்றது.’’

“உண்மையை என்னமா உணர வக்கிறே! உண்மையிலேயே ஒன்னெ அடையறதுக்கு நாதான் குடுத்து வச்சிருக்கணும்.’’

“சரி பாலு. நாம ரெண்டு பேருமே குடுத்து வச்சிருக்கோம். சரியா? நாம ரெண்டு பேரும் இணைபிரியாத தம்பதிகள். நாம இனி ரெண்டு பேர் இல்லை. ஒருத்தர்தான். இனி சினிமாவுக்குப் போறச்செ ஒரு டிக்கெட் எடுத்தாலே போறும்.’’

கோமளம் தன் போர்க் குணத்தை, உண்மையை உணர்த்தும் குணத்தை மறந்தவளாக பாலுவை நோக்கி முறுவலித்தாள். பாலு மனம் நெகிழ்ந்து லேசாகக் கனைத்தான்.

காதலும் தத்துவதரிசியும் – சிறுகதை 2

“ஒரு அயோக்கியனெக் காதலிச்சாக் கைவிட்டுடுவான்னு தான் ஒரு யோக்கியனெக் காதலிக்குறேன்.”

“ரொம்ப சந்தோஷம். அந்த யோக்கியனோடு வாழ்ந்துக் குங்க. பரவாயில்லை. ஆனா இந்த யோக்கியன் – அயோக்கியன், நல்லது – கெட்டது, அழகு – குரூரம் எல்லாம் மனசு போடற அடைகள். இதெ விட்டொழிச்சாத்தான் உண்மையிலெயே நீங்க வாழ முடியும்.”

“ஒங்களெ ஒரு மனுஷனா மதிச்சி ஒங்க கிட்டெ சொல்ல வந்ததே தப்பு.”

“மறுபடியும் அதெத்தான் சொல்லவேண்டியிருக்கு. இந்தத் தப்பு, ரைட் எல்லாங்கூட மனசோட சித்து விளையாட்டுதான். எண்ணத்தோட எதிர்மறை இல்லாம ஒரு விஷயத்தை மனசு புரிஞ்சிக்காது. சாமி இருந்தாக் கூடவே பிசாசும் இருக்கும். சம்பிரதாய ரீதியான சிந்தனா ஓட்டத்திலேர்ந்து நீங்க விடு பட்டாத்தான் நீங்க நிஜத்தெப் பாக்கமுடியும். அப்புறம், இந்தக் காதல்ங்கறதே ஒரு சுய ஏய்ப்புதான். நீங்க உண்மையிலேயே யாரெயும் காதலிக்கல்லெ ஒங்களெ நீங்களே காதலிச்சிக் கிட்டிருக்கீங்க. நீங்க ஒங்கமேலெ பிரியமா இருக்கீங்க. அத அவர் மேலே நீங்க பாத்து அவர்கிட்டெ பிரியமா இருக்குறதாக் கற்பிதம் பண்ணிக்குறீங்க. அவர்கிட்டெ ஒங்களெத்தான் நீங்க பாத்துக்குறீங்க. தவிர, மனுஷாளெல்லாம் வெறுந் தோற்றந்தான்.

நீங்க அவரெப்பத்தி வச்சிக்கிட்டிருக்கிற ஒரு பிம்பத்தெத்தான் நீங்க காதலிக்கிறீங்க. உண்மையான அவர் யாருன்னு ஒங்களுக்குத் தெரியாது. 'நான்' என்றது யாருக்குமே புரியாத ஒண்ணு. கிட்டத்தட்ட அப்பிடீன்னு ஒண்ணு இல்லையோன்னு கூடத் தோணுது. ஆத்துமா பிரபஞ்சத்துக்குச் சொந்தம். இந்த உடல் மண்ணுக்கு. அப்புறமா 'நான்'னு ஒண்ணு எங்கெ தனியா வந்து குதிக்குது? சொல்லுங்க. எனக்குத் தெரியல்லெ."

"ஒங்க தத்துவச் சனியன்லாம் எனக்குத் தேவையில்லெ. என்னோட நெடுநாள் நண்பர்ன்னுதான் ஒங்ககிட்டெ சொல்ல வந்தேன். ஒரு பாராட்டுத் தெரிவிக்கிற இங்கிதங்கூட இல்லாமெ இருக்கீங்க."

"திட்டுங்க, பரவாயில்லை. என்னெ நீங்க திட்டுறதாக் கற்பிதம் பண்ணிக்கிறீங்க. ஆனா ஒங்களெத்தான் திட்டிக்கிறீங்க. எம்மெலெ ஆத்திரப்பட்றதா நீங்க நெனெக்கிறீங்க. ஆனா ஒங்க மேலெதான் ஆத்திரப்பட்டுக்குறீங்க. உண்மையிலெயே எல்லாமெ நீங்கதான். நீங்கதான் எல்லாமே. ஒங்களுக்கு வெளியிலெ ஒண்ணும் இல்லெ."

"இன்னுங் கொஞ்ச நேரம் ஒங்களோட பேசிக்கிட்டிருந்தா நா தலெ முடியெப் பிச்சிக்குவேன்."

"நான்தான் ஏற்கனவே சொல்லிட்டேன். எல்லாமே நீங்கதான். ஒங்க தலெமுடியைத்தான் நீங்க பிச்சிக்க முடியும். எல்லாமே நீங்கதான். உண்மையிலேயே ஒரு விதத்துலெ நீங்கதான் கடவுள்கூட."

"நா மட்டும் கடவுளா இருந்தா ஒரு சாபம் கொடுத்து ஒங்களெ பஸ்பமாக்கியிருப்பேன்."

"அதெல்லாம் முடியாது. ஒங்களெத்தான் நீங்க பஸ்ப மாக்கிக்க முடியும், என்னெப் பஸ்பமாக்கறதா நெனெச்சி."

"ஆண்டவா என்னெக் காப்பாத்து. இந்த மனுஷங் கிட்டெயிருந்து என்னெ விடுவி."

"நான்தான் சொன்னேனே நீங்கதான் ஆண்டவன்னு."

"அப்ப விழுந்து வணங்குங்களேன்."

"வணங்கலாந்தான். ஆனா எனக்கு வெளியிலெயும் யாரு மில்லெ. நா இப்ப ஒங்களோட பேசல்லெ. ஒரு தோற்றத் தோடதான் பேசிக்கிட்டிருக்கேன். எல்லாமே மாயைதான்."

"ஒங்க மாதிரி ஒரு முழுப் பைத்தியத்தெ நா பாத்ததில்லெ.'

“வாழ்க்கையிலெ எல்லாமே பைத்தியங்கதான். இது பித்துப் பிடிச்ச ஒலகம்.”

“நீங்க வேணுமின்னா பைத்தியமா இருந்துக்குங்கள். என்னெச் சேத்துக்க வேணாம். சரி, நா கெளம்பறேன். ஒங்களெப் பாத்திருக்கவே வேணாம். போறதுக்கு முன்னாலெ ஒண்ணே ஒண்ணு.”

“சொல்லுங்க.”

“நா ஒங்களெ அறெஞ்சா எனக்கு வலிக்காது. ஒங்களுக்குத் தான் வலிக்கும்.”

“அங்கெதான் நீங்க தப்பு பண்றீங்க. என்னெ அறெஞ்சதெ நெனெச்சி ஒங்க மனசுல ஒரு வலி ஏற்படும். அப்பக்கூட வலி ஒங்களோடதுதான்.”

●

ஆத்ம தரிசனம்

"நீங்கள் யார்?"

"மன்னிக்க வேண்டும். எனக்குத் தெரியாது."

"என்ன, வினோதமாக இருக்கிறதே! நீங்கள் யார் என்பது உங்களுக்கே தெரியாதா? ஹஹ்ஹஹ்ஹா!"

"உண்மையிலேயே தெரியாது. நான் ஏதோ விளையாட்டுக்குச் சொல்லவில்லை."

"மிகவும் வேடிக்கையாக இருக்கிறது. நீங்கள் சுவாதீன மாகத்தானே இருக்கிறீர்கள்?"

"அப்படித்தான் நம்பிக்கொண்டிருக்கிறேன். அப்படி நினைத்துத்தான் எனக்கு ஒரு கம்பெனியில் வேலை போட்டுக் கொடுத்திருக்கிறார்கள். பெரியவர்களெல்லாம் சொல்லி வைத்திருக்கிறார்களே, 'பைத்தியக்கார உலகமடா இது' என்று. அதுவும் சகல விதத்திலும் உண்மையாக இருக்கலாம். நீங்களும் பெரியவராக இருக்கிறீர்கள். இன்றைக்கு இருக்கிற சமூகச் சூழலில் ஒருவன் சுவாதீனமாக இருக்க முடியும் என்று நீங்கள் நினைப்பதுதான் ஆச்சரியமாக இருக்கிறது. அன்றாட வாழ்க்கைக்குத் தேவையான குறைந்தபட்ச சுவாதீனம் இருப்பதே மகாப் பெரிய விஷயம். உங்களுக்குத் தெரியும் பைத்தியக்கார ஆஸ்பத்திரி என்று சொல்கிறார்களே மனநலக் காப்பகம்; அங்கு எனக்கு நான்கைந்து உற்ற நண்பர்கள் இருக்கிறார்கள். ஒருநாள் அவர்களுடன் பேசிக்கொண்டிருந்தேன். பேச்சு விளையாட்டுகள் பற்றியும் குறிப்பாகக் கால்பந்தாட்டம் நோக்கியும் திரும்பியது.

ஒரு நண்பர் ரொம்பவும் துக்கப்பட்டுப் போனார். 'பாவம் ஒரு கால் பந்தை வைத்துக்கொண்டு விளையாடும் அளவுக்கு நாட்டில் நிதிநிலை வறண்டு விட்டதே. ஒரு முழுப் பந்தை வாங்க முடியக்கூடிய சுபீட்ச காலம் எப்பொழுது வருமோ?' என்று சங்கடப்பட்டுக் கொண்டார். உலகப் பளு தூக்கும் போட்டியைப் பற்றிப் பேசிக்கொண்டிருந்தபொழுது 'உலகப் பளுவை ஆண்டவன் ஒருவன் ஏற்கனவே தூக்கிக்கொண்டிருக் கிறான்' என்பதை நினைவுகூர்ந்தார் இன்னொரு நண்பர்.

இவர்களையெல்லாம் பற்றி நீங்கள் என்ன நினைக்கிறீர்கள்? சுவாதீனமில்லாதவர்களா? எவ்வளவு மேதைகள்? எவ்வளவு அறிவாளிகள் உள்ளே கிடக்கிறார்கள் என்று உங்களுக்குத் தெரியுமா? ஒரு வாரம் தினமும் மாலை உள்ளே போய்ப் பழகிப் பாருங்கள். எவ்வளவு தங்கமான மனிதர்கள் என்பது உங்களுக்கே தெரியும். அதுவரை சுவாதீனத்தைப் பற்றி நீங்கள் பேசாமல் இருப்பது நல்லது."

"மன்னியுங்கள். நான் வேறு ஏதோ கேட்க வந்தேன். நீங்கள் என்னைக் குழப்பிவிட்டீர்கள்."

"குழம்பிய நிலையில் சுவாதீனமாக இருப்பது சிரமம். சிறிது நேரம் ஓய்வு எடுத்துக்கொள்ளுங்கள். சுவாதீனமின்மையின் அநேக வகைகள் கிட்டதட்ட தற்காலிகமானவைதான். ஓய்வுக்குப் பின் சாதாரண நிலைக்குத் திரும்பிவிடுவீர்கள். இப்பொழுது உங்களுக்குத் தேவையானதெல்லாம் சிறிது ஆசுவாசம், ஓய்வு."

"இல்லை, எனக்கு ஓய்வு தேவையில்லை. நான் கேட்ட தெல்லாம் நீங்கள் யார் என்பதுதான். இது ஓர் எளிமையான கேள்வி; ஓர் அறிமுகத்துக்காக."

"நான் இதற்கு ஏற்கனவே பதில் சொல்லிவிட்டேன். எனக்குச் சாமி சத்தியமாகத் தெரியாது. உங்களுக்குத் தெரியுமா நீங்கள் யார் என்று?"

"ஓ நன்றாகவே தெரியும். நான் எல். ஜலகஜேந்திரன்."

"திட்டவட்டமாகத் தெரியுமா? நீங்கள் ஜலகஜேந்திரன்தான் என்று?"

"அதில் என்ன சந்தேகம்? நான் ஜலகஜேந்திரன், எல். ஜலகஜேந்திரன்."

"மிகவும் ஆச்சரியமாக இருக்கிறது. பார்த்தால் ஜலகஜேந் திரன் மாதிரியே இல்லை."

"எனக்குப் புரியவில்லை."

"அதாவது ஜலகஜேந்திரனாக இருப்பது என்றால் என்ன வென்று உங்களுக்குத் தெரியுமா?"

"தெரியாது."

"அதைத்தான் நான் சொல்கிறேன். நீங்கள் யார் என்று உங்களுக்கு உண்மையிலேயே தெரியாது?"

"இல்லை தெரியும். நான் எல். ஜலகஜேந்திரன். என்னைத் தெரிந்தவர்கள் மிஸ்டர் ஜலகஜேந்திரன் என்றுதான் என்னை அழைக்கிறார்கள்."

"நீங்களும் புளகாங்கித்துப் போய் உடனே நம்பிவிடுகிறீர்கள். அதாவது பிறர் உங்களைப்பற்றி ஒன்று சொன்னால் அதுதான் நீங்கள் என்று உடனே நம்பிவிடுகிறீர்கள். மனதளவில் நீங்கள் மிகவும் பலஹீனராக இருக்க வேண்டும். 'நான்' அதாவது 'நீங்கள்' என்பது எவ்வளவு பெரிய விஷயம்! நீங்கள் என்னவோ பாயாசத்தை இரண்டாவது மிடறு விழுங்குவது போன்ற சாதாரணத்துடன் அனாயாசமாக இந்த விஷயத்தை அணுகுகிறீர்கள்."

"நீங்கள் என்னைக் கலாட்டா செய்கிறீர்களோ என்று தோன்றுகிறது."

"இல்லை. நான் இதைத் தெளிவாக விளக்கியாக வேண்டும். இல்லையென்றால் தவறாகப் புரிந்துகொள்ளப்படுவேன். முதலில் சில கேள்விகள். ஆட்சேபமில்லையே."

"இல்லை, கேளுங்கள்."

"உங்களுக்குக் கோபம் வருவதுண்டோ?"

"உண்டு."

"எரிச்சல்?"

"உண்டு."

"பரிவு ஏற்படுவதுண்டோ?"

"உண்டு."

"பாசம்?"

"உண்டு."

"பாலுணர்வு?"

"இது ரொம்பவும் அந்தரங்கமான கேள்வி. எனக்குச் சகல இழவுகளும் வருவதுண்டு. நானும் மனுஷன்தானே."

"உங்களுக்கு எரிச்சல் வருவதுண்டு என்று ஏற்கனவே சொல்லி விட்டீர்கள். இப்பொழுது இதை உறுதி வேறுபடுத்தியிருக்கிறீர்கள். இந்த எல்லா உணர்வுகளும் யார்?"

"நான்தான்."

"ஆக, எல்லாமே நீங்கள்தான்."

"ஆமாம். ஆமாம். எல்லாமே நான்தான்."

"உங்களைச் சந்திக்கும் பாக்கியம் எனக்குக் கிடைத்ததில் என் ஆத்மா பெருமிதம் கொள்கிறது."

"இவ்வளவு வெறுப்பேற்றிவிட்டு இப்பொழுது என்ன அத்தனை சந்தோஷம்?"

"எந்த ஒரு மனுஷனுக்கும் கிடைக்காத பேறு எனக்குக் கிடைத்திருக்கிறதென்றால் பிறகு எப்படி இருக்கும்?"

"என்னைச் சந்தித்தது எப்படிப் பேறு ஆகும்?"

"சற்றுமுன் நீங்கள் சொன்னீர்கள் எல்லாமே நீங்கள் என்று. அப்படியானால் நீங்கள் ஒரு கடவுள். பரம்பொருள் மட்டும்தான் எல்லாமாக இருக்க முடியும்."

"எனக்கு உங்கள்மேல் ஒரு திடீர் சந்தேகம் இப்பொழுது கிளம்பியிருக்கிறது."

"நானும் உங்களிடமிருந்து விடைபெற்றுக் கிளம்பிக் கொண்டிருக்கிறேன்."

"ஒரே ஒரு நிமிஷம். என் சந்தேகத்தை நிவர்த்தி செய்து விடுங்கள். நீங்கள் சிறிது காலம் உள்ளே இருந்தீர்களோ?"

"அப்படியே வேண்டுமானாலும் வைத்துக்கொள்ளுங்கள். நீங்களும் கொஞ்ச காலம் அங்கு தங்கித் தெளிவு பெறுவது பல விதங்களில் நல்லது. என்னைப் போல் தீர்க்கமான அறிவுப் பிழம்பாக வெளியே வருவீர்கள். ஒரு முக்கியமான விஷயம். தங்களைக் கடவுள் என்று அறிமுகப்படுத்திக் கொள்ளுங்கள். உங்களுக்கு வெகு சுலபத்தில் அங்கு தங்க அனுமதி கிடைக்கும். உங்களுக்கு அதிர்ஷ்டம் உண்டாகட்டும்."

●

அவலம்

அவளுக்கு என்ன, இருவத்தி மூணு வயசிருக்கும். ஸ்கர்ட் போட்டிருக்கா. மாநிறம். ஊதுனா காத்தோட போயிருவா. அப்பிடி ஒரு ஒல்லி. என்ன பண்றா அவ? பாப்பமே. ஒருத்தன் ரயில்வே ஸ்டேஷனெ விட்டு ரோட்லெ காலெ எடுத்து வைக்கிறான். ஆள் நல்ல டிப்டாப். ஊர்லெ இருந்து வர்றவன் இல்லெ. பக்கத்திலெ எங்கெயோந்துட்டு ரயில்வே காண்டீன்லெ காப்பி சாப்பிட்டுட்டுத் திரும்பிக்கிட்டிருக்கிறவனா இருக்கணும். இவ கிட்டெ போறா, இங்கிலீஷ்லெ நேரம் கேக்குறா (ஸ்டேஷனுக்கு மேலெ பெரிய கடிகாரம் இருக்கு. பாத்துக்கிடலாம்). இவனும் சொல்றான். பக்கத்துலெயே நடக்க ஆரம்பிக்கிறா. 'இண்ணெக்கி வெயில் அவ்வளவா இல்லெ. நல்ல நாள் தானுன்னு சொல்லணும்'கிறா. அவனும் ஆமான்னு தலையாட்டுறான். 'உங்களுக்கு எங்கெ வேலெ'ன்ற சொந்தக் கேள்வியெ திடீர்னு கேக்குறா. இவனும் சொல்றான். 'ஒங்களுக்குக் கல்யாணம் ஆயிடுச்சா?'ன்னு இன்னொரு நெருக்கமான கேள்வியெக் கேக்குறா. அவன் இல்லைங்குறான். 'கல்யாணம்னா கஷ்டந்தான், பொறுப்பு இது அதுன்னு. அதுக்கு சுதந்திரப் பறவையா இஷ்டப்பட்டவங்களோடு பழகிட்டு இஷ்டப்படி சந்தோஷமா இருக்கலாம். இல்லியா?' அப்பிடீன்றா. 'ஆமா, நீங்கள் சொல்றதும் ஒருவிதத்துலெ சரிதான்'றான் இவனும். 'எம் பேரு இந்து. ஒங்களுக்கு அவசர வேலெ ஒண்ணுமில்லேன்னா என்னோட கொஞ்சநேரம் பேசிக்கிட்டிருக்கலாம். எனக்கும் நேரம் இருக்கு'ங்கறா இவ. இவனுக்கு – அது உண்மெயோ பொய்யோ – என்ன தோணுனதோ தெரியல்லே. 'இல்லெ, நா அவசரமா ஒரு எடத்துக்குப் போயிக்கிட்டிருக்கேன். இன்னொரு நாளெக்கி ஒங்களெச் சந்திக்கிறேன்'னு வேகமா நடக்க ஆரம்பிக்கிறான். இவளும் அவனோட வேகமா நடக்கிறா. 'கொறெஞ்சது ஒரு டிஃபன் சாப்பிடக்கூட நேரம் இருக்காதா?'ன்னு கேக்குறா. அவன் ரொம்பவும் மன்னிப்பு கேட்டுக்கிட்டு வேகமாப் போயிர்றான். பாவம், அவளுக்கு ஒண்ணும் கெடெக்கல்லெ. மொகமெல்

லாம் வாடிப்போகுது. வேற யாராச்சும் தேறணும். இல்லேன்னா அவ டிஃபன் அவ்வளவுதான்.

என்ன, இதெல்லாம் மனசுக்குக் கஷ்டமா இருக்கா? எனக்குந்தான் பாவமா இருக்கு. நீங்க கேக்கலாம். 'ஒனக்கு இவ்வளவு எரக்கம் இருந்தா நீயே ஏதாச்சும் ஒதவி செய்றது தானே?'ன்னு. ஆனா எங்கிட்டெ எண்ணி எழுபத்தஞ்சு பைசாதான் இருக்கு. அதெ வச்சிக்கிட்டுத்தான் நா நாளெ சம்பளம் வர்றவரைக்கும் தள்ளியாகணும். இந்த நெலைலே அவளுக்கு நா என்ன பண்ண முடியும்னு நெனெக்கிறீங்க?

அவ்வளவுதான்னு நெனெச்சீங்களா? இல்லெ வாங்க பக்கத்துலெ ஒரு பஸ் ஸ்டாப் இருக்கு. ஒரே நெரிசலா இருக் கில்லெயா? இருக்கட்டும். சிலதுகளெப் பாக்கணும்னு நெனெச்சா சிரமத்தெப் பாக்கக்கூடாது. நெறெய பேர் பஸ்ஸுக்கு வெய்ட் பண்ணிக்கிட்டு இருக்காங்க. பஸ் ஸ்டாப் புன்னா பின்னெ இருக்கமாட்டாங்களா? ஒரு குஷ்டரோகி ஒரு அலுமினிய டப்பாவெக் குலுக்கிக்கிட்டு பிச்செ கேட்டுக்கிட்டு வர்றான். டப்பாவிலெ ஒரே ஒரு பத்து பைசாவோ என்னமோ தான் இருக்கணும். அந்த ஒத்தெச் சத்தம் விட்டு விட்டுக் கேக்கறது, ஒரு உயிரோட துடிப்பு மாதிரித் தோணுதில்லையா? ரெண்டு பேரு. ஸ்டூடண்ட்ஸ்ன்னு நெனெக்கிறேன். பணக்கார வீட்டுப் பிள்ளைங்களா இருக்கணும். அவங்க சொந்தக்காரி லேயே போகலாம். ஏம் பஸ்ஸுக்காக நிக்கறாங்கன்னு தெரி யல்லெ. அவங்க பேசிக்கிறாங்க. கேப்பமே. 'இந்தக் குஷ்ட ரோகிங்களுக்குத் தங்களுக்கு வந்திருக்கிற வியாதி மத்தவங் களுக்கும் வரணும்ங்குற ஆசெ. அதான் ஹோம்லெல்லாம் போய்ச் சேராம ட்ரீட்மெண்டும் எடுத்துக்காமெ மத்தவங்களுக்கு எடெஞ்சல் தந்துக்கிட்டிருக்காங்க. இவனெயும் பாரு. பிச்செ கேக்குற விதத்தெ. கிட்டத்தட்ட கையையோ மொகத்தயோ தொட்டுருவாம் போல அவ்வளவு கிட்டத்துலெ கையெக் கொண்டு வர்றான். நீ வேணும்னா, நல்லாக் கவனிச்சிப் பாரு.' இந்த மாதிரி தப்புதப்பான கமெண்ட்ஸ்தான் கேக்க முடியுது. யாரும் பைசா போடல்லெ. அந்த ஒத்தெச் சத்தம் மட்டும் கேட்டுக்கிட்டே இருக்கு. லப் டப் லப் டப் லப் டப்.

இப்பொ என்ன மணி? ஆறாயிடுச்சா? வாங்க பீச்சுக்குப் போவோம். படகுக்குப் பக்கத்துலெ ஒரு இளம் ஜோடி. அப்படீன்னா காதலர்களா? எதுக்கும் அவசரப்பட வேணாம். நீங்க அவங்க பேச்செக் கேட்டுக்கிட்டு இருங்க. எனக்கு ஒரு சின்ன ஜோலி இருக்கு.

“ஓங்க டன்ஜனெ விட்டுக் காத்தோட்டமா வந்தாச்சு. இப்பொ கொஞ்சம் சொகமா இருக்கல்லியா நான்ஸி?”

“ஆனா இது என் நித்திய வாழ்க்கை கிடெயாது. நீங்க சொல்ற டன்ஜன்தானே நா எப்பவுமே இருக்கிற எடம்?”

“ஓங்க கஷ்டம் எனக்குப் புரியிறது.”

“நீங்க என்னெ நீன்னே கூப்பிடலாம். ஓங்க பேரு அம்மா சொன்னவுடனேயே மறந்துபோச்சு. ஸாரி.”

“பீட்டர்.”

“பீட்டர் ஓங்களுக்கு இது ஒரு வினோதமான விஷயமாத் தோணலியா? எப்பிடி வீட்டுக்கு வரச் சம்மதிச்சீங்க?”

‘‘ஒன் அம்மாவெ செவ்வா செவ்வா சர்ச்சிலெ பாக்குறதுண்டு. வாசல்லெ நின்னுக்கிட்டிருப்பாங்க. அப்பப்பொ அம்பது பைசா குடுப்பேன். கொஞ்ச நாள்லெ பழகிட்டோம். சிலவேளை மாச மொதல்லெயென்னா பக்கத்திலெ இருக்கிற ஓட்டலுக்கு ஒன் அம்மாவெ அழெச்சிக்கிட்டுப் போயி டிஃபன் வாங்கிக் குடுப்பேன். ஒரு நா கேட்டாங்க. ‘நீ ரொம்ப வாடிப் போயிருக்கே. என்ன விஷயம்’ன்னு. நா சொல்லலெ. ‘என் துக்கத்தெ நா யார்கிட்டெயும் சொல்றதில்லெ. துக்கத்தெப் பகிந்துக்கணும்னா நெறெய பேரெத் துக்கப்படுத்தணும். என் துக்கம் என்னோடயே இருக்கட்டும்’ அப்பிடீன்னுட்டேன். ‘ஒரு நா வீட்டுக்கு வாயேன்’னாங்க. நா தயங்குனேன். ‘என்ன பிச்செக்காரி வீட்டுக்குப் போறதான்னு பாக்குறியா பீட்டர்?’ அப்பிடீன்னு கேட்டுட்டாங்க. நா அப்பிடியே நிலெகுலெஞ்சு போயிட்டேன். கண்ணுலெ நீர் கோத்துக்கிட்டது. ‘கர்த்தரே சொல்லியிருக்கார். காசெயும் அவரெயும் ஒண்ணாத் தரிசிக்க முடியாதுன்னு. அவர் முன்னாலெ பணக்காரன் பிச்செக்காரன் எல்லாம் ஒண்ணுதான். நானும் பணக்காரன் இல்லெ. ஏதோ ஆஃபீஸ் ஒண்ணுலே வேலெ செஞ்சிக்கிட்டிருக்கேன். அவ்வளவு தான். நான் நிச்சயமா வீட்டுக்கு வர்றேன்னு சொன்னேன். அதான் வந்தேன். ஆமா. நீங்கல்லாம் எப்பிடி இந்த நெலெ மெக்கி வந்தீங்க?”

“எனக்கு அப்பா இல்லெ. நா எட்டாவது படிக்கிறப்ப எறந்துட்டாரு. இருதயத்துலெ என்னமோ சீக்கு. அதோட எம் படிப்பும் நின்னுபோச்சு. எங்களுக்குச் சொத்துன்னும் ஒண்ணு மில்லெ. இந்த வீடுகூடத் தேவைல்லெ. பிளாட்பாரத்துலெயே இருக்கலாம். நா வயசுப் பொண்ணுங்குறதுனாலேயும் நா வேலெக்கிப் போய்க்கிட்டு இருக்குறதாலேயும் வீடுன்னு ஒண்ணு இருக்கு.”

“வேணாம். மேலெ ஒண்ணும் சொல்ல வேணாம் நான்ஸி. கேக்குறதுக்கு இம்சையா இருக்கு.”

“இருங்க பீட்டர். முழுஸ்ஸா சொல்லிர்றேன். அப்பொதான் ஒங்களுக்கு முழு பிக்சரும் கெடெக்கும். நா வீட்டுக்குப் பக்கத்துலெ இருக்குற கார்மெண்ட்ஸ் ஃபாக்டரியிலெ வேலெ பாக்குறேன். இருநூத்தி அம்பது ரூபா தர்றாங்க. வாடகெ தொண்ணூறு போயிரும். மீதியிலெதான் காலந் தள்ளணும்.”

“போறும் நான்ஸி போறும்.”

“இல்லெ நானே முடிச்சிட்டேன்.”

“நான்ஸி நா ஒண்ணு சொல்றேன். நம்ம தொடர்ந்து பழகணும். நீ என்னெ ஒரு நல்ல ஃப்ரண்டா நெனெச்சுக்கோ. ஒங்கஷ்டத்தெக் கேட்டதும் எந்துக்கமெல்லாம் பறந்து போயிடுச்சி. வா மெரீனா காண்டீன்லெ சாப்பிடுவோம். நாம சந்திச்ச இந்தத் தினத்தெ தோழமை தினமாக் கொண்டாடியே ஆகணும்.”

“எனக்கென்னமோ கொஞ்சம் பயமா இருக்கு.”

“என்ன பயம்? நா ஒம் மேலெ எந்த ஒரு விசேஷ சுதந்திரத் தெயும் எடுத்துக்க மாட்டேன். இன்னும் பச்சையாச் சொல்லப் போனா நா ஒன்னெ நிச்சயமாக் காதலிக்க மாட்டேன். வாழ்க் கையிலெ எனக்கு ஏற்பட்டிருக்கிற விரக்தியெப் போக்கிக்கிர்றதுக்கு ஒன்னெ வடிகாலாப் பயன்படுத்திக்க மாட்டேன். என்னெப் பத்தி இன்னொரு நாளெக்கி ஒங்கிட்டெ சொல்றேன். நீ எங் கிட்டெ ரொம்பவும் பாதுகாப்பா ஃபீல் பண்ணலாம். ஒவ்வொரு செவ்வா சாயந்திரமும் சர்ச்சுக்கு வந்திரு. ஜபத்தெ முடிச்சிக்கிட்டு அங்கேர்ந்து எங்கெயாச்சும் போகலாம். வாரத்துலெ ஒரு நாளையாவது மனசுக்கு ஆறுதலான நாளாவும் சந்தோஷமான நாளாவும் ஆக்கிக்கிருவோம். சரிதானே?”

இதோ வந்துட்டேன். நா காமிச்ச ஒரு மாதிரியான ஆட்கள் உங்களெ ரொம்பவும் படுத்திட்டாங்களா? இன்டெ லெக்சுவலா வேணும்னா சொல்லலாம், ‘இவங்கல்லாம் ஒட்டுண் ணிகள்’ன்னு. இவங்கல்லாம் இப்பிடி இருக்கிறதுக்கு நானும் ஒரு காரணம். நீங்க கோபிச்சுக்கல்லேன்னா ‘நீங்களும்தான்’னு சேத்துக்குவேன். நெறெய பீட்டர்கள் இருந்தா நல்லா இருக்கும்னு தோணுது. சரிதானே?

●

உற்ற நண்பர்கள்

"அப்புறம் ராதாவெப் பாத்தியா?"

"ஓ பாத்தெனே."

"என்ன பேசுனா?"

"நீங்க எப்படி இருக்கீங்கன்னு கேட்டா."

"அதுக்கு நீ என்ன சொன்னே?"

"நா நல்லா இருக்கேன்னு சொன்னேன்."

"அதுக்கு அவ என்ன சொன்னா?"

"சந்தோஷம்னா."

"அப்புறம் நீ என்ன கேட்டே?"

"நீ எப்பிடி இருக்கேன்னு கேட்டேன்."

"அதுக்கு அவ என்ன சொன்னா?"

"எனக்கென்ன கொறெ? நா நல்லாத்தான் இருக்கேன்னா."

"கல்யாணம் ஆயிருச்சான்னு கேட்டியோ?"

"கேட்டேன்."

"அதுக்கு அவ என்ன சொன்னா?"

"இப்பத்தான் கல்யாணம் ஆச்சு. அதான் சந்தோஷமா இருக்கேன்னா."

"அதுக்கு நீ என்ன சொன்னே?"

"காலேஜ்லெ படிக்கிறப்ப கூட எங்களோடயெல்லாம் சிரிச்சிப் பேசிக்கிட்டுச் சந்தோஷமாத்தானே இருந்தேன்னு கேட்டேன்."

"அதுக்கு அவ என்ன சொன்னா?"

"அது வேற மாதிரி சந்தோஷம்னா."

"அதுக்கு நீ என்ன சொன்னே?"

“சந்தோஷத்தெ வகை பிரிக்கற ஆளு நீ ஒருத்தியாத்தான் இருக்கணும்னேன்.”

“அதுக்கு அவ என்ன சொன்னா?”

“அவ பேசுறதுக்கு முன்னாடியே நானே கேட்டுட்டேன்.”

“என்ன கேட்டே?”

“கல்யாணமானதுக்கு வாழ்த்துகள்னேன்.”

“இது கேள்வி இல்லியே. ஒரு ஸ்டேட்மெண்ட்.”

“சரி அப்பிடியே வச்சுக்க.”

“நா வச்சிக்குறேன். மேக்கொண்டு என்ன கேட்டே?”

“ஒங் கல்யாணம் ரகசியக் கல்யாணமான்னு கேட்டேன்.”

“அதுக்கு அவ என்ன சொன்னா?”

“இல்லியேன்னு ஆச்சரியப்பட்டா.”

“அவ ஆச்சரியப்பட்டதெ நீ எப்பிடி எடுத்துக்கிட்டே?”

“என்னெயெல்லாம் கூப்பிடலியே. அதான் கேட்டேன்னு சொன்னேன்.”

“அதுக்கு அவ என்ன சொன்னா?”

“அட்ரஸ் நோட்புக் தொலஞ்சிரிச்சுன்னா.”

“அதுக்கு நீ என்ன சொன்னே?”

“என் அட்ரஸெச் சொல்லி இனி சுப காரியங்க நடந்தா அவசியம் தெரிவிக்கணும்னேன். டே கிருஷ்ணா?”

“என்ன கோவாலு?”

“நீதாண்டா என் உண்மையான நண்பன்.”

“எப்பிடிச் சொல்றே கோவாலு?”

“என் வாழ்க்கெ, எனக்கு நடக்குற சம்பவங்களெப் பத்தியெல்லாம் எவ்வளவு அக்கறையோட விசாரிக்குறெ. ஒன்னெ என்னாலெ வாழ்நாள் முழுக்க மறக்க முடியாது.”

“வுட்டுரு கோவாலு. மறக்காதே. நானும் ஒன்னெ மறக்க மாட்டேன்.”

“அப்ப ஒருத்தரை ஒருத்தர் வாழ்நாள் முழுக்க ஞாபகம் வச்சிக்குவோங்கறெ.”

“ஆமா கோவாலு. எனக்கு நீ. உனக்கு நான்.”

"எனக்கு நீ. உனக்கு நான். கிருஷ்ணா?"

"என்ன கோவாலு?"

"தத்துவம் பேசி நாளாச்சு, கிருஷ்ணா. இந்த நான் நீ வச்சுப் பேசுவமா?"

"ஓ."

"எனக்கு நீ. உனக்கு நான். எனக்கு நான். உனக்கு நீ."

"எனக்கு என். உனக்கு உன். உனக்கு என். எனக்கு உன்."

"நீ வெறும் ஒரு நண்பன் மட்டுமில்லெ, கிருஷ்ணா. தத்துவ தரிசியும்கூட."

"ரொம்பப் புகழாதெ கோவாலு. எனக்கு என்னமோ புல்லரிக்கிற மாதிரி ஆயிடும்."

●

தூயோன்

மாலை மணி நான்கு. பணி நேரம் முடிந்தது. அலுவலகச்
சிற்றுண்டிச் சாலையில் ஒரு கோப்பை சூடான தேநீர்
அருந்திவிட்டு நண்பர் ஜேகப் அறையை நோக்கி நடந்தேன்.
அறையில் அவர் இருக்கவில்லை. அவரது அன்னை படுத்துக்
கிடந்தார். ஏதோ சுகக்கேடு. சம்பிரதாயத்திற்கு ஓரிரு வார்த்தை
கள் அவருடன் பேசினேன். எனக்குள் ஏதோ ஒன்று இல்லாமல்
இருந்தது மனதில் பிரதானமாக உறுத்தியது. நன்றாகவே
உணரவும் முடிந்தது. அவரிடம் விடைபெற்றுக் கொண்டு
கடற்கரையை அடைந்தேன். ஆள் அரவம் அதிகமில்லாத
இடமாகப் பார்த்து மணற்பரப்பில் படுத்தேன். எஞ்சியிருந்த
ஒரே சிகரெட்டைப் புகைத்தவண்ணம் ஆகாயத்தைப் பார்த்த
நிலையில் சிறிது நேரம் கழிந்தது. அநேகமாக இப்பொழுது
ஜேகப், அறைக்குத் திரும்பியிருக்கக் கூடும். மறுபடியும் ஜேகப்
அறைக்குச் சென்றேன். தன் அன்னைக்கு ‘வீவா’ கலக்கிக்
கொடுத்துக்கொண்டிருந்தார் அவர். மேஜைமீது ‘சினார்’
சிகரெட் பெட்டி இருந்தது. ஜேகப்பிடம் சைகையால் கேட்டு,
பெட்டியை எடுத்து வைத்துக் கொண்டேன். சினார் எங்கே
பற்ற வைப்பது? வெளியில் சென்றுதான். அது மட்டும்தான்
சிந்தனை முழுவதையும் ஆட்கொண்டிருந்தது. சிறிது நேரம்
சென்று அறையை விட்டு வெளியே நடந்தேன்.

இருட்டத் துவங்கியது. வழியில் வேலாயுதம். பேச
ஆரம்பித்தோம். இருவரும் சேர்ந்து பாபுவைத் தேடினோம்.
ஒரு தேநீர் விடுதி, ஓர் அச்சகம், ஒரு தட்டெழுத்துப் பயிலகம்,
ஒரு மனமகிழ்மன்றம் இவைகளிலெல்லாம் விசாரித்து, கடைசி
யில் பாபுவைச் சந்தித்தோம். அவர் “இன்னெக்கிப் போடலாமே”
என்றார். எனக்கும் வேலாயுதத்துக்கும் இசைவுதான். காலையி
லிருந்து தேநீர், சிகரெட், இவைகள்தாம் உட்சென்றிருந்தன.
சாப்பிட்டால் தேவலாம். கையில் பைசா அதிகம் தேறாது.
பாபு அரை போத்தல் ஜின் வாங்கி வந்தார். வெற்றிலை பாக்குக்
கடையருகே நின்றுகொண்டு ‘லிம்கா’வுடன் கலந்து குடித்தோம்.
கடகடவென்று குடித்து முடித்தேன். ஜின் லேசாகக் கசந்தது.

ஆனால், 'போட்டதில்' ஒரு திருப்தி. '... a beaker full of warm south...' கீட்ஸ் என் நினைவில் தங்கினார். சினார் ஒன்றைப் பற்றவைத்துக் கொண்டேன். மருத்துவமனை ஒன்றில் அண்மையில் மஞ்சள் காமாலையில் படுத்திருந்தபோது, என் பக்கத்துப் படுக்கையில் கிடந்த கைதி – நோயாளி – "புண்பட்ட மனதைப் புகைகொண்டு ஆற்ற வேண்டும்" என்று சொன்னது நினைவுக்கு வந்தது. புகையில் சுவை இருந்தது. ரசனையுடன் அனுபவித்தேன். மனம் ஏதோ ஒரு விதத்தில் புண்பட்டுத்தான் இருந்தது. திட்ட மிடப்படாத பொருளாதாரமும், சராசரி பாரத குறைந்தபட்ச சுபீட்சத்தின் அடிக்கடி வறட்சியும், இருந்தால் ராஜா இல்லா விட்டால் பக்கிரி என்ற பொறுப்பற்ற மனோபாவமும், அதனால் ஏற்பட்டுக்கொண்டிருந்த தவிர்க்க வியலாத சிறுசிறு அவமானங்களும் உள்ளத்தில் ஓரளவுக்கு மேலேயே காயங்களை விளைவித் திருந்தன.

அடுத்து உணவு விடுதி ஒன்றுக்குப் போனோம். பரோட்டா, சாப்ஸ் சாப்பிட்டோம். 'போட்டதில்' சங்கோஜமும் தயக்கமும் மறைந்து போயிருந்தன. ஒரு தினுசான ஆசுவாசத்தை உணர முடிந்தது. நல்ல போதை. தத்துவம், கல்லூரி வாழ்க்கை, உள வியல், பாலுறவு இதெல்லாவற்றையும் பற்றி மேலோட்டமாகவும், சில சமயங்களில் ஆழமாகவும் அலசி நெடுநேரம் அளவளாவிக் கொண்டிருந்துவிட்டு உணவு விடுதியை விட்டு வெளியேறி னோம்.

எதிரே ஜேகப், கையில் ஃப்ளாஸ்க்குடன். தன் அன்னைக்குப் பால் வாங்கிக்கொண்டு போவதற்காக இருக்கலாம். அவரைப் பார்த்ததும் எனக்குள் குற்ற உணர்வு தோன்றியது. அவர் அன்னை நோய் வாய்ப்பட்டிருக்கும்போது என்னால் கடற் கரைக்குப் போக முடிந்திருந்தது. குடிக்க முடிந்திருந்தது. இவ் வளவுக்கும் ஜேகப் என் ஆத்ம நண்பர். எண்ணங்கள் மனதைப் போட்டுப் பிழிந்தெடுத்தன. ஒரே நிமிஷம். 'நான் மென்மை உணர்வுகளில் உழல்பவன் அல்ல' என்று சொல்லிக்கொண் டேன். இதன் விளைவாக, கெட்டிப்படுத்தப்பட்ட மனம் ஓரளவு நிம்மதி பெற்றது. ஆசுவாசம் போன்ற ஏதோ ஓர் உணர்வு என்னை ஓய்வான நிலைக்குக் கொண்டு சென்றது.

தள்ளாடித் தள்ளாடி பாபு வீட்டுக்குப் போனோம். வீட்டிற்கு உள்ளே போக முடியாது. நல்ல போதை. பாபுவின் உறவினர்கள் நிச்சயம் ஆட்சேபிப்பார்கள். வெளியே வராந்தாவில் படுத்தோம். கொசுக்கள் மேலே விழுந்து பிடுங்கின. திரும்பவும் அதே குற்ற உணர்வு. தூக்கம் பிடிக்கவில்லை.

ஒரு வழியாக விடிந்தது. வேலாயுதத்தை எழுப்பிச் சொல்லி விட்டுப் புறப்பட்டேன். ஒரு கடையில் தேநீர் அருந்திவிட்டு சினார் ஒன்றைப் பற்றவைத்துக் கொண்டேன். கடற்கரைக்குச் சென்று சிறிது நேரம் அமர்ந்தேன். மீனவர்கள், கட்டுமரங்கள், வலைகள், கடல்நீர், மணற்பரப்பு, ஆகாயம், இவைகள் என் மனதில் ஆழமாகப் பதிந்தன.

வீடு. ஆம். அப்படியென்று ஒன்று எனக்கு இருந்தது. மணி 6.00. பேருந்தில் ஏறி வீட்டை வந்தடைந்தேன். பெற்றோர்கள், தம்பி தங்கைகள் என் மனதைச் சற்றும் தொடவில்லை. எனக்குள் ஏதோ ஒன்று இல்லாமல் இருந்ததை மீண்டும் உணர முடிந்தது. தற்சுகாதாரச் செயல்கள் – முககஷவரம், சிற்றுண்டி என்ற தவிர்க்க முடியாத தற்பேணல் சடங்கு – இவை முடிந்தன. வெளியில் செல்வதற்குத் தேவையான நேர்த்தியான உடைகளை உடுத்திக் கொண்டேன். தலைக்கு 'ப்ரில்கிரீம்', முகத்துக்கு 'ஸ்னோ', வாசனை மாவு – ஒப்பனைகள் நடந்தேறின. உடைகளுக்குக் கச்சிதமாகப் பொருந்தும் நிறத்தில் கழுத்துச் சுருக்கு ஒன்றைத் தெரிவு செய்து அணிந்துகொண்டேன். என் கழுத்துச் சுருக்கின் நேர்த்தியான முடிச்சை என் காதலி மிகவும் லயிப்புடன் புகழ்பவள். இதில் எனக்கு ஒரு குட்டி சந்தோஷம்.

அவள் நினைவு மனதிற்கு இதமாக இருந்தது. ஆடை புனைதல், ஒப்பனைகள் இறுதி பெற்ற நிலையில் ஓர் எண்ணம். மிடுக்காக இருந்தால்தான் நாலு பேர் மதிப்பார்களாம். மிடுக்கின் உச்சகட்டமான 'லாவெண்டர்' வாசனைத் திரவியத்தை உடையில் சிறிது பரவலாகத் தெளித்துக்கொண்டேன். 'ஐந்து பேராக மதிக்கட்டுமே' என்று ஒரு சிறு நகைச்சுவையை எனக்குள் உதிர்த்துக்கொண்டு. இப்பொழுது நான் ஒரு நாகரிக மனிதன், அதாவது தோற்றம் அளவில்.

அலுவலகம் சென்று, எனக்கிருந்த பல பணிகளை ஒவ்வொன்றாகத் துரிதகதியில் முடிக்கலானேன். திடீரென்று ஓர் எண்ணத்தின் உதயம். வேலை செய்வதில் மனநிறைவு இருந்தது. பிரயாசைக்கு ஈடுசெய்ய சம்பளம் கொடுத்தார்கள். மனநிறைவு, திருப்தி ஆகியன கூடுதல் சன்மானங்கள். இவற்றுக்கு ஈடாக நிறுவனத்திற்குத் தான் ஏதாவது சம்பளம் போட்டுக் கொடுப்பது தான் சரி. அப்படியானால் சில வேளைகளில் படு எரிச்சலூட்டும் நிலைகளையும் வேலை விளைவித்ததே; அம்மாதங்களில் கூடுதல் சம்பளமா கிடைத்தது? இது ஒரு சிக்கலான சமாச்சாரம்தான். மனநிலைகளை ஈடுகட்டப் பொருளால் என்னமோ முடியப் போவதில்லை. சந்தோஷத்துக்கு ஐம்பது ரூபாயும் எரிச்சலுக்கு ஐம்பத்து ஐந்து ரூபாயும் என்று கணக்கு வைத்துக் கொண்டால்

உணர்வுகளுக்கு மதிப்பே அற்றுப் போய்விடும். இந்த எண்ணங்கள் அனைத்தும் அறிவிலித்தனம் என்று உணர்ந்ததில், சம்பந்தப்பட்ட சிந்தனா ஓட்டம் தடைப்பட்டது.

மாலை. வேலை முடிந்தது. மீண்டும் ஜேகப் அறையை நோக்கி நடக்கலானேன். வழியில் ஒரு பல்பொருள் அங்காடி. ஒரு விளம்பரத்திற்காக ஓர் இளம் பெண்ணின் அழகான முகத்தை வரைந்து தொங்கவிட்டிருந்தார்கள். ஒரு பெண், ஓர் ஆடவனை உள்ளத்தாலும் உடலாலும் விரும்பி ஏற்றுக்கொண்டு, காதலாலும் பாலுணர்வினாலும் உந்தப்பட்டுத் தன்னை முழுமையாக அவனிடம் அன்னியோன்னியமாக ஒப்படைத்துக் கொள்ளும்போது ஏற்படும் மயக்கம், சிலிர்ப்பு, தாபம் – இவ்வுணர்வுகளின் கலவை அந்த முகத்தில் அப்பட்டமாக, பச்சையாக, ஆனால் நேர்த்தியாக, அழகாகத் தீட்டப்பட்டிருந்தது. ஓவியன் அனுபவஸ்தன்தான் என்ற எண்ணத்தைத் தவிர்க்க இயலவில்லை. கொஞ்சம் கூடுதல் நிதானத்துடன் பார்த்ததில், அது ஒரு குளியல் சவுக்காரத்துக்கான விளம்பரம் என்பது விளங்கியது. குளிக்கும்போது ஒரு பெண்ணுக்குப் பாலுணர்வு தோன்றுமா என்ற கேள்வி எழுந்து, விடை காண முடியாமல் தலையைச் சொறிந்துகொள்ளும்படி ஏற்பட்டுவிட்டது. திரைப்படங்களில் பீடி விளம்பரத்திற்கு ஒரு கவர்ச்சி நடிகையின் படமும், ஒரு ரூபாய் பெறுமான சலவைச் சவுக்காரத்துக்கு இறுக்கமான, மிகவும் அத்தியாவசியமான (அவர்கள் பிரகாரம்) ஆடைகளை – கலர் ப்ரா, கட்டம் போட்ட பேண்டீஸ் – அணிந்த சதைச் செழுமை கொழிக்கும் ஓர் இளம் பெண்ணின் இரண்டு நிமிட ஆடல் மகிழ்வுச் சனியனும் இடம் பெற்றிருந்ததைக் கண்டிருந்தேன். ‘விவஸ்தை கெட்ட ஜனங்கள்’ என்று வாய் முணுமுணுத்தது.

ஜேகப் அறைக்குச் செல்வதற்கு முன் கடற்கரைச் சாலையில் உலாத்திக்கொண்டிருந்தேன். எதிரே ஒரு கல்லூரி மாணவி. இளவயது. ‘மாக்ஸி’ போன்ற ஒன்றை அணிந்திருந்தாள். நல்ல உடற்கட்டு. போதையூட்டும் அழகு. இயற்கையிலேயே அவளைப் பார்த்து எனக்குள் அழுத்தமான அழகுணர்வோ, லேசான பாலுணர்வோ தோன்றியிருக்க வேண்டும். அப்படி எதுவும் நிகழவில்லை. ஒரு வேளை இந்த எதிர்பார்ப்பே பிசகானதோ! இந்த எண்ணம் பிறிதொரு எண்ணத்தை உருவாக்கித் தந்தது; நான் சரிவரச் சமூகப்படுத்தப்படாதவன் போலும். அப்படியானால் நான் சமூக சமன நிலையிலிருந்து வெகுவாகப் பிறழ்ந்தவன். மீண்டும் எண்ணங்கள் இளம் பெண்ணை நாடின. என் காதலியைக் காட்டிலும் இந்தப் பெண் அழகியல்ல. இந்த

எண்ணம் மனதிலிருந்து அவளை அவசரமாக அகற்றியது. நான் என் காதலியை உயிருக்குயிராக நேசிக்கிறவன். காதலில், நான் ரொம்பவும் உண்மையானவன். நேர்மையானவன். உண்மையாக இருப்பது என்றால் என்ன என்பது பற்றி ஒரு சிறு அலசல் எனக்குள் நிகழ்ந்தேறியது. கடைசிவரை ஓர் ஆணின் உணர்வுகள் ஒரே பெண்ணைச் சுற்றி வளைய வருவது. பார்க்கப் போனால் இது உணர்வுகளின் ஒரு மந்த நிலை, அலுப்பூட்டும் சமாச்சாரம், ஒரு தேக்கம், ஒரு emotional fixation. இதில் என்ன பெருமை வேண்டிக் கிடக்கிறது!

மேற்கொண்டு முன்னோக்கி நடந்தால் என் பாதிரியார் நண்பரின் கிறித்தவ ஆலயம். இவைகளையெல்லாம் அவரிடம் சொல்ல வேண்டாம் என்று தோன்றியது. நான் அவரிடம் பேச விழைந்தது மதம் ஏற்றுக்கொள்ளாத, ஏற்க மறுத்த உண்மைகள். பிறகு, சிறிது யோசித்ததில், என் அவா ஒரு வக்கிரத் துன்புறுத்தலாகப் பட்டது. சமயக்கோட்பாடுகளின் பிரகாரம் அவர் ஒரு தூய்மையான மனிதர், நல்லவர், பண்பாளி, பவித்திரர், பரிசுத்தர். புனிதம் என்கிற மாயையில் தன் 'நான்' உணர்வுக்குப் பாதுகாப்பு தேடி அமைதியான வாழ்க்கையை நடத்திக்கொண்டிருக்கும் ஓர் ஆத்மாவை இம்சிக்க என்னவோ மனம் இடம் கொடுக்கவில்லை. கால்கள் தாமாகவே ஜேகப் அறைக்கு என்னை நகர்த்திக் கொண்டிருந்தன. என் சிந்தனைகள் என்னை விட்டபாடில்லை. நேற்று ஏற்பட்ட குற்ற உணர்வு மனதின் மேல்தளத்திற்கு வந்து மீண்டும் சங்கடப்படுத்த ஆரம்பித்தது.

அறையில் ஜேகப் இருந்தார். இடது கையில் ஒரு புகைக் குழாய். வலது கையில் 'எலியா காஸான்'. அறை முழுமைக்கும் புகைப் பரப்பு. அவரது அன்னை பக்கத்து அறையில் உறங்கிக் கொண்டிருந்தார் போலும். 'ஹலோ' சொல்லிவிட்டுச் சிறிது நேரம் அமைதியாக அமர்ந்திருந்தேன். பேசுவதற்கு நா எழ வில்லை. அவரது கண்களை நேராகச் சந்திக்கக் கூசியது. மௌனமாக, ஒரு சினாரை எடுத்து உதடிடுக்கில் வைத்துக் கொண்டேன். ஜேகப் இப்பொழுது வத்திக்குச்சி ஒன்றைக் கிழித்து என் சிகரெட்டைப் பற்ற வைக்க உதவினார். அவரது அச்செய்கை அவர் என்னைக் கன்னத்தில் ஓங்கி அறைவது போலிருந்தது. ஆனால் அந்த அடியில் வலி இல்லை. இதமாக இருந்தது. இறுதியில், அந்த அமைதியை என்னால் சகித்துக் கொள்ள இயலவில்லை. "நேற்றைய என் நடத்தையைப் பத்தி நீங்க என்ன நெனெக்கிறீங்க?" என்று தட்டுத் தடுமாறிக் கேட்டு முடித்தேன். ஜேகப் ஆழ்ந்த அமைதிக்குள்ளானார். சிறிது நேர

மௌனத்துக்குப் பிறகு தெளிவான குரலில் பதில் வந்தது. "நீங்க மென்மை உணர்வுகளே இல்லாத சுயநலம் பிடிச்ச ஓர் அயோக்கியன்." அதுதான் நான். என்னுடைய சாதகமான சுய படிமம் இரக்கமில்லாமல் குரூரமாக ஆனால் மிகவும் நேர்த்தியாகக் கொலை செய்யப்பட்டது. இதைச் சொன்னபோது ஜேகப்பின் முகத்தில் உணர்ச்சிகள் இல்லை. முகத்தின் தசைகளில் எவ்வித இறுக்கமும் தென்படவில்லை. அவரது கூற்று வசவு அல்ல. நான் யார் என்பதை அவர் எடுத்துரைத்தார். இது ஒரு மதிப்பீடு. என்னால் பார்க்க முடியாத என் முதுகை அவரால் பார்க்க முடிந்திருந்தது. மேலும் என்னைவிட அவருக்குத்தான் என்னை நன்றாகத் தெரியும். ஜேகப் என் உற்ற நண்பர்.

அவர் அன்னையிடம் நான் அப்பொழுது இயல்பாகவே கொள்ளாத மென்மை உணர்வை நானாக வலிந்து செயற்கையாக ஏற்படுத்திக்கொண்டு அதை வெளிப்படுத்தியிருந்தேனானால், அது ஒரு சுய ஏய்ப்பாக, பச்சைத் துரோகமாக, அருவருப்பான போலித்தனமாக, அப்பட்டமான பசப்பாக அமைந்திருக்கும். என் தன்மைக்கான காரணங்களைத் தேடி அலைவது கூடுதல் அநீதி. எதையும் நியாயப்படுத்திக்கொள்ள விழைவதே விஷயத்தில் அநியாயம் உறைந்திருக்கிறது என்று தானே அர்த்தம். இயற்கையிலேயே நான் அயோக்கியனாக இருந்தால், அப்படியே இருந்துவிட்டுப் போகிறேனே.

●

தெய்வீக அர்ப்பணம்

பாட்டி பஜனை மண்டல் ஒன்று நடத்திக்கொண்டிருந் தாள். அனைத்துக் கடவுள்கள் மீதும் அவளுக்கு அசாத்திய நம்பிக்கை. ஒரு பண்டிகையும் தவறுவதில்லை. கொண்டாட் டங்கள் கோலாகலத்தில் சற்றும் சளைக்காதது. ஒத்த வயதுடைய பிற பாட்டிகள் அவளது நம்பிக்கையைப் பகிர்ந்துகொண்டனர். பாட்டிக்குச் சில சித்திகள் சித்தித்திருந்தன. ஆம், அவள் அப்படித்தான் நம்பினாள். அவளது நம்பிக்கை, தீர்க்கத்தில் எள்ளளவும் குறையாதது. அவளது கனவில் கடவுள்கள் அடிக்கடி காட்சி தந்து அருள் பாலித்துக் கொண்டிருந்தனர். சிலவேளை அவர்கள் பகல் வேளைகளிலும் அவளது மனக்கண் முன் பிரசன்னமாகி ஆசி வழங்கலை நிகழ்த்துவர். இவ்வனுபவங் களையெல்லாம் பாட்டி அடிக்கடி சக பாட்டிகளிடம் சொல் வாள். அவளது வாழ்க்கையின் உற்சாகத்துக்குப் பிரதான காரணம் கடவுள்கள்தாம்.

வீடு முழுக்க தெய்வீக மயம். விபூதி, குங்குமம், பூ, வாழைப்பழம், தேங்காய் இத்யாதி வீட்டில் நிரந்தர இருப்புகள். பூஜை அறையில் ஜோதி விளக்கு ஒன்று ஒலிம்பிக் பந்தம்போல் அணையாது சுடர்விட்டுக் கொண்டிருக்கும். மேற்புறச் சுவர்களில் வெள்ளை தெரிவதே மகா சிரமம். ஏறத்தாழ இடை வெளிகளே இல்லாமல் சுவாமி படங்கள் தொங்கிக்கொண்டிருக்கும். எனக்குப் பிடித்தமான தேவதை சந்தோஷி மாதா. சந்தோஷத்துக் கென்றே ஒரு தெய்வம் இருந்தால் சந்தோஷம்தானே படமுடியும்.

ஒரு சுவாமி வீட்டுக்கு வந்தால் அவருக்குப் பிரத்தியேக கவனிப்பு. உணவு விஷயங்களில் சுவாமிகள் இயற்கை வளங்கள் மீது நாட்டம் கொண்டிருந்ததால், உரிக்கப்பட்டு, பசும் நெய்யில் தோய்த்தெடுத்து, சர்க்கரையில் புரட்டியெடுக்கப்பட்ட மலை வாழைப்பழங்களுக்குக் குறைந்து அவர்கள் எதுவும் சாப்பிடுவ தில்லை. பருகும் பானம் சுண்டச் சுண்டக் காய்ச்சப்பட்ட பசும்பால்; பால்கோவா தோற்கும். தொண்டையில் இவை இறங்குவதே ஒரு தனி இதம்தான்.

இவையெல்லாம் என் இளம் பிராயத்திய நினைவுகள். எனக்குச் சுவாமிகளை நினைத்து பொறாமை ஏற்பட்டதுண்டு. ஒரு சுவாமி புறப்பட்டுச் சென்ற இரு மாதங்களுக்கெல்லாம் இன்னொரு சுவாமி விஜயம் செய்வார். நிறைய சுவாமிகளுக்குப் பாட்டி வீட்டு விலாசம் தெரிந்திருந்தது. இருபத்து நான்கு மணி நேர மருத்துவமனை போல சுவாமிகள் எந்தச் சமயத்தில் வந்தாலும் விசேஷ பராமரிப்பு தப்பாமல் கிடைக்கும்.

பாட்டிக்குத் தள்ளாத வயது, அனைத்துப் பாட்டிகளையும் போல. இருப்பினும் ஒரு முறை சபரிமலைக்குச் சென்று திரும்பு மளவுக்குத் தெய்வீக உந்துதலும் திராணியும் இருந்தன. திரும்பிய போது காலெல்லாம் வீங்கியிருந்தது. ஆனாலும் புனித யாத்திரை விளைவித்த திருப்தியில் இது அவளுக்கு ஒரு பொருட்டாகவே தோன்றவில்லை. பாட்டி மந்திரிப்பாள். குழந்தைகள் அழுது அடம் பிடித்தால் திருநீறு கொடுத்து அழுகையை நிறுத்த அவளால் முடிந்தது. தேள் கடிக்கு ஓர் இலையின் சாறும் விபூதியும் கைகண்ட மருந்து.

இப்பொழுது என் தாத்தாவைப் பற்றிச் சொல்ல வேண்டும். ஒரு சுதந்திரப் போராட்ட தியாகி. பலமுறை சிறை சென்றவர். நிறைய விருதுகள் பெற்றிருந்தார். ஆஜானுபாகு. காலையில் கௌபீனத்துடன், வீட்டிலிருந்த கிணற்றிலிருந்து சளைக்காமல் நீர் சேந்தி எல்லாப் பாத்திரங்களிலும் நிரப்புவதைப் பார்ப் பதிலேயே மனம் நிறைந்துவிடும். உடம்பு என்றால் அப்படி ஒரு திடகாத்திரமான உடம்பு. மூக்குக் கண்ணாடிகூட அவருக்குத் தேவைப்பட்டிருக்கவில்லை. அவரது புகைப்படம் – வலது பாக்கெட் பக்கம் நெடுக விருதுகள் பொறிக்கப் பெற்ற ஜிப்பா, வேஷ்டி, தலையில் கதர்க் குல்லாய் சகிதம் அவர் அமர்ந்திருக்கும் காட்சி – மிகவும் காம்பீர்யமானது. கண்களில் தீட்சண்யம். முகத்தில் தேஜஸ். தோரணையில் மிடுக்கு. சாயங்கால வேளை களில் தக்ளியில் நூல் நூற்பார். குறைந்தது ஒரு மணி நேரமாவது இக்காரியத்தில் மிகவும் சிரத்தையுடன் ஈடுபடுவார்.

ஊரிலிருந்த ஒரு பெரிய பெருமாள் கோவில் தர்மகர்த்தாக் குழுவில் பாட்டி ஆயுள் அங்கத்தினள். சுளையாகப் பத்தாயிரம் ரூபாய் கொடுத்து இந்தப் புனிதப் பதவியைப் பெற்றிருந்தாள். கடவுள் சமாச்சாரங்களுக்குச் செலவு செய்வதில் பாட்டி சளைத்தவளல்ல. நிலபுலன்கள் ஏராளமாக இருந்ததில் செல்வச் செழிப்புக்கு யாதொரு குறைவும் இல்லை. பிரதி வெள்ளியும் தாத்தா–பாட்டி தம்பதியினர் வில்லு வண்டியில் சென்று இறங்கி கோவிலுக்கு வருகை தந்த பின்பே முதல் பூஜை. சேவித்தது

தாத்தா–பாட்டியையா, பெருமாளையா என்பது என் குழப்பங் களுள் ஒன்றாகச் சில காலம் அமைந்ததுண்டு.

பள்ளிப் படிப்பை முடித்துவிட்டு, கல்லூரிப் படிப்புக்காக சென்னையில் என் பெற்றோர்களுடன் சேர்ந்துகொண்டேன். ஒருநாள் என் அம்மாவுக்குப் பாட்டியிடமிருந்து கடிதம் ஒன்று வந்தது; தாத்தாவுக்குப் பைத்தியம் பிடித்துவிட்டதாகவும், அவரைப் பண்ணையாட்கள் இருவர் கண்காணிப்பில் தெய் வீகச் சிகிச்சைக்காகக் குணசீலம் என்ற புனித ஸ்தலத்தில் விட்டு வைத்திருப்பதாகவும். ஒரு மண்டலம் அங்கிருந்தால் சொஸ்த மடைந்து விடுவாராம். இது எனக்கு மிகவும் அதிர்ச்சியான செய்தி; குழம்பிய உள்ளத்துடன் பாட்டிக்கு அவசரக் கடிதம் ஒன்றை எழுதினேன். தாத்தாவை உடனடியாக குணசீலத் திலிருந்து அப்புறப்படுத்தி உளவியல் மருத்துவரிடம் காண்பிப்பது தான் அறிவார்த்தமான செய்கை என்றும், தவறினால் குணசீலத்தில் அளிக்கப்படும் சங்கிலியால் பிணைக்கப்படுதல், உக்கிர ஆக்ரோஷத்தின்போது சவுக்கால் அடிக்கப்படுதல் போன்ற குரூரமான சிகிச்சையின் விளைவாக அவர் இறக்க நேரிடும் என்றும். பாட்டியிடம் புழங்கிய அபரிமிதமான பொற் காசுகள் என் அம்மா மடியில் தவழாததால், ஊருக்குச் சென்று தக்க நடவடிக்கை மேற்கொள்ள என்னால் இயலாமல் போயிற்று. என் கடிதம் பாட்டியின் போக்கில் எந்தவித மாறுதலையும் நிகழ்த்தியதாகத் தெரியவில்லை.

ஒரு மாதம் சென்று ஓர் இரவு தாத்தா தவறிவிட்டதாகத் தந்தி வந்தது. என் பெற்றோர்களும், தம்பி தங்கைகளும், நானும் ஊருக்குக் கிளம்பினோம் – அம்மா புலம்பிக் கொண்டும், நான் மனக்கொந்தளிப்புடனும்.

தாத்தாவை ஒரு நாற்காலியில் உட்கார்த்திக் கட்டியிருந் தார்கள். தலை மழிக்கப்பட்டிருந்தது. உடல் துரும்பாக இளைத் திருந்தது. என்மீது அன்பைச் சொரிந்த தாத்தா, அவருக்குப் போய் இந்தக் கதி... பாட்டி என்னை ஏறிட்டும் பார்க்கவில்லை. என் கடிதம் விளைவித்த குற்ற உணர்வுதான் காரணமோ?

பாட்டி வீட்டில் இன்றைக்கும் செவ்வாய், வெள்ளிதோறும் பூஜை புனஸ்காரங்கள், சில வைபவங்களன்று கோலாட்டம் நடைபெற்றுத்தான் வருகின்றன. எல்லாம் அவன் செயலாக இருப்பதாகக் கொள்ளப்படும்போது ஓர் உயிரிழப்பும்கூட வாழ்க்கை முறையை மாற்றிவிடக்கூடிய வலிமையை இழந்துதான் விடுகிறது.

●

பரிணாமம்

“உன்னிடமிருந்து எனக்கு எதுவும் வேண்டாம்; என்னை என் போக்கில் விட்டுவிடு...”

என் தாத்தா பாட்டி என்னை மிகவும் செல்லமாக வளர்த்தார்களேயென்றாலும் சில விஷயங்களில் மிகவும் கண்டிப்புடன் இருந்தார்கள். நான் ஒன்பதாவது வகுப்பு படித்துக்கொண்டிருந்த போதும் இதே கதைதான்.

சினிமாவுக்கெல்லாம் தனியாகவோ, நண்பர்களுடனோ செல்ல எப்படிக் கெஞ்சிக் கூத்தாடினாலும் அனுமதி கிடைக்கவே கிடைக்காது. பாட்டி என்னையும் என் தம்பியையும் சாமிப் படத்துக்கெல்லாம் அழைத்துப்போவாள். எனக்கு சாமிப் படங்கள் பார்த்துப் பார்த்து அலுத்துவிட்டிருந்தன.

ஒருமுறை தங்கம் டாக்கீஸில் ‘சம்பூர்ண ராமாயணம்’ படத்துக்கு அழைத்துப் போய் என்னைப் பெரும்பாடு படுத்தி விட்டாள் பாட்டி. மிக நீளமான படம் அது. நிறைய இடங்கள் மாயாஜாலக் காட்சிகளாகத் தோன்றின. வீட்டுக்கு வரும்போது இரவு மணி பத்தே முக்கால் ஆகிவிட்டிருந்தது. எனக்கோ அகோரப் பசி. தம்பிக்குத் தூக்கக் கலக்கம்.

ஜட்காவில் குலுங்கிக் குலுங்கி வீட்டுக்கு வந்து சேர்ந்தபோது நான் துவண்டுவிட்டிருந்தேன். ஆனால், பாட்டிக்கோ மகாப் பிரமாதமான பக்தி, உற்சாகம், சகலமும் பிரவாகித்துக் கொண்டிருந்தன.

என்னைப் பாட்டி ‘கிசன் லால்’ என்றுதான் கூப்பிடுவாள். என் குடும்பத்தில் அது எனக்கு வழங்கப்பட்டிருந்த செல்லப் பெயர். ஜட்காவிலிருந்து இறக்கும்போதே பாட்டி சொன்னாள்: “கிசன், சாப்பிட்ட ஒடனெ தூங்கிரக் கூடாது. ராமாயணத்துலேர்ந்து சில கேள்விங்க கேட்பேன். நீ எவ்வளவு தூரம் ராமாயணத்தப் புரிஞ்சிக்கிட்டிருக்கேன்னு எனக்குத் தெரியணும்” என்று.

சரி, இன்றைக்கு சிவராத்திரிதான். தம்பி தப்பித்து விட்டான். தூக்கக் கலக்கத்துடன் இருந்த அவன், “பாட்டி,

என்னெ உட்டுரு. எனக்குத் தூக்கம் கண்ணெச் சொக்குது" என்ற கெஞ்சுதலுடன் தன் அன்றைய கதையை முடித்துக் கொண்டான். 'பாவி, என்னெத் தனியா மாட்டூட்டு நீ தப்பிச்சுக் கிட்டெ. இரு இரு. நாளக்கு ஒன்னெக் கவனிச்சுக்கிறேன்.'

அந்தச் சித்திரவதைக்குப் பிறகு பாட்டியுடன் சினிமாவுக்குப் போவதை அறவே தவிர்த்து வந்தேன்.

அப்பொழுது என் சித்தி புனித மேரிக் கல்லூரியில் புகுமுக வகுப்புப் படித்துக்கொண்டிருந்தாள். அவளுக்கு சார்லஸ் டிக்கன்ஸின் 'இரண்டு நகரங்களின் கதை' ஆங்கிலத் துணைப் பாடமாக இருந்தது. ரீகல் டாக்கீஸில் அந்தப் படத்தைப் போட் டார்கள். ஒரே ஒரு வாரம் மட்டும். சித்தி பாட்டியை நச்சரிக்க நாங்கள் அனைவரும் ஒரு மாலைக் காட்சிக்குச் சென்றோம். படத்தில் நடுவில், ஒரு நெருக்கமான முத்தக் காடசி. பாட்டி முணுமுணுக்க ஆரம்பித்துவிட்டாள். இடைவேளையில் சித்தி யைப் பயங்கரமாக வைதுகொண்டிருந்தாள். "என்ன, அசிங்க மான படத்துக்கெல்லாம் என்னெக் கூட்டிக்கிட்டுப் போகச் செஞ்சுட்டியே... இதுதான் காலேஜுல நீ படிக்கிற பாடமா!" இப்படியாக. இடைவேளைக்குப் பிறகு பாட்டியின் கண்டிப்பின் பேரில் பாதியிலேயே வீட்டுக்குத் திரும்ப நேரிட்டது. சித்திக்கு ஒரு வாரம் விமரிசையான திட்டுகள்; கிட்டத்தட்ட தினமும். சித்தி பாவம்...

இப்படித்தான் நாங்கள் சினிமா பார்க்க வேண்டியிருந்தது. சினிமா என்றாலே எனக்கும் என் தம்பிக்கும் கசந்தது. சற்றுப் பயமாகவும் இருந்தது. ஐயோ பாட்டியோடவா...? வேணவே வேணாம்பா சாமி...!

அப்புறம் அப்புறமாகத் திருட்டுத்தனமாக மாலைச் சிறப்பு வகுப்புகளைக் கத்தரித்துவிட்டு நண்பர்களுடன் சினிமா பார்க்க ஆரம்பித்தேன். பாட்டி எனக்கும் என் தம்பிக்கும் கைச் செலவுக்குத் தினத்துக்கும் நிறைய காசு கொடுப்பாள். நான் வாங்கித் திங்காமல், காசைச் சேர்த்து வைத்து சினிமாவுக்குப் போவேன். என் நிரந்தர சினிமா சிநேகிதர்கள் ஆர். சிதம்பரமும், H.T. பிரகாசனும்தான். எங்களுக்கு ஏதோ ஒரு வகையில் இந்திப் பாட்டுகள் பிடித்திருந்தன. சில பாட்டுகளைக் கேட்டு நாங்கள் அப்படியே நெக்குருகியிருக்கிறோம்.

அப்படித்தான் நானும் சிதம்பரமும் பிரகாசனும் சிட்டி சினிமாவில் ஒரு ஞாயிறு அன்று காலைக் காட்சிக்குச் சென் றோம். அந்த இந்திப் படத்தில் எங்களை மிகவும் உருக்கிய பாட்டுத்தான் இந்த 'உன்னிடமிருந்து எனக்கு எதுவும் வேண் டாம் என்னை என் போக்கில் விட்டுவிடு...' பாட்டும்.

அதற்குப் பிறகு அந்தப் பாட்டை எங்கு கேட்டாலும் நின்று பாட்டு முடியும்வரை கேட்டு விட்டுப் பிறகுதான் நகர்வோம். ஒரு மாபெரும் தத்துவமே அந்தப் பாட்டில் அடங்கியிருப்பதாக எங்கள் மூவருக்கும் பட்டது. மனிதனின் தனித்துவத்தின் புனிதம் அந்தப் பாட்டில் இழையோடியிருப்பதாகத்தான் எங்களுக்குத் தோன்றிற்று. அது ஓரளவு அறியாத வயசுதான் என்றாலும் அந்த அளவு எங்களால் சிந்திக்க முடியாமலெல்லாம் போய்விடவில்லை.

வாழ்க்கை ஓடிக்கொண்டிருந்தது. வயது கூடிக்கொண்டும் வகுப்புகள் மாறிக்கொண்டும் இருந்தன. என் உயர்நிலைப் பள்ளிப் படிப்பு முடிந்தது ஒரு வழியாக.

நான் மேற்படிப்புக்குச் சென்னை வந்துவிட்டேன். அப்புறம்தான் எனக்குப் பணக்கஷ்டம் என்பது என்னவென்று தெரிய வந்தது. ஜாலியாக இருக்க வேண்டிய கல்லூரி வாழ்க்கை வறுமையில் சிக்குண்டு சீரழிந்தது. படிப்பு முடிந்த பிறகு இருபது வயதிலிருந்து ஐம்பத்து மூன்று வயதுவரை சொற்ப சம்பளத்துடன் கூடிய பல தற்காலிகமான வேலைகளில் இருந்தேன். என்ன ஒரு பதினைந்து வேலைகள் பார்த்திருப்பேனா! கடைசியில் ஒரு கட்டத்தில் நிறுவனம் என்ற அமைப்பே பிடிக்காமல் போய் விட்டது.

நண்பர்களுக்குத் தேவையான உதவிகளைச் செய்து கொடுத்து, அவர்கள் ஈடாகத் தரும் பணத்தை வைத்துக் கொண்டு வாழ்ந்து பார்க்கலாம் என்று முடிவெடுத்தேன். நண்பர்கள்மீது நான் வைத்திருந்த நம்பிக்கை வீண் போக வில்லை. என் நிலையைச் சரியாகப் புரிந்துகொள்ளாத நண்பர் ஒருவர், எனக்கு உதவி செய்வதாக நினைத்துக்கொண்டு சமீபத்தில் எனக்காகப் பொருத்தமான வேலை ஒன்றை ஏற்பாடு செய்திருப்பதாகச் சொன்னார். நான் பீதியில் அலறியே விட்டேன்: "திரும்பவும் இன்னுமொரு அலுவலகமா? வேணவே வேணாம்."

நான் அந்த நண்பரிடம் கேட்டுக் கொண்டதெல்லாம்:

"உன்னிடமிருந்து எனக்கு எதுவும் வேண்டாம். என்னை என் போக்கில் விட்டுவிடு..." என்பதுதான்.

●

வயிறு

வாழ்க்கை அவனுக்கு அஸ்தமித்துவிட்டது. அவனை விட்டுப் போயே விட்டாள் அவள். மனமுடைந்த நிலையில் அவள் நினைவாக ஒரு கவிதையை எழுதி மானசீகமாக அவளுக்குச் சமர்ப்பித்ததுடன் அவளை மறந்துவிட்டதாக ஒரு பிரமையில் தன்னை ஆழ்த்திக்கொண்டான் அவன்.

விழுந்து விழுந்து
காதலித்ததில்
கிடைத்ததென்னமோ
காயங்கள்தாம்.

'பரிசு' என்று தலைப்பிட்டான் கவிதைக்கு. அவள் மட்டுமா போனாள்? இதோ இன்னும் இரண்டு மாதங்களில் அந்தத் தற்காலிக, ஓரளவு நல்ல ஊதியத்தைப் பெற்றுத் தந்து கொண்டிருந்த வேலையும் போய்விடப் போகிறது.

காதலித்துப் புரட்சி செய்து சாதனையாளனாகத் திகழ்ந்ததில் 'பெற்றோரின் உறவு முறிதல்' என்ற விழுப்புண் சன்மானமாகக் கிடைத்திருந்தது.

வேலை போய்விட்ட நிலையில் நடுத்தெருவில்தான் நிற்க வேண்டியதாயிற்று. கடைசியில் அவனும் ஒதுங்கினான். ஒரு நிழல் கிடைத்து ஒரு நண்பர் வீட்டுத் திண்ணை அவன் வாசஸ்தலமாயிற்று. தெருக்குழாயில் அதிகாலையில் யாரும் நீர் பிடிக்க வருமுன் குளியல். கட்டணக் கழிவறைகள் காலைக் கடன்களுக்காக.

அந்தப் பதினைந்து நாட்களில் துரும்பைவிடக் கேவலமாக இளைத்திருந்தான். புகலிடம் அளித்த நண்பர் ஒரு காலை அவனை ஒரு பெரியவரிடம் அழைத்துச் சென்றார். அது ஒரு ஆரம்பப் பள்ளி, ஆங்கிலப் பயிற்றுமொழி கொண்டது. பெரியவர் ஒரு தாளை அவனிடம் நீட்டி மேஜை மீதிருந்த தட்டச்சுப் பொறியில் ஒரு பத்தியைப் பொறிக்கச் சொன்னார். திராணியற்ற நிலையிலும் வாடிய உடலின் நடுக்கத்திலும்கூட அவனால் நேர்த்தியாகக் காரியத்தைச் செய்ய முடிந்தது.

அவனுக்கு மீண்டும் வேலை போன்ற ஏதோ ஒன்று கிடைத்தது. பெரியவரின் நண்பர் ஒரு மருத்துவமனையின் பிரதான மருத்துவர் – உரிமையாளர். அங்குதான் அவனுக்கு வேலை.

நேர்முகத் தேர்வுக்கு மருத்துவர் எதிரில் நின்றிருந்தபோதே தான் ஏதோ ஒரு தவறான இடத்திற்கு வந்துவிட்டதாக அவனுள் ஓர் எண்ணம் தோன்றிற்று. மாதம் ரூ. 200 சம்பளம். காலை ஏழு மணியிலிருந்து இரவு எட்டு மணிவரை வேலை. சம்பளம் குறைவாய் இருந்தாலும் நல்லொழுக்கங்கள் பற்றி மருத்துவரிடமிருந்து நிறையக் கற்றுக்கொள்ளலாமாம். பதினோரு மணி நேர வேலைக்கு ரூ. 200 ஊதியம். கொடூரமான உழைப்புச் சுரண்டல். இந்த அழகில் சுரண்டலாளரிடமிருந்து நல்லொழுக்க போதனைகள் வேறு. நாசமாப் போக! அவன் உள்ளூர சபித்தான். ஆனாலும் வேலையை ஒப்புக்கொண்டான். வாழ்வதற்கு ஓர் உந்து சக்தி பெறும்வரை, மனத்திடம் வாய்க்கப் பெறும் வரை சில அசந்தர்ப்பங்களைத் தாங்கிக்கொள்ள வேண்டியது தான். உற்சாகமே இல்லாத நிலையில் ஒரு பெரிய வேலையை அவன் செய்ய இயலாது. மேலும் அவனை ஒரு நல்ல வேலையில் அமர்த்துமளவுக்கு எந்த ஒரு ஞானத்தந்தையும் இல்லை. சகித்துக் கொள்வதைத் தவிர அவனுக்கு வேறு எந்த வழியும் புலப்படவில்லை.

நாட்கள் உருண்டோடின. உருளையின் இயக்கம் சீராக இல்லாமல் கோணல்மாணலாக இருந்தாலும், ஏதோ ஒரு வகையில் பிடிப்பு என்ற ஒரு பற்றுக்கோல் அவனுக்குப் படிப்படியாகக் கிடைக்க ஆரம்பித்தது. அவன் முகத்தில், போக்கில், பேச்சில் ஏதோ ஒன்று அங்கிருந்த செவிலிகளையெல்லாம் அவன்பால் ஈர்த்தது. அவர்களுக்கு அவன் மேல் ஒரு பாதுகாப்பு அரவணைப்புக் கண்ணோட்டம், தன் சிசுவிடம் ஒரு தாய் கொண்டிருக்கும் கனிவுபோல், ஒரே ஒருத்தியைத் தவிர. விசித்திரமான சந்தோஷமான அனுபவங்கள் அவனுக்குக் கிடைத்தவண்ணம் இருந்தன.

அவன் நேர்த்தியாக உடையணிவதை என்றைக்கோ மறந்திருந்தான். அந்த மெர்ஸி ஃப்ளாரன்ஸ்தான் அவனை மாற்றினாள். அன்பை அபரிமிதமாகச் சொரிந்தாள். அவளுக்கு இருந்த சொற்ப ஊதியத்தில் அவனுக்கு ஒரு ஜதை நல்ல உடைகள், நேர்த்தியான கழுத்துச் சுருக்குகள் இரண்டு, ஒரு ஜோடி ஜோடுகள் வாங்கித் தந்தாள். மெர்ஸியைத் திருப்திப் படுத்தவே அவனும் நேர்த்தியாக உடையணிய ஆரம்பித்தான். நல்ல உடையணிவது ஓரளவு மேலோட்டமான உற்சாகத்தையும்

தன்னம்பிக்கையையும் அளித்தது. இழந்த ஒன்றைத் தான் மீண்டும் பெறுவதாக லேசாகத் தோன்ற ஆரம்பித்தது.

எலிஸபெத் ஜானுக்கும், தலைமைச் செவிலிக்கும் மருத்துவமனையில்தான் ஜாகை. மேல் மாடியில் தங்க வசதி. ஜான் தனக்காக சமைத்துக்கொள்ளும் காலை உணவில் அவனுக்கென்று ஒரு பங்கை எடுத்து வைத்தாள். அநேகமாக ஒவ்வொரு அடுத்த தினமும். அவன் சாப்பிட்டே ஆக வேண்டும். மறுத்தால் அவள் முகம் வாடிவிடும். வீட்டிலிருந்து கொண்டு வரும் மதிய உணவை பார்வதி (பாரு என்றுதான் அவளை அவன் அழைக்க வேண்டும். அவள் அவனுக்குக் கிட்டத்தட்ட கட்டளையே இட்டிருந்தாள்) அவனுடன் பங்கிட்டுக் கொண்டாள். மாலைத் தேநீர் சிஸிலியாவின் உபயம். ஒரு மாலையும் தவறியதில்லை.

ஒருமுறை அந்த சௌந்தர்யா மதிய வேளையில் காலியாக இருந்த ஒரு நோயாளி அறையில் கதவை ஒருக்களித்து விட்டு அவனைப் படுக்கையில் அமரச் சொன்னாள். உணவுப் பாத்திரத்தைத் திறந்து காய்கறிப் புலவைக் கைப்பட அவனுக்கு ஊட்டிவிட்டு, அவனது வாயைக் கழுவி, புடவைத் தலைப்பால் வாயைத் துடைத்துவிட்டாள். அவன் வாயடைத்து நின்றான். அன்றிரவு படுக்கையில் மானசீகமாக அவள் மடியில் தலையை வைத்து நன்றிக் கண்ணீர் உகுத்தவண்ணம் இருந்தான் அவன். அடுத்த நாள் அவன் சௌந்தர்யாவைப் பார்த்தான். “உன் அன்பை என்னால் மறக்க முடியாது. உன் கருணையை என் நெஞ்சின் அருகில் வைத்துக் காலமெல்லாம் போற்றுவேன்” என்றான் கண்களில் நீர் மல்க. “நீ ரொம்பவும் உணர்ச்சி வசப்பட்டிருக்கிறாய். என் குழந்தைக்குத் தினமும் இப்படித்தான் சோறு ஊட்டுவேன். உனக்கும் ஒருநாள் திருமணமாகும். பழையது மறக்கும். உன் மனைவியை அழைத்துக்கொண்டு வீட்டுக்கு வா. நானும் ஃபிரான்சிஸும் உங்களை வரவேற்போம். நீ உற்சாகமாக இருப்பதையே நான் விரும்புகிறேன். ஒரு இருபத்தியேழு வயது சோக ஆத்மாவைச் சந்திக்க நான் நிச்சயம் விரும்பவில்லை” என்றாள் அவள். அவன் அன்றிலிருந்து கூடுதல் உற்சாகத்தை வலிந்து வரவழைத்துக்கொண்டான்.

வேலை வாங்கித் தந்த பெரியவர் மருத்துவமனைப் பணி யாளர்களிடம் அவனது கடந்த வாழ்க்கையைச் சொல்லியிருக்க வேண்டும். செவிலிகளின் பரிவுக்கு இதுவும் ஒரு காரணமாக இருக்கலாம். அவனால் ஓரளவு ஊகிக்க இயன்றது.

ஒருநாள் பணி நேரம் முடிந்திருந்தது. லலிதா அவனை அழைத்தாள். “வா எங்காவது சாப்பிடுவோம்.” ஹோட்டலை

விட்டு வெளியே வந்ததும் சொன்னாள்: "செட்டியார் பார்த்தா என்னெக்கொன்னு போட்டிருவாரு. சரி நான் வீட்டுக்குப் போறேன்." அவன் ஸ்தம்பித்து நின்றான். தன்னை அபாயத்துக் குள்ளாக்கிக் கொண்டு இந்த லலிதா... அவர்களுக்குத்தான் என்ன வாஞ்சை! "பகவானே, நான் இவர்களுக்கு வாழ்க்கையில் என்ன கைம்மாறு செய்யப் போகிறேன்!" அவன் உள்ளம் நெகிழ்வுற்றது.

ஆனாலும் அந்தத் தலைமைச் செவிலி, திருமதி ஆண்டனி வித்தியாசமானவள். அன்றைக்கு ஈஸ்டர். இரவு ஆண்டனி அவனை கிறித்தவாலயம் ஒன்றுக்கு அழைத்தாள். அவளுடன் போக அவனுக்குத் துளியும் இஷ்டமில்லை. அவள் இரவில் அந்தப் பிரதான மருத்துவருடன் படுக்கையைப் பகிர்ந்து கொள்பவள். பூடகமாக அனைவருக்கும் தெரிந்த சமாச்சாரம். அவள் ஒரு துளுவ கிறித்துவச்சி. ஒரு நடுவயது விதவை. வெளியூர் ஒன்றில் அவளுடைய மூன்று மகன்களும் விடுதியில் தங்கி நடுநிலைப் பள்ளியில் படித்துக்கொண்டிருந்தார்கள். "இன்றைக்கு நீதான் என் பாய் ஃப்ரெண்ட்" என்று உற்சாக மாகக் கூவியவாறே ஆட்டோ ஒன்றை நிறுத்தினாள். ஆட்டோவில் அவள் அவன் தோள்மீது சிரசை வைத்து அன்னி யோன்னியமாகச் சாய்ந்துகொண்டாள். அவன் எச்சரிக்கை யானான். உணர்வுகளின் வறட்சியை அவன் தன்னுள் ஏற்படுத்திக்கொண்டான். 'நீ என்னை உபயோகித்துக்கொள்ள முடியாது. முயன்று பார். உன்னை அவமானப்படுத்தாமலேயே உன்னைத் தவிர்க்க எனக்குத் தெரியும்' என்று சொல்லிக்கொண் டான். 'இவள் என்ன ஒரு தாறுமாறான ஒருமைப்பாட்டை நிலைநிறுத்த முற்படுகிறாளா, அந்தக் கன்னட மருத்துவரிடம் உறவாடிக்கொண்டும், தமிழகப் பிரஜையான என் தோள்மீது சாய்ந்து நெருங்கிக்கொண்டும்?' நினைத்துக்கொள்வதைத் தொடர்ந்தான் அவன். கிறித்தவாலயத்தில் ஸ்தோத்திரம். திரும்புகையிலும் ஆட்டோ. திரும்பவும் அதே நெருக்கம். இப்பொழுது கொஞ்சம் கூடுதலாக. அவளுக்கு லத்தீனிலும், ஹெப்ரூவிலும், ஆங்கிலத்திலும், தமிழிலும், துளுவிலும் ஜபம் சொல்லத் தெரியுமாம். அநியாயமாகக் கிடந்து பிதற்றிக்கொண்டு வந்தாள் வழி நெடுக. மருத்துவமனை வந்தது. "வா ரூமுக்குப் போவோம். நீ இன்றைக்கு என்னுடன் தங்கப் போகிறாய்." அவன் இதை ஊகித்திருந்தான். "இல்லை ஆண்டனி, தலை அநியாயமாக வலிக்கிறது. என் ரூமுக்குப் போய் உடனே நான் படுத்தாக வேண்டும்." "பரவாயில்லை வா, டேப்லெட்ஸ் எங்கிட்டெ இருக்கு. போட்டுக்கோ. நான் தலையைப் பிடிச்சி

விடறேன்.” “இல்லை ஆண்டனி. உடம்பு ஒரு மாதிரி தகதக வென்று இருக்கு. கைவசம் APC, SDT இருக்கு. போட்டுட்டு உடனே படுத்துக்கணும். இன்னொரு நாளைக்கு உங்ககூட அவசியம் தங்கறேன். குட் நைட் ஆண்டனி.” ஆண்டனியின் முகத்தில் தோல்வியின் சாயல். அவளது பதிலுக்காகக் காத் திராமல் அவன் சாலையில் நடக்கலானான். “Bitch”. அவனுக்குத் தெரியும் அந்த இன்னொரு நாள் வராதென்பது.

செவிலிகள் அனைவரும் அவனுடன் அன்னியோன்னிய மாக இருப்பது அங்குள்ள தியேட்டர் டெக்னீஷியனுக்கும் எக்ஸ்ரே உதவியாளனுக்கும் பொறுக்கவில்லை. மருத்துவரிடம் வத்தி, அதன் விளைவாகக் கிட்டதட்ட ஒரு மணி நேர வசவு. “நீ என்ன பெரிய காஸனோவாவா? எப்பப் பார்த்தாலும் டூடி ரூம்லெ...” இத்யாதி.

யதார்த்தத்தை உண்மையிலேயே யாரும் கண்டதில்லை. தத்தம் ஆளுமைக்குத் தகுந்தாற்போல் யதார்த்தத்தின் சுய விளக்கங்களையே காண்கின்றனர். மருத்துவரின் கண்ணோட்டப் படி அவன் காஸனோவாக இருந்தது அப்படி ஒன்றும் ஆச் சரியப்படக் கூடிய விஷயம் இல்லை. மருத்துவமனையில் சில சம்பவங்கள். அது ஒரு Polyclinic. ஒரு முறை அதை Polioclinic என்று தவறாக நினைத்த ஒரு பட்டிக்காட்டான் வந்தான், ஒரு கால் சூம்பிய பாலகனைக் கையில் ஏந்தியவண்ணம். மருத்துவர் அவனிடம் சில Physiotherapists விலாசங்களையும், முடநீக்க சாதன உற்பத்திக் கடை விலாசங்களையும் கொடுத்து, மருத்துவ ஆலோசனைத் தொகையாக ஐம்பது ரூபாயைப் பெற்றுக் கொண்டார். பார்த்துக்கொண்டிருந்த அவனுக்கு வயிறெரிந்தது. சயானி தியேட்டருக்கு எந்தப் பேருந்து போகும் என்று கேட்டால், தட எண்ணைத் தெரிவித்துவிட்டு வழிகாட்டுதல் தொகையாக ஐம்பது ரூபாய் கேட்டால் எப்படியிருக்கும்? அதையடுத்து, நோயாளி ஒருவர் இறந்து போனார். துறை வல்லுநர்களை அழைப்பது பிரதான மருத்துவருக்குக் கௌரவக் குறைச்சல். அதையடுத்து இன்னொரு இறப்பு. அந்த நோயாளி யின் குடும்பத்தைச் சொந்த முறையில் அவன் அறிவான். நோயாளி உறக்க மருந்துகளை அபரிமிதமாக முழுங்கித் தற் கொலை முயற்சி செய்திருந்தார். மருத்துவமனையில் சேர்க்கப் பட்ட ஒரு மணி நேரத்தில் அவர் இறந்து போனார். குடும்பத் துக்கு இன்ஷூரன்ஸ் பணம் கிடைக்க வேண்டும். மருத்துவரிடம் ஒரு கணிசமான தொகையை வெட்டுவதாகச் சொன்னதில் அவர் இறப்புக்குக் காரணம் Anaphylactic Shock என்று சான்றிதழ் வழங்கினார். அதைத் தட்டெழுத்தில் பொறிக்கும் அபாக்கியம்

அவன் தலையில் விடிந்தது. அவனுக்கு அதற்கு மேல் தாங்க வில்லை.

என்னதான் தோழிகளின் அன்பும் பரிவும் அவனுக்கு இதமாக இருந்தாலும், கொள்கை அளவில் சமூகப் பிரக்ஞை, பொறுப்பு கொண்ட அவனது ஆளுமைக்கு அந்த மருத்துவ மனை முற்றிலும் பொருந்தாததாக இருந்தது. மேலும், தான் அங்கு நீடிப்பது உழைப்புச் சுரண்டலில் தன் பங்களிப்பைத் தொடர்வது என்றாகிவிடும் என்பது அவனுக்குத் தெரியாமல் இல்லை. இது ஆரம்ப முதற்கொண்டே அவனை உறுத்திக் கொண்டிருந்த சமாச்சாரம். வேறு வேலை உடனடியாகக் கிடைக்கும் என்ற நம்பிக்கை அறவே இல்லை, ஆனாலும் மேரி கோரல்லி சொல்வதுபோல "முட்டைக்கோஸ் சூப்பும் ரொட்டி யும் மட்டும் வாழ்க்கையாக ஆகிவிடுவதில்லை." அவனுள் பொதிந்து கிடந்த தன்மான உணர்வு பீறிட்டெழுந்தது. கேவலம் வயிற்றுக்காக ஓர் அயோக்கியத்தனமான நிறுவனத்துக்குத் தன் உழைப்பை விரயமாக்குவது படு வேசித்தனமாகத் தோன்றிற்று. இந்த எண்ணம் எழவே அவன் உள்ளூக்குள் மிகவும் குறுகிப் போனான்.

அடுத்த நாள் அவன் மருத்துவமனைக்கு வந்து தன் ராஜி னாமாக் கடிதத்தை எழுதினான். மருத்துவர் இன்னும் வந்திருக்க வில்லை. அவரது அறையில் அவர் மேஜைமீது கடிதத்தை வைத்துவிட்டு அவசரமாக அவன் வெளியேறினான். கையில் இருந்தது, எண்ணி இரண்டு ரூபாய் எழுபத்து ஐந்து பைசா. ஒரு வேளைச் சாப்பாட்டுக்கு மட்டும் போதுமானது.

இப்பொழுது அவன் மனம் சுவாதீனமாக உணர்ந்தது. ஒரு மூன்றாம்தர வர்த்தக நிறுவனத்தை விட்டு ஒழிந்ததில் ஒரு மாபெரும் நிம்மதி. அந்த மெர்ஸி, எலிஸி ஜான், பாரு, சிஸிலியா, சௌந்தர்யா, லலிதா – இவர்களின் பரிவு ஊற்றின் பசுமையான நினைவுகளே இனி அவனுக்கு உயிரூட்ட உணவு, அவர்களை அவன் இனி தினமும் சந்திக்கப் போவதில்லையென்றாலும்.

●

புயல்

அதிகாலையிலிருந்தே பலத்த மழை. சென்னை அருகே புயலாம்.

தொழிற்சாலை நேரம் முடிந்து, தள்ளிப் போட முடியாத ஒரு முக்கியமான விஷயத்தைப் பற்றி சக ஊழியர் குதரத் உல்லா பாட்சாவுடன் பேச, அவரது இல்லத்திற்குச் சென்று, பேசி முடித்து விட்டு, சுமார் ஒன்பது மணியளவில் தன் வீட்டை நோக்கிப் புறப்பட்டான் ஏகநாத். நைந்துபோன, பித்தான்கள் என்றைக்கோ தெறித்து, அவை இல்லாத நிலையில், ஸேஃப்டி பின்களைப் போட்டு ஒருவாறாக மழைக்கோட்டை அணிந்து கொண்டு, தொப்பி தொலைந்து போய் வெகு மாதங்கள் ஆகியிருந்தும், அதை வாங்காதிருந்த அசிரத்தையின் தண்டனை யான தலை நனைதலை அனுபவித்துக்கொண்டே வீட்டை நோக்கி நடந்துகொண்டிருந்தான். தொழிற்சாலையில் ஒரு குப்பைக் கூடை அருகே கிடந்த சிறு துண்டு மழைத்தாள் ஒன்றை எடுத்துப் பத்திரப்படுத்தி வைத்திருந்தான். வழியில் ஒரு கடையில் புதிதாக சந்தையில் அமர்க்களப்பட்டுக்கொண்டிருந்த 'நௌ' சிகரெட் ஒரு பாக்கெட்டையும் ஒரு வத்திப்பெட்டியையும் வாங்கி மழைத்தாளில் சுற்றி வைத்துக்கொண்டான். இரண்டு மெழுகுவர்த்திகளையும் வாங்கிச் சட்டைப் பையில் போட்டுக் கொண்டான். நல்ல நாட்களிலேயே அடிக்கடி தடைப்படும் மின்சாரம் மழையில் சீராக இயங்கும் என்று சொல்வதற்கில்லை. குழந்தைக்கு இரு தினங்களாக வெதுவெதுப்பான ஜுரம். மருந்துக்கடை ஒன்றில் மாத்திரை இரண்டை வாங்கினான்.

ஜுரத்தால் அவதிப்படும் குழந்தையை ஏதோ ஒரு வகையில் சந்தோஷப்படுத்தி உற்சாகத்துடன் இருக்கச் செய்ய வேண்டும் என்று தோன்றவே, ஒரு கடையில் காட்பரீஸ் மில்க் சாக்லெட் ஒன்றை வாங்கினான். சிகரெட் ஒன்றைப் பெட்டியி லிருந்து கவனத்துடன் உருவி மழைச் சொட்டுகளிலிருந்து அதை அரைகுறையாக ஒருவாறு காத்து, கைகளைக் குவித்துப் பற்ற வைத்துவிட்டு நடந்துகொண்டிருந்தான். வீட்டை அடைய இன்னும் ஒரு டொக்குச் சந்தையும், ஒரு நீண்ட சந்தையும், இரண்டு சிறு சந்துகளையும் கடக்க வேண்டும்.

வழியில் ஒரு மளிகைக் கடை. வீட்டில் காப்பிப் பொடி, சர்க்கரை காலையில் கொஞ்சம்தான் மீதம் இருந்தது. ப்ரூ ரீஃபில் பேக் காப்பிப் பொட்டலம் ஒன்றையும் 250 கிராம் சர்க்கரையையும் கொடுக்குமாறு கடைப் பையனிடம் சொல்லிவிட்டு சிகரெட்டை உறிஞ்சி புகையை வெளித் தள்ளிக் கொண்டிருந்தான். அருகில் ஒரு நடு வயது மாமி. அவள் முகம் கோணினாள். “ஸாரி மாமி” – மன்னிப்புக் கோரி, கால்வாசிதான் புகைத்திருந்த சிகரெட்டைக் கீழே போட்டு நசுக்கினான்.

வீட்டின் மிக அருகாமையில் வந்ததும் நேற்று நடந்த ஒரு சம்பவம் நினைவுக்கு வந்தது. அவன் வீட்டுக்கு நான்கு வீடு தள்ளி ஒரு வீட்டின் முன் கிட்டத்தட்டத் தெருவின் முழு அகலத்தையும் அடைத்தபடி ஒரு பெரிய கோலத்தை ஒரு பெண்மணி போட்டுக்கொண்டிருந்தாள் லயித்து. ஏகநாத் கவன மாகக் கோலக் கோடுகள், புள்ளிகள் முதலியவைகளைத் தவிர்த்து, ஏடாகூடமாகக் கால் வைத்ததில் கீழே சாயப் போய், ஒருவாறு சுதாரித்துக்கொண்டு, கோலத்தின் மேல் கால் பாவாமல் சிரத்தை யுடன் தாண்டி நடந்து கடந்தான்.

மணி தோராயமாக 9.30. “காலைலே வீட்டெ விட்டுக் கெளம்பினா வீட்டு ஞாபகமே இருக்கறதில்லை ஒங்களுக்குக் கொஞ்சங்கூட. நான் ஒருத்தி இருக்கேங்கற நெனெப்பே ஒங் களுக்குச் சுத்தம்மா மறந்தாச்சுன்னுதான் தோண்ணறது. நீங்க சீக்கிரம் வரணும்னு நான் வேண்டாத தெய்வங்கள் இல்லெ.” ஸோனா பொரிந்து தள்ளினாள். “ஆமா, இண்ணெக்கி என்ன விசேஷம்? நான் சீக்கிரம் வரணும்னு சாமிங்களை வேண்டிக்கற அளவுக்கு எனக்கு என்ன திடீர் முக்கியத்துவம்?” – இது ஏகநாத். “ஒண்ணுமில்லெ, சொல்றேன்.” “என்ன வீட்டுக்காரம்மா ஏதாவது கத்தினாளா?” “இல்லெ.” “மளிகைக்காரன் பாக்கிக்காக வந்து கேட்டுக் கத்தினானா?” “இல்லெ.” “வேறென்ன சொல் லேன்.” ஸோனாவின் முகத்தில் கலவரமும் பரபரப்பும் அவசரமும் குடிகொண்டிருந்ததை ஏகநாத்தால் கண்டுகொள்ள முடிந்தது. கணவனைச் சந்தோஷத்திலாழ்த்தும் செய்தி போன்ற எதுவுமில்லை என்று அவனால் யூகிக்க முடிந்தது. சராசரி களுக்குச் சந்தோஷம் என்பதே ஒரு அரிதான விஷயம். அது அவனுக்கு ஒரு அனுபவபூர்வமான நிஜம். “நீங்க மொதல்லெ கைகால் அலம்பிண்டு வாங்க. வெளியே போக வேணாம். இந்த மழைச் சனியன் வேறெ நின்னு தொலைய மாட்டேங்கறது.” ஸோனா சொன்னபடி சமையற்கட்டின் முன்பகுதியில் முகம், கைகால் அலம்பிக்கொண்டு, தலையைத் துவட்டிக்கொண்டு ஏகநாத் நாற்காலியில் அமர்ந்துகெண்டான்.

ஸோனா, ஏகநாத்தின் மனைவி. பெயரைப் போலவே தங்கமானவள். மணமான புதிதில் ஏகநாத் அவள் பெயரை மனதில் அசை போட்டுப் பார்த்திருந்தான். ஸோனா – தங்கம். இன்னொரு அர்த்தம் உறங்குதல். நம் மனநிலைகளில் அதீதங்களி னாலோ பிறத்தியான் பிசகாக நடந்துகொள்வதினாலோ அவன் மீது ஏற்படும் கசப்புணர்வு அறவே மறந்து அடுத்த நாள் அவன் தோள்மீது கை போட்டு அன்னியோன்னியமாயிருக்க உதவும், தீவிர வெறுப்புகள் தொடராமல் தடை போடக் கைகொடுக்கும் ஒரு அற்புதமான இயற்கை ஔஷதம். ஸோனாதான் எவ்வளவு ரம்மியமான ஆரோக்கியமான பெயர்!

குழந்தைக்கு ஸிந்தியா என்று பெயரிட்டிருந்தான். ஜனித்த வுடன் முதலில் தன் சிசுவைப் பார்த்ததும் உடனே அவன் நினைவில் நிழலாடியது நீல ஆகாயத்தின் மையத்தில் ஒரு முழு நிலா. சந்திர தேவதையின் பெயரையே அவளுக்குச் சூட்டி விட்டான்.

ஸிந்தியா: "டாடீ, எனக்கு என்னா கொண்டாந்தே?" "ஒனக் காடா கண்ணா, ஒரு மாத்திரெ, ஒனக்கு ஜொரமில்லெ? அப்பறம் ஒரு சாக்லெட்." "இன்னா டாடீ எனக்கு ஸ்வீட்டு, இன்னெக்கி எனக்கு பெர்த் டேவா?" அவளுக்கு எப்பொழுதாவது அரிதாக இனிப்பு கொண்டு கொடுக்கும் சமயமெல்லாம் அவள் கேட்கும் கேள்வி. சாக்லெட்டை இரண்டு விள்ளல் கடித்துவிட்டு ஸிந்தியா வாந்தி எடுத்துவிட்டாள். "இப்பொ ஸ்வீட் ஒண்ணு இல்லேன்னு இங்கெ யார் அழுதா?" ஸோனா வெடித்தாள். "என்ன நடந்திச்சு, சொல்லு. காப்பி போடு. சாப்ட்டிட்டே கேக்கறேன்." "ஒங்களுக்குக் காப்பிதான் முக்கியம். என்னோட அவஸ்தெயெப் பத்தி ஒங்களுக்கென்ன அக்கறை?" வாந்தியை வாருகாலால் தண்ணீர் விட்டுக் கழுவிக்கொண்டே ஸோனா எரிந்து விழுந்தாள். "சரி, காப்பிகூட அப்புறம் போட்டுக்கலாம். விஷயத்தெச் சொல்லு. தேவதூதன் ஒண்ட்டெ வழியிலே சந்திச்சுப் பேசி ஆசியெல்லாம் வழங்கிட்டுப் போனான்ற அற்புத நிகழ்ச்சியெல்லாம் நீ சொல்லப் போறதில்லெ. அல்ப விஷயம் ஏதாவது சொல்லப் போறே. அதுக்கு ஏன் இவ்வளவு எரிச்சல்? சொல்லேன்."

"என்னெ எதுக்கு வேலைலெ சேத்து விட்டீங்க?"

"புதுஸ்ஸா இதிலெ சொல்றதுக்கு என்னா இருக்கு? சமூகத்தெப் பத்தி நீ தெரிஞ்சுக்கணும். நாலு பேரோட நீ பழ கணும். அப்பொதான் உலகம்ன்னா என்னான்னு ஒனக்குப் புரியும். ஒன்னோட வாழ்க்கை புருஷன், கொளந்தே, அடுப்படி,

வீட்டுச் சுவர் இதுக்குள்ளேயே முடிஞ்சுவிடக் கூடாதுன்னுதான். இப்பொ ஏன் அதெத் திரும்பக் கேக்கறே?"

"என்ன நடந்ததுன்னு தெரிஞ்சா நீங்க இந்த மாதிரிப் பேச மாட்டீங்க."

"நானென்ன யேசுநாதரா, பார்க்காமலேயே எல்லாத்தெயும் தெரிஞ்சுக்க? சொன்னாத்தானே தெரியும்?"

"இன்னெக்கி நர்ஸிங் ஹோம்லெ அந்த தியேட்டர் டெக்னீஷிய ராஸ்கல் கோவிந்தன் டியூட்டி ரூம்லெ நர்ஸுப் பொண்ணுகள்ட்டெ அம்மணமா போஸ் கொடுத்துண்டு நிக்கிற வெள்ளெக்காரச்சி ஒருத்தி ஃபோட்டோவைக் காட்டினான். அந்த நாலும் சிரிச்சி கொளெஞ்சி நெளியறதுக. வெக்கங்கெட்ட ஜன்மங்க."

"இதுக்கு ஏன் இவ்வளவு கத்தல்? கோவிந்தன் ஒண்ட்டெ ஒண்ணும் காட்டலியே?"

"ஓ, அந்தக் கண்றாவி வேறெ நடக்கணும்ன்னு ஒங்களுக்கு ஆசையோ?"

"நீ இண்ணெக்கி நல்ல மூட்லெ இல்லே. கொஞ்சம் தண்ணி சாப்பிட்டு அமைதியா இரு."

"அந்த டாக்டர் கெழம் – பேரம் பேத்தி எடுத்தாச்சு. ஹார் மோன் இன்ஜெக்ஷன் போட்டுண்டு ஹெட் ஸ்டாஃப் – அதுக்கு ஊர்லெ ரெண்டு பசங்க படிச்சிண்டிருக்கு – அதோட ராத்திரி யிலே குடும்பம் நடத்தறானாம்."

என்ன பதில் சொல்வதென்று புரியாத நிலையில் ஏகநாத் சிகரெட் ஒன்றைப் பற்றவைத்துக் கொண்டான்.

"ஒங்களுக்கென்ன, ஸ்மோக் பண்ணினா எல்லாம் தீந்து போச்சு. நான் இங்கெ கெடந்து குமுறிண்டிருக்கேன். நர்ஸிங் ஹோம்லேருந்து crecheக்கு வந்து ஸிந்தியாவெ அழச்சிண்டு மழைலே நனைஞ்சு வீட்டுக்கு வந்திண்டிருந்தேன். கொட்ற மழைலெ கொடெ இருந்தும் ஒண்ணுதான் இல்லாட்டியும் ஒண்ணுதான். ரோட்லெ ஆள் நடமாட்டம் இல்லெ. ஒரு ஆள் பாண்ட்ஸ், ஷர்ட் போட்டுண்டு கையிலே ஒரு சிகரெட்டோட காரிலே உட்கார்ந்துண்டு ஜன்னக் கதவையெல்லாம் ஏத்தி மூடி வச்சிண்டு சுட்டு வெரலெ வளைச்சி 'மேடம், ஒரு நிமிஷம் இங்கெ வர்றிங்களா?'ன்னு கூப்பிட்டது. யாரெக் கூப்பிடறான்னு திரும்பிப் பார்த்தா, 'மேடம், ஒங்களெத்தான். ஒரு நிமிஷம் கிட்டெதான் வாங்களேன்'னது. சில நேரங்களில் சில மனிதர்கள் சினிமாவில் ஸ்ரீகாந்த் லக்ஷ்மியை காரிலெ லிஃப்ட் கொடுத்து

அனுபவிச்சுட்டு எறக்கி விட்டுப் போனது ஞாபகம் வந்தது. பயந்து நடுங்கிண்டு விறுவிறுன்னு நடந்து வீட்டுக்கு வந்தேன்."

ஸோனா தொடர்ந்தாள். "வந்து அரைமணி நேரமாகல்லெ. ஒரு வாரத்துக்கு முன்னாலெ காலி செஞ்சுண்டு போனாங்களே, அந்த பார்வதி வீட்டுக்காரன் வந்தான். 'எப்படீம்மா இருக்கே? கொளந்தெ சௌக்கியமொ?'ன்னு கேட்டுண்டே உள்ளாரெ வந்து சேர்லெ ஒக்காந்துக்கிட்டான். இங்கே இருக்கிறப்போ அந்த மனுஷன்ட்டெ பேசினதுகூட கிடையாது. காபி சாப் பிட்றீங்களான்னு கேட்டேன். சரின்னது. போட்டு டேபிள்லெ வச்சேன். 'வேணாம், சும்மா தமாஷுக்குத்தான் கேட்டேன்.' அப்படின்னான். என்ட்டெ என்ன தமாஷ்ன்னு நெனெச்சிண் டிருக்கறப்போ 'வாங்களேன், இளமை சுகம் சினிமாவுக்கு ரெண்டு டிக்கட் வச்சிருக்கேன். சேர்ந்து போகலாம்'ன்னது. எனக்கு ஒதறல் எடுத்துப் போச்சு. ஸிந்தியாவெத் தூக்கிண்டு அந்தப் பக்கத்து போர்ஷனு பொண்ணு குமுதினி இல்லெ, அதான் நைன்த் படிக்கறதே, அதைக் கூப்பிட்டேன். நல்ல காலம் வந்தது. கொஞ்ச நேரம் அந்த ஆள் அப்படியே ஒக்காந்திண்டிருந் தான். 'நான் அப்பொ போயிட்டு இன்னொரு நாளெக்கி வர்றேன். நான் இப்பொ ஏன் போறேன் தெரியுமா? நான் இப்பொ ஒங்களோட தனியா இருக்கேன். ஒங்க வீட்டுக்காரரு இப்போ வந்தா நம்மளை என்னன்னு நெனெச்சிக்கிருவாரு?'ன்னு சொல்லிண்டே எழுந்தது. குமுதினிப் பொண்ணு கன்னத்தெத் தட்டிக் கொடுத்துட்டே ஏறக்கட்னது. அந்தப் பொண்ணு சொல்றது, அந்த மனுஷன் நல்லவனாம். குடிச்சுட்டு வந்தது னாலெ இப்படி நடந்துக்கிட்டதாம்."

ஸோனா இன்னும் முடிக்கவில்லை. "இந்த இழவெல்லாம் முடிஞ்சாவிட்டு கொடெயெ எடுத்துண்டு ஸிந்தியாவெத் தூக்கி இடுப்பிலெ வச்சிண்டு அரைக்கக் கொடுத்த மாவெ வாங்கிவரப் போனேன். ஒரு வீட்டுத் திண்ணைலே ரெண்டு கேடிப் பசங்க. 'குட்டி ஷோக்காயிருக்கில்லெ' அப்படீன்னு கமெண்ட் அடிக்கு துங்க."

ஸோனா கொட்டித் தீர்த்தாள். விசும்பிக்கொண்டே ஸிந்தியாவுக்குச் சோறு ஊட்டிப் படுக்க வைத்தாள். ஸோனா வுக்கு அமைதியின்மை காரணமாகச் சாப்பிடத் தோன்றவில்லை. ஏகநாத்துக்குத் துக்கம் மனம் பூராவும் வியாபித்திருந்த நிலையில் சாப்பாட்டுச் சிந்தனைக்கே இடம் இல்லாமல் போயிற்று. படுக்கையில் கிடந்தார்கள். ஸோனா ஏகநாத்திடமிருந்து ஏதோ ஒரு பதிலை எதிர்பார்த்தாள். "சமூகம் இண்ணெக்கி ஒன்கிட்டெ

அதனோட விஸ்வரூபத்தைக் காட்டியிருக்கு. அவ்வளவுதான். தூங்கு. எல்லாம் சரியாப்போகும்" என்றான்.

"உலகத்தெத் தெரிஞ்சுக்கணும்ன்னீங்க. புரிஞ்சுகிட்ட வரைக்கும் சகிக்கலை."

அவள் கண்களில் கசிந்த நீரைத் துடைக்கக்கூடத் திராணி யில்லாமல் கிடந்தான் ஏகநாத்.

ஏகநாத் பாவமே செய்யாத புண்ணிய ஆத்மா அல்ல. இருப்பினும் அசிங்கமாகவோ, அநாகரிகமாகவோ, கொச்சை யாகவோ, பச்சையாகவோ, விரசமாகவோ நடந்துகொண்டதாக அவனுக்கு நினைவில்லை. அப்பா பண்ணின பாவம் பிள்ளை யின் தலைமேல் விடியும் என்று சொல்லக் கேட்டிருக்கிறான். கணவன் செய்த பாவம் மனைவி தலைமேல் விடியும் என்று எந்தப் பெரியவரும் சொன்னதாகக் கேள்வி இல்லை. மேலும் சமீபத்தில், ஒரு மாமி மனம் கோணாமலும், ஒரு பெண்மணி உளம் நோகாமலும் அவன் அனுசரணையுடன் நடந்து கொண்டிருந்திருக்கிறான். இதற்குச் சன்மானம் கிடைக்கா விட்டாலும், கேடாவது விளையாது இருந்திருக்கலாம்.

கடைசியில் ஒன்றும் செய்யத் தோன்றாமல், "சாக்கடையில் உழலும் பன்றிகள்" என்று சற்று உரக்கவே கத்தினான். ஏக நாத்தால் இயன்றது அவ்வளவே.

●

உடைமை

அந்தப் பையன் இன்றைக்கும் வந்திருந்தானாம். அது நான்காவது சனிக்கிழமை. அலுவலகத்திலிருந்து நேரங்கழித்துதான் வீடு திரும்பினேன். தாராவும் குழந்தை வாணியும் மட்டும் வீட்டிலிருக்கும்போது சாயங்காலம் ஐந்து மணியளவில் வந்தானாம். ஏறக்குறைய ஒரு மணி நேரம் வாணியுடன் விளையாடி, கொஞ்சி, இடுப்பில் தூக்கி வைத்துக்கொண்டு சிறு உலாத்தல்கள் உலாத்தி, பிஸ்கெட்டுகளை ஊட்டி, பிறகு வாணி யைத் தன் சைக்களில் உட்கார்த்தி ஒரு சுற்று சுற்றிவர தாரா விடம் அனுமதி கோரி, அவள் மழுப்பி, மறுத்து, பிறகு போனா னாம்.

ஆச்சு, திருமணமாகி இது மூன்றாவது வீடு. முதல் வீட்டில் வீட்டுக்காரர் புட்டிகளில் ஜீவனை இறக்கியிருந்தார். இரண்டா வது வீட்டுக்காரர் மாலை ஏழு மணிக்கே வாயைக் கொஞ்சம் நிறையவே நனைத்துக் கொள்வார். இந்த மூன்றாவது வீட்டில் வீட்டுக்கார அம்மாளின் இரண்டாவது மகனுக்குச் சதா திரவம்தான். ஒரு காலை ஐந்து மணிக்கு முதல் தேநீர் அருந்த வெளியே கிளம்பிக்கொண்டிருந்த சமயம். வாசலில் இடைமறித்து உண்மையைச் சொல்லி ஐந்து ரூபாய் நேர்மையாகக் கடன் கேட்டார். கொடுத்தேன். திரும்பி வராது என்று தெரியும்தான். குறைந்தது அடுத்த தடவை கேட்காமல் இருக்க இக்கடன் உதவும். தமிழகம் ரோமாபுரி சாம்ராஜ்ஜியம். நாடெங்கிலும் கேளிக்கை விழாக்கோலம். மாலையில் புரவிமீது கணவன்மார்கள், காதலர்கள் போர்க்களத்திலிருந்து வாகை சூடித் திரும்பி வந்து, மனைவியர்களை, தோழிகளை, காதலிகளைத் தரையில் கால் பாவுமுன்னமேயே தழுவித் தத்தளித்து ஆனந்திக்க, வீரசாகசங் களுக்கு விருது வழங்கும் ரீதியில், தழுவப்படாமல் எஞ்சி நிற்கும் பணி இளம் பெண்கள் சாராய நிறுவனங்களிலிருந்து வாங்கி வைத்திருக்கும் சீசாக்களிலிருந்த சிகப்பு ஒயின் ஊட்ட பானத்தை வெள்ளிக் கோப்பைகளுக்கு மாற்றி, முதலில் வாய் கொப்பளிக்கவும் பிறகு மூஞ்சி கழுவவும் முகம் அலம்பவும் அவர்களுக்குக் கொடுத்து, அடுத்து குதூகல அன்னியோன்னிய

அரவணைப்பு நடனங்கள் அர்த்த யாமம் வரை நிகழ்ந்தேறி, அதன்பின் குதிரைகளை லாயத்தில் கட்டி இல்லத்துள் சென்று சிறிது துயின்று, காலை ஐந்து மணிக்கு அலாரம் அடித்ததும் உசுப்பி விடப்பட்டு, வீர உடைகளை மறுபடியும் அவசர அவசரமாகப் புனைந்து, தத்தம் புரவிகள்மீது தாவிக் குதித்தேறிக் களம் சென்று மீண்டும் விட்ட இடத்திலிருந்து போர் ஜோலி யைத் தொடர்ந்து, மாலையானதும் ஒரு கட்டத்தில் நிறுத்தி மறுபடியும் கேளிக்கை கொள்ள விழைந்து ஊர் திரும்பி... வளர்முக நாட்டின் உச்சம்! தேசிய நற்சிந்தனைகளுக்கு விருப்ப மில்லை என்றாலும் ஒரு தற்காலிக முற்றுப்புள்ளி வைத்துவிட்டு, விஷயத்துக்கு வருவோம்.

மீண்டும் அந்தப் பையன் வராமல் பார்த்துக்கொள்ளச் சொல்லிவிட்டாள் தாரா. குரலில் கண்டிப்பு. மீற முடியாதுதான். "வீட்டுக்காரம்மாளெப் பத்தி உங்களுக்குத் தெரியாதா என்ன?" வாஸ்தவம். அது ஒரு கிழம். கைம்மைக் கிழம். துஷ்டக் கிழம். பொல்லாத கிழம். தேகமெல்லாம் நஞ்சு. வயது கூடக்கூட விஷத்தின் வீரியத்தில் கூடுதல் விறுவிறுப்பு, விறுவிறுப்பின் அதிகரிப்பு. 'ஆக்டன் நாஷ்' சொன்னானே, எறும்புபோல் உங்களுக்கும் ஸிட்ரிக் அமிலம் இருந்தால் அதுபோல நீங்களும் கடித்துக்கொண்டுதான் இருப்பீர்கள் என்று. உள்ளதைப் பிரயோகிக்காவிட்டால்தான் தரிசாய்ப் போய்விடுமே. பிறகு ஜனனம் அஸ்தமித்துவிட்டால் வாழ்ந்ததற்குத்தான் என்ன அர்த்தம்? ஜீவித்திருக்கும் காலத்தில் சரித்திரம் படைப்பதுதானே உன்னதத்தின் உச்சமே. நாம் மறைந்துவிட்டாலும் நம் சகஜீவிகள் நம்மை மறக்கவொண்ணாமல் இருக்க ஏதாவது செய்து வைத்து மண்டையைப் போட்டால்தானே நமக்கும் ஒரு நிம்மதி. இச்சித்தாந்தத்தின் திவ்ய அடிப்படையில்தான் அக்கிழத்தின் வாழ்க்கை ஊர்ந்துகொண்டிருக்கிறது. மறக்க முடிகிறதா என்ன, எவ்வளவு முயன்றாலும், பச்சைக் குரங்குகளை மறந்து ஒரு லோட்டா தண்ணீரை அருந்தப் பலமுறை யத்தனித்தும் பெற்ற தென்னவோ தோல்விகள்தாமே. கிழம் என்னவோ என் நினை வில் நீங்காத இடம் பெற்றுவிட்டாள். நெஞ்சில் நிறைந்தவள். இதுவல்லவோ உறவு! சிவ சிவ!

கிழம் திடீர் திடீரென்று காரணபூர்வமாக விளங்கிக் கொள்ளவியலாத சில நியதிகளை (யார் பிரகாரம்?) முன்னறி விப்பின்றி, இலக்கு–ஜீவன்களின் பாதிப்பு பற்றிய விசனம் சிறிதும் இன்றி அமல்படுத்தும். குடித்தனம் வந்து இந்த இரு மாத காலங்களில் இரண்டு சட்டங்களின் அரங்கேற்றம் 1. வடி காலில் ஒரு குறிப்பட்ட இடத்தில்தான் பல் துலக்க வேண்டும்.

காரணம் அவளுக்குத் தெரியாத்தனமாக உயிரூட்டம் உவந்தளித்துக் கொண்டிருக்கும் ஆண்டவருக்குத்தான் பிரகாச வெளிச்சம். ஆண்டவரிடம் பேசும் அளவுக்கு நான் பவித்திரம் வாய்க்கப் பெற்றவனில்லையாததால் எனக்குக் காரணம் விளங்க இதுகாறும் சந்தர்ப்பமில்லை. 2. மாலை 6.30லிருந்து காலை 6.30 வரை பம்ப் கயிற்றால் (அது அக்கம்பக்கத்திலுள்ள பால்காரர் எவரிடமிருந்தோ மாட்டுக்குப் போக மீதி உபரியாகச் செழித்துக் கிடக்க, கிழம் இரவல் வாங்கியதாக இருக்க வேண்டும்) இறுக்கக் கட்டப்படும். பம்ப் அடிக்கக் கூடாது. ஒரு குடித்தனக்காரி மிக அத்தியாவசியம் கருதி மாலை 6.45க்கு கயிற்றை அவிழ்த்து ஒரு வாளித் தண்ணீர் நிரப்பிக்கொண்டதில் "எந்தத் தேவடியா தண்ணி அடிச்சது!" என்ற வியப்பு–வினா– வசவுக் கலவையை வாங்கிக் கொண்டிருந்தாள். இது ஒரு விடுமுறை தினத்தன்று. அதுவும் என் கண்ணெதிரே. ஏதாவது பேச வாய் துடித்தது. பேசியிருந்தால், "நீ யார்ரா சோமாறி அந்தச் சிறுக்கிக்கு வக்காலத்து வாங்க?" என்ற ரீதியில் வசவு அமைந்திருக்கும். அப்பெண்மணிக்கு மொத்தம் இரண்டு வசைகளும் எனக்கு ஒரு திட்டும் தாராவிடமிருந்து வாங்கிக் கட்டிக்கொள்ளுதலும் நிகழ்ந்திருக்கும். பேச்சு சுதந்திரம் நாட்டில் சிறந்தோங்கி ஒரே இரைச்சலின்பம் காதைத் துளைத்துக் கலகலத்துக் கொண்டிருக்கும் அழகில் நான் வேறு ஏன் பேசி இரைச்சலுக்குக் கூடுதல் சோபிதச் சேர்க்கையை விளைவிக்க வேண்டும் என்று மௌனமாய்ச் சமைந்துவிட்டேன். உள்ளுக் குள் என்னவோ குமைச்சல்தான். குமைச்சல்கள் சப்திப்பதில்லை, நான் செய்த புண்ணியம். கண்முன் ஒரு பெண் கற்பழிக்கப் பட்டுக் கொண்டிருந்தாலும் கண்டுகொள்ளாது போய்விடுவது தான் க்ஷேமம். அந்தப் பாவிகள் உன்னைக் கெடுக்கவில்லை – உனக்கேன் வம்பு – இது உன் விஷயமில்லை – சமாச்சாரம். சூழல் மனதுக்கு ஒவ்வாததுதான். ஆனால், செத்தா போய்விட முடிகிறது?

கிழத்தின் மனநிலை–தவறு தவறு, மனச்சரிவு– இவ்வாறிருக்க வயசுப் பையன் ஒருவன் நானில்லாத சமயம் வீட்டில் வந்து தாராவுடன் பேசிக்கொண்டிருந்தானானால், கிழம் விஸ்தாரமான, சோரக் காட்சிகளை கற்பனை செய்து கொள்ளலாம். பன்னிரண்டாவது பக்கத்திலேயே துவக்கி வைக்கப்பட்டு ஐநூறாவது பக்க இறுதிவரைகூட இறுதி பெறாத விரிவான விவரணைகள் கொண்ட படுக்கை அறைக் காட்சிகள் பரிமளிக்கும் பெருமதிப்புக்குரிய ஸ்ரீமான் ஆங்கில அனாமதேயங் களை வாசிக்காததாக இருந்தாலும் ஒரு வண்டி அவல்

கிழத்துக்கு வாய்க்க வாய்ப்பு உண்டு. தாரா சொல்வதும் சரிதான். என்ன இருந்தாலும் இப்படிப்பட்ட வீட்டை விரைவில் காலி செய்தாக வேண்டியதுதான். பன்றிகளுக்கு நடுவில் நிம்மதியாகப் பாலா அருந்த முடிகிறது? வசதி படைத்தவனைப் பார்த்து இல்லாதப்பட்டவனின் பொருமல். தனக்குக் கிடைக்காத பாலுறவைத் தன்னால் புகலிடம் அளிக்கப்பட்டுள்ள இளசுகள் தம் கணவன்மார்களுடன் சுகித்துக்கொண்டிருக்க, அவர்களை அதே ரீதியில் கொச்சைப்படுத்துகிறதோ இக்கிழம்! அருமை ஃபிராய்ட் இதற்கு ஒரு நல்ல விளக்கம் தரக்கூடும். இந்தக் கற்பு, பாலுறவு சார்ந்த prudery நடத்தைகள் போன்ற விஷயங்கள் தென் நன்னாட்டில் மட்டும்தானோ? டெல்லியில் பேருந்து இருக்கைகளில் என் அருகில் அமர்ந்து பயணித்த அழகு சொட்டிய இளம் பெண்களின் புனிதம் என்னால் மாசுபடுத்தப்படவில்லையே, அவர்களைத் தொட்ட அச்சமயம் காகிதத்தைத் தொடுவது போல் உணர்ந்து அந்த மகான்போல மானிட சோதனை நிகழ்த்திப் பார்த்து அகமகிழாவிட்டாலும், அடிப்படையில் ஏதோ தவறு நிகழ்ந்து தொலைத்திருக்கிறது. அதுதான் ஒரே நெருடல் மயம்.

வாணிக்கு மூன்றரை வயது. தாராவுக்கு அண்டை வீட்டார்களின் நச்சரிப்பு. ஒன்று பெற்றால் தனியன், கொட்டு. ஓர் ஆண் குழந்தை பெற்றுக்கொள்வதுதானே. விளையாடறதுக்கு ஒரு தம்பிப் பாப்பா இருந்தால் எவ்வளவு ஆனந்தம்! ஆசைக்கு ஒரு பெண். ஆஸ்திக்கு ஒரு ஆண். சாணானாலும் ஆண். இரண்டாவதும் பெண்ணாக இருந்தால்? மூணுக்கு முக்காக் காசு. அப்படியானால் மூன்று. அதுவும் பெண் குழந்தையாக இருந்தால்? பெண் குழந்தைகள் லக்ஷ்மி கடாக்ஷம். எது எக்கேடு கெட்டு ஒழிந்தாலும் ஒரு குட்டிக்கண்ணன் அத்தியாவசியம். மீண்டும் பேறு. ஓர் ஆண் மகவு போதாது. எனவே இன்னொன்று. ஏனென்றால், தம்பியுடையான் படைக்கஞ்சான். ஆகவே, குறைந்தது இரண்டு ஆண் குழந்தைகள். பெரிய குடும்பம் என்றால் கூடுதல் பாதுகாப்பு உணர்வு. உணர்வுகளின் கூடுதல் வெம்மை. தலை சுற்றுகிறது. காந்தி நான்காவது குழந்தை. ஆக, உலக நன்மையைக் கருத்தில் கொண்டு, குறைந்த பட்சம் ஆறு குழந்தைகள் பெற்றுக்கொள்வது க்ஷேமம். மூன்று இட்லி விற்க அலைந்தாலும், இரண்டு ஆவினம் மேய்ப்பதில் காலம் கழித்தாலும், மீதி ஒன்று மகானாக உருக்கொள்ள சாத்தியம் உண்டு. அப்படியானால் ஒரு மகானை உருவாக்குவது தானே நியாயம்? ஒரு யேசு உதிக்க வாய்ப்புண்டு. ஐந்து ரொட்டித் துண்டுகளையும் இரண்டு மீன்களையும் பன்மடங்கு பெருக்கி

ஐயாயிரம் ஆண்களுக்கு (பெண்கள், குழந்தைகளின் எண்ணிக் கையைச் சேர்த்தால் இன்னும் சில குறு ஆயிரங்கள் தேறும்) வயிறார உணவளித்துப் பசிப்பிணியை சொஸ்தப்படுத்தி பன்னிரண்டு கூடை மீதி வைத்த ஒரு பவித்திர ஆத்துமா தற்பொழுதைய பிரச்சனைகளுக்கு விடிவு காலம் பிறப்பிக்க அவசியம் தேவைதான். ஆனால், ஓர் இரண்டாவது மகானோ அதே இலக்க யேசுபிரானோ அவதரித்தருள்வார்கள் என்ற எந்தவித உத்தரவாதமும் இல்லை.

சமூகநலப் பிரச்சனைகளில் மூழ்கி முத்தெடுத்ததில் அந்தப் பையன் விஷயம் மறந்தேவிட்டது. ஆம், அந்தப் பையன் பெயர் சந்திரன். இதற்கு முந்தைய வீட்டின் நேர் எதிரெ இருந்த தைலயகத்தில் வேலை கற்றுக்கொண்டிருந்தான். வாணிக்கு 'ஸ்டைல் பையன்', 'ஜக்தீஷ் அண்ணா,' 'பிஸ்கெட் மாமா', 'சாக்லெட் மாமி', 'மொட்டைத் தாத்தா' என்று வயதில் மூத்த நிறைய தோழமை ஜீவன்கள் இருந்ததில் நினைவில் சந்திரன் எடுபடவில்லை.

வீடு மாறும்போது சந்திரன் வாணிக்கு டாட்டா சொன் னது மட்டும் மங்கலாக நினைவில் நிற்கிறது. ஒருநாள் மதியம் அந்தப் பிரம்மாண்டமான ஓட்டல் வாசலில் உள்ள அஞ்சல் பெட்டியில் அலுவலக அஞ்சல் ஒன்றைச் சேர்ப்பித்துவிட்டு அலுவலகம் நோக்கி நகர்ந்துகொண்டிருந்த சமயம். வெள்ளை பாண்ட்ஸ், வெள்ளைச் சட்டை, வெள்ளைத் தொப்பி சீருடை அணிந்து அமர்க்களித்த ஓர் இளைஞன், "சார்" என்றான். அவன் ஓட்டல் சிப்பந்தி என்று புரிந்துகொள்ள எனக்கு நேரம் பிடிக்கவில்லை. நான் அந்த ஓட்டலில் சாப்பிட்டுக் காசு கொடுக்க மறந்து விட்டேனா? இல்லையே, ஓட்டலுக்கே போகவில்லையே? எனக்கு ஓரளவு குழப்பம். "சார், நான் யார்ன்னு தெரியலை? சந்திரன். அந்த டெய்லர் கடையில் இருப்பேனே. இப்ப வீடு எங்கே? எனக்கு வாணியப் பார்க்கணும். அட்ரஸ் சொன்னீங் கன்னா வர்றேன். எனக்குச் சனிக்கிழமை லீவுதான்." அவனிடம் முகவரி கொடுத்துவிட்டு வீட்டை எளிதில் கண்டுகொள்ளச் சில பூகோள அடையாளங்களைக் கூறி விடைபெற்றேன்.

அந்த சனிக்கிழமை மாலை 6.30க்கு அவன் வந்தான். அலுவலகம் விட்டு அப்பொழுதுதான் வீடு திரும்பியிருந்தேன். வாணிக்குக் கொஞ்சம் சுகக்கேடு. அவளிடம் அதிகம் பேசச் சந்திரனுக்குக் கொடுத்து வைக்கவில்லை. முகத்தில் வருத்தத்தின் மெல்லிய சாயல்.

அடுத்த சனி 'பந்த்'. அந்த வாரத் திங்களிலிருந்தே வாணிக்கு மஞ்சள் காமாலை. மூன்று நாட்கள் நாட்டு வைத்தியப்

பச்சிலைக் கரைசல் குடித்ததில் குணமாகியிருந்தது. உடல் அடிக்கடி அசதியாயிருந்தது. சந்திரன் வந்த சமயம் வாணி தூங்கிக் கொண்டிருந்தாள். சந்திரனுக்கு வயது இருபதுக்கு மேல் இருக்காது. வாணி மேல் அவனுக்கு அசாத்தியப் பிரியம். இந்தத் தடவையும் வாணியுடன் பேச முடியாததில் அவனுக்குச் சோகம்.

அதற்கு அடுத்த சனி மாலை. வாணிக்கு வயிற்று உபாதை. குழந்தைநல மருத்துவரிடம் அழைத்துச் செல்லக் கிளம்பிக் கொண்டிருந்தேன். எதிரே சந்திரன். மூவரும் சிகிச்சைக் கூடத்தை நோக்கிச் சென்றுகொண்டிருந்தோம். ஒரு ரிக்ஷாவை நோக்கிக் கையை உயர்த்திய என்னைத் தடுத்து, சந்திரன் வாணியைத் தன் சைக்கிளின் பின் இருக்கையில் இருத்தித் தன் வலது கையால் வாஞ்சையுடன் அணைத்துப் பிடித்துக் கொண்டே வாகனத்தை உருட்டிக்கொண்டு வந்தான். சிகிச்சை முடிந்து வீடுவரை அவனும் வந்தான். “வாணி, அடுத்த வாரமாவது ஒனக்கு ஒடம்பு முழுஸ்ஸா குணமாயிடணும். அப்பத்தான் மாமாவுக்குச் சந்தோஷம். என்ன!” கன்னத்தில் லேசாகத் தட்டிவிட்டு சந்திரன் விடைபெற்றான். அவன் என் குழந்தை மீது வைத்திருந்த பாசம் என்னுள் அவனைப் பற்றி ஓர் உயர்ந்த படிமத்தை ஏற்படுத்திற்று.

நானும் இதே நிலையில்தானே இருந்தேன் ஒரு காலத்தில். அந்தத் தனியார் மருத்துவமனையில் வரவேற்பு பிறைச் சந்திர வடிவ மேஜையின் பின்னால் நின்று நோயாளிகளைச் சந்திக்க வரும் மனைவிகளுடன் சிறு குழந்தைகள் தென்பட்டால் அதற்கென்றே வாங்கி வைத்திருக்கும் ‘எக்லேர்ஸ்’ இனிப்புகளில் ஒன்றைக் கொடுத்து, கன்னத்தைச் செல்லமாக வருடி, “பேரென்ன சொல்லுடா கண்ணா, எத்தனாவது படிக்கிறே?” கொஞ்சல்கள் எல்லாம் நடத்தி... என்னுடன் சக ஊழியம் புரிந்த செவிலி ஐவி கூட இரண்டொரு முறை “என்ன ஆச்சு உனக்கு? குழந்தைன்னா இவ்வளவு உயிரா? நீயா ஒண்ணு பெத்துக்கறதுதானே?” என்று கிண்டல் செய்தாளே. நானும் சொன்னேனே, “குழந்தைகள் தெய்வத்துக்குச் சமானம். பெரியவங்ககிட்டெ இருக்கிற வியாபாரச் சிந்தனை, நாசூக்கான கயமை, பிறர்கிட்டெ காட்டிக்காத சூதுவாது, களங்கமான இச்சைகள் இதெல்லாம் இல்லாத பரிசுத்த ஜீவிகள். இதுங்கதான் உண்மையான கடவுள்கள். ஆண்டவனை வேறெங்கயும் நான் தரிசிச்சதில்லெ. நீ என்னைப் பித்தன்னு நெனெச்சாலும் நெனெச்சுக்கோ, பரவாயில்லெ” என்று.

இரு வேலை மாற்றங்கள் நிகழ்ந்து ஓரளவு குடும்பம் நடத்தப் பொருள் வசதி கிட்டிய பிறகுதான் ஒரு தாரா, பின்

எங்கள் மழலை வாணி. விடுதியில் தங்கியிருந்தபோது அறைத் தோழரும் நானும் திருமணம் பற்றி எவ்வளவு பேசியிருப்போம். தலா இரண்டு முறை நானும் அவரும் திருமண விளம்பரங் களுக்குப் பதிலிறுத்தி பதில் அஞ்சல் கிடைக்காமல் துக்கித்து கடைசியில் என் அன்னையை நாடி அவர் மூலம் தாரா வாய்க்கப் பெற்று திருமணத்தன்று அறைத் தோழர் வைபவத் துக்கு வந்து என் கையைக் குலுக்கி “பாராட்டுகள். முந்தி விட்டீர்கள். கொடுத்து வைத்தவர்” என்றது, எது மறந்தது? என்ன மனநிறைவு!

வாணி அழகாக இருக்கிறாள். கழுதைகூடக் குட்டியாக இருக்கும்போது பொலிவுடன்தான் ஜொலிக்கும். காக்கைக்குத் தன் குஞ்சு பொன்குஞ்சு. இவையல்லாவற்றையும் மீறி அவளிடம் ஒரு ஜீவனுள்ள அழகு இருக்கத்தான் செய்கிறது.

வாணியை என் மகளாகக் கருதுவதில்லை. அவள் எனக்கு ஒரு குட்டி சிநேகிதி. தகப்பன் என்கிற ஸ்தானம் வந்துவிட்டாலே, என்னை அவள்மீது திணிக்க ஆரம்பித்துவிடுவேன். என் எதிர்பார்ப்புகளுக்கு இணங்க நிர்ப்பந்திப்பேன். நான் அடை யாததை அவள் அடைய ஆவேசிப்பேன். என் ‘செய்’களை, என் ‘செய்யாதே’க்களை அவளுள் புகுத்துவேன். என் அளவு கோல்களை அவளுக்குக் கற்பிப்பேன். என் கொள்கைகளை அவளுக்குப் போதிப்பேன். வன்முறைதானே இவையெல்லாம்? அவளாக வளரட்டும். தெரியாததைச் சொல்லிக் கொடுப்போம். ஆனால், என் பாதிப்பு அவளுக்கு வேண்டாம். என்னைப் பற்றி எனக்கு ஓரளவு தெரியும். நிறைய குறைகள், ஈரொரு நிறைகள். நிச்சயம் நான் ஓர் அவதார புருஷனோ, லட்சிய ஆண்மகனோ இல்லைதான். இன்னொரு நான் இப்புவிக்குத் தாளாத பாரம். வாணி என் வாழ்க்கை முறைகளைப் பின்பற்ற வேண்டாம். ஆரோக்கியமாகத் தங்குதடையின்றி தன்னிச்சையாக சுதந்திரமாக வளரட்டும்.

இந்த நான்காவது சனிக்கிழமையில் தாரா கொஞ்சம் கடுகடுவென்றிருந்தாள். “ஏன் அந்தப் பையனை வர வேணாம்னு சொல்ல மாட்டேங்குறீங்க? அவன் சைக்கிள்ல ரவுண்டு கூட்டிக் கிட்டுப் போறேன்னு சொல்லி எங்கெனாச்சும் அழைச்சிக்கிட்டு போயிட்டா? அந்தப் பையன் விலாசம்கூட சரியாத் தெரியாது. ஏங்க இந்த மாதிரி இருக்கீங்க. தயங்கித் தயங்கி, கொஞ்சங்கூட தைரியமே இல்லாமெ. சொல்றதுதானே ‘நீ இங்கே வராதே’ன்னு?” தாய்மை பேசிற்று. நான் ஹெர்குலஸ்ஸின் தனையன் என்றோ ரந்தாவாவிடம் சிக்ஷை பெற்றவன் என்றோ அவளிடம் நான்

பொய்த் தம்பட்டம் அடித்துக்கொள்ளவில்லை. விஷயம் தைரியத்தைப் பொறுத்ததல்ல.

உடைமைகள் நிரந்தர சாஸ்வதம் அல்ல. உடைமை மனப் பான்மையே ஆரோக்கியமானதல்ல. இம்மனப்பாங்கு ஒரு தன்னல வெறித்தனம்தான். ஒரு நபர் எனக்கு முழுக்க முழுக்கச் சொந்தம் என்று நான் நம்பிக்கொண்டிருந்தேனானால் அதை விட அறிவிலித்தனம் வேறேதும் இருக்க முடியுமா என்று தெரியவில்லை.

என் குழந்தையை என் முழு உடைமையாகவெல்லாம் என்னால் நினைத்துப் பார்க்க இயலுவதில்லை. அவள் காணாமல் போனால் cocktail கலந்துகொண்டு கொண்டாடு வேன் என்று பொருள் அல்ல. என் அளவு பாசம் சந்திரனும் வாணி மீது வைத்திருக்கிறான் என்பதுதான் மெய். அவனைத் தடுக்க நான் யார்?

"உங்கள் குழந்தைகள் உங்கள் குழந்தைகள் அல்ல; அவை உங்கள் மூலமாக உலகில் ஜனிக்கின்றன, ஆனால் உங்களிடமிருந்து அல்ல. அவை உங்களுடனிருந்தாலும் உங்களுக்குச் சொந்த மானவைகள் அல்ல..."

கிப்ரான் என் நினைவில் வேரூன்றி நிற்க தாராவுக்கு நான் என்ன சமாதானம் சொல்ல?

●

ஒரு பேட்டியின் விலை முப்பத்தைந்து ரூபாய்

திரு. காசியப்பன் அவர்களிடமிருந்து இரவல் வாங்கியிருந்த 'நவீனன் டயரி'யை வாசித்துக்கொண்டிருந்தேன். ராமகிருஷ்ணர் நரேந்திரரைப் பார்த்ததும் சொன்னாராம். "வந்தாயா, உனக்காகத்தான் இவ்வளவு நாட்கள் காத்துக்கொண்டிருந்தேன்" (பக்கம் 69). இந்தக் கட்டத்தில் "இது சௌராஷ்டிரர்கள் வீடா?" என்று எங்கள் மொழியில் ஒரு குரல் கேட்க, பின்னால் திரும்பிப் பார்த்தேன். ராமகிருஷ்ணரும் நரேந்திரரும் மனதிலிருந்து அகல, கதவருகில் நீலநிற ஸ்லாக் சட்டையும் வேட்டியுமாக ஒரு முப்பது வயதுக்காரர் நின்றுகொண்டிருந்தது தெரிந்தது. "உள்ளே வாருங்கள்" என்று அவரை உபசரித்து எழுதும் மேஜையின் பக்கவாட்டில் இருந்த நாற்காலியில் அமரச் சொன்னேன்.

வந்தவர் முகம் லேசான கலவரத்துடன் காணப்பட்டாலும் கூடவே முகத்தில் உற்சாகமும் தென்பட்டது. கலவை உணர்வுகளைக் கண்டுகொள்ள ஓரளவு அனுபவம் தேவை. ஒரு நாற்பத்து ஐந்து வயதுக்காரனுக்கு அனுபவம் இல்லாமல் இராது. அவர் உற்சாகத்துடன் "இங்கே அக்கம்பக்கத்தில் விசாரித்தேன். சௌராஷ்டிரா என்று சொன்னால் யாருக்கும் தெரிய மாட்டேன் என்கிறது. கடைசியில் பட்டு நூல்காரர் என்று சொல்லித்தான் இந்த இடத்தைக் கண்டுபிடிக்க முடிந்தது. ஒருவழியாக உங்களைச் சந்திக்க முடிந்ததில் மிக்க மகிழ்ச்சி அண்ணா" என்றார். பொதுவாக சௌராஷ்டிரர்கள் ஒருவரையொருவர் அண்ணா என்றும் கல்யாணமான பெண்களை அண்ணி என்றும் அழைப்பார்கள்.

அவர் எதற்கு வந்திருக்கிறார் என்பது புரியாத நிலையில் என் மனத்தில் பல காரணங்கள் தறிகெட்டு ஓடிக் கொண்டிருந்தன. வந்தவர் அதிகம் படிக்காதவர் என்பது தெளிவாயிற்று. அவர் அக்கறையுடன் என் குடும்பத்தைப் பற்றி விசாரித்தார். நானும் என் சகோதரர்களைப் பற்றிக் கூறிக் கொண்டிருந்தேன். என் தம்பிகள் இருவரும் நல்ல நிலையில் வாழ்ந்து கொண்டிருப்பதிலும் என்னைவிட அதிக படித்தவர்கள்

என்பதிலும் எனக்கு எப்பொழுதும் உள்ளூர ஒரு பாமரத்தனமான குடும்ப திருப்தி உண்டு.

என் அடுத்த தம்பி எம்.எஸ்.ஸி., எம்.எட். படித்துவிட்டு திருவொற்றியூரில் ஒரு நல்ல பள்ளியில் ஆசிரியப் பணி செய்வதாகச் சொல்லிக்கொண்டிருந்தேன். வந்தவர் கூடுதல் பிரகாசத்துடன் காணப்பட்டார். என் தம்பியின் பெயரையும் பள்ளியின் பெயரையும் கவனத்துடன் கேட்டார். நான் மிகவும் சுதாரிப்புடன் இருப்பவன் என்றெல்லாம் சொல்ல முடியாது. அநேக வேளைகளில் மசமசவென்று மடத்தனமாகவும் இருப்பதுண்டு. நான் எதையும் யோசிக்காமல் என் தம்பி பெயரையும் அவன் வேலை செய்யும் பள்ளியின் பெயரையும் சொன்னேன். என் கடைசித் தம்பி அமெரிக்காவில் நியூஜெர்ஸியில் கம்ப்யூட்டர் இன்ஜினியராக இருப்பதாகவும் அவனது மனைவியும் ஒரு இன்ஜினியரிங் பட்டதாரி என்றும் சொல்லி அகமகிழ்ந்து கொண்டிருந்தேன். வந்தவர் "ஆ! நம் ஆட்கள் இவ்வளவெல்லாம் படிக்கிறார்களா? அயல் நாடுகளிலெல்லாம் இருக்கிறார்களா!" என்று வியந்து என் அகமகிழ்வுக்குத் தூபம் போட்டுக்கொண்டிருந்தார். நான் கிட்டத்தட்ட கிறங்கிய நிலையில் இருந்தேன். இந்த நிலையில் எங்கள் அன்னியோன்னியத்தைப் பார்த்தோ என்னவோ வந்தவர் என் உற்ற நண்பர்/ உறவினர் என்று கருதி என் மனைவி இரண்டு கோப்பைகளில் தேநீர் கொண்டு வந்து வைத்தாள்.

தேநீர் பருகிச் சற்றுக் கழித்து அவர் மிகுந்த கூச்சத்துடன், "நான் எப்படிச் சொல்வதென்றே தெரியவில்லை. சொல்வதற்கே கூசுகிறது..." என்று ஆரம்பித்தார். "சொல்லுங்கள், பரவாயில்லை" என்று மேற்கொண்டு அவரைத் தொடருமாறு கேட்டுக் கொண்டேன். அவர் திருச்சிக்காரராம். சென்னைக்கு ஒரு காரியமாக வந்தாராம். திரும்பித் திருச்சிக்குச் செல்லுமுன் பேருந்து நிலையத்தில் கக்கூஸுக்குப் போகும்போது வேட்டியின் முடிச்சு அவிழ்ந்து முடிந்து வைக்கப்பட்டிருந்த ரூபாய்த் தாள் கொத்து பீங்கான் குழியில் விழுந்த விட்டதென்று சொல்லிப் பரிதவித்தார். நான் ஒரு முப்பத்தைந்து ரூபாய் தந்தால் அடுத்த நாள் திருச்சி போய்ச் சேர்ந்ததும் பண அஞ்சல் மூலம் அனுப்பி விடுவதாகவும் உறுதியளித்தார்.

அது மாதக் கடைசி. வீட்டிருப்பு தோராயமாக ரூபாய் ஐம்பது. "கொஞ்சம் இருங்கள்" என்று சொல்லிவிட்டு பக்கத்து போர்ஷன் அம்மாளிடம் விஷயத்தைச் சொல்லிக்கொண்டிருந்தேன், கடன் வாங்கும் நோக்கத்துடன். பேச்சின் நடுவே அவர் என்னை உள்ளே அழைத்து, மற்றவர்களிடம் விஷயத்தைச்

சொல்ல வேண்டாம் என்றும் அவர்கள் தன்னைத் தரக்குறை வாக எடை போடக்கூடும் என்றும் சொன்னார். கடன் முயற்சி என்னமோ தோல்வியில் முடிந்தது. மனைவியிடம் சொல்லி கீழ் வீட்டுக்காரர்களிடம் ஒரு முப்பத்தைந்து ரூபாய் தேறுமா என்று கேட்குமாறு அனுப்பினேன். இப்பொழுது ஏனோ அவர் அதைத் தடுக்கவில்லை.

வந்தவர் அடிக்கடி மன்னிப்பு கேட்டுக்கொண்டிருந்தார். எனக்கு மனசுக்குச் சங்கடமாக இருந்தது. இக்கட்டான நிலைமை எல்லோருக்கும் வருவது சகஜம்தான் என்றும், இதற்காக மனதைப் போட்டு மிகவும் அலட்டிக்கொள்ள வேண்டாம் என்றும் அவரிடம் சொன்னேன். இப்பொழுது மனைவி என் முன் தோன்றினாள். அவள் கையில் பணம். அவளிடமிருந்து பெற்று அதை அவரிடம் கொடுத்தேன். அவர் "முப்பத்தைந்து ரூபாய் இருக்கிறதா?" என்று கேட்டுப் பணத்தை எண்ணிச் சட்டைப் பையில் போட்டுக்கொண்டார். வேட்டியில் முடிந்து கொண்டால் மீண்டும் அதே விபத்து நேரலாம் என்று அவர் நினைத்திருக்கக் கூடும். கரிச்சான் குஞ்சு அவர்களின் 'அன்றிரவே' தொகுப்பில் இடம் பெற்றிருக்கும் ஒரு சிறுகதை நினைவுக்கு வந்தது. வெளியூர் ஒன்றில் பேருந்துக்காகக் காத்திருந்து பேருந்து வந்ததும் தம்பி தொற்றிக்கொள்ள, கையில் காசு வைத்திராத அண்ணன் பேருந்தைத் தவறவிட்டு முகம் தெரியாத ஒருவரிடம் கடன் கேட்கும் கதை. தலைப்பு என்னமோ நினைவுக்கு வரவில்லை. மனிதனுக்கு எந்த மாதிரிக் கஷ்டம் எப்பொழுது வரும் என்று தெரியாது; பிறருடைய கஷ்டத்துக்கு முடிந்த அளவு உதவ வேண்டும்; நமக்கும் கஷ்டம் வரலாம்; இப்படியெல்லாம் நினைத்துக்கொண்டிருந்தேன்.

அறையை நோட்டமிட்டுக் கொண்டிருந்த அவர் பார்வை என் புத்தக அலமாரிமீது சென்றது. "என்ன ஒரு நானூறு புத்தகங்கள் இருக்குமா அண்ணா?" என்று கேட்டார். "இருக்கும்" என்றேன். "என்ன புத்தகங்கள்?" என்று கேட்டார். "இலக்கியப் புத்தகங்கள்" என்று சொன்னேன். "கதைப் புத்தகங்களா?" என்று கேட்டார். "ஒரு விதத்தில் அப்படியும் சொல்லலாம்" என்றேன். "நீங்கள் ஒரு பெரிய படிப்பாளி போலும்" என்றார். "புத்தக அலமாரியைப் பார்த்து அப்படி ஒரு தவறான முடிவுக்கு வர வேண்டாம்" என்று அவரை வேண்டிக்கொண்டேன். அவர் முழித்ததிலிருந்து அவருக்கு நான் சொன்னது புரியவில்லை என்பது தெரிந்தது.

வந்தவர் இப்பொழுது அபரிமிதமான நன்றி தெரிவித்து விட்டுப் "போய் வருகிறேன் அண்ணா" என்றார். பிறகு நினைவுக்கு

வந்தவராக, "உங்கள் விலாசம்?" என்றார். எனக்கும் அந்த விஷயம் மறந்துவிட்டிருந்தது. ஒரு காகிதத்தில் என் விலாசத்தை எழுதித் தந்தேன். அவர் அதைச் சட்டைப் பையில் பத்திரப் படுத்திக் கொண்டார். அடுத்த நாள் திருச்சி போய்ச் சேர்ந்ததும் முதல் காரியமாகப் பணத்தை பணஅஞ்சல் செய்து விடுவதாகச் சொன்னார். எனக்கும் பணம் ஒரு பிரச்சனை ஆகையால், "பரவாயில்லை, மெதுவாகவே அனுப்புங்கள்" என்று சொல்ல வில்லை. "அப்பொ அண்ணா வருகிறேன்" என்றும், என் மனைவி யிடம் "அண்ணி வருகிறேன்" என்றும் சொன்னார். அவளும் "சரி அண்ணா போய் வாருங்கள்" என்று விடை கொடுத்தாள். ஒரே சகோதரக் குழைவுகள்!

அவர் ஏதோ நினைவுக்கு வந்தவராக "எத்தனை குழந்தை கள்?" என்று கேட்டார். "ஒரே ஒரு குழந்தை" என்றேன். "பரவா யில்லை நீங்கள் அறிவாளி" என்றார். "எனக்குத் தெரியாது" என்று திடமாக மறுத்துவிட்டேன். அடுத்து அவர் "பையனா பெண்ணா?" என்று அக்கறையுடன் விசாரித்தார். "பெண்" என்றேன். இப்பொழுது என் குழந்தை ஒரு பொதுச் சொத் தாயிற்று. வந்தவர் "நம் குழந்தை எத்தனாம் வகுப்பு படிக்கிறது?" என்று கேட்டார். நானும் சொன்னேன. "நன்றாகப் படிக்க வையுங்கள்" என்று சொல்லி, என் கடமையை உணர்த்தினார். நான் "ஆகட்டும்" என்றேன். எங்கள் மொழியில் 'மாய்' என்னும் வார்த்தை பெண் குழந்தையையும் தாயாரையும் குறிக்கும். இது எங்கள் மொழிக்கே உரித்தான சிக்கல். "மாய் எங்கே?" என்று கேட்டார். "கீழே பக்கத்து வீட்டுக் குழந்தைகளுடன் விளை யாடிக்கொண்டிருக்கும்" என்றேன். "குழந்தைகள் என்றால் விளையாடுவார்கள்தானே?" என்றார். அது எனக்குக் கேள்வி யாகப் படாததால் என்ன பதில் சொல்வது என்று நான் குழம்பிக்கொண்டிருந்தேன். அவர் தனது பேட்டியை அளவுக் கதிகமாக நீட்டிக்கொண்டிருப்பதாக எனக்குப் பட்டது. நான் பொதுவாக, கேட்பவன், பேசுகிறவன் அல்ல. பிறரைப் பேச விட்டு நான் கேட்டுக்கொண்டிருப்பேன். மற்றவராகப் பேச்சை நிறுத்தி என்னை விடுவித்தால் ஒழிய நானாக வெட்டிக் கொள்வதில்லை. இதனால் எனக்கு நேரம் விரயமாவதுண்டு. ஆனால், குறைகள் என்று இருந்தால் கஷ்டப்பட்டுத்தானே ஆக வேண்டும்? நல்ல வேளையாக அவர் தான் போகவேண்டும் என்பதை விரைவிலேயே நினைவு கூர்ந்தார். மீண்டும் சகோதரக் குழைவுகளுடன் விடைபெறுதல் நிகழ்ந்தேறியது.

அவர் சென்றதுதான் தாமதம். மனைவி என்னிடம் கேட் டாள். "அவர் உங்களுக்கு எந்த வகையில் சொந்தம்?" என்று.

அப்பொழுதுதான் எனக்குத் தெரிந்தது, அவளுக்கு விஷயமே தெரிந்திருக்கவில்லை என்று. விலாவாரியாக அவளிடம் எடுத்துச் சொன்னேன். "அடப்பாவி மனுஷா, முகந்தெரியாத ஆளிடம் முப்பத்தைந்து ரூபாயைத் தூக்கிக் கொடுத்திருக்கிறீர்களே" என்றாள். எனக்கும் அறிவுக்கும் சம்பந்தமில்லை என்று சொன்னாள். வந்தவர் என்னை அறிவாளி என்று வர்ணித்ததை அவளிடம் சொன்னேன். அவளது எரிச்சல் அதிகரித்தது. என் தம்பியின் பெயரைச் சொன்னதற்காக என்னைக் கோபித்துக் கொண்டாள். "அந்த ஆள் உங்கள் தம்பி ஸ்கூலுக்குப் போய் விலாசம் தெரிந்துகொண்டு அவரிடமும் சென்று பணம் பறிக்கப் போகிறான்" என்றாள். "ஆனாலும், உங்கள் தம்பி உங்களைப் போல் ஏமாளி இல்லை" என்றாள். "இருக்கலாம்" என்றேன். அந்த முப்பத்தைந்து ரூபாயை வீட்டு இருப்பிலிருந்து தான் எடுத்துத் தந்தாளாம். எனக்கு இதைக் கேட்டதும் பக்கென்றது. சம்பளம் வாங்க இன்னும் ஒரு வாரம் இருந்தது. "நம்ம ஜாதி என்றதும் தூக்கிக் கொடுத்து விட்டீர்களாக்கும்" என்று இடித்தாள். "எனக்கு நம் மொழியினரில் நண்பர்கள் சொற்பம் என்பது உனக்குத் தெரியும்தானே? எனக்கு ஜாதி உணர்வு சிறிதும் இல்லை என்பதும் தெரியும்தானே? தெரிந்தும் ஏன் இப்படியெல்லாம் வீண் குற்றம் சுமத்துகிறாய்?" என்று மன்றாடினேன்.

அவர் வந்து போய் மூன்று வாரங்கள் ஆகின்றன. பண அஞ்சல் இதுவரை வரவில்லை. இப்பொழுது ஞாபகத்துக்கு வருகிறது, பிரயாணத்துக்கு வந்திருந்தவரிடம் ஒரு பைகூட இருக்கவில்லை என்பது.

'நவீனன் டயரி'யை இன்னும் வாசித்துக்கொண்டிருக் கிறேன். இப்பொழுது 194ஆம் பக்கத்தில் இருக்கிறேன். "நல்ல வனாயிருந்து தோல்வியுறுவது கெட்டவனாயிருந்து ஜெயிப்பதை விட மேல்" – டயரி என்னிடம் பேசிக்கொண்டிருக்கிறது.

சடங்கு

வெறும் பணபலத்தினால் பதவிக்கு வந்து, சமூகப் பணியாளர்களான எங்கள் கழுத்தை அறுத்துக்கொண்டிருப்பவள் எங்கள் கௌரவச் செயலர். அவளது மேடைப் பேச்சுகள் என்னாலோ, மொழி அறிவுள்ள என் சக பணியாளராலோ தயாரிக்கப்படுபவை. கைதட்டல் என்னமோ அவளுக்குத்தான். சிறந்த தொண்டு நிறுவனம் என்ற அகில இந்தியப் பரிசை ஐந்தாண்டுகள் முன்புதான் எங்கள் நிறுவனம் தட்டிச் சென்றிருந்தது. ஆனால், அங்கு பணிபுரியும் எங்களுக்குத்தான் தெரியும் விருது எவ்வளவு தூரம் சரியானதென்று. செயலருக்கு என்னவோ எக்கச்சக்கப் புளகிதம், புல்லரிப்பு.

வண்டி சீராக ஓடிக்கொண்டிருந்தால் யாருக்கும் பிடிப்ப தில்லை போலும். எங்கள் தலைமை அலுவலகத்திலிருந்து செய்தி வந்தது ஆட்குறைப்பு பற்றி.

ஆட்கள் குறையாமல் இருக்க வேண்டுமென்றால் நாங்கள் நிறைய சமூகப் பணி நிகழ்ச்சிகள் நடத்தித் திறமைசாலிகள் என்று நிரூபிக்க வேண்டுமாம். இந்த இடத்தில் ஒன்று சொல்ல வேண்டும். எங்கள் செயலருக்கு உணர்வுரீதியான சமனநிலை என்றும் இருந்ததில்லை. திடீர் திடீரென்று உணர்வுகளின் வெளிப்பாடுகள் மாறிக்கொண்டிருக்கும். செயலரை எங்களுள் சிலர் பைத்தியக்காரச்சி என்று அழைப்போம். கொஞ்சம் மரியாதை கொடுப்பவர்கள் பைத்தியக்கார அம்மையார் என்றும் ஆங்கிலத் தாக்கம் உள்ளவர்கள் பைத்தியக்கார மேடம் என்றும் அழைப்பார்கள்.

எங்கள் பைத்திய அம்மையாரின் கட்டளைக்கு இணங்க எங்களுக்குச் சற்றும் பரிச்சயமில்லாத சாலை வாழ் சிறார்கள் பற்றி ஒரு நிகழ்ச்சி நடத்த வேண்டும், நாங்கள் திறமைசாலிகள் என்று காட்டிக்கொள்ள.

இதற்கு முன்னோடியாகச் சாலைவாழ் சிறார்கள் தொண்டு நிறுவனம் ஒன்றை நானும் என் சகபணியாளர்கள் மூவரும் போய்ப் பார்த்தோம். நிறுவனத்தின் அதிகாரி ஓர் இளம்பெண்தான். M.Phil முடித்த பெருமையைப் பூடகமாகப்

பறைசாற்றினாள். என் மனதுள் 'பெரிய மசுரு' என்ற வார்த்தை உருவானது. ஏட்டுச் சுரைக்காய்கள் மீது அவ்வளவு வெறுப்பு எனக்கு.

நிறுவனம் 10.12.94 அன்று சாலைவாழ் சிறார்களுக்காக ஒரு நிகழ்ச்சி நடத்தவிருப்பதாகவும் நாங்கள் வந்தால் சிறார்கள் பற்றித் தெரிந்துகொள்ளலாம் என்றும் சொன்னாள் அதிகாரி. தலைவிதியே என்று மானசீகமாகத் தலையைப் பிடித்துக் கொண்டோம்.

அத்தினம் வந்தது. நானும் என் சக சமூகப் பணியாளர் ஒருத்தியும் எங்கள் நிறுவனத்தைப் பிரதிநிதித்துவப்படுத்த நிகழ்ச்சியில் கலந்துகொள்ளும்படி ஆயிற்று.

காலை பத்தரை மணிக்கு நிகழ்ச்சிகள் ஆரம்பம். வேண்டா வெறுப்பாகப் பதினோரு மணிக்குக் கிளம்பினேன். மெரினா மைதானத்தை வந்தடைந்தபோது மணி பன்னிரண்டு ஆகி விட்டிருந்தது.

மைதான நுழைவாசலில் என் சக சமூகப் பணியாளரைச் சந்தித்தேன். "ரெம்பவும் போரடிக்கிறது. நான் போகிறேன். நீங்கள் இருந்து பார்த்துவிட்டு வாருங்கள்" என்று அவள் கழன்றுகொண்டாள்.

மைதானத்தில் நுழைந்ததும் முதல் காரியமாக என் இருப்பைத் தெரிவிக்கும்வண்ணம் அந்த M.Phil பெண் அதி காரிக்கு ஒரு பெரிய வணக்கம் செலுத்திவிட்டு (சாத்தானுக்கு அதன் பங்கைக் கொடுத்துவிட வேண்டும்தானே) வெயில் காய்ந்துகொண்டிருந்த மைதானத்தில் ஒரு நாற்காலியில் அமர்ந்துகொண்டேன்.

சாலைவாழ் சிறார்களைப் பார்க்கப் பரிதாபமாக இருந்தது. பரட்டைத் தலை; சிலருடையது நல்ல கால்சட்டை; சிலருடையது அழுக்கேறியவை; சிலர் லுங்கி அணிந்திருந்தார்கள். ஆனால், அனைவரும் பிரமாதமான ஒரு வகை பனியன் அணிந்திருந்தார்கள். அதில் குழந்தைகள் உரிமைகள் காப்போம் என்று அச்சடிக்கப்பட்டிருந்தது.

குழு விளையாட்டு நடந்துகொண்டிருந்தது. சிறார்கள் – நிறைய பேர் சிறார்களே இல்லை – இருபது இருபத்து இரண்டு வயது தாண்டியவர்களும் இருந்தார்கள்.

சிறார்கள் வட்டமாகத் தங்களை அமைத்துக்கொள்ள ஒரு பத்துச் சிறார்கள் ஒருவர் இடுப்பைப் பின்னால் இருப்பவர் பிடித்துக் கொண்டு சங்கிலி போல இருந்தார்கள். இந்தச் சங்கிலி ஒரு பாம்பு. சமூகத் தீமைகளின் குறியீடு. சங்கிலி நகர வேண்டும்.

வட்டத்தில் உள்ளவர்கள் சங்கிலிமீது இடுப்புக்குக் கீழே பந்தை எறிந்து கொண்டிருக்க வேண்டும். எத்தனை சிறார்களுக்கு விளையாட்டின் உண்மையான தத்துவம் புரிந்ததென்று தெரியாது.

பிறகு ரஸனா வழங்கப்பட்டது. அது அனைவருக்கும் பிடித்திருந்தது. ரஸனா குதூகலத்தில் சிறார்களிடையே சல சலப்பு. ஓர் அதிகாரி இளக்காரமாக, "ஏண்டா அலையிறீங்க?" என்று கத்தினார். எனக்குப் பாவமாக இருந்தது.

அந்த M.Phil அதிகாரி நான் வெயிலில் காய்வதைச் சகியாது உள்ளே வந்து ஷாமியானா நிழலில் அமர்ந்துகொள்ளு மாறு ஆலோசனை வழங்கினாள். அவளது சிபாரிசின்பேரில் எனக்கு ரஸனா கிடைத்தது. மிக்க மகிழ்ச்சி.

அதிகாரி என் சக பணியாளரைப் பற்றிக் கேட்டாள். அவள் வெளியில் சென்றிருப்பதாகவும் சிறிதுநேரத்தில் வந்துவிடுவாள் என்றும் சொன்னேன். சமூகப் பணியாளர்கள் பொய் பேசலாம். ஆண்டவர் உடனடியாக மன்னித்துவிடுவார்.

பிறகு சாப்பாடு என்றார்கள். நிறைய குழுக்களாகப் பிரிந்து சிறார்கள் கீழே அமர்ந்திருந்தார்கள். தயிர், எலுமிச்சைச் சாதப் பொட்டலங்கள் வழங்கப்பட்டன. அதில் ஏகப்பட்ட குழப்பங்கள். சிலருக்கு இரண்டு தயிர்ச் சாதப் பொட்டலங்கள், சிலருக்கு ஒரு தயிர், ஓர் எலுமிச்சை, சிலருக்கு இரண்டு எலு மிச்சை – இப்படி... ஏதோ ஓர் இழவு உணவு கொடுத்தால் சரி என்ற ரீதியில்.

கூட்டத்தில் தெரிந்தவர் ஒருவர் இருந்தார். "சமூகப் பணித் தூய்மை வாய்ந்த இடத்தில் பாவம் பண்ணக் கூடாது. வெளியில் செல்வோம்" என்றேன். அவரும் குறிப்பறிந்து வந்தார். புகைத்துவிட்டு மீண்டும் உள்ளே சென்றோம்.

ஒரே இரைச்சலாக இருந்தது. ஒலிபெருக்கியில் "பரோட்டா குருமா" என்ற சப்தம் வரச் சிறார்கள் "சும்மா வருமா?'' என்ற வினாவைக் கூவி எழுப்பினார்கள். ஒருவித ராகம் அதில் கலந் திருந்தது. இது ஓர் ஒரு மணி நேரம் நடைபெற்றது. பிறகு "சின்னப் பானை" என்று இரைச்சல் வரச் சிறார்கள் இரு கை களையும் குவித்தனர். "பெரிய பானை" என்று இரைச்சல் வர, சிறார்கள் இரு கைகளையும் அகல விரித்தார்கள். இவைதாம் சிறார்கள் கற்றுக் கொண்ட பாடம்.

மேடையில் ஒரு பாதிரியார் mimicry செய்தார். சிறார்கள் நலன் பற்றிப் பேசினார். ஆனால், சிறார்களுக்குத் தங்கள் உரிமைகள் பற்றித் தெரியுமா என்று தெரியவில்லை.

பிறகு பாதிரியார் பெண் அதிகாரிகள் பகுதிக்கு வந்து அவர்களது இளம் தோள்கள்மீது தன் திருக்கரத்தைப் படர விட்டு அரவணைத்துப் பேசிக்கொண்டிருந்தார். எனக்கு ஆச்சரியமாக இருந்தது. தென்னகத்தில் ஸ்பரிசம், தொடல் என்பது ஒரு பெரிய விஷயம். பாதிரியார் புரிந்தது சாதனைதான் என்று நினைத்துக் கொண்டேன்.

நிறைய செலவு பிடித்திருக்கும். சர்வதேச நிறுவனம் ஒன்று செலவை ஏற்றுக்கொண்டிருந்தது.

விளையாட்டு, சிறார்களுக்கான கல்வி (பரோட்டா குருமா, சும்மா வருமா? சின்னப் பானை, பெரிய பானை) எல்லாமே கடுப்படிப்பதாக இருந்தது. விருட்டென்று வெளியே வந்து விட்டேன்.

வருமுன் M.Phil பெண்ணிடம் கேட்டேன். "ஓர் இரண்டு நாள் நிகழ்ச்சிக்கு என்ன செலவு பிடிக்கும்" என்று. "பத்தாயிரம் ரூபாய்" என்றாள்.

ஒரு திங்களன்று எங்கள் பைத்திய அம்மையாரிடம் செலவு பற்றிச் சொன்னேன். பிறகு அவள் நிகழ்ச்சி நடத்துவது பற்றிப் பேச்சு எடுக்கவில்லை. பத்தாயிரம் ரூபாய் எங்கள் தொண்டு நிறுவனம் நஷ்டப்பட வேண்டுமானால் பைத்திய அம்மையாரும் அவளது சக நிர்வாகக் கூட்டாளிகளும் நிறைய ஸ்பெஷல் காப்பிகளையும் கோக்க கோலா மற்றும் வாய்க்கு வக்கணை யான சிற்றுண்டி வகைகளையும் குறைத்துக்கொள்ள வேண்டும். என்ன, தியாகம் செய்தெல்லாமா இவர்கள் சமூகப்பணி செய்வார்கள்!

இனி எவனாவது என்னிடம் சமூகப்பணி பற்றிப் பேசி னால், தாயோளி, அவன் மண்டையை உடைப்பதென்று சபதம் எடுத்துக்கொண்டேன்.

●

இரு உலகங்கள்

"என்ன சபிக்கப்பட்ட நாடு இது! என்ன உஷ்ணம். உஸ் உஸ்" என்ற குரல் கேட்டு சற்று அதிர்ந்து தலைநிமிர்ந்தேன்.

அப்பொழுது அலுவலகக் கூடத்தில் என் சக பணி யாளர்கள் வெளியே சென்றிருந்தார்கள்.

முழங்கால் மூடிய அளவு இறுக்கமான ஸ்கர்ட். மேலே ஒரு பழுப்புச் சட்டை. வயது நிச்சயம் இருபத்து எட்டு. அதற்குத் தாண்டாது.

அவள் என்னை நோக்கி முன்னேறிக்கொண்டிருந்தாள். கசப்பாக ஏதோ நடக்கப் போகிறது என்று உள்ளுணர்வு சொல்லிற்று. தாக்குதல் தொனியில் ஒரு வினா புறப்பட்டது அவளிடமிருந்து. "நீங்கள் ஆங்கிலம் பேசுவீர்களா?" "யாப்" என்றேன், அவள் மிடுக்குக்கும் தோரணைக்கும் ஈடு கொடுக்கும் விதத்தில்.

எடுத்த எடுப்பில் அவள் தன்னைப் பிரகடனப்படுத்திக் கொண்டாள், "நான் அமெரிக்காவிலிருந்து வரும் ஒரு டாக்டர்." ("அதனால் என்ன இப்பொழுது?")

அடுத்த வினா: "இங்கு குளிர்சாதன வசதி இல்லையா? ஒரே புழுக்கமாக இருக்கிறது" – அவள் உஸ் உஸ்ஸைத் தன் சட்டைக்குள் செலுத்த முற்பட்டாள்.

"இங்கு இந்த மாதிரி வசதிகள் இல்லை" என்று ஒப்புக் கொண்டேன்.

("என் சட்டையின் முதல் பித்தானைக் கழற்றிவிடுகிறேன். சற்று முகர்ந்து பாருங்கள். வியர்வையின் வாடை அடிக்கும். அதுதான் பாரத உழைப்பாளிகளின் உண்மையான நறுமணம். உங்களைப் போன்ற டால்கம் மாவு பூர்ஷுவாக்களுக்குப் பரிச் சயமில்லாத ஒரு வினோத வாசனை.")

அவள் இப்பொழுது எதையோ மறந்தது போல மீண்டும் ஆரம்பித்தாள். "இதோ பாருங்கள். நான் அமெரிக்காவிலிருந்து வரும் ஒரு டாக்டர் ஆஃப் மெடிஸின்."

("அதைத்தான் வந்ததிலிருந்து சொல்லிக் கொண்டிருக்கிறீர்கள். இந்த விவரத்தைப் பாரதத்தில் பரப்பத்தான் பாரதம் வந்தீர்களா என்ன! பாரதம் பரந்தது. எங்கள் நிறுவனம் அதில் ஒரு துகள். இதை ஒரு மேடையில் முழங்கினால் உங்களுக்குப் பரவலான பிரகடனம் வாய்க்க இடமுண்டு.")

"நீங்கள் இங்கு என்ன செய்துகொண்டிருக்கிறீர்கள்?"

"வேலை." ("பார்த்தால் தெரியவில்லையா?")

அவள் கொஞ்சம் சுதாரித்துக்கொண்டாள்.

"என்ன வேலை?"

"சமூகப் பணி."

"மேஜையில் உட்கார்ந்தா?"

"நியாயமான கேள்வி. ஆனால், முழுக்க முழுக்க அப்படி இல்லை. நாங்கள் அடிக்கடி களப்பணிக்குச் செல்வதுண்டு. அகஸ்மாத்தாக இன்று மேஜையில் உட்கார்ந்து அறிக்கை எழுதிக் கொண்டிருக்கிறேன்."

"இதோ பாருங்கள், நான் ஒரு அமெரிக்க டாக்டர்."

("இதை நீங்கள் இப்பொழுது மூன்றாவது முறை சொல்லி விட்டீர்கள். இனியும் நான் பொறுப்பதற்கில்லை.")

அவள் தொடர்ந்தாள்: "நான் உங்களைச் சொந்த முறையில் கேள்வி கேட்க வரவில்லை."

("நானும் அதை விரும்பவில்லை.")

அவள் மீண்டும் பேசினாள்: "நீங்கள் குழந்தைகளுக்கான செயல் திட்டத்தில் வேலை செய்கிறீர்கள்."

("ஆம். அதற்கென்ன இப்பொழுது?")

"நீங்கள் சொட்டு மருந்து, தடுப்பூசி சம்பந்தமாக எதுவும் செய்வதில்லையா?"

"இல்லை."

"மிக மிக ஆச்சரியமாக இருக்கிறது."

"இதில் ஆச்சரியப்படுவதற்கு எதுவும் இருப்பதாக எனக்குத் தோன்றவில்லை."

"நீங்கள் சொல்வது அதைவிட ஆச்சரியமாக இருக்கிறது. குழந்தைகளுக்கான செயல்திட்டத்தில் தடுப்பூசி சம்பந்தப்பட்ட விஷயம் சேராத ஒன்று உங்களுக்கு ஆச்சரியமாக இல்லாதது."

("இப்படியே போனால் உங்களுக்கு நிறைய ஆச்சரியங்கள் காத்திருக்கலாம். தயவுசெய்து விஷயத்துக்கு விரைவில் வாருங்கள்.")

ஒரு திடுக்கிடும் கேள்வி: "உங்களுக்குப் பல்லில் என்ன கேடு?"

"பகவான் புண்ணியத்தில் எந்தக் கேடும் இல்லை. நானாக வரவழைத்துக் கொண்ட புகையிலைக் கறைகள். அது உங்களைத் தொந்தரவுபடுத்த வேண்டாம். மேற்கொண்டு சொல்லுங்கள்."

"குழந்தைகளுக்கான திட்டத்தில் தடுப்பூசி போன்றது அவசியம் இருக்க வேண்டும்."

"அது தேவையில்லை. அதற்கான வேறு செயல் திட்டங்கள் நாட்டில் பரவலாக இயங்குவதால் நாங்கள் அதை எங்கள் திட்டத்திலே சேர்த்துக்கொள்ளவில்லை. மேலும் எங்கள் திட்டம் சிசுக்களைப் பற்றியது அல்ல. குழந்தைகளின் கல்வி நிதி உதவி சம்பந்தப்பட்டது. எங்கள் குழந்தைகள் ஏழு வயதுக்கு மேற்பட்டவர்கள்."

("குழந்தைக்கும் சிசுவுக்கும் வித்தியாசம் தெரியாதவங் களுக்கு எந்தப் பல்கலைக்கழகம் மருத்துவப் பட்டம் வழங்கிற்று?")

"உங்களிடம் பேசிப் பயனில்லை என்று தோன்றுகிறது. உங்கள் உயர் அதிகாரி யார்?"

நான் சொன்னேன். அந்த நல்ல தமிழ்ப் பெயரை அவள் அலங்கோலமாக உச்சரித்தாள்.

"நான் அவரிடம் பேசிக்கொள்கிறேன். நாளை அவர் வருவார் அல்லவா?"

"வரலாம், சந்தர்ப்பத்தைப் பொறுத்து."

"நீங்கள் எதையுமே திட்டவட்டமாகச் சொல்ல மாட்டீர் களோ?"

"என் நிலையில் இதைவிடத் திட்டவட்டமாக என்னால் எதுவும் பேச இயலாது. மன்னித்துக் கொள்ளுங்கள்."

"வந்தது வீண்."

("நீங்களாக வந்தீர்கள். என் நேரத்தையும் வீணடித்து விட்டீர்கள்.")

"ஒரு விஷயம். நீங்கள் பாரதத்தில் இருக்கும்போது பருத்திச் சட்டை அணிவது நல்லது. இப்படி பாலிஸ்டர் உடுத்தினால் ஒரே சூடாகத்தான் இருக்கும்" என்றேன்.

இப்பொழுது அவளுக்குக் கோபம் வந்துவிடடது. "என் உடையைப் பற்றிச் சொந்தமுறையில் பேச உங்களுக்கு எந்தவித

உரிமையும் இல்லை. நான் இதை ஒரு அவமானமாக எடுத்துக் கொள்வேன்."

"செய்யுங்கள். மிகவும் அன்னியோன்னியமாக என் பற் களைப் பற்றி விசாரித்ததை நான் எப்படி எடுத்துக்கொள்ள?"

முகம் தடுமாற அவள் நடந்தாள். நடையில் ஒரு கூடுதல் அலட்டல். ஜோடுகளின் திமிரான டக்டக் டக்டக். ஒரு பிரகடனம். நாடியின் சகல அம்சங்களும் அவளது ஆளுமையில் இருந்தன.

அவள் உருவத்தை ஒருமுறை மனக்கண்முன் கொண்டு வந்து பார்த்தேன். அவள் செக்கச் செவேல் என்றெல்லாம் இல்லை. மாநிறம். அதிகமாகப் போனால் அவள் ஓர் ஆங்கிலோ-பாரதப் பெண்; அமெரிக்கா வரை சென்று ஒரு டாக்டர் பட்டத்தை அள்ளிக் கொண்டு வந்திருக்க வேண்டும். தற்காலிகமான தங்கலுக்குப் பின் அமெரிக்கா திரும்புகிறவளாக இருக்க வேண்டும். தலைமுடியை அழகு நிலையத்தில் ஒட்ட வெட்டியிருந்தாள்.

எனக்கு இன்னும் அரை மணி நேரம் மீதமிருந்தது. களப் பணி அறிக்கையில் மீண்டும் ஆழ்ந்தேன்.

பணி நேரம் முடிந்து, என் பகுதி நேர வேலைக்கூடத்தை நோக்கி நடந்துகொண்டிருந்தேன். அன்றைக்கென்னமோ அருமையான ஒரு காப்பி அருந்த வேண்டும் என்று தோன்றிற்று. ஃப்ளவர்ஸ் சாலையில் அசைவ குளிர்சாதன உணவகம் ஒன்று உண்டு. அதில் நுழைந்து வைத்தேன். எதிரே திடுக்கிடும் வகையில் அதே டாக்டர். பாரதத்தைச் சுரண்டிக்கொண்டிருக்கும் பன்னாட்டு நிறுவனத் தயாரிப்பான குளிர்பானம் ஒன்றைப் பருகியவண்ணம் இருந்தாள். எதிரே போய், "அமரலாமில்லையா? ஆட்சேபம் இல்லையே?" என்ற ஆங்கில சம்பிரதாயத்துடன் அமர்ந்துகொண்டேன்.

"உங்களுக்குப் பிடித்த சூழலில் சூட்டைத் தணித்துக் கொள் கிறீர்கள் போலும்" என்று சீண்டினேன். அவளை வேறென்ன செய்ய? அவள் தோள்களை ஒயிலாக உலுக்கிக்கொண்டாள். "சிகரெட்" என்று என் சிகரெட் பாக்கெட்டை மேஜைமீது வைத்தேன். வத்திப்பெட்டியையும். "உங்கள் அமெரிக்க சிகரெட்டுகள்போல இரண்டு நிமிடத்தில் கரைந்து விடாது. ஆற அமர நிம்மதியாக ஒரு ஐந்து நிமிடம் தம் இழுக்கலாம்" என்றேன்.

ஒருவிதத் தயக்கத்துடன் அவள் ஒரு சிகரெட்டை எடுத்துக் கொண்டாள். நான் பற்றவைத்து உதவினேன், நாகரிகம் கருதி.

"நான் வழக்கமாக ஃபில்டர் சிகரெட்தான் பிடிப்பேன். இந்த சாதா சிகரெட் ரொம்பவும் காட்டமாக இருக்கிறது" என்றாள்.

"எனக்குப் பழகிப் போய்விட்டது" என்றேன்.

என் அலுவலகத்தை விட்டுச் சென்ற பிறகு அருகிலுள்ள பொது நூல் நிலையத்துக்குச் சென்று புத்தகங்களைப் புரட்டிக் கொண்டிருந்தாளாம். பிறகு தன் தோழன் வீட்டுக்குச் செல்லும் வழியில் இந்த உணவகம் வந்தாளாம். நூலக சிப்பந்திகளிடம் 'இங்கு ஏ.ஸி. வசதி இல்லையா?' என்று கேட்டு அவர்களைத் திணறடித்திருப்பாள் என்ற எண்ணம் ஏற்படவே நூலக சிப்பந்திகளின் மேல் இரக்கம் ஏற்பட்டது.

சற்றுக் கழித்து "போகலாமே" என்று என் சிந்தனையைக் கலைத்தாள்.

"நான் கொடுக்கிறேன்" என்று என் பக்கத்தில் சாஸரில் இருந்த பில்லின்மீது பணத்தை வைக்கப் போனாள். "வேண் டாம். உங்கள் பில்லுக்கும் நானே தருகிறேன். நீங்கள் ஒரு பாரத விருந்தாளி. நீங்கள் பாரதத்தை வெறுத்தாலும் நாங்கள் பிற நாடு சார்பு கொண்டவர்களை வெறுப்பதில்லை" என்று கூறி நானே பணம் கொடுத்தேன்.

"நீங்கள் எல்லாவற்றையும் தீவிரமாக எடுத்துக்கொள்பவர் போலும்" என்றாள். நான் அதற்கு ஒன்றும் சொல்லவில்லை.

உணவகத்தை விட்டு வெளியே வந்தோம். வெளியே ஒரு மோபெட் இருந்தது. அதில் அவள் அமர்ந்துகொண்டு என்னை வரவேற்றாள். "வாருங்கள், உங்களை நீங்கள் செல்லுமிடத்தில் இறக்கிவிடுகிறேன்."

"பரவாயில்லை. அருகில்தான். நான் நடந்தே போய்க் கொள்வேன்" என்றேன்.

அவள் வற்புறுத்த, நான் பின்னால் அமர்ந்துகொண்டேன். "என் தோள்களைப் பற்றிக்கொள்ளலாம்" என்று ஒரு நெருக்க மான ஆலோசனையை வழங்கினாள்.

"பரவாயில்லை. பக்கவாட்டில் இருக்கும் கைப்பிடிகளையே பிடித்துக்கொள்கிறேன்" என்றேன். அவளுக்கு ஏமாற்றத்தை ஏற்படுத்தியிருக்க வேண்டும். "இந்தியர்கள் பழமைவாதிகள்" என்றாள். "நான் நானாக இருக்கும் சந்தோஷத்தை எனக்கு அனுமதிக்க மாட்டீர்களா?" என்றேன் மென்மையுடன்.

ஆர்ம்ஸ் சாலை நடுவில் என் பணி இடம் வந்ததும் வாகனத்தை நிறுத்தச் சொல்லி நான் இறங்கிக்கொண்டேன்.

"இந்த இந்தியாவில் எப்படித்தான் காலம் தள்ளுகிறீர்களோ?" என்றாள்.

"பிரச்சனைகள் போல் எல்லாம் வாழ்க்கையில் பழகிப் போய்விடுகிறது. மனிதன் எந்தச் சூழலுக்கும் பழக்கப்பட்டுப் போய்விடுகிறான்" என்றேன்.

"இந்தியர்கள் தத்துவவாதிகள்" என்றாள்.

"நான் ஒரு சராசரி பாரதக் குடிமகன். விஷயம் அவ்வளவே" என்றேன்.

முதல்முறையாக அவள் முகத்தில் இனிமையான புன்னகையைக் கண்டேன். மோபெட் மிருதுவாக நகர்ந்தது. அவள்மீது இருந்த கடுமை என்னிலிருந்து மெதுவாக விலக ஆரம்பித்தது.

●

விழிப்புணர்வு

எனக்கு வயது நாற்பத்து மூன்று. இது ஒன்றும் பெரிய சமாச்சாரம் அல்ல. என்னை அழைத்துக்கொண்டு போவதற்கு இயற்கைக்கு விருப்பம் இல்லாதவரைக்கும், நான் வெற்றிகரமாகத் தற்கொலை செய்து கொள்ளாதவரைக்கும், எனக்கு வயது கூடிக்கொண்டே போகும். நான் 'எம்.ஏ.'யும், 'ஏ.சி.எஸ்.'ஸும், 'எம்.பி.ஏ.'யும் படித்திருக்கிறேன். இதுவும் ஓர் அதிசயம் அல்ல. நிறைய பேர் இப்பொழுதெல்லாம் எதையெதையோ படித்துக் கொண்டுதான் இருக்கிறார்கள். நான் ஒரு பெரிய நிறுவனத்தில் மானேஜர் உத்தியோகம் பார்த்துக்கொண்டிருக்கிறேன். இதுவும் ஒரு பிரமாதம் அல்ல. பாரதத்தில் நிறைய நிறுவனங்கள் இருக்கின்றன. ஒவ்வொரு நிறுவனத்திலும் நிறுவன பிரம்மாண்டத்தைப் பொறுத்து, ஒன்று முதல் சில உள்ளிட்டுப் பல வரை, மானேஜர் தொகை இருக்கிறது.

இப்படியெல்லாம் கொஞ்ச நாள் முன்புவரை நான் சிந்தித்துப் பார்த்தது கிடையாது. என் வயதையும் நாலெழுத்து படித்து விட்டதையும் சதா மனதில் போட்டு உருட்டிக் கொண்டிருப்பதால், நான் தற்போதைக்கு ஒரு நடு வயது அறிவாளி என்றும், இன்னும் சில காலத்தை சௌகரியமாகக் கழித்துவிட்டால் முதிர் அறிவுப் பேழையாக உயர்ந்துவிடுவேன் என்றும், மானேஜர் பதவி வகிப்பதால் பெரிய புடுங்கி என்றும் நினைத்து அகமகிழ்ந்து கொண்டிருந்தேன். இதெல்லாம் பிரமைகள் என்று உணர்த்திவிட்டான் தினகர். என் மகிழ்வில் ஒரு லாரி (இந்த அளவை, கணிதவியலில் இடம் பெறாதது) மண்ணை அள்ளிப் போட்ட சந்தோஷம் அவனைச் சாரும். ஒரு மட மகிழ்வு மகிழ்வாகாது என்று அறிவுறுத்தியவனும் அவனே.

மனதில் விகல்பங்கள் தோன்றும் போதும் வியாகூலங்கள் நிரம்பும் போதும் சஞ்சலங்கள் சஞ்சரிக்கும்போதும் மனது குறுகுறுக்கும் போதும் ஒரு பாதிரியாரை அணுகி அவரிடம் அழுக்குகளைக் கொட்டி ஆசுவாசப்படுத்திக்கொள்ளலாம் அல்லது ஓர் உளவியலாளரிடம் அதைச் செய்து வைக்கலாம்.

ஓர் ஆத்ம நண்பரும் இவர்களது ஸ்தானத்திலிருந்து மனதிற்கு ஒத்தடம் கொடுக்கலாம். இதைத் தவிர்த்து, இதிலெல்லாம் அவ்வளவு உடன்பாடு இல்லாதபட்சத்தில், பல பேரிடம் ‘நான் ஓர் அயோக்கியன்’ என்று சொல்லி, பிறகு ‘இப்பொழுது கொஞ்சம் திருந்திவிட்டேன்’ என்றும் சொல்லி மனதைத் தேற்றிக் கொள்ளலாம். இப்பொழுது இங்கு நான் இதைத்தான் செய்துகொண்டிருக்கிறேன். மேலும் தினகர் பற்றி – தினகர் என்ற உன்னத ஆத்மாவைப் பற்றி – சொல்வதில் ஏதோ ஒரு நல்ல அர்த்தம் இருப்பதாக எனக்குத் தோன்ற ஆரம்பித்து விட்டிருக்கிறது. இக்கதையை, அல்ல அல்ல, வாழ்க்கையின் ஓர் அற்புதத்தை, இந்த சுய நிர்ப்பந்தம் நிமித்தம் சொல்கிறேன். இது தவிர, என் வாழ்க்கையில் இப்பொழுது ஒரு குரு ஸ்தானத்தை வகிக்கும் தினகருக்கு நன்றிக்கடன் செலுத்தும் வகையில் நான் எதையாவது செய்தாக வேண்டும். என்னிடம் நிறைய பணம் இருக்கிறது. (பால், தேன், நெய் போன்ற பாரத சுபீட்ச வஸ்துக்களுக்கு என் வீட்டில் எப்பொழுதும் தட்டுப்பாடு இருந்தது கிடையாது. இது தவிர, இரண்டு சொந்த சுபீட்ச போக்குவரத்துச் சாதனங்களுக்கும், ஒரு சொந்த சுபீட்ச இருப்பிட வசதிக்கும், மாமனார் என் மனைவி மூக்கில் கழுத்தில் காதில் இடுப்பில் கணுக்காலில் ஏராளமாக அழுத நகைகளுக்கும் நான் அதிபதி. இப்படி என் பொருளாதார விசாலத்தை அடுக்கிக் கொண்டும் கதையைத் திசை திருப்பி விட்டுக்கொண்டும் இருப்பது அழகல்ல என்பதால் இந்த அடைப்புக்குறியுடன் என் சுபீட்சங்களுக்கு ஒரு முடிவு கட்டிக் கொள்கிறேன். மேலும், மனுஷனுக்கு ஏதோ ஓர் இடத்தில் புத்தி வந்தாக வேண்டும் என்பதுதானே நியாயம்?) சன்மானமாக தினகருக்குப் பணம் தரலாம்தான். ஆனாலும் உன்னதத்திற்குக் காசு கொடுப்பதன் மூலம் அதை நான் கொச்சைப்படுத்தி பழையபடிக்கு அயோக்கிய பீடத்திலேயே அமர்ந்துவிடுவேன். ஒரு முறை ஓர் எதிர்மறை நிலையிலிருந்து பிறழ்ந்த பிறகு திரும்பவும் அங்கே உலாவுவது என்பது பழைய அழுக்கை மீண்டும் உடம்பில் பூசிக்கொள்வதாகும்.

மொத்தத்தில் இந்தக் கதை நான் தினகருக்குச் செலுத்தும் காணிக்கையாகக் கொள்ளப்பட வேண்டும் என்பது எனது ஆத்மார்த்தமான வேண்டுகோள். மேலும் நான் மானேஜர் என்கிற பொன் கோபுரத்திலிருந்து இறங்கி மனிதத் தளத்திற்கு வந்துவிட்டதால் ‘வேண்டுகோள்’ போன்ற வார்த்தைகளை மனதாரவும் உளம் ஒப்பியும் சொல்ல முடிகிறது. ஒருவன் தன்னைத் தெய்வமாகப் பாவித்துக்கொள்வதில் யாதொரு

பிசகும் இல்லை. பிறத்தியான் தனக்குக் கோவில் கட்டி தீபாரா தனை நிகழ்த்திக் கும்பிடு போட வேண்டும் என்று எதிர் பார்க்கும்போதுதான் சமூகச் சிக்கல்களின் அருவருப்பான உதயமே ஆரம்பமாகிறது. இதுகூட தினகர் சொல்லிக் கொடுத்த பாடம்தான். இப்படிப் பாடங்களையே அடுக்கிக்கொண்டும், தினகரைப் பற்றிய விஷயம் என்னவென்று சொல்லாமல் சிலாகித்துக்கொண்டும் போனால், இவைகளிலேயே மனம் ஏகமாக லயித்துப் போய் தினகர் என்ற உயரிய மானுடனைப் பற்றிச் சொல்வது ஒத்தி போடப்பட்டு விடும். மேலும் சீக்கிரம் விஷயத்துக்கு வருவது பாதுகாப்பானது.

தினகர் ஒரு கடைநிலை ஊழியனாக என் நிறுவனத்தில் சேர்ந்தான். சேர்ந்து நாட்கணக்கில்தான் ஆகிறது. ஒவ்வொரு முறையும் அவனுடன் எனக்கேற்பட்ட சந்திப்புகள் வித்தியாச மானவையாகத்தான் அமைந்தன. இப்பொழுது சந்திப்புகளைச் சிறிது பார்ப்போம்.

முதல் சந்திப்பைச் சொல்வதற்கு முன், என் நிறுவனத்தைப் பற்றி ஒரு விஷயம் சொல்லியாக வேண்டும். என் நிறுவனத் திலேயே அலுவலர்களுக்காகத் தேநீர் தயார் செய்யப்படும். அதற்கென்றே பகுதி நேர வேலையாள் ஒருவன் இருந்தான். ஒருநாள் அவன் வரவில்லை. அன்றைக்கு அந்தப் பொறுப்பு தினகர் தலையில் விழுந்து வைத்தது. தேநீர்க் கோப்பையை எடுத்து வந்த தினகர் மேஜை விரிப்பின் மீதிருந்த ரப்பர் துண்டில் அதை வைத்துவிட்டு, “சார் டீ” என்றான். தேநீரைப் பருக ஆரம்பித்தேன். ஓர் உறிஞ்சு உறிஞ்சியிருப்பேன். “சார் சக்கரை போறுமா?” என்ற குரல் கேட்டுத் திரும்பினேன், தினகர்தான். அவன் என் அறையை விட்டு இன்னும் போகவில்லை. ‘ம்’ என்று சொல்வதற்குள் அடுத்த கேள்வி. “சூடு போறுமா சார்?” அவனை ஒரு முறை முறைத்தேன். அவன் கவனிக்கத் தவறியிருக்க வேண்டும். “சார், அளவு சரியா இருக்கா?” என் எரிச்சல் தலைக்கேறிக் கத்த ஆரம்பிப்பதற்குள் இன்னொரு கேள்வி. “சார், ஸ்ட்ராங்...” கடைசியில் கத்தியே விட்டேன். “அப்பா தினகரா, உன் கேள்விக்கெல்லாம் பதில் சொல்லி மாளாது. நீ இனிமே டீ போட வேணாம்.” “நீ தானே சார் மொதல்லெ போடச் சொன்னே?” என்ற பதில் என்னைத் திகைக்க வைத்தது. “அப்பா நீ போ” என்று அவனை வார்த்தை களால் அப்புறப்படுத்த வேண்டி வந்தது. உள்ளுக்குள் அவனைப் பற்றிய எரிச்சல் குமைந்துகொண்டிருந்தது.

ஒரு சாயங்காலம். பணி நேரம் முடிய ஒரு மணி நேரம் இருந்தது. தினகர் வந்தான். “சார்.” “என்னப்பா?” “இன்னெக்கி

ரொம்ப போரடிக்குது. சினிமாவுக்குப் போலாம்னு பார்க்கறேன். ஒரு மணி நேரம் சீக்கிரமே போறேனே." "சரி தொலை." அவனுக்கு எரிச்சலுடன் அனுமதி அளித்தேன்.

அடுத்த முறையும் இதே போன்ற ஒரு நிகழ்ச்சி. "சார் எனக்கு ஒருநாள் லீவு வேணும். வேலை சலிக்கிறது." "வந்து ரெண்டு வாரம் ஆகலை. சலிக்க ஆரம்பிச்சுட்டதாக்கும். அடிக்கடி சலிச்சா நின்னுக்கலாம்." "என்ன சார் இப்படிக் கோபிச்சுக்கறே. தலைவலி விரல் வலின்னு பொய் சொல்லி லீவு போட்டா ஒத்துக்குவே. உண்மையைச் சொன்னா கோபிச்சுக்கறே?" "அப்பா சத்தியசீலா, ஒனக்கு நாளைக்கு லீவு கொடுத்தாச்சு. தாராளமா எடுத்துக்கோ. போ." தினகர் உடனே போகவில்லை. "சொன்னா கோபிச்சுக்காதே சார். சும்மா சும்மா திட்டாதே சார். என்னெத் திட்டி நீ என்னத்தெ சார் கட்டிக் கிட்டுப் போப்போறே, சொல்லு. கடைசியிலே ஒனக்குத்தான் மனசு கஷ்டம்." சொன்ன மறுகணம் தினகர் என் அறையை விட்டு அகன்றான். தினகர் என்ற எரிச்சலை என்ன பண்ணலாம் என்று தெரியாமல் குழம்பிக்கொண்டிருந்தேன்.

ஒரு மாலை மணி சரியாக ஐந்து. "சார், நான் போயிட்டு வர்றேன்." தினகர் என் 'சரி'க்காகக் காத்துக்கொண்டிருந்தான். அந்தச் சமயம் பார்த்து தினகர்மீது என்னுள் ஏற்கனவே சேர்ந்திருந்த எரிச்சல் பீறிட்டுக்கொண்டு வந்தது. "நேரம் ஆச்சுன்னா ஓடனெயே கௌம்பிடணும். கொஞ்சம் லேட் ஆனா கேக்காதோ?" அவனிடம் வெடித்துவிட்டு கோட்டை எடுத்துத் தோளில் போட்டுக்கொண்டு நாற்காலியை விட்டு எழுந்தேன். தினகர் அங்கேயே நின்றிருந்தான். அவன் முகம் சிவப்பேறியிருந்தது. "ஒரு பத்து நிமிஷம் லேட்டா வந்தா கோபிச்சுக்றீயில்லே. லேட்டா மட்டும் போகச் சொல்றே. நான் திருப்பிக் கத்துனா ஒனக்கு எப்படி இருக்கும்? நேரம் ஆயிடுச்சு, நீயும் வீட்டுக்குப் போ. நானும் போறேன். அதுதான் மொறெ. ரொம்பதான் அல்டிக்கிறெ சார் நீ." பதில் வெடிப்பு வெடித்துவிட்டு விருட்டென்று நகர்ந்தான் தினகர். அன்று இரவு தூக்கம் பிடிக்கவில்லை. அந்த இடத்தை தினகர் பிடித்திருந்தான்.

இரண்டு தினங்கள் கழிந்திருக்கும். பயங்கரப் புழுக்கமாக இருந்தது. மின்விசிறி மெதுவாகச் சுழன்றுகொண்டிருந்தது. மணி அடித்தேன். தினகர் வந்து நின்றான். "இந்த ஃபானை அஞ்சிலெ வை." தினகரிடம் இதற்கும் பதில் இருந்தது. "இந்தப் புழுக்கத்துக்கெல்லாம் அஞ்சு பத்தாது சார். இன்னொரு திருகு திருகி பத்திலெ வைக்கணும். ஆனா ஃபான்லெ அந்த மாதிரி

யெல்லாம் வைக்க முடியாதே." "அப்பா தினகரா ஒனக்கு அறிவு அதிகம்" என்றேன். இதற்குக் கூடவா ஒருவன் பதில் சொல்வான்! ஆனால் சொன்னான் தினகர், "அறிவுக்குத் தகுந்த வேலை இல்லையே சார்? பியூன் வேலெதானே சார் போட்டுக் கொடுத்திருக்கே?" அவனை வைத்துக்கொண்டு என்ன செய்வ தென்று தெரியாமல், "சரி, சரி, ஃபானை வச்சிட்டுப் போய் வேலெயெப் பாரு" என்றேன்.

ஒருமுறை உடம்புக்கு முடியாமல் போய் இரண்டு தின ஓய்வுக்குப் பின் அலுவலகம் சென்றிருந்தேன். அறைக்குள் நுழைந்ததும் தினகர் வந்தான். "என்ன சார் ரெண்டு நாளா ஒனக்கு ஜொரமா? வீட்டாண்டெ வரலாமான்னு நெனெச்சேன். நீ இன்ன சொல்லுவியோ அப்பிடீன்னுதான் வரல்லெ" என்றான். அவன்மீது எரிந்து விழுந்தேன். "தினகர் இந்த பார், இது ஒனக்கு வேண்டாத விஷயம். போய் ஒன் வேலெயெப் பார்." அவன் ஒரு கேள்வியைத் தயார் நிலையில் வைத்திருந்தான். "என்ன வேலெ சார்?" அப்பொழுது என்னிடம் அவனுக்குத் தர எந்த வேலையும் இல்லாமல் இருந்தது. தர்மசங்கடமான கட்டம். நல்லவேளை என் பதிலுக்காகக் காத்திராமல் அவன் என் அறையை விட்டு வெளியேறினான்.

தினகரை இனிமேல் சகித்துக்கொள்வது என்பது இயலாத காரியமாகிவிட்டது. அவன் ஒழிந்தால்தான் என் எரிச்சலுக்கு விமோசனம் என்ற நிலையில் அவனை அழைத்தேன். முகத்தில் கடுமை தானாக வந்தது "தினகர் எனக்கு ஒன்னெ வேலையிலே வச்சிகறதிலெ இஷ்டமில்லே. நீ வீட்டுக்குப் போலாம்." தினகர் போகவில்லை. கொஞ்சம் காரசாரமாகவே கேட்டான். "நீ யார் சார் என்னெ வீட்டுக்குப் போகச் சொல்றதுக்கு? நான் என் சிநேகிதனெக்கூடப் போய்ப் பார்க்கலாம். ஒன் மானேஜர் பதவி நான் இங்கெ இருக்கற வரைக்கும்தான் சார். ஆபீஸெ விட்டு எங்கே போகணும்கறதெ நீ சொல்லி நான் கேக்க வேண்டிய தில்லெ. வெளியிலெ எல்லாமா நீ என் சொதந்திரத்தெத் தடுக்கப் போறெ? பியூனும் ஒன்கிட்டே வேலெ செய்றவங்க நாலு பேரும் இருக்கறதுனாலெதானே சார் நீ மானேஜரு? இல்லாகாட்டி நீ தனி மரம்தான். மனசிலெ வெச்சுக்கோ." அதற்கு மேல் என்னால் தாங்க முடியவில்லை. கணக்கரிடம் உட்தொலைபேசி மூலம் தொடர்பு கொண்டு தினகரிடம் அவனது சம்பளப் பணத்தைக் கொடுக்கச் சொன்னேன். "தினகர் வீண் கலாட்டா வேணாம். சம்பளத்தெ வாங்கிட்டு எடத்தெக் காலி பண்ணு." தினகர் சென்றுவிட்டான். அப்பாடா, மாபெரும் நிம்மதி.

“வரேன் சார்.” குரல் கேட்டுத் தலையை நிமித்தினேன். மறுபடியும் தினகரா! “என்னப்பா திரும்பவும் திரும்பவும்? சம் பளத்தெ வாங்கியாச்சில்லெ. அதுதான் போன்னு சொல்லிட்டனே?” தினகர் இப்போது மிக மிக சாந்த தொனியில் பேசினான். “இந்த பாரு சார். இது ஆபீஸுன்னாலும் நாலு பேரு இருக்கற எடம். ஒரு வீடு மாதிரி. எழவு வீட்லெதான் சொல்லிக்காமெ போவாங்க. நீ என்னெ வேலெயெ விட்டு எடுத்துட்டா நீ நாசமாப் போவணும் என்ற நெனெப்பு எனக்கில்லெ சார். நீ நல்லாத்தான் இருக்கணும். ஒனக்கு ஒரு கொறெச்சலும் வரக்கூடாது. போயிட்டு வர்றேன் சார். நல்லா இருந்துக்கோ.” சொல்லிவிட்டு நகர ஆரம்பித்தான்.

மனதில் சுரீர் என்று வலி. அவன் பேச்சு என் மனதை ஒரு முழு புரட்டுப் புரட்டியது. “தினகர் கொஞ்சம் இரு, ஒக்கார்.” அவன் தயங்கினான். “பரவாயில்லை, ஒக்கார்.” தினகர் என் எதிரில் இருந்த நாற்காலியில் ஒடுங்கி உட்கார்ந்துகொண்டான். என் மனதில் சில மாறுதல்கள் நிகழ்வதை உணர முடிந்தது. ஒரு கால் மணி நேர அமைதியில் அவனுக்கும் எனக்கும் இடையே நிகழ்ந்த சந்திப்புகளை அலசிப் பார்த்தேன். கண் ணோட்டம் முற்றிலும் மாறுபட்ட நிலையில், தினகர் இயல் பாகவே தோழமை உள்ளம் படைத்தவன் என்றும், மனித உரிமைகளின் அத்துமீறல்களைத் தூரத்திலிருந்தே கண்டுபிடிக்க வல்லவன் என்றும், அவன் உண்மையைக் கடைப்பிடிப்பவன் என்றும், அவனிடம் வெளிப்பூச்சுகளே இல்லையென்றும் என் னால் உணர முடிந்தது. தினகர் ஒரு கடைநிலை ஊழியன்தான். ஆனாலும், மானுடம் என்ற தளத்தில் அவனது ஸ்தானம் கடைநிலை அல்ல. இதை என்னால் நன்றாகவே புரிந்துகொள்ள முடிந்தது. என் சுய ஏய்ப்புகளை, என்னைப் பற்றிய பிரமைகளை, என்னுள் புகுந்துகொண்டிருந்த தோரணைகளை அவன் க்ஷணப்பொழுதில் அகற்றிவிட்டான். அவனது அந்தப் பேச்சு சாமான்யமானதா என்ன!

தினகர் வேலையிலிருந்து எடுக்கப்படவில்லை என்று சொல்வது வெட்டவெளிச்சமான ஒன்றைக் கூடுதல் வெளிச் சத்துக்கு கொண்டு வருவது என்றாகிவிடும். ஆனாலும் அவனை வேலையில் தொடருமாறு சொன்னபோது நிகழந்த உரையாடல் கொஞ்சம் வித்தியாசமானது. அதைச் சொல்லத்தான் வேண்டும்.

“தினகர், நீ வேலெயே விட்டுப் போக வேணாம். நான்தான் கொஞ்சம் அவசரப்பட்டுட்டேன்.”

“சாருக்கு நல்ல மனசு. நான் கொடுத்து வச்சவன்.”

“நீ இங்கெ வேலெயெத் தொடர்ந்து செய்யறதுக்கும். நான் ஒன்னோட தொடர்ந்து பழகறதுக்கும் நானும் கொடுத்து வச்சவனா இருக்கணுமில்லயா?”

“வாஸ்தவம்தான் சார்.”

“வாழ்க்கையிலெ நெறைய வாஸ்தவங்கள் இருக்கும்னு தோண ஆரம்பிச்சுட்டுது தினகர்.”

“எனக்குப் புரியாததையெல்லாம் பேசறே சார்.”

“தினகர், நீ எனக்கு ஒரு பெரிய உபகாரம் பண்ணனும்.”

“நானா சார்? சாருக்கு செய்றதுக்குக் கொடுத்து வச்சிருக்கணும்.”

“நீ கொடுத்து வச்சிருக்கறது இது ரெண்டாவது தடவையா தினகர்.”

“என்ன உபகாரம் சார்? சொல்லு.”

“இனிமே நீ எண்ணெக்காச்சும் டீ போடறேன்னு வச்சிக்கோ பேசாம டேபிள்லே வச்சுடு. தயவுசெய்து விமர்சனம் கேக்காதே. நீ போட்ற டீ எப்படி இருந்தாலும் பாதகமில்லெ. நான் குடிச்சுக்கறேன். டீயெப் பத்தி சொல்லிண்டிருந்தா என் வேலெ கெட்றது.”

“வாஸ்தவம்தான் சார், மனுஷனுக்கு வேலெதானே முக்கியம்.” தினகர் அவசரமாக ஆமோதித்தான் ஓர் அறவுரையை நிகழ்த்தும்வண்ணமாக.

●

உழைப்பாளிகள்

1997 என நினைக்கிறேன். என் மிக முக்கிய நண்பர் பேராசிரியர் கழுசலிங்கம் இறந்துபோன செய்தியை அவரது ஆய்வு உதவியாளர் என் வீட்டுக்கு வந்து சொன்னார். வருத்தம் பிரதான உணர்வாக இருந்தாலும் அதிர்ச்சிதான் மேலோங்கி யிருந்தது. நான்கு நாட்களுக்கு முன்புதான் அவரை அவரது துறை வளாகத்தில் சந்தித்துப் பேசியது ஞாபகத்துக்கு வந்தது. பேச்சின் ஊடே, "எனக்குக் கொஞ்ச நாளா ஒடம்புக்கு முடியலை கோபி" என்று குறிப்பிட்டிருந்தார். அது இறப்புக்கு இட்டுச் செல்லும் என்றெல்லாம் நான் நினைக்கவில்லை.

முழுக்கால் சட்டைக்குக்கூட மாற்றிக் கொள்ளாமல் லுங்கியுடன், கையில் தென்பட்ட முதல் சட்டையுடன் அவசரமும் பதட்டமும் ஒருசேர பேராசிரியரின் இல்லத்துக்குப் புறப்பட்டேன் ஓர் ஆட்டோவில்.

நண்பரின் சவத்தைப் பார்த்துப் பரிதவித்தேன். வீட்டின் அருகே ஒரு ஷாமியானாவும் நிறைய நாற்காலிகளும் போடப் பட்டிருந்தன. கிட்டத்தட்ட மூன்று மணி நேரம் அங்கேயே இருந்தேன். பேராசிரியரின் நண்பர்கள் எனது நண்பர்கள்கூட. சோகத்தைப் பகிர்ந்துகொண்டோம். "ஒரு மாபெரும் சகாப்தம் முடிவடைந்துவிட்டது" என்றார் ஒரு நண்பர்.

ஒரு காட்சி என்னை மிகவும் நெகிழ வைத்தது. ஆட்டோ ஓட்டுநர்கள் ஒரு பத்துப் பேர் ஆளுயர மாலையைத் தூக்கிக் கொண்டு இறுதி மரியாதை செலுத்த கழுசலிங்கம் சார் கிடத்தி வைக்கப்பட்டிருந்த அறைக்குச் சென்றனர். வாழ்ந்த காலத்தில் சார் தினந்தோறும் ஆட்டோவில்தான் வருவார் போவார்.

இந்த மாலை மரியாதைச் சம்பவம் ஆட்டோ ஓட்டுநர் கள்மீது நான் கொண்டிருந்த மரியாதையை அதிகப்படுத்தியது.

*

1994 வாக்கில் ஏற்பட்ட ஒரு நிகழ்ச்சியை உங்களுடன் பகிர்ந்து கொள்ள விரும்புகிறேன். நான் அப்பொழுது சேவை மையம் ஒன்றில் பணியாற்றிக்கொண்டிருந்தேன். அலுவலகக் காரியமாக லண்டன்காரர் ஒருவரை வியாசர்பாடிக்கு நான்

அழைத்துச் செல்ல நேர்ந்தது. ஆட்டோ ஒன்றில் இருவரும் பயணம் செய்து கொண்டிருந்தோம். ஏகப்பட்ட நெரிசலில் வால்டாக்ஸ் சாலையில் ஆட்டோ போய்க்கொண்டிருந்தது.

என்ன தோன்றியது என்று தெரியவில்லை. லண்டன்காரர் கேட்டார், "உங்களுக்கு அற்புதம் என்ற வார்த்தையின் பொருள் தெரியுமா மிஸ்டர் கோபி?" என்று. "அந்த வார்த்தை இயேசு நாதருடன் மறைந்துவிட்டது. இப்பொழுது அந்த வார்த்தை புழக்கத்தில் இல்லை" என்றேன் திடமாக.

"நீங்கள் தவறு செய்கிறீர்கள். இப்பொழுது நடந்துகொண் டிருப்பது அற்புதம் தவிர வேறு என்ன?" என்றார் அவர். நான் மவுனமாக இருக்க, அவரே விளக்கம் அளித்தார். "போக்குவரத்து சமிக்ஞைகளையெல்லாம் பொருட்படுத்தாமல் கிடைக்கும் சந்து பொந்துகளிலெல்லாம் இந்த நெரிசலில் இவ்வளவு வேகமாக ஆட்டோ ஓடிக்கொண்டிருக்கிறது. இதுவரை மூன்று விபத்து களிலிருந்து ஆட்டோ தப்பியிருக்கிறது. நீங்கள் கவனிக்க வில்லையா? இது அற்புதம் தவிர வேறென்ன!" என்றார் அவர்.

"ஆட்டோ ஓட்டுநர்கள் துணிச்சல்காரர்கள். மாவீரர்கள்" என்றேன் பெருமிதத்துடன்.

*

இது சமீபத்திய நிகழ்வு. பேருந்தில் கீழ்ப்பாக்கம் கார்டனில் இறங்கி அலுவலகம் நோக்கி அவசரத்துடன் நடந்து கொண் டிருந்தேன். கண்ணெதிரே ஒரு விபத்து. மோட்டார் சைக்கிள் ஒன்று ஒரு நடு வயதுப் பெண்மீது மோதிவிட்டது. அது பெண் செய்த தவறுதான். சாலையைக் கடக்குமுன் வாகனங்கள் வருகின்றனவா என்று கவனிக்காமல் வண்டியில் வந்து விழுந்து விட்டாள். அங்கே ஆட்டோ ஸ்டாண்ட் ஒன்று இருந்தது. நான்கு ஓட்டுநர்கள் விரைந்தோடி வந்தார்கள். மோட்டார் சைக்கிள் காரரை உதைக்கப் போகிறார்கள் என்று நினைத்தேன். ஆனால், அவர்கள் பெண்ணின் முகத்தில் தண்ணீர் தெளித்து அவளை அப்படியே அலாக்காகத் தூக்கி ஓர் ஆட்டோவில் கிடத்தி மருத்துவ மனைக்கு எடுத்துச் செல்லும் ஆயத்தங்களில் ஈடுபட்டிருந்தனர். ஓர் ஆட்டோக்காரர் சாய்ந்து கிடந்திருந்த மோட்டார் சைக்கிளை நிறுத்தி உதவினார். மோட்டார் சைக்கிள்காரரிடம், "வண்டிக்கு ஏதாச்சும் ஆச்சா, பாருங்க" என்றார். ஒரு பழுதும் இல்லை. "நீங்க போங்க சார்" என்று வழியனுப்பி வைத்தார்.

"ஆட்டோக்காரர்கள்தான் எவ்வளவு நல்லவர்கள்!" என்றது மனம்.

*

இதுவும் சமீபத்திய நிகழ்வுதான். அந்தத் தோழியை (அவரை நான் 'காம்ரேட்' என்றுதான் அழைப்பேன்) அன்றே காண வேண்டும். அவரிடமிருந்து வாங்கிய ஆயிரம் ரூபாய்க் கடனைத் திருப்பித் தர வேண்டும். அவரும் பாவம், என்னைப்போல் ஓர் அலுவலகத்தை நம்பி வாழ்கிறவர்தான். அலுவலகத்தில் நான் கோரியிருந்த லோன் அன்றைக்கு எனக்குக் கிடைத்திருந்தது.

என் கூடுதல் நேரப் பணி முடியும்போதே இரவு ஒன்பது மணி ஆகிவிட்டிருந்தது. ஆட்டோவில் போவதைத் தவிர வேறு வழி இல்லை. தோழியின் வீடு வந்ததும் ஓட்டுநரிடம் சரியாக பத்தே நிமிடங்களில் வந்துவிடுவதாகக் கூறி இறங்கிக் கொண்டேன். முதல் காரியமாகப் பணத்தைத் தோழியிடம் கொடுத்தேன். பிறகு, கத்தார் பற்றியும், ஃப்ரான்ஸிலிருந்து வந்து கொண்டிருக்கும் எக்ஸில் என்கிற பத்திரிகை பற்றியும் பேசிக் கொண்டிருந்ததில் நேரம் போனதே தெரியவில்லை. காம்ரேடிடம் சொல்லிக் கொண்டு கிளம்பும்போதுதான் அரை மணி நேரம் ஆகிவிட்டிருந்தது தெரிந்தது.

ஆட்டோ ஓட்டுநர் ஒன்றும் சொல்லவில்லை. வீடுவரை போகாமல் லூகாஸ் பேருந்து நிறுத்தத்திலேயே இறங்கிக் கொண்டேன், சந்திலெல்லாம் ஆட்டோ வர வேண்டாம் என்ற எண்ணத்துடன். ஓட்டுநர் குறிப்பிட்டிருந்த நாற்பது ரூபாய்க்கு மேல் பத்து ரூபாய் கூடுதலாகக் கொடுத்தேன். அவரை அதிக நேரம் காக்க வைத்ததற்கு ஈடாக. ஆனால், அவர் ஏற்றுக் கொள்ளவில்லை. "பரவாயில்லை சார்" என்றார்.

பேருந்து நிறுத்தத்திலிருந்து வீட்டை நோக்கி நடந்து கொண்டிருந்தேன். மிகவும் ஆச்சரியகரமாக ஆட்டோ பின்னாலேயே வந்தது. ஓட்டுநர் விசாரித்தார். "சாருக்கு வீடு எங்கே?" என்று. நான் என் வீட்டுச் சந்தின் இடத்தைச் சொன்னேன். "ஏறிக்குங்க" என்று சொல்லி வீடுவரை வந்து இறக்கி விட்டார். கட்டணம் எதுவும் வசூலிக்கவில்லை.

என் மனம் நன்றியால் நிறைந்தது. நான் அப்படியே நெக்குருகிப் போனேன்.

*

ஆனால்...

சென்ற ஆண்டின் ஆரம்பத்தில் எனக்கு ஒரு பெரிய கம்பெனியில் ஆறு மாத காலத் தற்காலிகப் பணி ஒன்று கிடைத்தது. கம்பெனியின் மேலாளர் எப்பொழுதும் ஆட்டோவில்தான் வந்தார். ஒவ்வொரு முறை ஆட்டோவை விட்டு இறங்குமுன்னும்

ஓட்டுநரிடம் தகராறு செய்தார். ஆட்டோ நம்பரைக் குறித்து வைத்துக்கொண்டு ஓட்டுநர் மீதான குறையை போலீஸ் கமிஷன ருக்குக் கடிதம் மூலம் தெரிவித்துக்கொண்டிருந்தார். அந்தக் கடிதங்கள் அனைத்தையும் தட்டச்சு செய்வதும் தபாலில் சேர்ப் பிப்பதும் நான்தான். மாதம் இரு முறைவவது இது நடந்து கொண்டிருந்தது.

ஒரு கட்டத்துக்கு மேல் எனக்குத் தாங்கமுடியவில்லை. தபாலில் சேர்ப்பிப்பதாகச் சொல்லி அக்கடிதங்களைக் கிழித்துத் தூர எறிந்தேன்.

நன்றாக அலசிப் பார்த்தேன். ஆட்டோ ஓட்டுநர்கள் எனக்கு நண்பர்களாகவும் அந்த மேலாளரின் ஜன்ம வைரிகளா கவும் தோன்றுவதற்குக் காரணம் கண்ணோட்டமும் பார்வையும் தான் என்பது புலனாயிற்று. என்ன இருந்தாலும் மேலாளரிடம் ஊழியர் ஒருவர் போய் இதை எடுத்துச் சொல்ல முடியுமா என்ன? இம்சை தாங்க முடியாமல் மூன்றே மாதங்களில் பணி யிலிருந்து விலகிக்கொண்டேன்.

*

சமீபத்தில் இரண்டு நண்பர்கள் என்னை ஒரு பத்திரிகைக் காகப் பேட்டி காண வந்தார்கள். எழுத்துலகம் பற்றி நிறைய கேள்விகளை அடுக்கினார்கள். நானும் பதில் சொன்னேன். பிறகு பேட்டி திசை மாறியது. எனக்கு இசையில் ஆர்வம் இருக்கிறதா என்று கேட்டார்கள். எனக்குப் பிடித்த இந்துஸ்தானி இசை மேதைகள் இம்ரத் கான், சௌராசியா, குமரா கந்தர்வ முதலானோர் பற்றியும் மனதை மிகவும் கவர்ந்த தும்ரீஸ் பாட்டுகள் பற்றியும் குறிப்பிட்டேன்.

“தமிழ் பற்றி ஒன்றுமே சொல்ல மாட்டேன் என்கிறீர்களே!” என்று பேட்டியாளர்கள் ஆதங்கப்பட்டுக் கொண்டார்கள்.

“எனக்குத் தமிழில் மிகமிகப் பிடித்த பாட்டு:

நான் ஆட்டோக்காரன் ஆட்டோக்காரன்

....

இரக்கமுள்ள மனசுக்காரன்டா

நான் ஏழைக்கெல்லாம் சொந்தக்காரன்டா

நான் எப்பொழுதும் ஏழைக்கெல்லாம் சொந்தக்காரன்டா

....

என்ற எழுச்சி கீதம்தான்” என்றேன் அமைதியாக.

●

ஒரு ரூபாய்க்கு ஒரு கதை

எங்கள் அலுவலகம் அடையாறில் இருந்தது. மோபெட்டில் முக்கால் மணி நேரப் பயணம். போக்குவரத்து நெரிசல் ஏற்பட்டால் ஒரு மணி நேரம். நெரிசலின் கனத்தைப் பொறுத்து ஒன்றரை மணிநேரம்; இப்படி...

அந்த அலுவலகத்தில் சேர்ந்து இரண்டு மாதங்கள் கழிந்திருந்தன. ஒரு மாதத்திலேயே சக ஊழியர்கள் அனைவரும் நன்றாகப் பழகிவிட்டார்கள். உணவு இடைவேளையில் எல்லோரும் சேர்ந்தே சாப்பிட்டோம். எங்கள் செக்ஷனில் ஏழு பெண்கள், மூன்று ஆண்கள். கடி ஜோக்ஸ், அரட்டை ஆகியவற்றுக்குப் பஞ்சமே இல்லை. என்னை எல்லோரும் 'சின்ன சார்' என்று அழைப்பார்கள். மூன்று ஆண்களில் என்னைவிட மூத்தவர் ஒருவர் இருந்தார். அவர் 'பெரிய சார்'. அவர் பிறரோடு கலக்கமாட்டார். இன்னொருவர் இளைஞர். அவரைப் பெயர் சொல்லியே அழைப்போம்.

பிறருடைய வாழ்க்கையைப் பற்றி நானும் என் வாழ்க்கையைப் பற்றிப் பிறரும் அறிந்துகொண்டிருந்தோம்.

உடன் பணிபுரியும் மார்கரெட்டின் நிலை மிக மோசமாக இருந்தது. உழைக்கும் மகளிர் விடுதி ஒன்றில் அவள் தங்கியிருந்தாள். விடுதி நுங்கம்பாக்கத்தில் இருந்தது.

இரண்டு கால்களும் ஊனம் மார்கரெட்டுக்கு. இளம் பிள்ளை வாதம். செயற்கை அவயவங்கள் அணிந்திருப்பாள். கூடவே இரண்டு தாங்கு கட்டைகளின் உதவிகொண்டே அவளால் நகர முடியும்.

முதலில் நான் அவளுடைய உற்றார்களைப் பற்றிக் கேட்டபோது அவள், "நீங்கள் எல்லோரும்தான் என் உறவினர்கள்" என்றாள் சோகம் கலந்த ஒரு புன்சிரிப்புடன். பிறரிடமிருந்து கேட்டறிந்தேன். அவளுக்குப் பெற்றோர்கள் இல்லை என்றும், ஓர் அனாதை விடுதியில் இருந்தவள் என்றும். என் கண்கள் கலங்கிவிட்டன.

மார்கரெட்டைப் பற்றி நிறைய யோசித்தேன். அவளுக்கு ஏதாவது வகையில் உதவ வேண்டும் என்று உள்ளம் பரபரத்தது.

 நற்றிணை பதிப்பகம் ○ 311

அவளுக்குப் பேருந்தில் வருவது எவ்வளவு சிரமாக இருக்கும் என்பது எனக்குப் புரிந்தது. தவிர, விடுதியிலிருந்து பேருந்து நிறுத்தம்வரை வர நிறைய தூரம் நடக்க வேண்டும். மார்கரெட் நகர்ந்து நகர்ந்து வருவதை எண்ணிப் பார்க்க எனக்கு மகா இம்சையாக இருந்தது. அப்பா! எவ்வளவு நேரம் பிடிக்கும்!

மார்கரெட்டின் இசைவுடன் அவளை விடுதியிலிருந்து அலுவலகம் அழைத்து வருவதையும் அலுவலகம் முடிந்து விடுதிக்கு அழைத்துச் சென்று விடுவதையும் ஒரு பொறுப்பாக ஏற்றுக்கொண்டேன். மோபெட்டின் பின் இருக்கையில் மார்கரெட் அமர்ந்திருக்கும்போது மிகவும் எச்சரிக்கையுடன் வண்டியை ஓட்டுவேன்.

நாட்கள் ஓடிக்கொண்டிருந்தன. அனைவருடைய வாழ்க்கையும் நலமாகவே கழிந்துகொண்டிருந்தது.

மார்கரெட் பற்றி சில வார்த்தைகள்: அவளுக்கு வயது இருபத்து நான்கு. என் மகளைவிட ஆறு வயது அதிகம். எப்பொழுதும் சட்டையும் ஸ்கர்ட்டும் அணிந்திருப்பாள். அவளுடைய உடல் பிரச்சனைக்கு வேறு எந்தவித உடையும் பொருந்தாது.

திடீரென்று ஒரு சிக்கல் ஆரம்பித்தது. நான் கொஞ்சம் கவனக்குறைவாக இருந்துவிட்டேன். மார்கரெட்டுடன் மோபெட்டில் வரும்போது பெட்ரோல் போட வேண்டியதாகி விட்டது. பங்கில் வண்டியை நிறுத்தினேன். இரண்டு ஆயில் ஒரு லிட்டர் பெட்ரோல் விலை ரூ. 31.50. பர்ஸில் சரியாக ஐம்பது ரூபாயும் ஓர் ஐம்பது பைசா நாணயமும் இருந்தன. பங்கில் சில்லறை கொடுக்க மாட்டார்கள். ஒரு ரூபாய் நிச்சயம் தேவை. மார்கரெட்டிடமிருந்து ஒரு ரூபாய் வாங்கிக்கொண்டு பெட்ரோல் நிரப்பிக்கொண்டேன். இது ஒரு சாதாரண விசயம். நினைவில் பதிய வேண்டிய அவசியம் இல்லை. மனத்தை உறுத்த வேண்டிய அவசியமும் இல்லை.

அடுத்த நாள் மார்கரெட்டிடம் மகா பிரமாதமாக ஒரு ரூபாயைத் திருப்பிக் கொடுத்தேன். மார்கரெட் ஏற்றுக்கொள்ள வில்லை. அப்பொழுதிலிருந்து ஒரு ரூபாய் பூதாகாரமான பிரச்சனையாகப் போய்விட்டது. அடுத்த இரண்டு மாதங்களில் இன்னும் இரண்டு முறை திருப்பிக் கொடுத்தும் மார்கரெட் ஏற்றுக்கொள்ளவில்லை.

மனதில் ஒருவிதச் சுமை ஏற்பட்டது. அப்புறம் ஒரு பெரும் பிரமை என்னை ஆட்கொண்டது. மோபெட்டில் என் உடன் வரும்போது மார்கரெட் தன் நெற்றியில் ஒரு ரூபாய் வில்லை ஒன்றைப் பொட்டாக வைத்துக்கொண்டிருப்பது போன்ற

கற்பனை தோன்றிற்று. பகவானால் படைக்கப்பட்ட கழுத்தை முழுமையாகப் பின்பக்கமெல்லாம் திருப்ப இயலாது!

பிறகு மார்கரெட்டைப் பார்க்கும்போதும் அவளிடம் பேசும் போதும் சதா ஒரு ரூபாய் நினைப்பு வந்துகொண்டே யிருந்தது. ஐம்பத்து மூன்று வயதில் இப்படி ஒரு வினோதமான சிக்கலில் மாட்டிக்கொண்டது ஒருவித எரிச்சலுணர்வை ஏற்படுத்திற்று.

கடைசியில் ஒருநாள் மார்கரெட்டிடம் என் சிக்கல் முழுவதையும் சொன்னேன். எப்படியும் அவள் அதை வாங்கிக் கொள்ளப் போவதில்லை என்றும், ஒரு தீர்வாகத் திருச்சபை உண்டியலில் வேண்டுமானால் நான் காசைப் போட்டுவிடலாம் என்றும் ஆலோசனை வழங்கினாள்.

இதற்கென்றே ஒரு ஞாயிறு மார்கரெட்டுடன் அவள் உறுப் பினராக இருக்கும் திருச்சபைக்குச் சென்றேன். பிரார்த்தனை களின் ஊடே வெள்ளை அங்கி அணிந்திருந்த ஒருவர் ஒரு நீண்ட கழியை ஒவ்வொரு வரிசையிலும் நீட்டிக்கொண்டிருந்தார். எங்கள் வரிசையில் வந்தபோது கழியின் முனையில் ஒரு குழி வான துணி பை போல் இருந்ததைப் பார்த்தேன். பிறர் அதில் காசு போட அதுதான் உண்டியல் என்ற புரிந்துகொண்டு ஒரு ரூபாய் நாணயம் ஒன்றை அதில் போட்டேன். “மார்கரெட், உன் ஒரு ரூபாய்” என்றேன். அவள் புன்னகைத்தாள். திருச் சபையை விட்டு வெளியே வந்தோம். மார்கரெட் வாய்விட்டுச் சிரித்தாள். “நீங்களும் உங்கள் பிரச்சனையும்” என்றாள்.

ஒரு மாலை நானும் மார்கரெட்டும் அலுவலகம் விட்டுத் திரும்பிக்கொண்டிருந்தோம். இருவருக்குமே பசித்தது. ஓர் ஓட்டலில் டிஃபன், காப்பி சாப்பிட்டோம். பில் ரூபாய் நாற் பத்து ஒன்று. என்னிடம் சரியாக ஓர் ஐம்பது ரூபாய் மட்டும் இருந்தது. கல்லாவில் இருந்தவர், “ஒரு ரூபாய் இருக்குமா?” என்று கேட்டார். “என்னிடம் சில்லறை இருக்கிறது. நான் வேண்டுமானால் ஒரு ரூபாய் தருகிறேன்” என்றாள். “ஐயோ மீண்டுமா?” என்று நான் கிட்டத்தட்ட அலறிவிட்டேன். கிழிந்த நோட்டுகளாகப் பார்த்து எனக்கு மீதிக் காசு சிடுசிடுப்புடன் ஓட்டல்காரரிடமிருந்து கிடைத்தது.

அந்த ஒரு ரூபாய்ப் பிரச்சனை இன்னும் தீர்ந்தபாடில்லை. திருச்சபைச் சம்பவம் எந்தப் பலனையும் பெற்றுத் தரவில்லை.

ஆழ்ந்து சிந்தித்துக்கொண்டிருந்தேன். ஒரு ஞாயிறு மார்கரெட்டை வீட்டுக்கு அழைத்து விருந்து கொடுத்தால் என்ன? செலவில் மார்கரெட்டுக்குத் தர வேண்டிய ஒரு

ரூபாயும் சேருமே என்று நினைத்தேன். நாட்கள் செல்லச் செல்ல அது ஒரு நல்ல உத்தி என்றே தோன்றிற்று.

என் பிரச்சனைக்கு விடிவுகாலம் வர அந்த ஞாயிறு வந்தது. பதினோரு மணி வாக்கில் மார்கரெட்டின் விடுதிக்குப் போய் அவளை வீட்டுக்கு அழைத்து வந்தேன். விருந்து திருப்திகரமாக அமைந்தது. மார்கரெட் சுலபத்தில் என் வீட்டாருடன் கலந்து விட்டாள். என் மகளுடன் பகிர்ந்துகொள்ள மார்கரெட்டுக்கு நிறைய விசயங்கள் இருந்தன. மாலை நான்கு மணிபோல மார்கரெட்டை விடுதியில் விட்டுவிட்டு வீடு திரும்பினேன்.

பேச்சுவாக்கில் "செலவு எவ்வளவு ஒரு ரூபாய் பிடித்தது?" என்று மனைவியிடம் கேட்டேன். அவள் என்னை ஒரு மாதிரியாகப் பார்த்தாள். அனிச்சையாக வந்த வார்த்தைகள். கட்டுப்பாடு அறவே இல்லாமல் போயிருந்தது.

நாட்கள் ஓடிக்கொண்டிருந்தன. மோபெட்டும் மார்கரெட்டும் நானுமாக அலுவலக வாழ்க்கை ஓடிக்கொண்டிருந்தது.

இரண்டு ஆண்டுகள் கழிந்தன. என் புராஜெக்டின் காலம் நிறைவுற்றது. மற்றவர்கள் நிரந்தரப் பணியாளர்கள்.

பிரிய வேண்டிய நாளில் நாங்கள் அனைவரும் மிகவும் சங்கடப்பட்டுப் போனோம். ஒரு மாதிரியாக இருந்தது. அந்த உணர்வை எப்படி விவரிக்க!

அந்தக் கடைசி தினத்தன்று வழக்கம்போல மார்கரெட்டை விடுதி வரை அழைத்துச் சென்றேன். விடைபெறும் போது, "நாளையிலிருந்து எப்படி நீ...? நான் வேண்டுமானால் வரட்டுமா?" என்றேன். வார்த்தைகள் தடுமாறின.

மார்கரெட் அவசரத்துடன் மறுத்தாள். "வேண்டாம் வேண்டாம். நான் சீக்கிரமே கிளம்பி பஸ்ஸிலேயே போய்க் கொள்கிறேன். நீங்கள் என்ன பெரிய பணக்காரரா, தினமும் எனக்காகவே பெட்ரோல் செலவு செய்ய? என்னை மறக்காமல் இருந்தால் சரி" என்றாள்.

"பாரதத்தில் ஒரு ரூபாய்கள் புழக்கத்தில் இருக்கும்வரை உன்னை என்னால் எப்படி மறக்க முடியும்?" என்றேன் மனதில் சுமையுடன்.

ஆதி... அந்தம்

1973 புத்தாண்டுக்கு அடுத்த தினம் முனைவர் டபிள்யூ.டி.வி. பவுல் துரைராஜ் எங்கள் ப்ராஜெக்ட்டில் சேர்ந்தார். ப்ராஜெக்ட் முடிய ஆறு மாதங்கள்தான் இருந்தன. துரைராஜ் அவர்களின் ஆலோசனை - உதவி எங்களுக்கு மூன்று மாதங்கள் மட்டும் தேவைப்பட்டது.

துரைராஜ் ஒரு சமூகப்பணி மேதை. ஓர் அருமையான உளவியல் புத்தகத்தின் ஆசிரியர்: 'மருத்துவ அடிப்படையிலான சமூக உளவியல்.' சுருக்கமான ஆனால் மிக முக்கியத்துவம் வாய்ந்த உளவியல் ஆவணம் அது. ஃப்ராய்ட், ஆட்லர், யூங் முதலியவர்கள் பற்றிக் குறைந்த பக்கங்களில் அதிக அளவிலான விவரங்களைத் தந்தது அந்நூல்.

முனைவர் பவுல் துரைராஜ் சென்னையிலிருந்த கிறிஸ்துவக் கல்லூரி ஒன்றில் ஒரு துறையைத் தோற்றுவித்து அதன் முதல்வராகப் பணியாற்றி ஓய்வு பெற்றவர். மாமனிதர் அவர். மாணவர்கள் மத்தியில் அவருக்கென்று ஒரு தனி இடம் இருந்தது.

சதா 'ரம்'மும் சிகாருமாக இருப்பார் முனைவர். பணி நேரத்திலும் குடிப்பார். நிறைய சிகார் வேறு. எனக்கு முனைவரை ஏதோ ஒரு வகையில் பிடித்திருந்தது. நான் எப்பொழுதும் அவரை 'டாக்டர்' என்றே அழைப்பேன். அது தான் சரி என்று பட்டது. டாக்டர் பட்டத்தைப் பெறும் உண்மை யான அருகதை அவருக்கு இருந்தது காரணமாக இருக்கலாம்.

அவருடைய சொந்த வாழ்க்கையைப் பற்றி அரசல் புரசலாகத்தான் எனக்குத் தெரியும். குடிகாரர் என்று அவரது மனைவி அவரைப் புறந்தள்ளியிருந்தார். அவருக்குக் குழந்தைகள் என்று யாரும் இல்லை. சென்னைக் கல்லூரியிலிருந்து ஓய்வு பெற்ற பிறகு சில வருடங்கள் கோவையில் ஒரு கலைக் கல்லூரி யில் பகுதி நேர விரிவுரையாளராக இருந்தார். அங்கு அவரது பணி முழுமை பெறும் தறுவாயில்தான் அவர் எங்களுடைய ப்ராஜெக்ட்டில் சேர்ந்திருந்தார்.

துரைராஜ் ஆலோசகர் என்ற உயரிய பதவியில் இருந்தாலும் அவருக்கும் எனக்கும் இடையே கொஞ்சமும் சமூக இடைவெளி இல்லை. அவ்வளவு தங்கமானவர் துரைராஜ். உலகம் முழுவதும் சுற்றியிருக்கிறார் அவர்.

ஒருநாள் துரைராஜ் கசங்கிய சட்டையுடனும் அழுக்கேறிய கால்சட்டையுடனும் அலுவலகத்துக்கு வந்தார். கால்களில் பளபளப்பு மங்கிய வாய் பிளந்த ஜோடுகளை அணிந்திருந்தார். அவருக்கு எந்த வகையில் உதவ முடியும் என்று தெரியாத நிலையில் தவித்துக்கொண்டிருந்த என்னை அவர் அருகில் வந்து அமருமாறு சொன்னார். இரண்டு பக்கமும் நாற்காலிகள். எங்கள் நடுவில் மிகப் பிரமாதமான ஒரு 'மாஹோகனி' மேசை.

துரைராஜ் தன் சட்டைப் பாக்கெட்டில் துருத்திக் கொண்டிருந்த குவார்ட்டர் ரம் போத்தலை வெளியே எடுத்து மூடியைத் திருகி மேசை மீது வைத்து நான்கைந்து மிடறுகள் நேராகப் போத்தலிலிருந்து குடித்துவிட்டு வெடித்தார். "இந்த பழைய ஜோடுகள்தான் வியன்னாவின் உருளைக் கற்கள் மீது நடந்தன. உங்களுக்கு இப்பொழுது புரிகிறதா கோபி, நான் ஏன் இந்த ஜோடுகளை இன்னும் வைத்துக்கொண்டிருக்கிறேன் என்று?" என்ன பதில் சொல்ல என்று எனக்குப் புரியவில்லை. நான் மவுனமாக அமர்ந்திருந்தேன். துரைராஜ் மீண்டும் இரண்டு மிடறுகள் அருந்திவிட்டுப் போத்தலை மூடி மேசை மீது வைத்தார். சிகார் ஒன்றைப் பற்றவைத்துவிட்டு "சரி, சரி, கோபி எல்லாக் குப்பைகளையும் மறந்துவிடுங்கள். நம் வேலையைப் பற்றிப் பேசுவோம்" என்றார். ஊனமுற்றோருக்காக அவரது ஆலோசனைப்படி தயாரிக்கப்பட்டிருந்த மாதிரி வேலைகளைப் (Work samples) பற்றி ஓர் ஒரு மணி நேரம் தீவிரமாக விவாதித்துக் கொண்டிருந்தோம்.

என் உடன் பணிபுரிந்துகொண்டிருந்த வாழ்க்கைத் தொழில் ஆலோசகர், தொழில் திறன் கணிப்பாளர், சமூகப் பணியாளர், புள்ளி விவரவியலாளர் – யாரும் துரைராஜை சட்டை செய்யவில்லை. புனர்வாழ்வு இயக்குநர் ஒருநாள் பகிரங்கமாகவே எங்கள் மத்தியில் தன் எரிச்சலை வெளிப் படுத்தினார், "பவுல் துரைராஜை முதலில் வீட்டுக்கு அனுப்பி னால்தான் ப்ராஜெக்ட் உருப்படும்..." என்று.

மூன்று மாதங்கள் பறந்துவிட்டன. துரைராஜ் என் பார்வையில் ஓர் உளவியல் மேதையாக உயர்ந்த பீடத்தில் அமர்ந்திருந்தார்.

பிரிவு உபசார விழா அன்று ஒப்புக்கு ஒரு பூச்செண்டை இயக்குநர் துரைராஜுக்கு வழங்கினார். சற்றுக் கழித்து அனைவரும் போய்விட்டார்கள். "ஒரு நிமிடம்..." என்றார் துரைராஜ். மேசை இழுப்பிலிருந்து ஒரு தாளை எடுத்துக் கையொப்பமிட்டு, "உங்களுக்கு வாழ்க்கையில் நல்லதே நடக்கட்டும் கோபி" என்று கூறிக்கொண்டே என்னிடம் நீட்டினார். நான் சில தினங்கள் முன்பு அவரிடம் கேட்டிருந்ததை மறந்திருக்கவில்லை துரைராஜ். என் கண்கள் குளமாயின. அவ் வளவு பிரவாகமாக மென் உணர்வுகள் என்னுள் தத்தளித்துக் கொண்டிருந்தன.

போய்விட்டார் துரைராஜ். இரண்டு மாதங்கள் கழித்து எங்களுக்கு சேதி வந்தது. கல்லீரல் சிக்கலினால் பாதிக்கப்பட்டுப் பொது மருத்துவமனையில் ஒரு மாத காலம் சிகிச்சை பெற்றும் மருத்துவம் கைவிட்ட நிலையில் அவர் உயிர் துறந்திருந்தார். உருக்குலைந்து போனேன் நான்.

எங்கள் ப்ராஜெக்ட் 1973 ஜூன் 30ஆம் தினம் நிறைவுற்றது.

பிறகு நான் பல நிறுவனங்களில், பல ப்ராஜெக்ட்டுகளில் பணியாற்றினேன். அனைத்துமே தற்காலிகமான வேலைகள்தான். ஒன்று மட்டும் நிச்சயம் சொல்வேன்: முனைவர் டபிள்யூ.டி.வி. பவுல் துரைராஜ் போலத் தங்கமான மனிதரை எந்த அலுவலகத்திலும் என்னால் காண முடியவில்லை.

சமீபத்தில் புத்தக ஆய்வகம் ஒன்றில் நான் பார்த்து வந்த மொழி ஆராய்ச்சி உதவியாளர் வேலையின் காலம் முடி வடைந்தது. ஆயிற்று. இரண்டு மாதங்கள் ஊதியம் இல்லை. குடும்பத்தில் ஏகப்பட்ட பணப் பிரச்சனை.

இன்று காலை நான் ஒரு புதிய வேலைக்கான நேர்காணலுக்குக் கிளம்பிக்கொண்டிருந்தேன். தொண்டு நிறுவனம் ஒன்றில் சமூகப் பணியாளர் இடத்துக்கான வேலை அது. கோப்பைப் புரட்டிக் கொண்டிருந்தபோது துரைராஜ் எனக்கு வழங்கியிருந்த சான்றிதழை மீண்டும் வாசித்தேன்:

டபிள்யூ.டி.வி. பவுல் துரைராஜ்

எம்.ஏ. (சென்னை), பி.எச்.டி. (கான்டாப்)

5/177, பாரத ஸ்டேட் வங்கிக் குடியிருப்பு
என்.ஜி.ஜி.ஓ. காலனி அஞ்சல்
கோவை 22
மார்ச் 31, 1973

திரு. என்.கே. கோபாலகிருஷ்ணன், சென்னைப் பல்கலைக் கழகத்தில் பி.ஏ. (உளவியல்), டிப்ளமொ (மானுடவியல்) மற்றும் முதுநிலை டிப்ளமோ (குற்றவியல் – தடயவியல்) படித்துத் தேறியவர்; அரசு பொது மருத்துவமனையின் முடநீக்கியல் துறையின் ஒரு பகுதியான செயற்கைக் கை–கால் நிலையத்தில் கடந்த மூன்றாண்டு காலமாக உதவி உளவியலாளராகப் பணி யாற்றி வருகிறார். இவர் உளவியல் பரிசோதனைகளை நடத்து வதிலும் உடல் ஊனமுற்றோருக்கான பல்வேறு புனர்வாழ்வு முறைகளை மேற்கொள்வதிலும் சிறந்த தேர்ச்சி பெற்றவர். ஊன முற்றோர்களுடன் எளிதில் சிநேக பாவத்துடன் கலந்துவிடும் இவரது அணுகுமுறையில் மானுடத் தன்மை மேலோங்கி யிருக்கிறது. இந்த அணுகுமுறையின் அடிப்படையில்தான் ஊனமுற்றோர் பலருக்கு வேலை வாங்கித் தர இவரால் இயலுகிறது. இவருடைய நகைச்சுவை உணர்வும் சுலபத்தில் தன்னை வெளிப்படுத்திக்கொள்ளும் திறமையும் துறை சார்ந்த பொறுப்புகளுக்கு உறுதுணையாக விளங்கி வருகின்றன. இங்கு இவர் பெற்றுவரும் பணி அனுபவம் மருத்துவம் சார்ந்த, தொழிற்சாலை சார்ந்த நிறுவனங்களில் சமூகப் பணியாளராகப் பணிபுரிய உதவும். இவர் தன்னை மேம்படுத்திக் கொள்ள மேற்கொள்ளும் முயற்சிகள் அனைத்தும் வெற்றி அடைய வேண்டும்.

கையொப்பம்

டபிள்யூ.டி.வி. பவுல் துரைராஜ்,
கவுரவ உளவியல் ஆலோசகர்,
அரசுப் பொது மருத்துவமனை, சென்னை.

எவ்வளவு பெரிய உதவியைத் துரைராஜ் செய்திருக்கிறார் என்று நினைத்தபோது நன்றிப் பெருக்கில் மிகவும் உணர்ச்சி வசப்பட்டுப் போனேன். அந்தச் சான்றிதழின் அடிப்படையில் எனக்குச் சமூகப் பணியாளர் வேலை நிச்சயம் கிடைக்கும் என்ற உறுதி என்னுள் உருவாக, நான் வெளியே கிளம்பினேன் தெம்புடன்.

●

உயர்திணை – அஃறிணை
= ஒரு சங்கமம்

தமிழ்த் திரைவானில் கண்டிராத புதுமை என்றார்கள். பார்வை படைத்த அனைத்து ஜீவன்களும் பார்த்தே தீர வேண்டிய படம் என்றும் சொன்னார்கள். ஜன்மம் சாபல்யம் அடைவதற்கு சுலபமான வேறு வழி தோன்றாத நிலையில் ஒரு மாலை வீட்டோடு கிளம்பிவிட்டேன். மிகவும் சீக்கிரமாகவே அரங்கத்தை வந்தடைந்துவிட்டிருந்தோம். மனைவி தாராவும் குழந்தை வாணியும் பெண்கள் வரிசையில் அமர்ந்து கொண்டார் கள். சிகரெட் ஒன்றைப் பற்றவைத்துக் கொண்டு முன்புறப் படிக்கட்டில் உட்கார்ந்திருந்தேன். மூன்றாவது முறை புகையை உள்ளிழுக்கும்போது யாரோ ஒருவர் பின்னாலிருந்து என்னை முதுகில் இரண்டு தட்டு மெதுவாகத் தட்டி "எந்திரி எந்திரி" என்று சொன்னார். என்னவோ ஏதோ என்று பதைத்து எழுந்தேன்.

ஒரு பக்கத்தில் இரண்டு ஆட்களும் மறு மருங்கில் மூன்று ஆட்களும் பவ்யமாக நிற்க, ஊடே உயரமான ஒரு மனிதர், வேஷ்டி ஜிப்பா சகிதம் என்றைக்குமே சிரிப்பு, புன்னகை போன்ற நன்மை பயக்கும் மனித வெளிப்பாடுகளைச் செய்திராத முகத்துடன் வந்துகொண்டிருந்தார். பக்கத்தில் அவரைவிடக் கணிசமான உயரக் குன்றலுடன் ஒரு பெண்மணி – சிகப்பு நிறத்தில் பட்டுப்புடவை, சிவந்த மேனி, தடித்த கண்ணாடி, எவ்வித உணர்ச்சியையுமே கொண்டிராத இறுகிய முகம் – அவருடன் நடந்து வந்தார். தொலை தேசத்திலிருந்து பாரதப் பவித்திரத் தெருக்களில் புனித யாத்திரை மேற்கொள்வதற்கென்றே வரவழைக்கப்பட்டிருந்த அயல்நாட்டுக் கார் ஒன்று நின்று கொண்டிருந்தது. பச்சை நிற பாண்ட்ஸ், சட்டை அணிந்திருந்த ஒருவன் காரின் பின் வலதுபக்கம் கதவைத் திறக்க, அந்த அதிமுக்கியமான நிகழ்ச்சியை உலகத்திலுள்ள சகல சிரத்தையை யும் தன்மயமாக்கிக் கொண்ட பாவனையில், அதே நிறம், தினுசு ஆகியவைகள் கொண்ட உடைகள் தரித்த வேறொருவன் பக்தி யுடன் பார்த்துக்கொண்டிருக்க, பெண்மணி காருக்குள் உட் புகுந்து அமர்ந்தார். காரின் கதவைத் திறந்தவன் இப்பொழுது

கவனத்துடன், மரியாதையுடன், அக்கறையுடன், பணிவுடன் மெதுவாக மூடினான். ஜன்னலின் வழியே அம்மையாரின் முகம் மங்கலாகத்தான் தெரிந்தது. உள்ளிருக்கும் முக்கியஸ்தர்களின் உருவத்தை வெளிக்காட்டாமல் இருப்பதற்கென்றே காரின் கண்ணாடி பிரத்தியேக மங்கல் தன்மையை உள்ளடக்கியிருந்தது. கார் தயாரித்த வல்லுனன் தனிமை, அந்தரங்கம் ஆகிய சமாச்சா ரங்கள் புனிதமானவை என்பதைப் புரிந்து கொண்டவனாகத்தான் இருந்திருக்க வேண்டும்.

காரின் மறுபக்கத்திலும் இது போன்ற ஒரு நிகழ்வு நடை பெற்றிருக்க வேண்டும். வேஷ்டி, ஜிப்பா பெரிய மனிதருடன், ஏதோ ஒரு சாமிக்குத் தோராயமாக ஒரு மாதத்திற்கு முன் தலைமுடியைக் காணிக்கையாகச் செலுத்தி, சில சொந்த, சமூக பொருள்ரீதியான சம்பத்துகளை பிரதியனுகூலமாகப் பெற்று அனுபவித்துக்கொண்டிருந்த, பருமனான உடல்வாகுடனும், மேரி பிஸ்கெட் நிற புஷ் ஷர்ட்டுடனும் அதே வர்ண பாண்ட்ஸு டனும் காட்சி அளித்த ஒருவன் சென்று கொண்டிருந்ததைப் பார்த்தேன். அவன் திறந்துவிட, பெரிய மனிதர் காரின் பின் மெத்தையில் சகதர்மிணி அருகில் அமர்ந்திருக்க வேண்டும்.

ஏறும் சடங்கு இறுதி பெற்றதும், சாரதி ஏறி அமர்ந்து வாகனத்தைக் கிளப்ப ஆயத்தமானான். காருக்குப் பதிலாக கர்ர் கர்ர் கர்ர் இரைச்சல்தான் கிளம்பிற்று. சேவையில் ஏற்கனவே பங்கேற்ற இருவர் காரின் பின்னால் கைகளை அழுத்தி இப்பொழுது அதை முன்னோக்கித் தள்ள ஆரம்பித் தார்கள்.

இதுவரை சம்பவத்தில் கலந்துகொண்டிராத முற்றிலும் புதிய, பின்வழுக்கையை பிரதான உடல் அம்சமாகக் கொண்ட ஒரு மனிதன் தாவிக் குதித்து பாய்ச்சலுடன் அவசரமாக ஸ்தலத் திற்கு விரைந்தோடி வந்தான். வந்தவன் அவசரத்தில் கைகளை காரின்மீது பதிய வைக்க மறந்தானோ, வைப்பதற்குள் கார் சற்று முன் தள்ளிப் போய்விட்டதோ, கால்கள் விசுவாசத் துரிதத்தில் பின்னிக் கொண்டதோ, விதியின் திருவிளையாட்டோ தடாரென்று குப்புற விழுந்து வைத்தான். மிகவும் வருந்தத்தக்க ஒரு சம்பவம். வரிசையில் அமர்ந்து காட்சியைக் கண்டுகளித்துக் கொண்டிருந்த மகளிர் உரக்கச் சிரித்துவிட்டார்கள். மனித நேயம், தமிழ் சினிமா வரிசையில் நின்றும் உட்கார்ந்தும் கொண் டிருக்கும்போதுகூட உள்ளத்தைச் சுற்றி வலம் வந்து கொண் டிருக்கும் என்று நினைத்துக்கொள்வது சற்று மிகையான எதிர்பார்ப்பே. தரையில் ஒன்றிய உருவம் சிறிதும் தாமதிக்காமல் விரைந்தெழுந்து மிகவும் கவனத்துடன் சேவையைத் தொடர்ந்தது.

இம்மூவரின் உடலுழைப்பின் விளைவாக கார் சிறிது தூரம் நகர்ந்தது. சாரதி காரைக் கிளப்ப மேற்கொண்ட முயற்சிகள் வியர்த்தமாயின. கர்ர் கர்ர் கர்ர்... கார் நின்றது. வலது பின்பக்க ஜன்னலின் கண்ணாடி கீழிறங்க பெண்மணியின் வலது கரம் ஓர் இலையுடன் வெளிவர, பச்சை உடையாளன் ஒருவன் குப்பைத் தொட்டியாக இரு கரங்களையும் குவித்து நீட்ட, எச்சில் இலை தொட்டியில் விழுந்தது. இது பணிவிடையின் உச்ச கட்டம். பெண்மணி நேரத்தை வீணடிக்க விரும்பாமல் பீடாவையோ இனிப்பையோ மென்று விழுங்கி வைத்திருக்க வேண்டும்.

இப்பொழுது மற்றொரு பச்சை உடைக்காரன் அவசரமாக டிக்கியைத் திறந்தான். சில கருவிகளை எடுத்துக்கொண்டு பானெட்டைத் திறந்து உள்ளே என்னவோ செய்ய, கார் கிளம்ப ஆயத்தமாகும் ஆரம்ப குதூகல இரைச்சலைக் கிளப்பிற்று. தன் சிப்பந்திகளுள் ஒருவனுக்குத் தொழில்நுட்ப அறிவு இருப்பதைக் கண்டு பாராட்ட வேண்டிய ஆண் பயணி காரிலிருந்து இறங்கி காரோட்டியைப் பார்த்து, “கீழே எறங்கி அவன் என்னா பண்ணான்னு பாத்துக்கோடா முண்டம், ஒன்னெயெல்லாம் வச்சிட்டு மாரடிக்க வேண்டியிருக்கு” என்று கூச்சலிட்டார்.

முண்டம் இப்பொழுது காரை விட்டிறங்கி வல்லுனனிட மிருந்து விசேஷத் திறமையைக் கற்றிந்துகொண்டு அதைத் தன் அறிவுப் பீடத்தில் உட்புகுத்தி வியர்வை வழிய மீண்டும் காருக் குள் அமர்ந்தது. எதிரே வந்த இரு பாரத கார்கள் ஒலியெழுப்ப அயல்நாட்டு வாகனத்தைச் சூழ்ந்திருந்த சேவகர்கள் ஆளுக்கொரு வலது கையை உயர்த்தி, ஒலி எழுப்புவது அமைதியை நாடும் பாரதக் கலாச்சார தர்மத்திலிருந்து பிறழ்வதாகும் என்று நினைவூட்டியதன் பேரில், நிசப்தம் நிலவி ஒரு மந்தமான கலாச்சாரச் சூழல் உருவாகியது. இப்பொழுது உருவான அமைதி யைக் குலைத்து, ஒரு பெரும் சப்தத்துடனும் வெற்றிக் கொக்கரிப்புடனும் அயல்நாட்டு வாகனம் கிளம்பிற்று.

எஜமானர் குடும்பத்தை ஒரு வழியாகக் கிளப்பிவிட்ட சந்தோஷத்துடனும் அவ்வாகனத்தை ஆலிங்கணிக்க எடுத்துக் கொண்ட சிரமத்தினால் ஏற்பட்ட களைப்பிலிருந்து சிறிது மீண்ட ஆசுவாசத்துடனும் பணிவிடையாளர்கள் குழு அரங்கத்தை நோக்கித் திரும்பிற்று. புஷ் ஷர்ட், பாண்ட்ஸ் உருவம் சிரித்த மகளிர் வரிசையை அணுகி, சிரிப்பது தகாத செயல் என்று புத்திமதி புகட்டி, நன்னெறியிலிருந்து சற்று நேரத்துக்கு முன் வழுக்கி விழுந்திருந்த மகளிரைச் சமனப்படுத்தி,

சமூக சீர்திருத்தம் செய்ய எதிர்பாராத சந்தர்ப்பம் வாய்த்த பெரும் பாக்கிய ஆனந்தத்துடன் உட்சென்றது.

வாகனங்களை நிறுத்துவதற்கான வெளியில் அம்பாஸிடர் கார் ஒன்றில் ஓட்டி ஒருவன் அமர்ந்திருந்தான். தரையில் இரண்டு பேர். அருகில் சென்றேன். ஓட்டி, தெலுங்கு–தமிழ்க் கலவையில், பெண்கள் சிரித்திருக்கக் கூடாது என்றும், முதலாளியின் காரைக் கிளப்ப சகதொழிலாளிகள் யத்தனித்துக் கொண்டிருக்கும்போது அதில் கலந்துகொள்வதுதான் உசித மானது என்றும், எஜமான விசுவாசத்தின் பெருமை சிறப்பு முதலியவைகளையும் தன்னால் இயன்ற அளவு விளக்கிக் கொண்டிருந்தான். சொற்பொழிவைக் கேட்டுக்கொண்டிருந்த இருவரும் ஆமோதித்து அவர்கள் பங்குக்கு ஏதோ சொன் னார்கள். நான் ஊம் கொட்டிக்கொண்டும் தலையை ஒரு திசையிலிருந்து மறுதிசைக்குச் சாய்த்து அசைத்துக் கொண்டும் இருந்தேன்.

எனக்கு சலிக்க ஆரம்பித்தது வாழ்க்கையைப் போல். ஒரு மாறுதலுக்காக, உட்சென்று ஸ்டில்ஸைப் பார்க்க ஆரம்பித்தேன். ஒரு குரல், “இது இன்னா படங்க, பூட்ச்சா இப்பொ ஓட்றதா?” நெற்றியில் திலகமில்லாமல் சாயம்போன கைத்தறிப் புடவை யுடன் ஒரு முப்பது வயதைத் தாங்கிய ஒரு பெண்மணி. “இதுங்களா, ‘நாள் என்பது நிச்சயமாக இன்றே.’ பதினொண்ரை மணிக் காட்சி. இப்ப ஓட்றது.” “அப்படீன்னா இன்னாங்க?” விஸ்தாரமான தத்துவார்த்த வெளிப்பாடுகள்தான் அவளுக்குப் படத்தின் தலைப்பை விளக்க முடியும் என்ற உணர்வும், அடிப் படைச் சமாச்சாரங்களிலேயே உழல்வதில் முக்கால் பங்கு உளச்சக்தி விரயமாகி தத்துவ விசாரங்களில் லயிக்கவோ மற்றவர்களிடம் எடுத்து இயம்பவோ போதிய தெம்பு இல்லாத இயலாமையும் சேர்ந்துகொள்ள குழப்பம், தாழ்வுணர்வு, கிலேசம் முதலிய கலவரமான அகச்சூழல் உருவாகி நான் உள்ளுக்குள் உடைந்து போனேன். ஸ்டில்ஸை விட்டு நகர்ந்து, போஸ்டரில் கையையும் காலையும் தூக்கி அசௌகரியப்பட்டுக் கொண்டிருக்கும் இள நங்கை ஏன் அவ்வாறு இருக்கிறார் என்று பெண்மணி வினவ, அது ஒரு தினுசான நடன வடிவம் என்று நான் விளக்க, சுவரில் பதிக்கப் பெற்றிருக்கும் கண்ணாடியில் பொம்மைகளை ஆச்சரியமுற, எனக்குக் கைவினைக் கலைகள் பற்றிய ஞானம் அறவே கிடையாது என்று வியர்வை, அசடு ஆகியவை முகப்பரப்பில் வழிய நான் அவமானப்பட – மேலே சிந்தித்த வகையில் அவள் என்னை ஒரு சுற்றுலா வழிகாட்டி யாகப் பயன்படுத்த முயற்சித்தால் நான் அடியோடு தொலைந்

தேன் என்ற தன்னலம் ஆட்கொள்ள, தற்காப்பு கருதி எப்படி அப்பெண்மணியிடமிருந்து நாசூக்காகக் கழன்றுகொள்வது என்று சிக்கல் பட்டுக் கொண்டிருக்கையில் அவளே இடத்தை விட்டு நகர்ந்து உதவினாள். 'சிறிய அற்புதங்களுக்கு ஆண்டவனுக்கு நன்றி' – என் வாய் மௌனமாக முணுகிற்று. தாரா இன்னும் டிக்கெட் எடுத்துக்கொண்டு வரவில்லை.

நேரத்தை ஓட்ட சாலைக்கு வந்து சிகரெட் ஒன்றைப் புகைத்தவண்ணம் நடைபாதையில் உலாத்திக்கொண்டிருந்தேன். நேர்த்தியான உடைகளணிந்த வடிவ அழகு படைத்த ஓர் இளம்பெண் நடந்து போய்க்கொண்டிருந்தாள். இளைஞன் ஒருவன் தற்காலத்தில் புழக்கத்திலிருக்கும் அதிகபட்ச நவீனம் வாய்ந்த ஆடைகளணிந்து அவளை ரசித்துக்கொண்டு ஓரளவு இடைவெளி விட்டுப் பின்தொடர்ந்து கொண்டிருந்தான். பொதுவாக, ஒரு வாலிபன் தற்செயலாகத்தான் ஒரு இளம் பெண்ணின் பின்னால் நடக்கிறானா அல்லது வேண்டுமென்றே பின்தொடர்கிறானா என்பதை ஊகிப்பது வையகத்திலேயே மிகவும் எளிதான பல சமாச்சாரங்களில் ஒன்று. மேலும் மொசப் பிடிக்கிற நாயை மூஞ்சியைப் பார்த்தே சொல்லிவிட முடிவது பாரத வல்லமைகளில் தலையாயது.

சிகரெட் விரலிடுக்கைச் சுட்டு நான் எங்கிருக்கிறேன் என்பதை உணர்த்த, தாரா, வாணி, படக்காட்சி, நேரம்– நினைவுக்கு வர அரங்கத்தை நோக்கி நடந்தேன்.

ஒன்பது ரூபாய்ச் செலவில் மூவரும் உட்சென்றோம். டிக்கெட்டில் இருக்கை எண்ணில்லை. மாநகர் பிரதான சாலைகளுள் ஒன்றில் மூன்று கலைக்கூடங்களை ஒரே கட்டிடத்தில் அடக்கி வைத்து, குளுமை வசதியில் மகிழ்ந்து கொண்டிருக்கும் ஓர் அரங்கத்தில் மூன்று ரூபாய் இருக்கைகளுக்கு இலக்கங்கள் குறிக்கப்படாதிருந்தது ஒரு பேரிடி. இருந்தாலும் மாநகர்களில் எது வேண்டுமானாலும் நடக்கலாம். அப்படி இல்லாவிட்டால்தான் ஆச்சரியம். எல்லாவற்றிற்கும் காரணம் தயாராக இருக்கும். காரணத்திற்கும் சப்பைக்கட்டுக்கும் துல்லியமான வேறுபாடுகள் கண்டுபிடித்து ஆய்வில் அகமகிழ்வது நேரம் கையில் கனப்பவர்களின் ஆடம்பரப் பொழுதுபோக்கு. மேலும் நேரம் பொன்னானது. ஒவ்வொரு வினாடியையும் திட்டமிட்டுக் கழிக்க வேண்டும். திட்டமிடவும் வினாடிகள் தேவை. நேரம் போகப் போகச் சிக்கலாகிக் கொண்டுதான் வருகிறது. மணிகாட்டி, நாள்காட்டி போன்ற நவீன சாதனங்களைத் தவிர்த்து, நல்ல நேரம், ராகு நேரம், யாருடைய முகத்திலோ முழித்த நேரம், போறாத நேரம்

முதலியனவும் பாரதத்தில் புழங்கி வரும் பேரழகில், நேரம், கணிப்பு முதலிய விஷயங்கள் கடுமையான கடினமடைந்திருப்பது குறித்து ஆச்சரியப்படுவது சரியா என்று தெரியவில்லை.

இடைவேளையின்போது எனக்கு சிகரெட்டும் வாணிக்கு கோன் ஐஸ்கிரீமும் தேவைப்பட்டு விட்டதில், மூவரும் வெளியே வந்தோம். நான் புகைத்துக்கொண்டு ஓர் ஓரத்தில் நிற்க, சிகரெட் ஒன்றை விரலிடுக்கில் தாங்கியவண்ணம் ஒரு வாலிபன் அருகில் வந்தான். "Fire box, please." அவன் கையில் சிகரெட் இல்லா திருந்திருந்தால் அவன் என்னிடமிருந்து என்ன எதிர்பார்த்தான் என்று புரிந்திருக்காது. நான் வத்திப்பெட்டியை நீட்ட அவன் சிகரெட்டைப் பற்ற வைத்துக்கொண்டு நகர்ந்தான். நெரிசலை மீறி அதிர்ஷ்டம் ஒத்துழைத்த காரணத்தால் சீக்கிரமே ஐஸ்கிரீம் கிடைக்கப்பெற்று உட்சென்ற தாராவும் வாணியும் திரும்பி வெளியே வந்தார்கள். இருக்கை மறந்துவிட்டிருந்தது. அவர்களைச் சற்றுக் காத்திருக்கச் சொல்லிவிட்டுக் குடிநீர் வைக்கப் பட்டிருந்த இடத்தை நோக்கி நடந்தேன். ஒரு செவ்வகத் தொட்டியில் குடிநீர்; அதற்குப் பாதிக்கு ஒன்றாக இரு மூடிகள்; பக்கத்துக்கு ஒன்றாகச் சங்கிலியால் பிணைக்கப்பட்ட இரு லோட்டாக்கள். வலதுபக்க மூடியை எவனோ திறந்துவிட்டிருந் தான். குழாயைப் பிரயோகித்து சிரமப்படுவதற்குப் பதிலாக நேரே தொட்டிக்குள்ளேயே டம்ளரை முக்கி நீரை நிரப்பி நேரத்தை மிச்சப்படுத்திக் கொண்டிருந்தார்கள். தாக சாந்திக்குக் காத்திருந்த ஒருவன் தன் சகாவிடம், "மாட்டுக்கு வைக்கிற தண்ணித் தொட்டி மாரி இருக்கில்லெ" என்று ஆச்சரியப்பட்டுக் கொண்டான். தாகஸ்தன் ஒருவனுக்குத் தொட்டி திறந்திருந்தது பிசகாகப் பட்டது. மூடினான். கூட்டத்திலிருந்த ஒருவன் "இதோடா இவரு பெருஸ்ஸா சமூக சேவெ செய்ய வண்ட்டாரு" என்று எள்ளினான். ஒத்த மனப்போக்கு கொண்ட பிறிதொருவன் "பெரிய மசுரு சேவே, தள்ளுங்கடா அந்தாண்டெ" என்று கூவிக்கொண்டு முன்வந்தான். பாதி தொட்டி அவனால் மறுதிறப்பு விழாக்கோலம் பூண்டது. சிலர் டம்ளர் மட்டும், சிலர் சற்றுத் தாராளமாக டம்ளருடன் மணிக்கட்டுவரை நீரில் கையை அமிழ்த்தி நீரை டம்ளரில் நிரப்பி அருந்தத் தொடங் கினார்கள். நானும் ஒரு மடக்கு நீர் அருந்திவிட்டு தாராவையும் வாணியையும் அழைத்துக் கொண்டு இருக்கைகளுக்குத் திரும்பினேன். வேறு இருவர் அமர்ந்திருந்தார்கள். என்னுடைய இருக்கை காலியாக இருந்தது. தாரா குழம்பி வெளியே வந்திருந்ததன் காரணம் அப்பொழுது புரிந்தது. தவறுதலை நான் சுட்டிக்காட்ட, என்னை ஒரு தினுசாகப் பார்த்து, "பாவம்,

பிள்ளைக்குட்டிக்காரன், பிழைத்துவிட்டுப் போகட்டும்" என்று பரிதாபப்பட்டு அவர்கள் எங்கள் இருக்கைகளை விட்டு அகன்றார்கள்.

காட்சி முடிந்ததும் பொடிநடையாக வீட்டை வந்தடைந்தோம். வீடு ஒரு நீண்ட பாதை. பாதையின் ஒரு மருங்கில் இருப்பிடப் பகுதிகள். முதல் பகுதியில் குசேலன். கதவு பாதி திறந்திருந்தது. சீமை எண்ணெய் விளக்கு வெளிச்சத்தில் அவர் உணவருந்திக் கொண்டிருந்தார். அவரது மனைவி அருகில் குந்தியிருந்தாள். அவர்களுக்கு மூன்று குழந்தைகள். குசேலன் ஒரு ரிக்ஷா ஓட்டி. சமீபகாலத்தில் அவருக்கு உடம்புக்கு முடியாமல் போய்விட்டிருந்தது. ரிக்ஷா ஓட்டினால் வலது கால் முழுக்கத் தடித்து வீங்கிவிடும். அவருக்கு ஆரோக்கிய பிரக்ஞை தோன்றும்போது மட்டும் பொது மருத்துவமனைக்குப் போய் வருவார். துரித நிவாரணம் ஒன்றும் கிட்டவில்லை. ஒருவேளை சொஸ்தப்படுத்திக் கொள்வதில் போதிய நாட்டம் அவருக்கு இல்லாமல் இருக்கலாம். இது எனக்குச் சரிவரத் தெரியாத ஒன்று. அவருக்கு வேறெந்தத் தொழிலிலும் பரிச்சயம் இல்லை. பிழைப்புக்கு என்ன செய்வது என்ற யோசனையிலேயே எந்தத் தொழிலை நாடுவது என்று புரிபடாத குழப்ப நிலையில் வீட்டில் முடங்கிக் கிடந்தார். மனைவி வேலைக்குப் போக ஆரம்பித்திருந்தாள். நான்கு வீடுகளில் பத்துத் தேய்த்துக் கிடைக்கும் உணவை எடுத்துவந்து குசேலனுக்கு முதலில் கொடுத்துவிடுவாள்.

அடுத்த பகுதியில் அகஸ்டீன், இரும்புப் பட்டறைத் தொழிலாளி. அவர் வீட்டுக் கதவுகள் இரண்டுமே திறந்திருந்தன. அவரும் உணவருந்திக் கொண்டிருந்தார். பக்கத்தில் அவருடைய குழந்தை லில்லி தட்டில் கையை வைத்து அட்டகாசம் செய்து கொண்டிருந்தாள். மனைவி அபிகா கிழிந்த சட்டை ஒன்றைத் தைத்துக்கொண்டிருந்தாள். "எந்தப் படத்துக்கு?" என்னைப் பார்த்த அகஸ்டீன் பேச்சுக் கொடுத்தார். தாராவையும் வாணியையும் முன்னே போக விட்டு நான் அகஸ்டீன் வீட்டு வாசலில் உட்கார்ந்துகொண்டேன். அந்த வீட்டுக் குடித்தனக்காரர்களுள் அதிகம் பழகுவது அகஸ்டீன் குடும்பம்தான். அவர் சாப்பிட்டுக்கொண்டும் நடுநடுவே பேச்சுக் கொடுத்துக் கொண்டும் இருந்தார். தட்டில் ரசம் சாதம். தொடுகறியாக ஓர் அவித்த முட்டை மட்டும். முட்டையைச் சாப்பிடவிடாமல் லில்லி பிடுங்கித் தின்று அவரை வெறுப்பூட்டிக் கொண்டிருந்தாள். அகஸ்டீன் கோபப்பட்டு அதுவரை நான் பார்த்ததில்லை. "போ, அந்தாண்டெ சாத்தானே." லில்லியை அவர் விரட்டினார்.

அகஸ்டீனுடன் பேசிவிட்டு என் பகுதியை வந்தடைந்தேன். சாப்பிட்டுவிட்டுப் பாய்விரிப்பில் கிடந்தேன். கோவையாக, ஒன்றன்பின் ஒன்றாகக் காட்சிகள் கண்முன் தோன்ற ஆரம்பித்தன. இரண்டு யானைகளுள் பளுவான பிரம்மாண்டமானதொரு மரத்துண்டைத் துதிக்கை வளைவில் தாங்கி நடந்துவந்து ஏற்கனவே சீராகக் குவிக்கப்பட்டிருந்த மரத்துண்டுகளுடன் சேர்த்துக் கொண்டிருந்தன. அடுத்து, நகரப் பகுதியில் ஒரு பங்களா. எஜமானர் வீடு திரும்பியிருந்தார். அவரைப் பார்த்த மாத்திரத்திலேயே அவருடைய வளர்ப்பு நாய் வாலை இயன்ற மட்டும் ஆட்டிக்கொண்டு ஓடி ஓடிக் குதித்து அவரை வளைய வர ஆரம்பித்தது. அந்தக் காட்சி மறைந்த மறுகணம் மற்றொரு காட்சி. ஒரு பசு குப்பை மேட்டருகில் கிடந்த வாழைப்பழத் தோலை நோக்கிச் சென்றுகொண்டிருந்தது. தெரு நாய் ஒன்று குரைத்துக் கொண்டு பசுவைப் பயமுறுத்தி விரட்டிக்கொண்டிருந்தது. பக்கத்தில் ஒரு வீட்டு வாசலில் பூம் பூம் மாடு ஒன்று அலங்காரப் பட்டைகள் கொண்ட மண்டையை ஆட்டிக் கொண்டிருந்தது. தெருவில் ஒரு கடா மேலுதட்டைப் பிதுக்கிப் பற்களை வெளிக்காட்டிக்கொண்டு பெட்டையை நோக்கி விரைந்துகொண்டிருந்தது. ஒரு தொழுவத்தில் ஆவினத் தீவனக் கரைசல் வைக்கப்பட்டிருந்த தொட்டியில் எருமை ஒன்று வாயை நுழைத்துக்கொண்டிருந்தது. இக்காட்சி மறைந்ததும் ஒரு கானகம் தென்பட்டது. புதர்களுக்கிடையே ஆண் சிங்கம் ஒன்று பெண் சிங்கம் வேட்டையாடிப் பெற்ற மான் ஒன்றைப் புசிப்பதில் ஈடுபட்டிருந்தது. பெண்சிங்கம் அருகில் அமர்ந்திருந்தது. இதையடுத்து பழையபடிக்கு மாநகர் தெரு ஒன்று தோன்றிற்று. தெரு முக்கில் ஒரு துண்டு எலும்புக்காக இரண்டு தெருநாய்கள் குரைத்துக் குதறிச் சண்டை போட்டுக்கொண்டிருந்தன. பிற்பாடு, எல்லாவற்றிற்கும் சிகரம் வைத்தாற்போல ஒரு விநோதமான காட்சி: மனித முகம், ஆட்டு முன்னங்கால்கள், நாயின் பின்னங்கால்கள், ஆறடி நீள முதலை வால், ஆமை ஓட்டு முதுகு கொண்ட கலவரப்படுத்தும் ஒரு ஜந்து. கழுத்தில் கரடித் தோலில் குதிரை நரம்பிழையால் தைக்கப்பட்டிருந்த ஒரு பெரிய பை. பையில் இரண்டு தடித்த அலுவலகக் கோப்புகள். ஒரு பந்துமுனைப் பேனா, ஒரு சிற்றுண்டிப் பொட்டலம் – மனித முகம் கொண்ட ஒரு சிறிய dinosaur. பிராணி சாலையில் நடந்து போய்க்கொண்டிருந்தது. அதிர்ச்சி மேலிட உடம்பெல்லாம் வியர்வைப் பெருக்குடன் வெலவெலத்துப் போன நிலையில் கண் விழித்தேன். விடிந்து விட்டிருந்ததை உணர்ந்ததில் அலுப்பு மேலோங்கிற்று.

•

அம்மன் விளையாட்டு

எங்கள் நிறுவனத்தில் நிறைய பெண்கள். பார்வதி வேலையில் சேர்ந்து இரண்டு ஆண்டுகள் ஆகின்றன. ஆங்கிலம் அவ்வளவு சுகமில்லை என்றாலும் பார்ப்பதற்கு லட்சணமாக இருப்பாள். ஓரளவு பசையுள்ளவள் போலும். தினமும் புதுப்புது டிஸைன் உடைகளில் காட்சியளிப்பாள். நேர்மையானவள். ஒரு நாள் தனிமையில் அவளது மேனி அழகின் ரகசியம் பற்றிக் கேட்டதுண்டு. நேர்மையான ஹமாம் சவுக்காரம் என்றாள். பிறகு நான் அவளுடைய நேர்மையைச் சந்தேகிக்கவில்லை.

பாருவின் பிற குணாதிசயங்கள்: முன்கோபி, பட்டென்று பேசிவிடுவாள். சிரித்துக்கொண்டே ஜோக் அடிப்பாள். இரண்டு காரியங்களையும் ஒன்றாகச் செய்வதால் ஜோக் புரியாது.

பாருவின் நேரம் அல்லது என் நேரம் சோதனைக் குள்ளானது என்று சொல்ல வேண்டும். அலுவலகத்தில் பலத்த சிபாரிசுடன் ஒரு வழுக்கைத் தலையர் வந்து சேர்ந்தார். நேர்த்தியான நவீன உடைகள். வயது முப்பத்து ஐந்து இருக்கும்.

நாளாக ஆக அவர் என்னிடம் பழக ஆரம்பித்தார். அவர் முதலில் வெளியிட்ட செய்தி வழுக்கையைப் பற்றி. ஓர் ஆறு ஆண்டுகள் முன்பு உடலில் ஏதோ சிக்கல் ஏற்பட்டது என்றும், வயிற்றில் ஒரு பெரிய அறுவைச் சிகிச்சை செய்தார்கள் என்றும், அதிலிருந்து ஆறு மாதங்களில் தலைமுடி முக்கால்வாசி கொட்டி விட்டதென்றும் சொன்னார். அதனால்தான் தன் திருமணம் தள்ளிப் போய்க்கொண்டிருக்கிறது என்றார். அவர் சொன்னது என்னை ஆச்சரியத்தில் ஆழ்த்தியது. அவருக்குத் திருமணமாகிக் குழந்தைகள் இருக்கும் என நினைத்திருந்தேன். வயது இருபத்து எட்டுதான் என்றார். இதுவும் என்னை ஆச்சரியத்தில் ஆழ்த்தியது.

கொஞ்ச நாட்களிலேயே அவரிடம் ஒரு சரக்கும் இல்லாதது தெரிந்தது. அவர் ஒருநாள் கடவுள் பற்றிப் பேச ஆரம்பித்தார். வேண்டாம் என்று தடுத்தும் கேட்கவில்லை. என் மனைவி சாமி கும்பிடுகிறவள்தானே என்று கேட்டார். ஆம் என்றேன். சாட்சாத் அடிகளார் கொடுக்கும் குங்குமப் பிரசாதத்தை என்

மனைவிக்காக அவரால் கொண்டு வர முடியும் என்றார். இது என்னால் இயலாத சாதனை. என் மனைவியிடம் இது பற்றிச் சொன்னேன். அவள் அப்படியே பூரித்துப் போனாள். பிறகு அவர் பேச்சை வீட்டில் நான் மறந்தும் எடுக்கவில்லை.

தான் ஒரு செவ்வாடைத் தொண்டர் என்று தன்னை அறிமுகப்படுத்திக்கொண்டார். கம்யூனிஸவாதி என்கிறார் போலும் என்று அவர்பால் மதிப்பு ஏற்பட்டுக் கொண்டிருந்த போது அவர் தான் ஓர் பராசக்தி பக்தர் என்றார். இருந்த கொஞ்ச நஞ்ச மதிப்பையும் இழந்தார்.

ஒருநாள் சிகப்புச் சட்டை போட்டுக்கொண்டு வந்தார். ஆதிபராசக்தி என்றார். இல்லை பாதி பராசக்திதான். முழுக் கால் சட்டையையும் சிகப்பு நிறத்தில் போட்டுக்கொண்டிருந் தால்தான் முழுநீள ஆதிபராசக்தி என்றேன். என்னுடைய ஜோக் அவருக்குப் பிடிக்கவில்லை.

என்னிடம் ஒரு மோபெட் உண்டு. பெட்ரோலுக்குக் காசு இருக்கும்போது மட்டும் உபயோகிப்பேன். அதை அவர், தான் பெட்ரோல் போட்டுக்கொள்வதாகச் சொல்லி அடிக்கடி உப யோகிக்க ஆரம்பித்தார். ஒவ்வொரு முறையும் திருப்பித் தரும் பொழுது ஏதாவது பழுதுடன் கொடுப்பார். எனக்கு எரிச்சல் எரிச்சலாக வந்துகொண்டிருந்தது.

ஒரு ஞாயிறு வீட்டுக்கு வந்தார். நான் இக்பால் அறைக்குக் கிளம்பிக் கொண்டிருந்தேன். அவரையும் உடன் அழைத்துச் செல்லும்படி ஆயிற்று. அறையில் மேசைமீது காஃப்காவின் 'விசாரணை' இருந்தது. அது என்ன துப்பறியும் நாவலா என்று வினவினார். Body Watching என்ற புத்தகத்தைப் புரட்டினார். அருமையான செக்ஸ் புத்தகம் என்றார். ஒரு வாரம் கழித்துத் திருப்பித் தருவதாகச் சொன்னார். இக்பால் புத்தகத்தைத் தர மறுத்துவிட்டார்.

இப்படியே நாட்கள் சவசவவென்று ஓடிக்கொண்டிருந்தன. அவருடைய உறவினரும் அவரும் ஒரு விடுமுறை மழை நாளில் வீட்டுக்கு வந்தார்கள். உறவினர் இளைஞர். அவரும் செவ் வாடைத் தொண்டராம். கஷ்ட காலம்! சின்ன வயசுலயே இப்படிக் கெட்டுப் போய்விடுகிறார்கள் என்று நினைத்துக் கஷ்டப்பட்டேன். அலமாரியில் பார்வையைச் செலுத்திய அவர், யார் இங்கே கம்ப்யூட்டர் கற்றுக்கொள்வது என்று கேட்டார். எனக்குப் புரியவில்லை. அந்த DOS என்றார். உட்கார்ந்த நிலையில் ஆசிரியரின் பெயர் பாதிதான் தெரிந்திருந்தது. அது Dostoyevskyயின் Crime and Punishment. உறவினருக்குப் புத்தகம் பற்றியோ ஆசிரியர் பற்றியோ ஒன்றும் தெரிந்திருக்கவில்லை.

பராசக்தி கோயிலுக்குப் போக மோபெட் வேண்டும் என்றார்கள். கெட்ட இடங்களுக்கு என் வண்டி போவதை விரும்பாவிட்டாலும் ஒரு தாட்சண்யம் கருதிக் கொடுத்தேன். ஒரு வழியாக அவர்கள் ஒழிந்தால் சரி என்ற அவசரமும் உள்ளூர இருந்தது.

வந்து ஒரு மாதம் மிகவும் கரடுமுரடாக இப்படிக் கழிந்தது. அவர் ஒரு பி.எஸ்.ஸி. பட்டதாரி. இப்பொழுது சம்பந்தா சம்பந்தம் இல்லாமல் எம்.ஏ. (அரசியல் மற்றும் பொது நிர்வாகம்) அஞ்சல் வழிக் கல்வியில் படித்துக்கொண்டிருந்தார். தனக்கு ஆங்கிலப் புலமை நிறைய என்றார். ஆங்கிலத்தில் இல்லாத பல வார்த்தைகள் அவரிடமிருந்து வெளிப்பட்டவண்ண மிருந்தன: Suspectation, solvation, insultation, anxietation, doubtation இப்படி.... (நிறைய மறந்துவிட்டது). பல்கலைக்கழகப் புண்ணியவான்கள்!

அவருடன் பழகுவதற்கு ஓர் அடிப்படைகூட இல்லையே என்று நினைத்துக்கொண்டிருந்தபோது அவர் தன் ஆளுமையின் ஆளுகை குறித்துச் சொல்ல ஆரம்பித்தார். தன்னுடன் பழகும் எவரும் தன்போல் நல்லவர் ஆகிவிடுவார்கள் என்றும் ஏன் என்னால் புகைப்பதை நிறுத்த முடியவில்லை என்றும் கேட்டார். ஒவ்வொருவருக்கும் ஒரு கெட்ட பழக்கம்; அவருக்கு பராசக்தி, எனக்கு சிகரெட் என்றேன். அவர் ஏதோ சொல்ல வாயெடுக்குமுன் என் பேருந்து வர நான் தப்பித்துக்கொண்டேன்.

பாருவின் போறாத காலம், அவள் இன்னும் திருமணம் செய்து கொண்டிருக்கவில்லை. அவளை அவர் காதலிக்க ஆரம்பித்து விட்டார். அவளும் ஆரம்ப கட்டத்தில் ஓரளவு விட்டுப் பிடித்தாள் போலும்.

அவர் படு உற்சாகமாக இருந்தார். பாருவிடம் தான் கொண்ட நெருக்கங்களைப் பற்றிச் சொல்ல ஆரம்பித்தார். அதெல்லாம் எனக்குக் காதலாகவே படவில்லை. ஒரு கோலா வாங்கிக் கொடுத்ததையல்லாம் காதல் என்று நினைந்துருகினார். நான் ஒருமுறை பாருவுக்கு ஐஸ்க்ரீம் வாங்கித் தந்ததுண்டு.

அன்னியோன்னியமாகப் பேசியிருந்தார். பாருவிடம் தான் அவளை நெஞ்சாரக் காதலிப்பதாகவும் தன் காதல் தெய்வீகமானதென்றும் உடலாசை அற்றது என்றும் கல்யாணம் ஆகும் வரை தனது விரல்நுனி கூட அவள்மீது படாது என்றும் உறுதிமொழி அளித்திருந்தார். சுரத்தே இல்லாத ஒரு சன்னியாசிக் காதலை முன்வைத்திருக்கிறீர்களே, பாருவுக்குத் தொடும் காதலன் பிடிக்குமா தொடாத காதலன் பிடிக்குமா என்பதைக்

கூட உறுதிசெய்து கொள்ளுமுன் இப்படிச் செய்து விட்டீர்களே என்று நான் பதறினேன். நான் ஒரு கட்டத்தில் பாருவுடன் கைகுலுக்கியிருக்கிறேன். ஏதோ ஒரு சிறு சாதனை. ஒரு பாராட்டு. நல்வாழ்த்துகள். தோழமை, அவ்வளவே. இவர் விரல் நுனி என்று ஏதோ சொல்கிறாரே... எனக்குச் சரிவரப் பிடிபடவில்லை.

இதெல்லாம் எப்படி ஆரம்பித்ததென்று சொல்ல வேண்டும். பாரு M.Phil படித்துக்கொண்டிருந்தாள். அவளது ஆய்வுக் கட்டுரையை அவசரமாகத் தட்டச்சு செய்ய வேண்டி வந்தது. அலுவலக நேரத்தில் நான் ஒரு பத்துப் பக்கம் தட்டச்சு செய்து கொடுத்தேன். ஆனால், அவர் முழுமூச்சாக அலுவலக நேரம் முடிந்து ஒரு மணி நேரம் அதிகம் அலுவலகத்தில் தங்கி உயிரைக் கொடுத்துத் தட்டச்சு செய்தார். நான் என் மனைவி யுடன் உயிரைக் கொடுத்துத் தாம்பத்தியம் நடத்துவதால் பாருவுக்காக உயிரைக் கொடுக்க முடியவில்லை. கொஞ்சம் வருத்தம்தான்.

அடுத்த நாள் அலுவலகம் அல்லோலகல்லோலப்பட்டது. பாருவும் அவரும் பணி நேரத்துக்குப் பிறகு அலுவலகத்தைத் துஷ்பிரயோகம் பண்ணியதாகக் குற்றச்சாட்டு. நான் ஏதோ சாதாரணமாக அதை எடுத்துக்கொண்டேன். அவர் வேறு விதமாகப் புரிந்துகொண்டு பாருவையும் தன்னையும் மருத்துவப் பரிசோதனைக்கு உட்படுத்தினால் உண்மையான துஷ்பிரயோகம் நடந்திருக்கிறதா என்று தெரிந்துவிடும் என்றார். மனுஷனுக்குப் பாலாசை ஒரு பக்கம், விரல் நுனி ஒரு பக்கம். சிரமம்தான்.

என் காதல் அனுபவத்தை நினைத்துப் பார்த்தேன். முத்தம், அரவணைப்பு எல்லாம் இருந்தன. பண்பாட்டையும் உணர்வையும் போட்டுக் குழப்பிக் கொள்ளாதவனாகையால் என் காதலியை நான் திருமணம் செய்துகொள்ளவில்லை. அவளுக்கும் ஒரு கேடும் நேரவில்லை. திருமணமாகி நன்றாகத் தான் வாழ்ந்துகொண்டிருக்கிறாள்.

அவர் காதலிப்பது அலுவலகத்தில் அனைவருக்கும் தெரிந்துவிடடது. பாருவுக்கு இதில் ஒரே எரிச்சல், கோபம். அவள் அவருடன் பேசுவதைக் குறைத்துக்கொண்டாள்.

அவள் கிடைக்காவிட்டால் தான் தற்கொலை செய்து கொள்வதாக அவளிடம் ஒரு முறை பயமுறுத்தி அவளும் பதறி எங்கள் செயலரிடம் அதைப் பற்றிச் சொல்ல செயலரால் எதுவும் செய்ய இயலவில்லை.

காதல் துக்கமே உருவானதாய்ப் போய்க்கொண்டிருந்தது. அவர் ஒரு தடவை உறக்க மாத்திரைகள் உட்கொண்டு இரண்டு நாட்கள் தூங்கி எழுந்திருந்தார். எல்லோருக்கும் விஷயம் பரவியது. பாரு மவுனமாக இருந்தாள்.

பிறகு, அவர் காலை மூன்று மணிக்கு எழுந்து குளித்துவிட்டு அம்மாவிடம் பேச ஆரம்பித்தார். அம்மா என்றால் அவரது தாயார், தூங்கிக்கொண்டிருக்கும் அவரை உசுப்பிப் பேச ஆரம்பித்தார் என்று கொள்ளக் கூடாது. அம்மா என்றால் பராசக்தி. "அம்மா, நான் நல்லவனாக இருந்தும் எனக்கு ஏன் இத்தனை சோதனை?" அம்மாவும் இதற்குப் பதில் சொல்ல, அவர் திரும்பக் கேள்வி கேட்க உரையாடல் காலை ஐந்தரை மணி வரை தொடருமாம். அவரிடம் நான் சொன்னேன் நன்றாகத் தூங்குங்கள். இல்லையேல் பைத்தியம் பிடிக்கும் என்று.

கோவிலில் அம்மன் முன் பூ போட்டுப் பார்த்தார். பூ சாதகமாக விழுந்தது. பாரு நிச்சயம் அவருக்குத்தான்.

மீண்டும் அவர் உற்சாகமாக இருக்க ஆரம்பித்தார். அடி களார் பிரசாதத்தைப் பாருவுக்குக் கொடுக்க அவளும் பெற்றுக் கொண்டாள். பாருவுக்குக் கடவுள் பக்தி மேலோட்டமாக இருந்தது.

எனக்குத்தான் வருத்தமாக இருந்தது. திருமணத்துக்குப் பிறகு ரத்தக் கலரில் உடுத்திக்கொண்டு அவரும் பாருவும் பராசக்தி கோவிலுக்குப் போய்வரும் எரிச்சலான காட்சி கண்முன் தோன்ற, ஓர் இளம் பெண்ணைக் கெடுத்த பாவம் அவரைச் சும்மா விடாது என்று நினைத்துக்கொண்டேன்.

ஒரு முறை கை வலிக்கிறது என்றார். ஆறுதல் வார்த்தை களைத் தேடிக்கொண்டிருந்தேன். இரவில் ஸ்கலிதம் கழிந்து விடுவதாகவும் பாருவை நினைத்து அடிக்கடி சுயமைதுனம் செய்துகொள்வதில் கை வலிக்கிறது என்றும் சொன்னார். இப்படிப்பட்ட சுகக்கேட்டுக்குப் பூச்செண்டு கொடுத்து நலன் விசாரிப்பது முறையல்ல என்பதால் நான் வெறுமனே இருந் தேன். எனக்கு விரல் நுனி ஞாபகத்துக்கு வந்துகொண்டிருந்தது.

கதையின் இப்பகுதியை அளிப்பவர்கள் புத்தம்புது சர்ஃப் அல்ட்ரா. ஸ்கலிதக் கறையின் சுவடே தெரியாது. கறையைத் தேடிக்கொண்டே இருக்க வேண்டும்.

எல்லாம் கொஞ்ச நாள்தான். பாரு பேசுவதை அறவே நிறுத்திக்கொண்டாள்.

என்னிடம் கேட்டார், பேச ஏதாவது உத்தி சொல்லுங்கள் என்று. பெரிதாக ஏதாவது செய்ய வேண்டும் என்றார். தாராளமாகச் செய்யுங்கள் என்றேன். காசு பிரச்சனை இல்லை என்றார். அம்மாவை நினைத்துக்கொண்டார். சாயங்காலமே ரூ. 1400 கடன் கிடைத்தது.

அலுவலகம் முடிந்ததும் ஒரு தங்க மாளிகைக்கு என்னை அழைத்துச் சென்றார்.

கதையின் இப்பகுதியை வழங்குபவர்கள் கே.டி.ஆர். தங்க மாளிகை. காதலிகளுக்கு மோதிரம், தங்க ஆலிலை, அரைஞாண் கயிறு வாங்கச் சிறந்த இடம், 22 வடக்கு பாடி சாலை, சென்னை 600 050. தொலைபேசி எண்: 5684541.

என் சாயங்காலப் பொழுது விரயமாகிக்கொண்டிருந்தது. கிட்டத்தட்ட ஓர் ஒரு மணி நேரத் துழாவலுக்குப் பின் ஒரு மோதிரத்தைத் தெரிந்தெடுத்தார். பாருவின் விரலுக்கு எடுப்பாக இருக்கும்தானே என்று கேட்டார். பாருவின் விரல்களை நான் உன்னிப்பாகக் கவனித்ததில்லை. ஆகையால் நான் ஒன்றும் சொல்லவில்லை. ஓர் ஆயிரம் ரூபாயை அனாயாசமாகச் செல வழித்தார்.

பிறகு அவர் தங்க மாளிகையை ஒட்டினாற்போல் இருந்த சந்தில் உள்ள சித்த வைத்தியரிடம் அழைத்துச் சென்றார். அவருக்காகத்தான். நேரமும் காலமும் கூடி வரும்போது எல்லாம் அமோகமாக நடக்கும் என்றார். வைத்தியர் நீண்ட நேரம் அவரிடம் பேசிக்கொண்டிருந்தார். தலை நிறைய முடியும் தாடியும் மீசையுமாக இருந்தார் அவர். ஒரு தைல போத்தலை முன் வைத்தார். விலை ரூ. 300 தினமும் காலை வழுக்கையைச் சவரம் செய்துகொண்டு தைலத்தைத் தடவ வேண்டும் சூடேறும் வரை. ஒரு பதினைந்து தினங்கள் தடவினால் முடி வரும் அறிகுறிகள் தென்படுகின்றனவா என்று தெரியும் என்றார். அப்படியே வராவிட்டால் இரண்டு காட்டு வவ்வால்களைச் சாகடித்து அவற்றின் ரத்தம் கலந்த ஒரு தைலத்தைச் செய்து தருவதாகச் சொன்னார். அவருக்கு ஒரே சந்தோஷம். தனக்கு முடி வளர்ந்து பாருவுக்கு மயிர் நிறைந்த காதலனாகவும், பிறகு கணவனாகவும் ஆகிவிட முடியும் என்று. எல்லாம் அம்மா செயல் என்றார்.

மோதிரம், தைலம் வாங்கின குஷியில் என்னை ஒரு பெரிய உணவகத்துக்கு அழைத்துச் சென்றார்.

அடுத்தநாள் அவர் பாருவுக்கு மோதிரத்தை அணிவிப்பார் என்று நினைத்தேன். அப்படி அல்லவாம் விஷயம். ஞாயிறன்று

கோவிலில் அம்மன் பூசையில் மோதிரத்தை வைத்து ஆசீர்வாதம் பெற்ற பிறகே அப்படிச் செய்ய வேண்டுமாம். ஆறின மோதிரம் பழம் மோதிரம் என்றேன் (எனக்கெல்லாம் தேநீர் சூடாக வேண்டும்). மோதிரம் என்பது தாலி போலாம். எனக்கு ஓர் இழவும் புரியவில்லை. மோதிரத்தை ஒரு மஞ்சள் கயிற்றில் நுழைத்து பாரு கழுத்தில் மாட்டித் தொங்கவிடப் போகிறார் போலும் என்று நினைத்தேன்.

திங்கள் அவருக்கு நேரம் சரியில்லை. மோதிரத்தைக் கொடுக்கவில்லை. செவ்வாய் அவருக்கு வெறுவாய். புதன் நல்ல நாள். ஆனால் பாரு விடுப்பு எடுத்துக்கொண்டாள். வியாழனன்று புதிதாக ஏதாவது செய்வார்களா என்ன? வெள்ளி நிச்சயம் கொடுத்துவிட வேண்டும். ஆனால் பாருங்கள். பாரு வெளிவேலைக்குப் போய்விட்டாள். இரண்டாவது சனி அலுவலக விடுமுறை. ஞாயிறு கேட்கவே வேண்டாம்.

அடுத்த திங்கள் அவள் தனிமையில் இருக்கும்போது அவள் முன் மண்டியிட்டுக் கையை முத்தமிட்டுக் காதல் உளறல் உளறி அசந்திருக்கும் சமயம் பசக்கென்று மோதிரத்தை விரலில் நுழைத்து இனி நீதான் என் ஏழேழு ஜன்மப் பொண்டாட்டி என்று கூறி ஜமாய்த்து விடுவார் என்று நினைத்திருந்தேன்.

நடந்தது வேறு. மடித்த ஒரு பொட்டலத்தை ஆர்வத்துடன் நீட்டியிருக்கிறார். பாரு என்ன என்று கேட்க, பிரித்துத்தான் பாரேன் என்று அவர் சொல்ல, நீங்கள் சொன்னால்தான் ஆயிற்று என்று அவள் முரண்டு பிடிக்க, உனக்காக வாங்கின முதல் மோதிரம், நீதான் போட்டுக்கொள்ள வேண்டும். உனக்கு வேண்டாம் என்றால் தூர எறிந்து விடு என்று அவர் ஆவேசப்பட, ஒரே களேபரமாகி விட்டிருக்கிறது. இவ்வளவு ரகளைக்குப் பிறகு அவள் பொட்டலத்தைப் பிரித்து மோதி ரத்தை விரலில் போட்டுக்கொள்ள அது பெரியதாக இருந்ததாம். அதற்குள் தோழிகள் வந்துவிட விஷயம் அனைவருக்கும் தெரிந்துவிட்டது. அடுத்த நாள் ஒரு முறை முறைத்துவிட்டு அவரது மேசை மேலேயே பொட்டலத்தை வைத்துவிட்டு ஒரு வார்த்தைகூடப் பேசாமல் திரும்பிப் போய்விட்டாளாம்.

மோதிரம் பெரிய பிரச்சனை ஆகிவிட்டது. பாருவால் அதை அணிந்துகொள்ள முடியாது. வீட்டில் தாயார் கேட்பார். அவராலும் வீட்டில் வைத்துக்கொள்ள முடியாது. அப்பா அவரது பையை நோண்டுவார். அலுவலகத்திலேயே வைத் திருக்க வேறு பயம். தினமும் பேருந்தில் மோதிரப் பெட்டியுடன் பயணம் செய்வது அபாயம். எனக்கே பாவமாக இருந்தது. என் மனைவியின் இரண்டு மோதிரங்களும் அடகுக் கடையில்

இருப்பதால் கொஞ்ச நாள் அவள் வேண்டுமானால் போட்டுக் கொள்ளட்டுமே என்று கேட்கலாமா என்று தோன்றிற்று ஒரு தீர்வாக.

ஆனால், அவர் சக்தி வாய்ந்த மனிதர். தினமும் காலையில் தியான நிலையில் இருப்பவர். அந்நிலையில் அவர் யாரையாவது சபித்தால் அவர்கள் நிர்மூலமாகி விடுவார்களாம். மேலிடத்து சிபாரிசு பேரில் வந்ததால் அவருக்கும் எங்கள் இயக்குநருக்கும் (பெண்) ஆகாது. ஏதாவது இம்சை செய்துகொண்டிருப்பாள். எனக்கும் இயக்குநரைப் பிடிக்காது. அவரிடம் ஒரு முறை கேட்டுக்கொண்டேன் இயக்குநரைச் சபிக்குமாறு. பாவம் பிழைத்துப் போகட்டும் என்று பெரிய மனது பண்ணி அவர் அவளை மன்னித்துவிட்டார். சக்தியே உருவானவரின் பொருளை என் மனைவி அணிந்துகொள்வதில் ஏதாவது சிக்கல் வரும் என்று பேசாமல் இருந்துவிட்டேன். ஆமாம், இந்த சக்தி என்றால் என்ன? உருளைக்கிழங்கு, வெண்டைக்காய்.

பாரு பேசவே இல்லை.

ஒரு வாரம் கழிந்தது. ஒரு துண்டுக் காகிதத்தில், "அன்பே வா. பாசத்துடன் அழைக்கிறேன். வா. திருமணம் செய்துகொள். இல்லை என் கருமாதிக்குப் பால் ஊற்ற வா" என்று எழுதி அவர் அதை அவளிடம் நீட்டப் போய், அருகிலிருந்த தோழி ஒருவாறு அவரைத் தேற்றி, பிறகு பார்த்துக்கொள்ளலாம் என்று சொல்ல, திருமணமோ அவரது கருமாதியோ தள்ளிப்போய்க் கொண்டிருந்தது. எனக்கு விசனம்தான்.

ஒருமுறை ஒரு மாலை வீட்டுக்கு வந்தார். நான் ஒரு மானுடவியல் புத்தகத்தைப் படித்துக்கொண்டிருந்தேன். திடீர்ப் பிரவேசம் எனக்கு எரிச்சலூட்டியது. திருத்துறைப்பூண்டிக்குப் போய் ரூ. 3500 கொடுத்து சயனைட் வாங்கித் தற்கொலை செய்துகொள்ளப் போவதாகச் சொன்னார். இன்னும் இரண்டு வாரங்களில் அவரது சாவு நிச்சயம் என்றார். ஏதாவது மனம் மாறிச் சாகாமல் இருந்துவிட்டால்... எனக்கு இருக்கும் பணக் கஷ்டத்தில் அந்த ரூ. 3500ஐ என்னிடம் கொடுத்தால் ஒரு நூறு ரூபாயில் ஓர் அற்புதமான கத்தி வாங்கிச் சாகடித்துவிடலாம் போல் தோன்றிற்று. அவரது அறுவை அவ்வளவு கஷ்டத்தைக் கொடுத்துக்கொண்டிருந்தது. மேலும் கருணைக் கொலை அன்பே உருவானதுதானே? பாருவுக்கும் ஒரு விடுவிப்பு. அலுவலகத்துக்கும் ஒரு முழு நாள் விடுமுறை அனைவருக்கும் பயனளிக்கும் வகையில்.

அநேக மாலைகள் அவரது புலம்பலைக் கேட்பதிலேயே கழிந்தன. ஒரு முறை கையேந்தி பவன் ஒன்றில் ஆம்லெட் வாங்கிக் கொடுத்தார். அவர் சைவம். விளக்கினார். பாருவைப் பற்றிய துக்கம் தொண்டையை அடைத்தால் ஒரு ஆம்லெட் சாப்பிடுவாராம். வினோதமாக இருந்தது.

ஒரு பியர் விருந்தில் அவர் ஒரு மடக்கு கூடக் குடிக்காமல் நண்பர்களின் சந்தோஷத்தைத் கெடுத்தார். என்னால் அவரை மன்னிக்க முடியவில்லை.

நிறைய ஆரோக்கியமற்ற சிந்தனைகள் கொண்டிருந்தார். ஒரு முறை, நிச்சயம் பாரு பறைச்சி இல்லை என்றார். பறைச்சி என்றால் காதலிக்க மாட்டீர்களா என்று கேட்டேன். அவரது நடத்தையில் தீண்டாமை கலந்திருந்தது. நான் ஒரு சௌராஷ்டிரப் பறையன், என்னுடன் பேச வேண்டாமே என்று சீண்டினேன். இப்படி ஏகப்பட்ட பிடிக்காத குணாம்சங்கள் அவரிடம் இருந்தன.

பாரு கிட்டத்தட்ட அவருடன் பேசுவதே இல்லை. அவர் எல்லோரிடமும் தான் பாருவைக் காதலிப்பதாகச் சொன்னது அவளுக்கு மகா எரிச்சலாக இருந்திருக்க வேண்டும். என் பெயரைக் கெடுத்துவிட்டீர்களே என்று நான்கைந்து முறை கோபித்துக்கொண்டாள் போலும். நானும் அவரிடம் சொன்னேன் காதலிலும் கொள்ளையிலும் கூட்டு கூடாதென்றும் யாருடைய ஆலோசனைகளுமின்றிச் சுயமாகக் காதலிக்க வேண்டும் என்றும்.

ஒருநாள் அவர் என்னிடம் குறைபட்டுக் கொண்டிருந்தார். பாருவுடன் பேசி நிறைய நாட்கள் ஆகின்றன என்று. பிறகு ஒரு வாரம் அவரும் மவுனமாக இருந்தார். திடீரென்று ஒரு மதியம் விடுப்பு எடுத்துக்கொண்டார். என்னிடமும் சொல்லவில்லை.

இரண்டு நாட்கள் கழித்து என் பக்கத்து இருக்கை நண்பர் மூலம் செய்தி கிடைத்தது. அவர் அன்று மதியம் பாரு வீட்டுக்குச் சென்றிருந்தாராம். அவளது தாயாரைச் சந்தித்துத் தன்னை அறிமுகப்படுத்திக் கொண்டு பராசக்தி தொண்டு பற்றி அளந்து பாருவுக்காகத் தான் ஸ்பெஷல் பிரசாதம் வாங்கி வந்திருப்பதாகவும் அவளிடம் அதைக் கொடுத்துவிடுமாறும் கூற, தாயார் அலுவலகத்திலேயே கொடுத்திருக்கலாமே என்று சொல்ல, அவர் தான் அலுவலகம் போய் ஏழு நாட்கள் ஆகின்றன என்று பொய் சொல்லிப் பிரசாதத்தைத் தாயார் கையில் திணித்துவிட்டு வந்தாராம்.

அடுத்த நாள் பாரு ஏக கோபத்துடன் அனைவர் முன் னிலையிலும், "என்ன நினைத்துக் கொண்டிருக்கிறீர்கள்? இதுவரை எந்த ஆணும் என் வீட்டுக்கு வந்ததில்லை. நீங்களும் உங்கள் பிரசாதமும்" என்று கத்திக்கொண்டே பிரசாதப் பொட்டலத்தை சன்னல் வழியே வீசி எறிந்தாளாம்.

பாரு இப்பொழுதெல்லாம் பழையபடி அனைவருடனும் கலகலப்பாகப் பேசிக்கொண்டிருக்கிறாள். அவர்தான் பாவம். அடிக்கடி விடுப்பு எடுத்துக்கொள்கிறார். கண்கள் Madras eye போல இருக்கின்றன. சரிவர என்னுடன்கூடப் பேசுவதில்லை.

நான்தான் மிகவும் குழம்பிப் போயிருக்கிறேன். இதெல்லாம் காதல்தானா என்பது எனக்கு இதுவரை புரிபடவில்லை.

ஆனாலும் இனி இவர் பொருட்டுக் காட்டு வவ்வால்கள் சாக வேண்டியதில்லை என்பதில் ஒரு பரம நிம்மதி.

●

பகவானும் பகவதியும்
பக்தையும் நாத்திகனும்

நான் ஓர் எருமை. வெயில் என்னை அவ்வளவாகப் பாதிப்பதில்லை. ஆனால், இந்த ஆண்டு வெயில் கடுமையானது என்று சொல்லிக்கொண்டார்கள். என் மகள் வாணியின் முகத்தில் திட்டுத் திட்டாகக் கட்டிகள் தோன்றியிருந்தன.

வழக்கமாக அவளுக்குத் தோல் சம்பந்தமான பிரச்சனை ஏதாவது ஏற்பட்டால் மயிலையிலுள்ள தோல் மருத்துவர் கிருஷ்ணமூர்த்தியிடம்தான் அழைத்துச் செல்வேன்.

என் மோபெட் பழுதாகியிருந்ததால் பேருந்தில் போவது என்று தீர்மானித்தோம். மாலை ஆறு மணிவாக்கில் 41டியில் புறப்பட்டோம். ஏகப்பட்ட நெரிசல். பேருந்து நிதானமாகத்தான் சென்றது.

எங்கள் முறை வந்தபோது உள்ளே சென்றோம். மருத்துவர் கிருஷ்ணமூர்த்திக்கு உடல்நிலை சரியில்லையாம். பாலகிருஷ்ணன் என்ற ஒரு மருத்துவர் இருந்தார். கிருஷ்ணமூர்த்தி ஒரு அப்பாவி. ஓரிரு வார்த்தைகள் பேசி உடனே மாத்திரை, களிம்பு எழுதிக் கொடுத்துவிடுவார். சொன்ன நாளில் பிரச்சனை தீர்ந்துவிடும். கை தேர்ந்த மருத்துவர். பாலகிருஷ்ணன் எங்களுக்குப் பழக்க மில்லை. அவர் நிறையப் பேசினார். வாணியிடம் 'கடி ஜோக்ஸ்' நிறைய அடித்தார். கிடைத்த சந்தர்ப்பத்தை நழுவவிட அவர் விரும்பவில்லை போலும். தொலைக்காட்சி விளம்பர அழகு சாதனக் களிம்புகளைப் பற்றியும் முக மாவுகளைப் பற்றியும் நிறைய நேரம் நக்கலாகப் பேசிக்கொண்டிருந்தார். எங்களுக்கு நேரம் ஆகிக்கொண்டிருந்தது. கிட்டத்தட்ட அரைமணி நேரத்துக்குப் பின்னரே வெளியே வர முடிந்தது.

பக்கத்து மருந்தகத்தில் களிம்பு, மாத்திரைகளை வாங்கிக் கொண்டோம். இனி வீட்டுக்குத்தான் என்று நினைத்தேன். ஆனால், வாணிக்குக் கபாலீஸ்வரர் கோயிலுக்குப் போயே தீர வேண்டும் என்று பக்தியுணர்வு மேலோங்கியிருந்தது.

வெளியே வந்தால் வாணி எதுவும் சாப்பிடவோ, குடிக்கவோ மாட்டாள். ஒவ்வொருமுறை மருத்துவர் கிருஷ்ண மூர்த்தியைப் பார்க்க வரும்போதெல்லாம் நான் பக்கத்துப் பழரசக் கடையில் நெல்லைப் பழரசம் ஒரு 'மெகா கிளாஸ்' நிறைய வாங்கிக் குடிப்பேன். ஏற்கனவே சொன்னது போல நான் ஓர் எருமை. அளவு எல்லாம் பார்க்காமல் இரண்டு, மூன்று 'மெகா கிளாஸ்' குடித்த தருணங்களும் உண்டு.

கபாலீஸ்வரர் பற்றி வாணி விடாப்பிடியாக இருந்தாள். நான் கேட்டேன், "அடுத்தமுறை அம்மாவோடு வரும்போது அதையெல்லாம் வைத்துக்கொள்ளக் கூடாதா?" என்று. என் அறிவுரை எடுபடவில்லை. மேலும் அது அறிவுரை அல்ல. ஒரு நாத்திகனுக்கும் பக்தைக்கும் ஏற்பட்ட வாக்குவாதம். கடவுள் வென்றார். நான் அவருக்குப் பாராட்டுத் தெரிவித்துவிட்டேன்.

வாணியிடம் சொன்னேன்: "நீ கோயிலுக்குப் போ. நான் நெல்லைப் பழரசம் குடித்துவிட்டு வருகிறேன். கோயில் உள்ளே படியில் உட்கார்ந்திருக்கிறேன். வந்துவிடு. ரொம்ப நேரம் எடுத்துக்கொள்ளாதே" என்று.

வாணி போய்விட்டாள். நெல்லைப் பழரசம் குடிக்க ஆவலாய் இருந்தேன். ஆனால், கடை மூடியிருந்தது. அடுத்த கடையில் பழரசம் தீர்ந்துவிட்டிருந்தது. கபாலீஸ்வரர் சோதிக்கிறார் போலும் என்று இளக்காரமாக நினைத்துக்கொண்டேன். பக்கத்தில் இருந்த டீக்கடைப் பிளாஸ்டிக் குடத்திலிருந்து ஓர் ஐந்து டம்ளர் தண்ணீர் குடித்தேன். ஓர் எருமை கழுநீர்த் தொட்டியில் வாய் வைத்து உறிஞ்சுவது நினைவுக்கு வந்தது.

கோயிலுக்குள் நுழைந்து படிக்கட்டில் அமர்ந்துகொண்டேன். பக்தர்களையும் பக்தைகளையும் பார்த்துக்கொண்டிருந்தேன். வினோதமான அனுபவமாக இருந்தது.

ஒரு வழியாக வாணி வந்தாள். ஒரு புளியோதரைப் பொட்டலம் இருந்தது. இரண்டு பேரும் சாப்பிட்டோம். சாமி கும்பிடாதவனாக இருந்தாலும் எனக்கு இந்த ஐயப்பன் நெய், பழநி பஞ்சாமிருதம், திருப்பதி லட்டு முதலிய உணவுகள் நிரம்பப் பிடிக்கும். ருசி நன்றாக இருக்கும்.

நேரம் நிறைய ஆகிவிட்டது. நடந்து மந்தைவெளிப் பேருந்து நிலையத்துக்கு வந்தோம். 41-டி ஒன்று நின்றிருந்தது. நிம்மதியாக இருந்தது.

பேருந்து அமர்க்களமாகக் கிளம்பிற்று. கொஞ்ச தூரம் சென்று – அது வேறு எந்தப் பேருந்தும் செல்லும் வழி அல்ல – அங்கே நின்றுவிட்டது. மழை பலமாக அடிக்க ஆரம்பித்தது.

பேருந்து பழுதாகிவிட்டதாம். 'கியர்' கையோடு வந்துவிட்டதாம். அது கடைசிப் பேருந்து என்று தெரிந்ததும் பக்கென்று ஆகி விட்டது.

வாணியைப் பேருந்தில் விட்டுவிட்டு மழையைப் பொருட்படுத்தாது சாலையில் இறங்கினேன். எருமையை மழை பாதிக்காது.

நான்கைந்து ஆட்டோக்களின் நிராகரிப்புக்குப் பின் ஓர் ஆட்டோ ஓட்டுநர் எங்கள் புறநகர்ப் பகுதிக்கு வர இசைந்தார். எண்பது ரூபாய் கேட்டார்.

ஆட்டோ புறப்பட்டது. கொஞ்ச தூரத்தில் பழுதடைந்து நின்றுவிட்டது. ஓட்டுநர் மழையில் நனைந்துகொண்டே வண்டியின் பின்பக்கம் போய்ப் பழுது பார்த்தார். ஒரு பதினைந்து நிமிடப் பேராட்டத்திற்குப் பின் ஆட்டோ மீண்டும் கிளம்பிற்று.

நெடுந்தூரப் பயணம். வீடு வந்து சேர்ந்தோம். ஆட்டோ ஓட்டுநரின் பிரயாசையை மனதில் கொண்டு ஒரு பத்து ரூபாய் போட்டுக் கொடுத்தேன்.

சட்டையைக் கழற்றிக்கொண்டே வாணியிடம் சொன் னேன், "என்ன உன் கபாலீஸ்வரரும் கற்பகாம்பாளும் இன்றைக்கு எனக்குத் தொண்ணூறு ரூபாய்க்கு வேட்டு வைத்து விட்டார்கள். கோயிலுக்குப் போகாமல் இருந்திருந்தால் சீக்கிரம் பஸ்ஸுலேயே வீட்டுக்கு வந்திருக்கலாம்தானே" என்று.

"கடவுள் பக்தியுடன் நீங்கள் கோயிலுக்கு வந்திருந்தால் எந்த அசம்பாவிதமும் நடந்திருக்காது" என்றாள் வாணி.

●

போதை

குழந்தை வாணிக்கு சுகவீனம். உவ்வாமுள் அம்மை. அப்படித்தான் பக்கத்துக் குடித்தனக்காரர்கள் சொன்னார். தாராவால் அவளைத் தனியாகச் சமாளிக்க முடியாது. அலுவலகத்திற்குச் செல்லாமல் வீட்டிலேயே இருந்துவிட்டேன்.

தலைக்குத் தண்ணீர் ஊற்றின தினம் அவளைத் தன்னிடம் அழைத்து வர வேண்டும் என்றும், அவளுக்கு ஜலதோஷம் இருந்தால் உடனே அதற்குத் தகுந்த சிகிச்சை பெற வேண்டும் என்றும், தவறினால் உடல்நிலைக் கவலைக்கிடமாகி Double pneumonia ஏற்படும் சாத்தியக்கூறுகள் உண்டு என்றும் முந்தைய தினம் அவளைப் பரிசோதித்த குழந்தை மருத்துவர் கூறியிருந்தார்.

காலை வீட்டுக்கு எதிர்த்தாற்போல் அமைந்திருந்த பூங்காவிற்குச் சென்று அதைக் கவனித்துக்கொண்டிருந்த பணியாளர் ஒருவரிடம் விஷயத்தைச் சொல்லி வேப்பிலை வேண்டும் என்று கோரிக்கொண்டதின் பேரில் செடிகளுக்கு நீர் ஊற்றுவதை உடனே நிறுத்தி, ஒரு மூலையில் வளர்ந்திருந்த மரத்தின் மேல் சிரமம் பாராமல் ஏறி ஒரு கத்தை வேப்பிலைக் கிளைகளை என்னிடம் கொடுத்தார். எவ்வளவு வற்புறுத்தியும் காசு வாங்கிக்கொள்ள மறுத்துவிட்டார். உதவியைக் காசால் ஈடுகட்ட முடியாது என்பதை நன்றாகவே உணர்த்திவிட்டார். காரணம் எதுவாக இருந்தாலும் அவரிடம் இருந்த நேச பாவத்திற்கு மரியாதையுணர்வு நிறையவே என்னுள் தோன்றியது.

வீட்டில் புகைப்பதை மிக அவஸ்தைப்பட்டு நிறுத்தி யிருந்தேன். வாயில் புகையிலையை நாடும் வேட்கை. காலை எழுந்ததிலிருந்து நான்கு முறை வீட்டை விட்டு வெளியில் சென்று புகைத்தேன். Nicotineக்கு அடிமையாவதுதான் எவ்வளவு பயங்கரம்!

எனக்குத் தெரிந்து ஒரு நபருக்குக் கொடூரமான விளைவு ஏற்பட்டிருந்தது. எப்பொழுதும் அவர் பீடி பிடித்துக் கொண்டிருந்தார். மூச்சே புகையாக ஆகிவிட்டிருந்த நிலையில் அவருக்கு TAO வியாதி கண்டிருந்ததாக மருத்துவர்கள்

கணிப்புச் செய்தார்கள். முதலில் வயிற்றின் அடிப்பகுதியில் ஒரு அறுவைச் சிகிச்சை (Lumbar Sympathectomy) செய்தார்கள். புகையை உடனே நிறுத்தாவிட்டால் கோரமான விளைவுகள் ஏற்படும் என்று எச்சரிக்கை விடுத்தார்கள். ஆனால், புகை லத்தீஃபிடம் நிறையவே சிநேகித்துக்கொண்டிருந்தது. முட்டிக்கு மேல் லத்தீஃபின் வலது காலை நீக்கிவிட்டார்கள். புகையின் நட்பு நீடிக்காமல் இல்லை. இடது காலையும் முட்டிக்கு மேலே நீக்கிவிட்டார்கள். பிறகு வலது கையை மணிக்கட்டுவரை எடுத்து விட்டார்கள். லத்தீஃப் படுக்கையில் கிடந்தார். இடது கை விரல்கள் அனைத்தும் gangrene பிடித்துக் கருகி இருந்தன. அவரிடம் பீடி அகப்படாமல் இருக்க சில உத்திகள் கையாளப் பட்டிருந்தன. அப்படி இருந்தும் ஒரு முறை பக்கத்தில் இருந்த அவரது தாயாரிடம் ஓரத்தில் தூக்கி எறியப்பட்டிருந்த பீடித் துண்டு ஒன்றை எடுத்து வருமாறு கண்ணீருடன் மன்றாடி அவர் புகைத்திருந்தார். லத்தீஃப் இப்பொழுது எந்த நிலையில் இருக்கிறார் என்பது எனக்குத் தெரியாது.

நண்பர் ஒருவர் சிகரெட்டை நிறுத்துவதாக முடிவெடுத்தார். இரண்டு நாள் நிறுத்திவிட்டார். நிச்சயம் இது ஒரு சாதனைதான். மூன்றாம் நாள் காலை தாயார் அவருக்குக் காபி கொடுக்க அவரை அணுகிக் கொண்டிருக்கும்போது அவர் வலது சுட்டு விரலையும் நடுவிரலையும் உதட்டில் வைத்து வைத்து எடுத்துக் கொண்டு வாயினால் 'ஃபூ பூ' என்று காற்றை உள்ளிழுத்து வெளித்தள்ளிக் கொண்டிருந்தாராம். கையில் சிகரெட் இல்லை. முகம் களையிழந்து காணப்பட்டதாம். தாயாரால் பொறுக்க முடியவில்லை. "உன் தலைவிதிப் பிரகாரம் நீ சிகரெட் பிடிச்சித்தான் ஆகணும்னு இருந்தா அதெ யாராலெ தடுக்க முடியும்?" என்று அங்கலாய்த்துக்கொண்டாராம். நண்பர் இன்னும் புகைத்துக்கொண்டுதான் இருக்கிறார்.

புகையைப் பற்றி இரண்டு கவிதைகள் எழுதினேன்.

1. முயற்சி... திருவினை

பதினேழு ஆண்டுகள்
முழு மூச்சாக
ஊதித் தள்ளியதில்
உனக்கு நுரையீரல்களில்
அரிப்பு நோய் கண்டிருக்கிறது என்று
வருத்தத்துடன் அவர் சொன்னபோது
இவ்வளவு நாள் பட்ட கஷ்டம்

வீண்போகவில்லை என்றானதில்
ஒரு ஆத்மீக ஆனந்தம்.

2. திருப்தி

புகை புகையாகப்
புகைத்ததில்
ஒரு நுரையீரலை இனி
ஒன்றும் செய்வதற்கில்லை என்று
அவர் சொன்னபோது
ஒரு வேஷ்டி இருக்கும்போது
இன்னொன்றுக்கு ஆசைப்படுவது
ஆடம்பரம் என்று சொன்ன
மகாத்மாவின நினைவு வந்து
ஆனந்திக்கச் செய்தது.

மிகவும் அசௌகரியமான பழக்கம். புகைப்பவன் வாய் அப்பொழுதுதான் எரிந்து முடிந்திருந்த வரட்டி வாடையுடன் இருப்பதாலும் தொண்டை, வாய் முதலியன வழியேதான் பேச்சு வரவேண்டி இருப்பதாலும் பேச்சு என்பது பிரதான தொடர்புச் சாதனமாக இருப்பதாலும் புகைப்பவன் பேசும்போது அருகில் இருந்து கேட்பவர்களுக்குப் பயங்கர அசௌகரியம். சீராக வீசிக் கொண்டிருப்பதாகக் கருதப்படும் தென்றலின் தூய்மைக்கு வேறு புகையால் கேடு. புகைப்பவனை ஒரு சமூக விரோதி என்று கொள்வது எவ்வாறு தவறாகும் என்று தெரியவில்லை. எழுதிக் கொண்டிருக்கும்போது இடது கையில் பீடி ஒன்று கனன்று கொண்டுதான் இருக்கிறது. எல்லோருக்கும் எல்லாமே தெரிந்துதான் இருக்கிறது. அறிவுரைகள் என்ற வன்முறைக் குப்பையைப் பத்திரமாகத் தூர எறிந்துவிடலாம். தவறு செய்கிறவன் தெரிந்துதான் செய்கிறான். திருடனுக்குத் தேள் கொட்டாத வரை, பாப்பாத்தி உப்புக்கண்டத்தைப் பறி கொடுக் காதவரை, குற்றம் கண்டுபிடிக்கப்படாதவரை அனைவரும் நிரபராதிகளே. களவையும் கற்று அதை மறக்க முடியாத நிலையில் களவே தொழிலாக ஆகிவிடும் அபாயம் அரிதல்ல என்று நினைக்கத் தோன்றுகிறது.

மணி 12.30. இப்பொழுது வாணி அரற்றல் அழுகையை நிறுத்தி ஆழ்ந்து உறங்கிக்கொண்டிருந்தாள். தாராவும்தான். மீதியிருந்த டீத்தூளைக் கொண்டு டீ போட்டுக் குடித்துவிட்டு வெளியே கிளம்பினேன். முதலில் செய்த காரியம் ஒரு பீடியைப்

பற்ற வைத்ததுதான். காமாட்சி நூல் நிலையம் சென்று படித்து முடித்திருந்த புத்தகங்களைத் திருப்பிக் கொடுத்து, ஒரு மணி நேரம் துழாவி, ஜானகிராமனின் 'அடி'யும், அழகிரிசாமியின் 'தவப்பயனு'ம், Maughamஇன் நாடகத் தொகுப்பு ஒன்றும் கிடைக்கப் பெற்றதன் விளைவாக ஆனந்தம் கரை புரண்டோட ஆரம்பித்ததில் உடனே புகைக்க ஆவல் ஏற்பட்டது. வீட்டில் இருந்த அசௌகரியம், சுகக்கேடு இத்யாதி நொடிப் பொழுதில் அறவே மறந்து ஒரு இன்பநிலை உருவாகியது. நூல் நிலையத் தினுள் புகைக்க முடியாத சங்கடம். இப்பொழுது ஆனந்தம் மறைந்து நூல் நிலையத்தின்பால் எரிச்சல் ஏற்பட்டது. USIS நூல் நிலையமாக இருந்தால் புகைக்கலாம்.

ஆனந்தமாக இருக்கும்போது சந்தோஷத்தைக் கொண்டாட ஒரு சிகரெட். துக்கமாக இருக்கும் நிலையில் புண்பட்ட மனதைப் புகை கொண்டு ஆற்ற (Smoking off the blues) ஒரு சிகரெட். அலுப்புத் தட்டும்போது ஒரு சிகரெட். சுறுசுறுப்பாக இயங்க ஒரு சிகரெட். களைத்த நிலையில் ஓய்வெடுக்க ஒரு சிகரெட். தனியாக இருக்கும்போது தனிமையை விரட்ட ஒரு சிகரெட். நண்பர்களுடன் பொழுதை உல்லாசமாகக் கழிக்க ஒரு சிகரெட். வேலைப் பளுவை மறக்க நடுநடுவில் சிகரெட். இரவு கண் விழிக்க வேண்டுமென்றால் தூக்கத்தைக் கலைத்துக் கொள்ள சிகரெட். எழுந்ததும் முதல் டீயுடன் உடம்புக்கு உஷ்ணத்தை அளித்துக்கொள்ள ஒரு சிகரெட். எப்பொழுது டீ சாப்பிட்டாலும் உடனே ஒரு சிகரெட். உணவருந்தியதும் ஒரு சிகரெட். அடிக்கடி ஏற்படும் எரிச்சலை உதறித் தள்ள ஒரு சிகரெட். அநேகமாக, விழித்திருக்கும் வாழ்நாள் அனைத்தும் இந்த நிலைகளை உள்ளடக்கிவிடுகின்றன. ஆகையால் 23ஆவது வயதில் தொட்டிலில் கிடந்து புகைக்க ஆரம்பிக்காவிட்டாலும் மண்டையைப் போடும்வரை சிகரெட்தான். ஆண்டவர் என் நுரையீரல்களுக்குப் போதிய பலத்தைத் தரட்டும். ஆண்டவரைத் தியானிக்கும் முன் முழு கவனத்தையும் அவர்பால் செலுத்த ஒரு சிகரெட். இந்த சிகரெட்டை எப்படி நிறுத்துவது? மும்முர மாக இதைப் பற்றி நடவடிக்கை எடுத்துக்கொள்ள யோசிப் பதற்கு உற்சாகம் ஏற்பட ஏதுவாக ஒரு சிகரெட். ஒரு ஊசி எடுத்து உடம்பில் ஒரு இடத்தில் துவாரம் ஏற்படுத்தினால் சிகப்புத் திரவத்திற்குப் பதிலாக புகை வெளிவருவதும் சாத்தியமே.

வாசிப்புக் கட்டணத்தை அவசரம் அவசரமாக நிலையச் சிப்பந்தியிடம் செலுத்திவிட்டு எதிர் வாடையிலுள்ள டீக்கடைக்குச் சென்றேன். இரண்டு ரூபாய்த் தாளுக்குச் சில்லறை

இல்லை. டீ மறுக்கப்பட்டதில் வாழ்க்கை வெறுத்துவிட்டது. பீடி ஒன்றைப் பற்ற வைத்துக்கொண்டு, மற்றுமொரு டீக் கடையை அணுகியதில் மீண்டும் அதே பிரச்சனை; ஆகையால் மறுப்பு மீண்டும். வீட்டில் டீத்தூள் ஆகிவிட்டிருந்த நிலையில் இரண்டு பலசரக்குக் கடைகளில் 20 பைசா டீப்பொட்டலம் வாங்க முயற்சித்து, இரண்டு ரூபாய்த் தாளுக்குச் சில்லறை இல்லாததால் வாங்க முடியாது போய், சோர்வுடன் வீடு திரும்பினேன்.

சாப்பிடத் தோன்றவில்லை. டீயும் இல்லை. புகைக்கவும் முடியாது. அடிக்கடி நரம்புகளுக்குத் தூண்டு சக்தியைத் தற் காலிகமாகக் கொடுத்துக்கொள்ளும் பழக்கங்களுக்கு அடிமை யானவனின் நிலை – என் நிலை – குறித்து மிகவும் துக்கித்துக் கொண்டேன். சுய இரக்கம் மனித முன்னேற்றத்தின் முதல் விரோதி. வாஸ்தவம். ஒரு கோப்பை ஸ்ட்ராங்க் டீ, ஒரு பீடி அல்லது சிகரெட் உட்சென்றால் அந்த விரோதியை அடித்து நொறுக்கிவிட என்னால் சுலபமாக முடியும். அந்த உணர்வு ஏற்பட்டதே அவைகளால்தானே. சிந்தனையில் ஏதோ நெருடுவது நன்றாகத் தெரிந்தது. ஒருவேளை டீயும் புகையும் உட்சென்றிருந்தால் சிந்தனை சீர்குலையாமல் இருந்திருக்குமோ! முரண்பாடுகள் உறுத்த ஆரம்பித்தன.

சாயந்திரம் 4.00 மணிக்கு ரேஷன் கடைக்கு நான் போயாக வேண்டும். தாரா வீட்டிலிருந்து வாணியைக் கவனித்துக்கொள்ள வேண்டும். இது ஏற்பாடு. ரேஷன் முறை வரும்போது எப் பொழுதுமே பணத் தட்டுப்பாடு. வீட்டில் இது ஒரு நிரந்தர அம்சம். தாராவுக்கும் எனக்கும் இதனால் வாக்குவாதம், மனக் கசப்பு. அரிசி பருப்பு சமாச்சாரம் சிக்கலானதே. கையிருப்பு ரூ. 45 கெரோஸின், சர்க்கரை, ரவை, மைதா, கோதுமை, அரிசி, பாமாயில் எல்லாவற்றையும் வாங்கியாக வேண்டும். எண் ஜாண் உடம்பின் பிரதான உறுப்பை எங்காவது அடகு வைக்க முடியுமா என்று தெரியவில்லை. கெரோஸின் டின்னையும் இரண்டு பைகளையும் எடுத்துக்கொண்டு தளர் நடையாய் ரேஷன் கடையை நோக்கி நடந்துகொண்டிருந்தேன். வழியில் பொது மருத்துவமனையின் சவக்கிடங்கின் வெளிப்பக்கச் சுவர்; சற்றுத் தள்ளி முஸ்லீம்களின் கல்லறை. இவையெல்லாம் அன்றைக்குப் பிரத்தியேகமாக என் கவனத்தைக் கவர்ந்தன. பற்றாக்குறை. அதை அடிக்கடி நினைவுபடுத்தும் தாரா – படிக்காதவனெல்லாம் என்னமா சம்பாரிக்கிறான்; நீங்களும் இருக்கீங்களே? இத்யாதி–எரிச்சல் மூட்டும் தாழ்வு மனப் பான்மை. இயலாமையின் குத்தல், வாங்கும் கெரோஸினை

ஊற்றிக்கொண்டு ஒரேயடியாகப் போய்விட்டால் புற உலகச் சிக்கலிலிருந்து நிரந்தர விடுதலை. அரசியல்வாதி எவனாவது யாருக்காகவோ, எந்தக் கொள்கையை நிலைநிறுத்துவதற் காகவோ 'தீக்குளித்த தியாகி' என்று பெயர் சூட்டிவிடுவானோ என்ற திகில், அருவருப்பு வேறு சேர்ந்துகொண்டது.

ரேஷன் கடை ஒரு டொக்கு சந்தில் அமைந்திருந்தது. திருமணமாகி இந்த ஐந்து ஆண்டுகளில் ரேஷன் கடைக்கு வருவது இது மூன்றாவது முறையாக. வரிசையில் நின்று கொண்டேன். மனதுக்குள் எந்தச் சாமான்களில் மிச்சம் பிடிப்பு, தவிர்ப்பது என்ற கணக்கு. சாலையில் ஒரு இந்து சவ ஊர்வலம். சாதாரணமாக இறந்தவர்களை நினைத்துத் துக்கிப்பதுதான் என் வழக்கம். ஆனால், இப்பொழுது சந்தோஷமாக இருந்தது. அவன் இனிமேல் ரேஷன் வாங்கக் காசில்லாமல் அவதிப்பட வேண்டிய அவசியம் இராது.

சிந்தனையில் லயித்திருந்த என்னை ஒரு குரல் அழைத்தது. "என்ன சார், ரேஷனுக்கா?" சாப்பிட்டுக்கொண்டிருப்பவனை நோக்கி "என்ன பலமான சாப்பாடா?" தூங்கிக்கொண்டிருப் பவனை உசுப்பி எழுப்பி, "என்ன நல்ல தூக்கம் போலெ இருக்கு?" தெளிந்த முகபாவத்துடன் இருப்பவனைப் பார்த்துப் பொறாமை ததும்ப, "என்ன இன்னெக்கி ரொம்ப குஷியா இருக்கீங்க போலெ இருக்கு!" நிம்மதியாக இருக்க விடாதபடிக்கு நிலவும் பாரதக் குசலங்கள். குரல் வந்த திசையை நோக்கித் திரும்பிப் பார்த்தேன். மாதத்திற்குக் குறைந்தது நான்கு முறை களாவது செல்லும், ஒரு இட்லி 15 பைசாவுக்கு விற்கும் இட்லிக் கடையில் வேலை செய்யும் பையன், ரேஷன் கடையை அடுத் தாற்போல் உள்ள அரவை நிலையத்தில் ஐந்து மாவரைக்கும் இயந்திரங்கள் இயங்கிக்கொண்டிருக்க அவன் நடுவில் நின்று எல்லாவற்றையும் கவனித்துக்கொண்டிருந்தான். "என்ன தம்பி, காலைலெ இட்லிக் கடை, அப்பறம் இங்கேயா?" "ஆமா சார், என்ன பண்றது? பொழெப்பு அப்படி." அந்தப் பையன் வயது 12க்கு மேல் இராது. இட்லிக் கடையில் அவனைக் கவனித்திருக் கிறேன். எப்பொழுதும் பொறுமையாக இருப்பான். கண்ணிய மாகவும் பவ்யமாகவும் நடந்துகொள்வான். அவனுக்குப் பாவம், பள்ளிக்குச் செல்ல வேண்டிய வயதில் வேலைக்குச் செல்ல வேண்டிய நிலை. அவனுடைய அப்பா ஒரு சாராயக் குடிகார ராக இருக்கலாம். இல்லை அப்பா இல்லாமலே இருக்கலாம். தாயார் நாலு வீட்டில் பத்துப் பாத்திரம் தேய்த்துக்கொண்டு ஜீவன் நடத்திக்கொண்டிருக்கலாம். அவனுக்கு இரண்டு உதவாக்கரை அண்ணன்கள், வயதுக்கு வந்து திருமணம் செய்து

கொள்ள வேண்டிய வயதில் ஒரு அக்கா இருக்கலாம். ஒரு தம்பி கார்ப்பரேஷன் பள்ளிக்கூடத்தில் படித்துக்கொண்டிருக் கலாம். அவர்கள் வசிப்பது கந்தசாமி கிராமணித் தோட்டத்தில் ஒரு சிறிய குடிசையாக இருக்கலாம். இவ்வளவுக்கும் அவனைப் பற்றி எனக்கு ஒன்றுமே தெரியாது. எல்லாம் கற்பனை விவரங் கள். கற்பனை, சிந்தனை இதெல்லாம் இல்லாமல் இருந்தால்... மனம் துயரமாக இருக்கும் பொழுது, சந்திக்கும் மனிதர்களின் வாழ்வில் நடந்த துக்கமான நிகழ்ச்சிகள் உடனே நினைவுக்கு வருகின்றன. சந்தோஷமான நிலையில் இருக்கும்போது வாழ்க்கை மிகவும் ரம்மியமாகவும் அழகாகவும் தோன்றுகிறது. புறம் என்பது?

வரிசையில் சிறிது இடைவெளி ஏற்பட்டிருந்தது போலும். பின்னால் இருந்த ஒருவர் என் முன்னால் வந்து நின்று கொண்டார். அவரை அவ்வாறு செய்ய வேண்டாம் என்று கேட்டுக் கொண்டதில், "நீங்க மாவரைக்க வந்திருக்கீங்களா? இல்லெ ரேஷனுக்கான்னு தெரியலெ. அதான்" என்றார். எனக்கு நிலைமை புரிந்தது – ஏதோ ஓர் உலகில் நான் சஞ்சரித்துக் கொண்டிருந்தேன் என்பது.

அந்தப் பையனைப் பற்றிய சிந்தனை அறுந்தது. சுற்று முற்றும் திரும்பிப் பார்த்தேன். அந்தச் சந்தின் மறு ஓரத்தில் கழிவு நீர் தேங்கியிருந்தது. நான்கைந்து இடங்களில் நரகல் திட்டுகள். மாநகரில் 'துப்புரவுப் பகுதி' என்று பல இடங்களில் கூசாமல் பலகை நடப்பட்டிருந்தது நினைவுக்கு வந்து வெறுப் பான நகைப்பையூட்டியது.

தொழுநோயாளி ஒருவன் சாக்குத் துணிப்பை ஒன்றை வலது தோளில் போட்டுக்கொண்டு பையின் முனையை வலது கையால் பிடித்துக்கொண்டு மெதுவாக நடந்து சென்றுகொண் டிருந்தான். இடது கால் கட்டை விரலிலிருந்து ரத்தம் கசிந்து கொண்டிருந்தது. செருப்பு இல்லை. கசிந்துகொண்டிருந்த ரத்தம் – சீழ் தரையில் சொட்டலாம். அவன் கால் வைத்த இடங்களை உற்றுப் பார்த்துக்கொண்டிருந்தேன். முப்பது வயது மதிக்கத்தக்க ஒரு பெண்மணி, தோராயமாக ஆறு வயதுள்ள ஒரு பைய னுடன் கிட்டத்தட்ட அதே இடங்களில் கால் வைத்து நடந்து சென்றுகொண்டிருந்தாள். அவர்களும் காலணிகள் அணிந் திருக்கவில்லை. 'தொழுநோய் ஒரு பரம்பரை வியாதியல்ல. அதை முற்றிலும் குணப்படுத்தலாம்' – இந்தச் சிறிய போர்டு பேருந்து ஓட்டுநருக்குப் பின்பக்கக் கம்பிக் கிராதியில் மாட்டப் பட்டிருந்தைப் பலமுறை பார்த்தாகிவிட்டது. அற்புத ஆத்ம சரீர சுகமளிக்கும் கூட்டங்களில் சர்வதேச சுவிசேஷகர்கள்

முன்னிலையில் தொழுநோயைப் பரமண்டலத்திலிருந்து பிதா வந்து சொஸ்தப்படுத்துவதாக வேறு முக்குக்கு முக்கு சுவரொட்டிகள் அடிக்கடி பார்த்து அலுத்துவிட்டிருந்தேன். வழியும் சீழ் ஒட்டுவாரொட்டியா என்று தெரியவில்லை. நடந்து சென்றுகொண்டிருந்த சீக்காளி சிகிச்சை பெற்றுக்கொண்டிருந்தானா என்றும் தெரியவில்லை.

அந்தக் குறுகிய பாதையில் வேகமாக ஒரு ஆட்டோ. ரேஷன் வாங்க வந்த பிரஜைகள் பயந்து ஒதுங்கி வழிவிட்டனர். ஆட்டோவில் வாலிபர்கள் அறுவர். அவர்கள் சினிமா பார்த்து விட்டு, பிரதான சாலைகளையும் காவலர்களையும் தவிர்த்து, தங்கள் இருப்பிடத்தை நோக்கி உல்லாச சவாரி செய்து கொண்டிருக்கலாம்.

வரிசையில் ஒரு அசைவு. கெரோஸின் டின்னைச் சற்று முன்னால் தள்ளி வைத்தேன். Counter அருகில் அதே நபர்தான் நின்றுகொண்டிருந்தார். வரிசையில் ஒரு ஆளும் குறைந்திருக்கவில்லை. பிறகு எப்படி இந்தச் சிறு இடைவெளி? எனக்கு இது ஆச்சரியமாக இல்லை. இதுபோன்ற போலித் தோற்றங்களும் பிரமைகளும் வாழ்வில் அடிக்கடி நிகழ்ந்து கொண்டுதான் இருந்தன. கிட்டத்தட்ட 1½ மணி நேரம் கழிந்தது. Counter அருகில் வந்துவிட்டேன். பெண்கள் பகுதியில் ஒரு மூதாட்டி "தம்பீ, அரிசி வாங்கப் போறியா?" என்று வினாவினாள். ஒரு காரணமும் இன்றி "இல்லை" என்றேன். பிறகு சிந்தித்துப் பார்த்ததில் எனக்கு அரிசி தேவையாயிருந்தது புலப்பட்டது. ஆனாலும் வார்த்தைகளை வெளியேவிட்டால் அள்ள முடியாது. பாட்டி தொடர்ந்தாள். "பத்துக் கிலோ போட்டுக்கச் சொல்லு தம்பீ. காசு தர்றேன்." ஒரு வழியாக என் முறை வந்தது. "இந்தக் கார்டுக்கு 5 கிலோ அரிசிதான்" – கடைச் சிப்பந்தி. சில சாமான்களைத் தவிர்த்து சிலவற்றின் அளவுகளைக் கணிசமாகக் குறைத்ததில் பில் ரூ. 41.25. ஓரளவு ஆசுவாசம். பணத்தை அடுத்த Counterல் கட்ட வேண்டும்.

மறுபக்கம் வந்து பணம் கட்ட என் முறை வரும்வரை காக்க வேண்டும். பெண்கள் வரிசையில் முப்பது வயது மதிக்கத் தக்க ஒரு பெண். அவளைத் தற்செயலாகப் பார்த்தேன். அவளும் என்னைப் பார்த்தாள். ஒரு வேளை அவள் என்னை நீண்ட நேரம் பார்த்துக் கொண்டிருந்திருக்கலாம். உற்றுப் பார்ப்பது அநாகரிகம். முகத்தைத் திருப்பிக்கொண்டேன். மீண்டும் எதேச்சையாகப் பார்த்தேன். அவளும் என்னைப் பார்த்தாள். வாழ்க்கை என்பது புலனுணர்வு. அதுதான் நிஜம். புலனுணர்வில் சிந்தனை கலக்காமல் இருக்கும்வரை மனநிலை

பவித்திரமானதுதான். காத்துக்கொண்டிருந்த 15 நிமிடங்களில் குறைந்தது 10 தடவையாவது இந்தப் பார்வைகளின் பரிவர்த் தனை, கண்களின் நேர் சந்திப்புகள் நிகழ்ந்தன. இப்பொழுது எனக்கு ஏற்பட்டது புலனுணர்வு மட்டுமில்லை. அவள் கண்கள் என்னுள் எதையோ தேடின. நான் அவளுள் எதையோ எதிர்பார்த்தேன். சாமான்கள் வாங்குவதற்குக் கடையினுள் நுழைந்தாகிவிட்டது. திரும்பிப் பார்த்தபொழுது அவள் என் பின்னால் இருந்தாள். மீண்டும் அவள் என் கண்களைச் சந்தித்தாள். நானும்தான். அவளை அழைத்துக் கொண்டு ஓர் உயர்தரச் சிற்றுண்டி சாலையில் அருகருகே அமர்ந்து காபி அருந்திவிட, அவளுடன் கை கோர்த்து நீண்ட தூரம் நடந்து, கடற்கரையில் உட்கார்ந்து இனிமையான அன்னியோன்னியத்தை உணர வேண்டும் என்ற மென்மையான, வெறித்தனமான, சமூக மதிப்பீடுகளைத் தகர்த்து எறியும் வேட்கை ஆட்கொண்டது. மென்மை உணர்வு, சேர்ந்திருத்தல், சிநேகம், லேசாக இழைந் தோடிய பாலுணர்வு முதலியவை கொண்ட ஒரு இனிமையான கலவையில் என்னுள் ஒரு உற்சாகமான 'நான்' உருவாகியது. அவளுள் அன்பின் பரிபூரண ஆளுமையை என்னால் முழுமையாகக் காண முடிந்தது. அவளருகில் 4 வயதில் ஒரு பையனும் 6 வயதில் ஒரு பையனும் இருந்தனர். அவளது குழந்தைகளாக இருக்கக்கூடும்.

மூதாட்டியிடம் மன்னிப்பு கேட்காத குறையாக "5 கிலோதான் போட்டாங்க. நான் ரெண்டு எடுத்துக்கறேன். நீங்க மூணு எடுத்துக்குங்க" என்றேன். எனது தோற்றத்தில் அவள் என்னத்தைக் கண்டாளோ! ஒரு வறியவனுக்குச் சிரமம் கொடுப்பது பாவம் என்று பச்சாதாபப்பட்டாளோ அல்லது வேறு கார்டு மூலமாக அவளுக்கு அரிசி கிடைத்ததோ தெரிய வில்லை. "வேணாந் தம்பீ, நீயே அஞ்சையும் எட்துக்கோ" என்று எனக்கு விட்டுக் கொடுத்தாள்.

அரைமணி நேரம் கழித்துப் பொருட்களைப் பெற்றுக் கொண்டு கடை வாசலருகில் நின்றேன். அந்தப் பெண்ணைக் கடைசியாக ஒருமுறை பார்க்க அடக்க முடியாத ஆவல் உந்தியது. திரும்பிப் பார்த்தேன். அவளும் அதை எதிர்பார்த் திருக்க வேண்டும். குனிந்து கெரோஸின் டின்னைப் பிடித்துக் கொண்டிருந்தவள் தலை நிமிர்ந்து என்னைப் பார்த்தாள். அவள் கண்களில் ஈரம் கசிந்திருப்பதை என்னால் நன்றாகப் பார்க்க முடிந்தது. 45 நிமிட உறவு புற உலகைப் பொறுத்தமட்டில் நிசப்தமாக இறுதி பெற்றது.

மூட்டை முடிச்சுகள், கெரோஸின் டின் சகிதம் சாலையை வந்தடைந்தேன். எனது பாக்கியம், எதிரே ஒரு காலி ரிக்ஷா. சுமைகளை இறக்கி வைத்து எதிர்க் கடையில் ஒரு சிகரெட் வாங்கிப் பற்ற வைத்துக்கொண்டு, ஓட்டுநர் கோரிய மூன்று ரூபாயை ஒரு வழியாக இரண்டாகக் குறைத்து, 10 நிமிடங்கள் பயணம் செய்து, பிரதான சாலையிலிருந்து என் வீட்டுக்கு வழிகாட்டும் சிறிய சந்தின் அருகிலேயே ரிக்ஷாவை நிறுத்தச் சொன்னேன். வீடு போய்ச் சேர இன்னும் 1/4 ஃபர்லாங் சந்தினுள் போக வேண்டும். கடைசி வரை ரிக்ஷாவைச் செலுத்தச் சொன்னால் 'போட்டுக் குடுங்க சாமி' என்று ஓட்டுநர் கேட்க ஆரம்பித்துவிட்டால், என் இயலாமையை அவருக்கு எடுத்துரைக்கப் போதிய தெம்பு என்னிடம் இல்லை. மனம் குழம்பி ஒருவித போதை நிலையில் இருந்தது. 10 நிமிடங்களில் ஒரு ஓட்டுநரால் இரண்டு ரூபாய் சம்பாதிக்க முடிகிறது. எட்டு மணி நேரத்தில் அவரால் நிறையவே பொருளீட்ட முடிய வேண்டும். ஆனாலும் ரிக்ஷா ஓட்டி ஒருவர் பங்களா கட்டினதாகக் கேள்விப்பட்டதில்லை. ஒருவேளை அவர் வேலை பார்ப்பது முப்பது நிமிடங்களாக இருந்து மற்ற நேரம் சவாரிக்குக் காத்திருப்பதில் கழிபவையாக இருக்கலாம்.

இரவு, தாரா எனக்கு உணவு பரிமாறும்போது என்னுள் சகித்துக்கொள்ள இயலாத குற்ற உணர்வு ஏற்பட்டு சரிவரச் சாப்பிடாமல் படுக்கையில் கிடந்தேன்.

என் மனநிலையை அலசிப் பார்த்துக்கொண்டிருந்தேன். அடிக்கடி காசில்லாத என் நிலையைச் சுட்டிக்காட்டி எரிச்சலூட்டும் தாராவை, ரேஷன் கடையில் சந்தித்த அந்தப் பெண் மூலம் ஒரு வேளை நான் பழி தீர்த்துக் கொண்டிருக்கலாம். நிராசை, அதிருப்தி முதலியன வன்முறைக்கு அடிகோலும். ஆனால், ஏன் அந்தப் பெண்ணும் என்னைப் பார்க்க வேண்டும்? ஒத்த மனநிலையா? அது புதிராகவே இருந்தது.

கண்ணயரும் போது எனக்கு ஒன்று தோன்றியது: சிகரெட், பீடி, டீ மட்டுமின்றி அந்தப் பெண்ணும் எனக்கு அன்றைக்கு லாகிரியாகி விட்டிருந்தாள்.

●

இதுவும் சாத்தியம்தான்

முதலில் சிறிது தயங்கினான்; பிறகு சொல்லியே விட்டான். "நீங்கள் வந்தபிறகுதான் மருத்துவமனை கூடுதல் சோபிதத் துடன் துலங்குகிறது. நீங்கள் உண்மையிலேயே மிகவும் அழகாக இருக்கிறீர்கள். என் உளம் நிறைந்த பாராட்டுகள்." அவள் ஒரு மென்முறுவல் பூத்து நகர்ந்தாள்.

பரிச்சயம் வலுப்பட்டது. அடிக்கடி பேசிக்கொண்டார்கள். உணவு இடைவேளையில் ஒன்றாகவே சாப்பிட ஆரம்பித்தார்கள். அவனுக்கு முதலில் சொன்னது போதுமானதாக இல்லை போலும். மீண்டும் ஒரு முறை சொன்னான், "உங்கள் வடிவ நேர்த்தி மிகவும் போற்றத்தக்கது. சிருஷ்டியில் நீங்கள் ஓர் உன்னதப் படைப்பு. உங்களுக்கு ரசனையுடன் உடை அணியத் தெரிந்திருக்கிறது. மீண்டும் என் பாராட்டுகள்." இப்பொழுது அவளிடமிருந்து ஒரு கூடுதல் மென்முறுவல்.

அவன் தொடர்ந்தான். "உங்கள் நீண்ட விரல்கள் கவித்துவம் வாய்ந்தவை. வீணையில் தவழவேண்டிய விரல்கள். உங்கள் புன்னகையிலும் ஒரு நேர்த்தியும் ஒழுங்கும் இருக்கிறது. உங்கள் வெளிப்பாடுகள் அனைத்திலும் அழகுணர்வு இருக்கிறது. உங்களைப் புகழாமல் இருக்க முடியவில்லை."

நாட்கள் ஓடிக்கொண்டிருந்தன. மிகவும் சுகமாகவே இப்பொழுதெல்லாம் ஒரே தட்டிலேயே பகல் உணவைப் பகிர்ந்து கொண்டார்கள். பணி நேரம் முடிந்ததும் மருத்துவ மனைச் சிற்றுண்டியகத்தில் தேநீர் அருந்திவிட்டுப் பேருந்து நிறுத்தம்வரை சென்று அவள் செவிலியர் விடுதிக்குச் செல்லப் பேருந்தில் ஏறிக் கொள்ளும்வரை இருவரும் ஒன்றாகவே இருந்தார்கள்.

அவன் மறுபடியும் பாராட்டினான், "உங்களை எனக்கு மிகவும் பிடித்திருக்கிறது. உங்களுடன் என்னால் சகஜமாகவும் அன்னியோன்னியமாகவும் உணர முடிகிறது."

அவள் அதற்குப் பதிலளித்தாள், "உங்கள் உணர்வை நான் வரவேற்கிறேன். இதில் எனக்கு மிகவும் மகிழ்ச்சிதான்."

"வாழ்க்கையில் பிரதானமானது அழகு ஒன்றுதான். நீங்கள் அழகுடன் இருப்பது மட்டும்தான் எனக்கு எல்லாவற்றைக் காட்டிலும் முக்கியமானதாகப்படுகிறது" என்றான் அவன்.

ஒரு மாலை; பணி நேரம் முடியும் தறுவாய்; மிகவும் கலவரமடைந்த முகத்துடனும் அவசரத்துடனும் அவனது அறையை நோக்கி வந்தாள் அவள். அறையில் அவன் மட்டும் தான் இருந்தான். அவளது கண்கள் கலங்கியிருந்தன. மருத்துவர் அவளது இடுப்பை வளைத்துப் பிடிக்கப் பார்த்தாராம். அவன் அவளது கண்ணீரை வாஞ்சையுடன் துடைத்தான்.

பணியை முடித்துவிட்டு இருவரும் கடற்கரைக்குச் சென் றார்கள். அவன் மடிமீது சிரசை வைத்தவண்ணம் அவள் கண்ணீர் உகுத்தாள். அவன் தேற்றினான். "அழுது தீர்த்து விடுங்கள். அழுவது மிகவும் ஆரோக்கியமானது. உணர்வுகளின் கொந்தளிப்பிலிருந்து விடுபடச் சிறந்த வழி. மருத்துவரின் போக்குக்குக் காரணம் நீங்கள் மிகவும் அழகாக இருப்பதுதான். எழிலைக் கலாபூர்வமாக ரசிக்கத் தெரியாமல் அடைய யத்தனிப்பது உணர்வுகளில் ஏற்படும் இசைகேடான சிக்கல். இந்த விஷயத்தில் நம் மருத்துவர் ஒரு வெறும் பாமரன்தான். உங்களுக்கு மீண்டும் இந்நிலை வரக்கூடாது என்பதே நான் மிகவும் விரும்புவது."

அவள் விசும்பலுக்கிடையே சொன்னாள், "உங்களுடன் நான் மிகவும் பாதுகாப்பாக உணர்கிறேன். என்னால் இதைக் காரணரீதியாகப் புரிந்துகொள்ள இயலவில்லை."

அவன் வலியுறுத்தும் குரலில் கூறினான். "வேண்டாம். உணர்வுகளை அப்படியே தக்கவைத்து வடியவிடுங்கள். அலசுவது, ஆய்வது என்பதெல்லாம் மிகவும் சங்கடத்தில்தான் போய் முடியும்."

அவளுக்கு அன்றைக்குப் பிறந்தநாள். அவன் கேட்டுக் கொண்டதற்கிணங்க அவள் காலையில் சீக்கிரமே மருத்துவ மனைக்கு வந்திருந்தாள். அவன் அவளுக்கு ஒரு புடவையைப் பரிசளித்தான். "உங்கள் எழிலுக்கு இது ஒரு சிறு காணிக்கை" என்றான். இருபத்து ஒரு மெழுகுவர்த்திகளை ஏற்றினான். ஒரு கேக். காக்காய்க்கடி கடித்து இருவரும் சாப்பிட்டார்கள். அவள் உருக்கத்துடன் சொன்னாள். "நீங்கள் என் மனதை மிகவும் தொட்டுவிட்டீர்கள். நான் உங்களுக்கு மிகவும் கடமைப் பட்டுள்ளேன்."

அவன் அவசரமாகத் தடுத்தான். "இல்லை, நீங்கள் எனக்குச் சமூகமளித்துக் கொண்டிருப்பதற்கு நான்தான்

உங்களுக்குக் கடமைப்பட வேண்டும். கீட்ஸுக்கு நைட்டிங்கேல் பறவையில் கிடைத்த பரவசம் நீங்கள் அருகிலிருக்கும்போது எனக்குக் கிடைக்கிறது.”

மதியம் அவள் அந்தப் புடவையில் காட்சியளித்தாள். “உங்கள் தோழமைப் பகிர்வு உணர்வுக்கு நான் உங்களுக்கு நன்றிக்கடன் செலுத்த வேண்டும்” என்றான் அவன் நெகிழ்வுடன்.

ஒரு மாலை. மழை பெய்து ஓய்ந்த நேரம். அவள் அவசர மாக அவனை அழைத்தாள். ஜன்னலின் வழியே தெரிந்த பரந்த ஆகாயத்தில் ஓர் இரட்டை வானவில். ஓர் அற்புதம். இருவரும் நீண்ட நேரம் அதை ஆழ்ந்து ரசித்தவண்ணம் இயற்கையோடு ஐக்கியமாகிச் சமைந்தார்கள்.

ஒரு விடுமுறை. அவர்கள் மை லேடீஸ் கார்டனில் இருந் தார்கள். அன்றைக்கு அங்கு மலர்க் கண்காட்சி. புஷ்பங்களின் சௌந்தர்யத்தை இருவர் உள்ளமும் உள்வாங்கியும் வியந்தும் கொண்டிருந்தன. அவன் சொன்னான், “உங்களுக்கு மிகவும் கச்சிதமான வாசஸ்தலம் இது போன்ற ஒன்றாகத்தான் இருக்க முடியும்.”

ஓராண்டு அன்னியோன்னியமாகக் கழிந்தது. அது ஒரு தற்காலிக வேலை. அன்றைக்கு இறுதி தினம். அன்றிரவு அவள் தன் ஊருக்குக் கிளம்பியாக வேண்டும். ரயில் புறப்படுவதற்கு முக்கால் மணி நேரம் முன்னதாகவே ரயில் நிலையத்தில் இரு வரும் இருந்தனர். அவன் அவளுக்கு பால் கிரேவ் தொகுத்த ‘கோல்டன் ட்ரஷரி’ என்கிற கவிதை நூல் ஒன்றினைப் பரிசாக அளித்தான். “உங்களுக்கு இதுதான் மிகவும் பொருத்தமான பரிசாக அமைய முடியும்” என்றான்.

அவள் கொஞ்சம் தயக்கத்துடன் கேட்டாள், “ஒரு சந்தேகம். உங்களுக்கு என்னைத் திருமணம் செய்துகொள்ள வேண்டும் என்று எப்போதாவது தோன்றியதுண்டா?”

அவனும் சிறிது தயங்கினான். பிறகு விடையளித்தான். “ஒருமுறை கனவில் நீங்களும் நானும் முத்தங்களைப் பரிமாறிக் கொள்ளும் காட்சி ஒன்று தோன்றிற்று. காலையில் என் மனம் கொஞ்சம் சங்கடத்திலாழ்ந்தது. அன்றைக்கு நான் விடுப்பு எடுத்துக்கொண்டேன், உங்களைச் சந்திப்பதைத் தவிர்க்க. அடுத்த நாள் மனம் பழைய நிலையை எய்திவிட்டது. ஆழ்மனத்தின் வெளிப்பாடுகளை சாக்கடையாகவே கொள்ளவேண்டும். குழந்தைப் பருவத்திலேயே ஆழ்மனம் நிர்மாணிக்கப்பட்டு விடுவதால் அது சிறுபிள்ளைத்தனமாகத் தானே இருக்க

முடியும். ஆழ்மனத்தின் விகல்பங்களை அடிப்படையாகக் கொண்டு ஒரு முடிவெடுத்தால் அது அபத்தமாகத்தான் இருக்கும். இன்னொன்றும் சொல்லலாம். உங்களைப் போன்ற ஓர் அழகான ஓவியம் எனக்காகச் சமைத்துப் போட்டுக்கொண்டு இம்சைப்படுவதை என்னால் நினைத்துக்கூடப் பார்க்க முடியாது. மேலும், திருமணமானால் எனக்கு உங்கள் மேல் என்னையும் மீறி உடைமை மனப்பான்மையோ ஆதிக்க உணர்வோ தோன்ற வாய்ப்புண்டு. ஓர் அழகான உறவு சிதைவுறும். நல்ல வேளை இந்த எண்ணம் வேரூன்றும் முன்னமே களைந்தெறியப்பட்டு விட்டது." அவள் பெருமூச்செறிந்தாள் நிம்மதியுடன்.

அவன் தொடர்ந்தான். "சில நாட்கள் முன்புகூடத் தோன்றிற்று. நீங்கள்தான் ஊருக்குப் போகப்போகின்றீர்களே, உங்கள் புகைப்படம் ஒன்றை எனக்கு நீங்கள் கொடுக்க வேண்டும் என்று கேட்கலாம் என்று. ஆனால், அதிலும் எனக்கு உடன்பாடு இல்லாமல் போயிற்று. கடற்கரைக்குச் சென்று ரம்மியத்தை அனுபவித்ததின் ஞாபகார்த்தமாக ஒரு பிடி மணலையா அள்ளி எடுத்துக்கொண்டு வைத்துப் போற்றுகிறோம்? எல்லா நினைவுச் சின்னங்களும் ஒருவிதத்தில் ஃபெட்டிஷஸ் (fetishes). இதுவும் மனத்தின் விகாரம்தான். சின்னங்கள், புறத்தூண்டுதல்கள் இவை இல்லாமலேயே நினைவுகள் பசுமையாக நெஞ்சில் தங்கிவிடுகின்றன. நினைவுகளை அவற்றின் இயல்புக்கே விட்டுவிடுவோம். நாமாக வலிந்து எதையும் செய்ய வேண்டாம்."

அவனுக்கு அவளிடம் சொல்ல இன்னும் விஷயங்கள் இருந்தன. "இதையும் உங்களிடம் சொல்ல வேண்டும். சில காலம் முன்பு ஓர் அழகான பெண்ணுடன் இதேபோல் பழகிக் கொண்டிருந்தேன். நீங்கள் பொறாமைப்படவில்லையே?"

"இல்லை, எனக்கு யாதொரு அசூயையும் தோன்றவில்லை. சொல்லுங்கள்."

"மேலெழுந்தவாரியாகச் சொல்கிறீர்களா? இல்லை உண்மையாகவா?"

"உண்மையாகத்தான். உங்களுக்கென்ன என்மேல் இப்படி ஒரு திடீர் சந்தேகம்?"

அவன் ஆசுவாசத்துடன் தொடர்ந்தான். "எனக்கு இது மிகவும் சந்தோஷமாக இருக்கிறது. ஆனால், ஆச்சரியமாக இல்லை. சராசரிகளிலிருந்து நீங்கள் முற்றிலும் வேறுபட்டவர் என்பதை ஓரளவுக்கு மேலேயே நான் அறிவேன். உங்கள் ஆளுமை மிகவும் ஆரோக்கியமானது."

 நற்றிணை பதிப்பகம் ○ 353

அவள் சிரித்தாள். சொன்னாள். "நீங்கள் ஒரு வினோத மானவர்."

அவன் அதையே அவளிடம் திருப்பிச் சொன்னான். "நீங்களும்தான் ஒரு வித்தியாசமான பெண்."

அவன் தொடர்ந்தான்: "விஷயத்துக்கு வருகிறேன். அந்தப் பெண் திடீரென்று ஒருநாள், நீங்கள் என் உடன்பிறவா சகோதரர் மாதிரி என்று சொல்லிவிட்டாள். அன்றிலிருந்து அவளுடன் பழகுவதை விட்டுவிட்டேன். ஒரு உறவுக்குப் பெயர் சூட்டிப் பாதுகாப்பைத் தேடிக்கொள்வதும் வரைமுறை வகுப்ப தும் எரிச்சலூட்டும் பயந்தாங்கொள்ளித்தனம். தோழமைக்கு ஒரு பழிப்பு; ஒரு கொச்சைப்படுத்துதல். என்னைப் பொறுத்த மட்டில் நிர்ப்பந்திக்கப்படாத அனைத்து உறவுகளும் புனிதமான வையே. இப்படிப் பார்க்கும்போது உங்கள் தோழமையை பவித்திரம் வாய்ந்ததாகவே நான் உணர்ந்து கொள்கிறேன்."

ரயில் கிளம்புவதற்கான ஒலிபெருக்கி முன்னறிவிப்பு, அதைத் தொடர்ந்து விளக்கு சமிக்ஞை, ஊதல் ஒலி, கொடி காட்டல் நிகழ்ந்தேறின.

அவன் தொடர்ந்தான். "உங்களுடன் பழகிய நாட்கள் கவிதையுலகில் சஞ்சரிப்பது போன்றவை, மென்மையானவை. மனநிறைவு கொடுத்தவை."

ரயில் நகர ஆரம்பித்தது. அவள் வலது கையை நீட்டினாள். அவன் தனது இரு கைகளாலும் அதைப் பற்றி நட்புணர்வுடன் குலுக்கி விடை கொடுத்தான். தோழமையின் உன்னத உணர் வலைகள் இருவர் மனத்தின் அனைத்து இழைகளிலும் பரிமாறிக் கொள்ளப்பட்டன. அவள் கண்கள் லேசாகப் பனித்திருந்தன. அவள் பார்வையிலிருந்து மறையும்வரை அவன் இமை கொட்டாமல் அவளைப் பார்த்துக்கொண்டிருந்தான்.

●

இந்த நெஞ்சம் என்ற ஒன்றைப் பற்றியும் இதன் நிறைவு பற்றியும்...

முதல்முதலில் அனுராதாவைப் பார்த்த பொழுது அவளுக்கு வயது பதின்மூன்று. என் வயது பத்தொன்பது. பார்த்த மாத்திரத்திலேயே அவளை ஆழமாக நேசிக்க ஆரம்பித்து விட்டேன்.

அனுராதாவுக்கு நான் இந்தி கற்றுக் கொடுக்கும் ட்யூஷன் மாஸ்டர்.

அப்பொழுது நான் பி.ஏ. இறுதி ஆண்டில் படித்துக் கொண்டிருந்தேன். திருவல்லிக்கேணியில் ஒரு விடுதியில் டபுள் ரூம் ஒன்றுதான் என் வசிப்பிடம்.

கோரமான வறுமை. காலையில் முரளி கஃபேயில் எனக் காக இரண்டு இட்லிகள் சாம்பாரில் மிதந்துகொண்டிருக்கும். ஓட்டல் சிப்பந்தி ஒருவர் என் நிலைமையை நன்கு அறிவார். மதியம் வெற்று வயிறு. மாலை அனுராதாவின் வீட்டில் அற்புத மான ஒரு லோட்டா காப்பி. அது எனக்கு உணவு போல. இர வில் பெரிய தெரு அண்ணா பால் கடையில் இரண்டு பன்கள், ஓர் அரை கிளாஸ் பால்.

புகுமுக வகுப்பில் என்னுடன் படித்த மணியும், கன்னையனும், ஏகாம்பரமும் மேற்கொண்டு படிக்காமல் நல்ல வேலையில் அமர்ந்து விட்டிருந்தார்கள். ஏகாம்பரம் விமானப் படைப் பிரிவில் பயிற்சி பெற்றுக்கொண்டிருந்தான். மூவரும் சேர்ந்து எழுபத்து ஐந்து ரூபாயை எனக்குக் கடன் கொடுத்து உதவிக்கொண்டிருந்தார்கள். ஏகாம்பரம் எனக்கு அனுப்பும் பண அஞ்சல் அட்டையில் அவனது முகவரி வினோதமாக இருக்கும். நிறைய எண்களும் குறியீடுகளும் நிறைந்து காணப் படும். அவன் எந்த ஊரில் பயிற்சி பெற்றுக்கொண்டிருக்கிறான் என்பதே தெரியாது. மாதம் ஒரு முறையாவது அவனது கடிதம் என் கல்லூரி தேடி வரும். எல்லாக் கடிதங்களும் ஒன்றையே அறிவுறுத்தும். "நன்றாகப் படி. நம் நண்பர்களுள் நீ மட்டும்தான்

பட்டப்படிப்பு படிக்கிறாய். எங்களை ஏமாற்றிவிடாதே. நல்ல மார்க் எடுத்து எங்களுக்குப் பெருமை சேர்க்கும் பொறுப்பு உன்னுடையது."

அனுராதாவின் அப்பா மாத முதல் வாரத்தில் இருபத்தி ஐந்து ரூபாயை ட்யூஷன் கட்டணமாகக் கொடுப்பார். பெற்றோர்களிடமிருந்து பைசா பெயராது. அவர்களும் பணக் கஷ்டத்தில் உழன்றுகொண்டிருந்தார்கள்.

என்னுடைய நிலைமை கொஞ்சம் கவலைக்கிடமாகவே இருந்தது. வகுப்புகளுக்குப் போக நேரமிருந்தாலும், பசி பட்டினி காரணமாகச் சரிவரப் படிப்பில் கவனம் செலுத்த முடியவில்லை.

சரி. என் புலம்பல் புராணம் போதும். அனுராதவைப் பற்றிச் சொல்ல அழகாக நிறைய அம்சங்கள் இருக்கின்றன.

அனு அப்பொழுது எட்டாம் வகுப்பில் ஒரு பெயர்பெற்ற மெட்ரிகுலேஷன் பள்ளியில் ஆங்கில பயிற்று மொழியில் படித்துக்கொண்டிருந்தாள். அவளுக்குத் தமிழ் தெரியாது. ட்யூஷன் ஆங்கிலத்திலேயே நடக்கும். இந்தியில் அனு குறை வான மதிப்பெண்களையே பெற்றுக்கொண்டிருந்தாள். எனவே தான் ட்யூஷன்.

ட்யூஷனில் எனக்கும் ஆதாயம் இருந்தது. ஆங்கிலத்தில் சரளமாக, கூச்சமில்லாமல் பேச அனு தனக்குத் தெரியாமல் எனக்கு உதவிக்கொண்டிருந்தாள். அன்பான அனு, உனக்கு என் இறுதியில்லா நன்றி.

அனு அழகாக வெள்ளையாக இருப்பாள். பாவாடை தாவணியில் பார்க்க எவ்வளவு எடுப்பாக இருப்பாள் தெரியுமா?!

அனுவின் முக்கிய அழகம்சம் புருவம்தான். புருவங்களின் நடுவில், பிறருக்கு உள்ளதைப் போல, இடைவெளி இருக்காது. அங்கும் புருவ முடி அடர்த்தியாக இருக்கும். விட்டால் நாள் கணக்கில் பார்த்து ரசித்துக்கொண்டே இருக்கலாம்.

ட்யூஷன் மாலை ஒரு மணி நேரம்தான். ஆகையால் தினமும் சொற்ப நேரம்தான் அனுவைப் பார்க்க இயலும். பாடங்களினூடே அவளை விடாமலும் விட்டுவிட்டும் பார்த்துக் கொண்டிருப்பேன். உள்ளுக்குள் ஏதோ ஒரு வித இனம் புரியாத நெகிழ்வும் நிறைவும் பரவிக்கொண்டிருக்கும். பேரானந்தம் என்ற சொல் என் நிலையை ஓரளவேனும் விவரிக்க உதவும். அந்த நாட்களில் அனு என்னைச் சாகச் சொல்லியிருந்தாலும் சட்டென்று உயிரை விட்டிருப்பேன். காதலா, வேட்கையா,

தாபமா – அந்த அறியாத வயதில் எனக்கு ஒன்றும் புரியவில்லை. என் மனம் இனிமையை உணர்ந்துகொண்டிருக்கும். அது மட்டும்தான் தெரியும் எனக்கு.

நாட்கள் சுகமாகக் கழிந்துகொண்டிருந்தன. வறுமைகூட மறந்துவிட்டிருந்தது. சகலமும் அனுதான்.

வகுப்பில் விரிவுரையிலிருந்து பாடக் குறிப்பு எடுத்துக் கொள்ளுமுன் நோட்டுப் புத்தகத்தின் நடு ஆரம்பத்தில் அ என்று போட்டுக்கொள்வேன். அ என்றால் அனுராதா என்பது எனக்கு மட்டும்தான் தெரியும். ஒரு முறை, வகுப்பில் பக்கத்தில் உடகார்ந்திருந்த விச்சு (விஸ்வநாதன்) கேட்டான், "என்னடா இது, பக்கத்துக்குப் பக்கம் அ போட்டு வைத்திருக்கிறாய்? ஏதாவது நேர்த்திக் கடனா?" என்று.

அனுவுக்குத் தேர்வு நெருங்கிக்கொண்டிருந்தது. நான் இப்பொழுதெல்லாம் ஒன்றரை மணி நேரம் அவளுக்கு வகுப்பு எடுத்துக்கொண்டிருந்தேன். கூடுதலாக அரை மணி நேரம் அனுவின் அணுக்கத்தில் கழிப்பது மிகவும் இதமாயும் இன்ப மாயும் இருந்தது. அனு! அனு! உனக்கு என்ன வேண்டும்? சொல். எதையாவது கேளேன் அனு. நம் இருவருக்கும் இடையில் இந்தப் பாழாய்ப்போன இந்தி மட்டும்தானா?

இந்தித் தேர்வு அன்று காலையில் சிறப்பு வகுப்பு எடுத் தேன். பிறகு ஓர் ஒன்றரை மாதங்கள் அனுவைப் பார்க்கவில்லை. பள்ளி கோடை விடுமுறை. ஒருநாள் தேர்வு முடிவுகள் வந்திருக்கும் என்று குத்துமதிப்பாகத் தெரிந்துகொண்டு அவளுடைய வீட்டுக்குச் சென்றேன். ஏகப்பட்ட பரவசம் எனக் காகக் காத்திருந்தது. இந்தியில் அனு 92 மார்க் வாங்கியிருந்தாள்.

என் தேர்வு முடிவுகளும் அறிவிக்கப்பட்டிருந்தன. நான் வெறும் மூன்றாம் வகுப்பில் தேறியிருந்தேன். இது குறித்து நான் மனமொடிந்து வருந்தியிருக்க வேண்டும். இல்லை. அப்படி ஆகவில்லை. என் அனு, நான் சொல்லிக் கொடுத்து நூற்றுக்குத் தொண்ணூற்றியிரண்டு மார்க் எடுத்திருந்தாள். எவ்வளவு பெரிய, எவ்வளவு மகத்தான பெருமை இது!

அனுவின் அப்பா ஒரு வங்கியின் கிளை மேலாளர். தாய் மொழி கன்னடம். அவரை மங்களூர் கிளைக்கு மாற்றியிருந் தார்கள். ஆகையால், அனு இனி மங்களூரில்தான் படிக்க வேண்டும்.

பிறகு இரண்டாண்டுகள் அனுவின் அப்பாவினது விலாசம் என எனக்குத் தோராயமாகத் தெரிந்த இடத்துக்குப் புத்தாண்டு

நல்வாழ்த்து அட்டைகளை அனுப்பிக்கொண்டிருந்தேன். அனுவிடமிருந்து சேதி எதுவுமில்லை. இப்பொழுது அவளுக்கு ஒரு புது ட்யூஷன் மாஸ்டர் வாய்த்திருப்பான். எனக்குப் பொறாமையாக இருந்தது அந்தப் புதியவன்மேல்.

விளையாட்டுப் போல ஆகிவிட்டது. என்னுடைய இன்றைய வயது 53. அனுவுக்கு 47 போல இருக்கும். குடும்பமும் குழந்தை குட்டிகளும் கணவனுமாய் வசதியாக இருப்பாள். நான் சொல்லிக் கொடுத்த இந்தியை அவள் மறந்திருக்கக்கூடும்; ஒருக்கால் என்னையும். ஆனால், நான் அனுவை மறக்கவில்லை. எது எப்படியாக இருந்தாலும், அப்பாவித்தனமான முதல் காதல் அனுபவத்தை எந்த ஆண் மகனால் மறக்க முடியும்?

●

மனிதர்களும் பறவைகளும் போதையும்

"சாவுக்கிராக்கி, இதென்ன ஒன் அப்பன் வூட்டுத் தெருவா?"

காதில் தோராயமாக விழுந்தது. ஓரளவு பிரக்ஞை திரும்பியதில் பின்னால் ஓர் ஆட்டோ நின்றிருந்தது தெரிந்தது.

"பெரிசு ஓரமாப் போ. வூட்ல சொல்ட்டு வந்துட்டியா?' என்றார் ஆட்டோ ஓட்டுனர்.

நினைவு திரும்பியிருந்தாலும் சட்டென்று என்ன செய்வது என்று ஒன்றும் புரிபடவில்லை. வேறோர் உலகத்தில் சஞ் சரித்துக் கொண்டிருந்தேன். இனிமையான உலகம் அது. எல்லாமே மென்மையாக இருந்தது அங்கு. மார்கரெட் என்ற பேரழகியைச் சுற்றிப் பல இனப் பறவைகள் மிக மிகக் குதூகலத்துடன் பறந்துகொண்டும், இரை சாப்பிட்டுக்கொண்டும், அலகோடு அலகு உரசித் தோழமையைப் பகிர்ந்துகொண்டும், அங்குள்ள நேர்த்தியான குட்டையில் மூழ்கி எழுந்து உடம்பை சிலிர்த்துக் கொண்டும் இருந்தன. அழகான, அற்புதமான, நெகிழ் வான சூழல். எதுவும் எதையும் இம்சிக்காத ரம்மியமான உலகம்.

இங்கு பூலோகத்தில் நிலைமை கொஞ்சம் எக்கச்சக்கமாகி விட்டிருந்தது போலும். தேநீர் விடுதியின் ஒரு சிப்பந்தி என் தோள் மீது கை வைத்து, "வாங்க சார், கடையாண்டெ ஓரமா வந்திருங்க" என்று அன்புடன் கூறிக் கடைக்கு அழைத்துச் சென்றார்.

சிப்பந்தி சொல்ல, என்ன நடந்தது என்று தெரிந்தது: எதிர் சந்தை நோக்கிப் பராக்குப் பார்த்துக்கொண்டே நடுத்தெருவில் நின்று டீ சாப்பிட்டுக் கொண்டிருந்தேனாம். என் முன்னும் பின்னும் டூ-வீலர்கள் சென்று கொண்டு இருந்தன. அவற்றின் ஹார்ன் ஒலிகள் என் காதுகளுக்கு எட்டவில்லை.

தேநீர் விடுதியின் ஒரே இருக்கையான பெஞ்சில் அமர்ந்து கொண்டு மீண்டும் எதிர் சந்தைப் பார்த்துக்கொண்டிருந்தேன்.

அந்தக் கோழியும் வான்கோழியும் சேர்ந்தே குப்பையைக் கிளறிக்கொண்டும் அலகால் தரையைக் கொத்தி இரை பொறுக்கிக்கொண்டும் இருந்தன.

கோழி ப்ரவுண் கலரும் சாம்பல் நிறமும் கலந்த உடம்பைக் கொண்டிருந்தது. வான்கோழியின் வெண்ணிற உடம்பில் ஆங்காங்கே கறுப்பு நிறம் இழையோடியிருந்தது. கழுத்தில் தொண்டையின் அடிப்பகுதியில் வெளிர் சிவப்புச் சதை ஆடிக் கொண்டிருந்தது. ஒரு கட்டத்தில் வான்கோழியின் அசைவு மயில் போல் இருந்தது.

வான்கோழி அழகாக இருந்தது. கடந்த முறை நான் வான் கோழிகளைச் சந்தித்தது 1991இல் அண்ணா உயிரியல் பூங்காவில் தான். நீண்ட நாள் கழித்து வான்கோழியைச் சந்தித்ததில் பெருமகிழ்ச்சி ஏற்பட்டது. வான்கோழி எனக்கு மிகவும் பிடித்துப் போயிற்று. குறிப்பாக அது கோழியுடன் மிகவும் சிநேகமாக, சேர்ந்தே இரை கொத்திக்கொண்டிருந்தது இனிமையான விசயமாகப்பட்டது. கோழியும் வான்கோழியும் நல்ல ஃப்ரண்ட்ஸ் போல என்று நினைத்துக்கொண்டேன்.

பறவைகள் பற்றிச் சொல்லிக்கொண்டே போகலாம். ஆறு அறிவு படைத்தவர்கள் கலப்புத் திருமணத்தை இன்னும் மாபெரும் புரட்சியாகப் பேசிக்கொண்டிருக்கிறார்கள். சேவலும் வாத்தும் குடித்தனம் நடத்தியதில் வாத்து ஒன்று சேவல் கொண்டையுடன் பிறந்ததைப் போன வருடம் பேப்பரில் படித்தீர்கள்தானே.

அப்புறம், இந்த மார்கரெட் பற்றி உங்களிடம் ஒன்றுமே சொல்லவில்லையே. அந்தரத்தில் விட்டு விட்டால் இதை ஒரு சஸ்பென்ஸ் கதை என்று நினைத்துவிடுவீர்கள். அப்படி வேண்டாம். முழுமையாகச் சொல்லிவிடுகிறேன்.

ஏற்கனவே நான் சொன்னது போல மார்கரெட் ஒரு பேரழகி. அதில் எந்த சந்தேகமும் வேண்டாம். நான் பொய் சொல்ல மாட்டேன். கடைசியாக நான் பணிபுரிந்த நிறுவனத்தில் உடன் பணிபுரிந்தாள். இனிமையானவள். மென்மையானவள். நெகிழ்வும், இணக்கமும், பேரன்பும் அவளது பிற குணாதி சயங்கள்.

ஆனால், இந்த ஆனானப்பட்ட மார்கரெட்டிடமும் ஒரு குறை இருந்தது. அது ஒரு வினோதமான நம்பிக்கை. அண்டங் காக்காயைப் பார்த்தால் மிகவும் அரண்டுவிடுவாள். அதைப் பார்த்த அன்று ஏதாவது துயரமான சம்பவம் நிகழுமாம்.

தோழனாகிய நான் அவளது மூட நம்பிக்கையை அலசி அகற்ற நிறைய முயற்சி மேற்கொண்டேன். ஆறு மாதங்களுக்கு முன்பு வேலையை நான் துறந்தபோது மார்கரெட்டின் நம்பிக்கையின் வீர்யம் முக்கால்வாசிதான் குறைந்திருந்தது.

எனக்குப் பறவைகள் பிடிக்கும். ஆகையால் அண்டங் காக்காயும் பிடிக்கும். மார்கரெட்டையும் பிடிக்கும். ஆனால், அவள் துயரமாக இருப்பது எனக்குப் பிடிக்காமல் இருந்தது. அவ்வளவுதான் விசயம்.

ஒரு நிமிடம். கொஞ்சம் இருங்கள். நினைவிலிருந்து அகலுமுன்னேயே சொல்லிவிடுகிறேன். இந்தக் கொக்குகள் வியூகம் அமைத்து ஒரு நல்ல டிசைனை உருவாக்கி வானில் பறந்து போவதை நீங்கள் நிச்சயம் பார்த்திருப்பீர்கள். எவ்வளவு பிரமாதமான காட்சி அது!

பறவைகள் சம்பந்தமாக மேற்கொண்டு என்ன சொல்ல? சமீபத்தில் நண்பர் ஒருவர் என்னை உணவருந்த அழைத்திருந்தார். சாப்பிட ஆரம்பிக்குமுன் அவர் ஒரு கரண்டி நிறைய சாதத்தை மொட்டை மாடியில் வைத்து, “கா கா கா” என்று கூவினார். பறவைகளுக்கு உணவளிப்பது ஒரு நல்ல காரியமாக எனக்குப் பட்டது. திருக்கழுக்குன்றக் கழுகுகள் என் நினைவுகளுடன் கலந்தன.

சரி. வாஸ்தவம். பறவைப் பிரியன்; அழகின் ரசிகன்; இனிமை விரும்பி. எல்லாம் சரி. ஆனால்... எது எப்படி இருந்தாலும், திங்கள் காலை ஒன்பது மணி அளவில், அவனவன் நடந்து, ஓடி, ‘டூ வீலர்’களில் விரைந்து, ஆட்டோ அமர்த்திக் கொண்டு பிழைப்புக்கு, பதற்றத்துடன் அலுவலகங்களுக்குப் பறந்துகொண்டிருக்கும் சமயம் ‘பரமேஸ்வரி தேநீர் விடுதி’ யிலிருந்து டீ கிளாஸைக் கையில் ஏந்திக்கொண்டு பாடி பட வட்டம்மன் கோயில் தெருவின் நட்டநடுவில் நின்றுகொண்டு (அது டீதான் என்றாலும்) குடிப்பது மகா மகா தவறு.

அலுவலகங்களை அண்டி வாழ்வது மிகவும் எரிச்சலான அனுபவம். ஆமாம், ரொம்பவும் சரி. ஆனால், நிறைய பேர் விடாப்பிடியாக அலுவலகங்களுக்குப் போய்க்கொண்டுதான் இருக்கிறார்கள். பிழைப்புக்கு மாற்றாக ஒன்றை மனிதகுலம் கண்டுபிடிக்கும் வரை நான், நிறைய அலுவலகங்களிலிருந்து ஓய்வுபெற்ற நான், டீ குடிப்பதை நிறுத்திக்கொள்ள வேண்டும்; அதாவது வேலை நாட்களில் காலையில், குறிப்பாகப் போக்குவரத்து நெரிசலின் உச்சத்தில், அதுவும் நடுத்தெருவில் நின்றுகொண்டு.

அட, எல்லாவற்றையும் விட்டுத் தள்ளுங்கள். தனிப்பட்ட முறையில் ரகசியமாக உங்களிடம் ஒன்று சொல்ல வேண்டும்: நான் குடிப்பது உங்கள் ஆரோக்கியத்துக்காகத்தான்.

●

கடவுளின் கடந்த காலம்

திடீரென்று பழுக்கக் காய்ச்சிய இரும்புத்துண்டு ஒன்று அவரது இடது தொடைமேல் இருந்தது. அவர் துடித்தார். சற்றுக் கழித்து இரும்புத் துண்டு விலகிற்று. அலறியடித்துக்கொண்டு லுங்கியை விலக்கித் தொடையைக் கவனித்தார். சதை வெந்து ரணமாகியிருந்தது. மருத்துவரிடம் சென்று, களிம்பு ஒன்று தடவியதில் சில தினங்களில் குணமாயிற்று. ஆனால், தீ வடு நிலைத்தது. இரண்டு நாட்கள் கழித்து, வலது தொடை மீது எரிந்து கொண்டிருக்கும் பீடி ஒன்று வைக்கப்பட்டிருந்தது. சிறிது நேரம் சென்று பீடி அகன்றது. தீக்காயம் ஏற்பட்டிருந்தது.

இப்பொழுது இந்த அனுபவம் அவருக்குப் பழக்கப்பட்டு விட்டிருந்தது. திடீரென அவரது கைக்கடியார வார் முறுக்கப் பட்டது. மணிக்கட்டில் தாங்க முடியாத இறுக்கம் ஏற்பட்டது. அவர் எச்சரிக்கையானார். இப்படியே விட்டால் இது அவரைத் தூக்கிச் சாப்பிட்டுவிடும். அவர் சில முடிவுகளை உடனடியாக எடுக்கத்தொடங்கினார். புதிய முயற்சிகளில் ஈடுபடலானார். இன்னும் மணிக்கட்டில் இறுக்கம் தொடர்ந்து கொண்டிருந்தது. அவர் விவேகத்துடன் மானசீகமாகக் கைக்கடியாரத்தைக் கழற்றினார். உடனே இறுக்கம், உபாதை வடிந்தது. அவர் தான் கையாண்ட உத்திக்காகத் தன்னைப் பாராட்டிக் கொண்டார். அந்த விநோதமான ஒன்றை வென்ற திருப்தி அவருக்கு மனநிறைவைத் தந்தது. அப்பாடா! இந்தக் கஷ்டத்திலிருந்து ஒருவாறு விடுபட்டாகி விட்டது.

ஆனால், அவரது நிம்மதி நெடுமூச்சு அதிக காலம் நிலைக்கவில்லை. தலைமுடிக்குள்ளே ஒரு பல்லி ஊர ஆரம்பித்தது. இப்பொழுது அவர் அலறவில்லை. பல்லியை மானசீகமாகக் கையைக் கொண்டு தட்டிவிட்டார். உடனே ஊரல் அகன்றது. மீண்டும் அவர் தன்னைப் பாராட்டிக் கொண்டார். மென்மேலும் நெருப்புத் துண்டுகள் அவரை இம்சித்தபடியே இருந்தன. அவர் மனரீதியில் அவற்றை அகற்றி நிவாரணம் தேடிக்கொண்டிருந்தார்.

இப்படியே காலம் நகர்ந்துகொண்டிருந்தது. மானுட சோதனைகளில் நேரம் அதிகம் விரயமாகிக்கொண்டிருந்தது. அவர் சளைக்காமல் அந்த விசித்திரத்துடன் மல்லாடிக் கொண்டிருந்தார். ஒரு கற்பித மதம் பிடித்த யானையுடன் உக்கிரத்துடன் போரிட்டு அடிக்கடி வெற்றி காணும் உணர்வு அவருக்கு ஏற்பட்டுக்கொண்டிருந்தது

ஆழ்ந்து உறங்கிக்கொண்டிருந்தவருக்கு அதிகாலை வேளையில் ஒரு ரம்மியமான அனுபவம் ஏற்பட்டது. வசீகரமான ஆகாயப் பரப்பு. ஒரு பூதாகாரப் பருந்து சுழன்று சுழன்று வந்துகொண்டிருந்தது. பிரபஞ்சம் அனைத்தும் சுழன்று சுழன்று வந்தது. பருந்து அனைத்துக்கும் மேலாக வட்டமடித்துக்கொண்டிருந்தது. பருந்து அழகே உருப்பெற்றதாக இருந்தது. அதன் கழுத்தை வெள்ளை வட்டம் ஒன்று ஆரமாக அலங்கரித்திருந்தது. வட்டமிட்டுக்கொண்டிருந்த பருந்து அந்தரத்தில் நிலைத்து நின்றது. தன் அலகுகளை அகலத் திறந்தது. அவர் உட்சென்றார் மிகவும் பிரியப்பட்டு. அந்த அழகான உயிரினத்தினுள் அவர் ஒரு கணம் ஐக்கியமானார். நேரம் கழிந்தது. பருந்தின் அலகுகளில் இருந்து அவர் வெளிவந்தார். உதடுகள் அனிச்சையாக முணுமுணுத்தன: “நான் சக மனிதனை நேசிப்பவன், காதலிப்பவன், இனி இந்தப் பிரபஞ்சத்திலுள்ள சகல உயிரினங்களும் என் உற்ற தோழர்கள்.” அவரது உறக்கம் கலைந்தது. கண்ணெதிரேயே ஓர் ஒளிவட்டம் தென்பட்டது. அதிலிருந்து ஒரு செய்தி வெளிவந்தது: “அன்பு, எல்லாம் அன்பு மயம்.” ஒளிவட்டம் அகன்றது. ஆனால், செய்தி மனதில் ஆழமாகப் பதிந்தது.

அடுத்த இரவு இன்னொரு அனுபவம்: உறக்கம் கலைந்த நிலையில் எழுந்து உட்கார்ந்துகொண்டிருந்தார். எந்தவொரு சிந்தனையும் அவரை ஆட்கொள்ளவில்லை. முற்றாக ஒரு சிந்தனையும் அற்ற நிலை. அந்த அனுபவம் நிகழ்ந்து கொண்டிருந்த சமயம் அவர் அதை உணரவில்லை. மனம் ஓர் அனுபவத்தை நுகர்ந்துகொண்டிருக்கும்போது அது எப்படிச் செயல்படுகிறது என்பதை உணர்வது அசாத்தியம். அனுபவம் நிறைவுற்ற பிறகே பின்னோக்கி நகர்ந்து அனுபவத்தின்போது அது செயல்பட்ட விதத்தை ஊகிக்கலாம். எது எப்படியோ அந்தச் சிந்தனையற்ற சூனியம் அவருள் நிகழ்ந்துகொண்டிருந்தது. ஒரு பிரம்மாண்டமான சூன்யம். முழுக்கவும் ஒன்றுமில்லாத நிலை. அவரும் இல்லை. எதுவும் இல்லை. அவரது அனுபவம் முடிவுற்றது. அவர் இப்பொழுது ஆழ்ந்த அமைதியைப் பிரக்ஞை

பூர்வமாக அனுபவித்தார். எண்ணங்களற்ற வெற்று நிலை; மனதின் அசைவுகளற்ற, சலனமற்ற உயரிய நிலை. முக்தி நிலை. அவருக்கு அது ஏற்பட்டிருந்தது, ஒரு பத்தே நிமிடங்களாக இருந்தாலும். புத்தரின் போதி விருட்சமும் ஆர்க்கிமிடீஸின் தண்ணீர்த் தொட்டியும் நினைவில் தைத்து விடுபெற்றன. தனக்கு ஒரு சாதாரணப் படுக்கை. பரவாயில்லை. எந்த நிலையில் உன்னத அனுபவங்கள் ஏற்பட்டாலும் வரவேற்கத் தக்கனவே. மீண்டும் அந்தச் செய்தி அவரைச் சந்தித்தது: "அன்பு, எல்லாம் அன்பு மயம்."

அவர் இப்பொழுது அன்பே உருவானவராக விளங்கினார். கனிவு, பரிவு, நேசம் – அதுதான் அவர். குரலில் தேன் வழிந்தது. அவருக்கு நிறைய நண்பர்கள் ஏற்பட்டார்கள். தோழிகளும். அவர் முதல் முறையாகக் கடவுள்பற்றி மற்றவர்களிடம் பேச ஆரம்பித்தார். கடவுள் என்றால் அன்பு என்றார். பரந்துபட்ட நேசத்திலும் பிறரை மன்னிப்பதிலும்தான் கடவுள் இருக்கிறார் என்றார். கடவுள், மனிதன் உருவாக்கிய சம்பிரதாயக் கட்டிடங் களில் இல்லை என்றார். சில மதவாதிகள் அவரைக் கடுமை யாகச் சாடினார்கள். அவர் மென்மையுடன் விமரிசனங்களை ஏற்றுக்கொண்டார். விமரிசனம் செய்பவர்களையும் தான் ஆழ்ந்து நேசிப்பதாகச் சொன்னார். ஒரு நாத்திகவாதியின் நேசம் தங்களுக்குத் தேவையில்லை என்றார்கள் அவர்கள். தன்னை அன்னியப்படுத்த வேண்டாம் என்று அவர் கெஞ்சினார். அதீத மானுடக் கற்பனைகளால் உருப்பெற்ற கடவுள்கள் மனிதர் களுக்கு ஒரு பிரச்சனையாக இருக்க வேண்டாம் என்றார். ஆனால், அவர்களுக்கு அன்பைவிட ஒரு சிலைக் கடவுள்தான் முக்கியமாகப் பட்டது. அவர் மனவருத்தம் கொள்ளவில்லை. அவரது அன்பு வடியாத ஒன்றாக இருந்தது. "சாந்தி" என்ற வார்த்தையை அவரது உதடுகள் அடிக்கடி உச்சரித்தன.

திடீரென ஒருநாள் அவரது நினைவுகள் ஓராண்டு காலம் பின்னோக்கி நகர்ந்தன. தான் கஞ்சா அடித்ததையும் அப் பொழுது பிரக்ஞை விசாலமாகத் தோன்றியதையும் நினைவு கூர்ந்தார். ஓர் ஒன்பது மாத காலம் ஒரு நிலையில் தொடர்ந்து உட்காரவோ நிற்கவோ முடியாமல் நிலைகொள்ளாமையால் அவஸ்தைப்பட்டதும் அவரது நினைவுக்கு வந்தது. ஏழெட்டு முறை போதை மாத்திரைகள் உட்கொண்டதையும் நான்குமுறை தற்கொலை முயற்சிகளை மேற்கொண்டதையும் நினைவுபடுத்திக் கொண்டார். அப்பொழுதும் அவர் பிரபஞ்சத்தைப் பற்றியும் கடவுளைப் பற்றியும் யோசித்ததுண்டு. ஆனால், அவை மிக

மிகக் குழப்பமான நாட்கள். பிறகு தன்மேல் வைக்கப்பட்ட நெருப்புத் துண்டுகள் அவர் நினைவை எரித்தன. கஞ்சாவும் போதை மாத்திரைகளும் அவருக்கு எப்படியெல்லாம் தொல்லை தந்துவிட்டன! தான் திடமுடன் போராடாமல் விட்டிருந்தால், அந்த இரண்டு விழிப்புணர்வு அனுபவங்களும் ஏற்பட்டிருக்கா விட்டால்? அவர் மேற்கொண்டு நினைக்க அஞ்சினார்.

மனம் லேசான தொந்தரவுக்குள்ளானதை அவர் உணர்ந் தார். எழுந்து குளியலறைக்குச் சென்றார். முகத்தைக் கழுவிக் கொண்டார். மீண்டும் அவர் தன் தற்பொழுதைய நிலைக்கு வந்துவிட்டிருந்தார். "அன்பே சிவம்" என்று உதடுகள் உச்சரிக்க அவர் அன்பில் மீண்டும் அடைக்கலம் புகுந்தார்.

●

எதிர் உளவியல்

"என்னிடம் உங்கள் பிரச்சனைகளைக் கொட்டுவதில் ஏதாவது ஆட்சேபம் உண்டா? இங்கு எந்தப் பிரச்சனை குறித்தும் பேசலாம். எதுவும் தவறாக எடுத்துக் கொள்ளப்பட மாட்டாது."

"ஆட்சேபம் எதுவும் இல்லை. என் பிரச்சனை சமூக விரோதமான மனப்பான்மைதான்."

"சற்று விளக்குங்களேன்."

"எனக்கு வன்முறையில் ஆழ்ந்த நம்பிக்கை ஏற்பட்டு விட்டது."

"இன்னும் குறிப்பாக விளக்குங்கள்."

"எல்லோரையும் கொல்ல வேண்டும் என்ற வெறி ஏற்பட்டுள்ளது."

"இது வெறும் எண்ண அளவில் நிற்கிறதா அல்லது இதைச் செயல்படுத்தியிருக்கிறீர்களா?"

"வெறும் எண்ண அளவில்தான். ஆனால், எண்ணம் உக்கிரமாக உள்ளது."

"என்னையும் கொல்ல வேண்டும் என்று தோன்றுகிறதா?"

"ஏனோ இல்லை. நீங்கள் ஒரு சமூகப் பணியாளர். பிரச்சனைகளுக்குத் தீர்வு சொல்ல இங்கு இருக்கிறீர்கள். தவிர, உங்கள் முகத்தில் ஏதோ ஒரு அம்சம் பச்சாதாபத்தைத் தூண்டுகிறது."

"சரி, அப்படியானால் நான் தப்பித்தேன். நீங்கள் உங்களை நோயாளி என்று கருதிக்கொள்கிறீர்களா?"

"ஆம். இந்த வெறி ஒரு மனநோய்தான்."

"எனக்கும் ஏதோ ஒரு நோய்க்குறி தோன்றி உங்கள் இருக்கையில் நானும் சுவாதீனமடையும் பட்சத்தில் என் இருக்கையில் நீங்களும் அமர வாய்ப்புண்டு. தயவுசெய்து நோயாளி என்ற சொல்லுக்கு அதிக முக்கியத்துவம் கொடுக்காதீர்கள்!"

"சரி, எனக்கு என்ன தீர்வு சொல்லப் போகிறீர்கள்?"

"அதற்கு முன் நான் சில கேள்விகளைக் கேட்டாக வேண்டும்."

"கேளுங்கள்."

"தங்களைத் தாங்களே விமர்சித்துக்கொள்ளும் பழக்கம் உங்களிடம் உள்ளதா?"

"இல்லை."

"அப்படி இருந்திருந்தால் என்னை நாட வேண்டிய அவசியம் உங்களுக்கு ஏற்பட்டிருக்காது என்று தோன்றுகிறது."

"நீங்கள் பிரச்சனைகளை மிகவும் எளிமைப்படுத்துகிறீர்கள் என்று நினைக்கிறேன்."

"இல்லை. உண்மையைச் சொல்கிறேன். சரி. தங்கள் பிரச் சனையைப் பற்றிச் சேர்ந்து சிந்திப்போம். என்னுடன் ஒத்துழைப் பீர்களல்லவா? இதற்கு உணர்வுகள் அளவிலான தடையோ எதிர்ப்புணர்வோ இப்பொழுது தங்கள் மனதில் தோன்றுகிறதா?"

"இல்லை. ஓரளவு ஆசுவாசமாகவே உணர்கிறேன்."

"அப்படியானால், அலசலில் ஆரம்ப கட்டச் சிக்கல்கள் ஏதுமில்லை. காலத்தில் பின்னோக்கிச் செல்லுங்கள். நன்றாக நினைவுக்குக் கொண்டு வந்து பாருங்கள். இதெல்லாம் எப்படி ஆரம்பித்தது என்பதை யூகிக்க முடிகிறதா? உங்களிடம் ஆளுமை ரீதியான அடிப்படைக் குறைகள் ஏதாவது உள்ளனவா?"

"இல்லை. இந்த வெறி இடையில் ஏற்பட்டதுதான். எனக்கு இப்பொழுது வயது முப்பது. ஆங்கில இலக்கியத்தில் முதுகலைப் பட்டம் பெற்றிருக்கிறேன். Classics-இல் ஆழ்ந்த ஈடுபாடு இருந் தது. ஆனால், ஒரு விபத்துக்குப் பிறகு இது மறைந்துவிட்டது. ஒரு தனியார் நிறுவனத்தில் உதவி நிர்வாக அதிகாரியாக இருக்கிறேன். சில மாதங்களாக இந்தப் பிரச்சனை காரணமாக வேலையில் நாட்டம் குறைந்திருக்கிறது. ஆனால், ஒரு அன்றாடச் சடங்கை நிகழ்த்தும் முகமாகத் தினமும் அலுவலகத்துக்குப் போய்க் கொண்டுதான் இருக்கிறேன்."

"விபத்து பற்றி நினைவு கூர்ந்தால் உங்களுக்கு மன அதிர்ச்சி ஏற்படும் என்று நினைக்கிறீர்களா?"

"அப்படியெல்லாம் ஒன்றுமில்லை. சொல்கிறேன். மோட்டார் சைக்கிளில் போய்க்கொண்டிருந்தபோது ஒரு திருப் பத்தில் லாரி ஒன்று மோதிவிட்டது. விபத்தில் என் ஆண்மையை இழந்து விட்டேன். இது இரண்டு ஆண்டுகளுக்கு முன் ஏற்பட்டது."

"வாழ்க்கையில் பாலுறவு, பாலுணர்வுதான் எல்லாம் என்று நினைக்கும் ரகத்தைச் சார்ந்தவரா நீங்கள்?"

"அப்படிச் சொல்வதற்கில்லை. விபத்து நடந்தபோது எனக்கு இருபத்தெட்டு வயது. திருமணம் செய்துகொண்டிருக்க வில்லை. விபத்துக்கு முன்பும் எந்தப் பெண்ணுடனும் உடலுறவு கொண்டதில்லை. இப்பொழுதோ அந்தப் பேச்சுக்கு இடமே இல்லாமல் போய்விட்டிருக்கிறது."

"இதை ஒரு பேரிழப்பாக நினைக்கிறீர்களா? ஆண்மை இழப்பினால் ஏதாவது தாழ்வு உணர்வு ஏற்பட்டிருக்கிறதா?"

"அப்படியும் இல்லை. இந்த ஆண்மை இழப்பு என் வெறிக்குக் காரணமாக அமைந்துவிட்டதுதான் கொடூரமானது."

"தெளிவாக விளக்குங்கள்."

"என் வெறி உருக்கொண்டது மூன்று மாதங்களுக்கு முன். திருமணமான என் அண்ணன் வீட்டுக்கு ஒரு வாரத் தங்கலுக்குச் சென்றிருந்தேன். அவருக்கு ஓர் அழகான பெண் குழந்தை. ஏழு வயதுதான். பார்ப்பதற்கு அம்சமாக இருப்பாள். திடீரென்று அவளது மென்னியைப் பிடித்துத் திருகிக் கொல்ல வேண்டும் என்ற வெறி ஏற்பட்டது."

"செயல்படுத்த முயன்றீர்களா?"

"இல்லை. ஒரு பொய்க் காரணம் சொல்லி அண்ண னுடைய வீட்டை விட்டு உடனே அகன்றுவிட்டேன். பிறகு நாட்கள் ஆக ஆக மணமான ஆண்கள் அனைவரையும் கொல்ல வேண்டும் என்ற வெறி உருக்கொண்டது. ஏனோ செயல் வடிவில் நிகழ்த்த முடிவதில்லை."

"இதற்காக நீங்கள் வருத்தப்படுகிறீர்களா?"

"இதற்கு என்னால் பதில் சொல்ல முடியவில்லை. இந்தக் கேள்வியை நான் எனக்குள் ஒருமுறைகூடக் கேட்டுக் கொண்ட தில்லை."

"சரி. உங்கள் பிரச்சனைக்கு உங்களுடைய தீர்வு என்ன?"

"இந்த வெறி சமூகத்துக்குப் புறம்பானது. இது அகற்றப்பட வேண்டும். அதற்குச் சிகிச்சை பெறத்தான் இங்கு வந்திருக் கிறேன்."

"சற்று சுதந்திரமாகச் சிந்திக்கலாமா?"

"ஓ, தாராளமாக."

"வன்முறையைப் பற்றி நீங்கள் என்ன நினைக்கிறீர்கள்?"

"எல்லோர் மனதிலும் ஏதோ ஒரு மூலையில் பதுங்கிக் கொண்டிருக்கும் ஒன்றுதான் இந்த உணர்வு. வெளிப்படுத்தப் படுவதில்லை. சமூகக் கட்டுப்பாடுகள் இதற்குக் காரணம் என்று நினைக்கிறேன்."

"நீங்கள் சமூகப்பிரக்ஞை உள்ள நபரா?"

"ஓரளவு அப்படிச் சொல்லலாம்."

"சமூகத்துக்கு உங்களுக்கு என்று ஒரு பங்களிப்புப் பொறுப்பு உண்டு என்ற கருத்தை ஏற்றுக்கொள்வீர்களா?"

"வாஸ்தவம். வேலையில் நேர்மையுடன் நடந்துகொள்வதன் மூலம் என் பங்களிப்பை நான் அளித்துக்கொண்டுதான் இருக் கிறேன்."

"அதற்கும் மேல்....?"

"ஒன்றுமில்லை."

"செய்வதாக உத்தேசம் உண்டா?"

"உண்டு. ஆனால், என்ன செய்வது என்று தெளிவாகத் தெரியவில்லை."

"ஆலோசனை வழங்கும் உரிமையை நான் எடுத்துக் கொள்ளலாமா?"

"அது உங்கள் கடமை?"

"ஒரு சிறு ஆலோசனை. அதிர்ந்துவிடாதீர்கள். தங்க ளுடைய இந்தக் கொலைவெறியை ஆக்கபூர்வமாகச் செயல் வடிவில் நிகழ்த்தினால் என்ன?"

"எப்படி?"

"நாட்டிலுள்ள சமூக விரோதிகளைத் தேடிப் பிடித்துச் சமூக விரோதச் செயல்களில் இனி ஈடுபட்டால் கொலை செய்யப் போவதாக மிரட்டி உங்கள் கொலைவெறிக்கு வடிகால் தேடிக்கொள்ளுங்களேன்."

"அட கடவுளே! என்ன சொல்கிறீர்கள். அதுவும் சமூகப் பணியாளர் நிலையில் அமர்ந்துகொண்டு!"

"சமூகத்துக்கு இதுவும் ஒரு தொண்டுதான்."

"வேறு மாற்று வழி இல்லையா?"

"உண்டு. உளவியல் மருத்துவரைச் சந்தியுங்கள். உளநல மருந்துகள் எழுதிக் கொடுக்கப்படும். ஓரளவு நீண்ட காலச் சிகிச்சை தேவைப்படும். படிப்படியாகத் தங்கள் கொலைவெறி தணியும்."

"இந்த இரண்டு ஆலோசனைகளில் எதைச் செய்யச் சொல்கிறீர்கள்?"

"அதை உங்கள் முடிவுக்கே விட்டு விடுகிறேன்."

"வேறு ஏதாவது சொல்ல வேண்டும் என்று தோன்றுகிறதா?"

"நோய்க்குறியைச் சில சமயம் மூலதனமாக்கிக் கொள்ளவும் முடியும். சிகிச்சை பெற்று சுவாதீன நிலைக்குத் திரும்பவும் முடியும். நீங்கள் சிகிச்சை எடுத்துக்கொள்ள முடிவு செய்யும் பட்சத்தில் வாரம் ஒரு முறை என்னை வந்து பாருங்கள். உங்கள் வெறி தணிய உளவியல் ரீதியான சில ஆலோசனைகள் வழங்குகிறேன்."

"முடிவார்த்தமாக ஒரே ஒரு ஆலோசனை மட்டும் தங்களால் வழங்க முடியாதா?"

"முடியும். ஆனால், ஒரு நாணயத்துக்கு இரண்டு பக்கங்கள் இருப்பதை நாம் கணக்கில் எடுத்துக்கொண்டே ஆக வேண்டும். உங்கள் விதியை நிர்ணயித்துக்கொள்ளும் தனிநபர் சுதந்திரம் உங்களுக்கு உண்டு. ஆகையால், முடிவு உங்களுடையதாகத்தான் இருக்க வேண்டும். உங்களுக்கு நோயாளி என்ற பட்டத்தை வழங்கும் அராஜகத்தை நான் நிச்சயம் செய்ய விரும்பவில்லை. மேலும் நீங்கள் சக மனிதன் என்ற அடிப்படையில் எனக்கு அப்படிப்பட்ட உரிமையும் கிடையாது."

●

ஊனம்

தேவாரம் தீரன்பேட்டை என்ற குக்கிராமத்தைச் சார்ந்தவன். வசதியற்ற குடும்பம். படிப்பில் நாட்டமில்லை. ஒன்பதாவது வகுப்போடு படிப்புக்கு முற்றுப்புள்ளி. உருப்படியாக எந்த வேலையும் செய்ததில்லை. கிராம நண்பர்களோடு கவட்டையைப் பிரயோகித்துக் குருவிகளை வீழ்த்திச் சுட்டுச் சாப்பிட்டு சந்தோஷிப்பது அவனது சிறு வயதுப் பொழுது போக்கு. இளம்பிராயத்தில் அம்மாவுக்குக் கூடமாட ஒத்தாசை செய்ததில்லை. படிப்பை நிறுத்திய பின்பு அப்பாவுடன் வயலுக்குச் சென்று சிறு சிறு வேலைகளைக் கற்றுக்கொண்டிருந் திருக்கலாம். அதெல்லாம் அவனுக்குத் தோன்றியதில்லை. எந்தவிதப் பிரயோஜனமும் அவனால் பிறத்தியார்க்குக் கிடையாது. இந்த அழகில் அக்கிராமத்தில் இருந்த ஒரே உயர்நிலைப் பள்ளியில் இறுதி வகுப்பு வாசித்துக் கொண்டிருந்த ஒரு பெண்ணின்பால் ஒரு லயிப்பு. அவள் பள்ளிக்குச் செல்லும்போதும் திரும்பி வரும்போதும் வழியில் தவம் கிடந்து அவளைத் தரிசிப்பதில் ஒரு சுகம். தன்பால் நாட்டம் இருப்பது அவளுக்குத் தெரிந்ததில் பேச்சுப் பரிமாறலின் துவக்கம், பின் அதன் தொடரல். உணர்வு கலந்த அன்னியோன்னியம். தேவாரம் கட்டுமஸ்தான சரீரி. ஒரு முறை புகைவண்டி நிலைய நடைபாதையில் ஒரு சந்திப்பு. சுற்று வட்டாரக் குக்கிராமங் களில் வளைய வரும் ஒரு புகைவண்டி புறப்படும் தருவாயில் இருந்தது. மணி அடித்தது. வண்டியும் கிளம்பிவிட்டது. கொஞ்சம் வேகமும் எடுத்திருந்தது. காதல் சிநேகிதியின் பாராட்டையும் சிலாகிப்பையும் பெற எண்ணி ஓடும் வண்டியில் ஓடி ஏறியதில் – பௌதீக நியதிகளை மீறியதன் விளைவு – இடறி விழ, கீர்த்திக்குப் பதில் இடது கால் இழப்பு. வயது இப்பொழுது இருபத்து மூன்று. இதுதான் அவன் வாழ்க்கைச் சரிதச் சுருக்கம்.

ராஜ் ஒரு இளநிலை உளவியலாளன். முடநீக்கு சாதனங் களைப் பொருத்தி, சீரான இயக்கத்தை ஏற்படுத்தி, ஒரு தொழிலில் ஊனமுற்றோரை இருத்தி புனர்வாழ்வுக்கு வழி

கோலும் ஒரு மனிதாபிமான மையம். புனர்வாழ்வுக் குழாமில் ராஜ் ஒரு சுறுசுறுப்பான அங்கத்தினன். ஒரு துரித இயங்கி. தேவாரத்தின் வாழ்க்கைக் குறிப்புகள் அடங்கிய ஃபைல் ராஜின் மேஜைக்கு வந்தது. தேவாரத்தின் தொழில் திறனைக் கணித்து ஏதோ ஒரு வகையில் அவனை வாழ்க்கையில் ஒப்பேறச் செய்வது ராஜின் கடமை.

தேவாரம் ராஜைப் பொறுத்த மட்டிலும் ஒரு தோல்வி. போதாக்குறைக்கு அன்று மதியம் அவன் ஹோட்டலில் சிற்றுண்டி சாப்பிட்டுவிட்டு வருகையில் வாசலில் தாங்கு கட்டைகளுடன் நின்று தேவாரம் யாசித்துக்கொண்டிருந்தான். சந்திப்பு என்னவோ நிகழ்ந்தது. தேவாரம் ராஜின் கண்களைத் தவிர்த்து வேறு பக்கம் முகத்தைத் திருப்பிக்கொண்டான். அப்படியானால் சந்திப்பு நிகழவில்லை என்று பொருள். செயற்கைக் கால் பொருத்தப்படும் வரை தேவாரம் வார்டில் இருக்க வேண்டியவன். கட்டுக்கோப்புகளிலிருந்து நழுவி எப்படியோ வெளியே வந்திருந்தான்.

மதியம் ஆய்வுக் கூடத்திற்குத் திரும்பிய ராஜிடம் தேவாரம் பற்றி ஆழ்ந்த வருத்தம் குடிகொண்டது. 'என்னை மீண்டும் நம்பிக்கை இழக்கச் செய்துவிட்டான். எப்படி அவனைக் கடைத்தேற்றுவது?' ராஜ் யோசனையில் ஆழ்ந்தான். உளவியல் சித்தாந்தங்களின்படி யாசகம் ஒரு சமூகச் சீக்கு. யாசகன் ஒரு சமூக ஒட்டுண்ணி. சார்ந்து இருந்து சுலபமாக வாழத்தான் அவனால் முடியும். தன்னம்பிக்கை, சுய கௌரவம் இவை அறவே இல்லாத ஒரு உயிரி. ராஜ் சிறிது சிந்தித்தான். குழுவின் பிற உறுப்பினர்களுக்குத் தான் பார்த்ததைத் தெரிவித்து, கணிப்புகள் எதுவும் செய்யாமல் கை கழுவி விட்டுவிடலாமா? நேரத்தை விரயமாக்குவதில்தான் என்ன புண்ணியம்? பாவம், அப்படிச் செய்ய வேண்டாம். சரி, யோசனைக்கு நேரமில்லை. இரண்டு ஊனமுற்ற நபர்களைக் கணிக்க வேண்டும். முதல் நபர் வர இன்னும் ஆறே நிமிடங்கள் இருந்தன. மனதில் எந்த எண்ணமும் இருக்கலாகாது. குறைந்தது இந்தத் தேவாரச் சிந்தனையிலிருந்தாவது விடுபட வேண்டும்.

பணி நேரம் முடிந்து, தேவாரம் இருந்த வார்டை நோக்கி நடந்தான் ராஜ். போனால் போகிறது, அவனது திறனைக் கணித்து, நல்ல மதிப்பீடுகள் பெற்றால் ஏதோ ஒரு தகுந்த வேலைக்கு சிபாரிசு செய்யலாம். உலகில் எல்லோரும்தானே ஜீவித்தாக வேண்டும். ராஜ் ஒரு முடிவுக்கு வந்தவனாக தேவாரத்தின் படுக்கையை நோக்கி நடந்துகொண்டிருந்தான். அவனை அடுத்த நாள் காலை ஆய்வுக்கூடத்திற்கு வரச்

சொல்ல வேண்டும். தேவாரம் படுக்கையில் இல்லை. இன்னும் அவன் வெளியில் யாசித்துப் பொருளீட்டிக் கொண்டிருக்க வேண்டும். ராஜின் மனம் முற்றிலும் சோர்வுற்றது.

சிந்தனையில் இருந்து தன்னை உதறிக்கொள்ள மனமகிழ் மன்றம் நோக்கி நடந்தான் ராஜ். கால் மணி நேரக் காத்திருப்பிற்குப் பிறகு அவனுக்கு வாய்ப்பு கிடைத்தது. அன்றைக்கு மேஜைப் பந்தில் ராஜ் தாக்குதல் முறையைக் கையாண்டான். அதை அவன் வேண்டுமென்றே அன்றைக்கு மேற்கொண்டான். அவன் இயல்பான முறை எதிராளியைத் தாக்க விட்டு, தான் தற்காப்புத் தடுப்பு முறையைக் கையாள்வது. ஆனால், அன்றைக்குத் தன் சோர்வை, நிராசையை ஈடுகட்டக் கொஞ்சம் ஆக்ரோஷ வெளிப்பாடுகள் அவனுக்குத் தேவைப்பட்டன.

அடுத்த நாள் காலை, முதலில் ஆய்வுக்கூடத்திற்குச் செல்வதற்குப் பதிலாக தேவாரம் இருந்த வார்டை நோக்கிச் சென்றான் ராஜ். தேவாரம் இருந்தான். "நேத்து சாயங்காலம் உன்னை எங்கே காணோம்?" "சார், நீங்கள் வந்தீங்களா? தெரிஞ்சிருந்தா பெட்லேயே இருந்திருப்பேன். ரொம்பவும் போராடிச்சது. சினிமாவுக்குப் போயிருந்தேன்." ராஜ் வார்ட் சிஸ்டரைக் கூப்பிட்டுக் கண்டிக்க நினைத்தான். நேரடியாக அதைச் செய்ய முடியாது. அதிகாரிகள் வழியே முறையாகத்தான் செய்ய வேண்டும். எதற்கு வீண் பொல்லாப்பு? ராஜ் அந்த எண்ணத்தைக் கைவிட்டான். தேவாரத்தையும் கடிந்துகொள்ளவில்லை. ராஜுக்கு என்னமோ நம்பிக்கையில் மேலும் ஒரு பலத்த அடிதான். தேவாரம் வார்டை விட்டு நழுவி, யாசித்து, பணம் திரட்டி, சினிமா பார்த்துவிட்டு வாசல் காவலரை எவ்வாறோ சமாளித்து உள்ளே வந்து படுக்கைக்குத் திரும்பியிருக்கிறான். ஆனாலும், இது கண்டிக்கும் நேரமில்லை. ஆய்வுக்கு முன் தேவாரம் பூரண அமைதியோடிருப்பது அவசியம். மேலும், ஆய்வாளருக்கும் ஆய்வுக்குட்படுத்தப்படுபவருக்குமிடையே நட்புணர்வு நிலவுதல் மிக மிக அவசியம். தேவாரத்தை ஆய்வுக்கூடத்திற்கு வருமாறு, தொனியில் மென்மை ததும்பக் கேட்டுக்கொண்டு கூடத்தை நோக்கி நடந்தான் ராஜ்.

பத்து நிமிடங்கள் கழித்து, தேவாரம் கூடத்தின் அருகே இருந்தான். "தேவாரம் உள்ளே வா." அவன் வந்தான். "சௌகரியமா உட்கார்ந்துக்கோ." அவன் எதிரிலிருந்த நாற்காலியில் அமர்ந்தான். "காலைலெ சாப்பிட்டாச்சா?" "ஓ." "ஓய்வா உணர்றியா? ஆசுவாசமா இருக்கியா? இப்பொழுதெக்கு மனசில ஏதாச்சும் சங்கடம் இருக்கா?" "இல்லெ சார், இயல்பா சாதாரண நிலைலதான் இருக்கேன்." "சோதனைகளை ஆரம்

பிக்கலாமா? நான் சொல்றதக் கவனமாக் கேள். உனக்கு வாழ்க்கையில நல்ல நிலை ஏற்பட்றதுக்கு என்னால உதவ முடிஞ்சதுன்னா நான் ரொம்பவும் சந்தோஷப்படுவேன். உற்சாக மாக இரு." "சரிங்க சார்."

நுண்ணறிவுச் சோதனைதான் முதல் சோதனை. விளைவைக் கணித்ததில் நுண்ணறிவு ஈவு சராசரியைவிட ஐந்து இலக்கங்கள் குறைந்திருந்தது. ராஜ் யோசித்தான். சரி, இவனைக் கை வேலை எதிலாவதுதான் சேர்ப்பிக்க வேண்டும். விரல்களைக் கொண்டு நுட்பமான வேலைகளைச் செய்ய முடியுமா என்று கணிக்க ஒரு சோதனை, இடுக்கி போன்ற கருவிகளைத் திறமையுடன் கையாள முடியுமா என்று தெரிந்து கொள்ள ஒரு சோதனை, விரல்களில் நடுக்கம் உண்டா என்றறிய ஒரு சோதனை, விரல்கள் எவ்வளவு விரைவில் களைப்படைகின்றன என்று பார்க்க ஒரு சோதனை. இவையனைத்தும் முடிந்தன. இன்னும் இப்பொழுதைக்கு ஒரே ஒரு சோதனை. நட்டுகள், போல்ட்டுகள், ஸ்பானர்கள், 'ப' வடிவ, பல துவாரங்கள் கொண்ட ஒரு பலகை – இவை கொண்ட ஒரு கருவி மூலம் கைகளால் கருவிகளைக் கையாளும் திறமையைக் கணிக்க ஒரு சோதனை. இந்தச் சோதனை முடிந்த பிறகு தேவாரம் வார்டுக்குத் திரும்பலாம். பிற சோதனைகள் மதியம் வைத்துக்கொள்ளப்படும். ஒரே குவிப் பாக இருந்தால் சோர்வின் காரணமாகத் துரிதம் பாதிக்கப்பட்டு மதிப்பெண்கள் சரிய வாய்ப்புண்டு.

கடைசி சோதனை நடந்துகொண்டிருந்தது. திடீரென்று தேவாரம் எழுந்து கூடத்தை விட்டு வெளியேறினான். ராஜ் செய்வதறியாது தவித்தான். தேவாரம் சிறிது நேரம் கழித்துத் திரும்பி வந்தான். சிறுநீர் கழித்து விட்டு வந்தானாம். விட்ட இடத்திலிருந்து சோதனையைத் தொடர்ந்தான். நிறுத்து–கடிகாரத்தை ராஜ் நிறுத்தினான். "தேவாரம், நீ இதைச் செஞ் சது போதும். வார்டுக்குப் போயி சாப்பிட்டுட்டு ஒரு மணி நேரம் தூங்கி, சரியா மூணு மணிக்கு வந்துடு. இன்னும் சில சோதனைகள் பாக்கி இருக்கு." தேவாரம் மறைந்தான். இந்தக் கடைசி சோதனை பாழ். இதை மீண்டும் செய்யச் சொன்னால் பரிச்சயமான காரணத்தினால் விரைவில் செய்து முடித்துவிட்டு, தவறான கூடுதல் மதிப்பெண்களைப் பெற்றுவிடுவான். ஒரு கணிப்பு இயலாததாக ஆகிவிட்டது. மாற்றுச் சோதனை கருவி கிடையாது. ராஜ் தன்னை நொந்துகொண்டான். தேவாரத்தை "ஆசுவாசமா இருக்கியா?" என்று கேட்டது தப்பிதமாகப் போய் விட்டது. ரொம்பவும் தாராள அர்த்தத்தில் அதை எடுத்துக் கொண்டுவிட்டான் தேவாரம். ஒரு சோதனைக்கும் மறு

சோதனைக்கும் இடையில் அவன் வெளியே சென்றிருந்தாலும் பாதகமில்லை. கணிப்பு பாதிக்கப்பட்டிருக்காது. வலது கை நடு விரலையும் கட்டை விரலையும் நெற்றியில் குறுக்குவாட்டில் வைத்து அழுத்திக்கொண்டு குலைந்த நிலையில் ராஜ் சிறிது நேரம் அமர்ந்திருந்தான். ஒரு ஆங்கிலேயச் சிந்தனையாளர் எப்பொழுதும் யாரிடம் பேச நேர்ந்தாலும் சொல்வதுண்டாம், “வார்த்தைக்கு உங்கள் சொந்தப் பொருள்களை முன்கூட்டியே சொல்லி விடுங்கள். அப்பொழுதுதான் உரையாடலே சீராக இருக்கும்; தவறான புரிதல்கள் இராது” என்று. இது நினைவுக்கு வரவே ராஜ் சிரித்துக்கொண்டான்.

மணி மூன்று. தேவாரம் இன்னும் வரவில்லை. நேரம் விரயமாகிக் கொண்டிருந்தது. மூன்றரைக்கு வந்தான். “கொஞ்சம் அதிகமாத் தூங்கிட்டேன் அதான்” என்று இழுத்தான். “தூக்கக் கலக்கம் இன்னும் இருக்காப்பலெ இருக்கு. கொஞ்சம் இரு.” பணியாள் மூலம் தேநீரைத் தருவித்து ராஜ் தேவாரத்துக்குக் கொடுத்தான். பிற சோதனைகள் தொடர்ந்தன. “எந்தச் சோதனையின் பொழுதும் நடுவிலே விட்டு நகரக் கூடாது, என்ன” என்று முதலிலேயே ராஜ் எச்சரித்திருந்தான், கனிவும் கண்டிப்பும் கலந்த குரலில். சோதனைகள் முடியப் பணி நேரம் தாண்டி ஒரு மணி நேரம் கடந்துவிட்டது.

அடுத்த நாள் கணிப்பு அட்டவணையின் துணை கொண்டு மதிப்பெண்கள் போட்டதில் எல்லாவற்றிலும் தேவாரம் சராசரிக்குக் கீழே குறைந்தது பத்து இலக்கங்களாவது குறைத்துப் பெற்றிருந்தான். ஒரு எதிர்மறைச் சான்றிதழ்தான் தர இயலும்.

இருபத்து மூன்று வயது வாலிபன் ஒருவன் வாழ்வில் விரயமாகப் போவதை ராஜால் ஏற்றுக்கொள்ள முடியவில்லை. உளவியல் துறையில் இருப்பவர்கள் சுய விருப்பு வெறுப்புகள், பச்சாதாபம், மென்மை உணர்வு இவை கடந்த ஒரு சமதளத்தில் சஞ்சரிக்க வேண்டும். ஆனாலும், ராஜுக்கு மனம் கேட்க வில்லை. உயர் உளவியலாளரிடம், “நீங்கள் தேவாரத்துக்கு ஏதாவது உதவ முடியுமா என்று பாருங்கள்” என்று தாட்டி விட்டான்.

ஒரு பளு இறங்கிற்று. பிறகு ராஜுக்கு தேவாரம் பற்றிய சிந்தனை அற்றுப்போனது.

இரண்டு ஆண்டுகள் கழிந்து, ஒரு மாலை, பணிக்கூடத்தை விட்டு இல்லம் திரும்ப, பேருந்து வருகைக்காக நிறுத்தத்தில் காத்துக்கொண்டிருந்தான் ராஜ். பக்கத்தில் ஆங்கிலத்தில் கணீரென்று ஒரு குரல். “சார், மாலை வணக்கம்.” ராஜ் ஒரு

கணம் மலைத்துப் போனான். தேவாரம். சாட்சாத் அவனே. விலையுர்ந்த நவீன ஆடைகள். செயற்கைக் காலை பேண்ட்ஸ் மறைத்திருந்தது. ஆடைகளின் நிறத்திற்கு மிகவும் பொருத்தமான ஒரு கழுத்துச் சுருக்கு. சுருக்கின் ட்யூக் ஆஃப் விண்ட்சர் முடிச்சு கச்சிதமாக அமைந்திருந்தது. அருகில் ஸ்கர்ட் அணிந்த அழகிய இளம் பெண். "என் மனைவியை உங்களுக்கு அறிமுகப்படுத்தும் சந்தோஷத்தை எனக்கு அனுமதியுங்கள். போன ஆண்டுதான் எங்களுக்குத் திருமணமானது. பெயர் மெர்ஸி எட்வினா." இவ்வளவு சரளமான ஆங்கிலத்தை இவன் எங்கே பிடித்தான்? ராஜ் வியப்பில் ஆழ்ந்தான். மெர்ஸி, எச் அண்ட் எம் கம்பெனியில் உதவி நிர்வாக அதிகாரியாம் (அது ஒரு பெரிய நிறுவனம். சம்பளம் ஏராளமாக இருக்கும்). ஜார்ஜ், குடும்ப நிர்வாகத்தின் முழுப் பொறுப்பையும் ஏற்றுக் கொண்டுள்ளானாம். ஜார்ஜ், தேவாரத்தின் தற்பொழுதைய பெயர். தேவாரம் தொடர்ந்தான்: "சார், நீங்கள் செய்த உதவி என் நினைவில் பசுமையாகத் தங்கியுள்ளது." ராஜ் சற்றே திடுக்கிட்டான். ஒரு பச்சைப் புளுகு ஆனாலும் இம்மாதிரிச் சமயங்களில் மௌனம்தான் ஒரே எதிர்பார்ப்பு. "என்னப்பா எப்படியிருக்கே?" "ஏதோ ஐயா புண்ணியத்திலெ சௌக்கியமா இருக்கேன்." க்ஷேம லாபம், யோக க்ஷேமம், நலன், குசலம் – இம்மங்களங்களை விசாரித்தவர், விசாரிக்கப்பட்டவர் இவ்விரு பேச்சாளிகளுக்கும் தாங்கள் ஒரு போலி அன்னியோன்னியத்தில் உழல்வது சற்று நன்றாகவே தெரியும். நிஜம் அதுதான். திரும்பத் திரும்ப ஒரே மாதிரியாகப் பேசி, இறுதியில் போலியின் மீது நிஜத்தின் நிழல் அப்பிக்கொண்டு, இரண்டுக்கும் வித்தியாசமே இல்லாமல் செழித்து... ஆத்மாவுக்கே இறுக்கமான ஒரு கறுப்புச் சட்டையை அணிவித்தாகிவிட்டது. கழற்றுவதில்லை என்றொரு தீர்க்கமான தீர்மானம். சமூக இயந்திரம் கர்புர் என்ற உராய்வுச் சப்தம் இல்லாமல் இயங்க இம்மாதிரி அத்தியாவசிய வழுக்கிகள்/ இளக்கிகள் தேவைதானோ? வளர்முக தேசத்தின் சமூக விளையாட்டுகள்தான் எவ்வளவு தேசிய குதூகலத்தைத் தர வல்லவை! சமூகமே மைதானமாக இருக்கும் பட்சத்தில் வாழ்வதே இனிப்பூட்டும் கேளிக்கைதானே? ராஜ் மௌனமாகச் சமைந்த கணத்தில் அவனுள் ஓடிய இவ்வெண்ணப் பிரவாகம் அவனை இம்சைப்படுத்திக்கொண்டிருந்தது. ராஜ் சலிப்புடன் ஒரு பெருமூச்செறிந்தான். நல்ல வேளை பேருந்து வந்துவிட்டது. சுபிட்ச தம்பதிகளிடமிருந்து விடைபெற்று ராஜ் அதில் தொற்றிக்கொண்டான்.

இல்லத்தை அடைந்ததும் அம்மா போட்டுக் கொடுத்த அருமையான ஃபில்டர் காஃபி சுவையே அற்று இருந்தது. பழக்க தோஷம் காரணமாக ராஜின் தொண்டையில் பானம் இறங்கிற்று.

ராஜ் தன் நாட்குறிப்பை எடுத்தான். எழுதினான். "தேவாரம் என்ற மானுடன்; எதையுமே உருப்படியாகச் செய்யா தவன்; பெற்றோர்க்கு அவனால் பயனில்லை; அப்பாவி ஜீவன் களைப் பிரக்ஞையே இல்லாது அழித்தவன்; எதிலுமே தீர்க்க சிந்தனை இல்லாதவன்; வாழ்க்கையை மதிக்காதவன்; காதல் வயப்பட்டிருந்த பெண்ணிடம் தீவிர லயிப்பு, ஈடுபாடு, நேர்மை இல்லாதவன்; எனக்கு அல்டஸ் ஹக்ஸ்லி சொன்ன 'மனிதன் காதலில் விழுகிறான், எழுகிறான், மீண்டும் விழுகிறான்; காதல் என்பது ஒரு பழக்கம்' என்பது ஞாபகத்திற்கு வருகிறது. வெறுப் பூட்டுவதாகத்தான் இருக்கிறது.

ஒட்டுண்ணிகள் கண்ணியமாக வாழ இயலாது என்பது பிசகு. தேவாரம் இந்த விஷயத்தில் தக்க மாறுதல்களை நேர்த்தியாகக் கையாண்டு புரட்சியை நிகழ்த்தியுள்ளான். நான் அதைப் பாராட்டவில்லையெனினும், சமூகத்தைச் சார்ந்து வாழ்வதை உதறிவிட்டு ஒரு பெண்ணைச் சார்ந்து வாழ்ந்து கொண்டிருக்கிறான். அவனை எவரும் இனி ஒட்டுண்ணி என்று கேவலமாகக் கருதப் போவதில்லை. தேவாரம் புது வாழ்க்கையைச் சிறந்த முறையில் மூலதனப்படுத்தியிருக்கிறான். என்ன பிசிறு தட்டாத ஆங்கிலம்! பாராட்டாமல் இருக்க இயலவில்லை.

இன்னொன்று. நான் இவன் நுண்ணறிவைக் கணிக்க எடுத்துக் கொண்ட சாதனம் தவறானது. மொழித் திறனைக் கணிக்கும் பகுதி அதில் அறவே இல்லாமல் இருந்தது. வேறொரு முழுமையான சாதனத்தைப் பயன்படுத்தியிருக்க வேண்டும். முதலிலேயே இவனைப் பற்றி ஒரு முடிவான தீர்மானத்தை ஏற்படுத்திக்கொண்டு செயல்பட்டது மிக மிகப் பாமரத்தனம். இவன் விஷயத்தில் நான் தொழில் நுணுக்க ரீதியில்கூடத் தவறி விட்டேன்.

வாழ்க்கை கணிப்புக்கு உட்பட்டதல்ல.

ஒருவன் விதியை இன்னொருவன் நிர்ணயிக்க முடியாது.

எனக்குள் ஒரு நிலச் சுவாந்தார் வசித்து வருகிறார். அவர் தயாள குணம் படைத்தவராக இருப்பினும், தன்னை நாடி வந்த ஒரு இல்லாதப்பட்டவனுக்குத் தன் பண்ணை வரம்புக்குள் தான் வகுத்த பணி ஒன்றைச் செய்யச் சொல்லி பிழைப்புக்குச் சோறு போடுகிறார். என் எதிர்பார்ப்பு இவ்வகையில்தான்

சேர்த்தி. கொடுமை, எனக்குள்ளேயே இவ்வளவு அவலம்! இதைப் புரிந்து கொள்ள உதவிய தேவாரம் முன் நான் சிரம் தாழ்த்துகிறேன்.

நான் தேவாரம் ஓரளவு சந்தோஷமாக வாழ வேண்டும் என்று உதவ நினைத்தேன். இப்பொழுது அவன் வாழ்வில் சந்தோஷத்தைத் தவிர வேறெதுவும் இல்லை. இது குறித்து நான் சந்தோஷம் அல்லவா பட வேண்டும்? எனக்கு ஏன் கஷ்டமாக இருக்கிறது? தேவாரத்துக்கு உடலில் ஓர் ஊனம், எனக்கோ உள்ளத்தில்.

நான் கல்வி அடிப்படையில் உளவியலாளனாகப் பணி புரியத் தகுதி பெற்றவனாயிருப்பினும், என் பண்பியல் தொகுப் பிற்கு, என் ஆளுமைக்கு, உளவியலாளன் தொழில் சுகப்பட்டு வராது. இதோ என் உளவியலாளன் போர்வையைச் சிரமமில்லாமல் சந்தோஷமாகக் கழற்றி வைத்துவிடுகிறேன்.

எல்லாவற்றிற்கும் மேலாக, உலகை ஆளும் நியதிகளின் போக்கு விந்தையானது."

●

ஒரு துண்டு

சில மாதங்கள் அக்கிராமத்தின் ஒரு வசதியான குடியிருப்புப் பகுதியில் வேலை நிமித்தம் தங்கியிருந்தேன். வசதியில் சற்றும் குன்றாத வீடு. மேல் மாடியில் என் ஜாகை. வீட்டைச் சுற்றிலும் தோட்டம். சுற்றுப்புறத்தில் பசுமையான வயல்கள். பச்சை நிறம் கண்களுக்குக் குளுமை. பசுமை மனதிற்கு சந்தோஷம். எப்பொழுதும் பரிபூரண அமைதி, நிசப்தம். ஆகையால் ரம்மியம், அதனால் நிம்மதி. மாநகரில் சதா செவிப்பறைகளைத் துளைத்துக்கொண்டிருக்கும் பேருந்து களின், மோட்டார் சைக்கிள்களின், மோட்டார் பொருத்தப் பெற்ற ரிக்ஷாக்களின், ஸ்கூட்டர்களின், மோபெட்களின் இன்ஜின்களின் இயக்கங்கள், ஹார்ன், உருளைகளின் சாலை மீது உராய்வுகள் – இவைகளின் பேரிரைச்சல், இந்து சவ ஊர்வல ஊதல்கள், கூவல்கள், குய்யோ முறையோக்கள், வடக்கத்திக்காரர்களின் ஜாஸ்டிஸ்கோ மெல்லிசை வாத்தியக் கதறல் சகிதத் திருமண வைபவ ஊர்வலங்கள், திடீரென முழுதாக முடக்கி விடப்பட்டு எங்கிருந்தோ அலறும் ஒலி பெருக்கிகள், வானொலிகள், தருணம் பார்த்து வேலையை நிறுத்தி ஓய்வெடுத்துக்கொண்டு அதில் ஏற்படும் ஆசுவாசத்தில் உற்சாகமாக எழும், நிர்வாகத்தைத் திட்டும், கண்டனக் குதூகலத் தொழிலாளக் கூச்சல்கள் – இது எதிர் அலுவலகத்தில் வழக்க மாக நடைபெறுவது, சில மாதங்களில் கேட்கும் ‘சாமியே ஐயப் போ’க்கள், தேர்தல் சமயங்களில் தத்தம் அண்ணல்களைத் தனவந்தர்களாக ஆக்க சோற்றுக்கு வழி இல்லாதவனிடமும் பொன்னான வாக்குகளை யாசிக்கும் தொண்டர் பெருமகனார் களின் இறைஞ்சல்கள், இதையடுத்துத் தங்களைப் பீடத்தில் அமர்த்தி நாலு காசு சேர்க்க வாய்ப்பளித்த நல்லோர்களுக்கு நன்றி நவிலும் மெகா ஃபோனின் ஒலி வீச்சுக்கள், தலைவருக்கு மூக்கொழுகினால் கடைகளை மூடச் சொல்லி, கூடவே மேலெழும்பும் கற்களின் ‘விர்’கள், சில பல வேளைகளில் கற்களுக்குப் பதில் கோலி சோடா புட்டிகள் (சாராயப் புட்டி கள் இதுவரை பிரயோகப்படுத்தப்பட்டதாக நினைவில்லை;

புரதச் சத்துகள் ஒன்பதையும் 28½ விட்டமின்களையும் தன்னகத்தே கொண்டு மாநகர் மக்களுக்கு போஷாக்கை உவந்தளித்து உதவி அரும்பெரும் தொண்டாற்றிக் கொண்டிருக்கும் தென்னக ஹார்லிக்ஸ்ஸை இப்படியெல்லாம் கண்டபடி துஷ்பிரயோகம் பண்ணக் கூடாது என்ற சமூகப் பிரக்ஞையை மனதின் மையப் பகுதியில் கொண்டுள்ள சமூக நல்லோர்கள்பால் ஓரளவைவிட சற்று அதிகமாகவே மரியாதை உண்டு.) சிகப்பு சிகப்பான ஆதிபராசக்தி (தற்போதைய முன்னணி தெய்வம்; நடப்புகளைக் கவனித்தால் இதற்குப் பிரகாசமான எதிர்காலம் இருப்பது தெளிவாகும்.) உபாசகர்களின் பரவசக் கூச்சல்களுடன் நான்கைந்து மைல் ஆன்மீக ஊர்வலங்கள், கல்வியில் கண்களைப் பதித்துக் கருத்தூன்றித் துவங்கும் மாணாக்க மணிகளின் அடிக்கொரு தர வாசிப்பு நிறுத்த ஊர்வல வைபவங்கள் – அம்மாடா, இதெல்லாம் இல்லாத நிம்மதி தரும் நிசப்தம். மாநகரில் ஒரு வீட்டில் குடியிருந்தபோது அந்த அடுத்த பகுதியில் பத்தாவது வாசித்துக் கொண்டிருந்த பெண்ணின், இரவு பத்து மணிக்கும், அவளின் உளக் குதூகலத்தைப் பொறுத்து பல வேளைகளில் அந்த நேரத்தைத் தாண்டியும் ஒலிக்கும் ஹஹ்ஹாஹ்ஹாக்கள் – அவள் தொண்டையில் அவரைப் படைத்த புனிதர் ஒலிபெருக்கியை மறந்துபோய் ஏதோ ஞாபகத்தில் செருகி இருந்திருக்க வேண்டும்; அவள் சிரிப்பொலி என் நெஞ்சை அள்ளும், அதாவது கடப்பாறை கொண்டு என் நெஞ்சை மொத்தும், அதுவும் விட்டு விட்டு; பிறகு மொத்தலின் விளைவில் கிடைக்கப் பெறும் நெஞ்சுத் துகள்கள் ஒரு மண்வெட்டி கொண்டு உடலிலிருந்து அள்ளப் பட்டு அகற்றப்படும். நெஞ்சின் கடைசிச் சிதறல் அள்ளப்படும்முன் எப்படியோ தப்பித்து இங்கு வந்தது பெரும் பேறு.

இக்கிராமத்தில் எல்லாம் மனதிற்கு உகந்ததாக இருந்தது. பணிக் காலம் முடிந்து, வயதான காலத்தில் உயிர் உடலில் ஒட்டிக் கொண்டிருக்கும் பட்சத்தில் (இது சாத்தியமா என்று தெரியவில்லை. பாரத சராசரி ஆண் ஆயுட்காலம் நெருங்க பல ஆண்டுகள் நான் காத்திருக்க வேண்டி வராது. ஓய்வு பெற்ற வாழ்க்கையைக் கழிப்பதற்கு இக்கிராமம் ஏற்புடையது. இம் மாதிரி பகற்கனவு என் உள்ளத்தில் கொஞ்ச காலமாக நிலவி வந்துகொண்டிருந்தது. சில வேளைகளில், இரவிலும்தான் பகற்கனவு என்பதை மறந்த நிலையில் விவரம் புரியாமல் இது வருகை தரும். இதனிடம் பேசிப் பிரயோஜனம் இல்லை என்பதால் இதை இதன் போக்கில் விட்டுவிட்டேன். என் இயலாமையைச் சாதகமாக்கிக் கொண்ட இது இப்பொழுதெல் லாம் கூடுதல் சுதந்திரத்தை எடுத்துக்கொண்டது. மனிதனை

அவனது கனவுகளிலிருந்து பிய்த்தெடுக்க முடியாது. எனவே மனிதன். மனிதனே கனவு. நானே ஒரு கனவு. இதற்கு மேல் இதை இழுப்பது சிரமமாக இருக்கிறது. இதை அப்படியே விட்டுவிடுவது பாதுகாப்பானது.

நாள் கிழமை எல்லாமே பொய். நல்ல நாள், கேடான நாள் எல்லாமே அபத்தம். இருந்தாலும், சில நாட்கள் பாருங்கள், எவ்வெவ்வாறோவெல்லாம் அமைந்துவிடுகின்றன. அன்று அதிகாலை எழுந்ததும், ஸ்டவ் பற்ற வைத்தபோது, தீயின் நாவுகள் பாத்திரத்தை எட்டவே இல்லை. பாத்திரத்தை இறக்கி வைத்து, மண்ணெண்ணெய் ஊற்ற, புனல் என்கிற உபகரணம் இல்லாதிருந்ததால், கீழேயெல்லாம் எண்ணெய் சற்றுக்கு மேலேயே சிறிது சிதற, துடைப்பான் கொண்டு சிதறலைத் துடைத்து, கையின் துர்கந்தத்தைப் போக்க சவுக்காரத்தின் துணையை நாடி, இவ்வளவும் முடிந்த பிற்பாடுதான் கரும் தேநீர் தயாரிக்க முடிந்தது. அடுத்து புகைக் குழாய் ஏழு குச்சி கிழித்தும் பற்றவில்லை. நடுவில் நெருப்புக் குச்சியின் ஒரு கனல் துகள் வேறு மேஜையின் ரெக்ஸின் விரிப்பு மீது தெறித்து ஒரு சிறு பொத்தலை ஏற்படுத்திவிட்டது. எட்டாவது குச்சியில் பற்றிக் கொண்ட மாதிரி பிரமை தட்டிற்று. இழுப்பு கடினமாக இருந்து வைத்தது. புகைக் குழாய்க் கிண்ணத்தில் இருந்த புகையிலைத் துகள்களை ஒரு துண்டுக் காகிதத்திற்கு மாற்றும்படி ஏற்பட்டு விட்டது. குழாய்த் துப்புரவுக் கம்பி துவாரத்துள் நுழைய நான்கு முறை தீர்க்கமாக மறுத்து, வேறொரு துப்புரவுக் கம்பி ஐந்து முறை ஒத்துழையாமையை நிலைநாட்ட, ‘உன்னிடம் நரகம் தங்கட்டும்; ஏ அறிவுகெட்ட புகைக் குழாயே’ என்ற ஆங்கில வசை என் வாயிலிருந்து உதிர, சிறிது நேரத் தவிப்பின் பின் சமயோசிதம் போன்ற ஏதோ ஒன்று என்னுள் உதிக்க, ஒரு ஜெம் கிளிப்பின் வளைவுகளைச் சமனப்படுத்தி, நீட்சிப்படுத்தி பிறகுதான் புகை பிடிக்க முடிந்தது. புகையிலைத் துகள்களை அடைத்த விதத்தில் ஏதோ பிசகு ஏற்பட்டிருந்திருக்க வேண்டும். நிசப்தமாக இயங்கும் குழாய், ஹுக்கா இழுக்கும் ஒலியைச் சப்தித்துக்கொண்டிருந்தது. எனக்குத்தான் எத்தனை பிரச்சனை கள், காலை எழுந்ததும் வாய் கொப்பளித்து முகத்தை அலம்பி, ஜோலிகளைப் பார்க்க ஆரம்பிக்க விடாவண்ணம்?

மணி தோராயமாக நாலரை இருக்கும். பக்கத்தில் அன்றைக்குப் பார்த்து, ‘நக்கீரா...’ சிவாஜி அண்ணலார் முழுத் தொண்டையில் முழங்கிக்கொண்டிருந்தார். எப்பொழுதுமே நிசப்தம் நிலவும் சூழலுக்கு அன்றைக்குப் போறாத காலம் பிடித் திருந்தது. ‘தோரோ’வை நிம்மதியாகப் படிக்க இயலவில்லை.

சிவாஜி அவர்களின் ஒரு சினிமா முடிந்து அடுத்தது ஆரம்பித்திருந்தது. இப்பொழுது புயலோசை. அதன் தொடர்ச்சியாக 'யாரை நம்பி நான் பிறந்தேன்?...' தத்துவ விசார, சீச்சீ இந்தப் பழம் புளிக்கும் சித்தாந்தப் பாடல். புத்தகத்தை மூடிவிட்டு மீண்டும் படுக்கையில் யாக்கையைக் கிடத்தும்படி ஆகிவிட்டது.

ஒரு ஆறு மணி வாக்கில் படுக்கையை உதறிவிட்டு ஒரு சுற்று சுற்றி வர வெளியே கிளம்பினேன். முந்தைய இரவு என் மனைவிக்குக் கடிதம் ஒன்று எழுதியிருந்தேன். எங்கள் திருமண ஆறாவது ஆண்டு நிறைவுக்கு இன்னும் பன்னிரண்டே தினங்கள் இருந்தன. நான்கு நாட்கள் விடுப்பில் ஊருக்கு வந்து அவளைப் பார்க்கப் போவதாகக் கடிதத்தில் குறிப்பிட்டிருந்தேன். கடிதம் நன்றாகவே அமைந்திருந்தது. சும்மா சொல்லப்படாது. ஒரு காதலியைச் சம்பாதித்துத் தரும் கடிதம் அது. கடிதம் மூலமெல்லாம் காதலி கிடைப்பாளா என்பது சந்தேகத்துக்குரிய சமாச்சாரம் என்றாலும், திருப்தியில் திளைத்தவண்ணம் என் இருப்பிடத்தை விட்டுக் கிளம்புமுன் அதை உடன் எடுத்துக் கொண்டிருந்தேன். அஞ்சல் பெட்டியில் அதைச் சேர்ப்பித்துவிட்டு இப்பொழுது பிரதான சாலைக்கு வந்துவிட்டிருந்தேன்.

அந்தச் சிறு பாலத்தைத் தாண்டி சரியாக ஒரு ஐந்து எட்டுகள் நடந்திருப்பேன் (இப்படி எழுதுவது மிக மிகப் பொய்யானது. ஏனென்றால், எட்டுகளை நான் எப்பொழுதும் எண்ணியதில்லை. அதைவிடப் பிரயோஜனமான ஜோலிகள் நிறையவே ஞாலத்தில் இருந்தன). எதிரே ஒரு ஜட்கா. திடீரென்று குதிரை மண்டியிட்டு முன்னே சாய்ந்தது. ஓட்டி கீழே குதித்து வண்டியை நிமிர்த்திச் சவாரியை இறக்கத் துணை நின்றான். சவாரி ஒரு நடு வயதுப் பெண்மணி. நேர்த்தியான புடவை; முகத்தில் மூக்குக் கண்ணாடி. விபத்து அவளை எவ்விதத்திலும் தொட்டதாகத் தெரியவில்லை. "என்னப்பா, வண்டி போகுமா?" வண்டிக்காரன் சில பிணைப்பு வார்களை குதிரைக்கும் வண்டிக்கும் சேர்த்துக் கட்டி பயணியை ஏற்றிக் கொண்டு ஓட்டத்தைத் தொடர்ந்தான். குதிரைக்கு உள்சேதாரம் ஏதாவது விளைந்திருக்கக்கூடும். ஓட்டிக்கு அதில் அக்கறை விழுந்ததாகத் தெரியவில்லை.

பாலத்தின் அருகாமையில் ஒரு தேநீர் விடுதியில் தேநீர் பரவாயில்லாமல் இருக்கும். அங்கு ஒரு கோப்பைத் தேநீர் அருந்தி விட்டு என் ஜாகைக்குத் திரும்பிக்கொண்டிருந்தேன். பாலத்தை ஒட்டி ஒரு குட்டிக் கோயில். கோயிலுக்கு எதிர்த்தாற்போல ஒரு கசாப்புக் கடை. கடை என்று ஒன்றுமில்லை. ரம்பத்தால் சமனப்படுத்தப்பட்டிருந்த ஓர் அடிமரம். அதன்

மீதுதான் கறியைக் கொத்துவார்கள். அதுதான் வியாபார ஸ்தலத்தின் பிரதான அம்சம். மற்றபடி ஒரு வாளி இருக்கும். அவ்வளவே. தற்செயலாகக் கடைப் பக்கம் பார்வை பட்டதில் ஒரு கோரக் காட்சி. ஒரு வெள்ளாடு தரையில் கிடத்தப் பட்டிருந்தது. அதன் கால் நுனிகளை ஒட்டு மொத்தமாகச் சேர்த்து ஒரு கையிலும், வாயை இறுக்கமாக மூடி மற்றொரு கையிலும் ஒருவன் பிடித்திருக்க, இன்னொருவன் ஒரு சாதாரணக் கத்தியைக் கொண்டு அதன் கழுத்தை அறுத்துக் கொண்டிருந்தான். அரிந்துகொண்டிருந்தான் என்று கொள்வது எந்த விதத்திலும் தப்பிதம் ஆகிவிடாது. முகத்தைத் திசை திருப்பி ஒரு அவசர குட்டி ஓட்டத்தில் ஸ்தலத்தை விட்டகன்றேன். ஒரே வெட்டில் உயிரை மாய்க்கலாம். அல்லது மேலை நாடுகள் போல் மின் துணை கொண்டு அக்காரியத்தைச் செய்யலாம். என்னவோ காய்கறி அரிவது போல ஆற அமரக் கழுத்தை நறுக்கிக்கொண்டிருந்தார்கள். பாரத ஆடாக அவதரித்த பாவத்தின் சம்பளத்தை அது அனுபவித்துக் கொண்டிருந்தது. நாட்டில் S.P.C.A., S.P.C.A., என்று ஒன்றும் உண்டாம்.

பாலத்தின் அடியில் ஒரு சிற்றாறு. ஒரு பக்கத்தில் பல பெண்கள் குளித்துக் கொண்டிருந்தார்கள். மறுபுறத்தில் நான்கு எருமைகளை அதன் உரிமையாளர்/பொறுப்பாளர் குளிப் பாட்டிக்கொண்டிருந்தார். என் முன்னே ஈரம் சொட்டும் புடவை. இறுக்கமாக, உடம்பின் வளைவுகளைத் துல்லியமாக எடுத்துரைக்க, ஒரு இளம் பெண் நடை பயின்று கொண்டிருந் தாள். தோராயமாக ஏழாண்டுகட்கு முன்பு நிலவிய நவீனம். புடவை இறுக்கமாக உடம்பைத் தழுவ, உந்திச் சுழியின் அழகும் பிருஷ்ட பாகத்தின் மேல் பகுதி கணிசமான அளவும் தெரியும்படி அமைந்திருக்கும். இது நினைவுக்கு அவசரமாகக் கொண்டு வரப்பட்டது. இதைக் கவர்ச்சி என்றுதான் சொல்ல வேண்டும். இப்படிச் செய்வது மிக மிக அத்தியாவசியம். ஏனென்றால், கவர்ச்சிக்கும் ஆபாசத்திற்கும் உள்ள துல்லிய வேறுபாடுகளைச் சிரமப்பட்டு ஆய்ந்து ஒரு தமிழ் வல்லவர் தன் நூலில் எழுதித் தீர்த்துத் திருப்தி அடைந்திருக்கிறார். உண்மைகள் சதா சாக்லெட் மயமாக என்னவோ இருப்பதில்லை. ஒரு சிட்டிகை உப்பு போய், உலகளாவிய உப்பாக சில சமயம் இருக்கும் போதுதான் அநியாயமாகக் கரித்துத் தொலைக்கிறது.

அன்று மதிய உணவில் மிளகாய்ப் பொடி தூவிய எலு மிச்சை ஊறுகாயின் நிறமும் காலையில் மரணித்துக்கொண் டிருந்த ஆட்டின் குருதிப் பெருக்கும் ஒன்றாகத் தோன்ற உணவு அரைகுறையாக முடிந்தது. அந்த அப்பாவி ஜீவன் அடிக்கடி

நினைவுக்கு வந்துகொண்டிருந்தது. எதை மறக்க முயல் கிறோமோ அதுதான் பிரதானமாக ஞாபகத்தில் நிற்கும். அதீத துரிதத்தில் வேலை செய்ததில் நிறைய வேலைகள் முடிக்கப் பட்டிருந்தன. 'Dynamogenesis நியதி' அன்றைக்கு என் பணியை ஆட்கொண்டிருந்தது. சாதாரணமாக இப்படித்தான் நடக்கிறது. ஒன்றை மறக்க/தணிக்க பிறிதொன்றில் கூடுதல் லயிப்பு/நாட்டம்.

மாலை சைக்கிளை எடுத்துக்கொண்டு கிராமத்தின் மையப் பகுதியை நோக்கிக் கிளம்பினேன். நெடுஞ்சாலையில் மிக அன்னியோன்னியமாக இரு கலை அரங்கங்கள், சினிமா கொட்டகைகள், ஒன்றையடுத்து இன்னொன்று. நடுவில் உபரியாகச் செழித்த இடத்தில் ஒரு சிற்றுண்டிச்சாலையும், சாலையின் வாயிலின் ஓர் ஓரத்தில் ஒரு வெற்றிலை, சிகரெட், பத்திரிகைக் கடையும். இரண்டாவது கொட்டகையைச் சமீபித்த போது மனம் அழ ஆரம்பித்தது. நான்கு தினங்களுக்கு முன்பு அங்கு தெரியாத்தனமாக ஒரு தமிழ் சினிமா பார்த்து வைத்தேன். ஒற்றை மரத்தடிக் கதையாக O' HenryJ¡ Gift of the Maggie என்ற சிறுகதையை 'நன்றி: O'Henry' என்ற நேர்மையை அனாவசியம் என்று கருதித் தானே சிருஷ்டித்த படைப்பாக அதைப் புகுத்தியிருந்தார் பெருமதிப்பிற்குரிய மகாகனம் பொருந்தப் பெற்ற வசனப் பரிசுத்தச் சான்றோன். A.G. Cronin-இன் Citadel-ஐ முழுக்க முழுக்கத் தனதாக்கிக் கொண்டிருந்தார் ஒரு இந்தித் திரைப்படப் படைப்பாளி. இது வெகு ஆண்டுகளுக்கு முன் சரித்திரம் படைத்த கலா நிகழ்ச்சி. கலைகள் தேசத்தில் இவ்வளவு சந்தோஷமாக வளர்ந்தோங்குவது குறித்து ஆனந்த சமுத்திரத்தில் மூழ்கி முத்தெடுப்பது உசிதமான காரியமா என்று தெரியவில்லை.

என் சைக்கிள் ஒரு வழியாகக் கொட்டகையைத் தாண டிற்று. ஒரு சிறிய சிற்றுண்டிக் கடை. இரவு சிற்றுண்டிக்காக ஒரு ஜதை பூரி, நான்கு இட்லி முதலியவைகளைக் கட்டித் தரச் சொல்லி வெளியில் போட்டிருந்த நீண்ட பெஞ்சில் அமர்ந்து காத்துக்கொண்டிருந்தேன். ஒரு ஒடிசல் பிராணி சாம்பிராணி காண்பித்துப் புகை மண்டலத்தை மானாவாரியாகக் கிளப்பிப் புண்ணியம் கட்டிக்கொண்டு கடையுள் சென்று மறைந்தது. கடையின் முன் பகுதியில் இரு மருங்கிலும் நீண்ட பெஞ்சுகள். அதன் பின்னால் குட்டி நாற்காலிகள், கைகளற்றவை. பெஞ்சு கள்தாம் உணவு மேஜைகள். ஓர் அலமாரியில் முன் தட்டு முழுக்கப் பூரிகளை வாரி அள்ளிக் கொட்டி நிரப்பியிருந்தார்கள். அதன் பின்புறம் கொஞ்சம் வெற்றிடம். அதில் ஒரு பெஞ்ச். அதன் மீது இரு அண்டாக்கள். ஒன்று பெரியது. மற்றொன்று

அதில் கால் அளவு. அவை சாம்பார் சட்னி ஆகியவைகளின் கொள்ளிடம் போலும். அருகில் ஒரு கோரக் காட்சி. ஒரு பதினெட்டு வயது வேலையாள்; பானை வயிறு, வயிற்றைச் சுற்றி வேஷ்டி, நெற்றியில் புனிதச் சாம்பல் வரிகள், வரிகளுக்கு நேர் நடுவில் செந்தூர வட்டம், மார்பில் முப்புரி நூல், வஞ் சனையில்லாமல் வளர்த்து விடப்பட்டிருந்த ஒரு ஐம்பது வயது பெரு உடல் சகிதம் ஒருவர். அவர் கையில் பிரம்பு போன்ற ஏதோ ஒன்று. வேலையாள் ஒரு கைலி மட்டும் அணிந் திருந்தான். கால்களை அகலப் பரப்பி மிகவும் அசௌகரிய நிலையில் தோப்புக்கரணங்கள் போட்டவண்ணம் இருந்தான். அவன் கண்கள் அவரை நோக்கிக் கருணையை யாசித்தன; முகத்தில் பீதி, கலவரம், இயலாமை, அவமானத்தின் சாயல் அறவே இல்லை! பானை வெற்றிக் களிப்பில் திளைத்திருந்தது. சந்தோஷத்துடனும் வெறியுடனும் அதன் வாய் ஏதோ முணுமுணுத்தது; நிச்சயம் ஸ்லோகங்கள் இல்லை. கரணங்கள் இறுதி பெற்றன. பானையார் தன் கரத்தால் பணியாளின் காதொன்றைத் திருகினார். பணியாள் சிறிது துடித்தான். கை காதில் இருந்து அகன்றது. பிறகு அது பணியாளின் கழுத்தில் பதிந்து அவனை நெட்டித் தள்ளிற்று. இரு அகோரங்கள் பார்வையை விட்டகன்றன. என்ன விவகாரம் என்று தெரிய வில்லை. எந்தத் தப்புக்கு என்ன தண்டனை, எங்கு நிகழ்த்துவது, யார் நியாயாதிபதி எந்த விவஸ்தையும் இல்லை. பண்ணைச் சீமான்கள் ஒழிந்துவிட்டதாக அல்லவா நம்பிவிட்டேன்? இதோ கண்முன் ஒரு தடியன். திரௌபதியின் அம்மணம் மீது ஆவலுற்ற புண்ணிய பூமி இன்று கண்கூடாகப் பார்த்தேவிட்டது. ஒரு சரக்கு மாஸ்டர் அல்லது முதலாளி அனைவர் முன்னி லையிலும் ஒரு பணியாளின் கைலியை அகற்றியிருந்தான். அங்கு பசித்த மானுடர்கள் தன்பாட்டுக்கு இயல்பாக உண்டு களித்துக் கொண்டிருந்தார்கள். உண்மையிலேயே எதுவும் நடக்க வில்லையோ?

ஆடும், சிற்றுண்டிக் கடைப் பணியாளும் உறுத்திக் கொண் டிருக்க, சைக்கிள், ஒரு போராட்டத்தில் உயிர் துறந்த தியாகியின் சிலையை அண்மித்தது. இப்பொழுது பசுமையாக ஏதாவது பார்த்தால்தான் மனதிற்குச் சற்றேனும் நிம்மதி கிட்டும். இடது புறம் திரும்பினால் அக்கிராமத்தின் பிரதான தனவந்தரின் பங்களா. அதைத் தாண்டி ஒரு குட்டிப் பாலம். அதையடுத்தாற் போல் இரு புறமும் அடுத்தடுத்துப் பரந்து கிடக்கும் நீர்க் குட்டைகள்/தேக்கங்கள். சாலையில் அருகாமையில் இருப்பது சிறிய நீர்ப்பரப்பு. அதைச் சுற்றிலும் பசுமையான தாவர வளர்வு

கள். அதையொட்டி ஒரு பெரிய நீர்ப்பரப்பு. அதைச் சுற்றிலும் வரப்புகள். வரப்புகளை அடுத்து பசுமையான செடிகள். இவை களைத் தாண்டி செங்குத்தாக நெடிதுயர்ந்தும் சற்றே வளைந்தும் செழிக்கும் தென்னைகள். பசுமையையும் நிர்மலமான நீர்நிலை களின் ரம்மியத்தையும் மனம் உள்வாங்கித் தன்மயமாக்கிக் கொண்டிருந்தது. இருப்பினும் மனிதன் சந்தோஷமாக இருப்பது – சற்றேனும் – பிறத்தியானுக்குப் பிடிப்பதில்லை. அறியாமலோ அறிந்தோ, வேண்டாமென்றோ வேண்டுமென்றோ அதற்கு இடுக்கண் விளைவித்த பிற்பாடுதான் மறு காரியம். சகஜீவிகள் என்றால் சும்மாவா? நாலு கால் அகிம்சாவாதியும் பண்ணைச் சீமானும் மனதிலிருந்து அப்பொழுதுதான் மறைந்து நிம்மதி ஓரளவு பரவும் ஒரு வித மயக்க நிலையில் ஒரு டடடடட. என் பார்வை சப்தத்தின்பால் ஈர்க்கப்பட்டது. ஒரு வாலிபன் மோட் டார் சைக்கிளை நடைபாதை மீது (ஆண்டவா!) ஓட்டிக்கொண்டு வந்தான். வாகனத்தின் அமைதிப்படுத்தியைத் தன் முன்னே அதிகாலையில் கரைந்த முதல் காக்காய்க்கு அவன் தூக்கிப் போட்டிருந்திருக்க வேண்டும். முன்னே சென்ற இரண்டு இளம்பெண்கள் முதலில் அலறியும், பிறகு புடைத்தும் கொண்டு ஓரங்களுக்குச் சிதற, வெற்றி மதர்ப்பில் இடைவெளியில் புகுந்து ஊர்தி முன்னோக்கிப் பாய்ந்தது. சொந்தப் பகைமை எதுவு மின்றி ஒருவன் மூன்று ஆத்மாக்களை அனாயாசமாகப் பாதித்துக் களித்துவிட்டுச் சென்ற விந்தை. போர்கள் நினைவுக்கு வந்தன. ஒரு தேசத்தின் ராணுவன் தன் நாட்டின் மீதுள்ள நாட்டத்திற்காக வேறொரு தேச ராணுவனைக் கொன்று குவிக்கும் குதூகலம். தேசியம். அல்ஹக் இக்பாலுக்கும் குப்பு சாமிக்கும் சொந்த வகையில் எவ்விதப் பூசலும் இல்லை. கொள்கைகள் அடிப்படையில் விளையும் கொலைகள். 'காக்யு விட்டல்' பழங்குடி அரசர்களில் எரியும் நெருப்பில் யார் கடைசி வரை தங்களில் எண்ணெய் ஊற்றித் தீர்க்கிறார்களோ அவர் தான் வல்லமைக்குரியவர். எண்ணெய் பாழாய்ப் போவதைப் பற்றிக் கவலையில்லை. வல்லவனாகத் திகழ்வதுதானே முக்கியம். ஆனால், பழமையில் வீணானது வஸ்துக்கள்தாம். முன்பு எண்ணெய், பிறகு வில் அம்பு, பின்பு துப்பாக்கி, இப்பொழுது அணு ஆயுதங்கள். ஒரு வித்தியாசம். இப்பொழுது அணு ஆயுதச் சூழலோடு கூடி சமாதானச் சம்மேளனங்கள்.

தலையைப் பிடித்துவிட்டுக் கொண்டு, நீர்ப்பரப்புகளைத் தாண்டி, பூங்காக்கள், பள்ளிவாசல் முதலியவற்றைக் கடந்து அஞ்சல் நிலையத்தை நெருங்கியாயிற்று. அஞ்சலகத்தின பின்புறம் ஒரு சந்து. சந்தின் எதிரே நேர்சாலையில் நான்கைந்து

கீத்துக் கொட்டகைகள். அவை தேநீர் விடுதிகளாகவும், வெற்றிலை பாக்கு பீடி சிகரெட் சுருட்டுக் கடைகளாகவும், சுடச்சுட போண்டா பஜ்ஜி வினியோகிக்கும் மாலை நற்பணி மன்றங்களாகவும் இயங்கி வந்தன. நான் வழக்கமாகச் செல்லும் கீத்துக் கொட்டகைபால் கால்கள் என்னை அழைத்துச் சென்று முன்புறம் கிடந்த ஒரு துருப்பிடித்த நாற்காலியில் அமர்த்தின. சிறிது நேரம் துக்க நிகழ்ச்சிகள் மனதில் நிழலாடிக் கொண் டிருந்தன. ஒரு கறுப்பு மேலங்கி அணிந்த ஒல்லியான முதியவர் என்னை நெருங்கினார். அவர் தன் துக்கத்தைப் பகிரங்கமாகப் பிரகடனப்படுத்திக்கொண்டிருந்தது மனதில் தைத்தது. என்ன துர்நிகழ்ச்சி என்று ஒரு கணம் விசாரிக்கக் கூடத் தோன்றிற்று. எண்ண ஓட்டம் முழுமை பெற்று செயலாக்கத் தொடக்கத் திலேயே அவர் அமைதியைக் குலைத்தார். “சாருக்கு என்ன வேணும்?” கஷ்ட காலம்! அவர் அங்கு பணி புரியும் சிப்பந்தி. அவருக்குப் பிரத்தியேக துக்கம் எதுவுமில்லை என்றுணர்ந்து என்னுள் சிறிது ஆசுவாசம் தோன்றிற்று. தேநீரைச் சுவைத்துக் கொண்டிருந்தேன். அப்படிச் சொல்வது கூடத் தப்பிதமானது. தேநீர் உட்சென்றது ஓர் அனிச்சை நிகழ்வு. துக்கம் என்னை விட்டபாடில்லை.

எதிரில் தெரிந்த சந்து முக்கில் ஒரு குப்பை மேடு. அதை யடுத்தாற்போல் கொஞ்சமும் அவசியமில்லாதிருந்த ஒரு சிமெண்ட் குப்பைத் தொட்டி. குப்பை மேட்டில் ஒரு வாலிபன். உடம்பின் பரிமாணத்துக்குச் சற்றும் ஒவ்வாத ஒரு microcephaly – சிறிய தலை. அட்டு சேர்ந்த கைலி. ஒரு கிழிந்த பெரிய சட்டை. கழுத்தைச் சுற்றி ஓர் அழுக்கடைந்த கைக்குட்டை. அவன் எச்சில் இலைகளை அளைந்துகொண்டிருந்தான். அவனுக்குப் பின்னால் ஒரு நாய். அவன் முன்னால் மேட்டின் உச்சியில் ஒரு மாடு. தன் சோற்றில் மண்ணை அள்ளிப்போடத் தன்னுடன் போட்டியிட்டுக் கொண்டிருந்த நான்கு கால் ஜந்துக்களை விரட்டியவண்ணம் அவன் பசியாறிக் கொண்டிருந் தான். ஒரு வழியாக முடித்தும் விட்டான். அவன் மேட்டை விட்டகன்று ஓரத்துக்கு வந்தான். அங்கே ஓர் இலை. பிரித்துப் பார்த்துப் பிராண்டி உணவுத் துகள்களை அள்ளி வாயில் புதைத்துக்கொண்டான். இப்பொழுது நாய் மாட்டைப் பார்த்துக் குரைத்தது. மாடு முட்ட வந்தது. பிறகு பக்கத்துக் கொன்றாக மாடும் நாயும் எதையோ தின்ன ஆரம்பித்தன. இதன் பிற்பாடு, எச்சில் இலைகளின் நடுவில் ஒரு காயடிக்கப்பட்ட காளை சிறுநீர் கழித்துவிட்டு அசமந்தமாக நகர்ந்தது. நான் தேநீரைப் பருகி முடித்திருந்தது சிறிது நேரம் கழித்தே என் பிரக்ஞைக்கு

எட்டியது. வெறும் கிளாஸை உள்ளங்கையில் நிமிர்த்திக் கிடத்தி உருட்டிக் கொண்டிருந்தேன். வெறுப்பு உச்ச கட்டத்தை அடைந்திருந்த நிலையில் ஓர் அதீத வெறி உள்ளுக்குள் உதயமாயிற்று. கையில் இருந்த கிளாஸை ஓங்கித் தரையில் போட்டு உடைக்க ஒரு வன்முறை உந்துதல் என்னைப் பிடித்தாட்டிற்று. அருவருப்பைப் போக்கிக்கொள்ள, ஆத்திரத்தைக் குறைக்க, ஜட வஸ்துக்கள் மீதேனும் காட்டிக்கொள்ள வேண்டும். அடக்கி உள்ளுக்குள் இருத்திக் கொள்வதில்தான் மனச் சிக்கல்களே. எவ்வித அசம்பாவிதமும் என்னால் ஏற்படுமுன்னமேயே என் தேநீர் கிளாஸ் சிப்பந்தி கைக்கு மாறிவிட்டிருந்தது.

எச்சில் இலை வாலிபன் இப்பொழுது சாலை நடுவுக்கு வந்தான். கைலியை அவிழ்த்தான். உள்ளே அழுக்கான வேஷ்டி போன்ற கந்தல் துணி. மீண்டும் கைலியைக் கட்டிக்கொண்டான். குறியின் கீழ் தொடையிடுக்கில் கைலியை மொத்தமாகச் சேர்த்து செருகிக் கொண்டு என் இருக்கையை நோக்கி வந்தான். அவன் கண்கள் நேத்திரக் குழிகளை விட்டுப் பிதுங்கிக்கொண்டு வெளியே துருத்திக்கொண்டிருந்தன. அவன் உடலில் ஏதாவது இசிவு இருந்திருக்கலாம். முதுகு லேசாக வளைந்திருந்தது. உதடுகளின் இடதோரத்தில் இரண்டு சோற்றுப் பருக்கைகள். சிறிது நேரம் என்னையும் என் அருகில் உள்ளோரையும் உற்றுப் பார்த்து நின்றுகொண்டிருந்தான். பின் தன் வலது கையால் பரட்டையான சுருட்டை முடியை ஒரு முறை சொறிந்து கொண்டான். பிறகு சட்டைப் பையில் கை விட்டு நாணயங்களை அள்ளினான். கொஞ்சம் ஐந்து பத்து பைசாச் சில்லறைகள். அவன் அவைகளை எண்ணினான். “டேய்” இது டீ மாஸ்டரின் அதட்டல். அவன் கடையை விட்டகன்றான். எதிரே மூவர், ஒருவர் சைக்கிளைப் பிடித்துக்கொண்டும், மற்ற ஒருவர் அதைப் பிடித்துக்கொள்ளாமலும். சைக்கிளாளியை நோக்கி வாலிபன் யாசிக்க, அவர் தன் சகாக்களுள் ஒருவரைச் சுட்டினார். இலக்கானவர் மூன்றாமவரைச் சுட்டினார். வாலிபன் கிண்டலைப் பொருட்படுத்தவில்லை. அல்லது அவனுக்குப் புரியவில்லை. அல்லது இதெல்லாம் அவனுக்குப் பழக்கமாயிருந்தன. அங்கேயே அசையாமல் சமைந்திருந்தான்.

நான் எழுந்து எதிரே ஒரு பள்ளியின் முன்புறம் இருந்த பங்க் கடையில் ஒரு சிகரெட், ஒரு வத்திப்பெட்டிக்காகக் காசை நீட்டிக்கொண்டிருந்தேன். பேண்ட்ஸ்ஸின் இடதுபுறத்தில் தொடையருகில் ஓர் ஊரல். பதறிப் போய்ப் பின் திரும்ப, ஒரு நான்கு வயது அம்மணச் சிறுவன் தன் வலது பிஞ்சு விரல்களால் பிராண்டிக்கொண்டிருந்தான். U.K.G வாசிக்க வேண்டிய

வயதில் யாசகம். பாலக யாசகனாகப் பொறுப்பேற்று வயோதிக யாசகனாக அவன் ஓய்வு பெறப் போகிறான். துக்கம் தொண்டையையும் குமட்டல் வயிற்றையும் அடைத்துக்கொண்டது.

இப்பொழுது நான் பழையபடி அந்தக் கீத்துக் கொட்டகையில் வேறொரு, வேறு பரப்பளவில் துருப் பிடித்திருந்த நாற்காலியில் இருந்தேன். சிகரெட்டைப் பற்ற வைக்கும் முன்பு வத்திப் பெட்டியின் லேபிலை அசுவாரஸ்யமாக நோக்கினேன். 'பாதுகாப்பான தீக்குச்சிகள், *50* குச்சிகள் கொண்டது, விலை *25* பைசாக்கள்' என்ற வாசகங்கள் நேர்கோட்டிலும், பக்கவாட்டு மேல் மூலையில், சாய்வாகக் கீழிருந்து மேல் நோக்கி 'சொகுசானது' என்றும் பதிக்கப் பெற்றிருந்தது. அதே வர்த்தகப் பெயர் கொண்ட தீக்குச்சிகளுள் ஒன்றுதான் அதிகாலையில் மேஜையின் ரெக்ஸின் விரிப்பைப் பதம் பார்த்து என் வயிற்றெரிச்சலைக் கொட்டிக்கொண்டது என்பது உடனே ஞாபகத்துக்குக் கொணரப்பட்டது. அவை பாதுகாப்பான தீக்குச்சிகள் என்ற உரை என்னுள் ஒரு விரக்திப் புன்முறுவலைப் பூக்க வைத்தது. மற்றபடி 'சொகுசானது' என்பதன் பொருள் என் சிற்றறிவுக்குப் புலனாகவில்லை. தீக்குச்சிகளுக்குக் கூட அங்கதச் சுவை இருந்ததை நினைத்து கொஞ்சம் பாராட்டுக்களை வேறு மௌனமாகத் தெரிவித்துக் கொண்டேன். *50* குச்சிகள் என்பதும் ஒரு குத்து மதிப்பே. இதை நான் ஒரு முறை எண்ணிப் பார்த்ததுண்டு. மொத்தம் பிரயோஜனப்படக் கூடிய தீக்குச்சிகள் 43ம், இரண்டு தீக்குச்சிகளை இணைத்து லேசான மருந்து தடவப்பட்டிருந்த கூட்டுத் தீக்குச்சி ஒன்றும் (அது பற்றிக் கொண்ட வேகத்தில் அணைந்து வைக்கும்), வயது வந்தோரும் முதியோரும் பல்லிடுக்குகளில் ஏற்படும் அழுக்கைக் களைந்தெறிய ஏதுவாக முன்முனை கூராகவும், பின் முனை மழுங்கியும் மருந்து தடவப்படாமலும் ஒரு தீக்குச்சியும், இதே முறையில் சிறார்களுக்குப் பயன்படும் வகையில் ஒரு பாதிக் குச்சியும், காது குடைவதற்கென்றே மருந்து தடவப் பெறாத முழு நீளக் குச்சி ஒன்றும் இருந்தன. 'மூன்றும் ஒன்றில்' என்றோ, 'முச்செயல்திறன்' என்றோ இவ்வத்திப் பெட்டிகளுக்காக விளம்பரம் செய்தால் விற்பனை பெருகும். தொழிலதிபர்கள்/உற்பத்தியாளர்கள் யாரும் என்னைச் சீண்டாததால் என் கற்பனை வளம் அவர்களுக்குப் பிரயோஜனப்படாமலேயே தேங்கிக் கிடக்கிறது. 'உங்களுக்கு வேண்டாதவன் ஆனால் தவிர்க்க முடியாதவன் யாராவது இருந்தால், அவனுக்கு ஒரு சிகரெட்டைக் கொடுத்து நீங்களும் ஒன்றை உதட்டில் இடுக்கிக்கொண்டு எதிராளியின் சிகரெட்டை பவ்யமாக முதலில் பற்ற வைக்க வேண்டும். கவனிக்க வேண்டிய

ஒரே சமாச்சாரம் அன்றைக்கு அவன் பல இழை சட்டை அணிந்திருக்கிறானா என்பதை அறிந்துகொள்வது. மற்றதை எங்கள் தீக்குச்சி பார்த்துக்கொள்ளும். தீப்பொறிகள் முன்னோக்கி மட்டும் பாயுமாறு எங்கள் நிறுவன தீப்பொறித் தொழில்நுட்ப வல்லுனர்கள் பிரத்தியேக ஏற்பாட்டைக் குச்சிகளில் நிகழ்த்தி யுள்ளனர். ஆகையால் எதிராளியின் சட்டையில் தீப்பொறி பாணம் முன்னோக்கிப் பயணம் செய்து சட்டையில் ஒட்டி சிறிது நேரம் அங்கு தங்கி அரை சென்டி மீட்டர் விட்டமுள்ள வட்டமான ஒரு துவாரத்தை விளைவித்து உங்களை மகிழ்வூட்டும். உங்கள் மகிழ்வே எங்கள் லட்சியம். எங்கள் தீக்குச்சிகள் நம்பகமானவை. இது போன்ற, விற்பனை உயர்த்தி சூட்சும விளம்பர வாசகங்கள் என்னிடம் செழித்துக் கிடக்கின்றன. தென்னகத்தில் வத்திப்பெட்டிகளுக்கு 5 பைசா முதல் வள்ளிசாக 10 பைசா வரை நிரந்தரத் தள்ளுபடி உண்டு. 15 பைசா வத்திப் பெட்டி 10 பைசாவுக்கும் 25 பைசா வத்திப் பெட்டி 15 பைசாவுக்கும் அகப்படும். வத்திப்பெட்டித் தொழிலதிபர்களை வாழ்த்துவதா, அவர்களுக்கு நன்றிக் கடன் படுவதா என்று தெரியாமல் தவித்துக் கொஞ்சம் தலையைச் சொறிந்துவிட்டுக் கொள்ளும்படி ஏற்பட்டுவிட்டது. அச்சமயம், அந்தச் சிறுதலை வாலிப யாசகன் எச்சில் கையைக் கொண்டு தலையை வருடிக்கொண்டது நினைவுக்கு வந்ததால், என் விரல்களில் அருவருப்பு அப்பிக்கொண்டது. பிரமை நிஜத்தில் அமிழ, விரல்களை ஒரு முறை பார்த்து, சுத்தமாகத்தான் இருந்தன என்பதை உணர்ந்ததில் ஓர் ஆசுவாசம் விளைந்தது.

பொதுவாக, பாரத ஆசுவாசங்கள் நீட்சி பெறுவதில்லை. சாலையில் இரு இளைஞர்கள், இறுக்கமான கலர் பனியனும் ஜட்டியும் தரித்து; ஒருவர் நடந்தும் மற்றொருவர் சைக்கிளை மெதுவாக இயக்கிக்கொண்டும், விளையாட்டு மைதான ஆடைகள், தாம்பத்திய சயன அறையில் கடைசியாகக் களைய வேண்டிய ஆடைகள் நடு ரோட்டில். ஈசா, விவஸ்தை, விவஸ்தை, விவஸ்தை. மனம் அரற்ற ஆரம்பித்தது. மூன்றாவது 'விவஸ்தை'யில் பின்னாலிருந்த பெஞ்சிலிருந்து ஓர் இளைய குரல்; "சும்மாப் போறது பார் ஒவ்வொண்ணும் 'கும்'முன்னு. இதுகள்கிட்டெ எவ்வளவு தேறுண்டா மச்சி." தலை தன்னிச்சையாகப் பின்னோக்கித் திரும்ப அங்கு இரண்டு பாண்ட்ஸ் சட்டை வாலிபர்கள் அமர்ந்திருந்தது தெரிந்தது. இலக்குகளை விழிகள் தேட, இரண்டு கல்லூரிக் கன்னிகள் அதில் சிக்கினர். வாலிபர்கள் இளம் பெண்களையும் பின்னவர்கள் முன்னவர்களையும் சீண்டுவது சாதாரண

நிகழ்ச்சியே. இதில் எண்ணிக்கைதான் பிரதானம். தனியாகச் சென்றால் கூடுதல் கலாட்டா. எனக்கு ஒரு முறை இது நிகழ்ந்திருந்தது. பதினான்கு ஆண்டுகளுக்கு முன்பு இளநிலை உளவியலாளனாக ஒரு மருத்துவமனைச் சூழலில் புழங்கிக் கொண்டும் குற்றவியல் பட்டயப் படிப்பை மாலையில் படித்துக் கொண்டும் இருந்த காலம். மருத்துவர்கள் அணியும் வெள்ளைக் கோட்டை பணி நேரத்தில் அணிய வேண்டும். பணி முடிந்த பிறகு இடது தோள் பட்டையில் கோட்டை அட்டகாசமாகப் போட்டுக்கொண்டு forensic Lab நோக்கி மாலை வகுப்புக்காக நடந்து கொண்டிருந்தேன். அருகாமையிலிருந்த கல்லூரியிலிருந்து நான்கு இளசுகள் எதிரே வந்தனர். “மெடிக்கல் ஸ்டூடண்டுடீ.” இது ஒருத்தி. “இல்லெடீ டாக்டர்.” இது இன்னொருத்தி. “அதெல்லாம் ஒண்ணுமிருக்காது. லேப் டெக்னீஷியனா இருந்து வைக்கும்.” இது மூன்றாமவள். நான்காமவளுக்குச் சந்தோஷத்தில் வார்த்தைகளே எழவில்லை. பலமாகச் சிரிக்க ஆரம்பித்தாள். நான் குறுகிவிட்டிருந்தேன். ஆனாலும், அந்தப் பெண்கள் செய்த கலாட்டாவில் கொச்சைத்தனம் ஏதுமில்லை. அது மட்டுக்கும் அவர்கள் வாழ்த்துக்குரியவர்களே. ஆனால், இந்தப் பையன்கள் மிகவும் கீழ்மட்டத்திற்கு இறங்கியிருந்தனர். இவர்களின் கலாட்டாவில் விரசம்; உமிழ்நீர் சொட்ட அதன் வெளிப்பாடு. பகிர்வுக்கும் ஆலோசனைக்கும் ஒரு கூட்டாளி. தலையில் ஓங்கி அடித்துக்கொள்ளலாம் போல் இருந்தது. என் தலையை வீணாக்குவானேன்? பையன்கள் தலையில் ஓங்கித் தலா ஒரு அடி. ஆம் அதுதான் பொருத்தமானது. இன்னும் சிறிது நேரம் அங்கிருந்தால் என்னை அறியாமல் என்னால் விபரீதங்கள் ஏதாவது சம்பவிக்க சாத்தியமுண்டு என்பதை உள்ளுணர்வு உணர்த்திற்று. ஐம்பது காசு தேநீர்க்கான கட்டணத்தைச் செலுத்திவிட்டு சைக்கிளில் அமர்ந்தேன்.

சைக்கிளை மிதிப்பது மிக மிகச் சிரமமாக இருந்தது. கால் கள், மிகைப்படுத்திச் சொல்லவில்லை, கதையின் சூழலில் இந்த இடத்தில் கூடுதல் அழுத்தம் கொண்டு வருவதற்காகவும் சொல்லவில்லை. சத்தியமாகத் துவண்டுபோயிருந்தன. மனப் பிழிவு உடலையும் பிழிந்தெடுத்திருந்தது. எவ்வாறோ இருப் பிடத்தை வந்து சேர்ந்தேன்.

லேசாக இருட்டத் துவங்கியிருந்தது. அன்றைக்குப் பார்த்து மின்வள வாரியத்துக்கு வளத்தில் நம்பிக்கை அற்றுப் போயிருந்தது. விளக்குகள், விசிறி பொய்த்தன. தருணத்திற்காகக் காத்திருந்த தேசிய இணைப் பறவையினம் நேரத்தை வீணாக்காமல் மேலே விழுந்து பிடுங்கியது. உண்மையான

பாரதனாகவும், விசாலித்த பாரத அனுபவஸ்தனாகவும் துலங்கும் நான், ஈயைப் பாரத தேசியப் பறவையாகவும், கொசுவை தேசிய இணைப் பறவையாகவும் நியமித்திருப்பதை நான் இங்கு சொல்லியாக வேண்டும். எனக்கு மலேரியாவோ ஃபைலேரியாஸிஸோ என்றைக்காவது வரத்தான் போகிறது. அதற்காக இப்பொழுதிருந்தே துக்கித்து ஒத்திகை பார்க்க ஆரம்பித்தேன். பறவைகளின் முயற்சி விரயமாகிவிட்டால் எப்படி?

கொண்டு வந்த சிற்றுண்டிப் பொட்டலங்கள் மேஜை மீது கிடந்தன. டார்ச் விளக்கு வெளிச்சத்தில் ஐந்து நிமிடங்கள் கழிந்தன. பிறகு டார்ச்சை அணைத்துவிட்டு மொட்டை மாடிக்கு வந்தேன். வானம் மூட்டமாக இருந்தது. நட்சத்திர வெளிச்சமும் இல்லை. இது நிலாக் காலமும் இல்லை. இயற்கையும் காலை வாரிவிட்டிருந்தது. மழை வந்தால் பிடுங்கும் பறவைகளுக்குக் கூடுதல் குதூகலம். ஒரு ஜீவனின் குதூகலம் பிறிதொன்றின் துன்பம். எல்லாமே ஜீவித்து வேறு ஆக வேண்டும். எனக்கு மன இறுக்கம் காரணமாகத் தலை வலிக்கத் துவங்கிற்று. இம்மாதிரி உபாதைக்கு இரண்டு லோட்டா மோரில் நிறைய உப்பு போட்டுப் பருக வேண்டும். மோர் கைவசம் இல்லை. சிற்றுண்டி சாப்பிடாமல் படுக்கையில் கிடந்தேன். துக்கமும் கொசுக்களும் ஒரே சமயத்தில், சில வேளைகளில் ஒன்றையடுத்து இன்னொன்று என்னை வாட்ட இருண்ட அகச்சூழல் உருப் பெற்றது. புற இருள் சூழலுக்குப் பூர்ணத்துவம் கொடுத்துக்கொண்டிருந்தது. குறைந்தது மூன்று மணி நேரமாவது உறங்காமல் அவதிப்பட்டிருந்திருப்பேன்.

அடுத்த நாள் காலையில் முழிப்பு வந்ததும் எனக்கு ஜுரம் கண்டிருந்ததை உணர்ந்தேன். முந்தைய தினத்தின் நிகழ்ச்சிகளை மனம் அலசிற்று. அந்த ஜுரத்திலும், மனித வாழ்க்கையில் தீர்க்கம் அறவே இல்லாதிருந்தது புலனாயிற்று. ஓய்வுக் காலத்தை இக்கிராமத்தில் கழிக்க நினைத்த எண்ணத்திற்கு முதலில் அழுத்தமான ஒரு முற்றுப்புள்ளி இட்டேன்.

●

நடைபாதை உறவு

பிறருடன் மனப்பூர்வமாகத் தொடர்பு கொண்டு உறவுகளை வளர்த்துக்கொள்ளத் தெரிந்தவர் பீட்டர். இந்த உறவுகள், உறவுகளின் நினைவுகள்தான் அவரது வாழ்க்கையின் அஸ்திவாரம். அவரைப் பொறுத்தவரை சமகாலத்தில் வாழும் அனைவரும் ஒருவருக்கொருவர் உற்ற தோழர்கள்.

ஸ்பர்டாங்க் சாலை முடிவடையும் இடத்தில் ஒரு தாழ்வான பாலம். அடியில் நடுப்பாகத்தில் உள்ள சாலையில் மோட்டார் வாகனங்கள் செல்லும். மேலே ரயில் தண்டவாளம். பாலத்தின் இரு பக்கங்களிலும் நடைபாதை. நடைபாதையை ஒட்டி சைக்கிள்கள் செல்வதற்கான இட ஒதுக்கீடு.

பீட்டர் அலுவலகம் செல்ல, திரும்பி வர ஒரு பக்க நடைபாதை வழியேதான் செல்ல வேண்டும். ஒருநாள் அங்கு ஓர் உயரமான வாலிபன் குத்துக்காலிட்டு உட்கார்ந்திருந்தான். அவனுக்கு அடியில் ஒரு கறுப்புப் போர்வை விரிக்கப்பட்டிருந்தது. அவனது தலை மழிக்கப்பட்டிருந்தது. தாறுமாறாக ஒரு முழுக்கால் சட்டை அணிந்திருந்தான். மேலே சட்டை இல்லை. திறந்த மார்பு. எலும்புகள் பிரதானமாகத் தெரிந்தன. உடம்பில் திட்டுத் திட்டாக அழுக்கு. அவனைச் சுற்றிலும் மூத்திர நெடி. முடை நாற்றம். கண்களில் சோகம். பீட்டரை அவனது சோகம் பற்றிக்கொண்டது. அவன் பிச்சைக்காரனா என்று கணிக்க முடியவில்லை. தயக்கத்துடன் பீட்டர் ஒரு ஐம்பது பைசா பில்லையை அவன் முன் நீட்டினார். வாலிபனின் கை நீண்டது. நடுங்கிற்று. லேசாகப் பக்கவாட்டில் இழுத்துக்கொண்டது. ஸ்திரத் தன்மை இல்லாமல் அசைந்தது. பீட்டர் நாணயத்தை அவன் கையில் வைத்துத் திணிக்க வேண்டியிருந்தது. இப்படித் தான் அந்த உறவு ஆரம்பித்தது.

பிரதி மாலையும் பீட்டரிடமிருந்து ஓர் ஐம்பது பைசா அல்லது ஒரு ரூபாய் நாணயம் ஒன்று வாலிபனைப் போய்ச் சேரும். காலையில் அலுவலகம் செல்ல அவசர அவசரமாகப் போய்க் கொண்டிருப்பதால் பீட்டரால் அவனை அப்பொழுது கவனிக்க இயலாது. சிலவேளை அந்த வாலிபன் தன் கையை

வாய்ப் பக்கம் எடுத்துச் சென்று மாலையில் வரும்போது ஏதாவது சாப்பிட வாங்கி வரச் சொல்வான். அவனுக்குப் பேச வராது போலும். அந்த மாலை வீடு திரும்பும்போது பீட்டரின் கையில் நான்கு இட்லிகள் அடங்கிய பொட்டலம் இருக்கும். அது வாலிபன் கைக்கு மாறும்.

ஒரு காலை நடைபாதையைக் கடக்கும்போது அந்த வாலிபன் ஒரு பொட்டலத்தில் இருந்த சோற்றைத் தின்று கொண்டிருந்தான். கையின் இயலாமை காரணமாகச் சோறு போர்வை மீது சிந்தியிருந்தது. வாயின் ஓரங்களில் பருக்கைகள் பதிந்திருந்தன. அவன் குடிநீருக்கு என்ன செய்வான் என்ற கவலையுடன் பீட்டர் அலுவலகம் சென்றார்.

இப்படியாக ஒரு பத்து மாதங்கள் கழிந்திருக்கும். பீட்டருக்கு அவனைப் பற்றி ஒரு விவரமும் தெரியாது. அவன் பெயர், அவனுடைய வியாதி பற்றிய விவரங்கள், அவன் எப்படி இந்த அனாதரவான நிலைக்கு ஆளானான் எதுவும் தெரியாது.

ஒரு காலை அவன் படுத்திருந்தான். அவன் உடம்பை அந்தக் கறுப்புப் போர்வை மூடியிருந்தது. அவன் உடம்புக்கு முடியாமல் படுத்திருக்கிறான் என்று நினைத்துக்கொண்டார் பீட்டர். மாலை வரும்போது பீட்டரின் கையில் இட்லிப் பொட்டலம் இருந்தது.

நடைபாதையில் ஒரு சூனியம். வாலிபன் அங்கு இல்லை. அந்த இடம் தண்ணீரால் கழுவப்பட்டிருந்தது. பக்கத்தில் இருந்த சிமிண்டுக் குப்பைத் தொட்டியின் அருகில் அவனது முழுக்கால் சட்டை கிடந்தது. பீட்டர் நிலைகுலைந்தார். துக்கம் மனதை அரிக்க அவர் தன் வீட்டுக்குத் திரும்பினார். பீட்டருக்கு அன்றைய இரவு உணவு அந்த வாலிபனுக்காக வாங்கிய இட்லிகள்தான். இரண்டு இட்லிகளுக்கு மேல் உட்செல்ல மறுத்தன. அந்த வாலிபனின் இழப்பு மனதில் வியாபிக்க, அவர் எழுந்து கை கழுவிக்கொண்டார்.

அந்த வாலிபனின் சுவடு இந்த உலகத்தில் இருந்து முற்றாக அழிந்துவிட்டிருக்கிறது. அவனுக்கு என்று யார் இருந்தார்கள் என்பது தெரியாது. ஆனால், அந்தப் பெயர் தெரியாத தோழனின் நினைவு ஒரு சோக சங்கீதமாக பீட்டரின் மனதில் தங்கியிருக்கிறது.

வானமே கூரையாக, வீதியே வீடாக வாழ்பவர்களும் அனாதைகள் அல்ல. அந்த வாலிபனுக்கு ஒரு பீட்டர்போல் ஒவ்வொரு வறியவனுக்கும் ஒரு தோழராவது இருப்பார்; இருக்க வேண்டும். மனித மனங்களில் ஈரம் வற்றாதவரை இந்தத் தோழமைகள், உறவுகள் தொடர்ந்து நிகழும்.

●

நிர்ணயங்கள்

இரவு மணி எட்டு. அவனுக்கு இருந்தது சரியாக ஒரு மணி நேரம். அதற்குள் சிலவற்றை வாங்கியாக வேண்டும். அவனுக்கு நம்பிக்கை அற்றுப் போயிருந்த பல விஷயங்களில் ஆடம்பரச் செலவும் ஒன்று.

சமீபத்தில் அவன் அந்தக் கடையை எத்தனையோ முறை பார்த்திருந்தான். தைக்கப்பட்டு அணிவதற்குத் தயார் நிலையில் இருந்த சட்டைகள் இருபத்து ஐந்து ரூபாய்க்கு அங்கு விற்கப்பட்டு வந்தன. கடை ஒரு சந்து போன்றிருந்தது. சரியாக ஐந்து பேர் இடைவெளி விடாமல் நின்றால் அகலம் அளக்கப் பட்டுவிடும் (கன சரீரிகள் இங்கு குறிப்பிடப்படவில்லை). கடையில் கூட்டம் திரவ நிலையை எய்தியிருந்தது. நிரம்பி வழியும் ஒன்றை இப்படிக் குறிப்பிடுவது தப்பிதமா என்று தெரியவில்லை. அவன் ஒன்றரைக் காலில் நின்றுகொண்டு சட்டைகள் குறித்து விசாரிக்க ஆரம்பித்தான்.

"காட்டன் ஷர்ட்ஸ் கொஞ்சம் காட்டறீங்களா?"

"காட்டன் சட்டையா சார், சைஸ் என்ன?"

"ஷோல்டர் பின்னாலெ வச்சித்தான் பார்க்கணும்."

"உங்களுக்கு முப்பத்தெட்டு சரியா இருக்கும்."

"உங்களுக்குச் சரின்னு பட்டதைச் செய்ங்க."

"பாருங்க சார், டிஸைன்."

"இந்த நாலுதானா!"

"காட்டன்லெ இவ்ளோதான் சார் வர்றது."

"காட்டனுக்கு அவ்வளவு பேர் வர்றதில்லையோ? சரி, விலெ சொல்லலியே."

"முப்பத்தஞ்சு சார்."

"ஒரு வாரத்துக்கு முன்னாடி கூட இருபத்தஞ்சா இருந்ததே!"

"இப்ப எல்லாம் விலெ கூடிப் போச்சு சார்."

“ஒரு வாரத்துக்குள்ளாரயா?”

“விலெ ஒண்ணும் ஜாஸ்தியில்லெ சார். துணியெடுத்துத் தச்சா இதுவே அம்பது ரூபா ஆயிடும்.’’

“ப்ளாட்ஃபாரத்திலெ பன்னெண்டு ரூபாயிலே அருமையான ஷர்ட் எடுத்துடலாம்.”

சிப்பந்தியின் அடுத்த வாக்கியத்தில் ‘சார்’ கவனத்துடன் தவிர்க்கப்பட்டது. “அப்பொ அங்கெயே எடுத்துக்கிட்டிருக் கலாம். கஷ்டப்பட்டுக் கடைக்கு வந்திருக்க வேணாம்.’’

“இருந்தாலும் உங்ககிட்ட ஒரு வார்த்தை கேட்டுண்டு போயிடலாமேன்னுதான்.” இதை அவன் சொல்லவில்லை. நினைத்துக்கொண்டான். பண்டிகை என்றால் ஒரு வாரத்தில் பத்து ரூபாயா ஏற்றுவார்கள், அநியாயம் பிடிச்சவன்கள்! அவன் கடையை விட்டு இறங்கினான்.

நடைபாதையில் ஒரு துணிக்கடை. வாங்கும்படி ஒன்று மில்லை. வாங்கியே தீர வேண்டிய அவசியமுமில்லை. வாங்கினாலும் பாதகமில்லை.

“ஏங்க, லுங்கி எப்பிடி?”

“பாஞ்சு சார்.”

“ஒண்ணு கொடுங்க. இந்தாங்க பன்னெண்டு.”

“பதினால் ரூபா அம்பது காசுக்குக் கம்மி வராது சார்.”

“தாராளமாவே வரும். நான் இதே மெட்ராஸ்தான். ப்ளாட்ஃபார வாடிக்கை. அமெரிக்காவிலிருந்து வரலை. இதே லுங்கியைப் பதினோர் ரூபாய்க்கு நான் வாங்கியிருக்கேன். பண்டிகை, உங்களுக்கும் கொஞ்சம் கூடுதலாப் பணம் வரட்டு மேன்னுதான் பன்னெண்டு. என்ன சொல்லுங்க?”

“சரி, சார் எடுத்துக்குங்க. இத பார்க்கறீங்களா? இருபத் தெட்டு.”

“வீட்டிலெ கட்டிக்கர்றதுக்கு இவ்வளவு காசு அழ வேணாமே.”

“இல்லெ சார், பாக்கறதுக்கு ஜோரா இருக்கும்.’’

“ஜோராவெல்லாம் ஒண்ணும் இருக்க வேணாம். வீட்டிலெ எல்லோரும் என்னைப் பார்த்துப் பழகின மனுஷாள்தான். இந்தப் பன்னெண்டு ரூபா லுங்கியைக் கட்டிண்டா விலக்கி வச்சுற மாட்டா.”

“அது என்னமோ சார், ஒவ்வொருத்தர் ஒரு ஒரு மாதிரி. ஏதோ உங்க சௌகரியம்.’’

“பன்னெண்டு ரூபா எனக்கு ஏக சௌகரியம். அப்பொ வரட்டுங்களா? ஒரு ஆளுக்கே இவ்வளவு நேரம் எடுத்துண்டீங் கன்னா மத்த வியாபாரத்தை எப்படிக் கவனிக்கப் போறீங்க?”

அடுத்து, ஒரு ‘வி’ பேருந்து நிறுத்தத் தொலைவில் ஒரு கடையைப் பார்த்து வைத்திருந்தான். ‘பின்னி’ முழுக்கால் சட்டைத் துண்டு ரூ. 58 அதை வாங்கியாக வேண்டும். சட்டையைக் கூடப் பிறகு பார்த்துக்கொள்ளலாம். மற்ற நேரமாகயிருந்தால் அவன் நடந்தே போயிருப்பான். இப்பொழுது நேரம் அதிகம் இல்லை. பேருந்தில் ஏறி அடுத்த நிறுத்தத்தில் இறங்கிக்கொண்டான்.

ஒரு சபலம். பேருந்து நிறுத்தத்தின் அருகில் ஆங்கில தேசம் ஒன்றிலிருந்து கொண்டு வரப்பட்ட புத்தகங்களின் சொற்ப கால விற்பனைக் கூடம். “நம்பிக்கையைத் தகர்த்தெறியும் வகையில் தள்ளுபடி.” அதுகூட அவனைக் கடையில் நுழைத்திருக்காது. பக்கத்தில் ஒரு துணி போர்ட்: “பேரம் பேசுவதற்கு இது உங்கள் முறை. இருப்புகளை ஒழிக்கிறோம்.” அந்த வாசகங்கள் நம்பிக்கை யூட்டும் விதத்தில் அமைந்திருந்தன. ஒரு பத்துப் பதினைந்து ரூபாயில் நல்ல புத்தகம் தட்டுப்பட்டால் வாங்கலாம். வாங்கியே தீர வேண்டிய புத்தகமாகயிருந்தால் இருபத்தைந்து வரை போகலாம். அப்பொழுது அவனது பணப்பை கனத்துக்கொண்டு வேறு இருக்கவில்லை. கடையில் நுழைந்தான். சரியாக பதினைந்து நிமிடம். அதற்கு மேல் நேரம் செலவழிக்க முடியாது. துணித் துண்டை வாங்கியாக வேண்டும்.

புத்தகப் பரப்பின் மீது பார்வையை ஓட்டலானான். ‘விருந்தை நேர்த்தியுடன் நிகழ்த்துங்கள்.’ ஒரு சராசரி பாரதனுக்கு விருந்தளிக்கும் சுபீட்சப் பகட்டு வைபவம் வாழ்வில் எத்தனை முறை வரப் போகிறது? ‘தோட்டத்தைப் பராமரியுங்கள்.’ தோட்டம் இருந்தால்தானே பராமரிக்க? விதவிதமான ஜப் பானிய உணவு வகைகள், பாரத உணவு வகைகளை உருப் படியாகச் சமைக்கவே இங்கு ஆட்கள் சரிவர இல்லை. ஒரு பிரம்மாண்டமான உணவகத்தில் ஒரு ரச வடை ரூ. 1.75 இவ்வளவு காசு புலம்பி ஒரே ஒரு வடையைச் சாப்பிடுவதில் ஒரு விலையுயர்ந்த/விலையுயர்த்தப்பட்ட துண்டம் உட்சென்ற பிரமிப்புதான் மிஞ்சுகிறதே ஒழிய ருசி (வடையளவு வேண்டாம், துளியளவு கூட) இல்லை. ‘பூனைகள்.’ சத்தியமாக அவைகளை அவன் தத்தெடுத்துக் கொள்ளப் போவதில்லை. அவன் அறிந்த பூனைகளின் அறிவு வாழ்க்கைக்குப் போதுமானது. ‘எப்பொழுதும் சந்தோஷமாக இருக்க நகைச்சுவை உதிர்ப்புகள்.’ உயிரோடு இருப்பதே ஒரு முரண்பாடான சந்தோஷம்தான். இதற்காகக்

காசு கொடுத்துப் படித்து சந்தோஷப்பட வேண்டியதில்லை. ‘புஷ்பங்கள்.’ வீட்டு நினைப்பு வரும்போது பூக்காரியிடம் எழுபது பைசாவில் வாங்கிக்கொள்ளலாம். ‘நீங்கள் எப்படி வாழ்க்கையைச் சந்திக்கிறீர்கள்?’ ஏதோ ஒரு தோராயமாகத்தான். இருபத்து ஏழாவது வயதிலேயே ஆண்டவன் மேல் முழு பாரத்தையும் ஒட்டுமொத்தமாகப் போட்டாய் விட்டது. வாழ்க்கை தன்னை அதுவாகவே பராமரித்துக்கொள்கிறது. மேலும் வாழ்க்கைதான் இப்பொழுதெல்லாம் அவனைச் சந்தித்துவிட்டுப் போய்க்கொண்டிருக்கிறது.

அடுத்த பரப்பு முழுவதுமே திட்டவட்டமாகத் தெரியாத ஒன்றைப் பற்றிய தடி தடிப் புத்தகங்கள். மனதைப் பற்றிய அனைத்து சித்தாந்தங்களும் பிரசித்தி பெற்ற ஊகங்கள்தானே? கடைசியில் அப்பாடா! மேற்கத்திய சமூக சிந்தனாவாதிகளின் கட்டுரைத் தொகுப்பு ஒன்று. உருப்படியான புத்தகம். ஒரு சிறு துண்டில் விலையைக் குறித்து ஒட்டியிருந்தார்கள். ரூ. 40 உறுதியளிக்கப்பட்டிருந்த பேரத்தில் ரூ. 30க்கு வாங்கிவிடலாம். மனது ஒரு சிறு குதியாட்டம் போட்டது.

கௌண்டரில் புத்தகத்தை வைத்ததுமே பில் போடும் ஆயத்தங்கள் ஆரம்பமாயின. அவன் பதறினான். “இன்னும் பேரமே ஆரம்பமாகவில்லையே!”

“என்ன பேரம், அதுதான் ஒட்டியிருக்கிறோமே?”

“வாஸ்தவம். வெளியில் துணி போர்டு இருக்கிறதே. பேரத்தை உறுதியளித்து. அதுவும் வாஸ்தவம்தானே?”

“இந்தப் புத்தகம் எத்தனை டாலர் தெரியுமா? ஒரு டாலர் இந்திய ரூபாயில் எவ்வளவு என்று தெரியுமா?”

“நன்றாகவே தெரியும்.”

“நாற்பது ரூபாய் எவ்வளவு அதலபாதாள விலைக் குறைப்பு என்பதை உங்களால் நினைத்துப் பார்க்க முடியுமா?”

“அது அப்படி ஒன்றும் முடியாத காரியம் அல்ல.”

“இந்தப் புத்தகத்தின் மதிப்பாவது உங்களுக்குத் தெரியுமா?”

“தெரியும். தெரியும். நன்றாகவே தெரியும். அதனால்தான் இவ்வளவு குப்பைகளை விட்டு இதைத் தெரிந்தெடுத்தேன்.”

“இங்கு இருக்கும் புத்தகங்களைக் குப்பைகள் என்று கூற, உங்களுக்கு எந்தவித உரிமையும் கிடையாது.”

“சந்தோஷம். உரிமையை உடனடியாகப் பறிமுதல் செய்து கொள்ளுங்கள். இங்கு உள்ளவை அனைத்தும் பொக்கிஷம்தான், அட்சரத்துக்கு அட்சரம்.”

"சரி. வீண்வம்பு வேண்டாம். பில் போடட்டுமா வேண்டாமா?"

"அதுதான் பேரமே மறுக்கப்பட்டு விட்டதே?"

"புத்தகங்களின் மதிப்பு தெரியாதவர்கள் புத்தகக் கூடத்திற்கு வருவதே தவறு."

"அப்படி ஒரு போர்டை வெளியில் மாட்டிவிடுங்கள். பேரம் என்று கொட்டை எழுத்துக்களில் வெளியில் போட்டுவிட்டு அது உள்ளே நிகழ விடாமல் தடுப்பது எந்த விதத்தில் சரி?"

"அதுதான் விலையைக் குறைத்து நாங்களே மலிவு விலையை எழுதி ஒட்டியிருக்கிறோமே?"

"அதைத்தான் நான் கேட்கிறேன். அது நீங்களாகவே செய்துகொண்ட சுயபேரம்தானே? வாசகர்கள் இங்கே எங்கே பேரம் பேசுகிறார்கள்? முதலில் போர்டைக் கழற்றிவிடுங்கள். என் போன்றவர்களின் பிரச்சனை உங்களுக்கு மீண்டும் வராது. இந்த யோசனையை நான் ஓர் உதவியாக உங்களுக்கு அளிக்கிறேன்."

"உங்கள் உதவி எங்களுக்குத் தேவையில்லை. மேலும் போர்டைக் கழற்றச் சொல்ல உங்களுக்கு உரிமை இல்லை."

"புத்தகத்தின் மதிப்பு தெரியாதவன் என்று என்னை விவரிக்க மட்டும் உங்களுக்கு என்ன உரிமை இருக்கிறது?"

"நீங்கள் உணர்ந்து கொள்ள வேண்டியது ஒன்று இருக்கிறது. என் நேரத்தை விரயமாக்க உங்களுக்கு உரிமை இல்லை."

"தங்கள் உணர்த்தலுக்கு நான் நிச்சயம் கடமைப்பட்டிருப்பேன். அதே சமயம் என் நேரத்தைக் கணிசமான அளவு வீணடித்த உரிமையை நீங்கள் இங்கு நினைவூட்டிக்கொள்வதும் உணர்ந்து கொள்வதும் நல்லது. சரி மீண்டும் சந்திப்போம்; ஆனால், இந்தச் சூழலில் அல்ல. ஒன்றைச் சார்ந்திருக்கும்போது அதைச் சுற்றியே உங்களது நியாயங்கள் இருக்கும். பொது நியாயங்கள் அஸ்தமித்துப் போகும். வருகிறேன்."

"என்னைப் பற்றிச் சொந்த முறையில் பேச உங்களுக்கு எந்த விதத்திலும் உரிமையில்லை."

"தவறு, தவறு. நீங்கள் பெரிய மனது பண்ணி என்னை மன்னித்தே ஆக வேண்டும். இங்கு சகல உரிமைகளின் ஒட்டு மொத்த ஏகாதிபத்திய உரிமையாளர் நீங்கள்தான் என்பது எனக்கு ஒரு கணம் மறந்துவிட்டது."

"இது என் நிறுவனம். தெருவாக இருந்திருந்தால் அறைந் திருப்பேன்."

"மானசீகமாக அந்த அநாகரிகத்தை நீங்கள் எப்பொழுதோ செய்துவிட்டீர்கள். பௌதீகரீதியில் அதை நிகழ்த்த இனி அவசியம் இருக்காது. வருகிறேன்."

'மீண்டும் இங்கா?'

"நிச்சயம் இல்லை. இது ஒரு சம்பிரதாயச் சனியன் பாணி யில் அமையும் விடைபெறல். இதற்கு வேறொரு அர்த்தமும் இல்லை."

விற்பனைக் கூடக் கடைசிப் படியில் காலடி வைக்கையில் கடை நிர்வாகி வாயிலாக ஒரு 'ப்ளடி ஸ்வைன்' வெளிப்பட்டுக் கொண்டிருந்ததை அவனால் துல்லியமாகக் கேட்க முடிந்தது. மீண்டும் உள்ளே நுழைந்து அவரைப் பதிலுக்குத் திட்ட அவனிடம் தெம்பு இல்லை. மனிதர்களின் எண்ணிக்கை வர வரக் குறைந்துகொண்டே வருகிறது என்று நினைத்துக் கொண்டான்.

அவனது உளச்சக்தி அனைத்தும் வற்றிவிட்டிருந்தது. கால் சட்டைத் துண்டு வாங்க வேண்டும் என்ற ஆர்வம் அறவே அற்ற நிலையில் ஒரு சடங்கை நிகழ்த்தும் மனோபாவத்துடன் துணிக் கடையை அணுகியபோது கடையின் கதவுகள் சாத்தப் பட்டுக்கொண்டிருந்தன.

●

ஜீவகாருண்யம்

காலை மணி ஏழு. சீருடைகள் அணிந்த பல உருவங்கள் வரிசையாக நிற்கின்றன. சில சீருடைகள் அழுக்கடையாதவை. பல சீருடைகள் சுத்தம் என்பது அங்கு ஓர் அர்த்தமற்ற நிலை என்பதை எடுத்துக்காட்டுகின்றன. ஒவ்வொரு உருவத்தின் முகத்திலும் சில உணர்வுகளின் பிரதிபலிப்பு. அனைவருடைய கையிலும் அலுமினியத் தட்டு ஒன்று. இப்பொழுது அவை வரிசை பிறழாமல் நகர்ந்து நகர்ந்து தட்டில் விழும் வெல்லக் கரைசலில் தோய்த்த ரொட்டித் துண்டுகள், உரித்த வாழைப் பழங்கள், கூழ் முதலியன வாங்கிக்கொள்கின்றன. சில உட்கார்ந்து பசியாறுகின்றன. சில நின்று, சில உலாவிக் கொண்டே அதைச் செய்கின்றன. சில படிக்காதவை. சில தேவைக்கு அதிகமாகப் படித்தவை. ஏதோ சிந்தனைக்கு எட்டாத ஒரு வித சமத்துவம் அங்கு நிலவுகிறது.

செவிலிக்குத் திடீரென்று என்னவோ ஆகிறது. "அது மேலே ஒண்ணு போடு" என்று கத்துகிறாள். சுட்டிக்காட்டப்பட்ட சீருடை உருவத்தின் மீது 'நர்ஸிங் ஆர்டர்லி' மூலம் ஒன்று விழுகிறது. இப்படி நான்கைந்து உருவங்கள் ஒன்று வாங்குகின்றன. அவை வலிக்கு மட்டுமே கட்டுப்படுவதாகக் கருதப்படுகின்றன. சாப்பிட்டுவிட்டுத் தட்டுகளை அங்கங்கேயே விட்டுச் செல்கின்றன, ஒழுக்கம் என்பது சூழ்நிலைக்கேற்றது என்பதைப் பறைசாற்றவோ என்னவோ!

ஒரு பூனை தட்டுகளில் மீதி விடப்பட்டிருக்கும் கூழை சுதந்திரமாக நக்கிச் சாப்பிடுகிறது. 'அது மேல ஒண்ணு போடு' என்று கத்தின செவிலி தன் அனிச்சைச் செயலான தட்டுகளில் ரொட்டித் துண்டுகள் போடுவதை முடித்துவிட்டு, களைப்பு நீங்கிய இன்பத்தில் 'ஹாய் புஸ்ஸி' என்று அந்தக் கொழுத்த பூனையைச் செல்லமாகத் தடவிக் கொடுத்துவிட்டுப் போகிறாள்.

என் கண்கள் பனித்த நிலையில், 'சுவாதீனம்' என்ற பதத்தின் அர்த்தம் விளங்காமல் மனம் கனக்க அந்த இடத்தை விட்டு அகல்கிறேன்.

●

ஆயிரம் உண்டு

அலுவலகம் விட்டு வீடு திரும்புகையில் ஒரு கடையில் டீ சாப்பிடுவது வழக்கம். பிறகு வீட்டுக்கு வந்ததும் தாரா கொடுக்கும் சூடான ஒரு டம்ளர் டீ. ஆனால், அன்றைக்கு வழக்கத்துக்கு மாறாக சிக்கன சிந்தனை தோன்றி வெளியே டீ சாப்பிடாமல் வீட்டை வந்தடைந்தேன். பக்கத்துப் பகுதித் தொலைக்காட்சியில் ஒலியும் ஒளியும். வீட்டில் டீத்தூள் தீர்ந்துவிட்டிருந்தது. "இருங்க, ஒலியும் ஒளியும் முடிச்சவிட்டுப் போய் சாப்பிடுங்களேன். ஒருநாள் டீ சாப்பிடாட்டாதான் என்ன? இல்லெ கொஞ்ச நேரம் கழிச்சு சாப்பிட்டாத்தான் என்ன ஆயிடும்?" என் வீட்டு ஜன்னல் வழியாகத் தொலைக்காட்சி பார்த்துவிட்டு, அது முடிந்த பிறகு வீட்டுக்காரர்கள் பகுதிக்குப் போய் அவர்கள் முன்பணம் எவ்வளவு திருப்பித் தர வேண்டும் என்று அவர்கள் குடும்பத்துடன் பேசியதில் ரூ. 150 வித்தியாசம். நான் போட்ட கணக்கும் ஒத்துக்கொள்ளவில்லை. கணக்கு என்பது எப்பொழுதுமே சிக்கலானதுதான். மனிதன் கையில் எண்கள் மாட்டிக்கொண்டு படு அவஸ்தைதான் பட்டுக் கொண்டிருக்கின்றன. வாக்குவாதங்கள், உணர்ச்சிவசப்பட்ட பேச்சுகள், நியாய – அநியாயங்கள் பற்றிய அலசல்கள், ஒரு முடிவுக்கும் வர முடியாமல் "நீங்க யோசிச்சு வைங்க. நாளை காலைலெ பார்த்துக்கலாம்" என்று சொல்லிவிட்டு அவசரமான டீ தேவையைப் பூர்த்தி செய்துகொள்ள ஆவல் ததும்ப வீட்டை விட்டு வெளியே வந்தேன்.

"ஹலோ ராஜ்." எதிர்த்த வீட்டுக் குடிசையில் இருக்கும் தாத்தா. ஆண்டவா, இது என்ன சோதனை! என்னை டீ சாப்பிட விடாமல் எத்தனை தடைகள்!

"குட் ஈவ்னிங், எப்படி இருக்கீங்க? உங்கள்ட்டெ ஒண்ணு சொல்ல மறந்துட்டேனே, நாங்க திங்கக்கெளமெ வீடு மார்றோம்."

"உண்மையாவா, என்ன ஆச்சு, ஏதாச்சும் பிரச்சனையா?"

"ஒண்ணுமில்லெ. வீட்டுக்காரத் தாத்தா ஏழரை மணிக்கே கதவெத் தாப்பா போட்டிர்றார், அதான்."

“அடப் பாவமே! நீங்க வந்து மூணு வருஷம் ஆகலெ?”

“ரெண்ட்ரெ வருஷம் ஆறது. எத்தனெ வருஷம் ஆனா என்ன? வீடு மாறணும்னு தலைலெ எழுதி வச்சிருந்தா அதெ யாராலெ தடுக்க முடியும்? நம்ம கைலெதான் என்னா இருக்கு?”

“தம்பி, கொஞ்ச நாளா ஒங்களெ ஒண்ணு கேக்கணும்னு நெனைச்சிட்டிருக்கேன். நீங்க எடம் வேறெ மாத்துறீங்க. இப்ப சொல்லலேன்னா அப்பறம் டைம் இருக்காது. ஆமா, ஒங்க பக்கத்துப் போர்ஷன்லே இருக்கே ஒரு பொண்ணு, அது என்ன படிக்கறதா, வேலெ பாக்கறதா?”

எனக்குத் தூக்கிவாரிப் போட்டது. முதியவரின் திடீர் விசாரணை எனக்குச் சற்று அதிர்வையே தந்தது. அவரது மகன் அப்படிக் கேட்டிருந்தால் ஒருவேளை நான் ஆச்சரியப்பட்டிருக்க மாட்டேன். அவளைப் பற்றி ஒன்றும் தெரியாது என்று மழுப்பிவிடலாமா என்று நினைத்துக்கொண்டிருந்தேன். ஆனால், அது ஏனோ முடியவில்லை.

“அந்த வீட்லெ யார் யாரு?”

“அந்த அம்மா, பொண்ணு, பையன்.”

“அந்தம்மா வீட்டுக்காரர்?”

“அவரு, இப்பொ இல்லெ. அந்தம்மா ஸ்கூல் டீச்சரா இருக்காங்க.”

“பொண்ணு என்ன படிக்குதா, வேலெக்கிப் போகுதா? பையன் என்ன ஸ்டூடண்டா?”

சொல்வதா வேண்டாமா என்ற திண்டாட்டம்.

“பொண்ணுக்கு இப்பொதான் கவர்ன்மென்ட் வேலெக்கு ஆர்டர் வந்திருக்கு. போஸ்டல்லே எம்.ஏ. படிக்கிறா. பையன் போஸ்டல்லே பி.காம். படிக்கிறான். எங்கேயோ வேலெ செய்யறான் போலெ இருக்கு. குடும்பம் ரொம்ப கண்ணியமான குடும்பம்.”

“என் பையனெப் பார்த்திருப்பீங்கன்னு நெனெக்கிறேன். பையன் பி.எஸ்.ஸி. ஃபிஸிக்ஸ். ஐ.ஓ.எல்.லெ வேலெ. ஆயிரத்து எண்ணூறு ரூபா சம்பாதிக்கிறான். நிச்சயமா ஒரு பொண்ணே வச்சு தனியாக் குடித்தனம் பண்றதுக்கு அவனாலெ முடியும்.”

அப்பொழுதுதான் எனக்கு விஷயம் விளங்கியது. எனக்கு டீ சாப்பிடாவிட்டால் மிகவும் தாமதமாகவேதான் சமாச் சாரங்கள் புரியும்.

“நான் நேரா வந்து அவங்களெக் கேட்டு அவங்க வேண்டாங்கன்னா நல்லா இருக்காது. தங்கச்சி மூலமா செய்ய

லாம்னா அவ விடோ. சுப காரியத்துக்கு மொதல்லெ அவ போறது சரியா வராது. அதான் பாக்கறேன். ஓங்க ஒய்ஃப் எப்படி? அவங்களோடெ ரொம்ப க்ளோஸா?"

"அப்படியெல்லாம் ஒண்ணும் இல்லெ. அப்படியிருந்தாக் கூட அவெள இந்த மாதிரி காரியங்கல்லெ நம்பி விட முடியாது. சமூகத்திலே அதிகமாப் புழங்காதவ. இசகு பிசகா ஏதாவது செஞ்சி வெப்பா!"

"நீங்க லேசா சொல்லிப் பாக்றீங்களா? பையன் பி.எஸ்.ஸி. ஃபிஸிக்ஸ். ஐ.ஓ.எல்.லெ. வேலெ. ஆயிரத்தி எண்ணூறு ரூபா சம்பாதிக்கிறான். லேசா பேச்சு விட்டுப் பாருங்கள். ஓங்களுக்கு எண்டெ எவ்வளவு சொத்து இருக்கும் என்று தெரியாது. திருவான்மியூர்லெ நெலம் இருக்கு. எம் பேர்லெ ஒரு வீடும் பையன் பேர்லெ ஒரு வீடும் இருக்கு. நான் ஏன் அப்பொ இந்த எலக்ட்ரிஸிடி இல்லாத குடிசையிலெ வந்து இருக்கேன்னு கேக்கறீங்களா? இதெ விட்டுட்டேன்னு வச்சிக்குங்க. என் தங்கச்சி 'வீடு என்னது'ன்னு சொல்லிக்க ஆரம்பிச்சுருவா. அதனாலெத்தான் கஷ்டமா இருந்தாலும் இங்கெயே இருக்கேன்."

'பணம் என்ற சாத்தானையும் பரமண்டலத்தில் இருக்கும் பிதாவையும் ஒரே சமயத்தில் வணங்க முடியாது.' விவிலிய வாசகம் என் நினைவுக்கு வந்தது.

தாத்தா தொடர்ந்தார்: "கர்த்தர் அனுக்கிரகத்தாலே மிலிட்டெரிலே சேர்ந்தேன். என் திறமையினாலே முன்னுக்கு வந்து நெறைய பணம் சேர்த்தேன். இப்பொ ரிடயர்ட் லைஃப்லெ ஒரு கவலையும் இல்லாமெ இருக்கேன்."

அவருடைய பேச்சிலுள்ள முரண்பாடுகள் பட்டவர்த்தன மாக எனக்குத் தெரிந்தன.

"பாஷ்யம் தாத்தா இருக்கார்லெ, பால்காரர். அவர் மூலமா சொல்லிப் பார்க்கலாம். ஆனா தம்பி, சில பேரு ஒரு ஒதவி பண்ணி அது குதிர்ந்துடுச்சுன்னா ரொம்ப பெரிய காரியம் பண்ண மாதிரி திமிரா நடக்க ஆரம்பிச்சுருவாங்க. அதான் ஒங்கள்ட்டெ..."

எங்கள் வீட்டுக்குப் பால் வழங்குபவரின் பெயர் பாஷ்யம் என்று அன்றைக்குத்தான் எனக்குத் தெரிய வந்தது. ஆனால், அவர் வயோதிகர் அல்ல. அதிகமாப் போனால் ஒரு முப்பது வயது இருக்கலாம். எனக்குக் குழப்பமாக இருந்தது. "எந்த பாஷ்யம்?"

"அதான் உங்க வீட்டுக்காரரு."

“அவரு பால்காரரில்லெயே! அவரு பாங்கிலேயிருந்து ரிடையர்ட் ஆனவராச்சே.”

“சரி, அவரு ஜாதியிலே பால்காரர்தான். நாகரிகமா யாதவாள்ன்னு சொல்லிக்கிருவாங்க. ஜாதின்னு ஒரு பேச்சுக்குச் சொல்ல வந்தேன். அதிலெல்லாம் எனக்கு நம்பிக்கை கெடையாது. நம்ம இந்திரா காந்தியே வேறெ ஜாதிலெதானே கட்டிக்கிட்டாங்க.”

தாத்தா விடுவதாக இல்லை. “அவங்கென்ன ஆர்.ஸி.யா? இல்லெ ப்ராடஸ்டண்டா?”

“ப்ராடஸ்டண்ட்தான்.”

“என்ன செக்ட்?”

“எனக்கு சரியா தெரியல்லெ. ஆனா ஒரு wild guess. ஸி.எஸ்.ஐ.யாத்தான் இருக்கணும்.”

“என்ன சர்ச் தெரியுமா?”

“க்ருஸ்த்மஸ்ஸுக்கு அவங்க செயின்ட் தாமஸ் டமில் சர்ச்சுக்குப் போனாங்கன்னு ஏதோ ஞாபகம். நான் சொல்றது தப்பாவும் இருக்கலாம். ஆமா, நீங்க பாதிரியார் மூலமா அப்ரோச் பண்ணலாமே?”

“நீங்க சொல்றது சரிதான். எங்க சர்ச் வெஸ்லி. புதுப்பெட். நேரா அவங்க சர்ச் பாதிரியார்ட்டெ பேச முடியாது. அவருக்கு என் காண்டெக்ட் தெரியணுமில்லெ. எங்க சர்ச் பாதிரி யார்ட்டெ சொல்லி பேசச் சொல்லணும்.”

இவர் கர்த்தரைக் கூறு போட்டுக்கொண்டிருந்த எரிச்சலும், டீ சாப்பிடாமல் தள்ளிப் போய்க்கொண்டிருந்த எரிச்சலும் சேர்ந்து நான் மிகவும் பரிதாபகரமான நிலையில் இருந்தேன்.

“என் பையன்ட்டே ஒரே ஒரு கெட்ட குணம்.”

மனிதர் சிகரெட்டைச் சொல்லப் போகிறார் என்று நினைத்துக் கொண்டேன். ஆனால், அவர் சொன்னதோ வேறு ஒரு விஷயம் பற்றி.

“பிரஸிடென்ஸிலே படிக்கும்போது எல்லாம் ஹை கிளாஸ் சொஸைட்டிலேயே மூவ் பண்ணிட்டான். கீழ் மட்டத்திலே இருக்கவங்ககிட்ட பழகறதிலே அவனுக்குச் சிரமம். சகவாசம் அப்படி. உ.ப. அய்யாசாமி மகன், ஜோதி பகவதி பேரன், ஐ.எம். பால்ராஜ் தங்கச்சி மகன் – இவங்கள்ளாம் அவனுடைய கிளாஸ்மேட்ஸ். சில வேளெ இப்படி ஆயிர்றதுதான். என்ன பண்றது? பொண்ணு ட்ரஸ்ஸெல்லாம் பாத்தா அதுவும் ஹை

கிளாஸ் டைப் மாதிரிதான் இருக்கு. ரெண்டு பேருக்கும் ஒத்துப் போகும்னு நெனைக்கிறேன்.”

தெரு முனையில் இருக்கும் ரிக்ஷாக்காரனுடன் பீடியைப் பகிர்ந்துகொண்டு டீ சாப்பிடும் எனக்கு தாத்தாவின் பையன்மீது திடீர் எரிச்சல் கிளம்பியது.

“பையன் பேர்லே அவனுக்குத் தெரியாமெ பத்தாயிரம் ரூபாய் பாங்கிலே போட்டு வச்சிருக்கேன் நல்ல காரியத்துக்கு உதவட்டும்னுட்டு. போன மாசம் ஒரு செயின் கேட்டான். வாங்கிப் போட்டேன். இந்த மாசம் ஒரு மோதிரம் கேட்டிருக்கான். செய்றேன்னு சொல்லியிருக்கேன். நாம காசை வச்சிட்டு என்ன பண்ணப் போறோம்? எல்லாம் அவனுக்குத்தான்.”

பையன்களுக்கும் இப்பொழுது நகைகள் மேல் ஆசை வந்திருப்பது குறித்து மிகவும் வெட்கிப் போனேன். மனிதனுக்குச் சுதந்திரத்தை நல்ல வழியில் பயன்படுத்தத் தெரியாததை நினைத்து நான் மிகவும் மனம் வருந்தினேன். கொஞ்சம் பணம் வந்தால் நிறைய பணம். ஒரு அழகான பெண்ணைப் பார்த்தால் அடைய எண்ணும் இச்சை. ஆனால், அதே சமயம், மனித குலத்திலிருந்த ‘மாமிச ஆசை’யை (பாலுணர்வுக்குக் கிறித்தவ நாமகரணம்) ஒழித்துக் கட்ட வேண்டி நற்செய்திக் கூட்டங்களில் கர்த்தரிடம் இறைஞ்சல். சில வேளை ஒரு பெண் சலித்து விட்டால் பல பெண்கள், பாவம். சுதந்திரம் மிகவும் சங்கடப் பட்டுத்தான் போய்க்கொண்டிருக்கிறது. மனிதன் பிள்ளையாரை நினைத்துக் குரங்கைத்தான் உருவாக்கிக் கொண்டிருக்கிறான்.

“எனக்கு ஒரு சந்தேகம். எங்கள்ளெ எல்லாம் இந்த மாதிரி கஷ்டம் கெடையாது. பேசாமெ ஒரு தரகர் மூலமா காரியத்தை முடிச்சுடுவோம்.” இதற்குப் பெரியவர் பதில் சொல்லவில்லை.

“பெரிய பையன் ஒரு பிராமினைக் கட்டிக்கிட்டான். நாங்க ஒதுக்கி வைச்சுட்டோம். ஜாதி இல்லேன்னு வச்சுக்கிட்டாலும் இதெல்லாம் குடும்பத்துக்கு ஒத்து வராத சமாச்சாரம் தம்பி. நான் சொல்றது புரியறதுங்களா?”

நிறையவே புரிந்தது. அவரை அன்றைக்குச் சந்தித்திருக்கா விட்டால் அவரைப் பற்றிய நல்ல அபிப்பிராயம் குறைந்திருக்காது என்பது மிகவும் நன்றாகவே புரிந்தது.

‘தம்பி, நான் மறுபடியும் சொல்றேன்னு நெனைக்காதீங்க. பையன் பி.எஸ்.ஸி. ஃபிஸிக்ஸ். ஐ.ஓ.எல்.லெ. வேலெ. சம்பளம் ஆயிரத்து எண்ணூறு. பெயர் தினகர். ஜேம்ஸ் பால் தினகர். காலேஜ்லெ ஜே.பி. தினகர். க்றிஸ்டியன் பேர்லாம் கொடுத்தா

ஸ்காலர்ஷிப்லே தகராறு. அதுக்காக. எல்லாந்தானே பாத்துக்க வேண்டியிருக்கு. நான் சொல்றது நியாயந்தானே?"

அயோக்கியத்தனங்களை நியாயப்படுத்திக் கொள்ள முடிவது மனித குலத்தின் பிரத்தியேக அம்சம். எந்த ஜீவராசிகள் இனத்தில் நல்லொழுக்கக் கோட்பாடுகள் என்ற விசித்திரம் தோன்றுகிறதோ, அங்கே அவதிகள் குழந்தைகளாக அவதரித்து வளர்ந்து பெரியவர்களாகி அவஸ்தைகளைப் பரப்பித் துன்பப் பரமானந்தம் அடைந்து மகிழ்வது இயற்கை நியதி போலும். இன்னொன்று, எதுவும் செய்த பிறகுதான் ஞானோதயம். பட்டங்கள் பல பெற்ற பிறகு, "கல்லூரிப் படிப்பில் எனக்கு நம்பிக்கை இல்லை" என்று கூறும் பட்டதாரிகள்; திருமணமாகி ஓரிரண்டு சிசுக்களைப் பெற்றுக்கொண்டு, "திருமணம் என்பது வெறும் சடங்கு" என்று அங்கலாய்த்துக் கொள்ளும் இல்லத் தரசர்கள்; இளம் பெண்ணைத் திருமணம் செய்துகொண்டு, முதிய பெண்ணை மனைவியாக வைத்துக்கொள்வதில் உள்ள பற்பல அனுகூலங்களைத் தெளிவாக விளக்கும் பெஞ்ஜமின் ஃபிராங்க்ளின்கள், மனித வாழ்வில் அபத்தங்களுக்கு எல்லை இல்லை என்பதுதான் மெய்.

"ரொம்பவும் நியாயந்தான்" என்று அநியாயத்தை அப்பட்ட மாக ஒப்புக்கொண்டேன். அப்படிச் செய்திருக்காவிட்டால்தான் மனித இயல்பில் இருந்து மாறி இருந்திருப்பேன்.

பல ஆண்டுகள் முன் நடந்த நிகழ்வு ஒன்று என் நினைவுக்கு வந்தது. மதுரையில் திடீரென்று சௌராஷ்டிரர்களுக்கு ஒரு காலத்தில் மூளை குழம்பியது. சௌராஷ்டிர பிராமணர்கள் இயக்கம் ஒன்று ஆரம்பித்தார்கள். சௌராஷ்டிரர்கள் ஐதீகம் காத்தல், எழுத்துக்கள் கற்பித்தல் இதெல்லாம் செய்ய ஆரம்பித் தார்கள். இந்தக் குலம் ஒரு விசித்திரமானது. முக்கியமான அம்சம் பலமாகக் கத்திப் பேசுவது. இங்கிதம் என்பது இல்லாத ஒரு சௌகரியம். வாசலில் உட்கார்ந்திருக்கும் வயிறு பெருத் திருக்கும் ஒரு பெண்ணைப் பார்த்து, தெரு வழியாக நடந்து செல்லும் தோழி தெருவில் ஜனசந்தடி பெருகி வழிந்து கொண் டிருந்தாலும், எல்லோருக்கும் கேட்பது போல 'ஒனக்கு எத்தனெ மாசன்டீ?' என்று கேட்டு, அவள் "இப்பத்தான் அஞ்சு முடிஞ்சு ஆறு நடக்குது" என்று தெரு ஜனங்களுக்கும் தோழிக்கும் ஒரே சமயத்தில் தெரிவிப்பது போன்ற சந்தர்ப்பங்களை நிறையவே பார்த்தாகிவிட்டது. கோயில், குளம், பக்தி, பஜனை மண்டல், பன்றி மலைச் சாமியார், சாய் பாபா, பைத்தியம் பாபா, சேட்டம்மா, நடன கோபால நாயகி, இத்யாதி, இத்யாதி.

திண்டுக்கல்லில் தீச்சட்டித் திருவிழா. வயசான காலத்தில் புனித ஸ்தல விஜயங்கள், பண்டரிநாத், ஐஸ் லிங்கம், பூரி ஜகந்நாத், தீர்த்த யாத்திரை, ஐயப்பன் முதலியன. மற்றவர்களுக்குத் தெரியாமல் மீன், ஆட்டுக் கறி, கோழிக் கறி, முட்டை சகலமும். முட்டைக்குக் காம்பில்லாக் கத்தரிக்காய் என்று பெயர். கடைசியில் சில விவேகிகளுக்கு சமூகப் பிரக்ஞை என்ற அயோக்கியத்தனம் தோன்றி "பிராமணர்கள் என்று பிரகடனப் படுத்தினால், தாழ்த்தப்பட்ட வகுப்பினருக்குக் கிடைக்கிற பாதிச் சம்பள சலுகையும், ஹரிஜனர்கள் நல கல்விச் சலுகைத் தொகையும் பிடுங்கிவிடும்" என்று சப்தமிட்டு ஒரேயடியாக பிராமண இயக்கத்தை அமுக்கிவிட்டார்கள் யோக்கியர்கள்.

அடுத்து, இன்னொரு சம்பவம் நினைவுக்கு வந்தது. நீண்ட காலம் முன்பு என் நண்பன் ஒருவன் திருமணம் செய்து கொண்டான். அவன் ஒரு இந்து. மதம் மாறினான். பாதிரியார் அவன் தலையில் தண்ணீர் தெளித்துவிட்டார் (ஞான ஸ்நானம்). புதுப் பெயரில் அமர்க்களப்பட்டான். அவன் சென்னையில் வேலையில் இருந்தான். மணப் பெண் மானாமதுரையில். அழைப்பை நீட்டினான். திருமணம் Christ Churchஇல் மானாமதுரையில். சர்ச் எல்லாம் Christ Church தானே. அல்லாவுக்கெல்லாம் Church இல்லையே என்று என் ஐயத்தை அவன் முன் வைக்க, அவன் என் சிற்றறிவுக்கெட்டாத ஒரு விளக்கம் அளித்தான். அடுத்த நாள் திருமணம். நண்பன் மானாமதுரைக்குப் புறப்பட்டான். நடுவழியில் Church-இல் தனக்கு அளிக்கப்பட்ட Clearance சான்றிதழ் தன்னுடன் எடுத்துச் செல்ல மறந்திருந்ததை உணர்ந்து உடைந்தான். திரும்பவும் சென்னை திரும்பி எடுத்துச் செல்ல நேரமில்லை. பலர் கீழே இறங்கிக்கொண்டிருந்தார்கள். ஒரு பாதிரியார் அதே பேருந்தில் பயணம் செய்துகொண்டிருப்பதைக் கண்ணுற்ற நண்பன் ஆவலுடன் ஆசுவாசம் எதிர்பார்த்து அந்தப் புனிதரிடம் சென்று தன் இக்கட்டை விளக்கினான். "நாங்க Certificate இல்லாமெ கல்யாணத்தெ நடத்த மாட்டோம். ப்ராடஸ்டென்ட்காரங்க சமாச்சாரமெல்லாம் எனக்கொண்ணும் தெரியாது" என்று மதர்ப்புடன் தன் அஞ்ஞானத்தை மிடுக்காக வெளியிட்டாராம், அந்த உரோமானிய கத்தோலிக்க தூயர்.

முதலில் நற்செய்திக் கூட்டங்கள் நடத்தினார்கள். பிறகு ஆத்மசரீர சுகமளிக்கும் அற்புதக் கூட்டங்கள் அவைகளைத் தொடர்ந்தன. இப்பொழுது உயிர் மீட்புக் கூட்டங்கள். செத்தவனையும் நிம்மதியாக விடப் போவதில்லை. ஓய்வு ஒழிசல் இல்லாமல் நாம் ஓடியாடி சிரமப்படுத்திக்கொண்டு ஜீவித்

திருக்கும்போது ஒருவன் கல்லறையில் ஓய்வு எடுத்துச் சுகித்திருப்பது வயிற்றெரிச்சலைக் கிளப்பினால் அது மனித இயல்பே. என்ன இருந்தாலும் ஆண்டவன்தான் ஜனங்களைச் சாமிகளிடமிருந்து காப்பாற்ற வேண்டும். ஐயர்–ரோமன் கதோலிக், ஐயங்கார்–ப்ராடெஸ்டென்ட், முதலியார்–ஜெஹோவா விட்னஸ், பிள்ளைமார்–மெதடிஸ்ட், வெள்ளாளர்–சவெந்த் டே அன்வெண்டிஸ்ட், நாயக்கர்–சிலோன் பென்டகோஸ்டல் – எத்தனை குலங்கள்! தேசிய ஒருமைப்பாடு என்று இல்லாத ஒன்றைப் பற்றி சோடாப் புட்டிகள், மலர் மாலைகள், தோள் துண்டுகள். ஒலி பெருக்கிகள் சூழலில் உயரமான இடத்தில் இருந்து ஒலி எழுப்பும்போது, 'எம்மதமும் சம்மதமே, எல்லாம் ஒரே மதம்தான். டேவிட்–தாவூத், மேரி மாதா–மாரியாத்தாள், ஆப்ரஹாம்–இப்ராஹிம், அம்பிகை–அபிகை.' உளறல்களின் தடைப்படாத பிரவாகம். எந்த இழவும் வேண்டாம் என்று எவனுக்கும் சொல்லத் துப்பில்லை. எவனோ தப்பித் தவறி, சாமி கண்ணைக் குத்தினாலும் பரவாயில்லை. பார்த்துப் பார்த்துச் சலித்த உலகம்தானே என்றெண்ணி அந்த மாதிரி நல்ல காரியத்தைச் செய்து வைத்தால் அவன் நாஸ்திகனாகத் திகழும் நிர்ப்பந்தத்தில் அதோ! நிர் – இதில் ஏதோ ஒரு கதி. கஞ்சா, அபின், பெதடின் – இந்து மதம், கிறித்தவ மதம், இஸ்லாமிய மதம், போதையில்தான் என்ன சுகம்! எல்லாம் ஒரே மாதிரியான சனியன்கள். இடப் பெயர், அதைத் தொடர்ந்து ஒரு சாமி பெயர். மேல் மருவத்தூர் ஆதிபராசக்தி – ஆர்காட் லூதரன் சர்ச், சடங்குகளும் ஒரே மாதிரி. கற்பூரம், மெழுகுவர்த்தி.

மீண்டும் ஒரு சம்பவம் நினைவுக்கு வந்தது. அண்மையில் புது டில்லி சென்றிருந்தபோது நண்பர்களுடன் ஒரு விடுதியில் ஒரு கூடத்தில் தங்கியிருந்தபோது நிகழ்ந்தது. இரவு மணி பத்து. என் நண்பர்களுள் ஒருவரிடம் எதிர்த்தாற் போல் இருந்த அறையில் தங்கியிருந்த ஒருவர் பேசிக்கொண்டிருந்தார். தென்னிந்தியாவில் ஏதோ ஒரு இடத்தில் புத்த மதத்தின் ஒரு புதுக் கிளையைத் துவக்கியிருக்கிறார்கள். அவர்கள் சிலோன் பௌத்த மதத்தினரிலிருந்து எவ்வெவ்வளவு வேறுபட்டவர்கள் என்றும், எவ்வவ்வகைகளில் சிறந்தவர்கள் என்றும் பிரசங்கித்துக் கொண்டிருந்தார். இரைச்சல் தாங்காமல் அந்தக் கௌதமத் தோழரை மனதுக்குள் வைதுவிட்டுப் படுக்கையில் சாய்ந்தேன்.

பிராமணர்களாக இருப்பதில் எல்லா ஜனங்களுக்கும் மோகம். ஷிசி, ஷிஜிகளுக்குக் கிறித்தவ மதத்தில் சேருவதற்கு ஒரே நமைச்சல். புனிதப் பாதிரியார்களுக்கு இயேசுக் கட்சியில்

எண்ணிக்கை அதிகமானால் மகிமைமிக்க பவித்திரக் களிப்பு. திடீரென்று தாழ்த்தப்பட்டோர் பலர் முஸ்லீம்களாக மாற்றப்படும் குதூகலம். பழங்குடி மக்களிடத்திலும் இதே கதைதான். மேல் ஜாதிக்காரன், கீழ் ஜாதிக்காரனிடமிருந்து குடி தண்ணீர் வாங்கி அருந்த மாட்டான்; தாகம் தாங்காமல் செத்தாலும் அது அவனுக்கு க்ஷேமமே. பெரிய பாறாங்கல் ஒன்றைச் சிரமம் பாராமல் தூக்கி ஒட்டு மொத்தமாக ஜனங்கள் மீது போட்டு ஒழித்துவிட்டால், விபூதியும் நாமமும் முப்புரி நூலும், சிலுவையும், சந்திரப் பிறையும் நசிந்து போய், மீண்டும் அமீபாவில் இருந்து உயிரினங்கள் தோன்றி மனித குலம் என்ற பரிணாமக் கண்ணறாவி தோன்றாமல் சிந்தனை, கற்பனை முதலிய சங்கடமான சமாச்சாரங்கள் இல்லாத ஒரு உயரிய குலம் தோன்றினால்தான் ஏதோ காரியங்கள் உருப்படியாக நடக்கச் சாத்தியமுண்டு. நமது தெய்வங்கள் சக ஜீவிகளைச் சகோதரர்களாக்காமல் சிரத்தையுடன்தான் பார்த்துக் கொள்கின்றன. "கொலை வெறியைத் தூண்டும் குரானையும் மத வெறி பிடித்த விவிலியத்தையும் எதிர்த்துக் கண்ணுதல்" – இந்து மகா பிரஜைகள் – மயிலையில் ஒரு சந்து முக்கில் ஒன்றுக்குப் போய்க்கொண்டிருக்கும் சமயத்தில் சமீபத்தில் பார்த்த ஒரு சுவரொட்டி.

நினைவலைகள் என்னை அலைக்கழிக்க முதியவர் சொல்லிக் கொண்டிருந்தது காதில் விழாமல் போயிற்று. கடைசியில், யாரையுமே இடைமறித்து நடுவில் நிறுத்தி விடைபெற்றுக் கொள்ளும் அநாகரிகத்தை அதுவரை செய்திராத நான், அன்று அந்த வன்முறையில் இறங்க வேண்டியதாயிற்று. "நான் என்னால் முடிஞ்சதைச் செய்றேன். ஆனா இந்தப் பேச்சு நமக்குள்ளே நடந்ததா மட்டும் இருக்கட்டும். கடவுள் உங்களையும் உங்கள் குடும்பத்தில் இருக்கறவர்களையும் ஆசீர்வதிப்பாராக." விடைபெற்றேன்.

வில்லிலிருந்து புறப்பட்ட அம்பு நேராக டீக்கடையில்தான் பாய்ந்தது. ஒரு டீ முடித்து இரண்டாவது டீயை மனதாரச் சுவைத்துக்கொண்டே எண்ணங்களை அசை போட்டுக் கொண்டிருந்தேன்.

எனக்குக் கர்த்தரை நினைக்க விசனமாக இருந்தது. "இயேசு சீக்கிரம் வருகிறார்." முன்தினம் ராயப்பேட்டையில் ஒரு டொக்கு சந்தில் ஒரு சுவரொட்டியைப் பார்த்தேன். பாவம் அவர் பரலோக சாம்ராஜ்ஜியத்திலேயே நிம்மதியாக ஓய்வெடுத்துக் கொண்டிருப்பதுதான் உசிதம் என்று நினைத்துக் கொண்டேன். வீடு மாறும்வரை அந்தக் கிறித்தவத் தாத்தா

கண்ணில் படாமல் இருக்கப் பிரத்தியேக உத்திகளைக் கையாண்டு அதில் வெற்றியும் பெற்றேன். இம்முயற்சியில் துணை புரிந்த கர்த்தருக்கு நான் நன்றி சொல்லக் கடமைப் பட்டிருக்கிறேன். கர்த்தருக்கு ஸ்தோத்திரம்.

பின்குறிப்பு:

கதையில் வரும் சம்பவங்கள் அனைத்தும் நான் கற்பனை unicorn மீது ஏறி அமர்ந்து திரும்பியும், குட்டிக்கரணம் அடித்தும், உல்லாசச் சவாரி செய்ததன் விளைவுதான் என்றும் சம்பவங்கள் அனைத்தும் பொய்யான சமாச்சாரங்கள் என்றும் கூறிக்கொள்வதுடன், இந்தக் கதையைப் பொறுத்தவரை நான் ஒரு அநியாயப் புளுகுணி என்று ஒப்புக்கொள்வது மட்டுமன்றி, என் ஆருயிர்த் தோழி(?) ஷெரீன் நண்பர்கள் குழாமில் அரட்டை அடித்துக் களைத்த நிலையில், என் இந்து மடி மீது தன் சிரசையும், நண்பர் கௌதம் சித்தார்த் கால்கள்மீது தன் வலது காலையும், நண்பர் ஜவான் முல்ஜெயின் கால்கள் மீது தன் இடது கையையும், நண்பர் பிரதாப் சிங் கால்கள் மீது வலது கையையும் இருத்தி ஓய்வெடுத்து ஆனந்தித்துக் கொள்கிறாள் என்றும், இம்மாதிரியான பாகுபாடுகளே அற்ற அன்னியோன்னியம் பாரதவாசிகள் அனைவரிடமும் நிலவி வருவதால், பாரத வாசகர்களுக்கு இந்தக் கதை கொதிப்பை ஏற்படுத்தும் என்று நிச்சயமாக எதிர்பார்ப்பதால், நான் அவர்களிடம் மன்னிப்புக் கோர கடமைப்பட்டுள்ளதைப் போதிய அளவுக்குச் சற்று அதிகமாகவே உணர்கிறேன்.

●

அணிகலன்

நீங்கள் ஒருக்கால் ஆச்சரியப்படலாம். நான் எட்டாவது வகுப்பு படித்துக்கொண்டிருந்த போதுதான் முதன்முதலாகச் செருப்பு அணிய ஆரம்பித்தேன். அந்தச் செருப்பு ரப்பரால் செய்யப்பட்டிருந்தது. ஹவாய் செருப்பு போல, பாதங்கள் படியும் பரப்பில் வெள்ளையாகவும், வார் அகலமாகவும், பிரவுண் நிறத்திலும், அழகாகவும், மெத்து மெத்தென்று சொகுசாகவும் இருந்தது. மிகவும் மதர்த்த நடையுடன் செருப்பை அணிந்துகொண்டு பள்ளிக்குச் சென்றுகொண்டிருந்தேன்.

அப்பொழுது எனக்கு வலது பாதத்தில் ஆணி ஏற்பட்டது. என் பாட்டி என்னை ஒரு மருத்துவரிடம் அழைத்துச் சென்றாள். அறுவைச்சிகிச்சை மூலம் ஆணி அகற்றப்பட்டது. மிருதுவான செருப்பைத்தான் அணிய வேண்டும் என்று மருத்துவர் அறிவுறுத்தினார்.

நான் செருப்பை மையமாக வைத்துக் கதை எழுதுவேன் என்று நினைக்காததால் நாட்குறிப்பில் செருப்புகளைப் பற்றிக் குறித்து வைத்துக்கொள்ளவில்லை. என் நினைவில் இருப்பதை மட்டும் சொல்கிறேன்.

பட்டப்படிப்பு முடியும் வரை நான் ரப்பரால் செய்யப்பட்ட மிருதுவான செருப்புதான் போட்டு வந்தேன். படிப்பு முடிந்து நான்கு மாதங்கள் கழித்து எனக்கு ஒரு காப்பீட்டு நிறுவனத்தில் வேலை கிடைத்தது. அப்பொழுது முதல் ஜோடுகள் (ஷூ) அணிய ஆரம்பித்தேன். அப்பொழுதெல்லாம் நான் மிடுக்காக இருந்தேன்.

மாநிலக் கல்லூரியில் படித்துக்கொண்டிருந்தபோது நான் தேசிய மாணவர் படையில் இருந்தேன். மாலை நேரப் பயிற்சியின் போது சீருடையின் ஒரு அங்கமான கனமான கருப்பு ஜோடுகளையும் சாணி நிறக் கால் உறைகளையும் அணிந்தேன். ஜோடுகளைப் பாலிஷ் கொண்டு மெருகேற்றுவது கொஞ்சம் சிரமமாக இருந்தாலும் பயிற்சியின் மீதான ஆர்வத்தால் அதை நான் ஒரு பொருட்டாக நினைக்கவில்லை.

அப்புறம், அப்புறம்? கொஞ்சம் இருங்கள், என் நினைவு களிலிருந்து செருப்பு சம்பந்தமான தரவுகளைத் தேட வேண்டும். சிறிது அவகாசம் கொடுங்கள்.

மிக மிக மோசமான சம்பவம் ஒன்று என் இருபத்து மூன்றாவது வயதில் நிகழ்ந்தது. என் அப்பா அவருடைய சொல் பேச்சைக் கேட்காததால் என்னைச் செருப்பால் அடித்தார். நாக்கைப் பிடுங்கிக்கொண்டு சாகலாம் போல அவமானமாக இருந்தது. அப்பா எப்பொழுது வெளியில் கிளம்புவார் என்பது எனக்குத் தெரியும். ஓர் அரைமணி நேரம் சந்து முக்கில் ஒளிந்து, அவர் போகும் வரை காத்துக்கொண்டிருந்தேன். பிறகு வீட்டுக்குப் போய் என் உடைமைகளை எடுத்துக்கொண்டு கிளம்பி ஒரு நண்பர் வீட்டில் இரண்டு நாட்கள் தங்கி, ஒரு விடுதியில் அறை ஒன்றை ஏற்பாடு செய்துகொண்டு அங்கு தங்க ஆரம்பித்தேன். அப்பொழுது முதல் என் திருமணம் நடந்தேறும் வரை லாட்ஜ் அறை வாசம்தான். இப்பொழுதும் எப்பொழுதாவது என் பெற்றோர்களைப் போய்ப் பார்ப்பேன் தான் என்றாலும் என் அப்பாவை என்னால் மன்னிக்க முடிய வில்லை.

என் இருபத்து நான்காவது வயதில் எனக்கு ஓர் அழகிய காதலி வாய்த்தாள். உயரமாக இருப்பாள். அடிப் பாகம் உயரமாக இருக்கும்படி பிரத்தியேகமாகத் தயாரிக்கப்பட்ட ஜோடுகளை நான் அணிய நேர்ந்தது. அப்பொழுதுதான் ஜோடியாகப் போகும்போது உயர வித்தியாசம் அவ்வளவு தெரியாதாம். அந்த உயரமான ஜோடுகளை அணிந்துகொண்டு நடப்பது மகா மகா சிரமமாக இருந்தது. அவற்றை அணியும் போதெல்லாம் எனக்கு சர்க்கஸ் வித்தைகள்தான் நினைவுக்கு வந்தன. வித்தையில் நான் விழுந்து வாராமல் இருந்தது நான் செய்த புண்ணியம். காலணிகளைப் பற்றிச் சொல்ல இன்னும் விஷயங்கள் இருக்கின்றன.

நீண்ட காலம் முன்பு எனக்கு ஒரு வினோதமான நண்பர் இருந்தார். அவர்தான் ஓரளவு உபயோகப்படுத்திய ஜோடுகளை எனக்குக் கொடுத்துக் கொண்டிருந்தார். உபகாரத்தை ஏற்காமல் இருந்தால் உதவி செய்பவருக்கு அவமானமாக இருக்கும். என் கால்களுக்குச் சற்றும் பொருந்தாத அவற்றை மறுக்காமல் நன்றி சொல்லும் முகபாவத்துடன் பெற்றுக்கொண்டு பிறகு தூர எறிந்துவிடுவேன். தான் ஓரளவு உபயோகப்படுத்திய ஜட்டிகளை அவர் எனக்குக் கொடையாகக் கொடுக்காமல் இருந்தது நான் செய்த பெரும் பேறு. பகவானே சாமியோய், என்ன நடந்து கொண்டிருக்கிறது பூலோகத்தில்!?

1993இல் நான் மிகுந்த உற்சாகத்தில் இருந்தேன். அப் பொழுது தோற்றப் பொலிவுடன் இருக்க, ஒரு வேகத்தில் ரேமாண்ட்ஸ் ஆடையகத்தில் ஆயிரத்து நாற்பது ரூபாய் பெறுமானம் கொண்ட முழுக்கைச் சட்டை, முழுக்கால் சட்டை, பிரமாதமான ஒரு கழுத்துச் சுருக்கு, சுருக்குக்கு மிகவும் பொருத்தமான ஒரு 'பின்', விலையுயர்ந்த ஒரு கைக்குட்டை ஆகியவற்றை வாங்கினேன். ஆடையகத்துக்கு அருகில் இருந்த பாட்டா காலணியகத்தில் எழுநூறு ரூபாய் செலவில் ஜோடு களையும் காலுறைகளையும் வாங்கினேன். எல்லாமே என் சக்திக்கு மீறியவை. இரண்டு வருடங்கள் ஜோடுகள் அற்புதமாக உழைத்தன. பழுதடைந்த பிற்பாடு அவற்றைத் தூக்கி எறிய மனமில்லாமல் ஒரு பிளாஸ்டிக் பையில் போட்டு பரண் மேல் பத்திரப்படுத்தினேன். என் வேகம், பரவசம் முதலியவற்றின் நினைவுச் சின்னமாக அவை இன்னும் இருக்கின்றன.

ஆண்டுகள் கழியக் கழிய, வயது கூடக் கூட, புறத் தோற்றத்தில் எனக்கு நம்பிக்கை குறையத் தொடங்கிற்று. முகச் சவரம் செய்து கொள்ளாமலும், முக மாவு பூசிக் கொள்ளாமலும், ஏனோதானோ என்று எனக்குச் சற்றும் பொருந்தாத உடைகளை அணிந்து கொண்டு அலுவலகத்துக்குப் போக ஆரம்பித்தேன். விலை மலிவான பார்க்கச் சகிக்காத பிளாஸ்டிக் செருப்புகளை அணியவும் ஆரம்பித்தேன்.

1997 என்று நினைக்கிறேன். ஓர் ஆய்வு நிறுவனத்தில் ஒரு நல்ல வேலை கிடைத்தது. அலுவலகம் வீட்டில் இருந்து ஐந்து கிலோ மீட்டர் தொலைவில் இருந்தது. பேருந்து வசதி கிடை யாது. சாலையில் குழிகளைத் தோண்டிக் கொண்டிருந்தார்கள். ஒருநாள், புயலில் குடை பழுதாக, நன்றாக நனைந்துகொண்டு அலுவலகம் சென்றேன். வீடு திரும்பும் போது ஒரே வெள்ளம்; முழங்கால் அளவு மழை நீர். எனது மலிவான செருப்பில் ஒன்று வெள்ளத்தில் அடித்துச் செல்ல, உடன் தங்கிய இன் னொரு செருப்பை வெள்ளத்தில் கழற்றி விட்டுவிட்டேன். பணப் பற்றாக்குறையால் நான்கு தினங்கள் வெறும் காலில் நடக்குமாறு நேர்ந்தது. "...கல்லும் முள்ளும் காலுக்கு மெத்தை; சாமியே..."

அடுத்து வாங்கிய மலிவான செருப்பு கடித்துவிட்டது. இரண்டே நாட்களில் வலது கால் கட்டை விரல் ரணமாகி விட்டது. ஊசி, மாத்திரைகளுக்கு ஏறத்தாழ நூறு ரூபாய் அழ வேண்டியிருந்தது.

இரண்டு ஆண்டுகளுக்கு முன் என் காம்ரேட் மிருதுவான பழைய செருப்பைக் கொடுத்தார். அவற்றைத்தான் நான் இன்னும் அணிந்துகொண்டிருக்கிறேன். காம்ரேடுக்கு முடிவிலா நன்றி.

நீங்கள் செருப்பு பற்றி என்ன நினைக்கிறீர்களோ எனக்குத் தெரியாது. செருப்பு வாழ்வின் ஓர் அங்கம் என்றுதான் நினைக்கிறேன். ஒரு காலத்தில் இதிகாச நாயகனின் பாதுகைகள் ஆட்சி புரிந்த நாடு இது. செருப்பு துச்சமான ஒன்று அல்ல.

கடைசியாக ஒன்று சொல்ல வேண்டும். முதல் காதலை மனிதனால் மறக்க முடியாதது போல, என் முதல் செருப்பையும் என்னால் மறக்க இயலாது.

●

ஓட்டம்

"தொடல் என்பது உறவின் ஓர் ஆரம்பம்."
– சிக்மண்ட் ஃப்ராய்ட்

நாகராசு வேலைக்குச் சேர்ந்து தான் உண்டு, தன் பணி உண்டு என்று இருந்த சமயத்தில் அயானாதான் அவனது இறுக்கத்தைக் கலைத்தாள். அவர்களுள் ஒரு மணி நேரப் பேட்டி நடந்தது.

அயானாவுக்கு நாகராசுவை மிகவும் பிடித்துப் போயிற்று. நாகராசுவுக்கும் அயானாவை.

பேட்டி முடிந்ததும் அயானா சொன்னாள்: "உங்கள் 'மலரும் நினைவுகள்' நன்றாகவும் வருத்தம் தரும்படியாகவும் இருந்தன. ஆக, இவ்வளவு நடந்திருக்கிறது வாழ்வில்."

"ஆமாம்" என்றான் நாகராசு.

"எப்படித் தாங்கிக்கொண்டீர்கள்?" கேட்டாள் அவள்.

"எப்படியோ தெரியவில்லை" என்றான் நாகராசு.

"சரி, பழையதை விடுங்கள். இவ்வளவு கஷ்டப்பட்டு இத்தனை நீண்ட பேட்டி எடுத்தேன். என்ன தருவீர்கள் எனக்கு?" கேட்டாள் அவள்.

"ஒரு சவரன் கம்மல் உங்கள் அழகான காதுகளுக்கு" உருகினான் நாகராசு.

"என் காதுகள் அவ்வளவு அழகானவையா?" தூண்டினாள் அயானா.

"உங்கள் காதுகள் மட்டுமல்ல, எல்லா அம்சங்களும். நீங்கள் ஒரு மாபெரும் அழகி என்று எந்த ஆண் மகனும் உங்களைப் பார்த்துச் சொல்லவில்லையா இதுவரை?" உற்சாக மடைந்தான் நாகராசு.

"சரி அயானா, இந்த ஆங்கிலத் திரைப்பட வசனங்களை நிறுத்திக் கொள்வோம். நீங்கள் எனக்கு மறு பரிசாக என்ன தருவீர்கள்?" கேட்டான் நாகராசு ஆசையுடன்.

"ஒரு Sumo கார். போதிய அளவு பெட்ரோல். ஐயாவை அமர வைத்து ஓட்டிச் செல்ல ஒரு வாகன ஓட்டி. நான் உங்களுக்கு எல்லாமே தருவேன் நாகராசு." அயானா பணி மேசையை நோக்கி நகர்ந்துகொண்டிருந்தாள். அந்த உணர்வுப் பிரவாகத்தை ஒரு கட்டத்துக்கு மேல் தாங்கிக்கொள்ள முடியவில்லை அயானாவால்.

பணி நேரத்தில் ஓர் ஒரு மணி நேரம் தொய்வாக இருக்கும். விவிலியம் பற்றி அயானா பேசுவாள். நாகராசு ஜே.கே. பற்றியும் டார்வின் பற்றியும் கடவுள் மறுப்புத் தத்துவத்தைப் பற்றியும் பேசுவான். கொள்கைரீதியான வேறுபாடு அவர்கள் அணுக்கத்தை என்றுமே பாதித்ததில்லை.

எட்டே மாதங்கள். அயானா போய்விட்டாள். நாகராசு சற்றும் எதிர்பார்க்கவில்லை. ஓர் அவசர தற்காலிக வேலை சிங்கப்பூரில்.

ஓர் அற்புதமான கவிதை எழுதினான் நாகராசு. வலது பக்க ஓர இறுதியில் தனக்குத் தெரிந்த சில புஷ்பங்களை வரைந்தான். கடைசியில் ஒரு தனிக் குறிப்பில், "உங்களுக்காக ஏங்கிக் காத்திருக்கும் ஒரு ஜீவன். திரும்பி வந்துவிடுங்கள் அயானா" என்று முடித்திருந்தான். ஒரு மலர்ச் செண்டையும் கவிதை கொண்ட உறையையும் அவளிடம் கொடுத்தான். "என் கவிதை உங்கள் இதயத்துக்காக. பூச்செண்டு உங்கள் அழகுக்காக" என்றான்.

"திரும்பி வரும்போது எனக்காக உங்களுக்குப் பிடித்த நிறத்தில் விலை அதிகமில்லாத ஒரு Neck Tie கொண்டு வாருங்கள். நான் அணிந்துகொள்ளா விட்டாலும் உங்கள் நினைவாக வைத்துக்கொள்வேன்" என்றான் நாகராசு.

அன்று இரவு விசும்பிக்கொண்டிருந்தான் நாகராசு. அயானா அவ்வளவுதான் என்று நினைத்தான்.

ஆனால், அப்படி நடக்கவில்லை. இரண்டு மாதங்கள் சென்று அவன் விடுதி அறைக்கு ஒரு கடிதம் வந்திருந்தது அயானாவிடமிருந்து. நலன் விசாரிப்புக் கடிதமே என்றாலும் நாகராசு வானத்தில் பறந்தான். பிறகு ஒன்றரை மாதமொரு முறை கடிதங்களில் பரிமாற்றம் தொடர்ந்தது.

சொன்ன மாதிரி ஒரு வருடத்தில் திரும்பி வந்திருந்தாள் அயானா.

அது ஒரு வியாழன். ஒரு நான்கு மணி வாக்கில் நாகராசு வுக்குத் தொலைபேசி அழைப்பு வந்தது. "நான்தான் திரும்பி வந்துவிட்டேன். தொடர்புகொள்ளும் முதல் மனுஷன் நீங்கள்

 நற்றிணை பதிப்பகம் ○ 417

தான். வாருங்கள். பார்க்க வேண்டும்." சுருக்கமாக முடித்துக் கொண்டாள்.

நாகராசு அலுவலகத்தில் அனுமதி பெற்றுக்கொண்டு கிட்டத்தட்ட ஓடினான். பேருந்து பிடித்து திரும்பவும் ஓடி... அயானாவைப் பார்க்கும் வரை அவன் தானாகவே இல்லை.

அழகாக இருந்தாள் அயானா. அவன் ஒரு வருட காலம் தவற விட்ட அழகு. ஆரஞ்சுப் பழரசம் தந்தாள். பருகினான் அயானாவின் அழகுடன்.

சற்றுக் கழித்து ஒரு புகைப்படத்தைக் காட்டினாள் அயானா. அவள், அவள் பக்கத்தில் ஓர் ஓங்குதாங்கான ஆண். கட்டை மீசையுடன்.

"உங்களுக்கு வேலை கொடுத்த அந்தப் பேராசிரியரா?" என்று கேட்டான் நாகராசு.

"இல்லை, என் வீட்டுக்காரர்" என்றாள் அயானா.

முற்றிலும் அதிர்ந்தான் நாகராசு. தலையை உலுக்கி விட்டுக் கொண்டான். இயல்பான இயக்கத்துக்குத் திரும்ப அவனுக்குக் கொஞ்ச நேரம் தேவைப்பட்டது.

அயானா முகத்தைத் தொங்கப்போட்டுக் கொண்டிருந் தாள். நாகராசுவுக்குப் பரிதாபமாக இருந்தது. "வாழ்த்துகள் அயானா" என்றான். "உங்கள் ஆண் நல்ல மிலிடரி ஆள் போல உங்கள் உயரத்துக்கும் உங்கள் அழகுக்கும் ஈடு கொடுக்கும் அளவுக்குக் கம்பீரமாக இருக்கிறார். நீங்களும் அவரும் பரஸ்பர அதிர்ஷ்டசாலிகள்." பாராட்டினான் நாகராசு.

அயானா ஒரு முறை ஏறிட்டுப் பார்த்துவிட்டு மீண்டும் தலையைத் தாழ்த்திக்கொண்டாள். இருவருமே மவுனமாக இருந்தார்கள் நீண்ட நேரம். பிறகு, "இந்தாருங்கள். நீங்கள் விரும்பியது" என்றாள் அயானா சோகமாக.

ஒரு பளபள வெள்ளை அட்டைப் பெட்டி.

"திறந்து பாருங்கள்" என்றாள் அயானா.

ஓர் அழகான வெளிர்நீல நிறக் கோடு போட்ட Neck Tie.

"என்னை, நான் ஒரு பேச்சுக்குச் சொன்னதை நிசமாக எடுத்துக்கொண்டு..." என்றான் நாகராசு.

"நான்தான் சொல்லியிருக்கிறேனே நாகராசு, நான் உங்களுக்கு எல்லாமே தருவேன் என்று" என்று சொன்னாள் அயானா. அவளது குரலில் சோகமும் ஆசையும் ஒருசேரக் கலந்திருந்தன.

"என்னை மன்னிப்பீர்கள்தானே நாகராசு?" என்றாள் அயானா.

"எதற்கு அயானா?" என்றான் நாகராசு நேசத்துடன்.

அயானா பழையபடி தலையைத் தாழ்த்தியவண்ணமிருந்தாள். நாகராசு வலது கையால் அவளது முகவாயைத் தாங்கி முகத்தை லேசாக நிமிர்த்தினான்.

"இதோ பாருங்கள் அயானா. உங்கள் ஆணை நீங்கள் தெரிவு செய்துகொள்வதைத் தடுக்க இந்த நாகராசுவுக்கோ, ஏன் உங்கள் அந்தக் கர்த்தருக்கேகூட உரிமை இல்லை. சந்தோஷமாக இருங்கள் அயானா" என்றான்.

அயானாவின் முகத்தில் மலர்ச்சி போன்ற ஏதோ ஒன்று தோன்றிற்று.

உணர்வு பொங்கச் சொன்னாள் அயானா. "நாகராசு, நீங்கள் புறக்கணிக்கப்படக் கூடியவர் அல்ல. மாதம் ஒரு முறை யாவது உங்கள் அயானாவுடன் பேச வாருங்கள். நட்புக்கு முடிவு இல்லை. சரிதானே நாகராசு?"

நாகராசு இசைவுடன் தலையசைத்தான்.

ஒரு வழியாக விடை பெற்றுக்கொண்டு மெதுவாக சாலையில் நடந்துகொண்டிருந்தான் நாகராசு. இனி நாகராசுவுக்கு ஓட வேண்டிய அவசியம் இல்லை. தோள் பையில் அயானா கொடுத்த பரிசுப் பெட்டி கனத்தது.

பேருந்து நிறுத்தத்தில் நின்றுகொண்டிருந்தான் நாகராசு. அயானாவின் முகவாய்க்கட்டை மிக மிக மென்மையானதாகவும் மிருதுவானதாகவும் இருந்ததாக அவனுக்குத் தோன்றிற்று.

●

நானும் அதுகளும்

ஒருவனுக்குத் தன்னைப் பற்றிய பிரமைகள் இருப்பது ஒன்றும் புதிதல்ல. "என்னுள்ளும் பிரமைகள் உள்ளன" என்று சொல்வதில் நான் என்னமோ பிரமாதமானவன் என்ற தொனி தூக்கலாகத் தெரிகிறது. மேலும், அப்படிக் கூறுவது மகா அபத்தமாக வேறு தோன்றுகிறது. அப்படியானால் என்னை நிதானப்படுத்திக்கொண்டு "என்னுள் பிரமைகள் உள்ளன" என்று சொல்வதுதான் சரி. நான் ஒரு சாத்வீகவாதி, ஜீவகாருண்யம் படைத்தவன். இவை என் சுய பிரமைகள். பிரமைகளைக் கொஞ்சம் கௌரவப்படுத்தலாமே என்று இங்கு தோன்றுகிறது. ஏனென்றால், பிரமைகள் என்னைப் பற்றியவை. மீசையில் மண் ஒட்டாமல் இருக்க நான் எதையாவது செய்தாக வேண்டும். சுயபடிமங்கள் என்ற சொல்லால் என்னை உயர்த்திக்கொள்ள முடிகிறது. இதையடுத்து, பிற உயிரினங்களுடன் நான் எப்படி உணர்கிறேன் என்பதைக் கூற வேண்டும். சுண்டெலிகள் பல என் வீட்டில் ஏகபோக சுதந்திரத்துடன் விளையாடித் திரியும். பாஷாணமோ கொல்லிகளோ என் வீட்டை நெருங்கியதில்லை. நானும் இப்பிரபஞ்ச ஜந்துக்களுள் ஒன்றாக இருக்கும்போது இன்னொரு ஜந்துவை இம்சிக்க என்னால் எப்படி முடியும்?

சுக ஜந்துக்களிடம் பிரியமான மனோபாவம் படைத்தவனாக இருந்தாலும் இந்த நாய்களிடம் மட்டும் எனக்கு எப்படியோ உதறல் குடிகொண்டுவிட்டது. சிறு வயதில் நான்கைந்து தடவை பயங்கரமாகத் துரத்தப்பட்டிருக்கிறேன். சிறு வயது நினைவுகள் அழிவது அவ்வளவு சுலபமில்லைதான். என் அம்மா சொன்ன பூச்சாண்டி எனக்குக் கிட்டத்தட்ட பள்ளிப் படிப்பு முடியும் மட்டும் நினைவில் இருந்தது. பூச்சாண்டியைப் பார்க்க முடியாமல் போனது ஒரு விதத்தில் சங்கடமாகக்கூட இருந்தது என்றே சொல்ல வேண்டும்.

நாய்களைப் பற்றி எனக்கென்னவோ நல்ல அபிப்பிராயம் ஏற்படவில்லை. பயம் என்று ஒன்று இருக்கும்போது பல எதிர்மறை உணர்வுகள்தான் மனத்தில் தோன்றுகின்றன.

நாய்கள் குரைத்தாலே எனக்குக் குலை நடுங்கும். முதுகுத் தண்டில் சில்லிட்டுவிடும். இந்த வீட்டுக்குக் குடி வந்தபோது இரண்டு நாய்கள் – தம்பதிகள் – தென்பட்டன. அவை, வீட்டுக் காம்பௌண்ட் வரையறைக்குள்ளயே சுற்றித் திரியுமாம். குடி வரத் தயக்கமாகக்கூட இருந்தது. அவை கடிக்காது என்று சொல்லப்பட்டது. இரண்டு நாட்கள் பொறை வாங்கிப் போட்டால் எல்லாம் பழகிப் போய்விடும் என்றும் சொல்லப் பட்டது. அனுதினமும் தலா ஒரு பொறை செலவழிந்தது. இதில் இந்த ஆண் நாய் கொஞ்சம் வெறித்தனமாக இருந்தது. பெண் நாய்க்குப் போட்ட பொறையையும் கவர வந்துவிடும். இவை களிடையே சுமூகமான பொறை உட்கொள்ளலை ஏற்படுத்தச் சில உத்திகளைக் கையாள வேண்டி வந்தது. போகப் போக இது ஒரு பொறுப்பாகி விட்டது.

ஆண் நாய் கறுப்பும் வெள்ளையும் கலந்த ஒன்று. பெண் பழுப்பு நிறம். ஒரு முறை வீட்டுக்கு அருகாமையிலேயே ஒரு கறுப்பு வெள்ளைக் கலவை நாயைப் பார்த்துவிட்டு இரண்டு பொறைகளில் ஒன்றை அதற்குப் போட்டுவிட்டேன். வீட்டு முன் வாசல் படியைத் தாண்டியதும் ஆண் நாய் எதிர்பார்ப் புடன் என்னை நோக்கி ஓடி வந்தது. அன்றைக்குப் பெண் நாய்க்குப் பொறை இல்லாமல் போய்விட்டது.

துவேஷம் என்று வந்துவிட்டாலே மனம் மிகவும் தெளி வில்லாமல்தான் செயல்பட்டுத் தொலைக்கிறது. இதன் காரண மாகத்தான் அநேக ஆங்கிலேயர்களுக்கு எல்லா நீக்ரோக்களும் ஒரே மாதிரியான தோற்றமுடையவர்களாகத் தோன்றுவது. நாய்களின் உருவ வித்தியாசம் தெரியாமல் போனது என்னுள் நாய்கள் மேல் இருந்த துவேஷத்தினால்தான். இதைத் தவிர, உருவ ஒற்றுமையும் சில வேளைகளில் கண்களை ஏமாற்றிவிடு கின்றன. என் குழந்தை எல்.கே.ஜி. வாசித்துக் கொண்டிருக்கும் போது ஒரு முறை பள்ளி முடியும் தருவாயில் அவளை வீட்டுக்கு அழைத்து வரப் பள்ளிக்குச் சென்றிருந்தேன். பெண் குழந்தைகள் அனைத்தும் பினோஃபார்ம் அணிந்து கொண்டும் தலைமுடியை பேபி கட் தினுசில் வெட்டிக் கொண்டும், ஆண் குழந்தைகள் சட்டை அரை நிஜார் சகிதமும் இருக்கும். வேறு எந்தவித வித்தியாசமும் தெரியாது. வேறுபடுத்திப் பார்ப்பது கொஞ்சம் சிரமம். “வாடா கண்ணா” என்று என் குழந்தை என்று நினைத்து ஒன்றை அழைக்க, அதுவும் மிகவும் பாந்தமாக என் அருகில் வந்துவிட்டது. குழந்தைகள் அனைத்தும் ஒன்றுதான் என்றாலும், பிறத்தியான் குழந்தையை வீட்டுக்கு அழைத்து வந்து மனைவியிடம், “நீ ஒரு மகா சக்தி. சகலத்துக்கும் நீதான்

அன்னை" என்று வேதாந்தம் பேசிப் பாரம் சுமத்தினால் சக்தி கொஞ்சம் பதைத்துத்தான் போவாள்.

நாய்கள் இப்பொழுது மிகவும் அன்னியோன்னியப்பட்டு விட்டிருந்தன. அவைகளது அன்புத் தொல்லையில் இருந்து விடுபடுவது சிரம சாத்தியமாகிவிட்டது. பொறை மறந்த தினங்களில் அவை என் இடுப்பில் முன்னங்கால்களை வைத்து செல்லப் பிராண்டல் பிராண்டி சட்டையை நாசமாக்கிவிடும். பிறகு பரிதாபமாக ஏமாறும். எனக்கும் மனம் கஷ்டப்படும். முதலில் ஒரு வாரம் பொறை போட நினைத்தவன் மாதக் கணக்கில் என்று ஆகிவிட்டிருந்தது. ஆனாலும், தினம் இந்த இருபது பைசாவை மீதம் பிடித்து ஒரு வருடத்தில் ஒரு சொந்த வீடு வாங்க முடியாததாகையால் இது எனக்கு ஒரு பொருட்டாகப் படவில்லை.

வீட்டின் சமீபத்தில் இரண்டு கடைகள். ஒரு கடை மளிகைக் கடை. வீடு திரும்பும்போது அந்தக் கடையில்தான் தினமும் இரண்டு பொறைகள் வாங்கித் தோள் பையில் போட்டுக் கொள்வேன். தோள் பையுடன் என்னைப் பார்க்க நேரும் பரிச்சயமில்லாத நபர்கள் என்னை ஒரு பேண்ட்ஸ் போட்ட அசல் பத்து பைசாப் பிச்சைகாரன் என்று நினைத்துக் கொள்ள சாத்தியமுண்டு. பையின் நிறம் அப்படி – அழுக்கு கலர். யாசகனோ, தனவந்தனோ, அடிப்படையில் எல்லாம் மனிதர்கள்தாம் என்பதால் பிறர் என்னைப் பற்றி நினைத்துக் கொள்வதாக நான் கற்பிதம் செய்துகொள்வதைப் பற்றி அதிகம் கவலைப்பட்டுக் கொள்வதில்லை. அடுத்த கடை ஒரு பெட்டிக் கடை. சிகரெட், பிஸ்கெட் முதலியன கிடைக்கும். அங்கு பொறையும் உண்டு. மளிகைச் சாமான்களை அந்தப் பலசரக்குக் கடையில்தான் என் மனைவி வாங்கி வருவதாலும், குழந்தைக்கான பிஸ்கெட்டை அந்தப் பெட்டிக்கடையில் வாங்குவதாலும், அந்த இரு கடைகளுக்கும் என் குடும்பம் பரிச்சயப்பட்டு விட்டிருந்தது.

ஓரிரவு ஒன்பதே கால் மணி சுமாருக்கு அலுவல்களை முடித்துவிட்டு வீடு திரும்பிக்கொண்டிருந்தேன். மளிகைக் கடை வழக்கத்துக்குப் புறம்பாக மூடிக் கிடந்தது. அன்றைக்குச் சம்பாதித்தது போதும் என்று நினைத்திருக்கலாம். அப்படியானால் நான் பெட்டிக் கடையில்தான் அன்றைய பொறைகளை வாங்க வேண்டும்.

பொறைகளைத் தருமாறு கேட்டுக்கொண்டபோது, பெட்டிக் கடைக்காரருக்கு அது கொஞ்சம் விசித்திரமாகத் தோன்றியிருக்க வேண்டும். "என்ன சார், இண்ணெக்கித்

திடீர்னு பொறை?'' என்றார். "வீட்லெ ரெண்டு நாய்ங்க இருக்குலெ" என்றேன். அது அவருக்குத் தெரியாத விஷயம் என்பது என் நினைவுக்கு வரவில்லை. அவர் வேறு விதமாக அதை எடுத்துக்கொண்டு, ''வீட்லெ இருக்குறவங்களைச் சொல்றீயளோ!'' என்றார். அவர் குறிப்பிட்டது என் மனைவி யையும் குழந்தையையும். எனக்கு ஒரு பக்கம் அவமானமாகவும் ஒரு பக்கம் கோபமாகவும் வந்தது. இந்த இரு பக்க உணர்வுகளையும் ஒருவாறு மென்று விழுங்கி விட்டு வீட்டில் இரண்டு தெரு நாய்கள் வீட்டு நாய்களாக வந்து தங்கியிருக் கின்றனவென்றும், என் பொறை போடும் பழக்கத்தையும் சொன்னேன். அவர் தான் வினவியதைத் தவறு என்று உணர்ந்த தாகத் தெரியவில்லை. அவரை இப்பொழுது திட்டினால் தேவலாம் போல இருந்தது. ஆனாலும், "உணர்ச்சி வசப்படும் போது செயல் வடிவ நிகழ்வுகளை ஒத்திப் போடு" என்று கொஞ்ச நாள் முந்தி என்னுள் சொல்லிக்கொண்டது நினைவுக்கு வரவே, ஒன்றும் சொல்லாமல் ஓர் இளிச்சவாயன் புன் முறுவலுடன் அவரிடமிருந்து விடைபெற்றேன்.

நான் என்னுள் தோரணைகளை வரவழைத்துக்கொள்ள வேண்டுமென்றும், மிடுக்குடன் நடந்துகொள்ள வேண்டும் என்றும், கொஞ்சம் அதட்டலுடன் செயல்பட வேண்டு மென்றும், திராபை நிறத் தோள் பையைக் களைந்தெறிந்துவிட்டு நல்ல விலையுயர்ந்த பை ஒன்றை உபயோகிக்க வேண்டுமென்றும், இன்னும் என்னென்னவோ மாற்றங்களை நிகழ்த்திக்கொள்ள வேண்டுமென்றும் நினைத்துக்கொண்டே வீட்டை அடைந்தேன். சுயபடிமம் நொறுங்கி விட்டிருந்ததை நன்றாகவே என்னால் உணர முடிந்தது. வீட்டின் முன்வாசலைத் திறந்தபோது அந்த நாய்கள் இரண்டும் மாடிப் படிகளிலிருந்து ஓடி என்னை நோக்கி வந்தன. பொறைகளை எரிச்சலுடன் அவைகளை நோக்கி வீசினேன்.

இப்பொழுதெல்லாம் அந்த நாய்கள் என்னிடமிருந்து பொறையை எதிர்பார்த்து ஏமாந்துகொண்டிருக்கின்றன. நான் திடீரென்று மனிதனாக ஆகிவிட்டதனால் அவைகளின் பாடு சிரமமாகிவிட்டிருக்கிறது.

●

உயிர்ப்பு – நாட்குறிப்புப் பதிவுகள்

1. 12. '89: ஒரு மனநோயாளியிடம் உரையாடிக் கொண்டிருந்தபோது, இவ்வளவு படித்த இவருக்கு இந்த நோய் வந்திருக்க வேண்டாமே என்று நினைக்கத் தோன்றிற்று.

2. 12. '89: துருதுருவென்றிருந்த அந்த ஏழு வயதுச் சிறுமியைப் பார்த்தபோது, அவள் என் குழந்தையாக இருந்திருந்தால் எவ்வளவு நன்றாக இருந்திருக்கும் என்று நினைக்கத் தோன்றிற்று.

3. 12. '89: நான் டீ சாப்பிட வரும் பிரியாணிக் கடையில் சைவப் பட்டைகள் நெற்றியை அலங்கரிக்க, ஆம்லெட் சாப்பிட்டுக் கொண்டிருந்த அந்தப் பக்திமானைப் பார்த்து லேசாகச் சிரிக்கத் தோன்றிற்று.

4. 12. '89: எனது நீண்ட நாள் தோழி மேல்மட்ட பூர்ஷுவா பாணியில் தன் வாழ்க்கையை மாற்றிக்கொண்டு விட்டாள். அவளுக்காக இன்று இரண்டு சொட்டு துக்கக் கண்ணீர் உகுக்கத் தோன்றிற்று.

5. 12. '89: பாலுணர்வைக் கட்டிக் காத்த அந்த அறுபது வயதிலும் பேருந்து நிறுத்தத்தில் இளம் பெண்களை நோட்டமிட்டுக் கொண்டிருந்தவரைப் பார்த்தபோது என்னுள் ஒரு கலவர உணர்வு தோன்றிற்று.

6. 12. '89: நன்மை பயக்கும் புரட்சிக் கருத்துகளை மனதில் கொண்டு நடைமுறைப்படுத்த விழைந்துகொண்டிருக்கும் மருத்துவ உளவியலாளர் நண்பரை இன்று சந்தித்தேன். அவரை மனதாரப் பாராட்ட வேண்டும் போல் தோன்றிற்று.

7. 12. '89: இன்று நிறைய நண்பர்களைப் பார்த்ததில் மனம் சந்தோஷத்தால் நிரம்பி வழிந்துகொண்டிருந்தது. இன்றைக்கு இந்த சந்தோஷத்திலேயே செத்துப் போனால் எவ்வளவு அருமையாக இருக்கும் என்று எண்ணத் தோன்றிற்று. அந்த நைட்டிங்கேல் பறவையின் நாத இனிமையில் சாக விரும்பிய கீட்ஸ் நினைவில் நின்றார். அந்த இளம் அழகி கொடுத்த அன்னியோன்னிய சந்தோஷத்தின் பூர்ணத்துவத்தில் தன்னை மாய்த்துக்கொண்ட 'அப் அட் த வில்லா'வில் வரும் கார்ல்

என்கிற கதாபாத்திரம் மனதில் தங்கிற்று. இன்று கிடைத்த மன நிறைவு மீண்டும் கிடைக்குமா என்ற ஏக்கம் மனதில் தோன்றி நிலைத்தது.

8. 12 '89: கண்பார்வை அற்றுப் போய் வாழ்க்கை ஆட்டம் கண்டு வறிய நிலையில் உழலும் அந்தத் தமிழ் ஆசிரி யரைப் பார்த்ததும், உலகத்தின் குரூரம் மீது ஆத்திரம் பொங்கி எழுந்தது.

9. 12. '89: "வாழ்க்கை துக்கமானது, கசப்பானது. மனிதன் ஒரு நரகத்தில் இருந்து இன்னொரு நரகத்துக்கு நகர்ந்து கொண் டிருக்கிறான். விடிவு என்பது ஒரு கானல் நீர். மாறுதல் நாடி வேறு ஒரு வகையான நரகத்தில் வாழ ஆரம்பிப்பதைவிட பழைய நரகத்தில், பழக்கப்பட்ட நரகத்தில் உழல்வதே பாதுகாப்பானது" என்று அந்தப் பெண்ணிடம் சொன்னேன். கண்களைக் கசக்கிக்கொண்டு என் அறையை விட்டு அவள் வெளியேறினாள். அவள் சென்ற பிறகு, ஆலோசனை என்ற பெயரில் இவ்வளவு தூரம் அவளைத் துக்கப்படுத்தியிருக்க வேண்டாம் என்று நினைக்கத் தோன்றிற்று. ஆனாலும், வாழ்க்கையின் மேம்போக்கான அழகைச் சொல்லி அவளைத் தேற்றுவது பொய்யானது என்ற எண்ணமும் கூடவே எழுந்தது.

10. 12. '89: "வாழ்க்கை என்பது தொடர்ச்சியான சாதுரிய மான சமரசங்கள். இந்தச் சமரசங்களுடன் உங்கள் கொள்கை களையும் விட்டுக் கொடுக்காமல் வாழ்வதுதான் விவேகமானது" என்றேன் அந்தப் பையனிடம். "புரிகிறது" என்றான் அவன். நிர்வாகத்தின் முறைகேடுகளைக் கண்டித்து வேலையை உதறி யிருந்தான் அவன். அவன் என்னை விட்டு அகன்றதும் "நான் ஊருக்கு மட்டும்தான் உபதேசி" என்று நினைத்துக் கொண்டேன். என் சமீபத்திய பழைய வாழ்க்கை என் கண்முன் நிழலாடிற்று.

11. 12. '89: "அப்படியானால் உன் சான்றிதழ்களைக் கொளுத்திவிடேன்" என்றார் அவர். "கைவசம் வத்திப்பெட்டி இருந்தால் கொடுங்கள். உடனே செய்கிறேன்" என்றேன். மனதில் அமைதி வந்து குடிகொண்டது.

12. 12. '89: அதோ அந்த 'நான்' உணர்வு பலூன் மீது ஒரு குண்டூசியைக் குத்த வேண்டும் போலிருந்தது இன்று.

13. 12. '89: "என்னுடைய பொய்யில் மயங்கிக் கிடக்கும் உன்னை நான் குலைக்க மாட்டேன். நான் உன்னிலிருந்து விலகிக்கொள்கிறேன். உன் பொய்களை என் மீது சுமத்தாதே" என்றேன் அவளிடம். அவளிடமிருந்து விலகிய பிறகு ஓர் இழப்பு உணர்வு மனதில் தோன்றிற்று.

14. 12. '89: "என் மீது அசைக்க முடியாத நம்பிக்கை வைக்க வேண்டும்" என்றாள் அவள். "நீ கடவுளாக அவதாரம் பூண்டுவிட்டாய். இனி உன்னை எந்தக் கடவுளாலும் காப்பாற்ற முடியாது" என்ற அவளிடம் சொல்ல வேண்டும் போலிருந்தது.

15. 12. '89: "இந்த பில்லில் அதிகமான தொகையைக் குறிப்பிட்டிருக்கிறார்கள் எப்படி?" என்று கேட்டார் அந்த சார்டர்ட் அக்கவுண்டென்ட். "போய் முதலாளியிடம் கேட்டுக் கொள்ளுங்கள்" என்றேன். "கம்பெனியின் லாப இழவுகளோடு என்னைச் சம்பந்தப்படுத்தாதே" என்று கத்த வேண்டும் போலிருந்தது.

16. 12. '89: "என்ன கண்ணெல்லாம் சிவந்திருக்கிறது. கஞ்சா அடித்தீர்களா?" என்று கேட்டார்கள். "இல்லை இரவு கண் விழித்துக் கட்டுரை ஒன்று எழுதிக்கொண்டிருந்தேன்" என்றேன். அவர்கள் நம்பியதாகத் தெரியவில்லை. "என்னை உங்களிடம் நிரூபித்துக்கொள்ள வேண்டிய அவசியம் எனக் கில்லை" என்று சொல்ல வேண்டும் போலிருந்தது.

17. 12. '89: அலுவலகம் விட்டு வீடு திரும்பியதும் என் மனைவியைப் பார்த்தேன். "நீ மிகவும் பழக்கப்பட்டுப் போய் விட்டாய். நான் உன்னை மறந்தே போய்விட்டேனோ என்று தோன்றுகிறது" என்று சொல்ல வேண்டும் என்றிருந்தது.

18. 12. '89: "நீங்கள் யாரையும் மாற்ற முடியாது. நீங்கள் தான் மாற வேண்டும்" என்று சொல்லியிருந்தேன் அவளிடம். இன்று புரிந்தது யாரும் மாறவில்லை என்று. நானும்கூட. வாயை மூடிக்கொண்டு பேசாமல் இருந்திருக்கலாம் என்று எண்ணத் தோன்றிற்று.

19. 12. '89: "உன்னைப் புரிந்துகொள்ள வேண்டுமானால் வெளி உலகைப் பார். உலகைப் புரிந்துகொள்ள வேண்டுமானால் உன்னைப் பார்த்துக்கொள்" என்று யாரோ எங்கோ குறிப் பிட்டிருப்பதாக நண்பர் ஒருவர் சொன்னார். உலக நடப்பு களைப் பார்த்துக்கொண்டுதான் இருக்கிறேன். ஆனாலும் என்னைப் புரிந்துகொள்ளாமலேயே போய் விடுவேனோ என்றுதான் நினைக்கத் தோன்றுகிறது. இன்றைக்கென்னவோ அந்தப் பயம் அதிகமாகத் தோன்றிக்கொண்டிருந்தது."

20. 12. '89: நேற்றிரவு ஓர் அருவருப்பான கனவு வந்தது. கனவை ஆழ்மன விகல்பம் என்று எடுத்துக்கொண்டால், ஆழ் மனதைக் கணக்கில் எடுத்துக்கொண்டு பார்க்கும்போது என்னைக் கண்ணியமானவன் என்று சொல்லிக்கொள்ள முடியாது என்று தோன்றிற்று.

21. 12. '89: அடுத்த வீட்டுக் குழந்தை என் மகளின் வயிற்றில் விளையாட்டாகக் குத்துவிட்டது. "என்னடா பையா, வயித்தலடிக்கிறாய். முதலாளியாகப் போறாயா?" என்று கேட்டேன். "ஆமா" என்று சொல்லிவிட்டு பையன் ஓடி விட்டான். நான் என்னமோ பொருத்தமாகச் சொன்னதாகப் பட்டது.

22. 12. '89: இன்றைக்கு அந்த இளம் பெண்ணின் நினைவு அடிக்கடி வந்தது. இந்த 44 ஆண்டு காலத்தில் இந்த அளவு அற்புதமான பிறவியை நான் சந்தித்ததில்லை. எந்த ஒரு துக்ககரமான சூழலையும் இனிமையாக மாற்றும் திறன் அவளிடம் இருந்தது. இன்று முழுக்க மலைப்பும் பிரமிப்பும் என் உள்ளத்தை நிரப்பியிருந்தது. ஒருவேளை இவளைப் போன்ற ஒரு சிலரால் மட்டும்தான் வாழ்க்கையை ஆனந்தமாக அனுபவிக்க முடிகிறதோ என்று எண்ணத் தோன்றிற்று.

23. 12. '89: "எனக்கு நேரமிருந்தால் இதை எப்படி நேர்த்தி யாகச் செய்வது என்று சொல்லிக் கொடுப்பேன்" என்றார் அவர். அவரது பணக்கார நண்பரின் திருமண வரவேற்பு நேற்று ஓர் ஐந்து நட்சத்திர ஓட்டலில் நடந்தது. அதில் கலந்து கொள்ள அவருக்கு நேரம் இருந்தது. நான் வசதி படைத்தவர்களால் உதாசீனப்படுத்தப்படுவது முதல் முறையல்ல. "நீங்கள் சொல்லிக் கொடுக்காமலேயே நான் நேர்த்தியாகச் செய்துவிடுவேன். நீங்கள் சிரமப்பட வேண்டாம். உங்கள் கேளிக்கைகளுக்கு உங்களுக்கு நேரம் வாய்த்தால் சரி" என்று சொல்ல வேண்டும் போலிருந்தது.

24. 12. '89: "இப்பொழுது அவர் பெரிய புள்ளியாகி விட்டார்" என்றார் அவர். "எனக்கும் காசிருந்தால் அல்பினோ எலி வளர்ப்போர் சங்கம் ஒன்று ஏற்படுத்தி, அதற்குத் தலைவ ராக இருப்பேன். கார் வைத்திருக்கும் சீமான்கள் என்னிடம் ஒட்டிக் கொள்வார்கள்" என்றேன். உலகத்தின் பொய்மை மீது வெறுப்பு ஏற்பட்டது.

25. 12. '89: பக்கத்துப் பகுதி ஸ்டெல்லா வீட்டிலிருந்து கிறிஸ்த்மஸ் கேக் வந்தது. கேக் சாப்பிட்டேன். கிறிஸ்து மனதில் தோன்றவில்லை. நிறைய சந்தேகங்கள் என்னை ஆட்கொண்டன.

26. 12. '89: "மனம் என்பதே ஒரு கற்பிதம்தான்" என்றார் நண்பர். "நிறைய யோசிக்க வேண்டிய ஒரு விஷயம்தான் இது" என்றேன். இன்று முழுக்க மிகவும் குழம்பிய நிலையில் இருந்தேன்.

27. 12. '89: வீடு திரும்பியதும் கேட்டது குழந்தை, "அப்பா எனக்கு என்ன கொண்டு வந்திருக்கீங்க?" என்று. "வெளி உலகத்திலிருந்து நிறைய எரிச்சலைக் கொண்டு வந்திருக்கிறேன்" என்று சொல்லத் தோன்றியது.

28. 12. '89: கருத்தரங்கு விருந்தில் பசியூட்டி தக்காளி சூப்பை முதலில் கொடுத்தார்கள். "நான் ஒரு சராசரி இந்தியன். எனக்குப் பசி ஓர் அன்றாட அம்சம். பசியை ஊட்டிக் கொள்ள வேண்டிய அவசியம் எனக்கில்லை" என்று மனதில் சொல்லிக் கொண்டே சூப்பைத் தவிர்த்தேன். சூப் என்னைப் பார்த்துச் சிரிப்பதாக ஓர் உணர்வு ஏற்பட்டது.

29. 12. '89: "இரண்டாம் வகுப்பு கிடைக்காவிட்டால் முதல் வகுப்பு டிக்கெட்டையே பதிவு செய்துவிடுங்கள்" என்றார் அவர். "ரொட்டி இல்லையேல் கேக் சாப்பிடுங்கள்" என்ற அரசியலின் ஞாபகம் வந்தது.

30. 12. '89: "சூபர்வைசருக்கு இன்ஸ்ட்ரக்ஷன்ஸ் கொடுக்கத் தெரியவில்லை" என்றேன். "அவர் சூபர்வைசர். அவர் சொல் படித்தான் நீ நடக்க வேண்டும்" என்று சொல்லி விட்டார்கள். நான் தவறுகள் செய்துகொண்டிருந்தேன். நிர்வாகத்துக்கு அவை தவறுகளாகப் படவில்லை. 'எக்கேடோ கெட்டு ஒழியுங்கள்" என்று வைதுகொண்டு தவறுகளில் ஆழ்ந்திருந்தேன்.

31. 12. '89: இன்று சம்பள நாள். சம்பளத்தைப் பெற்றுக் கொண்டபோது அடுத்த முறை சம்பளத்தைப் பெற இன்னும் முப்பது நாட்கள் ஆகுமே என்ற எண்ணம் மேலோங்கியிருந்தது. "சே என்ன வாழ்க்கை!" என்று மனம் சலித்துக்கொண்டது.

* * *

நான் என்னை மற்றவர்களுடனும் பிறவற்றுடனும் தொடர்புபடுத்திக்கொண்டும், உணர்வுகளை மற்றவர்களுடன் கலந்துகொண்டும், என் 'நான்' உணர்வுக்கு ஓர் இருத்தலையும், பாதுகாப்பையும் எனக்குள் ஓர் அங்கீகாரத்தையும் தேடிக் கொண்டிருக்கிறேன்.

●

வேரற்ற தோழர்கள்

"அம்மா தாயே சாப்பிட்டு மூணு நாளாச்சி. மகராசி நீ நல்லா இருக்கணும். இந்த ஏழைக்கு ஏதாச்சும் போடுங்க." "ஐயா ஐயா, ஒரு பத்து பைசா போடுங்கய்யா. ஓடி ஆடி வேலெ செய்ய முடியாதுய்யா. வயசாயிடுச்சய்யா. ஐயா ஐயா" என்று அவர் ஒரு போதும் கேட்டதில்லை. பிரதான சாலையில் இருந்து பிரியும் ஒரு கிளைச் சாலையில், அதுவும் அதிகம் ஆள் நடமாட்டமில்லாத இடமாகப் பார்த்து அவர் தனக்குத் தெரிந்த வழியில் தன் ஜீவனோபாயத்தை நடத்திக்கொண்டிருக்கிறார். நடைபாதையில் ஒரு துண்டு, கோணி அதன் ஒரு மூலையில். கவிழ்த்தி வைக்கப்பட்ட ஒரு பிளாஸ்டிக் லோட்டா, பக்கத்தில் ஒரு ஜதை தேய்ந்த மலிவான செருப்புகள், கோணியின் நடுப்பகுதி மேல் அவர். லேசான கூன், ஸ்திரமாக நிற்பதற்கு ஒரே ஆதாரம் கைத்தடி ஒன்று. அதைத் தரையில் ஊன்றி இடது கையில் அழுத்திப் பிடித்திருப்பார். தலையில் ஒரு கைக்குட்டையைச் சுற்றிக்கொண்டிருப்பார். ஒடிசல் தேகம். எப்பொழுதும் பழுப்பேறிய வெள்ளை ஜிப்பா. ஒரு நாலு முழம் வேஷ்டி. வயது எழுபது எழுபத்தைந்து இருக்கும். பேசுவதில் அவர் முற்றாக நம்பிக்கை இழந்திருக்க வேண்டும். ஆட்கள் அவரைக் கடந்து செல்லுமுன் வலது கையை உயர்த்துவார். புறங்கை வானை நோக்கியும் உள்ளங்கை பூமியைப் பார்த்தும் இருக்கும். கிட்டத்தட்ட ஆசீர்வதிக்கும் நிலை. வறியவராய் இருந்தால் ஆசீர்வதிக்கக் கூடாது என்பது என்ன சாஸ்திரம்? பைசா கிடைக்கும்போது மட்டும் கை திரும்பும். புறங்கை பைசாவைப் பெறுவதற்கு வாகாக அமையாதது மட்டும்தான் காரணமாக இருக்கும்.

அநேக மாலைகளில் நான் அவரைக் கடப்பதுண்டு. அவர் கண்களில் வெறுமையும் சிநேக பாவமும் கலந்திருக்கும். முதலில் கண்டபோது அவர் என்னைக் கவரவில்லை. பிறகு, அவரது மௌனம், பொறுமை எல்லாமே அவர்பால் என்னை ஈர்த்தன. பத்து அல்லது இருபது பைசா போட்டு ஆசீர்வாதத்தைப் பெற்றுக்கொள்வதில் என் மனம் நிறைந்துவிடும். அவர் மிகவும்

கண்ணியமானவராக இருக்க வேண்டும். பைசா போடாத நபர்களைப் பார்த்து அவர் முகம் சுளிப்பதோ, சில கொச்சை யான யாசகர்களைப் போல் திட்டுவதோ கிடையாது. கிட்டத் தட்ட ஒரு கர்மயோகி போல்தான் நடந்துகொள்வார்.

ஒரு மாலையில் நடந்த சம்பவம் குறிப்பிடத்தக்கது. சகல சொகுசுகளையும் உள்ளடக்கிய அயல் நாட்டு மோட்டார் வாகனம் ஒன்று அவரைக் கடக்குமுன் வேகம் தணிந்த நிலையில் நகர்ந்தது. பின்பக்க ஜன்னல் வழியே வயதான, வைதீகத் தோற்றமுடைய ஓர் அம்மாள் கை வெளியே நீட்டி அவருக்குக் காசு போட்டாள். அந்த அம்மாள் மீது திடீர்ப் பாசமும் பக்தி உணர்வும் ஒரு கணம் உருப்பெற்றன. ஆனால், அவரோ எந்தவிதச் சலனமோ, கூடுதல் பவ்யமோ இல்லாமல் காசைப் பெற்றுக்கொள்ள, வாகனம் நகர்ந்தது ஆசீர்வாதத்துடன். அவர் தம் நிலையில் இருந்து பிறழாத மகானாகக் காட்சி யளித்தார். பொருளாதார ஏற்றத்தாழ்வுகளை அவர் மனம் கடந் திருக்க வேண்டும். சமத்துவ மனோபாவம் வருவது என்பது எவ்வளவு சிரமமான சமாச்சாரம்!

இருந்தாலும் ஒரு முறை அவரது சபலத்தைத் தூண்ட நீசத் தனத்துடன் நான் யத்தனித்ததுண்டு. மனித உன்னதங்களின் வறட்சியை அடிக்கடி சந்திக்கும் நான் அவ்வாறு நடந்து கொண் டது அப்படி ஒன்றும் வித்தியாசமான செய்கை அல்லதான். ஒருநாள் ஓர் ஒரு ரூபாய் நாணயத்தை அவருக்குக் கொடுத்தேன். அவரது கண்களில திடீர்ப் பிரகாசமோ, உணர்ச்சி வசப்பட்டு "தம்பீ நீ நல்லா இருப்பே"யோ வெளிப்படவில்லை. அவர் என் மனதில் கூடுதல் மதிப்பைப் பெற்றார். ஏமாந்தென்னமோ நான்தான்.

ஏதோ என் வேலை உண்டு, நான் என் குடும்பம் உண்டு என்று தன்னலத்தில் ஆழ்ந்திருக்கும் போதும் அவர் நினைவு அடிக்கடி வந்து போய்க்கொண்டிருக்கும். அவருக்கும் வாழ்வு என்று ஒன்று இருந்திருக்கும். வேலை, குடும்பம், லட்சியங்கள், அதற்காகப் போரிடுதல்கள் சகலமும். கடைசியில் தன்னால் எதையும் மாற்ற முடியாது என்று அவர் உணர்ந்திருக்க வேண்டும். அவருக்கு ஏற்பட்ட அனுபவங்கள் அவரை ஒரு சன்னியாசியாக ஆக்கியிருக்கிறது. இதோ, அந்திம காலத்தில் யாருடைய உணர்வுகளையும் குலைக்காமல் அமைதியே உருவான நிலையில் தன் வயிற்றுப்பாட்டைக் கழுவிக்கொண்டிருக்கிறார். யாசகர் களிடம் இயல்பாக அமைந்திருக்கும் மிகவும் தாழ்ந்த சுயபடிமமோ பிறரின் இரக்க உணர்வைத் தூண்டும் அருவருப்பான உத்தி களோ அவரிடம் இல்லை. உண்மையிலேயே அவர் யாசிக்கிறாரா என்பதே தெரியவில்லை.

அவரிடமிருந்து நான் நிறையக் கற்றுக்கொண்டிருக்கிறேன். மௌனமான பாடங்கள்தான்; ஆனால், விலை மதிப்பு மிக்கவை. என் கல்லூரி ஆசான்கள் சொல்லிக் கொடுக்கத் தவறியவை. பாடங்களின் சாராம்சம்: எதுவுமே செய்ய இயலாத நிலையில், எல்லாவற்றையும் இழந்த நிலையில்கூட வாழ்க்கையை நேரிய முறையில் எப்படி ஏற்றுக்கொள்வது? ஒருவேளை நான் அவருக்கு இடும் காசுகள் குரு தட்சணையாகக் கூட இருக்கலாம்.

அவரது மௌனத்தின் பின்னால் ஒளிந்துகொண்டிருக்கும் குரூரமான நிஜத்தை அறிந்துகொள்ளும் ஆவலில் நான் பல சமயங்களில் அவரிடம் பேச்சுக் கொடுக்க விழைந்ததுண்டு. ஆனால், அவரது மௌனம் அர்த்த புஷ்டியுள்ளதாகவும் ஊடுருவ முடியாததாகவும் அமைந்துவிட்டது. அவரைச் சுற்றி யுள்ள அரணை உடைத்து அவரது அந்தரங்கத்தில் உட்புகுவது என்பது இயலாததாகவே போய்விட்டது. இருந்தாலும் என்ன? அநேக வேளைகளில் மௌனமான தொடர்புகள் மிகவும் அழகான உறவுகளாகவே அமைந்துவிடுகின்றன.

ஒன்றே ஒன்றைச் சொல்லியே ஆக வேண்டும். ஒரு தற் கொலை வாழ்க்கையைக் கண்ணியமாகவும் சாத்வீகமான முறையிலும் நடத்த, தேர்ந்த மன முதிர்ச்சி தேவை. அந்த யாசகத் தாத்தா போன்ற சொற்பமான சிலரால்தான் அது சாத்தியம்.

அந்தத் தாத்தா பற்றிய விவரணைகளையும் என் எண்ணப் பதிவுகளையும் என் நாட்குறிப்பில் எழுதி ஒரு மாதம் காலம் இருக்கும். நான் இன்னும் அவரைக் கடந்து சென்று கொண் டிருந்தேன், பல வேளைகளில் அவரது நல்லாசிகளுடன்.

ஓரிரவு ஏழரை மணி வாக்கில் அவரைக் கடந்து செல்கை யில் ஒரு வயோதிகர் தென்பட்டார். ஒரு நைந்து போன நாலு முழம் வேட்டியைத் தவிர உடம்பில் ஒன்றுமில்லை. வயிறு ஒட்டிக் கிடந்தது. முகத்தில் சோகம் அப்பியிருந்தது. ஓர் அமானுஷ்யமான சோகம். தலையில் நரை பாரித்திருந்தது.

கையில் ஒரு தாங்கு அட்டை. அதில் சில வெள்ளைக் காகிதங்கள், ஒரு பென்ஸில். அவர் என் அருகில் வந்தார். "சார், நா ஒங்களோட படத்தை வரையறேன். ஒங்களுக்கு விருப்பப் பட்டதெக் குடுங்க" என்றார். நான் வேண்டாம் என்று மறுத்து ஓர் இரண்டு ரூபாய்த் தாளை அவரிடம் நீட்டினேன். 'ஒங்க சாப்பாட்டுக்கு என்னால ஆனது..." என்று கூறியவாறே. அவர் பணத்தைப் பெற்றுக்கொள்ளத் திட்டவட்டமாக மறுத்து விட்டார். தான் உழைக்காமல் சாப்பிடுவதில்லை என்றும், தன் உழைப்பான படம் வரைதலுக்கு ஈடாகப் பணம் கொடுப்ப

தானால் ஏற்றுக்கொள்வதாகவும் கூறினார். வறிய நிலையிலும் ஒரு கொள்கைப் பிடிப்பு! எனக்கு யோசிக்க அவகாசம் தேவைப்பட்டது. நான் முக்கியமானவனா என்று கேட்டுக் கொண்டேன். இல்லை என்ற பதில் வந்தது. அப்படியானால் என் உருவம் வரையப்பட வேண்டிய ஒன்றல்ல. ஆனால், அந்த வறியவருக்கு உதவும் எண்ணம் என்னை விட்டு விலகிய பாடில்லை. மனம் சட்டென்று ஒரு முடிவுக்கு வந்தது. "ஒண்ணு செய்ங்க. இதோ இந்தப் பெரியவரோட முகத்தை வரைங்க; நா பணம் தர்றேன்" என்றேன், யாசகத் தாத்தாவைச் சுட்டி. தாத்தா வுக்கு ஒரு கணம் ஒன்றும் புரியவில்லை. நான் மிகவும் வேண்டிக் கேட்டுக்கொள்ளவே தாத்தாவும் இசைந்தார்.

வறியவர் பென்ஸிலைக் காகிதத்தின் மீது செலுத்தினார். மேலிருந்து தெரு விளக்கு போதிய வெளிச்சத்தைக் கொடுத்து வாழ்க்கைக்கு உதவிக்கொண்டிருந்தது. அதற்குள் எங்கள் மூவரையும் சுற்றி ஒரு சிறு கூட்டம் கூடியிருந்தது. "இந்தாங்க" என்று கூறி அந்த வறியவர் என் கையில் படத்தைத் திணித்தார்.

நான் பார்த்தேன். பார்க்கத் தோராயமாகத் தாத்தாவின் முகம் போல தோன்றிற்று. ஒன்றை முக்கியமாகக் கவனித்தேன். முகத்தில் நிறைய கோடுகள் இருந்தன. நெற்றியில் அதிகமான சுருக்கங்கள். படம் வரைவது ஒரு பிரத்தியேகத் திறமையாக இருக்கலாம். ஆனால், ஏன் அந்த அபரிமிதமான கோடுகள்? ஆம், அவ்வாறுதான் இருக்க வேண்டும். வறியவர், யாசகத் தாத்தா வின் நிலையை நன்றாகப் புரிந்துகொண்டிருந்திருக்க வேண்டும். அந்தக் கோடுகள் வறுமையின் குறியீட்டுக் கோடுகள். கவலை யின் ரேகைகள். வாழ்வில் நேர்ந்த துக்கங்களின் வடுக்கள். எவ்வளவு பொருத்தமாகப் படம் அமைந்திருந்தது என்று வியந்தேன்.

படத்தை அந்தத் தாத்தாவிடம் நீட்டினேன். "இந்தாங்க, இது என்னோட பரிசு" என்றேன். ஓர் இரண்டு ரூபாய்த் தாளை அவரிடம் தந்தேன். அவர் வழக்கம் போல சலனமின்றி அதைப் பெற்றுக்கொண்டார். பிறகு, படத்தை வரைந்தவரிடம் ஓர் ஐந்து ரூபாயைக் கொடுத்தேன். "இது படத்தோட விலையில்லை. இதனோட விலெயெ யாராலெயும் நிர்ணயிக்க முடியாது. இது வெறும் படம் இல்லெ. உண்மையான உணர்வுகளோட வெளிப்பாடு" என்றேன். வறியவர் நன்றி கூறி நகர்ந்தார்.

என் அறைக்குத் திரும்பினேன். என் அறைத் தோழர் – அவர் ஒரு கிறித்தவர் – சுவரில் மாட்டியிருந்த "அநாதி சிநேகத்தால் உன்னைச் சிநேகித்தேன்" என்ற விவிலிய வாசகம் என் உணர்வில் கலந்தது.

●

தகவல் தொடர்பு சாதன வாழ்க்கை

காலை.

"நம்ம சந்துரு என்ன சொல்றான் கல்யாணத்துக்கு?"

"அவனுக்குக் கார்கோ மேனி இருக்கற பொண்ணுதான் வேணுமாம். ஒரே அடம்."

"சரி, ஏதாச்சும் வழி பண்ணேளா?"

"பண்ணாமெ என்ன? அந்த சாஸ்திரிகள்கிட்டெ சொன்னேன். அந்த மனுஷன் சுத்த கர்னாடகம். கார்கோ என்னா என்னன்னு கேட்டுப் பிராணனெ வாங்கிடுத்து. மார்க்கெட்லெ லேட்டஸ்டா வந்திருக்கற சோப்பு பேரெக்கூடத் தெரிஞ்சு வச்சிக்கலை."

"அவர் எப்படியோ இருக்கட்டும். பொண்ணு பாத்துத் தர்றேன்னாரோ?"

"அதெ ஏன் கேக்கறே? பெரும்பாடாப் போயிடுத்து, அவா மேனிதான் அவா அவாளுக்கு இருக்கும்னு சாதிக்கறார். கௌசல்யா மேனி, அம்புஜம் மேனி, பங்கஜம் மேனி இப்படித் தானேங்கறார். கார்கோ மேனிக்கு நா எங்கெ போறதுன்னு கேக்கறார்."

"இப்ப என்ன பண்ணப் போறேள்?"

"வேறெ சாஸ்திரிகளெப் பாக்க வேண்டியதுதான். ஜனங்கள் இன்னும் மாறலை பாத்தியோ! காலம் எவ்வளவோ மாறிண்டிருக்கு. இவர் இன்னும் பழசிலேயே இருக்கார்."

"செத்தெ இருங்கோ. யாரோ வர்றாப்பலெ இருக்கு. அட, எங்க ஒட்டிவீரம்பட்டி அண்ணார்! கூடவே யாரு பாட்டி?"

"வாங்கோ வாங்கோ, ஒரு கடிதாசு போடப்படாதோ? ஸ்டேஷனுக்கு வந்திருப்பேனே. இவா யாரு?"

'மெட்ராஸ்லெ அவசர ஜோலி. சட்டுன்னு பொறப்பட்டுட்டேன். பாட்டி பக்கத்தாத்துக்காரர். மெட்ராஸ் பாக்கணும்னா. ஜோலியெ முடிச்சுண்டு செத்தெ சுத்திக் காமிச்சுட்டுப் போலாம்னுதான் அழைச்சுண்டு வந்தேன்.'

 நற்றிணை பதிப்பகம் ○ 433

“நமஸ்காரம் பாட்டி.”

“நல்ல இருடீயம்மா. ஓங்க அண்ணார் ஒன்னெப் பத்தி ரொம்பச் சொல்லியிருக்கார். நீ ரொம்பப் புத்திசாலி. காலேஜெல்லாம் வாசிச்சிருக்கியாம். எங்கே ஓம் பையனும் பொண்ணும்? படிப்பு முடியலியோ இன்னும்?’

“பையன் எம்.பி.ஏ. முடிச்சுட்டு உத்தியோகத்துல இருக்கான். பொண்ணு இப்பத்தான் எம்.ஏ. பரீட்சை முடிச்சா. இப்ப விளம்பரத்துலெயெல்லாம் நடிச்சுண்டிருக்கா.”

“என்ன விளம்பரத்துலெ?’’

“ஒண்ணு இல்லெ பாட்டி, நிறைய.”

“கஷ்டமான வேலையோ?’’

“கஷ்டமில்லை பாட்டி, ஆனா நிறைய திறமெ வேணும். கிளுப்ஸ் பாட்டரி ட்ரான்ஸிஸ்டர் முன்னாடி ஒரு பையனோட ஸ்டெப்ஸ் போட்டு ஆடணும். மழு மழுன்னு ஷேவ் பண்ணிக்கற பையனெக் கண்ணு கொட்டாமெ மோகனப் புன்னகையோட நெறெய நாழி பாத்துண்டிருக்கணும். மொகத்துலெ பருக்களிம்பெ அள்ளிப் பூசிண்டு பளிச்சுன்னு சிரிக்கணும். இன்னும் என்னென்னவோ எல்லாம்...”

“இரு இருடீயம்மா, நேக்கு ஒண்ணுமே புரிய மாட்டேங்கறது. இது என்ன வேலையா? சம்பந்தா சம்பந்தமில்லாம என்னென்னமோ சொல்லிண்டு போறியே?”

“நீங்க பழைய காலம் பாட்டி. ஓங்களுக்கு ஒண்ணும் புரியாது. நாம எவ்வளவு முன்னேறிண்டிருக்கோம்னு தெரியுமோ?”

குடும்பத் தலைவர் வேலைக்குக் கிளம்புகிறார். தலைவியின் அண்ணாரும் தான் வந்த ஜோலியைக் கவனிக்கக் கிளம்புகிறார். குடும்பத் தலைவி வெளியே வந்து மகனை அழைக்கிறார்.

“சந்துரு அங்கே என்னடா எட்டிப் பாத்துண்டிருக்கே?”

“மம்மி மம்மி இங்கெ வந்து பாருங்களேன். அந்தப் பக்கத் தாத்துப் பொண்ணு ரெடிமிக்ஸ் போட்டுண்டு குளிச்சுண்டிருக்கா. என்ன சௌந்தர்யம்னு வந்து பாருங்கோ. அந்தப் பாட்டு கேளுங்கோ. லாலாலா லாலா லாலலலல்லா. என்ன ஆனந்தம் பாருங்கோ.’’

“நாசமா போறவனே, உள்ளே வாடா. சண்டெயெல்லாம் இழுத்திண்டு வராதே.”

சந்துரு மனமில்லாமல் வீட்டுக்குள் வருகிறான். குடும்பத் தலைவியும் வீட்டில் மறு நுழைவு செய்கிறாள். பாட்டி ஏதோ அங்கலாய்த்துக்கொண்டிருக்கிறாள்.

மாலை. மகன் சந்துரு அலுவலகத்தில் இருந்து வீடு திரும்புகிறான். மகள் மீனலோசினி(மீனா)யும் வீடு திரும்புகிறாள்.

“என்ன சந்துரு, இண்ணெக்கி ரொம்பக் குஷியா இருக்காப் பலெ இருக்கு!”

“ஆமா மம்மி, நேக்கு ப்ரமோஷன் கெடெக்கப் போறது!”

“நீ சேர்ந்து ஒரு வருஷம்கூட ஆகலியே!”

“அதுதான் மம்மி சமத்து. அதன் அஸிஸ்டெண்ட் மானேஜர்கிட்டெ லேட்டஸ்டா வந்திருக்கற ‘32 ஆக்ஷன் டூத் பிரஷ்’ பத்திச் சொன்னேன். அவருக்குத் தெரிஞ்சிருக்கலை. அவருக்கு எப்பவுமே டூத் ப்ராப்ளம். நா நன்னா வெவரிச்சுச் சொன்னேன். ஒரு பல்லுக்கு ஒரு ஆக்ஷன் மேனிக்கு 32க்கு 32 ஆக்ஷன்னேன். அவருக்கு ரொம்பப் புல்லரிச்சுப் போயிட்டுது. நா அடிச்சுச் சொன்னேன், இனிமே அவருக்கு ஒரு பல்லிலேகூட பிராப்ளம் வராதுன்னு. அதான் நேக்கு இப்டியொரு லக் அடிச்சிருக்கு.”

“செத்த இரு. காப்பி கொண்டார்றேன். அடீ மீனு. கொஞ்சம் ஸ்டவ்வெப் பத்த வை. மீனு மீனூ எங்கெடீ இவ?”

“இதோ வந்துட்டேன் மம்மி.”

“எங்கெடீ போயிருந்தே?”

“ஒண்ணுமில்லே மம்மி. கீழே கமலம் ஆத்துக்குப் போலாம்னு போயிண்டிருந்தேன். பக்கத்தாத்து சார் ட்ரஸ் மாத்திண்டிருந்தது அகஸ்மாத்தாத் தெரிஞ்சுது. சட்டுன்னு மறைமுக எழில் கண்ணுலெ பட்டுடுத்து. அதுதான் செத்த நாழி நின்னு பாத்தேன். மம்மி, மம்மி, எவ்வளவு ஜோரா இருக்கு தெரியுமா?”

“நாசமாப் போறவளே, ஆம்பிளெங்க ட்ரஸ் மாத்திக்கர்றதெ யெல்லாமா நின்னு பாப்பா? நாலு பேரு பாத்தா என்ன நெனெப்பா?”

“இல்லெ மம்மி மறைமுக எழில்...”

“அதென்னடீ அது?”

“மார்க்கெட்லெ வந்திருக்கற லேட்டஸ்ட் கே.கே. ப்ரீஃப். ஆண்மைக்கு அழகு சேர்க்கும் மறைமுக எழில் ஜட்டிலெ அவர் அசல் ஸ்போர்ட்ஸ்மேன் மாதிரி இருந்தார். அதான் செத்த நாழி இருந்து பாத்தேன்.”

“அதுவும் சரிதான், எல்லாமே தெரிஞ்சுக்கணும். அப்பத்தான் அப்டுடேட்டாக இருக்க முடியும். ஒன் வேலைக்கும் இதெல்லாம்

அவசியம் தெரிஞ்சுக்கணும். எங்கே ஒன் வெள்ளிக்கிழமை ஃப்ரெண்ட் ராதீ இன்னும் காணோம்?"

"இல்லெ மம்மி, அவளுக்கு இண்ணெக்கி ஒரு பார்ட்டி. நைட் ஆத்துக்குப் போறதுக்கே ஒம்பது மணி ஆயிடும்னா. அடுத்த வாரம்தான் வருவா."

"ஒம்பது மணிக்குத் தனியாவா?"

"ஏன் மம்மி, அவதான் 'வளரும் பெண்ணுக்கு உரிய பாதுகாப்பு' ஒண்ணு எப்பவுமே பேக்லெ வச்சிருப்பாளே. அவளுக்கென்னத்துக்குத் துணையெல்லாம்?"

"நல்ல சமத்துப் பொண்ணு."

"மம்மி மம்மி ஒண்ணு மறந்துட்டேன். நேத்து டி.வி.யிலெ ஒரு புது விளம்பர டெக்னிக் நுழெச்சிருந்தா."

"என்னது?"

"டி.பி. டெக்னிக்."

"அதென்ன டெக்னிக்?"

"ஆத்துல யாராவது ஒருத்தருக்கு டி.பி. வந்தா குடும்பம் முழுசும் ட்ரீட்மெண்ட் எடுத்துக்கணும்பா. விளம்பரத்துலெ அப்பாவுக்கு வாய் துர்நாற்றம். அப்பாவையும் சேர்த்து அம்மா நாலு கொழந்தைங்க எல்லாம் பால்பேட் டூத் பேஸ்டுலெ பல் துலக்கிக்கறா."

"நல்ல புது டெக்னிக். விளம்பரங்க வர வர நன்னா இம்ப்ரூவ் ஆயிண்டேயிருக்கு. நானும் பாத்துண்டுதான் வர்றேன்."

"மம்மி இண்ணொண்ணும் சொல்ல மறந்துட்டேன்."

"என்ன சொல்லு."

"இண்ணெக்கிக் காலைலெ குளிக்கறச்செ எம்மேனி எங்கிட்டே பேசிச்சு."

"ஓம் மேனியுமா? அப்பொ நீ நா யூஸ் பண்ற டரஸ்கா சோப்பையே இனிமே போட்டுக்கோ. மனசுக்குத் தெரியாதது மேனிக்குத் தெரியறது. ஆனாலும் நீ ஓம் மேனி பேசற வரைக்கும் டரஸ்காவெ யூஸ் பண்ணாதது தப்பு. விளம்பரம் பண்ணப்படற ஒவ்வொண்ணுத்துக்கும் ஜீவன் இருக்குன்னு ஃபீல்ட்லெ இருக்கற நோக்கே தெரிய வேணாமோ. நல்ல பொண்ணுடீ நீ."

பக்கத்தாத்து மாமி வருகிறாள்.

"வாங்கோ வாங்கோ மாமி."

"சும்மா, பேசிட்டுப் போலாம்னு வந்தேன். இவா யாரு?"

“ஒட்டிவீரம்பட்டிலேர்ந்து மெட்ராஸெப் பாக்க வந்த பாட்டி.” பாட்டியை நோக்கி, “பாட்டி இவுங்க பாம்பர்–டி குடும்பம். இவ ஒரே குழந்தை. யாம்ப்ளான் குழந்தை.”

மாமியும் குழந்தையும் சிறிது நேரம் கழித்து வெளியேறு கிறார்கள். பாட்டிக்குக் கேட்க நிறைய கேள்விகள் இருக்கின்றன.

“ஆமா இவ ஆத்துக்காரர் பேரு என்னான்னு சொன்னே?”

“நான் சொல்லலவே இல்லியே. அவ ஆத்துக்காரர் பேரு சபேசன்.”

“அப்பொ சபேசன் குடும்பமாத்தானே இருக்கணும். நீ வேறே என்னமோ சொன்னியே!”

“ஓ, அதுவா பாட்டி சிறு குடும்பமா இருக்கறதுக்கு இவா கையாள்ற வழி பாம்பர்–டி. நீங்கள்லாம் பழைய தலை முறையெச் சேந்தவா. ஒங்களுக்கு இதெல்லாம் புரியாது.”

“அதென்னவோ வாஸ்தவம்தான். நேக்கு ஒரு எழவும் விளங்க மாட்டேங்கறது. வந்ததுலேர்ந்து புதுசு புதுசா என்னவோ சொல்றே. அது கெடக்கட்டும். அதென்னவோ ப்ளான் கொழந்தைன்னியே. பேரு நம்மவா பேரு மாதிரி இல்லியே. அதென்ன பொதுக் பொதுக்குன்னு இவ்வளவு குண்டா இருக்கு?”

“அதுவா பாட்டி, அது பேரு சொர்ணம். யாம்ப்ளான் காலைலே ஒரு தபாவும் மத்தியானம் ஒரு தபாவும் ராத்திரி ஒரு தபாவும் குடிச்சுட்டு வளர்றதுனாலெ யாம்ப்ளான் குழந்தைன்னு பேரு. யாம்ப்ளான்லெ 10026 ஊட்டச் சத்துகள் அடங்கியிருக்கு தெரியுமோ?”

“இவ்வளவு சத்தைச் சாப்பிட்டு இந்தச் சின்ன வயசுலெ இவ்வளவு பாரத்தைச் சுமக்கணுமா என்ன? பாத்தா கஷ்டமா இருக்கு. நாலு தப்படி வேகமா நடந்தா பொத்துன்னு கீழே விழுந்திடும் போல இருக்கு. பாவம்.’

“விழுந்தா ஒண்ணும் ஆயிடாது பாட்டி. இல்லம் தோறும் இல்லத்தரசிகள் வச்சிருக்க வேண்டிய ஐயோபாங் களிம்பு இருக்கவே இருக்கு. காயம் ஒரே முச்சூட்டா ஒழிஞ்சிடும்.”

“ஏதோ ஒழிஞ்சா சரி. அதென்ன அப்பொத்துலேர்ந்து ஒருத்தர் பேசிண்டிருக்கற சத்தம் கேட்டுண்டே இருக்கு? எந்த ஆத்துலேர்ந்து?”

“ஓ அதுவா. கீழ்ே ஒருத்தர் குடியிருக்கார். சினிமாவிலே சமரசப் பயிற்சி செய்யறவர். ஒத்திகெ பாத்துண்டிருப்பார்.”

“சினிமான்னா சண்டெ போடுவாளோ?”

“மனுசாள்ன்னா சண்டை வரத்தானே பாட்டி செய்யும். சண்டெயை நன்னாப் போடணுங்கறத்துக்காக சண்டைப் பயிற்சிக்குன்னு ஒருத்தர் இருப்பார். இப்பொ புதுஸ்ஸா சமரசப் பயிற்சின்னு ஒண்ணு ஆரம்பிச்சிருக்கா. அதுக்கு மூணு வருஷம் படிக்கணும். புதுசா இருக்கறதுனால நெறைய டிமாண்ட். இவர் மாதிரிப் படிச்சவா நம்ம நாட்டிலேயே பத்துப் பேர்தான் இருப்பா. இதுக்கெல்லாம் நெறைய அறிவு வேணும் பாட்டி.”

“சமரசம் செய்யறதுக்கு மனசு இருந்தா பத்தாதோ, இதுக்கெதுக்கு அறிவும் படிப்பும்?”

“பாட்டி, ஒங்களுக்குச் சொன்னால் புரியாது. காலம் ஒங்க காலம் போல இல்லை. நெறைய முன்னேறியிடுத்து, மாறிட்டுது.”

“அதென்னமோம்மா நேக்கு ஒண்ணும் புரிய மாட்டேங் கறது. குடும்பம் நன்னா நடக்கறதோ? ஆத்துக்காரர் ஒன்னே நன்னா வச்சிண்டிருக்காரோ?”

“நேக்கு ஒரு கொறெயும் இல்லை பாட்டி. ஆத்துக்கு அஞ்சு நிமிஷம் லேட்டா வந்தாலும் நாப்பது ரூபாய்க்கி பந்தனா ஸ்வீட் வாங்கி வந்திருவாரு. போன மாசந்தான் கொஞ்சம் கையெக் கடிச்சுடுத்து. பத்து தபா லேட்டா வந்தார். நானூறு ரூபா காலி. அதுக்கப்பறம் திருந்திட்டார். டாண்ணு ஆறரை மணிக்கு ஆத்லெ இருப்பார். இதோ அவரே வந்துட்டார். அப்பிடீன்னா மணி ஆறரெ.”

மூன்றாவது போர்ஷனலிருந்து காமு வருகிறாள்.

“என்னடீ காமு திரும்பவும் முகப்பரு வந்துட்டுதா நோக்கு?”

“ஆமா மாமி, இப்படி இருந்தா ‘அதோ போறா பாரு முகப்பரு காமு’ன்னாச்சும் சொல்லறா. இவா இப்படிச் சொல்றாளேனு த்ரீரஸில் களிம்பு பூசிண்டு பருவெப் போக்கிண் டேன். அப்பொ ஒருத்தி சொன்னா. ‘அதோ போறா பாரு காமு’ன்னு. அதுக்கு இன்னொருத்தி ‘அவ இப்பொ முகப் பருவெல்லாம் போயி வெறும் காமு ஆயிட்டா’ன்னு. முகப்பருக் காமுவா இருக்கறது எவ்வளவோ தேவலாம். வெறும் காமுவா, மூளியான காமுவா இருக்கறதுக்கு லஜ்ஜெயா இருக்கு. அதனாலெதான் பருவெ வளத்துண்டேன்.”

“நல்ல சமத்துப் பொண்ணு, ஒன்னெ வெறும் காமுன்னு சொன்னவ நாசமாப் போக.”

“இப்பத்தான் சொல்ல மாட்டாளே மாமி. நா இப்பொ பழையபடி முகப்பரு காமு. வெறும் காமு இல்லியே.”

“நீ செஞ்சது ரொம்பவும் சரிடீ.”

“மாமி நாளெக்கி லல்லுவுக்குக் கல்யாணம். ஒரு புரட்சி கரமான கல்யாணம். எப்பிடீன்னு கேக்க மாட்டேளா?”

“நீதான் சொல்லீண்டிருக்கியே.”

“லல்லு, மௌத் வாஷ் அடங்கிய டூத் பேஸ்டுலெ பல் துலக்குறவ. பக்கத்தாத்து ராமனும் அதே பேஸ்டுலெ பல் துலக்கறவன். மௌத் வாஷ் சுவாச நறுமண ஜோர்லெ கிஸ் பண்ணிண்டா எப்படி இருக்கும்னு ரெண்டு பேருக்கும் ஒரே சமயத்துலெ தோணியிருக்கு. பண்ணிப் பாத்துண்டாளாம். ரம்மியமான நறுமணமான கிஸ்ஸா இருந்ததாம். அஞ்சாவது கிஸ்ஸுலெ காதல் அரும்பியிடுத்தாம். தங்களெ ஒண்ணு சேர்த்த மௌத்வாஷ் டூத் பேஸ்டுக்கு ஊதுபத்தி கொளுத்தி வச்சி பகவானை வழிபட்டு அவா நாளைக்கி மாலெ மாத்திக்கப் போறா. என்ன புதுமைங்கறேள்!”

பாட்டி ‘கிரகச்சாரம்’ என்று தலையில் அடித்துக்கொள் கிறாள். இப்பொழுது பாட்டிக்கு நிலைகொள்ளவில்லை.

“ஓங்க அண்ணார் வெளியே போனவர் எப்பொ வருவார்?”

“ஏம் பாட்டி?”

“அவருக்கு வந்த ஜோலி முடிஞ்சுடுத்துன்னா கிராமத்துக்கு ஓடனே போயிடலாம்னு பாக்கறேன்.”

“மெட்றாஸெச் சுத்திப் பாக்கலியோ?”

“வேணாண்டியம்மா, நேக்குத் தலையைச் சுத்தறது.”

“துரித நிவாரணம் பெற டெட்ஸ்பிரின் ரெண்டு மாத்திரை தரட்டுமா பாட்டி?”

“நேக்கு மாத்திரெப் பழக்கமெல்லாம் இல்லெடியம்மா. எல்லாம் கிராமத்துக்குப் போனா சரியாயிடும். சித்தம் பேதலிக் கறாப்பல இருக்கு.”

“முன்னேற்றம்னா அப்படித்தான் இருக்கும் பாட்டி. ஓங்களாலெ நெறைய விஷயங்களெ ஏத்துக்க முடியலை.”

●

ஆசான்

இந்தக் கதை நிகழ்ந்து ஏறத்தாழ பன்னிரண்டு ஆண்டுகள் கடந்துவிட்டன. ஆனால், இன்றைக்குத்தான் இதை எழுதும் மன விழைவு ஏற்பட்டிருக்கிறது. கதை இதோ:

என் அலுவலகம் ஒரு தினுசானது. இப்படி விவரிப்பதில் என் உயர் அதிகாரிக்கு என் மேல் ஓரளவு கோபம் வரலாம். பாதகமில்லை. உண்மையை எங்காவது சொல்லியாக வேண்டிய நிர்ப்பந்தம் ஒருவனுக்கு உண்டு. ஒரு வீட்டை அலுவலகமாக மாற்றியிருந்தார்கள். அலுவலக வீட்டில் ஒரு சமையற்கட்டு உண்டு. காலையிலும் மதியமும் எங்களுக்கென்று அங்கு தேநீர் தயாரிக்கப்படும்.

நானும் ஒரு தினுசானவன் என்று சொல்லிக் கொள்வதில் எந்தவிதக் கேடும் எனக்கு நேர்ந்துவிடப் போவதில்லை. மேலும் என்னை நான் இப்படி விவரித்துக் கொள்வதில் என் மீது நான் கோபம் கொள்ளப் போவதுமில்லை. தவிர, என் கோபம் என்னை என்ன செய்துவிடப் போகிறது? நான் எப்படி ஒரு தினுசானவன் என்பதை விளக்க வேண்டிய பொறுப்பு எனக்கு இப்பொழுது ஏற்பட்டுவிட்டிருக்கிறது. யாராவது புதிதாக அறிமுகமாகிறவர்கள் என் சம்பளத்தைப் பற்றிக் கேட்டால், “ரெண்டு வேளெ டீ குடுத்து கையில தொளாயிர ரூபா குடுக்கு றாங்க” என்பேன்.

இந்தச் சூழலில், புதிதாக ஒருவர் வேலைக்குச் சேர்த்துக் கொள்ளப்பட்டார். போகப் போக, அவரும் ஒரு தினுசானவர் என்று தெரிந்துகொண்டு சந்தோஷப்பட்டேன். அவர் பார்ப்ப தற்கு ஒல்லியான உடல்வாகுடனும் கரடு முரடான முகத் துடனும் இருப்பார். கரகரத்த குரலில்தான் பேசுவார். மென்மை, அழகு இவைகளுக்கும் அவருக்கும் அதிக இடைவெளி இருப்பது சட்டென்று மனதில் பதியும். அவருக்கு ஒரு முப்பத்து ஐந்து வயதிருக்கலாம். என் சக ஊழியரின் வீட்டில் பத்துப் பாத்திரம் துலக்க ஒரு பெண்மணி இருந்தாள். அவளது கணவன்தான் அவர். சக ஊழியரின் சிபாரிசின் பேரில் வேலைக்குச் சேர்ந்தவர்.

புதியவருடைய வேலை காலை அலுவலகம் திறக்குமுன் தேநீர் தயாரிப்பதற்காக உபயோகிக்கும் பாத்திரங்களைத் தேய்த்துச் சுத்தம் செய்வது, குடிநீர் பிடித்து வைப்பது, அலுவலகத் தரையைப் பெருக்குவது ஆகியவை. இவற்றுக்கெல்லாம் சம்பளம் ஒரு பிசாத்து ஐம்பது ரூபாய். அதற்கே உயர் அதிகாரி ஏகமாக மூக்கால் அழுது, நிறைய அகஆர்ப்பாட்டங்களுடன் மல்லாடி, பிறகுதான் வேறு வழியில்லாமல் ஒப்புக்கொண்டார். அவருக்கு நாற்பது ரூபாயில் ஓர் ஆள் குதிர்ந்திருந்தால் தேவலாம். ஆனாலும் தன் கொழுத்த சம்பளத்தில் ஒரு நூறு ரூபாய் குறைக்கப்பட்டால் அவர் சந்தோஷப்படுவாரா என்று சந்தேகம்தான். இதிலிருந்து அவரும் ஒரு தினுசானவர் என்பது புரியும்.

அலுவலகம் பௌதீகரீதியில் மட்டுமின்றி வேறு பல அம்சங்களிலும் ஒரு தினுசானது. என் அலுவலகம் ஒரு தொழிற்சாலை அல்ல. ஒரு நிர்வாக அலுவலகம். ஆனாலும் வேலை நேரம் சுளையாக ஒன்பது மணி நேரம். ஒரு மணி நேரம் சாப்பாட்டுக்குப் போக மீதி எட்டு மணி நேரம் வேலை செய்ய வேண்டும். முதுகொடிய என்று சேர்த்துக்கொள்வது சூழலை முழுமைப்படுத்தும். சாப்பாட்டு நேரத்தை அரை மணி நேரமாகக் குறைக்க நிர்வாகம் பிரயாசைப்பட்டதுண்டு. அது என்னமோ நிறைவேறாமல் போய்விட்டதில் உயர் அதிகாரிக்கு ஆழ்ந்த வருத்தம்தான். மற்றபடி தொழிற்சாலை மாதிரி சங்கு என்னவோ ஊதுவதில்லை. ஒரு வேளை சங்கை நிர்வாகம் அபசகுனமாகக் கருதியிருக்கலாம். நான் ஒரு மெஷினில் வேலை செய்யும் தொழிலாளியாக என்னை உருவகித்துக்கொண்டு எட்டு மணி நேரமும் தட்டச்சுப் பொறியில் தொடர்ந்து சப்தத்தை எழுப்பி அமைதிக்குப் பங்கம் விளைவித்துக் கொண்டிருப்பேன். அமைதியைக் குலைப்பதும் ஒரு வேலையாக அமைந்துவிடுவது கஷ்டம்தான். என்ன செய்ய? உயர் அதிகாரி, புதியவர், நான் எல்லோருமே ஒரு தினுசானவர்களாக இருந்ததால் இந்த ஒரு தினுசான அலுவலகம் ஒரு தினுசான பூரணத்துவத்தைப் பெற்றிருந்தது.

புதியவர் வந்து ஒரு பதினைந்து தினங்கள் சென்றிருக்கும். அதற்குள் அவரைப் பற்றிய விவரங்களைச் சிபாரிசு செய்த சக ஊழியர் மூலம் தெரிந்துகொண்டோம். அவர் எந்த வேலையிலும் கௌரவம் பார்ப்பவராம். சக ஊழியர் வசித்து வந்த ஃப்ளாட்டில் உள்ளவர்கள் அவருக்குச் சில தொழில் ஆலோசனைகளை வழங்கினார்களாம். ஆனால், அவர் சுய கௌரவம் கருதி அவற்றையெல்லாம் நிராகரித்துவிட்டாராம். அவர் எதைக்

கௌரவமான தொழிலாகக் கருதுகிறார் என்று தெரியாமல் குழம்பிப் போய் பிறகு அவரைத் தொந்தரவு செய்யாமல் விட்டு விட்டார்களாம். அவர் என்னவோ ஓர் உயர் அதிகாரி வேலைக்குத் தான் லாயக்கு என்று எனக்குப் பட்டது. ஆனால், அந்த மாதிரி சுலபமான வேலையைச் செய்யும் அளவுக்கு அவர் அதிகம் படித்திருக்கவில்லை. ஏழாவதோ என்னவோதான் படித்திருந்தார்.

அவரைப் பற்றி மிகவும் ஆச்சரியப்படத்தக்க விஷயம் ஒன்று உண்டு. அவரை அவரது மனைவி அவதார புருஷனாகக் கொண்டாடிக் கொண்டிருந்தாளாம். எல்லாம் என் சக ஊழியர் சொல்லித் தெரியும். எனக்கு அவதார புருஷர்களின் நினைவு அதன் பிறகு முற்றாக மறந்துபோனது. வாழ்க்கையே ஒரு தினுசானது என்று சொல்லி என் மனத்தைச் சாந்தப்படுத்திக் கொண்டேன்.

எல்லா அலுவலகங்களிலும் சம்பவங்கள் நடப்பதுண்டு. புதியவர் சம்பந்தப்பட்ட ஒரு சம்பவம் எங்கள் எல்லோரையும் திடுக்கிடச் செய்தது. சாதாரணமாகப் புதியவர் காலை ஏழு மணிக்கு வருவார். அலுவலக வீட்டுச் சாவி பக்கத்து வீட்டில் இருக்கும். அங்கிருந்து சாவியை எடுத்துக்கொண்டு தனக்குக் கொடுக்கப்பட்டிருக்கும் வேலைகளைச் செய்து முடித்துவிட்டு எட்டு மணிக்குப் போய்விடுவார். அன்றைக்கென்னமோ நாங்கள் (உயர் அதிகாரி உள்பட) வரும் வரை அவரது வேலை முடிந்திருக்கவில்லை. எங்கள் உயர் அதிகாரிக்கு அன்றைக்கு ஏதோ தோன்றியிருக்க வேண்டும். புதியவரை அழைத்து, "என்னப்பா, இந்த அலமாரிகளெயெல்லாம் சுத்தமாத் தொடச்சி வச்சிட்டுப் போ. எவ்வளவு அழுக்கா இருக்கு பார்?" என்று சொன்னார். புதியவருக்கு அசாத்தியக் கோபம் வந்துவிட்டது. மிகவும் கறாராகப் பதில் சொல்ல ஆரம்பித்தார். அலமாரி களைத் துடைத்து துவைப்பதெல்லாம் ஆஃபீஸ் பாய் வேலை என்றும், தன்னை அந்த வேலையைச் செய்யச் சொல்வது தன்னைத் தவறாகப் பயன்படுத்திக்கொள்வதாகும் என்றும் உணர்ச்சிவசப்பட்டார். உயர் அதிகாரிக்கு நிலைமையை நியாயமான முறையில் சமாளிக்கத் தெரியவில்லை. சமாளிக்க முடியாத நிலைமை வரும்போது அவர் செய்வதெல்லாம் வேலையை விட்டு நீக்குவதுதான். அவர் எப்பொழுதும் தன் சொந்த நியாயங்களைப் பிறர்மீது சுமத்துவதில் கவனமாக இருந்தார். பொது நியாயம் அவருக்கு மறந்துவிட்டிருந்தது. பதவி உயர்வு கிடைத்தவுடனேயே இந்த அசம்பாவிதம் அவருடைய பண்பியல் தொகுப்பில், அவருடைய ஆளுமையில் நிகழ்ந்திருக்க வேண்டும். அவர் ஒரு தினுசானவர் என்பதை ஏற்கனவே சொல்லிவிட்டேன். அதை இந்த இடத்தில் நினைவு படுத்திக்கொள்வது அவசியம்.

புதியவர் வேலையை விட்டு நீக்கப்பட்டார். அதிகாரம் குமுறிக் கொண்டிருந்ததால் கணக்கு தீர்ப்பதில் ஒரு மூன்று ரூபாயைத் தவறுதலாகக் குறைத்திருந்தார். இதைப் புதியவர் காரமாகச் சுட்டிக் காட்ட அதிகாரியின் முகம் ஜிவ்வென்றாகி விட்டது. சம்பளத்தைப் பைசா குறையாமல் வாங்கிக்கொண்டு புதியவர் நடையைக் கட்டினார்.

எனக்கு அவரைப் பார்த்துப் பேச வேண்டும் போலிருந்தது. அவரைத் தொடர்ந்து சென்றேன். "என்ன ஒரு சின்ன அட்ஜஸ்ட்மெண்டுக்குக் கூட நீங்க கட்டுப்பட மாட்டீங்களா?" என்று கேட்க வாயெடுத்தேன். அதற்குள் அவரே பேசினார். நிறைய நாட்டு நடப்புகளை அவர் தெரிந்து வைத்திருந்தார். அலுவலக அநியாயங்களைப் பற்றி நிறையவே பேசினார். நான் கேட்க எண்ணியதை அவர் ஊகித்திருக்க வேண்டும். இதெல் லாம் அட்ஜஸ்ட்மெண்ட் இல்லை என்றும், முதலாளிகளுடைய பூடகமான உழைப்புச் சுரண்டல் என்றும், ஒருவரை ஒரு வேலைக்கு என்று அமர்த்திவிட்டுப் பிறகு வேறு வேலைக்குப் பயன்படுத்திக்கொள்வது முறைகேடு என்றும், தன் பக்க நியாயத்தை எடுத்துச் சொன்னார். பொதுவாக அவருடைய வாழ்க்கையைப் பற்றி விசாரித்தேன். அவர் வறுமையில் வாடு பவராக இருந்தபோதிலும் தான் சாப்பிடும் சோறு தன்மானச் சோறு என்று பெருமிதத்தோடு சொன்னார். தான் வாழ்க்கையில் இதுவரை எந்தவித சமரசமும் செய்து கொள்ளவில்லை என்று அவர் சொன்னபோது அவரது குரலில் கம்பீரம் தெறித்தது. எனக்கு நேரமாகவே பேச்சை ஒரு கட்டத்தில் முடித்துக்கொண்டு அலுவலக வீட்டை நோக்கி நடக்கத் தொடங்கினேன்.

இப்பொழுது என் மனதில் ஒருவிதமான உறுத்தல் ஏற் பட்டிருந்தது. எனது உத்தியோகப் பெயர் ஆய்வு உதவியாளர்; செய்யும் வேலையோ முழு நேரத் தட்டெழுத்தாளன். அப்படி யானால் நான் சாப்பிடும் சோறு ஓர் ஈனத்தனமான சமரசச் சோறு. "நாமெல்லாம் எடம் குடுத்துக் குடுத்துத்தான் இந்த நிர்வாகம் இண்ணெக்கி அநியாயமாகத் துளுத்துக் கெடக்கு" என்று புதியவர் சொன்னதை நினைத்துப் பார்த்தேன். அன்று மதியம் உணவுப் பொட்டலத்தைப் பிரித்தபோது அது ஓர் அவமான ஊட்டமாகத் தோன்றவே அதைக் குப்பைத் தொட்டியில் விட்டெறிந்தேன்.

இப்பொழுதெல்லாம் அவருடைய மனைவியோடு சேர்ந்து நானும் அவரை அவதார புருஷனாகக் கருதிக் கொண்டிருக் கிறேன்.

●

மானிட வாழ்வு தரும் ஆனந்தம்

இன்றைக்காவது நான் அந்த நீண்ட நாள் தேவையைப் பூர்த்தி செய்தாக வேண்டும். புத்தக அலமாரியில் சிலந்தி தன் வேலைப்பாட்டை நேர்த்தியாக, அநேகமாக யாதொரு மானிட இடர்ப்பாடும் இன்றி நிகழ்த்திக்கொண்டிருந்தது. சிலந்தியின்பால் சொந்த வகையில் யாதொரு வன்மமும் இல்லை. வாஞ்சை உண்டு எனக் கொள்ளலும் பிசகாகிவிடும். ஜீவராசிகள் ஒவ்வொன்றுக்கும் ஒரு வேலை. மனிதனுக்கு வாழ்க்கையில் உழைப்பது ஓர் அர்த்தத்தைக் கொடுப்பது போல, சிலந்திக்கு வலை பின்னுவதில் தன் ஜீவிதத்திற்கு ஒரு பூர்ணத்துவம் கிடைத்துக்கொண்டிருப்பது அநியாயமான சமாச்சாரமா என்று தெரியவில்லை. என்ன இருந்தாலும் முதலில் அத்து மீறுவது மானிடன்தான். ஒட்டடை அடிப்பது ஜீவகாருண்யம்தானா என்பது விளங்கவில்லை. பொதுவாக, சிறு விஷயங்கள் பற்றி ஆழ்ந்து யோசிப்பதில்லை. ஒட்டடைக் கம்பு வாங்கும் அளவுக்குச் சிலந்தி தன் உழைப்பைக் கூரை மேலெல்லாம் நிகழ்த்திச் சிரமித்திருக்கவில்லை. உடனடித் தேவை ஒரு தூசி தட்டி. இந்த உடனடித் தேவை நெடுநாட்களாக இருந்து வந்ததால் இப்பொழுது இது மேலும் ஒத்திப் போட முடியாத அவசரத் தேவை ஆகிவிட்டிருந்தது.

சைக்கிளை எடுத்துக்கொண்டு கிளம்பியாகிவிட்டது. வாகனம் நேராக நான் வாடிக்கையாகச் செல்லும் ஸ்டேஷனரி கடை முன் என்னைச் சேர்ப்பித்தது. ஒரு குடும்பம் அதை நடத்திக்கொண்டிருந்தது. இந்த ஊருக்கு வந்த புதிதில், அனுபவக் குறிப்புகள், கதைகள் எழுத, காகிதம் வாங்கப் போன முதல் கடை அதுதான். முதலில் பரிச்சயமானவள் ஓர் ஒல்லியான இளம்பெண். நான் வழக்கமாக அவள் கடையில்தான் இனி பொருட்கள் வாங்கப் போவதாக சாமி சத்தியமான ஒரு முழுப் பொய்யை அவள்பால் முன்வைத்து ஒரு கொயர் காகிதத்தைப் பத்துப் பைசா கம்மி விலைக்கு வாங்கியது இன்னும் பசுமையாக நினைவில் நிற்கிறது. கயமைகள் மறப்பதில்லை. பொய் பிறகு நிஜமாகி என்னைச் சத்தியசீலனாக்கி, சாதகமான

ஒரு சுய படிமத்தை உருவாக்கித் தந்துதவி மகிழ்வித்துக் கொண்டிருக்கிறது. இப்பொழுதெல்லாம் அவள் எனக்காக விலையைக் கொஞ்சம் பார்த்துத்தான் போடுவாள். குறைந்தது இரண்டு சிகரெட்டுகளுக்கான காசையாவது சலுகை மூலம் பெற்று விடுவேன். அவளது பரிவின் சுரத்தல் உவந்தளிக்கும் தள்ளுபடியை நான் புகைக்காக துஷ்பிரயோகம் பண்ணுவது அவளுக்குத் தெரிந்திருந்தால் ஒரு வேளை சகாயத்தை நிறுத்தி யிருப்பாள். நல்ல வேளை என் சிறுமைகளைப் பற்றி அவளுக்குத் தெரிந்திருக்க வாய்ப்பு ஏற்பட்டிருக்கவில்லை.

கடையில் இப்பொழுதும் அவள்தான் இருந்தாள். இரண்டு நீல ரீஃபில்கள் வாங்கிவிட்டு, தூசி தட்டி பற்றி உசாவ ஆரம்பித் தேன். "உங்ககிட்டெ டஸ்டர் இருக்குதுங்களா?" அவள் கடை யில் வலது பக்கம் வைக்கப்பட்டிருந்த அலமாரியில் இருந்து ஏதோ ஒன்றை எடுத்து முன் ஷோ கேஸின் மேற்பரப்பில் வைத் தாள். அது கரும்பலகையைச் சுத்தம் செய்யும் துடைப்பான். "இது இல்லீங்க. ஒரு சின்னக்குச்சி மாதிரி இருக்கும். முன் பக்கம் எழெ எழெயாத் தொங்கும். அது..." "எழெயா?" "இழை, இழை, ஃபைபர்ஸ்." "இழையா, நீங்க சொல்றது ஒண்ணுமே புரியலீங்களே." "நார், நார் நாராத் தொங்கும்." அவள் அந்த வினோதப் பொருளை மனக் கண்ணால் வடிவம் கொடுக்க முனைந்து தோற்றுக்கொண்டிருந்தது அவள் முகத்தில் ஸ்பஷ்ட மாகத் தெரிந்தது. "இந்தக் கோவில்லேயெல்லாம் வச்சிருப்பாங் களே, வெள்ளையாக் கவரிமான் முடி வச்சிச் செஞ்சிருப் பாங்களே, சாமரம், அது மாதிரி." "பூஜை சமாச்சாரமெல்லாம் எங்க கடையிலெ விக்கிறதில்லீங்க. நீங்க பூ பழம் விக்கிற கடைகள்லெ விசாரிச்சுப் பாருங்க. சன்னிதியிலெ ஒரு வேளை நீங்க சொல்றது அகப்படலாம்." அவளைப் புரிய வைக்கும் முயல்வுகள் பரிதாபமாகத் தோற்ற நிலையில் நான் அவளிடமிருந்து நிராசையுடன் விடைபெற்றேன்.

பக்கத்தில் இன்னொரு கடை. அங்கே விசாரித்தேன். கடைப் பையனுக்கு நான் சொன்னது முதலில் குழப்பமாக இருந்தாலும், பிறகு விளங்கினாற்போல் தோன்றிற்று. "நீங்க சொல்றது இங்கெ எங்கெனெயும் கெடெக்காதுங்க. நேர மேல வீதிக்குப் போயிடுங்க. இரும்புக் கடைகள்லெ கெடெக்கும்."

மேல வீதியில் வரிசையாக நான்கு இரும்புச் சாமான் கடைகள். முதல் கடை முன் கயிறுகள் தொங்கின. சுவரில் ஒட்டடைக் கம்புகள் சாய்ந்து ஓய்வெடுத்துக்கொண்டிருந்தன. மனதுக்குக் கரை உண்டா என்பது தெரியாது. ஆனால், என் உற்சாகம் கரை புரள்வதை உணர முடிந்தது. முதல் கடையில்

ஏமாற்றம். இரண்டாவது கடையில் விசாரித்துத் தோற்றேன். பொங்கி வழிந்த உற்சாகம் அவசரகதியில் வறண்டது.

செய்வதறியாத நிலையில் பார்வையைச் சுழல விட்டதில் அருகாமையில ஒரு கொய்யாப் பழ/காய் வியாபாரி, சாக்கைத் தரை மீது விரித்துக் கொய்யாக்களை இரு கூறுகளாகப் பங்கிட்டிருந்தார். "எவ்வளவுங்க?" "இது ஒண்ணு பதினஞ்சு காசு, இது இருபது." இருபது காசு பெறுமான கொய்யாக்களில், நான் சேகரித்து வைத்திருந்த கனி ஞானத் துணைகொண்டு, சுமாரானதாக இரண்டைப் பொறுக்கி எடுத்துக்கொண்டு, முப்பத்தைந்து பைசாக்களை நீட்டினேன். "வராதுங்களே", "நீங்க ஒத்துக்கிட்டா தாராளமா வரும்." வியாபாரி கொஞ்சம் குழப்ப பாதிப்பு பெற்றுப் பின் மௌனமாகச் சமைந்து காசைப் பெற்றுக்கொண்டார். கொய்யாவை குதறிக்கொண்டே யோசிக்க லானேன். ஒரு சங்கல்பம் உருவாகியது. எப்படியும் தூசி தட்டி வாங்காமல் திரும்புவதில்லை.

மூன்றாவது கடையில் ஓர் அற்புதக் காட்சி. கும்பிடப் போன தெய்வம் கல்லா வைக்கப்பட்டிருந்த மேஜையின் பின்பக்கச் சுவரில் தொங்கிக்கொண்டிருந்தது. வாழ்க்கை ஒரு கணம் கூடுதல் பிரகாசமடைந்தது. என் பிரச்சனைக்கு ஒரு வழியாக விடிவு காலம் பிறந்ததில் கொய்யா அதீத ருசியைக் கொடுத்தது. "கார்போஹைட்ரேட் கூட மனதில்தான் இருக்கிறது" என்று நண்பர் ரமேஷ் சொன்னது நினைவுக்கு வந்தது. அவருடைய கூற்று பரீட்சார்த்தமாக கொய்யாவின் கூடுதல் திடீர் சுவையில் விளங்கிற்று. கொய்யாவை அவசர அவசரமாக உண்டு முடித்து, கடையை நோக்கிப் பறந்தேன். "இது எவ்வளவுங்க?" "எது?" "இதோ இந்த டஸ்டர்." கடைக்காரர் முகத்தில் லேசான கலவரம். பின் சுதாரிப்பு தோன்றி, பிறகு சமன நிலையை எய்தியது. "இது விக்கிறதுக்கில்லீங்க. எங்க கடைக்காக வாங்கி வச்சிருக்கு." மீண்டும் ஏமாற்றம். விசாரிப்பைத் தொடர்ந்தாலும் குரல் எழ சிரமித்தது. "இந்த மாதிரி எங்கெ கெடெக்கும்?" "சன்னதியிலெ ஷாப்புக் கடைகள்லெ கேட்டுப் பாருங்க." மனம் மீண்டும் துவளத் தொடர்ந்தது.

சன்னதித் தெருவின் முக்கில் ஒரு காப்பிக் கடை. சோர்வை அகற்றிக்கொள்ள ஒரு காப்பி அருந்தினால் தேவலாம். காசை நீட்டினேன். கடையாள் மேஜை இழுப்பில் கையை விட்டான். காப்பியை இழுப்பில் தேக்கி வைத்திருக்கிறார்களா? ஒரு குட்டிக் குழப்பம். இழுப்பில் இருந்து வெளிவந்த கை ஒரு டோக்கனை என் முன் வைத்தது. பக்கத்தில் ஒரு மேடை போன்ற அமைப்பில், எந்தவித நேர்த்தியையும் பின்பற்றாமல் சிதறல்களாக,

நீர் கொதிகலம், கிளாஸ்கள், ஓர் அகண்ட அலுமினியப் பாத்திரத்தில் தூய்மை கலப்படம் செய்யப்படாத அழுக்கு நீர், ஒரு பிடி கொண்ட பித்தளை லோட்டா, அதனுள் ஒரு வடி கட்டி. ஒரு சிறுவன் சாப்பிட்டு வைக்கப்பட்டிருந்த கிளாஸ்களை அழுக்குத் தண்ணீரில் முக்கி எடுத்தான். அதாவது கழுவி சுத்தம் செய்து விட்டான்.

அழுக்கு கிளாஸ், அழுக்கு நீர் – இரண்டு கழிவுகள், ஒரு சக்தி வாய்ந்த சுத்தம். கணித சாஸ்திரப்படி மட்டும் அது சரி. நான் அந்த கிளாஸ்களில் ஒன்றில்தான் காப்பி அருந்தப் போகிறேன். எனக்கு ஏதாவது ஆகும். உள்ளூர கிலேசம் பிடித்தாட்டிற்று. நான் பிள்ளை குட்டிக்காரன் என்பதும் ஈசனின் நினைப்பும் ஒன்றை அடுத்துப் பிறிதொன்று மனத்தில் தோன்றி மறைந்தன. பக்கத்தில் ஓர் இஸ்லாமியத் தோழர். மதம் பாகுபாடுகளை விளைவிப்பது என்ற நினைவு வந்ததும் அவர் வெறும் தோழர் ஆனார். அவர், "எனக்கு ஒரு சின்ன டீ போடுங்க" என்று கடைச் சிப்பந்தியிடம் ஒரு டோக்கனை நீட்டிக்கொண்டிருந்தார். திரவப் பொருளைத் திடப் பொருள் அளவையைக் கொண்டு அவர் குறித்தது எனக்குக் கொஞ்சம் வித்தியாசமாகப் பட்டது. என்னைப் போல அவரும் சற்று வித்தியாசமான ஆசாமி என்ற நினைப்பு அவர்பால் எனக்குள் கூடுதல் தோழமை உணர்வை ஏற்படுத்திற்று.

ஏற்பட்ட திடீர் நட்புணர்வில் சற்று களங்கம் கலக்க ஆரம்பித்தது. அவர்மீது எனக்கு இப்பொழுது சிறிது பொறாமை தோன்றிற்று. அவரது சுயேச்சை மொழியை டீக்கடைக்காரன் லகுவில் புரிந்துகொண்டு அவருக்கு அரை கிளாஸ் டீ போட்டுக் கொடுக்க முடிந்தது. தூசி தட்டியின் என் முழு விவரணை வியர்த்தத்தையே கொடுத்துக்கொண்டிருந்தது. அவர் ரொம்பவும் கொடுத்து வைத்த ஆத்மாதான். உணர்வுகளின் சிக்கலில் சிக்குண்ட நிலையில் கடையை விட்டகன்று வீதியில் முதல் அடி எடுத்து வைத்ததும் என் முன் நகர்வு தற்காலிகமாகத் தடைப்பட்டது. என்னை உரசினாற்போல் ஒரு பசு. மனம் முழுவதையும் தூசி தட்டி ஆக்கிரமித்துக்கொண்டிருந்த நிலையில் பசுவின் வால் நுனி என் கவனத்தை உடனே ஈர்த்தது. ஒரு தாவரவியலாளன் செடியின் ரம்மியத்தைத் தவறவிட்டு, 'குளோரோஃபில்' பற்றிச் சிந்திப்பது போல. என் விவரணை உத்தியை வேறு விதமாக மாற்றியாக வேண்டும். அடுத்த கடையில், 'மாட்டு வால் நுனி மாதிரி இருக்குமே, அது' என்று சொல்ல வேண்டும் என்று தீர்மானித்துக்கொண்டேன். இது எனக்கு ஓரளவு திருப்தியையும் தெம்பையும் அளித்தது.

தெளிந்த நிலையில் அருகாமையில் இருந்த ஒரு சிறு பல்பொருள் அங்காடியை அணுகினேன். பசுவின் வால் நுனியைப் பிரயோகிக்க எவ்வித அவசியமும் இருக்கவில்லை. கடையின் நுழைவாயிலில் வலது ஓர உச்சியில் பல வண்ணங்களில் தூசி தட்டிகள் அமர்க்களமாகத் தொங்கிக்கொண்டிருந்தன. திடீர் மகிழ்வு எல்லைக் கோட்டைத் தாண்டி தலைதெறிக்க ஓட ஆரம்பித்தது. என் தேவையைக் கடைப் பையனிடம் சொன்னேன். அவன், கொக்கி தாங்கிய ஒரு நீண்ட கோல் மூலம் தூசி தட்டிகள் கொத்தை எடுத்து அதிலிருந்து ஒன்றை உருவினான். "நல்ல சுத்தமாத் தட்டுமா தம்பீ?" "ஓ, நீங்க வேண்ணா பாருங்க." தம்பி, பிளாஸ்டிக் பொம்மைகள் மீது தாராள மனதுடன் பரவலாகப் படிந்திருந்த தூசியைத் தட்டி, செயல்முறையில் கூற்றை நிரூபணம் செய்தான். "என்ன தம்பீ, புதுஸ்ஸாக் கேட்டா தூசியோடு குடுக்கிறே!" "என்ன சார், இது? நீங்கதானே கேட்டீங்க. உங்கள்ட்டெ வம்பாப் போச்சு." "சரி சரி குடு. எவ்வளவு?" "ரெண்டு ரூபா எம்பளது காசு."

ஒரு பெரிய சுமை (தூசி தட்டியின் சுமையை அதிலிருந்து கழித்துக் கணிக்க வேண்டும்) என் தோள்களிலிருந்து இறக்கி வைக்கப்பட்டது. நான் வானத்தில் பறந்துகொண்டிருந்தேன்.

திருமணமான புதிதில் மதுரையில் புது மண்டபத்திலே என் மனைவிக்கு ஆசையுடன் பட்டுக் குஞ்சலம் வாங்கித் தந்து மகிழ்ந்து/மகிழ்வித்தது ஞாபகம் வந்தது. அதைவிடப் பன்மடங்கு பரவசம் தூசி தட்டி கிட்டியதில் கிடைத்தது.

●

பரஸ்பரம்

செழிப்பான ஒரு குக்கிராமம். வசதியானதொரு குடியிருப்புப் பகுதியில் ஒரு நேர்த்தியான, சௌகரியமான வீடு. வீட்டைச் சுற்றிலும் செடிகள், கொடிகள், மரங்கள். அவற்றில் பல வண்ணப் புஷ்பங்கள். காலையில் எழுந்ததும் புத்துணர்ச்சி நாடி கடற்கரை நோக்கி நடக்க வேண்டாம், மாநகர்வாசிகள் போல். கூடத்தை விட்டு வெளியே வந்து மொட்டை மாடியில் சற்று உலாத்தினாலே இயற்கையின் முழு ரம்மியமும் மனதை நிரப்பும்.

தங்குமிடமும், வேலைக் கூடமும் ஒன்றே. பணியும் புதிது, சுவாரஸ்யமானது, பயனுள்ளது. இங்கு ராஜுவுக்கு முற்றிலும் ஒரு புதிய உலகம் பரிச்சயமானது.

வந்து ஒரு வாரத்துக்குள் நான்கு தேரைகள் அகற்றப்பட வேண்டி வந்தன. தேரையின் ஒலியை அங்குதான் வாழ்க்கையில் முதல் முறையாகக் கேட்டான் ராஜ். சமையற்கட்டின் விளக்கு மின்விசைப் பெட்டி மேல் ஒன்றன்பின் ஒன்றாக ஒரு ஜோடி தேரைகள். தொடலுக்கு மட்டுமே அவை இயங்கின. குச்சியின் தட்டும் ஒலி அவைகளுள் எவ்வித அசைவையும் ஏற்படுத்த வில்லை. பாராட்டத்தக்கதோர் உறுதி, திட சித்தம். அவை களின் தாவல், தவளையைப் போலல்லாமல், மேஜைப் பந்தின் 'லூப்' வகையைச் சார்ந்த, ஜியோமிதியின் எவ்விதக் கோணங் களுக்கும் உட்படுத்தவியலாத விசித்திரமான ஒரு 'ட்ராஜெக்டரி.'

பணி மேஜைக்கு நேர் மேலே மின்விசிறி. அது மாட்டப் பட்டிருந்த கொக்கியில் குளவி தன் ஜாகையை அமைத்திருந்தது.

முதல் நாள். வேலைக்கு நடுவே, பணியைச் சற்றே நிறுத்தி, நாற்காலியில் சாய்ந்து கொஞ்சம் ஓய்வெடுக்கையில், கூடவே ஓர் எண்ணம். அதோ, எதிர்ச் சுவரில் இருக்கும், எதனிடமிருந்தோ தற்காத்துக்கொள்ள தன் வாலைத் தியாகித்திருந்த பல்லி, மின் விசிறிக்கு மேலுள்ள கூரைக்கு வரலாம். ஒருக்கால் விசிறியின் வேகச் சுழல்வையும் மீறி, இரண்டு தகடுகளுக்கிடையில் மிக மிகத் தற்காலிகமாகக் கிடைக்கும் இடைவெளி வழியே,

கூரையில் பதிந்திருக்கும் பாதங்களின் அழுத்தம் தவறுதலாக அற்றுப்போய், தன் தலையில் விழலாம். பெரிதாக இல்லாவிடினும் ஓரளவு கனமான வஸ்து. பரவலான, அறிவைக் கழற்றி விட்டெறிந்த ஜோஸியம் பலிக்கப் போவதில்லையெனினும், ஆசுவாசமான, ஓய்வான, சாதாரண நிலை இயங்குதல் மீது ஒரு தற்காலிகத் தாக்குதல், அதிர்வு, குலைவு; அதன் விளைவாகப் பதட்டம். பணியை, சில வினாடிகளை விரயமாக்கிய பின், தொடர்ந்தபோது பல்லிச் சிந்தனை விடைபெற்றுக் கொண்டது.

இங்கு சர்ப்பங்கள் நட(நர்த்தன)மாடுமோ? விஷய ஞானம் பூஜ்யம். மாநகராக இருந்தால் கண்ணாடிக் கூண்டுகளில் அடைத்து, அவைகளின் விஸ்தாரமான செயல்–இயக்க சுதந்திரத்துக்கு முத்தாய்ப்பு வைத்துப் பண்ணையில் இருத்தி, கண்டுகளித்து விழாக்கோலம் பூண்டுவிடுவார்கள்.

இரண்டாவது தினம். பின் மாலை மணி தோராயமாக ஏழரை. மேஜையில் வேலை ஓடிக்கொண்டிருந்தது. பக்கவாட்டில் எதேச்சையாகத் திரும்பியதில் ஒரு காட்சி. மூலையில் ஒரு நகரும் பொருள். உன்னிப்பாகக் கவனித்ததில், பிஸ்கெட்–கருமைக் கலவை மேனியுடன் பிள்ளைப் பூச்சி ஒன்று. கொஞ்சம் கஷ்டமான ஜந்துவாயிற்றே! பாரம் எதையாவது வைத்து அடித்துக் கொன்றுவிடலாமா? பிள்ளைப் பூச்சியைக்கொன்றால் பிள்ளை பிறக்காது. சந்தோஷமான சமாச்சாரம். ஏற்கனவே ஒரு குழந்தை இருக்கிறது. அழிச்சாட்டியத்தில் பத்துக்குச் சமானம். இன்னொன்று வேண்டாம்தான். சனியன், தூங்கும் போது ஏதாவது குதறி வைக்குமோ? அந்த சினிமாவில் காட்டி வைத்தானே, ஒரு கொட்டாங்கச்சியில் பிள்ளைப் பூச்சி ஒன்றைக் கிடத்தி, ஒரு கைதியின் தொப்புளுள் அதைக் கவிழ்த்து,

கயிற்றால் கீழ் வயிற்றைச் சுற்றி அதைக் கட்டி தொப்புளை விட்டு அகலாமல் இருக்கச் செய்து, பிறகு அவனது கை கால்களைக் கட்டி, அனல் பறக்கும் வெயிலில் ஒரு பெரிய பாறையில் சாய்த்துவிட்டுச் சென்றார்களே மன்னரின் படை வீரர்கள். பூச்சி உந்திச் சுழியைக் குதற, அவன் என்னமாகத் துடித்தான். கதறினான்! ராஜுக்குப் பூச்சியைக் கொல்ல மன மில்லை. விட்டு வைத்தாலும் ஆபத்து. எதிர்மறை எண்ணங்களும் ஊடாடிக் கொண்டிருக்கும்போது அது எங்கோ மூலையில் மறைந்துவிட்டது.

தூங்கி, மறுநாள் காலை எழுந்ததும் பாய் அருகே சுவரோரம் மீண்டும் அது நெளிந்தது. வேறு வழியில்லை. வெளியில் விட்டிருந்த செருப்புகளில் ஒன்றை எடுத்துக் குறி

பார்த்து ஓங்கி ஓர் அடி. அதன் ஜீவன் இறுதி பெற்றது. அது பழைய தினசரியை எடுத்துப் பூச்சியின் சடலத்தை அதனுள் லாவகமாகப் புகுத்தி மொட்டை மாடியில் குளியல்–கழியல் அறையோரமிருந்த பிளாஸ்டிக் குப்பை வாளியில் கிடத்தியாயிற்று.

அன்றிரவு படுக்குமுன் துவம்ச நிகழ்ச்சி நினைவுக்கு வந்து இம்சித்தது. ஒரு சொப்பனம்: ஒரு பெரிய பிள்ளைப் பூச்சி ராஜ் சயனித்திருக்கும் நிலையில் அவன்மேல் இருக்கிறது. அதன் பூதாகாரமான கால்கள் ரம்பம் போல் அவன் உடலை அறுக்கின்றன. அவன் எப்படி முயன்றும் அதன் தாக்குதலிலிருந்து தப்பிக்க இயலவில்லை. அதனுள் இருந்து சுரந்தது ஒரு திரவம் பிசுபிசுவென்று. அதனுடன் அவன் ஒட்டிக் கொண்டிருக்கிறான். அத்தனை எக்கச்சக்கத்திலும் ஒரு கலந்துரையாடல். பூச்சி உறுமிற்று: 'காலையில் நீ என்னைக் கொலை செய்தாய். இப்பொழுது பார், நான் ஒரு பிரம்மாண்டமான பிள்ளைப் பூச்சியாக உயிர்த்தெழுந்துள்ளேன், உன்னை வஞ்சம் தீர்க்க. நீயும் ஒரு பெரிய பிளாஸ்டிக் குப்பை வாளியில் போடப் படுவாய்.

சே, உனக்கு என் அருமை என்ன தெரியும்? உன் குல மலடிகளுக்குப் பிள்ளை வரம் கொடுப்பதே நான்தானே. வாழைப்பழ மத்தியில் என்னை உட்புகுத்தி, பிள்ளையைப் பெறத் தவிப்போர்க்குக் கொடுத்து உண்ண வைத்து பிள்ளை பிறப்பிப்பார்களே. அரசமரப் பிள்ளையாருக்கு அடுத்த ஸ்தானம் வகிப்பவன் நான். என் பெயரே பிள்ளையாரை அடியொற்றித்தான் அமைந்துள்ளது. என் சக்தி, அர்ப்பணிப்பு, அருங்குணங்களெல்லாம் தெரியாமல், நன்றி கெட்டதனமாக என்னை வீழ்த்தியதற்கு இதோ பதிலடி பெற்றுக்கொள்!' அதன் முன்னங்கால்களில் ஒன்று ராஜின் இடது கன்னத்தை ஆக்ரோஷமாக அறுக்க, குருதி பீறிடுகிறது. உடலெல்லாம் ரத்தக் களரி. அலறியடித்து வியர்வை வழிந்தோட, ராஜ் எழுந்து கொண்டான். சொப்பனத்தில் இருந்து நிஜத்துக்கு வர ராஜுக்குச் சற்று நேரம் பிடித்தது. நான்கு லோட்டா தண்ணீர், ஒரு சிகரெட் அவனை ஆசுவாசப்படுத்தின.

தண்ணீர் அருந்திக்கொண்டிருந்த நிலையில் ஓர் எண்ணம். முதலில் இந்தக் குடிநீர்ப் பானையைச் சமையல் உள்ளுக்கு மாற்ற வேண்டும். குழல் விளக்கு பொருத்தப் பெற்றிருந்த சுவருக்குக் கீழ் ஒரு மூலையில்தான் பானை இருந்தது. நான்கைந்து பல்லிகள் அச்சுவரிலும் அதன் கீழுள்ள தரையோரத்திலும் குடித்தனம் நடத்திக்கொண்டிருந்தன. பானை

மூடி மீது பல்லி குல இளவாரிசு ஒன்று தவழ்ந்து கொண்டிருந்ததை முந்தைய தினம் பார்த்திருந்தான் ராஜ். ராஜ் கவனித்திருந்தான், பல்லிகள் பாதமிடறி விழவில்லை. மனமொப்பிக் கீழே பாய்ந்து குதித்தன. ஒன்று தன் துணையை அழைக்கும் உற்சாக ஒலி ராஜுக்கு இப்பொழுது பரிச்சயமாகிவிட்டிருந்தது.

நான்காம் இரவிலிருந்து இரவு விளக்கின் பிரயோகம். ராஜுக்குத் தூங்க சிறிதளவு வெளிச்சமாவது தேவையாயிருந்தது. காலையில் விளக்கு வாங்கப் போன கடையில் விந்தை அனுபவம். *0* வாட் என்றால் *15* வாட்ஸ் என்று பாரதத்தில் பதசாரப் படுத்திக் கொள்ள வேண்டுமாம். ராஜின் அறிவுப் பெட்டகத்தில் ஓர் அறிவுத் துகள் உட்சென்று உறைவிடம் பெற்றது.

இரவு விளக்கு பொருத்தப்பட்ட பக்கவாட்டுச் சுவரில் பரவலாக சிறு இடைவெளிகளுடன் முழுக்க 'மாத்' வகை வண்ணத்துப் பூச்சிகள். இரவு ஆக ஆக, பறக்கும் பூச்சிகள் சிறியதும் நடு அளவானதுமாக ஒளியைச் சுற்றிச் சுவரில் படிந்து, ஊர்ந்து, நகர்ந்து, குட்டிப் பறத்தல் பறந்து ஒரு பெரிய சிறு – பூச்சி உலகம். இரவு விளக்கு உபயோகிக்க ஆரம்பித்த இரவு தொட்டு இது சீரான பிரதி இரவு நிகழ்ச்சி. முழுதாக முடுக்கி விடப்பட்டிருந்த மின்விசிறியின் துரிதச் சுழல்வில் பூச்சிகள் ஒன்று, இரண்டு, மூன்று என்று அடிபட்டு இறக்கைகள் பழுதடைந்து, இயக்கம் அஸ்தமித்து, சிலவற்றின் உயிர் விடுபட்டு... காலையில் விடிந்ததும் பாயைச் சுற்றி ஜீவனற்ற குட்டி உடல்கள். சில வேளை பசுமை நிறத்தில் ஒரு வெட்டுக் கிளி தத்த இயலாமல் தத்தளித்துப் பரிதவிக்கும். குற்ற உணர்வு மேலோங்க, இரு இரவுகள் மின்விசிறியைப் போடாமலே தூங்கிப் பார்த்தான் ராஜ். இறுதியில் ஜெயம் கொண்டது என்னவோ தன்னலம்தான்.

ஐந்தாம் நாள் காலையில் பணி நாற்காலியின் ஓர் காலின் கீழ்ப் பகுதியில் ஓர் இலைப் பூச்சி. சந்தோஷமான பசுமை நிறம். அதைத் தொந்தரவு செய்யாமல் மிக மிக மெதுவாக கவனமுடன் நாற்காலியை நகர்த்தி அமர்ந்தாயிற்று. இரவிலும் அது அதே இடத்தில் இருந்தது. அது பனிக் காலம்தான். சில பிராணிகள் போல், 'ஹிபர்னேஷன்' என்று சொல்வார்களே! அப்படிப்பட்ட ஆழ்நிலை நீண்ட உறக்கமோ? ராஜின் நாற்காலி அதற்கு வசதியாக அமைந்திருக்க வேண்டும். இரவு பாய் விரித்துப் படுத்துக் கண்ணயரும் வேளையில் தட் தட் தட் ஒரு பெரிய பறக்கும் ஜந்து சுவர், மேஜை, அலமாரி, இழுப்பு மீதெல்லாம் மோதி அல்லாடிக்கொண்டிருந்தது. ஐந்தாவது தட் கேட்க

வில்லை. மின் விசிறியில் சிக்குண்டதோ! பாவம்! விவரமறியும் அவா உந்த, கூடுதல் வெளிச்சத்துக்காகக் குழல் விளக்கைப் போட்டதில் இலைப் பூச்சி நாற்காலிக் காலிலிருந்து காணாமல் போயிருந்தது தெரிந்தது. தரை முழுக்க பார்வையை ஓட்ட, அதை எங்கேயும் காணோம். ஜன்னல் ஒன்றின் ஊடே கூடத்தை விட்டு வெளியில் பறந்திருக்கும் என்ற ஒரு ஊகம் அநேகமாகச் சரியானது. குழல் விளக்கு அணைவு. பின் உறக்கம்.

ஆறாவது தினம், மதிய வேளை. முழு முனைப்புடன் வேலை துரித கதியில் இயங்கிக்கொண்டிருந்தது. தற்செயலாகத் தலை நிமிர்ந்து பார்த்ததில், எதிர்ச் சுவரோரத்தில் இருந்து மேஜையை நோக்கி நடு அளவு கொண்ட ஒன்று நடந்து வந்து கொண்டிருந்தது; நகர்ந்து அல்ல. அறியும் ஆவல். உன்னிப்பான கவனம். அது கிட்டே வந்தாயிற்று. என்ன அது என்று இன்னமும் தெளிவாகவில்லை. உன்னிப்பின் தொடரல். நாற் காலி அருகே வந்ததும், அப்பாடா, தெளிவாகத் தெரிந்தது. ஒரு பெரிய ஈ. சாதாரண ஏழு குட்டி சராசரி பாரத ஈக்களின் குவிப்பின் பருமன். இப்படியெல்லாம் ஈக்கள் உலகில் இருக்கின் றனவா என்ன! “வேலையைப் பாரப்பா கண்ணு; உன் வியப்பு, லயிப்பு இவற்றைச் சயனிக்கும்போது அசை போடலாம்.” ராஜின் உள்ளத்தில் ஒரு சுய கடமை அறவொழுக்கப் புத்தி புகட்டல்.

ஏழாம் நாள். அதிகாலையில் தேநீர் தயாரிக்க சமையல் உள்ளில் விளக்கைப் போட்டதும் ஙொய். விளக்கைச் சுற்றிச் சரியாக ஐந்து தித்திப்பு ஈக்கள். “தேனீக் கண்ணுங்களா, என் முதல் தேநீரை ஆபத்தில்லாமல் ரசித்துப் பருக இடையூறில்லாமல் இருக்க வழி கோலி அருளுங்கள். என் முதல் ஜீவித ஊட்ட பானத்தின் நிம்மதியான உட்செல்லலில்தான் இன்றைய தினத்தின் பிற இயக்கங்களின் நிர்ணயிப்பே. ஒத்துழையுங்கள். தயை, தயை, தயை செய்து தயை கூருங்கள். உங்கள் ரீங்கார இசை வெகு அற்புதம்.” முகமனின் போதையில் கிறங்கித் தமை இழந்த தேனீக்களின் ஒத்துழைப்பில் தேநீர் ராஜின் தொண்டைக்குள் இதமாக இறங்கிற்று.

எட்டாம் நாள் காலை. கூடத்தின் இடது பக்கம் கதவருகே ஒரு சருகு சில குச்சிகள். அருகில் சென்று ஆய்ந்ததில், ஒரு குச்சிப் பூச்சி. சத்தியமாக, காய்ந்த சருகுக்கும் அதற்கும் பொட் டுக்குக் கூட வித்தியாசமில்லை. தற்காப்பு நிறத்தின் அற்புதத்துக்கு ராஜிடமிருந்து உளம் கனிந்த பாராட்டுகள்.

ஒன்பதாம் நாள். விடியற்காலையில் சுறுசுறுப்புடன் எண்ணக் குவியலைத் தாளில் கொட்டித் தீர்த்துக்கொண்டிருக் கையில் ஜர்ர்ர். ஒரு கருவண்டு. எழுதும் தாங்கு பலகையை இரு கைகளாலும் பற்றி அதன் வேகமான தாக்குதலிலிருந்து காத்துக் கொள்ள, தரையில் தாறுமாறாக இயங்கி கதவருகே சாதுரியமாக வந்து பலகையைக் கீழே கிடத்தி மொட்டை மாடிக்கு வந்தாயிற்று. ஐந்து நிமிடக் காத்தல். பிறகு, தைரிய வரவழைப்புடன் ஒருக்களித்திருந்த கதவு வழியே கூடத்துக்குள் ஒரு தயக்க எட்டிப் பார்ப்பு. ஓர் ஆசுவாசப் பெருமூச்சு. இப்பொழுது ஜர்ர்ர் இல்லை. ஏறு நடையுடன் உட்சென்று நாற்காலியில் அமர்க்கள மறு அமர்வு. திடுக். அதோ பக்கவாட்டில், தரையில் ராஜைப் போல அதுவும் அமர்ந்திருந்தது. ராஜின் மானசீக இறைஞ்சல். "நீ ஒரு பயனுள்ள ஜீவன். உன்னை நம்பித் தூதெல்லாம் வேறு விட்டிருக்கிறார்கள். தயை கூர். மூன்று பக்கங்களிலும் உனக்கு வெளியே செல்ல ஏதுவாகப் போதுமான அளவுக்கு மிக மிக அதிகமாகவே ஜன்னல் திறப்புகள்." வண்டு உணர்ந்ததாகத் தெரியவில்லை. 'டெலிபதி' வண்டுக்குப் பொருந்தாதோ? இல்லை, ராஜுக்குத்தான் அச்சக்தி இல்லையோ? அலமாரியிலிருந்து கோப்பு ஒன்றை உருவிக் கொலை வெறியுடன் ஒரு பெரும் போடு. வண்டு மரணித்தது. செய்தித்தாளின் துணையுடன் பிளாஸ்டிக் வாளியில் அது அடக்கம் செய்யப்பட்டது. அதன் இறக்கைகள் கருமையும் நீலமும் கலந்த வண்ணத்தில் அழகாக இருந்தன. பாவம் அது! அருவருப்பை மறக்க இரண்டாவது தேநீர். தேநீர் கூடவே ஒரு குற்ற உணர்வு. ஒரு கொலையைச் செய்த கையோடு உற்சாகமாக ஒரு தேநீர் வேறு கேட்கிறதாக்கும். ஒரு சுய சிந்தனை. கீழே கிடந்த கோப்பை அலமாரியில் திருப்பிச் சேர்ப்பிக்க முனைந்தபோது, கோப்பினுள்ளேயே ஏதோ ஒன்றின் நெளிவு. கரப்பு. "ஈசா! மீண்டும் என்னைக் கொலைபாதகனாக்காதே. கரப்பு மீது எனக்குத் தீவிர வெறுப்பு உண்டு." குட்டி வேண்டல். தானாகவே வெளிவந்தது அது. நல்ல வேளை அருவருக்கத்தக்க கரப்பு இல்லை. கருமை மேனியில் மஞ்சள் கோடுகள் இழைந் தோடிய ஒரு வண்டு. பறந்து பயமுறுத்தாதவரை ராஜ் அமைதி நாடி, சாந்த ஸ்வரூபி.

சிறிது நேரம் கழித்துக் குளியலறைக்குச் சென்றதில் ஓர் இரண்டு அங்குல சன்னமான நீண்ட ஜந்து. மாநகர் வாடகை இல்லங்களின் முக்கிய அம்சமான பூரானோ? பார்வையில் கூர்மை. அது சிசு – கம்பளிப் பூச்சி என்று தெரிந்தது. அன்றிரவு படுக்கையில் கிடக்கையில் இடது காலில் ஏதோ ஒன்றின்

ஊரல். கைலியை உதறியதில், ஒரு புது உண்மை. மனம், தொடு உணர்ச்சிக்குச் சிறு கால்களைக் கொடுத்து அவன் கால் மேல் ஊர வைத்திருந்தது. பிரமைதான் எவ்வளவு நிஜம்! நிஜமான பிரமை கற்பனைக்கும் உண்மைக்கும் இடையிலுள்ள மெல்லிய பாகுபாட்டு இழை இற்றுப் போனதில் பிரமிப்பு! மனம்தான் எவ்வளவு விசித்திர சக்தி வாய்ந்தது! கூடவே பூச்சிகள்தாம் எவ்வளவு விசித்திர சக்தி வாய்ந்தவை!

பத்தாம் இரவு. படுத்திருந்தபோது ஒரு கருமையான பாச்சை, பனியன் மீது. ராஜின் மனக்கண் முன் என்றோ ஒரு நாள் தெரியாத்தனமாகப் பார்த்து வைத்த ஒரு திரைப்படக் காட்சி: ஒரு கட்டிளம் ஆங்கிலேய உளவு எருது. ஜட்டி மட்டும் அணிந்து, கலப்பு நீச்சல் குள மேடையைச் சுற்றிக் கம்பீரமாக, ஒரு வம்ச விருத்தி – ஆண் மதர்ப்பில் பவனி வந்து, கட்டம் போட்ட ப்ராவிலும் கலர் பேண்டீஸிலும் அமர்க்களிக்கும் புருஷ லோலிகளின் ஆண் தேக ஆராதனைப் பார்வைகளையும், ‘வாவ்’ வியப்புக் கூவல்களையும் சந்தோஷமாகப் பெற்றுக் கொண்டு, நீந்தி மகிழ்ந்து, பின் உளவு ஜோலியில் நான்கைந்து குண்டர்களை அனாயாசமாகச் சுட்டுத் தீர்த்து சந்தோஷித்து இரவு அறையில் கட்டிலில் படுத்திருக்கையில்; எதிரிகள் கரடியை சர்க்கஸில் மோபெட் விடக் கற்றுக் கொடுத்த மாதிரி, ஒரு நச்சு வண்டைப் பழக்கி அவன் மீது ஏவி விடுகிறார்கள். அது காலிலிருந்து பின்னணி திகில் சங்கீதத்துடன் நாயகனின் குரல்வளையை நோக்கித் தீர்க்கமாக முன்னேறுகிறது. கொட்டுவ தற்கு அரைக்கால் கணம் இருக்கும்போது ஒரு மின்னல். வேவு நாயகனின் இரும்பு வலக் கரம் ஒரே தட்டில் அதைத் தன் தேகத்தில் இருந்து வீழ்த்தி துவம்சிக்கிறது. இந்தப் பாச்சை, பாச்சைத் தோல் போர்த்திய விஷ வண்டா? கொஞ்சம் கொஞ் சமாகக் குரல் வளையை நோக்கி வருமோ? எண்ணி முடிக்க வில்லை. பாச்சை தானாகவே பனியனை விட்டுக் கீழே குதித்து உதவியது.

பதினொன்றாவது நாள். ஒரு குறிப்பிட்ட சம்பவமும் நிகழாது கழிந்தது. பூச்சிகளுக்கே சலித்துவிட்டதா? இல்லை, ராஜுக்கா?

பன்னிரண்டாவது நாள். இரவு குத்து மதிப்பாக மணி பத்து. ராஜ் ஒரு முடிவுக்கு வந்தான். குட்டி ஜீவன்களை விளித்து ஓர் ஒட்டுமொத்தமான பிரார்த்தனை செய்தால் என்ன? எந்த நிலையில் பிரார்த்திப்பது? ஒரு சிறு கால இடையீடு. அதில் ஓர் அற்புதமான யோசனையின் உதயம்.

வசமான ஒரு தேசிய ஒருமைப்பாட்டுக் கலவை நிலைப் பிரார்த்தனை. பாரத அன்னைக்கு ஜெயம் உண்டாகட்டும்! மொட்டை மாடியில் காயப் போட்டிருந்த துண்டை அவசர அவசரமாக எடுத்துக் கொண்டு கூடத்துக்குத் திரும்பி வந்தான். பாயில் தன்னை இருத்திக்கொண்டான். துண்டை நீளவாட்டில் மூன்றாக மடித்துத் தலையில் பக்கவாட்டில் இரு புறமும் தொங்குமாறு வைத்துக்கொண்டான். மண்டியிட்டான். கை கூப்பினான். பூச்சிகளிடம் பிரார்த்தனை வடிவில் மௌனமாக ஒரு சமரச உடன்படிக்கை செய்துகொண்டான், பிறகு இதிகாச நாயகனாகத் தன்னை ஒரு கணம் பாவித்துக்கொண்டான். பூச்சி வகைகளின் பிரதிநிதிகள் சிலவற்றை ஒவ்வொன்றாக இடது உள்ளங்கையில் அமர்த்தி, வலது கை மூன்று விரல்களால் வாஞ்சையுடன் ஒரு மானசீக வருடலை நிகழ்த்தினான்.

இப்பொழுதெல்லம் ராஜ் நிம்மதியாக இயங்கிக் கொண்டிருக்கிறான். பூச்சிகள் அவனை லாந்துவதில்லை. கவனத்தை ஈர்ப்பதில்லை. பூச்சிகள் வந்து கொண்டுதான் இருக்கின்றன. ராஜும் இருக்கிறான். ஒரு சுமூகமான சந்தோஷமான அமைதியான இணை இயக்கம். இரு தரப்பிலும் உடன்படிக்கையில் அத்துமீறல் இல்லை. ராஜ் பூச்சிகளுடன் வாழ்கிறான். பூச்சிகள் ராஜுடன் வாழ்கின்றன.

●

உன்னதமும் உடைசல்களும்

வாசகர்களிடையே உன்னதத் தேட்டங்களை உண்டாக்க வேண்டும் என்ற உயரிய நோக்கத்தோடு பரசுவின் உற்ற நண்பர் ஒருவர் ஓர் இலக்கியச் சிற்றேட்டைத் துவக்கியிருந்தார். நண்பர் நிறையவே செலவழித்திருந்தார். முகப்போவியம், அச்சு, தாளின் தரம், கருத்துச் செறிவு அனைத்திலும் சிறந்ததாக இருந்தது பத்திரிகை. எவ்வளவு உழைப்பு உட்சென்றிருந்தால் அத்தகைய ஒரு பத்திரிகையை வெளிக் கொணர முடியும் என்பதை எந்த ஒரு உண்மையான வாசகனும் நேரம் தாழ்த்தாமல் புரிந்து கொள்வான்.

பத்திரிக்கையின் இரண்டாம் இதழ் அச்சில் இருக்கும் சமயம் பரசு வேற்றூர் ஒன்றுக்குத் தற்காலிகமாக இடம் பெயர்ந்திருந்தான், தொழில் நிமித்தம். அது ஒரு விஸ்தரிக்கப்பட்ட கிராமம். ஐந்து கல்லூரிகளையும் சில மேல்நிலைப் பள்ளிகளை யும் உள்ளடக்கியது. அப்படியானால் ஓர் இலக்கிய ஏடு ஏறு நடை போட அது ஒரு வளமிக்க களம். அப்படித்தான் நினைக்கத் தோன்றுகிறது? ஆனால், சூழல் பாரதத்தினுடையது. ஆகையால் நியாயமான எதிர்பார்ப்புகள் ஏகமாகப் பொய்ப்பது என்பது ஒரு வழக்கமான நடப்பு.

அந்த ஊர்ப் பத்திரிகை ஏஜெண்டுக்குப் பத்திரிகைப் பிரதிகள் அனுப்பி வைக்கப்பட்டிருந்தன. நீண்ட அர்த்தபுஷ்டி யான தயக்கத்துக்குப் பிற்பாடு அவர் பத்திரிகையை விற்றுத் தர மனமுவந்திருந்தாராம். 'பெரிய மனது பண்ணி' என்று சேர்த்துக்கொள்ளலாம்.

இங்கு பரசுவைப் பற்றி சிறிது சொல்லியாக வேண்டும். பரந்தவெளி, தாவரங்கள், ஆகாயம், நட்சத்திரங்கள், நிலா, சமுத்திரம் இதிலெல்லாம் பரசுவுக்கு ஓர் ஆழ்ந்த லயிப்பு உண்டு. பணி நேரம் முடிந்த பிற்பாடு சைக்கிளை எடுத்துக்கொண்டு அங்கிருக்கும் பிரதானக் கல்லூரி வழியே மெதுவான உருட்டலில் செல்வான். அது பசுமை நிறைந்த இடம். சில நீர்க் குட்டைகள், இரண்டு அழகான பூங்காகள்; சூழலுக்கு மெருகூட்டும்

வகையில் எதிர்காலக் கனவுகளில் உற்சாகமாக உல்லாசிக்கும் கல்லூரி இள உள்ளங்கள். ஒரு சுற்றில் மனம் நிரம்பிவிடும். இதன் பிறகு, பரசுவின் சைக்கிள் அவனை ரயில் நிலையத்தில் சேர்ப்பித்துவிடும். சைக்கிள் ஒரு பழக்கப்படுத்தப்பட்ட மாடாக ஆகிவிட்டிருந்தது.

ரயில் நிலையம் ஒரு நீண்ட நடைபாதையைக் கொண்டது. அதில் ஒரு விசித்திரமான சிற்றுண்டியகம் (ஏதாவது ரயில் நிலையத்தில் வந்து நின்றுவிட்டால், பயணிகளுக்குக் காப்பி எழுபத்து ஐந்து பைசாவுக்கு வினியோகிக்கப்படும்; புதியவர்களுக்கும் இதே விலை; கொஞ்சம் பழகி விட்டவர்களுக்கு அறுபது பைசா; பரிச்சயம் வலுப்பட்டு விட்ட அதிர்ஷ்டக்காரர்களுக்கு ஐம்பது பைசா; ஒரு பங்க் கடை (மலிவான சிகரெட்டுகளை விற்கத் தீவிர மறுப்பு தெரிவிக்கும் பிரத்தியேகத் தன்மையை உள்ளடக்கியது). ஒரு பத்திரிகை விற்பனைக் கூடம் ஆகியவை இருந்தன. நடைபாதையில் இருக்கும் பல பெஞ்சுகள் ஒன்றில் தன்னை இருத்திக்கொண்டு ஆகாயத்திலும் எதிர்வாடையில் இருக்கும் மரங்களிலும் மூழ்கிவிடுவான் பரசு. இப்படி மாலை ஏழு மணிவரை பொழுது கழியும்.

இரண்டாவது இதழை ரயில் நிலையப் பத்திரிகை விற்பனைக் கூடத்தில் பார்த்த மாத்திரத்திலேயே பரசுவின் உள்ளம் புளகாங்கிதத்தில் ஆழ்ந்தது. சந்தோஷத்தை அடக்க மாட்டாத நிலையில், "வந்தாச்சா, எப்பிடிப் போறது? எல்லாம் நம்ம பத்திரிகைதான்" என்று பிரவாகித்துவிட்டான். அப்பொழுது கடையில் இருந்தது, காக்கி முழுக்கால் சட்டையும், ஒரு டிசட்டையும், நெற்றிப் பரப்பு முழுக்க சைவப் பட்டைகள் சகிதமும் காட்சியளித்த ஒரு சிப்பந்தி. தோரணையில் இணக்கம், பவ்யம். அவனுக்கு வயது இருபதுக்கு மேலிராது. சில சிநேக வார்த்தைப் பரிமாறல்களுக்குப் பின் பூரிப்புடன் பரசு கடையை விட்டகன்றான். அந்தக் கடை, பையனின் மாமாவுடையதாம். அவன் உதவியாளனாக இருந்து ஒத்தாசை செய்கிறானாம்.

ரயில் நிலையத்துக்கு மாலை வேளைகளில் வருவது வழக்கமாகி விட்டிருந்தபடியால், பரசுவால் அந்தக் கடையைக் கடக்காமல் இருக்க முடியாது. கடைப் பையன் சதா ஒரே பாணி உடையில் காட்சியளித்தான். நிறம் என்பதை மனத்தில் இருந்து சற்று விலக்கிவிட்டுப் பார்த்தால் அது அவனுடைய சீருடை என்றுகூடச் சொல்லிவிட முடியும். சந்திப்பு நிகழும் போதெல்லாம் கடைப் பையன் பரசுவுடன் குறைந்தபட்சம் ஒரு பத்தி வாக்கியங்களையாவது பேசாமல் இருக்க மாட்டான்.

அவன் தன் தொழிலில் துரித இயங்கியாக இருந்தான். உற்சாகத்தின் பெருக்கையும் அவனையும் பிரித்துப் பார்ப்பது துர்லபம். பத்திரிகைகளை எவ்வாறு கூடுதல் விற்பனைக் குள்ளாக்குவது, வாசகர்களுக்குப் பத்திரிகைகளை எவ்வாறு அறிமுகப்படுத்துவது போன்ற நுணுக்கங்களை ஒரு முறை அவன் பரசுவிடம் விளக்கினான், தன் முதுகைத் தானே தட்டிப் பாராட்டிக் கொள்ளுமுகமாக. அவன் சதா பேசுபவனாக இருந்தான். இது ஒரு கஷ்டமான விஷயம். என்ன இருந்தாலும் பரசுவால் அவனைப் பாராட்டாமல் இருக்க முடியவில்லை. கிட்டத்தட்ட ஓர் அர்ப்பணிப்பே அவனிடம் பொதிந்து கிடப்பதாகப் பரசுவுக்குத் தோன்ற ஆரம்பித்திருந்தது.

ஒரு சாயங்காலம். ரயில் நிலையச் சிற்றுண்டியகத்தில் பரசு காப்பி அருந்திக்கொண்டிருந்தான். அந்த ஊருக்கு மாற்றலான இரு வாரங்களிலேயே பரசுவின் காப்பிக்கு அறுபது பைசா விலை நிர்ணயம் செய்துவிடப்பட்டிருந்தது. ஒருவரிடமிருந்து ஐம்பதையும் மற்றொருவரிடமிருந்து அறுபதையும் புதியவர் களிடம் எழுபத்தைந்தையும் ஒரே சமயத்தில் வசூலிப்பதற்கு அசாத்தியத் தேர்ச்சி தேவை. இத்திறமை சிற்றுண்டியகக்காரர் களுக்கு கைவந்திருந்ததால் வியாபாரம் சிக்கலின்றி நடை பெற்றுக்கொண்டிருந்தது. அங்கு எப்பொழுதும் காப்பி அருந்தினாலும் கூடவே பரசுவின் மனம் இவ்வெண்ணங்களையும் அருந்திக்கொண்டிருக்கும். மனதின் தொடர்புபடுத்தல்களைப் பற்றி என்ன சொல்ல?

பாதிப் பருகலினூடே, ஒரு பரிச்சயமான குரல் பரசுவின் தனிமையைக் குலைத்தது. பத்திரிகைக் கடைப் பையன்தான். பரசு அவனுக்கு உபசரிக்க முன்வந்த காப்பியை அவன் கண்ணி யத்துடன் மறுத்துவிட்டான். அப்பொழுதும் அவன் பத்திரிகை விற்பனை பற்றித்தான் பேசினான். சிலருக்குத் தொழிலே வாழ்க்கையாகி விடுகிறது. இதில் அநேக அனுகூலங்கள். வாழ்க்கை ஒரே குவிமையத்தில் அடங்கி, வேற்றுச் சிந்தனைகள் அற்றுப்போய் எளிமையாகிவிடுகிறது. பரசு இந்த இடத்தில் தன் சிந்தனாவோட்டத்துக்கு ஒரு தற்காலிக முற்றுப்புள்ளி வைத்துவிட்டுக் கடைப் பையனின் பேச்சைக் கவனிக்கலானான்.

பையன் ஒரு வியாபாரத் திட்டத்தை முன்வைத்தான். பரசுவின் நண்பரின் பத்திரிகைப் பிரதிகளை ஏஜெண்ட் மூலம் அவன் கடை பெற்றுக்கொள்வதில் பாதிக் கழிவுதான் லாப மாகப் பெற முடிந்தது. நேரடியாகவே நண்பரிடமிருந்து பெற்றுக் கொண்டால் முழுக் கழிவும் லாபமாகக் கிடைக்கும். பரசுவால்

இதற்கு உதவ முடியுமா? மேலும் ஏஜெண்டிடமிருந்து பெறும் பிரதிகள் பத்தே தினங்களில் விற்றுவிடுகின்றன. கூடுதல் பிரதிகள் தேவை. அந்தப் பையன், எந்த ரயில் நிலையத்தில் நின்றாலும் பெட்டி பெட்டியாகச் சென்று முடிந்தவரை விற்று விடுவானாம். பத்திரிகை கூடுதலாக விற்றால் நிறைய வாசகர் களை அடைய வாய்ப்பு உண்டு. பரசுவுக்கு இந்த யோசனை பிடித்திருந்தது.

விடுப்பில் சென்னைக்குச் சென்றிருந்த பொழுது இவ்வேற் பாட்டைச் செயல்படுத்த நண்பரிடம் அனுமதி பெற்றான். பத்திரிகையும் கொஞ்சம் அதிகமாக விற்கத் துவங்கிற்று. பரசுவுக்கும் கூடுதல் சந்தோஷம்.

ஒரு மாலை, வேலையில் மும்முரமாக முனைந்திருந்தபோது அவன் மனைவி சுமித்திராவிடமிருந்து பரசுவுக்கு ஒரு கடிதம் வந்தது, குழந்தைக்கு உடல்நிலை கொஞ்சம் கவலைக்கிடமாக இருப்பதாக. பரசு எப்பொழுது சென்னைக்குச் சென்றாலும் பேருந்திலேயே பயணம் செய்வான். மதியம் புறப்பட்டால் பின் மாலை ஏழரை மணி வாக்கில் சென்னையை வந்தடைந்து விடலாம். ஆகையால் இரவு நேரத்தில் ரயில் நிலையத்தில் சஞ்சரிக்க வாய்ப்பில்லாமல் போய்விட்டிருந்தது அவனுக்கு. கடிதம் வந்ததோ மாலை ஐந்து மணிக்கு. இரவு ரயிலில்தான் கிளம்ப முடியும்.

உள்ளூரக் கலவரம் குமைந்துகொண்டிருந்த நிலையில், ரயில் வந்து சேர ஒரு மணி நேரம் முன்னமேயே பரசு ரயில் நிலைய நடைபாதையில் இருந்தான். பரசுவைப் பார்த்த கடைப் பையன் ஒரு ஸ்டூலை இழுத்துப்போட்டு அமரச் சொல்லி உபசரித்தான். பரசுவுக்கு மறுக்க இஷ்டமில்லை. உட்கலவரத்தை மறக்க மனம் புற பாதிப்புகளில் கலப்பது ஒரு தற்காலிக நிவாரண உத்தி. வழக்கத்துக்கு மாறுபடாமல் கடைப் பையன் உற்சாகம் கரை புரண்டோடிய நிலையில் இருந்தான்.

பரசுவின் பார்வை பரப்பி வைக்கப்பட்டிருந்த பத்திரிகை கள்மீது பரவியது. மனம் திக்கென்றது. இடது மூலையில் ஒரே மஞ்சள் பூச்சுச் சமாச்சாரம். அட்டைகளை இள அரை அம்மண–அம்மணிகள் அலங்கரித்து அட்டகாசப்படுத்திக் கொண்டிருந்தார்கள். இன்ப ஊற்றுகள் (ஆங்கிலம்), பாலின்ப வாழ்க்கை, துள்ளும் இளமை, பருகப் பறக்கும் பருவம் (ஒலி நயத்தில் ஆக்டன் நாஷ் தோற்றான்), நிர்மலாவின் செக்ஸ். பரசு பார்வையைச் சற்று கூர்மையாக்கிக் கொண்டதில் ஒவ்வொரு புத்தகத்தின் வலது நடுவிலும் ஒரு 'ஸ்டேபில் பின்' துல்லியமாகத்

தெரிந்தது. இலவச கிளுகிளுப்பைக் கண்டிப்பாகத் தவிர்க்கு முகமாக, பரசுவின் பார்வையைக் கடைப் பையன் பற்ற வெகு நேரம் பிடிக்கவில்லை. பரசுவின் காது கடைப் பையனால் மெதுவாகக் கடிபட்டது. "நைட்ல இதுதான் சார் ஜோரா விக்கும். நம்ம கடை இதுலெதான் சார் உருப்படியாக் குப்பெ கொட்றது." பரசுவுக்குப் பகீரென்றது. முகத்தை இயல்பான நிலைக்குத் திருப்ப நிறைய சுதாரிப்பு தேவைப்பட்டது. மஞ்சள் விஷயம் எப்படி இவ்வளவு பகிரங்கமாகப் புழங்குகிறது என்று பார்க்க பரசுவினுள் அருவருப்பான, எரிச்சலான குறுகுறுப்பு. கூடவே மலைப்பு. உள்ளுக்குள் மனம் பரிதவித்துக்கொண்டிருந்தது. பரசு நடப்புகளைக் கவனிக்கவில்லை.

கைலியும் சட்டையுமாக இரு வாலிபர்கள் கடைக்கு வந்தார்கள். இருவரில் ஒருவன், பீடி நுனியில் மீதமிருந்த கடைசித் துகள் நிக்கோட்டினை உறிஞ்சித் தக்க வைத்துக்கொண்டு, துண்டைத் தண்டவாளம் பக்கம் எறிந்தவாறே, "வந்தாச்சா?" என்றான். பையன், உள்ளே அலமாரியில் பதுக்கி வைக்கப் பட்டிருந்த சிறிது தடிமனான புத்தகம் ஒன்றை எடுத்துக் கொடுத் தான். "பன்னெண்ட் ரூபா" என்றான். கூடவே, "இன்னும் ஜோரா வேணும்னா பதினஞ்சு வைக்கணும். புதுஸ்ஸு, நிறைய ஃபோட்டோ. தரட்டுமா?" என்று கேட்டான். வாங்க வந்தவன் இருபது ரூபாய்த் தாள் ஒன்றைச் சுருட்டி விடப்பட்டிருந்த வலது சட்டைக் கையில் இருந்து உருவி எடுத்தான். தன் கூட்டாளியிடம் ஏழு ரூபாயை வாங்கிக்கொண்டு, "ரெண்டுமே குடு" என்று புத்தகங்களைப் பெற்றுக்கொண்டான். அவர்கள் இருவரது பார்வையும் இடது மூலையில் அமர்க்களப்பட்டுக் கொண்டிருந்த இளசுகள் மீது நீண்ட நேரம் பதிந்திருந்தது. புத்தகங்களை வாங்கியவன், "உள்ளே சரக்கு எக்கச்சக்கமா இல்லாட்டியும், இந்த 'பின்'னுக்கு ஒண்ணும் கொறச்சல் இல்ல" என்று முணுமுணுத்தவாறே கடையை விட்டு அகன்றான். சகா பின்சென்றான்.

அடுத்தது, இரண்டு மத்திய வயதினர்கள், உடையில் சற்று கண்ணியமான தோற்றத்துடன். கடையின் மங்களகர மஞ்சள் களை நீண்ட நேரம் நோக்கிவிட்டு ஒருவர் புருவங்களை ஒரு தினுசில் சுருக்கி, பின் மேலுயர்த்தினார். மற்றொருவர் ஒரு கொச்சைச் சிரிப்பை உதிர்த்தார். புருவ இயல்பில் மாறுதல்களை நிகழ்த்தியவர், கடைப் பையனிடம் ஏதோ கேட்க யத்தனித்து, பரசு பக்கம் பார்வை படவே, தன்னைக் கட்டுப்படுத்திக் கொண்டார். பரசு உள்ளூர இம்சையை அனுபவித்துக்கொண்டே

இடத்தை விட்டு நகர முடியாத அல்லலில் அசையாது அமர்ந் திருந்தான். கடைப் பையன், "வாங்கிக்குங்க சார். நல்லாயிருக்கும்" என்று அவரைத் தூண்டினான். பரசுவின் இருப்பு சூழலுக்குச் சிறிதும் ஒவ்வாதவாறு இருந்திருக்க வேண்டும். பரசு தன் முகத்தின் எரிச்சல் பாவத்தையும் தீவிர பாவத்தையும் அகற்ற முயன்று தோற்றான். பரசுவால் ஒரு மஞ்சள் விலை போகாமல் இருக்கும்படி ஆயிற்று. வாங்க வந்த இருவரும் கடையை விட்டு அப்பால் நகர்ந்துவிட்டார்கள்.

சில நிமிடங்கள் சென்று, ஒரு மிடுக்கான வாலிபன் இரண்டு இரண்டு ரூபாய்த் தாள்களை பரப்பின் மீது வைத்து 'பபப' ஒரு பிரதியை எடுத்துக்கொண்டு சென்றான். அவனிட மிருந்து ஒரு வார்த்தையோ, கடைப் பையனிடமிருந்து மறு வார்த்தையோ வெளிவரவில்லை. ஒரு பரஸ்பர மவுனம். அவன் சென்ற பிறகு, கடைப் பையன் பரசுவிடம் தணிந்த குரலில், "அவர் நம்ம வாடிக்கை" என்றான். பரசு "புரியறது" என்றான் ஒப்புக்கு.

இதையடுத்து அந்தப் பக்கம் நாற்பத்து ஐந்து வயது மதிக்கத்தக்க, நேர்த்தியான உடையணிந்த ஒருவர் வந்தார். கடையைக் கடந்தவாறே கடைப் பையனைப் பார்த்து, "ம்... ஆகட்டும், நடத்து, நடத்து" என்று புன்சிரிப்பும் கொச்சைக் கொக்கரிப்புமாக அவனை ஊக்குவித்துச் சென்றார்.

இப்பொழுது ஒரு குடும்பம் கடையை நோக்கி வந்தது. அதில் ஒரு பன்னிரண்டு வயதுச் சிறுமி. "என்ன, குடும்ப சகிதம் மஞ்சள் சனியன்களை வாங்க வந்திருக்கிறார்களா? பகவானே!" பரசு உள்ளுக்குள் பதறிப்போனான். கடைப் பையன் சினிமாப் பத்திரிகை ஒன்றைச் சுட்டி, அது அந்த மாத விசேஷ இதழாக வெளிவந்திருப்பதாகச் சொன்னான். குடும்பத் தலைவி, "நாங்க சினி மேகஸின் எல்லாம் வாங்குறதில்லை. சினிமாவுக்கும் போற தில்லை" என்றாள். ஆனால், அவளது குரலில் தொனித்த திட்ட வட்டத்துக்கும் அடுத்து புரிந்த காரியத்துக்கும் அதலபாதாள முரண்பாடு பட்டவர்த்தனமாயிற்று. கடைப் பையன் குறிப் பிட்ட பத்திரிகையை ஒவ்வொரு பக்கமாகப் புரட்ட ஆரம்பித் தாள். புரட்டல் லயிப்புடன் சாவகாச கதியில் இயங்கிற்று. குடும்பத் தலைவர் வெறுமனே நின்றுகொண்டிருந்தார்.

வாரிசு இடது மூலைப் புத்தக அட்டைகளைப் பார்த்துக் குழம்பியவண்ணம் இருந்தது. இதைக் கவனித்துக் கலக்கமுற்ற பெற்றவர், "ரேகா, இங்கே வா" என்று அவசரத்துடன் தன் பக்கம் அவளை அழைத்துக்கொண்டார். சினிமா நெடியைச்

சகிக்க மாட்டாத நல்லாள் இப்பொழுது பத்திரிகையின் கடைசிப் பக்கத்தில் வாழ்ந்துகொண்டிருந்தாள். தலைவர் இந்தக் கட்டம் பார்த்துப் பொறுமையை இழந்திருக்க வேண்டும். "என்ன போலாமா?" என்றார் அதட்டல், தயக்கம், லேசான பயம் சேர்ந்த கலவைக் குரலில். ஆதியோடந்தப் புரட்டல் முழுமை பெற்ற நிலையில் அவள் புத்தகத்தை உரிய இடத்தில் வைத்துவிட்டுக் குடும்பத்துடன் சேர்ந்துகொண்டாள்.

அடுத்து, ஒரு வாலிப கோஷ்டி வந்தது. இன்ப ஊற்றுகளுள் ஒன்று அவர்கள் வசமாயிற்று. பிறகு தனியன் ஒருவன் நிர்மலாவின் செக்ஸ்ஸை தோள் பைக்குள் பத்திரப்படுத்தி எடுத்துச் சென்றான். ஒரு ஜதை நடுவயதினர்கள் தலா ஒரு பாலின வாழ்க்கையைப் பெற்றுக் கிரகித்தவண்ணம் சென்றனர். கடைப் பையன், இந்தச் சமயம் பார்த்துப் பரசுவை நோக்கி, "கொஞ்சம் பாத்துக்கங்க, வந்திர்றேன்" என்று சொல்லி பரசுவின் ஆமோதிப்புக்காகக் காத்திராமல் மின்னல் வேகத்தில் மறைந்தான். வாழ்க்கையில் முதல் தடவையாகப் பரசு மஞ்சள் புத்தக வியாபாரியாக மாறினான்.

இன்னுமொரு விஷயம் தெளிவாயிற்று. நண்பரின் இலக்கியப் பத்திரிகை எங்கும் காணோம். மாலை தினசரிகளுக்கிடையே மறைந்து கிடக்கிறதா? பரசு பத்திரிகைப் பரப்பை லேசாகக் கலைத்தான். அகப்படவே இல்லை. அதற்குள் விற்றிருக்கச் சாத்தியமில்லை. அப்படியானால் அது இழுப்பில் கிடத்தப்பட்டிருக்கும். இரவு வியாபாரத்தைத் திசை திருப்பாமல் இருக்கும் பொருட்டு எச்சில் கூட்டிய பரசுவால் வாயில் உமிழ் நீர் அருவருப்பாகக் கசந்ததை நன்றாகவே உணர முடிந்தது. இந்தச் சமயத்தில் கடைப் பையன் திரும்பி வந்தான்.

கடைப் பையன் வந்ததுதான் தாமதம். இரண்டு இளைஞர்கள் கடையை நெருங்கினர்கள். இருவரும் கல்லூரி மாணாக்கர்கள். இருவரது மழிக்கப்பட்ட தலைகளிலும் கெட்டியான துணித் தொப்பிகள். பையன் வியாபாரத்தில் பழையபடி சுறுசுறுப்படைந்தான். தமிழ்ப் புத்தகங்களைக் காசாக்க முனைந்து தோற்ற நிலையில் சிறிது தளர்வுற்றான். மாணவர்களில் ஒருவன், "மாகு அரவம் தெலிது" என்றான். பையனுக்கு அது போதுமானதாக இருந்தது; இன்ப ஊற்றுகளைச் சுட்டினான். "தீஸ்கோரா பாக உண்டாதி" என்று சகா வாங்குபவனுக்குத் தூபம் போட்டான். புத்தகம் கை மாறியது. அன்று இரவு அது ஒரு கூட்டுப் படிப்பில் பரிமாறிக் கொள்ளப்படும் என்று பரசு நினைத்துக்கொண்டான்.

அங்கு சற்று நேரம் வாங்குவோர் யாருமற்று அமைதி நிலவிற்று. அட்டைப்பட மஞ்சள் ராணிகள் ஊட்டிய எரிச்சல் இப்பொழுது பரசுவை விட்டு அகன்று பழையபடி வீட்டைப் பற்றிய கவலை ஆட்கொண்டது. மனத்தின் பாதுகாப்பு உத்திகள் அதிகமாகப் பிரயோகிக்காத ஆளுமையின் முகத்தில் எந்த உணர்வும் எளிதில் பிரத்யட்சமாகிவிடும் நிலையில், கடைப் பையனுக்கு பரசுவின் மனக் கலவரம் லகுவில் புரிந்திருக்க வேண்டும். "என்ன சார் கவலை? எதுவானாலும் விட்டுத் தள்ளுங்க. வாழ்க்கைன்னா ஜாலியா இருக்கணும்" என்று ஆறுதல் ஒத்தடம் கொடுக்க முனைந்தான் கடைப் பையன். இவன் சந்தோஷம் என்று எதைச் சொல்கிறான், கிளுகிளுப்பையா? பரசு குழம்பினான். சம்பந்தமே இல்லாமல் திடீரென்று கடைப் பையன், "வடலூர்ல தைப்பூசம். சார் நிச்சயம் போய்ப் பார்க்கணும்" என்றான் அடுத்து. பரசு தலையைச் சொறிந்து விட்டுக் கொண்டான். முதல் முறையாகப் பரசுவுக்குக் கடைப் பையனின் சர்வ நேர உற்சாகம் மீது ஆத்திரம் பொங்கிற்று. ஒரு பக்கம் இலக்கியப் பத்திரிகை, மறு பக்கம் பாலுறவு இழவுகள். திடீரென்று சமய ஆர்வம். விவஸ்தை கெட்டத்தனமான ஆர்வச் சிதறல்கள். இவனுடைய உற்சாகம் ஆபத்தானது என்று நினைத்துக்கொண்டான் பரசு. கடையை விட்டு ஒழிந்தாலொழிய ஆசுவாசமாக உணர இயலாதுபோல் இருந்தது அவனுக்கு.

நல்ல வேளையாகக் காலத்தில் இயங்கும் தன்மை பரசுவைக் காப்பாற்றியது. ரயில் வருவதற்கான சமிக்ஞைகள் தோன்றின. ஒரு வழியாகப் பரசு கடையில் இருந்து தன்னைக் கழற்றிக் கொண்டான். அவனைப் பொறுத்தமட்டில் அது வெறும் ஒரு மணி நேர அவதி அல்ல; ஒரு யுக பூதாகாரமான அவஸ்தை.

மறுதினம் காலை வீட்டை அடைந்தான் பரசு. குழந்தைக்கு உடம்பு லேசாகக் காந்திக்கொண்டிருந்தது. கூடவே சளியும் இருமலும். மருத்துவர் சீட்டில் இருந்து எந்தவிதமான சுகக்கேடு என்று பரசுவால் புரிந்துகொள்ள இயலவில்லை. மாலை அந்த மருத்துவரைக் குடும்ப சகிதம் போய்ப் பார்த்தான். சீதோஷ்ண நிலை மாறுபாடு குழந்தைக்கு ஒத்துக்கொள்ளவில்லை என்றும், தொடர்ந்து இன்னும் இரு தினங்கள் அவர் சொன்ன மருந்துகளை உட்கொண்டால் பூரண நிவாரணம் கிடைத்துவிடும் என்றும் அவர் உறுதியளித்தார். நிலைமை கவலைக்கிடமாக இல்லை. தாயுள்ளம்தான் அனாவசியமாகக் கிடந்து பதறி யிருந்தது. குழந்தையை ஆதுரத்துடன் கவனித்துக் கொண்டிருந்து

விட்டு, அடுத்த தினம் காலை, பரசு பேருந்தில் பணி செய்யும் ஊருக்குப் புறப்பட்டான்.

ஊரை வந்தடைந்த பரசு ரயில் நிலையத்தைத் தவிர்க்கத் தொடங்கினான். ஒரு மாலை பிரதான கல்லூரி அருகில் இருந்த பூங்கா ஒன்றில் ஒரு மரத்தடியில் சாய்ந்து பசுமையுடன் இரண்டறக் கலந்திருந்தான். பக்கத்து மரத்தின் கிளை ஒன்றின்மீது பரசுவின் பார்வை பாவிற்று. ஏதோ ஒன்று தெரிந்தும் தெரியாததும் போலச் சிறு அசைவுடன்... அது கிளையின் சற்று வித்தியாசமான வளைவா? அப்படியென்றாலும் வளைவு மட்டும் எப்படி லேசாகவேனும் அசைய முடியும்? பரசுவின் பார்வை உன்னிப்படைந்தது. நீண்ட நேரம் கழித்து அவனால் கண்டுபிடிக்க முடிந்தது. அது ஓர் ஓந்தி. ரயில் நிலையப் பத்திரிகை விற்பனைக் கூடத்துக்கும் நிறமாறும் ஓந்திக்கும் ஏகமான ஒற்றுமை இருந்ததாகத் தோன்ற ஆரம்பித்தது. ரம்மியச் சூழலையும் மீறி அவனுள் உக்கிரம் வெறியுடன் உருக் கொண்டது. அருகே கிடந்த ஒரு கூரிய கல்லை எடுத்து ஆத்திரத்துடன் ஓந்தியைக் குறிபார்த்து எறிந்தான். பரசுவால் ஓர் ஓந்தியை மட்டும்தானே காயப்படுத்த முடியும்?

●

தொழுகை

வழுக்கும், மீனாட்சி. வழுக்கும். எங்கள் புறநகர்ப் பகுதி சந்துகளில் மோபெட்டை ஓட்டுவதே ஒரு சர்க்கஸ்தான். ஓரிரு மழைத் துளிகள் பெய்தாலே போதும். சகதி, களிமண் இழவு, மேடு பள்ளம், மரணக் குழி... சகலமும். சந்தில் வண்டி ஓட்டிக் கொண்டிருக்கும்போது நான் விழுந்து வாரி, தாயோளி, செத்திருந்தாலும்... யார் கவலைப்படப் போகிறார்கள்? நிச்சயம் நான் மாட்டேன். வாழ்ந்தாயிற்று மீனாட்சி, நிறைய வாழ்ந் தாயிற்று. வாழ்வதற்கு மீதியே வைக்காத அளவுக்கு வாழ்ந்தா யிற்று. இன்னும் என்ன வாழ வேண்டிக் கிடக்கிறது. என்னத்தை சாதிக்க... இப்படி மகாக் கேவலமாக உயிரைக் கையில் ஏந்திக் கொண்டு வயசு 51 ஆச்சு. மசுரு வயசு. இன்னும் என்ன வாழ்க்கை? இன்னும் என்ன வேலை?

ஆனால் இது? நமக்கு நடந்த இந்த விபத்து?

வீணை மீட்டும் தங்கள் விரல்களுக்கா இம்மாதிரி! நிச்சயம் மீனாட்சி, நான் என்னை மன்னித்துக்கொள்ள மாட்டேன். என்னதான் நான் இதற்குப் பொறுப்பல்ல; சாலையின் கரடு முரடும், சாலையோர மண்சாலையும், அடுத்தாற் போலிருக்கும் சற்றே உயர்ந்த தார்ச் சாலையின் அமைப்பும்தான் விபத்துக்குக் காரணம் என்று நான் சொன்னாலும், நிச்சயம், சர்வ நிச்சயம் சாக்கில்லை. இது யாருக்கு வேண்டுமானாலும் நிகழ்ந்திருக்கலாம். சரி, சர்வ ஜாக்கிரதையாக ஓட்டினாலும் நிகழ்ந்திருக்கலாம். நம் சாலைகளின் அமைப்பு அம்மாதிரி.

கை நரம்புகளின் சாதாரணப் புடைப்பு என்று நீங்கள் சொல்லலாம். அடி, சிராய்ப்பு ஒன்றும் இல்லை. லேசான வலிதான் என்று நீங்கள் அசட்டைப்படுத்தலாம். இரண்டு நாளில் சரியாகிவிடும் என்று மருத்துவர் மருந்தே எழுதித் தராமல் இருக்கலாம். ஆனால், விரல்கள்; அழகான நீண்ட விரல்கள்; உன்னத விரல்கள்; அற்புத விரல்கள். இசைக்கு மிக மிகத் தேவையான தங்கள் விரல்கள். இல்லை, மீனாட்சி. நான் சத்தியமாக என்னை மன்னித்துக்கொள்ள மாட்டேன்.

எப்படி மன்னித்துக்கொள்ள மீனாட்சி? ஓர் ஆத்திர அவ சரத்துக்குக் கூப்பிட்டீர்கள். நான் எவ்வளவு ஜாக்கிரதையாக

ஓட்டியிருக்க வேண்டும்? ஜாக்கிரதையாகத்தானே ஓட்டினேன் மீனாட்சி. விதி. இல்லை அப்படி ஒரு மசுரும் இல்லை. நான் நிச்சயம் நம்பமாட்டேன் மீனாட்சி. நானே முழுப் பொறுப்பு. சாலைகளைக் குறை கூறுவதுகூட ஒரு சால்ஜாப்புதான். முழுப் பொறுப்பும் என்னுடையதே. எங்கோ தவறு, ஓர் இம்மியூண்டு பிசகு நிகழ்ந்திருக்கிறது.

பவ்தீகத்தின் மீது பொறுப்பைச் சுமத்தி விடுவோமா மீனாட்சி? ரொம்பவும் சவுகரியம். மறந்துவிடலாம் நிம்மதியாக. எப்படி மறக்க மீனாட்சி? நான் அல்லவா தவறிழைத்திருக் கிறேன்! நான் அல்லவா தங்களைப் பார்த்திருக்கிறேன். அதுவும் கொஞ்ச நஞ்சமா? தங்கள் வாழ்க்கையின் உயிரம்சத்தை, கலை யின் பொக்கிஷத்தை, இசையின் தூண்டு சக்தியை... நல்ல வேளையாக அப்படி ஒன்றும் பெரிதாக நடந்துவிடவில்லை. அப்படி என்னால் அவ்வளவு சுலபமாக இதை எடுத்துக் கொள்ள முடியவில்லை மீனாட்சி. மன்னிப்பு என்ற சொல்லுக்கே இடம் இல்லாத மாபெரும் தவறு இது.

தங்கள் வீணை இசையில் எவ்வளவு தடவை, எத்தனை யுகங்கள் என்னை ஆழ்த்தியிருப்பீர்கள்? அந்த இனிமைகளுக் கெல்லாம் நான் செய்த கைமாறா இது!

துரோகம், மீனாட்சி. பச்சைத் துரோகம். எந்த இழவு தெய்வத்திடம் மன்னிப்புக் கேட்க மீனாட்சி என் அசட்டைக்கு. இது அசட்டை இல்லை என்றாலும், அஜாக்கிரதை இல்லை என்றாலும் எனக்குத்தான் தெய்வமே இல்லையே! எந்தச் சாமியை நான் இதுவரை கும்பிட்டிருக்கிறேன் மீனாட்சி?

பெத்துப் போட்டு அவர்கள் பாட்டுக்குப் போய்விட்டார் கள். நானும் தனியனாக, விடுதி, படிப்பு, டிகிரி, வேலை மசுருன்னு வாழ்ந்தாயிற்று. கடைசி காலம் மீனாட்சி, இப்பொழுது போயா இப்படி ஒன்று ஆக வேண்டும்.

உங்களிடம் நான் எல்லாமே சொல்லியிருக்கிறேன். உங்க ளிடம் மட்டும்தான் நான் எல்லாமே சொல்லியிருக்கிறேன். உங்களால் மட்டும்தான் என்னைச் சொல்ல வைக்க முடிந்திருக் கிறது மீனாட்சி. உங்களிடம் ஒன்றே ஒன்று மட்டும் சொல்ல வில்லை மீனாட்சி. நான் கும்பிடும் ஒரே தெய்வம் நீங்கள்தான். காரணம் கேட்காதீர்கள் மீனாட்சி. எல்லாக் காரணங்களும் குப்பை. காரணம் என்பதே குப்பை. மகா மகா குப்பை. எல்லாம் தானாக நேரியவை மீனாட்சி.

என் வாழ்க்கையின் முதல் இசை சப்தம் உங்கள் வீட்டி லிருந்துதான் எனக்குக் கேட்டது. அந்தப் பத்து வருடங்களுக்கு முன்னால். அந்த நாதம், அந்த வீணை ஒலி, முதல் முதல்ல நான் கேட்ட அந்த இசை ஒலி. அந்த இனிமை. இப்பொழுதுகூட

அதை என்னால் நினைவுக்குக் கொண்டு வர முடியும். நடைச் சவமாக வாழ்ந்துகொண்டிருந்த எனக்கு உங்கள் வீணையும் பேச்சும்தானே ஓரளவாவது உயிரூட்டின. என் வாழ்க்கைக்கு ஓர் அர்த்தம் கிடைத்ததே உங்கள் வீணை இசையால்தானே?

உங்களுக்காவது உங்கள் வீணை உண்டு. உங்கள் குழு உண்டு. சிறு அளவிலேயானாலும் ரசிகர்கள் உண்டு. உங்களைச் சுற்றி ஒரு சிற்றுலகம்.

எனக்கு? எனக்கு யார் இருக்கிறார்கள் மீனாட்சி. எனக்கு யாரைத் தெரியும்? இந்த என் ஆபீஸில் இருப்பவர்களைத் தெரியும். அவர்களை வைத்துக்கொண்டு நான் என்ன செய்ய? தனியனாகவே வாழ்ந்தாயிற்று மீனாட்சி. உறவென்று சொல்லிக் கொள்ள எனக்கென்று யார் இருக்கிறார்கள்?

திரும்பவும் அதையேதான் சொல்வேன் மீனாட்சி. எனக்கு உங்களைத் தெரியும். தெய்வீகக் களை ததும்பும் உங்கள் முகத்தைத் தெரியும். பக்தி ரசம் சொட்டும் உங்கள் வீணையைத் தெரியும். நீங்கள்தான் என் தெய்வம். நீங்கள் என் தெய்வமாக இருப்பதை யாரால் தடுக்க முடியும் மீனாட்சி?

இந்தத் தெய்வத்துக்குப் போய் இப்படி ஒரு கஷ்டத்தைக் கொடுத்துவிட்டேனே என்பதுதான் எனக்கு அழுகையாக இருக்கிறது மீனாட்சி. என் தலைக்காயம் இரண்டு வாரங்களில் சரியாகிவிடும். அப்படியே சரியாக ஆகாவிட்டாலும் அது ஒரு பேரிழப்பு இல்லை. உங்கள் நேரம், உங்கள் பணம் எல்லாம் என்னால் செலவாயிறறு. யார் என்றே சொல்லிக்கொள்ள முடியாத, ஒரு சாமானிய எனக்காகச் செலவாயிற்று.

எப்படி நான் உங்களை அழைத்துக்கொண்டு சென்றிருக்க வேண்டும்? தங்கள் அணுக்கத்துக்கு நான் எவ்வளவு மரியாதை கொடுத்திருக்க வேண்டும்! எத்துணை பவித்திரமான விஷயம் அது! ஒரு தெய்வத்தின் அருகாமை. ஒரு பல்லக்கில் ஏந்தித் தங்களை அழைத்துச் செல்வதான எத்தனை ஜாக்கிரதையுடன் வண்டியை ஓட்டிச் சென்றிருக்க வேண்டும்! எப்படி ஆயிற்று இது, மீனாட்சி? அந்தக் கண் இமைக்கும் நேரம். பாழ்படுத்தி விட்டேன் மீனாட்சி. பாழ்படுத்தி விட்டேன்.

ஒரு வார்த்தை கேட்டீர்களா மீனாட்சி. ஒரு வார்த்தை? ஒன்றுமே ஆகாதது போல் என்னைப் பார்த்துக்கொள்வதிலே தானே இருந்தீர்கள். பளார் என்று ஒரு அறை விட்டிருந்தால்கூட ஒரு தண்டனையாக சந்தோஷமாக ஏற்றுக்கொண்டிருந்திருப் பேன். செய்தீர்களா? இல்லை. செய்யமாட்டீர்கள், நீங்கள் மீனாட்சி. ஏனென்றால், நீங்கள் தெய்வம். மனுஷாள் இல்லை. ஒரு தெய்வம். ஒரு நாத தெய்வம். மீனாட்சி நீங்கள் என் தெய்வம். என்னோட தெய்வம் மட்டும்.

சென்னை உழைப்பாளிகள் சங்கம் உழைப்பாளிகளின் செய்தி மடல்

(வயிற்றுப்பிழைப்புக்காக அலுவலகங்களில் தங்களை அடகு வைத்துக் கொண்டுள்ளோர் சுற்றுக்கு மட்டும்)

இதழ்: 1

5.1.90: நிறுவனம் ஆரம்பித்து சுளையாக ஐந்து ஆண்டுகள் ஆகியும் ஊழியர் மாநகர் காப்பீட்டுத் திட்டம் (இ.எஸ்.ஐ.) ஆரம்பிக்கப்படாததால் எஸ். கோபிசந்திரன் நிர்வாக இயக்கு நரைச் சந்தித்து இது குறித்துப் பேசினார். வாங்கும் சம்பளம் சரியாக இருபது நாட்களுக்குத்தான் காணும் என்றும் மீதி தினங்கள் கடனில் கழிவதாகவும், இந்த அழகில் உடம்புக்கு ஏதாவது வந்துவிட்டால் அலுவலகத்தில் லோன் வாங்க வேண்டியிருப்பதாகவும், அலுவலகத்தில் சம்பாதிப்பது சொந்த வாழ்க்கை நடத்தத்தான் என்றும், அலுவலகத்தில் சம்பாதித்த பணத்தை அலுவலகக் கடன் அடைக்க அழுவதில் எந்தவித அர்த்தமும் இருப்பதாகத் தோன்றவில்லை என்றும், ஒன்று இ.எஸ்.ஐ. அனுகூலத் திட்டம் ஆரம்பிப்பது அல்லது மருத்துவ உதவிப்படி தருவது இதில் ஏதாவது ஒன்றை உடனடியாகச் செயல்படுத்த வேண்டும் என்று கோபிசந்திரன் எடுத்துரைத்தார். ஆழமான தாக்குதலுக்கு உள்ளான நிர்வாக இயக்குநர் சுதாரித்துக்கொண்டு "சரி பாப்பம்" என்று பதிலளித்தார். "இதலெ பாக்குறதுக்கு ஒண்ணுமில்லெ. செய்றதுக்குத்தான் நெறய இருக்கு" என்று காரமாகக் கூறிவிட்டு அதிகாரியின் அறையை விட்டு வெளியே வந்தார் கோபிசந்திரன்.

(திரு. எஸ். கோபிசந்திரன், கணக்கர், எஸ்.எஸ். கம்பனி, மந்தைவெளிப்பாக்கம், சென்னை 600 028).

10.1.90: வேலையில் மும்முரமாக இருந்த எல். சந்திர காந்தை பொறுப்பாளர் வெற்றிலை பாக்கு வாங்கி வரும்படிக் கேட்டுக்கொண்டார். மறுப்பின் பாவத்தை சந்திரகாந்தின் முகம் பிரதிபலிக்க அலுவலகக் கடைநிலை ஊழியன் ஏதோ ஒரு வேலையாக வெளியில் சென்றிருப்பதாகவும், இதை சக மனிதன்

ஒருவருக்குச் செய்யும் சிறு உதவியாகக் கருதிச் செய்யுமாறும் சந்திரகாந்த் கேட்டுக்கொள்ளப்பட்டார். தலைக்கு மேல் இருந்த வேலைக் குவியலை விட்டு, பத்து நிமிடங்களை விரயமாக்கி சந்திரகாந்த் பொறுப்பாளருக்கு வெற்றிலை பாக்கு உல்லாசத்தை வாங்கி வந்து கொடுத்தார். சாயங்காலம் முதுகொடிய வேலை செய்துகொண்டிருந்த சந்திரகாந்த் பொறுப்பாளரிடம் கடைநிலை ஊழியன் அப்பொழுதும் எங்கோ வெளியில் சென்றிருப்பதாகவும், தனக்குத் தேநீர் அவசியம் தேவை என்றும் தெரிவித்து, கீழே உள்ள தேநீர் விடுதியில் தனக்காக ஒரு சிங்கிள் டீ சொல்லிவிட்டு வர முடியுமா என்று கேட்க, பொறுப்பாளரின் முகம் கோபத்தில் சிவந்தது. இதை ஒரு சக மனிதனுக்குச் செய்யும் ஒரு சிற்றுதவியாகச் செய்யலாம் என்று சந்திரகாந்த் ஆலோசனை வழங்க, பொறுப்பாளருக்கு உலகத்தில் உள்ள கோபம் அனைத்தும் ஒட்டுமொத்தமாக வந்து குமிந்தது. அவர் நிலையிழந்து கர்ஜிக்கத் தலைப்பட்டார். காந்த் தன்னை அவமதிக்கவும் நையாண்டி செய்ததாகவும் அவர் காந்த்மீது பழி சுமத்தினர். கிட்டத்தட்ட ஒரு பூகம்பமே பொறுப்பாளர் வாயிலாக வெடித்தது.

(திரு. எல். சந்திரகாந்த், மூத்த கணக்கர், எம்.எஸ். கம்பெனி, கொருக்குப்பேட்டை, சென்னை 600 021).

12.1.90: ஏதோ ஒரு சிறு தவறுக்காக பங்குதாரரால் எஸ்.கே. கிருஷ்ணன் கடுமையாகக் கண்டிக்கப்பட்டார். தன் எதிர்ப்பைத் தெரிவிக்கச் சந்தர்ப்பம் கிடைக்காமல் அல்லாடிக் கொண்டிருந்த கிருஷ்ணனுக்கு ஏதுவாகப் பங்குதாரரைத் தேடி நான்கு முக்கியஸ்தர்கள் பம்பாயிலிருந்து வந்தார்கள். வந்தவர்கள் பங்குதாரரின் அறையில் விஸ்கி சகிதம் உல்லாசித்துக் கொண்டிருந்தார்கள். சந்தர்ப்பத்தை நழுவவிடாத கிருஷ்ணன் பங்குதாரரின் பாதி ஆளுயர நாயை வெளிவாசல் சங்கிலியில் இருந்து விடுவித்தார். நாய் பங்குதாரரின் அறையில் நுழைய, முக்கியஸ்தர்கள் நால்வரும் நாற்காலிக்கு மேல் கால்களை மடக்கி வைத்து அசௌகரியப்பட ஆரம்பித்தார்கள்.

(திரு. எஸ்.கே. கிருஷ்ணன், கடைநிலை ஊழியர், பாலமுரளி டைப் செட்டர்ஸ், கோடம்பாக்கம், சென்னை 600 024).

15.1.90: படைப்பில் அனைவரும் சமம், மனிதப் பாகு பாடுகள் அனைத்தும் செயற்கையானவை போன்ற சித்தாந்தங் களில் ஆழ்ந்த நம்பிக்கை கொண்ட எம்.என். ராம்தாஸ் எந்த ஓர் உயர் அதிகாரிக்கும் தனிப்பட்ட முறையில் சவுக்காரம்

போடாததில் தனது 25 வருட சர்வீஸில் 14 அலுவலகங்களில் பணிபுரியும் நிர்ப்பந்தத்துக்கு உள்ளானவர். உதவியாளனை விட உயர் அதிகாரிக்கு அதிக அறிவு இருக்கிறது என்ற பிரமையில் தன்னை ஆழ்த்திக்கொள்ளாத இவர் அநேக மேற்பார்வையாளர்களுக்குச் சரிவர வேலை வாங்கவே தெரியவில்லை என்று அபிப்பிராயப்படுகிறார். இன்று காலை இவர் 15-ஆவது ஆண்டு அலுவலகமான எச்.எச்.கோ.வில் உதவியாளராகச் சேர்ந்தார். தன் பணிக் காலத்தில் இன்னும் ஏழெட்டு அலுவலகங்களில் பணி புரிந்தால் ஓய்வு நிலையை எட்டிவிடலாம் என்று கருதுகிறார்.

(திரு. எம்.என். ராம்தாஸ், உதவியாளர், எச்.எச். அண்டு கோ, நுங்கம்பாக்கம், சென்னை 600 034).

18.1.90: எம்.எட். அண்டு கோ, திருவான்மியூர் சென்னை 600 041இல் இன்று காலை பத்து மணியளவில் வேலைக்கு ஆள் எடுப்பு வைபவம் நிகழ்ந்தேறியது. விண்ணப்பித்திருந்த எம்.எஸ். கோகுல்சந்த் நேர்காணலின்போது காரசாரமாகத் திட்டப்பட்டு வெளியேற்றப்பட்டார். அவர் தன் விண்ணப்பத்தில் பெறுநர் முகவரியில்,

கூட்டாளி

எம்.எட். அண்டு கோ

சென்னை 600 041.

என்று குறிப்பிட்டிருந்தார். கூட்டாளி என்ற சொல் கிட்டத் தட்ட ஒரு தகாத வழக்கு என்றும், பங்குதாரர் என்பதுதான் முறையானது என்றும் அவருக்குத் தெரிவிக்கப்பட்டது. தமிழை ஒழுங்காகக் கற்றுக்கொள்ளுமாறு கோல்சந்த் திட்டல்களுக் கிடையே கேட்டுக்கொள்ளப்பட்டார்.

19.1.90: அலுவலக அரசியல் தன்னைப் பலிகடாவாக்கித் தன்னை எந்த நேரத்திலும் வெளியே துரத்தும் நிலை அலுவலகத்தில் உருவாகி இருப்பதால் என்.ஆர். மாதவன் இன்று காலை முதல் (காலை ஆறு மணியில் இருந்து ஏழு மணி வரை) நடுத் தெருவில் நின்று பழகிக்கொள்ள ஆரம்பித் திருக்கிறார். தினமும் இவ்வாறு நின்று ஓர் ஒரு மாதம் பழகிக் கொண்டால் அலுவலகம் தன்னை வெளியே துரத்தித் தான் நடுத் தெருவில் நிற்க வேண்டி வரும்போது, அது ஒரு பெரும் அதிர்ச்சியாக இராது என்று கருதுகிறார் இவர். இவர் பழக்கத் தில் அதீத நம்பிக்கை கொண்டவர். உயிரோடு இருப்பதே ஒரு பழக்கம்தான் என்கிறார் இவர்.

(திரு. என்.ஆர். மாதவன் வரவேற்பாளர், பாலிஃபாம் உணவகம், வடக்கு கோபாலபுரம், சென்னை 600 086).

24.1.90: தான் எஸ்.எஸ்.எல்.ஸி. படித்திருப்பதாகவும், எந்த வேலை கொடுத்தாலும் செய்வதாகவும், நிர்வாக அதிகாரி வேலையைக்கூடத் தன்னால் செய்ய இயலும் என்றும் குறிப்பிட்டு ஒரு விண்ணப்பம் வந்திருந்தது. அதைப் படித்த நிர்வாக அதிகாரி ஆழ்ந்த அதிர்ச்சிக்குள்ளானார்.

(திரு. என். ஜேகப், நிர்வாக அதிகாரி, பார்க்கார்ட் லிமிடெட், புரசை, சென்னை 600 007).

27.1.90: பார்த்தன்ஸ் கம்பெனி லிமிடெட், மணலி, சென்னை 600 068இல் ஊழியர்களுக்குப் பொற்கிழி வழங்கும் விழா நடைபெற்றது. அண்மையில் புண்ணியத் தல யாத்திரையை முடித்துக்கொண்டு திரும்பியிருந்த இயக்குநர் மனந்திருந்தி கடந்த பத்தாண்டுகளாகக் கொடுக்கப்படாமல் ஏமாற்றப்பட்டு இருந்த விடுப்புச் சம்பளத்தை பொற்கிழி வடிவில் வழங்கினார். பத்து ஆண்டுகளுக்கான வட்டியே ஒரு பெரும் தொகையாக இருப்பதால் அதையும் இயக்குநர் சேர்த்து வழங்குவதுதான் முறை என்று ஊழியர்கள் சிலர் கருத்து தெரிவித்தனர். இதைப் பற்றிப் பேச்செடுத்தால் உள்ளதும் போய்விடும் என்று பிற ஊழியர்கள் அபிப்பிராயப்பட, விழா சுமூகமாக நடைபெற்றது. தங்களுக்குத் தர வேண்டிய பாக்கியைப் பெரிதாக என்னத்தையோ கிழித்துவிட்டதுபோல் கிழி வடிவில் தருவது இயக்குநரின் பண்ணைச்சீமான் மனோபாவத்தைத்தான் காட்டுவதாக உணர்வுபூர்வமாக இயங்கும் உழைப்பாளிகள் சிலர் கருதினாலும், கிளர்ச்சி, கண்டனம் போன்றவை எப்படியோ தவிர்க்கப்பட்டன.

1.2.90: விடுப்புச் சம்பளம் என்ற பேச்சு அடிபடும் போதெல்லாம் நிர்வாக அதிகாரிக்கு உடம்புக்கு முடியாமல் போய்விடுவது குறித்து காலை சரியாக பதினொரு மணியளவில் வியக்க ஆரம்பித்தார் எஸ்.எஸ். சத்யபதி. கடந்த மூன்றாண்டு களாக இப்படி நடந்து வருவதால் கவலை கொண்ட சத்யபதி மனிதாபிமான மேலீட்டினாலும், சக மனிதனை உணர்தல் என்ற அடிப்படையிலும் நிர்வாக அதிகாரிக்கு உதவி புரிய முன்வந்தார். தான் தனிப்பட்ட முறையில் அதிகாரியிடம் பேச விரும்புவதாகத் தெரிவித்தும், ஒரு கால் மணி நேரம் தனக்காக ஒதுக்க முடியுமா என்று கேட்டும் அனுப்பியிருந்த சத்யபதிக்கு அந்தச் சந்திப்புக்கு அனுமதி வழங்கப்பட்டது. ஒரு பிரச்சனை என்று வரும்போது மட்டும் உடம்புக்குக் கேடு வருவது, போராட பயப்படும் படை வீரனுக்குத் திடீரென்று பார்வை

தெரியாமல் போவது போன்ற மன-உடல் சம்பந்தப்பட்ட நோயாக இருக்கக் கூடும் என்றும், விஷயம் மிக மிகத் தீவிர மானது என்றும் தெரிவித்ததுடன் நிர்வாக அதிகாரி அவர்களை ஓர் உளவியல் மருத்துவரைக் கலந்தாலோசிக்குமாறு கேட்டுக் கொண்டார் சத்யபதி. அந்தஸ்தை வழிபடும் நிர்வாக அதிகாரி சத்யபதியை அதிகப் பிரசங்கி என்று வைததுடன் தன் அறையை விட்டு வெளியேறுமாறும் பணித்தார்.

(திரு. எஸ்.எஸ். சத்யபதி, சுருக்கெழுத்தாளர், எம்.எம். அண்டு கோ, புரசை, சென்னை 600 084).

7.2.90: திருநின்றவூர் கிளை அலுவலகத்தில் பணிபுரிந்து கொண்டிருந்த கே. முத்துராமலிங்கத்தை நிர்வாகம் தன் சௌகரியம் கருதி, சென்ற வாரம் திருவான்மியூரில் உள்ள பிரதான அலுவலகத்துக்கு மாற்றியது. திருநின்றவூரில் கிளை ஆரம்பிக்கப்பட்டபோது அலுவலகத்துக்குப் பக்கத்திலேயே வீடு இருந்தால் நல்லது என்ற எண்ணத்தில் அந்தப் பகுதியில் குடும்ப சகிதம் வீடு மாறியிருந்தார் முத்துராமலிங்கம். திருவான்மியூருக்கு மாற்றப்பட்டதில், போக்குவரத்துக்கு மட்டும் ஐந்து மணி நேரம் செலவானதோடு கூட பேருந்து நெரிசல், நீண்ட நேரப் பயணம் இவை காரணமாக முத்துராமலிங்கத்தின் எரிச்சலின் அளவு கணிசமாக அதிகரிக்கவும் செய்தது. இது தவிர, எட்டு மணி நேரம் என்று சொல்லிக்கொண்டு தன் அலுவலகம் பதின்மூன்று மணி நேரத்தைச் சாப்பிடுவதும் இதனால் குடும்பத்துக்கென்றும் வாசிப்புக்கென்றும் ஒதுக்கியிருக்கும் நேரம் பாதிக்கப்படுவது குறித்து முத்துராமலிங்கம் கவலை கொண்டார். இன்று இவர் தன்னைப் பழையபடி கிளை அலுவலகத்துக்கே மாற்றும்படி கோரி எழுதியிருந்த விண்ணப்பம் நிராகரிக்கப்பட்டது. வீட்டின் அருகில் இருக்கும் மருத்துவர் ஒருவரிடம் தன் நிலைமையை எடுத்துச் சொல்லி டைஃபாய்ட், மலேரியா, வைரஸ் காய்ச்சல் போன்ற அவஸ்தைகளுள் ஒன்றில் பீடிக்கப்பட்டிருப்பதாக மருத்துவச் சான்றிதழ் வாங்கி அடிக்கடி நீண்ட நாள் விடுப்பு எடுத்துக்கொள்வதாக உத்தேசித்துள்ளார் முத்துராமலிங்கம்.

(திரு. கே. முத்துராமலிங்கம், தட்டெழுத்தாளர், கோரெலெக் கம்ப்யூட்டர்ஸ், ராஜாஜி நகர், திருவான்மியூர், சென்னை 600 041).

12.2.90: துணை இயக்குநர் தான் கிளம்புவதாக அருகில் தென்பட்ட எம்.கே. கோபால்சாமியிடம் கூற, கோபால்சாமி அவரிடம் அவர் திரும்பி வருவாரா அல்லது அன்றைக்கு அவ் வளவுதானா என்று கேட்டார். "ஏன் அப்பிடிக் கேக்குறீங்க?"

என்று துணை இயக்குநர் வினவ, கோபால்சாமி அவர் திரும்பி வருவதாக இருந்தால் ஊழியர்கள் ஒருவித மன இறுக்கத்துடன் இருப்பார்கள் என்றும், அப்படி இல்லாதபட்சத்தில் ஓரளவு ஆசுவாச மனநிலையில் செயல்படுவார்கள் என்றும் எடுத்துக் கூறினார். கோபம் கொண்ட துணை இயக்குநர் கோபால்சாமியைத் திட்டித் தீர்த்துவிட்டு நடையைக் கட்டினார்.

(திரு. எம்.கே. கோபால்சாமி, இளநிலை உதவியாளர், அகில பாரதக் கைவினைப் பொருட்கள் வாரியம், சாஸ்திரி பவன், சென்னை 600 006).

14.2.90 மங்களூர் கிளை அலுவலகத்தில் இருந்து சென்னைக் கிளைக்கு மாற்றப்பட்ட களப்பணி அதிகாரிக்கு இளநிலை உதவியாளர் என். மதனின் நாற்காலியும் மேஜையும் தற்காலிகமாகத் தரப்பட்டன. "நா ஒரு சாதாரண குமாஸ்தா இடத்துலெ ஒக்கார மாட்டேன்'' என்று கூறி அதிகாரி இருக்கையை ஏற்றுக்கொள்ள மறுத்துவிட்டார். உணர்வுகள் புண்பட்ட நிலையில், தானும் விட்டுக் கொடுக்கக் கூடாது என்ற எண்ணத்தில், "ஒரு சாதாரண களப்பணி அதிகாரி நிராகரித்த இருக்கையில் நா இனி ஒக்கார மாட்டேன்" என்று மதன் இருக்கையை மறுத்தார். தனக்கென்று பிரத்தியேகமாக இருக்கை செய்யப்பட வேண்டும் என்று மதன் கோரினார்.

(திரு. என். மதன், இளநிலை உதவியாளர், அகிலபாரத கைத்தறி வாரியம், சாஸ்திரிபவன், சென்னை 600 006).

2.3.90: எந்தவித ஊதிய உயர்வும் இல்லாமல் தொடர்ந்து மூன்று வருடங்களாக மாதம் பதினைந்து ரூபாய் மட்டும் பெற்றுக்கொண்டு அலுவலகக் கக்கூஸைக் கழுவும் எம். கொண்டையா, "சரியாக் கழுவுறதில்லெ", "இங்கெ சரியாத் தண்ணி ஊத்தல்லெ", "எங்கெ ஃபெனால் போட்டிருக்கே?'' போன்ற இம்சைகளைப் பொறுக்காமல், "ஒங்க கக்கூஸை நீங்களே கழுவிக்கங்க'' என்று சொல்லிவிட்டு வேலையைத் துறந்தார்.

(திரு. எம். கொண்டையா, சுத்திகரிப்புப் பணியாளர், ஆயிரம் விளக்குப் பகுதியிலுள்ள பல நிறுவனங்கள், சென்னை 600 006. சம்பவம் நடந்த நிறுவனம்: எம்.எம். ஜான் – கோ).

3.3.90: ஐந்து ஆண்டுகளாக "இது சரியில்லெ, அது சரியில்லெ; இது தப்பு, அது தப்பு; வேலெயிலெ எவனுக்கும் அக்கறெ இல்லெ'' போன்ற உரிமையாளரின் தொந்தரவு தாங்காமல் உரிமையாளரிடம் எஸ்.கே. தாஸ் வெடித்தார். "ஒங்களெத் திருப்திப்படுத்த ஒரு பைசாசத்தாலெதான் முடியும்.

பேசாமெ ஒரு பிசாசெ வேலெக்கி வச்சிக்குங்க. நா வரேன்" என்று சொல்லி வேலையை விட்டார்.

(திரு. எஸ்.கே. தாஸ், உதவியாளர், ஏ.ஏ.எம். – கோ, இந்திரா நகர், சென்னை 600 020).

7.3.90: அலுவலக உபயோகத்துக்காக சென்ற மாதம் ஒரு பி.ஸி. (பெர்சனல் கம்ப்யூட்டர்) வாங்கப்பட்டது. அன்றிலிருந்து தினமும் பங்குதாரரின் குழந்தைகள் மதியம் அரைநாள் கம்ப்யூட்டர் விளையாட்டுகள் ஆடி மகிழ ஆரம்பித்தார்கள். கம்ப்யூட்டர் இயக்கும் என்.கே. பூவராகன் விளையாட்டுக் காட்டத் தன் குழந்தையை இன்று அலுவலகத்துக்கு அழைத்து வந்திருந்தார். பூவராகன் தன் குழந்தையை அலுவலகத்துக்கு அழைத்து வந்ததைப் பங்குதாரர் வன்மையாகக் கண்டித்தார்.

(திரு. என்.கே. பூவராகன், கம்ப்யூட்டர் ஆப்ரேட்டர், சண்முகம் – கோ, அமைந்தகரை, சென்னை 600 029).

9.3.90: ஃபோட்டோ டைப்ஸெட்டிங் பகுதிக்குத் திடீரென ஒரு மேற்பார்வையாளர் நியமிக்கப்பட்டார். டைப்ஸெட்டரை இயக்கும் எம்.என். தம்பிதுரை மனசாட்சிக்கு விரோதமில்லாமலும் வாங்கும் சம்பளத்துக்குத் துரோகம் செய்யாமலும் பணிபுரிகிறவர். டைப்ஸெட்டிங்கின் சகல நுணுக்கங்களையும் நன்கறிந்தவர். பக்கத்தில் நின்றிருந்த மேற்பார்வையாளரைப் பொருட்படுத்தாது வேலையில் ஆழ்ந்திருந்த இவர் ஒரு குறிப்பிட்ட பகுதி வந்ததும் ப்ரோமைட் தாளை அறுக்க, அறை விளக்கை அணைத்தார். சிகப்பு விளக்கு இருட்டில் ப்ரோமைட் அறுக்கப்பட்டது. அறை விளக்கைப் போட முற்பட்டபோது மேற்பார்வையாளர் "லைட் போடு" என்று கட்டளை பிறப்பித்தார். இதைப் பொறுக்காத தம்பித்துரை "போடா மயிரு, ஒன் வேலெயெப் பாத்துட்டுப் போ" என்று திட்டினார். உரிமையாளரிடம் புகார் போனது. "ஒங்களுக்கு வேண்டியவனா இருந்தாக்க ஒங்க வீட்லெ இவனைத் தனியாக கவனிச்சுக்குங்க. லைட் போடு, லைட் ஆஃப் பண்ணுன்னு சொல்றதுக்கு எனக்கு ஒரு சூப்பர்வைஸர் தேவையில்லெ" என்று தம்பித்துரை வெடித்தார்.

(திரு. எம்.என். தம்பித்துரை, ஃபோட்டோ டைப்ஸெட்டிங் ஆபரேட்டர், பலபார் பிரிண்டர்ஸ், கமாண்டர்–இன்–சீஃப் சாலை, சென்னை 600 105).

12.3.90: குசுகுசுவென்று எப்பொழுது பார்த்தாலும் உயர் அதிகாரி காதில் பிற ஊழியர்களைப் பற்றி வத்தி வைத்து, வேறெந்த வேலையும் செய்யாமல் உயர் அதிகாரி தரும் பாது

காப்பில் குளிர் காயும் மேற்பார்வையாளர் டி.எல். பாஸ்கருக்கு அலுவலகச் சிப்பந்திகள் இன்று மாலை அலுவலக மனமகிழ் மன்றத்தில் 'காக்கா' என்ற பெயரைச் சூட்டினார்கள். 'காக்கா' என்பது பேச்சு வழக்காக இருப்பதால் 'காகம்' என்று பெயர் வைக்குமாறு ஒரு சாரார் கேட்டுக்கொண்டதன் பேரில் 'காகம்' என்ற பெயர் ஏகமனதாக ஏற்றுக்கொள்ளப்பட்டு நிறைவேற்றப் பட்டது.

(ஆர்.பி. பிரதர்ஸ், வேளச்சேரி, சென்னை 600 042).

14.3.90: "இதுகூடச் செய்ய முடியல்லேன்னா நீங்க இருந்து என்ன பிரயோசனம்?" என்று கேட்ட உரிமையாளரிடம், "பிரயோசனம் இல்லைன்னு தெரிஞ்சும் அறிவுகெட்டத்தனமா ஏன் வேலெக்கி வச்சிக்கிட்டிருக்கீங்க?'' என்று கேட்டுக் கடையை விட்டு நடையைக் கட்டினார் எஸ்.எஸ். பிரகாஷ். இவர் ஒரு மானஸ்தர்.

(திரு. எஸ்.எஸ். பிரகாஷ், விற்பனைச் சிப்பந்தி, பி.எஸ். ஃபார்மசூட்டிகல்ஸ், மயிலை, சென்னை 600 004).

17.3.90: தலைமைச் செவிலி மோனிகா மெனேஸஸ் இன்று ஓய்வு பெற்றார். மருத்துவமனைச் செவிலியர் பிரிவு உபசார விழாவில் இவருக்கு ஓர் எவர்சில்வர் மெழுகுவர்த்தியைப் பரிசாக அளித்தனர். இவர் தலைமை மருத்துவரிடம் அடிக்கடி பிறரைப் பற்றி வத்தி வைத்ததை நினைவுபடுத்தவே அவ்வாறு செய்யப்பட்டது. பரிசின் பின்னால் இருந்த காரணத்தை அறியாத மெனேஸஸ் பரிசை அகமகிழ்வுடன் பெற்றுக்கொண்டார்.

(கிருஷ்ணராவ் பாலி கிளினிக், எம்.டி.எச். சாலை, சென்னை 600 053).

19.3.90: "எட்வினா எங்கே?'' என்று அவசரமாகத் தேடி வந்த ஆர். மாறனிடம் "அவ எம் மனசுலெ இருக்கா. யார் கூப்பிட்டாலும் அனுப்புறதுக்கில்லெ" என்று காதல் போதையில் பதில் சொன்னதற்காக எல்.வி. நாராயணனுக்கு விளக்கம் கோரி ஒரு மெமோ அனுப்பப்பட்டது. நிம்மதியாகக் காதலிக்கக்கூட அலுவலகம் விடுவதில்லை என்றும், தன் சொந்த வாழ்க்கையில் அலுவலகம் குறுக்கிடுவதாகவும் நாராயணன் தன் விளக்கத்தில் குறிப்பிட்டார்.

(மாயா நிலையம், ராயப்பேட்டை நெடுஞ்சாலை, சென்னை 600 014).

21.3.90: "தாமதமாக வந்தால் சம்பளம் பிடிக்கப்படும்" என்ற அறிக்கை வந்த பிற்பாடு ஒரு வாரமாக வேலைக்கு வராத

பி.என். ராமாராவிடம் விளக்கம் கோரப்பட்டது. போன வாரம் தினமும் பத்து நிமிடம் தாமதமாகிவிட்டதாகவும் தாமதமாக வந்து வேலை செய்தாலும் சம்பளம் பிடிக்கப்படுமாதலால் தான் வீட்டுக்குத் திரும்பிவிட்டதாகவும் அவர் கூறினார். நிர்வாகம் இன்று தன் நிபந்தனையை மறுபரிசீலனை செய்தது.

(திரு. பி.என். ராமாராவ், தட்டெழுத்தாளர், வி & வி சன்ஸ், முகப்பேர், சென்னை 600 050).

23.3.90: முப்பது வருடங்கள் சர்வீஸ் போட்ட ஒரு அலு வலகத்துக்கு இன்னும் தினமும் செல்வதை எப்படிச் சகித்துக் கொள்வது என்பது குறித்து ஒரு தொடர் சொற்பொழிவை நடத்த முன்வந்துள்ளார் பி.ஆர். கிருஷ்ணகுமார். சொற்பொழிவு ஆரம்பிக்கப்படும் நாள், இடம் போன்ற விவரங்கள் இன்னும் சில தினங்களில் உறுப்பினர்களுக்கு அஞ்சல் மூலம் அறிவிக்கப்படும்.

(திரு. பி.ஆர். கிருஷ்ணகுமார், உதவியாளர், ஐ & ஐ சன்ஸ், வேலப்பன் சாவடி, சென்னை 600 077).

24.3.90 வேலை அதிகமில்லாத சமயங்களில் தன் ஊழி யர்கள் பாக்கெட் நாவல்களைப் படித்துக்கொண்டிருந்ததைப் பார்த்த பங்குதாரர் எம். ராமலக்ஷ்மணன் காத்திரமான இலக்கியத்தின் முக்கியத்துவத்தை எடுத்துக்கூறி ஊழியர்களை நல்வழிப்படுத்தினார். ஆற்றுப்படுத்தப்பட்ட ஊழியர்கள் அடுத்த நாளிலிருந்து காத்திரமான இலக்கியப் படைப்புகளில் மூழ்க ஆரம்பித்தார்கள். ஒரு வாரமாகியும் ஒரு வேலையும் நடக்காத ஆத்திரத்தில் ராமலக்ஷ்மணன் ஊழியர்களிடம் கடிந்து கொண்டார். 'தமிழ் இலக்கியத் துரோகி' என்ற பட்டத்தைத் தொழிலாளர்கள் தங்கள் கண்டனக் கூட்டத்தில் பங்குதாரருக்கு இன்று சூட்டினார்கள்.

(சவிதா பதிப்பகம், திருவல்லிக்கேணி நெடுஞ்சாலை, சென்னை 600 005).

27.3.90: "காலையில் ஒரு தட்டு தன்மானத்தையும், மதியம் ஒரு தட்டு தன்மானத்தையும், இரவு ஒரு தட்டு தன்மானத்தையும் சாப்பிட்டுத் தன்னால் வாழ்ந்திருக்க முடியும் என்றாகிவிட்டால் என் ஆன்மாவைக் கொலை செய்துவிட்டு அதன் சமாதிமீது தான் நடத்தும் அலுவலக ஈன வாழ்க்கைக்குத் தான் நிச்சயம் முற்றுப்புள்ளி வைத்துவிட முடியும்" என்று தன் சக ஊழியரிடம் எச். எபினெசர் கூறினார்.

(திரு. எச். எபினெசர், முதுநிலைக் கணக்கர், பிரகாஷ் – கோ, அண்ணாசாலை, சென்னை 600 002).

29.3.90: பங்குதாரருடன் நடந்த காரசாரமான சண்டைக்குப் பிறகு வேலையை விட்ட என்.கே. கோபால் வீட்டில் நடந்த பேச்சு பின்வருமாறு:

"பைத்தியம் பிடிக்குறாப்பல இருக்கு. நீங்க தெனத்துக்கும் வேலெ தேடி அலெஞ்சிட்டு ஒண்ணும் கெடெக்காமெ வீட்டுக்கு வர்றது."

"எனக்கும் அதே மாதிரித்தான் இருக்கு. ஒரு கம்பெனிக்குப் போயி வேலெ வேணும்னு கேக்குறதுக்கே கூச்சமா இருக்கு."

"இருக்குற நல்ல வேலெயெ விட்டது ஒங்க தப்பு. இப்ப பட்றீங்க, படுத்துறீங்க."

"தோ பார், அதெ மட்டும் சொல்லாதெ. நா செஞ்சது ரொம்ப சரி. நா வச்சிருக்குற மதிப்பீடுகளுக்கெல்லாம் சமாதி கட்டிட்டு வேலெயிலெ இருக்கணும்னு எந்த ஒரு அவசியமும் இல்லெ."

"என்ன இப்ப நீங்க சொல்ற மதிப்பீடுக நமக்குச் சோறு போட்றதா?"

"நீ ரொம்பப் புத்திசாலித்தனமா பேசுறதா நெனெச்சுக் காதே. சாப்பிட்டா தன்மானச் சோறு சாப்பிடணும். மானத்தை விட்டுக் கொடுத்துட்டுத்தான் சாப்பிடணும்னா அதுக்குப் பேசாமெ சாகலாம். சாவுறது ஒரு பிரச்சனையில்லெ. என்னிக்காவது ஒருநாள் சாகத்தானெ பேறோம்."

"ஒரு பத்து வருஷ சர்வீஸெப் பாழடிச்சதெ நெனைச்சாத்தான் வயித்தெரிச்சலா இருக்கு."

"எனக்கு மட்டும் இப்ப ரொம்ப சந்தோஷமாவா இருக்கு? சகலத்துக்கும் பூம்பூம் மாடு மாதிரித் தலெயாட்டிக்கிட்டு இருக்கணும்னா முடியுமா? ஏதோ ஓரளவு தலையாட்டலாம். சரி, சாதுரியமான சமரசம், பொழெப்பு பாழாப் போக வேணாங் குறதுக்காக. அதுக்காக எல்லாத்துக்குமாத் தலையாட்டச் சொல்றே? நான் பண்ணினது ஒரு நல்ல காரியம். இன்னொரு தரம் இவனுக இந்த மாதிரிப் பண்ண மாட்டாங்க. கொறஞ்சது புதுஸ்ஸா வர்ற வங்கிட்டெயாச்சும் கொஞ்சம் நிதானத்தோட நடந்துக்குவாங்க."

"கடைசியிலெ என்ன ஆயிருக்கு. ஒங்க நியாயங்களெல் லாமாச் சேந்து நம்ம பொழப்புலெ மண்ணை வாரிப் போட் டிருக்கு. இன்னும் என்ன ஆகணும்? பைத்தியம் பிடிக்கிறதுதான் பாக்கி."

“பைத்தியம் பிடிக்குறதுன்னு சும்மா சும்மா பேசாதெ. இப்ப ரெண்டு பேருக்குமே பைத்தியம் பிடிக்குறதா வச்சிக்கொ. நாம ரெண்டு பேரும் பைத்தியக்கார ஆஸ்பத்திரியிலெ சேர்ந்துரலாம். அதுக்கு முன்னாடி கொழந்தெயெ ஒங்க அம்மா வீட்லெ விட்டிரலாம். நம்ம வாழ்க்கெப் பிரச்சனெ ஒரு வழியாத் தீந்து போகும்.”

“ஒங்களுக்கு இந்தக் கஷ்டத்துலெயும் வெளெயாட்டாப் பேச வருது. என்ன ஜன்மமோ?”

“பிறகென்ன, பைத்தியம் அது இதுன்னு பேசிக்கிட்டு? பைத்தியம் நீ நெனெச்ச நேரத்துலெ பிடிக்குமான்ன? அது தானா நிகழ்ற ஒண்ணு. திட்டமிட்டெல்லாம் பிடிக்க வச்சிக்க முடியாது.”

“இப்ப என்னதான் பண்ணப் போறீங்க?”

“இன்னும் ஒரு ரெண்டு மூணு வாரம் பாக்குறது. ஒண்ணுந் தேறலென்னா ட்ரைவிங் கத்துக்கிட்டு ஆட்டோ ஓட்ட வேண்டியதுதான். அந்த வட்டத்துலெ எனக்கு யாரும் தெரிஞ்சவங்க இல்லெ. அதான் கொஞ்சம் யோசனையா இருக்கு. ஆட்டோக்காரன் சம்சாரம்னு சொல்லிக்குறதுலெ ஒனக்கொண்ணும் கெரளவரக் கொறச்சல் இல்லியே?”

தலைவர் உரை: 30.3.90 அன்று மாலை 6.00 மணிக்குத் துவங்கிய பொதுக் குழுக் கூட்டத்தில் தலைவர் எஸ்.கே. சிவச்சந்திரன், பி.யூ.ஸி. (ஓய்வு) ஆற்றிய உரை:

“ஊழியர்கள் தங்கள் உணர்வுகளை மழுங்கடித்துக்கொண்டும், தன்மானம் போன்ற உணர்ச்சி உத்வேகங்களை மட்டுப்படுத்திக் கொண்டும், சாத்வீகம் போன்ற மந்தமான தத்துவங்களில் தங்களை ஆழ்த்திக்கொண்டும், அகிம்சை என்ற அசமந்தத்தில் தங்களை அமிழ்த்துக்கொண்டும் காலம் தள்ளினால்தான் தொடர்ந்து வேலையில் நீடிக்க முடியும். நிர்வாகத்தைத் தட்டிக் கேட்க ஆவல் எழும்போது வீட்டில் உள்ள மனைவி, குழந்தைகளை ஒரு கணம் நினைத்துப் பார்ப்பது நல்லது. நிறுவனங்களில் நியாயத்தை நிலைநாட்ட வேண்டுமானால் குடும்பம் என்ற ஒன்றை ஏற்படுத்திக்கொள்ளாதிருக்க வேண்டும்.”

கூட்டத்தில் குழுமியிருந்த நிர்வாகக் குழு உறுப்பினர்களுக்கு இந்த உரை பிடிக்காததால் ஒரு கைதட்டல்கூட எழவில்லை. உறுப்பினர் ஒருவர் அழுகிய தக்காளி ஒன்றைத் தலைவர் மீது எறிய முற்பட்டபோது அருகில் இருந்த உறுப்பினரின், “பாவம், வயசுக்காச்சும் மதிப்புக் குடுத்துப் பேசாமெ இரு” என்ற அறிவுரையால் கலவரம் விளைவிப்பதில் இருந்து தவிர்க்கப்பட்டார்.

●

நேரமும் நேசமும்

வேலைக்கு நான் விண்ணப்பித்திருந்தது எனக்கு மறந்து விட்டிருந்தது. நான் மேலாளர்களுக்கான பயிற்சி பெற அழைக்கப்பட்டிருந்தேன். அன்று மாலை நான் ஒரு முடி திருத்தகத்தில் முகச்சவரம் செய்துகொண்டேன்.

அடுத்த நாள் நேர்காணல். மிகுந்த பரபரப்புடன் நாள் ஆரம்பமாயிற்று. தோற்றப் பொலிவுக்காகச் செய்ய வேண்டிய ஆயத்தங்களில் ஈடுபட்டேன். ஆனால், எவ்வளவு முயன்றும் குறித்த நேரத்தில் அந்த அலுவலகத்துக்குச் செல்ல முடியவில்லை. இவ்வளவுக்கும் பாதித் தூரம் ஆட்டோவில் சென்றேன்.

அலுவலகம் மூன்றாவது தளத்தில் இருந்தது. எனக்கு மூச்சிரைத்தது.

அலுவலகத்தில், ஒரு கூடத்தில் வட்டமாகச் சில நாற்காலி களைப் போட்டிருந்தார்கள். விண்ணப்பித்தவர்கள் அவற்றில் அமர்ந்திருந்தார்கள். நடுவில் ஒரு மேசையும் நாற்காலியும் இருந்தன. அவை அதிகாரிகளுக்கு.

அந்தப் பையன் ஒரு சூப்பர்வைசர் போல. அவன் என்னிடம் கேள்விகள் கேட்டான். அவன் சொன்ன வேலை எனக்குச் சுத்தமாகப் பிடிக்கவில்லை. அயல்நாட்டுப் பொருள் களைச் சென்னையில் விற்கப் பயிற்சி அளிக்கப் போகிறார்கள் என்றான். எனக்கு விற்பனை, அது சார்ந்த களப்பணி, வர்த்தகம் போன்ற விஷயங்கள் ஒத்துக்கொள்ளாது என்று தெளிவாகச் சொன்னேன். அவன் என் பேச்சைக் கேட்டதாகத் தெரியவில்லை.

இன்னொரு பையன், 20 வயது கொண்டவன் வந்தான். ஒரு படிவத்தைத் தந்து பூர்த்தி செய்யச் சொன்னான். பாதி செய்து கொண்டிருக்கும்போதே அவன் அதை எடுத்துப் போய்விட்டான். இப்பொழுது பச்சிளம் சூப்பர்வைசர்கள் (இருவர் பெண்கள் அல்லது சிறுமிகள்) ஆறு பேர் ஒரு வரிசையிலும் நேர்காணலுக்கு வந்தவர்கள் ஆறு பேர் எதிர் வரிசையிலும் நிற்குமாறு செய்தார்கள். ஓர் அதிகாரி எங்கள் கைகளைப் பிடித்து உலுக்கினார். பெயர்களைத் தெரிந்து

கொண்டார். அனைவரையும் ஒவ்வொருவருடனும் கை குலுக்குமாறு சொன்னார் அதிகாரி. செய்தோம். வெதுவெதுப்பான கைகுலுக்கல்தான். மிகவும் அதிர்ஷ்டவசமாக, கொதிக்கும் கைகுலுக்கலை யாரும் செய்யவில்லை.

எனக்கென்னமோ எல்லாமே செயற்கையாக இருப்பதாகத் தான் தோன்றிற்று.

சுமார் 22 வயதுடைய ஒரு சூப்பர்வைசர் எனக்குக் களப் பணிப் பயிற்சி அளிப்பதாகச் சொல்லி, நீண்ட தூரம் நடக்க வைத்து (அந்தக் கொடுமையை ஏன் கேட்கிறீர்கள்? எனக்குக் காலில் மூட்டு வலி. எழுந்திருப்பதே பெரிய பிரயத்தனம். வேகமாகவெல்லாம் நடக்க முடியாது. எனக்கு வயதாகிவிட்டது நண்பர்களே. நான் என்ன செய்ய?) பேருந்து நிறுத்தம் ஒன்றுக்கு என்னை அழைத்துச் சென்றான். நானும் உடன் செல்ல வேண்டிய நிர்ப்பந்தம், என்னதான் செய்கிறான் என்று பார்ப்போமே என்று ஒரு விதமான துருதுருப்பு.

நானும் அவனும் பாரிஸ் மூலையில் இறங்கிக்கொண்டோம். நீண்ட தெருவிலிருந்த ஒரு தேநீரகத்தில் அவன் விசேஷ சமூசா ஒன்றையும் ஒரு கோப்பைத் தேநீரையும் வாங்கிக் கொடுத்தான். நன்றி.

தெருவோரத்தில் நின்றுகொண்டு வேலை என்ன என்பதை அவன் எனக்கு விளக்கினான். அயல்நாட்டுக் கைக்கடிகாரங்களை நாங்கள் விற்க வேண்டும். நான் ஒன்றும் பேசாமல் அந்தப் பையனுடன் சென்றேன். நிறைய அலுவலகங்கள் கொண்ட ஓர் அடுக்ககத்துக்கு என்னை அவன் அழைத்துச் சென்றான்.

என்னுள் ஆச்சரியத்தையும் அதிர்ச்சியையும் உண்டு பண்ணும் வகையில், அவன் ஒவ்வொரு கடையிலும் (எனது அளவுகோல் பிரகாரம் அது ஒரு வன்செயல்) உட்புகுந்து, "அய்யா, உங்களுக்கு என் காலை வணக்கம். நலமுடன் இருக்கிறீர்களா?" என்றவாறு கை குலுக்கினான். "உங்களுக்காக அற்புதமான பரிசுப் பொருள்களைக் கொண்டு வந்திருக்கிறேன். இதோ..." என்று கூறி ஒரு ஜதை கைக்கடிகாரங்கள் கொண்ட ஒரு மூடப்பட்ட அட்டையை நீட்டினான். "இந்த ஜதையை வாங்கினால் ஒரு ஜதை இலவசம். வெளிச்சந்தையில் வாங்கினால் ஒரு கைக்கடிகாரத்துக்கே நீங்கள் 250 ரூபாய் செலவழிக்க நேரிடும். இன்றைக்கு மட்டும் வெறும் 199 ரூபாய்க்கு விற்கிறோம்" என்றான்.

பார்க்க மறுத்தவர்களிடம், "இது வெடிகுண்டு அல்ல; பாருங்கள்" என்று சொல்லி ஒரு ஜதையைத் திணித்தான்.

இரண்டு மணி நேரத்தில் கிட்டத்தட்ட இருபது கடைகளுக்குச் சென்றிருந்தோம்.

வாங்க மறுத்த அனைவரிடமும், "நீங்கள் வாழ்க்கையின் மகா பிரமாதமான ஒன்றை இழக்கிறீர்கள். எது எப்படியிருந்த போதிலும், இந்த நாள் உங்களுக்கு நல்ல நாளாக அமையட்டும்" என்று முதலில் சபித்தும் இறுதியில் ஆசீர்வதித்தும் கூறி விடைபெற்றான்.

நான்கைந்து பேர் பச்சையாகத் திட்டினார்கள். வசவுகளை அவனும் நானும் சமமாகப் பங்கிட்டுக்கொண்டோம்.

"தோல்விகளையும் மறுப்புகளையும் பார்த்து நாம் அசரக் கூடாது" என்று அந்தப் பையன் எனக்கு நம்பிக்கை ஊட்டினான்.

அடுக்ககத்தை விட்டு வெளியே வந்தோம். "திரு. பிரசாத், உங்களிடம் ஒன்று சொல்ல வேண்டும். இந்த வேலை என் ஆளுமைக்கு உகந்ததாக இல்லை. நான் கைக்கடிகார வியாபாரியாக ஆக விரும்பவில்லை. எனது தேட்டங்கள் வேறு" என்றேன். நான் சொன்னது அவனுக்கு ஆச்சரியமாக இருந்தது போலும்.

"ஏன் அய்யா?" என்றான். "எனக்கு வர்த்தகம் பிடிக்காது. தயவு செய்து இந்தப் பயிற்சியில் இருந்து விலக எனக்கு அனுமதி அளியுங்கள்" என்று கூறி என் பகுதி நேர அலுவலகத்துக்குச் சென்றேன்.

அந்த அலுவலகம் மனித உரிமைகள் மீதான கட்டுரை ஒன்றை மொழிபெயர்க்கும் பணியைத் தந்திருந்தது. நான் அதிகாரிக்காகக் காத்திருக்க வேண்டி வந்தது. என்னை மிகவும் தொட்ட ஒரு சம்பவம் எதிர்பாராத விதத்தில் நடந்தது. அந்த அலுவலகத்துக்கு நான் செல்வது நான்காவது தடவை. அங்கு இரண்டு இளம் பெண்கள் இருந்தார்கள். அவர்களுள் ஒரு பெண் ஒரு கோப்பை நிறைய பாலை என்னிடம் கொடுத்தாள். நான் மறுத்தும் கேட்கவில்லை. அந்தப் பால் அவளுக்கானது. அதைத்தான் ஒரு கரிசனத்தால் உந்தப்பட்டு எனக்குக் கொடுத்திருந்தாள். "வயிற்றில் பால் வார்த்தாய் பெண்ணே" என்று சொல்ல வேண்டும் என்றிருந்தது. உச்சி முகர வேண்டும் என எனக்குத் தோன்றிற்று. அன்றுதான் அவளுடைய கனிவினால் எனக்கு மீண்டும் வாழ்க்கை மீதான விழைவும் நம்பிக்கையும் வந்தன.

மனம் நெகிழ்ந்துகொண்டிருந்த போது அந்தப் பெண், அதிகாரி என்னை அழைக்கிறார் என்று தெரிவித்தாள். அதிகாரியிடம் நான் மொழிபெயர்த்த கட்டுரையைக் கொடுத்துவிட்டு

அந்த இரண்டு பெண்களிடமிருந்தும் விடைபெற்றுச் சென்றேன். கனிவே கடவுள், அன்பே சிவம் என்றது மனம்.

ஓர் இரண்டு கிலோ மீட்டர் தூரத்தில்தான் பேருந்து நிலையம். மெதுவாகவே நடந்துகொண்டிருந்தேன். வழியில் புனித லூகா ஆலயம். அதன் சுவர்களில் விவிலிய வாசகங்களை எழுதியிருந்தார்கள். ஒரு வாசகம் என்னை மிகவும் ஈர்த்தது: "...நான் உங்களுக்கு இளைப்பாறுதல் தருகிறேன்." எனக்கு இளைப்பாறுதல் தேவையாக இருந்தது.

மனம் நிறைந்த எண்ணங்களின் சுமையுடன், பேருந்து நிலையத்தில் நின்றுகொண்டிருந்த என் பேருந்தில் ஏறி அமர்ந்து கொண்டேன். தேவனின் கிருபையால் பேருந்தில் நெரிசல் இல்லை. ஓர் 22 வயதுப் பையன் இஞ்சி மரப்பா விற்றுக் கொண்டிருந்தான். காலையில் நிகழ்ந்த கைக்கடிகார வியாபாரம் என் நினைவுக்கு வந்தது.

என் பக்கத்து இருக்கை காலியாக இருந்தது. நலிந்த முதியவர் ஒருவர் என் பக்கத்தில் உட்கார என்னுடைய அனுமதியைக் கேட்டார். நானும் அமரச் சொன்னேன். அவருடைய பவ்யம் எனக்குப் பிடித்திருந்தது. கண்ணியமான மனிதர் என்று என் மனம் கூறியது.

இந்த இளைப்பாறுதல் என்ற வார்த்தை இரண்டு தினங்களுக்கு முன் எனக்கு நடந்த ஒரு சோகமான சம்பவத்தை நினைவூட்டியது.

எனக்குக் கொஞ்ச காலமாகவே மன உளைச்சல் அதிகமாக இருந்ததால் ஒரு சமூகப் பணியாளரின் உதவி தேவைப்பட்டது, இளைப்பாறுதலுக்காக. அந்தப் பெண் குறிப்பிட்டிருந்த நாளில், நேரத்தில் அவளைப் பார்க்கச் சென்றிருந்தேன்.

சம்பவங்கள், பிரச்சனைகள், மன ரணங்களைக் கோவையாகச் சொல்ல இயலாது என்று நான் நினைத்ததால், என் கேஸ் குறிப்பை நானே தெளிவாகப் பதினைந்து பக்கங்களில் எழுதினேன். அதனுடன் கூட சுயதரவுப் படிவத்தையும் (என்னென்ன வேலைகளை நான் செய்திருக்கிறேன் என்பது தெரிய வேண்டும்; கேஸ் குறிப்பில் அது மிகவும் உதவியாக இருக்கும்), எல்லாவற்றுக்கும் சிகரம் வாய்த்தாற்போல, சமீபத்தில் நான் மேற்கொண்ட நான்கரை மணி நேர மனம் சார்ந்த பரிசோதனையையும் இணைத்திருந்தேன். அந்தப் பரிசோதனை ஓர் அற்புதமான உளவியல் ஆவணம்.

அவள் என்ன நினைத்தாளோ! மேம்போக்காக நான் கைந்து பக்கங்களைப் புரட்டிவிட்டு, "அப்படியானால் இப்

பொழுது என்ன?" என்ற துணுக்குற வைக்கும், மனதுக்கு மிக மிக வருத்தத்தைத் தரும் கேள்வியைக் கேட்டாள். நடுவில் எழுந்து எங்கோ போய்விட்டு ஓர் இருபது நிமிடங்களைக் கழித்துவிட்டு மீண்டும் தனது அறைக்கு வந்தாள். "இப்பொழுது சொல்லுங்கள்; இல்லை இன்னொரு நாள் பார்த்துக்கொள்ளலாம்; நான் போயாக வேண்டும்" என்றாள். அவமானத்தை உட் கொண்டு, "வேறு ஒருநாள் பார்த்துக்கொள்ளலாம். நன்றி" என்று சொன்னேன். நான் எழுதியிருந்த கத்தைக் காகிதங்களை என்னிடம் தந்தாள். சமூகப்பணித் துறையில் இன்னுமொரு கறுப்பு ஆடு என்று நினைத்துக்கொண்டேன். அறைக்குத் திரும் பியதும் அந்தப் பதினைந்து பக்க கேஸ் குறிப்பைக் கிழித்துத் தூர எறிந்தேன்.

ஆகையினால்தான் சொல்கிறேன். சமூகப் பணியாளர்கள் என்று தங்களை அறிமுகப்படுத்திக்கொள்ளும் நரர்களைவிட, தேவன் தேவலாம் – தேவன் பாதி சரித்திரம், மீதி புனைகதை என்றாலும்.

அந்தப் பெண்–சமூகப் பணியாளர் சம்பவத்தில் இருந்து, என் மனச்சோர்வு அதிகரித்ததுடன், தூங்கும் நேரமும் குறைந் தது. அவள் என் மீது நடத்திய அவமானத்தைத் தாங்கிக் கொள்ளும் திராணி அற்றவனாக இருந்தேன். மிடுக்கையும், தோரணையையும், அலட்சிய பாவம் கொண்ட உடல் மொழியையும், இருக்கை மொழியையும், என்னால் எப்பொழுதும் சகித்துக்கொள்ள முடிவதில்லை.

இறங்கும் நிறுத்தம் வந்ததும் நான் இறங்கிக்கொண்டேன்.

நிறுத்தத்தின் அருகில் இருந்த நடமாடும் வாழைப்பழக் கடை வியாபாரி ஒரு ரூபாய்க்கு நல்ல வாழைப் பழங்களை மிகுந்த பிரியத்துடன் தருவார். அன்றைக்கும் அது நடந்தது. நல்ல பழங்கள் நான்கைக் கொடுத்தார். நன்றி.

நான் வசிக்கும் அறைக்குச் சென்றதும் ஓர் அதிர்ச்சி காத் திருந்தது. தொலைக்காட்சி மேசையில் ஒரு குருவி உட்கார்ந்திருந் தது. ஏதோ அவசரத்தில் நான் கவனிக்காமல் அறையைப் பூட்டி யிருந்தேன் போல. ஓர் அப்பாவி உயிரியை எப்படி விரட்டுவது என்பது தெரியவில்லை. சூ சூ சூ நாயைத்தான் விரட்டும். நான் எந்த ஒரு நடவடிக்கையையும் எடுத்துக் கொள்ளுமுன் அது திறந்த கதவு வழியாக வெளியேறிற்று. என்னை அறியாமல் ஜீவ இம்சையைச் செய்திருந்தேனானாலும் என்னை நான் மன்னித்துக்கொள்ள இயலவில்லை.

இந்த இடத்தில் ஒரு சுவாரஸ்யமான விஷயத்தைச் சொன்னால் பொருத்தமானதாக இருக்கும். என் துணைவியாருக்கு ஒரு சித்தி வாய்த்திருக்கிறது. சமையற்கட்டுக்குள் பல்லி ஒன்று நுழைந்தால், ஒரு மந்திரம் சொல்லி, பல்லியே போய்விடு என்று எங்கள் மொழியில் வேண்டுவாள். பல்லியும் போய்விடும்; அதீத மன இயக்கம் போல.

மீண்டும் கதைக்கு வருவோம்; நான் செய்தது மனித உரிமைகள் குறித்தான ஒரு கட்டுரையை மொழிபெயர்த்தது. ஆனால், எனக்கு நிகழ்ந்தது அந்தப் பெண் சமூகப் பணியாளர் செய்த மனித உரிமை மீறல்.

வாழ்க்கை கன்னாபின்னாவென்றிருக்கிறது தோழர்களே! இதை வாழ்ந்தே தீர வேண்டுமா என்ற கேள்வியும் நினைப்பும் அடிக்கடி தோன்றிக்கொண்டிருக்கின்றன.

“மனித வாழ்க்கையில் அன்பும் காதலும் வறண்டு விட்டிருக்கின்றன. இல்லையா கோபி?” என்று என் கிறித்தவத் தோழி சொன்னது நினைவுக்கு வந்தது.

அதே சமயம், உயர் பதவியில் இருக்கும் ஓர் அம்மையார் சொன்னது எனக்கு மறக்கவில்லை. “நம்மைப் பிடிக்காதவர்கள் பற்றி நினைத்துக்கொண்டு நாம் ஏன் நம் தூக்கத்தைக் கெடுத்துக் கொள்ள வேண்டும்?” அவரது கூற்று ஓரளவு உற்சாகத்தை அளித்தது. அதன் விளைவாக நான் செய்த முதல் காரியம் அந்த மோசமான சமூகப் பணியாளரை மனதிலிருந்து அகற்ற முயன்றதுதான்.

பாயில் புரண்டு கொண்டு எண்ணங்களையும் சம்பவங்களையும் அசை போட்டுக்கொண்டிருந்தேன்.

“துயரம்தான் மிகவும் வினோதமான மனிதர்களை உங்களுக்கு அறிமுகப்படுத்துகிறது” என்ற ஷேக்ஸ்பியரின் வாசகமும் பிரசாத்தின் முகமும் நினைவில் நிழலாடின.

●

தெய்வத்தின் குரல்

வாலாஜாப்பேட்டையிலிருந்து பெண் பார்க்க வந்திருந் தார்கள். பார்வதி அழகானவள்; மிருதுவாகப் பேசுகிறவள்; குரல் இனிமையாக இருக்கும்; யாரும் அவளைப் பிடிக்காது என்று சொல்ல மாட்டார்கள்.

வைபவம் நடந்துகொண்டிருந்த சமயம். மாப்பிள்ளை வீட்டாருக்குக் காப்பி விநியோகம் செய்துவிட்டுப் பார்வதி தரையில் உட்கார்ந்துவிட்டாள். அனைவருக்கும் கலவரம். அலங்காரமாக உடுத்திக்கொண்ட மணப்பெண் கட்டாந் தரையில் அமர்த்தலாகச் சம்மணம் போட்டு உட்கார்ந்தால்...! திடீரென்று அவள் முகம் கோபத்தின் அறிகுறிகளை வெளிப் படுத்திற்று. அவள் பேச ஆரம்பித்தாள். அவள்தான் பேசினாளா? இல்லையே அது அவள் குரலே இல்லையே. இனிமை வறண்டு, கண்டிப்பான ஒரு பெரிய மனுஷியின் குரல் கரகரவென்று ஒலித்தது. "இந்தச் சம்பந்தம் வேண்டாம். இந்தச் சம்பந்தம் நிறைவேறிச்சின்னா தம்பி ரத்த வாந்தி எடுத்துச் செத்துப் போவான். பேசாமெ உள்ளூரிலேயே ஒரு வரன் பாருங்க." அப்பா அம்மா அலறிவிட்டார்கள். பார்வதி ஒரு வித ஆவேசத் துடன் காணப்பட்டாள். அம்மா கேட்டாள், "ஆத்தா, நீ என்ன சொல்றே?" நிச்சயமாக பார்வதி மேல் ஆத்தா வந்திருந்தாள். அதிலென்ன சந்தேகம்? ஆத்தா பேசினாள், "சொல்றபடி செய்ங்க. இல்லேன்னா குடும்பமே சின்னாபின்னமாயிடும்."

மாப்பிள்ளை வீட்டுக்காரர்கள் அரண்டு போய்விட்டார்கள். ஆத்தா ஆத்தா என்று கன்னத்தில் போட்டுக்கொண்டார்கள். பையனுக்கு அழகி ஒருத்தி கை நழுவிப் போன வருத்தம். ஆனாலும், ஆத்தா சொல்லை யார் மீற முடியும்?

பிள்ளை வீட்டார் கூட்டம் கலையும் தறுவாயில் பார்வதி மூர்ச்சையானாள். அரை மணி நேரத்துக்குப் பின் எழுந்தாள். அப்பா அம்மா அவளைக் கேள்விகளால் துளைத்தெடுத்தார்கள். ஆனால், பார்வதிக்கு ஒன்றுமே நினைவிருக்கவில்லை. அப்பொழுதிலிருந்து அப்பா, அம்மா, தம்பி எல்லோரும் அவளிடம் பிரத்தியேக மரியாதையுடன் நடந்துகொண்டார்கள்.

ஆத்தா பார்வதி மேல் வந்திருந்தாள். அப்படியானால், பார்வதியை நல்ல முறையில் நடத்துவது ஆத்தாவுக்குச் செய்யும் பணிவிடையல்லவா?

பார்வதிக்குக் கல்யாண வயது ஏற்கனவே சிறிது தாண்டி விட்டிருந்தது. சும்மா காலம் கடத்தக் கூடாது. உள்ளூரில் சரிவர மாப்பிள்ளை குதிரவில்லை. வேறெங்கேயாவதுதான் தேட வேண்டும். அடுத்த முறையாவது ஒன்றும் ஆகக் கூடாது.

மாதங்கள் உருண்டுகொண்டிருந்தன. மீண்டும் ஒரு சந்தர்ப்பம் வந்தது. "ஆத்தா பொறுத்துக்கோ. இந்தச் சம்பந்தத் தையும் தட்டிக் கழிச்சிராதே. இதுக்கே நல்லபடியாப் பார்வதி யெக் கட்டி வச்சிரு. ஆத்தா, கைவிட்டிராதே. ஏற்கனவே நாலு மாசம் தள்ளிப் போச்சு."

ஆயிற்று. பேரணாம்பட்டில் இருந்து மாப்பிள்ளை வந்தா யிற்று. சீ! மறுபடியும் அதே கதைதானா? காபிக் கடை முடிந்ததும் தரையில் அமர்ந்துவிட்டாள் பார்வதி. "என் சொல் பேச்செக் கேக்க மாட்டேங்குறீங்க. குடும்பம் சீரழியணும்னுதான் இந்த மாதிரியெல்லாஞ் செய்றீங்க. வேணும்னா இவுனைக் கட்டி வச்சிருங்க. குடும்பம் நிர்மூலமாகலேன்னா அப்பறம் கேளுங்க. சோதிச்சிப் பாக்கப் போறீங்களா? செய்ங்க. அப்புறம் பார்வதி ஊமையாவும் பைத்தியமாவும் அலையிறது ஒங்களுக்குப் பிடிச்சிருந்தா சோதிச்சிப் பாருங்க. நா சொல்றேன். வேலூர் லேயே ஒரு வரன் காத்துக்கிட்டிருக்கு. கொஞ்ச நாள்லேயே ஒங்களுக்குத் தெரியும்." பார்வதி ஆத்தா எழுந்தாள். ஒரு குதி யாட்டம், வெறியாட்டம் போட்டாள். அமர்ந்தாள். மூர்ச்சை யானாள். சலசலப்புடன் கூட்டம் கலைந்தது.

அப்பா அம்மாவுக்கு வருத்தம். வருகிற வரனையெல்லாம் இப்படிப் போகச் சொல்வதா? அடுத்த நாள் அருகில் இருந்த மாரியாத்தா கோவிலுக்குப் போய் மனமுருகி பூசை போட்டார் கள். மாரியாத்தா பேசவில்லை. ஆனாலும் பூசை போட்டதில் ஒரு திருப்தி. "ஆத்தா, அவமேலெ வந்திருக்கே. அவளெ விட்டுப் போயிப் பழைய பார்வதியெ எங்ககிட்டக் குடு. கோபிச்சுக் காதெ." கண் கலங்க அம்மா வேண்டிக்கொண்டாள்.

இரண்டு மாதங்கள் ஒரு நிகழ்ச்சியும் இன்றிக் கழிந்தன. பிறகு எப்படியோ வேலூரிலேயே ஒரு வரன் கிடைத்தது. ஆத்தா சொல் பலிக்காமலா போகும்? பெற்றவர்களுக்கு ஒரு புதுத் தெம்பு. இந்த முறை வரவேற்பு உபசாரமெல்லாம் கோலாகலமாக இருந்தது. இனிப்பு பலகாரம் ஆனதும் காப்பி விநியோகம். அதற்குப் பிறகுதானே ஆத்தா.

அம்மாவும் அப்பாவும் ஓர் எதிர்பார்ப்புடன் காத்துக் கொண்டிருந்தார்கள். காப்பி முடிந்ததும் பார்வதியின் முகம் களை கட்டிற்று. இந்தத் தடவை கோபாவேசம், உக்கிரம் எல்லாம் இல்லை. ஆத்தா தரையில் அமர்ந்தாள். இதோ அந்த முக்கியமான தருணம் வந்துவிட்டது. இந்த முறை குரல்கூட அவ்வளவு கரகரத்ததாக இல்லை. "இவன்தான் பார்வதியின் வருங்காலக் கணவன். சம்பந்தத்தை நடத்தி வச்சிருங்க. நா சொல்றதெச் சொல்லிட்டேன். பிறகு ஒங்க விருப்பம். நா பார்வதி மேலே வந்த வேலெ முடிஞ்சிருச்சி. இனி நா வர மாட்டேன். ஆனா, எம் பேச்செ மீறினீங்க, நீங்கல்லாம் தொலெஞ்சிருவீங்க, ஜாக்கிரதெ.'' பிறகு ஆத்தா பார்வதி மூர்ச்சையாகிவிட்டாள்.

மாப்பிள்ளை வீட்டார் முணுமுணுக்கத் தொடங்கினர்கள். அவர்களுடைய முகங்களில் குழப்பம் மேலோங்கியிருந்தது. ஆரம்ப சலசலப்பு ஓரளவு தணிந்ததும், அப்பா மாப்பிள்ளையை அழைத்துப் போய் விஷயத்தை விளக்கினார். ஆத்தாவே பார்த்துச் செய்த சம்பந்தம். யார்தான் தட்ட முடியும்? பையன் தன் பெற்றோர்களிடம் சொல்ல, அவர்களும் அந்தத் தெய்வீக சம்பந்தத்துக்கு இசைந்தார்கள்.

ஒரு சுபயோக சுபதினத்தில் திருமணம் விமரிசையாக நடைபெற்றது. வைபவம் முடிந்த கையோடு தம்பதிகள் மாரியாத்தா கோவிலுக்குச் சென்றார்கள். அம்மா அரற்றினார்: "ஆத்தா, நீயாப் பாத்துச் செஞ்ச உறவு இது. முறிச்சிராதே. கடைசி வரைக்கும் இவங்க ரெண்டு பேரும் ஒண்ணா இருக்கணும்." வழக்கம் போல் மாரியாத்தா பேசவில்லை. ஆனால், மௌனம் என்றால் சம்மதம் என்றுதானே அர்த்தம்? ஒரு புது உறவுக்கு தெய்வ சம்மதம் கிடைத்த பூரிப்பு அம்மாவின் நெஞ்சை நிரப்பிற்று. சாதுரியமான ஓர் உத்தியைக் கையாண்டு காதலனைக் கணவனாக அடைந்ததில் ஏற்பட்ட பூரிப்பு பார்வதியின் நெஞ்சை நிரப்பிற்று.

●

இலியும் வழியும் புறப்பாடும் தெறிப்பும்

(ஒரு நோயாளி சொன்ன 4½ மணி நேர மன இயல் வெளிப்பாடுகள் – documentation; 18 & 20/1/2001 தேதிகளில் பதிவு செய்யப்பட்டது.)

பூஞ்சோலை/

லட்சுமி கல்யாணி – தட்டச்சுப் பொறியை இயக்கிய வண்ணம்/

லட்சுமி கல்யாணி வழக்குரைஞர் உடையில்/

தலைகீழாக 157/

சாம்ப் TN01 F 1520/

துஷ்ட தேவதைகள்/

மிகவும் அழகான ஒரு பெண்ணின் முகம் பெரிய கம்மல்களுடன்;

வலது பக்கம் மட்டும்/

ஒரு முழு வெண்முயல்/

பாய்லரின் ஷில்அவுட்/

அடர்த்தியான வெள்ளை மட்டும்/

இரண்டு விநாயகர்கள்/

ஆப்பிரிக்க யானை ஒன்று/

தூக்கலாக இந்திய வரைபடம் ஒன்று/

ஆசீர்வதிக்கும் தும்பிக்கையுடன்
ஓர் இந்திய யானை/

வெள்ளையான ஓர் ஆண் குழந்தை/

மோசமான சுவையுடைய பொசுபொசுவென்
றிருக்கும் மல்லிகைப்பூ இட்லி/

மிளகாய் பஜ்ஜி/

குழாயிலிருந்து சொட்டும் நீர்/

பொன்னான வாழ்வு
மண்ணாகிப் போனால்.../
பலசரக்குக் கடைக்காரியின்
அழகான முகம் மட்டும்/
சுவாரஸ்யமாக இருக்கின்றது அல்லவா
சிநேகிதா?
உண்மைதான் பெண்ணே!
சாவுமணி இல்லாத வாழ்வு
மண்ணாகிப் போனால்.../
விசையுடன் உள்ளில் ஊடே மறைந்து
கொண்டிருக்கும் ஆத்மாநாமின் முகம்/
சிரித்த முகத்துடன் பிரம்மராஜன்/
மைக்கைப் பிடித்துக்கொண்டிருக்கும்
வல்லிக்கண்ணனண்/
சாவுகள் இல்லாத வாழ்வு
மண்ணாகிப் போனால்
ஒப்பாரி இல்லையன்றோ...ஓ...ஓ...
ஒப்பாரி இல்லையன்றோ/
கேட்கும் ஓசை/
சிதைந்து போன ஓர் ஆணின் முகம்/
சாவுமணி இல்லாதது முறை
யன்றோ...ஓ...ஓ
இல்லாதது முறையன்றோ
பொன்னான வாழ்வு
மண்ணாகிப் போனால்...
இழவுகள் இல்லையன்றோ...ஓ...ஓ...
இழவுகள் இல்லையன்றோ
பின்னணி சங்கீதம்/
மிடறு/
நெருப்புத் துண்டு/
துகள்கள்/
கருமாதி/

பிறைச் சந்திரன்/
வினாயகரைக் கும்பிடு; இல்லையேல்
நீ நாசமாய்ப் போவாய்/
ஒப்பாரி இல்லையன்றோ...ஓ...ஓ...
சாவு கீதம் இல்லையன்றோ/
ஆசுவாசம்/
டீ மாஸ்டர்/
ஒப்பாரி இல்லையன்றோ...ஓ...ஓ...
பிலாக்கணம் இல்லாத வாழ்வு
சவ ஊர்வலம் இல்லையன்றோ/
சாவுகள் இல்லாத வாழ்வு
சாவின் திருவிளையாடல்
சாவின் திருவிளையாடல்
இதுவன்றோ...ஓ...ஓ...
இதுவன்றோ.../
பப்பி/
ரத்து நீக்கம் உண்டன்றோ...ஓ...ஓ...
நட்பு நீக்கம் இல்லையன்றோ
சாவு சங்கீதம் இல்லையன்றோ
சாவு கீதம் இல்லையன்றோ
மின் அதிர்வுச் சிகிச்சை/
அமைதிப்படுத்திகள்/
வலிப்பைத் தடுக்கும் மாத்திரைகள்/
தொந்தரவு தரும் எண்ணங்கள்/
பிறழும் உணர்ச்சிகள்/
தீர்வு தராத மருத்துவம்/
சீக்காளி இல்லையன்றோ...ஓ...ஓ...
ஓம் சவ ஊர்வலம் இல்லையன்றோ
ஓம் சிவாய நமஹோம்
ஓம் ஜீவிதாய நமஹோம்
ஜெய சவ ஊர்வலம் இல்லையன்றோ
பின்னணி சங்கீதம்/

பாய் தலையணை/
வாஜ்பாய்/
சவ ஊர்வலம் இல்லையன்றோ/
சோனியா காந்தி/
உதய சூரியன்/
கருமாதி இல்லாத வாழ்வு
மண்ணாகிப் போனால்
சாவு கீதம் இல்லையன்றோ/
மனநலக் காப்பகம்
வெளி கேட்/
சரி, நான் வேணும்னா அப்படியே கிளம்பட்டுமா?
நான் இங்க செத்துக்கிட்டிருக்கேன்
சமர்த்தா இருந்துக்க/
23 ஸி/
பிள்ளையார் சுழி/
பாழ்வெளி/
சூன்யம்/
ஒரு ரூபாய் மூன்று பழங்கள்/
மேனகை/
சவ ஊர்வலம் இல்லையன்றோ...ஓ...ஓ... –
பல்லி மிட்டாய்/
சாவுகள் இல்லையன்றோ/
சிஸ்டர், இங்க குண்டி கழுவத் தண்ணி
இல்லெ/
சிறு சிறு தொந்தரவுகளைச் சகிச்சிக்கணும்/
ஓ... ஷிட்/
உருளை இயந்திரம்
ஒரு தட்டில் குவிந்திருக்கும் அச்சுகள்/
யேசு பிரான்/
சாமியே ஐயப்போ/
சாந்த சொரூபிணி/
சந்தோஷி மாதா/

ஸொராஸ்டர்/
மேரி அன்னை/
சிலுவை/
சிகப்பு திராட்சை ரசம்/
அன்றாட அப்பம்/
பிரஸ்பிடர் பாண்டியன்/
அடர்த்தியான வெண்பரப்பு/
ரெபெக்கா/
சுத்தியல்/
சாவுமணி இல்லையன்றோ...ஓ...ஓ...
சாவுமணி இல்லையன்றோ
பொன்னான வாழ்வு
மண்ணாகிப் போனால்/
இறப்புப் படுக்கையில் பேராசிரியர் கழுசலிங்கம்/
கணிப்பொறியுடன் கழுசலிங்கம்/
இரைப்பு/
பேனா/
டெஸ்க்/
கட்டில்/
புத்தக அலமாரி/
அப்ட்ரான்/
சவ ஊர்வலம் இல்லையன்றோ/
போர்த்திய உடம்பு/
முகம் பார்க்கும் கண்ணாடி/
வெண் நிறத் தும்பிக்கை/
வேல்/
அரோகரா/
நாமமிட்ட நெற்றி/
நேர்த்தியாகப் பின்னப்பட்ட ஜடை/
ஜடாமுடி/
பால்ராஜ் சஹானி/
மும்தாஜ்/

தேவானந்த்/
பாடையுடையோன்/
மீனாகுமாரி/
என்ன சொல்றீங்க சார், கேக்கலே/
திட்டு/
வசவு/
நரகல்/
சிறுநீர்/
பயம்/
பீதி/
கலவரம்/
அப்ப நான் அப்படியே வரட்டா?
நீ அப்பவே கிளம்புன இல்லியா?
23 ஸி/
புழுதி/
சாவின் தரிசனம் இல்லையன்றோ...ஓ...ஓ... –
சரி, அப்ப நான் கிளம்பறேன்
சரி சரி சரி
23 ஸி/
இந்தா உஷா, இதெ உள்ள வை
நீயே வச்சிக்க, வக்கிறதுக்குன்னு ஒரு ஆளு
கேக்குதா?/
பொன்னான வாழ்வு
மண்ணாகிப் போனால்/
சரி, அப்ப நான் கிளம்பறேன்/
ஆங்கிலம் எழுத பேச
விக்டாரி கல்வி நிலையம்/
மேடம்/
சரணாலயம்/
சமூகப் பணி கட்டுரை/
இலவச வினியோகம்/
நட்பு நீக்கம் இல்லையன்றோ

பொன்னான வாழ்வு
மண்ணாகிப் போனால்
சவ ஊர்வலம் இல்லையன்றோ...ஓ...ஓ... –
துர் இல்லாத அதிர்ஷ்டசாலி/
அ நீங்கிய பாக்கியசாலி/
சீதேவியின் சிறிய தங்கை/
குடிதண்ணீர் லாரி/
தாரை வார்த்தல்/
ஒரு கிளை மீது ஓர் ஓணான்/
சாவுகள் இல்லைமீது சத்தியம் வைப்பேன்
சாவுகள் இல்லையன்றோ...ஓ...ஓ... –
என்னப்பா சாப்பிட்டியா?
நீ வாங்கிக் கொடுத்தா சாப்பிடறேன் சாமி/
சிபிச் சக்ரவர்த்தி/
டெல்லி கணேஷ்/
விசு/
மடிப்பு அம்சா/
பெண் குறி/
கொடியில் உலரும் கருப்பு ப்ரா/
எனக்கு எந்த எழவும் வேண்டாம்பா
என்னெ ஆளெ விட்டாச் சரி/
தாழப் பறந்துகொண்டிருக்கும் வெளவால்/
ஒரு கன்றுக்குட்டி/
எம்.என். ராஜம்
சரி சரி அப்பபடியா நீ மொதல்லெ
கௌம்பு
23 ஸி/
கண்டசாலா/
திருச்சி லோகநாதன்/
ஹயக்கிரீவர்/
ரிஷபம்
எரியும் குத்துவிளக்கு/

ஆரூர் தமிழ்நாடன்/
நாராயணன் அய்யா/
இடைவெளி சம்பத்/
ஒளி வட்டம்/
வாத்தியாரே ஒரு டீ சொல்லு எனக்கு/
அம்மன் கோயில்/
கோயில்தான் சரி
கோவில் தப்பு/
ஒரு வீராங்கனை/
தலை சுற்றுகிறது/
மயக்கம்/
மொதல்ல சைக்கிளைப் பூட்டுங்க/
பிரக்ஞையே இல்லாத பதினைந்து நாட்கள்/
அதிர்ச்சி தரும் சம்பவங்கள்/
துறவறம்/
திலீப் ஞாநி ராம்/
ஹேராம் தெனாலி/
கக்கூஸ் வாளி/
கோபி, நான் என்ன சொல்ல வர்றேன்னா/
அஸ்நாத் மேரி மாக்டலின் சாமுவெல்/
பொன்னான வாழ்வு
மண்ணாகிப் போனால்.../
தஸ்வீரு பனாத்தாஹு(ம்)
தஸ்வீரு நஹீ(ன்) பன்தீ
தஸ்வீரு நஹீ(ன்) பன்தீ/
எட்டுக் கால் பூச்சி/
பூரான்/
தெள்ளுப் பூச்சி/
புலியின் திறந்த வாய்/
பிணம்/
சாவுகள் இல்லாத வாழ்வு
மண்ணாகிப் போனால்.../

பக்த கௌரி/
மாட்டு வண்டி/
ஹரிக்கேன் விளக்கு/
எண்ணங்களின் கன்னாபின்னா/
பூச்சூடிய பெண்ணின் தலை/
கேஸ் சிலிண்டர்/
குடிசை/
குடிசைவாசியுடன் கேப்பங்கூழைப்
பகிர்ந்துகொள்ளும் களப் பணியாளர்/
மார்க்கெட் ஆய்வு/
நாள்காட்டி/
புணர்ச்சியில் பல்லி ஜோடி/
பெரிய ஆலமரம்/
குறிகளின் சங்கமம்/
நுரையீரல்/
மண்ணீரல்/
ஆல்டஸ் ஹக்ஸ்லி/
ஆக்டன் நாஷ்/
கிப்ராப்/
கீர்க்ககார்ட்/
கீட்ஸ்/
ஷெல்லி/
ஒவ்வொரு நாளும் துயரம்/
எண்ணங்களின் தறிகெட்ட ஓட்டம்/
தீராத ஓசை/
அசரீரி/
சரி, மீ ஜீலி அவுஸ்
நிறுத்தம்
23 ஸி/

அண்டரண்டப் பிசாசும் ஐஸ் வண்டிக்காரனும்

நர்த்தகியின் சுருள்முடி ஊடே கல்லாங்குழல் சென்று காற்றினும் கடுகி விகசித்த ஆனந்தத்தின் அந்தகார இருளில் மறைந்தது சிங்கம். கீரைகிள்ளி நரகத்தில் பைரவனும் பைரவியும் கலவிக் குலாவிக் கொண்டிருக்க நீலச் சாமரக்காரர்களான கிராதகர்கள் சிங்கத்தின் மீது புனித சாம்பலை அள்ளிக் காய்த்து ஆசீர்வதித்தார்கள். அய்யனாரின் ஹயக்கிரீவர் எட்டுக் கால் பாய்ச்சலின் மத்தியில் வெளியில் நுழைந்து சுறுசுறுப்புடன் இயங்கிச் சோர்பல் கொள்ளாமல் கெக்கலி கொட்டியபூது மறைதரைப் புல்லின் பசுமைப் பாறையை இடித்துத் தூரத்து இடி நிசப்தத்தைத் துக்கத்துடன் கேட்டுப் பிறந்த சிசுவின் நாமத்தை ஜபித்தது. உயிர் பெற்ற நர்த்தகி நண்டு வளை ஊடாகத் தன் தோழனை நாடிச் செல்ல மயங்கியது கடற்பரப்பு. நான்காவது ஃபில்டர் கோல்ட் ஃபிளேக்கின் முப்பத்தி இரண்டாவது இழுப்பில் கொடூரமான குயிலின் மரண சங்கீதம் மார்படுவாரெட்டி கிராமத்தின் கிராமஃபோன் பிளேட்டில் கீறல் இல்லாமல் குழப்பத்துடன் பதிவாகாதிருந்த அன்னி யோன்னிய நேரத்தில் வெண்நாகம் ஒன்று மணற்சாலையைக் கடந்த சுவடு தெரிந்தது. பிம்பத்தின் நாத சொர்க்கத்தில் பிளவுண்ட வெண்மை சிதறிப் பரவிக் கொண்டிருந்தது. மந்தமான குகையை விட்டு லியாண்டெர்தால் மனிதன் ஒருவன் மனிதக் குரங்குடன் போர் புரியக் காலில் கல்லீட்டியுடன் விரைந்த அந்தக் கணத்தில்தான் காடை இனிய கானத்தில் அமிழ மானுட எரெக்டஸ் தனது இணையை அழைக்கப் பிரயத்தனப்பட்டுக் கொண்டிருந்தது. நின்றிருந்த நர்த்தகி நகர, ராட்சத வண்டு ஒன்று அவளின் வலது செவி வழி உட்புகுந்து வாய்வழி வெளிவந்து மண்ணுக்கடியில் நொறுங்கிக்கொண்டிருந்த ஏரோப்பிளேனின் ஏழாவது ஸீட்டில் சோமத்தை அருந்திக் கொண்டிருந்த இளவழகனின் கோப்பையில் விழ, அமைதியான அவன் நித்திரை நேத்திரக் கசிவில் அமிழ்ந்து அழிந்தது. அண்டரண்டப் பிசாசின் ஆரவார எக்களிப்பில் மனம்

லயித்துப் போன சலீம் லீலா ஐஸ் வண்டிக்காரன் தங்கமாரி டீ ஸ்டாலில் சைனா டீ அருந்திவிட்டு நரம்புகளை முறுக்கேற்றிக் கொண்டு மாக்கல் குல்லாயைத் திறந்து பெரிசிடம் சில்லறை நீட்டிக் கொண்டிருந்தான். மதுரமான இரவுப் பொழுதின் நான்காம் ஜாமத்தின் இரண்டாவது நொடியின் நட்ட நடுவில் நர்த்தகி தன் நான்காவது சுற்றை முடித்திருந்தாள். பாடையில் இருந்து புயல் எனக் கிளம்பிய நான்கு ஆண் விலங்குகள் அவளைத் துரத்த, எதிர்பாய்ந்து வந்த கருங்கட்டு விரியனின் உடற்குள் தஞ்சமடைந்தாள் நர்த்தகி. ஒய்யாரமாக நர்த்தனமாடி முடித்த சர்ப்பம் ஊர்ந்து சென்று குரங்குப் பிடிக்காரனின் சகதர்மிணியை நாட, விலங்குகள் ஓடி பாடைக்குள் மறைந்தன. புண்ணிய தம்பிரான் தன் எலும்புக் கூட்டுக் கைகளினால் புஷ்பாஞ்சலி செய்ய அர்த்தநாரீஸ்வரர் அவதரித்தார். ஐயா உன் உதவியை நன்றியுடன் ஏற்றுக் கொள்கிறேன்.

அந்த உக்கிரப் பெருந்தேவதை இருபத்து ஐந்து ஆண் சிரசுகளைக் கொய்து உதிரம் சொட்டச் சொட்ட மணிமாலையில் கோத்து இடுப்பில் பெல்ட்டாக அணிந்திருந்தாள். நசுக்கப்பட்ட விரல்கள் அவளது கழுத்தாரமாக ஆரோகணித்தன. குருதி வருஷிப்பில் தேவதையுடன் நர்த்தகி கை கோத்து சிநேகம் செய்துகொண்டு சுழல, பிரபஞ்சத்தில் முதல் பிரளயத்தின் ஆரம்பம் தோன்றியது. ஒன்பது தீர்த்தங்களில் பதினோரு வாரங்கள் இடைவிடாது இஷ்ட தேவதையான நடன கோபால நாயகியின் வலது கரத்தில் விரதம் இருக்க சாப விமோசனம் கிடைத்தது.

எரிமலையின் லாவாக் குழம்பை இரண்டாகப் பிளந்து நான்கு ஸ்ட்ரிப் நஞ்சை வெளியே எடுத்து ஒன்றை வாயில் போட்டுக் கொண்டு அமர கபால நரம்புகளும் நேத்திர இமை களும் தாக்கப்பட்ட அவன் தற்காலிக மரண அவஸ்தையுடன் அஸ்தமித்தான். நீலவானத்தை அண்ணாந்து பார்த்த நர்த்தகி சேவலின் கூவலில் மதிமயங்கி ஆலிலை தோளழகா திருமாவிலை மால்முருகுவில் வெதுவெதுப்பான திரவத்தை உள்ளிழுக்க தேகத்தில் உஷ்ணம் பரவப் பொழுது புலர்ந்த நிலையில் அவனை உயிர்ப்பித்தாள். புத்துயிர்ப்பு பெற்ற அவன் பற்றூரிகையும் வழவழப்புமாய்ப் பத்து நிமிடத் தியாலத்தைக் கழிக்கப் பிறந்தது புத்துணர்ச்சி. நர்த்தகியின் ஆண்டோழந்தானென் றாலும் வைகறை யாமத்தின் அவ்வளவு சீக்கிரம் வாழ்கொண்ட அவன் நிறையத் தடுமாறித்தான் போனபோதும் மாவிலை மால்முருகனின் உஷ்ண திரவத்திலும் அரை போத்தல் சிகப்பு ஒயினிலும் மலர்ந்து ஒதுங்கிக் கழுவி ஷவரின் தாரைகளில்

அசைந்து ஆடிச் சிலிர்த்து உடற்றேய்த்துப் பூத்துவாலையால் திரேகத்தை ஒற்றியெடுத்து விரேஜை இறுக்கமாகத் தூக்கி விட்டுக் கொண்டு வஸ்திரமணிந்து வெளிப்பட்ட போதுதான் அது நிகழ்ந்தது.

காடுவெட்டிக் கருப்பாயி ஏகமாய்த் தவித்துப் போய் சாலை ஓரமாய் நின்றிருந்த அவனை அணுக அவன் அவளின் கவலையை விரட்டி விரைந்து உட்சென்று அப்போலோவிலிருந்து ஒரு மக் குளுரை அவளுக்குத் தரச் சாந்தியடைந்த அவள் ஐயா உன் உதவியை நன்றியுடன் ஏற்றுக் கொண்டேனுடன் காடு நோக்கித் திரும்ப, நர்த்தகி அவனை மென்னகையுடன் தள்ள அவன் உட்சென்று இயந்திரத்தில் மீண்டும் அமர ஐஸ் வண்டிக்காரன் சாலையில் வேறு கோடியிலிருந்த தன் குழலை ஊத வண்டியைச் சுற்றிச் சிறார்கள் குழுமினார்கள். காடு வெட்டிக் கருப்பாயி மானிட்டரில் தோன்ற மிகுந்த பீதியடைந்த அவன் வியர்வையில் வெலவெலத்து நசிந்து கொண்டிருக்க அவனில் நர்த்தகி கலந்து அல்ஸோலாம் நட்சத்திரக் கிரணங் களைச் சுட்டி நெஞ்சை நீவிவிட பயம் தெளிந்த அவன் நீலச் சூன்யத்தைக் கண்டு மீண்டும் அமைதியுடன் ஆழ்ந்துவிட விரல்கள் பொத்தான்கள் மீது நர்த்தனமாடத் தொடர்ந்தன.

ஜகதாம்பிகையில் தன் வேதாந்தச் சொற்பொழிவை முடித்துக் கொண்ட மகான் வழிக் கல்லை மிதிக்கப் பிளந் தெழுந்த பேரழகியை ஆலிங்கனம் செய்ய யத்தனிக்க ஒரு கணம் நிலை தடுமாறிய அழகி சிலிர்த்துக்கொண்டு சுதாரித்து, அவரைச் சபிக்க அவர் கல்லாய்ச் சமைந்த அத்தருணத்தில் சௌந்தரி தன் முனிவருடன் குலாவச் சென்றுகொண்டிருந்தாள், யுக இடைவெளிக்குப் பின். நான் கடவுள், ஐந்து கிலோ மீட்டர் தூரத்தைச் சமீபத்தில்தான் கடந்தவன், கடந்தவன் கடவுள் என்ற மன்றாட்டக் குரல் கல்லிலிருந்து பரிதவிப்புடன் ஒலித்துக் கொண்டிருந்த சூழலில் முனிவரின் தாடியை வருடிக் கொண்டிருந்தாள் சிங்காரி. கல்லின் மீது ஆடித் தன் எட்டாம் சுற்றை முடித்துக்கொண்டாள் நர்த்தகி பரவசத்துடன்.

தலையாலங்கானத்து அரசனின் தூதுவன் அவனை நோக்கிக் குதிரையில் வந்து அரசர் கலஹாரிக்குப் பயணம் மேற்கொள்ளப் போகிறார் ஒட்டகப் பட்சியில் என்றும் உமது துணை தேவை என்றும் கூற, லீலையையும் தவோரையும் நர்த்தகியையும் கலக்காமல் எதுவும் சொல்வதற்கில்லை என்று அவன் பதில் கூற, தூதுவன் குடிலில் இளைப்பாற தோல் பையில் இருந்த ரம் அவனுக்கும் கொள் குதிரைக்கும் இதமளித்தன.

உளுந்தூர்ப் பேட்டையில் இருந்து வந்திருந்த அறியாத வயசுப் பையனை க்ராண்டில் இரவில் ஸ்ட்ரிப்டீஸுக்கு அழைத்துச் சென்றிருந்த மொட்டைப் பையன்கள் அவனுக்குப் பேய் பிடித்தது போல் ஆக ஒரு வழியாகத் தேற்றிக் கைத் தாங்கலாக வசிப்பிடம் திரும்ப இரண்டு நாள் படவட்டம்மன் கோயிலின் சக்தி பூண்ட பூசாரி குழையடித்து, நர்த்தகியின் துணையுடன்தான் அவனைச் சரி செய்ய வேண்டி வந்தது. நிர்வாண தீட்சை பெற்ற புங்கரர்களை ஷோ பாதிக்கவில்லை என்றது ஓர் உரை. இனி மாநகருக்கே வரக் கூடாது என்ற முடிவுடன் திருநிறைச் செல்வியே உனது உதவியை நன்றியுடன் ஏற்றுக்கொண்டேனுடன் பையன் உளுந்தூர் பேட்டைக்கு அவசரப் பயணமானான்.

ஜீலி அவுஸ் பா–வுடன் பச்சையும் பச்சையுமாக அவள் செல்ல இன்னும் ஐந்து ஆண்டுகளை எப்படிச் சகிக்கக் கவலை யில் அவன் பல்லைக் கடித்துக்கொண்டான். அந்த அன்றாட நிகழ்வை நினைக்கவே பதட்டமாக இருந்தது அவனுக்கு என்றாலும் மணற்பரப்பிலும் புதரிலும் புல்லிலும் பறந்த மஞ் சள் வயலெட் பிரவுண் வெள்ளைப் பட்டாம் பூச்சிகளிலும் தவிட்டுக் குருவிகளிலும் மண்ணுருண்டையை உருட்டிச் சென்ற இரண்டு வண்டுகளிலும் சிகப்பு ஊர்வது ஒன்றிலும் தாழப் பறந்த தும்பிகளிலும் லயித்துத் துயரத்தைத் தணித்துக்கொண்ட அவன் பேறடைய பரந்த சோம்னா ஆகாயத்தில் பிறைச் சந்திரனில் இருந்த அழகி அவனை ஆனந்தத்தில் ஆழ்த்த அனைத்தையும் மறந்த அவன் அன்றைக்கு மிருதுவுடன் மரித்துப் போனான். அண்டரண்டப் பிசாசின் கடைசி எக்களிப்பில் களிகூர்ந்த சலீம் லீலா ஐஸ் வண்டிக்காரனின் குழலோசையும் அவனைப் பின்தொடர்ந்து சென்ற சிறார்களின பேச்சொலியும் சிரிப்போசையும் தூரத்தில் சன்னமாக ஒலிக்க, திருவினும் அழகான நர்த்தகி தன் பத்தாம் சுற்றை முடித்துப் பூவுலகில் தன் பணியை நிறைவேற்றிவிட்டு மேல் ஏகி விண்ணுலகி லிருந்து அவனுக்கு நல்லாசி வழங்கிக் கொண்டிருந்தாள்.

●

சிதைந்த நிலையில் ஒரு சிநேகிதி

எப்பவும் விஸ்கி, பிராந்தி, ரம், ஜின், காசில்லாதப்ப சாராயம், ஜிஞ்ஜர்னு ஒரே ஜாலிதான். இதெல்லாம் ஒரு நாலு மாசத்துக்கு முன்னாடி.

எனக்கு அடிக்கடி வெளியூருக்கு மாத்திடுவாங்க. அப்படீன்னா பெரிய ஆபீசர் உத்தியோகம்னு நெனெச்சுக்கக் கூடாது. நா ஒரு ஃபிட்டர். எந்த ஊர்லெ காண்ட்ராக்ட் வருதோ அங்கெ போயி வெலெ செய்யணும். ஒரு வருஷத்துக்கு முன்னாலெ ஒரிஸ்ஸாவுக்கு என்னை மாத்திட்டாங்க.

ஒரிஸ்ஸா போன ரெண்டு மாசத்துலெ ரொம்ப விசித்திரமா என்னமோ ஆச்சு. சிகரெட் பிடிக்கிறவன், விஸ்கி அடிக்கிறவனெல்லாம் கெட்ட ஆட்கள்தானே? அப்பிடி நீங்க நெனெச்சா அது ஒங்களோட தப்பு. நானும் அப்படித்தான் நெனெச்சிக்கிட்டிருந்தேன். அப்ப நானும் ஒங்களெ மாதிரி தப்பு செஞ்சிருக்கேன்னு அர்த்தம் ஆறது. ஆனாக்கூட இதெல்லாம் பரவாயில்லேன்னுதான் சொல்லணும். தப்பு செய்யாதவங்க யாரு இருக்கா? சிலரோட தப்பு வெளியிலெ வர்றது. சிலரோடது கமுக்கமா இருக்கு. அப்ப கண்ணியம்னு என்னமோ சொல்றாங்களே. அதையெல்லாஞ் சொல்றவங்களெப் போயிக் கேட்டுக்குங்க.

சரி, சொல்ல வந்ததெ மறந்துட்டேனே. சிகரெட் பிடிக்கிற ஒருத்தனெ, விஸ்கியடிக்கிற ஒருத்தனெ ஒரு தேவதெ வந்து சூழ்ந்துக்கிட்டதாக கேள்விப்பட்டிருக்கீங்களா? பரவாயில்லை இப்ப படுங்க. எனக்கு என்ன தோணறதுன்னா நா உண்மையிலேயே ரொம்ப நல்லவனா இருந்திருக்கணும். அதனாலதான் அந்தத் தேவெத வந்திருக்கா. சிகரெட், சாராயமெல்லாம் கெட்ட பழக்கமேயொழிய அதையெல்லாம் ஒழுக்கத்தோட சம்பந்தப்படுத்தக் கூடாது. சரிதானே?

எப்பிடி இந்தப் புது உறவு ஆம்பிச்சதுன்னு சொன்னா பிரமிச்சிப் போயிடுவீங்க. வேலெ முடிஞ்சி ஒருநாள் சிநேகிதங்களோட விஸ்கி அடிச்சிக்கிட்டிருந்தேன். அப்ப கண்ணு முன்னாடி அழகா ஒரு பொண்ணு... தப்பு தப்பு. பொண்ணுன்னு சொல்லக் கூடாது. தேவதெதான். எப்பிடி அவ்வளவு சரியாத்

தேவதென்னு சொல்றேன்னு கேக்குறீங்களா? இதெல்லாம் எப்பிடிச் சொல்றது? தேவதெ ஒங்க கண்ணு முன்னாடி தோணுனாத்தான் ஒங்களுக்குத் தெரியும். சரி, ஒங்களெப் பத்தி அப்புறமாப் பேசிக்குவோம்.

ஆங், நா எங்கெ விட்டேன்? தேவதெயெப் பத்திச் சொல்லிக்கிட்டிருந்தேன். இந்த நவீன காலத்துலெ தேவதெ யெல்லாம் எங்கே வர்றாங்க. இப்படியெல்லாம் நீங்க கேக்கக் கூடாது. அவனவனுக்கு வந்தாத்தான் தெரியும். பட்டவனுக்குத் தான் பாடு தெரியும். அனுபவிக்கிறவனுக்குத்தான் இன்பந் தெரியும். நா இப்ப ஒண்ணும் ஒங்ககிட்டெ மாயாஜாலக் கதை யெல்லாஞ் சொல்லலெ. உண்மையிலேயே எனக்கு நடந்துக்கிட்டிருக்கிற ஒண்ணெ ஒங்களோட பகிர்ந்துக்கணும்னு தான் இதெயெல்லாஞ் சொல்லிக்கிட்டிருக்கேன். என்ன புரியிறதா? அற்புதங்க எல்லாரோட வாழ்க்கையிலெயும் நிகழ்றதில்லெ. என்னோட வாழ்க்கையிலெ நிகழ்ந்துக்கிட்டிருக்கிற அற்புதத்தை நீங்க தெரிஞ்சிக்க வேணாமா? சரி, சொல்றேங் கேளுங்க.

வந்த தேவதெ, அழகுன்னா அப்படி ஒரு அழகு. ஆளெத் தூக்கிச் சாப்பிட்ற அழகு. என்னோட ரொம்ப சிநேகமாயி எம் ஒடம்பிலெ புகுந்துக்கிட்டா. அப்பிடீன்னா தெரிஞ்சுக்கங்க, எவ்வளவு பிரியம் எம் மேலெ இருந்தா அவ இப்பிடிச் செஞ் சிர்ப்பான்னு. இப்ப நா நா இல்லெ. எம் பேரு ஒங்ககிட்டெ சொல்லலெ இல்லியா? கேட்டுக்கங்க. எம் பேரு பூர்ணசந்திரன். இப்ப இந்தப் பூர்ணசந்திரன் செத்தாச்சு. ஏன்னா நா செய்ற தெல்லாம் அந்தத் தேவதெ சொல்றதெத்தான். அதான் சொன் னேனே நா நா இல்லேன்னு. நா ஒரு தேவதெ. உருவத்தெப் பாத்தாத் தெரியாதுன்னு வச்சிக்குங்க. பூரணசந்திரன்னுதான் சொல்வீங்க. ஆனா நெசமா அப்படியில்லெ.

ஆனா, போகப் போக ரொம்பக் குறும்புக்காரியா மாறிக் கிட்டே வந்திட்டா இந்தத் தேவதெ. தேவதைன்னா விளையாடுந் தானே? விளையாட ஆரம்பிச்சிட்டா. ரோட்லெ நடந்துக்கிட் டிருக்கிறப்ப சின்னச் சின்னக் குட்டி தேவதைங்களெயெல்லாம் அனுப்ப ஆரம்பிச்சிட்டா. எல்லாம் மனுஷ ரூபத்துலதான். நா தெனமும் அவ அனுப்புற பொண்ணுகளெப் பாக்குறேன். அநேக வேளைகள்லெ விந்து வெளியாயிர்றது. எனக்கு இன்னும் கல்யாணம் ஆகல்லெ. வயசு இருபத்தேழுதான். உள்ளெ புகுந்த தேவதெக்கி எம் மேலே எவ்வளவு அன்பு இருந்தா இந்த மாதிரியெல்லாம் இன்பம் அனுபவிக்கச் செய்வா! இப்பிடியே போய்க்கிட்டிருந்துச்சு, என்னோட வேலெ செய்றவங்களுக்கு என்ன ஆச்சுன்னு தெரியல்லெ. என்னெ இங்கெ மெட்ராஸுக்கு

அனுப்பி வச்சுட்டாங்க. ஒரு பையன் எங்கூட வீடு வரெக்கும் வந்தான்.

இப்ப வீட்லெ இருக்கேன். அப்பா ஒரு விவசாயக் கூலி. வயசு அறுவத்தி நாலு கொள்ளும். அம்மா வீட்லெதான் இருக்கா. வீடு மகாபலிபுரம் போற வழியிலெ கேளம்பாக்கம் கிட்டெ இருக்கு. அப்பா அம்மாவைப் பாத்தா அப்பா அம்மா மாதிரியே இல்லெ. அப்பிடித்தான் அந்தத் தேவதெ சொல்றா.

அப்பா அம்மாவுக்கு என்னெ மீட்டுக்கணும்னு ஆசெ. பெத்த பாசம்னா சும்மாவா. அப்பா ஒருநாள் என்னெ ஒரு மந்திரவாதிகிட்டெக் கூட்டிக்கிட்டுப் போனாரு. அவன் என் னென்னவோ பண்ணினான். ஆனா அந்தத் தேவதெ அசஞ்சு கொடுக்கல்லெ. பிரியம்னா அந்தத் தேவதெக்கு எம்மேலெ அவ்வளவு அசாத்தியப் பிரியம்.

இந்த மந்திரவாதிகிட்டெ போனதுக்கப்பறந்தான் ஒரு விஷயம் தெளிவாச்சு. எங்கிட்டெ ஏதோ ஒரு மகாசக்தி இருக்கு; அதெப் பறிச்சிக்கத்தான் இந்த மந்திரவாதி அந்தத் தேவதெயெ எம்மேலெ ஏவி விட்டிருக்கான்னு. விசுவாமித்திரர் மேனகை கதெ மாதிரியில்லெ இதெல்லாம்! தேவதெயெ ஏவி விட்ட மந்திரவாதி இதே மந்திரவாதின்னு தெரியாமெ இந்தப் பைத்தியக்கார அப்பா, அவங்கிட்டெயெ என்னைக் கூட்டிக் கிட்டுப் போயிருக்காரு. ஆனா எனக்கு நொடியிலெ விஷயம் புரிஞ்சு போச்சு. நா என்ன அவ்வளவு முட்டாளா இதெல்லாம் தெரியாமெ போக?

அப்படீன்னாக்கூட பரவாயில்லெ. எங்கிட்ட இருக்கிற சக்தி போனா என்ன? எனக்குத் தேவதெயோட சிநேகம் கெடெச் சிருக்கு. அப்புறமா தெனமும் பாக்குற அழகழகான பொண் ணுங்க, அவங்க மூலமாக் கெடைக்கிற இன்பம், கிளுகிளுப்பு, வேறென்ன வேணும் எனக்கு?

ஆனா, வீட்லெ நெலெமெ சரியில்லெ. அப்பா காசே தர்றதில்லெ. இப்பல்லாம் ஸவ்ஸ்திக் புகையிலெதான். அரை மணி நேரத்துக்கு ஒண்ணு போட்டுக்கிட்டிருக்கேன். அப்பா சட்டெப் பையிலேர்ந்து காசு எடுத்துக்கிட்டு மகாபலிபுரம் போயி ரம் அடிச்சேன் ஒரு வாட்டி. ரொம்ப அடிச்சிட்டேன்னு நெனெக்கிறேன். என்னெ யாரோ அடிச்சிட்டாங்க, தலெயிலெ ரத்தம். அப்பறம் ஒண்ணும் நெனைவில்லை. முழிச்சிப் பாத்தப்ப தலையிலெ கட்டுப் போட்டிருந்தாங்க. வீட்லெ இருந்தேன்.

வர வர, இந்தத் தேவதெயினாலெ வெளியிலெ நா நடமாட்றது கஷ்டமாயிக்கிட்டே வர்றது. மத்தவங்க எல்லாம் என்னெ மொறெச்சுப் பாக்குறாங்க, சிரிச்சிக்குறாங்க. ஒரு வேளெ என்

உள்ளே இருக்கிற தேவதெ அவங்களுக்குத் தெரியறதோ என்னமோ. ஆனா ஏன் சிரிச்சுக்கிறாங்கன்னுதான் தெரியில்லெ. அந்த அர்த்தநாரீஸ்வரரெப் பார்த்து யாருஞ் சிரிச்சதா கேள்வியில்லை. அப்ப என்னெ மட்டும் ஏம் பாத்துக் கிண்டல் பண்ணனும்? சாமி பண்ணினாத் தப்பில்லெ. மனுஷன் பண்ணினாத் தப்பு. என்ன இருந்தாலும் மனுஷங்கன்னா எல்லாருக்கும் எளப்பமாத்தான் இருக்கும் போலெ. சமூகம் ரொம்பத்தாங் கெட்டுக் கெடக்கு.

இந்தத் தேவதெகிட்டெ ஒரே ஒரு தொந்தரவு. எனக்குச் சரியாப் புரியாத மாதிரி ஏதோ சொல்றா. நா வீட்டுக்குள்ளெ போறதும் வர்றதுமா இருக்கேன். அப்பா கத்துறாரு, “ஏன் இப்பிடி நெலெ கொள்ளாமெ நடந்துக்கிட்டே இருக்கே?”ன்னு. என் இதய தேவதெயெப் பத்தி அப்பாக்கு என்ன தெரியப் போறது? வயசான கட்டை.

தெனமும் குளிச்சதுக்கு அப்புறம் அப்பா சொல்றாரு, “வேறெ நல்ல சட்டெயெப் போட்டுக்கடா”ன்னு. அதெல்லாம் எதுக்குன்னு நா கேட்பேன். நா நல்ல சட்டெயெப் போடாமல் அழுக்குச் சட்டெயெப் போட்டுக்கிட்டாலும் தேவதெ எங்கூட இருக்கப் போறா. அப்புறம் எதுக்குப் புதுச் சட்டெயெல்லாம்? அவனவன் ஒரு பொண்ணு வேணுனா டீக்கா ட்ரஸ் பண்ணிக் கிட்டுச் சுத்துவான். கல்யாணத்துக்கு அப்புறம் புதுச் சொக்கா மவுஸெல்லாம் கொறஞ்சிரும். தாடியும் மீசையுமா இருப்பானுவ. அதான் பொண்டாட்டின்னு ஒரு பொண்ணு கெடச்சுட்டாளே. அப்பறம் எதுக்கு நல்ல சொக்கா, சவரமெல்லாம்? அதேகதெதான் எனக்கும். அப்பாகிட்டெ இதையெல்லாம் சொல்லவா முடியறது?

ஒருநாள் நா இதுவரெக்கும் பாக்காத ஒரு ஆள் வீட்டுக்கு வந்திருந்தாரு. அப்பாகிட்டெப் பேசிக்கிட்டிருந்தாரு. அவரு போனதுக்கப்புறமா அப்பா சொன்னாரு. “இதெல்லாம் மனக் கோளாறு. ஒன்னெ ஒரு பைத்தியக்கார டாக்டர்கிட்டெ கூட்டிக்கிட்டுப் போறேன். நீ நல்லாயுருவே”ன்னார்.

நா மாட்டேன்னு சொல்லிப்புட்டேன். எல்லாமாச் சேந்து எங்கிட்டெ இருக்குற தேவதெயெப் பறிச்சுக்கப் பாக்குறாங்க. நீங்களே சொல்லுங்க, இது நியாயமா? இந்தச் சிநேகிதி தேவதெயெப் பிரிஞ்சு நா வாழ்றதெவிட உயிரெ விட்டுரலாம். நா டாக்டர்கிட்டெ வர மாட்டேன்னு ரொம்பக் கண்டிப்பாச் சொல்லிப்புட்டேன். எல்லாமாச் சேந்து சதி செஞ்சு என் இதய ராணியை எங்கிட்டேயிருந்து பிரிக்கவா பாக்குறீங்க?

●

குறுக்கீடு

நா இந்தப் பேய் பிசாசுக்கெல்லாம் பயப்படாதவ. படிக் காதவதான். ஆனாக்கூட ரொம்பத் துணிச்சல்காரி. எங்கிட்டெ வந்து பேய் வாலாட்ட ஆரம்பிச்சா நா சும்மா இருப்பேனா? என்னாலெ முடிஞ்ச மட்டுக்கும் அத்தோட சண்டெ போட்டுப் பாத்தேன்.

இந்தப் பேய் ரொம்பப் பொல்லாத பேய். ராத்திரிக்கு கண்ணெ மூடினதும் வரும். சுத்தமா ஓடம்புலெ ஒரு பொட்டுத் துணிகூட இருக்காது. இத்தனிக்கும் பொம்பளெப் பேய்தான். எப்பவும் தலைவிரி கோலமா இருக்கும். வந்து என் தொண்டெக் குழியெப் பிடிச்சிக்கும். தலகாணியிலேர்ந்து என்னெத் தூக்கிப் போட்டிரும். அத்தோட தெனத்துக்கும் மல்லாடிக்கிட்டிருந்தேன். சில வேளை அது எம் மார் மேலே காலெ வச்சி மிதி மிதின்னு மிதிக்கும். நா அத்தோட காலெக் கெட்டிமாப் பிடிச்சி ஒரே முட்டாத் தூக்கிப் போட்டுருவேன். அது கத்தும் வெறி புடிச்ச மாதிரி. 'இத்தோட விட்டேன்னு நெனைச்சிராதே. ஒன்னெக் கொல்லாமெ விடப் போறதில்லெ'ன்னு.

ஆனா ஒரு விசேஷம். கண்ணெத் தொறந்தா அது பயந்துக்கிட்டு ஓடிப் போயிரும். கண்ணெ மூடினா வர்ற இருட்டுலெதான் அதனோட ஆர்ப்பாட்டமெல்லாம். அதெப் பாக்குறதுக்கு அருவருப்பா இருக்கும். ஓடம்பெல்லாம் சீழ் வழியிற புண்ணு. எப்பிடியிருக்கும்! ஒரே விகாரம். கொடூரமான பேய்தான்.

பயங்கரமான பேய்தான் இது. என்னென்ன காட்சி களையெல்லாம் காட்டுனது தெரியுமா? திடீர்ன்னு சுடுகாட்டெக் காமிக்கும். சவக்குழிகளெக் காமிக்கும். பக்கத்துலெ கறுப்பு கறுப்பாக் குட்டிப் பேய்களைக் காமிக்கும். பத்து ஆம்பிளைங்க என்னைக் காட்டுக்குத் தூக்கிட்டுப் போயி அனுபவிக்கிற மாதிரிக் காமிக்கும். நா வயக்காட்டுலெ ஓடிக்கிட்டிருப்பேன். அப்ப இந்தப் பேய் என் அம்மா உருவத்துலெ வரும். 'நீ என்னெ விட்டு எங்கெயும் தப்பிச்சுக்க முடியாது'ன்னு எம் மென்னியெக் கெட்டிமாப் பிடிச்சிக்கும்.

இப்பிடியே போய்க்கிட்டிருந்துச்சி ரா பூரா. ஒருநாள் காலைலெ நா மூர்ச்செயாயிட்டேம் போலெயிருக்கு. பக்கத்துக் கிராமத்து டாக்டர் குளூகோஸ் தண்ணீ ஏத்திச் சரி பண்ணினாரு. ஹார்லிக்ஸெல்லாம் குடிக்கச் சொன்னாரு. ஒரு நாள் ஹார்லிக்ஸ் குடிச்சிட்டுக் கொஞ்சங் கண்ணசந்தேன். அந்தப் பேய் வந்திருச்சி. 'கவலெப்படாதெ. ஹார்லிக்ஸெல்லாம் ஒம் ஒடம்புலெ போகல்லெ. எம் ஒடம்புலெதான் போய்க் கிட்டிருக்கு. நீ மெலிஞ்சிதான் செத்துப் போவே'ன்னு சொல் லிட்டு ஒரு எலும்புக் கூட்டெக் காமிச்சி 'தோ, இது மாதிரிதான் ஒருநாள் நீ ஆயிருவே'ன்னு சொல்லிச்சி.

ஒருநாள் மத்தியானம் கொஞ்சம் கண்ணெ மூடிக்கிட்டுப் படுத்துக் கெடந்தேன். இந்தப் பேய் கெணத்துக்குள்ளாறேயிருந்து கையெ நீட்டி 'வா வா'ன்னு கூப்பிட்டுச்சி. என்னெயறியாமெக் கெணறு வரெக்கும் போயிட்டேன். ஆனாக் கடைசி நேரத்துலெ சுதாரிச்சிக்கிட்டேன். இல்லேன்னா அண்ணியோட எங்கதெ முடிஞ்சிருக்கும்.

இத்தோட விட்டாலும் பரவாயில்லேன்னுருவேன். ராவுலெ வேறொரு ஆம்பிளெ என்னை அனுபவிச்சிட்டுப் போற மாதிரி தெனத்துக்கும் காமிக்க ஆரம்பிச்சிச்சி. பகல்லெ எம் புருஷங்கிட்டெப் பேசுறதுக்கே எனக்கு ஒரு மாதிரி இருக்கும்.

இப்பிடியே ஒரு ரெண்டு வருஷம் ஓடிப் போச்சு. நா புருஷங்கிட்டெ இதெல்லாம் சொல்லல்லெ. நாங்க ஒரு நெலத்துலெ வேலெ செய்யிற குடும்பம். பணங்காசு ஒண்ணு மில்லெ. எங்களுக்குத் தோட்டத்துலெ இருக்க எடம் கொடுத்திருக்காங்க. ரெண்டு பசங்க. ரெண்டும் நாலாங் கிளாஸ் படிக்குதுங்க.

என்னதான் தைரியசாலின்னாக்கூட உள்ளுக்குள்ள பயங் கண்டு போச்சு. திடீர்ன்னு தீர முடியாத வயித்து நோவு வந்திச்சு. கடைசியிலெ எம் புருஷங்கிட்டெ விவரம் பூராத்தெயும் கக்கிட்டேன். அவரு ஒரு சாயபு மந்திரவாதிகிட்டெ என்னைக் கூட்டிக்கிட்டுப் போனாரு. சாயபு கொஞ்ச நேரம் கண்ணெ மூடிக்கிட்டிருந்தாரு. பிறகு சொன்னாரு. "ஒனக்கு ஒங் கூடப் பொறந்த அண்ணாரு சூனியம் வச்சிருக்கான். சூனியத்தை ஆட்டுத் தலைக்குள்ளெ வச்சி சுடுகாட்டுலெ பொதெச்சிருக்கான். இந்தா இந்த முட்டெயெ எடுத்துக்கிட்டுப் போயி சமுத்திரக் கரையிலெ பொழுது நல்லா சாய்ஞ்சதுக்கு அப்புறம் ஒடெச்சிரு. சூனியந் திரும்பி அவங்கிட்டெயே போயிரும்"ன்னு கையிலெ ஒரு முட்டெயெக் குடுத்தாரு. ஏற்கனவே எனக்கும் என்

அண்ணனுக்கும் கொஞ்சம் ஆகாது. குடும்பத் தகராறு. ஆனா அவன் இந்த அளவுக்குப் போவான்னு நா எதிர்பார்க்கலெ.

கீழக்கரெயிலெ எங்க அக்கா இருக்கு, இதுக்கென்னே வாணியஞ் சாவடியிலேர்ந்து கீழக்கரெக்குப் போயி எங்க அக்கா, அக்கா புருஷனெயெல்லாங் கூட்டிக்கிட்டுப் போயி ராத்திரிக்கு ஒரு பதினோரு மணிக்கு சமுத்திரக் கரெயிலெ முட்டெயெப் போட்டு ஒடெச்சேன். அண்ணிக்கு ராத்திரி அக்கா வீட்டுலெ படுத்தா கூரெமேலெ வினோதமான ஏதோ ஒண்ணு உருள்ற மாதிரிச் சத்தம். கொஞ்சம் நேரங்கழிச்சி கண்ணு முன்னாடி ஒரு சக்கரம் விதவிதமான கலரோடு சுத்திச்சி. கொஞ்ச நேரம் பிரெம பிடிச்சவ மாதிரி இருந்தேன். அப்புறமாத் தூங்கிப் போயிட்டேன்.

அடுத்த நாள் கோயில்லெ மந்திரிச்சி ஒரு எலுமிச்சம்பழம், ஒரு சின்ன வேல், ஒரு ருத்ராட்ச மாலெயெல்லாம் குடுத்தாங்க. கையிலெ பிடிச்சிக்கிட்டிருக்கேன். ஏதோ ஒண்ணு எங்கையிலெ இருந்ததைத் தட்டப் பாத்துச்சி. நா சமாளிச்சுக் கீழே விழாம நல்லாப் பிடிச்சிக்குட்டேன்.

இந்தச் சமயத்துலெ அந்தரத்துலெயிருந்து ஒரு குரல் சொல்லிச்சி, “நீ முட்டையையா ஒடச்சே! ஒனக்குச் சாவு சீக்கிரந்தான் போ”ன்னு. ஒரே ஒதறல் கண்டுடுச்சி ஒடம்புலெ. பேயையெல்லாம் சமாளிச்சிருவேன்தான். ஆனா இந்தக் குரல்? அசரீரின்னு சொல்லுவாங்களே அது மாதிரி. நா நடுங்கிப் போயிட்டேன்.

எம் புருஷன் அனுமந்தபுரம் கோயில்லெ என்னெ நாலு மாசம் வச்சிருந்தாரு. தெனத்துக்கும் குளிச்சிட்டுப் பேயாடி னேன். கோவில்லெ இருந்தப்ப ஓரளவு நல்லா இருந்த மாதிரி இருந்திச்சி. ஆனா கோயில்லேயே பொழுதுக்கும் இருக்க முடியுமா என்ன? கோயிலெ விட்டு வந்தாச்சி.

திரும்பவும் அதே குரல். அதே பயமுறுத்தல். நெஞ்சிலெ முள்ளெ ஏத்துனா எப்படி இருக்குமோ அப்பிடி ஒரு வலி. வயித்துக்குள்ளெ பந்து மாதிரி என்னமோ ஒண்ணு. தொண்டெக் குள்ளே என்னமோ ஒண்ணு போய்க்கிட்டும் வந்துக்கிட்டும் இருந்திச்சி. நாக்கெப் பிடிச்சி யாரோ இழுக்கிற மாதிரிகூட இருந்திச்சி. எது சாப்பிட்டாலும் அரை மணி நேரத்துலெ கக்கூஸுக்குப் போகணும். அதனாலெயே சாப்பிட்றதெக் கொறச்சிட்டேன். நெஞ்சிலெ எப்பப் பாத்தாலும் ஒரு பட படப்பு. தலெ வேறெ சுத்திச்சி.

திரும்பவும் அந்த சாயபு மந்திரவாதிகிட்டெ என்னைக் கூட்டிக்கிட்டுப் பேனாரு எம் புருஷன். நாம இருக்கறதெச் சொன்னம். சாயபு சொன்னாரு. "நா தெரியாத்தனமா ஒரு வினையெ வாங்கிட்டேன். இப்ப தெரிஞ்சு போச்சு இது வேற ஒரு பேய்"ன்னு. நாங்கள் பயந்துட்டோம். பேசாமெ தலையெத் தொங்கப் போட்டுக்கிட்டு வீட்டுக்கு வந்து சேர்ந்தோம்.

சில வேளையிலெ தோண்றது வீட்டெ விட்டு எங்கெனாச்சி யும் ஓடியிரலாம்னு. இவ்வளத்துக்கும் நா தெனத்துக்கும் சுத்தமாக் குளிச்சிப் போட்டுக் கோயிலுக்குப் போயிக்கிட்டிருக்கேன். சாமி கண்ணெத் தொறந்ததாத் தெரியல்லெ.

ஆக, ரெண்டரெ வருஷம் இப்பிடியே போச்சி. அப்துல் கனின்னு எங்களுக்குத் தெரிஞ்ச ஒருத்தர் எம் புருஷங்கிட்டெ இண்ணிக்கிக் காலையிலெ பேசிக்கிட்டிருந்தாரு. அவரு ஒரு டாக்டர் பெயரைச் சொல்லியிருக்கார். இண்ணிக்கிச் சாயந் திரமா எம் புருஷன் என்னையெ அங்கே கூட்டிக்கிட்டுப் போகப் போறாரு.

நா படிக்காதவ. எனக்கு டாக்டர் கீக்டரெல்லாந் தெரியாது. பேயெயும் மந்திரக் குரலெயும் மந்திரவாதி ஓட்டுனா என்ன டாக்டர் ஓட்டுனா என்ன? என்னை விட்டு இந்தச் சனியனெல்லாம் ஒழிஞ்சா சரி. புருஷனோட சந்தோஷமா இருந்து ரொம்ப நாளாச்சி.

●

கலக்க மறுத்த கண்கள்

திடீரென்று திருமதி கமலா நடராஜனுக்கு என்ன ஆயிற்று என்று விளங்கவில்லை. ஒரு மாதமாகவே ஆளைக் காணோம். ஒவ்வொரு ஞாயிறும் தவறாமல் வருபவள். அவளது வீடு எதிர்வீடுதான் என்றாலும் நான் அங்கு அடிக்கடி போவதில்லை. அவளது குடும்பத்தில் அவளுடன் மட்டும்தான் எனக்கு நல்ல பழக்கம். அவளது தேட்டங்களில் எனக்கு லேசான ஈடுபாடு இருந்தது. பேசுவதற்கு ஒரு பொது தளம் பரஸ்பரம் இருந்தது. அவளது கணவர் நடராஜன் தனியார் நிறுவனம் ஒன்றில் ஓர் உயர் பதவி வகிப்பவர். காசு பணத்துக்குக் குறைச்சல் இல்லை. நடராஜன் முழுக்க முழுக்க ஒரு லௌகீகவாதி. அவரிடம் எனக்குப் பேசுவதற்கு ஒரு விஷயமும் இருக்கவில்லை. எப்பொழுதாவது போனாலும் "கொளந்தெ ஒழுங்கா ஸ்கூலுக்குப் போறாளா? மிஸஸ் வேலெக்கிப் போயிண்டிருக்காங்களா?" என்று அவரும், "ஆஃபீஸ் எப்பிடிப் போய்க்கிட்டிருக்கு?" என்று நானும் கேட்பதுடன் தொடர்வதற்குப் பேச்சு வேறொன்றும் இராது. பத்தே நிமிடங்களில் சலித்துவிடும். இதனால்தான் அவளது வீட்டுக்கு நான் அடிக்கடி செல்வதில்லை. மேலும் அவள்தான் ஞாயிறு காலை வருபவளாயிற்றே. அவள் எனக்குக் கர்நாடக இசையைப் பற்றிச் சொல்லிக்கொண்டிருப்பாள். நான் எனக்குத் தெரிந்த நல்ல தமிழ்ப் புத்தகங்களை அவளுக்கு அறிமுகப்படுத்திக்கொண்டிருப்பேன்.

உண்மையில் உறவுகள் வரையறுக்கப்பட்டவை அல்ல. எல்லா உறவுகளுமே ஏதோ ஒரு தளத்தில் ஆரம்பித்தாலும், பரிச்சயம் வலுப்படத் துவங்கியதும் சொந்த உறவுகளாக மாறுபவைதான். என் கர்நாடக சங்கீதத் தோழிக்கு உடம்புக்கு ஏதாவது என்று ஆனால், அது சங்கீதம் சம்பந்தப்படாத சமாச்சாரம் என்று நான் வெறுமனே இருக்க முடியுமா என்ன? எனக்கு நிறைய சந்தேகங்கள் தோன்ற ஆரம்பித்தன. ஏதாவது உடம்புக்கு முடியவில்லையோ? கணவருடன் ஏதாவது பிரச்சனையோ? இப்படி...

அடுத்த ஞாயிறன்று என் கற்பிதங்களுக்கு முற்றுப்புள்ளி வைத்துவிட்டு என் மனைவியை அனுப்பினேன் விவரமறிய. அவள் போன பத்தே நிமிடங்களுக்குள் வீடு திரும்பினாள். திருமதி நடராஜன் முகத்தைத் தொங்கப் போட்டுக்கொண்டு "ஸாரி, நா யாரெயும் பாக்க விரும்பலை. என்னாலெ மத்தவா சீரழிய வேணாம். என்னெத் தப்பா எடுத்துக்க வேணாம்னு அவரிட்டெச் சொல்லுங்கோ" என்று சொல்லியிருக்கிறாள். என் மனைவிக்கு ஒன்றும் புரியாமல் ஐந்து நிமிடக் காத்திருத்தலுக்குப் பிறகு குழப்பத்துடன் திரும்பியிருக்கிறாள்.

எனக்கு ஒரே திகைப்பாக இருந்தது. திருமதி நடராஜன் கண்ணியமானவள். அவளது பேச்சில் ஒருகால் வார்த்தைகூடக் கொச்சையாக இருக்காது. அவள் எப்படி ஒருவனைச் சீரழிக்க முடியும்? இது என்ன இம்சை? அவள் என்னைப் பார்க்க வருவதால் எனக்கும் என் மனைவிக்குமிடையே சிக்கல் விளையுமென்று அவளது கணவர் ஒருக்கால் அவளிடம் சொல்லியிருப்பாரோ? இல்லை, அப்படி இருக்க எவ்வித சாத்தியமும் இல்லை. என் குடும்பமும் அவர் குடும்பமும் நண்பர்கள். பரஸ்பர நம்பிக்கை உண்டு. யாருடைய போக்கையும் யாரும் சந்தேகிக்கவில்லை. எனக்குத் தலைமுடியைப் பிய்த்துக்கொள்ளலாம் போலிருந்தது. ஆனாலும், தோன்றுவதையெல்லாம் செய்துவிடுவதா என்ன?

சரி. நேரே போய்த்தான் என்ன என்று கேட்போம் என்று கிளம்பிவிட்டேன். நான் சென்ற சமயம் திருமதி நடராஜன் தலையைத் தொங்கப்போட்டவண்ணம் சோபாவில் உட்கார்ந்திருந்தாள். "என்ன மிஸஸ் நடராஜன் என்னென்னமோ எல்லாம் சொல்லி அனுப்பிச்சிருந்தீங்க, என்ன விஷயம்?" என்று கேட்டேன். "நீங்க ஒடனே போயிடுங்கோ. நா ஓங்களெப் பாத்தா ஒங்களுக்கு ஏதாவது ஆயிடும். சீக்கிரம் போயிடுங்கோ" என்றாள் அவள் பதட்டத்துடன். எனக்கு இது கூடுதல் குழப்பத்தையே கொடுத்தது.

அவள் எனக்கு இரண்டு ஆண்டுகளாகப் பரிச்சயம். இப்படி வினோதமாகவும் விபரீதமாகவும் அவள் பேசி நான் பார்த்ததில்லை. அவளைப் பற்றிச் சில விஷயங்கள் எனக்குத் தெரியும். கொஞ்சம் உணர்ச்சிவசப்படுகிறவள். யார் சொல்லையும் சட்டென்று நம்பிவிடுபவள். பழக ஆரம்பித்த இரண்டு மாதங்களிலேயே இந்தக் குணாம்சங்களைப் புரிந்து வைத்திருந்தேன்.

“மிஸஸ் நடராஜன், எனக்கு எது ஆனாலும் பரவாயில்லை. நீங்க இப்படித் தலையெக் குனிஞ்சிக்கிட்டு ஏதேதோ சொல்ற தெத்தான் என்னாலெ தாங்கிக்க முடியல்லெ. மொதல்லெ நிமிந்து என்னைப் பாருங்க” என்றேன். வீட்டில் அப்பொழுது அவள் மட்டும் தனியாக இருந்தாள். நீண்ட தயக்கத்துக்குப் பிறகு ஒரு முறை என்னை ஏறிட்டுப் பார்த்துவிட்டு விருட்டென்று மீண்டும் தலையைத் தொங்கப் போட்டுக்கொண்டாள். “ஐயோ நா ஒங்களெப் பாத்துட்டேன். எங் கண்துருஷ்டி பட்டுடுத்து. ஒங்களுக்கு ஏதாச்சும் ஆகப் போறது. பயமாயிருக்கு. போயிடுங்கோ, நா ஒரு பாவி” என்று புலம்ப ஆரம்பித்தாள். அவளது முகம் வழக்கமான பொலிவை இழந்திருந்தது. இப்பொழுது கண்கள் குளமாகியிருந்தன. இன்னொன்றும் கவனித்தேன். குரல் மிகவும் இறங்கியிருந்தது.

அவளை ஆசுவாசப்படுத்த எனக்குத் தெரிந்த எல்லா உத்திகளையும் கையாண்டு, பிறகு என்னை ஒரு மாதத்துக்கு மேலாகப் பார்க்க வராததற்கான காரணத்தைக் கேட்டேன். மீண்டும் அவள் என்னை எச்சரிக்க ஆரம்பித்தாள். “அதெ மட்டும் கேக்காதீங்கோ. எங் கண் பட்டாலே சகலமும் நாசம்தான். ஒங்களுக்கு நிச்சயமா ஏதோ ஆகப் போறது. நா சொன்னா நீங்க கேக்க மாட்டேங்கறேள். போங்கோளேன்” என்று பதறினாள். நான் விடாப்பிடியாக வற்புறுத்தவே நீண்ட மௌனத்துக்குப் பின் சமீபத்திய நிகழ்ச்சிகளைப் பற்றிச் சொல்ல ஆரம்பித்தாள்.

ஒரு மாதத்துக்கு முன்பு அவளும் அவளது கணவரும் குழந்தையும் மைசூரில் உள்ள அவளது மாமனார் வீட்டுக்குப் போயிருந்தார்களாம். வீட்டில் மாமியார் ஏதோ ஒரு காரணத்துக்காக சோபாவை நகர்த்த இடது கட்டை விரலில் காயம் ஏற்பட்டதாம். நமது சம்பிரதாய ரீதியான மாமியார்கள் பற்றிக் கேட்கவே வேண்டாம். மாட்டுப் பெண் தன் ஆரோக்கியத்தின் மேல் கண் வைத்ததால்தான் கண்ணேறுபட்டு அந்தக் காயம் ஏற்பட்டது என்ற பழியைத் தூக்கி திருமதி நடராஜன் மேல் போட்டிருக்கிறாள் மாமியார்.

இரண்டு தினத் தங்கலுக்குப் பிறகு குடும்பம் ஊர் திரும்பியிருக்கிறது. மறுநாளே மாமனாருக்கு இதய அதிர்ச்சி ஏற்பட்டிருப்பதாகத் தந்தி வர, குடும்பம் மீண்டும் மைசூருக்குப் பயணப்பட்டிருக்கிறது. “ஒங் கண்ணு பட்டுத்தான் அவருக்கு இப்படி ஆயிருக்கு. திரும்பவும் ஏன் வந்தே? ஒன்னாலெ இன்னும் என்னென்ன ஆக வேண்டியிருக்கோ, பகவானே!” என்று மாமியார் அரற்ற திருமதி நடராஜனுக்குப் பீதி பற்றிக்

கொண்டிருக்கிறது. பிறரை ஏறெடுத்துப் பார்க்கவே கூச ஆரம்பித்துவிட்டாள். மருத்துவமனைக்குக் கணவர் மட்டும் போய்த் தகப்பனாரைப் பார்த்திருக்கிறார். திருமதி நடராஜன் போக மறுத்துவிட்டாள். இதனால் கணவரிடம் வேறு மனத் தாங்கல். ஊர் திரும்பிய திருமதி நடராஜன் வேலைக்காரியிடம் இதைச் சொல்லி அழ, அக்கம்பக்கத்தில் விஷயம் பரவி யிருக்கிறது.

பிறகு அடுக்கடுக்காக நிகழ்ச்சிகள்.

அவளது வீட்டுக்குப் பின்னால் உள்ள பகுதியில் வீட்டுக் காரர்கள் வீடு. பக்கவாட்டில் நான்கைந்து தென்னை மரங்கள். இளநீர் ஒன்று கீழே விழ திருமதி நடராஜன் வீட்டுக்கார அம்மாளிடம் தெரிவித்திருக்கிறாள். அடுத்த நாள் அடித்த பலத்த காற்றில் கிட்டத்தட்ட எல்லா இளநீர்களும் பொல பொலவென்று கீழே உதிர்ந்திருக்கின்றன. திருமதி நடராஜன்தான் கண் வைத்தது. அவளது கண்கள்தாம் எவ்வளவு பொல்லாதவை!

இரண்டு நாட்கள் கழித்து வீட்டுக்கார அம்மாள் வெண் ணெய்ப் பொட்டலத்தை எடுத்துப் போவதை வாசல் பக்கம் நின்றிருந்த திருமதி நடராஜன் தற்செயலாகப் பார்த்திருக்கிறாள். நெய் உருக்கிக்கொண்டிருக்க வீட்டுக்கார அம்மாள் அசிரத்தை யுடன் இருந்த சமயம் நெய் பெருக்கெடுத்து நிறையக் கொட்டி விட்டது. திருமதி நடராஜன் கண்பட்டு எது உருப்பட்டது?

பக்கத்து வீட்டுக் குழந்தை அடிக்கடி திருமதி நடராஜன் வீட்டுக்கு வரும். பிஸ்கெட், இனிப்பு என்று ஏதாவது அங்கு சாப்பிடும். வீட்டுக்குத் திரும்பிய குழந்தை சோறு சாப்பிட மறுத்துவிட்டதாம். ஏழு க்ரீம் பிஸ்கெட் சாப்பிட்ட குழந்தைக்கு எப்படி உடனே பசி எடுக்கும்? ஆனால், அதுவா காரணம்? திருமதி நடராஜனின் கண்கள்தான் கேடு விளைவிப்பவை ஆயிற்றே.

இவ்வளவு நடந்த பிறகு திருமதி நடராஜனின் தலை நிமிரவே இல்லை.

நான் அதிர்ந்து போனேன். ஒன்றன்பின் ஒன்றாக ஒருத்திக்கு இப்படியா? என்ன செய்யலாம் என்று சிறிது நேரம் மண்டையைப் போட்டு உருட்டிக்கொண்டிருந்தேன். அவளது சுவாதீனம் பாதிக்கப்பட்ட நிலையில் நானும் செயலிழந்து போனால் யாருக்கும் எந்த ஒரு பிரயோஜனமும் இல்லை. இவளுக்கு நான் ஏதாவது செய்தாக வேண்டும். சற்றுக் கழித்து ஒரு முடிவுக்கு வந்தவனாகத் திடமாகச் சொன்னேன், "மிஸஸ் நடராஜன், என்னைக் கொஞ்ச நேரம் நல்லாப் பாருங்க"

என்றேன். மிகுந்த கிலேசத்துடன் அவள் என்னைப் பார்த்தாள். அவளை ஒரு சந்தேக நிலையில் விட்டு விட்டு "நா நாளெக்கி வர்றேன்" என்று சொல்லி நகர்ந்தேன்.

அடுத்த நாள் மாலை அலுவலகம் விட்ட கையோடு நேரே அங்கு சென்றேன். "மிஸஸ் நடராஜன் நீங்க பார்த்த நா அழியல்லெ. எனக்கு ஒண்ணும் ஆகல்லெ. முழுஸ்ஸா இருக்கேன். எனக்கு ஒரு அசம்பாவிதமும் நடக்கல்லெ. கொஞ்ச இருங்க, இப்ப வந்திர்றேன்" என்று சொல்லிவிட்டு என் வீட்டுக்கு வந்து மனைவியையும் குழந்தையையும் அழைத்துச் சென்றேன். "மிஸஸ் நடராஜன் இவங்களையும் நல்லா நிமிந்து பாருங்க. என்ன ஆனாலும் பரவாயில்லெ" என்று தூண்டினேன். அவளும் நிமிர்ந்து இருவரையும் பார்த்தாள். அடுத்த நாள் குடும்பத்தோடு அவளது வீட்டுக்குச் சென்றேன். என் மனைவிக்கும் குழந்தைக்கும் எந்தக் கெடுதலும் ஏற்படாதது பற்றிச் சொன்னேன். பிறகு தினமும் அலுவலகம் கிளம்புமுன் அவள் வீட்டுக்குச் சென்று ஒரு பத்து நிமிடங்கள் பேசிவிட்டுப் போக ஆரம்பித்தேன். "என்னை மட்டும் நிமிர்ந்து பாத்துப் பிரயோஜனம் இல்லெ. எல்லாரையும் முகத்துக்கு முகம் பாருங்க. என்னதான் ஆகும்னு பாத்திடுவோமே" என்று சொல்லி வைத்தேன். நடுவில் ஒரு முறை "நீங்க ஒங்களெப் பணயம் வச்சிக்கறேளோன்னு தோணறது" என்று சொன்னாள். அப்பொழுது பேச்சை மாற்றி அவளது பழைய போக்கில் சிந்தனை ஓடாமல் இருக்கச் செய்தேன். அல்லது அப்படிச் செய்ததாக நம்பினேன்.

ஆனால், நான் செய்தது வீணாகப் போகவில்லை. நாட்கள் கழியக் கழிய திருமதி நடராஜன் முகத்தில் பழைய பொலிவு தென்பட ஆரம்பித்தது. குரலும் பழைய நிலைக்கு வந்திருந்தது. ஒருநாள் பேச்சுவாக்கில், "நல்லாத் தூங்கணும். கொறஞ்சது எட்டு மணி நேரமாச்சும் எப்படியோ தூங்கணும். எந்தப் பிரச்சனெயெயும் மனசுலெ போட்டுக்காமெத் தூங்குங்க" என்று சொல்லி வைத்தேன். அடுத்த நாள் "நல்லாச் சாப்பிட்றீங்களா?" என்று கேட்டேன். "போன ஒரு வாரமா ஓரளவு ஏதோ கொஞ்சம் சாப்பிடறேன்" என்றாள். "வேளா வேளெக்கி நல்லாச் சாப்பிடுங்க. ஒங்களுக்குப் பிடிக்கிறதோ இல்லியோ சாப் பிடணும். நா சொல்றதெல்லாம் ஒரு வேளெ ஒங்களுக்குப் பாட்டனார் அறிவுரை மாதிரி வேணாத் தோணலாம். எனக்கு ஒதவி பண்றது போல நெனெச்சிக்கிட்டாச்சும் நா சொல்றபடி செய்யுங்க" என்றேன். மனம் ஒருவரிடம் விசேஷ சுதந்திரம் எடுத்துக் கொள்ளும்போது தூக்கம், உணவு உட்கொள்ளல்

போன்றவை பாதிக்கப்படும் என்பது அடிப்படை விஷயம். திருமதி நடராஜன் என் நட்புக்கு மதிப்புக் கொடுத்து நான் சொன்னபடி செய்துவந்தாள். சரியாக மூன்று மாதங்கள் இப்படிக் கழிந்தன.

ஞாயிறு காலைகளில் மறுபடியும் திருமதி நடராஜன் என்னைச் சந்திக்க வர ஆரம்பித்தாள். என் தோழி திரும்பக் கிடைத்ததில் என் மனம் நிரம்பிற்று. நான் எடுத்துக்கொண்ட முயற்சிகள் ஒருக்கால் சுயநலமோ என்றுகூட நினைக்கத் தோன்றிற்று. தொந்தரவு தரும் எண்ணங்களுக்கு அதிக கவனம் தராமல் இருப்பது நல்லது. ஆகையால் அந்த எண்ணத்தை உடனடியாகப் புறக்கணித்தேன்.

இரண்டு மாதங்கள் கழித்து ஒரு ஞாயிறு காலை திருமதி நடராஜனுக்குப் பழைய சம்பவம் ஞாபகத்துக்கு வந்தது. "நேக்குப் பைத்தியம் பிடிச்சிருந்ததுன்னு நெனெக்கிறேளா?" என்று கேட்டாள். "அதெல்லாம் ஒண்ணுமில்லெ. ஒங்க கண்ணு பொல்லாத கண்ணுன்னு சொன்ன மத்தவங்களுக்கு, அதாவது இந்தச் சமூகத்துக்குத்தான் பைத்தியம் பிடிச்சிருந்தது. நீங்க நல்லாத்தான் இருந்தீங்க, இருக்கீங்க" என்று அவளை உற்சாகப் படுத்தினேன். அவளது முகம் இப்பொழுது தெளிவாக இருந்தது. அவளது முகத்தை ஒரு முறை முழுதாகப் பார்த்தேன். அவளது கண்கள் மிகவும் நேர்த்தியாக இருப்பதாக எனக்குத் தோன்றிற்று.

●

அன்பான வனதேவதைக்கு

எல்லாம் நடந்து கொஞ்சம் வருஷமாச்சு. ஆகையினாலெ ஞாபகத்துக்கு வந்ததெ மட்டுஞ் சொல்றேன்.

நீங்க காதலெப் பத்தி என்ன நெனெப்பு வச்சிருக்கீங்கன்னு தெரியாது. ஆனா ஒண்ணு சொல்லுவேன். மனுஷன்னா ஒரு தடவையாச்சும் காதலிக்கணும். இனக்கவர்ச்சி சுய ஏய்ப்பு அப்பிடி இப்பிடியெல்லாஞ் சொல்லி அப்பிடி ஒண்ணுங் காதலெப் புறக்கணிச்சிற முடியாது. காதல் நிரந்தர உறவுலெ முடியிறதா, இல்லெ பாதியிலெ காத்தோட கலந்துர்றதான்றது முக்கியமில்லெ. காதல் ஒரு மனுஷ உணர்வு. மசமசன்னு இருக்கவன், பயந்தாங்கொள்ளி, சிடுமூஞ்சி இவனுகளெத் தவிர மத்த எல்லாராலெயும் காதலிக்க முடியும்.

எனக்கு இருபத்து ஆறு வயசுலெ அந்த இனிமையான அனுபவம் ஏற்பட்டுச்சி. இப்ப எனக்கு இருபத்தெட்டு முடியப் போறது. அவ காலேஜ்லெ ஃபைனல் எம்.எஸ்.ஸி. படிச்சிக் கிட்டிருந்தா. அழகுன்னா கொள்ளை அழகு. இண்ணெக்கெல்லாம் பாத்துக்கிட்டிருக்கலாம். அவ கண்ணே பேசும். ஒரு வேளை அவ ஆத்மாவே கண்ணுலெதான் இருக்கோன்னு சொல்லத் தோணுது. அவ வனதேவதெ மாதிரி இருப்பா. நல்ல வாட்ட சாட்டமா ஆளு பருமனில்லாமெ இருப்பா. அவளெ நா 'ஜங்கிள் காட்டஸ்'(Jungle Goddess)ன்னுதான் அன்னியோன்னி யமா உணர்ற நேரத்துலெ வர்ணிப்பேன். அவ கண்ணாலெயே பதில் சொல்லுவா. ஒரு வருஷம் ஏகமாத் தள்ளினோம். நாங்க சுத்தாத எடமில்லெ. அதான் வம்பாப் போச்சி. அவ அப்பா வுக்குத் தெரிஞ்சதும் எல்லா இம்செங்களும் ஆரம்பிச்சிருச்சி. கடைசியிலெ ஒரு நாள் அவ அப்பா அவளெ டில்லிக்குப் பேக் பண்ணி அனுப்பிச்சிட்டாரு.

நீங்க கேப்பீங்க, இது என்ன பெரிய விஷயம்! அவனவன் முடியையே துறந்திருக்கான், பாரிஜாத மலருக்காக அலெஞ் சிருக்கான், கூட்டத்திலேர்ந்து களப்பாஸ் பண்ணி குதிரையிலெ ஏத்திக்கிட்டுப் பறந்திருக்கான்; கேவலம் ஒன்னாலெ ஒரு டில்லிக்குப் போயி அவளெ மீட்டுக்கிட்டு வர முடியல்லி யான்னு. நியாயமான கேள்விதான். ஆனாப் பாருங்க. இந்தக்

காதல்ங்குற விவகாரம் சினிமாவுக்கு மதியக் காட்சிக்கு டிக்கெட் கெடெக்கலேன்னா மாலைக் காட்சிக்கிப் போய்க்கலாங்குற மாதிரியான சாதாரண விஷயமில்லெ. மனசோட, உயிரோட, உடம்புலெ இருக்குற சகல இழைகளோடயும் ஒண்ணாக் கலந்துக்குற விஷயம். மனசு ஒடையிறது, ஆத்மா அஸ்தமிக்கிறது எல்லாம் பட்டவங்களுக்குத்தான் தெரியும். மனசுக்கு ஏதோ ஆயிருச்சி. பேதலிச்சிப் போயிட்டேன்னா பாத்துக்குங்க என் காதல் எவ்வளவு ஆழமானதுன்னு.

இப்ப நா ஓரளவு தெளிஞ்ச நிலையிலெ இருக்குறதுனாலெ இதெயெல்லாம் ஞாபகத்துக்குக் கொண்டுவந்து சொல்ல முடியுது. ஆனா அப்பொ? அது அது நடக்குறப்பதான் பெரிஸ்ஸாத் தெரியும். ஒண்ணாங் கிளாஸ் கொழந்தைக்கு ஒண்ணாங் கிளாஸ் பெரிசு. வேணும்னா கேட்டுப் பாத்துக்குங்க.

அவ போனதுக்கப்புறம் எனக்கு ஒண்ணுமே தோணலெ. குளிக்கிறது, ஷேவ் பண்ணிக்கிறது, டிரஸ் பண்ணிக்கிறது, வேலெக்கிப் போறது எல்லாம் சுத்தமா நின்னு போச்சி. இதெல் லாம் எனக்கு அப்ப ஒண்ணும் தெரியல்லெ. இப்ப கொஞ்ச நாளா அம்மா சொல்லிக் கேள்வி. அம்மா நெறெய சொன் னாங்க. அவங்க சொன்ன விவரங்களெத்தான் நா எழுதுறேன்.

அவ போயிட்டா. நானும் உலக ரீதியிலெ கிட்டத்தட்ட செத்துட்டேன். அவளெ எழந்த துக்கத்துலெ எனக்கு எல்லார் மேலெயும் ஒரே கோபம், எரிச்சல். மிருகமா மாறிட்டேன்னு அம்மா பிறகொரு நாள் சொன்னாங்க. எல்லார்கிட்டேயும் எரிஞ்சி விழுந்தேன். அனாவசியத்துக்கு ஆட்களெ ஒதெச்சேன். ஆஸ்பத்திரியிலெ சேத்தப்ப அங்கேயிருக்குற ஸ்டாஃப்பை ஒதெச்சிட்டு வீட்டுக்கு வந்திட்டேன். வெறி, வெறுப்புன்னா அமானுஷ்ய பலம் வருமாம். மிருக பலம் வருமாம். எல்லாம் அம்மா சொன்னாங்க.

மொட்டை மாடிக்குப் போயி கையை அகல விரிச்சி பரிசுத்த ஆவியோட பேசினேன். ‘கர்த்தாவே, ஏன் அவளெ என்னை விட்டுப் போகச் செஞ்சிட்டே? என் நேசம் மறுதலிக்கப் பட்ற அளவுக்கு நா என்ன பாவம் செஞ்சிட்டேன்? சொல்லுங்க கர்த்தாவே.’ ‘ஏ மறுதலிப்புச் சாத்தானே ஒன்னெ ஒரு நாள் தீர்த்துக் கட்டாமெ விட மாட்டேன்.’ இப்படி.

எனக்கு லேசா ஞாபகம் இருக்கு. சில விஷயங்க தெளி வாவே நெனெவுக்கு வருது. சாத்தான் என் காதுலெ ஓதுனது நல்ல ஞாபகம் இருக்கு: ‘ஷெரீன் இனி உலகத்துக்குத்தான் சொந்தம். உனக்கில்லை.’ திடீர்னு ‘போடா மயிரு’ன்னு கத்தினே னாம். அம்மா சொன்னாங்க. எல்லாம் இந்தச் சாத்தானெத்தான் திட்டியிருப்பேன்.

நா சாத்தானெப் பாத்தேன். மொட்டெத் தலை. தலையிலெ ரெண்டு கொம்பு. இந்த 'ஓனிடா' விளம்பரம் 'பொறாமையை விலைக்கு வாங்குங்கள்' சாத்தான் மாதிரித்தான். சாத்தான் னாலே மறுபடியும் மறுபடியும் வந்து தொந்தரவு கொடுக்குற இம்சைன்னுதானே அர்த்தம்?

சாத்தான் ஒரு தரம் பைபிள் மேலெ இருந்திச்சி. கத்திரிக் கோலெ எடுத்துப் பைபிளெப் பக்கம் பக்கமாகக் கத்திரிச்சிப் போட்டேன். ஆனா சாத்தான் ஒழியல்லெ. கத்திரிச்சிப் போட்ட ஒவ்வொரு துண்டுலயும் சாத்தான். ஒவ்வொரு காகிதத் துண்டெயும் இன்னும் சிறிசு சிறிசா வெட்டனத்துக்கப்புறமாத்தான் சாத்தான் மறெஞ்சிச்சி. ஒரேயடியா ஒழிஞ்சிருந்தா நா நிம்மதியா இருந்திருப்பேன். ஆனா சாத்தான் லேசுலெ மசியல்லெ. கர்த் தருடைய பாதி பெலமாச்சும் இருக்காதா அதுக்கு? கர்த்தர் வழி தவறிய ஆட்டுக் குட்டியெ அணெச்சி வருடிக்கிட்டிருக்குற படம் மேலெ வந்திருச்சி ஒருநாள். அவ்வளவுதான். ஒரு கட்டெயெ எடுத்து... படக் கண்ணாடியை சுக்கு நூறாக்கி, ஒரு கண்ணாடித் துண்டு என் எடது நடுவிரல்லெ புகுந்து ஒரு நாலு தையல். அடெயாளம் இப்பக்கூட இருக்கு. வேணும்னா வந்து பாத்துக்குங்க.

சாத்தானுக்கு விவஸ்தெ இல்லாமெப் போயிருக்கணும். அதுக்குப் பிடிக்காத கர்த்தர் சம்பந்தப்பட்ட விஷயங்க மேலெ தோணுறதுலெ அர்த்தம் இருக்கு. என் சர்டிஃபிகெட் ஃபைல் மேலெ வந்தது. அறிவு கெட்ட முண்டச் சாத்தான். எப்படியும் சாத்தான் ஒழியணும். ஃபைல் மேலெ நெருப்பு வச்சி சாத்தானெ உசிரோட கொளுத்திட்டேன். இதே மாதிரி காயப்போட்டிருந்த சட்டையெயும் கொளுத்தினேன். சாத்தான் ஒரு வழியா ஒழிசிருச்சி.

சாத்தானெச் சுத்தமா நிர்மூலமாக்குனதுக்கப்பறம்தான் எனக்கு ஆசுவாசமா இருந்திச்சி. அம்மாதான் அழுதாங்களாம், இப்பிடி பைபிள், கர்த்தர் படம், சர்டிஃபிகெட், சட்டைன்னு எல்லாம் நாசமாப் போறதேன்னு. ஆனா அம்மாவுக்குச் சாத் தான் கண்ணுலெ படலேன்னா அதுக்கு நா என்ன பண்ணட்டும்? இண்ணெக்கி வரெக்கும் சாத்தானோட திருவிளையாடல் பத்தி அம்மாகிட்டெ ஒரு வார்த்தை சொல்லல்லெ. சொன்னாக்க அம்மா பாவம் அரண்டு போயிருவாங்க.

நா சாத்தானையே ஒழிச்சவன்னா ஒரு தெய்வப் பிறவி யாத்தான் இருக்கணும். அசுத்த ஆவியெ விரட்டுற பெலத்தெக் கர்த்தர் எனக்குக் குடுத்திருக்கார். ஆனா இந்தப் பெரியப்பா பய பாட்ரிக்ஸ் எங்கிட்டெ ஆசீர்வாதம் வாங்காமெயே சௌதி அரேபியாவுக்குத் திரும்பிப் போனதுதான் வருத்தமா இருந்திச்சி.

திமிர் பிடிச்சவன், அவனுக்கு என் சக்தி தெரியல்லெ. அவனுக்கு அசுத்த ஆவி பிடிச்சா அப்பத் தெரியும். அப்ப எங்கிட்டெதானே வரணும்னு நெனைச்சேன்.

ஆனா இப்பக் கொஞ்ச நாளா ஒண்ணுமில்லெ. சாத்தா னோட கிரியை நின்னு போச்சி. நா சாதாரணமா இருக்கேன். சாத்தானெ ஒழிச்சிக் கட்டுறதுக்கான சக்தியைக் குடுத்த கர்த்தரை நா எண்ணெக்கும் மறக்கமாட்டேன். கர்த்தரை மட்டுந் தானா, என் ஷெரீனெயுந்தான் என்னாலெ மறக்க முடியல்லெ.

பின்குறிப்பு:

அன்பான ஷெரீன் கீதாராணிக்கு,

இதெல்லாம் நீ என்னெ விட்டுப் போன கையோட நடந்திச்சி. ஒரு ஒண்ணரை வருஷம்னு நெனெக்கிறேன். அசுத்த ஆவி பிடிச்சி ஆட்டிச்சி. எனக்கு என்னமோ சிகிச்சையெல்லாம் குடுத்துக்கிட்டிருக்காங்க. நா இப்ப நல்ல நிலையிலெ இருக்கேன். நீ போயி கிட்டதட்ட ரெண்டு வருஷம் ஆச்சி. நா இந்தக் கதை எழுதுனதுக்குக் காரணமே இது பிரசுரமான பத்திரிகெ ஒங்கை யிலெ கெடெச்சி நீ படிச்சா என் நிலெமெயெப் புரிஞ்சிக்கிட்டு ஒரு வேளெ என்னெப் பாக்க நீ வருவேங்குற நப்பாசெதான். ஷெரீன், நீ என் இதயத்துலெ எண்ணெக்கும் இருக்கே. ஒன்னெ மறக்க என்னாலெ முடியாது. நானும் அம்மாவும் இப்ப மெட்ராஸுலெ இல்லெ. பெங்களூர்லெ இருக்கோம். ஒண்ணரெ வருஷமா இங்கே இருக்கோம்னு அம்மா சொன்னாங்க. இப்பத்தான் பழசெல்லாம் நெனெவுக்கு வருது. புதுஸ்ஸா ஒரு வேலைக்கு முயற்சி பண்ணிக்கிட்டிருக்கேன். ஒரு நியூஸ் பேப்பர்லெ ‘அன்பான ஷெரீன் கீதாராணிக்கு, நீ எங்கிருந்தாலும் உடனே வந்து சேர்’ இப்படிக்கு, உனக்காக ஏங்கிக்கொண்டிருக்கும் ஃபிரான்ஸிஸ்னு விளம்பரப் படுத்துறது ரொம்பக் கொச் செயாப் பட்டது. ஆகையினாலெதான் கதை வடிவிலெ ஒரு அழைப்பை விடுத்திருக்கேன். என் விலாசம் 555, 10ஏ, பிரதான சாலை, 5ஆவது பிளாக், ஜெயநகர், பெங்களூர் 560 041. ஒன் விலாசம் எனக்குத் தெரியாது. இல்லேன்னா நா நேரப் புறப் பட்டு வந்திருவேன். இப்பத் தோணுது நா பாத்த சாத்தான் ஒங்க அப்பாவோன்னு. எது எப்பிடியிருந்தாலும் ஒண்ணு சேர்ற அதிர்ஷ்டம் நமக்கு இருந்திச்சின்னா இந்தப் பத்திரிகெ ஒங் கையிலெ கெடெக்கும்.

உனக்காகவே வாழ்ந்து கொண்டிருக்கும்

பிரியமுள்ள

ஃபிரான்ஸிஸ் ஸ்கிக் ஸேவியர்

ஒரு வயசாளியும் இரண்டு கள்ளக் காதலிகளும்

(முற்றிலும் ஒரு தெற்கத்திய கதை)

ஆதிகால மனிதன் குகைகளிலும் மரப் பொந்துகளிலும் வாழ்ந்தான். புறநகர் வாசிகளில் நிறைய பேர் வருமானப் பற்றாக்குறையினால் இன்னும் குகை போன்ற வாடகை அறைகளில்தான் வாழ்ந்துகொண்டிருக்கிறார்கள். ஓர் அறை, அதில் கொஞ்சம் தடுத்து ஒரு சமையல் அறை. ஒரு குட்டியூண்டு சன்னல். காற்று, சூரிய ஒளி வெளியேதான். வசிப்பிடத்தின் உள்ளே நுழையாது. குழல் விளக்கும் மின்விசிறியும் நிரந்தர அத்தியாவசியங்கள்.

வடிவேலு ஆரம்பத்தில் எங்களிடம் சொல்லித்தான் இந்த வீட்டை சிபாரிசு செய்தான். வீட்டுக்காரர் கோபக்காரர், சண்டை வலிப்பவர் என்ற எச்சரிக்கையுடன் இரண்டு மூன்று மாதங்களுள் வேறு நல்ல (?) வீடாகப் பார்த்து ஏற்பாடு செய்வதாக நம்பிக்கையும் ஊட்டியிருந்தான்.

வடிவேலு எங்கள் பேட்டை தாதா. வயது அதிகம் போனால் இருபத்து ஏழு இராது. இடைத் தெருவில் அரிசிக் கடை ஒன்று வைத்திருந்தான். தெருச் சண்டை, பேட்டைத் தகராறு, கடையடைப்பு, தேர்தல் பிரச்சாரம், அரசியல் கூட்டம், மாதச் சீட்டு, கோவில் திருவிழா, சவ ஊர்வலம் போன்ற வைபவங்களில் கொஞ்சம் சிரமப்பட்டுத் தேடினால் வடிவேலு வையும் அவனது சகாக்களையும் நிச்சயம் காணலாம். அவனுடைய சிநேகம் எங்களுக்கு ஒரு பாதுகாப்பைத் தந்தது.

இந்த வீட்டுக்குக் குடி வந்து இரண்டு மாத காலம் ஆகி யிருக்கும். ஒரு மாலை அலுவலகத்தில் இருந்து வீடு திரும்பி னேன். நெதர்லேண்ட்ஸ் நண்பர் நித்தியிடமிருந்து கடிதம் வந்திருந்து. நான் எப்பொழுதோ கேட்டிருந்த பண உதவி கிடைத் திருந்தது. என் வங்கிக் கணக்கில் பணம் சேர்ப்பிக்கப்பட்டிருந்தது. அடுத்த நாளே வங்கியில் இருந்த ரூ.6000ஐப் பெற்றுக்கொண்டு தவணை முறையில் மோபெட் ஒன்று வாங்கிவிட்டேன். மிகமிக அதிர்ஷ்டவசமாக வண்டியை வீட்டுக் கதவருகில் வலது ஓரத்தில் வைக்கச் சரியாக இடம் இருந்தது.

எங்கள் போர்ஷனின் அமைப்பை இங்கு சொல்லியாக வேண்டும். வெளிக் கதவைத் திறந்து உள் நுழைந்ததும் வலது பக்கம் வீட்டுக்காரரின் போர்ஷன். பக்கத்தில் எங்கள் வசிப் பிடம். நாங்கள் எது செய்தாலும் வீட்டுக்காரருக்குத் தெரியாமல் இருக்காது.

ஒரு வெள்ளி. நான் அன்று அலுவலகம் போகவில்லை. மனைவி தன் தொழிற்சாலைக்குச் சென்றிருந்தாள். நான் சமையற்கட்டில் வேலையாக இருந்தேன். திடீரென்று 'ஸ் ஸ்' என்ற ஒலி கேட்டது. திரும்பிப் பார்த்தேன். பாதி திறந்திருந்த கதவருகில் மாலினி.

மிகவும் தணிந்த குரலில், "கொஞ்சம் ஷாம்பூ குடுங்க" என்று ஒரு காலி கிண்ணத்தை நீட்டினாள் அவள். நான் கொடுத்தேன். அத்துடன் விட்டிருந்தால் அதைச் சாதாரண நிகழ்வாக எடுத்துக் கொண்டிருப்பேன்.

ஆனால், அவள், "இது அப்பாவுக்குத் தெரிய வேணாம்" என்றாள். அவளுடைய அப்பாதான் வீட்டுக்காரர். இந்த ரகசியத்துடன் டீத்தூள், சர்க்கரை முதலியன அவளுக்கு வழங்கப்பட்டன. இந்த ஷாம்பு ரகசியம் எனக்கு மிகுந்த ஆச்சரியத்தை அளித்தது. இந்தக் கள்ளத்தனம் மனதுக்குள் மிகுந்த நெருடலை ஏற்படுத்திக்கொண்டிருந்தது.

இந்த இடத்தில் ஷாம்பூ பற்றி நிச்சயம் சொல்ல வேண்டும். இல்லையேல் இதை மர்மக் கதை என்று நீங்கள் நினைக்கக் கூடும். தவிர, சொல்லாவிட்டால் என் தலை வேறு வெடித்து விடும். தமிழ் எழுத்தாளனின் தலை வெடிக்கக் கூடாதுதானே? அதுவும் ஒரு ஷாம்பூ விவகாரத்துக்காக!

ஷாம்பூவை நாங்கள் வீட்டிலேயே தயாரித்துக்கொள்வோம். தயாரிக்கும் விதம், கச்சாப் பொருட்கள் கிடைக்குமிடம் எங்க ளுக்குத் தெரியும். அடிக்கடி தேவைப்படும் கிளினிக் ப்ளஸ்ஸுக் காக நாங்கள் செலவு செய்வதில்லை. ஆனால், மற்றபடி இந்த டீத்தூள், சர்க்கரை எல்லாம் நாங்கள் வீட்டில் தயாரிப்பதில்லை.

இப்பொழுது வீட்டுக்காரரைப் பற்றி: அந்தப் பெரியவர் தொழிற்சாலையில் கண்காணிப்பாளராகப் பணியின் இறுதி ஆண்டில் இருந்தார். அவருக்கு இரண்டு மகள்கள்: மூத்த பெண் உமா, ஒரு தனியார் கம்பெனியில் வேலை பார்த்து வந்தாள். அஞ்சல் வழியில் பி.ஏ. படித்துக்கொண்டிருந்தாள். அடுத்தவள் தான் மாலினி. பத்தாவது படிப்புக்கு முற்றுப்புள்ளி வைத்து விட்டுப் பல ஆண்டுகளாகவே சும்மா இருந்தாள்.

உமாவுக்குப் பாடத்தில் வரும் சந்தேகங்ளை நான்தான் தீர்த்து வைப்பேன்.

இந்தப் பெண்களுடைய அனைத்துச் சந்திப்புகளும் அப்பா வீட்டில் இல்லாத சமயத்தில்தான் நடைபெறும்.

இந்த வீடு மிகுந்த மன இறுக்கத்தைக் கொடுத்துக் கொண்டிருந்தது. இந்த ஆறு மாத காலத்தில் வீட்டுக்காரருக்கும் பிற குடித்தனக்காரர்களுக்கும் சண்டை சச்சரவு ஏற்பட்டு நான்கு குடித்தனக்காரர்கள் வீடு மாறினார்கள். அதில் ஒருவன் திருமணமாகாதவன். அவனும் அவனுடைய விதவைத் தாயாரும் குடியிருந்தனர். இந்த மாலினி அந்த வயசுப் பையனுடன் சிரித்துப் பேசுவதை வீட்டுக்காரர் ஒரு முறை பார்த்துவிட்டார். உடனே அவனை வீடு காலி செய்யச் சொன்னார்.

வடிவேலுவிடம் அவ்வப்பொழுது நான் வீட்டு நடப்புகளைச் சொல்வேன். அவன் எங்களுக்காக வேறு ஒரு வீடு ஏற்பாடு செய்தான். நான் புது வீட்டுக்கு முன்பணம் கொடுத்துவிட்டு அடுத்த வாரம் வருவதாகச் சொன்னேன்.

அந்தக் குறுகிய காலத்தில் ஒரு பிரச்சனை நிகழ்ந்துவிட்டது. வீட்டுக்காரர் ஊரில் இல்லை. அலுவலகம் செல்ல நான் மோபெட்டைக் கிளப்பிக்கொண்டிருந்தேன். உமா விரைந்தோடி வந்தாள். அவளை நாதமுனியில் இறக்கிவிட வேண்டுமாம்.

என்னைப் பயம் பிடித்து உலுக்கிற்று. வீட்டுக்காரருக்குத் தெரிந்தால் மனுசன் கொன்றே போட்டுவிடுவார். ஆனால், உமாவின் வேண்டுகோளையும் மறுக்க இயலாத குலை நடுக்கத்துடன் வேண்டுகோளை நிறைவேற்றினேன்.

அலுவலகம் சென்று திரும்பியதும் காலையில் பீடித்த பயம் தணியவில்லை. அடுத்த நாள் வீட்டுக்காரர் ஊரிலிருந்து திரும்புவ தாக இருந்தது. வந்ததும் விசயம் அவர் காதுக்கு எட்டி ரசாபாச மாக ஏதாவது... நினைக்க நினைக்கப் பயம் கூடிக் கொண்டே போயிற்று.

வீடு மாறுதல் சுமூகமாகவே நிகழ்ந்தேறிற்று. புதிய வீட்டில் வீட்டுக்காரர் பிரச்சனை ஒன்றும் இருக்காது என்று வடிவேலு சொன்னான்.

இந்தக் கதை என் ஐம்பதாவது வயதில் நடந்தது. என்ன தான் வடிவேலுவின் பாதுகாப்பு எங்களுக்கு இருந்தாலும் பழைய வீட்டுக்காரரைப் பற்றி நினைக்கும்போது பயம் தலை தூக்கும். இப்பொழுதும் அலுவலகம் செல்லும்போது அந்த வீடு இருக்கும் சந்தைத் தவிர்த்துச் சுற்று வழியில்தான் சாலைக்குச் சென்றுகொண்டிருக்கிறேன்.

●

வர்க்கம்

கொண்டையாவைப் பற்றி நீங்கள் அறிந்துகொள்வது அவசியம். ஏனென்றால், அவன் மனிதன். கள்ளம் கபடமற்ற மனிதன். சுபாவத்தில் தணிவானவன். மொத்தத்தில் நல்ல மனிதன். எங்கள் தொண்டு நிறுவனத்தில் இருந்த சில குப்பை பெருக்குபவர்களில் அவனும் ஒருவன். கக்கூஸ் கழுவுவதும் அவன் வேலை.

நல்ல திடகாத்திரமான உடம்பு கொண்டையாவுக்கு. காக்கி முழுக்கால் சட்டையும் முண்டா பனியனுமாக விளையாட்டு வீரன் போல் இருப்பான். அவனிடம் நான் பல முறை சொன்னதுண்டு, "கொண்டையா, பொண்ணுங்க அதிகமா இருக்கற எடம். சட்டையப் போட்டுக்க. ஒன் ஒடம்பப் பார்த்து எந்தப் பொண்ணாச்சும் ஒன் மேல ஆசெப் பட்டிரப் போறது. ஒனக்கோ கல்யாணமாயிருச்சி. அப்புறம் நெலம ரொம்ப ஏடாகூடமாயிரும்" என்று. "அட போ சார். ஒனக்கு எப்பவும் கிண்டல்தான்" என்று அசட்டை செய்துவிடுவான்.

எங்கள் நிறுவனம் பத்து நிர்வாகிகளால் நடைபெற்றுக் கொண்டிருந்தது. நிர்வாகிகள் அனைவரும் கிழவிகள். பார்க்க லட்சணமாக இருப்பார்கள். பங்களாவை விட்டுக் கிளம்புமுன் குறைந்தது ஒரு மணி நேரமாவது 'மேக்–அப்'பில் கழிந்திருக்க வேண்டும். வாசனையாக இருப்பாளுகள் ஒவ்வொருத்தியும்; யாருக்கும் நரை என்பதே இராது. 'டை' அடித்துப் பிரமாதமாக இருப்பார்கள். சபலம் தட்டிய நேரம் ஒரு கிழவி மேல் எனக்குக் காதலுணர்வுகூட வந்ததுண்டு. சிரமப்பட்டு அடக்கிக் கொண்டேன்.

நிர்வாகிகள் அனைவரும் விதிவிலக்கில்லாமல் பணியாளர்களுக்கு இம்சை செய்வதையே தொழிலாகக் கொண்டிருந்தார்கள்.

எங்கள் செக்ஷனில் மூன்று கக்கூஸ்கள். இரண்டு மேலே. ஒன்று கீழே. மூன்றும் பேதமின்றி இருந்தன.

சோம்பேறிகளின் மனசு சாத்தானின் பட்டறைதானே. ஒரு நாள் எங்களுக்கு ஒரு சுற்றறிக்கை வந்தது. கக்கூஸ்களை இன

வாரியாகப் பிரித்திருந்தார்கள்; மேலே இடது பக்கம் இருக்கும் கக்கூஸ் தட்டச்சுப் பணியாளர்களுக்கும் கணக்காளர்களுக்கும், கீழே இருக்கும் கக்கூஸ் கடைநிலை ஊழியர்களுக்கும் வாகன ஓட்டிகளுக்கும்.

எங்களுக்கு இப்பிரிவு மகா எரிச்சலைக் கொடுத்து. என் பக்கத்து இருக்கை சமூகப் பணியாளர் (இளைஞர்; கொஞ்சம் உணர்ச்சிவசப்படுபவர்) கோபமடைந்து, "மசுரு சர்குலர்" என்று கத்திவிட்டார். நானும் இன்னொரு சமூகப்பணியாளரும்தான் அவரை அமைதிப்படுத்தினோம்.

நிர்வாகிகள் பணி நிலையில் உயர்ந்த சமூகப் பணியாளர் களின் கக்கூஸையே உபயோகப்படுத்திக்கொண்டிருந்தார்கள்.

இரண்டு மாதங்கள் கழித்து கீழே புதிதாக ஒரு கக்கூஸ் கட்டப்பட்டது. கக்கூஸின் உள்ளே ஒரு குழல் விளக்கு. எப்பொழுதும் வாசனையாக இருப்பதற்கு 'லேவெண்டர் ஓடோனில்' பெட்டி ஒன்று. கக்கூஸ் பூட்டப்பட்டு சாவி கதவின் மேலே இருந்த ஆணியில் மாட்டப்பட்டிருந்தது. அந்த கக்கூஸ் நிர்வாகி களுக்கு மட்டும் என்றாயிற்று.

நிர்வாகக் கிழசு எதற்காவது ஒன்றுக்கு வந்தால் கொண்டையா தான் கக்கூஸைத் திறந்துவிட்டு அது போன பிறகு பூட்டி வைக்க வேண்டும்.

ஒருநாள் கொண்டையா என்னிடம் கேட்டான், "ஏன் சார் மேடம்கள் மூத்திரம் பெய்றது இல்ல போல. பன்னீர்தான் பெய்றாங்களா சார்?" என்று.

●

நினைவு ஓட்டம்

இன்று எழுந்ததும் மீண்டும் அவரது ஞாபகம்தான் வந்தது.

காலைத் தேநீர் அருந்திக்கொண்டே நாராயணன் அய்யாவைப் பற்றி நினைத்தவண்ணம் இருந்தேன். அவரது மேதமை, மொழித்திறன் ஆகியவை பற்றியும் அவர் என்மீது கொண்டிருந்த வாஞ்சை பற்றியும் அவர் எனக்குச் சொன்ன அறிவுரைகள் பற்றியும் நினைத்துக்கொண்டே இருந்ததில் எனக்கு ஒரு பக்கம் துக்கமும் மனச்சோர்வும் மறுபக்கம் மென் உணர்வுகளும் ஏற்பட்டன.

அவரை முதலில் சந்தித்தது 1975இல் ஒரு மார்க்கெட் ஆராய்ச்சி நிறுவனத்தில். அவரைப் போலவே நானும் ஒரு களப்பணியாளர். ஒரு மாதத்தில் நெருங்கிப் பழகிவிட்டோம். அவர் என்னை வாடா போடா என்றுதான் பேசுவார். நெருங்கிய தோழமையினால்தான் அப்படிக் கூப்பிடுகிறார் என்று ஒருநாள் விளக்கினார். நானும் சற்று வித்தியாசத்துக்காக 'அய்யா'வை அவருடைய பெயருக்குப் பின்னால் சேர்த்துக் கொண்டேன். இவ்வளவுக்கும் எனக்கும் அவருக்கும் இரண்டு வயது வித்தியாசம்தான்.

களப்பணியாளர்கள் வாரம் ஒரு முறை வெள்ளிக்கிழமை மாலை அலுவலகத்துக்கு வந்து தாங்கள் சேகரித்த தரவுகளை மேலாளரிடம் சமர்ப்பிக்க வேண்டும். நாராயணன் அய்யாவும் வந்திருப்பார். நீண்ட நேரம் இடைவெளி இல்லாமல் என்னுடன் பேசிக்கொண்டிருப்பார். அவர் சிறந்த அறிவாளி என்பது நாளாக ஆகத் தெரியவந்தது.

ஒரு வெள்ளிக்கிழமை. நாங்கள் அலுவலகத்தில் கூடி யிருந்தோம். தான் ஓர் இலக்கியக் கூட்டத்தில் கவிதைகள் வாசிக்கப் போவதாகச் சொன்னார் அய்யா. "நாளைக்குத்தான் கூட்டம். நீ வாடா கோபி, வராம இருந்திராதே" என்றார். சாமானியன் ஒருவனுக்கு ஓர் இலக்கியவாதி விடுத்த அழைப் பிதழ் அது. கூட்டத்துக்குச் சென்றேன். நான்கு கவிதைகளை அற்புதமாக வாசித்தார் நாராயணன் அய்யா.

நாராயணன் அய்யா வசதி படைத்தவர். சொந்த பங்களா ஒன்று அடையாறில் இருந்தது. அவர் வேலை செய்ய வேண்டும் என்கிற அவசியம் இல்லை. ஆனால், அவருக்கு உழைப்பில் நம்பிக்கை இருந்தது. இன்னும் ஒன்று: அவர் எளிமையேயே விரும்பினார். சொந்த மோட்டார் வாகனம் என்றெல்லாம் வாங்கிக்கொள்ளவில்லை.

இப்படியே இரண்டு ஆண்டுகள் கழிந்தன. அவருக்கு மேலாளராகப் பதவி உயர்வு கிடைத்தது. அதை அவர் ஏற்றுக் கொள்ளவில்லை. அவருக்குக் கடினமான களப்பணியாளர் பணிதான் பிடித்திருந்தது.

சில மார்க்கெட் ஆராய்ச்சிகளுக்காக வெளியூர் சென்று தரவுகளைச் சேகரிக்க வேண்டி வரும். அப்பொழுதெல்லாம் நாங்கள் ஒரே பகுதியில் சேர்ந்து களப்பணி செய்வோம். பணியினூடே அவர் பேசிக்கொண்டிருப்பார். நான் நேயராகக் கேட்டுக்கொண்டிருப்பேன்.

ஒருமுறை அலுவலகத்தில் மேலதிகாரி இல்லாதபோது கார்ல் மார்க்ஸ் பற்றி விரிவுரை ஆற்றினார் அய்யா. கூடியிருந்த இருபது களப்பணியாளர்களும் அவரது உரையைப் பாராட்டி னோம். அவர் தில்லயில் இருந்த பொருளாதாரப் பள்ளியில் எம்.ஏ. படித்திருந்தார். அற்புதமான ஆங்கிலம் அய்யாவுக்கு.

அப்பொழுது சாந்தி திரையரங்கில் அருமையான ஓர் ஆங்கிலப் படம் ஓடிக்கொண்டிருந்தது. வெள்ளியன்று அலுவலகத்தில் என்னைச் சந்தித்த அய்யா, “சீக்கிரம் வேலெய முடிச்சுட்டு வாடா” என்றார். குறிப்பறிந்து நானும் மேலாளரிடம் என் தரவுகளைத் தந்துவிட்டு விரைவிலேயே வந்துவிட்டேன். “வாடா, சாந்திக்குப் போவோம். எல்லாம் என் செலவு” என்றார். ஓமார் ஷெரீஃப் நடித்த அந்தப் படத்தைப் பார்க்க எனக்கும் ஆவல்தான். ஒரு குறிப்பிட்ட காட்சியில் உரத்த குரலில் அய்யா மிகப் பொருத்தமான ‘கமெண்ட்’ அடிக்க, சுற்றி யிருந்தவர்கள் சிரித்தார்கள். அந்த ‘கமெண்ட்’ படத்தின் மீதான ஒற்றை வாக்கிய மதிப்புரை.

அந்த அலுவலகத்தில் ஐந்து ஆண்டுகள் பணிபுரிந்தேன். பிறகு நண்பர் ஒருவர் நடத்தி வந்த பதிப்பகத்தில் உதவியாளராகச் சேர்ந்தேன். ஓரளவு உயர்ந்த சம்பளம். வாரம் ஒரு முறை அய்யாவைச் சந்திக்க முடியாததில் எனக்கு வருத்தம்தான்.

ஒருநாள் அய்யா அங்கு வந்தார். தன் நாவலைப் பிரசுரப் பரிசீலனைக்குத் தேர்ந்தெடுக்குமாறு பதிப்பக உரிமையாளரிடம் கேட்டு, அவரிடம் நாவலின் கையெழுத்துப் பிரதியைக்

கொடுத்துவிட்டு, என்னிடம் வந்தார். "வாடா கோபி, டீ சாப் பிடுவோம். ஒங்கிட்ட நெறயப் பேசணும். பெர்மிஷன் போட்டு வா" என்றார்.

சரியாக மூன்று மணி நேரம் தேநீர் விடுதியில் இருந்தோம். மூன்று கோப்பைத் தேநீர் குடித்தோம். நாராயணன் அய்யா தன் நாவலை முழுமையாக விலாவாரியாக விவரித்தார். மரணம் பற்றிய ஆய்வு அது. அவருடைய விவரணை மயிர்க் கூச்செறிய வைத்தது.

பதிப்பகத்தில் இலக்கியப் புத்தகங்களும் விற்பனை செய்யப் பட்டு வந்தது. அய்யா புத்தகங்களை வாங்க எப்பொழுதாவது வருவார்.

1984இல் என் முதல் சிறுகதை சிற்றிதழ் ஒன்றில் வெளியானது. அய்யா பதிப்பகத்திற்கு வந்தபோது சொன்னேன், சிற்றிதழையும் கொடுத்தேன். "இரு, நா படிச்சுட்டுச் சொல்றேன்" என்றார். அவருக்கென்றே நாற்காலி ஒன்றைப் போட்டேன்.

"கோபி, ஒனக்கு எழுத வருது. தொடர்ந்து எழுது. நெறய எழுது. அமைதியாக அலட்டிக்கொள்ளாமல் எழுது" என்று வாழ்த்தினார். சிறிது நேரம் யோசனையில் ஆழ்ந்துவிட்டு, "ஒண்ணு சொல்லணும்டா கோபி, எந்தத் தருணத்திலெயும் உன்னை முன்னிலைப்படுத்திக்காதேடா கோபி" என்று சொன்னார் அய்யா.

மாதம் ஒரு முறையாவது அய்யா பதிப்பகத்துக்கு வந்து கொண்டிருந்தார். ஒவ்வொரு முறையும் தன் நாவலின் பிரசுர நிலை எந்த அளவில் இருக்கிறது என்று கேட்பார்.

ஒரு முறை வந்தபோது, "கொஞ்ச நாளாவே தலெய வலிக்கிறதடா கோபி. ட்ரீட்மெண்ட் எடுத்துக்கணும்" என்றார் அவர், கவலையுடன்.

அப்புறம் கிட்டத்தட்ட ஆறு மாதங்கள் அவர் வரவே இல்லை. யதேச்சையாக ஓர் இலக்கிய நண்பர் மூலம் நாராயணன் அய்யாவுக்கு மூளையில் கட்டி இருந்ததாகவும், இறந்து இரண்டு மாதங்கள் ஆகின்றன என்றும் தெரிய வந்தது. ஆனால், இறப்புச் செய்தியை உறுதி செய்துகொள்ளாமல் ஏற்றுக்கொள்ள முடி யாது. பதிப்பக உரிமையாளர் – நண்பர் கேட்டுக் கொண்டதன் பேரில் அய்யாவுடைய வீட்டுக்குச் சென்று அவரது துணைவி யார் மூலம் செய்தியை ஊர்ஜிதம் செய்துகொண்டேன்.

மரணம்; மரணம் பற்றிய நாவல் அச்சில்; எழுதியவருடைய மரணம்; என்ன கொடூரமான உடநிகழ்ச்சி!

●

அவிழ்த்துப் போட்ட அதிகாரியும் அனாதரவான பணியாளர்களும்

அந்தத் தொண்டு நிறுவனத்தில் வேலை கிடைத்ததில் நான் பெருமகிழ்ச்சி அடைந்தேன். கிட்டத்தட்ட பதினைந்து ஆண்டுகள் கழித்து என் துறையில் மீண்டும் பணிபுரிய வாய்ப்பு கிடைத்ததில் நான் அப்படியே கிறங்கிவிட்டிருந்தேன். பணி எனக்குத் தெரிந்த பணி. ஒரு சிக்கலும் இல்லை. ஆனால்...

நிறுவனத்தில் பல திட்டங்கள் இருந்தன. நிர்வாகம் ஒரு செயற்குழு மூலம் நடந்துகொண்டிருந்தது. ஒவ்வொரு திட்டத்துக்கும் ஒரு தலைவர், உப தலைவர், செயலர், உப செயலர், பொருளாளர், உப பொருளாளர் என்று ஒரு ஜனத் தொகையே நிர்வாகக் கமிட்டி உறுப்பினர்களாகச் செயல்பட்டுக் கொண்டிருந்தது. முக்கால்வாசிப் பேர் கிழவிகள் (கண்ணியமாக இவர்களை அம்மையார்கள் என்றழைப்போம்). சிலர் கிழவர்கள்.

நிர்வாகிகள் சகல சௌபாக்கியங்களையும் அனுபவித்துக் கொண்டிருந்தார்கள். வாகன வசதிக்குக் குறைச்சல் இல்லை. மும்பாய்க்கோ, டெல்லிக்கோ எங்கள் அம்மையார் செல்ல வேண்டுமென்றால் பறந்துதான் செல்வார். மாட்டு வண்டியில் செல்ல வேண்டும் என்றோ, ஜட்கா வண்டியில் செல்ல வேண்டும் என்றோ, கோவேறு கழுதை மீது சவாரி செய்து செல்ல வேண்டும் என்றோ, பொடி நடையாக நடப்பது உடம்புக்கு நல்லதேயென்றாலும் நடந்து செல்ல வேண்டுமென்றோ நான் சொல்லவில்லை. ரயில் என்று ஒன்று இருப்பதே அவர்களுக்குத் தெரியாது போனதுதான் மிக மிக வருத்தம் தருவதாக இருந்தது. அம்மையார்களின் ஆடம்பரச் செலவில் நன்கொடைப் பணம் பெருமளவில் விரயமாகிக்கொண் டிருந்தது.

ஒரு மீட்டிங் என்றால் குளிர்சாதன வசதி கொண்ட பிரத்தியேகக் கூடத்தில்தான் கூடுவார்கள்.

நிறுவனத்தில் ஒரு சிறப்பு உணவகம் இருந்தது. அது நிர்வாகிகளுக்கு மட்டும். முந்திரிப் பருப்பு அலங்காரத்துடன்

கூடிய பாதாம் அல்வா, கிச்சடி, வடை என்று ஏகப்பட்ட ருசியான உணவு வகைகளின் மத்தியில்தான் மீட்டிங் நடக்கும். அவர்கள் சாப்பிட்டது போக மீந்து போகும் சமூஸாக்கள் பேப்பர் தட்டுகளில் வைக்கப்பட்டு எங்களுக்கு விநியோகிக்கப் படும். சபிக்கப்பட்ட நடுத்தர வர்க்கத்துக்கு எச்சில் இலைகள் போதுமென்று அவர்கள் நினைத்திருக்கக்கூடும்.

இந்த மாதிரியான குளுகுளு மீட்டிங் ஒன்றில்தான் அந்தச் சுற்றறிக்கை தயாரிக்கப்பட்டிருந்திருக்க வேண்டும். சமூகப் பணியாளர்களாகிய எங்களைப் பாதிக்கும் சுற்றறிக்கை அது, குறிப்பாக டூ வீலர் வைத்திருப்பவர்களை. அந்தச் சுற்றறிக்கையில் தான் எங்களைக் கலக்காமல் எங்கள் தலைமைச் சமூகப் பணியாளர் எங்களின் சார்பாகக் கையெழுத்திட்டார்.

நிறுவனத்தில் ஒரு பொது இடம் இருந்தது. அது ஒரு 'ஷெட்'. ஷெட் இரண்டு பகுதிகளாக இருந்தது. ஒன்று சற்று உயரமான இடம். எங்கள் டூ வீலர்களை அங்குதான் நிறுத்து வோம். நானும், ஜெயக்குமாரும், சுமித்திராவும், வயலெட்டும் டூ வீலர் வைத்திருந்தோம். இரண்டாவது பகுதி தாழ்வானது. மேடான இடத்தையும் தாழ்வான இடத்தையும் இணைக்க ஒரு நெடும் படிக்கட்டு இருந்தது. இரண்டு படிகளை விட்டிறங்கித்தான் தாழ்வான இடத்துக்குப் போக முடியும்.

சுற்றறிக்கை எங்களுக்கு அளித்த ஆணை டூ வீலர்கள் இனி தாழ்வான இடத்தில்தான் நிறுத்தப்பட வேண்டும் என்பது. தினத்துக்கும் டூ வீலர்களை இரண்டு படிகள் ஏற்றி இறக்கினால் எளிதில் பழுதடைந்துவிடும். குறைந்தது ஒரு நீண்ட சாய்வான தட்டையான மரக்கட்டையையாவது நிர்வாகம் ஏற்பாடு செய் திருக்க வேண்டும். அவ்வாறு இருந்தால் வண்டிச் சக்கரங்கள் உருளச் சுலபமாக இருக்கும்.

தலைமைச் சமூகப்பணியாளருக்கு ஒரு பிரச்சனையும் இல்லை. அவரிடம் டூ வீலர் இல்லை. ஒரு விலையுயர்ந்த கன மில்லாத சைக்கிள் இருந்தது. அதைத் தூக்குவது எளிது.

பாதிக்கப்பட்ட நால்வரும் கூடிப் பேசிக்கொண்டோம். எங்கள் பிரச்சனையைத் தலைமைச் சமூகப்பணியாளர் மூலம் நிர்வாகிகளுக்கு எடுத்துச் சொல்லி சுற்றறிக்கையை வாபஸ் பெறச் செய்ய வேண்டும்.

தலைமைச் சமூகப்பணியாளரிடம் பேசும் பொறுப்பை நான் ஏற்றுக்கொண்டேன். சாதாரணமாகத்தான் கேட்டேன். "எங்களக் கலந்துக்காம ஏன் சர்குலர்ல கையெழுத்துப் போட்டீங்க சார்?" என்று. அவருக்குத் திடீரெனக் கோபம் பொத்துக்

கொண்டு வந்தது. “ஒங்கிட்டயிருந்து instruction வாங்கணும்கிற அவசியம் எனக்கில்லை” என்று பொரிந்தார்.

இந்தத் திடீர்த் தாக்குதலை நான் எதிர்பார்க்கவில்லை. ஓர் எதிர்வினையாக நான் சட்டென்று மவுனமாகிவிட்டேன்.

தலைமைச் சமூகப்பணியாளர் நிர்வாகிகளின் கைக்கூலி; அவருக்குத் தன்மானம் என்று ஒன்று இல்லை; எங்களைப் போன்ற பணியாளர்களை நிர்வாகிகளிடம் அடகு வைக்க அவர் தயங்க மாட்டார்; மனித உரிமைகள் பற்றி அவருக்கு எந்த அக்கறையும் இல்லை. அவருக்கு வேண்டியதெல்லாம் தன் இருப்பு, தன் இருக்கை, இருக்கை தந்த பாதுகாப்பும் அதிகாரமும்; மொத்தத்தில் அவர் ஒரு சுயநலமி. இவையெல்லாம் உடனடிச் செய்திகளாக என் உள்ளே புகுந்தன.

அச்சம்பவம் நடந்த பிறகுதான் அந்த நிறுவனத்தில் ஓர் ஆறு மாத காலம் பணிபுரிந்தேன். தலைமைச் சமூகப் பணி யாளரிடம் பேசுவதை அறவே நிறுத்திவிட்டேன். வேலையை விட்டுப் போகும்போதுகூட அவரிடம் சொல்லிக்கொள்ள வில்லை.

வயலெட் ரொம்பவும் வற்புறுத்திச் சொன்னாள், “வயசான மனுஷன். போறப்ப ஒரு வார்த்தை சொல்லிவிட்டுப் போங்களேன்” என்று. ஆனால் என்னால் அப்படிச் செய்ய இயலவில்லை. அன்பான வயலெட்டுக்கு இதில் என் மேல் கொஞ்சம் வருத்தம்தான்.

●

நம்பிக்கை

அன்புத் தோழரவர்களுக்கு,

உங்களுக்கு என் பணிவும் தோழமையும் கலந்த வணக்கம். நலம்தானே?

உங்கள் சிறுகதைத் தொகுப்பு அது வெளியான 56ஆம் நாள்தான் காணக்கிடைத்தது. மிகுந்த வலியுறுத்தலுக்குப் பிறகு, என் நச்சரிப்பைச் சகித்துக்கொள்ள முடியாமல் தம் அலுவலக நூல் சேகரிப்பிலிருந்து எடுத்து என் வீட்டுக்கு வந்து அதைக் கொடுத்துவிட்டுப் போனார் நாராயணன் அய்யா.

புத்தகம் கிடைத்த பரவசத்தில் நாராயணன் அய்யாவுக்குத் தேநீர்கூட வாங்கிக் கொடுக்காமல் உங்கள் புத்தகத்தில் என்னை ஆழ்த்திக்கொண்டேன். நாராயணன் அய்யாவுக்கு அவர் செய்த உபகாரத்துக்கு நன்றி சொன்னேனா, அவரிடம் என்ன பேசினேன், அவர் எப்போது போனார் – எதுவும் என் பிரக்ஞையில் இல்லை. நாராயணன் அய்யா என் தன்மைகளுக்குப் பழகிப் போனவர். ஆதலால் அவர் என்னைத் தவறாகப் புரிந்துகொண்டிருக்க மாட்டார் என்பது மட்டும் உறுதி.

உங்கள் புத்தக வெளியீடும் கருத்தரங்கும் நடந்த கூடத்துக்கு நான் வந்தேன்தான்; ஆனால், இலக்கிய ஈடுபாட்டால் அல்ல. என் ஒரே குட்டி இளவரசியின் திருமணத்துக்கு நண்பர்களை அழைக்கவே வந்தேன். கூடத்தின் வெளியே இருந்த நண்பர்களுக்கு அழைப்பிதழ்களை வினியோகிக்கவே எனக்கு நேரம் சரியாக இருந்தது.

கூடத்தின் உள்ளே வந்திருந்தால் உங்களையும் பிற எழுத்தாளர்களையும் பார்த்திருக்கலாம். உங்களை எப்பொழுது கடைசியாகப் பார்த்தேன்? அக்டோபர் 1996இல் அந்தக் கிறித்துவ விடுதியில். என் துறை சார்ந்த ஒரு நிகழ்ச்சியைப் பற்றி மட்டும் பேசி மிகவும் கண்ணியமாக நடந்துகொண்டீர்கள்.

இன்று, நான்கு ஆண்டுகள் கழித்து உங்கள் சிறுகதைத் தொகுப்பின் மூலமாக நான் உங்களுடன் உரையாடுவதாகக் கற்பிதம் செய்துகொள்கிறேன். உங்களைச் சந்திக்க வேண்டும்.

உங்கள் பரந்துபட்ட தோழமைபற்றி நிறையக் கேள்விப்பட்டிருக் கிறேன். ஆறு மாதங்களுக்கு முன் ஒரு பணிநிமித்தம் தென் காசியைக் கடந்து சென்றும் உங்கள் வீட்டுக்கு வர இயலாம லேயே போயிற்று. என் ஜோலிகள் அந்த மாதிரி. அடுத்த முறை தென்காசி பக்கம் வந்தால் உங்கள் இல்லத்துக்கு நிச்சயம் வருவேன்.

உங்கள் 15. 09. 2000 நாளிட்ட கடிதத்தை இன்று மீண்டும் படித்தேன். சாதாரண நலன் விசாரிப்புக் கடிதமே என்றாலும் உங்கள் வார்த்தைகளுள் தொக்கி நிற்கும் மென்உணர்வுகள் என்னை மகிழ்ச்சியில் ஆழ்த்தின. உங்கள் அந்தத் திருமண வாழ்த்துக் கடிதத்தை என் மகளுக்கு மீண்டும் காட்டி, உங்கள் புத்தகத்தைக் காட்டி, அதன் ஆசிரியர் என்று சொன்னேன். என் மாப்பிள்ளையிடமும் உங்கள் புத்தகத்தைக் காட்டினேன், மிகுந்த பெருமித உணர்வோடு.

உங்களுக்குக் கடிதம் எழுதி மாதக்கணக்கில் ஆகின்றது. நான் என்ன செய்துகொண்டிருக்கிறேன் என்று உங்களுக்குத் தெரிவிப்பது என் தோழமைரீதியான கடப்பாடு ஆகும். உங்களுக்கு ஓய்வு கிடைக்கும்போது இதைப் படித்தால் போதும். அவசரம் இல்லை.

27. 01. 1999க்குப் பிறகு, நான் எந்த நிறுவனத்திலும் வேலை செய்யவில்லை. அலுவலக விதிகளை என்னால் சகித்துக் கொள்ள இயலவில்லை. ஏதோ எழுத்து வேலைகள் – மொழி பெயர்ப்பு, மதிப்புரை – போன்றவைகளைச் செய்து மாதம் ஓராயிரம் சம்பாதிக்கிறேன். தீபாவளிக்கு மீனாட்சி ஒரு நீலநிற சட்டை எடுத்துக் கொடுத்தார். மிகவும் மகிழ்ச்சியாக இருந்தது.

இல்லாமை ஒரு பெரிய இழப்பாகப் படவில்லை. 'கோடு' சென்ற ஆண்டு இதழ் ஒன்றில் வந்த 'பரிணாமம்' கதையை நீங்கள் படித்திருக்கக்கூடும். அதில் வரும் பாட்டு,

"உன்னிடமிருந்து எனக்கு எதுவும் வேண்டாம்

என்னை என் போக்கில் விட்டுவிடு..."

நான் சமூகத்தை விளித்துச் சொன்ன வார்த்தைகள். எனக்கு வேலையெல்லாம் ஒன்றும் வேண்டாம். என் தனித்துவம் எனக்குப் புனிதமானது. இல்லையா தோழரே!

என் மகளின் திருமணம் மூன்று தோழியர், நான்கு தோழர் களின் நிதியுதவி மூலம்தான் நடந்தது. எனக்கு சமீப காலமாகக் குடும்பம் என்ற அமைப்பில் நம்பிக்கை குறைந்துகொண்டு வருகிறது. ஒரு கூட்டு வாழ்க்கைதான் உணர்வுகளின் பயங்கரக் கூர்மையை மழுங்கடித்து வாழ்க்கையைச் சகித்துக்கொள்ள

உதவியாக இருக்கும் என்று கருதுகிறேன். சில, பல நண்பர்கள் சேர்ந்து இதெல்லாம் நடக்குமா அல்லது வெறும் ஒரு 'உடோப்பியா'தானா?

அடடா, நாராயணன் அய்யாவைப் பின்னுக்குத் தள்ளி விட்டேனே, அவரைப்பற்றி அதிகம் ஒன்றும் சொல்லாமல்! மிகவும் ஆச்சரியத்தைக் கொண்டிருக்கிறது, அவரது ஆளுமை. தனியார் நிறுவனம் ஒன்றில் குமாஸ்தாவாகப் பணிபுரிந்து கொண்டிருக்கிறார் அவர். கடந்த ஒன்றரை ஆண்டு காலம்தான் அவரை எனக்குத் தெரியும். அவருக்கு ரூ. 3,000 மாதச் சம்பளம். புத்தகப் பழு. கையில் கிடைக்கும் எல்லாப் புத்தகங்களையும் வாசித்துவிடுவார். அவருக்கு என்னைவிட ஒரு வயது குறைவு. ஐம்பத்து நான்கு வயது மனிதர். சாப்பிடவே மாட்டார். தேநீரும் சிகரெட்டுமாக வாழ்ந்துகொண்டிருக்கிறார். திட உணவு வாழைப்பழம். எப்போதாவது இரண்டு இட்லி அல்லது கொஞ்சம் தயிர்சாதம் – அவர் வாழைப்பழத்தைச் தேசிய உணவு என்பார். பொது ஒழுக்கத்தில் அவருக்கு அபார நம்பிக்கை. மது அருந்த மாட்டார். புலால் உண்ண மாட்டார். ஒருத்தனுக்கு ஒருத்திதான். இந்த மூன்று கொள்கைகள்தாம் அவரது ஆளுமை. அவரது இருப்பிடம் அமைந்தகரையில். அலுவலகமும் அமைந்த கரையில்.

எப்பொழுதாவது நாராயணன் அய்யாவை அவரது அலுவலகத்தில் சந்தித்து முரளி டீ ஸ்டாலில் தேநீர் அருந்தி கால் மணிநேரம் பேசிக் கொண்டிருப்போம். அந்த மாதிரி ஒரு சமயத்தில்தான் அந்தப் பெரியவரைச் சந்தித்தேன். அழுக்கு முக்கால்சட்டையும் அழுக்குச் சட்டையும் அணிந்து கொண்டுக் காலணியின்றி, தலை நிறைய நரையுமாய் என் அருகில் அவர் வந்தார். மிகவும் உரிமையுடன், "வாத்தியாரே, ஒரு டீ வாங்கிக் குடு" என்றார். தொனியில் தயக்கம், கூச்சம், தாழ்வு எதுவு மில்லை. என் கையில் அப்பொழுது காசு இருந்தது. டீ வாங்கிக் கொடுத்தேன். அவ்வளவே.

நாராயணன் அய்யா அவரைப்பற்றி, என்னிடம் சொன்னார். ஒரு காலத்தில் அவர் ஒரு பெரும் பணக்காரராம். அண்ணன் தம்பிகளுக்குள் சொத்துத் தகராறு வந்ததில் சகோதரர்களின் சூழ்ச்சியால் அவர் பேரிழப்புக்கு உள்ளானாராம். மற்றவர்கள் வாங்கித்தரும் டீதான் அவருக்கு உணவாம்.

அந்தப் பெரியவரைச் சந்தித்த பிறகு எனக்குக் கூட்டு வாழ்க்கையில் இருந்த நம்பிக்கை கூடியது. அவர் என்னை அந்நியன் என்று நினைக்கவில்லை, ஒரு சகமனிதராகவே பாவித் திருந்தார். தன் செயலை யாசகம் என்றும் நினைக்கவில்லை.

தோழரே, கடிதத்தை முடித்துக்கொள்கிறேன். உங்கள் எழுத்தில் பொதிந்திருக்கும் வாழ்க்கை மீதான விழைவும் நன்னம்பிக்கையும்தான் என்னை உங்கள் பால் ஈர்த்தன. இந்த நிலை என்றும் நிலைக்கட்டும்.

அடுத்த மாதம் கிடைக்கும் உதவித் தொகையில் ரூ.150 மீதம் பிடித்து, என் தேவைகளைக் குறைத்துக்கொண்டு உங்கள் சிறுகதைத் தொகுப்பை வாங்கிவிடுவேன். அது என் நூல் சேகரிப்பில் அவசியம் இடம் பெற வேண்டிய புத்தகம். மேலும், என் இன்றைய நெருக்கடி நிலையில் எனக்கு வாழ்க்கை மீதான விழைவு நிறைய தேவை. உங்கள் இலக்கியப் பணி என்றும் தொடரட்டும்.

நன்றியும் நல்வாழ்த்துகளும்.
தோழமையுடன்,
கோபிகிருஷ்ணன்
26 அக்டோபர் 2000

குறுநாவல்கள்

*

இப்பகுதியில் கோபிகிருஷ்ணனின் நான்கு குறுநாவல்கள் இடம்பெற்றிருக்கின்றன. இக்குறுநாவல்கள் மூன்று புத்தகங்களாக முன்னர் வெளியாகின. அவை: உணர்வுகள் உறங்குவதில்லை (சரவணபாலு பதிப்பகம், 1989); டேபிள் டென்னிஸ் (தமிழினி, 1999); இடாகினிப் பேய்களும்... (தமிழினி, 2002). இந்த நான்கு குறுநாவல்களும் அவை புத்தகமாக வெளிவந்த காலவரிசைக்கேற்ப இத்தொகுப்பில் அமைந்துள்ளன.

கோபிகிருஷ்ணனின் மகத்தான படைப்பான 'டேபிள் டென்னிஸ்' நூலில் அவருடைய 'என்னுரை' இடம்பெற்றுள்ளது. இக்குறிப்பு அவருடைய படைப்புலகப் பார்வையை முன் வைக்கிறது:

'டேபிள் டென்னிஸ்' பிப்ரவரி 93 முதல் மே 93 வரையிலான காலகட்டத்தில் எழுதப்பட்டது. நான் அப்பொழுது முற்றிலும் வேறொரு மனோநிலையில் இருந்தேன். நாற்பத்தெட்டு வயது ஆகியிருந்தும் நான் அச்சமயம் மிகவும் இளமையான நெஞ்சத்துடன் வானில் உயரப் பறந்துகொண்டிருந்தேன்.

வறட்டுப் பண்பாடு பேசிக்கொண்டு காய்ந்துகிடக்கும் இந்தச் சமுதாயத்தினருக்குள் இந்த Erotica நிறைய கிளர்ச்சியை உண்டுபண்ணலாம். இது முனிபுங்கவர்களுக்காகவோ துறவிகளுக்காகவோ சன்னியாசினிகளுக்காகவோ செக்ஸைப் பாவம் எனக் கருதும் மனநோயாளிகளுக்காகவோ எழுதப்பட்டதல்ல. உள்ளங்களிலும் உணர்வுகளிலும் இயல்பான நம்பிக்கை வைத்திருக்கும், எளிதில் கசிந்துருகிவிடும் இளகிய மனது படைத்தவர்களுக்காக எழுதப்பட்டது. பாலுணர்வும் பரவசமும் காதலும் எத்துணை ரம்மியமானவை! காதலியிடமிருந்து பெற்ற இன்பத்துக்கு ஈடாகத் தன் காதை அறுத்துத் தந்தவனை நான் பைத்தியக்காரன் என்றெல்லாம் சொல்லமாட்டேன். மாபெரும் காதலன் அவன்.

இந்தப் படைப்பில் உள்ள சம்பவங்கள் அனைத்தும் "மனப்பதிவுகளாகக் கொள்ளப்பட வேண்டும் என்று என் வேண்டுகோள். இது ஒரு முக்கியமான உளவியல் ஆவணம்."

– கோபிகிருஷ்ணன்

*

பிறழ்வு – விடிவு

1
திங்கள்

காலை மூன்று மணி அளவில் ராமனுக்கு முழிப்பு வந்தது. அநேக வேளைகளில் முழிப்பு வந்த பிறகு அவர் மீண்டும் தூங்குவது கிடையாது. நைந்து போன பாயில் அருகில் படுத்திருந்த வசுந்தராவை எழுப்பிக் கடுந்தேநீர் போட்டுக் கொடுக்கச் சொல்லலாமா என்று ஒரு கணம் யோசித்தார்.

ராமன் இதுவரை சமையற்கட்டுக்குச் சென்றதில்லை. இதை ஆண் ஆதிக்கம் என்று வைத்துக்கொண்டாலும் ராமனுக்கும் வசுவுக்குமிடையே வலுவான உறவு நிலவி வந்ததால் குடும்பத்தில் உரிமைப் போராட்டங்கள் தலை தூக்கவில்லை. ராமன், வசுமீது பிரியமாகவே இருந்து வந்தார். வசுவும் ராமன்மீது.

ஆதிக்கம் என்ற சொல் அடிபட்டதும் ராமன் ஏதோ உடம்பு முழுக்க கரிய புசுபுசுவென்று ரோமம் வளர்ந்த ஒரு மனிதக் குரங்கு என்றும், தனது கூரிய நகங்களைக் கொண்டு வசு என்கிற ஓர் அறியாப் பெண்ணைச் சதா பிராண்டி இம்சை செய்வதே அவரது வாழ்க்கையின் ஒரே லட்சியம் என்பது போன்ற படிமம் ஏற்பட்டுவிடக் கூடாது.

ராமனுக்கு முழிப்பு வந்ததும் கடுந்தேநீர் வேண்டும். அதை வசு போட்டுத் தர வேண்டும். இது ஒரு பரஸ்பர ஏற்பாடு. வசுவும் அதைப் பொருட்படுத்துவதில்லை. விஷயம் அவ்வளவே. மேலும் ஒருவர் மற்றொருவரது பலவீனங்களைப் புரிந்துகொண்டு அனுசரணையுடன் வாழ்ந்துகொண்டிருந்தார்கள்.

ராமனுக்குப் பசி. முந்தைய இரவு சோற்றுக்கு ஊற்றிக் கொள்ள ஒருவருக்கு மட்டும் போதுமான ரசம் இருந்ததாலும், தொடுகறி எதுவும் இல்லாததாலும் வசுவை மட்டும் சாப்பிடச் சொல்லிவிட்டுப் படுத்தவர்தான். வசதி படைத்த குடும்பமாக இருந்தால் குளிர் அலமாரி, அதில் ரொட்டி, பாலாடைக் கட்டி

போன்ற தயார் நிலை உணவு இருப்புகளை வைத்துக்கொண்டு கொஞ்சம் அமர்க்களப்பட்டுக் கொள்ளலாம். ஆனால், வசதி என்பது பாரதத்தில் எத்தனை பேருக்கு வாய்க்கிறது?

அறையின் ஒரு மூலையில் இருந்த மேஜைமீது பீடிக்கட்டு ஒன்றும் ஆஷ்ட்ரே ஒன்றும் இருந்தன. பீடி – சிகரெட் ராமனின் நிரந்தர ஆடம்பரம்; நிதிநிலைக்கேற்ற எள்ளுருண்டை. பீடி ஒன்றைப் பல்வரிசை இடுக்கில் செருகிக்கொண்டு தீக்குச்சியைக் கிழிக்க முற்படுகையில் 'வெறும் வயிற்றில் புகைக்கக் கூடாது; குறைந்தது தண்ணீராவது குடிக்க வேண்டும்' என்று ஆப்த நண்பர் சுரேஷ் தன்னிடம் அடிக்கடி சொல்வது ராமனின் ஞாபகத்துக்கு வந்து அவரைக் கொஞ்சம் சங்கடப்படுத்தியது. தொடர்ந்து உயிர் வாழ்ந்துகொண்டிருப்பதில் ராமனுக்கு எந்தவித அர்த்தமும் இருந்ததாகத் தோன்றவில்லை. உயிரைக் கையில் தாங்கிப் பிடித்துக்கொண்டு ஒரு சலித்த, புளித்த, செத்த வாழ்க்கையை நடத்திக்கொண்டிருப்பதில் அப்படி என்ன பிரமாதமான அர்த்தம் இருந்துவிடப் போகிறது? மேலும் சராசரி வாழ்க்கை என்பது வேறு எவ்வாறு அமைய முடியும்? ஆனாலும், ராமன் வாழ்க்கையில் பிடிப்பு என்று ஒன்றை ஏற்படுத்திக்கொண்டிருந்தார். இதோ அந்த இரண்டு வயதுப் பிடிப்பு தூளியில் படுத்துக் கிடந்தது.

ராமன்–வசு தம்பதிகளுக்குத் திருமணமாகி நான்கு ஆண்டு கள்தான் ஆகின்றன. ஆயினும் ராமனுக்கு என்னமோ இப் பொழுது வயது சரியாக 25 என்றும் வசுந்தராவுக்கு 22 என்றும் நினைத்துவிடக் கூடாது. இங்கென்ன எல்லாமே சட்டப்படி யாகவா நடந்துகொண்டிருக்கிறது? ராமனுக்கும் வசுந்தராவுக்கும் முறையே வள்ளிசாக 39ம், 36ம் நடந்துகொண்டிருந்தன.

இரண்டு ஆண்டுகளாகியும் குழந்தை பிறக்கவில்லை என்று ஆனபோது மருத்துவரிடம் சென்றார்கள். பரிசோதித்த மருத்துவர் அவர்களுக்குக் குழந்தையே பிறக்காது என்று திட்டவட்டமாகச் சொல்லிவிட்டார்; கிட்டத்தட்ட ஒரு சபிக்கும் தொனி. இந்த மாதிரி இருவரிடமும் குறை இருப்பது அபூர்வம்தான். ஆனால், அபூர்வங்கள் நிகழாமலா இருக் கின்றன? திராட்சை ரசம் ஒயினாக மாறிய ஆக்கப்பூர்வமான அபூர்வங்கள் நிகழ்ந்த காலம் மாறி, காலம் தேய்ந்து தேய்ந்து கடைசியில் இது போன்ற சிரமதசை அபூர்வங்கள்தான் நிகழ்ந்துகொண்டிருக்கின்றன. என்ன இருந்தாலும் அபூர்வங்கள் அபூர்வங்கள்தானே?

என்ன செய்வது என்று ஒரு மாதம் யோசித்து ஒரு வழியாக ஒரு பரம ஏழையின் ஏழாவது குழந்தையைப் பிறந்த

புதிதிலேயே தத்தெடுத்து வளர்க்க ஆரம்பித்தார்கள். கொஞ்சம் பெரிய பையனாகப் பார்த்துத் தத்தெடுத்துக் கொள்ளலாம் என்று அக்கம்பக்கத்தில் உள்ளவர்கள் சொல்லிப் பார்த்தார்கள். என்னவோ நிறைய பெரிய பையன்கள் 'என்னைத் தத்தெடுத்துக் கொள்ளுங்கள்; என்னைத் தத்தெடுத்துக் கொள்ளுங்கள்' என்று வரிசையில் நிற்பதுபோல். ஆனாலும், ராமனுக்கும் வசுந்தரா வுக்கும் ஒரு சிசுவை எடுத்து வளர்ப்பதில்தான் பிரியம்.

'உங்களுக்கு வரும் வருமானத்தில் குழந்தையை வேறு ஏன் இழுத்துப் போட்டுக்கொள்கிறீர்கள்?' என்று சிலர் அவர்களை அதைரியப்படுத்திப் பார்த்தார்கள். வரும்படியை நம்பித் துணிச் சலுடன் திருமணமே செய்துகொண்ட பிற்பாடு குழந்தைக்காகப் பயப்பட்டால் முடியுமா என்ன? இவ்வளவு எதிர் நீச்சல்களுக்குப் பிறகு எப்படியோ வீட்டில் ஒரு குழந்தை புழங்க ஆரம்பித்தது.

குழந்தையின் பெயரை நினைத்ததும் ராமனுக்குச் சிரிப்பு வந்தது. கையில் பல வேளைகளில் காசில்லாமல் போகும் குடும்பத்தில் வளரும் ஒரு குழந்தையின் பெயர் எப்படிப் பிரபு வாக இருக்க முடியும்? பிரபு என்று பெயர் வைத்ததென்னவோ ராமன்தான்.

தணிவாக எரிந்துகொண்டிருந்த சிம்னி விளக்கு மங்கலான ஒளியைப் பரப்பிக்கொண்டிருந்தது. அசமந்தமாகக் கூரையைப் பார்த்துக்கொண்டிருந்த ராமனுக்கு, முந்தைய நாள் காலையில் தற்செயலாகக் கூரையைப் பார்த்தபோது மேஜை இருந்த இடத்துக்கு நேர் மேலே ஒரு இடுக்கிலிருந்து இரண்டு பூதாகாரப் பூரான்கள் நெளிந்து நெளிந்து வந்ததைக் கண்டதும், அதில் ஒன்று மீண்டும் இடுக்கிலேயே புகுந்துகொண்டுவிட்டதும், அடுத்த பகுதிக்கார நண்பர் துணையுடன் வெளியே தெரிந்த பூரானைச் செருப்பால் அடித்துத் துவம்சம் செய்ததும் ராமனின் நினைவுக்கு வந்தது. கூடவே 'ஓர் உயிரைக் கொல்கிறாய்; அதற்குத் தண்டனையாக உனக்குச் சொந்தமான ஓர் உயிர் பறிபோகப் போகிறது' என்று ஒரு கணப்பொழுது நினைத்துப் பதறியதும் நினைவுக்கு வந்தது. மீதி விடப்பட்டிருக்கும் பூரான் மூலம் பறிபோக இருக்கும் உயிர் குழந்தையினுடையதாக இருக்குமோ என்ற எண்ணம் அவரை இப்பொழுது கிலேசத்துக்குள்ளாக் கிற்று. எழுந்து தூளியில் குனிந்து குழந்தையைப் பார்த்தார். மூச்சு இயங்குவதன் அறிகுறியாகப் பிரபுவின் மார்பு உயர்ந்தும் தாழ்ந்தும் கொண்டிருந்தது. ராமன் சற்று ஆசுவாசமாக உணர்ந்தார்.

விரல் இடுக்கில் புகைந்துகொண்டிருந்த பீடி நடுவிலேயே அணைந்துவிட்டது. வாழ்வும் நடுவிலேயே அணைந்து அஸ்த

மித்து விடுமோ என்று நினைக்கத் தோன்றிற்று. இந்த எண்ணம் ராமனின் உடலில் லேசான நடுக்கத்தை விளைவித்தது.

ராமன் வசுந்தராவைப் பார்த்தார். அவள் அயர்ந்து தூங்கிக்கொண்டிருந்தாள். ராமனுக்கு அவளை முத்தமிட வேண்டும் போலிருந்தது. சற்று யோசித்தார். அந்த விழைவு பாலுணர்வு வேட்கையினாலோ, வசுமீது கொண்டுள்ள ஆசையினாலோ இல்லை; அது ஒரு வெறும் குறும்புத்தனம் என்று பட்டது. இருந்தாலும் தன் உதடுகளை அவள் உதட்டில் பதித்தார். உதடுகள் விலகியபோது வசுவின் உதடுகள் மேல் ருக்மணி என்ற எழுத்துக்கள் பளிச்சென்று தெரிந்தன. ஒரு பெயர்ப் பலகையில் பொறிக்கப்பட்டிருந்தது போல் அந்தப் பெயர் துல்லியமாகத் தெரிந்தது.

ருக்மணி ஒரு காலத்தில் ராமனின் நெருங்கிய தோழி. மிகவும் வாஞ்சையுடன் பழகியவள். வாழ்க்கை நிலைகள் மாறியபோது விடுபட்டுப் போனவள். ராமனுக்குத் துக்கம் துக்கமாக வந்தது. மேலே விழுந்து பழகிய எத்தனை உறவுகள் இப்பொழுது வெறும் 'என்ன சௌக்கியம்தானே?' உறவுகளாக மாறி விட்டன! எத்தனை உறவுகள் முற்றாகவே அற்றுப் போய் விட்டன. விலாசங்கள்கூடத் தெரியாமல்!

ராமனுக்கு 'மச்சடோ'வின் கவிதை வரிகள் நினைவுக்கு வந்தன:

Lord what I most loved you tore from me
Hear again this heart cry out alone

மனதில் ஆழ்ந்த துக்கம் கவிந்தது. 'பறிக்கப்பட்ட பொம்மை களுக்காக ஏங்கும் குழந்தை நான்' என்று நினைத்துக் கொண்டார். மீண்டும் ருக்மணியின் நினைப்பு. 'வசு என்கிற ருக்மணியை முத்தமிட்டிருக்கிறேன். இது என்ன பாதகம்! ருக்மணிக்கு எப்பொழுதோ திருமணமாகியிருக்கும். அப்படி யானால் நான் மாற்றான் மனைவியைக் கொஞ்சியிருக்கிறேன். என்ன அயோக்கியத்தனம்!' குற்ற உணர்வு மேலிட்டது. மிகவும் குன்றிப் போனார். 'சே! இது என்ன புதுத் தொந்தரவு? நான் என் மனைவியைத்தானே முத்தமிட்டேன். ருக்மணி எங்கிருந்து வந்தாள்? எந்த சக்தி ருக்மணியை வசுவின் உதடுகள்மீது படர விட்டது?' ராமன் மனதுக்குள் குமைந்தார். இந்த மௌனமான சித்ரவதை சிறிது நேரம் தொடர்ந்தது.

'நான் என் மனைவியைத்தான், என் பிரியமான வசுவைத் தான் முத்தமிடுகிறேன். வசுவை மட்டும்தான் முத்தமிடுகிறேன்' என்று அழுத்தம் திருத்தமாக ஒருமுறை சொல்லிக்கொண்டார்.

மீண்டும் முத்தமிட்டார். இப்பொழுது அவர் பார்த்தது வெறும் உதடுகள். ருக்மணி இப்பொழுது உதடுகளில் இல்லை. அப்பாடா! சிக்கலில்லாமல் இயல்பான ஒரு காரியத்தை ஒரு வழியாகச் செய்ய முடிந்தது.

குற்ற உணர்வு கணிசமாகக் குறைந்துவிட்டிருந்தது. மேஜைமீது இருந்த செம்பை எடுத்து வயிறுமுட்டத் தண்ணீர் குடித்தார். மனதில் கலவரங்கள் போதிய அளவு தணிக்கப் பெற்ற நிலையில் மறுபடியும் எப்படியோ தூக்கம் வந்தது அவருக்கு.

காலை ஐந்தரை மணிக்கு அலாரம் அடித்ததும் ராமனுக்கு முழிப்பு வந்தது. எழுந்து வழக்கமாகச் செல்லும் டீக்கடையை நோக்கி நடந்துகொண்டிருந்தார். 'ஏன் அந்த எதிர் வாடையில் இருக்கும் டீக்கடைக்குப் போகக் கூடாது?' என்று கேட்டுக் கொண்டார். 'வேண்டாம் வேண்டாம், அன்றைக்கு அது மாதிரித்தான் முதல் டீயை அந்தக் கடையில் சாப்பிட்டு நாள் பூராவும் யார் யாரோ என் மனதைப் புண்படுத்திக்கொண்டிருந் தார்கள். அந்த டீக்கடை அபசகுனம் பிடித்தது. அங்கு இனிமேல் எக்காரணத்தைக் கொண்டும் போகக் கூடாது' என்ற பதில் வந்தது.

ராமனுக்கு ஓரிரு தினங்களாகவே இந்த மாதிரி சம்பந்தா சம்பந்தமில்லாத தொடர்புபடுத்தல்கள் மனதில் நிகழ்ந்துகொண் டிருந்தன. காரணரீதியில் விளக்க முடியாத அநேக சம்பந்தப் படுத்தல்களுக்கும் அறிவுபூர்வமாக இல்லாத அநேக உள்மன உந்துதல்களுக்கும் அவர் செயல்வடிவில் இணங்கிக்கொண் டிருந்தார்.

இப்பொழுது ராமன் வழக்கமான டீக்கடையில் டீ குடித்துக்கொண்டிருந்தார். 'நம் மனம் ஏன் புண்படுகிறது? நமக்கு ஒரு சுயபடிமம் இருப்பதால்தான்.' ஒரு சிந்தனையாளரின் கூற்று அவர் மனதில் தோன்றி மறைந்தது. ஆனால் சுயபடிமம் இருந்து தொலைக்கிறதே என்று தன்னைக் கடிந்துகொண்டார். வரும் வழியில் தற்செயலாக வானத்தை அண்ணாந்து பார்த்தார். இருள் முழுவதுமாக அகலவில்லை. வானம் மிகவும் அழகாக இருப்பதாக நினைத்துக்கொண்டார்.

வீட்டுக்கு வந்ததும், முதல் காரியமாக ராமன் தரையில் சம்மணம் போட்டு உட்கார்ந்துகொண்டார். 'சுவாசப் பயிற்சி செய்ய வேண்டும். முதலில் இடது நாசித் துவாரத்திலிருந்து மூச்சை உள்ளிழுப்பதா அல்லது வலது பக்கத்திலுள்ளதி லிருந்தா? இடது பக்கத்திலிருந்து இழுத்தால் சுரேஷ் தொடர்ந்து

நண்பராக இருப்பாரா? மாட்டார். அப்படியானால் வலது பக்கத்திலிருந்துதான் இழுக்க வேண்டும்' என்று சொல்லிக் கொண்டார். சுவாசப் பயிற்சி ஒருவாறு முடிந்தது.

நாற்காலியை மேஜை அருகில் போட்டுக்கொண்டு உட்கார்ந்தார். புத்தக அலமாரியை நோட்டமிட்டார். ஒரு சிறந்த இலக்கியப் படைப்பு. அதை எடுத்துப் படிக்கலாமா என்று நினைத்தார். சீரும் சிறப்புமாக வாழ்ந்த ஒருவருக்கு வாழ்வில் ஏற்பட்ட நசிவைச் சித்தரித்தது அந்தப் புத்தகம். வாழ்வின் சீர்குலைவுகளைப் படிக்க ராமன் நடுங்கினார். அந்தப் புத்தகத்தைப் படிப்பது ஒரு வேளை தன் வாழ்வில் சம்பவிக்கவிருக்கும் சீர்குலைவின் முன்னோடியாக அமைய வாய்ப்புண்டு என்று நினைத்தார்.

ஆஸ்திரேலியப் பழங்குடி மக்களிடையே நிலவி வந்த Contagious Magic நினைவுக்கு வந்தது. மந்திரவாதி (Shaman) ஏதோ ஒரு பொருளை மந்திரித்து அதைப் பாதையில் வைத்து விடுவானாம். அதை மிதிக்கும் எதிராளி சீரழிந்துவிடுவானாம். இந்த வழக்கத்துக்கும், தான் புத்தகத்தைத் தவிர்க்கும் செயலுக்கும் மிகுந்த தொடர்பு இருப்பதாக நினைத்துக்கொண்டார். அறிவார்த்தமாகச் சிந்தித்துப் பார்த்தார். தன் எண்ணம் ஓர் அபத்தம் என்பது நன்றாகவே தெரிந்தது. ஆனாலும், அந்தப் புத்தகத்தை எடுத்துப் படிக்க அவருக்குத் துணிவு ஏற்படவில்லை.

ராமன் வேறு ஒரு புத்தகத்தை எடுத்துக்கொண்டார். இளம் கலைஞர் ஒருவரின் சிறுகதைத் தொகுப்பு. நான்கு நாட்களுக்கு முன் பாதி வரை படித்து முடித்திருந்தார். படைப்பாளியின் மேல் ராமனுக்கு இப்பொழுது ஓரளவு வெறுப்பு தட்ட ஆரம்பித்தது. புத்தகத்துக்கு ஏன் கறுப்பு அட்டை போட வேண்டும்? கறுப்பு அவருக்கு ஆகாது என்று என்றைக்கோ அம்மா சொன்னது ஞாபகத்துக்கு வந்தது. மேலும் பிரேத வண்டியின் நிறமும் கறுப்பு. ராமன் இப்பொழுது தன் மேலேயே வெறுப்பு கொண்டார். என்ன மடத்தனம்? தலைமுடியின் நிறமும் கறுப்புதானே? தனக்கு வயதாகிவிட்டால் தலைமுடியெல்லாம் வெளுப்பாகிவிடும். பிறகு தன்னிடம் கறுப்பு என்ற நிறமே இருக்காது. எவ்வளவு சந்தோசமான விஷயம்! இல்லை. கண்களின் பாப்பா கறுப்பாகத்தான் இருக்கும். தனக்கு ஏன் பூனைக்கண் இருந்திருக்கக் கூடாது? வேண்டாம், வேண்டாம், பூனை அபசகுனமான பிராணி. அது குறுக்கே வந்தால் போன காரியம் நடக்காது. நல்ல காலம், தனக்குப் பூனைக்கண் இல்லை. சரி! இப்பொழுது புத்தகத்தைப் படிக்க வேண்டும். நல்ல படைப்பு அது. 104ஆம் பக்கத்தில் விட்டது நினைவுக்கு

வந்தது. 104ஐக் கூட்டினால் 5. அது ஓர் அதிர்ஷ்ட எண். குமரேசன் சொன்னது போல, ராமன் ஒரு வழியாகப் புத்தகத்தைப் படிக்க ஆரம்பித்தார். 134ஆம் பக்கம் வந்தது. அத்துடன் மூடி வைத்துவிட்டு இன்னொரு நாளைக்குத் தொடரலாம் என்று நினைத்தார். சே! 134ஐக் கூட்டினால் 8 வருகிறது. 8 தனக்கு ஆகாது. ஆகையால் 135ஆம் பக்கம் வரை படித்துவிட்டு மூடி வைத்துவிட்டார். நாற்காலியில் சாய்ந்தவாறு கால்களை மேஜை மேல் நீட்டிக்கொண்டு ஓய்வெடுத்துக் கொண்டார்.

வசு எழுந்து டீ தயாரித்துக்கொண்டு வந்து ராமனுக்குக் கொடுத்தாள். வசுவுக்கு டீ பிடிக்காது. காப்பிதான் பிடிக்கும். ஆனாலும், தன் கணவனுக்குப் பிடிக்குமென்பதால் டீயே போட்டுக்கொண்டிருந்தாள். இதுவும் ஒரு விதத்தில் ஆண் ஆதிக்கம்தான். ஆண் வழிச் சமுதாயத்தில் நடப்புகள் இப்படித் தான் இருக்கும் என்று ராமன் சமாதானம் சொல்லிக்கொண்டு தன் குற்ற உணர்வைப் போக்கிக்கொள்ள முயன்றார்.

கடிகாரத்தைப் பார்த்தார். மணி ஏழரை. இப்பொழுது பிரபு எழுந்து விட்டிருந்தான். 'வாஃப்பீ' என்றான். அவனுக்கு 'காஃப்பீ' என்று சொல்ல வராது. வசு அவனுக்கு டீயை நன்றாக ஆற்றி ஒரு டம்ளரில் கொடுத்தாள். பிரபு மெதுவாக அதை ருசித்துக் குடித்தான்.

ஓர் எண்ணம் ராமனைப் பற்றிக்கொண்டது. தினமும் எருமைப் பாலில்தான் வீட்டில் டீ தயாரிக்கப்பட்டுக்கொண் டிருந்தது. எருமை யமனின் வாகனம். அபசகுனம் பிடித்த பிராணி. அதன் பாலிலா தினமும் டீ சாப்பிட்டுக்கொண்டிருக் கிறோம்! இந்த அபத்தத்தை நீண்ட நாள் தொடர விடக் கூடாது. இனி பசும் பால்தான் வாங்கச் சொல்ல வேண்டும் என்று தீர்மானம் செய்துகொண்டார். பசு புனிதமான பிராணி. கோமாதா, காமதேனு.

ராமன் ஏழே முக்காலுக்குப் பல் துலக்கினார். ராகு காலத்தில் பல் துலக்குகிறோமே, இன்றைக்கு ஏதாவது கெட்டது நடந்து விடுமோ என்று உள்ளூர நடுங்கினார். குளித்தார். ஏனோ சாப்பிடப் பிடிக்கவில்லை. ஏதோ கொஞ்சம் சாப்பிட்டுக் கையில் சிற்றுண்டிப் பொட்டலத்தை எடுத்துக்கொண்டு வசு விடம் சொல்லிக்கொண்டும், பிரபுவுக்கு டாட்டா சொல்லி விட்டும் கிளம்பினார். அப்பொழுது மணி எட்டே முக்கால். ராகுகாலம் இன்னும் முடிந்த பாடில்லை. அன்றைக்கு நாள் எப்படிக் கழியப் போகிறதோ என்று பயந்தார். இந்த ராகுகாலம் கண்டுபிடித்தவன்களை செமத்தியாக உதைக்க வேண்டும்; மனு

ஷாளைப் பாடாப் படுத்துகிறான்கள் என்று மனதுக்குள் திட்டினார்.

வழக்கமாக வாங்கும் கடையில் சிகரெட், பீடி, வத்திப் பெட்டி இத்யாதி வாங்கிக்கொண்டார். கடையின் வானொலிப் பெட்டியில் 'காதலிலே தோல்வியுற்றான் காளையொருவன்...' ஒலிபரப்பாகிக்கொண்டிருந்தது. வழி நெடுக, அந்தப் பாட்டு நின்ற பிறகும் அது அவரது செவிகளில் துல்லியமாக ஒலித்துக் கொண்டிருந்தது. வேலையிலும் அன்று தோல்விதானோ என்று பயந்தார்.

ராமன் கண்காணிப்பாளராக வேலை பார்த்துக்கொண் டிருந்தது ஒரு நடுநிலைப் பள்ளியில்; அரசு உதவி பெறாதது. பல கோப்புகள் அவர் பொறுப்பில் இருந்தன. இது தவிர தட்டச்சு செய்வது, கடிதப் போக்குவரத்தைக் கவனித்துக் கொள்வது, மாணவர்களிடமிருந்து கட்டணம் வசூலித்து ரசீது கொடுப்பது சகலமும் அவருடைய வேலைகளே. இது தவிர பள்ளித்தாளாளர் (கரஸ்பாண்டெண்ட்) தனியான முறையில் உதவி செய்து வரும் செயல் திட்டங்கள் சம்பந்தப்பட்ட தட்டச்சு வேலையும் அவருடையதே.

பள்ளி அலுவலகத்தில் நுழைந்த ராமன் தனது நாற்காலியில் அமர்ந்து மின்விசிறியைப் போட்டுக்கொண்டார். அலுவலகப் பையன் பாலாஜியைத் தண்ணீர் கொண்டுவரச் சொன்னார். டம்ளர் கை மாறும்போது கீழே வைக்கப்பட்டிருந்த ஸ்டென்ஸில் உறைமீது சிறிதளவு தண்ணீர் கொட்டிவிட்டது. ராமனின் நெஞ்சுக் குவட்டில் சுரீர் என்ற வலி ஏற்பட்டது. கொஞ்சம் பதறிவிட்டார். நல்ல வேளை ஸ்டென்ஸிலில் கொட்டவில்லை. ராமனுக்கு உயிர் வந்தது.

தண்ணீர் குடித்துவிட்டு வேலையை ஆரம்பித்தார். ஒரு ஸ்டென்ஸிலில் முக்கால் பாகம் தட்டச்சு செய்துவிட்டிருந்தார். சரியாக அடித்திருக்கிறோமா என்று மேலெழுந்தவாரியாகப் பார்த்தார். மூன்று இடங்களில் பெரியார் எழுத்தை உபயோகிக்க மறந்திருந்தார். திருத்தும் சிகப்பு மசியைப் போட்டுத் திருத்தம் செய்தால் மூன்று வரிகளை மறு தட்டச்சு செய்ய வேண்டி வரும். ஸ்டென்ஸில் பார்ப்பதற்கு விகாரமாக இருக்கும். மேலும் தாளாளர் வேலையில் மிதமிஞ்சிய நேர்த்தியை எதிர்பார்ப்பவர். அவரைத் திருப்திப்படுத்துவது எளிதான காரியமல்ல. எப்படியோ முதல் ஸ்டென்ஸில் பாழ். முதல் கோணல் முற்றும் கோணல். ராமனுக்கு வருத்தமாக இருந்தது. என்ன இருந்தாலும் ராகு காலத்தில் தான் புறப்பட்டிருக்க வேண்டாம் என்று நினைத்துக்கொண்டார்.

வேலையின் நடுவே திடுதிப்பென்று ஒரு சிறு பூச்சி கண் இமைகளின் அனிச்சைச் செயல்களையும் மீறி ராமனின் இடது கண்ணில் விழுந்துவிட்டது. அது கண்ணுள் சென்றதும் இறந்திருக்கும். இப்படி நினைத்ததும் தன் இடது கண் மயானமாகிவிட்டது என்ற அருவருப்பான எண்ணம் தோன்றி ராமனைச் சங்கடத்தில் ஆழ்த்தியது.

மணி பதினொன்று. நண்பர் வின்செண்ட் ராமனைப் பார்க்க வந்தார். 'நேற்று மதியம் மூன்று மணிக்கு வீட்டுக்கு வருவதாகச் சொன்னீர்களே. ஏன் வரவில்லை?' என்று கேட்டார் ராமன். ஆனால், உள்ளுக்குள் ஒரு குறுகுறுப்பு. தான் முந்தைய தினம் அந்தச் சமயத்தில் வசுவுடன் குலாவிக் கொண்டிருந்தது நினைவுக்கு வந்தது. வின்செண்ட் அந்தச் சமயத்தில் வந்திருந்தால் நிலைமை கொஞ்சம் தர்ம சங்கடமாக இருந்திருக்கும். வின்செண்ட் வராமல் இருந்தது நல்லதே. 'பின் எந்த மயித்துக்கு இந்தப் போலியான கேள்வி?' என்று தன்னைத் தானே கடிந்துகொண்டார். கால்மணி நேரம் பேசிக் கொண்டிருந்து விட்டு வின்செண்ட் விடைபெற்றார்.

மணி மாலை ஐந்து. வெளியே வந்து பக்கத்தில் இருந்த டீக்கடையில் உட்கார்ந்து ஒரு சிகரெட் பற்ற வைத்துக் கொண்டார். நாசுக்குக் கருதி அலுவலகத்தின் அருகாமையில் சிகரெட்டும், பிற இடங்களில் பீடியும் பிடிப்பது அவர் வழக்கம். சிகரெட் பற்ற வைத்துவிட்டு வத்திப் பெட்டியின் லேபிளைக் கிழித்தார் எந்தவிதக் காரணமுமின்றி. கிழித்தவுடனேயே உள்ளுக்குள் அவருக்குப் பயம் பரவ ஆரம்பித்தது. அலுவலகத்தில் தனக்குச் சீட்டுக்கிழித்து விடுவார்களோ! முற்றிலும் அடிப் படையில்லாத அந்தப் பயம் அவரைச் சிறிது நேரம் ஆட்டிப் படைத்தது. குழம்பிய நிலையில் டீ அருந்திவிட்டு, அலுவலகம் திரும்பி வேலையைத் தொடர்ந்தார் ராமன்.

ஒரு கொட்டேஷன் அவசரமாகத் தட்டச்சு செய்ய வேண்டும். மணி ஆறு. அன்றைய வேலையை முடித்துவிட்டுத் தாளாளர் போய்விட்டிருந்தார். ராமன் அவசர அவசரமாக தட்டச்சு செய்துகொண்டிருந்தார். குறைந்தது எட்டரை மணிக் குள்ளாவது முடிந்திட வேண்டும். கொட்டேஷனை முடித்து விட்டால் அடுத்த நாள் அதிகாலையில் வந்து முதல் தொகுதி ஸ்டென்ஸில்ஸ் முடித்துவிட்டு பார்க்கரிடம் கொடுத்து விடலாம். மணி எட்டு. ராமன் வெளிக் கதவை ஒருக்களித்து விட்டு மீண்டும் வேலையில் ஆழ்ந்தார்.

இன்னும் இரண்டு பக்கங்கள் தட்டச்சு செய்ய வேண்டும். பள்ளியிலிருந்து ஒரு கிலோ மீட்டர் தொலைவில் இருந்த

சினிமா அரங்கில் சிறந்த இயக்குநர் ஒருவரின் இந்தித் திரைப்படம் ஓடிக்கொண்டிருந்தது. வேலையை முடித்துவிட்டு இரவுக் காட்சிக்குப் போனால் என்ன என்று நினைத்தார். அந்த நினைப்பு அவர் பிழைப்பைக் கெடுத்தது. இரண்டு இடங்களில் இலக்கங்கள் தப்பாகி விட்டன. அழித்து மீண்டும் அவற்றின் மீதே தட்டச்சு செய்தால் மிகவும் கோரமாகத் தெரியும். ஒரு லெட்டர் ஹெட் காகிதம் வீண். முதலில் திரைப் படத்துக்குப் போகும் எண்ணத்தை மனதிலிருந்து களைய வேண்டும். கடைசிப் பக்கத்தைத் தட்டச்சு செய்து முடித்து விட்டார். அப்பாடா! ஒரு வழியாக அன்றைய வேலை முடிந் தது. மணி எட்டே முக்கால். அலுவலகச் சாவியை தாளாளர் அவரிடம் விட்டுச் சென்றிருந்தார். ராமன் கதவைப் பூட்டிவிட்டு வெளியே வந்தார். வெளிவாசலில் இருந்த கூர்க்காவிடம் ஓரிரு வார்த்தைகள் பரிமாறிக் கொண்ட பின் பள்ளியை விட்டு வெளியே வந்தார்.

படத்துக்குப் போவதா? கையில் ஏழு ரூபாய்தான் இருந்தது. நான்கு ரூபாய்தான் செலவாகும். தேதியோ 27. இரவுச் சாப்பாட்டை வெளியில் சாப்பிட்டால் காசு அழ வேண்டும். பிறகு மீதி இரண்டு நாட்களுக்கு டீ சாப்பிடக் காசு இல்லையென்றால் படு எரிச்சலாக இருக்கும். மேலும் படம் பார்த்துவிட்டு வரும் வழியில் போலீஸ்காரன் எவனாவது சினிமா டிக்கெட்டின் மீதியைக் காண்பிக்கச் சொல்லி, பிறகு வாங்கிக் கிழித்தெறிந்துவிட்டு சந்தேகக் கேஸ் என்று காவல் நிலையத்துக்குக் கூட்டிப் போய்விட்டால்...

சே! வீட்டுக்கே போய்விடலாம். இரவு கண் விழித்தால் வயிறு ஒரு மாதிரி ஆகிவிடும். அது தவிர அடுத்த நாள் தட்டச்சு செய்வதில் அடிக்கடி பிழைகள் ஏற்படும்.

இப்படிப்பட்ட எண்ணக் குவியல்களுடன் போராடிக் கொண்டே ராமன் வீட்டை வந்தடைந்தார். அடுத்த நாள் சீக்கிரமே அலுவலகம் செல்ல வேண்டும் என்ற நினைப்புடன் உடனே சாப்பிட்டுவிட்டுப் படுத்துக்கொண்டார்.

பாயில் படுத்தவாறே சற்று ஆசுவாசமான நிலையில் அன்றைய தின நிகழ்வுகளை ஒருமுறை புரட்டிப் பார்த்தார். கடந்த ஓரிரு தினங்களாகவே தான் இயல்பாகவே இல்லா திருப்பதும், மனதில் சதா ஓர் இனம் புரியாத கிலேசம், இறுக்கம் ஆகியன இருந்து வருவதும் அவர் உணர்ந்த ஒன்றுதான். குறிப்பாக அன்று சிந்தனாவோட்டம் தாறுமாறாக இருந்ததையும் மூட நம்பிக்கைகளில் சற்றும் நம்பிக்கையில்லாத தனக்கு என்றும் இல்லாமல் அன்றைக்கு அசாத்திய நம்பிக்கை ஏற்பட்

டிருந்ததையும், எண்ணங்களின் தொடர்புபடுத்தல்கள் வினோத மான ரீதியில் இயங்கியதையும் அவரால் ஓரளவு உணர முடிந்தது. தூங்க முற்பட்டார்.

கண்ணை மூடியதுதான் தாமதம். கண்முன் மகாவிஷ்ணு காட்சியளித்தார். ராமனுக்குப் பயங்கர திகைப்பு. தவம், பூஜை புனஸ்காரம் எதுவுமில்லாமலேயே ஒரு கடவுள், அதுவும் தத்ரூபமாக இதோ எதிரில். 'கடவுள் நம்பிக்கையே இல்லாத என்மீது கடவுள் தன்னை வலுக்கட்டாயமாகத் திணித்துக் கொள்கிறாரா!' ராமன் வியந்தார். ராமனுக்குப் பரவசத்துக்குப் பதில் கலவரம்தான் மேலிட்டது. கண்ணைத் திறந்தார். அப்பொழுதும் எதிரே விஷ்ணு. கையறு நிலையில் ராமன் கண்களை மீண்டும் மூடிக்கொண்டார். ஒருகணம் வசுவிடம் சொல்லலாம் என்று நினைத்தார். திருமணமானதிலிருந்துதான் அவளுக்கு அதிகமாக எதுவும் செய்ததில்லை. குறைந்தது குழப்பத்தையாவது ஏற்படுத்தாமல் இருக்க வேண்டும் என்று நினைத்துக்கொண்டார்.

'இந்தப் பிரச்சனையை நான் யாரிடமும் பகிர்ந்துகொள்ள வேறு முடியாது. சிறிது நாட்கள் விட்டுப் பிடிப்போம். ஒரு வேளை புற உதவி எதுவுமின்றி நான் பழைய இயல்பான நிலைக்குத் திரும்பினாலும் திரும்பிவிடுவேன். ஆனாலும் நான் இப்பொழுது என் அக விகாரங்கள் வெளியில் தெரியாதபடி சாதாரணமாக இருப்பவன் போல் நடந்துகொள்ள வேண்டும்.' ராமன் தனக்குள் சொல்லிக்கொண்டார்.

மனதில் உறுதி போன்ற ஒன்று ஏற்பட்ட நிலையில் மீண்டும் தூங்க முயற்சித்தார். இப்பொழுது மகாவிஷ்ணு விடை பெற்றிருந்தார். மண்டை ஓடுகளின் குவியல் ஒன்று பயங்கரமாகக் காட்சியளித்தது. ராமன் பதறினார். உடல் முழுவதும் வியர்த்துக் கொட்டியது. தன்னால் எதையுமே செய்ய இயலவில்லையே என்று துக்கப்பட்டார். சிறிது நேரம் கழித்து மண்டை ஓடுகள் மறைந்தன. ஓர் அழகான நவீன ஓவியம் காட்சியளித்தது. மனதிற்கு உகந்ததாக இருந்தது. சோர்வு எல்லை மீறிய நிலையில் ராமன் உறங்கிப் போனார்.

2

செவ்வாய்

காலை மூணே கால். இதைக் காலை என்று யாரும் சொல்ல மாட்டார்கள். ஆனால், ராமன் பிரகாரம் மணி

பன்னிரண்டு-ஒன்றிலிருந்து காலைதான். படுக்கையிலிருந்து எழுந்த ராமன் வசுவை எழுப்பினார். அவள் அவருக்குக் கடுந்தேநீர் தயாரித்துக் கொடுத்துவிட்டு மீண்டும் படுத்துக் கொண்டாள். அந்த வீட்டுச் சமையலறை நேர்த்தியே இல்லாமல் இருந்தது. சாமான்களெல்லாம் தாறுமாறாக வைக்கப்பட்டிருக்கும். வசுந்தராவினால் மட்டுமே அதைச் சமாளிக்க முடியும். ராமன் சமையலறைக்குப் போகாமல் இருந்ததற்கு அதுவும் ஒரு காரணம்.

நாலே முக்காலுக்குள் முகச் சவரம், குளியல் முதலியவை களை முடித்துக்கொண்டு ராமன் அலுவலகத்துக்குப் புறப் பட்டார். லேசான தூக்கக் கலக்கம், கருக்கலின் இயல்பான புத்துணர்ச்சி, வேலையைச் சீக்கிரம் முடிக்க வேண்டும் என்ற பரபரப்பு, மனதில் வரையறுக்க முடியாத ஒரு தினுசான கலவரம். புறப்படுமுன் தூங்கிக்கொண்டிருந்த பிரபுவுக்கு டாட்டா சொன்னார். பிரபு எந்த நிலையில் இருந்தாலும் ராமன் அவனுக்கு டாட்டா சொல்லாமல் வெளியில் கிளம்புவ தில்லை. பிரபுவிடம் ராமன் மிகவும் வாஞ்சையாக இருந்தார்.

பள்ளிக்கூடம் ராமனின் வீட்டுக்கு அருகில்தான் இருந்தது. வழியில் ஒரு வாலிபனும் வயதான ஒருவரும் சென்ட்ரல் ரயில் நிலையத்துக்கு எந்தப் பேருந்து போகும் என்றும், அதற்காக எந்தப் பேருந்து நிறுத்தத்தில் காத்திருக்க வேண்டும் என்றும் கேட்டார்கள். ராமன் அவர்களுக்கு வழிகாட்டி விட்டு நடந் தார். தான் ஒரு மாபெரும் உதவி செய்துவிட்டதாக எண்ணி சந்தோசப்பட்டுக் கொண்டார்.

சரியாக ஐந்து மணிக்கு ராமன் வேலையை ஆரம்பித்தார். ஏழரை மணியளவில் லேசாகப் பசிக்க ஆரம்பித்தது. இவ்வளவு வருத்திக்கொண்டு ஏன் வேலை செய்ய வேண்டும் என்ற கேள்வி எழுந்தது. 'நான் சில கேள்விகளுக்குப் பதில் சொல்வதில்லை' என்று தீர்க்கமாகச் சொல்லி அந்தக் கேள்வியை விரட்டியடித்தார். பசியைத் தணித்துக்கொள்ள பக்கத்தில் இருந்த டீக்கடையில் ஒரு டீ அருந்திவிட்டு மீண்டும் வேலையைத் தொடர்ந்தார். 'இந்த வேலை உண்மையிலேயே என் நரம்புகள்மீது ஏறிக் கொண்டு விட்டிருக்கிறது' என்று ஆங்கிலத்தில் சொல்லிக் கொண்டார். இந்த வேலையைக் குறித்த நேரத்தில் முடிக்கா விட்டால் என் பெயர் ராமன் இல்லை என்று ஒரு சவால் விட்டுக்கொண்டார். பயங்கர வேகத்தில் வேலையில் ஆழ்ந்தார். சரியாக ஒன்பது மணிக்கு முதல் தொகுதி ஸ்டென்ஸில்சைத் தட்டச்சு செய்து முடித்தார். பார்க்கர் ஒன்பது மணிக்கே வந்து ஸ்டென்ஸில்சைப் பெற்றுக்கொள்வதாகச் சொல்லியிருந்தார்.

பள்ளித் தாளாளர் வந்தார். காலை வணக்கப் பரிமாறல். அவர் தன் அறைக்குச் சென்றுவிட்டார். பள்ளி அலுவலகம் களை கட்டியது. நான்கு மாணாக்கர்கள் கட்டணம் செலுத்தி விட்டுச் சென்றார்கள். ஒரு மாணவரின் தகப்பனார் 'ஹெஸ்' எழுதிய 'ஸ்டெப்பன் உல்ஃப்' நவீனத்தைத் தாங்கிய வண்ணம் பள்ளிக் கட்டணத்தைச் செலுத்த வந்தார்.

'அபரிமிதமான ஓய்வு வாய்க்கப் பெற்றவர்கள், விழை விருந்தால் நிறைய புத்தகங்களைப் படித்து, கிரகித்து, விசயம் தெரிந்த அறிவாளிகளாக ஆகிவிடலாம். நேரம் கிடைக்காத வர்கள் முட்டாளாகத்தான் வாழ நேரிடும். நான் ஒரு மகத்தான முட்டாளாகத்தான் சாக வேண்டியிருக்கும். என் சாவு மிகவும் துக்கமானதாகத்தான் இருக்கும். வாழ்க்கையை அனுபவிப் பதற்குக் கூடக் கொடுத்து வைத்திருக்க வேண்டும். எல்லோ ராலேயுமா வாழ முடிகிறது!' என்று துக்கப்பட்டுக் கொண்டார்.

பார்க்கர் பத்து மணிக்குத்தான் வந்தார். ராமனுக்கு அது பெருத்த ஏமாற்றத்தை அளித்தது. பார்க்கர் தன் நேரத்தின்மீது உரிமை எடுத்துக்கொண்டதை ராமனால் ஏற்றுக்கொள்ள முடியவில்லை. பார்க்கருடன் ராமனுக்கு ஒரு வாரமாகத்தான் பழக்கம். பார்க்கர் மகாலிங்கபுரத்தில் இருந்த ஒரு தொண்டு நிறுவனத்தின் ஒரு செயல் திட்ட அதிகாரி. செயல் திட்டத்துக்கு தாளாளர் உதவிக்கொண்டிருந்தார். 'என் நேரத்தை இனி கொஞ்சம் மதித்து நடந்து கொள்ளுங்கள்' என்று பார்க்கரிடம் சொல்ல நினைத்தார். ஆனால், சொல்ல வாய் வரவில்லை. அனாவசியப் பொல்லாப்பு. மேலும் செயல் திட்டப் பணி முடிவுறும் வரையிலாவது ராமன் பார்க்கரிடம் பழகி வேறு ஆக வேண்டும்.

'என்ன முடித்துவிட்டீர்களா? எனக்குத் தெரியும். நீங்கள் முடித்து வைத்திருப்பீர்கள் என்று... மிகவும் நேர்த்தியான வேலை. நன்றி பல' என்று சுத்தமான ஆங்கிலத்தில் உற்சாகம் ததும்பப் பேசிவிட்டு ஸ்டென்ஸில்சைப் பெற்றுக்கொண்டு பார்க்கர் தாளாளர் அறையை நோக்கி நகர்ந்தார். 'பார்க்கர் தன் இனிமையான பேச்சை வைத்துக்கொண்டே சமூகத்தில் ஒரு வெற்றிகரமான நபராக வாழ்ந்துவிடுவார். இவருக்கு வாழ்க்கையில் சிக்கல்கள் இருக்காது. ஆனாலும் பெரிய மனிதர் களின் பின்னால் ஒளிந்துகொண்டிருக்கும் சிறு சிறு சின்னத் தனங்கள் அவரிடம் உள்ளன. இவற்றால் பாதிக்கப்படுபவர் களுக்கு அவை நிச்சயம் தெரியும்' என்று ராமன் தனக்குள் சொல்லிக்கொண்டார். 'அந்தஸ்துக்குப் பின்னால் மறைந்து கொண்டிருக்கும் சகல கொடுமைகளையும், மானங்களுக்குப்

பின்னால் மறைந்துகொண்டிருக்கும் அவமானங்களையும்...' ஓர் இலக்கியப் படைப்பில்* குறிப்பிடப்பட்டிருந்த இந்த வரிகள் ராமனின் நினைவில் நிழலாடிற்று.

அலுவலக வழக்கப்படி அலுவலகச் செலவில் பத்தே முக்கால் மணிக்கு டீ வழங்கப்பட்டது. ராமன் பதினொன்றரை மணிக்குள் மிகவும் அவசரமான வேலைகளை முடித்தார். பசி வயிற்றைக் கிள்ளியது.

ராமனுக்கு அது முதல் உத்தியோகம் அல்ல. இந்தப் பள்ளியில் சேர்வதற்கு முன் ஒரு பத்து நிறுவனங்களிலாவது வேலை செய்திருந்தார். எல்லா நிறுவனங்களிலும் அவருக்கும் உயர்மட்ட அதிகாரிகளுக்கும் தகராறு ஏற்பட்டது. அதிகாரிகளின் பண்ணைச் சீமான் மனப்போக்கை ராமனால் ஏற்றுக் கொள்ள முடிந்ததில்லை.

குறிப்பாக ஓர் அரசாங்க அலுவலகத்தில் பணிபுரிந்தபோது ஒரு களப்பணி உதவி அதிகாரியின் திமிரைச் சகித்துக்கொள்ள இயலாது அவரை 'conceited ass' என்று வைதுவிட்டார். அலுவலகம் அன்று அல்லோலகல்லோலப்பட்டது. ராமனை மன்னிப்பு கோரச் சொன்னார்கள். ராமன், தான் உண்மையைத் தான் பேசியதாக வாதிட்டார். கடைசி வரை அசைந்து கொடுக்கவில்லை. கசப்புணர்வும், இறுக்கமான மௌனச் சூழலும் தொடர்ந்தன. ஒருநாள் வேலையை ராஜினாமா செய்தார்.

தொழிற் சங்கம் ஆரம்பிக்கலாமா என்று சில அலுவலகங்களில் பணி புரிந்தபோது யோசித்ததுண்டு. ஆனால், அவருக்குக் குழுக்களில் நம்பிக்கை இல்லாமல் போய்விட்டிருந்தது. அரசாங்க வேலைக்குப் பிறகு மூன்று நிறுவனங்கள். அவற்றில் ஒன்றைத் தவிர மற்ற இரு நிறுவனங்களிலும் தகராறுதான். அதன் பிறகு தற்பொழுதைய இந்தப் பள்ளி. இங்கு ராமனுக்கு எந்தவிதச் சிக்கலும் இல்லை. தாளாளர் ராமனுடன் கண்ணியமாகவும் தோழமையுடனும் நடந்துகொண்டார்.

சில சமயங்களில் நினைத்துக்கொள்வதுண்டு. அரசாங்க வேலையிலேயே இருந்திருந்தால் இந்நேரம் தான் ஒரு அதிகாரியாக உயர்ந்து, மூவாயிரம் ரூபாய் சம்பாதித்துக்கொண்டிருக்கலாம் என்று. அப்படி நினைக்கும் போதெல்லாம் அது மிகவும் பாமரத்தனமாகத்தான் தோன்றும். 'சுட்டுப் போட்டாலும் எந்தப் பண்ணைச் சீமானையும் நான் அங்கீகரிக்க மாட்டேன்.

இந்த உலகம் எனக்கு எப்படி இடமளிக்காமல் போய்விடும் பார்க்கிறேன்' என்ற வெறி அவருள் நிரந்தரமாகக் குடி கொண்டிருந்தது.

ராமன் இப்பொழுது அலுவலக சைக்கிளில் வீட்டை நோக்கிச் சென்றுகொண்டிருந்தார். சிறிது தூரம் சென்றிருப்பார். கண்முன் இயேசுபிரான் தோன்றினார். ராமனுக்கு ஒரு கணம் ஒன்றும் புரியவில்லை. 'நேற்றுதான் விஷ்ணு வந்துவிட்டுப் போனார். இன்று நீங்கள். தினமும் ஒரு கடவுள் என்று முறை வைத்துக்கொண்டு காட்சி தருகிறீர்களா? நான் என்ன திடீரென்று முனிபுங்கரராகி விட்டேனா? அவனவன் தவம் கிடக்கிறான் தரிசனத்துக்காக. அங்கெல்லாம் போகக் கூடாதோ?' என்று இயேசுவிடம் தணிவான குரலில் பேசினார்.

வீட்டை வந்தடைவதற்கும் இயேசு கண்களை விட்டு அகல்வதற்கும் சரியாக இருந்தது. 'எனக்கு வர வரச் சுமைகள் அதிகமாகி விட்டன. இந்தப் புதுப் பிரச்சனையை எப்படிச் சமாளிக்கப் போகிறேனோ' என்று வியந்தவண்ணம் ராமன் சைக்கிளை விட்டுக் கீழே இறங்கினார்.

சங்கிலிக் காப்பு இல்லாத சைக்கிளாதலால் ராமன் வலது பக்க முழுக்கால் சட்டையை முட்டி வரைக்கும் மடித்து விட்டிருந்தார். வசு அவரைப் பார்த்ததும் விழுந்து விழுந்து சிரித்தாள். பிரபு அவரைத் தினுசாகப் பார்த்தான். வசு, 'முதலில் பாண்ட்ஸைக் கீழே இழுத்துவிட்டுக் கொள்ளுங்கள். பார்க்கப் பைத்தியக்காரனாட்டம் இருக்கிறீர்கள்' என்று சொன்னாள்.

உண்மையிலேயே தனக்கு முழுமையாக சித்தப் பிரமை பிடித்துவிட்டால் வசு தனக்குத் தொடர்ந்து மனைவியாக இருப்பாளா என்ற கிலேசம் ராமனைப் பிடித்து ஆட்டியது. 'நிரந்தரம் என்று நம்பப்படும் உறவுகள்கூட அற்றுப் போய் விடுமோ! சே, எல்லாமே மனதுக்குக் கலவரமூட்டுவதாகத்தான் இருக்கிறது' என்று சொல்லிக்கொண்டார்.

வசு அவருக்கு சாப்பாடு பரிமாறினாள். தொடுகறியாக ஓர் அவித்த முட்டை. செவ்வாய் துர்க்கையம்மன் தினம். வசு அன்றைக்கு ராகு காலத்தில் துர்க்கையம்மன் கோவிலுக்குப் போய் எலுமிச்சம் பழத்தை இரண்டாக அரிந்து சாறைப் பிழிந்து கொட்டிவிட்டு பழத்தில் குழிவு ஏற்படுத்தி அதில் எண்ணெயை விட்டு நூல் திரி தயாரித்து விளக்கேற்றி வைத்துக் கும்பிடும் தினம். அன்றைக்குப் போய் அசைவம் சாப்பிடுகிறோமே, துர்க்கையம்மனின நிந்தனைக்கு ஆளாகி விடுவோமோ என்று நினைத்துப் பயந்தார் ராமன். பிறகு, தனக்குத்தான் கடவுள் நம்பிக்கையே இல்லையே என்பதை நினைவூட்டிக்கொண்டு சிறிது ஆசுவாசப்படுத்திக் கொண்டார்.

ராமன் சாப்பிட்டுவிட்டு அலுவலகம் திரும்பி வேலையைத் தொடர்ந்தார். மாலை ஆறரை மணிக்கு வேலை முடிந்தது. வீடு திரும்பும் வழியில் யாரோ ஒரு பெரியவர் ஒரு இருபது வயதுப் பையனுக்குப் பலத்த குரலில் அறிவுரை வழங்கிக் கொண்டிருந்தார். ராமனுக்கு அந்தப் பெரியவர்மீது ஆத்திரமாக வந்தது. வயது முதிர்ந்துவிட்டால் எல்லாம் தெரிந்துவிடுகிறதா என்ன? அவர் யார் அந்தப் பையனுக்குப் போதனைகள் வழங்க? அறிவுரைகள் மனதின் ஆழத்தில் படிந்திருக்கும் மற்றவர்களை ஆக்கிரமிக்கும் தன்மையின் வெளிப்பாடுதான் என்று நினைத்துக்கொண்டார்.

சிறிது தூரம் நடந்திருப்பார். ஒரு தள்ளு வண்டியில் பச்சை வாழைப் பழங்கள் வைத்து ஒருவன் விற்றுக்கொண்டிருந்தான். ராமன் இரண்டு பழங்கள் சாப்பிட்டார். யாரோ அவரைப் பலமாக உரசிக்கொண்டு சென்றார்கள். ராமன் திரும்பிப் பார்த்தார். ஒரு பதினான்கு வயதுப் பையன். நல்ல டெரிகாட் சட்டையும், அரை நிஜாரும் அணிந்திருந்தான். பள்ளி இறுதியாண்டு வாசித்துக்கொண்டிருப்பவனாக இருக்கலாம். குறைந்தது ஒரு 'Sorry you know' சொல்லக்கூட அவனுக்குத் தோன்றியிருக்கவில்லை. என்னதான் பள்ளியில் கற்றுக் கொடுக் கிறார்களோ! ராமன் அங்கலாய்த்துக்கொண்டார்.

லேசாக முதுகு வலித்தது. ஒரு வாரமாகவே அவருக்கு விட்டு விட்டு முதுகு தினமும் வலித்துக்கொண்டிருந்தது. இது 'ஸ்பைனல் பெல்ட்'டில் கொண்டுவிடுமோ என்று பயந்தார். அது சாதாரண பயம் அல்ல. பெரும் பீதியாக உருக்கொண்டது.

ராமன் வீட்டை அடைந்தபோது வீடு பூட்டியிருந்தது. சாவி வெளிப்புறம் இருந்த ஆணியில் தொங்கிக்கொண்டிருந்தது. வசு தன் வாழ்க்கையை விட்டே போய் விட்டாளோ என்ற உணர்வு. முதலில் லேசான சந்தேகம், பிறகு பயம், முடிவில் பூதாகாரமான பீதி என்ற ரீதியில் இயங்கிற்று. ஒரு வேளை தன்னுள் நிகழ்ந்துகொண்டிருக்கும் ஏடாகூடங்கள் வசுவுக்கு எப்படியோ தெரிந்து, சொல்லிக்கொள்ளாமல் அம்மா வீட்டுக்குப் போய் விட்டாளோ? மீண்டும் வருவாளா? இல்லை இது நிரந்தரப் பிரிவா? பீதி, பீதி கலவரம். அவர் வியர்வையாகவே மாறிப் போனார். தான் ஒரு புழு நிலைக்குத் தள்ளப்பட்டிருப்பதை நினைத்து நொந்துகொண்டார்.

தான் இன்னும் கதவைத் திறக்காமல் வெளியிலேயே நின்றுகொண்டிருப்பது அவர் பிரக்ஞையை எட்டிற்று. பக்கத்துப் பகுதிக்காரர்கள் ஏதாவது நினைத்துக்கொள்ளப்

போகிறார்கள். ராமன் அவசர அவசரமாகச் சாவியைப் பூட்டினுள் நுழைத்தார். வீட்டைத் திறந்து விளக்கைப் போட்டுக் கொண்டார். முதல் காரியமாக ஒரு செம்பு நிறைய தண்ணீர் குடித்தார். மனம் லேசானது போன்ற ஓர் உணர்வு ஏற்பட்டது. இல்லை இல்லை, சத்தியமாகத் தன் அகப்பூசல் வசுவுக்குத் தெரிந்திருக்க நியாயமில்லை. ராமன் தன்னைத் தேற்றிக் கொண்டார்.

ஓர் அரை மணி நேரம் கழிந்திருக்கும். வசுவும் பிரபுவும் சாவகாசமாக வந்தார்கள். அவர்கள் இருவரும் தனது வாழ்க்கை யிலிருந்து விலகிச் சென்று ஒரு நீண்ட கால இடையீட்டுக்குப் பின் மறுபடியும் சேர்ந்துகொண்டதாக ஓர் எண்ணம் தோன்றி அவருக்கு ஒரு புது உற்சாகத்தை அளித்தது. பக்கத்திலிருந்த கோவிலுக்குப் போயிருந்தார்களாம். ''அது ரொம்பவும் அவசியம்தான்'' என்று ராமன் பொறிந்தார். "சாமியைக் கிண்டல் பண்ணாதீர்கள். அவர் சாபம் உங்களைச் சும்மா விடாது.'' வசு அவரைப் பயமுறுத்தினாள். ஒரு வேளை தனது மன விகாரங்கள் ஏதோ ஒரு சாமி இட்ட சாபமாக இருக்குமோ என்று ஒரு கணம் வியக்கத் தூண்டிற்று ராமனுக்கு. சிறிது நேரம் அவரைப் பீதி ஆட்கொண்டது.

பீதி தணிந்த பின் சிந்திக்கலானார். மிகவும் பாமரத்தனமான சிந்தனை அது. ஆனால், அவரால் அப்படித்தான் சிந்திக்கத் தோன்றிற்று. சாமி என்றால் நல்லது செய்ய வேண்டும். தன்னை நம்பாதவர்களுக்குக் கெடுதல் செய்பவர் சாமியாக இருக்க முடியாது. ஒரு பேட்டை ரௌடியாகத்தான் இருக்க முடியும். ஆனால் எந்தச் சாமியால் வசுவின் நகைகள் அடகுக் கடைக்குப் போவதைத் தடுத்துவிட முடிந்தது? இவ்வளவுக்கும் வசு பக்தை வேறு. ராமனுக்கு எரிச்சலாக இருந்தது.

ராமனுக்கு அன்றிரவு படுக்கும்போது எந்த உருவெளித் தோற்றமும் தெரியவில்லை. ஆனால், தோற்றங்கள் எப்பொழுது வரும் என்ற உறுதியற்ற நிலையிலும், ஏன் இந்த மாதிரி அவஸ்தைகள் தனக்கு நிகழ்கின்றன என்று தெரியாமல் குழம்பிய நிலையிலும் அவர் படுக்கையில் கிடந்தார். மனதில் இனம் புரியாத இறுக்கம் விரவிக் கிடந்தது. 'நான் முன்போல் இல்லை. எனக்குள் ஏதோ விசித்திரம் நிகழ்ந்துகொண்டிருக்கிறது. நான் முற்றிலும் வித்தியாசமான தளத்தில் சஞ்சரித்துக்கொண்டிருக் கிறேன்' என்று நினைத்தவாறே தூக்கத்தை வரவழைத்துக் கொள்ளப் பிரயத்தனப்பட்டார்.

3

புதன்

காலை இரண்டு மணிக்கு ராமனின் தூக்கம் கலைந்தது. எழுந்ததும் ஒரு பலமான தும்மல். சே! என்ன அபசகுனம்! இந்த வியப்பைத் தொடர்ந்து ஒரு கேள்வி. சகுனங்களில் நம்பிக்கை இல்லாத தனக்கு எப்படித் திடீர் நம்பிக்கை? ராமனுக்கு நாளின் துவக்கமே மனப் பிரச்சனைகளில்தான் ஆரம்பமாயிற்று.

மேஜையிலிருந்து 'தட், தட்' என்ற சப்தம். பல்லியின் சப்தம்தான். சிம்னி விளக்கு வெளிச்சத்தில் லேசாகத்தான் தெரிந்தது. ஒரு வேளை அந்தப் பல்லி மீதியிருந்த பெரிய பூரானை விழுங்கிக்கொண்டிருக்கலாம். அப்படியானால் அதை நிச்சயம் தடவிக் கொடுக்க வேண்டும், பாராட்டு முகமாக. ஆனால், பல்லி பூரானைச் சாப்பிடுமா என்று ராமனுக்குத் தெரியாது. ராமன் எழுந்து மின்விளக்கைப் போட்டார். பல்லி ஒரு பெரிய கரப்பான் பூச்சியை விழுங்க முயற்சித்துக்கொண்டிருந்தது. கரப்பு துடிதுடித்துக்கொண்டிருந்தது. வீட்டில் கரப்புகள் இருப்பது லட்சுமி கடாட்சமாம். ஆனாலும், இந்த விவரம் புரியாத பல்லி, லட்சுமியையெல்லாம் கபளீகரம் செய்து கொண்டிருந்தது. நல்ல வேளை பூரான் எந்தக் கடாட்சமும் இல்லை என்று நினைத்து ராமன் உள்ளூர நகைத்துக் கொண்டார்.

வசுவை எழுப்பினார். அவள் எரிச்சலுடன் எழுந்து கொண்டாள். 'எரிச்சலாக இருக்கிற பொழுதும் எவ்வளவு அழகாக இருக்கிறாய் தெரியுமா?' என்று தமிழ் சினிமா வசனத்தையோ, ஆங்கில சனரஞ்சக நவீனங்களில் காதலன் தவறாமல் சீராகத் தன் காதலியிடம் சொல்லும் 'நீ உலகிலேயே மிகச் சிறந்த அழகி' என்பதையோ வசுவிடம் சொல்ல வேண்டும் போலிருந்தது ராமனுக்கு. ராமன் தன்னை மட்டுப்படுத்திக் கொண்டார். வசு ராமனுக்குக் கடுந்தேநீர் தயாரித்துக் கொடுத்துவிட்டு உறக்கத்தைத் தொடர்ந்தாள்.

பிரபு அன்றைக்குத் 'தூளி'க்குப் பதிலாகப் பாயில் உறங்கிக் கொண்டிருந்தான். பிரபு இப்பொழுது தூக்கத்தில் சிரித்தான். கடவுள்கள் குழந்தைகளின் கனவில் தோன்றி அவர்களுக்கு ரோஜாப் பூ காட்டுவார்களாம். வசு சொல்லியிருந்தாள். வசு விசுவாசியாக இருந்ததால் அவளுக்குக் கடவுளின் செயல்கள் அனைத்தும் தெரிந்திருந்தது போலும். சில வேளை பிரபு

தூக்கத்தில் அழுகிறானே. அது பூச்சாண்டி கனவில் வந்து பயமுறுத்தியதாக இருக்கும். ஃப்ராய்டை விட வசுவுக்குத்தான் கனவுகள் பற்றிய ஆழ்ந்த ஞானம் இருந்தது போலும்.

ராமனுக்கு ஏதோ எழுத வேண்டும் என்று தோன்றிற்று. உலக நடப்புகள் சிலவற்றைப் பற்றித் தன் கருத்துகளை எழுத ஆரம்பித்தார். மணி நாலரை. எழுந்து வெளியே வந்தார். ஒரு விளக்குக் கம்பம் அருகில் வெள்ளையும் சாம்பல் திட்டுகளும் உடலை அலங்கரித்த வண்ணமிருந்த ஒரு கன்றுக்குட்டி கட்டப் பட்டிருந்தது. கன்றின் அழகை ராமனின் மனம் உள்வாங்கிக் கொண்டது. ஆனால், அதையடுத்து 'மின்சாரம் தாக்கி மரணம்' என்ற அர்த்தத்துடன் கூடிய ஆங்கில வார்த்தை 'electrocution' மனதில் மின்னல் போலத் தோன்றி மறைந்தது. மனம் திரும்பவும் பீதிக்குள்ளாகியது. கால்களில் லேசான நடுக்கம் பற்றிக்கொண்டது. கடையில் டீ அருந்திவிட்டு வீடு திரும்பினார். கால்களைச் சுத்தமாக அலம்பிக்கொண்டார். தெருவில் எத்தனை நோயாளிகள் நடந்திருப்பார்களோ!

ராமன் எழுதுவதைத் தொடர்ந்தார். திடீரென்று ராமனுக்கு அச்சம் ஏற்பட்டது. அந்த வீட்டில் மின்விசிறி இல்லை. கொசுக்கள் அதிகம். பிரபுவுக்கு மட்டும் படுக்கப் போகுமுன் உடம்பு பூராவும் கொசு விரட்டிக் களிம்பைத் தடவி விடுவார்கள். சிக்கனம் கருதி வசுவோ, ராமனோ களிம்பைத் தடவிக்கொள்வதில்லை. தனக்குக் கொசுக்களினால் ஃபைலேரியாஸிஸ் அல்லது மலேரியா வரலாம். தொடர்ந்து புகைப்பதினால் சயரோகம் வந்து நீண்ட காலச் சிகிச்சை பெறுவதற்கு சானடோரியத்தில் தங்கவோ, புற்றுநோய் வந்து அது குணமாகாத பட்சத்தில் அவதிப்பட்டுச் சாகவோ நேரிடலாம். எண்ணங்கள் ராமனின் மனதில் கலவரத்தை உண்டு பண்ணின.

காலை மணி எட்டரை. கவனமுடன் வந்து காலை முன்வைத்து இறங்கித் தெருவுக்கு வந்து அலுவலகத்தை நோக்கி நடந்தார் ராமன். வழியில் ஒரு வீட்டிலிருந்து 'பொன்னான வாழ்வு மண்ணாகிப் போனால்...' என்ற பாடல் கேட்டது. தனக்குக் கொஞ்ச நஞ்சம் வாய்த்திருக்கும் வாழ்வும் மண்ணாகிப் போகப் போகிறதோ; இந்தப் பாட்டு அதன் முன்னறிவிப்போ என்று ராமன் பதறினார். அதையடுத்து எரிச்சல்; 'ரேடியோவில் நல்ல பாட்டே வைக்க மாட்டானோ, பாவி!'

வழியில் ஒரு குட்டி கோவில். ஸ்ரீ நாகவல்லி அம்மன். நிச்சயமாக அது ஆண் கடவுள் அல்ல. அப்படியானால் முன் னொட்டில் ஏதோ பிசகு நேர்ந்திருக்க வேண்டும். ஸ்ரீமதி

அல்லது செல்வி என்றுதான் எழுதப்பட்டிருக்க வேண்டும். அல்லது நவயுக வழக்கப்படி Ms. Ms.க்குத் தமிழ் உண்டோ? கிடையாது. மொழிகளில்தான் எவ்வளவு சிக்கல்?

இன்னும் சில எட்டுகள் நடந்திருப்பார். இந்து சவ ஊர்வலம் ஒன்று. ராமன் முகத்தைத் திருப்பிக்கொண்டார். ரொம்பவும் தடுமாறிப் போனார். தானே அந்தப் பாடையில் கிடப்பதாகத் துல்லியமானதொரு தோற்றம் அவர் கண்ணுக்குப் புலப்பட ஆரம்பித்தது. ராமன் நிலைகுலைந்தார். 'நான் வசுவுக்கு என்ன பதில் சொல்லப் போகிறேன்?' என்று வினவிக் கொண்டார். 'நீதான் இறந்துவிட்டாயே. உனக்குத் தெரிந்தவர்கள் வீட்டுக்குச் சேதி சொல்லி அனுப்புவார்கள்' என்று உள்ளிருந்து ஒரு குரல் ஒலித்தது. அது அவரது குரல் போலவே அவருக்குப் பட்டது. பள்ளி வெளி வாயிலைக் கடக்குமுன், தான் பாடையிலிருந்து கீழிறங்கி விட்டதாக நினைத்துக்கொண்டார். உள்ளூர அருவருப்பு, சகிக்கவொண்ணாத ஓர் எதிர்மறை உணர்வு.

வேலையின் நடுவே ராமன் தற்செயலாக ஜன்னல் வழியே வெளியே பார்த்தார். கண்ணாடி அணிந்த இரு நடு வயதுப் பெண்கள் ஏதோ பேசிக்கொண்டிருந்தார்கள். தானும் கூடிய சீக்கிரம் கண்ணாடி போட்டுக்கொள்ள வேண்டியிருக்கும். இப்பொழுதெல்லாம் பேருந்துத் தட எண்களைத் தூரத்தில் இருந்தே பார்க்க முடிவதில்லை என்று நினைத்துக்கொண்டார். தான் பார்க்கும் காட்சிகளுக்கும் தனக்கும் ஏதோ ஒரு வகையில் தொடர்பு இருப்பது அவருக்கு ஆச்சரியத்தைக் கொடுத்தது.

மதியம். உணவு இடைவேளை. சிற்றுண்டிப் பாத்திரத்தில் தோசைகளும் நிறைய எண்ணெய் கலந்த மிளகாய்ப் பொடியும் இருந்தன. சாப்பிட்டு விட்டுப் பாத்திரத்தை வர்த்தகப் பெயர் தாங்கிய சீயக்காய்ப் பொடி போட்டுக் கழுவினார். சாதாரண மாக அவர் வெறுமனேதான் பாத்திரத்தை அலம்புவார். அன்றைக்கென்னவோ வசுவின் சிரமத்தைக் குறைக்க அவருள் திடீர் கரிசனம் ஏற்பட்டிருக்கிறது. தான் ஏன் ஆரோக்கியமான உணர்வுகளிலும் ஒரே சீராக இயங்கவில்லை என்று தன்னை ஒருமுறை கேட்டுக்கொண்டார். வசுவைப் பற்றிய சிந்தனை அவரை ஆட்கொண்டது. வீடு, அப்பா, அம்மா, தம்பி, தங்கைகள், பள்ளி இறுதி ஆண்டுடன் முடிக்கப்பட்ட படிப்பு, உருப்படியாக ஒன்றும் செய்யாமல் வீட்டிலேயே கட்டுப் பெட்டியாக நீண்ட காலத்தைக் கழித்த பிறகு திருமணம் – என்ன தெரியும் அவளுக்கு உலகத்தைப் பற்றி? தனக்கு மட்டும் என்ன தெரிந்திருக்கிறது பெரிதாக? ஒரு வேளை யாருக்குமே

ஒன்றும் தெரியாதோ! 'எல்லோரையும் பற்றி இப்படி ஒரு முடிவுக்கு வர நீ யார்?' இந்தக் கேள்வி அவர் எண்ணங்களுக்கு முத்தாய்ப்பு வைத்தது.

உணவு இடைவேளை இன்னும் முடிந்திருக்கவில்லை. ராமன் பள்ளியை விட்டு வெளியே வந்து பக்கத்திலிருந்த வாடகை நூல் நிலையத்துக்குச் சென்றார். அதில் அவர் ஓர் உறுப்பினர். இரண்டு மாதங்களுக்கு ஒருமுறை ஒரு புத்தகம் எடுப்பார். ராமன் குருட்டாம்போக்காக ஒரு தமிழ்ப் புத்தகத்தை எடுத்துப் புரட்டினார். ஒரு நிறுவனத்தின இயக்குநர், முன்னுரையில் வார்த்தைகளை அள்ளி வீசி வள்ளிசாக ஆறு பக்கங்களை நிரப்பியிருந்தார். சுருக்கமாக எழுதுவது எப்படி என்றும், வெறும் வார்த்தை ஆரவாரங்களைத் தவிர்ப்பது எப்படி என்றும், தான் அவருக்குச் சொல்லிக் கொடுக்க வேண்டும் என்று ராமன் நினைத்துக்கொண்டார். புத்தகத்தை எடுத்த இடத்தில் வைத்துவிட்டுப் பள்ளிக்குத் திரும்பினார்.

அலுவலகத்துக்கு வரும் கடிதங்கள் அடங்கிய ஒரு கோப்பைப் புரட்டினார். மாநகரிலிருந்து ஒரு பிரபலக் கல்லூரியின் வரலாற்றுத் துறை இணைப் பேராசிரியர் ஒருவர் வழக்கத் துக்குப் புறம்பான ஆங்கிலத்தில் ஒரு கடிதம் எழுதியிருந்தார். ராமன் அந்தக் கடிதத்தை மீண்டும் மீண்டும் படித்தார். அது தமிழக ஆங்கிலமா? இல்லை. அப்படியானால் பிராந்திய பாதிப்பு என்று சொல்வதற்கில்லை; ஒரு மொழியை எப்படி அவ்வளவு வினோதமான மோசமாக எழுத முடியும் என்று அவர் திகைத் தார். 'எப்படி இவனுகளெல்லாம் இவ்வளவு பெரிய பதவியில் இருக்கிறார்கள்! உலகம் எல்லாரையும் சகித்து உள்ளடக்கிக்கொண் டிருக்கிறது. இந்த உலகத்துக்கு என் ஆழ்ந்த அனுதாபங்கள்' என்று முணுமுணுத்துக் கொண்டே கோப்பை மூடினார். எரிச்சலை மறக்க ஒரு வேலையை வலிந்து இழுத்துப் போட்டுக் கொண்டு செய்ய ஆரம்பித்தார்.

அடுத்த நாள் வர வேண்டிய சம்பளம் அன்றைக்கே வந்தது. ராமன் தாளாளருக்கு மானசீகமாக நன்றி கூறினார். சம்பளத்திலிருந்து பிடிப்பு எல்லாம் போக மீதி முன்னூற்றுப் பத்து ரூபாய் கையில் நின்றது.

அந்த இந்திப் படத்தைப் பார்க்க வேண்டும் என்ற எண்ணம் ராமனுக்கு மீண்டும் ஏற்பட்டது. அனுமதி பெற்று ஐந்தரைக்கே அலுவலகத்தை விட்டுப் புறப்பட்டார். வழியில் ஒரு கடையில் ஒரு பாக்கெட் சிகரெட் வாங்கிக்கொண்டார். நவநாகரிக அந்தஸ்து கொழிக்கும் அந்தச் சினிமாக் கொட்டகை வராந்தாவில் பீடி பிடித்தால் நாலு பேர் ஒரு மாதிரியாகப்

பார்ப்பார்கள். இன்னும் தான் அந்த நாலு பேருக்காகக் கவலைப்பட்டுக் கொண்டிருப்பது ராமனுக்கு மகா எரிச்சலை விளைவித்தது.

பீடி பிடித்தால் பொறுக்கி. ஃபில்டர் சிகரெட் பிடித்தால் கனவான். சாராயம் குடிக்கிறவன் குடிகாரன். விஸ்கி அடிக் கிறவன் has a finer taste for the bottle. ஜீன்ஸில் ஷர்ட்டை உள்செருகியிருக்கும் ஓர் இளம்பெண்ணின் இடுப்பைச் சுற்றிக் கையை வைத்துக்கொண்டு மறுகையில் ஒரு புகைக்குழாயைப் பிடித்துக்கொண்டு நடு நடுவில் புகைத்துக்கொண்டு சாலையில் நடந்து சென்றால் ஒரு தனி அந்தஸ்து. 'என்ன ஒரு குதூகலமான ஜோடி! வாழ்க்கையை அனுபவிக்கத் தெரிந்த புண்ணிய வான்கள்.' சாயம் போன தறிப் புடவை கட்டிய, வாயில் வெற்றிலை புகையிலையை மென்றுகொண்டிருக்கும் நாட்டுப் புறத்துடன், லுங்கி தரித்து, பீடியைப் புகைத்துக்கொண்டு கை கோர்த்து நடந்து சென்றால் 'தள்ளல் கேஸும்மா மச்சான்!' ஹெரால்ட் ராபின்ஸைப் பகிரங்கமாக ஒயிலாகக் கையில் தூக்கிக்கொண்டு திரிவதற்கும் 'வாழு வாழ விடு – சரோஜா தேவி'யைக் கையில் வைத்துக்கொண்டிருப்பதற்கும் அதள பாதாள வேறுபாடு. Scoundrel-ம் அயோக்கியனும் எப்படி வேறுபடுகிறார்கள்? நம் சமூக மதிப்பீடுகள்! நாசமாகப் போக! ராமன் உள்ளூரக் குமைந்தார். எல்லாச் சனியனுமே வசதி படைத்தவனுக்கு அனுகூலமாக... சரி, சிகரெட் நாளைக்கு அலு வலக அருகாமையில் பிடித்துக்கொள்ள வைத்துக்கொள்ளலாம். இப்பொழுது பீடிதான். எந்த மயிரானாவது எது வேண்டு மானாலும் தன்னைப் பற்றி நினைத்துக்கொள்ளட்டும்.

வசுவை அழைத்துச் செல்ல இயலாது. சினிமாவைப் பொறுத்தவரை தன்னைத் தமிழுக்கே அர்ப்பணித்துக் கொண்டவள். வசுவை மாற்ற ராமன் நினைத்ததில்லை.

கொட்டகைக்கு நடந்தே போனார். வழியில் சட்டைப் பையில் இருந்த முன்னூறு ரூபாயை எடுத்து கால் சட்டைப் பையில் பத்திரப்படுத்திக்கொண்டார். ஒருமுறை நன்றாகத் தொட்டுப் பார்த்துக்கொண்டார். ஒரு வேளை இந்தப் பணம் காணாமல் போகலாம். மீண்டும் ஒருமுறை தொட்டுப் பார்த்துக் கொண்டார். மறுமுறை தொட்டு உணரும்போது அது காணாமல் போயிருக்குமோ என்ற கவலை அவரைப் பற்றிக் கொண்டது. 'பாவிப் பணம் பாழாய்ப் போகும்' என்று ஒரு குரல் உள்ளிருந்து ஒலித்தது. 'நான் பாவியா?' என்று ராமன் தன்னைக் கேட்டுக் கொண்டார். 'இவ்வளவு கெட்ட எண்ணங் கள் உன் மனதில் தோன்றுகின்றனவே. இது பாவம் இல்லையா?'

'இல்லை. எண்ணங்கள் என்னுடையவையா என்பதே எனக்குத் தெரியவில்லை. கொஞ்ச நாளில் அந்த இன்னொன்றுக்கு முடிவு கட்டி விடுவேன். மனசாட்சியே கொஞ்சம் உறுத்தாமல் இரு.' சர்ச்சைகளூடே சுமையுடன் ராமன் நடையைத் தொடர்ந்தார்.

பணத்தைப் பற்றிய சிந்தனை ராமனை விட்டு அகல வில்லை; உண்மையாக உழைத்துச் சம்பாதித்த பணம் தொலையாது. சரி. உண்மைதான். தொலையக் கூடாது என்று ஏதாவது நியதி உண்டோ? அலெக்ஸாண்டர் ஜெஃப்பரீஸ் சொன்னது நினைவுக்கு வந்தது. 'உலகத்தில் நிகழ்பவை அனைத்தும் தற்செயலே. தீமைகள் எப்பொழுதும் தண்டிக்கப் படும் என்பதில்லை. நன்மைகளுக்கு எல்லாச் சமயத்திலும் சன்மானம் கிடைப்பதுமில்லை.' இந்தக் கருத்துக்கு நேர் எதிரான சுரேஷின் கருத்தும் நினைவுக்கு வந்தது. 'உலகத்தில் எதுவும் தற்செயல் அல்ல. வாழ்க்கை இயற்கை விதிகள்போல ஒரு நேரிய கோர்வையில் இயங்கிக் கொண்டிருக்கிறது.' இருவருடைய முரண்பாடான கருத்துகளைத் தவிர்த்து மேற் கொண்டு அவர்கள் சொன்னதை ராமன் நினைவு கூர்ந்தார். ஜெஃப்பரீஸ் பிரகாரம் மனிதனது போக்கை வழி நடத்திச் செல்ல வழிகாட்டும் அறிவு என்று ஒன்றும் இல்லை. சுரேஷின் படி எதுவுமே மனிதனால் நிர்ணயிக்கப்படுவதில்லை. இந்த இரண்டாவது கூற்றுகளை மட்டும் ஒப்பிட்டுப் பார்க்கும்போது இருவருள் லேசான ஒற்றுமை இருப்பதாக உணர முடிந்தது.

தான் இப்பொழுது சினிமா பார்க்கப் போய்க்கொண்டிருப் பதை ராமன் ஒருமுறை ஞாபகப்படுத்திக்கொள்ள வேண்டி வந்தது. சற்று வேகமாக நடக்கத் தொடங்கினார். டிக்கெட் சுலபமாகவே கிடைத்தது. இருக்கை இலக்கம் தி4. தி என்றால் failure. என்ன அபத்தம்! Fornication-ம் தில் தான் ஆரம்பிக் கிறது. தனக்கு ஏன் அங்கீகரிக்கப்படாத பாலுறவு சம்பந்தப் பட்ட வார்த்தை நினைவுக்கு வர வேண்டும் என்று ஒருமுறை ராமன் தன்னைக் கேட்டுக்கொண்டு சுய நிந்தனையில் சிரமப் பட்டார். 'மனதில் வினோதம் மட்டுமின்றி வக்கிரமும் குடி கொண் டிருக்கிறது. நான் ஒரு வேளை முற்றாக நிர்மூலமாகி விடுவேனோ!' ராமனின் சிந்தனை அவருள் பெரும் பீதியைக் கிளப்பிற்று.

ராமனுக்குப் படம் பிடித்திருந்தது, இடைவேளை வரை. படம் முடிந்த பிறகு, அந்தப் பிரபல இயக்குநர் ஒரு மகத்தான மடத்தனம் பண்ணியிருப்பதாகத் தோன்றிற்று. படத்தை முக்கால் மணி நேரத்துக்கு முன்னதாகவே முடித்திருக்கலாம். அந்தப் பைத்தியக்காரச் சாமியார் கிளிக் கூண்டைத் தட்டிப்

பார்த்துக்கொண்டிருக்கும்போது விலைமாதர் இல்லத் தலைவியின் மகள் 'என்ன செய்துகொண்டிருக்கிறாய்?' என்று சாமியாரைக் கேட்க, அவன் 'இந்தக் கிளிக்கு சுதந்திரம் கொடுக்கலாமா என்று யோசிக்கிறேன்' என்று சொல்லி, பிறகு மறைந்துவிடுகிறான். பின்பு அந்தப் பெண்ணின் காதலன் வருகிறான். அவனுடன் அவள் மோட்டார் சைக்கிளில் ஏறித் தப்பித்துச் செல்கிறாள். கிளியின் சுதந்திரம், பெண்ணுக்கு விலைமாதர் இல்லச் சூழலிலிருந்து விடுதலை – இரண்டும் இணைந்த கலவையில் படத்தை ஒரு குறியீட்டு அம்சத்தைக் கொண்டு முடித்திருந்தால் அருமையாக அமைந்திருக்கும் என்று அவருக்குப் பட்டது. இயக்குநர் ஏன் அதற்கு மேலும் படத்தை இழுத்தடித்திருந்தார் என்பது தெரியவில்லை. நல்ல இயக்குநர் என்ற பெயரைச் சம்பாதித்திருக்கும் அவர் அப்படி ஏன் செய்தார்? ஒரு வேளை தன் அபிப்பிராயம் தப்பிதமாக இருக்கலாம். ஒருக்கால் ஒரு பிரபலமானவரிடமிருந்து மாறுபடத்தான் பயப்படுகிறோமோ? எதற்கும் படத்தைப் பார்த்த பிற நண்பர்களிடம் கேட்டுத் தான் நினைத்தது எவ்வளவு தூரம் சரி என்று தெரிந்துகொள்ள வேண்டும் என்று முடிவு செய்து கொண்டார்.

ராமன் நடந்தே வீட்டுக்கு வந்தார். மணி பத்தரை. வந்ததும் பணம் இருந்த இடத்தைத் தொட்டுப் பார்த்துக் கொண்டார். நல்ல வேளை பணம் தொலையவில்லை. 'அப்படியானால் நான் பாவி இல்லை' என்று மடத்தனமாக எண்ணிச் சந்தோசப்பட்டுக் கொண்டார்.

பிரபு தூளியில் உறங்கிக்கொண்டிருந்தான். வசு பாயில் படுத்தபடியே ஒரு புத்தகத்தைப் படித்துக்கொண்டிருந்தாள். ராமன் வந்ததும் அவருக்கு உணவு பரிமாறினாள். பிரபு ஒன்றுக்குப் போக முடியாமல் மதியத்திலிருந்தே தவித்திருக்கிறான். கடைசியில் மாலை ஏழரை மணி வாக்கில் சந்துரு அம்மா கொடுத்த பத்து ரூபாயை எடுத்துக்கொண்டு வசு அவனை மருத்துவரிடம் அழைத்துச் சென்றிருக்கிறாள். மாத்திரைகளை உட்கொண்ட பிறகு பிரபு தூக்கத்தில் நன்றாகச் சிறுநீர் கழித்தானாம். ராமனுக்குத் துக்கம் தொண்டையை அடைத்தது. பிரபுவுக்கு உடம்புக்கு ஏதாவது வந்துவிட்டால் அது அவர் மனதைச் சங்கடத்தில் ஆழ்த்திவிடும். குடும்பப் பொறுப்பைப் புறக்கணித்துவிட்டுத் தான் சினிமாவுக்குச் சென்றதற்குத் தண்டனையாகத்தான் இவ்வாறு தன் மகனுக்குச் சுகக் கேடு ஏற்பட்டதோ என்று அவருக்கு எண்ணத் தோன்றிற்று. மனக்கலவரம் மீண்டும் குடி கொண்டது. சாப்பாட்டின் பாதியிலேயே கை கழுவிவிட்டு எழுந்துகொண்டார்.

வசு சிம்னி விளக்கை ஏற்றினாள். மின்விளக்கை அணைத்தாள். வசுவின் வயிற்றில் வலது கையைப் போட்டுக்கொண்டு ராமன் படுத்திருந்தார். அந்த ஸ்பரிசத்தில் தன் மன உளைச்சல் தணிந்திருப்பதை ராமன் உணரத் தவறவில்லை. வசு சொன்னாள்: "இன்றைக்கு சிவராத்திரி. சரியாக இரவு பன்னிரண்டு மணிக்குச் சிவனும், பார்வதியும் ஒன்று கூடித் தீப்பிழம்பாக ஆகிவிடுவார்கள். இன்றைக்கு 1001 தடவை ஓம் நமச்சிவாய நம ஹோம் என்று எழுதினால் புண்ணியம்." "யாருக்கு?" என்று ராமன் கேட்டார். வசு கோபமாக ஒருமுறை முறைத்தாள்.

ராமனுக்கு உறக்கம் கொள்ளவில்லை. பிரபுவுக்கு உடல் நலம் இல்லாமல் இருந்தது அவரை வாட்டிக்கொண்டிருந்தது. வானொலிப் பெட்டி எதுவும் அக்கம்பக்கத்திலிருந்து இயங்காத நிலையிலும் ராமனின் செவிக்குள் 'எனக்கென இருப்பது ஒரு விளக்கு. அதனுடன் தானா உன் வழக்கு?' பாட்டு ஒலிக்க ஆரம்பித்தது. பாட்டு அவரது துயரத்தை அதிகப்படுத்தியது.

சிறிது நேரம் கழித்து ராமன் சுதாரித்துக்கொண்டார். 'நான் முன்போல் இல்லை. எனக்குள் ஏதோ விசித்திரம் நிகழ்ந்து கொண்டிருக்கிறது. நான் முற்றிலும் வித்தியாசமான தளத்தில் சஞ்சரித்துக்கொண்டிருக்கிறேன்' என்று மீண்டும் நினைத்தவாறே தூங்க ஆரம்பித்தார்.

4

வியாழன்

காலை ஐந்தரை மணிக்கு அலாரம் அடித்தது. எழுந்தவுடன் ராமனுக்கு முதலில் நினைவுக்கு வந்தது இதுதான். அன்றைக்குத் தொழுநோய்ப் பிச்சைக்காரர்கள் அவர் இருக்கும் பகுதியில் பிச்சையெடுக்கும் தினம். அவர்கள் எந்தெந்தக் கிழமைகளில் எந்தெந்தப் பகுதியில் பிச்சை எடுப்பார்கள் என்பது அவருக்கு ஓரளவு தெரிந்திருந்தது.

ராமன் மறுபடியும் தூங்கிவிட்டார். ஆறே கால் மணிக்கு வசு எழுப்பினாள். ராமனுக்கு இன்னும் தூங்க வேண்டும் போலிருந்தது. வசு டீ கொடுத்தாள். அவளும் ஒரு டம்ளர் டீ சாப்பிட்டாள். 'புருசனுடன் உட்கார்ந்து டீ சாப்பிடுவதில் ஒரு தனி இன்பம் இருக்கிறது' என்றாள். காலையில் அவளது புகழ்ச்சியும் உடல் நெருக்கமும் ராமனுக்கு இதமாக இருந்தது. பிரபு இப்பொழுது எழுந்துவிட்டிருந்தான். தெம்புடன் காணப்பட்டான். முதல் வார்த்தையாக 'டாடி நாணா' என்றான். டாடி

அவனுக்கு வேண்டாமாம். அம்மாதான் வேண்டுமாம். ஏனோ! எப்பொழுதும் பக்கத்தில் இருப்பவர்தானே வேண்டியிருக்கும் என்று ராமன் நினைத்துக்கொண்டார். 'டாடி ஆய், அம்மா பட்டு' (அப்பா மோசம், அம்மா நல்லவள்). பிரபு குணமடைந்து விட்டிருந்தது ராமனுக்கு ஒருவித உற்சாகத்தை அளித்தது. வசு பிரபுவுக்குப் பாலை நன்றாக ஆற்றிக் கொடுத்தாள். பிரபு அதை 'ஹாஷி' (ஹார்லிக்ஸ்) என்று நினைத்துக்கொண்டு குடித்தான்.

எட்டே கால் மணிக்கு ராமன் அலுவலகம் புறப்பட்டார். சிகரெட் கடைக்காரன் 'எம்பத்தொம்பது ரூபா ஆகிறது கணக்கு' என்றான். ராமனுக்கு முந்தைய தினமே சம்பளம் வந்திருந்தது கடைக்காரனுக்குத் தெரியாது. இரண்டு நாட்களில் தருவதாகச் சொல்லிவிட்டு ராமன் கடையை விட்டகன்றார். குழந்தைக்காக பிஸ்கெட் வாங்கியது போக மீதி சிகரெட்டுக்காகச் செலவழித்தவை. அப்படியானால் சிகரெட் செலவு கிட்டத்தட்ட அறுபத்து ஒன்பது ரூபாய். இவ்வளவு காசைக் கரியாக்க ஒரு குடும்பஸ்தனுக்கு எந்தவித உரிமையும் இல்லை என்று நினைத்துத் துக்கப் பட்டுக் கொண்டார். குற்ற உணர்வு அவரைச் சிரமப்படுத்திற்று தன்னால் புகைக்காமல் இருக்க முடியவில்லையே என்று வருத்தப்பட்டுக்கொண்டார்.

சென்ற இரு வாரங்களாகவே தமிழில் நிறையப் படித்த ஒருவர் பள்ளி அலுவகலத்துக்கு வந்துகொண்டிருந்தார். வியாழன், வெள்ளி மட்டும் வருவார். அவர் தாளாளர் உதவி செய்துகொண்டிருந்த ஒரு செயல் திட்டத்துக்கு ஒத்தாசை செய்துகொண்டிருந்தார். மதியம் சாப்பாட்டுக்குப் பிறகு அவர் ராமனின் இருக்கைக்கு வந்தார். தன்னை அறிமுகம் செய்து கொண்டார். அப்பொழுது ராமன் அவசரமாக ஒரு கடிதத்தைத் தட்டச்சு செய்துகொண்டிருந்தார். தமிழறிஞர் எடுத்த எடுப்பிலேயே புகை பிடிப்பது பற்றிய தனது கருத்தை வெளியிட்டார். முதலில் ராமனுக்கு ஒன்றும் புரியவில்லை. யதேச்சையாக ராமனின் பார்வை மேஜைமீது திரும்பிற்று. எப்பொழுதும் சட்டைப்பையில் இருக்கும் சிகரெட் பாக்கெட் கை மறதியாகத் தட்டச்சுப் பொறி பக்கத்தில் இருந்தது. ராமனுக்கு அப்பொழுது தான் தமிழறிஞரின் பேச்சு அர்த்தமாயிற்று. ராமன் புன்னகை யுடன் அறிஞரின் பேச்சைக் கேட்டுக்கொண்டிருந்தார்.

அறிஞர் தொடர்ந்தார்: மன உறுதி இல்லாதிருப்பதே புகை பிடிப்பதற்கு முக்கிய காரணம்; ராமனுக்கு என்ன பதில் சொல்வதென்று தெரியவில்லை. அவரது எண்ணங்கள் கடந்த காலத்தை நோக்கிச் சென்றன.

ஒரு காலத்தில் அவருடன் நன்றாகப் பழகிக்கொண்டிருந்த நண்பர் ஒருவர் ஒருநாள் சரியாக முகம் கொடுத்துப் பேச வில்லை. அந்தத் தேதிகூட ராமனுக்கு நன்றாக நினைவிருந்தது. தான் உதாசீனப்படுத்தப்பட்டது ராமனுக்குப் பொறுக்கவில்லை. தன் மேலேயே ஒரு வெறுப்பு ஏற்பட்டது. தகாதது எதையாவது செய்து தன்னைத் தொந்தரவு செய்துகொள்ள வேண்டும் என்று தோன்றிற்று. அன்றைக்கு சிகரெட் பிடிக்க ஆரம்பித்தவர்தான். ஆகையால் அவரது அபிப்பிராயத்துக்குத் தன்னிடம் உடனடி பதில் இல்லையென்றும், மிகவும் சிந்தித்துத்தான் பதில் சொல்ல வேண்டும் என்றும் ராமன் தமிழறிஞரிடம் சொன்னார். அறிஞர் ஒரு வழியாக ராமனின் இடத்தை விட்டகன்றார். ராமனுக்கு மிகவும் நிம்மதியாக இருந்தது.

ராமனுக்குத் தன் மாமா பையன் ஞாபகம் வந்தது. போன மாதம் வந்திருந்தான். அவன் டில்லியில் பொறியியலாளராகப் பணிபுரிந்து வந்தான். அவனது அலுவலகம் அவனைத் தொழில்நுட்ப மேற்படிப்புக்காக லண்டனுக்கு இரண்டு வருடம் அனுப்பப் போவதாக இருந்தது. இன்னும் ஒரு வாரத்தில் புறப்படுவதாக இருந்தான். ‘லண்டனிலிருந்து உங்களுக்கு என்ன கொண்டு வரட்டும்?’ என்று அவன் கேட்க, ராமன் ‘முடிந்தால் ஒரு பைப்பும் ஒரு நல்ல சிகரெட்ஹோல்டரும்’ என்றார். மாமா பையன் போன பிறகு ‘கேட்பதற்கு உங்களுக்கு வேறே எதுவும் கிடைக்கவில்லையா?’ என்று வசு ராமனைக் கடிந்து கொண் டாள். வெளிநாடு போவது பற்றித் தன்னுள் பட்டிக்காட்டான் மிட்டாய்க் கடையை முறைத்துப் பார்க்கும் மனோபாவம் இருக் கிறதா என்று ராமன் கேட்டுக்கொண்டார். அப்படி இல்லாதது அவர் மனதுக்கு ஆறுதலாக இருந்தது.

அன்றைக்கு ராமனுக்குக் கூடுதல் நேரப் பணிக்கான தொகை இருநூறு ரூபாய் கிடைத்தது. சில மாதாந்திர அவ மானங்களிலிருந்து தற்காத்துக்கொள்ள ராமனுக்கு அந்தப் பணம் பேருதவியாக இருக்கும்.

ஏழு மணிக்கு வேலையை முடித்துவிட்டு ராமன் பள்ளியை விட்டு வெளியே வந்தார். பங்க் கடைக் கணக்கை முதல் காரிய மாகத் தீர்த்தார். நடை விளக்கு, வீட்டு விளக்கு இதற்கான மின் கட்டணம், வீட்டு வாடகை எல்லாம் சேர்ந்து ரூ. 149 ஆகி யிருந்தது. வீட்டுக்காரரிடம் கொடுத்தார். இருபத்து எட்டு ரூபாய் அக்கம் பக்கத்துக் கடன். அதைத் தீர்த்தார். ‘விளக்கு வைத்த பிறகு கையை விட்டுக் காசு போகிறதே. நாளைக்குக் காலையில் கொடுத்திருக்கலாமே’ என்று வசு பயமுறுத்தினாள். ராமனுக்கு அவள்மீது ஓரளவு எரிச்சல் ஏற்பட்டது. மளிகைக்

கடைக்குச் சுளையாக இருநூற்றுப் பத்து ரூபாய் சென்றது. பால்காரனுக்கும் வேலைக்காரிக்கும் தருவதற்குப் பணம் இல்லை. கைச்செலவுக்கென்று முப்பத்து நான்கு ரூபாய்தான் மிஞ்சியது. அந்த மாதத்தை ஓட்ட ராமனுக்குக் குறைந்தபட்சம் நூற்று ஐம்பது ரூபாயாவது தேவையாக இருந்தது. வசு 'கிருஷ்ணாயிலுக்கு?' என்றாள் பரிதாபமாக. ராமனுக்கு வயிற்றைப் புரட்டியது. சந்துரு அம்மாவிடம் இரண்டு புட்டியும், அம்மம்மா விடம் ஒரு புட்டியும் வாங்கியாகிவிட்டது. அவர்களுக்கு வேறு மண்ணெண்ணெய் திருப்பித் தர வேண்டும். ராமனுக்குள் ஏற்கனவே இருந்த மன இறுக்கத்துடன் நிதிநிலைச் சிக்கலும் சேர்ந்துகொண்டு அவரை நிலைகுலைய வைத்தது.

வசுமீது ராமனுக்குப் பொறாமையாக இருந்தது. வசு போல் எல்லாம் ஆண்டவன் செயல் என்று நினைத்துக்கொண்டு சும்மா இருக்க முடியவில்லை. தானும் அதிமாகப் படிக்காமல் பாமர நம்பிக்கைகளை வளர்த்துக்கொண்டு சராசரிகளில் ஒருவனாக இருந்திருந்தால் எவ்வளவு நன்றாக இருந்திருக்கும்! வாழ்க்கையில் ராமனுக்கு அடிப்படைப் பாதுகாப்பு உணர்வு இல்லாமல் ஏதோ பீதி மனதுக்குள் இருந்து தொந்தரவு செய்து கொண்டே இருந்தது. போதாக்குறைக்குக் கொஞ்ச நாட்களாக இந்தக் கோரமான மனப் பிரச்சனைகள் வேறு. 'எனக்கு விடிவு காலமே கிடையாது' என்று அவர் மனம் அரற்றிற்று. சுரேஷ் அடிக்கடி சொல்வது அவர் நினைவுக்கு வந்தது; 'உங்களிடம் இருக்கும் ஒரே பிரச்சனை நீங்கள் godless ஆக இருப்பதுதான்.' ராமன் ரொம்பவும் குழம்பிப் போனார்.

எதைக் கடவுள் என்று எடுத்துக்கொள்வது? விபூதி, குங்குமம், மதப் புத்தகங்கள், சாமி சிலைகள் இவை அனைத்தும் அவருக்குப் படு எரிச்சலைத் தந்தன. அவரது எண்ணங்கள் பின்னோக்கி நகர்ந்தன. சிறு வயதில் பூஜை புனஸ்காரச் சூழல், தானே கந்தர் சஷ்டி கவசம் சொல்லி வீட்டில் இருந்த சிறு கோவிலில் பூஜை செய்தது, தாத்தாவுடன் ஆவணி அவிட்டம் அன்று பூணூல் புதுப்பித்துக்கொண்டது – எல்லாம் எட்டாம் வகுப்பு முடியும் வரை. பிறகு மனநிலையில் ஒரு திடீர் மாற்றம். கோவில் பக்கம் போகவில்லை.

சாமியும் அவரும் சம்பந்தப்பட்ட அனைத்து சமாச்சாரங் களும் ஒன்றன்பின் ஒன்றாக அவருக்கு நினைவுக்கு வர ஆரம்பித்தன. சோஃபியாவைக் காதலித்து, அவளுடன் இருந்த சமயம் பலமுறை கிறித்தவத் திருச்சபைக்குச் சென்றது, சிலுவை இட்டுக் கொண்டது, ஸ்தோத்திரம் சொன்னது, ஒரு சூழலுக்கு இயைபாக இருக்க வேண்டும் என்கிற ஒரே காரணத்துக்காக

அப்படி நடந்துகொண்டது – எல்லாமே ஞாபகத்துக்கு வந்தன. பரமண்டலத்தில் இருக்கும் பிதா மேல் எந்தப் பற்றுதலும் அவருக்கு ஏற்பட்டுவிடவில்லை. சோஃபியா பற்றி வசுவிடம் சொன்னது, அதை அவள் ஏற்றுக்கொண்டு ஒரு மகத்தான தியாக உணர்வுடன் தன்னை மணக்க முன்வந்ததும் நினைவுக்கு வந்தது.

கடந்த இரண்டு தினங்களாகவே ராமனுக்கு முதுகு வலி இல்லை. வசு துர்க்கையம்மனை வேண்டிக்கொண்டிருந்தாளாம். அப்படியானால் மருத்துவமனைகளை மூடிவிட வேண்டியதுதான் என்று ராமன் கேலியாக நினைத்துக்கொண்டார்.

பொதுவாக மாலையில் சிற்றுண்டி என்பது ராமன் வீட்டில் இல்லாத ஓர் அம்சம். ராமனைப் பொறுத்தவரை அது பணக்காரர்களின் ஆடம்பரம். வசு என்ன நினைத்தாளோ அன்றைக்குக் குடைமிளகாய் பஜ்ஜி சுட்டாள். ராமனுக்கு மிகவும் பிடித்த பலகாரம் அது. திருமணமாகி நான்கு ஆண்டுகள் கழித்து முதல் தடவையாக அவள் அதைச் செய்திருந்தாள். ராமனுக்கு அந்தத் தினத்தைக் கொண்டாட வேண்டும் போலிருந்தது. ராமன் பஜ்ஜி சாப்பிட்டுக்கொண்டே வசுவைப் பார்த்துக்கொண்டிருந்தார். தான் அவளைக் காதலிக்கிறோமா எனறு கேட்டுக்கொண்டார். சத்தியமாக இல்லை. ஆனால், வசு இல்லாமல் அவரால் இருக்க முடியாது. ராமன் அதிகமாகப் பேசுவதில்லை. ஓரிரு பேச்சுடன் கழிந்த நாட்கள் எத்தனையோ. இதயத்தின் உறவுகளுக்கு வார்த்தை தேவையில்லாததாக இருந்தது. வசு ராமனுக்குக் கிடைத்த நல்ல ஒரு வாழ்க்கை சிநேகிதி. அவளில் அவர் நிச்சயமாக முழுமை பெற்றதை அவரால் மறக்க முடியாது. தொடர்ந்து ஒரு மனிதனுக்கு ஒரு பெண் துணைவியாக இருப்பது எவ்வளவு பெரிய விசயம்? எவ்வளவு பெரிய சாதனை என்று ராமன் வியக்கலானார்.

பிரபு ‘மாம்’ என்றான். மாம் என்றால் தண்ணீர். பிரபுவுக்கென்றே ஒரு தனி சொல்லகராதி தயாரிக்க வேண்டியதுதான் என்று ராமன் நினைத்துக்கொண்டார். திடீரென்று ஒருநாள் மனிதர்களில் ஒரு பகுதியினர் கழுதையைக் குதிரை என்று கூப்பிட ஆரம்பித்தால், நாளடைவில் அது குதிரை என்றே வழங்கப்படும் என்பது உறுதி.

இரவுச் சாப்பாடு முடிந்தது. பாய் விரிப்பதற்குப் பிரபுவின் யானை பொம்மையை இடது காலால் நகர்த்தினார் ராமன். உடனே ‘வினாயகரைக் காலால் தீண்டிவிட்டோம். இந்தக் காலுக்கு ஏதோ கேடு வரப் போகிறது’ என்று உள்ளூர பயம் பிடித்துக்கொண்டது ராமனுக்கு. யானை வினாயகர், நாய்

பைரவர், பசு காமதேனு, குதிரை ஹயக்ரீவர், சேவல் முருகரின் கொடிப் பறவை, காகம் சனீஸ்வரரின் வாகனம், மயில் சுப்பிரமணிய சுவாமியினுடையது, பாம்பு சிவன் கழுத்து ஆபரணம், குரங்கு அனுமார், ஆஞ்சநேயர் பஜ்ரங்பலி, அணில் ராமரின் தோழன், கிளி மீனாட்சியம்மனின் தோளை அலங்கரிக்கும் புள்ளினம். வசுவைக் கேட்டால் இன்னும் எந்தெந்த ஜீவராசிகள் கடவுளின் தொடர்புடையவை என்று தெரியும் என்று நினைத்துக்கொண்டார். ஆனால், தன் மன நிலையை வைத்துக்கொண்டு பார்க்கும்போது கூடுதலாகத் தெரியத் தெரிய தனக்குப் பயங்கள்தான் அதிகரிக்கும் என்று நினைத்துக் கொண்டார். காக்கையை விரட்டும்போது சனீஸ் வரருக்கு அவமானம் விளைவிப்பதாக எண்ணம் உருவாகச் சாத்தியமுண்டு. தன் இப்பொழுதைய மனநிலையில் எந்தப் புது விசயத்தையும் தெரிந்து கொள்ளாமலேயே இருப்பது நல்லது என்று நினைத்துக்கொண்டார்.

'கொஞ்சம் இருங்கள். முதலில் தரையைச் சுத்தம் செய்து விடுகிறேன். பிறகு பாய் போட்டுக்கொள்ளலாம்' என்றாள் வசு. ஒரு நடு வயதுக் கரப்பு அங்குமிங்கும் தரையில் விளையாடிக் கொண்டிருந்தது. வசு அதன்மீது விளக்குமாறால் ஒரு போடு போட்டாள். அது துடிதுடித்துக்கொண்டிருந்தது. பாதி உயிர் தான் போயிருக்கும். அப்படியே குப்பையோடு குப்பையாக வசு அதையும் சேர்த்துப் பெருக்கிக்கொண்டிருந்தாள். 'அதை முழுதாகச் சாகடித்துவிடு. இப்படிச் சித்திரவதை செய்யாதே' என்று ராமன் கத்தினார் பதறியபடி. தன்னையும் யாராவது கொலை செய்துவிட்டால் இந்த மனக் கஷ்டங்களிலிருந்து நிரந் தர விடுதலை கிடைத்து விடுமே என்று நினைத்துக்கொண்டார்.

திரும்பவும் ராமனுக்கு சாமிகள் பற்றிய சிந்தனை தோன்ற ஆரம்பித்தது. கரப்பு, தேள், பூரான், பாம்பு முக்கியமாக இந்த மூட்டைப் பூச்சி எல்லாம் ஆண்டவனின் படைப்பே. ஆண்டவ னுக்குப் புத்தி பிசகிய நிலையில்தான் இவைகளெல்லாம் படைக்கப்பட்டிருக்க வேண்டும் என்று நினைத்துக்கொண்டார். புராணக் கதைகளில், கடவுள்களின் லீலைகள் சாத்தியமாக வேண்டும் என்பதற்காக பூலோகத்தில் மக்கள் அலலல் பட்டுக் கொண்டிருப்பார்கள். இப்படி ஏதேதோ சிந்தனைகள். இறுதியில் ஷேக்ஸ்பியரின் வரிகள்:

As flies to wanton boys
are we to the gods
They kill us for their sport

நினைவுக்கு வந்தன. 'கடவுள் நம்பிக்கை துளிகூட இல்லாத தனக்கு ஏன் இவ்வளவு கடவுள் பற்றிய சிந்தனை இன்று' என்று குழம்பினார் ராமன். அவருக்கு மேஜை மேல் ஏறி தலைமுடியைப் பிய்த்துக்கொண்டு குதித்துக் குதித்துப் பலமாகச் சிரிக்க வேண்டும் போலிருந்தது.

படுக்கையில் கிடந்த ராமன் முன் ஒரு தோற்றம்; ஒரு வெண் குதிரை; அதன் மேல் நிர்வாணமாகச் செக்கச் செவே லென்று ஓர் இளம்பெண். உச்ச வேகப் பாய்ச்சலில் சவாரி. தோற்றங்கள் இப்பொழுது ராமனுக்குப் பழக்கப்பட்டிருந்தன. ராமன் கொஞ்சம் அலசிப் பார்த்தார். குதிரை ஆண்மையின் குறியீடு. அப்படியானால் அந்தக் காட்சி பாலுறவைக் குறிக் கிறது. வசுவுடன் அன்றைக்கு நெருக்கமாக உணர்ந்ததால் இந்தத் தோற்றம் தெரிந்ததோ? 'இந்தத் தோற்றங்கள் எங்கிருந்து வருகின்றன? எனக்கு ஏன் வர வேண்டும்?' மனதில் கேள்விகள் எழுந்தன. ராமனுக்கு எல்லாமே புதிராக இருந்தது.

'நான் முன்போல் இல்லை. எனக்குள் ஏதோ விசித்திரம் நிகழ்ந்துகொண்டிருக்கிறது. நான் முற்றிலும் வித்தியாசமான தளத்தில் சஞ்சரித்துக்கொண்டிருக்கிறேன்' என்று மறுபடியும் நினைத்துக்கொண்டார்.

5

வெள்ளி

கருக்கலில் எழுந்து வெளியே வந்த ராமனின் கண்களுக்கு முதலில் தென்பட்டது ஓர் ஆட்டோ. அதன் எண் TMZ 13. ராமனுக்கு அது துரதிர்ஷ்டமான எண். காலையில் எழுந்ததும் அதைப் பார்த்தது அவரைக் கலவரத்துக்குள்ளாக்கிற்று. சோஃபியாவுடன் 13ஆம் இலக்கம் கொண்ட அறையில் தங்கி யிருந்தது, பிறகு தீராத மனக்கசப்பு ஏற்பட்டது, மனம் உடைந்து இவர் தற்கொலை முயற்சியில் ஈடுபட்டது, ஒரு மருத்துவ நண்பர் உயிர் பிழைக்க வைத்தது – எல்லாம் ஒரு கணம் தோன்றி மறைந்தன. மூன்று மாதங்களுக்கு முன்பு மளிகைக் கடையில் கடனில் சாமான்கள் வாங்க வசு ஏற்பாடு செய்திருந் தாள். கணக்கு எழுத ஒரு சிட்டைப் புத்தகம் கொடுத்திருந்தார் கள். அது 13 எண் கொண்டது. ராமன் அதைப் பார்த்ததும் 13ஆம் பக்கத்தில் B என்று எழுதினார். இப்பொழுதுகூட 13ஆம் தேதி வந்தால் அவரது மனநிலை சந்தோசமாக இருப்பதில்லை.

டீக்கடையில் அன்று காலை ப்ரூ காப்பி பாட்டில்களில் சிறு மின் விளக்குகளை உள்ளே இருத்தி வரிசையாகத் தொங்க விட்டிருந்தார்கள். ஒவ்வொரு இரண்டு பாட்டில்களுக்கும் இடையே ஒரு சின்ன வண்ண விளக்கு எரிந்துகொண்டிருந்தது. ராமனுக்கு இது ஒரு புது உற்சாகத்தைக் கொடுத்தது. கடையில் பக்கத்து இருக்கைகளில் இரண்டு பேர் பேசிக்கொண்டிருந்தார்கள். 'இன்னும் ஒருநாள் போய் வந்தால் போதும். பிறகு, ஒரு நாள் வேலைக்குப் போக வேண்டாம்.' ராமனுக்கு ஓய்வு பற்றிய சிந்தனைகள் தோன்றின. வாரத்தில் ஒரு நாளாவது தினமும் செய்யும் அலுவலகப் பணியிலிருந்து ஓய்வு தேவை. ஒரு முழு நாள் ஒருவனுக்குச் சொந்தமாகிவிட வேண்டும். அந்த ஒரு நாளில் மனதுக்கு மிகவும் உகந்த எத்தனையோ காரியங்களைச் செய்யலாம். ராமன் வீட்டுக்கு வந்தார். 'லாரன்ஸின் தெரிவு செய்யப்பட்ட கவிதைகள்' வாசிக்க ஆரம்பித்தார். ஒரு மணி நேரம் கழிந்தது. வாசிப்பில் ராமனுக்கு இன்னொரு டீ தேவைப் பட்டது.

சட்டையை மாட்டிக்கொண்டு வெளியே வந்தார். பாதி தூரம் வந்திருப்பார். பார்த்தார். சட்டைப் பையில் சில்லறை இல்லை. மீண்டும் வீட்டுக்கு வந்தார். இன்னொரு சட்டைப் பையிலிருந்து சில்லறை எடுத்துப் போட்டுக்கொண்டார். ஒருமுறை உட்கார வேண்டும். அல்லது ஒரு வாய் தண்ணீர் குடிக்க வேண்டும். வெளியே புறப்பட்டுப் போய்ப் பாதியில் திரும்பி வந்தால் இதில் ஏதோ ஒன்றைச் செய்ய வேண்டும். பிறகுதான் மறுபடியும் புறப்பட வேண்டும். 'இதென்ன இன்டர்வியூவுக்கா போகிறோம்?' என்று எரிச்சலுடன் தன்னைத் தானே கேட்டுக்கொண்டு உடனே வெளியே வந்து டீக்கடையை நோக்கி நடந்தார். கடையில் எல்லா நாற்காலிகளிலும் ஆட்கள் இருந்தார்கள். தனக்கு வாழ்க்கையிலும் ஓர் இடம் இல்லாமல் போய்விடுமோ என்று ராமன் கவலைப்பட்டுக் கொண்டார். டீக்கடையின் வெளி விளக்குகள் இப்பொழுது அணைந்திருந்தன. தன் வாழ்க்கையின் ஒளி அஸ்தமித்துவிட்டதாக ஓர் எண்ணம் ராமனின் மனதில் தோன்றி அவரைத் துன்பப்படுத்திற்று.

திரும்பி வரும் வழியில் மனதை அள்ளும் காட்சி. சாலையின் இரு மருங்கிலும் இருந்த பங்களாக்களில் தென்னை மரங்கள் சில உயரமாகவும், சில வளைந்தும் வளர்ந்திருந்தன. தினமும் அந்தப் பக்கம் போய் வருபவராக இருந்த போதிலும், ராமன் அவற்றை அன்றைக்குத்தான் பார்த்தார். 'நான் என்னை விட்டு வெளியேயே பார்ப்பதில்லையோ' என்று வியந்து கொண்டார். எத்தனை மனோரம்மியமான காட்சிகள் இப்படித்

தவறிப் போனதோ! செழிப்புடன் வளர்ந்திருந்த தென்னைகள் ராமனுக்குள் ஒரு புது சக்தியை உருவாக்கின. 'தென்னைகளே உங்களுக்கு என் மனம் திறந்த நன்றி. நீங்கள் எனக்கு எவ்வளவு பெரிய உதவி செய்திருக்கிறீர்கள் தெரியுமா?' என்று அந்த மரங்களுடன் ராமன் மானசீகமாகப் பேசினார். ஒரு பங்களா வில் மஞ்சள் பூக்கள் பூத்துக் குலுங்கிய ஒரு செடி இருந்தது. அவருள் ஏற்பட்ட உற்சாகம் அதிகரித்தது. மனிதன் இயற்கையிட மிருந்துதான் எவ்வளவு மன சக்தியைப் பெற முடிகிறது! இயற்கைதான் எவ்வளவு மகத்தானது!

நான்கு ஆண்டுகளுக்கு முன்பு ராமனுக்கு நரம்புத் தளர்ச்சி ஏற்பட்டது. மிகவும் ஆடிப்போய் விட்டிருந்தார். மருத்துவர் களின் சிகிச்சை முழுமையான பலனைத் தரவில்லை. அவ ருடைய நிலைக்கு நீண்ட கால விடுப்பு என்பது கற்பனை செய்துகூடப் பார்க்க இயலாத ஒன்று. தனியார் துறையில் வேலை செய்பவர்களின் சகஜமான சாபக்கேடு. மூன்று நாட்கள் தொடர்ந்து விடுப்பு எடுத்துக்கொண்டாலே உள்ளூர ஒரு பதைப்பு வந்து சேர்ந்துகொள்ளும். அடிக்கடி சுரேஷ் சொல்வது நினைவுக்கு வந்துகொண்டிருந்தது. 'ஒரு முழுமையான அர்ப் பணிப்புடன் செய்தால் எந்தப் பிரச்சனையையும் சமாளித்து விடலாம். பிரச்சனை தீரவில்லையென்றால் உங்களிடம் அர்ப்பணிப்பு மனோபாவம் இல்லை என்றுதான் அர்த்தம். கேளுங்கள் கொடுக்கப்படும். கேட்பது உண்மையாகவே முழு மனதுடன் கேட்கப்பட்டால் நிச்சயம் கொடுக்கப்படும். ராமன் கடைசியில் சுரேஷிடம் போய் நின்றார். தனக்கு விமோசனமே கிடையாதா என்ற பரிதாபகரமான நிலையில். சுரேஷ் சொன்ன உத்தி பலித்தது. தினமும் அதிகாலையில் கடற்கரைக்குப் போய் காலார நடந்தார்; மணற்பரப்பில் உட்கார்ந்து கடலைப் பார்த்து ரசித்தவாறே ஆரோக்கியமான காற்றை நன்றாக சுவாசித்தார். இரண்டு மாதங்கள் தொடர்ந்து இவ்வாறு செய்த பிறகே தன் பழைய சீரான இயக்கத்துக்குத் தன்னைக் கொண்டுவர முடிந் தது. இயற்கைதான் எவ்வளவு நல்ல மருந்து! பரீட்சார்த்தமாக உணர்ந்த உண்மை அது.

ராமன் இப்பொழுது தென்னை மரங்களை மறுமுறை உற்று நோக்கினார். நெடிதுயர்ந்து இருக்கும் தென்னைகளைப் போல் சிலர் தலை நிமிர்ந்து களங்கமில்லாமலும், வளைந்து தாழ்ந்து வளர்ந்திருந்த தென்னைகளைப் போல் சிலர் வளைந்து கொடுத்தும் வாழ்ந்துகொண்டிருக்கிறார்கள் என்று நினைத்துக் கொண்டார்.

மணி ஏழு. பிரபு எழுந்துவிட்டான். வசு ராமனுக்கு டீயும், பிரபுவுக்குப் பாலும் கொண்டு வந்தாள். பிரபு எப்பொழுதும் துருதுருவென்று ஏதாவது செய்துகொண்டிருப்பான். எந்த வேலையையும் செய்ய விடமாட்டான். அவன் தொந்தரவு தாங்காமல் வசு அவனை அரைநாண் கயிற்றில் ஒரு நீளமான கயிற்றை நுழைத்து ஜன்னலுடன் கட்டிப் போடுவாள். பிரபு ஒரே அமர்க்களம் பண்ணுவான், அழுவான், கத்துவான். தன் சுதந்திரம் பறி போவதை அவன் விரும்புவதில்லை. தானும்தான் என்று ராமன் நினைத்துக்கொண்டதுண்டு. பிரபுவை அழைத்துக்கொண்டு வெளியே சென்றால், கீழே இறக்கி விடச் சொல்லி அடம் பண்ணுவான். இறங்கியதும் வேகமாக ஓட ஆரம்பிப்பான். 'இவன் எங்கே போகிறான்?' என்று எத்தனையோ முறைகள் ராமன் வியந்திருக்கிறார். யாருக்குத்தான், தான் எங்கே போகிறோம் என்று தெரிந்திருக்கிறது வாழ்க்கையில்?

ராமன் பல் துலக்க ஆரம்பித்தார். கீழ்வரிசையிலிருந்து துலக்குவதா மேல்வரிசையில் இருந்தா என்று தன்னைக் கேட்டுக்கொண்டார். வாழ்க்கையில் கீழ் மட்டத்திலிருந்துதான் மேல் மட்டத்துக்கு உயர வேண்டும். ஆகையால் ராமன் கீழ் வரிசையிலிருந்து பல் துலக்க ஆரம்பித்தார்.

ராமன் இப்பொழுது குளித்துக்கொண்டிருந்தார். 'பிரேதக் குளியல்' என்ற சொற்றொடர் அவர் மனதில் தோன்றிற்று. வெள்ளிக் கிழமையும் அதுவுமாக அபசகுனம் பிடித்த எண்ணங் கள் வருகின்றனவே என்று தன்னை நொந்து கொண்டார். ராமனுக்கு அடிக்கடி இந்த மாதிரி எண்ணங்கள் வந்து அச் சுறுத்தியவண்ணம் இருந்தன. இந்தச் சக்தி வாய்ந்த எண்ணங் களின் முன் அவர் ஒரு நபும்சகனாகத்தான் இருக்க முடிந்தது. எப்படி இவையெல்லாம் நிகழ்கின்றன என்ற கேள்விக்குப் பதில் கிடைக்கவில்லை. அவருடைய அறிவார்த்தமான பகுதியில் நாள், கிழமை, சகுனம் போன்ற வார்த்தைகளுக்கு இடமில்லை. ஆனால், அந்தப் பகுதி சில நாட்களாகவே மந்தமாகத்தான் இயங்கிக்கொண்டிருந்தது. அடுத்த வீட்டிலிருந்து பூஜை மணி யோசை கேட்டது. 'இழவு பூஜை' என்ற சொற்றொடர் அவர் மனதில் உருப் பெற்றது. ராமனுக்கு எரிச்சல் பற்றிக்கொண்டு வந்தது. குளித்து முடிப்பதற்குள் சகலவித விசித்திரமான இம்சை களுக்கும் ஆளானார்.

உணர்வுகளின் அலைக்கழிப்பில் பசி என்பது கடைசி பட்சமாகி விட்டிருந்தது. ஏனோ தானோவென்று கொஞ்சம் சாப்பிட்டார். அன்றைக்குச் சிற்றுண்டிப் பாத்திரத்தில் புளிச் சாதம். வயிற்றில் புளியைக் கரைக்கும் சம்பவம் ஏதாவது

நிகழ்ந்துவிடுமோ என்று பயந்து நடுங்கியவறே ராமன் அலுவலகம் புறப்பட்டார்.

மதிய இடைவேளைக்குப் பின் நீளமான 'பில்' ஒன்றை சிரத்தையுடன் தட்டச்சு செய்துகொண்டிருந்தார். குறிப்பாக 'பில்' தயாரிப்பதில் அவர் கூடுதல் அக்கறை கொண்டிருந்தார். கணக்கில் தப்பு ஏற்பட்டுச் சரி பார்க்காமல் அனுப்பிவிட்டால், பள்ளி அலுவலகத்துக்குக் கெட்ட பெயர். தன்னால் அது நிகழ்வதை ராமன் விரும்பவில்லை. வேலையில் அன்றைக்கு ராமனுக்கு அதிக உற்சாகம். வேலை செய்வதில் மனநிறைவு ஏற்பட்டது. மனம் விசாலமானது. பாலாஜிக்கு டீ வாங்கிக் கொடுத்தார்.

மதியம் மூன்று மணி வாக்கில் ஒரு பெரிய மனிதர் ஜிப்பா, வேட்டி, மேல் துண்டு சகிதம் தன் பையனுக்குப் படிப்புக் கட்டணம் செலுத்த வந்தார். மிகவும் அதிகார தோரணையுடன் நடந்துகொண்டார். அவருக்கு நேரமில்லையாம். சரியாக அதே நேரத்தில் அவர் ஓர் அரசியல் பிரமுகருடன் இருக்க வேண்டியவராம்.

'போய் இருந்து கொள்ளுங்களேன் தாராளமாக, யார் வேண்டாம் என்றது? இங்கே ஏன் வந்து பதட்டப்படுத்த வேண்டும்? கைவேலையை விட்டு உடனேயேவா உங்களைக் கவனிக்க முடியும்? உங்கள் பையனுக்குப் படிப்பு சொல்லிக் கொடுக்க நீங்கள் தருவதைப் பெரிய உபகாரம் என்று நினைத்துக் கொள்கிறீர்கள் போலும்' என்று கேட்க நினைத்துக் கொண்டார் ராமன். வந்தவருடைய அனாவசிய மிடுக்கு ராமனுக்குக் கட்டோடு பிடிக்கவில்லை. ராமனுக்கு அதிமுக்கிய நபர்கள்மீது அதிதீவிர வெறுப்பு. அந்த ஆளைக் குண்டுக்கட்டாகத் தூக்கி ஜன்னல் வழியே வீசி எறியலாம் போன்ற ஒரு துவேஷம். ராமன்தான் வேலைக்காகாத எத்தனை பெரிய மனிதர்களைச் சந்தித்திருக்கவில்லை வாழ்க்கையில்.

ராமன் சிரமப்பட்டுப் பொறுமையை வரவழைத்துக் கொண்டார். 'சரியாக ஒரு பத்து நிமிடம் பொறுத்துக்கொள்ளுங்கள். இந்தப் பக்கத்தை முடித்துவிட்டு உங்களை அவசியம் கவனிக்கிறேன். இப்பொழுதைக்கு என்னை மன்னித்துக்கொள்ளுங்கள்' என்று சொல்லிவிட்டு ராமன் 'பில்'லைத் தொடர்ந்தார். பிரமுகர் நடுநடுவே இம்சை கொடுக்க ஆரம்பித்தார். 'உங்கள் ஸ்கூலில் வருபவர்களை உட்காரக்கூடச் சொல்ல மாட்டீர்களோ.' ராமன் இதை எதிர்பார்க்கவில்லை; முற்றாகப் பொறுமையை இழந்தார். 'நீங்கள் உட்காரக் கூடாது என்று இங்கு யாரும் சொல்லவில்லை. நீங்கள் இங்கு விருந்தோம்பலை எதிர்பார்த்து வந்தீர்களா?

இல்லை ஸ்கூல் ஃபீஸ் கட்ட வந்தீர்களா?' பேச்சு தடிக்க ஆரம் பித்தது. 'நான் யார் என்று தெரியாமல் நீ பேசுகிறாய். நான் நினைத்தால் உன்னை இந்த ஸ்கூலை விட்டே நீக்கி விட முடியும்'. புறக்கணிக்கப்பட்ட 'நான் உணர்வின்' அருவருப்பான கர்ஜனை. ராமன் அசரவில்லை.

'நீங்கள் அதற்குத்தான் இங்கு வந்தீர்களானால் சந்தோச மாகச் செய்துவிட்டுப் போங்கள்' என்று பதிலடி கொடுத்து விட்டுத் தட்டச்சு பொறிமீது கூடுதல் கவனம் செலுத்தலானார். பிரமுகரின் வெடிப்பு தொடர்ந்தது: 'ஒரு சாதாரண குமாஸ்தா விடம் எனக்கென்ன பேச்சு. நான் நேரே உள்ளே போய் கரஸ் பாண்டெண்டைப் பார்க்கிறேன்.' ராமன் ஒரு விநாடி யோசித் தார். பிறகு முடிவார்த்தமான குரலில் தீர்க்கமாகப் பேசினார்: 'இன்னும் ஐந்தே நிமிடம் பொறுத்திருக்க முடியுமென்றால் வந்த காரியத்தை முடித்துக்கொண்டு உடனே திரும்பலாம். இல்லை விசயத்தைப் பூதாகாரமாக்கி ஒரு முக்கால் மணி நேரத்தை விரயமாக்கும் அளவுக்குக் கையில் நேரம் கனத்தால் உள்ளே போய்க் கொள்ளுங்கள். முடிவை உங்கள் தீர்மானத்துக்கே விட்டு விடுகிறேன்' என்று சொல்லி விட்டுத் தன் வேலையைத் தொடர்ந்தார். பிரமுகருக்கு என்ன தோன்றியதோ தெரிய வில்லை. மிக மிக அநாகரிகமான சப்தத்துடன் டர்ரென்று நாற்காலியை இழுத்தார். உட்கார்ந்து கொண்டார். 'பில்'லின் அந்தப் பக்கம் முடிய ஐந்துக்கும் குறைவான நிமிடங்களே ஆகியிருக்கும்.

ராமன் இப்பொழுது பிரமுகரிடம் விவரம் கேட்டுப் பணத்தைப் பெற்றுக்கொண்டு ரசீது கொடுத்தார். 'உங்களைக் காக்க வைக்க வேண்டிய நிர்ப்பந்தம் ஏற்பட்டுவிட்டது. பொறுத் திடுங்கள்' என்றார். 'என் நேரம் எவ்வளவு முக்கியம் வாய்ந்தது என்று உனக்கு தெரியாது' என்று சொல்லிக்கொண்டே பிரமுகர் சாவகாசமாக அங்கிருந்து அகன்றார்.

'நான் மட்டும் என்ன இங்கு சிரைத்துக் கொண்டேயா இருக்கிறேன். உங்களுடைய நேரம் எவ்வளவு முக்கியத்துவம் வாய்ந்ததோ அதைவிட இரட்டிப்பு முக்கியத்துவம் வாய்ந்தது என்னுடைய நேரம். நேரம் எல்லாருக்கும்தான் முக்கியமானது. இதில் பெரிய மனிதர் சின்னவன் என்ற பாகுபாடு எங்கிருந்து வருகிறது?' என்று ராமன் கேட்க நினைத்துக்கொண்டார். தட்டச்சுப் பொறியில் 'பில்'லின் அடுத்த பக்கத்தைச் செருகினார். சரியாக ஐந்து நிமிடம் கழித்து பள்ளி வராண்டாவிலிருந்து அந்த பிரமுகரின் கார் கிளம்பும் உறுமல் கேட்டது. ரசீதைப் பெற்றுக் கிளம்புவதற்கே அவருக்கு அவ்வளவு நேரம் ஆகியிருக்

கிறது. அப்படியானால் தன்னிடம் அவர் நேரத்தைப் பற்றி அளந்ததெல்லாம்! Confound that all important snob என்ற வசவுடன் ராமன் 'பில்'லைத் தொடர்ந்தார். சே! பண்பாடே தெரியாதவனெல்லாம் பிரமுகனாம்! கஷ்டம்!

சரியாக நான்கு மணிக்கு முழு பில்லையும் முடித்துவிட்டார். 'மிகவும் பொறுப்புள்ள ஒரு காரியத்தை ஒரு தவறும் இல்லாமல் செய்து முடித்துவிட்டேன்; இப்பொழுது இன்னும் கால் மணி நேரத்துக்கு எந்த வேலையும் செய்யாமல் இதைக் கொண்டாடி மகிழப் போகிறேன்' என்று சொல்லிக்கொண்டார்.

பள்ளியின் வெளியே நடைபாதையில் நின்றுகொண்டு ஒரு சிகரெட்டைப் பற்ற வைத்துக்கொண்டார். முதல் இழுப்பு உட்சென்றதுதான் தாமதம். தமிழ் அன்பர் எதிரில் நின்றிருந்தார். 'என்ன நீங்கள் சிகரெட்டை விடமாட்டீர்கள் போலிருக்கிறதே! ஒரு நாளைக்குச் சிகரெட்டுக்கு எவ்வளவு செலவழிக்கிறீர்கள்? எவ்வளவு சம்பளம் வாங்குகிறீர்கள்?' ராமனுக்கு அவரது கேள்விகள் மிகவும் கொச்சையானவையாகத் தோன்றின. மீண்டும் தன் அந்தரங்கம் தொட்டு விடப்பட்டது போன்ற உணர்வு பற்றிக்கொண்டது. ஒரு வாரத்தில் மனைவியுடன் எத்தனை தடவை குலாவுகிறீர்கள் என்பது போன்ற கேள்வியாக அது அவருக்குப் பட்டது. 'எனக்கு இன்றைக்குப் பொதுவாக நேரம் சரியில்லை' என்று நினைத்துக்கொண்டார். மகா எரிச்சலாக இருந்தது. அவர்மீது கொஞ்ச நாட்கள் முன்பு வரை வைத்திருந்த மதிப்பில் அதளபாதாள சரிவு. 'நான் எக்கேடோ கெட்டு ஒழிகிறேன். எனக்கு நிச்சயம் வெகு சீக்கிரத்திலேயே நுரையீரல் நோய் ஏதாவது வந்து வைக்கும். சாவு விரைவிலேயே சம்பவிக்கும். ஆனாலும், என் சவ ஊர்வலத்தில் கலந்து கொள்ளும் சிரமம் உங்களுக்குச் சத்தியமாக ஏற்படாது அன்பரே' என்று மனதுக்குள் அவருக்குப் பதிலிறுத்தினார்.

ஆனால், வெளிப்படையாகப் பேசியபோது மிகவும் சாந்த தொனியை வரவழைத்துக்கொண்டு, தான் ஒரு நாளைக்குச் சிகரெட்டுக்கென்று எவ்வளவு செலவழிக்கிறோம் என்பதைப் பொறுமையாகச் சொன்னார். அன்பருக்குத் திருப்தி ஏற்படவில்லை. அத்துடன் விட மனமும் விழையவில்லை. 'அது உங்கள் சம்பளத்தில் எவ்வளவு விழுக்காடு?' என்று துருவினார். ராமன் தன் போறாத காலத்தை ஒரு நெடுமூச்சு மூலம் வெளிப்படுத்திய வாறே, 'வாருங்கள் அறைக்குப் போவோம்' என்று அவரை அழைத்தார்.

அலுவலக அறையை அடைந்ததும் கணிப்பானை இயக்கி '11.5 சதவீதம்' என்று கூறினார். அன்பர் சிறிது நேரம் புகைப்

பதன் தீமைகளைப் பற்றிப் பிரசங்கித்தார். பிறகு அந்த காந்தி, அந்த புத்தர், அந்த உன்னத சிகரெட் பிடிக்காத மகான் ராமனை விட்டு அகன்றார்.

ஆறரை மணிக்குத் தன் வேலையை ஒரு கட்டத்தில் விட்டு விட்டு அலுவலக அறையை விட்டு வெளியேறினார் ராமன். வழியில் க்ளமெண்ட் டேவிட் தேவதாசன். தான் வேலை பார்த்த பழைய அலுவலகத்தில் தன்னுடைய இடத்தில் வேலை செய்துகொண்டிருப்பவர். 'ஹாய் டேவிட்', 'ஹலோ ராம்' பரிமாறல். தோழமை முறையில் ஓர் அரை மணி நேரக் கழிப்பின் பின், 'உங்கள் அலுவலகத்தில் உள்ள எல்லாரையும் நான் கேட்டதாகச் சொல்லுங்கள். மீண்டும் சந்திப்போம்' என்று ஆத்மார்த்தமாகக் கூறிவிட்டு ராமன் விடை பெற்றுக் கொண்டார். 'வாழ்க்கையில் எனக்கு மனுசாள் ரொம்ப முக்கியம்' என்று சொல்லிக்கொண்டார்.

ராமன் வீட்டை வந்தடைந்தார். வசு தலையில் பூச்சூடியிருந்தாள். அதைப் பார்த்ததும் ராமனுக்குப் பூக்களின் பயன்பாடுகள் ஒவ்வொன்றாக நினைவுக்கு வர ஆரம்பித்தன. சந்தோசம், துக்கம் எல்லாச் சம்பவங்களுக்கும் பூக்கள்தாம். காதல், தாம்பத்தியம், திருமணம், சாமி – அனைத்து சமாச்சாரங்களுக்கும் பூக்கள். ஒரு காட்சி கண்முன் பிரத்யட்சமானது. அது நினைவுக்கு வருவதன் துல்லியமா அல்லது உருவெளித் தோற்றமா என்பது ராமனுக்கு விளங்கவில்லை. பரத்தை வீட்டுக்குப் போகும் தடியன் ஒருவன் வெள்ளை வேட்டியும், வெள்ளை சில்க் ஜிப்பாவும் அணிந்துகொண்டு இடது மணிக்கட்டின்மீது பூச்சரத்தைச் சுற்றிக்கொண்டு எதையோ பெரிதாகச் சாதிக்கப் போகும் தோரணையில் அமர்க்களப்பட்டுக்கொண்டிருந்தான். தமிழ்த் திரைப்படக் காட்சி. கடைசியாக ராமனுக்குப் பூக்கள் சம்பந்தமாக நினைவுக்கு வந்தது பாடைக் காட்சி. மனதில் மீண்டும் சுமை வந்து அமர்ந்துகொண்டது.

புத்தக அலமாரியின் நடுத் தட்டில் கருமாரியம்மன் படம் ஒன்று இருந்தது. பக்கத்தில் சரசுவதி, வினாயகர், லட்சுமி ஒன்றாக அமர்ந்திருந்த படம். அருகில் ஒரு குங்குமச்சிமிழ், இரண்டு குத்து விளக்குகள், ஒரு சிறு வெண்கலச் செம்பில் தீர்த்தம். ஒரு மூலையில் விளக்கெண்ணெய்ப் புட்டி. இதெல்லாம் வசுவின் ஏற்பாடு. ஊதுபத்தி தாங்கியில் மூன்று ஊதுபத்திகள் புகைந்து கொண்டிருந்தன. தன் மாமா, தாத்தா இறந்தபோது அவர்களது உடல்களருகிலும் ஊதுபத்திகள் எரிந்து கொண்டிருந்தது ஞாபகத்துக்கு வந்தது. ராமனின் மனதில் கூடுதல் பாரம் வந்து இறங்கிற்று. வீட்டுக்கு அருகில் இருந்த மாதா கோவிலிலிருந்து

மணியோசை கேட்டது. சாவு மணி என்ற சொற்றொடர் ராமனின் மனதில் உருப் பெற்றது. பதறிய நிலையில் இருந்த ராமனுக்கு வசு டீ கொண்டு வந்து கொடுத்தாள். வசுவின் பிரேதம் தன் அருகில் இருப்பதாக ஓர் எண்ணம் மனதில் வியாபித்தது. ராமன் வெலவெலத்துப் போனார். பீடி ஒன்றைப் பற்றவைத்துக் கொண்டபோது 'என் உடலை எரியூட்டிக் கொள்கிறேன்' என்ற வாக்கியம் மனதில் தோன்றிற்று. சிறிது நேரம் சாவு சம்பந்தப்பட்ட எண்ணங்கள் ராமனை இவ்வாறு இம்சித்தவண்ணமிருந்தன.

அன்றைக்கு வசு பிரபுவுக்கு ஒரு மலிவான பருத்திச் சட்டை போட்டிருந்தாளாம். அதில் ஓர் ஓட்டை இருந்ததாம். 'ஆய்' (அசிங்கம்) என்று சொல்லிக்கொண்டே அந்தச் சட்டை யைப் பிரபு மேலும் கிழித்துக் கழற்றிப் போட்டானாம். போன மாதமும் ஒருநாள் இப்படித்தான். ராமனின் தலையணை உறை லேசாகக் கிழிந்திருந்தது. 'ஆய்' என்ற சொல்லிக்கொண்டே பிரபு அதைப் பெரிதாகக் கிழித்துவிட்டான். ராமனின் தலை யணை இப்பொழுது உறையில்லாமல் இருந்தது. பிரபுவுக்குக் கிழிசல் என்றால் பிடிப்பதில்லை. பிரபு பெயருக்கு ஏற்றாற்போல் நடந்து கொள்கிறானோ என்று நினைத்துச் சிரித்துக்கொண்டார் ராமன்.

ராமன் எப்பொழுதாவது பிரபுவை டீக்கடைக்கு அழைத்துச் செல்வதுண்டு. வழியில் நடைபாதையில் ஒரு வயோ திகர் ஒரு கிழிந்த வேட்டியும், எப்பொழுதுமே ஒரு பச்சை நிறக் கம்பளி ஸ்வெட்டரையும் அணிந்துகொண்டு உட்கார்ந்திருப்பார். அவரைப் பார்த்ததும் பிரபு 'அம்மா தாயீ, டாடி' என்று கை நீட்டுவான். ராமன் ஒரு பத்து பைசாவைப் பிரபுவிடம் கொடுப் பார். பிரபு அதைத் தாத்தா கையில் போட்டுவிட்டு பலமாகச் சிரிப்பான். அவனுக்கு அதில் ஒரு பெரிய சந்தோசம். அந்தத் தாத்தா 'நூறு ஆயுசு, ஐயப்பன் காப்பாற்றுவார்' என்று ஆசி களை வழங்குவார். பிரபுவுக்கு எப்படி இந்தத் தர்ம சிந்தனை முதலில் ஏற்பட்டது என்பது ராமனுக்கு நினைவில்லை. ஆனால், ஒன்று மட்டும் அவருக்கு நிச்சயமாகப்பட்டது. பிரபு விடமிருந்து நிறைய விசயங்களைக் கற்றுக்கொள்ளலாம். அவரைப் பொறுத்தவரை பிரபு ஒரு விசித்திரமான குழந்தை. பிரபுக்காகவாவது தான் தன் பழைய சீரான நிலைக்குக் கூடிய விரைவில் திரும்பிவிட வேண்டும் என்று நினைத்துக்கொண்டார் ராமன்.

மாலை ஏழரை மணிக்கு சந்துரு வந்தான். அவன் 'ப்ளஸ் ஒன்' வாசித்துக்கொண்டிருந்தான். ராமன் அவனுக்கு மாலையில்

பாடம் சொல்லிக் கொடுத்துக்கொண்டிருந்தார். ஒரு வாரமாக வராத அவன் அன்று வந்திருந்தான். பாடம் எடுக்கும்போது ராமனுக்கு மகா கஷ்டமாக இருக்கும். சந்துரு நிறுத்த வேண்டிய இடங்களில் நிறுத்தாமல் அனாவசியமாகச் சில இடங்களில் நிறுத்தி வாசித்து ஆங்கிலத்தை இம்சை செய்துகொண்டிருந்தான். ஒரு மணிநேர வகுப்பு முடிந்து சந்துரு சென்றதும் ராமனின் எரிச்சல் சற்றுத் தணிந்தது. காசுக்காகத் தான் நிரம்ப தொல்லை களைத் தாங்க வேண்டி வருவது குறித்து வருந்தினார். பணமில் லாதது, பணத்தைச் சம்பாதிப்பதற்காகச் சிரமப்படுவது கஷ்டம். இரண்டு கஷ்டங்களில் எது சுலபமான கஷ்டம் என்று தெரிவு செய்வதில் ஈடுபட்டிருந்த ராமனை வசு சாப்பிட அழைத்தாள்.

சாப்பிட்டுவிட்டு ராமன் தூங்காமல் படுத்துக் கொண் டிருந்தார். பிரபு திடீரென்று ஓர் எவர்சில்வர் டம்ளரை 'காக்கா ஊஸ்' (காக்காவுக்குத் தூக்கிப்போடுதல்) செய்தான். டம்ளர் பட்டு ராமனின் இடது கண்ணின் கீழ்ப் பலமாக அடிபட்டு விட்டது. கையால் கண்ணைப் பொத்திக்கொண்டார். பிரபுவை ஒன்றும் திட்டவில்லை. பிரபு எது செய்தாலும் அவர் ஒன்றும் சொல்வதில்லை. 'பிரபுவைத் திட்டாதே' என்று வசுவிடம் அவசரத்துடன் சொன்னார். முகம் பார்க்கும் கண்ணாடியில் பார்த்தபோது அடிபட்ட இடம் சற்று வீங்கிக் கீறலுடன் இருந் தது தெரிந்தது. கொஞ்ச நாட்களாகவே ஒரு கண்ணாடி டம்ளர் தன் நெற்றியில் தெறித்துத் தலையில் ரத்தம் கசிவது போன்ற ஒரு சம்பவம் அவர் மனக்கண்முன் தோன்றிக்கொண்டிருந்தது. அது இப்பொழுது எவர்சில்வர் டம்ளர் மூலம் நிகழ்ந்துவிட்டதாக எண்ணிக்கொண்டார். ராமன் குப்புறப் படுத்திருந்தார். பிரபு அவர் முதுகில் ஏறி 'ஒன் டூ த்ரீ' என்று சொல்லிக்கொண்டே கீழே குதித்து விளையாடிக்கொண்டிருந்தான்.

படுத்திருந்த நிலையில் ராமன் அன்றைய நிகழ்ச்சிகளை அலசிப் பார்க்கலானார். தான் ஏதோ வேறொரு உலகில் வாழ்ந்துகொண்டிருந்ததை அவரால் உணராமல் இருக்க முடிய வில்லை. 'நான் முன்போல இல்லை. எனக்குள் ஏதோ விசித் திரம் நிகழ்ந்துகொண்டிருக்கிறது. நான் முற்றிலும் வித்தியாசமான தளத்தில் சஞ்சரித்துக்கொண்டிருக்கிறேன்' என்று மறுபடியும் நினைத்துக்கொண்டார். இப்படித் தினமும் அட்சரம் பிசகாமல் நினைத்துக்கொள்வதும் ஒரு விதப் பழக்கம்தானோ என்று அவர் வினவிக்கொண்டார். ஏனென்றால், தீர்வு காண அவர் எந்த விதத்திலும் இதுவரை முயற்சிக்கவில்லையே.

அன்றிரவு ராமன் ஒரு கனவு கண்டார். ஒரு பிரம்மாண்ட மான பாழடைந்த மாளிகை. திகிலூட்டும் சூழல். மாளிகையின்

ஒவ்வொரு மூலையாக ராமன் அலைகிறார். வெளியே வர வழி தென்படவில்லை. மாளிகையில் மங்கலான கருஞ்சிவப்பு வெளிச்சம் விரவிக் கிடக்கிறது. அந்த ஒளியே பீதியூட்டுவதாக இருக்கிறது. திடீரென்று ஒரு புலியின் உறுமல். பக்கலில் திரும்பிப் பார்த்தபோது கூண்டுக்குள் ஒரு புலி. அதையடுத்து இன்னொரு கூண்டில் ஒரு கருஞ்சிறுத்தை. பிறகு வாயைப் பிளந்த நிலையில் ஒரு கரடி. அடுத்து கர்ஜித்துக்கொண்டிருக்கும் ஒரு சிங்கம். ஓங்குதாங்கான பெண் ஒருத்தி அந்தப் புலிக்கு மாமிசத்தை ஒரு வாளியிலிருந்து எடுத்துப் போட்டுக் கொண் டிருக்கிறாள். புலி அவளை ஒன்றும் செய்யவில்லை. ராமனைப் பார்த்தே உறுமுகிறது. உறுமல் பிற மிருகங்களையும் தொற்றிக் கொள்கிறது. அனைத்தும் ராமனைப் பார்த்து உறும ஆரம்பிக் கின்றன. கூண்டுகள் பலமானதாக இல்லை போல் ராமனுக்குத் தோன்றுகிறது. மிருகங்கள் எந்த நேரத்திலும் அவர் மேல் பாயலாம். இவர் செய்வதறியாது பதறிய நிலையில் இருக்கிறார். உடம்பு வியர்வை வெள்ளமாக இருக்கிறது. எங்கிருந்தோ ஓர் இளம்பெண் தோன்றுகிறாள். அவளுடைய முகம் ஒரு தேவதையை ஒத்ததாக இருக்கிறது. கண்களில் அப்படி ஒரு காருண்யம். ராமனின் தோளைப் பற்றி லேசான அணைப்புடன் இழுத்துக் கொண்டு செல்கிறாள். இவர்கள் நகரும்போது உறுமல்களும், கர்ஜனைகளும் அதிகரிக்கின்றன. அவள் இவரை மாளிகை வாசல் அருகில் கொண்டு வந்து விட்டு விட்டு மறைந்துவிடு கிறாள். ராமனுக்கு மறுபடியும் மூச்சு வருகிறது.

ராமன் தூக்கம் கலைந்தார். கனவைப் பற்றி அலச ஆரம் பித்தார். தனது சொற்ப காலக் காதல் வாழ்க்கை; அதனால் தனக்கு ஏற்பட்ட பயங்கரங்கள் – இவைதான் கனவில் வந்ததாக ராமனுக்குத் தோன்றிற்று. அப்படியானால் அந்த தேவதைப் பெண்? அது சந்தேகமில்லாமல் வசுதான்.

ராமன் மறுபடியும் தூங்க முயற்சித்தார். இந்தச் சனியன் பிடித்த தோற்றங்களுக்குப் பதிலாகக் கனவு வந்தது ராமனுக்கு ஓரளவு ஆறுதலாக இருந்தது.

6

சனி

ராமன் பன்னிரண்டரை மணிக்கே எழுந்துவிட்டார். வழக் கம்போல கடுந்தேநீர் சாப்பிட்டுவிட்டு மீண்டும் படுத்துக் கொண்டார். முழுவதுமாக விழித்துக் கொள்ளாமலும் ஆழ்ந்து

தூங்காமலும் இருந்த அரைமயக்க நிலை. ஏதோ விஸ்கி சாப் பிட்டுவிட்டு ஒருவித போதையில் இருப்பதுபோல் உணர்ந்தார். நாலரைக்கு எழுந்து டீக்கடைக்குச் சென்றார். கடையினுள் நுழையும் முன் மேலே பெயர்ப் பலகையைப் பார்த்தார். நஸீமா டீ ஸ்டால். தினமும் வருபவனாக இருந்தும் இத்தனை நாட்கள் கடையின் பெயரைத் தெரிந்து வைத்துக்கொள்ளாமல் இருந்தது அவருக்கு ஆச்சரியமாக இருந்தது. வரும் வழியில் சாலையில் இருந்த ஒரு பெரிய ட்ரான்ஸ்ஃபார்மரில் 'புர்' என்ற சப்தம் வந்துகொண்டிருந்தது. இதுவரை அவர் அதை ஒருமுறையும் கவனித்ததில்லை. அதுவும் அவருக்கு வியப்பாக இருந்தது. 'நான் ஒரு குருடன்' என்று தன்னைக் கடிந்துகொண்டார்.

வழியில் ஒரு பங்களாவில் உயர்சாதி நாய் ஒன்று ஆக் ரோசத்துடன் குரைத்தது. 'நாய் வளர்ப்பது பணக்காரனுடைய குரூரத்தின் வெளிப்பாடு' என்று நண்பர் வின்செண்ட் சொன் னது நினைவுக்கு வந்தது. அந்தக் கூற்றை அவர் அலசவில்லை. மேலெழுந்த வாரியாக எடுத்துக்கொண்டார். ஏதோ நாய் குரைத்ததும் நாய் வளர்ப்பு பற்றிய ஒரு கூற்றுதான் நினைவுக்கு வந்தது. புறா வளர்ப்பு பற்றி அல்ல. அப்படியானால் மனம் ஓரளவு சீரான தொடர்புடன்தான் இயங்கிக்கொண்டிருக்கிறது. இன்னும் அது என்னுடன் விளையாட ஆரம்பிக்கவில்லை. ரொம்பவும் சந்தோசம் என்று கேலியாக நினைத்துக்கொண்டார்.

வீட்டுக்கு வந்து ஒரு புத்தகத்தை எடுத்துப் படிக்கலானார். ஆறரை மணி வாக்கில் அவருக்கு வீட்டில் டீ கிடைத்தது. பிரபு எழுந்துவிட்டான். ராமன் பிரபுவின் சிறிய டம்ளரில் டீ சாப் பிட்டுக்கொண்டிருந்தார். பிரபு டம்ளரை வெடுக்கென்று பிடுங்கிக் கொண்டான். கால்வாசி டீ சிந்திவிட்டது. சிறு வயதில் இருந்தே தனிநபர் சொத்தில் நம்பிக்கை ஏற்பட்டுவிடுகிறது என்று ராமன் வருத்தப்பட்டுக்கொண்டார்.

மின்விளக்கு எரிந்துகொண்டிருந்தது. இரவு விளக்கான சிம்னி விளக்கும் எரிந்துகொண்டிருந்தது. அதை ராமன் ஊதி அணைத்தார். 'என் குலவிளக்கு அணைந்துவிட்டது' என்ற எண்ணம் அவரூடாகக் கடந்து சென்றது. மனதில் பீதியைத் தக்க வைத்துவிட்டு, ராமன் பிரபுவை மார்புறத் தழுவிக் குழந்தையின் இருப்பை உறுதிப்படுத்திக்கொண்டு தன் பயத்தை நீக்கிக்கொள்ள முயன்றார்.

ராமனுக்கு வசு பற்றிய சிந்தனை ஆட்கொண்டது. அடுப் பங்கரைக்குள் சென்று கதவை லேசாக ஒருக்களித்து விட்டு அவளது கழுத்தில் ஒரு முத்தத்தைப் பதித்தார். அவளுடைய கழுத்துச் சங்கிலியை அடகு வைத்துத்தான் அந்த வீட்டுக்கு

முன்பணம் கொடுக்க முடிந்திருந்தது. அது நினைவுக்கு வரவே உதடுகள் கழுத்திலிருந்து அவசரமாக விலகிக் கொண்டன. வசு அவரை வினோதமாக ஏறிட்டாள். 'எனக்கு எது எந்தச் சமயத்தில் நினைவுக்கு வரும் என்று தெரியாது. நான் ஒவ்வொரு கணத்தையும் துக்கத்திலும் பீதியிலும் கழித்துக்கொண்டிருக்கிறேன்' என்று ராமன் உள்ளூரப் புழுங்கினார்.

ஜன்னலின் மேல் பகுதியில் உடைந்திருந்த கண்ணாடி வழியே ஒரு துண்டு வானம் தெரிந்தது. வானம் நன்றாக வெளுத்திருந்தது.

ராமன் பள்ளிக்குப் புறப்பட்டபோது குறுக்கே ஒரு விதவை பாதையைக் கடந்தாள். அபசகுனம்! தான் இறந்தால் வசுவும் விதவையே. கணவனின் இறப்புக்கு மனைவி எப்படிப் பொறுப்பாக முடியும்? அவள் எப்படி அபசகுனமாக முடியும்? எல்லாம் அபத்தம் என்று நினைத்துக்கொண்டே ராமன் நடந்துகொண்டிருந்தார்.

மாலை மணி ஆறே முக்கால். இன்னும் நிறைய வேலை இருந்தது. அன்றைக்கே முடிக்க வேண்டுமானால் குறைந்தது இரவு ஒன்பது மணியாவது ஆகிவிடும் ராமனுக்கு. அப்படியே இருந்து வேலையை முடித்து விட்டுவிடலாம், மனதிற்குப் பூரணத்துவம் கிடைக்கும் என்று தோன்றிற்று. அதற்குள் தாளாளர் 'என்ன கிளம்பவில்லையா? எல்லாம் திங்கட்கிழமை பார்த்துக்கொள்ளலாம்' என்றார் கரிசனத்துடன். ராமன் மேஜை இழுப்பைப் பூட்டிவிட்டுக் கிளம்பினார்.

பள்ளியின் வெளிவாசலைத் தாண்டியதுதான் தாமதம். ருக்மணியின் நினைவு வந்தது. நினைவில் தோழமையும் மென்மை உணர்வும் கலந்தன. அவளைப் பற்றி எப்பொழுது நினைத்தாலும் அந்த இதமான உணர்வு தன்னை ஆட்கொண்டது ஆச்சரியமாகவும் சந்தோசமாகவும் இருந்தது. ஆனால், திடீரென்று அவள் நினைவு ஏன் வர வேண்டும்? புறத்தூண்டுதல் ஏதுமில்லையே? அவருள் வியப்பு மேலிட்டது.

வீட்டை வந்தடைந்ததும் முகம் கை கால்களை அலம்பிக் கொண்டார். வாய் கொப்பளிக்கத் தண்ணீரைக் கையில் மொண்டுகொண்டிருந்தபோது வாளியின் அடியில் மண் இருந்தது தெரிந்தது. பிரபுவின் வேலையாகத்தான் இருக்க வேண்டும். பிழைப்பிலும் மண்தானோ என்று ராமன் பயந்தார். அவரது கைவிரல்களில் லேசான நடுக்கம் பரவியது.

பிரபுவின் தொந்தரவு தாங்காமல் வீட்டில் இரண்டு மடக்கு நாற்காலிகளையும் கயிற்றில் கட்டி சுவரில் இருந்த ஆணிகளில்

தொங்க விட்டிருந்தார்கள் (நாற்காலிகள் தரையில் இருந்தால் பிரபு அதன்மீது ஏறுவான்; குதிப்பான்; அவைகளைத் தரதர வென்று இழுப்பான்; நாற்காலிகளுடன் விளையாடுவது அவனுக்குப் பிடித்தமான விளையாட்டு). ராமன் அமரும் நாற்காலி சாய்ந்து தொங்கிக்கொண்டிருந்தது. தன் பிழைப்பும் சாய்ந்து விடுமோ என்ற பீதி ராமனைப் பற்றிக்கொண்டது. விரல்களில் ஏற்பட்டிருந்த நடுக்கம் அதிகரித்தது. ராமன், நாற்காலியைச் சமநிலையில் தொங்கச் செய்து, பிறகு ஆணியிலிருந்து அதை அகற்றித் தரையில் போட்டுக்கொண்டு உட்கார்ந்தார்.

ராமன் புகைத்துக்கொண்டிருந்த பீடியிலிருந்து ஒரு சிறு நெருப்புத் துண்டு இடது சுண்டுவிரலுக்கும் மோதிர விரலுக்கும் இடைப்பட்ட பகுதியில் ஒட்டிக்கொண்டது. ராமனுக்குக் கையை உதறத் தோன்றவில்லை. அதைச் சகித்துக்கொள்ள முடியுமா என்று அது அணையும் வரை பார்த்துக்கொண்டிருந்தார். விரலிடுக்கு அநியாயமாக எரிச்சல் கொடுத்தது. 'இதென்ன வினோதமான சுய சோதனைகளில் நான் இறங்கிவிட்டேன்!' என்று வியந்துகொண்டார். 'லாரன்ஸ் ஆஃப் அரேபியா' படத்தில் ஒரு மெலிதான ஜுவாலையை ஒருவர் இரண்டு விரல்கள் கொண்டு அணைப்பார். அருகில் இருப்பவர் ஆச்சரியப்படுவார். அணைத்தவர் 'ஒன்றுமில்லை நெருப்பு சுடுவதைப் பொருட்படுத்தக் கூடாது. விசயம் அவ்வளவுதான்' என்று சொல்வார். மனித வாழ்க்கையில் இது போன்ற சம்பவம் ஏற்கனவே நிகழ்ந்திருக்கிறது. தான் ஒன்றும் புதிதாகச் செய்து விடவில்லை என்று நினைத்துக்கொண்டார் ராமன். மற்றபடி தான் ஏன் அவ்வாறு செய்தோம் என்பதென்னவோ அவருக்கு விளங்கவில்லைதான். ராமனுக்குத் தலையை அரித்தது. தலையில் பேன் இருந்தால் தரித்திரம் – வசு சொன்னது. கூடுதல் தரித்திரத்தை எவ்வாறு சமாளிக்கப் போகிறோம் என்ற ஆழ்ந்த கவலைக்குள்ளானார் ராமன்.

வீட்டுக்கு வந்ததிலிருந்து ஒரே பீதிமயம். எல்லாமே அவரை அச்சுறுத்துவதாக உணர்ந்தார். பீதி அதிகரிக்க அதிகரிக்க அவருக்கு வயிற்றைப் புரட்டிக்கொண்டு வந்தது. வாயில் கசப்புணர்வு. சமையற்கட்டுக்கு அருகிலிருந்த வடிகாலில் கொஞ்சம் வாந்தியெடுத்தார். வசு பதறிவிட்டாள். 'உடம்புக்கு என்ன செய்கிறது? டாக்டர் வீட்டுக்கு வேண்டுமானால் போகலாமா?' என்று ஆதுரத்துடன் கேட்டாள். 'வேண்டாம், சூடாகக் கொஞ்சம் டீ சீக்கிரம் போட்டுக் கொடு. எல்லாம் சரியாகிவிடும்' என்று சொல்லி விட்டு மீண்டும் வந்து

நாற்காலியில் அமர்ந்துகொண்டார். பிரபு பக்கத்து வீட்டில் விளையாடிக்கொண்டிருந்தான்.

ஓர் ஒரு மணி நேரம் மனச் சிக்கலில் கழிந்தது. வீட்டுக்கார அம்மாளின் உறவினர் சிங்கப்பூரிலிருந்து நிறைய அழகான குழந்தைகள்–சட்டைகளைக் கொண்டு வந்திருந்தார். ‘பிரபுவுக்கு ஒன்று வாங்கலாமா, காசு அடுத்த மாதம் கொடுத்துக் கொள்ள லாம், கொண்டு வரச் சொல்லட்டுமா, பார்க்கிறீர்களா?’ என்று வசு ஆவலுடன் கேட்டாள். ராமன் நிர்தாட்சண்யமாக ஒரே வார்த்தையில் மறுத்துவிட்டார். வசுவின் முகம் துக்கத்தையும் ஏமாற்றத்தையும் பிரதிபலித்தது.

‘நீங்கள் ஒரு நாலு வருஷம் துபாய்க்குப் போய் நிறைய காசு சம்பாதித்துக்கொண்டு வாருங்களேன்’ என்றாள் வசு. ‘இங்கே உள்ளூரிலே ஒரு சுண்டெலியைக் கூட என்னால் உருப் படியாகப் பிடிக்க முடியவில்லை; பிடித்ததற்கப்புறம் வெளியூர் போய் ஒரு யானையைப் பிடித்துக்கொண்டு வருகிறேன். நீயும் உன் யோசனையும், பேசாமல் இரேன்’ என்று ராமன் எரிந்து விழுந்தார். வசுவின் முகம் சுருங்கிவிட்டது. தான் ஒரு கையா லாகாதவன் என்ற நினைப்பு ராமனை வாட்டிற்று.

பக்கத்து வீட்டுப் பெண் – எட்டாவது வாசித்துக்கொண் டிருந்தவள் – ஒரு சுயேச்சை பாணிப் பாட்டை லஜ்ஜையின்றிப் பலக்கப் பாடிக்கொண்டிருந்தாள். ‘வந்தே மாதரம்... வந்ததே மூத்திரம்...’ ராமனுக்குப் பற்றிக்கொண்டு வந்தது. ‘A B C D உங்கப்பன் தாடி; வந்தா வாடீ; வராட்டி போடீ’ என்ற சிறு வயதுப் பாட்டில் ஆரம்பித்து எங்கே கொண்டு வந்து விட்டிருக் கிறது! அந்தப் பெண்ணைத் தனிமையில் அழைத்து நல்ல வார்த்தை சொல்லித் திருத்த வேண்டும் என்று நினைத்துக் கொண்டார். அந்தக் கொச்சையான பாட்டு ஏற்படுத்திய அருவருப்பு தாங்கவொண்ணாததாக இருந்தது.

வந்ததிலிருந்து பீதி, துக்கம், இயலாமை உணர்வு, எரிச்சல், போதாக்குறைக்கு இந்த அருவருப்பு. ராமன் ஒருமுறை தலையைச் சிலிப்பிக்கொண்டார்; எதிர்மறை உணர்வுகளிலிருந்து விடுபடும் எண்ணத்துடன்.

பாயில் படுத்தபோது அடுத்த நாள் விடுமுறை என்பது ஞாபகத்துக்கு வந்தது. வேலையில்லாமல் திண்டாடிய நாட்களும் விடுமுறை நாட்கள்தாம். ஆனால், அவை துயரத் துடன் கழிந்தவை. வேலையில் இருக்கும்போது கிடைக்கும் விடுமுறை ஓரளவு பாதுகாப்பு உணர்வுடன் சந்தோசமாகக் கழிபவை. ராமனது குதூகலம் கரை புரள ஆரம்பித்தது.

என்னென்ன சொந்தக் காரியங்களைப் பண்ணலாம் என்று யோசிக்கலானார். போகப் போக அந்தக் குதூகலமே சிறிது சிரமம் தரும் விசயமாக அமைந்தது. இதைச் செய்யலாம், வேண்டாம்; அதைச் செய்யலாம் போன்ற தெரிவில் சிக்கல் ஏற்பட்டுத் தலை வலிக்க ஆரம்பித்தது. ஒருவிதக் கலவை உணர்வில் அரைகுறை உறக்கத்தில் ஆழ்ந்தார் ராமன்.

உறக்கத்திலும் ராமனுக்கு இம்சை விட்ட பாடில்லை. திடீரென்று மார்பில் ஒரு பூச்சி வேகமாக நகர்வதை உணர்ந்தார். சிம்னி விளக்கு வெளிச்சத்தில் ஒன்றும் தெரியவில்லை. மின்விளக்கைப் போட்டார். மார்பில் ஒன்றுமில்லை. அப்படி யானால் பூச்சி மார்பை விட்டுப் பறந்துவிட்டிருக்கும். ராமன் மீண்டும் படுத்துக்கொண்டார். பயங்கர எரிச்சல். மனுசனைச் சிறிது நேரம் கூட நிம்மதியாகத் தூங்கவிடாமல் என்னென்ன சனியனெல்லாமோ வந்து தொந்தரவு படுத்திக்கொண்டு... சபிக்கப்பட்ட ஜீவ இம்சை. ராமன் விளக்கை அணைத்து விட்டுப் படுத்துக்கொண்டார்.

ஓரிரு நிமிடங்கள் கழிந்திருக்கும். மீண்டும் அதே உணர்வு. திரும்பவும் மின்விளக்கைப் போட்டார். அப்பொழுதும் பூச்சி இல்லை. விளக்கை அணைத்துவிட்டு மகா எரிச்சலுடன் படுத்துக் கொண்டார். சற்றைக்கெல்லாம் மறுபடியும் அதே உணர்வு. மின்விளக்கைப் போட்டார். பூச்சியெல்லாம் ஒன்று மில்லை. ராமனுக்கு ஒரு சோதனை செய்து பார்க்க வேண்டும் என்று தோன்றிற்று. விளக்கை அணைக்காமலேயே படுத்தார். மீண்டும் ஏதோ ஊரும் உணர்வு. உடனே எழுந்து மார்பைப் பார்த்துக்கொண்டார். பூச்சி ஏதுமில்லை; உணர்வு மட்டும் இருந்தது. நொடிப் பொழுதில் உணர்வும் மறைந்துவிட்டது.

இதெல்லாம் மனத்தின் விளையாட்டு என்று உணர்ந்து கொண்டார். 'இல்லாததைக் கண்டும், கேட்டும், தொடு உணர்ச் சியால் உணர்ந்தும் விட்டேன். இன்னும் இரு புலன்கள்தான் பாக்கி. திடீரென்று பிணம் எரியும் வாடை மூக்கைத் துளைக்க லாம் அல்லது மல்லிகைப் பூ மணம். திடுதிப்பென்று வாயில் உப்புக் கரிக்கலாம் அல்லது காரச்சுவை ஏற்படலாம். எவன் கண்டது? மூக்கு, நாக்கு இந்த இரண்டுக்கும் பிரமை உணர்வுகள் ஏற்பட்டுவிட்டால் ஐம்புலன்களும் பாரபட்சமின்றி மன விசித்திரத்திற்குள்ளாகிவிடும். என்ன மகத்தான முழுமை உணர்வு! சனியன்! என்னை வைத்துக்கொண்டு என்னத்தைப் பண்ணப் போகிறேன்?' என்று சங்கடப்பட்டுக் கொண்டே விளக்கை அணைத்தார்.

திடீரென்று ஒரு கேள்வி எழுந்தது. ‘இந்தப் பிரமை உணர்ச்சிகள் சக்திகளா?’ கூடவே பதிலும் வந்தது; ‘இல்லை, இவை சக்திகள் இல்லை. சக்திகள் ஆக்கபூர்வமானவை. இவை சீரழிவுகள்தான். இழிவான சீரழிவுகள். நான் நாசப் பாதையில் வேகமாக முன் சென்றுகொண்டிருக்கிறேன். பாதையின் இறுதியைத் தொடுமுன் தடுப்பு முயற்சிகளை மேற்கொள்ளா விட்டால் ஒரு வெறும் உயிரியல் வாழ்க்கையை – ஒரு விலங்கின் வாழ்க்கையை – வாழ நிர்ப்பந்திக்கப்பட்டு விடுவேன். எதற்கும் உபயோகமில்லாத மித வாழ்க்கையிலிருந்து அந்நியனாக்கப்பட்ட, நிராகரிக்கப்பட்ட, புறக்கணிக்கப்பட்ட ஜீவிதத்துக்குத் தள்ளப் பட்டு விடுவேன். நான் விரைவில் ஒரு முடிவுக்கு வந்தாக வேண்டும்’ என்ற தீர்மானத்துடன் ராமன் படுக்கையில் கிடந்தார்.

இரவில் வழக்கமாக வந்து போகும் வாசகங்கள் அவரது மனதில் நிழலாடின; ‘நான் முன்போல் இல்லை. எனக்குள் ஏதோ விசித்திரம் நிகழ்ந்துகொண்டிருக்கிறது. நான் முற்றிலும் வித்தியாசமான தளத்தில் சஞ்சரித்துக்கொண்டிருக்கிறேன்.’

ஒரு மணி நேரம்கூடக் கழிந்திருக்காது. திடீரென்று யாரோ கதவைத் தட்டும் சப்தம் கேட்டது. அந்த அகால வேளையிலே யார் வரப் போகிறார்கள் என்ற கலவரத்துடன் ராமன் எழுந்து கதவைத் திறந்தார். வெளியே ஓர் உருவம். உடல் முழுக்க வெள்ளைப் போர்வை. முகத்துக்குப் பதில் ஸ்தூலமான இருள். அதை மரணம் என்று ராமன் புரிந்துகொண்டார். அதே போன்ற உருவம் ஓர் இளைஞனைத் துரத்தித் துரத்தி அடித்ததை ஓர் ஆங்கிலப் படத்தில் பார்த்திருந்தது நினைவுக்கு வந்தது. மனம் பதறிப் பின்வாங்கினார். பயத்தில் தலையணைக்கருகில் சுவரோடு சுவராகப் பசைபோல ஒட்டிக்கொண்டார். தொண்டை வறண் டது. பீதியின் சகல உடல்ரீதியான மாறுதல்களும் அவருள் ஏற்பட்டது. இப்பொழுது உருவம் அறையின் எதிர் முனையில் நின்றிருந்தது. ராமனின் கண்கள் உருவத்தை விட்டு விலக மறுத்தன. நீண்ட நேரம் கழிந்தது போலிருந்தது. உருவம் திடீ ரென்று மறைந்தது.

ராமன் குழம்பினார். தற்செயலாகத் தாழ்ப்பாளைப் பார்த்தார். அது பூட்டியே இருந்தது. அப்படியானால் நடந்த தெல்லாம் என்ன? தான் உண்மையிலேயே கதவைத் திறக்க வில்லையா? திறந்ததாகக் கற்பிதம் செய்துகொண்டோமோ? தான் பார்த்தது என்ன? இல்லை ஒன்றுமே நடக்கவில்லையா? இவ்வளவு குழப்பத்தை ராமன் அதுவரை சந்தித்ததில்லை. ‘இவ்வளவு சிக்கல்களில் உழல விடாமல், வந்த மரணம் என்னை எடுத்துச் சென்றிருக்கலாம். நான், என் பிரச்சனைகள், இவை

முற்றாக ஒழிந்திருக்கும்' என்று பரிதவித்தார். 'பள்ளிக் குழந்தை களுக்கான பாட்டில் கூட 'சாலமன் க்ரண்டி சனிக்கிழமை செத்தான்' என்று வருகிறது. நானும் இன்றைக்குச் செத்திருந்தால் மிகவும் பொருத்தமானதாக இருந்திருக்கும்' என்று ஏதேதோ இசகு பிசகான சிந்தனைகள் ராமன் மனதில் தறிகெட்டு ஓடின.

7

ஞாயிறு

குடிகாரன் பேச்சு விடிஞ்சாப் போச்சு என்ற ரீதியில் விடிய லில் ராமனுக்கு முந்தைய இரவு பயங்கரங்கள் தற்காலிகமாக மறைந்திருந்தன. மேலும் உறக்கம் என்பது மன உளைச்சலுக்குக் கைகண்ட மருந்து.

அதிகாலையில் வழக்கமான டீக்கடையில் இருந்தார் ராமன். தற்செயலாக அவரது பார்வை எதிர்வாடையில் இருந்த ஒரு பிரம்மாண்டமான விளம்பரப் பலகையின் பக்கம் திரும்பி யது. வர்ணங்கள் தயாரிக்கும் ஒரு நிறுவனத்தின் விளம்பரம் அது. 'நீங்கள் வர்ணங்களைப் பற்றி நினைக்கும்போது எங்களை நினைத்துக்கொள்ளுங்கள்' என்றது அந்தப் பலகை. 'சத்தியமாக இந்த ஜன்மத்தில் எனக்கு வர்ணங்கள் வாங்கும் தேவை ஏற் படாது. தப்பித் தவறி அப்படி ஏதாவது நடந்து விட்டால், உன் கம்பெனி வர்ணங்களையே வாங்குகிறேன். கவலைப்படாதே. எவ்வளவு செலவு செய்து இவ்வளவு பெரிய பலகையில் நீ விளம்பரப்படுத்தியிருக்கிறாய், பாவம்!' என்று மானசீகமாக அந்தப் பலகையுடன் பேசினார். பேசி முடிந்தவுடன் ஒரு ஜடப் பொருளுடன் தான் பேசிய மடத்தனத்தை எண்ணி மருகினார்.

கடையில் வெள்ளிக்கிழமை பார்த்த இருவரில் ஒருவன் தனக்குள் சற்று உரக்கப் பேசிக்கொண்டிருந்தான். 'சே! மனுச னுக்கு ஒருநாள்கூட ரெஸ்ட் இல்லை.' அவனுக்கு அன்றைக்கும் வேலை இருந்தது போலும், பாவம்! அவனைப் பார்த்து ராமன் பச்சாதாபப்பட்டார்.

வரும் வழியில் அழுக்குச் சட்டையுடனும் தாறுமாறாக விலகியிருந்த கைலியுடனும் ஓர் ஆள் சாலையில் ஓரம் என்றும், நடுப் பகுதி என்றும் சொல்ல முடியாத இடத்தில் தன் நிலை யிழந்து கிடந்தான். நன்றாகக் குடித்திருந்தான் போலும். மனிதன் தன் வசமிழக்கும் போதும் – அபரிமிதமாகக் குடித்திருக்கும் போதும், தான் என்ன செய்கிறோம் என்று உணர முடியாத அளவுக்குப் பைத்தியம் பிடித்திருக்கும் போதும் – பிறருக்குப்

பிரச்சனையாகி விடுகிறான் என்று நினைத்துக்கொண்டார். தான் ஒரேயடியாகத் தன் நிலை இழக்காதது அவருக்குச் சிறிதளவு ஆறுதலாக இருந்தது.

ராமன் வீட்டை வந்தடைந்தார். ஏராளமான மனச் சிக்கலுடன் வழக்கமான சுவாசப் பயிற்சி செய்தார். கைலியைக் களைந்துவிட்டு பாண்ட்ஸ் மாட்டிக்கொண்டு கடற்கரைக்குப் புறப்பட்டார்.

மணற்பரப்பில் காவலர்களைச் சுமந்துகொண்டு இரண்டு குதிரைகள் மெதுவான பாய்ச்சலில் ஓடிக்கொண்டிருந்தன. தன்னுடைய அகோர எண்ணவோட்டம் அவைகளின் பாய்ச்ச லின் வேகத்தை விட மிக மிக அதிகமானது என்று எண்ணிக் கொண்டே மணற்பரப்பை ஒட்டியிருந்த சாலையில் ராமன் நிமிர்ந்து மெதுவாக நடக்கத் தொடங்கினார்.

இரண்டு இளம் பெண்கள் சொகுசு சைக்கிள்களில் சென்று கொண்டிருந்தார்கள். ராமனைத் தாண்டிச் சிறிது தூரம் சென்று சைக்கிள்களை ஓர் ஓரத்தில் நிறுத்தினார்கள். பழுப்பு நிறப் புடவை கட்டியிருந்த பெண் மணலில் கடலை நோக்கி நடக்க ஆரம்பித்தாள். மற்றொருத்தி நீல நிற ஜீன்ஸ் அணிந்து ஒரு முழுக்கைச் சட்டையை உள்ளே செருகியிருந்தாள். அவள் வாகனத்தை விட்டு இறங்காமலேயே ஒரு காலை மிதிகட்டையிலும் மற்றொரு காலைத் தரையிலும் பதித்து ஒயிலாகச் சாய்ந்தவாறிருந் தாள். ஜீன்ஸுக்குக் கீழே அழகான சிவந்த கால்கள். ஜீன்ஸின் நிறமும் செக்கச் செவேலென்ற காலின் சருமத்தின் நிறமும் சேர்ந்து மிகவும் எடுப்பாக இருந்தது. அவள், நல்ல வடிவமைப்புக் கொண்ட முகத்துக்கு மிகவும் பொருத்தமான கண்ணாடி ஒன்றை அணிந்திருந்தாள். அவளது முகம் மிகவும் வசீகரமாகவும் புத்துணர்ச்சியுடனும் இருந்தது. ‘நீங்கள் மிகவும் அழகாக இருக் கிறீர்கள்’ என்று சொல்ல வேண்டும் போலிருந்தது ராமனுக்கு. ‘ஓ, மிக்க நன்றி’யோ அல்லது மாறாக ஒரு வசைச் சொல்லும், பிறகு ரகளை, ஓட்டப் பயிற்சி செய்யும் ஆண்களின் தர்ம அடிகள் முதலியவையோ கிடைக்க வாய்ப்புண்டு என்ற எண்ணம் அவரது உந்துதலைக் கட்டுப்படுத்தியது.

‘இந்தச் சட்டை உங்களுக்கு மிகவும் எடுப்பாக இருக்கிறது. You look simply dandy என்று ஒரு நண்பரிடம் சொல்வதற்கும், ஓர் இளம் பெண்ணைப் பார்த்து, ‘நீங்கள் மிகவும் அற்புதமாக இருக்கிறீர்கள்; என் பாராட்டுகள்’ என்று சொல்வதற்கும் எந்த வித்தியாசமும் இருப்பதாக ராமனுக்குத் தெரியவில்லை. ஆனாலும், தென்னகக் கலாச்சாரச் சிக்கல், இயல்பான விசயங் களைக் குழப்பி ஆபத்துக்கு இட்டுச் செல்லும். ரோமாபுரியில்

இருக்கும்போது ரோமானியர்களைப் போலவே நடந்து கொள் வது உசிதம் என்று மனம் அவருக்கு அறிவுறுத்திற்று.

சாலையை விட்டு மணற்பரப்பில் கடலை நோக்கி நடந் தார். கடலின் மிக அருகாமைக்கு வந்தார். யாரோ அங்கு மலம் கழித்திருந்தார்கள். ராமனுக்கு அருவருப்பாக இருந்தது. சற்றுப் பின்னோக்கிச் சென்று அமர்ந்துகொண்டார். கடற்பரப்பில் சில கட்டுமரங்களும் இரண்டு மின்விசைப் படகுகளும் தெரிந்தன.

தோராயமாக நான்கு ஆண்டுகளுக்கு முன்பு ஒரு வர்த்தக ஆய்வு நிறுவனத்துக்காக மீன் பிடிக்கும் வலைகளைப் பற்றிய ஆய்வு செய்வதற்காக ராமன் மீனவர்களைப் பேட்டி கண்டிருந் தார். அநேக மீனவர்கள், தங்கள் வலைகளை மின்விசைப் படகுக்காரர்கள் அறுத்து விட்டதாகவும், தங்களைச் சரிவர மீன்பிடிக்க விடாமல் கைகலப்பில் இறங்கியதாகவும் கூறியிருந்தது ராமனின் நினைவுக்கு வந்தது. பாரதத்தில் மனிதர்கள் ஏராளமாக இருக்க இந்த இயந்திர யுகம் தேவைதானா என்ற கேள்வி எழுந்தது. அதற்குத் தன்னிடம் சரியான விடை கிடைக்காததால் குழம்பிப் போனார்.

கதிரவனுக்குக் கீழே ஏழு ஒளிக் கற்றைகள் ஆரஞ்சு நிறத்தில் தெரிந்தன. ராமனுள் புத்துணர்ச்சி தோன்றிற்று. கிரணங்களுக்கு நடுவில் வெளிர் மஞ்சள் நிறத்தில் ஓர் அழகான தேவதை கீழிறங்கி வருவது போன்ற ஒரு காட்சி தெளிவாகத் தெரிந்தது. அந்தத் தேவதைப் பெண்ணின் முகம் வசுவுடையதாக இருந்தது. 'எனக்கு வாழ்வளித்த தேவதை' என்று வாய் முணு முணுக்க ராமன் மண்டியிட்டுத் தேவதைக்குத் தன் வணக்கத்தைத் தெரிவித்தார். தேவதை இப்பொழுது மறைந்தாள். வெறும் கிரணங்கள் எஞ்சியிருந்தன.

ராமன் இப்பொழுது தன்னுள் ஒரு கேள்வியை எழுப்பிக் கொண்டார்; 'மௌனமாக உட்கார்ந்து, மனதில் எந்த எண்ணமு மில்லாமல் அலைகளின் ஓசையை மட்டும் கேட்க முடியுமா, குறைந்தது ஐந்து நிமிடங்களாவது?' மிகுந்த முனைப்புடன் முயன்றார். அவரால் அது இயலாத காரியமாகவே ஆகிவிட்டது. மனம் ஏதேதோ இரைந்துகொண்டிருந்தது. அலைகளின் ஓசையை உற்றுக் கேட்டபோது அது சில மனித உணர்வுகளை உள்ளடக்கி இருந்ததாகத் தோன்றிற்று. ஆக்ரோசம், சாந்தம், குரூரம், மென்மை போன்ற உணர்வுகள் அலையோசையில் அவருக்குப் புலனாகியது.

ஆண்பெண் உறவு பற்றிய சிந்தனைகள் ராமனை ஆட் கொண்டன. இப்பொழுதுள்ள சமுதாயம் பாலுணர்வின் அடிப்

படையில் தோன்றும் பொறாமையை அடியொட்டித்தான் தோன்றியிருக்க வேண்டும் என்று அவருக்குத் தோன்றிற்று. ஒருவனுக்கு ஒருத்தி என்று ஏற்பட்டது இந்த அடிப்படையில்தான் போலும். இப்படி அமைந்திருப்பது பல விதங்களில் சௌகரியமே. உறவில் ஏற்படும் நடைமுறைச் சிக்கல்கள் அருமையாகத் தவிர்க்கப்பட்டிருக்கின்றன.

ராமனின் சிந்தனை பழங்குடி மக்களை நோக்கித் திரும்பிற்று. கலாச்சாரத்துக்குக் கலாச்சாரம்தான் உறவு முறைகள் எப்படியெல்லாம் வேறுபடுகின்றன! தோதர்களுள் நான்கைந்து சகோதரர்களும் சேர்ந்து ஒரு பெண்ணை மணம் புரிந்து கொள்வது, குழந்தைகளின் தகப்பன் சமூக ரீதியில் மூத்த சகோதரனாக இருப்பது; ஓர் அயல் தேசத்துப் பழங்குடி மக்களுள் புழங்கி வரும் கூட்டுத் திருமண முறையில் ஒரு முதல் பட்சக் கணவன் இருப்பது, எவ்வளவு அதிகமான எண்ணிக்கையில் தன் மனைவிக்கு இரண்டாம்பட்சக் கணவன்கள் இருக்கிறார்களோ அவ்வளவு சமூக அந்தஸ்து முதல்பட்சக் கணவனுக்குக் கிடைப்பது – அனைத்தும் நினைவோட்டத்தில் கலந்து கொண்டன.

அடுத்து, நம் கலாச்சாரத்தைச் சுற்றி எண்ணங்கள் வட்டமிடலாயின. நவநாகரிகப் பண்புகள் அனைத்தும் பெற்று ஆன்று அவிந்து அடங்கிய ஒரு நண்பர் இன்னொரு நண்பரைத் தம்பதி சமேதராய்ப் பார்க்கும்போது 'நீ கொடுத்து வைத்தவன். உன் மனைவி மிகவும் அழகாக இருக்கிறாள்' என்று புகழாரம் அணிவிக்கிறார். பங்கு பெறும் மூவருக்கும் ஒரு வக்கிரமான சந்தோசம். மனிதனுடைய இயற்கையான பலரை இச்சிக்கும் பாலுணர்வின் வெளிப்பாடு! என்ன நாகரிகம் இது! இதற்குப் பேசாமல் பச்சையாகவே பேசிக்கொள்ளலாம் என்று நினைக்கத் தோன்றிற்று ராமனுக்கு. இந்த எண்ணம் முற்றுப் பெறும் தறுவாயில் கண்முன் படமெடுத்த பாம்பு ஒன்று தோன்றி மறைந்தது. பாம்பு ஃப்ராய்டிய பாலுறுப்புக் குறியீடு. ஆண் பெண் உறவு பற்றிச் சிந்திக்கும்போது இந்த மாதிரித் தோற்றம் வந்தது மிகவும் பொருத்தமானதாக இருந்தது. ஆனாலும், தன் மனம் தடம் புரண்டிருப்பதை உணர ராமனுக்குப் பயமாக இருந்தது.

ராமனின் சிந்தனை இப்பொழுது சமூகத்தில் பால் அடிப்படையில் கிடைக்கும் சமூக ஸ்தானங்களைச் சற்று அலசிப் பார்த்தது. எல்லாமே ஆண்களின் சௌகரியத்துக்குத்தான் என்பது புலனாயிற்று.

சின்ன வீடு, கிளி மாதிரி பெண்டாட்டி இருந்தாலும் குரங்கு மாதிரி ஒரு கூத்தியாள் வேண்டும், பெண்கள் சகித்துக்

கொண்டே தீர வேண்டும் என்ற 'பொறுமையென்னும் நகை அணிந்து பெருமை கொள்ள வேண்டும் பெண்கள்' 'ஆம்பிளைன்னா கொஞ்சம் முன்னே பின்னேதான் இருப்பான், இதையெல்லாமா கண்டுக்குவேடீ கமலம்!'

'ஒரு பெண் திருமணத்திற்கு முன் தந்தையின் விருப்பப்படியும், திருமணத்தின் பின் கணவனின் விருப்பப்படியும், கணவன் இறந்து விட்டால் மகனுடைய விருப்பப்படியும் வாழ வேண்டியவள். ஒரு பெண் தன் விருப்பப்படி வாழவே கூடாது என்று சொல்லும் 'மனு பெருந்தகை', பொறியியல் கல்வி போன்றவற்றில் பெண்கள் சேர்ந்து படிப்பதை, ஆண்களைப் போலவே தாங்கள் இருக்க வேண்டும் என்ற விழைவின் உந்துதல் என்று ஆண்களுக்குப் பிரதான இடம் கொடுத்து 'Masculine protest' என்று விவரிக்கும் 'ஆல்ஃபிரட் அட்லர்' ரீதியான உளவியல் சித்தாந்தம், தன் மனைவி தன்னை விட்டுப் போகாதிருக்க அர்த்தநாரீஸ்வரராக மாறிய கடவுள், ஆணின் விலா எலும்பிலிருந்துதான் பெண் வடிவமைக்கப்பட்டதாகக் கூறும் விவிலியம் இத்யாதி, ராமனின் வாயில் கசப்பான சுவை ஏற்பட்டது. உமிழ்நீரைக் காறி உமிழ்ந்தார்.

மனித உடற்கூறும் ஆண்களுக்குத்தான் அதிக சௌகரியத்தைக் கொடுத்திருக்கிறது. வழியில் அவசரமாக ஒன்றுக்கு வந்தால் ஆண் சர்வ சாதாரணமாக சாலையோரக் குப்பை மேட்டில் சௌகரியமாகக் காரியத்தை முடித்துக்கொள்கிறான். ஒரு நகர்ப்புறப் பெண் கட்டணக் கழிப்பறையைத் தேடித்தான் செல்ல வேண்டும், எவ்வளவு அவசரமானாலும். ஆணுக்கு வியர்த்தால் சட்டையில் மேல் இரண்டு பொத்தான்களைக் கழற்றி விட்டுக் கொள்ளலாம். ஆனால், பெண்ணால்...?

முரண்பாடுகளை மையமாக வைத்து அமைக்கப்பட்ட நமது சமுதாயம் ஒரு புறம் சமத்துவம் பேசிக்கொண்டும், இன்னொரு பக்கம் பெண்களுக்கான தனிப் பேருந்து, பேருந்தில் பெண்களுக்கான தனி இருக்கைகள் முதலியன அமைத்துக் கொண்டும், 'லேடி டாக்டர்' பெயர்ப் பலகைகளை இன்னும் அனுமதித்துக்கொண்டும்... ராமனுக்குத் தலை சுற்றியது. நமது கலாச்சாரம் சீரான சிந்தனையைத் தூக்கி எறிந்துகொண்டிருக்கும் முரண்பாடுகளின் ஒரு பெரிய அழுக்கு மூட்டை என்றுதான் நினைக்கத் தோன்றிற்று.

ராமன் இப்பொழுது சிலை அருகே இருந்தார். 'நானும் ஒரு சாத்வீகவாதியே. உலகத்தின்மீது கொண்டிருக்கும் எரிச்சலையும் அருவருப்பையும் தாங்கிக்கொண்டு, எவ்வளவு பொறுமையுடன் இருக்கிறேன். எனக்கு ஒரு சிலை வைத்தால்தான்

தகும்; இல்லை, குறைந்தது எடைக்கு எடை ஏதாவது தர வேண்டும்' என்று நினைத்துக்கொண்டார். தான் அவ்வளவு எடை அதிகமாக இல்லாதவராக இருக்கிறோமே என்று மிகவும் குறைபட்டுக் கொண்டார்.

வெளிச் சாலைக்கு வந்து வீட்டை நோக்கி நடக்க ஆரம்பித்தார். ஒரு சுவரொட்டியில் யாரோ யாருக்கோ எதற்காகவோ நன்றி தெரிவித்துக்கொண்டிருந்தார். இவர்கள் இப்படித்தான் யாரையாவது வாழ்த்திக்கொண்டோ, ஒழித்துக் கொண்டோ, வணங்கிக்கொண்டோ, பாராட்டிக்கொண்டோ இருப்பார்கள். வேலையத்தவன்கள் என்று சலித்துக்கொண்டார்.

வழியில் ஒரு கடையில் டீ சாப்பிட்டுவிட்டு அருகில் இருந்த ஒரு பங்க் கடையில் ஒரு கட்டு பீடி வாங்கிக்கொண்டார். டீக்கடைகளும் பங்க் கடைகளும் ஒரேயடியாக இல்லாமல் போய் விட்டால்? இந்த எண்ணம் ராமனை ஸ்தம்பிக்க வைத்தது. அப்படி ஆகிவிட்டால் தன் வாழ்க்கையே அஸ்தமித்து விடும் என்று நினைத்துக்கொண்டார்.

வீட்டில் பிரபு பொம்மைகளை வைத்து விளையாடிக் கொண்டிருந்தான். ராமன் பொம்மைகளைப் பார்த்தபடி இருந்தார். தலைகள் வேறாகவும் முண்டங்கள் வேறாகவும் எத்தனை பொம்மைகள்! அந்தக் கரடிப் பாப்பா பொம்மை மட்டும்தான் உருப்படியாக இருந்தது. அதுவும் கெட்டியான ரப்பரால் செய்யப்பட்டிருந்ததால். இளம் பிராயத்திலேயே வன்முறை தலை தூக்குகிறதோ! மனிதனின் உண்மையான மன இயல்பும் அதுவே போலும்! வாழ்நாளில் சில கட்டங்களிலாவது யாராவது யாரையாவது திட்டிக்கொண்டோ, அதட்டிக் கொண்டோ, யார் மீதோ எரிச்சல் பட்டுக்கொண்டோ, யார் மீதோ தன் கொள்கைகளைச் சுமத்திக்கொண்டோ, யாரையோ சுரண்டிக்கொண்டோ, ஏமாற்றிக்கொண்டோதான் இருக்கிறார் கள். வன்செயலில்தான் எத்தனை சொரூபங்கள்!

வசுவுக்கு ராமன் உபதேசம் செய்தார். சுடு தண்ணீரில் தினமும் குளித்தால் நரம்புத் தளர்ச்சி வந்துவிடும் என்று. என்னமோ அவர் குடிக்கும் டீக்களாலும், பிடிக்கும் சிரெட்டு களாலும் எந்தவிதக் கேடும் வராமல் இருக்கப் போவது போல. அறிவுரை வழங்கும் ஆவல் யாரை விட்டது? நமக்கு அறிவு இருப்பதாக மற்றவர்களுக்கு அப்பொழுதுதானே தெரியும்?

பத்து மணியளவில் ராமன் சுரேஷ் வீட்டுக்குச் சென்று அவருடைய சைக்கிளை இரவல் வாங்கி வந்தார். வீட்டருகே உள்ள நடைபாதையில் பிரபு ஓடி விளையாடிக்கொண்டிருந்தான்.

ராமனைப் பார்த்ததும் ‘டாடி’ என்று கூவிக்கொண்டே இரண்டு கைகளையும் தூக்கி எம்பிக் குதித்தான். ராமனுக்கு மிகவும் சந்தோசமாக இருந்தது. பிரபுவைக் குழந்தைகளுக்கான சிறிய முன் இருக்கையில் உட்கார்த்தி வைத்துக்கொண்டு ஒரு சுற்று சென்று வீட்டு வாசலில் அவனை இறக்கி விட்டார். வீட்டினுள் சென்று ஒரு காலிப் பையை எடுத்துக்கொண்டு நண்பர்களைப் பார்க்கப் புறப்பட்டார் ராமன்.

வழியில் ஒரு கடையில் மூன்று பிஸ்கெட் பொட்டலங்களை வாங்கிப் பையில் போட்டுக்கொண்டார். ஓர் இடத்தில் சைக்கிளுக்குக் காற்றடித்துக் கொண்டார். சைக்கிள் நடுவழியில் பழுதடைந்து விடுமோ என்று நினைத்துக் கலக்கமுற்றார். இவ்வளவுக்கும் அது புதிய சைக்கிள். அசோக் நகரிலுள்ள ஒரு நண்பரையும், கே.கே. நகரிலுள்ள ஒரு நண்பரையும், வடக்கு தி. நகரிலுள்ள ஒரு நண்பரையும் பார்த்துப் பேசிவிட்டு அவர்கள் குழந்தைகளுக்குப் பிஸ்கெட் கொடுத்துவிட்டுத் திரும்பினார். அசோக் நகரிலிருந்த நண்பர் பிரபுவுக்கு ஒரு ஹெலிகாப்டர் பொம்மையைப் பரிசளித்தார். ராமனுக்கு மிகவும் மகிழ்ச்சியாக இருந்தது. தி. நகரிலிருந்த நண்பர் தான் வேலை செய்யும் மருத்துவமனையில் சமீபத்தில் நடந்த கருத்தரங்கில் மூன்று மருத்துவர்கள் வாசித்த ஆய்வுக் கட்டுரைகளைக் கொடுத்தார். சைக்கிளை ஒவ்வொரு நண்பர் வீட்டு வாசலிலும் வைத்துப் பூட்டும்போதும் அது திருடு போய்விடுமோ என்ற அச்சம் அவரை ஆட்டிப் படைத்தது.

வீட்டை வந்தடைந்ததும் வசு டீ தயாரித்துக்கொண்டு வந்தாள். டீ சாப்பிட்டுக்கொண்டிருந்த ராமனின் மனம் பூராவிலும் வசு வியாபித்தாள். ‘வசு, என்னைப் பொறுத்தவரை நீ ஒரு தேவதை தெரியுமோ?’ என்றார். ‘கல்யாணம் ஆகி வள்ளிசாக நாலு வருஷம் கழிந்தாகிவிட்டது. இப்பொழுது போய் என்ன காதல் உளறல் வேண்டிக் கிடக்கிறது?’ என்று நாணத்துடன் வசு அப்பால் நகர்ந்தாள்.

தான் காலையில் கண்ட காட்சியை அவளிடம் சொல்ல வேண்டும் என்று ராமனின் மனம் துடித்தது. சிரமப்பட்டு அடக்கிக்கொண்டார். திரும்பவும் அவருக்கு ருக்மணியின் நினைவு வந்தது. தான் மனைவியிடம் சொல்ல முடியாத தன் மனச்சிக்கல்களை அவளிடம் கொட்டலாம் போலத் தோன்றிற்று. ருக்மணியின் மடிமீது தலை வைத்து ஒரு பாட்டம் அழுது தீர்த்தால் மனபாரம் குறையும் போலிருந்தது. அவளிடம் ஒரு தாய்மை உணர்வை அவர் எப்பொழுதும் உணர்ந்ததுண்டு. ருக்மணி, வாழ்வில் எந்த நிலையில் இருந்தாலும் தன்னை

மீண்டும் மென்மை உணர்வுகளுடன் வரவேற்பாள் என்றே அவருக்குத் தோன்றிற்று. அவளுக்குத் திருமணமாகியிருந்தாலும் அவர்களுள் இருந்த தோழமை நிரந்தரமானது என்றே அவருக்குப் பட்டது. பார்த்து வருடக் கணக்கில் ஆகிறது. அவளை என்றைக்காவது ஒருநாள் சீக்கிரமே போய்ப் பார்க்க வேண்டும் என்று நினைத்துக்கொண்டார்.

ராமன் கருத்தரங்கக் கட்டுரைகளை வாசிக்க ஆரம்பித்தார். அவைகளில் இருந்த பிழைகளை எல்லாம் – இலக்கணப் பிழை, வாக்கிய அமைப்புப் பிழை, தவறான சொற்பிரயோகம், எழுத்துப் பிழை – திருத்தினார். கிட்டத்தட்ட இரண்டு மணி நேரம் இந்த நக்கலில் கழிந்தது. 'இவனுகளெல்லாம் என்ன செமினார் நடத்துகிறான்கள்!' என்று அங்கலாய்த்துக்கொண்டார். அந்தக் கட்டுரைகளை எடுத்துக்கொண்டு சைக்கிளில் சுரேஷ் வீட்டுக்குச் சென்றார். சுரேஷிடம் சைக்கிளை ஒப்படைத்தார். கட்டுரைகளை சுரேஷிடம் கொடுத்து, 'என்றைக்காவது உங்களுக்குப் பலமாகச் சிரிக்க வேண்டும் என்று தோன்றினால் இந்த செமினார் பேப்பர்ஸை படியுங்கள். அவ்வளவு லட்சணமாக எழுதியிருக்கிறார்கள்' என்று சொன்னார். சிறிது நேரம் சுரேஷிடம் பேசிவிட்டு ராமன் வீடு திரும்பினார்.

வீடு வந்து சேர்ந்த பொழுது மணி மூன்று இருக்கும். பசி பயங்கரமாக இருந்தது. வயிறு முட்டச் சாப்பிட்டார். வழக் கத்துக்கு மாறாகத் தூங்கிவிட்டார். கண் விழித்தபோது மணி மாலை ஏழரை இருக்கும். வீட்டுக்காரர் வீட்டில் தொலைக்காட்சி ஒரு பாட்டை இரைந்துகொண்டிருந்தது. 'ஏண்டாப்பா இப்பொழுது போய் எழுந்துகொண்டோம்' என்று தன்னைக் கடிந்துகொண்டு எரிச்சலுடன் மீண்டும் படுத்துக் கொண்டார். ஒன்பதரை மணிக்கு வசு அவரை எழுப்பிச் சாப்பாடு போட் டாள். பிரபு 'டாடி, டிஷூம் டிஷூம்' என்று சொல்லிக்கொண்டே ராமனின் முதுகு, தலை, வயிறு எது என்றும் பார்க்காமல் குத்துவிட ஆரம்பித்தான். தொலைக்காட்சியில் சண்டைக் காட்சி வந்திருந்தது போலும்.

'நான் முன்போல் இல்லை. எனக்குள் ஏதோ விசித்திரம் நிகழ்ந்துகொண்டிருக்கிறது. நான் முற்றிலும் வித்தியாசமான தளத்தில் சஞ்சரித்துக்கொண்டிருக்கிறேன்' என்ற இரவுத் தாரக மந்திரம் அவர் ஞாபகத்துக்கு அன்று வரவில்லை. ஏனென்றால், பகலில் உறங்கியதில் ராமனின் மனம் கலவரங்கள் அதிக மில்லாமல் ஓரளவு அமைதியாகவே இருந்தது. பிரபு நன்றாகத் தூங்கிக்கொண்டிருந்தான். ராமன் மீண்டும் நித்திரையில் ஆழ்ந்தார்.

8

திங்கள்

காலையில் எழுந்ததும், தனக்கு ஒரு வாரமாக நிகழ்ந்து கொண்டிருக்கும் மன வினோதங்களைப் பற்றி நன்கு யோசித்துப் பார்த்தார் ராமன். இவற்றை இப்படியே விட்டு விட்டால் நிரந்தர விபரீதத்தில் கொண்டுபோய் முடியும்; ஒரு வாரமாகத் தன்னைத் தானே கண்காணித்துக் கொண்டாகிவிட்டது. நிறைய எண்ணங்கள் சுவாதீனமாக இல்லை. இன்று எப்படியும் உளவியல் மருத்துவர் ஒருவரைச் சென்று பார்க்க வேண்டும் என்று நினைத்துக்கொண்டார்.

மாலை ஏழு மணியளவில் ராமன் அலுவலகத்திலிருந்து வீடு திரும்பினார். மங்களகரமான மஞ்சள் சட்டையையும் அமைதியே உருவான வெள்ளை பாண்ட்ஸையும் அணிந்து கொண்டார். நிறங்களுக்கு அர்த்தம் கற்பிப்பது அவருக்கு அபத்தமாகத்தான் தோன்றிற்று. இருப்பினும் அவரது துணி களின் தெரிவில் அந்த எண்ணங்கள் வராமல் இல்லை. ஒரு காலத்தில் அவருக்கு உயிர் கொடுத்த மருத்துவ நண்பர் இப் பொழுது மனநல மருத்துவராகப் பணியாற்றிக் கொண்டிருந்தார். அவரது மருத்துவமனை பட்டினப்பாக்கத்தில் இருந்தது. தன் சிக்கல்களுக்கு விடிவு ஏற்படப் போகிறது என்ற ஒரு விச்ராந்தி யான உணர்வில் சிகரெட் ஒன்றைப் பற்ற வைத்துக் கொண்டு பேருந்து நிறுத்தத்தை நோக்கி நடந்து கொண்டிருந்தார்.

அவர் தன்னுள் ஆழ்ந்த நிலையில் சரியாகக் கவனிக்க வில்லையோ அல்லது வாகன ஓட்டியின் கவனக் குறைவோ, இடித்துக்கொண்டு விழுந்தது மட்டும்தான் அவருக்குத் தெரியும்.

* * *

வியாழன்

நான்கு நாட்கள் கழித்து ராமன் விழித்துப் பார்த்தபோது தான் பொது மருத்துவமனையில் படுக்கையில் இருப்பதை உணர்ந்தார். பக்கத்தில் வசு கவலை தோய்ந்த முகத்துடன் ஒரு ஸ்டூலிலும், பிரபு தரையிலும் அமர்ந்திருந்தார்கள். ராமனுக்கு விபத்து பற்றிய நினைவு லேசாக மனதில் நிழலாடிற்று. என்ன நடந்தது என்று புரிந்துகொண்டார். தலையில் ஒரு பெரிய கட்டு இருந்ததை உணர்ந்தார்.

அன்று மாலை பள்ளித் தாளாளர் வந்தார். போலீஸ் கேஸ் ஆகியிருப்பதைச் சொன்னார். வழக்கை ரத்து செய்யுமாறும்,

வாகன ஓட்டிமீது எந்தவித நடவடிக்கையையும் மேற்கொள்ள வேண்டாம் என்று காவல் துறையினருக்குச் சொல்லுமாறு ஏற்பாடு செய்யும்படியும் ராமன் தாளாளரிடம் கேட்டுக் கொண்டார். 'நான் மிகவும் கவனக் குறைவுடன் சாலையின் குறுக்கே நடந்து வந்ததால்தான் விபத்து நடந்திருக்கிறது. வாகன ஓட்டிமீது எந்தக் குற்றமும் இல்லை; விபத்துக்கு அவர் எந்த விதத்திலும் பொறுப்பில்லை' என்று தாளாளரை ஒரு காகிதத்தில் எழுதச் சொல்லி அந்த வாக்குமூலத்தில் சிரமப்பட்டு எழுந்து கையெழுத்து போட்டார். 'சொந்த முறையில் வாகன ஓட்டிக்கு என்மீது எந்தவிதப் பழி உணர்வும் இல்லை. மேலும் நான் யார் என்பதுகூட அவருக்குத் தெரியாது என்று தாளாளரி டம் சொன்னார். 'அதெல்லாம் இருக்கட்டும். நீங்கள் நன்றாக ஓய்வெடுத்துக்கொள்ளுங்கள். நன்றாக குணமடைந்த பிற்பாடு ஸ்கூலுக்கு வந்தால் போதும். அவசரப்பட வேண்டாம்' என்று கனிவுடன் கூறிவிட்டுத் தாளாளர் விடை பெற்றார். அவர் கொண்டு வந்திருந்த ஆரஞ்சுப் பழங்கள் படுக்கைமீது கிடந்தன.

ராமனுக்கு முழுதாகக் கட்டுப் பிரிக்க ஒரு வாரம் ஆயிற்று. நெற்றியில் ஓர் ஆழமான வெட்டு. வலது பக்கப் பொட்டுப் பகுதியில் ஒரு நீண்ட கீறல். பிறகு நான்கு நாட்கள் வீட்டில் ஓய்வில் இருந்தார்.

ராமன் தன்னை மீண்டும் கவனிக்க ஆரம்பித்தார். விபத்து நடந்து, மருத்துவமனையில் கண் விழித்துப் பார்த்ததிலிருந்து அன்று வரை எந்தவித வினோத எண்ணங்களும் தோன்றாதது கண்டு அவருக்கு ஆச்சரியமாக இருந்தது. உருவெளித் தோற்றங் கள் முற்றாக இல்லை. பழையபடி இயல்பான நிலைக்குத் திரும்பியதில் ராமனுக்கு இரட்டிப்பு மகிழ்ச்சி. தன்மீது வாகனத்தை மோதிய ஓட்டிக்கு நன்றி கூற வேண்டும் போலத் தோன்றிற்று. அடுத்த நாள் வேலைக்குப் போகப் போவதாக வசுவிடம் கூறினார்.

ஆனாலும் ராமனுக்கு உறுதியாக ஒன்றும் தெரியவில்லை. மறுபடியும் மனம் வினோதமாக இயங்க ஆரம்பித்துவிடுமோ என்ற கவலை அவரை அரித்தது. பிறழ்வு என்ற வார்த்தை அவரது மனதில் தோன்றி மறைந்தது.

●

காத்திருந்த போது

வாணி படிக்கும் பள்ளியின் பொன்விழா. போன மாத இறுதியிலேயே ஒரு இருபத்து ஐந்து ரூபாய் டிக்கெட் கொடுத் திருந்தார்கள். ஒரு டிக்கெட்டாவது வாங்கியாக வேண்டுமாம். கையை விட்டு ரூ.*25* போய்விட்டது. அலுவலகத்திலிருந்து சீக்கிரமே வீடு திரும்பினேன். நானும் வாணியும் அல்லது தாராவும் வாணியும் மட்டும்தான் விழாவுக்குப் போக முடியும். குடும்பம் முழுவதும் விழாவுக்குப் போக வேண்டுமென்றால் இன்னொரு இருபத்து ஐந்து ரூபாய் அழ வேண்டும். தாராவும் வாணியும் விழாவுக்குப் போவார்கள். விழா முடியும் வரை வெளியே காத்திருந்து, முடிந்ததும் அவர்களை அழைத்துக் கொண்டு வீடு திரும்புவது குடும்பத் தலைவனின் கடமை. தாராவுக்குத் தனியாக ஒரு புதிய இடத்திற்குப் போய் வருவ தென்றால் பயம். அஞ்சக்கூடாததற்கு அஞ்சுவது பேதமை. என்ன இருந்தாலும் இயல்பாகவே மனதில் உறைந்துவிட்டிருக்கும் குணாதிசயங்களை மாற்ற நினைப்பது தனித்துவத்திற்கு விளைவிக்கும் குந்தகம்.

வைபவம் மாலை *5.30* மணிக்கு. அமரரான கலைஞர் ஒருவரின் பெயர் தாங்கிய அரங்கம் ஒன்று நிகழ்ச்சி நடக்கும் இடமாக அமைந்திருந்தது. நிகழ்ச்சியில் சில அரசியல் தலைவர்களும், சில சினிமா நடிகர்களும், நடிகைகளும் கலந்து கொள்கிறார்கள். திரைப்படக்காரர்கள் கல்வி வளர்ச்சிக்குப் பெரிதாக என்ன தொண்டு செய்தார்கள் என்பது விளங்கவில்லை. அரசியல் பிரமுகர்கள், நடிக நடிகையர்கள், சமயச் சான்றோர்கள் இவர்களில் யாராவது கலந்து கொண்டால்தான் நிகழ்ச்சி சிறப்புறும் என்பது தற்பொழுதைய நாகரிகம்/ஐதீகம்.

அரங்கத்திற்கு அருகே இருந்த தாமாகவே பரிமாறிக் கொள்ளும் பிரத்தியேக சௌகரியம் படைத்த ஒரு சிற்றுண்டி விடுதியில் ஸ்வீட், தோசை, டீ சாப்பிட்டுக்கொண்டிருந்தோம். *14* வயது மதிக்கத்தக்க ஒரு பெண். ஷர்ட், பாண்ட்ஸ் அணிந்து, ஒரு *18* வயது வாலிபனுடன் என் பின்சீட்டில் உட்கார்ந்து சாப்பிட்டுக்கொண்டிருந்தாள். பரஸ்பர அன்னியோன்னிய ரம்மியச்

சூழல் அவர்களுள் புழுங்கிக்கொண்டிருந்ததை அவர் கள் பழகிய விதத்திலிருந்து தெரிந்துகொள்ள முடிந்தது. இளமை தான் எவ்வளவு அற்புதமானது!

அரங்கத்தை அடையும்போது மணி 6.15. இன்னும் நிகழ்ச்சி ஆரம்பிக்கப்பட்டிருக்கவில்லை. நல்லொழுக்கம், நேரம் தவறாமல் காரியங்களைச் செய்வது – இவைதான் முக்கியம். படிப்புகூட இரண்டாம்பட்சம் என்று வாய் கிழிய சதா கூவிக்கொண்டு காலம் தள்ளிக்கொண்டிருக்கும் ஒரு பள்ளி, அதன் விழாவைக் குறித்த நேரத்தில் ஆரம்பிக்காதது மிகவும் கேவலமான சமாச்சாரமே. என்ன இருந்தாலும் இவர்கள் வலியுறுத்தும் சீர்மைக்குப் பிரமுகர்களும் கட்டுப்படுவார்கள் என்று நினைப்பதும் ஒரு மிகையான எதிர்பார்ப்புத்தான். அவர்கள் பல முக்கிய அலுவல்களுக்கிடையே(!) நேரத்தைத் தேடிக் கண்டுபிடித்துத்தான் வைபவத்திற்கு விஜயம் செய்ய வேண்டும். உடனே வந்துவிட்டாலெல்லாம் முக்கியஸ்தர்களாக ஆகிவிட என்னவோ முடியாதுதான்.

அரங்கத்திற்கு எதிரில் இருந்த பேருந்து நிழற்குடையின் கீழ் தாரா, வாணிக்காக நான் காத்திருக்க வேண்டும். நேரத்தைப் பயனுள்ளதாகக் கழிக்க எனக்கு இரண்டு விசயங்கள் இருந்தன. மதுரைக்கு அன்று மாலை புறப்படும் நண்பர் ரமேஷை ரயில் நிலையத்தில் சென்று கண்டு பேசுவது. இன்னொன்று நண்பர் க்ளமென்ட்டிடமிருந்து இரவல் வாங்கியிருந்த ஒரு நவீனத்தை தாரா, வாணி திரும்பி வரும் வரை நிழற்குடையின் கீழ் நின்று படிப்பது. முதல் காரியம் முடிந்து 7.30க்கெல்லாம் அரங்கத் தினருகே வந்துவிட்டேன். ஓட்டலில் பார்த்த இளம் ஜோடி கடற்கரையை நோக்கிக் குதூகலமாக நடந்து சென்றுகொண் டிருந்தது. என்ன காரணம் என்று தெரியவில்லை, அவர்கள் என் மனதில் இடம் பெற்றுவிட்டார்கள். சில நாட்கள் என் மனதில் நிச்சயம் தங்குவார்கள் என்பது திண்ணம். அழகான ஓவியங்கள், நறுமணம் கமழும் பூக்கள், மனதிற்கு ஒருவித உற்சாகத்தைத் தரத்தான் செய்கின்றன.

ஒரு பெருத்த ஏமாற்றம். நிழற்குடை இருளில் மூழ்கித் திராவையாக இருந்தது. தெரு விளக்கு அந்த இடத்தில் இல்லை. எப்படி நீண்ட நேரம் ஒன்றுமே செய்யாமல் வெறுமனே நின்று கொண்டிருப்பது? ‘என்றைக்கோ யாருக்கோ இழைத்த அநீதி இன்றைக்கு என்னைப் பழி வாங்கிக்கொண்டிருந்ததாக எண்ணத் தோன்றியது. இயற்கை ரீதியான நியதி பிரபஞ்சத்தில் இயங்கி உலகியலைச் சீர்மைப்படுத்திக்கொண்டிருக்கிறது என்பது நான்

கொண்டிருக்கும் பல மூட நம்பிக்கைகளுள் ஒன்று. செய்தது எதுவும் வீண் போவதில்லை. காரணம் இல்லாமல் இல்லை.

ஆம். நீண்ட காலம் முன்பு ஒரு அப்பாவியின் வயிற்றெரிச்சலைக் கொட்டிக்கொண்டிருக்கிறேன். அப்பொழுது உடல் ஊனமுற்றோரின் தொழில் திறன் கணிப்பாளராக ஒரு புனர் வாழ்வு மையத்தில் பணி புரிந்துகொண்டிருந்த சமயம்.

16 வயதுப் பையன் ஒருவன்; பார்வை சிறிது மங்கி விட்டிருந்தது. இடது கால் வலது காலைவிடக் கணிசமான அளவு நீளக் குறைவுடன் இருந்தது. பிறந்ததிலிருந்தே அப்படி. எங்கள் நிறுவனம் அவனுக்குச் செயற்கைக் கால் (Extension Prosthesis) அணிவித்து குறையை நிவர்த்தி செய்திருந்தது. பல சோதனைகளை முடித்துவிட்டு, கடைசி பரிசோதனையாக, அவனால் 8 மணி நேரம் நிற்க முடியுமா என்று சோதிக்க வேண்டும். அதற்குப் பிரத்தியேகப் பரிசோதனையெல்லாம் ஒன்றுமில்லை. பரிசோதனை அறையிலிருந்து இரண்டு நாற்காலிகளையும் எடுத்து வெளியே போட்டுவிட்டு அங்கிருந்த மேஜைமீது ஒரு குடுவையில் குடிநீரை நிரப்பி அருகே ஒரு லோட்டாவை வைத்தேன். ஊனமுற்ற இளைஞன் 8 மணி நேரம் மேஜை அருகே நிற்க வேண்டும். எனக்கு நன்றாகவே தெரிந்தது. அது ஒரு குரூரமான சித்திரவதை என்று. என் சக ஊழியர்கள்கூட என்னை ஓரளவு கடிந்துகொண்டார்கள். எனக்கென்னவோ நான் செய்தது மிகவும் சரி என்றே தோன்றியது. அவனுக்கு அளிக்கப்பட்ட மதிய உணவு, மாலை டீ முதலிய வற்றை நின்றபடியே அவன் உட்கொண்டான்.

கடைசியில் சோதனையில் அவன் வெற்றி பெற்றான். அவனுக்குச் சகிப்புத் தன்மை நிறையவே இருந்தது. நான் செய்திருந்த சில உளவியல், தொழில் திறன் கணிப்புகளின் முடிவுகள் அவனுக்கு ஒரு சாதகமான சான்றிதழைப் பெற்றுத் தந்தது. நான், என் சக கணிப்பாளர், சமூகப் பணியாளர், என் உயர் அதிகாரி – நண்பர், தொழில் திறன் ஆலோசகர் – செய்த முயற்சியின் விளைவாக நல்ல ஊதியத்துடன் டயர்கள் தயாரிக்கும் ஒரு பெரிய நிறுவனத்தில் அவனுக்கு வேலை கிடைத்தது. விளைவு அனுகூலமாக இருந்தபோதிலும், நான் செய்தது என்னவோ வதைதான். அன்றைக்குச் செய்ததன் பின்விளைவு இன்றைக்கு அனுபவிக்க நேர்ந்தது. தெய்வம் நின்று கொன்று குதூகலித்துக் கொண்டிருந்தது!

எதிரிலிருந்த கட்டணக் கழிவறையில் ஒன்றுக்குப் போய் விட்டு வெளியே இருந்த துப்புரவாளரிடம் 15 பைசா கொடுத்துக் கொண்டிருந்தேன். என் பின்னாலேயே ஒருவன் இரண்டு

ரூபாய்த் தாள் ஒன்றைத் துப்புரவாளரிடம் நீட்டிக்கொண்டிருந் தான். துப்புரவாளர், "சாமி என்னண்டெ சரியா ஓர் ரூபா அம்பத்தஞ்சு காசுதான் இருக்கு. இன்னா பண்லாம்கறே?'' என்று வினவிக்கொண்டிருந்தார். 'வேண்டுமானால் இன்னும் இரண்டு முறை போய்க் கொள்ளுங்கள்' என்று அவர் சொல் வார் என்று எதிர்பார்த்தேன். ஏனோ அவ்வாறு நடக்கவில்லை.

மீண்டும் நிழற்குடை அருகே வந்தேன். கைகளைப் பின்பக்க மாகக் கோர்த்து வைத்துக்கொண்டு நவீனத்தைக் கைகளுக்கு நடுவில் இடுக்கிக்கொண்டு மெதுவாக முன்னும் பின்னும் நடைபாதையில் நடந்துகொண்டிருந்தேன். ஒரு முப்பது வயது மதிக்கத்தக்க பெண்மணி "சாமி, சாமி'' என்று யாசகம் கேட் டாள். ஏனோ கொடுக்கத் தோன்றவில்லை. மெதுவாக நடந்து கொண்டிருந்தேன். அந்தப் பெண்மணி என் பின்னால் வந்து கொண்டிருப்பதாகப் பிரமை ஏற்பட்டது.

திடீரென்று நான் படித்துக்கொண்டிருந்த நவீனத்தின்மீது ஏதோ அழுத்தம் ஏற்படுவதை உணர்ந்தேன். ஒரு வேளை அந்தப் பெண்ணோ? அவள் ஏன் அதைப் பற்ற வேண்டும்? இவை யெல்லாம் திரும்பிப் பார்க்குமுன் தோன்றிய கற்பனைகள். புதினம் நல்ல வேளை, கைகளை விட்டு நழுவவில்லை. கற்பனை யிலேயே நீண்ட நேரம் சஞ்சரிப்பது சாத்தியமில்லை. எப்பொழு தாவது உண்மையைச் சந்தித்தே ஆக வேண்டும். திரும்பிப் பார்த்தேன். கருமை நிறப் பெரிய பசுக்கன்று ஒன்று. அதுதான் புத்தகத்தை நக்கியிருந்தது. அட்டையில் ஈரப் பிசுபிசுப்பு. கைக் குட்டையால் அதைத் துடைத்துக்கொண்டே சற்று ஒதுங்கி கன்றுக்கு வழிவிட்டேன். நமது மூதாதையர்கள் ஆவினங்களைச் செல்வமாக சிலாகித்த நல்ல நாட்கள் இப்பொழுது இல்லாதிருப் பது வருந்தத்தக்கதே. நாகரிகம் வளர ஆரம்பித்ததன் விளைவோ, சுபீட்சத்தின் உச்சகட்டமோ, இப்போதெல்லாம் பால்காரர் களைத் தவிர பிற பிரஜைகள் ஆவினங்களை ஒரு தொல்லை யாகவே கருதிக்கொண்டிருக்கிறார்கள். மாடு, ஆடு முதலிய பிராணிகள் சுவரொட்டிகள் என்ற சத்துணவை உட்கொண்டு ஜீவித்துக்கொண்டிருக்கும் உன்னத நிலை நிலவி வருகிறது.

பசுக்கன்று புத்தகத்தில் 'வாய் வைத்த' நிகழ்வை அடுத்து அன்று காலை நண்பர் டேவிட் வீட்டில் நடந்த சம்பவம் நினை வுக்கு வந்தது. அவருடைய நூல் சேகரிப்பில் ஒரு புத்தகம் இடம் பெற்றிருந்தது. அது ஒரு சிறுகதைத் தொகுப்பு. ஆசிரியர் தன் 'என்னுரை'யில் 'சிறுகதைகள், நாடகம், தொடர்கதைகள், நாவல் கள், அரசியல் கட்டுரைகள், ஆன்மீகக் கட்டுரைகள், சினிமா விமர்சனம், திரைப்படக் கட்டுரைகள், திரைப்படக் கதை,

வசனம், ரேடியோ நாடகம், டி.வி. நாடகம் இப்படிக் கண்டபடி வாய் வைத்திருக்கிறேன்' என்று குறிப்பிட்டிருந்தார். என்ன கொச்சையான அருவருப்பான வெளிப்பாடு! 'ஆண்டவா, ஒரு லாரி சகிப்பை என்னுள் செலுத்துங்கள்.' பிரார்த்தனைகள் நீளமாக இருக்கக் கூடாது. ஹைதராபாத்தில் ஒரு நண்பரைக் காணச் சென்றிருந்தபோது தற்செயலாகப் பரிச்சயமான பாதிரியார் கூறியது. பிரார்த்தனையை உடனே முடித்துக்கொண்டு மேற்கொண்டு பார்வையைச் செலுத்தினேன்.

ஆசிரியர் தொடர்ந்திருந்தார்: 'என் எழுத்துக்களில் எவற்றிற் காவது நான் கர்வப்படுவேன் என்றால் அவை என் சிறுகதைகள்தாம்!' ஏதோ ஒரு புத்தகத்தில் படித்ததாக நினைவு: 'If you don't blow your own trumpet, who else will?' 'என்னுரை' எழுதியவர் ஒரு வேளை இதைப் படித்து சுயசித்தாந்தமாக இதைப் பாவிக்க ஆரம்பித்திருக்கலாம். மனிதன் எதற்காகவோ கர்வப்பட்டுக்கொண்டுதான் இருக்கிறான்.

என் சிந்தனை இளமைக் காலத்தை நோக்கிப் பின் நகர்ந்தது. ஒரு பெண்ணைக் காதலித்துக்கொண்டிருந்த சமயம். அவள் மிகவும் அழகாக இருந்தது எனக்கு ஒருவித மமதைப் போதையை அளித்து என்னைக் கிறங்க வைத்துக்கொண் டிருந்தது. புள்ளி விவரவியல் சித்தாந்தங்களில் ஒன்றைக்கூடப் பொருட்படுத்தாமல் சகட்டு மேனிக்கு சமூகத்தில் இருந்த ஒரு பத்துப் பேரைத் தெரிந்தெடுத்து அவர்களுடைய இயல்புகள் அனைத்தையும் சேர்த்தால் ஒரு வேளை மனித சராசரி இயல்புகளின் முழுத் தொகுப்பைக் கண்டுகொள்ளலாம் என்று தோன்றியது. எனக்குத் தோன்றுவதெல்லாம் சரியாக இருக்க வேண்டும் என்பது அவசியமில்லை. நான் நானாக இருப்பதால்(?), சிந்தனைகள் என்னுடையவைகளாக இருப்பதால், அவைகளெல் லாம் மிகவும் சரியானவை என்று கொண்டிருப்பது நான் நம்பிக் கொண்டிருக்கும் மாபெரும் மாயை. என்ன இருந்தாலும் காக்கைக்குத் தன் குஞ்சு பொன் குஞ்சு. மனுஷனுக்குத்தான் என்ன பயங்கர 'நான்' உணர்வு!

அங்குமிங்கும் நோட்டமிட்டுக்கொண்டிருந்தேன். நடை பாதையில் ஒரு டீக்கடையை அடுத்து ஒரு மருத்துவமனை. 'Dr. Hyder Aii, G.C.I.M., M.B.B.S., இங்கிலீஷ் யூனானி முறைகளில் சிகிச்சை அளிக்கப்படும். Dr. Mrs. H. Mumtaj Ali D.M. & S, Lady Doctor.' எனக்குச் சகிக்கவில்லை. அபத்தத்தின் சிகரமாக இருந்தது பெயர்ப் பலகை. 'திருமதி' என்று பெயரிலேயே இருந்தது. பின் ஏன் மீண்டும் 'பெண் மருத்துவர்' என்று குறிப்பிட வேண்டும் என்று தெரியவில்லை. தலையைச் சொறிந்துகொண்டேன்.

படித்தவர்கள், படிக்காதவர்கள் என்றெல்லாம் பாகுபாடு இல்லாமல் விவஸ்தை கெட்ட நிலை என்ற தளத்தில் அனைவரும் ஒரு சீரான ஒருமைப்பாட்டில் நிலைத்து மகிழ்ந்து கொண்டிருக்கிறார்கள் என்பதுதான் உண்மை. படித்தவன்–படிக்காதவன், ஆண்–பெண், மடையன்–அறிவுஜீவி, கற்புக் கரசி–பரத்தை–பாகுபாடுகள் எவ்வகைப்பட்டதாயினும் முடிவு என்னவோ தீண்டாமைப் பேய்தான். பாகுபாடு அறவே இல்லாமல் இருப்பதுதான் மனிதநேயத்தின் திவ்ய நிலை. ஆனாலும் எழுத்து தெரிந்தவனிடம் ஓரளவாவது அதிக விவஸ்தையை எதிர்பார்க்கும் கெட்ட பழக்கம் என்னுள் எப்படியோ ஏற்பட்டுத் தொலைத்திருந்தது. அதனால்தான் என்னவோ மருத்துவச்சியின் பெயர்ப் பலகை என்னை ரொம்பவும் உறுத்தியது.

தீண்டாமையைப் பற்றிச் சிந்தித்துக்கொண்டிருந்ததில், அண்மையில் நடந்த நிகழ்வு ஒன்று என் நினைவுக்கு வந்தது. ஒரு நாடகக் குழுவைச் சேர்ந்த நண்பர்கள் குழாமுடன் டில்லி சென்றிருந்தேன். நாடகங்கள் வர்த்தகக் கண்காட்சி அரங்கம் ஒன்றில் மூன்று தினங்கள் நடக்கவிருந்தன. நாங்கள் வந்திருப்பதை வர்த்தகக் கண்காட்சி அதிகாரிகளுக்கு முதலில் தெரிவிக்க, கண்காட்சி அலுவலகத்திற்கு ஐந்து பேர் சென்றோம்.

நுழைவாயிலைக் கடந்ததும் ஒரு பெரிய கூடம். வலது ஓரத்தில் பிறைச்சந்திர வடிவ மேஜை. மேஜைமீது ஒரு சிகப்பு நிறத் தொலைபேசி. ஒரு பெரிய நோட்டுப் புத்தகம். மேஜைக்குப் பின்னால் ஒரு சுழல் நாற்காலி. நாற்காலியில் ஆரஞ்சு நிற கவுன் உடுத்தி, சற்று மிகையான ஒப்பனைகளுடன் ஒரு அழகான இளம்பெண். வரவேற்பாளர். அவளிடம் வந்த காரியத்தைச் சொன்னதில், இடம் மேலே இருக்கிறது என்றும் நோட்டுப் புத்தகத்தில் பெயர், பார்க்கப் போகும் அதிகாரியின் பெயர், பார்க்க வந்த காரணம் இத்யாதி எழுதிவிட்டுப் போகலாம் என்றும், இந்தி வாடை ஆங்கிலத்தில் அவள் சொன்னாள். அப்படியே செய்துவிட்டு, படிக்கட்டை அணுகுகையில் ஒரு செக்யூரிட்டி கார்ட் எங்களைத் தடுத்தார். ஒருவர் மட்டும்தான் போக அனுமதி உண்டாம். கொஞ்சம் நயந்து கொண்டதில் இருவர் போக அனுமதி கிடைத்தது. நானும் இரு நண்பர்களும் வரவேற்பாளர் முன் இரு மருங்கிலும் போடப்பட்டிருந்த விலை யுயர்ந்த நாற்காலிகளில் ஒரு மருங்கில் அமர்ந்துகொண்டோம்.

வரவேற்பாளரின் நேர் எதிரில் இருந்த சுவரில் ஒரு ஓரம் பிரதமரின் புகைப்படம்; மறு ஓரம் ஜனாதிபதியின் புகைப்படம். இரு படங்களுக்கும் மத்தியில் சமுத்திரத்தைச் சித்தரிக்கும் ஒரு

பெரிய நவீன ஓவியம். கூடத்தின் மையத்தில் தீண்டாமையை அழிக்க அரும்பாடு பட்டு மறைந்திருந்த காந்தி மகானின் சிலை நெஞ்சு வரை செதுக்கி வைக்கப்பட்டு ஒரு குட்டையான செவ்வக வடிவத் தூண்மீது அமர்த்தப்பட்டிருந்தது. நாங்கள் அமர்ந்திருந்த பக்கத்திற்கு எதிர் வாடையில் இருந்த நாற்காலி களுள் ஒன்றில் செக்யூரிடி கார்ட் அமர்ந்து ஒரு சிகரெட் புகைத்துக்கொண்டிருந்தார். திடீரென்று சில முக்கியஸ்தர்கள் வரும் அறிகுறிகள், செக்யூரிடி கார்ட் துரித கதியில் சிகரெட்டை ஆஷ்ட்ரேயில் அணைக்காமலேயே போட்டுவிட்டு எழுந்து, எங்களை நோக்கி, ‘ஆப்லோக் டாய்லெட் மே ஜாயியே’ (நீங்கள் கழிவறையில் போய் இருந்துகொள்ளுங்கள்) என்று கட்டளை யிட்டு, வாசலை அடைந்து விறைப்புடன் நின்றுகொண்டார். நாங்கள் மூவரும் கழிவறையில் சென்று ஒரு பதினைந்து நிமிடம் கழித்து வெளியே வந்தோம். ஒளிந்துகொள்ளக் கழிவறை இல்லாவிட்டால் செக்யூரிடி கார்ட் மாயப் பொடி எதையாவது எங்கள்மீது தூவி எங்கள் உருவங்கள் முக்கியஸ்தர்கள் கண்களில் படாமல் மறைய ஒரு வேளை விழைந்திருக்கலாம். செக்யூரிடி கார்ட் எங்களுக்கு இழைத்தது பச்சையான அவமானமே.

சமுதாய அமைப்பு நாறிக் கிடக்கும் நிலையில் ஒரு தனி நபரைக் குறை கூறுவதில் யாதொரு பயனும் இல்லை. பெரிய புள்ளிகள் முன் பாமரர்கள் வளைய வருவது அவர்களின் தளத்தில் படியும் தூசி. சிலரை முக்கியஸ்தர்களாக்கி, மீதிப் பேர் ‘ஐயா வணக்கம்’ போட்டு, துண்டை இடுப்பில் கட்டி, வலது கையை வாயில் புதைத்து, முடிந்த அளவு குனிந்து... சிறிதுகூட அவசியமே இல்லாமல் பெரிய மனிதர்கள் என்ற ஒரு உதவாக்கரை வர்க்கத்தை உருவாக்கி, தேவையே இல்லாமல் அநியாயமாகப் புளுகிப் புளுகிச் சிலாகித்து, கேவலமான பரிசில் வாழ்க்கை வாழ்ந்துகொண்டு, அண்டிப் பிழைத்து அசிங்கப் படுத்திக்கொண்டு புண்ணியம் கட்டிக்கொண்டுள்ளது பாரதம்.

கூடத்தில் மகானின் கண் முன்னால் தீண்டாமைத் தீ கொழுந்து விட்டு எரிந்துகொண்டிருந்தது. மகான் உயிரோடிருந் திருந்தால் தற்கொலை செய்துகொள்வதைத் தவிர வேறு வழி எதுவும் இருந்திராது. நல்ல வேளையாக அவர் ஏற்கனவே போய்ச் சேர்ந்திருந்தார்.

ஒரு கண்ணோட்டம்: வறுமையில் உழலும் ரிக்ஷா ஓட்டுநர் தான் வாழ்க்கையை நேரில் சந்திக்கும் ஒரே பிரஜை. மேல் மட்டத்தில் உல்லாசித்துக்கொண்டிருக்கும் பிரமுகர்கள் வாழ்க்கையை நேருக்கு நேர் சந்திக்கவில்லை என்பதுதான் நிஜம், உண்மை, மெய், சத்தியம். ரிக்ஷா ஓட்டுநரை விட எந்தப்

பயலும் வாழ்க்கையைப் பெரிதாக ஒன்றும் புரிந்துகொள்ள முடியாது. புத்தகத்தைப் படித்து, குடிசையில் வாழும் ஒரு வறிய வனைப் பற்றித் தெரிந்துகொள்வது, நீச்சலடிப்பது எப்படி என்று புத்தகத்தின் மூலம் கற்றுக்கொண்டு நீச்சல் குளத்தில் விழும் அவஸ்தையான அறிவிலித்தனம்தான். எனக்கு அகோர மாகப் பசித்தால்தான் பசியின் கொடுமையை என்னால் உணர்ந்துகொள்ள முடியும். புத்தகத்தின் மூலமெல்லாம் புரிந்து கொள்ள முடியுமா என்று தெரியவில்லை. வாழ்க்கையை வாழ்ந்துதான் தெரிந்துகொள்ள முடியும்.

பேருந்துகள் ஒவ்வொன்றாக நின்று பயணிகளை ஏற்றிக் கொண்டு மீண்டும் புறப்பட்டு நகர்ந்து பிறகு விரைந்துகொண் டிருந்தன. ஒருவன் பாண்ட்ஸ், ஷர்ட், சற்று மிடுக்குடன்; மற்ற வன் சுரத்தே இல்லாமல் சட்டை லுங்கியுடனும் இடது கையில் ஒரு எக்ஸ்ரே உறையுடனும். எங்களுக்கு மேலே ஒரு பிரம்மாண்ட மான மரம். முதலில் குறிப்பிட்ட வாலிபனின் நேர்த்தியான சட்டை, தலைக்கு மேலே இருந்த தாவரக் கிளை ஒன்றில் வாசஸ்தலம் செய்துகொண்டிருந்த ஏதோ ஒரு புள்ளினத்தின் கழிவறையாகியது. அவன் முகம் கோணி ‘சே சே’ என்று கைக் குட்டையால் எச்சத்தைத் துடைப்பதில் ஈடுபட்டான். ஒரு பேருந்து வந்துகொண்டிருந்தது. எக்ஸ்ரேயுடன் இருந்த சீக்காளி வலது உள்ளங்கையைத் தரையை நோக்கி இருக்கும்படி கையைக் குவித்து, அதை நீட்டி, மேலே உயர்த்தி, கீழே தாழ்த்தி – நான்கைந்து முறை அவ்வாறு செய்து – பேருந்தை நிறுத்து மாறு வேண்டிக்கொண்டிருந்தான். அவனுக்குக் கீழே யாராவது சிரம் தாழ்த்தி கைகட்டி குனிந்து நின்று கொண்டிருந்தானானால் அவன் ஆசீர்வாதம் என்ற புனித காரியத்தைச் செய்து கொண்டிருக்கும் காட்சி தத்ரூபமாகக் கிட்டியிருக்கும். நோய் வாய்ப்பட்ட நிலையில்கூட ஒருவனால் பிறரை ஆசீர்வதிக்க இயலுமானால் அது போற்றத்தக்க விசயமே.

ஒரு சாக்லெட் கலர் அம்பாஸடர் கார் பேருந்து நிறுத்தத்தில் நின்றது. அதிலிருந்து கதர் ஜிப்பா, வேட்டி, மைனர் சங்கிலி, வலது கையில் ஒரு தோல் பை, தோளில் ஒரு கதர்த் துண்டு சகிதம் ஒரு 45 வயது வயோதிகர் வெளிப்பட்டார். பேருந்து ஒன்று காரின் பின்னால் வந்து சற்று வளைந்து, ஓட்டுநரின் ‘சோமாரி, காரெ எங்கெ நிறுத்துறது?’ என்ற கண்டன வினவலுடன் காரைக் கடந்து முன்சென்று நின்றது. ‘சோமாரி’ பதில் சொல்லவில்லை. எய்தவனை விட்டு அம்பைக் கடிந்து கொண்ட களிப்பில் திளைத்த இன்பத்தில் சற்றுக் கூடுதல் உறுமலுடன் பேருந்தின் ஓட்டுநர் தன் ராட்சத வாகனத்தைக்

கிளப்பி ஆனந்தித்தார். அப்பொழுது ஓட்டுநரின் காட்டில் கனத்த மழை பெய்து அவர் மனதைக் குளிரச் செய்தது என்பது தான் நிஜம்.

சைக்கிள் ஒன்றில் ஒரு வாலிபன் பத்து வயதுச் சிறுவன் ஒருவனை அமர்த்தி வைத்துக்கொண்டு வேகமாக வந்து கொண்டிருந்தான். குறுக்கே, சாயம் போன புடவை, எண்ணெயைப் பார்க்காத முடி, எந்தவித வகையையும் பின்பற்றாத தினுசில் முடிந்து விடப்பட்ட கொண்டை, வெறுங்கால்கள் சகிதம் ஒரு நடு வயதுப் பெண்மணி; சைக்கிள் தடுமாறியது. பெண்ணின் தொடைகளில் ஒன்றை முன் சக்கரம் லேசாக உரசிவிட்டது. யாருக்கும், எதற்கும் சேதமில்லை. அவள் பலமாகக் கூச்சல் போட ஆரம்பித்தாள். இவ்வளவுக்கும நடுவில் ஆகாயத்தை அண்ணாந்து பார்த்ததில் சில விளக்குகள் விரைவாக நகர்ந்து சென்றுகொண்டிருந்ததைக் காண முடிந்தது. விமானத்தின் ஓசையைப் பெண்மணியின் திட்டல் இரைச்சல் நிசப்தமாக்கி இருந்தது. ஒரு பெண்ணால் அவ்வளவு பலமாகக் கூட கூச்சல் போட முடியுமா என்று வியந்துகொண்டேன். சைக்கிலாளி தற்காப்புக்காக 'பிளாட்பாரத்திலெ போறதுதானே' என் உளறி வைத்தான். அருகில் நின்றிருந்த ஒரு வாலிபனுக்கு ஆவேசம் வந்துவிட்டது. 'ஆமா அகலமா முழுஸ்ஸா பிளாட் பாரம் கட்டி வச்சிருக்கு. செஞ்சது செஞ்சிட்டு பெர்ஸ்ஸா பேச வண்ட்டே. போடாங்க...' பெண்களுக்கு வக்காலத்து வாங்குவது சில/பல ஆண்களுக்கு ஒரு பிரத்யட்ச கௌரவம். எனக்கு என்னவோ ஒன்றும் நடந்ததாகத் தெரியவில்லை. பெண்ணுக்கு யாதொரு அடியும் படவில்லை. பிரஸ்தாபிக்கப்பட்ட நடை பாதை என்னவோ சாலையின் இரு மருங்கிலும் சற்று அகல மாகத்தான் அந்த இடத்தில் இருந்தது. ஆனாலும் சண்டை போடுவதில் சிலருக்கு ஒரு தனி சுகம், புல்லரிப்பு, இத்யாதி. சண்டைகள் மிகவும் சுவாரஸ்யமானவை.

நான் கல்லூரியில் படித்துக்கொண்டிருந்த சமயம் வகுப்புத் தோழர் கணபதியும் நானும் ஒரு வீட்டின் முன்பகுதியில் அறை எடுத்துத் தங்கியிருந்தோம். ஒரு ஞாயிறு காலை. எதிர்ச் சந்தில் இருவர் வாய்ச்சண்டையில் ஈடுபட்டிருந்தார்கள். ஒருவர் பலத்த குரலில் 'you can't pluck a single hair, you know; mind you' என்று கூவினார். எனக்கு ஒன்றும் புரியவில்லை ஒரு கணம். யோசித்துப் பார்த்தபோது, உன்னால் ஒரு மயிரும் பிடுங்க முடியாது, ஜாக்கிரதை என்று தன் ஆங்கில ஞானத்தை அவர் ஆவேசத்துடன் வெளிப்படுத்தியது புரிந்தது. என் நண்பர் வேலாயுதம் வழக்கமாக ஒரு சமயோசிதமான காரியத்தைச்

செய்வார். அவர் பணிபுரியும் பட்டறையில் யாருக்காவது எவருடனோ தகராறு ஆரம்பிக்கும். வேலாயுதம் ஸ்தலத்திற்குச் சென்று வசவுகளில் உள்ள உச்சரிப்புப் பிசகையும், திட்டல் தவறாகவும் பொருத்தமாக இல்லாதிருப்பதையும் விளக்க ஆரம்பித்துவிடுவார். சண்டை ஓய்ந்துவிடும். இது நாளாக ஆக பட்டறையில் அனைவருக்கும் தெரிந்து வேலாயுதம் எதிரில் சண்டை போடுவதைத் தவிர்த்தார்கள். நிம்மதியாக, ஒழுங்காக (!) அவர் எதிரில் யாரும் சண்டை போட முடியாது.

குறுகிய காலத்தில் ஏற்கனவே இரண்டு முறை பார்த்திருந்த அந்த பாண்ட்ஸ் ஷர்ட் பெண்ணும் வாலிபனும் ஒரு ரிக்ஷாவில் எதிர்த் திசையில் போய்க்கொண்டிருந்தார்கள். மனதை மீண்டும் அவர்களைப் பற்றிய ஆனந்த நினைவு ஆட்கொண்டது. கொடுத்து வைத்த ஆத்மாக்கள். அவர்கள் வயதில் இந்த மாதிரி எல்லாம் நான் இருக்க முடியாமல் போனது குறித்து துக்கித்துக் கொண்டேன். தற்செயலாக மூவரின் கண்களும் சந்தித்துக் கொண்டன. அவர்கள் என்னை ஏற்கனவே பார்த்திருக்கக் கூடும். அவர்கள் என்னைப் பற்றி என்ன நினைத்தார்களோ? உண்மையில் மற்றவர்களைப் பற்றி யோசிக்க யாருக்காவது அவகாசமிருக்குமா என்று தெரியவில்லை, அவனவன் ஜோலியே எண்ணங்களில் பெரும் சுமையாகக் குவிந்திருக்கும் நிலையில்.

ஒரு பெண்மணி மோபெட்டில் சற்று நிதான வேகத்துடன் போய்க்கொண்டிருந்தாள். தலைக்கவசம் அணிந்திருக்கவில்லை. நான்கைந்து வாலிபர்கள் நிழற்குடையை அடைந்து நடை பாதையின் விளிம்பில் இருந்த சிமெண்ட் கிராதியின் மேல் பொழுதைக் கழித்தவாறு அமர்ந்திருந்தார்கள். அவர்களில் இருவர் மோபெட் பெண்ணை நோக்கி 'ஹெல்மெட், ஹெல்மெட்' என்று கத்தினார்கள். அவள் ஒருமுறை இவர்களைப் பார்த்துவிட்டுத் தன் பாட்டுக்குப் போய்க்கொண்டிருந்தாள்.

பிறரைச் சீண்டுவதில் சிலருக்கு இன்பம். வேகமாகச் செல்லும் சைக்கிளை நோக்கி ஒருவன் 'பார், பார், வீல் சுத்தறது' எனறு அலற, சைக்கிள்காரன் என்னவோ ஏதோ என்று சைக்கிளை நிறுத்திய கடந்த கால நிகழ்வு ஒன்று என் நினைவுக்கு வந்தது. பெண்களின் கவனத்தை ஈர்ப்பதில், அவர்களைச் சீண்டுவதில் வாலிபக் கனவான்களுக்கு ஒரு எல்லையில்லாக் கிளுகிளுப்பு.

புகுமுக வகுப்பு படித்துக்கொண்டிருந்த போது, வகுப்புக்குச் செல்லாமல் கட்டையான முன் மதில்மீது உட்கார்ந்து அந்தப் பக்கம் சென்றுகொண்டிருந்த அருகாமையில் அமைந்திருந்த பெண்கள் கல்லூரி மாணவிகளை 'மார்க்' போட்டுக்

கொண்டிருந்தார்கள். அறிவை விருத்தி செய்யக் கல்லூரியில் படித்துக்கொண்டிருக்கும் மாணவர்கள். 'டேய் நம்ம சரோஜாடா.' ஒருவன் சுவர் மீதிருந்து கீழே குதித்து 'சரோஜா' பின்னால் போக ஆரம்பித்தான். 'என்னாட இண்ணெக்கி இந்து ப்ளாக் டிரஸ்ஸிலே வந்திருக்கா, என்ன துக்கமோ.' இது பிறிதொரு மாணவனின் மனப் பளுவின் வெளிப்பாடு. முதல்வருக்கு அந்தப் பக்கம் போக ஏதோ அலுவல் இருந்தது. மாணவர்களைப் பார்த்ததும் அவர்களைக் கண்டிக்க வேண்டும் என்ற நல்லெண்ணம் தோன்றியிருக்க வேண்டும். காம்பவுண்ட் சுவரை நோக்கி வர ஆரம்பித்தார். ஒருவன் 'என்னடா இண்ணெக்கி சைட் அடிக்கறதிலே பிரின்ஸிபல் கூட நம்மளோட சேர்ந்துக்கப் போறாரா!' என்று பலமாக ஆச்சரியப்பட ஆரம்பித்தான். முதல்வரின் திடம் ஆட்டம் கண்டு, வந்த வழியே திரும்பிவிட்டார். பாவம் முதல்வர்.

விலங்கியல் விரிவுரையாளர் புஷ்பாவைத் தஞ்சாவூருக்கு மாற்றிக் கொள்ளும்படிச் செய்த பெருமை என் சக வகுப்புத் தோழர்களையே சாரும். புஷ்பா அழகாக இருப்பார். சில விலங்குகளின் உறுப்புகளைக் கொண்ட வரைபடம் ஒன்று சற்று உயரத்தில் தொங்கிக்கொண்டிருக்கும். ஒரு நீண்ட உருண்டையான கழியைக் கையோடு உயர்த்தி விலங்கினங்களின் அங்கங்களின் உட்பாகங்களைச் சுட்டி விளக்கிக்கொண்டிருந்த போது, திடீரென்று, 'பார்ரா, பார்ரா, நல்லாப் பார்ரா' என்ற மாணவர்களின் சலசலப்பின் அர்த்தத்தைப் புஷ்பா புரிந்து கொள்ளவில்லை. புரிந்தபோது தஞ்சைக் கல்லூரி ஒன்றுக்கு மாறிப் போய்விட்டார்.

வரலாற்று ஆசிரியை பவித்ராவை வெட்கமுறச் செய்த சாதனையும் வகுப்புத் தோழர்களைச் சாரும். அந்தக் காலத்தில் மை பேனா. பவித்ரா வெள்ளை உடையில் வந்திருந்தார். ரவிக்கையின் முன் நடுப்பகுதி மையினால் கறை பட்டு நனைந்திருந்தது. ஒரு மாணவன் மிகவும் உற்சாகமாக 'May I help you Madam?' என்று உதவ முன்வந்தான். மூடி கழன்று பேனா ரவிக்கையுள் புகுந்திருந்ததை உணர்ந்த பவித்ரா வெட்கிக் கூசி வகுப்பறையை விட்டு வெளியேறினார்.

இன்னொரு சம்பவம். பேருந்து நிறுத்தம் ஒன்றில் மகளிர் பேருந்து ஒன்று நின்றது. சில மாணவிகள் வெளியே பார்த்துக் கொண்டிருந்தார்கள். வெளியில் நின்றிருந்த மாணவர்கள் சிலர் 'மறைந்திருந்து பார்க்கும் மர்மமென்ன?' சினிமாப் பாட்டைப் பலமாகப் பாட ஆரம்பித்தார்கள். மாணவிகள் தலையை உள்ளிழுத்துக்கொண்டார்கள். மற்றொரு நிகழ்வு, இளங்கலை

இரண்டாம் ஆண்டு முழுவதும் கட்டுரை வகுப்பில் நடந்த விசயம். கட்டுரை வகுப்பு இரண்டு மணி நேரம். முதல் மணியில் ஒரு ஆசிரியர். முக்கால் மணி நேரத்தில் கட்டுரை எழுதி முடிந்துவிடும். கோகிலா அழகி. இரண்டாம் மணியில் அவரை வைத்த கண் வாங்காமல் பார்வையால் ரசித்துக்கொண்டு முழு நேரமும் வகுப்பிலிருந்து விட்டுத்தான் மாணவர்கள் வகுப்பை விட்டகல்வார்கள். இரண்டு மாணவர்களிடையே கோகிலா குறித்து மெதுவான குரலில் ஒரு குட்டி கலந்துரையாடல். 'A thing of beauty is a joy for ever. என்னடா சொல்றே மாப்பிளே?' சகாவின் பதில்: 'ஆமாண்டா மச்சான். நல்லா அனுபவிச்சித்தான் எழுதியிருக்கான்.' கீட்ஸ் உற்சாகமாகத் துஷ்பிரயோகம் செய்யப் பட்டுக் கொண்டிருந்தார். பெற்றோர்கள்தான் பாவம். இப்பொழுது நினைத்தால் பரிதாபமாக இருக்கிறது.

இன்னொரு நிகழ்வு, சமீபத்தியது. பைலட் தியேட்டர் அருகில் ஒரு டொக்கு சந்து. இளம் பெண் ஒருத்தி அதன் வழியே ராயப்பேட்டை நெடுஞ்சாலையை நோக்கி வந்துகொண் டிருந்தாள். சந்து முக்கில் சைக்கிளில் ஒரு வாலிபன். மிதி கட்டையில் ஒரு காலும், எஞ்சியிருந்த கால் தரையில் பாவிய வண்ணமும். பெண் வாலிபனைத் தாண்டும் சமயம், இளைஞன் அவளை நோக்கி ஆங்கிலத்தில் 'தயவு செய்து சரியான நேரத்தைச் சொல்ல முடியுமா?' என்று கேட்டான். அவள் வெறுப்புடன் நேரம் சொல்லி நகர்ந்தாள். இளைஞன் தன் கைக்கடிகாரத்தின் முள்ளைத் திருகி சரியான நேரத்தை வைத்துக்கொண்டு விட்டதாகப் பாசாங்கு செய்துவிட்டு சைக் கிளை ஓட்ட ஆரம்பித்தான். அல்பன். இந்த மாதிரி நிறையவே அடுக்கலாம். இதைவிட விரசமான சம்பவங்களெல்லாம் நடந்த துண்டு. பண்பாடு கருதி அவை இங்கே தவிர்க்கப்பட்டுள்ளன. கிளுகிளுப்பு மூட்டுவது நோக்கமில்லை என்பதும் முக்கியமான ஒரு காரணம்.

போன வாரம் ஒரு இரவு படுக்குமுன் இந்த மாதிரிச் சம்பவங்களை மனதில் போட்டுக் குழம்பிக்கொண்டிருந்தேன். காலை 2.30க்கு முழிப்பு வந்தது. முழிப்பு என்பதுகூடத் தவறு. ஒருவித அரைமயக்க நிலை. தூக்கமுமில்லை, முழிப்புமில்லை. ஒரு இரண்டும் கெட்டான் நிலை. உட்கார்ந்து ஃப்ராய்டுடன் பேச ஆரம்பித்துவிட்டேன்.

"அன்புள்ள ஃப்ராய்டு, நீங்கள் மனதின் அடித்தளத்தில் படிந்திருப்பதாகக் கூறும் கொச்சையான உணர்ச்சிகள் இப் பொழுது மேல் தளத்திலேயே சஞ்சரிக்க ஆரம்பித்துள்ளனவா? உள-பாலுணர்வு பற்றிய உங்கள் சித்தாந்தங்கள் பிசகான

வையா? போன வருடம்கூட என் உளவியல் மருத்துவ நண்பர், 'ஃப்ராய்டை ஆழமாகக் குழி ஒன்று தோண்டிப் புதைப்பதே நல்லது' என்று கூறிய போதுகூட உங்களுக்காகக் காரசாரமாக வக்காலத்து வாங்கினேனே? இது என்ன குழப்பம்?"

ஒரே அமைதி. அறையில் மின்விசிறி சுழலும் பழகிப்போன சப்தம், மேஜைக் கடிகாரத்தின் டிக் டிக் ஒலி. இவைகள் தவிர மற்றபடி ஒரே நிசப்தம். ஒரு பத்தி பேசியும் பதில் இல்லை. அருகிலிருந்த பீடிக்கட்டிலிருந்து பீடி ஒன்றை உருவிப் பற்ற வைத்துக்கொண்டேன். தூக்கம் முற்றிலும் கலைந்து முழிப்பு வந்தபொழுது கொஞ்சம் தெளிவு ஏற்பட்டது. எதிரில் இல்லாத யாரிடமும் பேசுவது சாத்தியம் இல்லை என்றும், இறந்தவர்களின் ஆவிகளுடன் பேசுவது சில ஆதீனச் சாமியார்களால்தான் இயலும் என்றும், நான் இன்னும் சாமியாராக ஆகிப் புண்ணியம் தேடிக்கொள்ளவில்லை என்றும் தெள்ளத் தெளிவாகப் புரிந்துகொள்ளச் சற்று அதிகமான நேரம் பிடித்தது. அப்புறம் தூக்கத்தைத் தொடரவில்லை.

மேலே கூறப்பட்ட கொச்சையான சமாச்சாரங்களை முழுதாகக் கட்டி கவனத்துடன் குப்பைத் தொட்டியில் எறிந்துவிட்டு அமைதியாகச் சிந்திக்கும்பொழுது ஆத்மார்த்தமான ஆண்-பெண் உறவு ஒரு சந்தோசமான புனிதம்தான் என்று தோன்றுகிறது. ஒரு வகையில் பார்க்கும்போது, எல்லா உறவுகளும் பவித்திரமானவையே, அசிங்கப்படுத்தப்படாதவரை.

இன்னும் தாரா, வாணிக்காக எவ்வளவு நேரம் காத்துக் கொண்டிருக்க வேண்டுமோ! சாலையைப் பார்த்துக்கொண் டிருந்தேன். இரண்டு காவலர்கள் தலா ஒரு சைக்கிளில், இரண்டிலும் முன்விளக்கு இல்லாமல் போய்க்கொண்டிருந் தார்கள். சட்டத்தின் தூண்கள் சட்டத்தை மீறுவது பிரத்தியேக உரிமை போலும்.

மீண்டும் நடைபாதையில் மெதுவாக நடக்க ஆரம்பித்தேன். ஒரு ஓரத்தில் Tapco Kiosk. பொருட்கள்: தோசை, முட்டைத் தோசை, கோழி கவாப்பு, டீ. அசுத்தமாக இருந்தது. சிலர் தெருவில் நின்று சாப்பிட்டுக்கொண்டிருந்தார்கள். இரண்டு நாய்கள், சாப்பிடுபவர்களில் யாராவது கோழி எலும்புத் துண்டைக் கீழே போடுவார்களா என்று Kioskஐ ஆவலுடனும் எதிர்பார்ப்புடனும் ஏக்கத்துடனும் வலம் வந்து ஏமாந்து கொண்டிருந்தன.

எதிர் வாடையில் நடு வயதினன் ஒருவன் வேட்டியை மடித்துக் கட்டிக்கொண்டு பின்னால் ஒரு ஏழு வயதுச் சிறுவனை இருத்திக்கொண்டு வளைந்து வளைந்து சைக்கிளில்

மெதுவாக வந்துகொண்டிருந்தான். சற்று வித்தியாசமாக இருந்தது. சைக்கிளை நிறுத்தி, கீழே விழாத குறையாகச் சாய்ந் தான். நல்ல வேளை, சிறுவன் கீழே விழவில்லை. என் பின்னா லிருந்து ஒரு பெண்ணின் குரல் அவனை விளித்தது. 'என்னடா வெங்கடேசா, ஏண்டா இப்படி சாலையின் குறுக்கே தள்ளாடுறே? வெங்கடேசன் சைக்கிளைக் கோணிக் கோணித் தள்ளிக்கொண்டே நான் நின்றுகொண்டிருந்த நடைபாதையை வந்தடைந்தார். விளித்தவள் அவரது தமக்கையாக இருக்கக் கூடும். 'போட்டுட்டுச் சைக்கிள் விடாதேன்னு எவ்ளோ வாட்டி சொல்றது? என்னமாச்சும் ஆயிடிச்சின்னா...' அறிவுரை, பரிவு, கவலை முதலியன தொடர்ந்தன. அருகில் ஒரு இளம் வயதுப் பெண். திருமதி வெங்கடேசன் போலும். கணவர் செல்லமாகக் கூட கடிந்து கொள்ளப்படுவதை ஏற்றுக்கொள்ள முடியாமல் இக்கட்டான மனநிலையை வெளிப்படுத்தும் முகபாவத்துடன் நின்றிருந்தாள். வெங்கடேசன் குடித்திருந்தார். கல், புல், சதா சாராயம் குடிப்பவன், சின்ன வீட்டில் சுகிப்பவன் எல்லாம் அங்கீகாரம் பெற்ற சமூக அந்தஸ்து வாய்க்கப் பெற்ற கண்ணிய மான கணவன்மார்களே.

எல்லாம் கலாச்சாரச் சம்சாரம். ஒன்றும் பேசக் கூடாது. 'குடி குடியைக் கெடுக்கும்' உண்மையை விளம்பும் பலகை தாங்கிய சாராயக் கடைகள். 'சிகரெட் பிடிப்பது உடல்நலத் திற்குத் தீங்கு விளைவிக்கும்' – பொன்னான வாசகம் பொறிக்கப் பெற்ற சிகரெட் பெட்டிகள். சாராயக் கடைக்குத் திறப்பு வழி செய்த கையோடு 'குடிப்பது பஞ்ச மகா பாதகங்களுள் ஒன்று' என்று அறிவுரை நிகழ்த்தும் அரசியல் பெருந்தகைகள். பரத்தையர் என்று சிலரை இழித்தொதுக்கி விட்டு, பிறகு அவர்களுக்காகப் பரிந்து பேசி அவர்களின் கண்ணீரைத் துடைக்க அரும்பாடு படும் சமூக சீர்திருத்தவாதிகள். சமூகமே ஒன்றை ஆரம்பிக்கும். அதுவே கண்டிக்கும். களைய எத்தனிக் கும், சீர்திருத்தும். பிள்ளைக்குச் சரியான கிள்ளல்; பிறகு ஆதுரத்துடன் தொட்டில் ஆட்டுதல்; பம்மாத்து. நாடு சீர் குலைந்திருக்கிறது. அரசியல்வாதிகளுக்கு ஒரே கொண்டாட்டம். சமூகப் பிரச்சனைகள் தீர்கின்றனவோ என்னவோ, அரசியல் துறையில் முன்னேறுவதற்குப் பிரகடனம் அத்தியாவசியம். இதற்குப் பிரச்சனைகள் நிறைந்த சமுதாயம் ஒரு சாதகமான சூழல், சுவையான லட்டு. 'வரதட்சணையை ஒழிக்கத் தீவிர நடவடிக்கை.' திருமண நடப்புகள் அரசின் கண்காணிப்பில் நடக்கின்றனவா என்று தெரியவில்லை. 'தீண்டாமையை ஒழிக்கத் தீவிர இயக்கம்.' ஜாதி அடிப்படையில் கட்சிகள்

இயங்கி வரும் நிலையில், சில கட்சிகளின் பெயரே ஜாதியின் பெயரைத் தாங்கி ஆனந்தித்துக்கொண்டிருக்கும் சூழலில் எவன் எதை ஒழிக்கப் போகிறான் என்று தெரியவில்லை.

பாரதத்தில் புனித நதிகள் பெருக்கெடுத்து ஆண்டுதோறும் கணிசமான அளவில் சரீரங்கள் என்ற அசௌகரியக் கூடுகளி லிருந்து ஆத்மாக்களுக்கு விடுதலை வழங்கும் நற்பணியில் ஈடுபட்டிருக்கும் நிலையும், அரசியல் ஜீவிகளின் நீலி/போலி/ முதலைக் கண்ணீர்ப் பெருக்கும் சேர்ந்த பாரதம் எப்பொழுதும் ஈரமான நிலையை எய்திச் சூடு தணிக்கப் பெற்று இதமான சீதோஷ்ண நிலை நிலவி வருவது போற்றத்தக்கதே. 'சுவரொட்டி கள் கண்ணைப் பறிக்கின்றன. சாலையில் மன நிம்மதியுடன் இதுவரை நடந்து சென்றதாக நினைவில்லை. சினிமாக் கட்டணத்தை உயர்த்தி விட்டு ஆடி/அமாவாசை இதில் எது அரிதாக வருகிறதோ அதற்கு ஒரு தரம் ஏதோ ஒரு படத்திற்கு வரிவிலக்கு. ஒரு பிரம்மாண்டமான சுவரொட்டியில் அந்த அரும்பெரும் தொண்டை ஆற்றிய குதூகல முகத்துடன் ஒரு அரசியல் ரிஷியின் பெரும் உருவம். மீட்டர் பத்து ரூபாய்த் துணி பதினைந்து ரூபாய்; சிறப்புத் தள்ளுபடி பத்து விழுக்காடு – கதை. இந்த 'சந்தோசங்களை' எவ்வாறு தாங்கிக்கொள்வது என்று தெரியவில்லை. எல்லாக் கட்சிகளும் மக்களுக்குத் தொண்டாற்றுவதாகக் கங்கணம் கட்டிக்கொண்டிருக்கின்றன. ஆனாலும் ஒரு கட்சிக்கும் இன்னொரு கட்சிக்கும் எப்பொழுதும் பயங்கர மோதல். விந்தை!

நடைபாதையில் ஒரு வெற்றிலை பாக்குக் கடை. ஒரு சிகரெட் வாங்கிப் பற்றவைத்துக் கொண்டேன். கடையில் தோரணங்கள் பல கட்டப்பட்டு அவைகளில் பல பத்திரிகைகள், எண்ணற்ற 'ஒரு மாதிரியான' புத்தகங்கள் தொங்க விடப்பட்டிருந் தன. கடைப் பையனுக்கு ஒரு 18 வயது இருக்கும். ஒரு நல்ல சட்டை, ஒரு தூய வேட்டி, நெற்றியில் திருநீறு. பவ்யமான அமைதியான முகம். பாவம், சூழ்நிலை அவனை மஞ்சள் பத்திரிகைகளை விற்க வைத்துக்கொண்டிருந்தது.

ஒரு பத்திரிகையில் மறைந்து போன ஒரு அரசியல் தலைவரும், உயிரோடு இப்பொழுதும் அனாவசியமாக இருந்து உலாத்திக்கொண்டிருக்கும் அரசியல் தலைவரும் பேதமையின் சின்னமான பிரம்மாண்டமான மலர் மாலையைப் பொன் மாலையாக வெட்கம் கெட்டுப் போய் கழற்றக்கூட மனம் வராமல், வாயெல்லாம் பற்களே பிரதான அம்சமாகக் கொண்டு (யாரோ, இல்லை எந்த விசயமோ அவர்களைக் கிச்சு கிச்சு மூட்டியிருக்க வேண்டும்) எக்கச்சக்கமான நெருக்கத்துடன் காற்று

கூட நடுவில் புகுந்து விடாதபடிக்கு இடைவெளியே இல்லாத அன்னியோன்னியத்துடன் காட்சியளித்துக் கொண்டிருந்தனர். பரஸ்பர முதுகு சொறிந்து சுகிப்பதில் பாரத அரசியல் ஜீவிகள் கை தேர்ந்தவர்களே.

பழங்குடி மக்களிடம் இன்னும் நிலவி வரும் ஒரு அம்சம். பாரதத்தில் ஒரு முதுகுடியினரிடமும் இந்தச் சடங்கு உண்டு. ஒரு பெண் திருமணம் செய்துகொள்ள நினைத்தால் ஒரு வாலிபன் அவள் முதுகைச் சொறிந்து கொடுக்க ஆரம்பிப்பான். எந்த ஆண் மகன் சுவாரஸ்யமாகவும் திருப்திகரமாகவும் முதுகு சொறிந்து கொடுக்கிறானோ, அவனை அவள் கணவனாக வரித்துக் கொள்வாள். ராஜாக்கள் காலச் சுயம்வரம் பழங்குடி ஒன்றிடம் தொற்றிக்கொண்டுள்ளது. இல்லை, ராஜாக்கள் இவர்களிடமிருந்து தெரிந்துகொண்டு பின்பற்றியது. பாரதத்தின் ஒரே ஒரு மூன்றாம் தர (தரம் பிரிப்பது அவ்வளவு சுலபமானதல்ல) அரசியல்வாதி, ஒரு சிறு வட்டச் செயலாளர்கூட (ஜியோமிதியின் பிற வடிவங்களில் மாநகர்கள் பிரிக்கப்பட்டு ஒவ்வொரு வடிவத்திற்கும் ஒரு மாண்புமிகு செயலாளர் கூடிய விரைவில் நியமிக்கப்பட்டு பாரதம் அரசியல் முன்னேற்றத்தின் செழுமையான பாதையில் பீடுநடை போடும் பொன்னாட்களைச் சீக்கிரமே எதிர்பார்க்கலாம்) ஒட்டு மொத்தமாக இப்பழங்குடி இளம் பெண்களை மணக்க வல்ல தீரனாகத் திகழ முடியும். ஏனோ அவர்கள் இப்பழங்குடி மக்களின் ‘மறு மலர்ச்சிக்காக’ தீவிரமாகப் பாடுபட இன்னும் துவங்கவில்லை. பாரதம் வளர்ந்துகொண்டிருக்கிறது என்று நிச்சயமாக நம்பலாம்.

சில புத்தகங்களின் பெயர்கள்: சாத்திய அறையில், இளமை விருந்து, ஆண்–பெண் ரகசியம், இன்ப விருந்து, இன்பம் நுகர வந்த வண்டு, இரவில் உறவு. மற்ற புத்தகங்களின் தலைப்புகள் மறந்து விட்டிருக்கின்றன. எல்லாம் மங்களகரமான மஞ்சள் சமாச்சாரங்கள். கவர்ச்சி நடிகை ஒருத்தி தன் மார்பகத்தின் முழு பரிமாணத்தை வாசகர்களின்/பார்வையாளர்களின் நன்மை கருதி, பெரிய மனது பண்ணி, காட்டிக்கொண்டு, அந்தத் தலையாய தொண்டில் கிடைக்கப் பெற்ற தன்னலமற்ற இன்பத்தில் முகமெல்லாம் பூரித்துச் சிரித்துக்கொண்டிருந்தாள், ஒரு முன் அட்டையில். இருந்தாலும் அவள் மானமுடையவள். மானத்தை மறைக்க ஆடை என்று கொண்டால், மானம் என்பது பால் உறுப்புகள் சார்ந்த சமாச்சாரம் என்று கொண்டால், முக்கால் மீட்டர் துணியில் ஒரு நபரின் துணித் தேவை பரிபூரணமாகப் பூர்த்தியாகிவிடும். கடைப் பையனை நினைக்க எனக்கும் கவலையாக இருந்தது. இவ்வளவு புத்தகக் குப்பைகள்,

சஞ்சிகைச் சனியன்கள் முதலியவைகளைக் கசக்காமல் கிளிப்பி லிருந்து ஒவ்வொன்றாகக் கழற்றி வைத்து அடுக்கி, பின் கடை மூடுவதற்கு மட்டும் 45 நிமிடங்களாவது ஆகும்.

எரிச்சலுடன் கடையை விட்டகன்றேன். சிகரெட் இன்னும் புகைந்துகொண்டிருந்தது. 40 வயது மதிக்கத்தக்க ஒருவன். ப்ரௌன் கலர் ஸ்லாக், ஒரு வெள்ளை வேட்டி. தயங்கித் தயங்கி கிட்டத்தட்ட என்னைத் தொட யத்தனிக்கும் பாவனையில் வந்துகொண்டிருந்தான். ஸ்தம்பித்து அப்படியே அசையாமல் நின்றுகொண்டேன். அவன் என்ன செய்யப் போகிறான் என்பது புரியாமல் குழம்பி, சிறிது பயந்தவாறு இருந்தேன். 'சார், என்ன கவலையா இருக்காப்பலெ இருக்கு?' எனக்கு ஒரே ஆச்சரியம். முற்றிலும் பரிச்சயமில்லாத ஒருவனிடமிருந்து மனித நேயத்தின் உச்சகட்ட வெளிப்பாடு. என் மனம் நெகிழ்ந்து விட்டது. இப்படியும் சில நல்ல மனிதர்களா!

'ஆண்டவரே, இந்தக் கருணைக் கடலை, புனித ஆத்மாவை உடனே அவசரமாக ஆசீர்வதியும்; மற்ற அலுவல்களை ஒத்திப் போடும்.' வேண்டுதலை முடித்த அடுத்த கணம் சந்தேகம். ஏன் என்னைப் பற்றி அவன் கவலைப்பட வேண்டும்? 'அதெல்லாம் ஒண்ணுமில்லே. சும்மாத்தான். பஸ்ஸுக்காக வெயிட் பண்ணிக் கிட்டிருக்கேன். வந்து தொலைய மாட்டேன்கிறது.' ஒரு பொய்யை என் வாய் கூசாமல் உதிர்த்தது. 'இல்லெ சார். நீங்க ரொம்ப வருத்தமாகத்தான் இருக்கீங்க. என்னோட வாங்க சார். கவலையெல்லாம் பறந்திடும்.' மகத்தான உளவியல் தொண்டு. ஆனால், புரியவில்லை. 'நீங்கள் எங்கே கூப்பிட்றீங்க?' 'என்ன சார், புரியாத மாரித்தான் ரொம்ப பிகு பண்ணிக்கிறீங்க. லாட்ஜுக்கு வாங்க சார். Cheap சார். ரொம்ப Safe. மலை யாளமா, கன்னடமா, தெலுங்கா, வடக்கத்தியா...' என்னை யாரோ கன்னத்தில் அறைவது போன்ற எரிச்சல் தரும் வலி. என்னைப் பார்த்தால் அவனுக்கு அந்த மாதிரி ஆளாகத் தோன்றியிருக்க வேண்டும். என்னை நான் எந்தப் பொழுதிலும் அந்த அளவு நொந்து கொண்டதில்லை. பயங்கர ஆத்திரம். கொஞ்சம் நிதானித்திருந்தால் அவனை அறைந்திருப்பேன்.

உடனே அவனை விட்டு அகன்று வேகமாகக் கொஞ்ச தூரம் நடந்தேன். நான் செய்த பாக்கியம். அருகில் ஒரு பங்க் கடை. ஐஸ் போட்டு ஒரு ப்ரஷ் லைம், உப்பு கலந்து குடித்து விட்டு, சிகரெட் ஒன்றை வாங்கிப் பற்ற வைத்துக் கொண்டேன். சிறிது ஆசுவாசமடைந்த பிறகு சற்றுத் தெளிந்த நிலையில் சிந்திக்க ஆரம்பித்தேன். அவன்மீது ஆத்திரப்பட எனக்கு எந்தவித உரிமை யும் கிடையாது; நான் பதில் செல்லாமல் வந்தது அநாகரிகம்;

அவனோடு வருவதற்கு இசைவு இல்லை; விருப்பமில்லை என்று கூற மட்டும்தான் எனக்குச் சுதந்திரம் உண்டு; அவன் மனதைத் தேவையில்லாமல் புண்படுத்தி விட்டேன் என்றெல்லாம் தோன்றியது. பாவம் அவனவன் பிழைப்பு அப்படி. அவனை ஏன் நொந்துகொள்ள வேண்டும்? அவன் செய்துகொண்டிருப்பது ஒரு சுய வேலை. ஆனால், எனக்கு ஒன்று மட்டும் புரியவில்லை. ஒரு பெண்ணைக் காதலிக்காமலோ, மனதார நேசிக்காமலோ எப்படி அவளுடன் படுக்க முடியும்? ஆனாலும், இவர்கள் குறிப்பிட்ட மனநிலையில் உள்ளவர்களின் தேவையைப் பூர்த்தி செய்துகொண்டுதான் இருக்கிறார்கள். தேவை இருப்பதால்தான் பொருட்களே உற்பத்தியாகின்றன.

ஒரு கால்மணி நேரம் அங்கேயே நின்றுகொண்டேன். அந்த மனிதன் நிழற்குடையை விட்டு அகன்றபிறகு அங்கு போய்க்கொள்ளலாம். இல்லை, அங்கேயே இன்னும் இருந்து வைப்பானோ? என்ன சமாதானம் சொல்லிக்கொண்டும் கசப்புணர்வு முற்றிலும் நீங்குவதாக இல்லை. தயக்கத்துடன் மெதுவாக, புறப்பட்ட இடத்தை வந்தடைந்தேன். நல்ல வேளை அவன் அங்கு இல்லை. ஒரு நிம்மதிப் பெருமூச்சு.

மரத்தின் கீழே எந்தக் காரணமுமின்றித் தற்செயலாகக் குனிந்தேன். தரையில் ஒரு 'சானிட்டரி நாப்கின்.' விவஸ்தை கெட்ட தனத்தின் ஒரு அதிமுக்கிய வெளிப்பாடு. ஒரு காகிதத் தில் சுற்றிப் போட்டிருக்கலாம். சிறு சிறு விசயங்கள். ஆனால், முக்கியமானவை. தெருவில் அடிக்கடி, ஆண் கருத்தடைச் சாதனங்கள் கிடப்பதைப் பார்த்திருக்கிறேன். ஒரு காகிதத்தில் சுற்றிப் போட்டால் என்ன கேடு விளைந்துவிடும் என்று தெரிய வில்லை. படுக்கை அறைச் சமாச்சாரங்கள் நடு ரோட்டில். பாலுறவு என்பதுதான் எவ்வளவு அந்தரங்கமான விசயம். அதை ஏன் இப்படியெல்லாம் பகிரங்கப்படுத்தி, கொச்சைப்படுத்திச் சீரழிக்கிறார்கள் என்று தெரியவில்லை.

ஏனோ அந்த மரத்தைப் பார்க்கத் தோன்றியது. நல்ல வேளை. அதன் எந்த முண்டிலும் குங்குமம், மஞ்சள், ஆணி, அதில் ஒரு பூச்சரம் இவை எதுவுமில்லாமல் இருந்தது. பவித்திரப்படுத்தப்படாத களங்கமற்ற தூய்மையான மரம். அந்த மரம் எனக்கு உடனே மிகவும் பிடித்துப் போயிற்று. ஆனால், பட்டைகளில் திட்டுத் திட்டாக வெள்ளை. வெற்றிலையில் தடவிய சுண்ணாம்பின் மீதியை மரம் சுக ஜீவிகளிடமிருந்து பெற்றிருந்தது. மனிதன் எதையும் விட்டு வைப்பதில்லை, இயற்கையைக் கூட. மனிதன்தான் எவ்வளவு அற்புதப் பிறவி! அரிது அரிது மானிடனாய்ப் பிறத்தல் அரிது. மானிடனாக,

மானிடன் என்ற சொல்லின் இணையாக நடப்பது அதனினும் அரிது. சிறு துரும்பும் பல் குத்த உதவும் நிலையில் பிரம்மாண்டமான ஒரு விருட்சம் உபயோகப்படுத்தப்படாமல் இருப்பதுதான் மனித குலத்திற்கு எவ்வளவு பெரிய இழுக்கு!

எண்ணங்கள் குவியக் குவிய மனதில் இறுக்கம் பற்றிக் கொள்ள, தலை சற்று அதிகமாகவே வலிக்கத் தொடங்கியது. உடனே துரித கதியில் நீரில் கரையும் அற்புதத் தன்மை வாய்க்கப் பெற்ற வலி நிவாரணி ஒன்றை - சினிமா விளம்பரத்தில் அப்படித்தான் அதைக் காட்டி வைக்கிறார்கள் - அந்த வெற்றிலை பாக்குக் கடைப் பையனிடம் வாங்கி அருகில் இருந்த டீக்கடையில் சென்று தண்ணீர் கேட்டு விழுங்கி வைத்தேன். கூடவே ஒரு சிங்கிள் டீ. தலைவலி குறைந்ததாக ஒரு பிரமை. விளம்பரத்தின் விளைவு.

ஒருவர் என்னை நோக்கி வந்தார். சற்று வயதானவர். காவி நிற வேட்டியை மடித்துக் கட்டியிருந்தார். தெளிவான முகம். கண்ணியமான தோற்றம். ஏதோ ஒன்று அவர்பால் என்னை ஈர்த்தது. ம், அதை தேஜஸ் என்றுதான் சொல்ல வேண்டும். தடுமாற்றம், தயக்கம் துளியும் இல்லை; சம்பாஷணை அன்னியோன்னியமாக ஆங்கிலத்தில் நடந்தேறியது.

"மன்னிக்க வேண்டும்."

"சொல்லுங்கள்."

"ஒரு ஐம்பது சைபா உங்களிடம் இருக்குமா? இது ஒரு வேண்டுகோள் மட்டும்."

பாவம், அவசரமாக யாருக்காவது தொலைபேசி மூலம் தொடர்பு கொள்ள வேண்டிய அவசரமும் அப்பொழுது காசில்லாத நிலையுமாக இருக்குமோ.

"ஓ, நிச்சயமாக."

ஐம்பது பைசா நாணயம் ஒன்றை அவரிடம் கொடுத்தேன்.

"மிக்க நன்றி. நான் எதற்காகக் காசு கேட்டேன் என்று தெரிந்துகொள்ள விரும்புகிறீர்களா?"

"அறவே அந்த எண்ணம் கிடையாது. நீங்கள் கேட்டீர்கள். என்னிடம் இருந்தது. கொடுக்கவும் தோன்றியது. விசயம் அவ்வளவுதான். காரணத்தைப் பற்றி நான் அதிகம் சிந்திக்க வில்லை. என் ஊகங்களைப் பற்றி அவ்வளவு அசைக்க முடியாத நம்பிக்கையும் எனக்கு இல்லை."

"காரணத்தைக் கேட்டால் என்னைத் தவறாக எடுத்துக் கொள்வீர்கள். ஆனால், அதைப் பற்றி எனக்குக் கவலையில்லை. உங்களிடம் சொல்லியே ஆக வேண்டும்."

"தாராளமாக, சொல்லுங்கள்."

"சற்று முன்புதான் 1 ½ லிட்டர் சாராயம் நான் குடித்தேன் என்று சொன்னால் நீங்கள் நம்புவீர்களா?"

"சத்தியமாக முடியாது. நீங்கள் நிதானத்துடன் இருக்கிறீர்கள். முகத்தில் நல்ல தெளிவு இருக்கிறது."

"நீங்கள் சின்னப் பையன். உங்களுக்கு அனுபவம் போதாது. வாழ்க்கையில் பார்க்க வேண்டியது நிறைய இருக்கிறது."

"இல்லை, நீங்கள் நினைப்பது தவறு. எனக்கு வயது நாற்பது. நீங்கள் நம்புவீர்களா?"

"என் வயதைப் பற்றி நீங்கள் என்ன நினைக்கிறீர்கள்? எழுபத்து ஐந்து என்றால் நம்புவீர்களா?"

"நிச்சயம் முடியாது. நீங்கள் சொல்ல வந்ததை இன்னும் சொல்லவில்லை."

"கடைசியாக ஒரு sober drink. ஒரு நூறு மில்லி போட வேண்டும். அதற்காகத்தான் காசு சேகரித்துக்கொண்டிருக்கிறேன். ஒரு நூறு மில்லி எவ்வளவு என்பது உங்களுக்குத் தெரியுமா?"

"தெரியும். மூன்று ரூபாய் என்று நினைக்கிறேன்."

"உங்களிடம் மொத்தமாக மூன்று ரூபாய் கேட்டால் நீங்கள் மறுத்திருப்பீர்கள். இது ஒரு உளவியல் சூட்சுமம்."

"இது எனக்கு ஆச்சரியமாக இல்லை. பாரதத்தில் ஏறத்தாழ அனைவரும் சுய நிர்ணயம் செய்துகொண்டுள்ள உளவியலாளர்கள்தாம்."

"உங்கள் பெயரை நான் அறிந்து கொள்ளவில்லை."

"ராஜ்."

"நான் கேப்டன் எம்.கே. நாயர்."

"Gosh, நிச்சயமாக ராணுவ மிடுக்கு சிறிது கூடக் குறையவில்லை."

"கடைசியாக ஒரு வார்த்தை."

"சொல்லுங்கள்."

"வயது என்பது வருடங்களைப் பொறுத்த சமாச்சாரம் இல்லை. இதயம் சார்ந்தது."

"மறுக்க முடியாத உண்மை."

"உங்களிடம் நல்ல இதயம் இருக்கிறது."

"தெரியவில்லை. இது மிகவும் சிக்கலான விசயம். என் உற்ற நண்பர்களைக் கலந்தாலோசிக்காமல் இந்த விசயத்தில்

திட்டவட்டமாக எதுவும் சொல்வதற்கில்லை. எப்படியிருந்தாலும் என்னுடையதைவிட உங்கள் இதயம் இளமை வாய்ந்தது."

"சரி. சென்று வருகிறேன். கடவுள் உங்களை ஆசீர்வதிக்கட்டும். இன்னும் எனக்கு ஒரு ரூபாய் சேர்ந்தாக வேண்டும். உங்களைப் போன்ற நல்ல நண்பர்கள் இருவரைப் பார்க்க வேண்டும்."

"சென்று வாருங்கள். கடவுள் உங்களிடம் இருப்பாராக. நீங்கள் சந்தோசமாக இருக்க வேண்டும் என்பது என் அவா."

"காசிருந்தால்தான் சந்தோசம்."

"ஓரளவுதான் உண்மை. எனக்குத் தெரிந்த பணக்காரர்கள் சிலர் வேறு ஏதோ ஒரு விதத்தில் துன்பப்பட்டுக்கொண்டுதான் இருக்கிறார்கள்."

"மீண்டும் சந்திப்போம்."

அவர் விடை பெற்றார். அப்படியே அசந்துவிட்டேன். என்ன மிடுக்கு, என்ன கவர்த்தை, என்ன கம்பீரம், எல்லாவற்றிற்கும் மேலாக என்ன கண்ணியம், என்ன நேர்மை, போலித்தனம் எதுவும் இல்லாத என்ன அப்பழுக்கற்ற தூய்மை! கேப்டனை என்னால் நிச்சயம் மறக்க முடியாது.

எதிரில் அரங்கத்தைப் பார்த்தேன். இன்னும் நிகழ்ச்சி முடிந்தபாடில்லை. அரங்கத்தை அடுத்து ஒரு ராட்சதப் பலகை. Polio Free Madras – அதற்குப் பின் பலகை உடைந்திருந்தது. நான் நின்றிருந்த நடைபாதையையொட்டி சாலையோரத்தில் இளம்பிள்ளைவாதத்தால் சூம்பிப் போன கால்களுடனும், மெலிந்த கைகளுடனும் ஒரு ஐந்து வயதுப் பையன் ஒரு அழுக்குச் சட்டை மட்டும் அணிந்து வலது கையில் ஒரு பிளாஸ்டிக் லோட்டாவைப் பற்றிக்கொண்டு தவழ்ந்து நகர்ந்து யாசித்துக்கொண்டிருந்தான். ஒரு பெண் குனிந்து அவனுக்கு ஐயம் இட்டாள். முதலில் எனக்குத் தோன்றியிராதது அந்தப் பெண்ணின் செயலைப் பார்த்ததும் தோன்றியது. நானும் ஒரு பத்துப் பைசா நாணயத்தைப் போட்டேன்.

இருவர் நடந்து செல்லும்போது சந்தினோரத்தில் ஒருவன் ஒன்றுக்குப் போனால் மற்றவனுக்கும் ஒன்றுக்குப் போக வேண்டும் என்று தோன்றும். ஆட்டுப் புத்தி. முதல் ஆடு ஒரு பள்ளத்தில் குதித்தால் பின்னால் வரும் மந்தையில் உள்ள அத்தனை அப்பாவி ஜீவிகளும் அவ்வாறே செய்து ஆனந்திக்கும். 'மந்தை உணர்வு' (Herd instinct) நட்பின் மூல காரணம் என்று உளவியலாளர்கள் கூறுகிறார்கள். மென்மை உணர்வுகளின் அடிப்படையில் ஏற்படும் ஒரு சிறந்த அழகான உறவை

எவ்வளவு குரூரமாகச் சிதைத்துவிட்டார்கள்! நட்புறவு எனும் அழகான யாழைத் தவறான விரல்களால் காட்டுத்தனமாக இயக்கி இனிமையாக வர வேண்டிய இசையை அபஸ்வரப்படுத்தும் அலசல் ஆய்வு அறிவாளிகள்.

அந்தச் சிறுவனை நினைக்க எனக்குப் பரிதாபமாக இருந்தது. இரவு உணவுக்காக அவனுக்கு எவ்வளவு காசு தேவையோ? எப்பொழுது அது சேருமோ? வாணியைவிட அந்தப் பையனுக்கு 1½ வயதுதான் கூடுதலாக இருக்கும். பள்ளிக்குச் செல்ல வேண்டிய வயது. விதி அவனை அடிப் படைச் சமாச்சாரங்களில் இளம்பிராயத்தில் இருந்தே உழல வைத்திருக்கிறது. தன்மானம் என்ற உணர்வே இல்லாமல் அவனது தனித்துவம் கொடூரமாகச் சீர்குலைந்து ஒரு வினோத உயிரியாக அவன் வளர்ந்து ஆளாகப் போவதை நினைக்க எனக்குத் துக்கம் தொண்டையை அடைத்தது. டிக்கெட்டுக்கு அழுத இருபத்து ஐந்து ரூபாயை இந்தச் சிறுவனுக்குக் கொடுத் திருந்தால் குறைந்தது நான்கு நாட்களாவது கால் முட்டிகள், உள்ளங்கைகள் தேயாமல் நன்றாக ஓய்வெடுத்துக்கொண்டு கவலையில்லாமல் சாப்பிட்டு சௌகரியப்பட்டிருப்பான். காசு விரயமான பிறகு ஏற்படும் நல்லெண்ணம். முதலிலேயே இதெல் லாம் தோன்றாது. காலங்கடந்த ஞானோதயமாக இருந்த போதிலும், அது அந்தப் பிரம்மாண்டமான விருட்சத்தின் கீழே எனக்கு ஏற்பட்டது, போதி மரத்தை நினைவூட்டி என்னை மகிழ்வித்தது. மனம் என்னுள் இது போன்ற சித்து விளையாட்டில் ஈடுபடுவது இது முதல் தடவை அல்ல.

அந்தப் பையனுக்கும் எனக்கும் ஒரு ஒற்றுமை இருப்பதாகத் தோன்ற ஆரம்பித்தது. இருவரும் காத்திருந்தோம். நான் என் மனைவி குழந்தைக்காக; அவன் தன் இரவு உணவுக்காக. இருவருக்கும் எவ்வளவு நேரம் காத்திருக்க வேண்டும் என்று தெரியாது. இருவரும் ஒரு நிலையில் அனுதாபத்திற்குரிய வர்களே.

மீண்டும் சாலையைப் பார்க்க ஆரம்பித்தேன். ஒரு ஒன்பது வயதுப் பையன், அழுக்கே உருவான சட்டையும் லுங்கியும் அணிந்துகொண்டு கடலையையோ பட்டாணியையோ கொறித்துக்கொண்டு மெதுவாக நடந்து போய்க்கொண்டிருந்தான். துவைத்தால் ஒரு வேளை ஆடைகள் கிழிந்து போகலாம். இல்லாமைதான் எவ்வளவு அகோரமானது.

அடுத்த காட்சி. ஒரு எட்டு வயதுச் சிறுவன் ஒரு மெலிந்த குதிரைமீது அமர்ந்து அதை மெதுவான பாய்ச்சலில் செலுத்திக் கொண்டு வந்துகொண்டிருந்தான். கடற்கரையில் சிறார்களை

முதுகுமீது ஏற்றி ஒரு ரூபாய் முதல் இரண்டு ரூபாய் வரை பெற்றுத் தரும் பரியாக அது இருக்கலாம். எட்டு வயதில் வாழ்க்கைப் பிரச்சனை. தாயின் மார்பகத்தை இறுதியாக உறிஞ் சிய அடுத்த கணத்தில் இருந்தே சிலருக்கு வாழ்க்கை கடுமை யாகத் தாக்க ஆரம்பித்துவிடுகிறது. சே, என்ன அவலம். நண்பர் ரவி சொன்னதுபோல, வாழ்ந்து சலிக்க வேண்டியிருக்கிறது.

பேருந்துக்காகக் காத்திருந்த ஒருவரிடம் மணி கேட்டேன். 'ஒன்பதுக்கு ஐந்து நிமிடம்.' அவர் பேசிய நல்ல தமிழ் அவர் சென்னைவாசி இல்லை என்று விளம்பியது. 'அஞ்சை', 'ஐந்து' என்றது ஒரு சான்று.

இருவர் மோட்டார் பைக்கில் வந்தனர். பின்னால் இருந்த வரிடம் ஹெல்மெட் இல்லை. அரங்கத்தின் நுழைவாயிலுக்கு முன் பைக் நின்றது. பின்னால் இருந்தவர் இறங்கிக்கொண்டார். பைக் இரு மருங்கில் இருந்த காவலர்களுக்கு நடுவில் நுழைவாயில் வழியே உள்ளே சென்றது. இறங்கியவர் நடந்து அரங்கத்தினுள் சென்றார். காவலர்கள் முன்பு சட்டம் விமரிசை யாகக் காக்கப்பட்டது. நிஜமாகவே சட்டத்தையெல்லாம் ஒழுங் காகப் பின்பற்ற வேண்டும் என்று யாராவது பிரயாசைப்படு கிறார்களா என்று தெரியவில்லை. இவ்வளவு சட்டம், கட்டுப்பாடு, நியதி நெறிமுறை இழவுகளெல்லாம் அவசியம்தானா என்று தெரியவில்லை. கட்டுப்பாடுகள் அதிகமாக ஆக மென்மேலும் மன இறுக்கம், சிக்கல், நோய்கள். கட்டுப்பாடுகள் கிட்டத்தட்ட எதுவுமே இல்லாத Samoaவில் வாழும் தொல்குடி களிடத்தில் மன ஆரோக்கியம் உச்ச நிலையில் செழித்தோங்கு வதாக மானிடவியலாளர்கள் கண்டறிந்திருக்கிறார்கள். மன இயல்பின் செழுமையான பாதையில் குறுக்கும் நெடுக்குமாக முளைகளை நட்டு, முட்களைப் பரப்பி, கூரான கற்களை ஆங்காங்கே போட்டுவிட்டால் ஓட்டம் எப்படிச் சீராக இருக்க முடியும் என்று தெரியவில்லை. நாகரீக வளர்ச்சி என்பதே ஆத்ம நிர்வாணத் தூய்மைமீது மடத்தனமாக அணிவிக்கப்பட்ட சாணியில் தோய்த்த சட்டை. சள்ளை பிடித்த விவகாரம். இதற்காகச் சந்தோசம் வேறுபட்டுத் தொலைய வேண்டுமா என்ன?

தலை முன்பை விட இப்பொழுது அதிகமாக வலிக்கத் துவங்கியது. அந்த மரத்தையும், இலைகளையும் மேலே தெரிந்த வானையும் மட்டும் பார்த்துக்கொண்டிருந்தேனானால் எந்த வலியும் என்னை லாந்தியிராது. மனதைப் போட்டு இவ்வளவு இம்சித்திருக்க வேண்டாம்தான். யாருடைய உபாதைக்கும் பிறர் காரணமில்லை. அழிவிற்குக் காரணம் தான்தான்.

மணி அநேகமாக 9.45 இருக்கும். அரங்கத்தின் எதிரிலுள்ள சினிமா முடிவு பெற்று ரசிகப் பெருமக்கள் வெள்ளம் தோராயமாக 15 நிமிடங்கள் முன்புதான் பெருக்கெடுத்து சாலை நெடுகிலும் ஓடி வடிந்திருந்தது. ஒரு வழியாக தாராவும் வாணியும் வந்து சேர்ந்தார்கள். நீண்ட காலம் பிரிந்தவர்கள் கூடினால்... தலைவன் தலைவியை எக்கச்சக்கமாகக் கட்டித் தழுவி தத்துவம், காதல் முதலிய சமாச்சாரங்கள் சரியான விகிதத்திலோ, இசகு பிசகாகவோ கலந்து உருக்கமான இன்னிசை பாடி, பின்னணியில் வெண்புகை தோன்றி, கால்களுக்கிடையில் புகுந்து முன்னணிக்குப் பரவி இவ்வளவு இடைஞ்சல்களுக்கிடையில் சிரமம் பாராமல் தலைவியைத் தூக்கி, அப்படியே அசையாமல் சில வினாடிகள் இருந்து, பிறகு பாரத்தை இறக்கி, தொடர்ந்து பாடி... சாமி சத்தியமாக இதெல்லாம் எங்களுக்குள் நிகழவில்லை. ஏனென்றால் நிகழ்வு! தமிழ் சினிமா இல்லை. சாதாரண பாமர ஜீவிகளின் வாழ்க்கை. சம்பவித்தது என்னவோ என்னிடமிருந்து வெளிப்பட்ட உஸ் அப்பாடா, ஒரு மாபெரும் நிம்மதிப் பெருமூச்சு. காத்திருக்கும் சடங்கு ஒருவாறாக ஓய்ந்ததில் கிடைத்த ஆசுவாசம்.

திடீரென்று என்னை ஒரு சந்தேகம் பற்றிக்கொண்டது. அந்தக் கடைப் பையன் என்னை எப்படி எடை போட்டானோ? வாணி மட்டும் இருந்திரா விட்டால் 'தள்ளல்' சமாச்சாரம் என்று எங்கள் தாம்பத்தியத்தை இழித்திருக்கக் கூடும். கிட்டத் தட்ட 2 1/4 மணி நேரம் ஒரு ஆசாமி கடையின் ஒரு பக்கத்தி லிருந்து மறுபக்கம் சென்று திரும்பிக்கொண்டு கடைசியில் ஒரு பெண் வந்ததும் அவளுடன் குலாவிப் பேச ஆரம்பித்தால் இந்த மாதிரி ஏதாவது பிசகாக எண்ணத் தோன்றினால் அவனைக் குற்றம் சொல்வதில் புண்ணியமில்லை.

25 தட எண் பேருந்து வர வேண்டும். மீண்டும் காத்தல். முன்பு தனியாக, இப்பொழுது குடும்பம் சகிதம். கும்பலாகச் சேர்ந்து இம்சை அனுபவிப்பதில் அவ்வளவு அசௌகரியம் தோன்றுவதில்லை. கணக்கில் நான் 25 மதிப்பெண்கள் பெற் றிருந்தது அவமானமே. ஆனால் சந்துருவும், கோபால்நாத்தும், டேவிட்டும், முஸ்தஃபாவும் 14, 22, 24, 26 முறையே வாங்கி யிருந்ததில் என் குனிந்த தலை சற்றுத் தெம்பாகவே நிமிர்கின்றது.

இப்பொழுது ஒரு கிழவி யாசித்தாள். வாணி, "டாடி, அம்மா – தாயிக்குக் காசு கொடு" என்றாள். அவளிடம் ஒரு இருபது பைசா நாணயத்தைக் கொடுத்தேன். வாணி அதைக் கிழவி கையில் போட்டு சந்தோசித்தாள். "டாடி, காசு போட்டா பாட்டி புவ்வா சாப்பிடுவா இல்லே..." "ஆமாண்டா கண்ணா,

கொஞ்சம் அனத்தாமெ இரு.” ஒரு வருடம் முன்பு, பாரத வாழ் குடியினரான இரு பிரிவுகளாக வியாபித்து வாழ்ந்து கொண் டிருக்கும் யாசகர்கள் – யாசகர்கள் அல்லாதவர்களின் நிலையை யும் நாட்டின் பொருளாதார சுபிட்சத்தின் நுணுக்கங்களையும் அவளுக்குப் புரியும் குழந்தை மொழியில் விரித்துரைத்திருந்தேன். வாணி அதை இன்னும் ஞாபகம் வைத்துக்கொண்டிருந்தாள். குழந்தைகள் கூடவா எல்லாவற்றையும் மனதில் வைத்துக் கொண்டு சிரமப்படுவார்கள்.

“டாடி, மேரி பிஸ்கெட்.'' “இர்ரா கண்ணா, பஸ் வரட்டும். வீட்டாண்டெ போயி ஒனக்கு ‘ஏசுநாதர்' பிஸ்கெட்டே வாங்கித் தர்ரேன்.'' நல்ல வேளை, தெய்வாதீனமாக – ஏசுபிரானின் நாமத்தை உச்சரித்தது ஒரு பிரதான காரணமாக இருக்கலாம் – பேருந்து வந்தது. பேருந்தில் வாணிக்கு பிஸ்கெட் மறந்து விட்டிருந்தது. “டாடி, பஸ்ஸிலேருந்து எறங்கினதும் வாளெப் பழம் வாங்கித் தரணும், என்னா?'' கனிகளில் தலையாயது எது என்று யோசிக்க நான் சிறிது அவகாசம் எடுத்துக்கொண்டேன். மடியில் உட்கார்ந்து என்னைப் பார்த்துக்கொண்டிருந்தவளுக்கு நான் பேசாமல் இருந்தது வித்தியாசமாகத் தோன்றியிருக்க வேண்டும்.

“இன்னா டாடீ ஒண்ணுமே பேச மாட்டேங்கறே?'' “வாளெப்பழம்ல்லாம் போர்டா கண்ணா, ஒனக்கு ஞானப் பழம் வாங்கித் தர்றேன்.'' எரிச்சலையும் மண்டை உபாதையையும் மறப்பதற்கு வாணியைச் சீண்ட ஆரம்பித்தேன். “துத்தித் தண்ணன்.'' அவளுடைய கன்னத்தைச் செல்லமாகக் கிள்ளி னேன். ஒருமுறை கோபமாக முறைத்தாள். மறுகணம் என் இடது கன்னத்தில் பளார் என்று பலமாக ஒரு அறை. ஆறு மாதம் முன்பு வரை அவளுக்கு ‘க' என்ற எழுத்தை உச்சரிக்க வராதிருந்தது. ‘குட்டிக் கண்ணன்' என்பதை அவளது ஆறு மாதம் முன்னால் மொழியில் ‘துத்தித் தண்ணன்' என்று கேலி செய்ததை அவளால் தாள முடியவில்லை. வாணிதான் எவ் வளவு தன்மான உணர்வுள்ளவளாகவும் touchyயாகவும் இருக் கிறாள். அதும் 3 1/2 வயதில். கன்னத்தில் அடி பலமாகத்தான் விழுந்திருந்தது. ஒரு கூடுதல் உபாதை. ‘டி.வி.எஸ். மூணு டிக்கெட்.' பயணச் சீட்டு வழங்கும் சிப்பந்தி காதில் வாங்கிக் கொள்ளாமல் முன்னே நகர்ந்துகொண்டிருந்தார். டி.வி.எஸ். வருவதற்குச் சற்று முன்பாகவே பேருந்து நின்றது. இறங்கிக் கொண்டோம்.

சாலையிலிருந்து “கண்டக்டர் டி.வி.எஸ். மூணு டிக்கெட்''. “இவ்ளோ நேரம் இன்னா பண்ணே?'' என்பதில் மௌனம்.

நடத்துநர் தொடர்ந்தார். ''எங்கே ஏறினே?'' இடத்தைச் சொன்னேன். சலிப்புடன் பயணச் சீட்டுகள், நல்ல வேளையாக சில்லறைத் தட்டுப்பாடு என்ற காரணம் காட்டாமல் 5 பைசா, 10 பைசா கம்மி பண்ணாமல் முழு மீதி சில்லறை முதலியவற்றை நடத்துநர் கொடுத்து உதவினார். வழியில் வாணிக்கு, கடையில் ஒரு பூவம் பழம் வாங்கிக் கொடுத்து வீடு வந்து சேர்ந்தோம்.

முதல் காரியமாகத் தலைவலியைத் தணிப்பதற்கு நிவாரணி ஏதாவது உண்டா என்று தேட ஆரம்பித்தேன். பெட்டியைத் துழாவியதில் ஒரு மாத்திரை அகப்பட்டது. சோர்வையும் பொருட்படுத்தாத தாராவின் சேவையால் டீ கிடைத்தது. வாணி உடனே தூங்கிவிட்டாள். டீ அருந்திக்கொண்டே சிறிது ஆசுவாசம் ஏற்பட்ட பிறகு கேட்டேன். “என்ன நடந்தது?'' நிகழ்ச்சிகள் அடுக்கித் தரப்பட்டன. அவளுக்கு ஒன்று ஆச்சரிய மாக இருந்தது. “கௌசிகா எப்படிச் செக்கச் செவேலுன்னு எவ்ளோ அளோகா... இருபது வயசுகூடச் சொல்ல மாட்டீங்க.” “அவளுடைய மேக்அப் ஆள் அவளை நிக்க வச்சு வெள்ளெ அடிச்சு அனுப்பிச்சிருப்பான். வேறெ என்ன இன்டரஸ்டிங்க்கா சொல்றாப்பலெ?” “ஒரு பொண்ணு, இரண்டு மூணு சினிமாவ்லெ கூட அவளெப் பார்த்திருக்கேன். டிஸ்கோ என்னமா ஆட்னா. பசங்க காசு காசாத் தூக்கி ஸ்டேஜ்லெ எறிஞ்சாங்க.'' பள்ளிக் கரஸ்பாண்டென்ட் ஓயாமல் முழங்கிக்கொண்டிருக்கும் நல்லொழுக்கம் பொன் விழாவில் இறுதிக் கோலம் பூண்டிருந்தது. மேற்கொண்டு எதுவும் கேட்க விரும்பவில்லை.

பாத்திரத்தைத் திறந்தபோது சாதம் ஊசிப் போயிருந்தது. பசியுடன் படுத்துக்கொண்டோம். எனக்கு நீண்ட நேரம் நின்றதில் கால் வலித்தது. தாராவுக்கும் கால் வலி. யார் காலை யும் யாரும் பிடித்துவிட முடியவில்லை. இருவருக்கும் பயங்கர சோர்வு. ஒத்த நிலைகள் சில வேளைகளில் யாருக்கும் சாதகமில்லாமலேயே அமைந்துவிடுகின்றன.

அந்த இளம்பிள்ளைவாத யாசகச் சிறுவனின் நினைவு மனதில் பிரதானமாகத் தங்கியது. அவனுடன் என்னை ரொம்பவும் கூடுதலாக ஒப்பிட்டுக்கொண்டு விட்டேனோ என்று நினைக்கத் தோன்றியது.

●

டேபிள் டென்னிஸ்

Love all

ஐந்து ரூபாய் ஆங்கூரிலும் பத்து முழம் ஜாதியிலும் ஒரு நெருக்கமான தோழமை வைபவம்.

அதிகாரிகளை மிரட்டு. எதிர்த்துக் கிளர்ச்சி செய். கர்த்தர் நல்லவர்.

போலிகளைப் பொசுக்கு. சாம்பலில் மனைவெளி வாங்கு.

உறவுகள் பொதுமையானவை. உடைமை இல்லாதவை. தயாரிக்கப்பட்ட உறவுகளைவிட நேரும் உறவுகள் நேர்மையானவை.

நடுவில் உருவி விட்டுக்கொண்டு வர இயலாது தோழரே. ஓர் அரைமணி காத்திருங்கள்.

கொடு. கொடுத்துக்கொண்டே இரு. சாவு ஒரு முறைதான். ரோஸி உனக்கு என்ன வேண்டும்?

Love one

ஜனவரி பிப்ரவரி மார்ச்சுவரி. அன்புள்ள ராட்சசிக்கு... எழுதி விளாசுங்கள் தோழர்களே.

ஸ்திரீலோலன்தான். புருஷலோலிகள் நேக்கு ரொம்பப் பிடித்தம். முப்பத்து நான்கு ஆண்டுகள் முன். சிறிது நேரம் ஜாலியாக இருக்கலாம். வா. இரவு ராணிகள் வேட்டை. ஆர்தர்பால் வேறுவித வேட்டை. துணிச்சல்தான். தினசரி. இது பஸ். இதன் படம். இது நாளை ஓடாது. சதக் சதக். தினசரி.

என்னைப் பற்றி எட்வினாவிடம் கேள். நான் யார் என்பது எனக்குத் தெரியாது சாமி, நெசமாத்தான்யா சொல்றேன். அட போவியா ஜோலியப் பாத்துக்கிட்டு.

Love two

How do you rate your sexual performance?

Oh God, Nope. I don't rate. I simply fuck.

என் கனவிலும்
நனவிலும்...பச்...
அனைத்திலும் என்னுள்
கரைந்து நிற்கும்
வார்த்தைகளையும்
கடந்து நிற்கும்
வார்த்தைகளுள்
அகப்படாமல்
நழுவிக்

கொண்டேயிருக்கும் எனதினிய Kathy Ackerன் அழகான ஒரு நினைவாக...

பரவாயில்லை. நுழையுங்கள் தோழரே. தோழிமேல் உடைமை இல்லை. தாங்களும் கூட்டு சேரலாம். அவளுக்கும் விழைவெனில். எனது உபயம் ஓர் அழகான பிங்க் கோஹினூர். அவளைப் பற்றி மகாத்மியம் பாடலாமா? என்ன யோசிக்கிறீர்?

முப்பது ரூபா இல்லியா? எவனோட படுத்துச் சம்பாரிக்க?

உன் இஷ்டம். எய்ட்ஸ் வராமப் பாத்துக்க. இன்னும் நீ எனக்கு வேணும். தீ.

சசி கலா மாலா
ரா வாங்கித் தாரேன் கோலா
முகச்சவரம் இனிதே நிகழ்ந்தேறிற்று.

Love three

சொத்தையைப் பிடுங்கியவளுக்குத்தான் எத்தனை அழகுக் கொள்ளை! இன்னும் ஒன்றை அவளிடமே பிடுங்கிக் கொள் வேன். நாளை என்று எப்பொழுதும் ஒன்று உண்டு. சொத்தை நம்பிக்கை.

Love four

Hugh Prather போல ஒரு நல்ல மனுஷன் லோகத்துல தேடுனாலும் கெடைக்க மாட்டான்.

வன்முறையின் மொழி மென்மையானது. அதற்காகவே உன்னை நான் காதலித்துக்கொண்டிருக்கிறேன் முப்பதாண்டு களாக. இன்னும்... இருப்பேன்.

Love five

ஒரு நாலு கேஸ் போடணும். நீங்க உதவுவீங்களா?

...

என்ன சார் உதவுவீங்களா?

...

நீங்க வக்கீல் இல்லியோ?

பாத்தா எப்பிடித் தெரியுது?

நான்கு கூட்டாளிகள்மீது மோசடி வழக்குகள் தொடுத்ததில் துயரம் கலந்த திருப்தி. Delinquents--யைக் கட்டிக்கிட்டு எவ்ளோ நாளெக்கி அழச் சொல்றீக?

Love six

என் காதலிக்கு நான்கு குழந்தைகள். ஒன்றுகூட என்னோட தில்லை. வருத்தமா இராதா பெறகு?

பேரு வெங்கிட்டுன்னான். லுங்கியத் தூக்கிக் காட்டுரா மசுருன்னேன். நா சொன்னதுல என்ன தப்பிருக்குன்னு இப்படிக் கத்துற?

நாலரையை ஐந்தரையாகப் பார்த்து இருளடைந்த சந்துகளைக் கடந்து ராகிமால்ட் பருகும் கடையருகே வருகி றேன். கடை இன்னும் திறந்திருக்கவில்லை. இப்படியே நான்கு கடைகள். என்ன சோம்பேறிகள்! ஐயோடி அந்தக் கறுப்பு நாயாச்சும் இண்ணெக்கிக் கத்தாம இருக்கணும். முதுகுத் தண்டில் சில். எதையும் அகற்ற முடியாது. எண்ணங்களையும். பழைய காதலியை மீண்டும் ஏன் சந்தித்தாய்? உதவுவதாக வாக்களிப்பு வேறு! பரந்த மனசுன்னு நெனெப்போ. பொண் டாட்டி திட்டுறா, அவ பொச்சு மேலயே தலய வச்சப் படுத்துக் கணுமாம். வெக்கமா இல்லியா இந்த நாப்பத்தெட்டில்? இருபத் தாறுல இழந்ததெ இருபத்திரண்டு வருஷங்கழிச்சு மீட்டுக்கப் போறியா?

இந்த he-man இழவுக்குக் குறைவில்லை. ஆண்மைக் குறைவு. தெரியுந்தானே? தெரியும்தானே. டாக்டர் பழநி யப்பனை முயன்று பாரேன்.

இதுல காதலியச் சோதரியாக்கி சாதனெ படைச்சுட்டெ. பிஸ்தாத் தாயளிதான் நீ.

என்ன செய்ய? இந்த ராகிமால்ட் சதிகாரப் பாவிங்க. வீடுதான் பேறு. மேசை விரிப்பில் அந்த டெபோனேர். அந்த அரை நிர்வாண அழகி. என்ன இன்பம்! zoom! ஓம் பொண்

டாட்டியவிட அவ... ஆமாய்யா அப்படித்தான்; என்னப்ப அதுக்கு?

Love seven

டேப்பில் என்ன சித்தாரா? காலைல ஓங்க வூட்டுக்கார ருக்கு எழவுப் பாட்டுத்தான் பிடிக்குங் காட்டியும். பக்கத்துப் போர்ஷன் குட்டியின் புகார். நாளை அந்த ஒலிநாடாவைத் தூக்கிக் கடாசப் போறாளாம் தர்மிணி. பாவம் இம்ரத்கான். எதிர்பார்க்கவில்லை அவரும்.

எனக்குத் தபேலா பிடித்திருக்கிறது. சோக கீத ஷெனாய் பிடித்திருக்கிறது. அஸ்ஸலாமு அலைக்கும்.

அந்த அழகிதான் எவ்வளவு மிருதுவாக இருகிறாள்!

என்ன சமூகப் பணியைப் பேப்பரில் ஆரம்பிக்கிறாயா? ராகி கடைக்காரன் பாட்டு. பிள்ளையார் சுழி போட்டுச் செய லெதுவும் தொடங்கு. போடாமலேயே அழகியைப் பருக ஆரம்பித்துவிட்டேன்.

Love eight

என்ன கடினமான உழைப்பானாலும் அழகியின் கேசமும் மார்பகங்களும் ஓர் இதம்தான். தோழா தோழி கேள். நேரத்தைப் பகுதிகளாகப் பிரித்துக்கொள். ஒரு நாளில் பத்து வேலைகள் செய்யலாம். ஆசுவாசமாகச் செய்யக் கற்றுக்கொண்டால். நெசம்மா.

Love nine

என் பிறப்பை அந்தக் கிறித்துவ விசுவாசியிடம் ஒப்புக் கொடுத்துக் கொண்டதில் மனநிறைவு. சாவே வா. சடுதியில். பிறந்து நாளாயிற்று.

Haunting melodies:

இன்றிரவில் நீயே சந்திர ஒளி நீயே
ஈடிலா உனையே என் மனம் நாடுதே
துன்பம் நேர்ந்கையில் யாழெடுத்து நீ
இன்பம் சேர்க்க மாட்டாயா..
நீயாக என்னைத் தேடி வருகின்ற நேரம்
காதல் போதையில்...
நான் சிரித்தால் தீபாவளி ஹோய்...
இணைபிரியாத சினேகம் மறந்தனையோ...

கனவிலும் மறவாக் காதல் நினைவுடனே...
ஆஹா எனதாசை நிறைவேறுமா?...
ஆசைதீரக் கொஞ்சிடாமல்
இன்பம் மலருமா?
தெளிந்த நீரைப்போல
தூய காதல் கொண்டோம் நாம்
காதலின் தீபம் ஒன்று
ஏற்றினாளே என் நெஞ்சில்
நான் கொடுத்தத திருப்பிக் கொடுத்தா
மொத்தமாக் கொடு
அத முத்தமாக் கொடு

மூன்றே நாட்களில் காதரீனின் உதடுகள் கசந்துவிட்டன. இனி கொரல்லிதான் சரி. ஃப்ரெஞ்ச் இச் பற்றி ஒரு குட்டிச் சொற்பொழிவு.

நண்பருக்குத்தான் எத்துணை அழகான மனைவி! கலர் ப்ரா வாங்கித் தரலாம்னா சைஸ் தெரியல்ல மச்சி.

வெள்ளைப் பொச்சு அண்ணாச்சி, ஆறு பெத்தாச்சு, சலிக்கல்லெ.

சர்ப்பத்துடன் சிநேகம். படமெடுக்கும் போது கழுதைக் குறி தோற்கும்.

Love ten

இழவுச் சாமியார் ஒரு கொழுத்த பன்றி. ருத்திராட்சக் கொட்டைகள் அவரது கொட்டைகளைவிட மிகச் சிறியவை. முருகர் வியாபாரம். நல்ல லாபம். வேல் வேல் வெற்றி வேல்.

Love eleven

ஆயுத பூசை.
குங்குமம் இடப்பட்ட
குறி

அவசரகதியில் நுழைந்தது உள்ளே. உச்சகட்ட சிலிர்ப்பின் போது கற்பூரம் ஏற்றி வழிகாட்டினாள் எங்க பேட்டை அம்மன். அம்மனுக்குத்தான் என்ன வாளிப்பான உடம்பு!

ஓரிரவு படுக்கைத் தோழியாக இருக்க இசை. குறி கேட்கிறது. அவிழ்த்து விடு. இறுக்கம் தாள முடியவில்லை. திருக்கரங்களைப் படர விடு.

மீண்டும் அந்த டெபோனேர் அழகி. எங்க பேட்டை அம்மன்.

இடுப்புக்குக் கீழே நீ ஒரு புரட்சிக்காரிதான். ஆர்வெல் ஒழிக!

Love twelve

அந்தக் கிழவன் என்ன சொன்னான்? அவனது மருத்துவ மனையில் மின் அதிர்வு தரப்போகிறானாம். கிழமே மண்டையைப் போடு; அதுதான் தார்மீகம் என்று எழுதி அவன் மூஞ்சியில் விட்டெறியுமாறு பணிப்பெண்ணிடம் சொல்லிவிட்டு வந்த 24/3 ஓர் இனிமையான மாலை.

கிழம் என்ன மருத்துவமா பாக்குறது? மெஷின் வாங்கிப் போட்டாச்சு. ஒரு ஷாக்குக்கு நூத்தம்பது ரூபான்னா பத்துக்கு எவ்ளோன்னு பாத்துக்கோ. IMA தூங்குமூஞ்சிங்க. Phil Brown.

பெரியவாள் காலுல வுழத்தான் ஒனக்குத் தெரியும். குங்குமமா குடுத்தே அண்ணெக்கி. ஆப்பிள் வேற. பழம் பிச்செக்காரனுக்குப் போச்சு. குங்குமம் கக்கூஸுக்கு. காலட்சேபம் செய். பஜனை therapy நடத்து. ப்ராக்ஸெ வுட்டுரு. அனுபவி அறியாதவங்களெ வச்சிக்கிட்டு.

One twelve

அந்த அழகிதான் எவ்வளவு அற்புதமானவள்!

பதினாலாக இருந்திருந்தால் கரமைதுனம் ஆனந்தம் சேர்த்திருக்கும்.

அந்தப் பெண்ணை நான்கு ஆண்டுகளாகத் தெரியும். மாருதியில் வருவாள். அந்தக் கூட்டம் வழியும் மருந்துக் கடைக்கு. பல வண்ண ஆணுறை பாக்கெட்டுகள் நான்கை நான்கு நாளுக்கு ஒரு முறை. அவளிடம் கேட்க நினைத்ததுண்டு. அவளது தெரிவில் உள்ள சூட்சுமத்தை. அழகிதான் அவளும்.

Two twelve

வயது 26. திருமணமானவள். தாபம். தோழர்கள் தேவை. பேனா நண்பர்கள் தோட்டத்தில் விளம்பரம். பாட்சாவிடம் சொன்னேன், “விண்ணப்பி. போ. போய்ப் புதிய கலாச்சாரத்தை உருவாக்கு. எனக்கு வயதாகிவிட்டது.”

Three twelve

சங்கரனைப் பார்த்தேன். பார்க்காமல் போகப் பார்த்தார். துரத்திப் பிடித்தேன். என்ன அந்தக் கிழவன் தற்கொலை செய்து

கொள்ளவில்லையா என்று நலன் விசாரித்தேன். மோட்டார் வாகன சுகத்துக்கு அசௌகரியம் இல்லையே? வாகனத்துக்கு piebald அடிக்கப் போகிறானாம். செய். வாழ். பிறரை ஏமாற்று. பிழைத்துப் போ சவமே.

ப்ரா ஸ்ட்ராப் கைவேலைத்திறனை வெளிப்படுத்துகிறது. Master Craftsman Touch. ஆமாம், நாயுடு ஹாலில் புரட்சியா என்ன?

ஐரிஷ் அமலா என் சினி சிநேகிதி. வனிதா மறந்துபோய் நான்காண்டுகள்.

குழந்தையை முத்தமிட இருவரும் முனைந்ததில் குழந்தை நகர்ந்து எங்கள் இதழ்கள் ஸ்பரிசித்துக்கொண்டன. குழந்தை தெய்வ கடாட்சம்.

Four twelve

டீக்கடைக்காரன் பெண்டாட்டிக்கு இது ஏழாம் மாசம். சுப செய்தி.

அன்பான அசிங்கம் பிடித்த கோபிக்கு, இந்த நான்கில் ஏன் இவ்வளவு நாட்டம்? Fuck, cunt, cock எல்லாம் நான்கு அட்சரங்களாக இருப்பதாலா?

என் பாலின்ப வாழ்க்கையைச் சந்திக்கு இழுக்காதீர்கள் தோழரே. இப்போதே மாதமொரு முறைதான் முடிகிறது. பொறாமை வேண்டாம்.

Five twelve

நாம ரெண்டு பேரும் ஒருத்தனையே கட்டிக்குவோமா?

ஓ, ஆனா மனுஷனோட கீழ்ப் பாதியெ எனக்கு விட்டிரு.

Six twelve

என் கல்லறையில் அவள் வைக்கும் மலர் வளையம். நட்பு தொடரும்.

நல்ல தருணம். இப்பொழுது என்னைக் கொலை செய்வது விவேகமானது. ரூ. 788/– + ரூ. 10/– + ரூ. 400/– + ரூ. 40/– கிடைக்கும். கொழுத்த பணக்காரன் நான்.

நீ நண்பர்களைச் சமமாகப் பாவிப்பதில்லை. எங்கள் குழுவிலிருந்து விலகு விரைவில்.

லைப்ரேரியன் வேலை வேணுமா? பத்தாயிரம் தா. 1987 புள்ளி விவரம்.

சாவே உன் முன் மண்டியிடுகிறேன். சம்பத்.

அறுபத்து மூவரில் கசக்கப்பட்ட முலைகள். பக்திப் பரவசம்.

நிர்மலாவுக்கு சலிப்பே இல்லை. ஐம்பத்து எட்டிலும் தேவையாக இருக்கிறது. கணவரது குறி விறைப்பும் வெங்கடா சலபதியும் வடபழநி ஆண்டவரும். நல்ல Orgyக்கள்தாம். ஆதவன் தைரியசாலி.

என்ன சார் தூங்குறே? முப்பத்தெட்டு செய்ட் காலனி முதல் தெரு வந்தாச்சு. நேத்து ரா ரம்மா?

இல்ல Cathy.

யார் அவ?

உனக்குத் தெரிய வேண்டாம். இந்தா பிடி உன் இருவத்தஞ்சு. Thank You.

Seven twelve

Karthik K Raj: I asked you not to send those broads alone into my room.

என் தலை காகத்தின் கக்கூஸ் ஆயிற்று.

Anissa Ayalaவுக்கு என் அனுதாபங்கள்.

Eight twelve

Praise the lord.

புனித வெள்ளி.

புணர்ந்து முடிந்த குறிபோல் கூனிக் குறுகி நடந்து கொண் டிருந்தேனாம் நான். அவனது ஆலோசனைகளினால் நான் ஆணாக நிமிர்ந்து நடக்க ஆரம்பித்தேனாம். இப்பொழுது உக்கிரத்தின் உச்சகட்ட நிலையிலுள்ள குறிபோல் தலையைப் பின்னோக்கி வைத்துக்கொண்டு with the nose up in the air நடக்கிறேனாம். இந்தக் கே மீது பாதுகைகளை, நரகல் கரைசலில் தோய்த்த பாதுகைகளைச் சொற்களை உச்சரிக்கும் உதடுகள் மீது விளாச வேண்டும்.

இந்தக் கே-தான் எத்தனை கோழை. பணம் வசூல் செய்ய நான் எடுத்த கறார் வழிகளுக்காக அவனது மனைவி அவனை வீட்டை விட்டுத் துரத்தி விட்டாளாம். காலை மணி நான்கு. வீட்டுக்குப் போனேன் ஆட்டோவில். ஆச்சரியகரமாக வீட்டில் குழல் விளக்கு எரிந்துகொண்டிருந்தது பிரகாசமாக. கே படுத் திருந்தான் என் அழுக்கேறிய தலையணையில் பிய்ந்துபோன

பாயில். மனைவி எங்கே? ஒன்றும் தோன்றவில்லை. என் புகை வாசனையைக் கே-யால் தாங்கிக்கொள்ள இயலவில்லை. எழுந்துகொண்டான். முழந்தாளிட்டான். கால் என்று சொல்லிக் கைகளைப் பற்றிக்கொண்டான். காத்தருளுங்கள் என்னை; என் தாம்பத்திய உறவைக் காப்பாற்றுங்கள் என்று கதறினான். புழு. கேவலமான புழு. Notes from the Underground. மன்னித்ததின் அடையாள வரிகளாக இரண்டு மன்னிப்புக் கோரல் கடிதங்களைக் கொடுத்தேன். Sentimental blackmailing. SOB. ஒன்றைத் திருத்தி எழுதுமாறு கெஞ்சினான். ஆனது. கே பொறித்த தன் ஒரு சவரன் மோதிரத்தை ஈடாகத் தரட்டுமா என்று கேட்டான். நீயே வைத்துக்கொள் என்று சொல்லிவிட்டேன். ஒரு ஷைலக்கின் பேராசையுடன் கையைப் பின்னுக்கு இழுத்துக்கொண்டான். Brute மீண்டும் மன்னிப்புக் கேட்டான். கொடுத்துக்கொண்டேயிருந்தேன். அபரிமிதமானபோது எனக்கே அலுப்புத் தட்டிற்று. நிறுத்து என்று அதட்டினேன்.

தினம் உணர்வுகளில் உழலும் ஒரு Masochist பன்றி என்றான். மென் உணர்வுகள் சாக்கடை என்றான். பரவாயில்லை; நான் சாக்கடையிலேயே இருக்கிறேன்; உன் பங்களாவில் நீ இருந்துகொள்; உன் குறியைச் சலவைக்கல் மீது பாய்ச்சிக் கிளர்த்திக்கொள் என்றேன். என்ன சொல்வதென்று புரியவில்லை அவனுக்கு. எனக்கு உளவியல் சிகிச்சையைப் பரிந்துரைத்தான். அந்தச் சூனியக்காரக் கிழவனின் பெயரைச் சொன்னான். சாண்டைக்குடுக்கி, தூமையெக்குடுக்கி பாஷையில் இறங்கினேன். மதியம் இந்தியன் எக்ஸ்ப்ரஸ்க்கு ஆசிரியருக்குக் கடிதம் பகுதியில் கிழவனை, ஆரத்தழுவி வைது ஒரு கடிதத்தைத் தட்டச்சு செய்து அனுப்பினேன்.

என் மனைவிக்கு ஒரு ரகசியக் கடிதம் கொடுத்தான். என் முன்னாலேயே அவளைக் கே கற்பழிப்பதான ஓர் உணர்வு தோன்றி இம்சித்தது. சகித்துக்கொண்டேன். SOB பிரகாரம் நான் ஒரு masochist. தாயோளி உனக்கு frustration toleration-க்கும் masochism-க்கும் வித்தியாசம் தெரியுமா? என்ன Living with Schizophrenia என்ற புத்தகம் எழுதப் போகிறாயா? Schizophrenia பற்றி எழுத உனக்கு என்ன தகுதி இருக்கிறது? உனக்கு என்ன தெரியும்? என்னால் எழுத முடியும். நான் இருமுறை அந்நியனால் தாக்கப்பட்டிருக்கிறேன். உருவெளித் தோற்றங்களை அறிவாயா நீ? மாயக்குரல்களுடன் பரிச்சயம் உண்டா உனக்கு? நோய்க்குறிகளை எப்படிச் சாதகமாகப் பயன்படுத்திக் கொள்வது என்பது பற்றி ஏதாவது யோசனை உண்டா? பிதற்றாதே கே. அறைந்தே கொன்றுவிடுவேன் உன்னை. நீயெல்லாம் ஒரு

சமூகப்பணியாளர் மசுராண்டி. கொடு. உன் சான்றிதழ் குப்பைகளை. கொளுத்தி கக்கூஸில் என் மனைவியின் மாதவிடாய்க் கசிவு கலந்த நரகலில் போட்டுவிடுகிறேன். அப்படிச் செய்வது என் சமூகக் கடப்பாடு ஆகும்.

ஏன் உன்னிடமிருந்து இந்தப் பிணவாடை? என்ன, நீ ஏக பத்தினி விரதனா? அந்த ஜெயந்தி, மாலா, அப்புறம் அந்த மெனெஸஸ். வேறு யார்? இரவில் இவர்களது நிர்வாணங்களுடன் சார்த்தரா பேசிக்கொண்டிருந்தாய்? பதினான்கு முதல் சுயமைதுனம் செய்யவில்லையா? உடன் பணிபுரியும் செவிலிகளின் முலைகளைப் பற்றி உமிழ்நீர் சொட்டப் பிரசங்கம் செய்யவில்லையா? பழையதெல்லாவற்றையும் எப்பொழுது மறந்தாய் கே? எப்பொழுது சன்னியாசி ஆனாய்?

எனக்கும் உனதளவு குறி உண்டு. தினமும் இரவு அது ஜான்ஸியை நாடி எழும்புகிறது. அருமையான மனமைதுனம். ஸ்கலிதச் சிதறல்களினூடே தினமும் ஒரு கைலியைத் துவைத்துப் போட வேண்டி வருகிறது. பாலுணர்வைப் பற்றி என்னிடம் அளக்காதே. என் கண்கள் எத்தனை அழகிகளுடன் சல்லாபித்திருக்கின்றன? ஆயிரம் பத்தாயிரம்! எத்தனை முத்தங்கள், எத்தனை ஆசைத் தழுவல்கள்!! பாலுறவுப் பகற்கனவெல்லாம் வருவதில்லையோ உனக்கு? நீ ஆணில்லையோ? நாற்பத்து மூணிலேயே நபும்சகன் ஆகிவிட்டாயா? பொய் பேசாதே கே.

அந்த ஆன்னி அறையில் என்னை எப்பொழுது சந்தித்தாலும் என் குறியை எழும்ப வைத்துக் கைகளால் அதைப் பற்றிக் குலுக்கித் தோழமையுடன் நலன் விசாரிப்பாள். "எவ்வாறு இருக்கிறாய்? வாழ்க்கை உன்னை எப்படி நடத்திக் கொண்டிருக்கிறது? உள்ளே நுழைய விழைவானால் சொல், panties-ஐ அகற்றி விடுகிறேன். அனுபவி உன் இஷ்டம் போல்" என்று. உனக்கு ஆன்னியைத் தெரிந்திருக்க நியாயமில்லை. நீதான் சன்னியாசிப் புறப்பூச்சை வைத்து மழுப்புபவன் ஆயிற்றே. Have fun on phone! Now! Telefriends 00852 17231044 Teledating 00852 17231627. முட்டுக்காட்டில் படகிலேயே ஆன்னியுடன்... அனுபவம் உண்டா உனக்கு? நீ மனைவியைக் கட்டிக்கொண்டு அழத்தான் லாயக்கு. முந்தானைக்குப் பின்னால் ஒளிந்துகொள்.

என் நண்பர் இக்பாலிடம் சொன்னான் கே. என்னைக் கண்காணிப்புக்குள் வைத்துக்கொள்ளும்படி. சகித்துக் கொண்டேன். கடைசியில் அழுதுவிட்டேன். கே தன் மோதிரத்துடன் போய்விட்டான். கே–க்கு இருந்த ஒரே குறை அன்றைக்கு முகச்சவரம் செய்துகொள்ள முடியாததுதான்.

கே, ஒழிந்து போ. உன் அவசியமற்ற விருந்தோம்பலை என்மீதோ என் அப்பாவி மனைவிமீதோ திணிக்காதே. எங்களுக்குக் கருவாடும் ரேஷன் அரிசியும் யதேஷ்டம். உன் பாமரேனியனின், டாஷன்டின் செல்லக் குரைச்சல்களில் அமிழ்ந்துகொள். அதுதான் உனக்குப் பொருந்தும். வராதே மீண்டும்.

Eight thirteen

மீண்டும் மீண்டும் வா. அந்த *50–55* பக்கங்கள். Vickie Leeயின் விதவித நிலைகள். அகண்ட மார்பகங்கள். Lee, உன் செழுமை வாழ்க! Blonde.

பற்பசை வாங்குவதை விட்டுவிட்டேன். திருப்புகழ் பாடி வாயை மணக்கச் செய்துகொள்கிறேன்.

என் மரணம் தங்கள் நினைவோடுதான். அதிகாலை எழுந்ததும் நான் தங்கள் அன்பான மார்பகங்களிலிருந்து சரிந்து தங்கள் மடியில் சவமாகக் கிடப்பதான கற்பனைதான் வருகிறது. ஏன் அயானா நீங்கள் என்னைக் கொலை செய்யக்கூடாது? என்னிடம் கூரிய ஒரு பிச்சுவா உள்ளது. சமீபத்தில்தான் எழுநூற்று எழுபது ரூபாய் கொடுத்து வாங்கி வைத்தேன். அதன் முதல் நுகர்பவராக ஏன் தாங்கள் இருக்கக் கூடாது? அதற்குமுன் ஒரே ஒரு முத்தம், தங்கள் இனிய விவிலிய அதரங்களிலிருந்து. இறந்த பிறகு ஓர் இரண்டு சொட்டு தோழமைக் கண்ணீர். நான் தங்களிடம் வேண்டிக் கொண்டபடி Vincent Parker ஊர்தியில் என் பிணத்தை எடுத்துச்சென்று மீட்பர் ஆலயக் கல்லறையில் அடக்கம் செய்துவிடுவீர்கள் அல்லவா? மரணம் இனிது; குறிப்பாக ஒரு சிநேகிதியின் மடியில் சம்பவிக்கும்போது.

என் கல்லறையில் எழுதுங்கள் சிவப்பு எழுத்துகளால் அயானாவுக்காக ஏங்கி அவள் நினைவிலேயே வாழ்ந்த ஒரு பைத்தியம் என்று. செய்வீர்கள் அல்லவா?

மறந்து விடாதீர்கள். இறந்ததும், டாக்டர் அகர்வாலுக்கு ஃபோன் செய்து என் நேத்திரங்களைப் பிதுக்கி எடுத்துப் போகச் சொல்லுங்கள். புதிய பார்வைக்கு இன்னும் சந்தா கட்டவில்லை. தவறுதான். ஜூன் முதல் தினம் அனுப்பி விடுகிறேன் பார்வையற்ற தோழர்களே.

ஜான்ஸி, நம் நட்பின் அடையாளமாக இந்த அழகிய எமரால்டைத் தங்கள் கணவர் வியாபித்திருக்கும் தேச இதயத்தில் அடையாளமாகப் பதிக்கிறேன். 16/4 தங்கள் தினம். தங்களைத் தங்கள் கணவருக்கும் எனக்குமிடையே பகிர்ந்து கொள்ள முடியாதா? ஜான்ஸி யோசியுங்கள். தங்கள் அழகான

ஜியோமிதிய உடம்பை எனக்கும் தாருங்கள். எவ்வளவு நாள் பொறுப்பது ஜான்ஸி. இன்றுடன் ஐந்து வயதாகிறது நட்புக்கு. என்னைச் சுற்றிலும் தாங்கள்.

தங்கள் தலைமுடியைப் போலவே public முடியும் சுருட்டையாக இருக்குமா? இந்தப் peppercorn நிறம் தங்கள் தங்கைகள் யாரிடமும் இல்லையே? தங்கள் மூதாதையர்களின் மொழி ஸுலுவா ஸ்வாஹிலியா? பிடிக்கும் எனக்கு ஆப்ரிக்கர் களை நிரம்ப. எட்வினா எனக்குச் சிநேகிதி ஆனது அவள் கறுப்பி என்பதால்தான். அந்த happy-go-lucky இயல்பு அந்த வம்சத்துக்கே உரித்தானதல்லவா? ஒரு பாரதனால் அவ்வளவு ஜாலியாக இருக்க முடியுமா? இந்த ஐந்தாண்டுகளில் தங்களுக்குத் திருமணமும் ஆகிவிட்டது. குழந்தைக்கு இரண்டு வயதாகிறது. என் மனக்கூச்சத்திலிருந்து விடுபட்டுத் தங்களை என்னுடன் குலாவச் சொல்ல எனக்கு ஏன் வாய் வரமாட்டேன் என்கிறது? அந்தத் தருணம் முடிந்ததும் இந்த Karl உயிரை விடத் தயார். Karl ஓர் ஏழை Violinist. தாங்கள் Maugham படித்ததுண்டா? அவருடைய எழுத்துக்கள்தான் எவ்வளவு அற்பதமானவை. தோல்வி கண்ட Mrs. Craddock கூட எத்தனை அற்புதமானது! பாலுணர்வில் அழகியலைக் காணும் Maughamஐ நான் நிச்சயம் வணங்குவேன்.

இந்தப் பாரதம் அழிய வேண்டும். இந்த hypocrites நிர்மூல மாக வேண்டும். இந்த anti-intellectual pimps (யார் சொன்னது கணையாழியில்) பற்றி என்ன செய்ய?

Man is what his sex is. அந்த ஃப்ராய்ட்கூட ஒரு புளுகுணி மூட்டைதான். Masson, அந்த The Assault on Truth பற்றி அந்தச் சூனியக்காரக் கிழவனிடம் சொன்னபோது அது பற்றி அவனுக்கு ஒன்றும் புரியவில்லை. என்ன இழவுக்கு இது DPM படித்தது? 1980இல் என் வீட்டிலேயே நடந்ததே. அந்த வீட்டுக் காரப் பையன் அந்தச் சக்கிலியச் சிறுமியைப் புணரவில்லையா! ஜட்டியில் ஸ்கலிதம். யார் என்ன செய்தார்கள் அவனை? தேவடியா மகன்.

அயானா, என் மகளை நினைத்தால் பயமாக இருக்கிறது. கொருக்குப்பேட்டையில் child abuse சகஜம். ஆண்டவா என் மகளை ஒரு மனச்சீக்காளி ஆக்கிவிடாதே. என் சீக்கு வம்சாவளி யாக அவளுக்கு வர 16% பணயம் உள்ளது. ஜீஸஸ்.

Nine thirteen

மூன்று பக்கங்களிலும் பரத்தி வைக்கப்பட்ட முடித் தோரணங்கள். மேசையில் முண்டமற்ற நான்கு தலைகள்.

டோப்பாக்கள், தலை ஆபரணங்கள் – ரோஸ் மஞ்சள் வயலட். மேலே Just. அதற்கும் மேலே புனித இருதயத்தைத் திறந்து காட்டிக்கொண்டு தோழர் யேசு. ஆதாம்கள், ஏவாள்கள், நமஸ்காரம் பெற்றோர்களே, சாத்தானே.

ஏப்ரல் மாதச் சம்பளத்தில் அந்தக் கிறித்துவருக்கு இருபத்து ஐந்து ரூபாய்தான் தரமுடிந்தது. யேசு எனக்குப் பிடிக்கும். அந்தச் சிலுவைதாங்கிக் கட்டுக்கதை மிகவும் romantic ஆனது. A Tale of Two Citiesல் வரும் அந்த வக்கீல், அந்தச் சிலுவைதாங்கி. கிறித்துவப் பெரியவர் நன்றியுடன் சொன்னார் நான் உங்களுக்காக ஜபிக்கிறேன் என்று. சிரமப்பட வேண்டாம், வாழ்க்கையை நானே சமாளிக்க முடியும். உதவிக்கரங்கள் நிறைய உண்டு. ஆயிரம் ரூபாய்க்கு மே இறுதியில் வாருங்கள் என்று கூறி தைரியப்படுத்தினேன்.

ஓய மாட்டோம். ஓயாது. வாழ்க்கைக்கு முத்தாய்ப்பு இல்லை. தொடர்வோம் முடிவின் ஆரம்பத்தில்.

தாஸ்தா பிரகாரம் நான் செத்து எட்டு ஆண்டுகள். இப் பொழுது நட மாடுவது தொய்வுற்ற ஒரு zombi. இல்லை தாஸ்தா சொன்னது தவறு. ஐந்து மாதங்களாக ஒரு வேகம் என் இயக்கங்களில் இருக்கிறது. மேடைக் கூச்சம் சுத்தமாக இல்லை. ஒரே நாளில் நான்கு நாள் வேலையைச் செய்துவிடுகிறேன். இந்த நோய்க்குறி ஒரு வரப்பிரசாதம். இப்பொழுதுதான் நான் உண்மையிலேயே வாழ்ந்துகொண்டிருக்கிறேன். ஒன்றையடுத்து இன்னொன்றாக மூன்று நிறுவனங்களை எதிர்த்துக் கிளர்ச்சி செய்தேன். யாரும் என்னை அசைக்க முடியவில்லை. வேகம் தீருமுன் இந்த இன்ப வேளையில் நான் இறக்க வேண்டும். அயானாவின் மடி தயாராகத்தான் இருக்கிறது. அன்பான அயானாவுக்கு, எத்தனை கடிதங்கள் வேண்டும் ஒரு வாரத்துக்கு?

பாருவுடன் ஓரிரவு களி, கழி. பாலுறவுப் புரட்சியில் நம்பிக்கை வரும். மீண்டும் Phil Brown.

நண்பர் இக்பாலுக்கு எப்பொழுதும் ஒரு பயம். படித்த அசமந்தங்களுடன் பேசும்போதுதான் அவர்களை அறைந்து விடுவேமோ என்று. கே நன்றாக வாங்கிக்கொண்டான் அவரிடம்.

இன்று ஓர் extrovert பசுவைப் பார்த்தேன். சுற்றிலும் வீரிய மிக்க காளைகள். சந்தோஷமாக இருந்தது. அயானாவும் ஒரு raving extrovertதான்.

அயானா என் தோழி, காதலி, மனைவி, தத்துவதரிசி, வழி காட்டி, தெய்வம். ஐந்தாண்டுப் பைத்தியம் இருவருக்கும் ஒருவருக்கு இன்னொருவர் மேல்.

எல்லாப் பெண்களிலும் என் தாயாரைப் பார்க்கிறேன். என் கல்யாணி அம்மையாரைப் பார்க்கிறேன், என் பங்கஜம் அம்மையாரைப் பார்க்கிறேன். பெண்கள் என்றால் விழுந்து விடுகிறேன். என் இடது காலை முறித்த அந்தச் சாலை விபத்து கூட அந்தக் கஞ்சன் தேவியால்தானே? கோபமில்லையே அவள்பால். என் நெற்றியில் முத்தமிட மறந்து போனவளை, இடுப்பில் ஏந்திப் பள்ளிக்கு எடுத்துச் செல்ல மறந்தவளை உங்களில் காண்கிறேன் அயானா. எட்வினாவிடமும் காண் கிறேன். உஷாவிடமும் ஜான்ஸியிடமும் (ஜான்ஸியும் அயானா வும் ஒருத்தர்தானோ, என்ன ஒரே குழப்பம்?) Lee-யிடமும் காண்கிறனே. Lee இப்பொழுதுதான் பரிச்சயம். அவளை அவளது நிர்வாண உடலைத் தினமும் காண்கிறேன். Fantasy வாழ்க. Nancy Friday. LeeJடம் தவழும் தாய்மையைக் காண்கிறேன். அந்தப் பரந்த மார்பகங்கள் அவளது குழந்தைக்கு எவ்வளவு வாகாக இருக்கும்? என்னது இவர்களுக்கு prolactin சுரப்புப் பிரச்சனையா? மருத்துவர்களே அழகைக் கொல்லாதீர் கள். பரமஹம்ஸர் மாதிரி நானும் உஷாவை ஒரு தேவியாக, அயானாவை ஒரு மேரியாக... எனக்குத் திகிலாக இருக்கிறது. எத்தனை அம்மன்களது யோனிகள் என் மனதில்.

என் முதல் காதலி என்னைவிட ஒன்பது வயது மூத்தவள். மணவிலக்கானவள். இரண்டாமவள் நான்கு வயது மூத்தவள். அந்த சித்ரா. அந்த வாராகலி மணற்பரப்பு. I like you; I love you so much. You are true to your emotions. அந்தக் கைகுலுக்கல். எல்லாம் அவளது ஆறு வயதுப் பையன் முன்னால். அவளது கணவனுக்கு 42 ஏக்கர் நிலம். நெல்லூரில் ஒரு சிறுக்கியுடன் அவன். சித்ராவின் மூத்த பெண் குழந்தை தேள்கடியில் இறந்ததற்குக்கூட வரவில்லையாம் bastard. அவளது padded bra சிறு முலைகள். அவளது பரவாயில்லைதானே. அவளது நட் பின் பரிசு அந்த நீலக் கழுத்துச் சுருக்கு. ஏன் இவ்வளவு இருட்டு? யோனி எங்கே? மூன்று முறை போதவில்லையா? முப்பத்திரண்டில் அதற்கு மேல் திராணி இராது தாயே. மன்னித்துக்கொள். குளிப்பாட்டுகிறாயா கரமைதுனம் செய்கிறாயா? Health Clubக்குப் போனதில்லை. காசில்லை. ஏன் தொடர்ந்து நீ இல்லை? உன் கணவன் மீண்டும் வந்து விட்டானா? இருந்தால் என்ன? இரேன் என்னுடனும்; உன் கணவனை நிச்சயம் நான் மன்னிக்கமாட்டேன்.

Nine fourteen

அபிகா, நீ ஜெஹோவா விட்னஸ் என்றால் என்னை ஏன் sex maniac என்கிறாய்? ஓரிரவில் இந்த இருபத்து ஆறில் நீ

எனக்கு மூன்று முறை தேவைப்படுகிறாய். மதியம் ஒரு முறை. ஏன் இதைப் புரிந்துகொள்ள உன்னால் முடியவில்லை? பால் ரீதியில் நான் ஆரோக்கியமானவன். எட்வினாவைக் கேள் சந்தேகமிருந்தால். ஏன் ஆணுறையை வெறுக்கிறாய்?

நான் உன்னிடம் அப்போதே சொன்னேன் அபிகா. அமிர்தலிங்கமும் பார்த்தசாரதியும் உன்னுடன் flirting, dalying around, sallying forth, எல்லாம் பண்ணுகிறார்கள் என்று. கேட்டாயா? நீ என்ன ஷர்மிளா டாகூர் ஆட்டமா இருக்கிறாய் என்கிறார்களா? இப்பொழுது அந்த BIM டாக்டர் இரவில் விசிற வருகிறான். இன்னும் கொஞ்ச நாளில் உன் உறுப்பை முத்தமிடுவான். இந்தக் கீழைத் தீர்க்கதரிசி சொன்னேன்; கேட்டாயா?

நான் மரணப்படுக்கையில் கிடந்தபோது அந்த ஹவுஸ் சர்ஜனோடு சாப்பிட்ட சிக்கன் 65 ருசிதானே? சர்ஜனின் குறி என்னதைவிட நீளமா? அடிக்குச்சி வேண்டுமா? இஞ்ச் டேப்? சுற்றளவையும் சேர்த்துக் குறிப்பெடுத்துக் கொடு.

Nine fifteen

அந்தச் சேவல் முதல் புணர்ச்சியை முடித்த மறுகணமே அடுத்ததற்கு ஆயத்தப்படுத்திக் கொண்டது. நான் சேவல். சேவல் நான்.

அந்தக் கோவில் காளை. முன்னால் ஓர் அப்பாவிப் பசு. காளையின் அடிவயிற்றில் சிகப்பாகக் கூர்மையாக ஒரு கம்பு.

1984. அந்த ஒன்பதாம் வகுப்பு பானுமதி. பால்காரப் பையனைத் தன் முலைகளை உறிஞ்சச் செய்வாள்.

என் முகமறியாத் தோழிகளே, தங்கள் ஒத்துழைப்பில்தான் நான் மூச்சுவிட்டுக் கொண்டிருக்கிறேன். அயானா, எடுத்துச் சொல்லுங்கள் இவர்களுக்கு. அனைவரது உதடுகளும் எனக்கு அவசரமாகத் தேவை.

Violet Panties அழகிகள். ஒவ்வொருத்தியிடமும் ஓர் உணர்வு. பேராசை, கூச்சம், தன்னம்பிக்கை, கோபம், நிதானம், தர்மசங்கடம், அன்பு. குமுதம் மூலம் மட்டும்தான் pantiesஆல் பேச முடியும். இந்த வார இதழை நீங்கள் வாங்கிவிட்டீர்களா?

அவளுக்கு என்ன ஆகிவிட்டது இன்றிரவு? தலையில் இருந்த பூச்சரத்தை எடுத்துக் குறிக்குச் சுற்றிவிட்டாள். மணம் பிரமாதம்.

Nine sixteen

உஷா, பன்னிரண்டு வருடங்கள் எனக்கு மட்டுமே சொந்தமாக நீ எப்படி இருக்கிறாய்? தயவுசெய்து மணவிலக்கு செய்துவிடு. பதினெட்டு வயது வித்தியாசம். பயங்கர incest. என்னைப் பாவியாக்குகிறாய் மீண்டும் மீண்டும்?

ஜான்ஸி, உஷாவுக்குத் தெரிந்துவிட்டது. நடுவிலேயே உருவியெறிந்து விட்டாள். தங்கள் பொச்சில் மீதியை முடித்துக் கொள்ள வேண்டுமாம். வாருங்கள் ஜான்ஸி, தொலைதூரம் சென்று தோழமை வாழ்வைத் துவங்குவோம். ஸ்தோத்திரம் ஜான்ஸி. தங்கள் கணவரும் வரலாம். அவர் என் தோழர். என் குழந்தைக்கு வருத்தத்தின் அன்னையின் பெயரை வைத்து விட்டீர்கள்? என்னை ஒரு வார்த்தை கலந்துகொண்டிருக்கலாம்.

Praise the Lord. புனித வெள்ளி. அயானாவின் வீட்டுக்குச் சென்றிருந்தேன். மணி இரண்டரை. அயானா இல்லை. ஒரு நான்கு கவிதைகள் எழுதினேன். சிறிது நேரம் சோஃபாவில் சாய்ந்தேன். ஒரு பதினைந்து நிமிடம் ஹெப்ஸிபாவுடன் டென்னிகாய்ட் ஆடினேன். இளசுக்குத்தான் என்ன வேகம்! ஷெரீன் சூடாக ஒரு லோட்டா காப்பி கொடுத்தாள். கூடவே இரண்டு ஆங்கில சஞ்சிகைகள்.

Perestroikaவுக்கு எந்தவிதமான மக்கள் தேவை? சிற்பக் கலை, வழங்கப்படவிருக்கும் நிலம்...?, கலாச்சாரமும் கலையும் கூர்ந்து கவனிக்கும் போது, அறிவியல், பொறியியல், மருத்துவம், நமது காலக் கதாநாயகர்கள் – வீரர்கள், பொழுதுபோக்குகள், விளையாட்டு, நகைச்சுவை, புத்தக வருகை, இவற்றைத் தவிர – மறக்கவியலா ஜின்னா, கிட்டத்தட்ட அனைத்தையும் விளக்கும் விதிமுறைகள், அந்த நாவிதனின் மகன், பூமிக்கு ஒரு பயணம், தங்களுக்குத் தேவையான இறுதி உணவு, என் தோழர் Jack Benney, 5,200 மீட்டரில் ஊதித் தள்ளுங்கள். மிக அழகான வார்த்தைகள் தங்களுக்கென்று, எதையும் புஷ்பத்துடன் சொல்லுங்கள். Godzillaவுக்கு எதிராக மண்மனிதன், நானும் அதையேதான் செய்கிறேன். காட்டு வாத்துகளின் கோடை, சீரான நகைச்சுவை, Charles Ridgewayயைத் தேடி, வாழ்க்கை என்றால் அப்படித்தான், சுத்தமான அமைதியான துரிதமான சைக்கிள், நம் முடி ஏன் நரைக்கிறது? அலெக்ஸ் ஒரு நடைக்குச் செல்கிறார், கல்லூரி முதியோர், பதற்றத்தை அகற்றப் பாருங்கள், இதுகாறும் நான் நலம்தான், நினைவில் தங்க வேண்டிய வாசகங்கள், RayKurzweil-இன் மந்திர இயந்திரம், நரகத்துள் பறந்த மனிதன், புது வார்த்தைகளைக் கற்றுக்கொள்ளுங்கள்– ஐயும் ஒரு வரி விடாமல் படித்து முடித்தேன்.

அயானா இன்னும் வரவில்லை. Sierra சத்தத்தை எதிர்நோக்கி இருந்தேன். ஷெரீன் 'நல்ல நாள்' பிஸ்கெட்டுகளையும் காப்பியையும் கொண்டுவந்து வைத்தாள்.

பிஸ்கெட்டுகளை அந்தச் சாக்லெட் வெள்ளைப் பூனைக் குட்டியுடன் பகிர்ந்துகொண்டேன். கால் லோட்டா காப்பியைத் தரையில் ஊற்றி ஈரமாக்கினேன். குட்டி நக்கி அருந்தியது.

ஒன்றில் இரண்டில் Khaled கேட்க ஆரம்பித்தேன். ஐந்தாவது பாட்டில் Sierraவின் இனிமை இசையுடன் சேர்ந்து கொண்டது.

அயானா, அயானாவேதான். தலையைச் சீர்செய்து கொண்டேன். உடைகளை நீவிவிட்டுக் கொண்டேன். ஜோடி களின் முடிச்சுகளை மீண்டும் அவிழ்த்துக் கட்டிக் கொண்டேன். நெஞ்சில் இனிய சுகமும் வலியும் ஒருசேரப் பரவ ஆரம்பித்தன. இதோ Sierraவின் முகம். வந்துவிட்டார் அயானா. சரியாக நான்கு மணி நேரக் காத்திருப்பு.

அயானா, என்னைச் சாவுக்கு இட்டுச் செல்லுங்கள். மிக மிக அவசரம். மிக மிக அவசியம்.

Cross Burn-ம் வாழைப்பழமும் கொடுத்தார். சூடான காப்பி. தகப்பனார் வழியனுப்பி வைத்தார். பிரிய மனமில்லை. வேறு வழியுமில்லை. அன்றிரவு ஒரு தேவதை என்னை ஆலிங் கனம் செய்துகொண்டிருந்தாள். உடல் நெருப்பாகக் காந்திக் கொண்டிருந்தது. பிதற்றல். அயானா, அயானா, எனதருமை அயானா.

ஈஸ்டர். கல்யாண்ஜி கவிதைப் புத்தகத்துடன் என் சிநேகிதியைப் பார்க்கச் சென்றிருந்தேன். வீடு பூட்டப்பட்டிருந்தது. ஏ.வி.எம். ராஜேஸ்வரியில் மகராசா பார்த்தேன். சிநேகிதிக்குக் கமல்ஹாசனை ரொம்பப் பிடிக்கும். எனக்கும்தான். நல்ல பசி. அயானாவை விழுங்குமளவு பசி. மீண்டும் போனேன் ஆட்டோ வில். வீடு இன்னும் பூட்டிக் கிடந்தது. ஒரு குரோட்டனையும் புத்தகத்தையும் ஒரு காகித உறையில் போட்டுக் கதவு வழியே தோழமையுடன் நுழைத்தேன். தோழியின் நினைவுச் சுமையுடன் வீடு திரும்பினேன்.

அடுத்த நாள் அயானா ஃபோன் பண்ணினார். பரிசை நெஞ்சில் ஏந்திக்கொண்டாராம். குரோட்டனை விவிலியத்தில் page marker-ஆக உபயோகிப்பாராம். தொலைபேசி வழியே முத்த ஒலி எழுப்பினேன். பதில் ஒலி கேட்டது. Champagne

போதை தலைக்கேறிற்று. ஆமாம் இந்த முத்தங்கள் நிஜமா பிரமையா? அயானா, தாங்களே ஒரு கற்பிதமோ! இல்லை, நிச்சயம் இல்லை. Sexus. Miller. தங்கள் அழகுக்கு அங்கீகாரமாக என் உயிரை ஏற்றுக்கொள்ள மாட்டீர்களா? ஏன் என் அவசரம் தங்களுக்கு எட்டமாட்டேன் என்கிறது அயானா?

Nine seventeen

கே, நான் அன்றைக்கே சொன்னேன். எச்சரித்தேன், வராதே என்று. ஏன் வந்தாய் மீண்டும்? என்னது பேச வேண்டுமா? சரி, தொலை. பேசித் தொலை. என் நேரம்.

இன்றைக்குக் கே கதைகள் சொல்ல ஆரம்பித்தான். ஒரு நல்ல ஜோக் அடித்தான். என் மனைவி அவனது தங்கையாம். ஏன் காதலியாக ஆக்கிக்கொள்ளேன் என்று கேட்டேன். அது மகா பாவம் என்றான். அப்படியா என்று வியந்து முட்டாளை முட்டாளாகவே தொடர்ந்திருக்க அனுமதித்தேன்.

எடுக்கவோ கோர்க்கவோ என்றானாம் துரியோதனன். கர்ணனும் பானுமதியும் தாயப்பாஸ் ஆடிக்கொண்டிருந் தார்களாம். பானுமதிக்குத் துரியோதனனின் காலடிச் சத்தம் கேட்டதாம். எழ முற்பட்டாளாம். ஆட்டம் பாதியில் நிற்பதைக் கர்ணன் விரும்பாமல் அவளைப் போகவிடாமல் தடுக்கக் கை நீட்டினானாம் குறுக்கே. பானுமதியின் ஆரம் அறுந்து முத்துகள் தரையில் சிந்தினவாம். எடுக்கவோ கோர்க்கவோ என்றானாம் துரியோதனன்.

எதற்கு இப்பொழுது இந்தக் குப்பையையெல்லாம் என் னிடம் சொல்கிறாய் என்று கேட்டேன் கே–யை. நான் துரியோ தனனாம். கே நான் இல்லாதபோது என் வீட்டில் படுத்திருந்தும் நான் என் மனைவியின் கற்பைச் சந்தேகிக்கவில்லையாம். எல்லாம் என் நேரம். உன்னிடமிருந்து என் மனைவியைப் பற்றித் தெரிந்துகொள்ள வேண்டியிருக்கிறது பார்.

கே–வுக்கு அன்றைக்குப் பைத்தியம். என் இனிய, இனிமை யாக இருப்பதாக நடிக்கும் தோழரும் கவி–சகோதரியும் என்னைத் தோட்டப் பாதை வழியே அழைத்துச் செல்கிறார் களாம். என்னை எந்தச் சமயம் வேண்டுமானாலும் கைகழுவி விட்டு விடுவார்களாம்.

நட்பு என்றால்... தாயோளி கே சொன்னான். திருக்குறளின் 79ஆவது அதிகாரம்.

நகுதல் பொருட்டு அன்றுநட்டல் மிகுதிக்கண்
மேற்சென்று இடித்தல் பொருட்டு

ஒருவருடன் நட்புடன் இருப்பது சிரித்து மகிழ்வதற்கு மட்டுமல்ல, தன் நண்பன் தீநெறி செல்லும் போது முற்பட்டுச் சென்று அவனை இடித்துக் கூறுவதற்காகவேயாகும்.

முகநக நட்பது நட்புஅன்று நெஞ்சத்

தகநக நட்பது நட்பு

ஒருவரைக் கண்ட இடத்திலே முகத்தை மலர்ச்சியாகக் காட்டுவது உண்மையான நட்பாகாது; உண்மையான அன்பினால் உள்ளம் மலரும்படி நேசிப்பதே நட்பாகும்.

உடுக்கை இழந்தவன் கைபோல ஆங்கே

இடுக்கண் களைவதாம் நட்பு

இதற்கு அர்த்தம் எனக்குத் தெரியும் என்றும் தயவுசெய்து பொழிப்புரை சொல்ல வேண்டாம் என்றும் கே-யிடம் கெஞ்சினேன்.

நட்பு பற்றி நான் சொன்னேன். விலை கொடுத்தாவது நட்பை வாங்கு என்றேன். அது தவறு என்றான் கே. நீ போ, என் நண்பர்கள் உன்னைப் போலத் துரோகிகள் அல்ல என்று அவனை விரட்டியடித்தேன். ஏன் விருந்துக்கு வீட்டுக்கு வரவில்லை என்று கேட்டான். நான் பதில் சொல்லவில்லை.

Nine eighteen

கே கேட்டான் ஏன் நாய்கள் புணர்ந்து முடிந்ததும் பிரிய இயலவில்லை என்று. சொன்னேன் தேவனும் தேவியும் புணர்ந்து கொண்டிருந்தபோது நாய் ஒன்று பார்த்துவிட்டதாம்; உன் புணர்ச்சியை இந்த வையகமே காணும் என்று சாபமிட்டானாம் தேவன் என்றேன். ஓஹோ அப்படியா என்றான் கே. ஆம், அப்படியேதான். என்ன இப்பொழுது அதற்கு என்று அனுப்பிவிட்டேன். இதைக் கேட்க கே கே.கே. நகரிலிருந்து வந்திருக்க வேண்டாம். சுத்த மடையன்.

கே வக்கிரம் பிடித்தவன். 1972. டஃப்டன் தபால் நிலையத்துக்கு என்னை அழைத்துச் சென்றான். ஒரு பெண் தபால்களுக்கு சாப்பா குத்திக்கொண்டிருந்தாள். இன்னொருத்தி அவளது முலைகளைப் பிசைந்துகொண்டிருந்தாள். எப்படி இருக்கிறது என்றான் கே. No Comments என்றேன்.

தன் இரு நண்பர்கள் – ஒருவர் Public Prosecutor, இன்னொருவர் Secretariat குமாஸ்தா – ஓரினப் புணர்ச்சியாளர்கள் என்றான் கே. இருக்கட்டுமே, இதில் உனக்கென்ன நஷ்டம் என்றேன். அசிங்கமில்லியோ என்றான். ஷீலா சிவத்துடன் நீ

வைத்திருக்கும் கள்ள உறவு என்ன மகத்துவமா வாய்ந்தது என்றேன். கே வாயை மூடிக்கொண்டான்.

Nine nineteen

Hotel Exotica. உள்ளே அந்த 68 வயதுக் கிழம். பதினெட்டு வயது ஜீன்ஸ் குர்தா லில்லியும் திருமணமான லீலாவும் அவனுடன் உள்ளே. ஒரு ground glass. அசைவுகள் லேசாகத் தெரிந்தன. 1977.

நானும் அந்த ஐயங்கார் மாமா வக்கீலும் அடுத்த அறையில் விஸ்கி அடித்துக்கொண்டிருந்தோம். உருளைக்கிழங்கு வில்லைகள் நல்ல ருசி. விஸ்கியில் அருமையான போதை.

உள்ளே சல்லாபித்தவர்கள் வெளியே வந்தார்கள் பிறந்த மேனியுடன். கிழம் நூறு ரூபாய் தந்தது. வேண்டாம் என்றேன். லீலா என்மீது கை போட்டாள். மிருதுவாக நழுவிக் கொண்டேன். சிறிது நேரம் ஓ. ஹென்றி பற்றிப் பேசினோம். அவருடைய சொந்த வாழ்க்கையின் அவலம் குறித்துப் பரிதவித்தோம். லீலாவுக்கு அழுகை வந்துவிட்டது. அவளது கண்ணீரை முத்தமிட்டேன். விசும்பல் அடங்கிற்று. காரில் லீலாவை எழும்பூரிலும் லில்லியைக் கோடம்பாக்கத்திலும் இறக்கி விட்டோம். அன்றிரவு ஐயங்கார் வீட்டில் அவனது முதல் மனைவி புளியோதரை கொடுத்தாள். குடும்பத்துக்கு வருமானம் பெண் வியாபாரத்தில் தான். நல்ல வேளையாக ஐயங்காரின் பெற்றோர்கள் மகளின் லீலைகளைக் காணாமல் போய்ச் சேர்ந்திருந்தனர்.

ஐயங்கார் மனைவியுடன் படுப்பது சிற்றின்பம். பிற பெண்களுடன் படுப்பது பேரின்பம்.

Nine twenty

தோழமையைக் கொண்டாட நானும் இக்பாலும் டாஜ் ஒயின்ஸுக்குப் போனோம். Black Knight அரை போத்தலில் அருமையான போதை. இழந்த உறவுகள் நினைவில் நிழலாடின. கண்கள் நீரைச் சொரிந்தன. தொடர்ந்து குடிக்க இக்பால் அனுமதிக்கவில்லை.

Ten twenty

உங்களுக்கு ரங்கூன்வாலாவை நினைவிருக்கிறதா? அவனுக்கு ட்யூஸ் வந்ததும்தான் உற்சாகமே வரும். Thirty three each வந்ததும் 'போரிடு' என்று எதிராளியை ஊக்குவிப்பான். அவன் லூப்பை ஒரு முறைகூடச் சந்திக்க இயலவில்லை ஜகந்நாதனால்.

அந்தத் திருமதி பாசுவுடன் விளையாடினபோது திணறி விட்டேன். பருத்த உடல் அவளுக்கு. நான்கு புள்ளிகளுக்கு மேல் எடுக்க முடியவில்லை.

மாகாண வீரன் பூபதியை எதிர்த்து 4–21, 6–21, 16–21தான் எடுக்க முடிந்தது. அது வெற்றிதான். கலப்பு இரட்டையர் ஆட்டத்தில் பூபதியையும் அவனது தோழி ரெபெக்காவையும் வென்று வாகை சூடினேன். என் தோழி உமா என் வலது மணிக்கட்டுக்கு ஒரு முத்தத்தைப் பரிசளித்தாள்.

அந்த வங்கி வரவேற்பாளருக்கு பிருஷ்டம்வரை தொங்கும் கூந்தல். Six-ä Sex என்று வேண்டுமென்றே உச்சரிப்பாள். எல்லாம் அந்தப் பத்தொன்பதரை வயதில்.

விழியோடு இமைபோல விலகாத நிலை வேண்டும். ஜான்ஸி அயானா.

Eleven twenty

உலகப் பல்கலைக்கழகச் சேவை வளாகப் புல்தரையில் படுத்திருந்தேன். நல்ல வெயில். கண்முன் பூச்சிகள் பறந்தன. அந்த ஐந்து மாடிக் கட்டிடத்துக்கும் உயரே நான் பறந்து கொண்டிருந்தேன். ஒரு தேவதை என்னைத் தாங்கிக் கொண்டிருந்தாள். எனக்குப் பரமானந்தமாக இருந்தது. அவளது இறக்கைகள் செக்கச் செவேலென்றிருந்தன. வானில் உயரே உயரே ஐந்தாவது மாடியையும் தாண்டிப் பறந்து கொண்டிருந்தேன்.

யதேச்சையாக தேவதையின் முகத்தைப் பார்த்தேன். அயானாவேதான். எப்பொழுது படுத்தேன். எப்பொழுது அலுவலகம் திரும்பினேன் தெரியவில்லை. வழக்கம்போல் இரவு ஒன்பது மணிக்கு வீடு திரும்பியது நினைவில் இருக்கிறது.

மனமைதுனமா காட்சியா கனவா தெரியவில்லை. விறைத்த ஒரு குறியை ஒரு மென்கரம் வருடிக்கொண்டிருந்தது. அந்த ஆணின் முகம் ஜான்ஸியின் கணவனுடையதாகவும் சற்றுக் கழித்து என்னுடையதாகவும் இருந்தது. விடியலில் புத்துணர்ச்சி அதீதமாக இருந்தது. என்ன நேற்று இவ்வளவு முரட்டுத்தனமாக என்று கேட்டாள் மனைவி.

Twelve twenty

அந்த அமெரிக்க இளைஞரை இன்று சந்தித்தேன். பேசினது ஒரு மணிநேரம்தான் என்றாலும் எங்கள் எண்ண அலைகளும் உணர்வலைகளும் இரண்டறக் கலந்தன. கற்பு,

பண்பாடு, கலாச்சாரம் பற்றியெல்லாம் கிண்டலடித்துக்கொண்டிருந்தோம்.

கே போன்ற ஏக பத்தினி வேட அயோக்கியனுக்குத்தான் இந்தக் குடுமிகளெல்லாம் தேவை. அடுத்த முறை கே வந்தால் பிச்சுவாவை உபயோகிக்க வேண்டியதுதான். பண்பாடு ஒழிய வேண்டும். அப்பொழுதுதான் மனிதன் நேர்மையாக இருக்க முடியும்.

இவ்வளவு உரிமை எடுத்துக்கொள்வதற்கு நீ என்ன என் பெண்டாட்டியா இல்லை வைப்பாட்டியா? கே.பி. ஒரு கட்டத்துக்கு மேல் சிந்திக்கத் தெரியாத மனுஷன். என்ன செய்ய?

Thirteen twenty

ரோஸபெல் இன்று என்மீது இரங்கினாள். தாங்கள் எதை அதிகமாக நேசிக்கிறீர்கள் என்று கேட்டாள். “சாவை” என்றேன். பதறிவிட்டாள்.

அடுத்தநாளே விவிலியத்திலிருந்து சில மேற்கோள்களை எடுத்து எழுதிக்கொண்டு வந்தாள்.

நான் பயப்படுகிற நாளில் உம்மை நம்புவேன்.

சங்கிதம் 56:3

அவர் சமூகத்தில் உங்கள் இருதயத்தை ஊற்றிவிடுங்கள். தேவன் நமக்கு அடைக்கலமாயிருக்கிறார்.

சங்கிதம் 62:8

உன் செய்கைகளைக் கர்த்தருக்கு ஒப்புவி. அப்பொழுது உன் யோசனை உறுதிப்படும்.

நீதிமொழிகள் 16:3

மிஞ்சின நீதிமானாயிராதே. உன்னை அதிக ஞானியுமாக்காதே. உன்னை நீ ஏன் கெடுத்துக் கொள்ளவேண்டும்? மிஞ்சின துஷ்டனாயிராதே. அதிக பேதையுமாயிராதே. உன் காலத்துக்கு முன்னே நீ ஏன் சாக வேண்டும்?

பிரசங்கி 7:16,17

காலையில் தினமும் இரவு படுக்குமுன் தினந்தோறும் வாசியுங்கள், மரண பயம் தெளியும் என்றாள். நல்ல prescription தான்; கோவூர் வாசித்திருக்கிறீர்களா என்று கேட்டேன். இல்லை என்றாள். விவிலியம் ஒரு தீய புத்தகம் என்பதற்கான சான்றா

தாரங்கள் காட்டிய மகான் அவர் என்றேன். உங்களுக்கு விவிலியம் என்ற கெட்ட பழக்கம்; எனக்கு சிகரெட்; இருவரும் பகிர்ந்துகொள்வது ஒரே வாழ்க்கையைத்தான் என்றேன்.

ரோஸபெல் ஒரு வாரம் என்னிடம் பேசவில்லை. எட்டாம் நாள் முறுவலித்தாள். என்ன ரோஸபெல் என்றேன் கண்களால். You are a sweet old bastard, Sir என்றாள்.

என் இறப்பிற்குத் தங்களிடமிருந்து நான் எதிர்பார்ப்ப தெல்லாம் இரண்டு சொட்டு நேச நேத்திரக் கசிவுகள்தாம்; உங்களையெல்லாம் நான் எவ்வளவு ஆழமாகக் காதலிக்கிறேன் தெரியுமா என்றேன். ரோஸபெல் பதறிப்போனாள்.

Fourteen twenty

தேர்வு 26/5 அன்று முடிகிறது. என்மீது திணிக்கப்படவிருக்கும் எம்.ஏ. என்ற சாபக்கேடு. 27/5 அன்று முதல் காரியமாக Fowler மீது பிச்சுவாவைப் பிரயோகிப்பேன். ஏன் வேலைக்காகாத ஆங்கில மரபுச் சொற்றொடர் அகராதியைத் தயாரித்தாய்? ஏன் இருபத்து ஐந்து ரூபாயை என்னிடமிருந்து பறித்தாய்? என் முதல் கொலை ஒரு மொழி அழிப்பானுக்குத்தான். நன்கொடை வேண்டும், காசில்லை என்றால் இனாமாகக் கொடுத்திருக்க மாட்டேனா Fowler? ஏன் இப்படி மனுஷ துரோகக் குமாரனாக மாறிவிட்டாய்?

இந்தத் துரோகி கேயிடம் நிரம்ப ஆங்கில அறிவு உண்டு. ஆனாலும், occurrence-ன், spelling உதைத்தது. நான் திருத்தினேன். ஆங்கிலம் தெரியும் என இனி நீ மார்தட்டிக் கொள்ளாதே, உதைப்பேன் ராஸ்கெல் என்றேன்.

Fifteen twenty

அலுவலகத்துக்கு இன்று தாமதமாகத்தான் செல்ல முடிந்தது. அனுமதி நாடும் கடிதத்தில் குறிப்பிட்டிருந்தேன் நான் ஒன்பதரையிலிருந்து பத்தரை வரை பலமுறை இறந்திருந்தேன் என்று.

இந்தக் காரணம் என் நிர்வாகிக்கு அதிர்ச்சியாக இருந்தது. விளக்க வேண்டியதாயிற்று. பலமுறை இருமினேன் என்றும் இருமிய பிறகு சில கணங்களில் நெஞ்சுக் கூட்டில் ஒருவித வெறுமை தோன்றியதென்றும் உடம்பு முழுக்க மரத்துப்போய் நான் என்று ஒன்றும் இல்லாது போனது என்றும் நான் இல்லாமல் போகும் கணங்கள் என் மரணம்தானே என்றும் வாதிட்டேன். நிர்வாகி என் நேர்மையைப் பாராட்டுவதை விடுத்து வேறு ஏதேனும் ஒரு காரணத்தைக் குறிப்பிடச்

சொன்னார். அவர் அமர்ந்திருந்த இருக்கைக்கு எதிர்ச் சுவரில் காந்தி படம் தொங்கிக்கொண்டிருந்தது. ஒரு தொண்டு நிறுவனத்தில் கூட சத்தியத்துக்கு இடமில்லை. வெட்கக்கேடு.

Please kindly bear with us... எம்.ஏ. இழவெடுத்துவிட்டு லண்டனுக்கும் போய் இழவு முரசு கொட்டி வந்தாயிற்று. இதில் நீ எங்களுக்குத் தலைமை வேறு. உனக்குக் கீழ் வேலை செய்வதை விடக் கேவலம் வேறென்ன இருக்கப் போகிறது எனக்கு?

என்ன கழுத்தில் இந்தப் பளபள நெக்லேஸ்?

நான் ஒரு முஸ்லீம் பையனைத் திருமணம் செய்து கொண்டேன் நேற்று.

பாராட்டுகள். கல்யாண ஆசை மனதின் அடித்தளத்தில் இருக்கிறதல்லவா? எவனையாவது இழுத்துக்கொண்டு ஓடுங்கள். ஏன் இந்தக் கன்னிகாஸ்திரி வேஷம்? என்ன, சமூகப் பணிக்காகத் திருமணம் செய்துகொள்ளாமலேயே இருக்கிறீர்களா? ராத்திரி பூராவுமா சமூகப்பணி செய்யப் போகிறீர்கள்? சாருமதி, இந்தச் சுய ஏய்ப்பு விளையாட்டை இன்றுடன் விட்டுவிடுங்கள். சிரமமென்றால் சொல்லுங்கள். நானே ஒரு நல்ல பையனைப் பார்க்கிறேன். ஆனால், வார்த்தைகளின் சுயவிவரணைகளை முன்கூட்டியே சொல்லிவிடுங்கள். நல்ல பையன் என்றால் தங்கள் பிரகாரம் யார்?

Sixteen twenty

ஒரு பத்திரிகைக்காக குடிநோயாளிகளுக்கும் மருந்தடிமைகளுக்கும் தீர்வு சொல்லும் நிறுவனம் ஒன்றின் ஒருங்கிணைப்பாளரைப் பேட்டி கண்டேன்.

முதல் முறை சந்தித்தபோது பதினெட்டு கேள்விகளை ஒரு தாளில் எழுதிப் பதில் தருமாறு கேட்டுக்கொண்டேன். மிகவும் சுவையான கேள்விகள் என்றார் முனைவர் கா. நான்கு நாட்கள் அவகாசம் கேட்டார். திங்கள் சந்திப்பதாகக் கூறி விடை பெற்றேன்.

வாக்குத் தவறாமல் திங்கள் மாலை சென்றேன். நான்கு கேள்விகளுக்கு மட்டும் பிழைகளுள்ள தமிழில் விடைகள் எழுதியிருந்தார். தாய்மொழி ஐயாவுக்கு என்ன என்று கேட்டேன். தமிழ்தான் என்றார். தாங்கள் எழுத்தாளராகப் பரிமளிக்கலாம்; தங்கள் தமிழ் பிரமாதம் என்று வாழ்த்தினேன். ஏதோ எனக்குத் தெரிந்த தமிழ் என்று அடக்கத்தை வெளிக்காட்டினார்.

பிற கேள்விகளுக்கு விடை கேட்டேன். பாடப் பனுவலில் தேடி அலைந்தார். முகம் வேர்த்திருந்தது. மனிதர் பதற்றப்

பட்டது தெரிந்தது. எந்தப் போதைப் பொருள் வலி நீக்கி எது மாய உணர்வுகளை விளைவிக்கும் என்பது பற்றி அவருக்குத் தெரியவில்லை. கேள்விகளைப் பொதுமைப்படுத்தி எளிமைப் படுத்தி அவருக்கு உதவினேன். பதற்றம் குறைந்திருந்தது. அனாயாசமாகப் பதில் சொல்ல ஆரம்பித்தார்.

தங்கள் முனைவர் பட்ட ஆய்வு எது குறித்து என்று விசாரித்தேன். தாய்–சேய் நலன் – சமூக ஆய்வு என்றார். தன் ஆய்வுக் கட்டுரை மீதான மதிப்புரை எழுத ஒரு பெண் எழுத்தாளர் முன்வந்தார் என்றும், தான் விளம்பர நாடியாக இல்லாததால் கட்டுரையைத் தர தீர்க்கமாக மறுத்துவிட்டார் என்றும் சொன்னார். தங்கள் பொக்கிஷத்தை வையகம் அறியும் நல்ல சமூகக் காரியத்தைத் தாங்கள் நிச்சயம் செய்ய வேண்டும் என்றேன். முனைவர் மிகவும் கூச்சப்பட்டுப் போனார். தன் னடக்கம் எக்க இழவுச்சக்கம். கொடுங்கள். ஒரு வாழ்த்துரையே எழுதி ஊதித்தள்ளி விடுகிறேன் என்றேன். ஒருவழியாக ஒப்புக் கொண்டார். பேட்டியின் மாற்றியமைக்கப்பட்ட கேள்விகளுக்குத் தட்டுத் தடுமாறிப் பதில் சொன்னார்.

தாயூர் எது என்று கேட்டேன். மதுரை என்றார். அட என்னூர்தான். ஜடாமுனிக் கோவில் தெரு தெரியுமா என்று கேட்டேன். தெரியாது என்றார். அவனியாபுரம் என்று கேட் டேன். தெரியாது என்றார். சுதந்திரப் போராட்ட வீரர் காதிக் கடைக்காரர் எம்.எஸ். சுப்பையரை நிச்சயம் தெரிந்திருக்க வேண்டும் என்றேன். இல்லை என்றார். மீராபாய் ஸ்டோர்ஸ் கட்டாயம் தெரிந்திருக்க வேண்டும் என்றேன். சுத்தமாக இல்லை என்றார். தாங்கள் தமிழ்நாட்டு மதுரையைக் குறிப்பிடுகிறீர்களா? வடக்குப் பக்க மதுராவா என்று கேட்டுத் தெளிவுபடுத்துமாறு வேண்டிக்கொண்டேன். அசல் தமிழ்நாடு என்றார். பிறகு மதுரை பற்றி அவரிடம் நான் ஒன்றும் கேட்கவில்லை.

புகைப்பது வெறும் ஒரு பழக்கமா, நிகோடின் அடிமைத் தனமா என்று கேட்டேன். அதுவும் மருந்தடிமைத்தனம்தான் என்றார். எப்படி நிறுத்த என்று கேட்டேன். நாங்கள் மாத்திரை கொடுப்போம்; கூடவே நோயாளியின் ஒத்துழைப்பும் தேவை என்றார்.

புகைப்பவனை ஏன் நோயாளி என்று இழித்துரைக்கிறீர்கள் என்று கேட்டேன். அது நோய்தானே, வேறென்ன என்று வியந்தார்.

என்னை ஏன் நோயாளி என்கிறீர்கள், *16.10.68*இலிருந்து விடாமல் புகைத்துக்கொண்டிருக்கிறேன் என்றேன். விட முயற்சி

செய்யவில்லையா என்று பரிதவித்தார். ஏன் விட வேண்டும் என்று கோபாவேசப்பட்டேன்.

சிகரெட் பெட்டியிலிருந்து ஒன்றை உருவி நீட்டினேன். நான் புகை நோயாளி அல்ல என்றார். ஏன் இப்படி அலறு கிறீர்கள்; ஒன்றை முயன்று பாருங்கள்; ஆலோசனை வழங்கச் சுய அனுபவம் தேவை என்றேன்.

எல்.எஸ்.டி. கஞ்சா முயன்றதுண்டா என்று கேட்டேன். அதன் பக்கம் தலை வைத்துக்கூடப் படுத்ததில்லை என்றார். தாங்கள் Jung படித்திருக்கிறீர்களா? Only the wounded physician heals என்ற வாசகத்தைக் கேள்விப்பட்டிருக்கிறீர்களா என்று கேட்டேன். இல்லை, அதெல்லாம் எதற்கு; ஆலோசனை வழங்கப் பனுவல்கள் போதும் என்றார்.

கஞ்சா பிரக்ஞையை விரிவுபடுத்தும் அருமருந்தல்லவா என்றேன். யார் சொன்னது என்றார் அவசரத்துடன். என் உளவியல் மருத்துவ நண்பர் செந்தில் என்றேன். எந்தக் கருத்தரங்கில் என்று கேட்டார் ஆவலுடன். கருத்தரங்குமில்லை மண்ணாங்கட்டியுமில்லை; ஞானக்கூத்தன் அறையில் ஆத்மா நாமிடம் சொன்னார் என்றேன்.

யார் இந்த ஆத்மாநாம் என்று கேட்டார். மருத்துவர் செந்தில் பிரகாரம் ஒரு raving schic என்றும் இலக்கிய வட்டம் பிரகாரம் ஒரு நல்ல தமிழ்க் கவிஞர் என்றும் சொன்னேன்.

ஒரு schic எப்படிக் கவிதைகள் எழுத முடியும் என்று கேட்டார். என்னைப் பற்றி என்ன நினைக்கிறீர்கள், நானே ஒரு paranoid schic என்றேன். இல்லை, நீங்கள் விளையாடுகிறீர்கள், ஒரு மனநோயாளியால் இவ்வளவு தெளிவாக விவாதிக்க முடியாது என்றார்.

1974இல் 45 நாட்களும் 1980இல் 10 நாட்களும் மனநலக் காப்பக நரகத்தில் சிகிச்சை பெற்றேன் என்று சொன்னேன. அவர் நம்ப மறுத்தார்.

அப்படியானால் தாங்கள் ஒரு குணமடைந்த மன நோயாளியா என்று கேட்டார். தங்களுக்கு விஷஜுரம் வந்த துண்டா என்று கேட்டேன். சென்ற ஆண்டு என்றார். அப்படி யானால் தாங்கள் ஒரு குணமடைந்த விஷஜுர நோயாளியா என்றும் ஒரு நோயாளியால் எப்படி ஒருங்கிணைப்பாளராக இருக்க முடியும் என்றும் கேட்டேன்.

இருக்கையிலிருந்து முனைவர் எழுந்துகொண்டார். புழுக்கமாக இருக்கிறதல்லவா என்றார். இல்லை என்றேன்.

வெளியே போகலாம் என்று ஆலோசனை வழங்கினார். போனோம்.

தாங்கள் பேட்டி என்று சொல்லி என்னை rag பண்ணு கிறீர்கள் போலும் என்றார். இல்லை என்றேன். அவர் நம்ப வில்லை.

எதிர்உளவியல் நூல்களைப் படித்ததுண்டா என்று கேட் டேன். ஏன் படிக்க வேண்டும். நான் எப்பொழுதும் pro, நிச்சயம் anti இல்லை என்றார். ஏன் மறுபக்கத்தைப் பார்க்க இப்படிப் பயப்படுகிறீர்கள் என்று கேட்டேன்.

என்ன வேண்டுமானாலும் சொல்லுங்கள், குடி, புகை, எல்லாம் நோய்தான் என்றார். ஜே.வி. தேவர், பீட்டர் ஃபெர் னாண்டஸ் எல்லாம் புகைத்தவர்கள்தான். உளவியல் மருத்துவர் களை எப்படி நோயாளிகள் என்கிறீர்கள் என்று கேட்டேன். அவர் மௌனமாக இருந்தார்.

சென்ற வாரம் நான் ஆட்டோ ராணி சென்றிருந்தேன். பக்கத்தில் இருந்தவர் விஜயசாந்தியின் அற்புத நடனத்தைக் கூடப் பார்க்காமல் புகைக்கப் போய்விட்டார் என்றும் வருத்தப் பட்டார்.

ஞானக்கூத்தனைத் தங்களுக்கு ஏன் தெரியவில்லை என்று கேட்டேன். அவர் என்ன அவ்வளவு முக்கியமானவரா என்று வியந்தார். தமிழில் யாரைப் படித்திருக்கிறீர்கள் என்று கேட் டேன். சாண்டில்யன் என்றார். மஸ்தானாவின் தொப்புளும் தொடைகளும் அழகானவையல்லவா, சரோஜாதேவி போல் அசிங்கமானவை அல்லதானே என்றேன். Raggingஐ நிறுத்துங்கள் என்ற கத்திவிட்டுக் கட்டிடத்துள் சென்று மறைந்தார்.

ஒரு வருடம் கழித்து ஒரு பதினான்காம் தரச் சமூகப் பணியாளர் மூலம் அறிந்தேன் முனைவர் கா வேலையை விட்டு விட்டதாகவும் D.Litt பெற முயன்று கொண்டிருப்பதாகவும். சுத்த மடையன் என்ற வசை மனதுள் சூலுற்றது.

Seventeen twenty

அந்தக் கிறித்தவப் பெரியவரை இன்று பார்த்தேன். வழிதவறிய ஆட்டுக்குட்டியை மந்தையில் சேர்ப்பது தன் கடமை என்றும் சாலையில் வண்டியைக் கவனமாக ஓட்டுமாறும் சொன்னார். அவரை என் மூத்த சகோதரராக வரித்து இரண்டு மாதங்கள் ஆகின்றன. நான் வழி தவறியிருப்பதை அவர் கண்டுகொண்டிருப்பது ஆறுதலாக இருந்தது. விசுவாசியான அவர் என்னை ஆற்றுப்படுத்தப் போவது குறித்து மகிழ்ச்சியே.

ஆனாலும் மந்தையில் நான் ஒரு வித்தியாசமான ஆடாகவே இருக்கப் போகிறேன் என்று தோன்றிற்று. அவரைப் பற்றியும் திருச்சபை ஐயர்கள் பற்றியும் யோசித்துக்கொண்டு இருந்ததில் ஓர் ஆட்டோவிலிருந்து மயிரிழையில் விபத்திலிருந்து தப்பினேன்.

என் அழகான அயானா இன்று அலுவலகம் வந்திருந்தார். இன்று காலை வானில் ஒரு புது நட்சத்திரம் தோன்றியிருந்தது என்றும் தங்கள் வருகையை அது முன்னறிவித்தது என்றும் சொன்னேன். தங்களுக்காக ஒரு பொற்கோவில் கட்ட ஏற்பாடு கள் நடந்துகொண்டிருக்கின்றன என்றேன். தேவதையாக மாற்றி இந்த மனுஷியை ஒரு கட்டடத்துள் அடைக்காதீர்கள் என்று கேட்டுக்கொண்டார்.

ஃப்ளாஸ்கில் இருந்த காப்பியை ஊற்றித் தந்தேன். மன்னித்துக் கொள்ளுங்கள், தங்கள் சாம்பல் நிற உடைகளுக்குப் பொருத்தமில்லாத நிற திரவத்துக்காக என்றேன். கருப்பஞ் சாறுதான் சாம்பல் நிறம், அதைக் கொடுத்திருக்க வேண்டும் என்றேன்.

சர்க்கரை போதவில்லை என்றார். தாங்களே தித்திப்பானவர், தங்களுக்கு எதற்குச் சர்க்கரை என்றேன். காப்பியைப் பாயசமாக மாற்றாதீர்கள் என்று கேட்டுக்கொண்டேன். தங்கள் தோழர் குடிநீரைத் திராட்சை ரசமாக மாற்றினார். தாங்கள் காப்பியைப் பாயசமாக மாற்றுகிறீர்கள்; தாங்களும் அற்புதமானவர்தான் என்றேன். கிறித்துவின் இறுதிச் சபலம் பற்றி ஏதாவது படித்திருக்கிறீர்களா, புத்தகம் தருகிறேன் என்றேன்.

சாம்பல் நிறப் புஷ்பங்கள் கிடைக்கவில்லையா, எங்கு கிடைக்கும் என்று சொல்லுங்கள், பறந்து சென்று வாங்கி வருகிறேன் என்றேன். ஏழு கடல் தாண்டி ஒரு சிறு தீவில் ஒரு மந்திரவாதியின் தோட்டத்தில் இருக்கிறது என்றார். Champஇல் அறுபதில் பறந்து சென்று வாங்கி வருகிறேன் என்றேன். Champ கடலில் செல்லாது என்றார். ஒரு கிறித்தவ தேவதைக்கு நற்பணி செய்யப் போகையில் கடல் இரு புறமும் பிரிந்து வழிவிடும் என்றேன்.

தங்கள் panties சாம்பல் நிறம்தானே என்றேன் தணிந்த குரலில். இடது கன்னத்தில் உள்ளங்கையை வைத்து முகத்தைத் தள்ளினார். வலது கன்னத்திலும் கையை வையுங்கள்; பிரான் அப்படித்தானே உபதேசித்திருக்கிறார் என்றேன்.

ஓர் இருபத்து ஐந்து நிமிடங்கள் இனிமையான வெற்று களைப் பகிர்ந்துகொண்டோம். நாக்குகளால் உதடுகளால்

கண்களால் ஒருவரையொருவர் விழுங்கிக்கொண்டிருந்தோம். இனிமையான வெற்றுகள் எங்கள் இருவருக்கு மட்டும் புரியும். சுத்தமாக ஒரு வேற்றுலகம். ஆன்மாக்களின் சந்திப்புலகம். நந்த வனம். மலர்கள் எங்கள் நட்பின்மீது பொழிந்துகொண்டிருந்தன. நாங்கள் மலர்களில் புதைக்கப்பட்டோம். மீண்டும் எழவே இல்லை.

என் கிறித்துவ அண்ணனை முகம்மதிய பாணியில் அர வணைத்துக்கொண்டேன்.

Eighteen twenty

முப்பத்தைந்துக்கு வேக ஊக்கியைத் திருகினேன். பதினைந்தே நிமிடங்களில் எழும்பூரிலிருந்து பாடி வந்து சேர்ந்தேன். நடுவில் ஓர் இடத்தில் மட்டும் நிறுத்தி யாசகர் ஒருவருக்கு ஐந்து ரூபாய் கொடுத்தேன். இன்று என் நெஞ்சின் வயது 18. மூன்று இளசுகளைப் பார்த்து சிறு விஸிலும் ஓர் இளசைப் பார்த்து 'வாவ்'வும் சொன்னேன். வீடு திரும்பியதும் பொறுக்கி என்று வைதுகொண்டேன்.

சாருமதி இன்று வெள்ளையுடையில் காட்சியளித்தாள். புகழாரப் பார்வையை அவள்மீது வீசினேன். என்னை angel என்று வர்ணிக்கப் போகிறீர்களா என்று கேட்டாள். நீங்கள் genus-ஐக் குறிப்பிடுகிறீர்கள்; நான் species-ல் இறங்கி Diana என்று வர்ணித்து ஒரு பூச்செண்டைத் தரப்போகிறேன் என் றேன். அழகிப் போட்டியில் நீங்கள் அயானாவுக்கு அடுத்த தாகத்தான் வருவீர்கள் என்றேன். யார் அது என்றாள். நான் என் நெஞ்சைத் தொட்டு இங்கே இருக்கிறார் என்றேன். சார், எவ்வளவு நாளாக் காதலிக்கிறீங்க என்றாள். காதல் அல்ல தொழுகை என்றேன். புரியவில்லை என்று சொல்லி அகன்றாள்.

அந்தப் பதினெட்டு வயதுப் பெண்ணைச் சைக்கிளில் சந்தித்தேன். தந்தையானேன். தாயுமானேன். நெற்றியில் ஒரு முதிய முத்தத்தைப் பதித்தேன். உரிய வயதில் மணமாகியிருந்தால் அந்த வயதுப் பெண் குழந்தை எனக்கும் இருந்திருப்பாள்.

தாயும் தெய்வந்தான். பெண்ஜாதியும் தெய்வந்தான். அயானாவும் தெய்வந்தான். அயானா தங்கள் முன் மண்டியிடு கிறேன். கணவருடன் படுக்கும்போது உங்களுக்கு என் நினைவு வருகிறதா? உஷாவைத் தொடும்போது உங்கள் நினைவு எனக்கு வருவதுண்டு. ஹெப்ஸி, கல்கண்டு தரட்டுமா? டென்னிகாய்ட்டில் நான்கு முறை வெற்றிகண்ட என் வீராங்கனையே, இந்தத் தகப்பன் மடியில் அமர். உன் liquid கண்களுக்கு இந்த ஜுஜுப் ஸைப் பரிசளிக்கிறேன். Liquid eyes யார் சொன்னது? Maugham மன்னன்.

திருமதி ஹார்டி பற்றிச் சொன்னேன் அயானாவிடம். 'நான் உனக்குக் கிடைத்த பொழுதை நினைத்துச் சந்தோஷப்படு. என் பிற உறவுகள் உனக்குச் சம்பந்தமில்லாதவை' என்ற வார்த்தை களை நினைவுகூர்ந்தேன். கற்பு பற்றிய புது விளக்கத்தைத் தந்தேன். தரமான ஆணுறைகள் பற்றி அயானாவிடம் எடுத்துச் சொன்னேன். வாய்வழிப் பாலுறவைக் குறிக்கும் மூன்று கலைச் சொற்களை அயானாவுக்குப் பரிச்சயப் படுத்தினேன். அயானா மிகுந்த கவனத்துடனும் ஆவலுடனும் கேட்டுக்கொண்டார். ஹாவ்லாக் எல்லிஸ்.

என் காதலிகூடக் காலையில் கக்கூஸுக்குத்தான் போகிறாள்.

Nineteen twenty

ஏதோ நினைத்தேன் இப்பொழுதுதான். மறந்துவிட்டது. ஐந்து மாதமாக இந்த நினைவு இடைவெளித் தொந்தரவு அதிகமாக உள்ளது.

ஆக்டபஸ்போல எல்லாத் திசைகளிலும் கைகளை நீட்டி விட்டேன். இனி மீண்டும் ஆமை ஆக முடியாது.

Twenty each

என் கணவரின் உடம்பு பூரா ரோமம் கரடி போல என்றாள் ரேகா ரெட்டி. Bestiality நினைவுக்கு வருகிறதா என்று கேட்டேன். ஒப்புக்கொண்டாள். தங்கள் மனைவி எந்த விலங்கு என்று கேட்டாள். ஆட்டுக்குட்டி என்றேன். தாங்கள் என்றாள். ஓநாய் என்றேன்.

ஓநாய்கள் தனிமைநாடிகள் என்றாள். அத்தனை தோழர்கள் இருந்தும் மனதளவில் நான் ஒரு தனியன் என்றேன். சிகரெட் இந்தத் தனிமையை ஓரளவு தணிக்கிறது என்றேன். தங்களைத் திருத்தவே முடியாது என்று கடிந்துகொண்டாள். நான் மாற விரும்பவில்லை; என் கொச்சைதான் என் புனிதம் என்றேன். அயானாவின் பொற்கோவிலுக்கு அடிக்கல் நாட்டு விழாவுக்கு ரெட்டியை அழைத்தேன். அவள் குழம்பிப்போனாள்.

எனக்குள் இருக்கும் இன்னொருவன். என் மறுபகுதி. இந்தப் பிளவு.

Id தளத்திலேயே ஒரு வாரம் கழிந்தது.

Twenty twenty one

நேற்றுதான் அந்தக் குரோட்டன்களிடம் தங்கள் தாய்மை பற்றி ஓர் அழகிய கவிதை வாசித்தேன். Champல் உட்காருங்கள். அந்தக் குரோட்டன்களிடம் தங்களை அழைத்துச் செல்கிறேன்.

அயானா, ரகசியமாக நமக்குள்ளே, தங்கள் கணவர் என்னளவு தங்களைக் காதலிக்கிறாரா?

அயானா, தங்களைப் பற்றி எழுதும்போது என் உடலில் ஏற்படும் ரசாயன மாற்றங்களை என்னால் உணர முடிகிறது. இந்த லுங்கி அடிக்கடி கழன்றுவிடுகிறது. இந்த அனாவசி யத்தைக் கழற்றி எறிந்துவிடட்டுமா?

Twenty one each

புத்த பூர்ணிமா. காலையில்கூட நிலவு காயக் கூடாதா? இன்றிரவு பூரா Champல் ஊர் சுற்றப் போகிறேன். இயற்கை யுடன் குலாவி யுகங்கள் ஆகின்றன. ரோஸி நீங்களும் வருகிறீர்களா என்னுடன் நிலவில் குளிக்க?

மாருதி காரில் ஓர் இருதய நோய் மருத்துவர் அமர்த்தலாக அமர்ந்திருக்க, முன் இருந்த குப்பை வண்டிக்காரிகள் அவசரமாக வண்டியை ஓரங்கட்டி சாமிக்கு வழிவிட்டனர். நான் இடது கால்சட்டைப் பையிலிருந்த பிச்சுவாவைத் தொட்டுப் பார்த்துக் கொண்டேன். அந்த மருத்துவரைக் கொலை செய்வதுதானே தார்மீகமானது? மாருதியை விற்று வண்டிக்காரகளுக்குப் பணத்தைப் பங்கிட்டுக் கொடுக்க வேண்டியதுதான்.

Twenty two twenty one

அந்தக் கிழட்டுப் போலீஸ்காரர் சொன்னது: அண்டமா முனிவர்களும் அடங்கினர் உள்ளே.

புள்ளிவிவரவியல் விரிவுரையாளர். Measure of Dispersion என்றால் என்ன? விலகியிருத்தல். முந்தானை விலகியிருப்பதை ஞாபகம் வைத்துக்கொண்டால் Dispersion சட்டென்று மனதில் தங்கும்.

ராணி அங்க என்னடி பண்றே?

அப்பளம் வறுக்கிறேன்.

ஏன் இப்ப அப்பளம் இல்லாட்டி எறங்காதோ?

எறங்காது. இப்ப நீ என்னான்றெ?

இந்தப் 12 வயதுப் பெண். இந்தப் பதிலடி. இதுதான் தேவை. கற்பழிக்க வருபவனைக் கொட்டையில் எத்தி உதைக் கும் பெண். இவளது ஆயுதம் வார்த்தைகள். நான் சொல்லித் தராமலேயே எங்கிருந்து பிடித்தாள் இவ்வளவு வார்த்தைகளை?

Twenty two each

ஐந்து மாதங்களாக உழைத்து உழைத்து மிகவும் களைத்து விட்டேன். அயானா தங்கள் இனிய மார்பகங்களில் இளைப்

பாற இடம் தாருங்கள். குறைந்தது நான்கு நாட்களாவது தொடர்ந்து தூங்க வேண்டும்.

தூக்கத்தினூடே என் நெஞ்சைத் தடவிப் பாருங்கள். அதி லிருந்து வரும் தங்களைப் பற்றிய காப்பியத்தைப் பதிவு செய்து எனக்குத் தாருங்கள். அந்த இனிய வெற்றுகளைக் கேட்டுக் கொண்டே மீண்டும் தங்களுள் அமிழ்ந்துகொள்கிறேன். நெஞ் சிலிருந்து தங்களுக்காக எழும்பிக்கொண்டிருக்கும் 26 உணர்வு களின் பெயர்களையும் எழுதி எனக்குத் தாருங்கள். இந்த அளவு உணர்வுகளை நான் யாரிடமும் கொண்டதில்லை.

கோடை மழை. அயானா, ஆடைகளைக் களைந்தெறி யுங்கள். நானும் எறிந்துவிட்டேன். வாருங்கள், சேர்ந்து நனை வோம். இன்னும் இறுக்கமாக அணைத்துக்கொள்ளுங்கள். ஒரு துளி மழைகூட நம் இடையே நுழைந்துவிடக் கூடாது. ஏன் தங்கள் அழகிய உடல் இவ்வளவு வெம்மையாக இருக்கிறது? காய்ச்சல் இல்லையே அயானா? முத்தங்களை நிறுத்தாதீர்கள் please. எனக்குத் திகட்டவில்லை. இன்னும் வேண்டும்.

கலர் கூடக் கூடத்தான் இனிக்கும்.

என்னது?

பங்கனபள்ளிதான். சார் வேறென்ன நெனெச்சீக?

I'luf you தான் சரி. இல்லையா ஜான்ஸி? I love you உணர்வே இல்லாத சக்கைதானே?

தங்கள் நீண்ட விரல்கள் என் அடிவயிற்றை மீட்டும்போது எழும் ஸ்வரங்கள். முற்றிலும் வேற்றுலக இனிமை. தங்கள் விரல்களுக்குத்தான் எத்தனை சக்தி.

ஓ, தாங்களே சக்திதானோ! அப்படியானால் நான்? பக்கத்துக் கோவில் சிவன் வாடை என் மீதும் அடிக்க ஆரம் பித்து விட்டதோ? சிவராத்திரியை இன்றே வைத்துக்கொள்ள லாமா? அலுவலகங்களுக்கும் கல்விக்கூடங்களுக்கும் இன்றிரவு விடுமுறை. மீண்டும் ஒரு சுற்றுக்கு வாருங்கள் ஜான்ஸி.

அபிகா, தங்கள் கனவில் தங்களைத் துரத்திய பாம்பு நான்தான். கோபமில்லையே?

இந்தத் தேநீர் ஒரு தோழமைத் திரவம். இதன் ஊடாகப் பிரபஞ்ச உண்மைகளை அண்டத்தை எத்தனை முறை புரட்டி யிருக்கிறோம். நினைவிருக்கிறதல்லவா தோழர் தோழியரே? உஷா அருமையாகத் தேநீர் கலப்பாள். அவளது மகாலட்சுமி டாலரை இந்த மாதமாவது அடகிலிருந்து மீட்க வேண்டும். என்ன ஒரு Sexploitation. பரஸ்பர சார்பு! இது சுரண்டலா ஆயிரம் காலத்துப் bla blaவா?

சிவாஜி கணேசனுக்கும் கே.ஆர். விஜயாவுக்கும் நடுவில் படுத்துறங்கும் அந்தக் குழந்தை. அயானாவுக்கும் அவரது கணவருக்கும் நடுவே நான்.

தாங்கள் தாயான பிறகுதான் அதிகமாகத் தங்களைக் காதலிக்கிறேன். எனக்குத் தேவை ஒரு தாயார். அயானா, தங்கள் வடிவில் ஒரு தாயார். எனக்கும் பாலூட்டுங்கள் அன்னை மேரி. இந்தக் காசி கேள்விப்பட்டதில்லையா மேரி, அயானா? அது வேறு யாரும் அல்ல. நானேதான். என்னைப் pram-ல் போடுங்கள். இது பாலுறவா? நான் தங்களிடமிருந்து விரும்புவது தங்கள் முலைப்பாலைத்தான்.

தங்களை ஸாலார்ஜங்கில் வைக்காதது பெரும் அநியாயம் அயானா.

அந்த ஐஸ்கிரீமில் இருக்கும் செர்ரி தங்கள் முலைக்காம்பை நினைவூட்டுகிறது. அயானா, பசிக்கிறது.

இந்த ஜிகர்தண்டா குடித்திருக்கிறீர்களா? ஜிகர்தண்டா வெல்லாம் குடிக்காமல் எப்படித் தங்களுக்கு அறுபது வயதாகி விட்டது? மதுரைக்கு ஒரு டிக்கெட் எடுங்கள் முதலில். இந்த ஜிகர்தண்டா ஒரு நல்ல அளவுகோல்.

Twenty-two twenty-three

கடித்தல் என்ற வார்த்தை prick என எடுத்துக் கொள்ளப் பட்டுப் பாலுறவு அர்த்தத்துடன் கையாளப்பட்டிருக்கிறது. அழகு என்றால் ஆண்குறி. திரைப்படப் பாடல்களின் தமிழ்த் தொண்டு.

Twenty three each

அந்தக் கிழவியின் தோல் சுருக்கங்கள் Yaws-ஐ நினை வூட்டின. அவரது வயதுக்குள் நான் தற்கொலை செய்துகொள்ள வேண்டும். பிச்சுவா கூர்மையாகத்தான் உள்ளது.

ஜீவ்ஸ், கர்த்தர் ஒரு வாத்தை நேசிக்கட்டும். நான் என் அயானாவை நேசிக்கிறேன்.

அயானா நீங்கள் ஒரு நவீன ஓவியம் போல. நீங்கள் பேசியது அனைத்தும் மறந்தாலும் இந்த இனிமையான impression வாரக் கணக்கில் போதையூட்டுகிறது. இந்த beakerful of warm south தோற்கும்.

Twenty three twenty four

ஐயரே, ஒரு குவார்ட்டர் புனித திராட்சை ரசம் தாருங்கள், விரைவில். அயானாவின் ஆரோக்கியத்துக்காக நான் உடனே குடித்தே ஆக வேண்டும்.

டாக்டர் he is chronically normal. ஏதாவது செய்ய முடியுமா பாருங்கள்.

Twenty four each

பல்லிருந்தும் பட்டாணி சாப்பிடாமல் இருப்பது ஒரு சுவையான sublimation. ஆனால், தேவைதானா இதெல்லாம்?

நிர்வாகிகளுக்கென்று தனி கக்கூஸ். அவர்கள் பெய்வது பன்னீர் போலும்.

Twenty four twenty five

கல்யாணி, இங்க பாருங்கள். நா ஒங்க கூடத்தான் பேசிக் கிட்டிருக்கேன். என்ன கனவு? யார் நெனெப்பு? விட்டுட்டுப் போன வீட்டுக்காரரா? புதுக் காதலரா?

என்ன இந்த மிட்டாய்க் கலர்ப் புடவெ? கடிச்சுத் திங்கட்டுமா ஒங்களெ?

நேத்துப் பாத்த அந்த ஆளு எங்கெ?

அவரு அந்தப் பக்கமாப் போயிருக்காரு.

இந்த ராமச்சந்திரன் கவிதை எத்தனை இடங்களில் வருவது!

Twenty five each

கடவுளே, இந்தச் சாம்பல் நிறம் என் இடது உள்ளங்கைக்கு எப்படி வந்தது? அயானா நான் உங்கள் புடவையைத் தொடக்கூட இல்லையே!

தெருவில் சண்டை.

நீ மயிரு மாதிரிப் பேசுறே.

இல்ல, நீதான் மயிரு மாதிரிப் பேசுறே.

மயிரு பேசுமா என்று கேட்டேன். சண்டை உடனடியாக நின்றது.

Twenty five twenty six

அயானா, தங்கள் நினைவுகளின் இனிய சுமை எப்பொழுதும் தொண்டையில் ஆரம்பிக்கிறது. உடம்பு முழுவதும் அந்தக் கதகதப்பு பரவச் சரியாக நான்கு நிமிடங்கள் ஆகின்றன. நான் நகத்தைக்கூட வெட்டிக்கொள்ளவில்லை. அதிலும் தங்களின் அந்தக் கதகதப்பை உணர்கிறேன்.

Twenty five twenty seven

விடைபெறுகிறேன் தோழர்களே. பாரு படுக்கையில் எனக்காக வெகு நேரமாகக் காத்திருக்கிறாள்.

உங்களுக்கு ஒன்று சொல்ல வேண்டும். நேற்று அயானாவில் நான் முழுமையாகக் கலந்தேன்.

மூன்று தலைமுறைகளுடன் வாழ்ந்துவிட்டேன். எதுவும் யாரும் பொய்யில்லை. பிரமையும நிஜமும் ஒன்றே. நபர்கள் குறியீடுகள். நானும்தான். ஆனாலும் நான்காவதுக்கு ஆசைப்படுவது நாய்த்தனம்.

அயானா, சீக்கிரம் என் கல்லறைக்கு ஏற்பாடு செய்யுங்கள் அந்தக் கிறித்துவப் பெரியவரிடம் சொல்லி. சந்தோஷமாக இருங்கள் அயானா. உயிர்த்தெழுதலில் எனக்கு நம்பிக்கை இல்லை.

ஆண்டொரு முறை மலர்வளையம் வைக்க வரும்போது தங்கள் தோழமையின் பரிசுத்தத்தைத் தவறாமல் தரிசிப்பேன். ஆனாலும் எதையும் சடங்காக ஆக்கிவிடாதீர்கள் அயானா.

●

இடாகினிப் பேய்களும்
நடைப்பிணங்களும்
சில உதிரி இடைத்தரகர்களும்

அன்பான தமிழ் வாசகா, தமிழ் வாசகி, கேள், என்னை ஒரு தோழனாக ஏற்றுக்கொண்டு மனதை வெற்றாக வைத்துக் கொண்டு கேள். தலைப்பைப் பார்த்து மிரளாதே. படிக்கப் படிக்க உனக்கே தெரியும். என்னால் முடிந்த அளவு செம்மை யாக எழுதியிருக்கிறேன். இரண்டு ஆண்டுகள் முன்பு ஒரு 'காம்ரேட்' பெண்ணியவாதியின் வீட்டில் உட்கார்ந்து கொண்டு வேறு ஒரு சூழலைப் பின்புலமாக வைத்து எழுதினேன். பதினாறு பக்கம் எழுதினேன். அதற்கு அப்புறம் உணர்வு ரீதியான தடை ஏற்படவே அப்படியே வைத்துவிட்டேன். பிறகு அதை விரிவுபடுத்த மேற்கொண்ட முயற்சிகள் தோல்வியையே தந்தன.

3.12.2001 அன்று இரவு முழுவதும் கண் விழித்து யோசித்துப் பார்த்தபோது இதே தலைப்பை வைத்து வேறாரு சூழலை மையமாகக் கொண்டு நினைத்துப் பார்த்ததில் அந்தச் சூழலுக்கும் தலைப்பு பொருத்தமாக இருந்தது என்னுள் மிகுந்த ஆச்சரியத்தைத் தந்தது.

இதோ இன்றைக்கு என்ன தேதி? 4.1.2002. நாவலைத் தொடங்குகிறேன்.

இந்த நாவலின் காலம் 28.9.1989 முதல் 24.3.1997 முடிய; அதற்கும் மேலே என்றும் சொல்லலாம். இந்த நாவலை நான் எழுதுவதற்குப் பல காரணங்கள் இருக்கின்றன. ஒன்று சமூகப் பணித் துறையில் பல கறுப்பு ஆடுகள் நுழைந்துகொண்டிருப்பது; நவம்பர் 2001 இதழ் கணையாழியில் ஒரு கறுப்பு ஆட்டைச் சுட்டிக் காட்டியிருக்கிறேன். ஒருக்கால் நீங்கள் படித்திருக்கலாம். ('நேரமும் நேசமும்' என்ற சிறுகதை அது.) இந்த ஆடுகள் என்னுள் இருக்கும் சமூகப் பணியாளரை வெகுவாகப் பாதிக்கின்றன. மற்றொன்று, இந்த...என்ன சொல்வார்கள் அதை... ஆம் கலாச்சாரம். இந்தக் கலாச்சாரம் என்ற வார்த்தை

நெருடலாக இருப்பது மட்டுமின்றி இயல்பான உணர்வுகள்மீது ஒடுக்கு முறையைத் திணிக்கிறது.

நான் நல்லவனா, கெட்டவனா என்பது பிரச்சனை இல்லை. இந்த அடைகள் தேவை இல்லாதவை. நான் வரம்புகள் அற்றவன். ஆனால், ஒன்றை நிச்சயம் சொல்லியாகவே வேண்டும். நீங்கள் எனக்குக் கொடுக்கும் சுதந்திரங்களைத் தவிர்த்து வேறு சுதந்திரங்களை நான் என்றைக்கும் எடுத்துக் கொள்ள மாட்டேன்.

சரி, நாவலை மீண்டும் தொடங்குகிறேன். வாசகா, வாசகி சம்பவங்களை இங்கும் அங்கும் தூவியிருக்கிறேன். ‘டவ்டெய்ல்’ செய்துகொள்வது உன்னுடைய பொறுப்பு.

8.10.2000 காலை. அக்டோபர் *11.5.2000* இதழ் நந்தன் பத்திரிகையைப் புரட்டிக்கொண்டிருந்தேன். அதில் தந்தை பெரியாரின் கூற்று ஒன்று வெளியாகி இருந்தது. “நாட்டில் யோக்கியமான உண்மையான பொதுத் தொண்டு ஸ்தாபனமே இல்லாமல் போய்விட்டது. எந்த ஸ்தாபனமும் யாரோ குறிப் பிட்ட ஒரு சிலர் பிழைக்க வேண்டும் என்பதல்லாமல் பொது மக்கள் நலனுக்காக ஏற்படவில்லை.”

நான் முன்பு பணிபுரிந்த சேவை மைய நடப்புகள் அனைத்தையும் நினைத்துப் பார்த்தேன். பெரியாரின் வாசகம் மிகப் பொருத்தமானது என்றே நினைக்கத் தோன்றிற்று.

அந்த நீண்ட சாலையின் வலது பக்க நடுவில் சேவை மையம் அமைந்திருந்தது. மையத்தின் நுழைவு வாயிலின் மேலே ஓர் இரும்புக் கதவு இருந்தது – இரு பிளவுகளாக. மேலே ஓர் அரை ஆரமாக சேவை மையம் என்ற பதாகை இருந்தது. உள்ளே அகலமான ஒரு சாலை இருந்தது. கொஞ்சம் தள்ளி ஒரு பங்க் கடை. தேநீர், பிஸ்கெட், கேக் அங்கு கிடைக்கும். மலையாளம் பேசும் ஒரு வாலிபர் அதை நடத்திவந்தார்.

உள்ளே அப்படியே வந்தால், சாலையின் இரு மருங்கிலும் நடைபாதையும் ஆங்காங்கே சில சிமெண்ட் மேடைகளும் இருக்கும். அங்கு உட்கார்ந்து அரட்டை அடிக்கவோ இளைப் பாறவோ செய்யலாம்.

நேரே போனால் திறந்த கதவு ஒன்று இருக்கும். வலது பக்கம் ஒரு பெரிய கூடம். அது உபயோகிக்கப்படாமல் இருந் தால் மூடியே இருக்கும். நிர்வாகிகளுக்கான சந்திப்புக் கூடம் அது. உள்ளே ஒரு பிரம்மாண்டமான மேசை சதுர வடிவத்தில். சுற்றிலும் விலை உயர்ந்த மெத்தைகளுடன் கூடிய விலை உயர்ந்த நாற்காலிகள். நிர்வாகிகளின் பிட்டங்களுக்கு மெத்தைகள் அவசியம். கூடம் குளிர்சாதன வசதி கொண்டது.

கடந்து நேரே சென்றால் 'மார்பிள்' தரையுடன் கூடிய வெற்றிடம். அங்குதான் அலுவலர்கள் தங்கள் சைக்கிள்களை, டூ–வீலர்களை நிறுத்த வேண்டும். வலது பக்கம் ஓர் ஆடிட்டோரியம். அடுத்தாற்போல் ஒரு சிறிய கூடம். அவற்றில் சிறப்பு ஆயத்த ஆடைகள் அல்லது புத்தகங்கள் அல்லது கைவினைப் பொருட்கள் அல்லது பொம்மைகள் அல்லது சிலைகள் அல்லது காலணிகள் முதலியன அவ்வப்பொழுது கண்காட்சிகளாகவும் விற்பனைக்காகவும் வைக்கப்படும். இரண்டும் வாடகைக்கு. 1989இல் ஆடிட்டோரியத்தின் ஒருநாள் வாடகை ரூ.1500. சிறிய கூடத்தின் வாடகை ரூ. 500. அவற்றிலிருந்து வரும் கணிசமான வருமானம் சேவை மையத்தில் சேர்ப்பிக்கப்படும்.

வண்டிகள் நிறுத்துவதற்காக உபயோகிக்கப்பட்ட பரப்பு மகா மட்டரகமான நாற்றத்துடன் இருக்கும் ஒரு கக்கூஸுடன் முடிவடையும். அது உதவி பெறுபவர்களுக்கும் வாகன ஓட்டிகளுக்கும் துப்புரவுப் பணியாளர்களுக்கும். ஃபெனால் வாங்கப் போதுமான தொகையை நிர்வாகம் கொடுக்கவில்லை. கொடுக்கும் மனநிலையிலும் இல்லை.

அந்த வெற்றுப் பரப்புக்குக் கீழே ஒரு பெரிய பரப்பு. அதை நாங்கள் 'ஷெட்' என்று அழைப்போம். இரண்டு நீளமான படிகள் இரண்டு பரப்பையும் இணைத்தன. இந்தப் பரப்பில் உட்கார்ந்துகொண்டுதான் இளைப்பாறுதல், பீடி, சிகரெட் பிடித்தல், அரட்டை அடித்தல் எல்லாம் நடக்கும்.

சேவை மையம் ஒரு விஸ்தாரமான இடம். நிறைய ப்ராஜெக்ட்டுகள் இருந்தன. ஒவ்வொரு ப்ராஜெக்ட்டுக்கும் ஓர் அறை அல்லது இடம் ஒதுக்கப்பட்டிருந்தது.

முதலில் நான் பணி புரிந்த ப்ராஜெக்ட் பற்றிச் சொல்லிவிட்டுப் பிறகு மற்றவற்றை லேசாகத் தொடுகிறேன்.

எங்கள் ப்ராஜெக்ட் முதல் தளத்தில் இருந்தது. ஒரு மிகப் பெரிய கூடம். அதில் சமூகப் பணியாளர்கள். அந்தக் கூடத்துக்கு வலது பக்கம் மிகவும் அசவுகரியமான சுழற் படிக்கட்டு ஒன்று இருந்தது. அது உதவி பெறுகிறவர்களுக்கு. நிர்வாகிகளுக்கான கூடத்தின் நேர் எதிரே ஒரு விசாலமான, நெடுகவும் கைப்பிடி பொருத்தப் பெற்ற படிக்கட்டு. அது நிர்வாகிகளுக்கும் உடல் ஊனமுற்றோர்க்கும். நிர்வாகக் கிழங்களால் கைப்பிடி பொருத்தப் பெற்ற படிகள் வழியாகத்தான் மேலே ஏற முடியும். கூடத்துக்கு மேலே உழைக்கும் மகளிர்க்கான விடுதி ஒன்று இருந்தது. ஒரு படிக்கட்டு முதல் தளத்தையும் விடுதியையும் இணைத்தது.

ஏற்கனவே குறிப்பிட்டது போல, முதல் தளக் கூடம் சமூகப் பணியாளர்களுக்கானது. வலது பக்கமிருந்து உள்ளே நுழைந் தால் முதல் மேசையில் அய்வி என்ற மூதாட்டி. உதவி பெறும் சிறார்கள் நன்கொடையாளர்களுக்கு ஆறு மாதம் ஒருமுறை நன்றிக் கடிதம் எழுத வேண்டும். அய்வி கடிதத்தை எழுதச் சொல்லிக் கொடுப்பவர். தமிழில் உள்ள அக்கடிதங்களைச் சுமாரான ஆங்கிலத்தில் மொழிபெயர்ப்பவர். அவர் எஸ்.எஸ். எல்.ஸி. வரை படித்திருந்தார். அவர் ஒரு விதவை.

அடுத்த இருக்கையில் குணசீலன் என்ற இளைஞர். எம்.ஏ. பொருளாதாரத்தை அஞ்சல் வழி படித்துக்கொண்டிருந்தார். அவரும் அய்வியும் ஒரே மாதிரியான பணியைச் செய்து கொண்டிருந்தார்கள்.

அடுத்தது திருமதி புஷ்பவல்லி கணேசன். நடுவயதுப் பெண். அவள் பி.ஏ. பொருளாதாரத்தை அஞ்சல் வழி படித்துக் கொண்டிருந்தாள். அவள் உதவி சமூகப் பணியாளர், அய்வியைப் போலவும் குணசீலனைப் போலவும். ஒரே ஒரு வித்தியாசம். சிறார்கள் நூற்று அய்ம்பது பேருக்கு உதவிக்கொண் டிருந்தாள் அவள். அவளுடைய கணவர் பள்ளி சம்பந்தப்பட்ட அறக்கட்டளை ஒன்றில் பணி புரிந்துகொண்டிருந்தார். ஒரே மகன் பள்ளியில் படித்துக்கொண்டிருந்தான். எங்களின் தோழமை சட்டென்று பற்றிக்கொண்டது. அவளது மகனும் என்னுடைய மகளும் ஒரே வகுப்பில் படித்துக்கொண்டிருந்த தனால்தான்.

அடுத்தது திரு.எஸ். ராமச்சந்திரன், வயது 47, மூத்த சமூகப் பணியாளர். சமூகப் பணியில் முதுநிலை டிப்ளொமா படித்தவர். மனைவி ஓர் அரசு மருத்துவமனையில் செவிலி. ஒரு மகன், ஒரு மகள் பள்ளியில் படித்துக்கொண்டிருந்தனர். அப்பாவி என்று சொல்வதற்கிலலை. நிர்வாகிகளுக்குப் பணிந்தவர். எனவே அவருடைய நிலை திடமாக இருந்தது. ஆங்கிலம் இன்னும் அவருக்கு ஒரு அன்னிய மொழியாக இருந் தது. சமூகப் பணிப் பட்டம் பெற்றவர்கள் அடிக்கடி பயன் படுத்தும் referralஇன் Spelling கூட அவருக்குத் தெரிந்திருக்க வில்லை.

அடுத்தது நான். நான் எப்படி இந்தச் சேவை மையத்தில் சேர்ந்தேன் என்பது பற்றி எழுத வேண்டும். 27.9.1989 மாலை என் நண்பர் ஒருவர் ஓர் அம்மையார் வீட்டுக்கு என்னை அழைத்துச் சென்றார். அவர் அந்தச் சேவை மையத்தின் செயலர். என்னுடன் பேசிய அவர் அடுத்த நாளிலிருந்து கொஞ்ச காலம் குழந்தைகளின் கல்விநிதி உதவித் திட்டத்தில்

பணி செய்யவும், பணியின் தரத்தைப் பார்த்து வேலை கொடுப்பதாகவும் சொன்னார்.

28.9.1989 அன்று அம்மையார் கேட்டுக் கொண்டபடி மூத்த சமூகப் பணியாளர் எம். பலராமனின் கண்காணிப்புக்குக் கீழ் பணிபுரிய ஆரம்பித்தேன்.

முதலில் அறிக்கை எழுதும் பணியைக் கொடுத்தார்கள். உதவி பெறுகிறவர்களை நேர்காணல் செய்து அறிக்கை எழுத வேண்டும். நான்கைந்து வகை அறிக்கைகளை எழுதச் சொன்னார்கள். செய்தேன் பிசகு இல்லாமல். உதவி பெறுகிறவர்களின் குடிசைகளுக்கோ வீடுகளுக்கோ சென்று பார்வையிட்டு அறிக்கை தயாரிக்கச் சொன்னார்கள். செய்தேன் தவறு இல்லாமல்.

நான் கூச்ச சுபாவமுள்ளவனாக இருந்ததால் யாருடனும் கலக்காமல் என் வேலையைச் செய்துகொண்டிருந்தேன்.

இந்த இடத்தில் ஒரு சிறு 'இன்டர்பொலேஷன்'. நான் மவுனமாக இருந்ததைப் பார்த்த லட்சுமி தேவி ஒருநாள் என்னை அழைத்து, "நீங்கள் எழுத்தாளரா?" என்று வினவினாள். நான் சொல்லாமலேயே எப்படி அவளுக்குத் தெரிந்தது! "நீங்கள் எப்பொழுதும் சிந்தனை வயப்பட்டு யாருடனும் பேசாமல் இருக்கிறீர்களே, அதுதான் கேட்டேன்" என்றாள். என் கதைகளை வாசிக்க விரும்பினாள். பத்திரிகைகளில் வெளிவந்திருந்த ஒரு பத்துச் சிறுகதைகளைக் கொடுத்தேன். ஒரு வாரம் சென்று கதைகளைத் திருப்பித் தரும்போது, "நீங்கள் ஏன் துப்பறியும் கதைகளை எழுதக் கூடாது? நிறைய காசு கிடைக்குமே" என்றாள். நான் என் இயலாமையைச் சொன்னேன்.

பலராமன் என் மீதான கணிப்பு அறிக்கையை அம்மையாருக்குக் கொடுத்தார். அறிக்கையின் பிரதியை என்னிடம் காட்டினார். ஆங்கிலம் நன்றாக இருப்பதாகவும் யாருடனும் கலக்காமல் தனியனாக இருப்பதாகவும் ஆனால் சமூகப் பணிக்கு ஏற்ற ஆளுமை பொருந்தியவர்தான் என்று எழுதியிருந்தார். அடுத்த நாள் நான் உதவி சமூகப் பணியாளராக நியமிக்கப்பட்டேன். மாதச் சம்பளம் ரூ. 750. எனக்கு மிகுந்த ஏமாற்றமாக இருந்தது. ஏன் எனக்கு சமூகப் பணியாளர் வேலை கொடுக்கப்படவில்லை என்று பலராமனிடம் கேட்டேன். "கொஞ்ச நாளாகட்டும். உயர் பதவிக்கு விண்ணப்பிக்கலாம்" என்று சொன்னார்.

நான் மாலை வேளைகளில் பகுதி நேரப் பணி ஒன்றைச் செய்து மாதம் ரூ. 300 சம்பாதித்துக்கொண்டிருந்ததால் என்னால் குடும்பத்தைக் காப்பாற்ற முடிந்தது.

எனக்கு அடுத்தாற்போல்தான் பலராமன் அவர்களின் இருக்கை. அவர் முதியவர். சதா வெள்ளையில்தான் வருவார். அவரது மனைவி ஒரு பாட்டு வாத்தியார். மிகவும் சவுகரியமாக குழந்தை இல்லை. அவருக்கு அதிக சம்பளம். நிர்வாகிகளுக்கு இணக்கமாக நடந்துகொள்வார். அவருடைய கல்வித் தகுதியும் சரி, அவருடைய பண்பியல் தொகுப்பும் சரி சமூகப் பணிக்குச் சற்றும் ஒவ்வாதது. பி.எஸ்.ஸி. (கணிதம்), பிறகு எல்.டி. (ஆசிரியர் வேலைக்கான தகுதி). எங்கோ தெற்கில் ஒரு கிராமத்தில் வாத்தியார் வேலையில் இருந்தவர்.

அந்த அலுவலகத்திலேயே தமிழ் இலக்கியம் அறிந்திருந்த ஒரே ஆத்துமா பலராமன்தான். கு.ப.ரா., தி.ஜா., கரிச்சான் குஞ்சு, ஜெயகாந்தன் பற்றி அவரிடம்தான் பேச முடியும்.

என்னதான் இலக்கியம் பேசினாலும் உதவி பெற வருகிற வர்களிடம் கடுமையாக ஈவிரக்கமின்றி நடந்து கொள்பவர். பலராமன் ஒரு விசித்திரமான நபர். வாசனைத் திரவியங்களில் மிகுந்த நாட்டம் கொண்டவர். சதா வாயும் வெற்றிலைப் பாக்கு மாக இருப்பார்.

பலராமன் நல்ல ஆங்கிலப் புலமை பெற்றவர். எனக்குப் பிடிக்காத ஒரு செயலை அவர் தொடர்ந்து செய்து வந்தார். ஆங்கிலத்தில் வேண்டுமென்றே articleஐத் தவிர்த்துவிடுவார். இதனால் அர்த்தம் நிச்சயம் மாறும். ஆனாலும் அவர் தெரிந்தே இதைச் செய்து வந்தார். நான் மிகுந்த பொறுமையுடன் இதைப் பற்றி அவரிடம் பேசாமல் இருந்தேன். அவருக்கு ஆங்கிலத்தில் இருந்த ஒரே நிரந்தரச் சிக்கல் quiet, quiteதான்.

ஒருமுறை எனக்கும் அவருக்கும் கொஞ்சம் மனஸ்தாபம் ஏற்பட்டது. பாரத ஆங்கில வெளிப்பாட்டை ஓர் அறிக்கையில் வெளிப்படுத்தியிருந்தார். அவரிடம் சொன்னேன். கேட்க வில்லை. அப்புறம் வீட்டிலிருந்து அருமையான G.K. Chetturஇன் College Essays and Compositionஐ எடுத்துவந்து காட்டினேன். அவர் sorry சொன்னதுடன் ஒரு வாரம் பேசாமல் இருந்தார். எனக்குள்ளும் ஒரு வீம்பு இருந்தது: அறிவுரீதியான பரத்தமையையோ சமரசத்தையோ நான் ஏற்றுக் கொள்வதில்லை.

அடுத்த அடுத்த இருக்கைகளிலிருந்து கொண்டு பேசாமல் இருப்பது படு இறுக்கத்தைக் கொடுத்துக்கொண்டிருந்ததால் அவரே மவுனத்தைக் கலைத்தார். ராபட் ஃப்ராஸ்ட் கவிதையின் முதல் இரண்டு வரிகள் தனக்கு மறந்துவிட்டதாகவும் எனக்குத் தெரியுமா என்று கேட்டார். நான் சட்டென்று பதில் சொல்லி விட்டேன். அவர் என்னை வெகுவாகப் பாராட்டினார். அதற்குப் பிறகு நாங்கள் மீண்டும் பேச ஆரம்பித்தோம்.

நடுவில் ஏராளமான இடைவெளி விட்டு எதிர்வரிசை ஆரம்பிக்கும். முதல் இருக்கையில் லட்சுமி தேவி. ஏற்கனவே இன்டர்பொலேஷனில் குறிப்பிடப்பட்டவள். படிப்பு பி.எஸ்ஸி., பி.எல். எப்படியோ எங்கள் ப்ராஜெக்ட்டில் வந்து மாட்டிக் கொண்டிருந்தாள். காது கொஞ்சம் மந்தம். வயது முப்பது இருக்கும். அவளுக்கு மகா கேவலமான பணிப் பெயர் கொடுக்கப்பட்டிருந்தது – சமூகப் பணியாளர்களின் உதவியாளர். சமூகப் பணியாளர்களில் கடைநிலைப் பணி அவளுடையது. லட்சுமி தேவி கணவரால் கைவிடப்பட்டவள். அவள் தனியாக ஒரு வீட்டில் வசித்துக்கொண்டிருந்தாள். வீட்டில் செடி வளர்த்துக்கொண்டிருந்தாள். மாதம் ஒன்றுக்குக் குறைந்தது பத்து நாட்களாவது விடுப்பு எடுத்துக்கொள்வார்.

லட்சுமி தேவியை அடுத்து கலாவதி டேவிட். அவள் ஒரு குடும்ப ஸ்திரியாக இருந்திருந்தால் நன்றாக இருந்திருக்கும். எம்.ஏ. சமூகப் பணியில் இருமுறை தோற்று, பின் தேறி எங்கள் ப்ராஜெக்ட்டில் மூத்த சமூகப் பணியாளராக இருப்பவள். வயது முப்பத்து அய்ந்து இருக்கும். அவளிடம் உதவி பெறுகிறவர்கள் சிலர் கண்கலங்கிக் கதறி அழும் அளவுக்குக் கடுமையான சொற்களை உபயோகிப்பவர்.

அடுத்தது அம்மிணி விக்டோரியா சமாதானம். இந்த நாவலின் கதாநாயகி. வயது இருபத்து அய்ந்து இருக்கும். உயரமாக இருப்பாள். சுருட்டை முடி. சற்றே அகலமான நெற்றி. கொஞ்சத் தூண்டும் அதரங்கள். அற்புதமான விழிகள் ‘ஓட்டம்’ என்ற சிறுகதையின் கதாநாயகி. அவள் நேர்த்தியாக உடை அணிந்திருப்பாள். கொஞ்சம் பண வசதி உள்ள குடும்பத் திலிருந்து வருபவள். சரியாக மாலை அய்ந்து மணிக்கு அவளது அப்பா காரில் வந்து தன் மகளை அழைத்துக்கொண்டு சென்று விடுவார். டபிள்யூ.சி.சி.யில் பி.ஏ. ஆங்கில இலக்கியம் படித்தவள்.

சமாதானம் பற்றி விரிவாகப் பிறகு சொல்கிறேன். தமிழ் வாசகா, வாசகி, பொறுத்துக்கொள்.

சமாதானத்தின் அடுத்த இருக்கையில் விஜி என்ற சுட்டிப் பெண் சமூகப் பணியாளராகப் பணியாற்றிக்கொண்டிருந்தாள். எம்.ஏ.யில் தங்கப் பதக்கம் வென்றவள். அவள் நல்லதொரு சமனநிலையில் இருந்த பெண். நான் சேர்ந்து இரண்டு வருடங் களில் அவளுக்குத் திருமணமானது. கணவருடன் நியூயார்க்கில் தங்கிவிட்டாள்.

விஜிக்கு இந்திப் பாட்டுகள் ரொம்பப் பிடிக்கும். ஒருமுறை அவளிடம் ஒரு பத்துப் பழைய பாட்டுகளை அர்த்தத்துடன்

எழுதி வாங்கிக்கொண்டு ஒலிப் பேழையில் பதிவு செய்து கொண்டேன். டேப்ரெக்கார்டரில் அவற்றைக் கேட்டுக் கொண்டிருப்பேன். "உன்னுடன் கழித்த அந்த மழை இரவை எப்படி என்னால் மறக்க முடியும்" என்ற பாட்டையும், "உன் நினைவில் இருக்கும் சாரங்கள்..." பாட்டையும், "அடிக்கடி உனது நினைவுகள் எனக்கு வந்துகொண்டிருக்கின்றன" என்ற பாட்டையும் கேட்டுக்கொண்டு சமாதானத்துடனான மன மைதுனத்தில் இருப்பேன்.

விஜிக்கு அடுத்த இருக்கை மரியமுடையது. மரியம் ஒரு நடு வயது விதவை. நேர்த்தியான உடைகளை அணிவாள். அவளுடைய கணவர் துபாயில் வேலையாக இருந்தபோது தொழிற்சாலை விபத்து ஒன்றில் சிக்கிக் காலமானார். நிர்வாகம் குறைந்த அளவிலான இழப்பீடுதான் கொடுத்திருந்தது. மரியமுக்கு இரண்டு ஆண் குழந்தைகள். ஒரு பையன் ஏழாம் வகுப்பிலும் மற்றொரு பையன் அய்ந்தாம் வகுப்பிலும் படித்துக் கொண்டிருந்தார்கள். பையன்கள் இருவருமே கான்வென்ட் ஆங்கிலத்தில் விளாசிக்கொண்டிருப்பார்கள். பையன்கள் இரு வருமே படுசுட்டி. மரியமின் அண்ணன் ஒருவர் அரபு நாட்டில் இருந்தார். அவர் அவ்வப்பொழுது பணம் அனுப்பிக்கொண்டி ருந்தார். மரியம் ஒரு கண்ணியமான பெண்மணி. அவள்மீது எனக்குச் சகோதர வாஞ்சை இருந்தது. எப்பொழுதாவது மனம் லேசாக உணரும்போது சில படங்களை வரைந்து அவளிடம் கொடுத்து அவற்றை அவளுடைய மகன்களுக்குக் கொடுக்குமாறு சொல்வேன். என்ன இது என்னை ஓவியன் என்று நினைக்க ஆரம்பித்துவிட்டீர்களா? பந்து, ரோசாப்பூ, மேசை, நாற்காலி, பூச்செடி, தடியூன்றிய காந்தி, பறவை, உருண்டையான பெண்ணின் முகம், பையனின் முகம், சிவன் (பாம்புடன்) இவற்றை என்னால் எளிதில் வரைய முடியும். மரியமை எனக்கு ரொம்பவும் பிடிக்கும். மிகவும் நல்ல பெண்மணி. ஆடைகள் நேர்த்தியாக இருக்கும். கொஞ்சம் பருமனான உடம்பு. அடிக்கடி உடம்புக்கு வந்துவிடும். அவள் விடுப்பு எடுத்துக்கொண்ட நாட்களில் அவளுடைய பணிகளை நான்தான் செய்வேன். பலமுறை அவளது உடை பிரக்ஞையைப் பாராட்டியிருக்கிறேன். பாராட்டுக்கு மனமொப்பி நன்றி சொல்வாள்.

மரியமின் அடுத்த இருக்கை ஒரு சபிக்கப்பட்ட பெண்ணி னுடையது. அவளை ஒரு பிரளயம் என்றுதான் நான் சொல் வேன். முப்பத்து ஒன்பது வயது நிரம்பிய, திருமணம் செய்துகொள்ளாத ஒரு முஸ்லீம் பெண். உதவி பெறுபவர்கள் பாவப்பட்ட ஜீவன்கள். கேவலம் ஒரு இருநூறு ரூபாய்

கணக்குக்கு, ரசீது கேட்பாள். அவள் தோராயமான தமிழில் பேசுவாள். 'ழ' வராது. "நீ ஒரு கிறித்துவப் பெண்தானே? பொய் சொல்லலாமா?" என்றெல்லாம் கேட்டு உதவி பெறுகிறவர்களை வாய்க்கு வந்தபடி ஏசித் தள்ளுவாள். மிக மிக மிகத் துக்ககரமாக அவள்தான் (பகவானே, காப்பாற்று) எங்கள் தலைவி. தலைமைச் சமூகப் பணியாளர். அவளைப் பற்றியும், வாசகா, வாசகி, பிறகு சொல்கிறேன்.

நடுவில் ஒன்று மறந்துவிட்டது. திருமதி கோமளா குரியன். சிரியன் கிறித்தவப் பெண். அவளுடைய தாய்மொழி மலையாளம். அமைதியாக வேலை செய்பவள். ஓராண்டு மட்டும் அங்கு சமூகப் பணியாளராகப் பணி புரிந்தாள். குறிப்பிட்டுச் சொல்லும்படியாக அவளைப் பற்றி ஒன்றும் இல்லை. அமைதியான நல்ல மாதிரியான பெண்.

என் பணிக்கூடத்தின் இடது பக்கம் ஒரு நீண்ட சற்றே அகலமான பாதை. அதில் மூன்று பெண்களும் ஒரு வாலிபரும் ஒரு ப்ராஜெக்ட்டில் பணிபுரிந்துகொண்டிருந்தார்கள். அது முதியோர் நல நிதிக்கானது. லண்டனிலிருந்து பணம் வந்து கொண்டிருந்தது. லண்டன்காரர் ஒரு முதியவரையோ மூதாட்டியையோ தத்து எடுத்துக்கொண்டிருந்தார். அந்த ப்ராஜெக்ட்டுக்கென மூன்று மேசைகளும் மூன்று நாற்காலிகளும் ஒதுக்கப்பட்டிருந்தன. ப்ராஜெக்ட்டின் தலைமை ஒரு வாலிபர். அவர் ஆண் தன்மையுடன் இருந்தார். ஒரு 'கெத்'துடன்தான் இருப்பார். ஒருமுறை அவரது சக ஊழியரான மஞ்சுமீது அதி காரி தொனியில் சத்தம் போட்டார். மஞ்சு அழுது விட்டாள். நான் போய் சமாதானப்படுத்த வேண்டி வந்தது. மஞ்சுவை எனக்கு ரொம்பப் பிடிக்கும். அவள் தாய்மொழி மலையாளம். கான்வெண்ட் ஆங்கிலத்தில் ஸிங்–ஸாங் குரலில் பேசுவாள். அவளது பேச்சு மேலை நாட்டுச் சங்கீதத்தை நினைவுபடுத்தும். அவளது பேச்சு மட்டுமின்றி அவளது ஆளுமையும் ஜாலி யானது. அப்பாவிப் பெண். குழந்தைத்தனமானவள். வாசன் என்ற அந்த வாலிபரை எனக்குப் பிடிக்காமல் போனது மஞ்சுவைத் திட்டியதால்தான்.

இன்னொரு இளம்பெண் மெர்ஸி ஃப்ளாரன்ஸ். அவள் ஒரு சமூகப் பணியாளர். பூர்வீகம் திருநெல்வேலி. மேடைப் பேச்சுத் தமிழில் வல்லவள். ஆறு மாதங்களுக்கு ஒருமுறை, நன்கொடையாளர்களுக்கு, உதவித் தொகை பெறுகிறவர்கள் பற்றிய அறிக்கைகள் அனுப்பும் பொறுப்பு அவளுடையது. மெர்ஸி யதார்த்தமான பெண். ஒருமுறை யதேச்சையாக அவளது அறிக்கைகள் அடங்கிய கோப்பைப் புரட்டிக் கொண்

டிருந்தேன். ஆங்கிலத்தில் இலக்கணப் பிழை, எழுத்துப் பிழை; சகிக்க முடியவில்லை.

மெர்ஸி சமூகப் பணியில் முதுகலைப் பட்டம் பெற்றவள்! ஓ ஜீஸஸ்! நான் நிதானமாகவும் கனிவாகவும் எடுத்துச் சொன்னேன். "மெர்ஸி, மிக மிக அன்பார்ந்த மெர்ஸி. நான் ஏன் இதைச் சொல்கிறேன் என்று கேட்காதீர்கள். இனி அறிக்கை எழுதும் முழுப் பொறுப்பையும் நான் ஏற்றுக் கொள்கிறேன்." மெர்ஸி காரணம் அறிந்து இசைந்தாள். "மிக்க நன்றி" என்றாள் மெர்ஸி. "உங்களுக்குத் தெரியுமா மெர்ஸி, ஃப்ரெஞ்ச் மொழியில் மெர்ஸி என்பதற்குப் பொருள் நன்றி என்று?" என்றேன்.

தன் தோள்மீது சுமத்தி வைக்கப்பட்டிருந்த பெரிய பாரத்தை நான் இறக்கிவிட்டேன் என்று சொன்னாள் மெர்ஸி. "இன்றைய மாலைத் தேநீர் உங்களுடைய உபயமாக இருந்தால் மட்டும்தான் உங்கள் நன்றி உண்மையானதாக இருக்கும்" என்றேன். மாலையும் தேநீரும் இன்பமாகக் கழிந்தன. "உங் களைப் போலவே நீங்கள் கொடுத்த தேநீரும் தெய்வீக ருசி யுடன் இருந்தது" என்று அவளைப் புகழ்ந்தேன். மெர்ஸி நான் வேலையில் இருந்தவரை நல்ல சினேகிதியாக இருந்தாள். அவள் என்னிடம் பேசும்போது அவளது பருத்த தனங்கள் என் குறியில் குறுகுறுப்பை நிகழ்த்தும். ஆனாலும் நான் நிதானம் இழக்க மாட்டேன்.

மெர்ஸியில் தெய்வீகம் கலந்திருந்தது. அவள் இதுநாள் வரை மருத்துவரைச் சந்தித்ததில்லை. சுகக்கேடு வந்தால் கர்த்தரை ஜெபிப்பாள்.

பாவம், மெர்ஸிக்குத் திருமணம் நடந்தது. பெற்றவர்கள் பார்த்த பையன்தான். நாங்கள் நுங்கம்பாக்கத்தில் இருந்த அந்தத் திருச்சபைக்குப் போயிருந்தோம். அது ஒரு துக்கமான தினமாக இருந்தது. ஏதோ அவர்களுக்குள் ரகளை. திருமண விருந்து இல்லை என்றார்கள்.

பத்துத் தினங்கள் விடுப்பில் போயிருந்த மெர்ஸி அலுவலகம் திரும்பினாள். அவளிடம் இருந்த கலகலப்பு சுத்தமாக மறைந் திருந்தது. முகத்தில் ஒரு கலவரமான உணர்வு.

அவளைத் தனியாக அழைத்துக் கேட்டேன். விசும்பலின் ஊடே சொன்னாள் மெர்ஸி. மாப்பிள்ளை எம்.ஏ. படித்தவர் என்று சொன்னது பொய்யாம். அவர் அரசு ஊழியர் என்று சொன்னதும் பொய்யாம். அவர் சுவர்க்கடிகாரத் தயாரிப் பாளராம். வருமானம் மிக மிகக் குறைவாம். படிப்பு ஒன்பதாம்

வகுப்புதானாம். எனக்கு மிகவும் ஆத்திரமாக இருந்தது. “உடனே பிரிந்துவிடுங்கள் மெர்ஸி. உங்கள் ஜீவிய காலத்தில் யார் மீதாவது ஒரு நெருக்கமான உணர்வு தோன்றும்போது அவருடன் சேர்ந்து வாழுங்கள். எதுவும் தப்பில்லை மெர்ஸி. மணவிலக்குக்கான ஆயத்தங்களைச் செய்யுங்கள் முதலில்” என்றேன் ஆவேசமாக.

“எல்லாம் கர்த்தர் பார்த்துக்கொள்வார்” என்றாள் மெர்ஸி பெருமூச்சு விட்டுக்கொண்டே.

“மண்ணாங்கட்டி” என்று வெடித்தேன்.

அடுத்தது மெர்ஸியுடன் பணிபுரிந்துகொண்டிருந்த இன் னொரு பெண்ணைப் பற்றிச் சொல்ல வேண்டும். அவளும் இளவயது கிறித்துவப் பெண். அவளது பணி தட்டச்சு செய்வது. தவிர கணக்கு எழுதும் வேலையையும் பார்த்துக்கொண் டிருப்பாள். ஒருநாள் அவளிடம் மென்மையுடன் சொன்னேன். “ஒரு பத்து நாள் விடுப்பு எடுத்துக்கொள்ளுங்கள். அலுவலகம் ஒன்றும் இடிந்து விழாது” என்று. “சதா குடித்துக்கொண்டிருப்பதும், சதா வேலை செய்துகொண்டிருப்பதும் ஒரே மாதிரிதான். ‘வொர்க்கஹாலிஸம்’ ஒரு பிணி” என்று சொல்லி அந்தப் பிணி யின் பல கூறுகளைப் பற்றி எடுத்துச் சொன்னேன். அவள் அரண்டுவிட்டாள்.

வாசன் பற்றிக் குறிப்பிட்டுச் சொல்ல ஏதுமில்லை. தன்னை முன்னிலைப்படுத்திக்கொள்வதிலும் பிறர்மீது அதிகார தோரணையுடன் நடந்துகொள்வதிலும் நாட்டம் காட்டும் மனிதர் பற்றி நான் ஏன் சொல்ல வேண்டும்?

முதியோர் உதவித் தொகைக்கான திட்டத்தின் அருகில் ஒரு மேசை வெற்றாக இருக்கும். நிர்வாகிகள் வேண்டும்போது அதை உபயோகித்துக்கொள்வார்கள்.

அதற்கடுத்தாற்போல் ஒரு மேசை. ஓர் ஓரத்தில் ஒரு தட்டச்சு இயந்திரம். இன்னொரு ஓரத்தில் தொலைபேசி. நாற்காலியில் இருக்கும் பெண் இளம்பிள்ளைவாதத்தால் பாதிக்கப்பட்டவள்.

‘ஒரு ரூபாய்க்கு ஒரு கதை’ என்ற தலைப்பில் குறிப்பிடப் பட்ட பெண். பர்ன்பூரில் இருந்த அனாதை இல்லத்திலிருந்து வந்தவள். வயது இருபத்து நான்கு இருக்கும். இரண்டு கால் களிலும் செயற்கை அவயவங்கள் பொருத்தப்பட்டிருக்கும். இரண்டு தாங்கு கட்டைகளும் இருக்கும். ஜோடுகளைத் தேய்த்துத் தேய்த்து நடப்பாள். அவள் நிர்வாகிகளுக்கு மிகவும் உதவிக்கொண்டிருந்தாள். அவளது பெயர் மார்கரெட் சிங்.

மொழி பஞ்சாபி. தமிழை ஓரளவு நன்றாகவே பேசுவாள். ஆங்கிலத்திலும் நன்றாகவே பேசுவாள். எப்பொழுதும் கலகலப் பாக இருப்பாள். இரண்டாம் தளத்தில் இருந்த உழைக்கும் மகளிர் இல்லத்தில்தான் அவள் தங்கியிருந்தாள். அவளுக்கு உதவி வார்டன் என்ற பொறுப்பும் உண்டு. அனைத்து ஆண் ஊழியர்களும் ஜோக்குகளைச் சொல்லியோ, ஏதாவது சிறு உதவிகளைச் செய்தோ சிங்மீது அன்பு மழை பொழிந்துவிட்டுச் செல்வார்கள். அவளுக்காக அஞ்சலகம் செல்வது, வங்கிக்குச் செல்வது போன்ற சிறு சிறு உதவிகளைச் செய்து நான் சிங்மீது அன்பு மழை பொழிந்துகொண்டிருந்தேன். இதற்கென்றே சிங்கிற்கு மேல் விரிக்கப்பட்ட ஒரு குடை இருக்கும், அன்பு மழையில் அவள் நனையாதிருக்க. நான் அங்கு இருந்தவரை அன்புப் புயலோ, அன்புச் சூறாவளியோ சிங்மீது வீசியதாக எனக்குத் தெரியவில்லை.

அடுத்தது தெலுங்கு மொழி பேசும் ஒரு முதியவருடைய இருக்கை. அரசு ஊழிய காலம் நிறைவு பெற்ற பிறகு எங்கள் ப்ராஜெக்ட்டில் கணக்கராக இருந்தார். எப்பொழுதும் பணியில் சுறுசுறுப்புடன் இருப்பார். அமைதியான நல்ல மனிதர்.

அவருக்குப் பிறகு இருந்த பெரிய மேசை முதிய கணக்கர் ராமராஜனுடையது. அவர் பர்மாவில் இருந்தவர். அவருடைய மனைவி வேறொரு ப்ராஜெக்ட்டில் கணக்கராக இருந்தார். ராமராஜன் நல்ல உயரமானவர். அரைக்கைச் சட்டையை முழுக்கால் சட்டையின் உள்ளே செலுத்தி நேர்த்தியாக இருப் பார். எப்போதாவது பிரச்சனை கிளப்பிக்கொண்டிருப்பார். மற்றபடி நல்லவர். அவரும் ஓய்வு பெற்றவர்தான்.

கடைசி இருக்கை ஒரு மிக மிக முக்கிய வயசாளியுடையது. வயது *58*, *60* இருக்கும். கண் பார்வை நன்றாகவே இருந்தது. அவர்தான் முதன்மைத் தட்டச்சுப் பொறியாளர். அவர் எஸ்.எஸ்.எல்.ஸி.தான் படித்திருந்தார். ஆங்கிலம், குறிப்பாக இலக்கணம் அவருக்கு நன்கு தெரியும். நான் போய்ச் சேர்ந்த ஒரே மாதத்தில் அவர் என்னைப் பாராட்டினார். “ஆங்கிலத்தில் புதிய வார்த்தைகளை அறிக்கைகளில் எழுதுபவர் நீங்கள் மட்டும்தான்” என்று. எங்களுக்குள் மரியாதை கலந்த தோழமை இருந்தது.

அலுவலகத்துக்கு அவர் வேட்டி சட்டை அணிந்துதான் வருவார். பொடி போடுவார். அவர் எங்களுடன் மூன்று ஆண்டு களோ என்னமோதான் இருந்தார். பிறகு மூப்பு என்பதை ஒரு காரணமாகச் சொல்லி அவரை வேலையை விட்டு எடுத்து விட்டார்கள்.

1991இல் வெளியான க்ரியாவின் தற்காலத் தமிழ் அகராதி ஒன்றை அவருக்காக வாங்கித் தந்தேன். ஆங்கிலத்திலும் சரி, தமிழிலும் சரி, அவருக்கு ஆர்வம் அதிகம். மிக நல்ல முயற்சி என்று அகராதியைப் புகழ்ந்தார்.

சண்முகம் நல்ல மனிதர். 1995இல் அவர் இறந்துவிட்ட தாகச் செய்தி வந்தது. கல்யாணச் சாவு என்றாலும் எனக்கெல்லாம் ஏகப்பட்ட துக்கம்.

இவர்களையெல்லாம் தாண்டி ஒரு கோடியில் ஒரு மேலை நாட்டு பாணி கக்கூஸ் இருந்தது. அதை நிர்வாகிகளும் பயன்படுத்தியதால் அது சுத்தமாக இருந்தது.

என் ப்ராஜெக்ட் பற்றிய தற்காலிக விவரணையை இதுவரை சொல்லிவிட்டேன். இப்பொழுது இந்த 'ஷெட்' பற்றிக் கொஞ்சம் சொல்ல வேண்டும். அந்த 'ஷெட்' ரோட்டரி சங்கம் ஒன்றின் உபயம். கூரை ஆஸ்பெஸ்டாஸ். ஓர் ஓரத்தில் மூடப்பட்ட கிணறு ஒன்று இருக்கும். பக்கவாட்டில் நீளமாக ஒரு குட்டையான சுவர் இருக்கும். உறங்க விரும்புகிறவர்கள் சுவரை அனுபவித்துக்கொள்ளலாம்.

'ஷெட்'டில் ஒரு குறுகிய திறப்பு இருக்கும். மூன்று நபர்கள் சேர்ந்திருந்தால் கிடைக்கும் அளவுக்குத்தான் திறப்பின் அகலம் இருக்கும். அதன் வழியே இறங்கினால் மணல் பரப்பு. ஓரங்களில் மரங்கள். தென்படும் பிரதான உயிரினங்கள் ஓணான், அணில், காகம் 'மகான்கள்' என்ற தலைப்புடன் கூடிய சிறுகதை இந்த 'ஷெட்' பற்றித்தான். நான் சிகரெட் பிடிக்க 'ஷெட்'டின் படிக்கட்டை உபயோகித்துக் கொள்வேன்.

'ஷெட்'டைத் தாண்டி முன்னே சென்றால் இடது பக்கமாக ஒரு படிக்கட்டு வரும். மேலே சென்றால் இரண்டு பெரிய அறைகள் தென்படும். ஓர் அறையில் அலுவலக ஊழியர்கள் இருப்பார்கள். மற்றொரு அறையில் அரிசி, பருப்பு, பிற பல சரக்குச் சாமான்கள் இருக்கும். நலிந்த அனாதரவான சிறார்களுக்கான, மூன்று விடுதிகளுக்கான காலை உணவு இந்த ப்ராஜெக்ட்டில்தான் தயாரிக்கப்படும். அறைகளின் கீழே ஒரு பெரிய சமையற்கட்டு. பெரிய அண்டா குண்டான் போன்ற சாமான்கள் காணப்படும்.

அந்த ப்ராஜெக்ட்டுக்கு என்றே ஒரு மோட்டார் வாகனம் உண்டு. உணவு அதன் மூலம்தான் அனாதை இல்லங்களுக்குச் செல்லும். அனாதரவான சிறார்களுக்கு ஊட்டச்சத்து கொடுப்பதே அந்த ப்ராஜெக்ட்டின் பணி. இந்த அனாதை இல்லங்கள் சென்னையில் மூன்று இடங்களில் இருந்தன. இந்தத் திட்டத்தில்

மூன்று சமூகப் பணியாளர்கள் (பெண்கள்), ஒரு கணக்கர், ஒரு தட்டச்சுப் பொறியாளர், இரண்டு ஆயாக்கள், இரண்டு சமையல்காரிகள், ஒரு கடைநிலை ஊழியர் (வாலிபப் பையன் ஒருத்தன்) இருந்தனர். ஒரு செயலாளர் (மலையாளத்தைத் தாய்மொழியாகக் கொண்டவள்) ஓர் உபசெயலர், ஒரு பொருளாளர் – அனைவரும் பெண்கள் – இருந்தனர்.

செயலாளர் அராத்துப் பிடித்தவள். தாமதமாக வரும் ஊழியர்களிடம் தண்டனையாக இரண்டு ரூபாயை வசூலிப் பாள். அவள் அந்த ப்ராஜெக்ட்டின் துன்புறுத்தலாக இருந்தாள். தாட்டியாக இருப்பாள். முகம் சதா கடுகடுப்புடன் இருக்கும்.

அந்த ப்ராஜெக்ட்டின் வாகன ஓட்டுநருக்கு வயது அய்ம்பதுக்கு மேல் இருக்கும். பெயர் நாராயணன் நாயர். ஒரு குறிப்பிட்ட வகைக் கருப்பு நிறச் சந்தனத்தை நெற்றியில் இட்டிருப்பார். அந்தச் சந்தனத்தின் பெயர் 'பீ நாறி' என்றும், கேரளத்தில் தன் குக்கிராமத்தில் மட்டும் கிடைக்கும் என்று சொன்னார். அவர் தோரணையுடன் இருப்பவர். காம்பீர்யமான அவரை எனக்கு ரொம்பவும் பிடிக்கும். நல்ல ஆரோக்கியமான மனிதர். என்றாலும் பீடி பிடிப்பார். 'ஷெட்'டில் நானும் அவரும் சேர்ந்து புகைப்போம்.

நாராயணன் நாயருக்கு நிறைய விஷயங்கள் தெரிந்திருந்தன. ஹைதராபாத் நாணயங்கள் பற்றியும் வேறு நூதனமான சமாச் சாரங்களைப் பற்றியெல்லாம் அவர் என்னிடம் சொல்வார்.

அந்த வாலிபப் பையன் பற்றிச் சொல்ல வேண்டும்தானே? அந்தப் பையன் எப்பொழுதும் உற்சாகத்துடன் இருப்பான். தமிழ் சினிமா பாட்டுகள் அனைத்தும் அவனுக்கு அத்துப்படி. கூடத்தில் இருக்கும் பெஞ்சில் தாளம் போட்டுக்கொண்டே பிசகாமல் பாடுவான் (சரி, full throated ease. அது யார் சொன்னது? எனக்குச் சட்டென்று ஞாபகத்துக்கு வர மாட்டேன் என்கிறது).

அவன் என்னிடம் ஓசி சிகரெட் கேட்பான். நானும் கொடுப்பேன். ஒருமுறை அதை ஆயா ஒருத்தி பார்த்துவிட்டு அந்தப் பையனைத் திட்டினாள். "சார் என்ன படிப்பு படிச்சிருக் காரு, கொஞ்சம் மரியாதெ வேணாம்?" என்று. என்னிடம் சொன்னாள், "அவங்கிட்ட ரொம்பவும் வச்சிக்காதிங்க" என்று.

எனக்குச் சமூக இடைவெளியில் நம்பிக்கை இல்லாததால் நான் ஆயாவின் கூற்றை அவ்வளவாகப் பொருட்படுத்தவில்லை.

இந்த இடத்தில் இன்னும் சில சமாச்சாரங்களைச் சொல்ல வேண்டும். நான் அந்தச் சேவை மையத்தில் ஒரு சனி

சர்வீஸ்தான் (ஏழரை ஆண்டுக் காலம்) போட்டேன். அதைப் பற்றிப் பிறகு சிறுகச் சிறுகச் சொல்கிறேன். இப்பொழுது என் கண்ணோட்டம் பற்றிக் குறிப்பிட வேண்டும்.

சேவை மையப் பணிக்கு முன் நான் ஓர் அச்சகப் பணியில் இருந்தேன். என் உடன் என்னை விட ஓர் ஆண்டே குறைந்த ஒருவர் – சங்கர் அய்யா – பணிபுரிந்து வந்தார். குறைந்த சம்பளம்தான் அனைவருக்கும். எல்லோரும் எல்லோரிடமும் சில்லறைகளைக் கடன் வாங்குவோம். ஒருமுறை சங்கர் அய்யா ஒரு முப்பது பைசா கடன் கேட்டார். எனக்கு வினோதமாக இருந்தது. நான் ஓர் ஒரு ரூபாய் நாணயத்தைக் கொடுத்தேன். அவர் வெளியே சென்று சற்று நேரம் கழித்துத் திரும்பினார். எழுபது பைசாவைத் திருப்பிக் கொடுத்தார். என் முகம் கேள்விக்குறியாக ஆக, அய்யா விளக்கினார். “நான் ஒரு சோஷலிஸ்ட். என் தேவைக்கு அதிகமாகவெல்லாம் நான் கேட்க மாட்டேன்” என்றார். அன்று முதல்தான் நான் அய்யாவிடம் அதிக மரியாதை செலுத்த ஆரம்பித்தேன்.

சங்கர் அய்யா ஓர் ஆன்மீகவாதி. அவரது உதடுகள் அடிக்கொரு தரம், “தாயே தயாபதி” என்று முணுமுணுத்துக் கொண்டிருக்கும்.

ஒருமுறை இந்தத் தயாபதியைக் கிட்டத்தட்ட நடு ரோட்டில் நின்றுகொண்டு கோயிலை நோக்கி வணங்கியவண்ணம் இருந்த போது, துரித கதியில் வந்த ஆட்டோ இவர் மேல் மோத மேற்புறம் இருந்த மூன்று பற்கள் உடைந்து போயின.

சிகரெட் பிடிப்பவர்கள் ஒரே ‘பிராண்ட்’ சிகரெட்டைத் தொடர்ந்து பிடித்தால் ‘பிராண்ட் லாயல்டி’ (brand loyalty) உள்ளவர்களாகக் குறிப்பிடுவார்கள். அதே போல் பல் இழந்தும் சங்கர் அய்யா தயாபதியை விடவில்லை.

இன்னும் ஒன்றையும் சொல்ல வேண்டும். அச்சகப் பணி அதிகாரி மிகவும் மென்மையானவர். நல்ல உள்ளம் படைத்தவர்.

அந்த அலுவலகம் ஒரு பேட்டையில் இருந்தது. ஒருமுறை நான் வாசல் அருகே நின்றிருந்தபோது அதிகாரி படியிறங்கி வந்தார். அப்பொழுது பேட்டைவாசிகள் மூன்று பேர் வந்தார் கள். “சாமி கும்பிட்டுக்கிர்றேனுங்க, பேட்டையில் ஒரு சாவு. காரியம் செய்ய...” அந்த ஆள் முடிக்கு முன்பே அதிகாரி தன் சட்டைப் பையில் கை விட்டு அனைத்து நோட்டுகளையும் எடுத்து அப்படியே அவனிடம் கொடுத்தார். “எவ்வளவுன்னு எண்ணிப் பாருங்க, போறுமான்னு பாருங்க” என்றார் கனி வுடன். மொத்தம் எண்ணூறு ரூபாய் இருந்தது. அந்த ஆள்

சற்றுத் தயங்கி, "அய்யா ஒங்க செலவுக்குப் பணம்...?" என்றார். அதிகாரி வானை நோக்கிக் கையை உயர்த்தி, "ஆண்டவர் எனக்குக் கொடுப்பாரு" என்று சொன்னபடியே தன் டூ வீலரில் சென்றுவிட்டார். கூட்டு வாழ்க்கையில் நம்பிக்கை இருந்ததால் எனக்கு அதிகாரியின் சுபாவம்மீது தனி மரியாதை ஏற்பட்டது.

அச்சகப் பணியை விட்டு இந்தச் சேவை மையத்தில் ஏன் சேர்ந்தேன் என்பது பற்றியும் இப்பொழுது எந்த நிறுவனத்தில் பணிபுரிகிறேன் என்பது பற்றியும் வேறொரு கதையில் சொல்கிறேன். இப்பொழுது சேவை மையத்துக்குத் திரும்புவோம்.

சமையற்கட்டின் வலது புறத்தில் ஒரு படிக்கட்டும் அதையொட்டி ஒரு கட்டிடமும் இருக்கும். அது எப்போதும் பூட்டப்பட்டுக் கிடக்கும். அதன் ரகசியம் எனக்குப் புரியவில்லை. சமையற்கட்டை ஒட்டி ஓர் அகண்ட மணற்பரப்பு. பரப்பின் ஓரங்களில் சில கட்டிடங்கள். ஓர் அச்சகம், மகளிர் உயர்நிலைப் பள்ளி ஒன்று, தொழிற் பயிற்சிக்காக மூன்று வகுப்பறைகள், ஓர் உணவகம் இருந்தன. பல ப்ராஜெக்ட்டுகள் இருந்தன. நிர்வாகிகளில் பலர் மலையாளத்தைத் தாய்மொழியாகக் கொண்டவர்கள். எனக்கு எந்த ஒரு மொழிமீதும் வெறுப்பு கிடையாது. மலையாளத்தைத் தாய்மொழியாகக் கொண்டுள்ள இரண்டு இலக்கியவாதிகள் (ஜெயமோகன், சுகுமாரன் முதலியவர்கள்) சிறந்த முறையில் தமிழ்த் தொண்டாற்றிக் கொண்டிருக்கிறார்கள். எனக்கு இந்த இருவரையுமே பிடிக்கும். அது வேறு விஷயம். நான் சொல்வதெல்லாம் சேவை மையத்தில் முக்கால்வாசிப் பேர் மலையாளத்தைத் தாய்மொழியாகக் கொண்டிருக்கும் நிலையில், அதை 'secular' என்று அழைப்பது தவறு என்பதைத்தான். ஆயுத பூசையையும் சரஸ்வதி படம் ஒன்றையும் வைத்துக் கும்பிடுவதால் அது இந்து சமயத்தைச் சார்ந்தது என்று கொள்வதே சரி.

சாலையின் வலது பக்கத்தில் ஒரு தனியார் கல்லூரி. நவீன உடையணிந்த மாணவ-மாணவியர் ஜாலியாக அரட்டை அடித்துக்கொண்டிருப்பார்கள். மிகவும் இறுக்கமான உடை அணிந்த இளம் பெண்களைப் பார்க்கும்போது லேசான பாலுணர்வு தோன்றும். கல்லூரி வளாகத்தின் உள்ளே போனால் ஏதோ மரத்தடி ஒன்றில் பையன் ஒருவன் ஒரு பெண்ணின் மடியில் தலை வைத்துப் படுத்திருப்பதைக் கண்டு மகிழலாம்.

ஒருமுறை அலுவலகம் விட்டு சாலை வழியாகப் போய்க் கொண்டிருந்தபோது ஓர் அற்புதம் நிகழ்ந்தது. சிமெண்ட் பெஞ்சிலிருந்து எழுந்த ஒரு பெண் நின்றிருந்த ஒரு பையனை ஆரத்

தழுவி ஆசை தீரும் வரை முத்தமிட்டுக்கொண்டிருந்தாள். கண்கொள்ளாக் காட்சி அது. பார்க்கப் பரவசமாய் இருந்தது.

கல்லூரி வளாகத்திலேயே குழந்தைகளைத் தத்துக்கு வழங்கும் ஒரு ப்ராஜெக்ட் இருந்தது. அதன் தலைமைப் பொறுப்பு ஒரு சமூகப் பணியாளரிடம் (பெண்) இருந்தது. பேசினால் மலையாள வாடை தெறிக்கும். அவளுக்கு உதவியாக ஒரு நடுத்தர வயது தமிழ் பிராமணப் பெண் இருந்தாள். அவளும் சமூகப் பணியாளர்தான். அவள் படு வேகமாக ஆங்கிலம் பேசுவாள். நிறைய சமயங்களில் அவளது பேச்சு, உச்சரிப்பு, குறைகளே அற்று பரிசுத்தமானதாக இருக்கும். பேச்சுக்கேற்ற உடல் மொழியும் கச்சிதமாக இருக்கும். நான் வெளிப்படையாக அவளைப் பாராட்டா விட்டாலும் மனதுக்குள் போற்றியிருந்தேன். மொழி என்பதுதான் எத்தனை அற்புதமான ஊடகம். அந்தத் திட்டத்துக்கென்றே ஓர் ஆயா இருந்தாள்.

அந்த மகளிர் பள்ளி பற்றிக் குறிப்பாக ஒன்றும் இல்லை. குழந்தைகள் தின நிகழ்ச்சிகளில் பள்ளி மாணவிகள் கலந்து கொள்வார்கள். அவர்கள் சினிமாப் பாட்டுகளைப் பாடுவார் கள். ஆடுவார்கள். தமிழில், அருமைத் தமிழில் எறும்பு கடிக்கிற பாட்டுதான் உங்களுக்குத் தெரியுமே (அட ராசாவே கட் டெறும்பு என்னெக் கடிக்குது) அதையெல்லாம் பாடவும் ஆடவும் ஓர் ஆசிரியை கற்றுக் கொடுப்பாள். எல்லா நிகழ்ச்சி களும் வெகுஜனக் கலாச்சாரத்தை முன்னிறுத்தியே இருக்கும். கலையம்சம் காணாமல் போயிருந்தது. மேலை நாடுகளிலிருந்து களவாடப்பட்ட அம்சங்கள் நிறையவே இருந்தன.

நான் பணி புரிந்துகொண்டிருந்த ப்ராஜெக்ட்டுக்கு வலது புறம் உடல் ஊனமுற்றோர்க்கான ஒரு ப்ராஜெக்ட் இயங்கிக் கொண்டிருந்தது. ஒரு முதியவர் எப்பொழுதும் வெள்ளை வேட்டி, முழுக்கைச் சட்டை அணிந்திருப்பவர் இரண்டு ப்ராஜெக்ட்டுக்கான கணக்கராக இருந்தார். அவருடைய மகள் புஷ்பவல்லிதான் என் உடன் பணி புரிந்துகொண்டிருந்தவள். நான் சேர்ந்த மூன்று மாதங்களிலேயே அவர் மாரடைப்பால் இறந்து போனார். இது புஷ்பவல்லியைப் பெரிதும் பாதிக்க வில்லை. வயதானவருடைய சாவுதானே?

ப்ராஜெக்ட்டின் பொறுப்பாளர் ஒரு சீனப் பெண்மணி. மிகவும் நல்லவள். நேர்மையானவள். எங்கள் செயலரே அவளிடம் பேசக் கொஞ்சம் தயங்குவார். அவள் தயக்கம், பயம் என்ற பேச்சுக்கே இடம் அளிக்காமல் இருந்தவள். அவளுடைய

கணவர் தெலுங்கு மொழிக்காரர். அவளுடன் நான் மனம் திறந்து பேசுவேன்.

சீனப் பெண்மணிக்கு உதவியாக இளம்பிள்ளைவாதத்தால் பாதிக்கப்பட்டிருந்த செயற்கை அவயவங்கள் பொருத்தப் பட்டிருந்த க்ளாரா என்ற இளம்பெண் பணிபுரிந்துகொண் டிருந்தாள். அவளது பணி தட்டச்சு செய்வது. ஊனம் காரண மாக அவளது திருமணம் தள்ளிப்போய்க்கொண்டிருந்தது. அவள் சேத்துப்பட்டில் இருந்த உழைக்கும் மகளிர் விடுதி யிலிருந்து வந்துகொண்டிருந்தாள். பெற்றவர்கள் திருச்சியில் இருந்தார்கள். அவள்மீது எனக்கு மிகுந்த சகோதர வாஞ்சை இருந்தது. அவளுடன் லேசான தொனியில் ஏதாவது பேசி அவளுடைய ஊனத்தை மறக்க வைக்க எனக்குத் தெரிந்த சில உளவியல் உத்திகளைக் கையாண்டுகொண்டிருந்தேன். ஹெலென் கெல்லர் பற்றி அவளிடம் சொன்னது எனக்கு நன் றாக நினைவிருக்கிறது.

இவர்களைத் தாண்டிச் சென்றால் (வாக்கியம் சரியாக வந்திருக்கிறதா என்று பார் வாசகா, வாசகி) ஒரு கழிப்பறை. அவ்வளவு சுத்தமாக இராது.

எங்கள் ப்ராஜெக்ட்டின் பணி என்ன என்று நான் சொல்ல வில்லையே! வாசகா, வாசகி, நீயாவது நினைவூட்டியிருக்கக் கூடாதா?

எங்கள் திட்டத்தில் ஏழைக் குழந்தைகள், உடல் ஊனமுற்ற குழந்தைகள், ஒரு பெற்றவர் உள்ள குழந்தைகள் இப்படிப்பட்ட குழந்தைகளுக்கு லண்டன்காரர்கள் பணம் அனுப்பிக்கொண் டிருந்தார்கள். ஒரு நன்கொடையாளர் ஒரு குழந்தைக்கான செலவை ஏற்றுக்கொண்டிருப்பார். நான்கு மாதங்களுக்கு ஒருமுறை எங்களுக்கு ரூ.1200/–ஐ அனுப்பிக்கொண்டிருப் பார்கள்.

நாங்கள் அதை அந்தக் குறிப்பிட்ட குழந்தையின் விதவைத் தாயாருக்குத் தேவைக்கேற்ப கொடுப்போம். ஒவ்வொரு குழந்தைக் கும் எங்கள் நிறுவனம் அருகில் இருந்த அய்ந்து வங்கிகளில் ஏதாவது ஒரு வங்கியில் கணக்கு இருக்கும். தாயார் ஒவ்வொரு வருக்கும் ஒவ்வொரு நோட்டுப் புத்தகம் இருக்கும். அதில் நாங்கள் எவ்வளவு பணம் கொடுக்கலாம் என்று எழுதி முத்திரையிட்டுக் கொடுப்போம். அந்த நோட்டுப் புத்தகத்தை எடுத்துக்கொண்டு தாயார்கள் மார்க்ரெட் சிங்கிடம் செல் வார்கள். அவள் காசோலை எழுதிக் கொடுப்பாள். வங்கி மூலம் அவர்கள் பணத்தைப் பெற்றுச் செல்வார்கள். பொதுவாக

நாங்கள் தந்தையின் இடையீட்டை விரும்புவதில்லை. ஆண்கள் தண்ணியடிப்பார்கள், புகைப்பார்கள். அம்மா இறந்திருந்தால்தான் அப்பாவுக்கு இடம்.

மன்னித்துக்கொள் வாசகா, வாசகி. இன்னும் சிலர் எங்கள் திட்டத்தில் பணிபுரிகிறவர்கள் பற்றிச் சொல்ல வேண்டும். அதிகாரிகள் பற்றியும் – எனக்கு இது படு சுத்தமாகப் பிடிக்க வில்லை என்றாலும் – சொல்லியாக வேண்டும்.

எங்கள் திட்டத்தில் ஒரு கடைநிலை ஊழியர் இருந்தார். கொஞ்சம் சிக்கலானவர். குறை உள்ள ஆளுமை சமூகச் சீர்குலைவைத்தான் காட்டுகிறது. சந்திரனுக்கு அடிக்கடி கோபம் வரும். கொஞ்சம் அதில் நியாயம் இருந்தாலும் சண்டை போட வேண்டிய அவசியம் இருக்காது. முக்கிய காரணம் பசி. அவருடைய சம்பளம் பிசாத்து அறுநூற்று அய்ம்பது ரூபாய். ஒருவேளைதான் உணவு அருந்துவார். ஏனோ நிர்வாகிகள் அவருக்குப் போதுமான சம்பளம் கொடுக்க விழையவில்லை. என் உற்ற நண்பர் இக்பால் சொல்வார். “மனிதனுக்குப் போதுமான அளவு உணவு கிடைத்தால் அவனுக்கு எந்தவித எதிர்மறை உணர்வும் வராது” என்று. இக்பால் ஓர் அறிவாளி. எதையும் எப்பொழுதும் சரியாகவே சொல்வார்.

அடுத்தது மூர்த்தி. செங்கல்பட்டிலிருந்து வருபவர். அவர் ரெக்கார்ட் கிளார்க். அவருக்கு ஊரில் நிலம் இருந்தது. அரசியல் பலம் உள்ளவர். செயலரின் மிக மிக தூரத்துச் சொந்தம். பையன் மூன்று ஆண்டுகளாகப் பத்தாம் வகுப்பிலேயே இருந்தான். லண்டன்காரர் ஒருவர் அவனுக்குக் காசு அழுது கொண்டிருந்தார். அவர் அடிக்கடி விடுப்பு எடுத்துக் கொள்வார். எந்த வேலையும் செய்யமாட்டார். பெண்களிடம் கொச்சையாகப் பேசுவார். அவர் ஒரு சுகவாசி.

வாகன ஓட்டி குமார் இளைஞர். திருமணம் ஆனவர். அவருக்கும் ராமராஜனுக்கும் ஏதோ தகராறு. ராமராஜனின் சட்டைக் காலரைப் பிடித்து அடிக்கப் போய்விட்டாராம் குமார். சென்னைத் தமிழில் வசைமாரி பொழிந்தார். குமாருக்கு நாங்கள் ‘வீரன்’ என்று பெயர் சூட்டியிருந்தோம். குமார் எங்களிடமெல்லாம் அன்பாகப் பழகுவார். என்னிடமிருந்து சிகரெட் எல்லாம் வாங்குவார்.

கடைநிலை ஊழியர் விக்டர். ஆண்டு தவறாமல் கால்நடை யாகவே அன்னை வேளாங்கண்ணி கோயிலுக்குச் சென்று வருவார். அவருக்கும் சம்பளம் குறைவு. அவர் பீடிதான் புகைப் பார்.

என்னிடம் உதவி பெறுகிறவர்களுக்கு நான் பெரிய தொகையையே கொடுத்து வந்தேன்.

ஒருமுறை விக்டர் உதவி பெறுகிற விதவையிடம் என்னைக் குறிப்பிட்டு, "உங்களுக்கு ரூபாய் 5000 வேண்டுமானால் நான் சாரிடம் சொல்லி ஏற்பாடு செய்கிறேன்; எனக்கு அன்பளிப்பாக ரூ. 150 நீங்கள் தர வேண்டும். நானும் சாரும் பங்கிட்டுக் கொள்வோம்" என்று சொல்லி ரூ.150ஐப் பெற்றுக்கொண்டார். விக்டர் குறிப்பிட்டது போல் ரூ.5000த்தை அந்தப் பெண்மணிக் கான நோட்டுப் புத்தகத்தில் எழுதி சிங்கிடம் சொல்லி காசோலையை வாங்கிக் கொடுத்தேன்.

'ஷெட்'டில் புகைத்துக்கொண்டிருந்தபோது, விக்டர் என்னிடம் ரூ.150 கொடுத்தார். "உங்கள் செலவுக்கு" என்றார். அப்புறம் மெதுவாக என்ன நடந்தது என்பதைச் சொன்னார்.

நான் விக்டரிடம் கடிந்துகொண்டேன். "சமூகப் பணியாளர் களின் கைகள் கறை படியாமல் இருக்க வேண்டும். மட்டுமின்றி நான் ஓர் எழுத்தாளன் கூட. எழுத்தாளன் என்றால் நேர்மை யானவன் என்று பொருள்" என்று சொல்லி அந்தப் பணத்தை விக்டரிடமே திருப்பிக் கொடுத்தேன்.

ஒரு நிமிடம். யாரை நாங்கள் உதவி பெறுபவராகத் தேர்ந்தெடுக்கிறோம் என்பதைச் சொல்ல வேண்டும். செவிவழிச் செய்தியாக எங்கள் நிறுவனத்தைப் பற்றி நலிந்த பிரிவினர் தெரிந்து வைத்திருந்தார்கள். ஆறு மாதங்களுக்கு ஒருமுறை விண்ணப்பங்களை வினியோகிப்போம். எங்கள் மையத்தின் சாலையில் அன்று பெண்கள் கூட்டம் அலை மோதும். குறைந் தது அய்நூறு பேருக்காவது விண்ணப்பங்களை வினியோகம் செய்வோம். அனைத்துச் சமூகப் பணியாளர்களும் அன்று அந்தச் சிறப்புப் பணியைச் செய்வோம். சில அடிப்படைகளை வைத்து நூறு பேரைத் தேர்ந்தெடுப்போம். அவர்கள் வீடுகளுக்கு அவசியம் இருந்தால் போவோம். நானெல்லாம் போகவே மாட்டேன். உதவி பெறும் அருகதையை நாங்கள் தீர்மானிப் போம்.

வறுமை முக்கிய அடிப்படை. நானும் சரி, ராமச்சந்திரனும் சரி உதவி அருகதையை நிர்ணயிப்பதற்கு வீட்டுக்குக் குடிசைக்குச் செல்ல மாட்டோம். என்னைப் பொறுத்தமட்டில் தனிமை புனிதமானது; மற்றவர்களின் அந்தரங்கங்களை நாங்கள் குலைக்க விரும்பியதில்லை. மேலும் எனக்குள் ஒரு கோட்பாடு இருந்தது. 'நம்பினால் ஏமாற மாட்டாய்' என்பதுதான் அது. மற்றபடி, கணவரின் இறப்புச் சான்றிதழ், உதவி பெறவிருக்கும்

குழந்தையின் பிறப்புச் சான்றிதழ், குழந்தையின் அய்ந்து பிரதி புகைப்படங்கள் அவசியம். அதை நாங்கள் மீற மாட்டோம்.

ராமச்சந்திரனுக்கு அதிர்ஷ்டத்தில் நம்பிக்கை. "நாம் அனைவரையும் சிபாரிசு செய்வோம். அதிர்ஷ்டம் இருந்தால் பணம் கிடைக்கட்டும்" என்று.

இதை இன்னும் சற்று விரிவாகச் சொல்ல வேண்டும். உதவி நாடி வரும் குழந்தை, அதன் பெற்றோர், குடும்பச் சூழல் முதலியவை குறித்து சுருக்கமான கேஸ் குறிப்புகளை நாங்கள் எழுத வேண்டும். அவை நம் செயலரால் (இந்த நவீனம் முழுக்க 'அம்மையார்' என்றே குறிப்பிட்டிருக்கிறேன்) கையொப்பமிடப் பட்டு லண்டனுக்கு அனுப்பப்படும். லண்டன் அலுவலகம் அந்தக் குழந்தைகளுக்கு நன்கொடையாளர்களைத் தேடிப்பிடிக் கும். நன்கொடையாளர்கள் பலதரப்பட்டவர்கள். வாடகை மோட்டார் வாகன ஓட்டிகளிலிருந்து தொழில் அதிபர்கள் வரை அடங்குவர். ஏற்கனவே நான் ஓர் இடத்தில் குறிப்பிட்டிருந்தது போல நான்கு மாதங்களுக்கு ஒருமுறை ரூ.1200–ஐ நன்கொடை யாளர் அனுப்புவார். அதில் முக்கால் பங்கு குழந்தையின் கல்விக்காகவும் கால் பங்கு பிற செலவுகளுக்கும்.

சேவை மையத்தில் நான் ஓர் இடத்தில் உட்கார்ந்திருக்க மாட்டேன். ஒவ்வொரு இருக்கையாகச் சென்று ஜோக்குகள் சொல்லிக்கொண்டிருப்பேன்.

ஒருமுறை புஷ்பவல்லியிடம் ஒரு சமையல் குறிப்பைச் சொன்னேன். ஒரு தரம் அவர் அதை வீட்டில் செயல்படுத்தப் போய் அந்தப் பண்டத்தை வாயில் வைக்க முடியாமல் போனதாம்.

இப்பொழுது முன்பு ஓர் இடத்தில் குறிப்பிடப்பட்டிருந்த என் காவிய நாயகி அம்மிணி விக்டோரியா சமாதனம் பற்றி விரிவாகக் கூற விழைகிறேன்.

அவள் ஒரு தட்டெழுத்தாளர். அவளுக்கு அது பிடிக்காத வேலை.

நான் பணியில் அமர்ந்த குறுகிய காலத்துக்குள் சமாதானம் என்னிடம் பேச்சு கொடுத்தாள்.

நான் என் சொந்த வாழ்க்கையில் நிகழ்ந்திருந்த அவல சம்பவங்கள் அனைத்தையும் சொன்னேன். சமாதானம் கொஞ்சம் வேதனை அடைந்தாள்.

அப்புறம், மிகவும் நெருக்கமாக, "இந்த அலுவலகத்திலேயே பேரழகி நீங்கள்தான்" என்றேன். எதிர்பாராத இன்ப அதிர்ச்சி யில் அவள் அப்படியே கிறங்கிப் போனாள்.

அலுவலகத்தில் அனைவரும் அவளை அம்மிணி என்றே கூப்பிடுவார்கள். நான் மட்டும் சமாதானம் என்று அழைப்பேன். சமாதானமாக இருப்பது எனக்குப் பிடிக்கும்.

சமாதானம் உரக்கச் சிரிப்பாள். அவளுடைய அடுத்த செக்ஷன் தோழி மெரூணிடம் அரட்டை அடித்துச் சிரித்துக் கொண்டிருப்பாள். நான் கீழே 'ஷெட்'டில் உட்கார்ந்து புகைத்துக்கொண்டிருக்கும் போதும் அவளுடைய சிரிப்பைக் கேட்க முடியும். ஒலி அலைகள் அற்புதமாக இருக்கும். ஒரு மாதிரியான அப்பாவித்தனமும் லேசான தாபமும் சிரிப்பில் கலந்திருக்கும். என்னுடன் பேசும்போது அவளுடைய குரல் காதலுணர்வுடன் இருக்கும். நடுநடுவில் பாலுணர்வைத் தூண்டும் குழைவுடனும் இருக்கும்.

நாங்கள் எளிதில் கலந்துவிட்டோம். சமாதானத்துக்குப் புஷ்பங்களும் இனிப்புகளும் பிடிக்கும். தைரியத்தை வர வழைத்துக்கொண்டு ஒருநாள் நான் அவளுக்கு ஒரு ரோஜாவை யும் சாக்லெட் ஒன்றையும் கொடுத்தேன். பூவைத் தயக்கமில்லாமல் தலையில் வைத்துக்கொண்டாள். சாக்லெட்டைக் காகிதச் சுருளிலிருந்து பிரித்துக்கொண்டே ஒருவித மயக்கும் பார்வை யுடன் என்னைப் பார்த்தாள். என் அடிவயிற்றில் வெம்மையான உணர்வு பரவுவதை என்னால் உணர முடிந்தது. அன்று முதல் நானும் அவளும் சேர்ந்தே உணவருந்தினோம். அவளுடைய வீட்டுச் சிறப்பு கத்தரிக்காய்க் கொத்சு. அதை நான் ரொம்பவும் ருசித்துச் சாப்பிடுவேன். அந்த அலுவலகத்திலேயே அடிக்கடி நான் பேசுவது சமாதானத்துடன்தான். அவளிடம் மட்டும் பேச எனக்கு நிறைய விஷயங்கள் இருந்தன. சமாதானம் ஓர் ஆழ்ந்த கிறித்துவ விசுவாசி. 1989 டிசம்பர் முடிவில் நாங்கள் எங்கள் கூடத்தை அலங்கரித்தோம். சுவர்க் காகிதம், பலூன்கள், ஃபெஸ்டூன் (தமிழ் வாசகா, வாசகி, ஃபெஸ்டூனை எப்படித் தமிழில் சொல்ல?) வரவேற்பு அட்டைகள் போன்றவற்றைத் தொங்க விட்டோம். புத்தாண்டுக்காகத்தான். இதில் சமாதானமும் நானும் இணைந்தே செயல்பட்டோம்.

ரோஜா, சாக்லெட் தொடர்ந்துகொண்டிருந்தது. ஒருநாள் யதேச்சையாக மெரூண் தணிந்த குரலில் என்னிடம் சொன் னாள். "அம்மிணிக்கு உங்களுடன் பேசவில்லையானால் தூக்கம் வராது" என்று. நான் அப்படியே மயங்கிப் போனேன்.

ஃபெப்ரவரி 90இல் அடையாறில் இருந்த பிரம்மாண்டமான தோர் ஆயத்த ஆடைகள் தயாரிக்கும் ஒரு தொழிற்சாலைக்குத் தையல்காரிகள் தேவைப்பட்டனர். உதவிக்கு அவர்கள் எங்களை

அணுகினார்கள். உதவி பெறும் சிறார்களின் தாயார்கள் வயது இருபதிலிருந்து முப்பத்து அய்ந்து வரை இருப்பவர்கள் பட்டியலை நானும் சமாதானமும் ராமச்சந்திரனும் சேர்ந்து மிகவும் மகிழ்ச்சியுடன் தயாரித்தோம். சமாதானம் கூடுதல் உற்சாகத்துடன் இதில் ஈடுபட்டிருந்தாள். சுமார் 500 பேர் வரை பட்டியலிட்டோம். தொழிற்சாலைக்குத் தேவை 150 பேர்தான். நேர்முகத் தேர்வையும் செயல்முறைத் தேர்வையும் இரண்டாம் சனிக்கிழமையும் ஞாயிற்றுக்கிழமையும் தங்கள் தொழிற்சாலை யிலேயே வைத்துக்கொள்ள விரும்பினார்கள், தொழிற்சாலை அதிபர்கள். நானும் சமாதானமும் உடன் இருக்கும்படி ஆயிற்று. இப்படியாக எங்கள் நட்பு வளர்ந்து கொண்டிருந்தது.

திங்கள் ஒருநாள் நான் விடுப்பு எடுத்துக்கொண்டேன். சமாதானமும் அன்று விடுப்பு எடுத்திருந்தாள். "நேற்று லீவ் போட்டு இருவரும் சினிமாவுக்குப் போனீர்களா?" என புஷ்ப வல்லி கேட்க, "ஆமாம்" என்றாள் சமாதானம். எனக்கே அதிர்ச்சியாக இருந்தது.

குறைந்தது ஒரு மணி நேரமாவது சமாதானத்தின் அருகில் ஒரு ஸ்டூலைப் போட்டு அமர்ந்துகொண்டு இனிமையான வார்த்தைகளைப் பரிமாறிக்கொள்வதைத் தவிர்க்க இயல வில்லை. நேசம், காதல், பாலுணர்வு இதற்கெல்லாம் நடுவில் இருக்கும் மெல்லிய இழை – உணர்வு என்றாலே சிக்கல்தான்.

இருவருக்குமிடையே மென் உணர்வு பிரவாகித்துக் கொண்டிருந்தது. ஒரு கோணத்தில் பார்த்தால் எனக்குச் சமா தானம் ஒரு obsession ஆகவும், நான் அவளுக்கு ஒரு obsession ஆகவும் ஆகிவிட்டிருந்தோம். என் மனைவியை நான் முற்றாக மறந்துவிட்டிருந்தேன். சதா சமாதானம்தான். காலையில் எழுந்த தும் இரவில் தூங்கும் முன்பும் சமாதானம்தான். அலுவலகத்தில் எங்கள் இருவரையும் இணைத்து நிறைய கிசுகிசு – நாங்கள் சட்டை செய்யவில்லை.

ஒருநாள் தைரியமாகச் சொன்னேன். "சமாதானம், உங் களைப் பார்த்த மாத்திரத்திலேயே என் மனதை உங்களிடம் பறிகொடுத்து விட்டேன். உங்களை நான் நெஞ்சாரக் காதலிக் கிறேன்."

சமாதானம் சொன்னாள்: "நானும் உங்களைக் காதலிக் கிறேன். உங்கள் ஆங்கிலத்தையும் நேசிக்கிறேன். எனக்கு ஒரு காதலன் இல்லாதிருந்தால், உங்களுக்கு மனைவி என்று இல்லா திருந்தால் நான் உங்களைத் திருமணம் செய்துகொண்டிருந் திருப்பேன்."

அடுத்த நாள் முதல் தினமும் ஓர் அய்ந்து ஆங்கில வார்த்தைகளைச் சமாதானத்துக்குச் சொல்லிக் கொடுக்க ஆரம் பித்தேன். அதற்கென்றே ஒரு நோட்டுப் புத்தகத்தை அவளுக்கு வாங்கிக் கொடுத்தேன். மறுகணம் அவள் அந்தப் புத்தகத்தின் முதல் பக்கத்தில் 'எனக்காக ஏங்கும் ஓர் ஆத்துமாவிடமிருந்து' என்று எழுதினாள். எனக்கு மகிழ்ச்சி தந்தது அவளுடைய செயல். ரோஜா, சாக்லெட் மட்டுமின்றி இன்னும் ஒன்றும் சேர்ந்து கொண்டது. "நாளைக்கு எந்த நிறப் புடவை உடுத்தி வர?" என்று கேட்பாள். நான் சொன்ன நிறத்தில் அவள் சேலை உடுத்தி வருவாள். அலுவலக வாழ்க்கை சுமூகமாகப் போய்க் கொண்டிருந்தது. ரோஜாவும் நானும் சமாதானமும் ஆக வாழ்க்கை சந்தோஷமாகவே போய்க்கொண்டிருந்தது

சமாதானத்தின் காதலன் ஒரு வாலிபர். வாட்டசாட்டமாக இருப்பான். ஒருமுறை சமாதானம் அவனை எனக்கு அறிமுகம் செய்து வைத்தாள். இரண்டாண்டுகளாகக் காதலித்துக் கொண்டிருந்தார்களாம். திருமணத்துக்கு அப்பா மூலமாகத் தடை இருந்தது. காரணம் பையன் இந்து.

ஒருநாள் சமாதானத்துக்குக் குழந்தை பிறந்தால் என்ன பெயர் வைக்கலாம் என்று நான் ஒரு பத்துப் பெயர்களை ஒரு காகிதத்தில் எழுதி அவளிடம் கொடுத்தேன். "நீங்கள் ரொம்ப வும் நல்ல மனிதர். உங்கள் மனைவி கொடுத்து வைத்தவள். எப்படி இவ்வளவு மென்மையாக உங்களால் பழக முடிகிறது" என்றாள் அவள்.

மார்ச் 1990இன் இறுதி வாக்கில் ஒருநாள் சமாதானத்துக்குச் சாலை விபத்து ஒன்று நிகழ்ந்தது. தன் அண்ணனுடன் ஸ்கூட்டரில் போய்க்கொண்டிருந்தபோது எதிரே ஒரு லாரி வர மோதிக் கொள்ளாத குறையாக ஸ்கூட்டர் கவிழ, சமாதானத்துக்கு நெற்றியில் சிராய்ப்பு ஏற்பட்டிருந்தது. விவரமறிந்து நாங்கள்– நான், அய்வி, மெரூண், மரியம் – நான்கு பேரும் வீட்டுக்குச் சென்று பார்த்தோம். பத்து நாட்கள் கழித்து சமாதானம் அலுவலகத்துக்கு வந்தாள். நெற்றிக் காயத்துக்கு மேல் பிளாஸ் திரி இருந்தது. எனக்கு வருத்தமாக இருந்தாலும் அவள் இனி தினமும் வருவாள் என்பதில் மகிழ்ச்சி ஏற்பட்டது.

சீராக வாழ்க்கை நடந்துகொண்டிருக்கையில் சமாதானத்தின் தாயார் நோய்வாய்ப்பட்டு ஒரு தனியார் மருத்துவமனையில் சிகிச்சை பெற்றுக்கொண்டிருந்தவர் 4.4.90 அன்று இறந்து போனார். நாங்கள் அனைவரும் அவளது வீட்டுக்குச் சென்றிருந் தோம். சமாதானம் தன் தலையை என் நெஞ்சில் பதித்துக் குமுறிக் குமுறி அழுதாள். எல்லோருக்கும் மிகுந்த விசனம்.

14.04.1990 அன்று சமாதானத்தின் வீட்டில் தொழுகைக் கூட்டம் நடைபெற்றது. அவளுடைய அன்னையின் ஆத்துமா சாந்தி அடைய நாங்கள் அனைவரும் அதில் கலந்து கொண்டோம்.

ஒரு மாத காலம் சமாதானம் வேலைக்கு வரவில்லை. நடுவில் ஒருநாள் என்னுடன் தொலைபேசி மூலம் பேசினாள்.

வேலைக்கு வர ஆரம்பித்த பிறகு அவள் இருக்கையில் உட்கார்ந்து அமைதியாகக் கண்ணீர் விட்டுக்கொண்டிருந்தாள். நான் எனக்கு முடிந்த அளவு இளைப்பாறுதல் தந்துகொண் டிருந்தேன்.

சிறிது கால இடைவெளி விட்டு மீண்டும் ரோஜா மலர ஆரம்பித்தது. சாக்லெட்டும் சுவைக்கப்பட்டது. காதலன் தொலைபேசியில் அவளை அழைக்கவும் செய்தான். அவனுடைய குரல் எனக்குப் பரிச்சயம். நான் தொலைபேசியை எடுக்க நேர்ந்தால் "சமாதானம் உங்கள் சித்தப்பா" என்பேன். சித்தப்பா என்பது எங்கள் சங்கேத மொழி.

மே இரண்டாம் சனி அன்று சர்வதேச சந்தோஷ தினம் – சேவை மையங்களுக்கு என்று – கொண்டாடப்பட்டது. அந்த ஆண்டு அது ராமநாதன் மைதானத்தில் நடைபெற்றது. நுழைவுச் சீட்டு ரூபாய் பத்திலிருந்து நூறு வரை.

நிறைய ஸ்டால்கள், ஆட்டம் பாட்டம் பரிசுப் போட்டிகள், மேலை நாட்டு நடனம் இப்படி ஏகப்பட்ட களியாட்டங்கள்.

முன் டிக்கெட் கவுண்டரில் நான்கு பேர்கள். அவர்களுள் ஒருத்தி சமாதானம். மிக அற்புதமாக இருந்தாள். அழகு நிலை யத்துக்குப் போய் ஏதாவது செய்துகொண்டிருந்தாள் போலும். அசல் தேவதை தோற்பாள். கொள்ளை அழகு. ஒரு கணம் அங்கு சென்ற நான் காதுகளில் கிசுகிசுத்தேன். "நீங்கள் ஓர் அழகு தேவதை."

பின் டிக்கெட் கவுண்டரில் நான், தொழிற்பயிற்சிக்கான வயது முதிர்ந்த கணக்கர் மற்றும் மார்கரெட் சிங். சிங் நல்ல ஒரு 'ஸ்போர்ட்'. அவள் பழரசம் கேட்டாள். ஒரு பெரிய போத்தல் வாங்கினேன். கூடவே இரண்டு கிளாஸ்களையும். சிங் பாதி பாதி என்றாள். எனக்குக் கால்வாசியிலேயே போதை போன்றதோர் உணர்வு ஏற்பட்டது. சிங் சிரித்துக்கொண்டே "என்ன அதற்குள் சாருக்குக் 'கிக்' வந்துவிட்டதா? பியர் என்னை ஒன்றும் பண்ணாது. உங்கள் பங்கையும் நானே குடித்துக் கொள்வேன்" என்றாள். போத்தலைப் பார்த்த போதுதான் அது 12% மது கலந்த பழரசம் என்று புரிந்துகொண்டேன். சிங் தன்

உடல் ஊனத்தையெல்லாம் ஒரு பெரிய விஷயமாக எடுத்துக் கொள்ளாததுதான் அவளில் எனக்கிருந்த தோழமையின் முக்கிய காரணம். சிங் எலி போன்ற கீச்சுக் குரலில் பேசுவாள். அனைவருக்கும் அவள் நல்ல தோழியாக இருந்தாள்.

நிகழ்ச்சிகள் இரவு பன்னிரண்டு மணி வரை நடந்தன. ஊழியர்கள் அனைவரும் அலுவலகத்திலேயே படுத்துக் கொண்டோம். சமாதானத்தின் அப்பா தன் ஆஸ்டின் ஆஃப் இங்க்லாண்ட்டில் வந்து அவளை அழைத்துச் சென்றுவிட்டார். ஆஸ்டின் அதரப் பழசு. நான் அதற்கு 'அழகு ரதம்' என்று பெயர் வைத்திருந்தேன்.

நான் ஒருநாள் சமாதானத்தை என் வீட்டுக்கு விருந்துண்ண அழைத்தேன். அது மே மாதக் கடைசி ஞாயிறு. அவளும் மெரூனும் வர இசைந்தார்கள். நான் அந்த விமரிசையான, நெருக்கமான வைபவத்திற்கென்றே புது உடைகள் வாங்கி அணிந்திருந்தேன்.

பேருந்து நிறுத்தத்தில் அவர்களுக்காகக் காத்திருந்தேன். ஒன்பதரை மணிக்கு வர வேண்டியவர்கள் பத்தே முக்காலுக்குத் தான் வந்தார்கள். அந்த ஒண்ணரை மணி நேரமும் ஒவ்வொரு பேருந்தாகப் பார்த்துப் பார்த்து ஏமாந்துகொண்டிருந்தேன். கடைசியில் ஒரு வழியாக அவர்கள் வந்தது எனக்கு மன அமைதியைக் கொடுத்தது.

அவர்களை அழைத்துக்கொண்டு வீட்டுக்குச் சென்றேன். மனைவியை அவர்களுக்கு அறிமுகப்படுத்தி வைத்தேன். மனைவி அடுக்களைக்குள் நுழைந்ததும் சற்றே தணிவான குரலில் சமா தானம், என் மனைவி செக்கச் செவேல் என்று இருப்பதாகவும், அழகாக, நீண்ட கூந்தலுடன் இளமையாகக் காணப்படுவதாகவும் சொன்னாள்.

சமாதானமும் மெரூனும் என் புத்தக அலமாரியை நோட்டமிட்டுக்கொண்டிருந்தார்கள். நான் எனக்குக் கைவந்த வெஜிடபிள் ஸாலெட்–ஐ தயாரித்தவண்ணம் இருந்தேன்.

முதலில் தேநீர், சற்றுக் கழித்து சாக்லெட், பிறகு கோழிப் புலவு. விருந்து எனக்கு மனநிறைவைத் தரும் வகையில் அமைந்தது. என் குழந்தை அப்பொழுது பாட்டி வீட்டில் இருந்தாள்.

பகல் பன்னிரண்டு மணி அளவில் இருவரும் விடை பெற்றுச் சென்றனர். நான் பேருந்து நிறுத்தம் வரை சென்று வழி அனுப்பி வைத்தேன்.

அன்று நான் ஓர் எவர்சில்வர் தட்டை வாங்கி 'குறிப்பாக உங்களுக்கு மட்டும்' என்று ஆங்கிலத்தில் பொறிக்கச் சொல்லி வாங்கி வைத்தேன்.

அடுத்த நாள் அதைச் சமாதானத்துக்குப் பரிசளித்தேன். மட்டற்ற மகிழ்ச்சியுடன் சமாதானம் அதைப் பெற்றுக் கொண்டாள்.

ஒருமுறை சமாதானம் என்னைத் தன் அப்பாவுக்கு அறிமுகப்படுத்தி வைத்தாள். அறிமுகம் சற்று மிகையாக இருந்தாலும் மனதுக்கு ரொம்பவும் இதமாக இருந்தது.

அந்த வார இறுதியில் என் முதல் சிறுகதைத் தொகுப்பையும் குறுநாவல் தொகுப்பையும் சமாதானத்துக்கும் மெரூணுக்கும் பரிசளித்தேன். "சார் பெரிய படிப்பாளி, எழுத்தாளர்" என்றாள் சமாதானம். "மாபெரும் காதலர் என்பதை விட்டுவிட்டீர்களே" என்றேன்.

"சரி, ஆசையாகக் கேட்கிறேன். மறைக்காமல் சொல்லுங் கள். உங்களுக்குப் பிடித்தமான நிறம் எது... அப்புறம் உங்கள் சைஸ் என்ன?" என்று கேட்டேன்.

தயங்காமல், நீலம் என்றும் 38 என்றும் சென்னாள்.

அடுத்த நாள் மூன்று ப்ராக்களைப் பரிசளித்தேன். "நானே அணிவிக்கவா?" என்றேன். "சாருக்கு ஆசை அதிகம். சித்தப்பா கூட ப்ரா வாங்கித் தந்தது இல்லை. சார் இஸ் வெரி செக்ஸி" என்றாள்.

"உங்கள் சைஸ்?" என்றாள். "தொண்ணூறு" என்றேன்.

அடுத்த நாள் அவள் நீல நிற 'டான்டேக்ஸ்' ஒன்றை வாங்கிக் கொடுத்தாள். "நானே போட்டு விடட்டுமா?" என்றாள் நெருக்கமாக. "இங்கு தனிமை இல்லையே?" என்று வருத்தப் பட்டேன். எங்கள் உறவு தீவிரமாக முன்னேறிக்கொண்டிருந்தது.

13.08.1990 அன்று சமாதானம் கொஞ்சம் பதற்றத்துடன் காணப்பட்டாள். "வாருங்கள் என்னுடன்" என்று கூறியவண்ணம் உழைக்கும் மகளிருக்கான விடுதிப் படிக்கட்டுக்கு அழைத்துச் சென்றாள்.

"இனி நீங்களே ரோஜாவை என் கூந்தலில் செருகுங்கள்" என்றாள். மிகுந்த மகிழ்ச்சியோடு செய்தேன். "நான் என் மனைவிக்குக்கூட பூச்சூடி விட்டதில்லை" என்றேன்.

சமாதானம் என்னைப் பேசவிடவில்லை.

"நான் செய்வதை விமரிசனம் செய்யாமல் அப்படியே ஏற்றுக்கொள்ளுங்கள்" என்று சொன்னபடியே என் கன்னங்களை

அவளது கரங்களில் ஏந்தியவண்ணம் என் உதடுகளில் ஓர் ஆழமான முத்தத்தைப் பதித்தாள். என் உணர்வுகள் கிளர்ந்து விட்டன.

ஆனால், சமாதானம் மிகவும் விசனத்துடன், "நான் இன்னும் பத்து நாட்களில் மணிலா போகப் போகிறேன். எல்லாம் அப்பா ஏற்பாடு. அங்கு பேராசியர் ஒருவருக்கு ஓர் ஆய்வுக் கட்டுரையைத் தட்டச்சு செய்து உதவ வேண்டுமாம். சென்னையில் இருந்தால் நான் சித்தப்பாவுடன் வாழ ஆரம்பித்துவிடுவேனோ என்ற பயம் அவருக்கு" என்றாள். "இந்த முத்தம் நான் உங்களுக்குக் கொடுத்த தோழமையின் அடையாளம்" என்றாள்.

"சமாதானம், எந்தப் பெண்ணும் இவ்வளவு வெம்மையான முத்தத்தை எனக்குக் கொடுத்ததில்லை" என்றேன்.

"நாம் நாளைக்குக் கேளம்பாக்கம் செல்வோம்" என்றாள் விரகதாபக் குரலில்.

எங்கள் இல்லம் ஒன்று கேளம்பாக்கத்தில் இயங்கி வந்தது.

அடுத்த நாள் நாங்கள் அலுவலக மோட்டார் வாகனத்தில் கேளம்பாக்கம் புறப்பட்டோம். குமார்தான் ஓட்டி வந்தார். சமாதானம் என் மடியில் படுத்துக்கொள்ள நான் அவளது கேசத்தைக் கோதிவிட்டவாறு இருந்தேன்.

"எனக்கு இன்னும் வேண்டும்" என்றாள். அவளது முந்தானையை விலக்கி மார்பகங்களை வருடியவண்ணம் இருந்தேன். குறியில் கிளர்ச்சி ஏற்பட்டிருந்தது. "இட் இஸ் வெரி ஸூதிங் சார்" என்றாள். எனக்கு உச்சகட்டச் சிலிர்ப்பு வந்து விடுமோ என்று பயமாக இருந்தது.

சமாதானத்திடம் போதையினூடே சொன்னேன். "நான் வரம்புகள் அற்றவன். ஆனால், நீங்களாக என்னை நாடும்போது உங்களை நான் பரத்தையாக உணரவைக்க மாட்டேன்."

மெதுவாக, மிக மிக மிருதுவாக நாங்கள் ஒருவரை ஒருவர் எங்கள் பிணைப்பிலிருந்து விலக்கிக் கொண்டோம். "இது தோழமை சமாதானம், பாலுறவு அல்ல. மேற்கில், "He is my casual friend and an occasional lover" - Erica Jong ஒரு முக்கியமான படைப்பாளி" என்றேன் அவளை வருடியவாறு.

"சமாதானம், நீங்கள் ஆதவனைப் படிக்க வேண்டும். உங்களுக்குப் பிடிக்கும்" என்றேன். என் வலது சுட்டுவிரலை அவளது அதரங்களின் நீள வாக்கில் வைத்தேன். அவள் முத்தமிட்டாள்.

அன்று இரவு எனக்கு அற்புதமான கனவு ஒன்று வந்தது. அது 'Hisotry of the world' படத்தில் வந்த ஒன்று. அரசி இரவுக் கேளிக்கைக்காக ஒரு போர் வீரனைத் தெரிந்தெடுக்க அனைத்து வீரர்களையும் நிர்வாணமாக அணி வகுக்கும்படி செய்து நீள மான குறி கொண்ட ஒரு வீரனைத் தேர்ந்தெடுப்பாள். அரசி யின் முகம் சமாதானத்தைப் போலவும் வீரனின் முகம் என்னை ஒத்ததாகவும் இருந்தது.

30.08.1990 அன்று சமாதானம் வேலையைத் துறந்தாள். நான் அவளுக்கு நல்ல பத்து ஆங்கிலப் புத்தகங்களைப் பரிசளித்தேன். கூடவே 'Ode to a friend' என்ற கவிதையையும் பரிசளித்தேன்.

மாலையில் சமாதானம் என்னை ஸ்பென்சர் கட்டிடத்துக்கு அழைத்துச் சென்றாள். நாங்கள் நகைக்கடை ஒன்றில் இருந் தோம். என்னை அவள் என்ன ராசி என்று கேட்க, 'லியோ' என்றேன். அதற்குப் பொருத்தமான வைரக்கல் (precious stone) ஒன்றை மையமாக வைத்துச் செய்யப்பட்டிருந்த ஒரு மோதிரத்தை வாங்கி என் விரலில் அணிவித்தாள். அதன் விலை ரூ. *220*

"திரும்பி வரும்போது உங்களுக்கு என்ன கொண்டு வர?" என்றாள்.

நான் "பைப்" என்றேன்.

நாங்கள் இனிமையுடன் பிரிந்தோம்.

அதே நாளன்று எங்கள் தலைமைச் சமூகப் பணியாளரும் லண்டனுக்குப் புறப்பட்டாள், எங்கள் துறை சார்ந்த ஓராண்டுப் பயிற்சிக்காக. எங்கள் தலைமைச் சமூகப் பணியாளர் மும்தாஜ் பேகம் லண்டனுக்குப் புறப்பட்ட அடுத்த நாளிலிருந்து பல ராமனுக்கு அந்தப் பொறுப்பைக் கொடுத்தார்கள். சம்பளத்தில் இருநூறு ரூபாய் ஏற்றினார்கள்.

சமாதானம் விட்டுச் சென்றிருந்த கேஸ் குறிப்புகள், ஆண்டு அறிக்கைகள் அனைத்தையும் ஒரு வாரம் உட்கார்ந்து தட்டச்சு செய்தேன். சமாதானத்துக்குக் கெட்ட பெயர் வராமல் நான் பார்த்துக்கொண்டேன்.

சமாதானம் போய் இரண்டு மாதங்கள் கழிந்தன. அவளிட மிருந்து மரியமுக்குக் கடிதம் ஒன்று வந்திருந்தது. பதில் எழுது முன் மரியம் என்னிடம் கேட்டாள், "நீங்கள் ஏதாவது எழுத விரும்புகிறீர்களா?" என்று. சில உருக்கமான வரிகளை எழுதி னேன்.

அப்புறம் என் வீட்டு முகவரிக்கே கடிதங்கள் மாதம் ஒரு முறை வந்துகொண்டிருந்தன. மணிலாவில் வெரிதாஸ் வானொலியில் ஒரு தமிழ் நிகழ்ச்சி ஒலிபரப்பாகிக்கொண்டிருந்தது. அய்ந்து கேள்விகளுக்கு விடை எழுதி அனுப்பினால் விடைகள் சரியாக இருக்கும்பட்சத்தில் குலுக்கல் முறையில் தேர்ந்தெடுக்கப்பட்டு பரிசு தந்தார்கள்.

சமாதானம் அந்தக் கேள்விகளை எனக்கு அனுப்ப, நான் பதில் எழுதி அனுப்பிக்கொண்டிருந்தேன். எனக்குத் தெரியாதவற்றை நாயாக, பேயாக அலைந்து நண்பர்களிடம் கேட்டுத் தெரிந்துகொண்டு சமாதானத்துக்கு எழுதி அனுப்பிக்கொண்டிருந்தேன். அவளைப் பொறுத்தமட்டில் நான் மிகப் பெரியதோர் அறிவாளி. நான் அவளது பிரமையைப் போக்க விரும்பவில்லை.

ஒரு வருடம் கழித்து சமாதானம் சென்னை திரும்பினாள். தொலைபேசி மூலம் பேசினாள். நான் பெர்மிஷன் போட்டுவிட்டுப் பரவசத்துடன் கிளம்பினேன். எனக்கு ஓர் அதிர்ச்சி காத்திருந்தது. சமாதானம் மணிலாவில் இருந்த ஒரு கிறித்தவ வாலிபரைத் திருமணம் செய்துகொண்டிருந்தாள். இரண்டு மாதம் கர்ப்பம் என்றாள். நான் கேட்டிருந்த பைப்–ஐக் கொடுத்தாள். "நீங்கள் பைப்பில் புகை பிடிக்கும்போது என் ஞாபகம் உங்களுக்கு வரும்' என்றாள். பிறகு நீண்ட நேரம் மவுனமாக ஒருவரை ஒருவர் விழிகளால் விழுங்கிக்கொண்டிருந்தோம். யாருமில்லாத அந்தக் கூடத்தில் சிறிது நேரம் கட்டி அணைத்து முத்தமிட்டுக்கொண்டிருந்தோம்.

அடுத்த நாள் 'பெஞ்சமின் ஸ்பாக்'–இன் குழந்தை வளர்ப்பு பற்றிய நூலைச் சமாதானத்துக்குப் பரிசளித்தேன்.

சமாதானத்துக்குக் குழந்தை பிறந்த அன்று நான் நோய்வாய்ப்பட்டுக் கிடந்தேன். தவிர, அது அவ்வளவு பெரிய விஷயமாகத் தெரியவில்லை. ஒரு மாதம் கழித்து எனக்குக் காட்டமும் உரிமையும் கலந்த தொனியில் எழுதப்பட்ட ஒரு கடிதம் வந்திருந்தது. "ஏன் குழந்தையைப் பார்க்க மருத்துவமனைக்கு வரவில்லை?" என்று கேட்டு.

அந்த ஞாயிறு நானும் என் மனைவியும் சமாதானத்தின் வீட்டுக்குச் சென்றிருந்தோம். நூறு ரூபாய்த்தாள் ஒன்றைக் குழந்தையின் உள்ளங்கையில் திணித்து ஆசீர்வதித்தேன்.

குழந்தையின் ஓராண்டு நிறைவு விழா அன்று விழாவில் கலந்துகொண்டேன். க்ரியாவின் தற்காலத் தமிழ் அகராதி, சர்க்கரை என்ற ஒரு நவீனம், டாக்டர் இல்லாத இடத்தில்

என்ற நூல், கூடவே மூடப்பட்ட ஒரு கண்ணாடி – திறந்தால் வரும் வாசகம் 'உலகத்தின் முதலாம் நம்பர் தாய்' – ஆகிய வற்றைப் பரிசளித்தேன். சமாதானம் பரவசத்தில் மூழ்கிப் போனாள். விழாவுக்கு நண்பர் இக்பாலும் வந்திருந்தார். அன்று முழுக்க நான் மிகுந்த மகிழ்ச்சியுடன் இருந்தேன்.

அப்புறம், சமாதானத்தின் பிறந்த தினம், அவளுடைய குழந்தையின் பிறந்த தினம் எப்படியும் அவளுடைய வீட்டுக்குப் போய் விலை உயர்ந்த பரிசுப் பொருட்களைக் கொடுத்துக் கொண்டிருந்தேன். நான் ஒரு பெரும் பணக்காரன் என்று சமாதானம் நினைத்துக்கொண்டிருந்தாள். கணவர் சென்னைக்கு வரவே இல்லை. மாதா மாதம் பணம் அனுப்பிக்கொண்டும் தொலைபேசியில் பேசிக்கொண்டும் இருந்தார்.

கடைசியில் 31.12.2001 அன்று கணவர் வந்தார். அவ ருடைய பூர்வீகம் புது தில்லி. சமாதானம் இப்பொழுது அங்குதான் இருக்கிறாள். கிறிஸ்துமஸ், புத்தாண்டு, ஈஸ்டர் வாழ்த்துகளை மட்டும் பரிமாறிக்கொள்வதாக எங்களுக்குள் ஓர் உடன்படிக்கை. சமாதானம் என் வாழ்க்கையின் ஒரு முக்கிய முடிவில்லாத சகாப்தம்.

சமாதானத்தைப் பற்றி முழுக்கவும் சொல்லிவிட்டேன். இப்பொழுது பிறரைப் பற்றிப் பார்ப்போம்.

அன்புள்ள வாசகா, வாசகி, காலத்தில் இப்பொழுது பின்னோக்கிச் செல். 1990க்கு வந்துவிடு. சமூகப் பணிப் படிப்பை மேற்கொண்டிருக்கும் மாணவ மாணவியர் செயல் முறைப் பயிற்சிக்காக எங்கள் மையத்துக்கு வருவார்கள். இரண்டு மாத காலம் எங்களுடன் இருப்பார்கள். அப்படி வந்தவர் களில் ஒருத்திதான் பார்வதி. அவள் ஒருமுறை, "நீங்கள் உதவி பெறுகிறவர்களை மிகவும் அன்பாக நடத்துகிறீர்கள். உங்கள் அணுகுமுறை, கண்ணோட்டங்கள், நடந்துகொள்ளும் முறை, அனைத்தும் நன்றாக இருக்கின்றன" என்றாள். நான் அவளது பாராட்டுக்கு நன்றி தெரிவித்துவிட்டு, "சமூகப் பணியாளர் களுக்கும் உதவி பெறுகிறவர்களுக்கும் இடையே சமூக இடை வெளி இருக்கக் கூடாது. அப்பொழுதுதான் உண்மையான சமூகப் பணி நிகழ வாய்ப்பு உண்டு. தந்தக் கோபுரத்தில் உல்லாச மாக அமர்ந்துகொண்டோ, பாதாம்கீரை ருசித்துக்கொண்டோ செய்ய இயலாது" என்றேன் சற்று உணர்ச்சிவசப்பட்டு.

1991இல் பார்வதி எங்கள் மையத்தில் சமூகப் பணியாள ராகச் சேர்ந்தாள். சேர்ந்த ஓராண்டில் பகுதி நேர (அதாவது அவளுடைய Guide சொன்ன நேரத்திலெல்லாம் அவள்

அவரைச் சந்திக்க வேண்டும்) எம்.ஃபில் செய்ய ஆரம்பித்து விட்டாள். முடிக்க மூன்றாண்டு எடுத்துக்கொண்டாள். அவளது ஆய்வுக் கட்டுரையைப் பிழையில்லாத ஆங்கிலத்தில் எழுத உதவியது நான்தான். பார்வதி என்மீது மிக்க மரியாதை வைத்திருந்தாள்.

ஒருநாள் பார்வதியின் ஆய்வுக் கட்டுரையைத் தட்டச்சு செய்துகொண்டிருந்தேன். பலராமன் என் அருகில் வந்தார். என்ன செய்கிறேன் என்று தெரிந்துகொண்டு, அலுவலக நேரத்தில் சொந்த வேலையெல்லாம் செய்யக் கூடாது என்றார்.

"உங்களுக்குத் தேவையில்லாத விஷயம். போய் உங்கள் இருக்கையில் அமர்ந்துகொண்டு வெற்றிலை பாக்கு போட்டுக் கொண்டிருங்கள்" என்றேன் வெறுப்புடன்.

"You must be sincere to your pay-master" என்றார் அவர். "Pay-masters, my foot" என்று சொல்லிக்கொண்டே இருக்கை யிலிருந்து எழுந்தேன் ஆவேசமாக. பலராமன் தன் இருக்கையை நோக்கிக் கிட்டதட்ட ஓடினார்.

இந்தக் காலகட்டத்தில்தான் ஒரு வழுக்கைத் தலையர் எங்கள் ப்ராஜெக்ட்டில் கணக்கராகச் சேர்ந்தார். சேர்ந்த சொற்ப மாதங்களிலேயே பார்வதியைக் காதலிக்க ஆரம்பித்து, தன் பெயரைக் கெடுத்துக் கொண்டதோடல்லாமல் பார்வதியின் பெயரையும் கெடுத்துவிட்டார். ('அம்மன் விளையாட்டு' என்ற கதையில் இது இடம் பெற்றுள்ளது).

இதே சமயத்தில்தான் மரியா என்ற ஸ்வீடன் நாட்டுப் பெண் ஒருத்தி பாரதத்தைச் சுற்றிப் பார்க்க வந்தாள். எங்களுடன் ஒரு வாரம் தங்கினாள். அவள் என்னிடம் கேட்ட முதல் கேள்வி, "இங்கு ட்ரேட் யூனியன் ஏதும் இல்லையா?" என்பதுதான்.

நான் சொன்னேன், "இங்கு காக்காய் பிடித்து அதிகாரி களின் கருணையில் வாழ்கிறவர்களே அதிகம்" என்றேன் சோகத்துடன்.

"கேட்க மிகவும் வேதனையாக இருக்கிறது" என்றாள்.

சென்னையை விட்டுப் போகுமுன் 'After many a summer dies a Swan' என்ற புத்தகத்தை எனக்குப் பரிசளித்துவிட்டுச் சென்றாள். அது என் மனதை மிகவும் தொட்டது.

1991இல் இன்னும் சில சம்பவங்கள் நிகழ்ந்தன. மார்ச் மாதத்தில் ஓர் இளம் விதவை எங்கள் ப்ராஜெக்ட்டில் சேர்ந் தாள். வீட்டில் இருந்தால் தனிமையில் உழன்றுகொண்டு துக்கமாக இருப்பதால், ஒரு மாறுதலுக்காக பாதுகாப்பான ஓர்

அமைப்பில் இருக்கலாம் என்ற முடிவுடன் அவள் எங்கள் அலுவலகத்தில் சேர்ந்தாள். அவளுக்குப் போக்குவரத்துச் செலவுக்கு மட்டும் காசு கொடுத்து வந்தது எங்கள் ப்ராஜெக்ட். மூன்று மாதங்கள் சென்ற பிறகே ராஜாத்திக்குத் தட்டெழுத்தாளர் என்ற வேலை கொடுத்து ரூ.500ஐ மாதச் சம்பளமாகத் தந்தார்கள்.

ராஜாத்திக்குக் கணவருடைய இழப்பு பாதித்திருந்தாலும் அவள் சோகமாக எல்லாம் இல்லை. அனைவரையும் போலவே மற்றவர்களுடன் சிரித்துப் பேசி ஜாலியாக இருந்தாள். அவளுக்கு மேலதிகமாகப் போனால் 28 வயது இருக்கும். கொள்ளை அழகுடன் வெள்ளையாக இருந்தாள். நான் அடிக்கும் கடி ஜோக்ஸூக்கெல்லாம் சிரிப்பாள் என்றால் பார்த்துக் கொள்ளுங் களேன். ஒரு மகன் பள்ளியில் படித்துக் கொண்டிருந்தான். வசதியான குடும்பம். முடிந்த மட்டும் நான் அவளை உற்சாகப் படுத்திக்கொண்டிருந்தேன். கணவரின் இழப்பு மனதின் மேல் தளத்துக்கு வந்து இம்சைப்படுத்தாமல் இருக்கவே அவ்வாறு செய்து வந்தேன். அது என் கடமை என்றே நினைத்தேன்.

மோசமான கையெழுத்துடன் நிர்வாகிகளால் தரப்படும் கடிதங்களை அவளுக்குப் பதிலாக நானே தட்டெழுத்து செய்து, கடிதத்தின் இடது மூலையில் அவளுடைய முன்னொட்டுகளைப் போட்டுவிடுவேன். கடைசி வரை நான் ராஜாத்தியின் பிசாசு தட்டெழுத்தாளனாக இருந்தேன். எனக்குத் தட்டெழுத்து ஒரு கலை. தவறில்லாமல் நேர்த்தியாக அதைச் செய்வேன். என்னுடைய பழைய அலுவகலம் என்னை ஒரு மிகச் சிறந்த தட்டெழுத்தாளனாக உருவாக்கியிருந்தது

வாசகா, வாசகி, நான் இதைச் செய்ய விரும்பவில்லை. ஆனால், வேறு வழியில்லாமல் செய்கிறேன். நிர்வாகிகளைப் பற்றிச் சிறிதளவேனும் சொல்ல வேண்டும்.

சமூகப் பணியாளர்களின் கூடத்தை ஒட்டினாற்போல் சற்று அகலமான பாதை ஒன்று இருந்தது. அதில் நான்கு அறைகள் இருந்தன. அம்மையாருக்கும் அவருடைய அந்தரங்கச் செயலருக்குமானது (பெண்) முதல் அறை. அந்தப் பெண் எம்.ஏ. ஆங்கில இலக்கியம் தேறியிருந்தாலும் அவளது பேச்சு ஆங்கிலம் மட்டும்தான் ஓரளவு சுமாராகவேனும் இருக்கும் (அவளுடைய தாய் மொழி மலையாளம்). எழுத்தில் ஏகப்பட்ட பிழைகள். என்னிடம் கேட்டுத் திருத்திக்கொள்வாள்.

அதே அறையில் ஒரு தமிழ் அய்யர் இருந்தார். அவர் ஆடிட்டோரியத்தை வாடகைக்கு விடும் பொறுப்பை ஏற்றுக் கொண்டிருந்தார். சதா மொட்டையும் வெள்ளைத் தொப்பியு

மாக இருப்பார். அவருக்கென்றே தட்டச்சுப் பொறி ஒன்று இருந்தது. தன் பகுதியில் இருக்கும் கோயில் விழாக்களுக்குத் தொலைபேசி மூலம் அழைப்பு விடுத்துக்கொண்டும், நன்கொடை வசூல் செய்துகொண்டும் இருப்பார். அவர் யாருடைய கட்டுப்பாட்டிலும் இல்லை. அவர் சேவை மையத்தின் மேலாளர். யாருக்கும் அவர் மரியாதை தந்ததாக நினைவு இல்லை. யாருடனும் அவர் பேசவும் மாட்டார்.

அடுத்த அறை சேவை மையக் கணக்கருக்கும் (திருமதி ராமராஜன்) அவளது உதவியாளர் – பெண்ணுக்குமானது. திரு. ராமராஜனைப் போலவே திருமதியும் எப்பொழுதாவது பிரச்சனை கிளப்பிக்கொண்டிருப்பாள். பாவம், அவளது உதவியாளர் பெண்!

அடுத்த இரண்டு அறைகளும் நிர்வாகிகளுக்கென்று ஒதுக்கப்பட்டிருந்தன. அதில் மலையாளத்தைத் தாய்மொழியாகக் கொண்ட ஒரு கிழ வயது அய்.ஆர்.எஸ். (ஓய்வு) அதிகாரி, மத்திய வருவாய்த் துறையில் அதிகாரியாக இருந்தவர், தெலுங்கு மொழி பேசும் ஒரு தொண்டு கிழம் (வள்ளலார் பக்தை), கொங்கணி பேசும் லக்குபாய் மேடம், பார்ஸி மேடம் இருந்தனர். அனைவரும் நிர்வாகிகள். தலைவர், உபதலைவர், செயலர், உபசெயலர், பொருளாளர், உபபொருளாளர் குப்பைகள்.

இவர்களைப் பற்றிச் சிறு குறிப்புகள் தர வேண்டும்.

தலைவி (President) ஒரு வடக்கத்தி. ஒரு dowager. சென்னையின் ஒரு குறிப்பிட்ட பகுதி முழுமைக்கும் சொந்தக் காரி. ஏழைகளின் வாடையே அவளுக்குப் பிடிக்காது. எங்கள் ப்ராஜெக்ட்டில் உதவி பெறும் தாய்மார்களை அனாயாசத்துக்கு ஏசுவாள்.

எங்கள் அம்மையார் கேம்பிரிட்ஜ் மெட்ரிக்கும் ஆங்கி லத்தைச் சரளமாக, பிழையில்லாமல் பேசுவதில் ஓராண்டு பயிற்சியும் பெற்றவர். பேச்சு பிழை இல்லாமல் இருந்தாலும் எழுத்து அபத்தம்.

லக்குபாய் மேடம் நல்லவர். அவர் யாருக்கும் இடையூறு செய்ய மாட்டார். பார்ஸி மேடம், பெயர் திருமதி ராம்சந்தானி, வித்தியாசமானவர். புகை பிடிப்பார். லைட்டர் மறந்த தினங் களில் என் இருக்கை அருகே வந்து தீப்பெட்டி கேட்டுச் சிகரெட்டைக் கொளுத்திக்கொண்டு செல்வார். ஒருமுறை அயல் நாட்டு சிகரெட் பெட்டி ஒன்றை என்னிடம் கொடுத்தார். கை இல்லாத ரவிக்கையுடனும் புடவையுடனும் இருப்பார். சில வேளை கோபப்பட்டாலும் பொதுவாக நல்லவர்.

வாசகா, வாசகி, இன்னும் 1991இல் தானே இருக்கிறோம்.

இதே வருடத்தில்தான் வாசன் வேலையைத் துறந்தார். தானாகவே ப்ராஜெக்ட்ஸ் சிலவற்றை உருவாக்கியிருந்தார். போகுமுன் அவர் லக்குபாய் மேடத்திடம் தான் மெரூணை நேசிப்பதாகவும் முடிந்தால் தனக்கு அவளைத் திருமணம் செய்து வைக்குமாறும் கேட்டுக்கொண்டார். காதல் அல்ல. எல்லா விதத்திலும் மனைவியாக இருப்பதற்கான அருகதைகள் மெரூணிடம் இருப்பதுதான் காரணம் என்றும் சொன்னாராம். மெரூண் மலையாளம் பேசுகிறவளாக இருந்தாலும் தனது மொழி பேசும் ஒருவரைத் திருமணம் செய்துகொள்ள அவள் விரும்பவில்லை. ஆகையால், அவள் தெலுங்கு பேசும் வாசனுக்கு மனைவியாக இருப்பதில் ஆட்சேபம் ஏதும் எழுப்ப வில்லை.

ஒரு ஞாயிறு அன்று லக்குபாய் மேடம் தலைமையில் எங்கள் ஆடிட்டோரியத்திலேயே நிச்சயதார்த்தம் நடந்தது. மெரூணின் அப்பா தவறியிருந்தார். பெண் வீட்டாராக என்னைப் பொறுப்பேற்குமாறு கேட்டுக்கொண்டாள் மெரூண். எனக்கு ரொம்பவும் பெருமையாக இருந்தது. எழுத்து வடிவி லான ஒப்பந்தம் என் மூலம் நடைபெற்றது. மெரூணின் தாயார் எனக்கு நன்றி சொன்ன போதுதான் என் உதவியின் பிரம்மாண்டம் எனக்குத் தெரிந்ததுடன் மனதில் மெரூண் மீதான பொறுப்புணர்ச்சியும் தோன்றிற்று. வாசன் மீதான என் கோபமும் ஒருவாறு தணிந்தது.

மெரூண் – வாசன் திருமணம் இந்து முறைப்படி சென்னை யில் ஒரு திருமண மண்டபத்தில் நடைபெற்றது. அலுவலகம் ஒரு திரளாக வந்து தம்பதிகளுக்கு நல்வாழ்த்து சொன்னது. விருந்தும் அற்புதமாக இருந்தது.

வாசன் தன் ப்ராஜெக்ட்களின் நிமித்தம் மதுரையில் இருக்குமாறு நேரிட்டது. மெரூண் அவருக்கு உதவ உடன் செல்ல வேண்டியதாயிற்று.

இப்பொழுது 1991இல் நடந்த பிற விஷயங்கள் பற்றிப் பார்ப்போம்.

ஏப்ரல் என்று நினைக்கிறேன். நிர்வாகிகளுக்கு மூளை குழம்பிற்று. தங்களுக்கென்றே பிரத்தியேகமாக ஒரு கக்கூஸ் இருக்க வேண்டும் என்று அவர்கள் நினைக்க, கீழே 'ஷெட்' அருகில் ஒரு பிரமாதமான கக்கூஸ் தயாரானது. குழல் விளக்கு, லாவெண்டர் ஓடோனில் சகிதம் அமர்க்களப்பட்டது.

இதனால் துப்புரவுப் பணியாளர் கொண்டையாவின் வேலைப் பளு அதிகமாயிற்று. நிர்வாகக் கிழம் எதற்கோ ஒன்றுக்கு இருக்க வேண்டுமானால், கொண்டையாதான் ஒரு கொக்கியில் பத்திரமாகத் தொங்க விடப்பட்ட சாவியை எடுத்து கக்கூஸைத் திறந்து ஆசுவாசம் முடியும் மட்டும் காத்திருந்து, ஃப்ளஸ் செய்து, குழல் விளக்கை அணைத்து கக்கூஸை மூடி சாவியை அதற்குரிய கொக்கியில் மாட்ட வேண்டியதாயிற்று. ('வர்க்கம்' என்ற சிறுகதையில் இது பெற்றுள்ளது).

மும்தாஜ் பேகம் எங்களுடன் இல்லாத சமயம் அம்மையார் என்னிடம் ஒரு பொறுப்பை ஒப்படைத்தார். "உங்களால் ஒரு மாதத்தில் எத்தனை கேஸ்களை உதவித் திட்டத்தில் சேர்க்க முடியும்? ஒரு தற்காலிக உதவித் திட்டத்தை அமல்படுத்த வாய்ப்பு ஒன்று உள்ளது. என்ன உங்களால் மாதம் ஒரு பத்து கேஸ்களைச் செய்ய இயலுமா?" என்று கேட்டார் அம்மையார்.

அப்பொழுதெல்லாம் நான் அம்மையாரைத் தெய்வமாக வணங்கிக்கொண்டிருந்தேன் ('க்ரியாவின் தற்காலத் தமிழ் அகராதி'யையும் 'Thiruvengadu Bronzes' என்ற புத்தகத்தையும் நான் அம்மையாருக்குப் பரிசளித்திருந்தேன்). ஒருவித அமானுஷ்ய உற்சாகம் என்னுள் கரை புரண்டோட ஒரே மாதத்தில் 48 கேஸ்களைச் செய்தேன் (அதாவது 48 குடும் பங்கள் நிதி உதவி பெறும்). அது ஒரு சாதனை. அம்மையாரே ஒப்புக்கொண்டார். மூன்றாண்டு உதவித் திட்டம் அது. அம்மை யார் என்னை வெகுவாகப் பாராட்டினார். நலிந்த நிலையில் இருந்த நிறைய பேருக்கு உதவ எனக்கு ஒரு சந்தர்ப்பம் கிடைத்ததில் எனக்கும் மிக்க மகிழ்ச்சியாக இருந்தது.

அப்புறம் அம்மையார் குடும்ப நலத் திட்டம் ஒன்றை ஆரம்பித்தார். அதன் கீழ், ஜூன் மாதம் பள்ளி திறப்பதற்கு முன், கல்வி நிதி உதவி கொடுக்கப்பட்டது. அது ஒருமுறை திட்டம். அதாவது ஒரே ஒரு முறைதான் உதவி வழங்கப்படும். ரூ. 600/– லிருந்து 1200/– வரை உதவியாகக் கொடுக்கலாம். அந்தப் பொறுப்பையும் என் மேல் சுமத்தினார் அம்மையார். அந்தத் திட்டத்துக்கான நிதி வேறு ஏதோ ஒரு நிறுவனத்திலிருந்து (எனக்கு நினைவு பிசகிவிட்டது) எங்களுக்குக் கிடைத்து வந்தது. நான் நிறைய பேருக்கு உதவி செய்ய நேர்ந்தது. கூடுதல் உற்சாகம். அனைவருக்கும் குறைந்தபட்சம் ரூ.1000/– ஆவது கிடைக்குமாறு ஏற்பாடு செய்தேன்.

சமாதானம் அயல்நாட்டுக்குச் செல்லும் வரை எனக்கு அலுவலகம் ஒரு பிரச்சனையாகத் தோன்றவில்லை. பிறகு ஏதோ ஒரு காரணத்தால் சற்று கடுப்பு தோன்ற ஆரம்பித்தது. அது

அனேகமாக மொழி சம்பந்தப்பட்டதுதான் (தமிழ் வாசகா, வாசகி, நீ இப்பொழுதும் 1991இல்தான் இருக்கிறாய், மறந்து விடாதே. காலத்தின் முன்னும் பின்னும் நீ நகர வேண்டும். அப்பொழுதுதான் நீ இந்தப் படைப்பை முழுமையாகப் புரிந்து கொள்ள முடியும்).

மொழி பற்றிச் சொன்னேன் அல்லவா? சமூகப் பணிக்குத் தேவையான:

gesture of succour

resettlement

benign gesture

altruism

philanthropy

medical line of managemnt

emaciaton

straitened circumstances

indingence

plight

penury

warm and sunny greetings

pecuniary help

impairment

impediment

hindrance

போன்ற வார்த்தைகள் நான் போய் அந்த ப்ராஜெக்ட்டுக்கு அறிமுகப்படுத்த வேண்டி இருந்தது. "இவனுகள் என்ன படிக் கிறான்கள்?" என்ற நினைப்பைத் தவிர்க்க இயலவில்லை.

பலராமன், ராமச்சந்திரன், விஜி தவிர மற்ற அனைவரும் என்னுடைய உதவியுடன்தான் அறிக்கைகளை எழுதிக்கொண் டிருந்தார்கள். ஒருமுறை மும்தாஜ் பேகமுக்குக் கடுப்பாகி விட்டது. "Gopikrishnan is not an authority in English" என்று கத்தி னாள். அவளுடைய தவறை அகராதி கொண்டு சுட்டிக் காட்டி யதில் அவள் "sorry" சொல்ல வேண்டி வந்தது.

போதாக்குறைக்கு, சமூகப் பணிக்கென்றே தில்லியிலிருந்து பிரத்தியேகக் கல்லூரியில் முதலாம் வகுப்பில் தேறியிருந்த அருள் செல்வி என்ற இளம் பெண் எங்கள் ப்ராஜெக்ட்டில்

சமூகப் பணியாளராகச் சேர்ந்திருந்தாள். Responseஐ அவள் Responce என்று எழுத எனக்கு எரிச்சல் பொத்துக்கொண்டு வந்தது. நல்ல வேளையாகச் சில மாதங்களுக்குப் பிறகு அவள் எம்.ஃபில். பண்ண பெங்களூர் சென்றுவிட்டாள்.

என்னுடைய பயிற்சிக் காலம் (probation) ஆறு மாதங்களில் முடிவடைந்தது. எனக்கு பிறர் போல் சம்பள விகிதம் அளித் தார்கள். என்னுடைய சம்பளம் ரூ.750லிருந்து ரூ.1200 ஆக உயர்ந்தது மிகுந்த மகிழ்ச்சியை அளித்தது. ஊதிய உயர்வைக் கொண்டாட சமாதானத்துக்கு அய்ஸ்கிரீம் வாங்கித் தந்தேன். நெருக்கமான பரிசாக அழகான பூ வேலைப்பாடுகள் கொண்ட panties ஒன்றைக் கொடுத்தேன்.

வாசகா, வாசகி பின்னோக்கி நகர்ந்து ஏப்ரல் 1990க்கு வந்து விடு.

நான் அம்மையாரிடம் பதவி உயர்வு பற்றிக் கேட்டேன். "பொறுங்கள். சில மாதங்கள் எங்களுடன் இருங்கள்" என்றார் அவர்.

வாசகா, வாசகி இப்பொழுது மீண்டும் 1991க்கு வா.

செப்டம்பர் 1991. மும்தாஜ் பேகம் லண்டனிலிருந்து திரும்பினாள். எனக்கும் அவளுக்கும் ஆகாது. வந்ததும் வராதது மாக அவள் தற்காலிக உதவித் திட்டத்தைத் தடை செய்யும் முயற்சியிலும் இறங்கினாள். அது என் நெஞ்சில் அடிக்கப்பட்ட ஒரு பலமான அடி. அதிர்ச்சி, அதீத துக்கம், மனச்சோர்வு, கிட்டத்தட்ட ஒரு பிறழ்வு. நான் நல்ல மனதுடன் துவக்கி வைத்த திட்டம் அது. என் பணி விலகல் கடிதத்தைத் தட்டச்சு செய்து, அம்மையாரிடம் நீட்டி, "Now, allow me to leave in peace" என்றேன். விருட்டென்று வந்துவிட்டேன். நான்கு நாட்கள் கழித்து சந்திரன் வீட்டுக்கு வந்தார். என் பணி விலகல் ஏற்றுக் கொள்ளப்படவில்லை என்றும், ஒரு நல்ல பணியாளரை இழக்க சேவை மையம் விரும்பவில்லை என்றும், மீண்டும் பணியில் சேருமாறும் கேட்டுக்கொண்ட கடிதம் ஒன்றை அம்மையார் எழுதியிருந்தார்.

அடுத்த நாள் நான் மீண்டும் சேவை மையத்தில் சேர்ந் தேன். மும்தாஜ் பேகம் என் போக்கில் தலையிடாமல் இருக்கு மாறு பார்த்துக்கொள்ள வேண்டும் என்று நான் அம்மையாரிடம் கேட்டுக்கொண்டேன். அம்மையாரும் உறுதி அளித்தார்.

குடும்ப நலத் திட்டம் என் பொறுப்பிலிருந்து நீக்கப்பட்டு கலாவதி டேவிட்டிடம் கொடுக்கப்பட்டிருந்தது. அதில் எனக்கு ஏகப்பட்ட சோகம். கலாவதி ரூ.600க்கு மேல் யாருக்கும் தர

வில்லை. அவள் ஏன் இவ்வளவு கடுமையாக இருந்தாள் என்று எனக்கு இன்னும் புரியவில்லை.

மும்தாஜுக்கு இயக்குநர் என்ற பதவி உயர்வு கிடைத்தது. பலராமன் தலைமைச் சமூகப் பணியாளராகத் தொடர்ந்தார். இருவருமே சமூகப் பணித் துறைக்கு அருகதை இல்லாதவர்கள்.

1992இல் எனக்குப் பதவி உயர்வு கிடைத்தது. இனிய செய்தியை பலராமன் என்னிடம் சொன்னார். அது தோற்று விட்டது. அய்.ஆர்.எஸ். ஓநாய் எம்.ஏ.(சமூகப் பணி)யில் குறியாக இருந்தது. அம்மையாரால் எனக்கு உதவ முடியவில்லை. எம்.ஏ. (சமூகப் பணி) பகுதி நேரத்தில் இல்லை என்றும் சமூகவியலாக இருந்தால் பதவி உயர்வு கிடைக்குமா என்றும் அம்மையாரிடம் கேட்டேன். அம்மையார் சம்மதம் தெரிவித்தார். மும்தாஜும் அதற்கு இசைந்தாள். அப்புறம் இந்தக் காகிதக் கல்வித் தகுதிக் குப்பைகளில் எல்லாம் எனக்கு நம்பிக்கை இல்லை என்று திட்டவட்டமாகச் சொன்னேன்.

“நீங்கள் படியுங்கள். உங்களுக்குப் பதவி உயர்வைத் தடங்கல் இல்லாமல் தர என்னால் முடியும்” என்றார் அம்மையார். படு கடுப்புடன் அண்ணாமலைப் பல்கலைக் கழகத்தில் எம்.ஏ. (சமூகவியல்) படிப்பில் சேர்ந்தேன்.

அதே ஆண்டில் ஒரு குறிப்பிட்ட சம்பவம் நேர்ந்தது அமெரிக்காவில் இருந்த ஒரு பெண் மருத்துவர் எங்கள் கூடத்துக்கு வந்தாள். அப்பொழுது என்னைத் தவிர அனைத்துப் பணியாளர்களும் களப் பணிக்குச் சென்றிருந்தனர். அவளுக்குச் சிசுவுக்கும் குழந்தைக்கும் இடையே உள்ள வித்தியாசம் தெரிந்திருக்கவில்லை (அவளுக்கும் எனக்கும் இடையே நடந்த உரையாடல் ‘இரு உலகங்கள்’ என்ற சிறுகதையில் இடம்பெற்றுள்ளது).

ஆண்டு வாரியாகச் சொல்ல முடியாத சில விஷயங்கள் பற்றி இங்கு குறிப்பிடுகிறேன். எனக்கு இரண்டு வகையான உதவிகள் அலுவலகத்தில் இருந்தன. ஒன்று மெர்ஸி வைத்திருந்த மருத்துவ அகராதி. மற்றொன்று தொண்டு நிறுவனங்களின் குறிப்புகள் கொண்ட Sahaya என்ற புத்தகம். ஆனால் இருந்த ஒரே அகராதி கிழிந்து போய் அனாமத்தாக பலராமனின் மேசை மேல் கிடந்தது. அது எந்த அகராதி என்றுகூடத் தெரிந்து கொள்ள இயலாத அளவு நாசமாகப் போயிருந்தது.

இப்பொழுது மும்தாஜ் பற்றி. வயது 42 இருக்கும். திருமணம் செய்துகொள்ளவில்லை. அவளுக்குத் தொலைபேசி அழைப்பு வந்தால், அவள் தன் இருக்கையை விட்டு எழாமல் “சிங் யார்

பேசுவது?" என்று கேட்டுப் பிறகுதான் தொலைபேசி அருகே வருவாள். மும்தாஜ் பணக்காரி.

அவள் தன் தலையை ஒரு பக்கம் சாய்த்துக்கொண்டும் தனக்குத் தானே பேசிக்கொண்டும் நடந்து போவாள். கறாரான வள். கண்டிப்பானவள். உதவி பெறுபவர் முன்னூறு ரூபாய் கேட்டால் கன்னா பின்னாவென்று கேள்விகள் கேட்டுவிட்டு ஒரு வழியாக இருநூறு ரூபாய்தான் எழுதித் தருவாள். பசி, வறுமை, இல்லாமை போன்ற எதுவுமே அவளுக்குத் தெரிந்திருக்கவில்லை. அவளை நான் தீவிரமாக வெறுத்தேன். காசை முதலில் பார்த்ததுமே பசியில் இருக்கும் உதவி பெறுபவள் ஓர் அரை பிளேட் சிக்கன் பிரியாணியைச் சாப்பிடுவது மிகவும் இயல்பானதே. இன்றும் நான் பசியை மறக்க விரும்பவில்லை. மாதம் ஒருமுறை மதிய உணவையும் இரவு உணவையும் உட்கொள்ளாமல் வாடிய நிலையில் படுத்துக்கொள்வேன். பசியை மறப்பது என்பது நலிந்த சக மனிதனை மறப்பது என்றாகிவிடும்.

உதவி பெற்றவர்களிடம் மும்தாஜ் இருநூறு ரூபாய்க்கெல்லாம் ரசீது கேட்பாள். மும்தாஜிடம் உதவி பெறுகிறவர்கள் பாவப்பட்ட ஜீவன்கள்.

எனக்கு 250 குடும்பங்கள் ஒதுக்கப்பட்டிருந்தன. அவர்கள் அனைவரையும் நல்ல விதமாக நடத்திக்கொண்டிருந்தேன். கேட்ட பணத்தை எழுதிக் கொடுத்து விடுவேன்.

ஒரு சமயம் ஒரு சுற்றறிக்கை வந்தது. ரூபாய் 1000க்கு மேல் பணம் தர வேண்டுமானால் ஒரு வேண்டுகோளும், எதற்காக அவ்வளவு பணம் தேவை என்ற அத்தாட்சியும் அம்மையாரின் கையொப்பமும் தேவை என்றது அறிக்கை. நான் கவலையே படவில்லை. சிங்கிடம் ஓர் உடன்படிக்கை செய்துகொண்டேன். ரூ. 1000க்கும் மேல் பணம் பெறுகிறவர்களின் காசோலைகளை நானே எழுதி வங்கிக்கு அனுப்பி வைத்தேன். அது சிங்குடைய வேலை. அவள் ஒன்றும் சொல்லவில்லை. ஏற்கனவே ஓர் இடத்தில் குறிப்பிட்டதுபோல சிங் ஒரு நல்ல 'ஸ்போர்ட்'. அவள் அனாயாசமாக பணயங்களை எடுத்துக்கொண்டிருந்தாள். "It is okay with me sir, Go ahead" என்றாள். என் அக்கறை எல்லாம் என்னிடம் உதவி பெறுகிறவர்களின் திருப்தியும் மேம்பாடும்தான்.

ஒருமுறை சாருலதா என்ற பெண்ணின் கணக்கில் ரூ. 8800 சேர்ந்திருந்தது. அவளுக்குத் திருமணம் நிகழவிருந்தது. ரூ.8700யை எழுதிக் கொடுத்து அதற்கு உண்டான காசோலையையும் எழுதி வங்கிக்கு அனுப்பி வைத்தேன். சாருலதாவும் அவளது தாயாரும் எனக்கு நிரம்ப நன்றியைத் தெரிவித்தார்கள்.

என்னிடம் உதவி பெறுகிறவர்களிடம் நான் சொன்ன தெல்லாம், "பணத்தைச் சேமித்து வைக்காதீர்கள், தேவை இல்லை என்றால் எங்கள் கணக்கிலிருந்து பணத்தை எடுத்துக் கொண்டு உங்கள் பகுதியில் இருக்கும் வங்கி ஒன்றில் போட்டு வையுங்கள்" என்றுதான். காரணம் இல்லாமல் இல்லை.

ஒரு பெண்ணுக்கு ரூ.23,500/– வங்கிக் கணக்கில் சேர்ந் திருந்தது. அவளுக்குத் திருமணம் ஏற்பாடாகி இருந்தது. அவள் கலாவதி டேவிடின் கீழ் உதவி பெற்றுக்கொண்டிருந்தாள். கலாவதி, விஷயத்தை அம்மையாரிடம் சொல்ல, அம்மையார் ஆங்கிலத்தில், "என் வங்கிக் கணக்கில் உள்ள பணத்தை இந்த ப்ராஜெக்ட்டில் உதவி பெறும் சிறார்களுக்கு நன்கொடையாகக் கொடுக்கிறேன்" என்று தட்டச்சு செய்வித்து அந்தப் பெண் ணிடம் வற்புறுத்திக் கையொப்பம் பெற்றிருந்தார். இது கணக்கர் மூலம் எனக்குத் தெரிய வந்தது. ஆங்கிலம் தனக்குத் தெரியா தென்றும், கட்டாயப்படுத்திக் கையொப்பம் பெறப்பட்டது என்றும் அந்தப் பெண் என்னிடம் சொல்லி அழ, நான் தமிழில் ஒரு மறுப்புக் கடிதம் எழுதி அவளிடம் கையொப்பம் பெற்றுக் கணக்கரிடம் கொடுத்தேன். அது பயனளிக்கவில்லை. கலாவதி இது குறித்து எந்த அக்கறையும் எடுத்துக்கொள்ளவில்லை. வாயில் இருக்கும் சோற்றுப் பருக்கைகளைத் தட்டிப் பறிப்பவள் தான் கலாவதி என்று நினைத்துக்கொண்டேன்.

நாங்கள் அனைவரும் மாலை அய்ந்து மணி வரையில் எல்லாம் இருக்க மாட்டோம். நான்கு மணி முதல் ஒவ்வொருவ ராகக் கிளம்பிவிடுவோம். நிர்வாகம் ஒரு பதிவேட்டைக் கொண்டு வந்தது. எத்தனை மணிக்குச் சேவை மையத்தை விட்டுக் கிளம்புகிறோம் என்பதைக் குறிப்பிட்டுக் கையொப்பம் இட வேண்டும் என்ற சுற்றறிக்கை எங்கள் கவனத்துக்கு வந்தது. அறிக்கையின் ஓர் ஓரத்தில், "எனக்கு இதில் உடன்பாடு இல்லை" என்று எழுதிக் கையெழுத்திட்டேன். கடைசி வரை ஒருநாள் கூட அந்தப் பதிவேட்டில் நான் கையெழுத்து இடவில்லை. நிர்வாகிகளுக்கு நான் ஒரு சவாலாகவே விளங்கினேன். காரணம் அந்த அய்.ஆர்.எஸ். ஓநாயை நான் வெறுத்ததுதான். மும்தாஜின் ஆங்கிலம் பற்றிச் சொல்வது அவசியம். இலக்கணப் பிழை இல்லாதிருந்தாலும் அருவருக்கத்தக்க குழைவுடன் இருக்கும். அமோகமான புளுகு. உங்கள் நன்கொடையில்தான் புஷ்பாவின் வாழ்வுக்கு ஓர் அர்த்தம் கிடைத்திருக்கிறது bla bla bla. பொய்யும் புரட்டும்தான் சமூகப் பணி கேஸ் குறிப்புகளா? எனக்குத் தெரிய வில்லை.

என்னுடைய கேஸ் குறிப்புகளும் நன்கொடையாளர்களுக் கான அறிக்கைகளும் கச்சிதமாக தோழமையுடன் இருக்கும். குழைவது, யாசகத் தன்மை, வானளாவப் புகழ்வது போன்ற மொழி இருக்காது.

இப்பொழுது பலராமன் பற்றிக் கொஞ்சம் சொல்கிறேன். ரூ. 1000 கேட்டால் ரூ. 250ஐ நோட்டுப் புத்தகத்தில் எழுதி நோட்டைத் தூக்கித் தரையில் வீசி எறிவார்.

என்னைப் பொறுத்தவரை மும்தாஜ், கலாவதி டேவிட், பலராமன் மூவருமே சமூகப் பணித் துறையில் உள்ள கறுப்பு ஆடுகள்.

நிர்வாகிகளில் எனக்கு மூன்று பேரைப் பிடிக்கும். ஒன்று ராம்சந்தானி, சமூக இடைவெளி அதிகமில்லாமல் என்னுடன் பழகுகிறவர். இரண்டாவது லக்குபாய். மூன்றாவது தெலுங்கு மொழி பேசும் தொண்டு கிழம் (வள்ளலார் பக்தை இதை ஏற்கனவே ஓர் இடத்தில் குறிப்பிட்டிருக்கிறேன். பக்தை அடிக் கடி என்னிடம் மட்டும் வேலை தருவார். நானும் செய்வேன். அவருக்கு வேறு யாரும் உதவ மாட்டார்கள். “லூஸு, பைத்தியம்” என்றுதான் மற்றவர்கள் அவரைக் குறிப்பிடுவார்கள். ஆனால், எனக்கு ஏனோ அவருடைய இயலாமை கலந்த ஆளுமைமீது ஒருவித அனுதாபம் இருந்தது. உணவு இடைவேளையில் அவருடைய அறிக்கை, கடிதம் முதலியவற்றை நான் தட்டச்சு செய்து கொடுப்பேன்.

அப்புறம் இந்தத் தனியார் கல்லூரி பற்றி ஒன்றும் சொல்ல வில்லையே. அதன் இயக்குநர் மலையாளத்தைத் தாய்மொழி யாகக் கொண்டவர் – படு ஊழல்காரராம். நான்கு ஆண்டு களுக்கு முன் கல்லூரி முதல்வர் பதவி முடிவுற்ற நிலையில் ஒரு சங்கத்தை ஆரம்பித்து, அதன் இயக்குநராகப் பதவி ஏற்று இருக்கையை விட்டு அகலாமல் இருப்பவராம். மாதா மாதம் நிறைய சம்பளமும் அவருடைய பங்களா வாடகையாக நாலா யிரம் ரூபாயையும் சங்க நிதியிலிருந்து பெற்று வருகிறவர் என்றார்கள். கல்லூரித் துணைப் பேராசிரியர்கள் நால்வர் உயர்நீதிமன்றம் மூலம்தான் சம்பளம் வாங்கிக்கொண்டிருந் தார்கள் என்பதும் நம்பகமான செய்தி.

ஒருமுறை அந்த இயக்குநருக்கு என் உதவி தேவைப்பட்டது. தமிழ்க் கையேடு ஒன்றை ஆங்கிலத்தில் மொழிபெயர்க்க என்னை நாடினார்கள். நான் திட்டவட்டமாக மறுத்துவிட்டேன். காரணம் கேட்டார்கள். “சொல்ல வேண்டிய அவசியம் எனக் கில்லை” என்றேன் காட்டமாக. பணப் பேய்களுக்கும் ஊழல் காரர்களுக்கும் என் வாழ்க்கையில் இடமில்லை.

வாசகா, வாசகி, நாம் இப்பொழுது 1993க்கு வருவோம். அயல்நாட்டு நண்பர் ஒருவரின் உதவியோடு தவணை முறையில் ஒரு மோபெட்டை வாங்கினேன். எனக்கு அது மிகவும் சவுகரியமாக இருந்தது.

நான் வேகமாக வண்டி ஓட்டிக்கொண்டிருந்ததைப் பார்த்த லக்குபாய் மேடம் என்னைத் தனியே அழைத்து, “நீங்கள் நீண்ட நாள் உயிரோடு இருக்க வேண்டும். உங்கள் நேரிய சேவை எங்கள் ப்ராஜெக்ட்டுக்கு நீண்ட நாள் தேவைப்படும். வண்டியை மெதுவாகவே ஓட்டுங்கள்” என்றார்.

இது நடந்த ஆறு மாத காலத்தில் லக்குபாய் ஏதே ஒரு சுகக்கேட்டுக்கு ஆளாகி இறந்தார். எனக்கு மிகுந்த துக்கமாக இருந்தது.

பொதுவாக நான் துக்கம் விசாரிக்கவெல்லாம் போக மாட்டேன். எப்படி நடந்துகொள்வது, யாரிடம் என்ன சொல் வது என்றெல்லாம் எனக்குத் தெரியாது.

இறப்புச் செய்தியைக் கேள்விப்பட்டதும் விருட்டென்று மோபெட்டில் வீடு திரும்பினேன். அன்றைக்கு விடுமுறையாக இருக்கும் என்று எனக்குத் தெரியும்.

லக்குபாய் மேடம் இறந்த ஒரு வார காலத்தில் நீண்ட நாள் நோயுடன் போராடிக்கொண்டிருந்த கோபாலாச்சாரி என்ற நிர்வாக உறுப்பினரும் இறந்து போனார்.

இருவருக்கும் சேர்ந்து இரங்கல் கூட்டம் ஒன்று நடந்தது. வடக்கத்தி இசையுடன் கூட்டம் அமைதியுடன் நடந்தது.

அதே ஆண்டில் ஒரு சிரியன் கிறித்தவப் பெண் – மலையாளத்தைத் தாய்மொழியாகக் கொண்டவள் – சமூகப் பணியாளராகச் சேர்ந்தாள். குறுகிய காலம் சென்று கணபதி என்ற ஓர் இளைஞர் சமூகப் பணியாளராக என் பக்கத்து இருக்கையில் அமர்ந்தார். முரட்டு சுபாவமும், பிழையுள்ள ஆங்கிலமும், கையூட்டும் அவரது முக்கிய குணாம்சங்கள். மட்டுமின்றி அவரது பார்வை ஒரு நிலையில் இல்லாமல் ஓர் இடத்திலிருந்து இன்னொரு இடத்துக்கு சதா தாவிக்கொண்டிருந்தது.

வாசகா, வாசகி, இந்த shifty eyes பற்றி நீ என்ன நினைக்கிறாய்? எனக்கென்னவோ அது கெடுதல் நிறைந்த அம்சமாகப் படுகிறது. ஒரு வேளை இது மூட நம்பிக்கையாகக் கூட இருக்கலாம்.

புதிதாகச் சேர்ந்த அந்தப் பெண் ஷெர்லி ஜான் வினோதமாக இருந்தாள். அவள் பேசுவது ஆண்டறிக்கை படிப்பது போல இருக்கும். வறண்டு, உணர்ச்சிகள் அற்று இருக்கும்.

ஷெர்லியும் கணபதியும் குறுகிய காலத்தில் நெருக்கமான நண்பர்கள் ஆகிவிட்டார்கள். அலுவலகம் முடிந்து இருவரும் ஆட்டோவிலேயே சென்றார்கள். யார் யாருடன் செல்கிறார்கள் என்பது என் பிரச்சனை அல்ல. கணபதியின் ஒட்டுமொத்த வேலையும் என் தலைமீது சுமத்தப்பட்டதைத்தான் என்னால் சகித்துக்கொள்ள முடியவில்லை.

ஒரு சிபாரிசுக் கடிதத்தையோ, வங்கிக் கணக்கை மூடச் சொல்லும் எளிய ஒரு கடிதத்தையோகூட கணபதியால் எழுத இயலவில்லை. இவ்வளவுக்கும் அவர் ஆங்கிலப் பயிற்று மொழியில் எம்.ஏ. சமூகப் பணி பட்டம் பெற்றுத் திகழ்ந்தார்.

இதற்கு மரியம் எவ்வளவோ தேவலாம். அவள் வெறும் எஸ்.எஸ்.எல்.ஸி.தான் படித்திருந்தாள். கணபதி அவள் கால் தூசுக்குக் கூட சமானம் இல்லை.

கணபதி வந்து இரண்டு மாதங்களில் அவருக்குத் திருமணம் நடந்தது. ஷெர்லி உட்பட நாங்கள் அனைவரும் அலுவலக மோட்டார் வாகனத்தில் வைபவத்திற்குப் போயிருந்தோம். திருமண மேடையில் ஒரு மோபெட்டும் பல சீர்வரிசைகளும் பார்வைக்கு வைக்கப்பட்டிருந்தன. எனக்கு என்னமோ அருவருப் பாக இருந்தது.

திருமணமாகி ஓராண்டு நிறைவு பெற்ற சில தினங் களிலேயே குடிபோதையில் மோபெட்டில் சென்றுகொண்டிருந்த போது கணபதி சாலை விபத்து ஒன்றில் இறந்தார். மனைவி நிறை மாதக் கர்ப்பிணி. நாங்கள் அங்கு சென்றிருந்தோம்.

நான்கு விஷயங்களை நானும் குணசீலனும் பகிர்ந்து கொண்டோம். 1. கணபதி படிக்கவில்லை; 2. அவரால் யாருக்கும் பலன் இல்லை; 3. இளம் விதவையை உருவாக்கி விட்ட கொடூரர்; 4. உதவி பெறுகிறவர்களிடமிருந்து மூவாயிரம் ரூபாய்க்கு மேலேயே கையாடல் செய்திருந்த அயோக்கியர்.

எனக்கும் குணசீலனுக்கும் கணபதி செத்தது நல்லது என்றே நினைக்கத் தோன்றிற்று.

வாசகா, வாசகி, இப்பொழுது நாம் 1994க்குச் செல்வோம்.

மே, 1994இல் நடந்த எம்.ஏ. இறுதி ஆண்டுத் தேர்வில் நான் தேறினேன். சான்றிதழ் ஆகஸ்ட் மாதத்தில்தான் வந்தது.

அம்மையாரிடம் பதவி உயர்வு பற்றிக் கேட்டேன். ஏதோ சால்ஜாப்பு சொன்னார். எனக்கு இருந்த உற்சாகம் முழுமையாக வறண்டது. குணசீலனும் மார்கரெட் சிங்கும், எனக்குப் பதவி உயர்வு கிடைக்காதென்றும், அம்மையார் என்னை ஏமாற்று

கிறார் என்றும் சொன்னார்கள். எனக்கு அதீத மனச்சோர்வு மீண்டும் பீடித்தது. நடைப் பிணம் போல் அலுவலகத்துக்கு வருவதும் போவதுமாய் இருந்தேன்.

அதே ஆண்டு அம்மையாருக்கு சமூகப் பணித் துறையில் அரசு பதவி கிடைத்தது. அதில் அய்.ஆர்.எஸ். ஓநாய்க்குப் பொறாமையாம். ஒருவர் இரு பதவிகளில் இருக்கக் கூடாது என்றும் சேவை மையப் பணியைத் துறக்குமாறும் நச்சரித்துக் கொண்டிருந்தாராம்.

அதே ஆண்டில்தான் தில்லியில் இருந்த எங்கள் தலைமை அலுவலகம் எங்கள் ப்ராஜெக்ட்டில் குறுக்கீடு செய்தது. லண்டன் அலுவலகத்துடன் நேரடித் தொடர்பு கொள்வதைத் தடுத்தது.

ஆண்டுக்கு ஒருமுறை, உதவி பெறும் சிறுவன், சிறுமியின் தகவல்களை, அவர்கள் அனுப்பியிருந்த கேள்வித்தாளில் தட்டச்சு செய்து அனுப்ப வேண்டும். பிறகு யார் யாருக்கு உதவிக் காலம் முடிவடைகின்றது என்பதையும் அவர்களின் கேள்வித்தாளில் தட்டச்சு செய்து அனுப்ப வேண்டும். அதாவது சமூகப் பணியாளர்களை அவர்கள் குறிப்பு எழுதும் குமாஸ்தாக் களாக உருவாக்கிவிட்டார்கள்.

அந்தக் கேள்வித்தாளை தயாரித்த லண்டன்காரி, எம்.ஏ. (ஏரியா ஸ்டடீஸ்) பட்டம் பெற்றவள், எங்கள் நிறுவனத்துக்கு வந்தாள். கூடவே தில்லி அதிகாரியும் (அவள் சதா பீடா மென்று கொண்டிருந்தாள்) வந்திருந்தாள். ஒரு சிறு கூட்டம் நடைபெற்றது. தான் தயாரித்திருந்த கேள்வித்தாள் பற்றி அபிப்பிராயம் கேட்டாள் லண்டன்காரி. “அது எங்களையெல்லாம் குமாஸ்தாக் களாக்கி விட்டிருக்கிறது. எனக்கு இந்தக் கூட்டத்தில் அக்கறை இல்லை. எக்ஸ்யூஸ் மி” என்று வெளி நடப்பு செய்தேன்.

லண்டன்காரி வந்து திரும்பிய இரண்டு மாதங்களில், உதவி பெற்றுக்கொண்டிருந்த *5600* பேரைச் சிறிது சிறிதாகக் குறைக்க வேண்டும் என்று தில்லி அலுவலகம் கட்டளையிட்டது. ப்ராஜெக்ட்டைக் கூடிய சீக்கிரம் முடிவுக்குக் கொண்டு வரப் போவதாகவும் கூறிற்று. வேறு ஏதாவது ப்ராஜெக்ட்டை முன் வைத்தால் அது பற்றி ஆலோசித்து உதவி வழங்கப் போவ தாகவும் சொன்னது தலைமை அலுவலகம்.

இதற்காகவே நாங்கள் சாலை வாழ் சிறார்கள் மீதான தொண்டு நிறுவனம் ஒன்றைக் கலந்தாலோசிக்க வேண்டி வந்தது. அது நடத்திய நிகழ்ச்சி ஒன்றில் நானும் பார்வதியும் கலந்து கொண்டோம். எங்கள் சேவை மையம் அதில் அக்கறை

காட்டவில்லை. ('சடங்கு' என்ற சிறுகதை இதை விரிவாக எடுத்துக் கூறுகிறது).

சுரத்தே இல்லாமல் அலுவலகம் சென்றுகொண்டிருந்தேன்.

ஆண்டுகள் துயரத்துடன் நகர்ந்துகொண்டிருந்தன.

1996 செப்டம்பர் இறுதி வாக்கில் எங்கள் தலைவி (ஏற்கனவே இவளை dowager என்று குறிப்பிட்டிருக்கிறேன்) எங்களுக்கு ஒரு சுற்றறிக்கை விடுத்திருந்தாள். இனி டூவீலர்களை 'ஷெட்'டில் தாழ்வான பகுதியில்தான் நிறுத்த வேண்டும் என்றது அந்த அறிக்கை. 'ஷெட்'டையும் அதன் மேடான பரப்பையும் இணைக்க நீளவாக்கில் இழைக்கப்பட்ட ஒரு கட்டை இருந்தால் தான் அது சாத்தியம். எங்களைச் சற்றும் கலக்காமல் பலராமன் உடனே சுற்றறிக்கையில் கையெழுத்துப் போட்டார். என்னையும் உள்ளிட்டு நால்வரை இது பாதித்தது. நான் இது பற்றி பலராமனிடம் எடுத்துச் சொன்னதற்கு அவர் "உன் instruction எனக்குத் தேவை இல்லை" என்று கர்ஜித்தார். அப்புறம் நான் பலராமனிடம் எவ்விதத் தொடர்பையும் வைத்துக்கொள்ள வில்லை. ('அவிழ்த்துப் போட்ட அதிகாரியும் அனாதரவான பணியாளர்களும்' என்ற சிறுகதை இதை விவரிக்கிறது)

மார்ச் 1997 வாக்கில் நான் மிகுந்த எரிச்சலுடன் இருந்தேன். கடைசித் தடவையாக அம்மையாரிடம் என் பதவி உயர்வைக் கோரும் விண்ணப்பத்தைக் கொடுத்தேன். மணி மாலை நாலரை இருக்கும். அம்மையார் அறையில் தனியாக இருந்தார். அவர் அசிரத்தையாக இருந்தது என்னுள் கூடுதல் எரிச்சலைக் கிளப் பிற்று. அறையின் கதவை உள்தாழ்ப்பாள் போட்டேன். குரலை உயர்த்தினேன். எனக்கு உடனடியாகப் பதவி உயர்வு தேவை என்றும், அது ஆகஸ்ட் 1994 முதல் எம்.ஏ. சான்றிதழ் பெற்ற காலம் முதல் அமலுக்குக் கொண்டு வரப்பட வேண்டும் என்றும் கத்தினேன். அவர் சொன்னார்: "எழுத்து வடிவில் நான் உங்களுக்கு எந்தவித உத்தரவாதமும் தரவில்லை" என்றார். அப்பொழுதுதான் அவரது நயவஞ்சகத்தின் உச்சத்தை என்னால் உணர முடிந்தது. "அப்படியானால் படிப்பதற்காக, தேர்வு எழுதுவதற்காக எடுத்துக்கொண்ட அய்ம்பது நாள் விடுப்புச் சம்பளமும் படிப் புக்காகச் செலவழித்த அய்யாயிரம் ரூபாயையும் கொடுங்கள். அந்தப் பட்டக் காகிதத்தைக் கொளுத்திப் போடுகிறேன்" என்றேன். அம்மையார் எதற்கும் அசைந்து கொடுக்கவில்லை. எரிச்சலின் உச்சத்தில் 'நீங்கள் ஒரு மானுடத் துரோகி" என்று கத்திக் கொண்டே எழுந்து கதவைத் திறந்து வெளியேறினேன்.

அடுத்த நாளிலிருந்து நான் உண்ணாவிரதம் ஆரம்பித்தேன். லேசான அட்டைகளில் "மானுடத் துரோகியான அம்மையார் ஒழிக" என்று எழுதி அவற்றை எங்கள் செக்ஷனிலும் அதிகாரி களின் அறைகளிலும் ஒட்டினேன்.

அந்த அய்.ஆர்.எஸ். ஓநாயிடம் முறையிட்டேன். "எனக்கும் உனக்கும் எந்தவிதச் சம்பந்தமும் இல்லை" என்றான் அவன். "அப்படியானால் என்ன மயித்துக்கு நீ உபதலைவராக இருக் கிறாய்?" என்று கத்தினேன்.

உண்ணாவிரதத்தின் மூன்றாம் நாள் ஓநாயிடமிருந்து ஒரு 'மெமோ' வந்திருந்தது. என்மீது ஒழுங்கு நடவடிக்கை எடுக்கப் போவதாக. மெமோவில் ஓர் இலக்கணப் பிழையும் ஓர் இடத்தில் பேச்சு–ஆங்கிலமும் இருப்பதை நான் அவனிடம் சுட்டினேன். "ஒரு மெமோ கூட எழுதத் தெரியாத நீ எப்படி அய்.ஆர்.எஸ். ஆனாய்?" என்று கத்தினேன்.

கிட்டத்தட்ட அய்ந்து நாட்கள் உண்ணாவிரதம் இருந்தேன் என்று நினைக்கிறேன்.

கண் விழித்துப் பார்த்தபோது அறையில் மருத்துவமனைக் கட்டிலில் இருந்தது தெரிந்தது. என் கால்மாட்டில் சோகமே உருவான என் மனைவி உட்கார்ந்திருந்தாள். என்னைப் பணி யிலிருந்து விலக்கியிருப்பதாகவும் பணிக்கொடைப் பணம் ரூ. 28,000ஐக் கொடுத்திருப்பதாகவும் சொன்னாள். ஏற்கனவே மருத்துவமனைச் செலவு ரூ.20,000/ ஆகி இருப்பதாகவும் சொன்னாள்.

படுக்கையில் கிடந்தவாறே, "Bastards and Bitches" என்று கத்த, மனைவி செவிலியை அழைக்க, என் பிட்டத்தில் ஓர் ஊசி போடப்பட்டது.

*

8/2, 9/2, 10/2/2002 நாட்களில் இந்தப் புதினத்தை எழுதி முடித்தேன். இப்பொழுது என்ன செய்துகொண்டிருக்கிறேன் என்பதை நான் சொல்லப் போவதில்லை.

சேவை மையத்தில் என் ஏழரை ஆண்டுப் பணியில் நான் ஒரு சார்டர்ட் அக்கவுண்டெண்ட்டையும், ஒரு பொறியிய லாளரையும், நிறைய டெக்னீஷியன்களையும், பட்டதாரிகளையும், சில முதுநிலைப் பட்டதாரிகளையும் உருவாக்கியிருக்கிறேன். அய்ந்து பெண்களுக்குத் திருமணம் நடக்கும் வரை நிதி உதவி செய்திருக்கிறேன். மேனிலைப் பள்ளிக்குப் பிறகு தொழிற்பயிற்சி பெற்ற மாணவ மாணவியர் பலர் என்னிடம் உதவி பெற்றவர்

களே. ஒரு பத்துப் பேர்களிடம் தமிழ் இலக்கியப் பரிச்சயத்தை ஏற்படுத்தி இருக்கிறேன். ஏழு விழிப்புணர்வுக் கூட்டங்களை நடத்தியிருக்கிறேன். எல்லாவற்றுக்கும் மேலாக, குறைந்தது நான்கு பணியாளர்களின் வேலையை ஒற்றை ஆளாக இருந்து செய்திருக்கிறேன். என் உடன் பணிபுரிந்த எந்தச் சமூகப் பணி யாளரும் செய்திராத சாதனை இது.

ஆனால், என்ன? நான் உதவி சமூகப் பணியாளராகத் தானே இருந்தேன்! இந்த உதவி (Assistant) என்ற அடை என் மீது இழைக்கப்பட்ட அவமானம்தான். இந்த வேலை போனது ஒன்றும் அவ்வளவு பெரிய விஷயம் அல்ல. என் ஒரே குறை நலிந்த பிரிவினரில் இன்னும் நிறைய பேருக்கு உதவும் சந்தர்ப்பத்தை இழந்ததுதான். சேவை மைய அனுபவம் இரண்டு மூன்று நல்ல தோழர் தோழியரைப் பெற்றுத் தந்தது ஒருவித மனநிறைவைக் கொடுத்துள்ளது.

வாசகா, வாசகி, நான் இத்துடன் நிறுத்திக்கொள்கிறேன்.

எதற்கும் இந்தப் படைப்பை ஒரு புனைவு என்றே எடுத்துக் கொள்.

●

பதிவுகள்

*

இப்பகுதியில் சமூகப்பணி மற்றும் மனநோய் பற்றிய பதிவுகளாக கோபிகிருஷ்ணன் எழுதி வெளிவந்த இரண்டு புத்தகங்கள் இடம் பெற்றிருக்கின்றன; அவை: 'சமூகப்பணி அ–சமூகப்பணி எதிர்–சமூகப் பணி' (இச்சிறு கையேடு அவருடைய நெருங்கிய நண்பரான சஃபியுடன் இணைந்து எழுதப்பட்டது. முன்றில், 1992) 'உள்ளேயிருந்து சில குரல்கள்' (முன்றில், 1993). இவை தவிர, சஃபி, லதா ராமகிருஷ்ணன் மற்றும் கோபிகிருஷ்ணனின் கட்டுரைகளடங்கிய 'கொஞ்சம் இவர்களைப் பற்றி...' (சவுத் ஏசியன் புக்ஸ், 1993) என்ற நூலில் கோபிகிருஷ்ணன் எழுதிய 'சைக்யாட்ரி டுடே' என்ற கட்டுரையும் இடம்பெற்றிருக்கிறது.

'உள்ளேயிருந்து சில குரல்கள்' 59 மனநோயாளிகளைப் பேட்டி கண்டு எழுதப்பட்டிருக்கும் படைப்பு. ஓர் அரிய ஆவணம். ஒரு நாவலின் வீச்சு கொண்டது.

*

சமூகப்பணி
அ-சமூகப்பணி
எதிர்-சமூகப்பணி

சமூகப்பணியாளர் என்ற பதவி வகிப்பதற்கு சமூகப்பணித் துறையில் முதுகலைப் பட்டம் பெற்றிருக்க வேண்டும் என்ற கருத்து, துறையைச் சார்ந்தவர்களிடையே நிலவி வருகிறது. காக்கைக்குத் தன் குஞ்சு பொன் குஞ்சு, அந்த நிலைதான் இது. காகிதக் கல்வித் தகுதிக்கு ஏனோ அவ்வளவு முக்கியத்துவம்!

நாட்டில் வேலையில்லாப் பட்டதாரிகள் நிறைய பேர் இருக்க சமூகப்பணிப் பதவி சமூகப்பணித் துறை முதுகலைப் பட்டதாரிகளுக்கே கொடுக்கப்படுவதில் ஆச்சரியம் ஏதும் இல்லை. துறையில் பட்டம் பெற்றவர்களுக்கு வேலை இல்லாமல் போய்விடக் கூடாது என்கிற ஆதங்கம் சமூகப்பணித் துறை முதல்வர்களுக்கு இருப்பது தவறில்லை. முன்னுரிமை சமூகப்பணிப் பட்டதாரிகளுக்கே தரப்படுவது நடைமுறை உண்மை. ஆனால், சமூகப்பணித் துறையில் பட்டம் பெற்றவரால் தான் திறம்படச் செய்ய முடியும் என்ற கருத்துதான் ஏற்புடைய தாக இல்லை. இந்தக் கருத்து ஒரு நியாயப்படுத்தலே தவிர நியாயம் அல்ல.

நம் காகிதக் கல்வித் தகுதிகளின் பேரழகு பற்றி ஓரளவு சொல்ல வேண்டும். எனக்குத் தெரிந்து ஓர் இளநிலை ஆய்வாளர் படிப்பு (M.Phil) படித்துக்கொண்டிருந்தவர் பிர காரம் இனவிருத்தி என்ற சொல் வினைச் சொல். கவனியுங்கள். இவரது தாய்மொழி தமிழ்தான். அதேபோல M.Phil மாணவி (படிப்பைத் தமிழில் மேற்கொண்டிருந்தவர்) ஒருத்தி Colonyயை காலணி என்று எழுதுபவர். இருவரும் இப்பொழுது முனைவர் (Ph.D.) பட்டப்படிப்பு மேற்கொண்டிருப்பார்கள்.

1989 ஆகஸ்ட் மாதத்தில் என் வீட்டின் அருகில் இருந்த தனியார் பல் மருத்துவமனையில் ஒரு சொத்தைப்பல்லை நீக்கிக் கொள்ளவும் பற்களைச் சுத்தம் செய்துகொள்ளவும் சென்றிருந் தேன். மருத்துவர் ஓர் இளம்பெண். பல் மருத்துவத்தில் இளநிலைப்

பட்டம் (BDS) பெற்றவர். பற்களைச் சுத்தம் செய்து கொண் டிருந்த அவர் நடுநடுவில் Split, Split(பிளவுபடு) என்று சொல்லிக் கொண்டிருந்தார். எனக்கு முதலில் புரியவில்லையாயினும் நிலைமையை ஊகிக்க முடிந்தது. மருத்துவர் சொல்ல நினைத்தது spit (துப்புங்கள்) என்று.

சிகிச்சை ஒருவாறு முடிந்தது. பற்கள் பராமரிப்பு பற்றி மருத்துவர் இலக்கணப் பிழைகள் நிறைந்த ஆங்கிலத்தில் சரளமான உரை ஒன்றை நிகழ்த்தினார். இறுதியில், அவர் பிரகாரம் பலமுறை பிளவுபட்டுச் சிதைந்திருந்த நான் மருத்துவக் கட்டணமாக நூறு ரூபாயைத் துக்கப்பட்டுக் கொடுத்தேன். தொகையைப் பெற்றுக் கொண்ட அவர் நலன் விசாரிக்கத் தொடங்கினார். நான் வேலை செய்யும் நிறுவனத்தார் எனக்கு மருத்துவ ஈட்டுத் தொகை தருகிறார்களா என்றும், தான் பெற்றுக்கொண்ட பணத்திற்கு ரசீது வேண்டுமா என்றும் கேட்டார். கொள்கைப் பிடிப்பு அடிப்படையில் நான் ஒரு நல்ல வேலையை உதறித் தள்ளிவிட்டு இப்பொழுது என் கோப்பான திருவோட்டில் சுய–தாவு படிவத்தையும் சான்றிதழ்களையும் ஏந்திக்கொண்டு சமூகப்பணி வேலை கிடைக்குமா என்று தொண்டு நிறுவனங் களில் ஏறி இறங்கிக் கொண்டிருப்பதாகச் சொன்னேன். அவர் ஆழ்ந்த அனுதாபத்தை வெளிப்படுத்தினார். எனக்கும் அவரது தவறான ஆங்கிலத்தின்மீது அனுதாபம் தெரிவிக்கலாம் போலிருந்தது. துக்க விசாரிப்புகள் முடிந்து அவரிடமிருந்து மனச்சுமையுடன் விடை பெற்றேன்.

அநேகமாக கல்விச் சான்றிதழ்கள் ஓரளவு திறமை உள்ளவர் களுக்கே வழங்கப்பட்டாலும் சராசரியைவிடக் குறைந்த அளவு அறிவு படைத்தவர்கள்கூட உயர் பட்டங்களைப் பெற்று விடு கிறார்கள். உயர்பதவிகளையும் பெற்றுவிடுகிறார்கள். இவர்களால் தனித்து இயங்க முடிவதில்லை. தகுதி வாய்ந்த ஓர் உதவியாளரின் பின்புலம் இவர்களுக்குக் கிடைத்தாலொழிய இவர்கள் பாடு திண்டாட்டம்தான்.

இன்னொரு விஷயம் நினைவுக்கு வருகிறது. வாய்வழித் தேர்வு ஒன்றில் தெரிந்த மாணவர் ஒருவரிடம் தேர்வாளர் கேட்டார். "எழுத்துத் தேர்வு எல்லாம் எப்படி எழுதியிருக் கிறாய்?" என்று. மாணவர் சுமாராகத்தான் செய்திருப்பதாகச் சொன்னார். தேர்வாளருக்கு இரக்கம் பீறிட்டது. தனக்குத் தெரிந்த மாணவர் தேர்வில் தவறிவிடக் கூடாதே என்று 90 மதிப் பெண்கள் வழங்கிவிட்டார். மாணவர் முதுகலைப் பட்டத்தில் தேறி இளநிலை ஆய்வுப் பட்டப் படிப்பை மேற்கொண்டார்.

1969 முதல் *1974* வரை முடநீக்கு இயல் துறையில் ஒரு புனர்வாழ்வுத் திட்டத்தில் தொழில் திறன் கணிப்பாளராகப் (உதவி உணவியலாளர்) பணிபுரிந்தேன். அப்பொழுது சமூகப்பணி மாணவர்கள் பயிற்சிக்காக எங்கள் மையத்துக்கு வருவதுண்டு. பயிற்சி முடிந்த தறுவாயில் ஒரு சமயம் நானும் உடன் பணிபுரிந்த சமூகப்பணியாளரும் மாணவர் ஒருவருக்கும் மாணவி ஒருத்திக்கும் வாய்வழித் தேர்வு நடத்தினோம். நாங்கள் கேட்ட கேள்விகளுக்கு அவர்களால் சரிவர விடையளிக்க முடியவில்லை. *23, 28* மதிப்பெண்கள் வழங்கினோம். பிறகு எங்கள் செயல்திட்ட அதிகாரி "இது அவர்களது தேர்வைப் பாதிக்கும். பாஸ்மார்க் போட்டுவிடுங்கள்" என்று எங்களைக் கேட்டுக்கொள்ளவே நாங்களும் பாஸ்மார்க் போட்டு விட்டோம். இப்படித்தான் இருக்கிறது கல்வியின் நிலை. பேசாமல் பாதி பல்கலைக்கழங்களை மூடிவிடலாம். மேநிலைப் பள்ளி வரை படிக்க வைத்து மொழிப் பயிற்சியை ஓராண்டு கொடுத்தாலே போதுமானது என்று நினைக்கத் தோன்றுகிறது. பரிசோதனைகள் உள்ளடக்கிய துறைகளில் மட்டும் குறுகிய காலப் பயிற்சி அளித்துவிட்டால் போதும். அறிவை விரிவுபடுத்திக் கொள்ள நூலகங்களையும் தரம் வாய்ந்த புத்தகக் கடைகளையும் நாடலாம். "என்னத்துக்கு சவத்துக்கு அலங்காரம் பண்ணுன மாதிரி பி.ஏ.யும், எம்.ஏ.யும்?" எனக்கு 'அம்மா வந்தாள்' தான் நினைவுக்கு வருகிறது.

தொடர்பாக இன்னொரு நிகழ்ச்சியும் ஞாபகத்துக்கு வருகிறது. ஓர் இரண்டு ஆண்டுகளுக்கு முன்பு சென்னையில் இலக்கியக் கூட்டம் ஒன்று நடைபெற்றது. ஒரு நீண்ட கட்டுரையை ஒரு நிறுவன இயக்குநர் வாசித்தார். மூன்று இடங்களில் சுந்தரம் ராமசாமி என்ற வாசித்தார். வாசித்தவருக்கு சுந்தரம் ராமசாமியின் எழுத்துக்களில் பரிச்சயம் இருந்திருக்க வாய்ப்பில்லை. கட்டுரையையும் அவர் தயார் செய்யவில்லை. வேலைக்கு ஆகாத அசிரத்தையான ஓர் உதவியாளர் தயார் செய்து கொடுக்க உருளச்சு செய்த கட்டுரையை அழுத்தம் திருத்தமாக தவறுதலுடன் பிரமாதமாக வாசித்துவிட்டார் இயக்குநர். இத் தனைக்கும் பேச்சு முடிந்த பிறகு கைதட்டல் வேறு. அரசியல் கூட்டங்களுக்கு லாரி லாரியாக ஆட்களை வரவழைத்து நடுநடுவில் கைதட்டல் செய்ய வைக்கும் மலிவான உத்தி இலக் கியத்திலும் வந்துவிட்டிருக்கிறது. என்ன சொல்ல?

ஒரு சிபாரிசுக் கடிதம் ஒரு தொண்டு நிறுவனத்துக்கு சக தொண்டு நிறுவனம் ஒன்றிலிருந்து வருகிறது. கையை இழந்த ஒருவர் குடும்பத்துக்கு உதவுமாறு கோரி, அதில் He left his right hand in a car accident என்று கண்டிருக்கிறது. மோட்டார் வாகன விபத்து ஒன்றில் அவர் தன் வலது கையை இழந்தார் என்று அழகான ஆங்கிலத்தில் சொல்லப்பட்டிருக்கிறது. சிபாரிசுக் கடிதத்தை எழுதியவர் முழு நீள முதுகலைப் பட்டம் பெற்ற, தகுதி பெற்ற சமூகப்பணியாளர் ஒருவர்.

அடுத்து தாழ்வான பகுதியில் குடிசைகள் பாதிக்கப் பட்டதற்காக நிவாரணம் கோரி ஒரு தொண்டு நிறுவனத்துக்கு ஒரு கடிதம் வருகிறது. The huts in our area have been sabotaged by the recent floods. எழுதியவர் அந்தப் பகுதியில் ஒரு சமூகநலச் சங்கம் வைத்து அதன் கௌரவச் செயலராக இயங்கி வருகிறவர். இவர் ஒரு இளநிலைப் பொறியியல் பட்டதாரி. ஒரு நிறு வனத்தின் துணை இயக்குநர். இளைஞர்.

கல்வித் தகுதிகளை வழங்கும் துணைவேந்தர்களை நினைத்து ஒரு பாட்டம் அழுது தீர்த்துவிடலாம் போலத் தோன்றுகிறது. எந்த அடிப்படையில் தகுதிகள் வழங்கப்படு கின்றன என்பதே மர்மமாக இருக்கிறது. பொதுவாக தரம் தாழ்ந்த ஒரு கலாச்சாரம் உருவாகியுள்ளது.

மீண்டும் சமூகப்பணித் துறைக்கு வருகிறேன். ஓரளவு அடிப்படை உளவியல் பரிச்சயம் இருந்தாலே (நான் பட்டப் படிப்பைச் சொல்லவில்லை; அதில் எனக்கு நம்பிக்கையும் இல்லை) சமூகப்பணியை அழகாகச் செய்ய முடியும். சமூகப் பணிக்கு உண்மையான தேவைகள் உள்ளத்தில் சக மனிதனை உணரும் தன்மை, வாடிக்கையாளரின் (client) துன்பத்தைத் தன் துன்பமாகப் பாவிக்கும் தன்மை, சக மனிதனைச் சகோதரனாக நேசித்தல், போதுமான அளவு சமூகப் பிரக்ஞை இவ்வளவே. மேலும் வாழ்க்கையில் நிறைய அடிபட்ட ஒருவனால்தான் சமூகப்பணியை உண்மையாகச் செய்ய முடியும். பாதாம்கீரில் மிதந்துகொண்டு நாற்காலியில் சௌகரியமாக அமர்ந்து கொண்டு செய்யப்படும் பணிகள் (Arm Chair Social Work) பணிகளே அல்ல. அவை வெறும் 'நான் உணர்வு' (ego) தான். மொத்தத்தில் சொல்லப் போனால் சமூகப்பணி இதயம் சார்ந்த ஒன்று. துறை சார்ந்த பட்டப் படிப்புக்கும் இதற்கும் பிரமாதமான சம்பந்தம் ஒன்றும் இல்லை.

மிக மிக முக்கியமான ஒரு விஷயம். கல்லூரியில் போதிக்கப் படும் சமூக அறிவியல் பாடங்கள் வாழ்க்கையைக் கலைச் சொற்களால் அலங்கரித்துப் பார்க்கின்றன. இந்தக் கலைச்சொற் களின் குறுக்கீடு இல்லாமலேயே வாழ்க்கை நடந்து கொண்டுதான் இருக்கிறது. உதாரணத்துக்கு மானுடவியலில் Tyknonomy என்ற ஒரு கலைச்சொல் இருக்கிறது. கணவனின் பெயரை மனைவி

சொல்வதில்லை என்பதை இச்சொல் குறிக்கிறது. இங்கு பெண் நிலைவாதம் அறியாத, பழைமையில் தோய்ந்த பெண்மணிகள் இந்த வார்த்தையை அறியாமலேயே கணவனின் பெயரைச் சொல்வதில்லை. இப்பொழுது இந்த வார்த்தையை அறிந்துகொள்வதன் மூலம் என்ன அறிவு வளர்ந்துவிட்டது.

மேலும் இந்தக் கலைச்சொற்களின் உதவி இல்லாமலேயே சமூகப் பிரக்ஞை உள்ள ஒருவனால் வாழ்க்கையைப் பார்க்க முடியும். பட்டறிவும் வாழ்க்கையைப் பற்றிய ஒரு பரந்துபட்ட நோக்கும் சற்றே தத்துவார்த்த ரீதியான சாய்வும் சமூகச் சூழலை முழுமையாக உணர்ந்த நிலையும் போதுமானவை. காந்தி என்ன சமூகப்பணித் துறையில் முதுகலைப் பட்டமா பெற்றிருந்தார்?

துறை சார்ந்தவர்கள் சமூகப்பணி, சமூக சேவை என்று வேறுபடுத்திப் பார்க்கிறார்கள். சமூகப்பணி என்பது தகுதி பெற்ற ஒருவரால் செய்யப்படும் தொழில் நுணுக்கப் பணி என்றும், தகுதி பெறாத பிறர் இதே பணியைச் செய்யும்போது மென் உணர்வு அடிப்படையில் செய்யப்படும் ஒரு சமூக சேவை அல்லது ஓர் உதவி என்றும் பிரித்துப் பார்க்கிறார்கள். இது வெறும் வார்த்தைகள் விளையாட்டுதான். டிசம்பர் 91இல் வீட்டை விட்டு ஓடி வந்த சிறுமி ஒருத்தியை ஒரு பெண்ணிய எழுத்தாளர் Juvenile Guidance Bureauவில் சேர்த்தார் தன் சொந்த முயற்சியில். இவர் சமூகப்பணிப் பட்டதாரி அல்ல. ஒரு சமூகப்பணியாளரும் இதையேதான் செய்திருப்பார். அப்படியானால் கல்வித்தகுதி என்ற கேள்வி எங்கிருந்து எழுகிறது?

தொழில் நுணுக்கத் துறைகளில் நிறைய நகைச்சுவைகள் நடந்ததுண்டு. முதல் உதாரணம்: சென்னையில் ஒரு பெரிய தொழிற்சாலையில் வேலைத்திறன் கணிப்புப் பரிசோதனைகள் (aptitude tests) மூலம் வேலைக்கு ஆள் எடுக்கிறார்கள். பரிசோதனைகளை நிகழ்த்த ஓர் உளவியலாளர் இருக்கிறார். சில வேளை உயர் அதிகாரிகளிடமிருந்து உளவியலாளருக்குத் தொலைபேசிச் செய்தி வருமாம். 'ஆளு நம்மாளு Fitness போட்டிருங்க' என்று. உளவியலாளரும் ஆள் வேலைக்குத் தகுதி என்று சான்றிதழ் வழங்கிவிடுகிறார். உளவியல் பரிசோதனைகளே விளையாட்டுப் பொருட்கள் ஆகிவிடும் அவலம்.

இரண்டாவது உதாரணம்: 1980 என்று நினைக்கிறேன். ஒரு மருத்துவமனை "நீண்ட காலம் மருத்துவமனையில் நோயாளிகளாக இருப்பவர்களைப் பற்றிய ஓர் ஆய்வு-" Paramedical research நடத்தியது. ஆய்வின் ஒரு முடிவு: சோதனைக்குட்படுத்தப்பட்ட நோயாளிகள் (Subjects) ஐம்பது

பேரில் ஒருவர் சகநோயாளிகளுடன் அரட்டை அடிப்பதில் பொழுதைக் கழித்தார். ஆய்வு அறிக்கை இன்றும் காணக் கிடைக்கிறது. மேலை நாட்டுக்காரர் யாராவது அறிக்கையை வாசிக்க நேர்ந்தால் சிரித்தேவிடுவார். இந்த மாதிரி வேலைக்காகாத ஆய்வுகளெல்லாம் சமூகப்பணித் துறையில் நிகழந்துள்ளன. மேற்சொன்னபடி தரம் தாழ்ந்த ஒரு கலாச்சாரச் சூழல் உருவாகியுள்ளது.

சமூகப்பணியில் அறிவுரை வழங்குதல் (Counselling) என்று ஒன்று உண்டு. இதை நம் பாட்டிகள் வாழ்வனுபவ முதிர்ச்சியை அடிப்படையாக வைத்துக்கொண்டு மிகவும் அருமையாகவே செய்திருக்கிறார்கள். ஆனால், இன்று ஏனோ இது ஒரு தொழில் நுணுக்கக் (technical) கண்ணோட்டத்துடன் பார்க்கப்படுகிறது. அறிவுரை வழங்குவதற்குத் தெளிவான பார்வையும் வாடிக்கை யாளரின் பிரச்சனைகளை ஆழமாகப் புரிந்துகொள்ளும் தன்மை யும் இருந்தாலே போதுமானது. சமூகப்பணியாளரின் ஆளுமை யின் குறுக்கீடு இல்லாமல் இது செய்யப்பட வேண்டும். இதற்கு மனப்பக்குவம் இருந்தாலே போதும். இந்த M.A., M.Phil., போன்ற பூச்சாண்டிகள் தேவையில்லை.

இந்த அறிவுரை வழங்குதல் முக்கால்வாசி துறை சார்ந்த புத்தக அறிவுடன் வழங்கப்படுகிறது. அப்படி இருக்க வேண்டிய அவசியம் இல்லை. மேலும் இந்த முறை மிகவும் குறுகலானது. இரண்டு ஜே. கிருஷ்ணமூர்த்தி புத்தகங்களையும் ஒரு Dale Carnegieயையும் படித்திருந்தாலே பிரமாதமான அறிவுரைகளை வழங்கிவிடலாம். வாழ்க்கையைப் புரட்சிகரமாக மாற்றியுள்ள ஜே. கிருஷ்ணமூர்த்தியை விட யார் உண்மையான சமூகப்பணி செய்திருக்கிறார்கள்?

அறிவுரை வழங்கும் தருணத்தில் சமூகப்பணியாளரின் மனம் அன்பு என்னும் தத்துவத்தை உள்ளடக்கியதாக இருக்க வேண்டும். சக மனிதனை ஆழமாக நேசித்தல் என்ற மனநிலை சமூகப்பணியாளரின் மனதில் ஏற்கனவே உருவாகியிருக்க வேண்டும். அறிவுரைகளின் உள்ளடக்கம் உளவியல், சமூகவியல், சமூகப்பணிப் பனுவல்களிலிருந்து பெறப்பெற்றவைகளாக மட்டும் இருந்தால் அது ஏற்கனவே சொல்லப்பட்டதுபோல மிகவும் குறுகிய வட்டத்துக்குள்ளேயே அடங்கிவிடும். அனைத்து மதங்களின் ஒரே சாராம்சமான அன்பு என்னும் கொள்கை, Samuel Smiles, Jae Jae Noh, Henry David Thoreau, Dostoyevsky, Khalil Gibran, Aldous Huxley, Klyde Klukhon, Ruth Benedict, Michmael Glenn, Margaret Mead, Helen Keller, Alexander Kuprin, எதிர்மறைச் சிந்தனையாளர் Richard Jefferies, Carlo Levi, J Allen

Boone, Hugh Prather, மூட நம்பிக்கைகளுக்கு சமாதி எழுப்பிய Abraham T Kovoor, Jean Paul Sartre, Pearl S Buck, Hermann Hess, Alan Dundes, David Werner (இப்படியே அடுக்கிக்கொண்டே போகலாம்) – இவர்களுடைய புத்தகங்களிலிருந்து பெறப்பெற்ற கருத்துகள் The Watercourse Way, The Knack of Selling Yourself போன்ற புத்தகங்களிலிருந்து கிடைக்கப்பெற்ற கருத்துகள் – இவைகளை உள்ளடக்கியிருக்க வேண்டும். அப்படியானால் சமூகப்பணியாளரின் புத்தக அறிவு எவ்வளவு பரந்துபட்டதாக இருக்கவேண்டும்!

முன் பத்தியில் சொல்லப்பட்ட அன்பு என்னும் தத்து வத்தைப் பற்றி மேலும் சில வார்த்தைகள். எனக்குக் கடந்த மூன்று ஆண்டு காலமாக ஒரு புனிதத் தல விஜயம் செய்யும் பாக்கியம் கிடைத்து வருகிறது. முழு நேர வேலை முடிந்ததும் மாலை பகுதி நேர வேலைக்குக் கீழ்ப்பாக்கம் ஆர்ம்ஸ் சாலை வழியே செல்ல வேண்டும். சாலையில் ஓட்டல் பாரமவுண்ட் என்று ஓர் அசைவ உணவகம் உளளது. அதுதான் நான் குறிப் பிடும் புனிதத்தலம். அன்பு என்னும் தத்துவத்தை இவ்வுணவகம் எனக்குத் தினமும் புகட்டி வருகிறது. அகிம்சைக்கு நேர் எதிரியான அசைவ உணவகம் ஒரு புனிதத்தலமாக விளங்குவது முரணாகத் தோன்றினாலும் இந்த உணவகம் அன்பின் அடிப்படையில் இயங்கி வருவதை மறுக்கவியலாது. தினமும் மாலை ஐந்தேகால் மணி வாக்கில் அங்கு தேநீர் அருந்துவது என் வழக்கம். அங்குள்ள சிப்பந்திகள் புன்முறுவலுடன், மிகுந்த அக்கறையுடன் அங்கு வருகிறவர்களுக்கு உணவு பரிமாறுதல் செய்து வருகிறார்கள். நீலச் சீருடை தரித்த இவர்களின் வயது 25 முதல் 30க்குள் இருக்கும். அனைவரும் அன்புடன் நடந்து கொள்கிறார்கள். இருக்கையில் அமர்ந்ததும் கல்லாவில் உள்ளவரிடம் சிப்பந்தி மேசையின் இலக்கத்தைக் கூறி உரிய மின்விசிறியின் விசையை அழுத்தச் சொல்வார். இதமான காற்று. சிப்பந்தி, ‘டீயா சார்?’ என்று நலன் விசாரிப்பார். தேநீர் வருவதற்குள் ஒரு பையன் ஒரு லோட்டா குளிர் நீர் கொண்டு வந்து வைப்பான். அவனிடம் தவறாமல் ஒரு புன்முறுவல் இருக்கும். நேரம் தாழ்த்தாமல் தேநீர் வரும். பொதுவாகத் தேநீர் அருந்துவதே ஓர் அன்னியோன்னியமான அனுபவம்தான். உதட்டுக்கும் தேநீர்க் கோப்பைக்கும் இடையே நிகழும் தொடுவுணர்வின் நெருக்கத்திலும் இதமான இளம் சூட்டுடன் உட்செல்லும் தேநீரின் உள்நோக்கிய பயணத்திலும் நிச்சயம் ஓர் இணக்கமான உறவு இருக்கத்தான் செய்கிறது. இந்த மனித திரவ உறவுச் சூழலினூடே, பரிமாறும் பணியை

மேற்கொண்டுள்ள இந்த இனிய சிப்பந்திகளைப் பார்க்கும்போது இவர்களெல்லாம் அன்பு என்னும் தத்துவத்தைப் பூடகமாகப் போதித்துக்கொண்டிருக்கும் மகான்களாகவே தோன்றிக் கொண்டிருக்கிறார்கள். புனிதம் என்னும் சொல்லின் பூரணத் துவத்தை இந்த உணவகத்தில் என்னால் முழுமையாக உணர முடிகிறது. ஏழே நிமிட அனுபவமானாலும் மாலையின் இனிய பொழுதுக்கு ஒரு கூடுதல் அழகை இந்த உணவகம் உருவாக்கித் தந்துவிடுகிறது.

துறை சார்ந்த பதவி சார்ந்த மமதையில் உதவி பெறுபவர் களைத் தாழ்ந்த தளத்தில் வைத்துப் பார்க்கும் உப்பரிகை உல்லாசிகளான நமது சமூகப்பணியாளர்கள் சாமானியர்களான இச்சிப்பந்திகள் போன்றவர்களிடமிருந்து நிறையவே கற்றுக் கொள்ளலாம் (இங்கு உப்பரிகைச் சமூகப்பணியாளர்கள் மட்டும்தான் குறிப்பிடப்பட்டிருக்கிறார்கள். உண்மையான சமூகப்பணியாளர்கள் அல்ல).

இந்த அறிவுரை வழங்குதலில் ஒரு முக்கிய அம்சம் குறிப்பிடத்தக்கது. வழங்கப்படும் அறிவுரை வாடிக்கையாளரின் ஆளுமையுடன் இயைந்ததாக இருக்க வேண்டும். ஆளுமைக்கு முற்றிலும் புறம்பான அறிவுரை எடுபடாது. அரிதுயில் நிலைச் சிகிச்சையில்கூட (Hypnotherapy) மருத்துவர் நோயாளியின் ஆளுமைக்கு முற்றிலும் புறம்பான கருத்தைப் புகுத்தியபோது நோயாளி துயிலிலிருந்து விடுபட்டு மருத்துவர் கன்னத்தில் அறைந்த ஒரு சம்பவத்தை ஓர் உளவியல் துணைப்பேராசிரியர் சொல்லியிருக்கிறார். அப்படியானால் வாடிக்கையாளரின் ஆளுமை குறித்தான முழுமையான பரிச்சயம் சமூகப் பணி யாளருக்கு இருக்க வேண்டும் என்பது அவசியமாகிறது.

அறிவுரை ஏற்றுக்கொள்ளப்படுவதில் ஒரு சூட்சுமம் அடங்கியுள்ளது. சமூகப்பணியாளர் என்ற பதவி நிலை ஒரு முக்கிய பங்கை வகிக்கிறது. இது சமூக அந்தஸ்து சார்ந்த விஷயம். ஆனால் பதவிக்கு முக்கியத்துவம் கொடுத்துப் பழகி விட்ட நம் மக்களிடையே இந்த அம்சமும் வேலைசெய்கிறது. சராசரி மக்கள் பிரகாரம் மருத்துவர் உயிர் காக்கும் தெய்வம். இதே மனோபாவம்தான் சமூகப்பணியாளர் – வாடிக்கையாளர் உறவிலும் பிரதிபலிக்கப்படுகிறது. அப்படியானால் அறிவுரை வழங்குவது எவ்வளவு பொறுப்பானது?

அறிவுரை வழங்கும்போது குரலின் தன்மை தணிவான நிலையில் இருக்க வேண்டும். ஓரளவு இனிமை கலந்ததாக இருக்க வேண்டும்.

பாலியல் ரீதியான பிரச்சனைகள் குறித்தான ஆலோசனை களை வழங்கும்போது, பிரச்சனை உள்ளவரைப் போதுமான அளவு ஆசுவாசப்படுத்தி அவரது மனதில் எந்தவிதக் குற்ற வுணர்வையும் ஏற்படுத்தாதவண்ணமும் விரசமில்லாமலும் அறிவுரை வழங்க வேண்டும். பண்பாட்டையும் பாலியல் பிறழ்வு களையும் சமூகப்பணியாளர் தன் மனதில் போட்டுக் குழப்பிக் கொள்ளக் கூடாது. உணர்வுபூர்வமான உண்மையான காத லோடு கணவன் அல்லாத பிற ஓர் ஆடவனுடன் பாலுறவு கொள்ளும் பெண்ணைச் சித்தரிக்கும் W. Somerset Maugham-யின் The Painted Veil-ஐ எப்படிப் புறக்கணிக்க முடியும்? Maugham-யின் இன்னொரு படைப்பான Rain பாதிரியார் ஒருவரின் பாலிச்சையைச் சாடுவதாக அமைகிறது. 'எல்லா ஆண்களும் பன்றிகள்' என்று ஒரு பரத்தை சொல்லும் வாசகத்துடன் முடியும் இந்த அருமையான படைப்பைத்தான் தூக்கி எறிய முடியுமா? Marie Corelli-யின் Open Confession from a Woman to a Man நவீனத்தைத்தான் காற்றில் பறக்கவிட முடியுமா? சமூகப் பணியாளர்கள் ஆழ்ந்து சிந்திக்கக் கடமைப்பட்டுள்ளார்கள். தேர்ந்த மனமுதிர்ச்சி கொண்டவர்கள் மட்டும்தான் சமூகப்பணி செய்ய முடியும்.

தாம்பத்திய உறவிலுள்ள சிக்கலைத் தீர்த்து வைக்க முயலும் சமூகப்பணியாளர் தொழில் நுணுக்கச் சூழலை உருவாக்கக் கூடாது. சமூகப்பணியாளர் மிக மிகக் கவனமாக இருக்க வேண்டும். ஆலோசனைகள் நட்பு ரீதியில் (rapport) எளிமை யானவைகளாக இருக்க வேண்டும். அப்பொழுது மட்டும்தான் ஆலோசனைகள் எடுபடும். ஆணின் பக்கத்தையோ, பெண்ணின் பக்கத்தையோ சார்ந்து நியாயப்படுத்தி ஆலோசனை வழங்கக் கூடாது. சமூகப்பணியாளர் தான் ஒரு நோக்கர், ஒரு நடுநிலை மையாளர் என்பதை ஒரு போதும் மறக்கக் கூடாது.

சமூகப்பணியாளர் ஓர் உயர்ந்த பீடத்திலும் வாடிக்கையாளர் தாழ்ந்த தளத்திலும் இருக்கும் நிலை கொடுமையானது. தந்த கோபுரத்தில் உட்கார்ந்துகொண்டெல்லாம் சமூகப்பணி (ivory tower social work) செய்ய முடியாது. சமூகப்பணியாளர் வாடிக்கையாளர் தளத்துக்கு இறங்கி வர வேண்டியது அவசியம்.

சொன்னாலும் சொல்லாவிட்டாலும் சமூகப்பணியாளர் வாடிக்கையாளருடன் ஒப்பிடும்போது ஓர் உயர்ந்த நிலை யிலேயே இருக்கிறார். இது குறிப்பாகப் பொருளுதவி வழங்கும் தொண்டு நிறுவனங்களுக்குப் பொருந்தும். இதனாலேயே ஒரு பண்ணைச்சீமான் மனப்பான்மையோ தன்னை மிகைப்படுத்தி உணரும் நிலையோ சமூகப்பணியாளர் மனதில் உருவாக நிறைய

சாத்தியங்கள் உள்ளன. பணியின் ஒவ்வொரு கட்டத்திலும் சுய விமரிசனத்துக்கு உட்படுத்திக்கொள்வதன் மூலமும் மனதைப் பக்குவப்படுத்திக்கொள்வதன் மூலமும் இந்தக் குறையைச் சமூகப்பணியாளர் தவிர்க்கலாம்.

நம் சூழலில் ஒரு சமூகப்பணியாளருக்கு எண்ணிறந்த வாடிக்கையாளர்கள் இருப்பதால் ஒவ்வொரு வாடிக்கையாளரிடமும் தனிக் கவனம் செலுத்த இயலாமல் போகிறது. உண்மையான சமூகப்பணி, சமூகப்பணியாளர் வாடிக்கையாளரின் சொந்த வாழ்க்கையில் நேரடியாகப் பங்கு கொள்வதில் தான் அடங்கியிருக்கிறது. முடிந்தால் வாடிக்கையாளரின் வீட்டில் குடிசையில் ஒரு வாரமாவது தங்கி இதைச் செய்ய வேண்டும். வெறும் களப்பணிகள் (Home Visits) ஓரளவுதான் பயனளிக்கும். சில சமயங்களில் களப்பணிகள் துறை சார்ந்த ஒரு சடங்கை நிகழ்த்தும் மனோபாவத்துடன் நிகழ்த்தப்படுபவை. இந்நிலை மாறவேண்டும். அதிக சமூகப்பணியாளர்களை நியமிக்கும் அளவுக்குப் போதிய பொருள்வசதி தொண்டு நிறுவனங்களிடம் இல்லாதது இதற்குக் காரணம்.

சமூகப்பணியாளருக்குப் பொருளாதாரப் பிரச்சனை இருக்கக் கூடாது. போதுமான அளவு சம்பளம் கொடுக்கப்பட வேண்டும். அப்பொழுதுதான் பணியில் உற்சாகம் இருக்கும்.

சமூகப்பணியாளர் ஒரு நிறுவனத்தைச் சார்ந்தவர். சுயமாகச் சில முடிவுகளை எடுக்க அவருக்குச் சில சமயங்களில் உரிமை இருப்பதில்லை. நிறுவனத்தை நடத்தும் நிர்வாகிகள் சமூகப்பணியாளருக்குப் போதுமான செயல் சுதந்திரத்தையும் பாதுகாப்பையும் அளித்தாலொழிய சமூகப்பணி ஒரு குறுகிய வட்டத்துக்குள் முடிவடைந்துவிடும். நிர்வாகிகளின் போக்கு நிஜமான சமூகப்பணி நிகழ்த்த ஏதுவாக இருக்க வேண்டும். அதிக கெடுபிடி உள்ள நிறுவனங்கள் சமூகப்பணியாளரின் மன அமைதியைப் பாதித்துப் பணியிலுள்ள ஆர்வத்தைக் குறைத்து விடும். தவிர, சமூகப்பணியாளருக்கு அனாவசிய மன இறுக்கமும் ஏற்படும். சமூகப்பணியாளர்கள் ஆசுவாச நிலையில் இருப்பது மிகவும் அவசியம்.

சமூகப்பணியாளருக்கு மொழித்திறன் மிகமிக அவசியம். இத்திறன் இல்லாத எந்தவொரு சமூகப்பணியாளரும் தொழில் தோல்வியே காண்பார். ஆங்கிலப் பயிற்றுமொழிக் கான்வென்ட் பாணி ஆங்கில வாடையடிக்கும் ஒயிலான தமிழெல்லாம் அரை குறைப் படிப்புள்ள அல்லது படிப்பறிவே இல்லாத வாடிக்கையாளர்களை சமூகப்பணியாளரிடமிருந்து நிச்சயம் அந்நியப் படுத்தும். மேலும் மொழித்திறன் வாடிக்கையாளர் பற்றிய

அறிக்கைகள் தயாரிப்பதில் பேருதவியாக இருக்கும். தவிர அறிவுரை வழங்குவதிலும் மொழித்திறன் அவசியம் தேவை.

சமூகப்பணியாளர் – வாடிக்கையாளர் இருவருக்குமிடையே உள்ள சமூக இடைவெளி சிறிதளவுதான் இருக்க வேண்டும். லட்சியமான உறவு இந்தச் சிறிதளவு இடைவெளியும் இல்லாததாகவே இருக்கும்.

சமூகப்பணியாளரை வாடிக்கையாளர்கள் உயர் அதிகாரிகளாகவே நினைத்து இடைவெளிகளை வளர்த்துக்கொண்டு அனுகூலத்தைப் பெற மட்டும் பயன்படுத்திக் கொள்ளும் நிலை நம் சமூகப்பணிச் சூழலில் சர்வ சகஜம். சமூகப்பணியாளரின் இரக்கத்தைத் தூண்டி அனுகூலம் பெற வாடிக்கையாளர் முயற்சி செய்வது வழக்கமாக நிகழும் ஒன்று. சிலவேளை வாடிக்கையாளர் பச்சையாகப் புளுகவும் கூடும். எது எப்படியிருந்தபோதிலும் சமூகப்பணியாளர் ஒரு நீதி போதகர் அல்ல. வாடிக்கையாளரின் வாழ்க்கைப் பிரச்சனைகளைத் தீர்த்து வைப்பது மட்டும்தான் சமூகப்பணியாளரின் கடமை. ஆகையால், "நீங்கள் பொய் சொல்கிறீர்கள். உங்களுக்கு உதவி செய்ய மாட்டேன்" என்று நிர்தாட்சண்யமாக மறுப்பது தவறாகும். மிகுந்த சௌஜன்யத்துடன் சமூகப்பணியின் கருத்தாக்கங்களை எடுத்துச்சொல்லி வாடிக்கையாளரை நெறிப்படுத்துவது சமூகப்பணியாளரின் கடமையாகும். நம் நாடு பொருளாதார ரீதியில் நலிந்த நாடு. நிறைய பேருக்குச் சமூகப்பணி உதவிகள் தேவைப்படுகின்றன. ஆனாலும், ஒரு குறிப்பிட்ட சமூக நல நிறுவனத்தின் கட்டுதிட்டங்களுக்குக் கீழ் ஒரு வாடிக்கையாளர் வர முடியவில்லை என்றால் நேரடியாக உதவியை நிராகரிப்பது குற்றமாகும். வாடிக்கையாளர் எதிர்பார்க்கும் உதவி வேறு எந்தச் சமூக நல நிறுவனத்தில் கிடைக்கும் என்பதைத் தெரிவித்து ஒரு சிபாரிக் கடிதம் (referral letter) கொடுப்பதுதான் பணியின் நியதி. ஆனால், சமூகப் பணியாளர்களுக்கு வேலை தலைக்கு மேல். இதற்கு நேரம் ஒதுக்குவது சிரமம். இருப்பினும் இதையும் மீறி இப்படிப்பட்ட உதவிகளைச் செய்தே ஆக வேண்டும்.

சில வேளைகளில் முக்கியஸ்தர்களின் சிபாரிசுக் கடிதத்துடன் உதவிக்குத் தகுதி பெறாத வாடிக்கையாளர்கள் வருவதுண்டு. இது நம் நாட்டு நிலவரத்தின் தவிர்க்கவியலாத அம்சம். இவர்களை நிராகரிக்க வேண்டிய தர்மசங்கடமான நிலையில் சமூகப்பணியாளர் இருக்கிறார். ஒரு தாட்சண்யத்துக்காகச் சமூகப்பணி செய்வது என்ற ஆரம்பித்துவிட்டால் சமூகப்பணி என்ற கருத்தாக்கத்துக்கே களங்கம் வந்துவிடும். நேர்மையாக

நிராகரிப்பதன் மூலம் சிபாரிசு செய்த முக்கியஸ்தரின் பொல்லாப்புக்குச் சமூகப்பணியாளர் உள்ளாக நேரிடலாம். சமூகப் பணி ஒரு பணயம்தான்.

சமூகப்பணியின் சில துறைகளில் பணய ஈட்டுத் தொகை சம்பளத்துடன் சேர்த்துக் கொடுக்கப்படுவது மனதுக்கு ஆறுதல் தரும் விஷயம். குறிப்பாக உளவியல் மருத்துவத்துறையில் இது இன்றியமையாததும் நியாயமானதுமாகும்.

இது தவிர, நம் நாட்டில் எளிதில் கிடைக்கும் அனாதைச் சான்றிதழ்கள் போன்றவற்றைப் புலனாய்வு செய்யும் வேலையும் சமூகப்பணியாளருடையதே. உண்மை நிலையைக் கண்டறிய களப்பணி செய்வது அவசியமாகிறது. சமூகப்பணியாளர் கட்டுறுதியான ஆளுமை படைத்தவராக இருக்க வேண்டியதும் இங்கு அவசியமாகிறது. தன் பொறுப்பு நிலைப்பாட்டிலிருந்து பிறழாதவராகவும் நியதிகளுடன் சமரசம் செய்து கொள்ளாதவராகவும் அவர் இருக்க வேண்டும். பணியை ஒரு சவாலாக ஏற்றுக்கொண்டு துணிச்சலுடன் செயல்படுபவராகவும் இருக்க வேண்டும். இதனால் தனிப்பட்ட முறையில் அவருக்குப் பாதிப்புகள் நிகழ வாய்ப்புகள் உள்ளன. சமூகப்பணி, இந்தக் கோணத்திலிருந்து நோக்கும்போது, மேற்சொன்னபடி ஒரு பணயம் ஆகிறது. பணியாளர் கோழையாக இருக்கும்பட்சத்தில் நேர்மை அடிபட்டுப்போகும் என்பது ஒரு வெகு சாதாரண உண்மை.

மிகவும் மோசமான நிலை சமூகப்பணியாளருக்கு உருவாகச் சாத்தியம் உண்டு. உயர்பதவியான ஒரு நிர்வாகிப் பதவி கிடைக்கும்போது இந்த விபத்து ஏற்படுகிறது. இந்த விபத்து ஏற்பட்ட தினம் சமூகப்பணியாளரின் மறைவு நாளாகும். இது தவிர்க்க இயலாதது. சமூகப்பணியாளரும் மனிதர்தான். உயர் பதவி, கூடுதல் சம்பளம் கிடைத்தால் வேண்டாம் என்றா சொல்ல முடியும்?

சமூகப்பணி என்ற கருத்தாக்கம் அடிப்படையில் ஒரு பெரும் தவறை உள்ளடக்கியிருக்கிறது. இருத்தலியல் கோட்பாடு களின்படி தனி மனிதனுக்குச் சுயமாகத் தன் விதியை நிர்ண யித்துக் கொள்ளும் உரிமை உண்டு. ஆனால், சமூகப் பணியில் பணியாளர் வாடிக்கையாளரின் விதியை நிர்ணயித்துக் கொண் டிருக்கிறார். இந்தப் போக்கு வாடிக்கையாளருக்கு என்னதான் நன்மையளித்தாலும் இதில் தனிமனித ஆளுமை நசுக்கப்பட்டு சமூகப்பணியாளர் வாடிக்கையாளர் மீது தன்னைத் திணித்துக் கொள்கிறார். இது நிச்சயம் மனித உரிமை மீறல்தான். ஆனால்

வேறு மாற்று வழி இல்லை. ஏனென்றால் வாடிக்கையாளர்களுள் அநேகர் அறியாமையில் உழல்பவர்கள்.

அடுத்து சொல்லப்பட வேண்டியது முதலாளிகள் என்ற சுரண்டல் வர்க்கம் பற்றியது. புனர்வாழ்வு அடிப்படையில் வாடிக்கையாளர் ஒருவருக்கு வேலை வாங்கித் தரும் நிலையில், வேலை தரும் பண்ணைச்சீமான், வாடிக்கையாளர் ஏதோ ஒரு வகையில் ஊனமுற்றவர் என்பதைக் காரணம் காட்டி அதிக உழைப்பைச் சுரண்டி சம்பளத்தைக் குறைத்துக் கொடுக்கிறார். இது முதலாளிகள் அனாயாசமாகச் செய்யும் மானுடத் துரோகம். புகலிடம் என்று வந்தாலே ஓர் இளக்கார பாவமும் சுரண்டலும் தவிர்க்கவியலாதது. சமூகச் சிந்தனைகள் முற்றிலும் மாறுபட்டு ஆரோக்கியமான திசையில் திரும்பினாலொழிய இதற்கு விடிவு காலம் இருக்கப் போவதில்லை. "என்ன நானூறு ரூபா தர்றாங்களா? வாங்கிக்க. இந்தக் காலத்துல நானூறு ரூபா யார் தர்றாங்க?" என்பது நம் படித்த பாமர சமூகப்பணியாளர்களின் நா கூசாத அறிவுரை. இதே நானூறு ரூபாய்ச் சம்பளம் தனக்குக் கிடைத்தால் அதை வைத்துக்கொண்டு வாழ்க்கையின் எந்தப் பகுதியைச் சிரைக்க முடியும் என்று இவர்கள் கேட்டுக் கொள்வதில்லை. இந்த உழைப்புச் சுரண்டலைத் தடுக்கவும் இவர்கள் எந்தவித நடவடிக்கையும் எடுத்துக்கொள்வதில்லை. அப்படியானால் இப்படிப்பட்ட சமூகப்பணியாளர்கள் முதலாளிகளின் கைக்கூலிகளாகத்தான் இருக்கிறார்கள் என்று தான் சொல்ல வேண்டும். ஒரு குறிப்பிட்ட ஆண்டில் நிறைய பேருக்கு வேலை வாங்கித் தந்த சமூகப் பணியாளருக்கு ஆளுநர் விருது வழங்கும் சடங்கு என்னவோ விமரிசையாகத்தான் நடந்து வருகிறது. வேலை பெற்றவர்களின் சம்பளங்களைக் கூர்ந்து கவனித்தால் கௌரவம் பெற்ற சமூகப்பணியாளர் எவ்வளவு தூரம் இந்த விருதுக்குத் தகுதிபெற்றவர் என்பது எளிதில் புரிந்து விடும். நாட்டில் நடைபெற்றுவரும் பாதிச் சமூகப்பணிகள் நாற்காலியில் அமர்ந்துகொண்டு நிகழ்த்தப்படும் arm chair சமூகப்பணிகள்தாம். எல்லாம் துறை சார்ந்தவர்களின் கைங் கரியங்கள்.

சமூகப்பணியாளருக்குச் சார்புகள் இருக்கக் கூடாது. மனம் திறந்த நிலையில் இருக்கவேண்டும். தீவிர விருப்பு வெறுப்புகளும் இருக்கக்கூடாது. சடங்குகளைக் கட்டிக்கொண்டு அழுபவர் களாகவும் இவர்கள் இருக்கக் கூடாது. இதெல்லாம் லட்சிய நோக்கு. நடைமுறையில் எவ்வளவு பேர் இப்படி இருக்கிறார்கள் என்று தெரியவில்லை.

சமூகப்பணியாளர்கள் அடிக்கடி சமூக விழிப்புணர்வுக் கூட்டங்களைப் பொது மக்களிடையே நடத்த வேண்டும். இவை அன்றாட வேலையைப் பாதிப்பதாலும் செலவு பிடிப்பதாலும் சாத்தியமாகாமலேயே போகின்றன. வருடம் ஒரு முறை நிகழ்த்தப்படும் விழிப்புணர்வு நாள்–வாரம் அநேக வேளைகளில் சடங்கார்த்தமாகவே முடிந்துவிடுகிறது. மக்களுக்கு அதிகம் பயனளிப்பதில்லை. சமூகப்பணியாளரின் மனத்தில் ஏதோ ஒரு மூலையில் நிகழ்ச்சியை நடத்திவிட்ட திருப்தியோடு வைபவம் முடிவடைந்துவிடுகிறது. வெகுஜனக் கலாச்சாரம் மக்களிடையே வேரூன்றியிருக்கிறது. இந்நிலை மாறத் தீவிர முயற்சிகள் மேற்கொள்ளப்பட வேண்டும்.

விழிப்புணர்வு வாரங்களின் ஆயத்தக் கட்டங்களில் தன்னை வெளிக்காட்டிக் கொள்ளும் (Showmanship) ஓரளவு உயர் பதவி வகிக்கும், அதிகமாகப் பேசி கூட்டத்தை ஆக்கிரமிக்கும் சமூகப்பணியாளரின் ஆலோசனைகள் எவ்வளவு மட்டமாக இருந்தபோதிலும் அவை ஏற்கப்படுவதையும், சற்றே அமைதியான, தாழ்ந்த பதவி வகிக்கும் சமூகப்பணியாளரின் ஆலோசனைகள் அறிவுபூர்வமாக இருப்பினும் எடுபடாமல் போவதையும் கண்கூடாகக் காணலாம். நம் நாட்டில், படித்தவர் களும் பாமரர்களே என்பதைத்தான் இதெல்லாம் எடுத்துக் காட்டுகிறது. இப்படிப்பட்ட நிறைய மடத்தனமான ஆலோ சனைகள் செயலாக்கம் பெற்றும் வருகின்றன. துறை சார்ந்த வர்கள் சில வேளைகளில் கோமாளித்தனமாகத்தான் நடந்து வருகிறார்கள். அரசியல்வாதிகள் தங்கள் முழக்கங்களினால் இருக்கையைப் பிடிக்கிறார்கள். இதே கதைதான் இங்கும். ஏற்கனவே சொன்னது போல ஒரு பரிதாபகரமான தரம் தாழ்ந்த கலாச்சாரச் சூழல் உருவாகியுள்ளது.

சமூக விழிப்புணர்வுக் கூட்டங்கள் வெற்றி பெறாமல் போவதற்கு முக்கிய காரணம் வெகுஜனக் கலாச்சாரம் என்று குறிப்பிட்டிருந்தேன். ஆனால் நம்மிடையே சராசரித் தமிழ்த் திரைப்படங்களை ஆழ்ந்து ரசிக்கும் திரைப்படத் திலகங்களின் நடிப்பைப் பாராட்டி விழா எடுக்கும் சமூகப்பணியாளர்களும் இருக்கிறார்கள். இவர்களே வெகுஜனக் கலாச்சாரத்தில்தான் மூழ்கியிருக்கிறார்கள். இவர்கள் இருக்கும் அழகில் இவர்களுக்கு விழிப்புணர்வுக் கூட்டங்களை நடத்த அருகதை இருக்கிறதா என்பதே சந்தேகமாக இருக்கிறது. தவிர, சராசரிக் குடும்ப ஸ்திரீ மனப்பான்மை கொண்டவர்களும் சமூகப்பணியாளர்களாக இருக்கிறார்கள். எல்லாம் துறைசார்ந்த பெருந்தகைகள்தாம். இவர்களால் சமூகச் சிந்தனைகளில் என்ன ஆரோக்கியமான

மாறுதல்களைக் கொண்டுவர முடியும்? வேஷ்டி குறைந்துபோய் பேண்ட்ஸ் வந்துவிட்டது. புடவை களைந்தெறியப்பட்டு சூரிதார் அணியப்படுகிறது. ஆனால் கண்ணோட்டம் இன்னும் பழைமை சார்ந்ததாகவே இருக்கிறது. மடிசஞ்சிக் கலாச்சாரமும் உச்சிக்குடிமிக் கலாச்சாரமும்தான் நடைமுறையில் காணப்படுகின்றன.

தமிழ்நாடு வாலெண்டரி ஹெல்த் அசோஸியேஷன் *30.11.91* அன்று பிற சமூக நல நிறுவனங்களுடன் சேர்ந்து உலக எய்ட்ஸ் தினம் நடத்தியது. கருத்தரங்கு எழும்பூர் பாந்தியன் சாலையில் உள்ள இன்டர்–சர்ச் சர்வீஸ் ஏஜன்ஸியில் மதியம் மூன்று மணி அளவில் தொடங்கியது. முதலில் இறை வணக்கப் பாடல் பாடப்பட வேண்டுமாம். பாட ஆள் கிடைக்காத பெரும் மனச்சுமையுடன் கருத்தரங்கு நடைபெற்று முடிந்தது. இந்த இறைவணக்கம், மெழுகுவர்த்தி ஏற்றுதல், குத்துவிளக்கு ஏற்றுதல் போன்ற மூடப்பழக்கங்களே இன்னும் மறைந்தபாடில்லை. முற்போக்குச் சிந்தனைகளைப் பற்றிப் பேசச் சமூகப் பணியாளர்களுக்கு என்ன உரிமை இருக்கிறது? அதுவும் முழுக்க முழுக்கப் பாலுறவு சம்பந்தப்பட்ட ஒரு கருத்தரங்குக்கு ஓர் இறைவன் தேவைப்பட்டது மிகவும் கேலிக்கூத்தான விஷயம்தான்.

9.9.91 அன்று மாலை ஆறு மணி அளவில் திருவல்லிக்கேணி படேல் ஸ்கொயரில் மத நல்லிணக்கக் கூட்டம் ஒன்றை மகளிர் அணி ஒன்று நடத்தியது. பேசியவர்கள் பெண்கள். பெரும் புள்ளிகள். மகளிர் அணி என்பதாலும், எனவே ஆண் வாடையே அடிக்கக்கூடாது என்பதாலும் ஆண் பேச்சாளர்கள் தவிர்க்கப்பட்டனர். ஆனால் ஒருமைப்பாட்டுப் பாடல்களில் மட்டும் பாட்டிசைக்கப் பக்க உதவியாக இரண்டு ஆண்கள் இந்த அணிக்குத் தேவைப்பட்டது. இந்த இரு ஆண்களின் குறுக்கீட்டால் மகளிர் அணியின் தூய்மை பரிதாபமாக மாசுபடுத்தப்பட்டது பாவம்தான். ஆனால், உரை நிகழ்த்திய எந்தப் பெண் அறிவாளியும் மதம் என்பதே குப்பை, கடவுள் என்பதே ஓர் எண்ணம் போன்ற முற்போக்கான சிந்தனைகளை முன்வைக்கவில்லை. எல்லா மதத்தினரும் சகோதரர்கள், சகோதரிகள், ஒன்று விட்ட மைத்துனர்கள் போன்ற பழைய குப்பையையே கிளறிக்கொண்டிருந்தார்கள். ஏழரை மணிவரை மகா எரிச்சலுடன் செவிமடுத்துக் கேட்டுக்கொண்டிருந்த நான் இனியும் தாங்காது இந்த நாராசம் என்ற முடிவுடன் எழுந்து நடந்தேன். இன்னுமொரு அழகையும் சொல்ல வேண்டும். காவலுக்கு வந்திருந்த இரண்டு காவல்துறைப் பெண் அதிகாரிகள் சாலையில் இருந்த நகைக்கடையில் போய் அமர்ந்து கொண்டார்கள்.

உண்மையிலேயே இவையெல்லாம் விழிப்புணர்வுக் கூட்டங்களே அல்ல. பச்சையான புளுகு மூட்டைகள், போலித் தனங்கள், கதாகாலட்சேபம் போன்ற இழவெடுப்புகள். மீண்டும் அதையேதான் சொல்லவேண்டியிருக்கிறது. பொதுவாக நாட்டில் ஒரு தரம் தாழ்ந்த கலாச்சாரச் சூழல் உருவாகியுள்ளது. முற்போக்குச் சிந்தனைகள் குறுகிய வட்டமான இலக்கியவாதி களிடையே மட்டும் நிலவி வருகின்றன. இவர்களுடைய பங்களிப்புடன் விழிப்புணர்வுக் கூட்டங்கள் நடைபெற்றா லொழிய இந்தக் கூட்டங்களெல்லாம் துறை சார்ந்த சடங்கு களாகத்தான் இருக்கும்.

சமீபத்தில் (1991இல்; நாள் சரியாக நினைவில்லை) ஓர் அமெரிக்கப் பெண்மணியைச் சந்தித்தேன். அவர் ஒரு சமூகப் பணியாளர். கலைச்சொற்களின் தொந்தரவு இல்லாமலேயே, உளவியல் பின்புலம் இல்லாமலேயே (நான் இவரிடம் பேசிப் பார்த்ததில் இவர் Sigmund Freud-ஐ எல்லாம் கணக்கில் எடுத்துக்கொண்டதாகவே தெரியவில்லை. இயல்பாக வெறும் உணர்வுகள் (sheer instincts) அடிப்படையில் அருமையாகத் தன் countryயில் சமூகப்பணியைச் செய்துகொண்டிருக்கிறார். இவரிடம் நான் கண்ட ஒரே குறை மதத்தைச் சமூகப்பணியுடன் இணைத்துக் கொண்டிருந்ததுதான். விடைபெற்றுக் கொள்ளும் தறுவாயில் 'அமெரிக்காவிலுள்ள மிச்சிகனில் நடைபெற்றுவரும் லூதரன் சமூக சேவைகள்' என்ற புத்தகத்தை என்னிடம் கொடுத்தார். புத்தகத்தின் அட்டையில் 'மாதா கோவில் சேவை செய்யவில்லையென்றால் வேறு யார் செய்வார்கள்' என்று கேட்டும், 'யேசு கிறிஸ்துவின் அன்பை உங்களிடம் பகிர்ந்து கொள்கிறோம்' என்று விளம்பரப்படுத்தியும் இருந்தது. படு எரிச்சலாக இருந்தது. விருந்தினரை அவமதிப்பது நம் பண்பாடு அல்ல என்பதால்தான் இது குறித்து அவரிடம் ஒன்றும் பேசவில்லை.

மதங்களின் பெயர்கள் தாங்கிய சமூகநல நிறுவனங்கள் நம் நாட்டில் நிறையவே விரவிக்கிடக்கின்றன. சமூகப்பணியைத் தொழில்நுணுக்கப் பணி என்று மார்தட்டிக் கொண்டிருக்கும் துறையைச் சார்ந்தவர்கள் இந்த மாதிரியான குறுகலான வட்டப் பணிக்கு என்ன நிவர்த்தி நடவடிக்கை எடுத்துக் கொண் டிருக்கிறார்கள்? ஏற்கனவே நம் கடவுள்கள் மக்களைக் குழுக் களாகப் பிரித்து நிறையவே புண்ணியம் கட்டிக் கொண்டிருக் கின்றன. இம்மாதிரிப் பணிகள் (மேற்சொன்ன மிச்சிகன் அம்மையார் உட்பட) வெறும் சார்பையும் சார்பு சார்ந்த மென் உணர்வையும், பாமரத்தனத்தையும்தான் வெளிப்படுத்துகின்றன.

இவையெல்லாம் சமூகப்பணியே அல்ல. பகிரங்கமான மதப் பிரச்சாரம், கதாகாலட்சேபம். ஒரு கடவுளின் நாமத்தை வாடிக்கையாளரின் நெற்றியில் பொறித்துத்தான் சமூகப்பணி நடக்குமென்றால் அப்பணி நடவாமலே போகட்டும். ஒரு பக்கம் ஒருமைப்பாடு முழக்கங்கள். ஒரு பக்கம் பிரிவினைவாத அடிப்படையில் மதம் தாங்கிய சமூகப்பணிகள். இந்நிலை மக்களைத் தெளிவுப்பாதையில் இட்டுச் செல்வதற்குப் பதிலாகக் குழப்பத்தில்தான் ஆழத்தும். இச்சூழல் முற்றிலும் அழிந்தாலொழிய விழிப்புணர்வுக் கூட்டங்களை நடத்த எந்தவொரு சமூகநல நிறுவனமும் தகுதி பெறாது. இன்றைக்கு நடப்பதெல்லாம் கல்வித்தகுதி பெற்ற பாமரர்கள் அது பெறாத பாமரர்களுக்குப் போதனை வழங்கிக்கொண்டிருப்பதுதான். இது வெறும் ஒரு சமூகக் கேளிக்கை, விபரீதமான ஒரு சமூக விளையாட்டு.

சமூகப்பணி என்பது கிட்டதட்ட ஒரு ஜீவ மரணப் போராட்டம் போன்ற முக்கியத்துவம் வாய்ந்தது. மிகவும் காத்திரமான பணி இது. பொழுதுபோக்காகவெல்லாம் நிச்சயம் இதைச் செய்ய முடியாது. அர்ப்பணிப்பு மனோபாவம் இல்லா மல் செய்யப்படும் சமூகப்பணி பயனளிக்கக் கூடியதாக இருக்க லாம். ஆனால் இது அடிப்படையில் போலியானது. திரைப்பட நடிகை ஒருத்தி கைத்தறிப் புடவை தரித்து எளிமையான கோலத் தில் ஒரு விளக்குமாறைக் கையில் ஒயிலாகப் பிடித்துக்கொண்டு சேரியின் தரையை விளக்குமாறின் செயல்நுனி தொடுமாறு வைத்துக்கொண்டு புகைப்படத்துக்கு முகம் காண்பிப்பது போலத்தான் இதெல்லாம். இதற்குப் பேசாமலேயே இருக்கலாம்.

வாடிக்கையாளரைச் சகமனிதர் என்று உணர்வது மிகமிக அவசியம். வாடிக்கையாளர் சமூகப்பணியாளர் நிகழ்த்தும் மானுடப் பரிசோதனைகளின் பண்டம் அல்ல. சமூகப் பணியாளர் போலவே வாடிக்கையாளரும் ரத்தமும் சதையும் உணர்வும் கொண்ட ஒரு மனிதர், சகமனிதர். தன் சோதனா முயற்சிகளை வாடிக்கையாளர் மீது திணிப்பது ஒரு மானுடத் துரோகத்தனமாகும். இங்கு எவனும் கொம்பன் இல்லை. எல்லோரும் அடிப்படையில் மனிதர்கள்தாம். ஒரே மாதிரியான வாழ்க்கைதான் எல்லோருடையதும். ஓரளவு வசதி படைத்த சமூகப்பணியாளரிடம் கார்ட்ரெஜ் கட்டில் இருந்தால், நலிந்த நிலையில் இருக்கும் வாடிக்கையாளரிடம் நைந்துபோன பாய் இருக்கிறது. ஆனால், இருவரும் எப்படியோ நிம்மதியாகத் தூங்கிக்கொண்டுதான் இருக்கிறார்கள். இருவரும் அடிப்படையில் மனிதர்கள்தாம்.

என்னதான் இன்றைய சூழலின் சமூகப்பணி முக்கிய மானது என்றாலும் அதை உயர்த்திப் பேசுவதோ romanticise செய்வதோ மடத்தனமானவை. பிற துறைகளும் தன் பங்குக்கு சமூகத்துக்கு நேரடியாகவோ மறைமுகமாகவோ உதவிக் கொண்டுதான் இருக்கின்றன. ஆகையால் அவற்றையும் கணக்கில் எடுத்துக்கொள்ள வேண்டும். வாழ்க்கையில் ஒன்றே ஒன்று மட்டும் எல்லாமே ஆகிவிட முடியாது.

ஒரு துறையைச் சார்ந்தவர் அந்தத் துறையில் மட்டும் வல்லவராக(?) இருக்கிறார். மேலும், சமூகப்பணித் துறையில் பிரிவுகள் உள்ளன. ஒரு பிரிவைச் சார்ந்தவர் அந்தப் பிரிவில் மட்டும்தான் பணிபுரியத் தகுதி பெற்றவராக இருக்கிறார். சில சமூகப்பணியாளர்கள் மனநலக் காப்பகத்துக்கு வருவதற்கும் மனநோயாளிகளுடன் பேசுவதற்கும் பயப்படுகிறார்கள். இவர்களுக்கு மனநோய் என்ற கருத்தாக்கம் சரிவரத் தெரியாமல் இருக்கிறது. தவிர, உளவியல் மருத்துவத்துறையில் பணிபுரியும் சமூகப்பணியாளர்களுள் பலர் எதிர்உளவியல் மருத்துவக் கருத்தாக்கங்களைக் கண்டுகொள்ளாமல் சம்பிரதாயரீதியில் செயல்படுகிறவர்களாகவே இருக்கிறார்கள். இதனாலேயே மனித உரிமைகள் மீறப்பட்டுக் கொண்டிருக்கின்றன. ஒருவரைக் 'குணமடைந்த மனநோயாளி' என்று விவரிப்பதே ஒரு பெயர்ப் பலகை குத்துதல்(labeling)தான். எதிர்உளவியல் மருத்துவக் கருத்தாக்கங்கள் இதுபோன்ற வெளிப்பாடுகளை வன்மையாகச் சாடுகின்றன. ஆனால், நம் சூழலிலோ இவ்வெளிப்பாடுகளெல்லாம் சர்வ சகஜம். குறிப்பிடப்படுபவரின் மனம் எவ்வளவு புண்படும் என்பது இவர்களுக்குப் புரியவில்லையோ என்ன இழவோ தெரியவில்லை. மனநலக் காப்பகத்தில் ஓரளவு தெளிந்த நிலை யில் இருக்கும் நபர் உண்மையிலேயே சிறந்த கவிதையை எழுதிக் கொண்டிருக்கிறார் என்று வைத்துக்கொள்வோம். இதைப் பார்க்கும் சமூகப்பணியாளர் செய்வதெல்லாம், அவர் அந்த நபரின் கோப்பில் 'நோயாளி எழுதும் நடத்தையில் ஈடுபட்டுள் ளார்' (The patient is engaged in writing behaviour) என்று குறிப்பெழுதி வைத்துத் தன் துறை சார்ந்த சடங்கை முடித்துக் கொள்வதுதான். கவிதையின் உன்னதத்தைப் பற்றிச் சிறிதும் அக்கறை கொள்வதில்லை நம் பெருமதிப்பிற்குரிய சமூகப்பணி யாளர். இதனால்தான் சமூகப்பணி அவ்வளவு சிறப்பாக நடை பெறவில்லை என்று நினைக்கத் தோன்றுகிறது. சமூகப்பணியாளர் நோயாளிக்குச் சம அந்தஸ்து கொடுக்காத வரை இந்நிலை மாறப் போவதில்லை.

நம் சமூகம் நாளைய விடியலில் புத்துணர்வு பெற்று ஆரோக்கிய நிலைக்கு வந்துவிடப் போவதில்லை. ஆகையால் இருக்கும் சீர்கேடடைந்த சூழலிலேயே ஒரு பிரச்சனையைப் பார்ப்போம். உளவியல் மருத்துவம் என்று வரும்போது, தன் குமுறல்களைச் சமூகப்பணியாளரிடம் கொட்டி முடித்த பிற்பாடு மனச்சுமை இறங்கிய ஆசுவாச நிலை பிணியாளருக்குக் கிடைக்கிறது. இதே நிலை ஒரு கிறித்துவப் பாதிரியாரிடம் தான் செய்த 'தவறு'களைக் கொட்டி முடித்த பின்பும் கிடைக்கக்கூடிய ஒன்றே. இதை மதம் Confession என்று பெயரிட்டழைத்தாலும் இதுவும் ஒருவகை உளவியல் சிகிச்சை முறைதான். பாதிரியார் கர்த்தரின் நாமத்தால் பாவமன்னிப்பு என்னும் உளநல மாத்திரைகளைத் தருகிறார். விளைவு ஒரே மாதிரியாக இருக்கும்போது பாதிரியாரையும் ஏற்றுக்கொண்டாக வேண்டும். சில மனநோய்கள் தாயத்துகளைக் கட்டும் பூசாரிகளால் ஓரளவாவது மட்டுப்படுவதையம் கணக்கில் எடுத்துக்கொள்ள வேண்டும். தாயத்து ஓர் உளவியல் தாங்கியாகச் (psychological prop) செயல்படுகிறது. நம்பிக்கை மூலம் குணமாதல் இதனால்தான் சாத்தியப்படுகிறது. ஆனால் இதற்கு எல்லைகள் உண்டு. தவிர, இந்த முறையில் கடவுள்தான் ஒரே தீர்வு என்ற மதப்பித்து (hyper religiosity) என்ற நோய்க்குறி தோன்றும் அபாயம் நிச்சயம் உள்ளது. கடவுளை எந்த அளவுக்குத் தன் அனுகூலத்துக்குப் பயன்படுத்திக்கொள்வது என்ற தெளிவு பிணியாளருக்கு ஏற்பட்டாலொழிய இந்த அபாயத்திலிருந்து தப்பிக்க இயலாது. சுவாதீனமானவர்களிடையேகூட கடவுள் ஒரு போதைதான். பக்திப் பரவசத்துக்கும் விஸ்கிப் பரவசத்துக்கும் அதிக வித்தியாசம் இல்லை.

உளவியல் மருத்துவ சமூகப்பணி பற்றி மேலும் சில விஷயங்கள். ஆக்கபூர்வமான இலக்கியப் பரிச்சயத்தை வாடிக்கையாளருக்கு ஏற்படுத்தித் தர சமூகப்பணியாளருக்குத் தெரிந்திருக்க வேண்டும். மனநிலை பிறழ்ந்து சற்றுத் தேறிய நிலையில் உள்ள படிப்பறிவுள்ள நபரின் கவனக் குவிப்பு இலக்கியத்தின் மீது ஏற்படும்போது நோய்க்குறிகள் தணிவான நிலைக்குத் தள்ளப் படும் சாத்தியக்கூறுகள் நிறையவே உள்ளன.

எந்தக் கட்டத்திலும் வாடிக்கையாளரின் செழுமையான பொருளாதார நிலையைத் தனக்கு சாதகமாக்கிக் கொண்டு பொருள்ரீதியான அனுகூலங்களைப் பிரதி உபகாரமாகப் 'பரிசுகள்' என்ற போர்வையில் சமூகப்பணியாளர் பெறுவது மகாக் கேவலமான செயலாகும். சமூகப்பணி என்ற கௌரவ மான சொல்லுக்குப் பங்கம் விளைவிக்கும் செயல் இது (இதைத்

தனியார் துறை உளவியல் மருத்துவமனைகளுடன் இணைத்துப் பார்த்துப் புரிந்துகொள்ளப்படுதல் வேண்டும்). லேசான சமரசங்கள் பரவாயில்லை. (நாட்குறிப்பு, மலிவான இனிப்புகள், 'என் பெண் எட்டாவது தேறிவிட்டாள்' என்று நீட்டப்படும் சாக்கலேட்) போன்ற எளிமையான பரிசுகள் பரவாயில்லை. இவைகூடத் தோழமையை (rapport) வளர்க்கப் பயன்படும் என்பதால்தான். மற்றபடி சமூகப்பணிச் சித்தாந்தங்களுக்குப் புறம்பாக ஏற்றுக்கொள்ளப்படும் விலையுயர்ந்த பரிசுகள் நிச்சயம் கொள்கை ரீதியான பரத்தமைதான்.

பால்ரீதியில் வறண்ட நிலையில் இருக்கும் எதிர்பாலின வாடிக்கையாளர் மீது பால்ரீதியான சுதந்திரங்களை எடுத்துக் கொள்ளும் (Sexploitation) சமூகப்பணியாளர் நிச்சயம் ஒரு சுரண்டல்காரர்தான். கண்ணியமான ஆளுமைகளால் மட்டும் தான் உண்மையான சமூகப்பணியைச் செய்ய முடியும் (இதை யும் தனியார் துறை உளவியல் மருத்துவமனைகளுடன் இணைத்துப் பார்த்துப் புரிந்து கொள்ளப்படுதல் வேண்டும்).

உளவியல் மருத்துவத்துறையில் பணிபுரியும் சமூகப் பணி யாளர் உளநல மருந்துகள் வேலை செய்யும் விதத்தைப் புரிந்து கொண்டவராக இருக்க வேண்டும். இதற்காக உளவியல் மருத்துவ நூல்களைப் பரிச்சயப்படுத்திக் கொள்ள வேண்டும். அல்லது நேரம் கிடைக்கும்போதெல்லாம் உளவியல் மருத்து வரிடமே நேரடியாகக் கேட்டுத் தெரிந்துகொள்ள வேண்டும். புதிய விஷயங்களைத் தெரிந்துகொள்ளும் தணியாத ஆர்வம் இருந்தாலொழிய இது சாத்தியமில்லை. நூல்களைப் படிப்பதை விட மருத்துவரிடமே கேட்டுத் தெரிந்துகொள்வது நல்லது; ஏனென்றால், மருத்துவ நூல்களில் மருந்துகளின் வர்த்தகப் பெயர்கள் கொடுக்கப்படாமல் இருக்கலாம். சற்றுத் தெளிந்த நிலையில் இருக்கும் வாடிக்கையாளர்களுக்கு மருந்துகள் எந்த அளவில் பயன்படும் என்பதை விரிவாக எடுத்துக் கூறுவது சமூகப்பணியாளரின் பொறுப்பாகும். முன்னேறிக் கொண் டிருக்கும் அறிவியல் துறையின் சமீபத்திய புத்தகங்களைப் படித்துத் தெரிந்துகொள்ளும் ஆர்வமும் தன் அறிவைத் தற்கால அளவுக்கு உயர்த்திக்கொள்ளும் உற்சாகமும் கொண்டவராக அவசியம் இருக்க வேண்டும். இவ்வாறில்லாத பட்சத்தில் ஒரு கட்டத்தில் அறிவுத் தேக்கம் ஏற்படும் நிலை உருவாகும். வளர்ச்சி மட்டுப்படும். பணித்திறன் குறையும். பணியில் கிடைக்கும் ஆத்ம திருப்தியும் போகப் போக அஸ்தமித்துக் கொண்டு வரும். பிறகு சமூகப்பணியாளர் ஒரு குமாஸ்தா நிலைக்குப் பரிதாபகரமாகத் தள்ளப்பட்டு விடுவார். இந்நிலை

உருவாகாமல் பார்த்துக்கொள்ள வேண்டும். அப்படி ஒரு நிலை ஏற்படும்பட்சத்தில் நேர்மையுடன் தன் இயலாமையை ஏற்றுக்கொண்டு கண்ணியத்துடன் வேலையைத் துறந்துதான் ஆகவேண்டும். கேவலம் வயிற்றுப்பிழைப்புக்காகவெல்லாம் சமூகப்பணி செய்வது என்று ஆகும் நிலை தவிர்க்கப்பட வேண்டும்.

சில வாடிக்கையாளர்களின் உறவினர்கள் எந்த நோய்க்காக நோயாளிக்கு மருந்து கொடுக்கப்படுகிறது என்று தெரியாம லேயே பூசாரியிடம் விபூதிப் பிரசாதம் வாங்கிக்கொள்வதுபோல் பதினைந்து நாட்களுக்கு ஒரு முறை வழக்கமாக வந்து மருத்து வரிடம் மருந்துச் சீட்டைப் புதுப்பித்துப் பெற்றுச் செல்பவர் களாக இருக்கலாம். அவர்களைத் தனியே அழைத்து விழிப் புணர்வை ஏற்படுத்தும் பொறுப்பும் சமூகப்பணியாளருடையது.

போதிய படிப்பறிவில்லாத பாமரத்தனமான சமூக சேவகி ஒருவர் (இப்படி நம் நாட்டில் இருக்கிறார்கள். சமூக சேவகி என்று முத்திரை குத்திக்கொள்வதில் ஒரு 'நான்' உருவாகிறது. இதனாலேயே இப்படிப்பட்ட சமூக சேவகிகள் நாட்டில் உருவாகியிருக்கிறார்கள்) தன் மகனைச் சிகிச்சை பெற்று வரும் ஒரு மனநோயாளிப் பெண்ணுக்கு மணமுடித்து வைக்க முன்வரும்போது, அவரை உபசரித்து அமரச் சொல்லி, முதலில் அவரது தொண்டு உள்ளத்தைப் பாராட்டிவிட்டு, பிறகு மனநோய் பாரம்பரியத்தைப் பாதிக்கும் விஷயம் என்பதைத் தெளிவுபடுத்தி அவரது அறியாமையை அகற்றச் சமூகப் பணியாளர் உதவவேண்டும்.

உளவியல் மருத்துவத்துறையில் பணிபுரியும் சமூகப்பணி யாளரின் பொறுப்பு சற்றே கூடுதலானதுகூட. பணியாளருக்குத் துணிச்சல் அவசியம். உதாரணமாக, நோயாளி ஒருவரின் உறவினர் உளவியல் மருத்துவரின் நடத்தை குறித்தோ கண் ணோட்டம் குறித்தோ எதிர்மறையான விமரிசனத்தை முன் வைக்கும்போது, தைரியமாக மருத்துவரிடம் சென்று அவரது கவனத்துக்கு இந்த விமரிசனத்தைக் கொண்டுவர வேண்டும்.

மிகவும் சிக்கலான சூழல்தான். புரிகிறது. ஆனாலும் சமூகப்பணியாளர் இதைச் செய்யும் கடப்பாடு உடையவராக இருக்கிறார். உளவியல் மருத்துவர் தரும் பாதுகாப்பு உணர்வில் குளிர்காயும் நடுத்தர வர்க்க பூர்ஷுவா மனநிலையிலிருந்து முற்றாக விடுபட்ட சமூகப்பணியாளரால் மட்டும்தான் இது சாத்தியம். சமூகப்பணி சொந்தமுறையிலான ஒரு பணயம் என்பதை இங்கு நினைவுக்குக் கொண்டு வருவது பொருத்த மானதாக இருக்கும்.

நோயாளியின் படிப்பறிவு கொண்ட ஓர் உறவினர் முழுக்க முழுக்க மருத்துவரீதியான ஒரு சந்தேகத்தை முன் வைக்கும் போது, சமூகப்பணியாளர் தன்னால் இயன்றால் தீர்த்து வைக்கவேண்டும். போதிய மருத்துவ அறிவு இல்லாதபட்சத்தில் மருத்துவரிடம் கேட்டுத் தெரிந்துகொண்டு இதை நோயாளியின் உறவினரிடம் சொல்லித் தெளிவுபடுத்த வேண்டும். இதுவும் சமூகப்பணியாளரின் பொறுப்புகளுள் ஒன்று.

சமூகப்பணியாளர் சாய்வுகள் அற்றவராக இருத்தல் வேண்டும். பொருளாதார அளவில் கொழுத்த நோயாளிக்குப் பிரத்தியேக முன்னுரிமை கொடுப்பதும் நலிந்த நிலையில் உள்ள நோயாளிக்கு இரண்டாம்பட்ச நிலை கொடுப்பதும் கூடாது. வர்க்க சாய்வுகள் அற்ற சமத்துவ நிலையில் சமூகப்பணியாளர் செயல்பட வேண்டும்.

மனநோயின் உக்கிரத்தில் நோயாளியிடமிருந்து சில வேளைகளில் கிடைக்கும் அடி உதைகளைப் பெறவும் சமூகப் பணியாளர் சித்தமாக இருக்க வேண்டும்.

குழுச் சிகிச்சையை நடத்தும்போது சுதந்திரமாகப் பேச நோயாளிகளுக்கு முழு வாய்ப்பையும் அளிக்க வேண்டும். உண்மையான கருத்துப் பரிமாற்றங்களை ஊக்குவிக்க வேண்டும். தான் பிரதான அங்கத்தை வகிக்க வேண்டும் என்ற ஆதிக்க நிலையை எடுத்துக்கொள்ளாமல் நோயாளிகளுக்கு ஓர் எளிய வழிகாட்டியாக இருக்க வேண்டும். எந்தக் கட்டத்திலும் குழுச் சிகிச்சையை நகைச்சுவைகளைப் பரிமாறிக்கொள்ளும் கேலிக் கூத்தாக ஆக்கிவிடாமல் பார்த்துக்கொள்ள வேண்டும்.

சமூகப்பணியாளர் துறை சார்ந்த பிற பணியாளர்கள் மீது காழ்ப்பு கொண்டவராக இருத்தல் கூடாது. தான் பெரியவரா, மனநல உளவியலாளர் பெரியவரா போன்ற 'நான் உணர்வு' அடிப்படையிலான சண்டைகளை (Professional rivalries) போடாதவராக இருத்தல் வேண்டும். இந்தச் சண்டை போடும் சமூகப்பணியாளரின் நடத்தையும் முப்பத்தேழு வயது நிரம்பிய ஒரு குறிப்பிட்ட வகை மனநோயினால் பீடிக்கப்பட்டு, இன்னும் குழந்தைத்தனமாக "வலிமையில் சிங்கம் பெரிதா, புலி பெரிதா?" என்று கேட்கும் மனநோயாளியின் நடத்தையும் ஒன்றே. ஒருவித வித்தியாசமும் இல்லை.

மனவளர்ச்சி குன்றிய நிலையில் இருக்கும் ஒருவரை மனநோய்க் குறிகளுக்கான சிகிச்சைக்கு உளவியல் மருத்துவ மனைக்கு அழைத்து வரும் உறவினர்களிடம் "மனநோய்க்குறிகள் மட்டும்தான் உளவியல் மருத்துவச் சிகிச்சை மூலம் மட்டுப்படும்.

மனவளர்ச்சி குன்றிய நிலையை அகற்றாது" என்ற உண்மையை நேர்மையுடன் எடுத்துச் சொல்லும் பண்பும் சமூகப்பணியாளருக்கு வேண்டும். உறவினர்களைத் திருப்திப்படுத்த வேண்டும் என்பதற்காக, "சீக்கிரம் பையன் தேறிவிடுவான்; பொறுப்பை எங்களிடம் விடுங்கள்" என்றெல்லாம் பொய் சொல்லக்கூடாது.

உறவினரிடம் "சரியாக 1.1.93க்குள் தங்கள் துணைவியார் மனநோயிலிருந்து முற்றாகக் குணமடைந்துவிடுவார்" போன்ற துல்லியமான (இது ஒரு பசப்பல்) பொய்மை நிறைந்த உறுதி மொழிகள் போன்றவற்றை சமூகப்பணியாளர் அளிக்கக்கூடாது.

நோயாளியின், மெத்தப் படித்த அரசு உயர்பதவி வகிக்கும் உறவினர் நோயாளி குறித்தான வாழ்க்கைச் சரிதத்தைத் தர ஒத்துழைக்காத பட்சத்தில் (உயர் கல்வியும் அரசு உயர் பதவியும் பணக்கொழுப்பும் அவருக்குத் தோரணையையும் சமூகப்பணி யாளரைத் துச்சமாக மதிக்கும் மனப்போக்கையும் கொடுத்திருக் கின்றன. பாரதத்தின் தவிர்க்கவியலாத சாபக்கேடுகள் இவர்கள்) அவரை மனப்பூர்வமாக மன்னித்து வாழ்க்கைச் சரிதத்தின் முக்கியத்துவத்தைச் சமூகப்பணியாளர் எடுத்துக் கூறவேண்டும். அப்பொழுதும் ஒத்துழைக்காத பட்சத்தில் விஷயத்தை உளவியல் மருத்துவரின் கவனத்துக்குக் கொண்டுவர வேண்டும். பிறகு மருத்துவரின் ஆலோசனைப்படி சமூகப்பணியாளர் நடந்து கொள்ள வேண்டும்.

மனமுதிர்ச்சி அற்ற பணக்காரர்கள் (மனமுதிர்ச்சி அற்றவர் கள் மட்டும்தான்) தங்கள் கற்பனைக்குப் பின்னால் நாயாக அலைந்து கொண்டிருப்பவர்கள். சிறு துக்கத்துக்குக் கூட வருத்தமுற்று மாத்திரைகளை நாடி உளவியல் மருத்துவமனைக்கு வருகிறார்கள். இது இவர்களுக்குப் பிடித்தமான ஒரு பொழுது போக்கு; இன்றைய ஒரு fad. இவர்களிடம் "ஆளுமை ரப்பர் போன்றது, இறுக்கமான நிலையிலிருந்து சுயமாக, புறஉதவி இல்லாமல் இயல்பான தன்மைக்குத் திரும்பும் தன்மை கொண்டது. காரணரீதியாக ஏற்படும் லேசான துக்கத்தைத் தாங்கிக்கொள்ளும் சக்தி ஆளுமைக்குள்ளேயே உட்பொதிந் திருக்கிறது" என்பதை அம்சமாக எடுத்துக் கூற வேண்டிய பொறுப்பு சமூகப்பணியாளரைச் சாரும். வேண்டுமானால் லேசான உளவியல் ஆலோசனைகளை வழங்கி உதவலாம். அதற்குமேல் ஒன்றும் செய்யக்கூடாது. உளவியல் மருத்துவப் பலனைப் பணத்தைக் கொண்டு விலைக்கு வாங்கும் இந்தப் பெரிய மனிதர்களிடையே விழிப்புணர்வை ஏற்படுத்தச் சமூகப் பணியாளர் கடமைப்பட்டுள்ளார். சமூகப்பணியாளர் உளவியல் மருத்துவருக்குப் பணம் சம்பாதித்துத் தரும் கருவி அல்ல.

தனிநபர் மனித உரிமைகள் பற்றிய ஆழ்ந்த பிரக்ஞை கொண்டவராகச் சமூகப்பணியாளர் இருக்க வேண்டும். ஓர் உதாரணம் இதைத் தெளிவுபடுத்த உதவலாம். சமூகப்பணி யாளரின் பணி நேரம் மாலை 5.30இலிருந்து 8.00 மணிவரை என்று வைத்துக்கொள்வோம். நிறைய நோயாளிகள் இருக்கும் போது 8.00, 9.30 மணிவரைகூட வேலை செய்யலாம். நோயாளி கள் இல்லாத நேரத்தில் சீக்கிரமே வீட்டுக்குப் போக அவருக்குச் சுதந்திரம் உண்டு. ஒருநாள் நோயாளிகளே இல்லை என்று வைத்துக்கொள்ளுங்கள். அப்பொழுது பார்த்து, ஆகாய விமானம் மூலம் பறந்து வரும் அளவுக்கு வசதி படைத்த நோயாளியின் உறவினர் தன் சௌகரியத்துக்கு 7.30 மணிக்குத் தான் வருவார்; அவரிடமிருந்து நோயாளியின் வாழ்க்கைச் சரிதத்தைப் பதிவு செய்துகொள்ளுங்கள் என்ற தாக்கீது உளவியல் மருத்துவரிடமிருந்து வரும் போது "என்னால் காத் திருத்தலில் இரண்டு மணி நேரத்தை விரயமாக்க முடியாது. அந்தப் பெரிய மனிதரை நாளை மாலை 5.30க்கு வரச் சொல்லுங்கள். என் சொந்த நேரத்தின்மீது சுதந்திரம் எடுத்துக் கொள்ளாதீர்கள்" என்று திட்டவட்டமாகக் கூற வேண்டும். அதையும் மீறி, உளவியல் மருத்துவர் சமூகப்பணியாளர்மீது தன்னைத் திணித்துக்கொள்பவராக இருந்தால், நோயாளியின் பணக்கார உறவினரைத் திருப்திப்படுத்த சமூகப்பணியாளரைப் பலிகடாவாக்கும் எண்ணம் படைத்தவராக இருந்தால் அவருக்குக் கீழ் பணிபுரிய மறுத்து வேலையை அந்தக் கணமே துறக்கத் தயார் நிலையில் இருக்க வேண்டும். பணியின் எந்தக் கட்டத்திலும் தன் கௌரவத்தை விட்டுக் கொடுப்பவராக இருக்கக் கூடாது. சமூகப்பணியாளர் யாருக்கும் தாழ்ந்தவர் அல்ல. தவிர, சமூகப்பணி ஒரு மலிவான பணியும் அல்ல. தனியார் துறை உளவியல் மருத்துவமனைக்கு வரும் அநேகர் மேல் மத்திய தர அல்லது பணக்கார வர்க்கத்தைச் சார்ந்தவர்கள். அவர்களிடம் வாகன வசதி உண்டு. நேரமும் கையில் கனத்துக் கிடக்கிறது. இன்றில்லையேல் அடுத்த நாள் அவர்களால் வர நிச்சயம் முடியும். சமூகப்பணியாளர் நிச்சயம் பணக்காரர்களின் சௌகரி யத்துக்கு வளைந்து கொடுக்கும் ஒரு பொம்மை அல்ல.

இன்னுமொரு விஷயம். பாட்டி சில மாதங்களில் மண்டை யைப் போட்டுவிடுவார். பேத்திக்கு வயது 27; இரு பட்டங்களைப் பெற்று உயர் பதவியில் இருப்பவள். அவளுக்குத் திருமணத்தில் நாட்டம் இல்லை. பாட்டிக்கோ தான் கண் மூடுவதற்கு முன் தன் பேத்திக்குத் திருமண சுபகாரியம் (பேத்தியின் கன்னி கழிந்தே தீர வேண்டும் என்ற தணியாத தாபம்) நடைபெற

வேண்டும் என்ற 'நல்ல' எண்ணம். உளவியல் சிகிச்சை மூலம் பேத்திக்குத் திருமணத்தில் ஈடுபாடு ஏற்படுத்த முடியுமா என்ற பேராவலுடன் சமூகப்பணியாளரைப் பாட்டி அணுகலாம். "இன்றைய சூழலில் தனியொருத்தி ஆணின் துணையில்லாமல் தனித்து கண்ணியத்துடன் வாழ முடியும்; திருமணம் என்பது வற்புறுத்தப்பட வேண்டிய செயலல்ல. பெண்ணுக்குத் திருமணம் செய்துகொள்ளவோ, திருமணத்தை நிராகரிக்கவோ தனிநபர் உரிமை உண்டு; பாலுணர்வு இச்சைகள் சடங்கார்த்தமாகத் தணிய வேண்டிய அவசியம் இல்லை; உடலுக்கென்றே ஒரு நியாயம் உள்ளது; இச்சைகள் கனவுகள் மூலமோ, ஆளுமையின் நுட்பமான உத்திகள் மூலமோ தணிய வாய்ப்புண்டு; பேத்தியின் திருமண வைபவத்தைக் கண்டு களிப்பதும் தனக்குப் பிடித்தமான சம்பூர்ண ராமாயணம் திரைப்படத்தைக் கண்டு களிப்பதும் ஒன்றல்ல. முற்றிலும் இரு வேறு விமரிசைகள்" என்பதைத் தெளிவாக எடுத்துக் கூறி, அமைதிப்படுத்தி, பாட்டியை வீடு திரும்ப வைக்க வேண்டிய பொறுப்பும் சமூகப்பணியாளரைச் சார்ந்ததே. தவிர இந்த ஆண்மைக் குறைவு, பெண்மைக் குறைவு எல்லாம் உளவியல் மருத்துவம் மூலம் சுலபத்தில் தீர்வதில்லை என்பதையும் சொல்லி அனுப்ப வேண்டும். "தாம்பத்தியக் களிப்பை அதிகரித்துக் கொள்ளுங்கள்; திருமணத்துக்கு முன்போ பின்போ வந்து ஆலோசனை பெறுங்கள்; குழந்தைப்பேறு அற்றவர்களும் ஆலோசனை பெறலாம்; கே.வி. குப்தா, ஜே.எல். குப்தா, 3 அண்ணாசாலை (எல்லிஸ் சாலை), சென்னை 600 002 போன்ற விளம்பரங்களைப் பேருந்துகளில் பார்த்திருக்கிறேன். இவர்கள் மருத்துவர்களா, பாலியல் குறைகளை இவர்கள் உண்மையிலேயே தீர்த்து வைக்கிறார்களா என்றெல்லாம் தெரியவில்லை. நோயாளி என்ற போர்வையில் போய் இவர்கள் என்ன செய் கிறார்கள் என்று பார்க்க ஆசைதான். நேரம்தான் கிடைக்க வில்லை.

உளவியல் மருத்துவத்திலும் பிழைகள் உள்ளன. தார்மீக ஆவேசத்தைக்கூட keyed up state என்று பெயர்ப்பலகை குத்தி சிகிச்சைக்கு உட்படுத்தும் அதிஉற்சாக உளவியல் மருத்துவர் களும் இருக்கத்தான் செய்கிறார்கள். இந்த ஆவேசக்காரர்மீது உளவியல் மருத்துவம் திணிக்கப்படுகிறது. இது ஓர் அறிவியல் கொடுமை. தார்மீகக் கோபத்துக்கும் சுவாதீனமற்ற கோபத்துக் கும் உள்ள வேறுபாடுகூட மருத்துவருக்குத் தெரியாமல் போவது பரிதாபமே. உளவியல் மருத்துவர் பிரகாரம் மருத்துவ மனைக்கு வருபவர்கள், மருத்துவமனைக்குக் கொண்டு வரப்

படுபவர்கள் அனைவரும் மனநோயாளிகளே. இதையெல்லாம் எதிர்உளவியல் மருத்துவம் கண்டிக்கிறது. இந்த மாதிரிச் சமயங்களில் சமூகப்பணியாளரின் நிலை தர்மசங்கடமானது.

மனநோயாளிகள் குறித்த சட்ட நுணுக்கங்களைத் தெரிந்து வைத்துக்கொள்ளும் கடமை சமூகப்பணியாளருக்கு உண்டு. இதற்கு மருத்துவ (Jurisprudence) புத்தகங்களையும் குற்றவியல் புத்தகங்களையும் பரிச்சயப்படுத்திக்கொள்ள வேண்டும். வாசிப்பதற்கு நேரம் இல்லை என்ற சிக்கல் நேரும்போது சட்ட நுணுக்க நிபுணத்துவம் வாய்க்கப்பெற்ற நண்பர் ஒருவரின் உதவியை நாடக் கூசக் கூடாது. எல்லாமேயா ஒருவருக்குத் தெரிந்துவிடும்? தெரியாத விவரங்களைத் தெரிந்தவரிடம் கேட்டுத் தெரிந்துகொள்வது ஒன்றும் கௌரவக் குறைச்சல் ஆகிவிடாது.

நோயாளிக்குத் தன் பிரச்சனைகள் குறித்தான உள்ளுணர்வு ஏற்பட்டாலொழிய பூரண குணம் அடைவது சாத்தியமில்லை என்பதைச் சமூகப்பணியாளர் தெளிவுபடுத்த வேண்டும். இந்த உள்ளுணர்வை ஏற்படுத்த ஆலோசனைகள் மூலம் நோயாளிக்குச் சமூகப்பணியாளர் உதவ வேண்டும். உடன் பணிபுரியும் உளவியல் மருத்துவ உளவியலாளருடன் முடிந்தபோதெல்லாம் இது குறித்துக் கலந்தாலோசிக்க வேண்டும்.

எந்தக் காரணம் கொண்டும், "மனைவி ஒரு தீராத (chronic) மனநோயாளி; இதன் அடிப்படையில் ஒரு மருத்துவச் சான்றிதழ் வழங்குங்கள்; என் மனைவியை மணவிலக்கு செய்துவிட்டு மறுமணம் செய்துகொள்கிறேன்; உதவுங்கள்" என்று வேண்டிக் கொள்ளும் ஆண் ஆதிக்கச் செயல்வீரரை ஊக்குவிக்கக்கூடாது. "மருத்துவமனை உறவுகளில் சுமூகத்தை ஏற்படுத்தத்தான் இருக்கிறது. முறிப்பதற்கு அல்ல" என்ற உண்மையைக் குரலில் சற்றுக் கடுமையை வரவழைத்துக் கொண்டு சொல்லி உடனடியாக அவரை மருத்துவமனையை விட்டு அகற்ற ஆவன செய்ய வேண்டும். இவரே மனநோயாளி ஆகும்போது மனைவி இவரை நிராகரித்தால் எத்தனை துயரத்துக்கு ஆளாவார் என்பதையும் இந்தப் பெருமதிப்பிற்குரிய ஆண்மகனுக்குத் தெளிவுபடுத்த வேண்டும். அந்தச் சமயத்தில் மட்டும் 'பண்பாடு' என்ற உயர்வழக்குச் சொல்லைச் சுமத்திப் பெண்ணை மனநோயாளிக் கணவனுடன் வாழ வைப்பதில் இந்தச் சமூகம் மிக மிகப் பிரியம் கொண்டதாக இருக்கிறது. இந்த ஒரு விஷயம் போதும், பாரதம் எவ்வளவு கேவலமான பின்தங்கிய நிலையில் இருக்கிறது என்பதைப் புரிந்துகொள்ள.

சமூகப்பணியாளர் வலிந்து வாடிக்கையாளருக்கு உதவ முன்பவருபவராக இருக்க வேண்டும். இதற்கு உண்மையான தொண்டுள்ளம் தேவை. அர்ப்பணிப்பு உள்ளம் இல்லாத எவரும் பொருத்தமான கல்வித்தகுதி பெற்றிருந்தாலும் சமூகப் பணியின் விளிம்பில்கூடக் காலடி எடுத்துவைக்கக் கூடாது.

சமூகப்பணியைப் பணி நேரத்தில் மட்டும்தான் செய்ய வேண்டும் என்று எந்த சாஸ்திரமும் சொல்லவில்லை. சமூகப்பணி ஒரு சர்வகாலப் பணி. நிறுவனத்துக்கு வெளியிலும் பணியைத் தொடரலாம்; தவறில்லை.

எக்காரணத்தைக் கொண்டும் வாடிக்கையாளருக்கு செயல் திட்டத்தில் (Project) முறைப்படி கிடைக்கவிருக்கும் அனுகூலங் களின் குறுக்கே சமூகப்பணியாளரின் தனிநபர் ஆளுமை நிற்கக்கூடாது. இதைச் சற்றே விளக்குவது நல்லது. ஏதோ ஒரு கட்டத்தில் வாடிக்கையாளர் சமூகப்பணியாளரைத் திட்டுகிறார் என்று வைத்துக்கொள்வோம். இதை மனதில் கொண்டு மறு தாக்குதலுக்கான தருணத்தை எதிர்பார்க்கும் பழி உணர்ச்சியை அறவே மனத்திலிருந்து அகற்ற வேண்டும். சமூகப்பணி சொந்த விருப்பு வெறுப்புகளுக்கு அப்பாற்பட்டது. இதெல்லாம் கற்பனையல்ல. இப்படியெல்லாம் துறையில் நடந்துள்ளன.

தமிழகத்தில் பணிபுரியும் சமூகப்பணியாளர்களுக்குத் தமிழ் இலக்கியப் பரிச்சயம் இருப்பது அவசியம். பணியின் பல கட்டங்களில் இது உதவியாக இருக்கும். உதாரணத்துக்கு 'மண்ணும் சொல்லும் மூன்றாம் உலக கவிதைகள்' என்னும் புத்தகத்தை எடுத்துக்கொள்வோம்.

ஜுவனெல் புக்கானெயின்,

'நமது அன்புக்கரங்கள்
எல்லா இடங்களிலும் மண்ணைத் தோண்டி எடுக்கும்
நமது வெற்றி வேர்வை நிலத்துக்கு நீராகும்
நம் கடும் உழைப்பு மண்ணுக்கு உரமாகும்.'

போன்ற கவிதை வரிகள் களப்பணியில் ஏற்படும் சோர்வை மறக்க உதவும்.

ஓனெஸிமோ ஸில்வெய்ராவின்,

'முழக்கமிட்டு முழக்கமிட்டுக் கிறங்கிப்போன நாங்கள்
தொடுவானத்தைக் கறுக்கச் செய்வோம்.'

என்ற கவிதை வரிகள் கொள்கைப் பிடிப்பு நிலைக்கு ஒரு கட்டுறுதியான எடுத்துக்காட்டு. சமூக விழிப்புணர்வுக் கூட்டங்

களை நடத்தும் சமூகப்பணியாளரின் மனநிலை இவ்வரிகளைப் பிரதிபலிப்பதாக இருக்க வேண்டும்.

அகஸ்ட்டினோ நேட்டோவின்,

'வாழ்ந்தே தீரவேண்டுமென்று
தெருக்களில் நான் நடக்கின்றேன்.'

என்ற கவிதை வரிகள் சமூகப்பணியாளருக்கு உற்சாகமூட்டும் ஒரு காரணியாக அமைய வாய்ப்புண்டு.

ஃபெர்னாண்டெஸ் டி ஒலிவெய்ரோ மரியோ அந்தோனியோவின்,

'நனவாக்கப்பட வேண்டிய
நம்பிக்கை கீதத்தை உனக்கு நான் பாடிக்காட்ட வேண்டும்'

என்ற கவிதை வரிகள். அறிவுரை (ஆலோசனை) வழங்கும் சமூகப்பணியாளரின் மனநிலை இவ்வரிகளைப் பிரதிபலிப்பதாக இருக்க வேண்டும்.

சுந்தர ராமசாமியின் 'பல்லக்குத் தூக்கிகள்' மனச்சிதைவு ஆய்வு மையத்தின் வாடிக்கையாளர்களால் நாடகமாக நடிக்கப் பட்டிருப்பதும், உளவியல் மருத்துவர் ருத்ரன் அவர்களின் 'இனி' நாடகமும் நம்பிக்கையூட்டுவதாக இருக்கின்றன. ராஜம் கிருஷ்ணன், கு.ப.ரா., க.நா.சு., தி. ஜானகிராமன், ஜெயகாந்தன் போன்ற சில இலக்கியவாதிகளின் படைப்புகள் மட்டும் சமூகப் பணியாளர்களுள் சிலருக்குத் தெரிந்திருக்கின்றன. மற்றபடி பரவலான இலக்கியப் பரிச்சயம் இருப்பதாகத் தெரியவில்லை. தமிழ் இலக்கியப் பரிச்சயம் இருந்தால்தான் இலக்கியத்தை ஒரு சிகிச்சை முறையாகக் கையாள ஏதுவாக இருக்கும். சீனத்தில் மாவோவின் போதனைகள் உளவியல் மருத்துவச் சிகிச்சையின் ஒரு பகுதியாகும். நம் நாட்டில் புத்தகங்களைச் சிகிச்சைக்குப் பயன்படுத்தும் முறை இன்னும் வரவில்லை என்பது சமூகப் பணியாளர்கள் இன்னும் பின்தங்கிய நிலையிலேயே இருக் கிறார்கள் என்பதைத்தான் காட்டுகிறது.

விதிவிலக்குகள் இல்லாமல் இல்லை. துறையில் பட்டம் பெற்று மனநலக் காப்பகத்தில் சமூகப்பணியாளராக இயங்கி வரும் திரு.பு. ஜெயச்சந்திரன் தனிப்பட்ட முறையில் தன் சொந்த முயற்சியில் சமூகத்துக்குப் பயனளிக்கும் வகையில் அவ்வப்பொழுது நிகழ்ச்சிகளை நடத்தி வருகிறார். ஓர் உளவியல் நூலுக்கும் வலிப்புநோய் பற்றிய நூலுக்கும் ஆசிரியர் இவர். இரண்டும் தமிழ் நூல்கள். கூர்மையான கணிப்புத் திறனும் பரவலான புத்தகப் பரிச்சயமும் கொண்டவர் இவர். இவரைப்

போன்ற, துறையில் பட்டம் பெற்ற சிற்சிலரே துறைக்கு வளம் சேர்ப்பவர்களாக இருக்கிறார்கள். மேலும் சில உதாரணங்களைச் சொல்ல வேண்டுமானால் குழந்தைகள் நல நிறுவனத்தைச் சார்ந்த திருமதி கிரிஜா குமார்பாபு, லயோலா கல்லூரியைச் சார்ந்த முனைவர் உதயா மகாதேவன் முதலியவர்களைக் குறிப்பிடலாம். துறையில் பட்டம் பெற்று, சாதனையாளர்களாகத் தங்களை வெளிக்காட்டிக் கொள்ளும் நிறைய வெத்து வேட்டு களைப் பார்த்துச் சலித்த எனக்கு வேறு யார் பெயரும் சட்டென்று நினைவுக்கு வர மாட்டேன் என்கிறது. எனக்குத் தெரியாமல் துறை சார்ந்த சிறந்த சமூகப்பணியாளர்கள் இன்னும் சிலர் இருக்கலாம். ஒருவருக்கு எல்லோரையுமேயா தெரிந்துவிடும்? தொண்டு நிறுவனம் என்று பெயர் வைத்துக் கொண்டு தொண்டே செய்யாத சில நிறுவனங்களும் சென்னையில் இருக்கின்றன. இதையும் நான் சொல்லியாக வேண்டும்.

பொதுவாக பாரதத்தில் அலுவலகங்களில் பணிபுரிகிறவர்களிடையே (முதுநிலைப் பட்டதாரிகள் உட்பட) ஒரு குமாஸ்தா மனநிலை நிலவிவருவதைக் காணலாம். இதற்கு நம் சமூகப்பணி யாளர்களும் விதிவிலக்கல்ல. ஓர் உதவியை ஒரு வாடிக்கை யாளருக்கு வழங்க ஐந்து அல்லது பத்து நிமிடமாகும். நம் குமாஸ்தா சமூகப்பணியாளர்கள் உதவிகள் வழங்குவதைப் பதிவு செய்ய முதலில் ஒரு பதிவேட்டைத் துவக்கிவிடுவார்கள். அட்ட வணை போன்ற கோடுகள் போடுவார்கள் (நல்ல வேளையாகக் கோலங்கள் வரைவதில்லை). பிறகு டோக்கன்கள் வழங்குவார்கள். உதவி பெற விரும்புபவர்களைப் பிச்சைக்காரர்கள் போலத் தரை யில் வரிசையாக உட்காரச் சொல்வார்கள். ஒரு நேரத்தைக் குறிப்பிடுவார்கள். உதவி பெறுபவரின் பெயர், விலாசம், நிறுவனம் வழங்கியிருக்கும் குறியீட்டு இழவு எண் போன்றவற்றை சாவகாச மாகப் பதிவேட்டில் எழுதுவார்கள். சவ ஊர்வலம் போலப் பணி மெதுவான கதியில் நடக்கும். பணிநேரம் அதற்குள் முடிவடைந்துவிடும். அப்படியானால் உதவி பெறவிருப்பவர் அடுத்தநாள் வரவேண்டியிருக்கும். உதவியின் பெறுமானம் முப்பத்தைந்து ரூபாயாக இருந்தால் உதவி பெறுகிறவர் இதன் பொருட்டுச் செய்யும் செலவு – பேருந்துக் கட்டணம், காப்பிச் செலவு இத்யாதி – பத்து முதல் பதினைந்து ரூபாய் வரை ஆகிவிடும். காத்திருத்தலில் ஏற்படும் மனஉளைச்சலுக்கும் நேர விரயத்துக்கும் இந்தக் குமாஸ்தாக்கள் எந்தவிதத்தில் ஈடுகட்டப் போகிறார்கள்? இன்றைய ரேஷன் கடைகளை எடுத்துக்கொள் வோம். மண்ணெண்ணெய் வாங்கக் கடைக்குச் சென்றால்

மதியம் வரச் சொல்வார்கள். மதியம் கடை திறக்க வேண்டிய நேரம் மணி மூன்றரை. ஆனால், நாலரை மணிவாக்கில்தான் கடை திறப்பார்கள். மண்ணெண்ணெயை வாங்கி வர ஐந்தரை மணி ஆகிவிடும். ஒரு முழு நாள் விரயம். இதே ரீதியில்தான் நமதருமை சமூக நல நிறுவனங்களின் செயல்பாடுகளும் இருக்கின்றன. நிறைய இழுத்தடிப்புகள். உதவியை உடனே செய்ய மாட்டார்கள்.

குழு அமைப்புகளை (Clique formation) அனைத்து நிறுவனங்களிலும் காணலாம். தலைமைச் சமூகப்பணியாளரின் குழுவைச் சேர்ந்தவர்கள் பாக்கியவான்கள். இவர்களுக்குப் பிரத்தியேக சலுகைகள் கிடைக்கும்.

தொண்டு நிறுவனங்கள் பரத்தையர் இல்லங்கள் அல்ல, ரகசியமாகச் செயல்பட. ஓர் உதவி ஒரு நிறுவனத்தில் கிடைக் கிறது என்று தெரிந்தால் அநேகர் வரத்தான் செய்வார்கள். “இங்க ஒதவி செய்றாங்கன்னு ஒங்கிட்ட யார் சொன்னா? கூட்டி வா அவங்களை” என்று கர்ஜிப்பதில் எந்த ஓர் அர்த்தமும் இல்லை. இதற்குப் பேசாமல் தொண்டு நிறுவனங்களை மூடி விடலாம். மக்கள் ஏழைகளாகவே இருக்கட்டும்; இவர்களிடம் வந்து அவமானப்படுவதைவிட வறுமை எவ்வளவோ மேல். சில மாதங்களுக்கு முன்பு க்ரீம்ஸ் சாலை வழியே களப்பணிக்குச் சென்றுகொண்டிருந்தேன். ஏதோ ஒரு கம்பெனி வாசலில் அன்னதானம் வழங்கிக் கொண்டிருந்தார்கள். எவ்வளவு கூட்டம் என்கிறீர்கள்! சில நாட்கள் முன்பு ஒரு பத்து வயதுப் பையன் இரண்டு குச்சி ஐஸ்களைப் பிடித்துக்கொண்டு அம்மண மாகத் தெருவில் ஓடிக் கொண்டிருப்பதை என் வீட்டின் அருகில் பார்த்தேன். ஏழைகளுக்குச் செருப்புகூட ஓர் ஆபரணம்தான். விசேஷங்களுக்கு மட்டும்தான் அணிந்து செல்வார்கள். நாட்டில் ஏழ்மை இவ்வளவு தலை விரித்தாடுகிறது. இதெல்லாம் தொண்டு நிறுவனங்களுக்குத் தெரிந்திருக்கிறதா என்று தெரிய வில்லை. ஒன்று தொண்டு செய்ய வேண்டும். முடியாதபட்சத்தில், நிறுவன நெறிமுறைகள் என்ற கோளாறு பிடித்த சடங்குகள் (neurotic rituals of procedures) உதவி தரத் தடையாக இருக்கும் பட்சத்தில், குறைந்தது தண்மையுடனாவது பதில் சொல்லி அனுப்ப வேண்டும். அல்லது தொண்டு என்னும் பாசாங்கை நிறுத்திக்கொண்டு நிறுவனங்களை நிம்மதியாக மூடிவிட வேண்டும். அது மிகவும் உத்தமமான செயல். அல்லது ஏற்கனவே சொல்லப்பட்ட பாரமவுண்ட் ஓட்டல் சிப்பந்திகள் போன்ற அன்புள்ளங்களுக்குப் போதுமான அளவு முறைசாராக் கல்வி புகட்டிச் சமூகப்பணியாளர்களாக நியமித்துவிடலாம்.

சமூகப்பணியாளர்களுக்கு நிறையக் கசப்பான அனுபவங்கள் ஏற்படுவதுண்டு. ஒரே ஒரு சம்பவம் மட்டும் இங்கு கொடுக்கப் பட்டிருக்கிறது. 31.12.91 அன்று என் வாடிக்கையாளரான பதினெட்டு வயதுப் பெண்ணை எழும்பூர் கண் மருத்துவ மனைக்கு அழைத்துச் சென்றிருந்தேன். பெண் முறைப்படி வரிசையில் தரையில் அமர்ந்துகொண்டாள். தலைமை மருத்துவர் வந்தார். அவரிடம் நான் என்னை ஒரு சமூகப்பணி யாளர் என்று அறிமுகப்படுத்திக்கொண்டு என் வாடிக்கையாளரின் பார்வை பரிசோதிக்கப்படும்போது நான் உடன் இருக்கலாமா என்று அனுமதி கேட்டேன். மருத்துவருக்கு ஏன் அத்தனை கோபம் வந்தது என்று தெரியவில்லை. "எங்கள் மருத்துவத்தில் நம்பிக்கை இல்லையென்றால் நீங்கள் தனியார் மருத்துவரிடம் அழைத்துச் செல்லுங்கள். யார் அந்தப் பெண்? கூப்பிடுங்கள்" என்று இரைந்தார். இவ்வளவுக்கும் நான் அவரிடம் எந்தச் சலுகையையோ, முன்னுரிமையையோ கேட்டிருக்கவில்லை. இதுதான் சமூகப்பணியாளர்களுக்குப் பிற துறையினர் தந்திருக்கும் மரியாதை. சம்பவம் நடந்த நேரம் காலை 10.45. தலம் அறை எண் 31. கண்ணாடி பரிசோதனை அறை.

நாட்டில் பொதுப்பணியில் நடந்துகொண்டிருக்கும் அராஜ கங்களைப் பற்றி நிறையவே எழுதலாம். அஞ்சல் நிலையங்கள் முதல் பேருந்து வரை நிறைய முறைகேடுகள் நடந்து கொண்டு தானிருக்கின்றன. இந்தக் கட்டுரையைத் திசை திருப்ப விரும்பாத தால் நான் அவற்றை இதில் சேர்க்கவில்லை.

சமூகப்பணியாளருக்குப் பல துறைகள் பற்றிய அறிவு இருக்க வேண்டும் என்று ஏற்கனவே குறிப்பிட்டிருந்தேன். இதன் அடிப்படையில் எனக்குச் சமீபத்தில் இரண்டு ஏமாற்றங்கள் ஏற்பட்டன. சம்பவம்-1 : 7.1.1992 அன்று மதியம் ஒன்றரை மணிவாக்கில் புறநகர் ரயிலில் களப்பணிக்காக கும்முடிப் பூண்டிக்குச் சென்றுகொண்டிருந்தேன். 'முதியோர் கல்வித் திட்டப் புத்தகங் கள் நாலு ஏழே ரூபாய்' என்று கூவி ஒருவர் ரயில் பெட்டியில் புழங்கிக்கொண்டிருந்தார். ரூபாய் கொடுத்து வாங்கினேன். நான்கு புத்தகங்களும் மதப்பிரச்சாரப் புத்தகங்களாக இருந்தன. சில மேற்கோள்கள் இதைத் தெளிவுபடுத்தும்.

புதிய நம்பிக்கை-1 (முதியோர் கல்வித் திட்டம்)
மேற்கோள்:

படம் காட்டு.

இது படம்.

அப்பா, இது இயேசு படமா?

ஆம். இது இயேசு படம்.
மாமா, இது மடமா?
ஆம், இது மடம்.
இடம் இல்லை.
அம்மா. இயேசு பாட்டு பாடு (மத்தேயு 1:20-24)

புதிய நம்பிக்கை-2 (முதியோர் கல்வித் திட்டம்)
மேற்கோள்:

இது அவன் வலை இல்லை.
இது அப்பா வலை இல்லை.
இது மாமா வலை.
இது அணில் வால்.
இது மான் வால்.
அம்மா வா.
அப்பா வா.
அவன் இயேசு பாட்டு பாடுவான்.
அவன் ஆகமம் படிப்பான்.
அப்பா, ஆகமம் படி. (லூக்கா 5: 1-6)

புதிய நம்பிக்கை-3 (முதியோர் கல்வித் திட்டம்)
மேற்கோள்:

கடல் பக்கம் மீன் உண்டு.
கொக்கு மீன் பிடிக்கும்.
நரி மீன் கடிக்கும்.
சன்னல் மீது பிரம்பு.
பாப்பா, பிரம்பு பார்.
அப்பா, பிரம்பு கொண்டு வா.
பாவத்தின் பலன் சாவு.
பாவிக்கு சாவு இரண்டு.
இயேசுதான் வாழ்வு.
பாவி, இயேசுவிடம் வா. (ரோமர் 6:23)

புதிய நம்பிக்கை–4 (முதியோர் கல்வித் திட்டம்)

மேற்கோள்:

    எருசலேம் லேம் லே

    லேம் லே லே

    பரிசுத்த நகரம் நகரம் ந

    நகரம் ந ந

    ....

    ஜீவ புத்தகத்தில் எழுதப்பட்டவர்கள்

இப்புத்தகங்களை வெளியிட்ட மானுடத் துரோகிகள்: லிட்டரஸி இந்தியா டிரஸ்ட், 33 நுங்கம்பாக்கம் நெடுஞ்சாலை, சென்னை 600 034.

சம்பவம்–2: மே 1992-இல் Psychology Slander Institution என்ற புத்தகம் என் கவனத்துக்கு வந்தது. எழுதியவர்கள்: Dr. Paul Brown in association with Steve Knight, Mike Whitehill and Danny Kishon. இவர்கள் லண்டன்காரர்கள். இவர்கள் உளவியலை ஆளுமைக் கணிப்புப் பரிசோதனை என்ற பெயரில் ஒரு Board Game தயாரிப்பதற்காகத் தவறாகப் பயன்படுத்தி யிருக்கிறார்கள். உளவியலைக் கேளிக்கைக்குள்ளாக்கும் செயல் இது. இக்கணிப்பு முறையில் ஒரு பகுதியை என் மீது பிரயோ கித்துப் பார்த்ததில் கணிப்பு முறை முற்றிலும் தவறானது என்பது புரிந்தது. தங்கள் துணைவியார் தங்களைப் பிறப்பு உறுப்பு என்று உருவகித்துப் பார்த்தால் தங்கள் ஆளுமை இப்படிப்பட்டது; தங்கள் துணைவியாரைத் தாங்கள் முலைக் காம்புகளாக உருவகித்துப் பார்த்தால் அவரது ஆளுமை இப்படிப்பட்டது; நிறைய முலைக்காம்புகள் Salvation Armyயில் இயங்கி வருகின்றன போன்ற உளவியல் குப்பை. இப்புத்தகம் இந்தியச் சூழலுக்கு ஏற்ற புத்தகமே அல்ல. ஆனால், 'இந்தியாவில் மட்டும் விற்பனைக்கு' என்று குறிப்பிட்டு ஒரு வடக்கத்திய வெளியீட்டகம் இப்புத்தகத்தை இந்தியாவில் புகவிட்டுப் புண்ணியம் கட்டிக்கொண்டிருக்கிறது. உளவியல் முனைவர் பட்டம் எப்படியெல்லாம் சீரழிகிறது பாருங்கள். நிறைய விஷயங் களை அறிந்துகொள்ளும் ஆவலில் சமூகப் பணியாளரின் சொந்த நேரம் இப்படியெல்லாம் வீணடிக்கப்படுவதும் நேர்கிறது. கொடுமை. புத்தகங்களின் தலைப்புகள் நம்மை ஏமாற்றி விடுகின்றன.

இந்தக் கட்டுரையின் ஒரே நோக்கம் சமூகப்பணியைத் துறை சார்ந்த பட்டதாரிகள் மட்டுமே செய்ய முடியும் என்ற

ஏகபோகத்தின் மீது சமர் தொடுப்பதுதான். M.Com, M.Phil படித்த ஓர் இளம்பெண் ஓர் இன்ஷூரன்ஸ் கம்பெனியில் தட்டச்சுப் பணி செய்துகொண்டிருக்கிறாள். எஸ்.எஸ்.எல்.ஸி., +2 படித்தவர்களும் தட்டச்சுப் பணி செய்து கொண்டிருக் கிறார்கள். நம் சூழலில் வேலைக்கும் படிப்புக்கும் என்ன சம்பந்தம் இருக்கிறது?

என் நினைவு சரியென்றால் சென்னையில் சமூகப்பணி முதுகலைப் பட்டப்படிப்பு 1963இல் ஆரம்பிக்கப்பட்டது. அப்படியானால் அதற்கு முன் நாட்டில் சமூகப்பணியாளர்களே இருக்கவில்லையா என்ன?

மக்களிடையே போதுமான அளவு கல்வி அறிவு (நான் பட்டப் படிப்புகளைச் சொல்லவில்லை) இல்லாதவரை, சமூகத்தில் பொருளாதாரரீதியில் அதலபாதாள ஏற்றத்தாழ்வுகள் இருக்கும்வரை சமூகப்பணி ஓர் அத்தியாவசியத் தேவையாக இருக்கும். எந்த விதத்திலும் வேறுபாடுகள் அற்ற சமுதாயம் உருவான பிறகு(!) சமூகப்பணி ஓர் அனாவசியம் என்று ஆகி விடும். அவரவர் வாழ்க்கையைச் சமூகப்பணியாளரின் இடையீடு இல்லாமலேயே அவரவர்கள் நடத்திக்கொள்ள முடியும். உளவியல் மருத்துவ சமூகப்பணி மட்டும் தொடர்ந்து கொண்டிருக்கும். ஏனென்றால், சமூக நியதிகளின் முரண்பாடுகள் எந்தக் காலகட்டத்திலும் பிறழ்வுகளை ஏற்படுத்த வல்லவை.

இந்தக் கட்டுரையை எவ்வளவு முயன்றும் கோவையாக எழுத முடியவில்லை. எனவே ஒவ்வொரு பத்தியையும் ஒரு தனி அம்சமாக எடுத்துக்கொண்டு படிக்க வேண்டும் என்று கேட்டுக்கொள்கிறேன். என்னால் ஏற்படுத்த முடியாமல் போன கோவையை ஒரு தெளிந்த வாசகரால் நிச்சயம் ஏற்படுத்திக் கொள்ள முடியும்.

●

உள்ளேயிருந்து சில குரல்கள்

காட்சி: 1

ஒரு பெஞ்சில் ஒரு வாலிபன். செக்கச்செவேலான எடுப்பான நிறம். முகச்சவரம் செய்து ஒரு வாரமிருக்கும். பக்கத்தில் வயதான ஓர் அம்மாள். அவள் அவனுடைய தாயார். ஒல்லியாக இருந்தாள். ரவிக்கையின் பின்புறம் ரத்தக்கறை. அவளது இடது கையில் விரித்துவைக்கப்பட்டிருந்த ஒரு பொட்டலம் இருந்தது. அவள் சாம்பார் பிசைந்த இட்லியை அவனுக்கு ஊட்டிக்கொண்டிருந்தாள். வாலிபன் முரண்டு பிடித்துக்கொண்டிருந்தான். ஒரு வாய் வாங்கிக்கொண்டு மறு கவளத்தை வேண்டாம் என்று தலையசைத்து மறுத்துக் கொண்டிருந்தான். தாயார் அவனைச் சாப்பிடுமாறு கெஞ்சினாள். நடுநடுவே பெரிய வாயகன்ற ஒரு பிளாஸ்டிக் பாத்திரத்தில் தண்ணீரை ஊற்றி அவனைப் பருகச் செய்தாள். அவன் “நாம வீட்டுக்குப் போலாமே'' என்று கத்தினான். “கொஞ்சம் இரு ராஜா'' என்றாள் தாயார்.

வயதான ஒருவர். பொக்கை வாய். நீல முழுக்கால் சட்டையும் வெள்ளை முழுக்கைச் சட்டையும் அணிந்திருந்தார். சட்டையின் இடது முன்பகுதியிலும் கால்சட்டையின் இடது பக்கத்திலும் ரத்தக்கறைகள். மிகவும் பதறிய நிலையில் இருந்தார்.

“டாக்டர் நாம இங்கே வந்திருக்கவே கூடாது. தயவு பண்ணி அவனை ஸ்பெஷல் வார்டுக்கு மாத்திக் குடுத்திருங்க'' என்றார் பெரியவர்.

“நாங்க இருக்கோம். எங்கௌ நம்பி நீங்க ஒங்க மகனெ இங்கெ விட்டுட்டுப் போங்க. நாங்க நல்லாப் பாத்துக்குவோம்'' என்றார் சமூகப்பணியாளர்.

“இல்லெ டாக்டர் அவன் இப்பத்தான் சொல்றான், காலைலெ பத்து காம்போஸ் மாத்திரை சாப்பிட்டானாம். இங்கெ வேறே மயக்க ஊசி போட்டிருக்காங்க. அவனுக்கு எதுனாச்சும் ஆச்சின்னா எங்களாலெ தாங்கிக்கவே முடியாது.

ஏதாச்சும் மாற்று மருந்து தரணுமா டாக்டர்?" பெரியவர் அழாத குறையாக இருந்தார்.

"பரவாயில்லை. கவலெயெ வுடுங்க. நீங்க இப்பச் சொல் லிட்டீங்கல்லெ. நாங்க பொறுப்பாய் பாத்துக்குவோம். கவலைப் படாதீங்க'' என்று சமூகப்பணியாளர் அவரைச் சமாதானப் படுத்திக் கொண்டிருந்தார்.

கவனத்தைத் திருப்ப, ''என்ன சட்டையிலெ, ரத்தக் கறையா?'' என்று கேட்டார் சமூகப்பணியாளர். அதற்குப் பெரியவர் பதில் சொல்லவில்லை. "டாக்டர் அவன் பத்து காம் போஸ் சாப்பிட்டிருக்கான். அவனுக்கு ஏதாச்சும் மாற்று மருந்து குடுக்கணும். தயவு செய்ங்க டாக்டர்'' என்றார் பெரியவர் பதற்றத்துடன். "அவசரப்படாதீங்க. ஒங்க மகனுக்கு ஒண்ணும் ஆகாது. டூட்டி டாக்டர் வரட்டும். நாங்க ஏற்பாடு பண்றோம்'' என்றார் சமூகப்பணியாளர்.

பெரியவர் அரசுப் பணியிலிருந்து ஓய்வு பெற்றவர். ஒரு வாரியத்தின் துணை இயக்குநராக இருந்தவர். வசதி படைத்த குடும்பம்.

வாலிபன் பக்கத்து அறைக்கு அழைத்துச் செல்லப் பட்டான். அவனுடன் இரண்டு வார்டர்கள் உள்ளே சென் றார்கள். கதவு மூடப்பட்டது. உள்ளேயிருந்து துன்பத்தின் ஒட்டுமொத்தமான குரல் "அம்மா, அம்மா." தாயார் உள்ளே நுழைய முயன்றாள். கதவு மூடப்பட்ட நிலையிலேயே இருந்தது. சற்றுக் கழித்து கதவு திறக்கப்பட்டது. வாலிபன் இப்பொழுது நோயாளிச் சீருடையில் காணப்பட்டான். ஓர் அரைக்கை பழுப்புச் சட்டை, பழுப்பு அரை நிஜார்.

தாயாரின் கண்கள் கலங்கிவிட்டன. "டாக்டர் இங்கே வேணாம் டாக்டர். நாங்க வேறெ பிரைவெட் ஆஸ்பத்திரிக்குக் கூட்டிக்கிட்டுப் போறோம்.'' அவள் துடித்துக்கொண்டிருந்தாள்.

பெரியவர் பதறினார்: "நா வேணும்னா ஆர்.எம்.ஓ.வெப் போய்ப் பாக்கட்டுமா? அவரோட ரூம் எங்கெ இருக்கு?'' என்று. "இங்கேர்ந்து ஒரு ஃபர்லாங் நடந்தீங்கன்னா வந்திரும்'' என்றார் சமூகப்பணியாளர். "அவ்வளவு தூரம் நடக்க முடியாது டாக்டர். நா ஒரு ஹார்ட் பேஷண்ட்'' என்றார் பெரியவர். "பதறாதீங்க, இப்ப ஒண்ணும் ஆயிடல்லெ. நீங்க பாட்டுக்குப் பையனெ விட்டுட்டு வீட்டுக்குப் போங்க. நீங்க பதர்றதாலெ எதெயும் செஞ்சிர முடியாது'' என்றார் சமூப்பணியாளர். பெற்றவர்கள் மிகுந்த பதற்ற நிலையில் இருந்தார்கள்.

அதற்குள் வாலிபன் வார்டுக்கு அழைத்துச் செல்லப் பட்டான். பெரியவரும் உடன் சென்றார்.

தாயார் பதட்டப்பட்டுக்கொண்டிருந்தாள். "நாங்க வேணு மின்னா ஸிந்தியா ஹாஸ்பிட்டலுக்கு ஃபோன் பண்ணி வேன் வரச் செய்யட்டுமா?'' என்றாள். "நீங்க என்ன வேணும்னாலும் செஞ்சிக்கலாம். நாங்க டூட்டி டாக்டர் உத்தரவில்லாமெ அவனெ டிஸ்சார்ஸ் செய்ய முடியாது. எல்லா எடத்துலெயும் ஒரே மாதிரி சிகிச்சைதான். பிறகு ஒங்க பிரியம்'' என்றார் சமூகப்பணியாளர்.

பெரியவர் வார்டிலிருந்து திரும்பினார். அந்த அம்மாள் "நீங்க வேணுமின்னா ஸிந்தியாவுக்கு ஃபோன் பண்ணுங்க'' என்றாள்.

பெரியவர் சமூகப்பணியாளரிடம் "இந்த ஃபோனெ யூஸ் பண்ணலாமா?" என்று கேட்டார். "தாராளமா. ஆனா அவுட் ஸைட் கால் அநேகமாகக் குடுக்கமாட்டாங்க. எல்லாம் ஒங்க அதிர்ஷ்டம். முயற்சி பண்ணிப்பாருங்க'' என்றார் சமூகப் பணியாளர். "ஒரு டிபார்ட்மெண்ட் டெபுடி டைரக்டர் என்ற முறையிலெகூடவா அவுட்ஸைட் கால் குடுக்க மாட்டாங்க'' என்று வியந்தார் பெரியவர். "நீங்க முயற்சி பண்ணிப்பாருங்க'' என்றார் சமூகப்பணியாளர்.

பெரியவர் முயன்றார். வெளித்தொடர்பு கிடைக்கவில்லை. மிகவும் சோர்ந்து விட்டார் "அய்யய்யோ நாங்க ரொம்பவும் எக்கச்சக்கமா வந்து மாட்டிக்கிட்டோமே'' என்று பதறிய வண்ணம் தன் மகன் இருக்கும் வார்டுக்குச் சென்றார்.

சமூகப்பணியாளர் அந்த அம்மாளை அழைத்தார். பக்கத்தில் இருந்த பெஞ்சில் அமரச் சொன்னார். "இந்தப் பாருங்கம்மா, நா சொல்றதெக் கவனமாகக் கேளுங்க. கேப்பீங் களா?'' என்றார். அந்த அம்மாள் "நாங்க இவனெ இங்கெ தனியா விட்டுட்டு எப்பிடிப் போறது? எங்களுக்கு இருக்குறது ஒரே மகன்'' என்றாள். "அப்ப நா சொல்றதெக் கேக்கமாட்டீங்க. அப்பிடித்தானே?'' என்றார் சமூகப்பணியாளர். "இல்லெ டாக்டர், சொல்லுங்க'' என்றாள் அம்மாள்.

"முதல்லெ சொல்லுங்க. ஒங்க வீட்டுக்காரரு சட்டை யெல்லாம் என்ன ரத்தக்கறை?'' என்று கேட்டார் சமூகப்பணி யாளர். "அதுவா டாக்டர்? அவன் திடீர்னு வயலண்ட் ஆயிட்டான். ஒரு கத்தியெ எடுத்துக்கிட்டு அவரெத் துரத்த ஆரம்பிச்சிட்டான். அவரோட ஒரு விரலெக் குத்திட்டான். அதான் அவனெ ட்ரீட்மெண்டுக்கு அழைச்சிக்கிட்டு வந்தோம்''

என்றாள். ‘சரிம்மா, நீங்க சொல்ற மாதிரியே அவனுக்குத் தனி ரூம் ஏற்பாடு பண்ணி மாத்திர்றோம்னு வச்சிக்குங்க. எல்லாத்துக்கும் நீங்கதான் பொறுப்பு. திடீர்னு ராத்திரி அவன் மறுபடியும் வயலண்ட் ஆயி மத்தவங்களைத் தாக்க ஆரம்பிச்சா நீங்க பொறுப்பேத்துப்பீங்களா? சொல்லுங்க’ என்றார் சமூகப்பணியாளர். ‘அப்பிடியெல்லாம் ஆகுமா டாக்டர்?’ என்று கேட்டாள் அவள் மிகவும் கவலையுடன். ‘இப்ப ஒண்ணும் சொல்றதுக்கில்லெ. நீங்க அவனெ எங்ககிட்டெ விட்டுட்டு நிம்மதியா வீட்டுக்குப் போறதுதான் நல்லது’ என்றார் சமூகப்பணியாளர்.

‘டாக்டர் இந்தக் கம்பளியெ வேணுமின்னா உள்ளெ கொண்டு போயிக் குடுத்துட்டு வந்திர்றேனே’ என்றாள் அந்த அம்மாள் பரிதாபமாக. ‘வேணாம்மா, ஒரு ராத்திரி போர்வை யல்லாமபோனா ஒங்க மகனுக்கு ஒண்ணும் ஆயிராது. நீங்க ஒங்க மகன் பத்திரமா இருக்கணும்னு ஆசைப்படறீங்களா?’ என்று கேட்டார் சமூகப்பணியாளர். ‘என்ன டாக்டர் இப்படிக் கேக்குறீங்க?’ என்று பதறினாள் தாயார். ‘இப்ப நீங்க அந்த விலையுயர்ந்த கம்பளியெ உள்ளே குடுத்தீங்கன்னா அதெப் பிடுங்கிக்க மத்தவங்க அவனெ ஒதெச்சித் தள்ளினாலும் ஆச்சரியப்பட்றதுக்கில்லெ’ என்றார் சமூகப்பணியாளர். அம்மாள் செய்வதறியாது தவித்தாள்.

‘சரி, இப்ப சொல்லுங்க இதெல்லாம் எப்படி ஆரம்பிச்சிச்சு?’ என்று கேட்டார் சமூகப்பணியாளர். ‘நவம்பர் மாசம் ஒரு ராத்திரி மொட்டை மாடியிலெ நின்னுக்கிட்டு ‘நான்தான் ப்ராஃபெட்’ அப்பிடீன்னு கத்த ஆரம்பிச்சிட்டான். அப்பத்தான் முதல்லெ ஆரம்பம். பையன் ரொம்ப நல்ல பையன். எப்பவும் ஜீஸஸ் ஞாபகம். ஒரு சிகரெட் பழக்கம் இல்லெ. ட்ரிங்க்ஸ் இல்லெ’ என்றாள் அம்மாள்.

பெரியவர் வார்டிலிருந்து திரும்பினார். ‘நாங்க வேணும்னா ராத்திரி வராந்தாவிலெ படுத்துக்கட்டுமா? விடிஞ்சதும் டாக்டர்கிட்டெ கேட்டு வேறெ பிரைவெட் நர்ஸிங் ஹோமுக்கு அழைச்சிக்கிட்டுப் போயிர்றோம்’ என்று கெஞ்சினார். ‘மன்னிக்கணும் சார். அதுக்கு எங்க ஹாஸ்பிட்டல் ரூல்ஸ் அனுமதிக்காது. நீங்க அவனெப் பாத்துக்கிட்டு அவன் ஒங்களைப் பாத்துகிட்டிருந்தா பிரச்சனைங்கதான் அதிகமாகும். இப்ப மணி மூணே முக்கால் ஆறது. இப்ப வேணும்னா சொல்லுங்க. வார்டர் மூலம் ஒரு ஆட்டோ ஏற்பாடு பண்றேன். நீங்க ஹார்ட் பேஷண்ட். நடக்க முடியாது. ஒழுங்கா வீட்டுக்குப் போயிச்

சேருங்க. மத்ததெ நாளெக்கிக் காலையிலெ பாத்துக்கலாம்' என்றார் சமூகப்பணியாளர்.

இப்பொழுது வாட்டசாட்டமான ஒரு நோயாளி வாலிபர் உள்ளே நுழைந்தார். 'என்ன டாக்டர் என் பொண்டாட்டி கிட்டே கையெழுத்து வாங்கினீங்களாமே?' என்று கொஞ்சம் காட்டமாகவே கேட்டார். 'அது ஒண்ணுமில்லெ. நோயாளி களெப் பாக்க வர்றவங்ககிட்டெ இப்பவெல்லாம் கையெழுத்து வாங்குறோம். வேறொண்ணுமில்லெ. பயப்படாதீங்க, பால்ராஜ், நிம்மதியாப் போயிட்டு வாங்க' என்றார் சமூகப்பணியாளர். பால்ராஜ் கலவரம் தணிந்தவராக அங்கிருந்து நகர்ந்தார்.

பெரியவர், 'நாங்க இங்கெ ஒரு எட்டு மணிவரை இருந்து சாப்பாடு குடுத்துட்டுப் போகட்டுமா?' என்று கேட்டார். 'நா முதல்லெ ஒங்களெ இட்லி குடுக்கவே அனுமதிச்சிருக்கக்கூடாது. நோயாளிகளோட உறவினர்கள் நோயாளிகளுக்குச் சாப்பாடு குடுக்குறதெக் கொஞ்ச நாள் தடை செஞ்சிருக்கோம். சமீபத்திலெ ஒரு இன்ஜினியர் நோயாளியோட அண்ணா வந்து சாப்பாட்டுலெ எதையோ கலந்து குடுத்துப் போயிட்டாரு. நம்ம வார்டர் ஒருத்தருதான் கண்டுபிடிச்சாரு. இல்லேன்னா எங்க ஹாஸ்பிட்டல் பெயர் கெட்டிருக்கும். ஒங்களுக்கு எங்க கஷ்டம், எங்க பிரச்சனைங்க புரிய மாட்டேங்குது. அந்தச் சம்ப வத்திலெயிருந்துதான் நோயாளிகளைப் பாக்க வர்றவங்ககிட்டெ கையெழுத்து வாங்கிக்கிறோம்' என்றார் சமூகப்பணியாளர்.

ஒரு பையன். பதினெட்டு வயதிருக்கும். உள்ளே நுழைந் தான். 'டாக்டர், என்னெ எப்ப டிஸ்சார்ஜ் பண்ணப் போறீங்க டாக்டர், என்னெ எப்ப டிஸ்சார்ஜ் பண்ணப் போறீங்க டாக்டர்? ஊருக்குப் போகணும்னு துடியா இருக்கு' என்றான். 'பொறு கோபி. ஒங்க சொந்தக்காரங்க வந்ததும் டாக்டர்கிட்டெ கேட்டுக்கிட்டு நீ வீட்டுக்குப் போகலாம்' என்று அமைதிப்படுத் தினார் சமூகப்பணியாளர். கோபி ஒரு ஏக்கப் பெருமூச்சுடன் அங்கிருந்து அகன்றான்.

பெரியவர் இப்பொழுது பழைய பல்லவியைத் தொடங் கினார். 'நாங்க இங்கெ ராத்திரி தங்குறதுக்கு ஒரு ஸ்பெஷல் பெர்மிஷன் குடுங்க டாக்டர். பெரிய மனசு பண்ணுங்க டாக்டர்.' 'நீங்க டெபுடி டைரக்டரா இருந்திருக்கீங்க. ஒங்க உத்தியோக காலத்துலெ ஒரு பிரச்சனைன்னு வந்திருந்தா நீங்க ஒங்க ரூல்ஸ் பத்தித்தான் யோசிச்சிருப்பீங்க இல்லியா? என் நிலையிலெ நீங்க இருந்து பாருங்க, புரியும் சரி ஒங்க கையெக் காட்டுங்க' என்றார் சமூகப்பணியாளர்.

பெரியவரின் இடது சுட்டு விரலில் ஆழமான காயம் ஒன்று ஏற்பட்டிருந்தது. 'அது எப்பிடியோ இருக்கட்டும். நா ஒரு ஏ.டி.எஸ். ஊசி போட்டுக்கிட்டிருக்கேன்' என்றார். சமூகப் பணியாளர் செவிலியிடம் 'பாருங்க சிஸ்டர், இதுக்கு டிங்க்சர் போடலாமான்னு பாருங்க' என்றார். 'இதுக்கு ஏற்கனவே தையல் போட்டிருக்கணும். ஆழமாத்தான் இருக்கு. பரவாயில்லெ, டிங்க்சர் போடலாம்தான்' என்றாள் சிஸ்டர். ஒரு வார்டர் டிங்க்சர் புட்டியையும் பஞ்சையும் எடுத்து வந்தார். பெரியவர், 'அதுவா இப்ப முக்கியம்? விடுங்க. அது எப்படியோ இருக் கட்டும். எனக்கு ஒரே மகன் டாக்டர்' என்று பிரலாபிக்க ஆரம்பித்தார் மீண்டும். வார்டர் பஞ்சில் டிங்க்சரைத் தோய்த்து வெட்டுக்காயத்தின்மீது வைத்தார்.

'ஹோஸென்னா நாமம்...' பாட்டு கேட்டது வார்டிலிருந்து. அம்மாள் பெரியவரிடம் 'நம்ம மகனா பாருங்க?' என்று பதட்டப்பட பெரியவர் நகர்ந்தார்.

சமூகப்பணியாளர் அம்மாளிடம், 'நீங்க இப்ப அவனெ ஒரு மகனாப் பாக்கக்கூடாது. ஒரு நோயாளியாத்தான் பாக் கணும். நோய்க்குச் சிகிச்செ இங்கெ குடுக்கிறோம். நோய் ஒங்க மகன் உடம்புலெ இருக்கு. ஆகையாலெதான் அவனெ இங்கெ உள்ளே வச்சிருக்கோம். இதெ நீங்க புரிஞ்சிக்கணும்' என்றார்.

பெரியவர் வந்தார், 'அவன் பத்து காம்போஸ் முழுங்கி யிருக்கான். ஏதாச்சும் செய்ங்க டாக்டர்' என்று பழையபடி சொல்ல ஆரம்பித்தார்.

அந்த அம்மாள் 'டாக்டர் நீங்க அந்த உடம்புன்னு சொன்னதெ அவர்கிட்டெத் தெளிவாச் சொல்லுங்க' என்று கேட்டுக்கொண்டாள். பெரியவர் அதிகம் பதறலானார். உடம்பு என்ற வார்த்தை அவரைக் கலவரப்படுத்தியிருக்க வேண்டும். சமூகப்பணியாளர் (பெரியவர் பிரகாரம் டாக்டர்) தன் மனைவியிடம் தனக்குத் தெரியாத புதிய ஒன்றைக் கூறியிருப்பதாக நினைத்துக்கொண்டு குழம்பினார் பெரியவர். சமூகப்பணியாளர் அம்மாளிடம் சொன்னதைப் பெரியவரிடம் சொல்ல ஆரம்பித்த போது, அந்த அம்மாளும் சேர்ந்துகொண்டு குழப்ப, பெரியவர் அதிகப் பதட்டத்தை வெளிப்படுத்த ஆரம்பித்தார். சமூகப் பணியாளர் மிகவும் தெளிவாகத் தான் ஏற்கனவே சொன்னதை அவரிடம் விளக்கினார்.

'இங்கெ பாருங்க. மணி நாலு ஆகுது. இன்னும் அரை மணி நேரத்துலெ வார்டர்ஸுக்கு வேறெ வேலெ இருக்கு. ஒங்களுக்கு ஆட்டோ பிடிச்சி வர ஆள் கிடைக்க மாட்டாங்க.

இப்ப ஆட்டோவுக்கு ஆள் அனுப்பணும்னா சொல்லுங்க நா ஏற்பாடு பண்றேன்' என்றார் சமூகப்பணியாளர்.

அதற்குள் அந்த வாலிபனே வந்தான். அவனுடைய பேச்சு தெளிவாக இல்லை. 'நா வேணும்னா ஒரு ஸ்டேட்மெண்ட் குடுத்துர்றேன். நா இனிமே ஆயுதங்களெ வச்சி யாரெயும் பய முறுத்த மாட்டேன்னு' என்றான். சமூகப் பணியாளர் அவனிடம் 'அந்த ஸ்டேட்மெண்ட் மூலமா நீங்க என்ன எதிர் பாக்குறீங்க?' என்று கேட்டார். 'என்னெ வீட்டுக்கு அனுப்பிச் சிருங்க. நா வீட்டிலெ நல்லபடியா இருந்துக்குவேன்' என்றான் வாலிபன். சமூகப் பணியாளர் வார்டரை அழைத்து அவனை வார்டுக்கு அனுப்புமாறு பணித்தார்.

ஒரு வாலிப நோயாளி – சாந்தமான முகம் – அறைக்குள் நுழைந்தான். 'என்ன சிஸ்டர், இண்ணெக்கி டீ சாப்பிடல்லெ?' என்று அக்கறையுடன் கேட்டான். 'ஆனா, மறந்தே போச்சு பாஸ்கரா. இவங்க செஞ்ச களேபரத்துலெ எல்லாம் மறந்து போச்சுது' என்றாள் சிஸ்டர். பிறகு சமூகப் பணியாளரிடம் 'நா மாத்திரைங்களெ எண்ணப் போகணும். நா கௌம்பறேன்' என்று சொல்லி விடைபெற முற்பட்டாள். சமூகப்பணியாளர் அவளிடம் 'கொஞ்சம் இருங்க சிஸ்டர், இவங்களெ அனுப்பிச் சிருவோம்' என்று சொல்ல அவள் தங்கினாள்.

ஒரு கால் மணி நேரம் சென்று வார்டின் பக்கத்திலிருந்த சாலையில் ஆட்டோ ஒன்று நிற்க, தம்பதிகள் அதில் அமர்ந் தார்கள். சமூகப்பணியாளர் ஒரு வார்டரையும் உடன் அனுப்பி உதவினார்.

சமூகப்பணியாளர், 'இந்தக் காசு பொல்லாதது. என்ன சொல்றீங்க சிஸ்டர்?' என்றார். சிஸ்டர், 'நீங்க சொல்றது வாஸ்தவம்தான். பிரைவேட்டாப் பாத்துக்க முடிஞ்சா இங்கெ வர வேணாம். அவரு காசு மிச்சப்படுத்தணும்னு நினெக்கிறாரு. வசதியையும் எதிர்பாக்குறாரு. கஷ்டம்' என்றாள்.

மீண்டும் பெரியவர் தென்பட்டார். 'என்ன நீங்க இன்னும் போகல்லியா?' என்று கேட்டார் சமூகப் பணியாளர். 'டாக்டர், பையன்கிட்டெ யாரும் முரட்டுத்தனமா நடந்துக்காமெ பாத்துக்கச் சொல்லுங்க' என்றார் பெரியவர். 'நாங்க பாத்துக்கு வோம். நீங்க போயிட்டு வாங்க' என்று சொல்லி பெரியவரை அனுப்பி வைத்தார் சமூகப்பணியாளர்.

சமூகப்பணியாளர் பணி நேரம் முடிந்து கிளம்பினார். இரு மருங்கிலும் வார்டுகள். சில நோயாளிகளின் குரல்கள் ஒலித்தன. 'குட் ஈவினிங் டாக்டர்' 'காட் ப்ளஸ் யுவர் ஸோல் டாக்டர்.'

நிலை: 1

‘அந்தக் கம்பெனியிலெ அப்பத்தான் சேந்தேன். ஒரு நைட் ஷிஃப்ட். ஒரு மிஷினெ முடுக்கணும். ஸ்பானர் இல்லெ. ஜெனரல் சூபர்வைசர் அந்தப் பக்கமா வந்துக்கிட்டிருந்தாரு. அவர்கிட்டெ சொன்னேன். ஸ்பானர் கெடெக்கிறவரைக்கும் சும்மா ஒக்காந்திருன்னு சொல்லிட்டுப் போயிட்டாரு. நா ஒக்காந்துக்கிட்டிருந்தேன். அப்ப செக்‌ஷன் சூபர்வைசர் வந்தாரு. ‘ஏன் சும்மா ஒக்காந்து கதை பண்றே?’ன்னு ஏசிட்டுப் போனாரு. நான் இருக்குறதெச் சொன்னேன். அந்தாளு ஏத்துக்கல்லெ. நா வேணும்னே சும்மா இருக்கேன்னு திட்டிட்டுப் போனாரு. நா நேரா ஜெனரல் சூபர்வைசர்கிட்டெ போயி ‘நா நல்ல பையன். ஆனா எம்மேலெ அபாண்டமா யாருன்னா எதுன்னா சொன்னா வெட்டிப் போட்டிருவேன். அந்த செக்‌ஷன் சூபர்வைசர்கிட்டெ சொல்லி வைங்க’ன்னு கத்துனேன். மெக்கா நாள்லேர்ந்து வேலைக்கிப் போகல்லெ. பின்னெ என்ன சார், ஒரு மனுஷனுக்குக் கோபம் வருமா வராதா?

அப்புறம் சார், வீட்டுலேயே இருந்தேன். எங்க கிராமத்துல மார்கழின்னா காலையிலெ நாலுலேர்ந்து ஏழு மணி வரைக்கும் ரெகார்ட் போடுவாங்க. ரெகார்ட் போட்ற வேலெயெ நா செஞ்சிக்கிட்டிருந்தேன். ராவுலெ அந்த ரெகார்ட் ரூமிலேயே படுத்துக்கிருவேன். ஒரு ராத்திரி படுத்துக்கிட்டிருந்தேன். ஒரு சிநேகிதன் என்னெ உசுப்பினான். நாலுமணி ஆயிருச் சாங்காட்டியும்னு எந்திரிச்சேன். பாட்டு போடச் சொன்னான். நானும் ஒரு ரெகார்ட் போட்டேன். ஒரு பாட்டு முடிஞ்சதும் அவன் போயிட்டான். அடுத்த பாட்டு ஓடிக்கிட்டிருந்தப்ப தலைவரு வந்திட்டாரு. கூடவே ஊர் சனங்க ரெண்டு பேரு இருந்தாங்க. ‘ஒனக்கு என்னடா ஆச்சி? ராத்திரி ஒரு மணிக் கெல்லாம் பாட்டு போட்டுத் தூக்கத்தெக் கெடுக்குறே’ன்னு திட்டிட்டுப் போனாரு. சொல்லு சார், யார் மேலெ தப்பு? சிநேகிதன் கேட்டான். நா பாட்டு போட்டேன். எங்கையிலெ என்ன கடிகாரமா இருக்கு, நேரம் பாக்குறதுக்கு? சிநேகிதன் கேட்டாப் பாட்டுப் போடாமெ இருக்க முடியுமா? அப்புறம் ரெகார்டெ நா தொடல்லெ. ஊர்லெ எல்லாரும் என்னெப் பத்திப் பேச ஆரம்பிச்சாங்க ‘இவன்தான் ராவுல ரெக்கார்ட் போட்றவன்’ ‘போறாம்பாரு ராவுல ரெக்கார்ட் போட்றவன்’ அப்படி இப்பிடீன்னு. என்னாலெ தாங்க முடியல்லெ. என்னெப்பத்திப் பேசுன ஒருத்தனெ செமித்தியா அடிச்சிட் டேன். சும்மாச் சும்மா என்னைப்பத்திப் பேசுனாக் கோபம்

வருமா வாராதான்னு சொல்லுங்க. இதுலெ வேறெ ஊர்லெ ரகளை ஆச்சு. இங்கெ இருக்கிற சோஷியல் ஓர்க்கர் சொல்றாரு ஊரே என்னைப்பத்திப் பேசுறதான பிரமையிலெ நா இருந்தேன்னு. எனக்கு ஒண்ணும் விளங்கல்லெ.

இப்பிடியே போய்க்கிட்டிருந்துச்சி. ஒரு ராத்திரி பைப் லைனெக் கட் பண்ணி எங்க வீட்டுலெ இருக்குற செடிங் களுக்குத் தண்ணி ஊத்தலாம்னு நினைச்சேன். எந்திருச்சி எங்க வீட்டுக்கு வர்ற லைனெக் கட் பண்ணுனேன். அதுக்குள்ளெ ஒரு சிநேகிதன் வந்து நாலு தூக்க மாத்திரைகளெக் குடுத்துத் தூங்க வச்சிட்டான். நா முழிச்சிக்கிட்டு இருந்திருந்தேன்னா எனக்கு வேணுங்குற தண்ணியெ எடுத்துக்குட்டு லைனெக் கப்ளிங் போட்டு மூடியிருப்பேன். எல்லா இந்தச் சிநேகிதன் பண்ணின வேலெ.

அடுத்த நாள் காலையிலெ ஊர்லெ ஒரே கலாட்டா. தண்ணியெல்லாம் வீணாப் போயிருச்சுன்னு ஒரே கூச்சல். எங்க அண்ணன் ரொம்ப முறெச்சான். ஆனாக் கை வச்சிருந்தாத் தெரிஞ்சிருக்கும்.

அதுக்கடுத்த நாள்தான் என் அண்ணன் இங்கெ இருக்க வங்களோட ஏற்பாடு பண்ணி இங்கெ கொண்டாந்து சேர்த்துட் டான். என் சிநேகிதங்கல்லாம் ரொம்பவும் வருத்தப்பட்றாங்க. நா இங்கெ இருக்குறது அவங்களுக்குக் கவலையா இருக்கு.

இது எனக்கு முதல் தடவெ இல்லெ. இது நாலாவது தடவெயோ என்னமோ. எனக்கு ரொம்பக் கஷ்டமா இருக்கு. எந்தப் பிரச்சனைன்னாலும் இங்கெ கொண்டாந்து விட்டுர் றாங்க. இவ்வளத்துக்கும் நல்லா நா வேலெ செய்வேன். அந்த ஜெனரல் சூபர்வைசர் கூட என் அண்ணங்கிட்டெ சொல்லி யிருக்காராம் ‘பையன் வேலையிலெ ரொம்பக் கெட்டிக்காரன், ஒடம்பு சரியானதும் வேலெக்கி அனுப்பிச்சிவைங்கன்னு, நா கவனிச்சிக்குறே’ன்னு. ஆனா எனக்குத்தான் திரும்பவும் போறதுக்குச் சங்கடமா இருக்கு. ஒரு தரம் தகராறுன்னு ஆனதுக்கப்புறம் மறுபடியும் அதே எடத்துல வேலெ செய்றது நமக்குத்தானே அசிங்கம். சொல்லுங்க சார்.

இங்கெ இன்னும் ஒரு வாரம் இருக்கணும்னு சொல்றாங்க. வீட்டுக்குப் போயி சொந்தமாத் தொழில் செய்யலாம்னு யோசிச்சிக்கிட்டிருக்கிறேன். ஆனா அதுக்கு அண்ணன் சம்மதிக்கணும்.’

*

காட்சி: 2

ஒரு பார்வையாளர் நடந்து போய்க்கொண்டிருந்தார். வார்டிலிருந்து ஒரு குரல் ஒலித்தது. "சார், ஒரு நாலணா குடு. பீடி வாங்கணும்.' பார்வையாளர் வேண்டுகோளைச் சட்டை செய்யாமல் சென்றார். 'சார், பர்மாவிலேர்ந்து வர்றீங்களா?' குரல் தொடர்ந்தது. கிண்டலா உண்மையான விசாரிப்பா என்பது தெரியவில்லை.

நிலை: 2

கணவனால் புறக்கணிக்கப்பட்ட மனைவிக்கு மனச் சிதைவு நோய். பிற ஆடவன் ஒருவன் தன்னுடன் அன்பு கொண்டு உடல்ரீதியிலும் உறவுகொண்டு பழக மாட்டானா என்ற ஏக்கம் கொள்ளும் அளவுக்கு நோய் முற்றியிருந்தது. சிகிச்சை ஆரம்பித்துப் பத்து நாட்கள் இருக்கும்.

சமூகப்பணியாளர் தாம்பத்தியத்தின் சிறப்பம்சங்களை எடுத்துக்கூற முற்பட்டார். 'தாம்பத்தியங்குறது...'

பெண்மணி 'தாம்பத்திய உறவாவது மயிராவது...' என்று கொதித்து விசும்ப ஆரம்பித்தாள். அவள் வார்டுக்கு அழைத்துச் செல்லப்பட்டாள்.

வெளி உலகில் சுவாதீனமான வாழ்க்கையில் ஒரு வாலிபனுக்கும் ஒரு பெண்ணுக்கும் நடந்த உரையாடல் பின் வருமாறு. அதற்கும், மேலே விவரிக்கப்பட்டதற்கும் ஒற்றுமை இருக்கிறது. ஒன்று மனநிலைப் பிறழ்வாகவும் மற்றொன்று உருக்கமான புரட்சிக் காவியமாகவும் இருக்கிறது. ஏன்?

"என்ன மறுபடியுந் தாலியெக் கழட்டிட்டே?"

"என்ன புதுஸ்ஸாக் கேக்குறே டேவிட்? நம்ம நெருக்கமா இருக்குறப்ப அந்த மனுஷனோட ஞாபகம் வரக்கூடாதுன்னுதான்."

"அந்த மனுஷன் ஒன்னெ ஒதுக்குனப்பவே அதெச் செஞ் சிருக்கணும்."

"இந்த ஆம்பிளைங்க போக்கு ரொம்ப வினோதமா இருக்கு. திட்டவட்டமா வேணாம்னு சொல்லிட்டாக்கூட ஒண்ணு ஒழிஞ்சதுன்னு நினெச்சிடலாம். வருஷம் இரண்டாச்சு. அப்புறந்தான் தெரிஞ்சிக்க முடிஞ்சது. இனிமே அவன் வரவே மாட்டான்னு."

"ஏன்தான் அவன் ஒன்னெக் கல்யாணம் பண்ணிக் கிட்டான்?"

"நம்ம நாட்டுல கல்யாணத்துக்கு என்ன காரணம் இருக்கு டேவிட்? அவங்கிட்டெ நிலபுலன் இருக்குன்னு அப்பா கல்யாணத்துக்கு ஏற்பாடு பண்ணினாரு. அந்த மனுஷன் முப்பது சவரன் நகைக்கு ஆசெப்பட்டு எங்கழுத்துல தாலியெக் கட்டினான்."

"கல்யாணத்தெப்பத்தி என்ன நினைக்கிறே மீனு?"

"அது என்ன எழவோ? புருஷனும் பெண்ஜாதியும் சந்திக்குற முதல் எடமே படுக்கெ அறைதான். அந்த மனுஷனுக்கு வேணுங்குறப்ப என்னெக் குடுத்துக்கிட்டு, அவன் காலெ அமுக்கிவிட்டுக்கிட்டு, சமெச்சிப் போட்டுக்கிட்டு, அவனுக்குப் பிடிக்காதப்ப அடி ஒதெ வாங்கிக்கிட்டு மூணு வருஷம் தள்ளியாச்சு. இதுக்குப்பேரு ஆயிரங்காலத்து பயிரு. நா அவனுக்குச் சலிச்சிப் போயிருக்கணும். அதான் ரெண்டு வருஷமா வரல்லெ. அரசபுரசலாக் கேள்விப்பட்டேன். அவன் இன்னொருத்தியெக் கல்யாணம் பண்ணிக்கப்போறதா. அவளோட எத்தனெ வருஷமோ? பாவம் அந்த இன்னொருத்தி."

"சரி, அவம் பேச்செ விட்டுத்தள்ளு. இந்த வேலெயிலெ ஒனக்கு எழுநூறு ருபா வருது. எனக்கு வர்ற ஆயிரம் ரூபாயெயும் சேத்துக்கிட்டோம்னா ஒரு தாம்பத்திய வைபவத்தையே நடத்திடலாம். பேசாமெ நாம கல்யாணம் பண்ணிக்கிடலாம். என்ன சொல்றே?"

"வேணாம் டேவிட். அதுக்கு முதல்லெ அவங்கிட்டெயிருந்து டைவர்ஸ் வாங்கணும், என்னமோ நம்ம உறவுக்கு அந்த ஆளோட அனுமதி கேக்குற மாதிரி. அதுவே எனக்கு ஒரு தாழ்வு உணர்வெத் தருது."

"ஒன் உணர்ச்சிகளெ என்னால புரிஞ்சிக்க முடியுது மீனு. ஆனா எவ்வளவு நாளா இந்த மாதிரிக் கள்ளத்தனமா?...."

"காலம் பூரா இப்பிடியே இருந்தாலும் பரவாயில்லெ. நாலு பேரு நாலு விதமாப் பேசுவாங்க. அவ்வளவுதானே? இந்த ஒலகம் எப்ப மத்தவங்களெப்பத்திப் பேசாமெ இருந்திருக்கு, சொல்லு டேவிட்."

"எனக்கு ஒண்ணுமில்லெ மீனு. ஒன் நிலெமெயெ யோசிச்சித்தான் நா கல்யாணங்குற ஒண்ணெச் சொன்னேன். எனக்கும் இந்தச் சடங்குகள்லெயெல்லாம் நம்பிக்கெ இல்லெ. உண்மையான உறவுக்கு ஒரு சடங்கார்த்தமான அத்தாட்சி தேவையில்லெ. உறவுங்குறது ரொம்ப அந்தரங்கமான விஷயம். சமூகம் ஒரு உறவெ அங்கீகரிக்கிறதா இல்லெயான்றது எனக்கு ஒரு பொருட்டாத் தோணல்லெ."

“ஒங்கிட்டெ நிறெய விஷயம் இருக்கு டேவிட், ஒன் தணிவான சுபாவந்தான் என்னெ ஒங்கிட்டெ இழுத்தது. இந்த ஆறு மாசமாப் பழகிட்டிருக்கே. என்னோட மென்மையாவே பழகிட்டிருக்கே. எனக்குப் பிடிக்காத எதெயும் எம் மேலெ நிர்ப்பந்திச்சதில்லெ. என்னெச் சரியாப் புரிஞ்சிக்கிட்டவன் நீ ஒருத்தன்தான்னு சொல்லுவேன். ஆனா டேவிட்...”

“சொல்லு மீனு, ஏன் இழுக்குறே?”

“ஒனக்கு நா சலிக்கிறப்ப நீ எங்கிட்டெ ஒரு வார்த்தெ சொல்லிட்டு விலகிக்கொ.”

“என்ன மீனு எம்மேலெ ஒனக்கு நம்பிக்கெயில்லியா?”

“ஒண்ணு புரிஞ்சிக்கொ டேவிட். நா ஒன்னெக் கல்யாணம் பண்ணிக்கச் சம்மதிக்காததுக்கு இன்னொரு காரணம் இருக்கு. இந்தக் கல்யாணம்னு வந்தாலே உறவுலெ ஒரு உறுதி வந்திரும். உறுதியும் பாதுகாப்பும் சில உரிமைகளெ ஒனக்குக் குடுத்திரும். பெண்டாட்டிதானேன்னு நீ இஷ்டத்துக்கு நடந்துக்க ஆரம் பிச்சிருவே. எம்மேலே ஆதிக்கம் செலுத்த ஆரம்பிச்சிருவே. ஆனா காதலிங்குற ஸ்தானம் வேறெ. அந்த உறவுல ஒரு நிலை யில்லாமெ இருக்கு. எங்கெ நா கை நழுவிப் போயிருவே னோன்னு நீ எங்கிட்டெ எப்பவுமே மென்மையா நடந் துக்குவெ.”

“பொறுப்பில்லாத ஒம் புருஷன் மாதிரித்தான் எல்லா ஆம்பிளெகளும் நடந்துக்குவாங்கன்னு நினெக்கிறது தவறுன்னு தோணுது”

“இல்லெ டேவிட் இது ஆண்வழிச் சமுதாயம். ஆம்பிளைன்னா தலையிலெ ரெண்டு கொம்பு இருக்குன்னு அர்த்தம்.”

“நீ சொல்றதிலேயும் நியாயம் இருக்குன்னு தோணுது. ஆனா நீ சலிச்சிப்போயிருவேன்னு எதெ வச்சிச் சொல்றே?”

“ஒரு பேச்சுக்குச் சொல்ல வந்தேன். நா சலிச்சதுக்கப்பறம் என்னோட பழகுறது நீ எனக்குச் செய்ற உபகாரமாத்தான் இருக்கும். உபகாரம்னு வந்தாலே இளக்கார பாவம்லாம் தானா வரும். நீடிச்ச ஒண்ணு சலிக்குறது மனுஷ இயல்பு.”

“நீ என்னெச் சரிவரப் புரிஞ்சிக்கல்லெ மீனு. நா ஒன்னெ முதல் தடவை தொட்டதே நா ஒன்னோட கடைசி வரைக்கும் இருப்பேங்குற உறுதி எம் மனசுல வந்ததுக்கப்பறம்தான். தவிர, செக்ஸ் எங்குறது என்னைப் பொறுத்தவரெ ஒரு நெருக்கமான உறவெ வலுப்படுத்துற சாதனந்தானேயொழிய வேறொண்ணு

மில்லெ. என் இச்சைகளெத் தணிச்சிக்கிற வடிகாலா ஒன் ஒடம்பெ நா உபயோகிச்சிட்டதில்லை.”

“ஸாரி டேவிட். இன்னிக்கு நா ரொம்பவும் உணர்ச்சி வசப்பட்டிட்டேன்னு நினைக்கிறேன்.”

“பரவாயில்லெ மீனு. ஒரு மயக்க நிலையிலெ பழகிக்கிட்டே இருக்குறதெவிட பரஸ்பரம் விஷயங்களெத் தெளிவு படுத்திக்கிட்டுப் பழகுறது நல்லது. நம்ம உறவு எண்ணெக்கும் நிலெச்சி நிக்கும். நீ இல்லாத வாழக்கையெ கற்பனெ பண்ணிப் பாக்கக்கூட என்னலெ முடியாது.”

காட்சி: 3

இரண்டு நோயாளிகள்.

‘ஒனக்கு என்ன வேணும்? ஏன் ஒரு மாதிரியா இருக்கே?’

‘ஒன்னாலெ ரெண்டு ஒறெயெ ஏற்பாடு செய்ய முடியுமா சொல்லு.’

(ஒறை = சாராயம் அடைக்கப்பட்ட பிளாஸ்டிக் உறை.)

நிலை: 3

‘இது ஒரு இருபத்தஞ்சி வருஷப் பிரச்சினெ. நா யானைக்குப் பொறந்தேன். இது ஒரு உலக மகா அதிசயமானதாலெ என்னெ நிறைய பேரு ஃபோட்டோ பிடிச்சாங்க. என்னெ டாக்டருங்க வந்து பாத்தாங்க. என்னெ யானையா நடமாடவிட்றதுன்னு டாக்டருங்க தீர்மானிச்சாங்க. செய்தி பரவியிருச்சி, கின்னஸ் புஸ்தகத்துல பதிவாயிருச்சி.

நா யானைக்குப் பொறந்ததாலெ எங்க அப்பா அம்மா எனக்குப் பாடம் சொல்லிக்குடுக்குற மாதிரி நா ரெண்டாவது படிக்கிற மட்டும் நடிச்சாங்க. அதுக்கு அப்புறம் அதுவும் செய்யல்லெ. நா ஒரு அதிசயமானதாலெ நா சரியாப் பரிட்செ எழுதல்லேன்னாலும் டீச்சருங்க எனக்கு எம்பத்தெட்டு தொண்ணூறுன்னு மார்க்கு போட்டாங்க. அவங்க என்னெக் கிளாஸ்ரூமிலேயே ரெண்டுக்குப் போகச் சொன்னாங்க. ஆனாக்க நா செய்ய மாட்டேன்னிட்டேன். ஒண்ணு வீட்டுக்குப் போயி இருந்தேன். இல்லெ அடக்க முடியாமெ இருந்துச்சின்னா வீட்டுக்குப் போற வழியிலெ வீதியோரமா இருந்துக்கிட்டேன். ஆனா இந்த டீச்சருங்க ரெண்டுக்கு வருதுன்னு சொன்ன ஒரு பையனெக் கிளாஸ் ரூமிலேயே ரெண்டுக்கிருக்க வச்சாங்க. அவனாலெ அது முடியுமான்னு பாத்தாங்க.

அவனுக என்னெக் கொளத்துலெ போட்டானுக, ஏரியிலெ போட்டானுக, நிச்சயமா சமுத்திரத்திலெ இல்லெ. நா நீந்துறேனா இல்லியான்னு பாத்தானுக. யானைன்னா நீந்துந்தானே. இதெயெல்லாம் என் அப்பா சொல்லி இவனுக செஞ்சானுக. ரயில் தண்டவாளம் பக்கமாத்தான் ஏரி இருந்திச்சி. என்னாலெ நீந்த முடியல்லேன்னதும் தொரத்த ஆரம்பிச்சானுக. நா சொன்னேன் அவனுககிட்டே எனக்கு நீந்தத் தெரியாதுன்னு. அவனுக என்னெ விட்றாப்பலெ இல்லெ. எதித்தாப்பலெயும் ஆளுங்க என்னெப் பிடிக்கிறதுக்கு வந்தானுக. ஆனா நா வளெஞ்சி தண்டவாளத்து மேலெ ஓட ஆரம்பிச்சிட்டேன். நா வேகமா ஓடினதுனாலெ அவனுகளுக்கு மூச்சு வாங்கித் தொரத்துறதெ விட்டானுக.

நா எட்டாங் கிளாஸ்லெ ரெண்டு தரம் ஃபெயிலாயிட்டேன். மூணாம் தரம் எனக்குப் பாஸ் போட்டு விட்டாங்க. நா ப்ளஸ் ஒன்லெ ஃபெயிலாயிட்டேன். பிறகு ஒரு ஆறு வருஷம் என்னெ யானைங்களோட பழக விட்டானுக.

எனக்கு நாலு வயிசிலேர்ந்து நெனவு ஆரம்பிச்சிரிச்சி. அதுக்கு முன்னாடி நா யானை மாதிரி நடந்துக்கிட்டிருக்கலாம். பொதுவா நா யானைகளெ சட்டை பண்றதில்லெ.

நா அவனுககிட்டெ சொல்லியிருக்கேன் என்னோட விளையாட்ற வேலெயெ வச்சிக்காதீங்கன்னு. ஆனா அவனுக சொல்லுவானுக, ‘ஒங்கிட்டெ விளையாடலேன்னா பின்னெ யார்கிட்டே விளையாட்றது?’ன்னு. என்னெ அவனுக எட்டி ஒதெச்சிப் போட்டானுக.

இதெல்லாமே அரசியல் கட்சிங்களாச் சேர்ந்து செய்யிற சதி. குறிப்பா இந்த ரத்தினபுரி கட்சிக்காரனுக.

அவனுக இந்தப் பொண்ணுககிட்டெ சொல்லியிருக்கானுக, ‘அவனெ லவ் பண்ணாதீங்க, அவன் யானையாப் பொறந்தவன்’னு. நா ஏழு பொண்ணுகளெக் காதலிச்சேன். ஆனா ஒருத்திகூட எங்கிட்டெ நெருங்கல்லெ. அதுலெ ஒரு பன்னெண்டு வயசுப்பொண்ணு ஒண்ணு; எங்கிட்டெ பேசமாட்டேன்னிரிச்சி. நா சொன்னேன். ‘வயசுக்கு வா, பாத்துக்கிறேன்’னு. அந்தக் கடைசீ ரெண்டு பொண்ணுங்க – ஒண்ணுத்துக்குக் கல்யாணம் ஆயிருந்திச்சி; இன்னொண்ணு அப்பத்தான் வயசுக்கு வந்தவ – ரெண்டு பேருமாச் சேந்து எங்கதெயெ முடிச்சாளுக. அந்த ரெண்டு பொண்ணுங்களெ என்னோட சம்பந்தப்படுத்துனப்பவே எனக்குத் தெரியும். கொஞ்சநாள் கழச்சித் தெரிஞ்சிச்சி இது என் அப்பா வேலைன்னு.

ஒரு அஞ்சி வயசுப் பயலோ ஒரு எழுபத்தஞ்சி வயசுக் கிழமோ சொல்லும்னு எதிர்பாத்தேன், நா ஒரு மனித யானை; யானை மனிதன் இல்லைன்னு. தாயோளிங்க. ஒருத்தனுஞ் சொல்லல்லெ. அவனுக நினெச்சானுக யானைங்க புணர்ந்து எனக்குப் பொறப்பெக் குடுத்தாங்கன்னு. ஆனா மனுஷங்க புணர்ந்து நா பொறந்தேன்.

எங்கிட்டெ ரெண்டு மாசமா யாருஞ் சொல்லல்லே எனக்கு சூடு சொரணை இல்லேன்னு.

நா அம்மாகிட்டெக் கேட்டேன். என்னெ யானை வயித்திலெ இருந்துதானே கத்திரிச்சி எடுத்தேன்னு.

அவங்க என்னெ ரொம்பத்தான் அசிங்கப்படுத்திட்டாங்க.

எனக்குப் பொண்ணுங்கன்னா எக்கச்சக்கமாப் பிடிக்கும். அழகா இருக்காளுக ஒவ்வொருத்தியும்.

நா ஐ.நா. சபைக்குப் போவணும். அங்கெ அவனுக என்னெப்பத்தி முடிவு செய்வானுக.

இவ்வளவு வருஷமா எனக்கு அரசாங்கம்தான் சோறு போட்டிச்சி. ஏன்னா நா ஒரு அதிசயம். பின்னெ என்ன ஒங்களெ மாதிரிச் சாதாரணப் பிறவியா நானு?

அறிஞர் ஒருத்தர் சொல்லியிருக்காரு 'எதெயுந் தாங்கும் இதயம் வேணும்'னு. அதனாலெதான் நா எல்லாத்தையும் பொறுத்துக்கிட்டிருக்கேன்.'

காட்சி: 4

வார்டிலிருந்து கதவு உடைக்கப்படும் சத்தம் வந்து கொண்டிருந்தது.

டூட்டி ரூமிலிருந்த செவிலி 'கார்பெண்டர் வந்தாச்சா இல்லெ இந்த பேஷண்ட்ஸ் கதவெ ஒடைக்கிறாங்களா?' என்று வியந்தாள்.

நிலை: 4

ஓரளவு குணமடைந்து வேலையில் இருக்கும் ஒரு பெண்ணின் நிலை. அவளது நிலையைக் கண்டு பரிதவித்த ஓர் எழுத்தாளர் "பெண்ணே உனக்கும் பாராட்டு" என்ற தலைப்பில் எழுதிய ஒரு குறிப்பு.

'இன்றைக்கு உனக்கு ராஜினாமா தினம்'. ஆரம்பித்து விட்டது காலையிலேயே. அவள் லேசாகப் பதறிப்போய்,

‘இல்லை, இன்றைக்கு நான் வேலையில் ஸ்திரமாக இருக்கும் தினம்’ என்று சொல்லிக்கொண்டாள்.

அவள் பிரமாதமான வேலையிலெல்லாம் ஒன்றும் இல்லை. ஒரு தனியார் நிறுவனத்தில் தட்டச்சு செய்யும் வேலை. ஆளைப் பிழிந்தெடுத்துவிடுவார்கள். ஏதோ ரொம்பவும் கம்மியாக இல்லாமல் எழுநூற்று ஐம்பது ரூபாய் தருகிறார்கள். பெற்றோர் களுக்கு ஒரே பெண். அப்பா ஜவுளிக்கடை குமாஸ்தா. அம்மா சும்மாதான்.

இது கருமாதி தினம்; – இல்லை இது ஜீவிதமாதி தினம். இது இழவு வீடு; – இல்லை இது பிறப்பு வீடு. – இன்றைக்கு இழவுமாதி; – இல்லை இன்றைக்குப் பிறப்புமாதி.

முதலில் தன்னிச்சையாக எழும் எதிர்மறை எண்ணம். பிறகு அதைப் போக்கிக்கொள்ள அவளாக உருவாக்கும் நல்ல எண்ணம். முதலில் லேசான படபடப்பு, பிறகு நல்ல எண்ணம் உருவாகிய பின் சற்று ஆசுவாசம். இப்படியே விட்டுவிட்டு......

பல் துலக்கும்போது: இவை பிணப்பற்கள்; இல்லை இவை மனிதப் பற்கள்.

வேலைக்குக் கிளம்பியாகிவிட்டது. பேருந்தில் பயணம் செய்து கொண்டிருக்கும்போது: இன்றைக்கு வேலைக்கு இறுதி யாத்திரை; இல்லை இன்றைக்கு வேலைக்கு இறுதியில்லாத யாத்திரை.

பேருந்தை விட்டு இறங்கி அலுவலகம் நோக்கி நடந்து கொண்டிருந்தாள். இன்றைக்கு உனக்குப் பாடை கட்டி விடுவார்கள்; இல்லை இன்றைக்கு எனக்குப் பட்டுச் சேலையால் ஆன தூளி கட்டிவிடுவார்கள். இன்றைக்கு உனக்குத் தென்னம் ஓலையால் ஆன பாடை கட்டிவிடுவார்கள்; இல்லை இன்றைக்கு எனக்குப் பட்டுச் சேலையால் ஆன தூளி கட்டிவிடுவார்கள்.

அலுவலகத்தில் ஒரு கடிதத்தைத் தட்டச்சு செய்து கொண் டிருந்தாள். நீ தட்டச்சு செய்வது உன் மரண ஓலை; இல்லை இது என் பிறப்பு ஓலை. இது உன் மரண அறிக்கை; இல்லை இது என் பிறப்பு அறிக்கை. இது உன் இறப்புச் சான்றிதழ்; இல்லை இது என் பிறப்புச் சான்றிதழ். அடுத்து ஒரு சுற்றறிக் கையைத் தட்டச்சு செய்துகொண்டிருந்தாள். இது உத்தரக் கிரியைப் பத்திரிகை; இல்லை இது தட்சிணக்கிரியைப் பத்திரிகை.

மின்விசிறி சுழன்று கொண்டிருந்தும் அவள் உடம்பு லேசாக வியர்த்திருந்தது. இது வியர்வை அல்ல, ரத்தம்; இல்லை இது வியர்வை, ரத்தம் அல்ல, பன்னீர். நீ ரத்தக் கண்ணீர்

விட்டுக் கதறுவாய்; இல்லை நான் ஆனந்தக் கண்ணீர் விட்டுச் சிரிப்பேன். உன் சிரிப்பு இடுகாட்டுச் சிரிப்பு; இல்லை என் சிரிப்பு மகப்பேறு மருத்துவமனைச் சிரிப்பு.

உணவு இடைவேளை. நீ சாப்பிடுவது இழவுச் சோறு; இல்லை இது சுபச் சோறு. இன்றைக்கு உனக்குச் சாவுமாதி; இல்லை எனக்கு இன்றைக்குச் சுபமாதி. உணவு முடித்து மீண்டும் வேலை.

நடுவில் உயர் அதிகாரி கூப்பிட, அவள் எழுந்து சென்றாள். போகும்போதே: போ போ இப்பொழுது உனக்குக் கேடுகாலம் தான்; இல்லை எனக்கு நல்ல காலம்தான். இன்றைக்கு உனக்குச் சுடுகாடு நிச்சயம்; இல்லை எனக்குக் குளிர்ந்த நாடு நிச்சயம்.

அலுவலகத் தோழனிடம் சிறிது நேரம் அரட்டை. உன் உறவின் கண்ணாடி சுக்கு நூறாக உடைந்தது; இல்லை என் உறவின் உடையாத கண்ணாடியில் என் முக அழகைப் பார்த்துக்கொள்வேன். உன் உறவுக்கு முறிவு மணி அடிக்கிறது; இல்லை முறியாமை மணி அடிக்கிறது.

தோழன் அவளிடம் சற்றே குழைந்துகொண்டிருந்தான். அப்பொழுது: அவன் உன் கற்பைக் குறி வைக்கிறான்; இல்லை அவன் என் தோழன், என் மென்மை உணர்வுகளை மதிக்கிறவன். அவன் ஒரு காமுகன்; இல்லை அவன் தோழமை நிறைந்த ஒரு சன்னியாசி.

அலுவலகக் காப்பி வந்தது. இது சவநீர்; இல்லை இது ஜீவிதநீர். இது விஷம்; இல்லை இது பாயசம். ஒரு நிமிடம் அவள் நிதானத்துக்கு வந்து எரிச்சல் பட்டாள். இது எந்த சனியனும் இல்லை. இது காப்பி, காப்பி, காப்பி. குடித்துத் தொலை. நீ தொலைவாய்; இல்லை நான் வாழ்வேன்.

அவள் மனம் தன் பெண்மைபற்றிய சிந்தனையில் ஆழந் தது. நீ கெட்டுப்போனவள்; இல்லை நான் கற்புக்கரசி. நீ தெரு வில் நாயாக அலைவாய்; இல்லை நான் வீட்டில் மெத்தையில் புரண்டு சுகபோக வாழ்க்கை நடத்துவேன். அவள் வீட்டில் மெத்தை என்ற ஒன்று இல்லை. மனதில் நிறைய இருந்தன.

வீட்டுக்குப் போகப் பேருந்துக்காகக் காத்திருந்தாள். பேருந்து வந்தது. இது அமரர் ஊர்தி; இல்லை இது என் பல்லக்கு. உன் பிணம்தான் வீடு திரும்பும். இல்லை என் உயிர்தான் வீடு திரும்பும். பேருந்தில் ஏறிக்கொண்டாள். ‘ராம்நகர் ஒண்ணு’ அவள் பயணச் சீட்டு வாங்கிக்கொண்டாள். ராம்நகர் சுடுகாடு ஒண்ணு; இல்லை ராம்நகர் திருமண மண்டபம் ஒண்ணு.

அவள் பேருந்தை விட்டிறங்கி வீட்டை நோக்கி நடந்து கொண்டிருந்தாள். உனக்குச் செருப்பு மாலை அணிவிப்பார்கள்; இல்லை எனக்கு ஆளுயர மலர் மாலை அணிவித்துக் கௌர விப்பார்கள். உன்னை அழுகிய முட்டையால் அடிப்பார்கள். இல்லை என்மீது மலர்ச் செண்டுகள் எறிந்து சந்தோஷப்படுத்து வார்கள்.

வீட்டுக்கு வந்து கதவைத் தட்டியதும் அம்மா கதவைத் திறந்தாள். தகன வாசல் திறந்தது; இல்லை சொர்க்க வாசல் திறந்தது. நரக வாசல் திறந்தது; இல்லை மோட்ச வாசல் திறந்தது.

அம்மா களைப்பு நீங்கிட ஒரு டம்ளர் பால் கொடுத்தாள். இது இறந்தவர்கள் வாயில் ஊற்றும் பால்; இல்லை இது குழந்தைகளுக்குப் புகட்டும் பால்.

மணி ஆறரைதான் ஆகியிருந்தது. அம்மா கோவிலுக்கு அழைத்தாள். முகம் அலம்பிக் குங்குமம் இட்டுக்கொள்ளும் போது: இது கருமாதிக் குங்குமம்; இல்லை இது வெள்ளைமாதிக் குங்குமம். இது கரிய குங்குமம்; இல்லை இது வெண்குங்குமம். எப்படியோ குங்குமம் நெற்றிக்கேறியது.

கோவிலில் புகுமுன்: இது பாழடைந்த கோவில்; இல்லை இது பாழடையாத புத்தம் புதுக் கோவில். முருகர் சிலை முன்: இது குய்யோ முறையோ வேல்; இல்லை இது க்வாக் குவா தாலாட்டு வேல். இது தோல்வி வேல்; இல்லை இது வெற்றி வேல்.

பூசாரி விபூதி கொடுத்தார். இது சுடுகாட்டுச் சாம்பல்; இல்லை இது உயிர் நாட்டுச் சாம்பல். நெற்றியில் ஒரு வழியாகத் திருநீறு இட்டுக்கொண்டாள்.

வழக்கம்போல் அன்றைக்கு இரவு படுக்குமுன் அம்மா கல்யாணப் பேச்சை எடுத்தாள். உனக்குக் கருதிமாதிதான் நடக்கும்; இல்லை ஒருவேளை கல்யாணமும் நடக்கலாம்.

பாயில் படுக்குமுன்: இது பிலாக்கணப் படுக்கை; இல்லை இது தாலாட்டுப் படுக்கை.

சற்றுக் கழித்து நினைவுக்கு வந்தவளாக டிரங்க் பெட்டியில் வைத்திருந்த குப்பியிலிருந்து உறக்க மாத்திரை (உளநல மாத்திரை) ஒன்றை விழுங்கினாள்.

பாயில் அரைமணி நேரம் தூக்கமில்லாமல் புரண்டு கொண்டிருந்தாள். இது மரணப்படுக்கை; இல்லை இது ஜன்மப் படுக்கை. நீ கண்ணை ஒரேயடியாக மூடிவிடுவாய்; இல்லை நான் கண்ணை எப்பொழுதும் திறந்து வைத்துக்கொள்வேன்.

தினமும் அவளுக்கு இதே தொல்லைதான். பார்ப்பதற்கு அவள் அம்சமாக இருப்பாள். யாரும் அவளைப் பார்த்து மனம் பிறழ்ந்தவள் என்று சொல்லமாட்டார்கள். அவளுக்கு மட்டும்தான் தெரியும் அது. அதனால் என்ன? எந்தக் காரியத்தை நேர்த்தியாகச் செய்ய முடியாது அவளால்?

பூகம்பம் வெடித்தது 1985இல். அப்பொழுது அவளுக்கு வயது இருபத்து ஐந்து. ஒரு சகஊழியனிடம் காதல். அப்பொழுது வேறு ஓர் அலுவலகம். பையன் கிறித்தவன். உறவை அப்பா மூர்க்கத்தனமாகத் தவிர்த்துவிட்டார். அப் பொழுதுதான் அது ஆரம்பித்தது. அவன் தனிமையில் அவளை முத்தமிட்டதைப் பிறர் பார்த்துவிட்டதாக சந்தேகம். தான் கற்பிழந்தவள் என்று பிறர் சொல்வதாகக் காதில் ஒலி. மற்றவர் கள் தன்னைப் பார்த்துக் கேலி செய்வதாக சதா ஒரு நினைப்பு. ஒரு மாதம் வெளியில் தலைகாட்டவில்லை. பிறகு மனநலக் காப்பகத்தில் ஒரு மாத காலம் உள்நிலை நோயாளியாகச் சிகிச்சை. சரியாக நான்கு மாத காலத்தில் அவளது சந்தேகங் களும் பிரமை ஒலியும் அகற்றப்பட்டுவிட்டன.

ஆனால் அதற்குப் பதிலாக இந்த எண்ணங்களின் தொந்தரவுகள் ஆரம்பமாயின. முதலில் உக்கிரமாக இருந்த தொந்தரவுகள் போகப்போக வீரியத்தை இழந்தன. ஆரம்ப காலத்தில் பயந்து நடுங்கிக்கொண்டிருந்தாள். இப்பொழுது அவள் குறைந்தபட்ச உளநல மருந்துகளுடன் அன்றாட வாழ்வில் செயல் அளவில் அனாயாசமாக இயங்கிக்கொண்டிருக் கிறாள். யார் அவளைக் குறை சொல்ல முடியும்?

ஆனாலும் ஒரே ஒருமுறை மீண்டும் பயங்கரத்துக்கு ஆளாகி விட்டாள் அவள். அது ஜூலை 1988. அன்று விடுமுறை. பந்த் ஒன்று. ஒரு வியாழக்கிழமை. விடுமுறைதானே என்று மதியம் வரை படுக்கையை விட்டு எழாமல் இருந்தாள். இரண்டு மணி இருக்கும். அச்சுறுத்தும் எண்ணங்களின் வேகம் தாக்குப்பிடிக்க முடியாததாக ஆகிவிட்டது. உக்கிரமும் கூடிக் கொண்டே போனது. நல்ல எண்ணங்களை உருவாக்க அவளால் இயலவே இல்லை. எதிர்மறை எண்ணங்கள் வந்த வண்ணம் இருந்தன. அவள் நிலை கொள்ளாமல் தவித்தாள். மறுபடியும் மனநலக் காப்பகத்தில் சேருமளவுக்கு ஆகிவிடுமோ என்று நடுங்கினாள். உடல் வியர்வைப் பெருக்காக இருந்தது. பயம் அவளை விழுங்கிக்கொண்டிருந்தது. 'அம்மா எனக்கு என்னமோ மாதிரி இருக்கு' என்று அரற்றினாள். மாலை ஏழு மணிவரை இந்த அல்லாடல். ஒரு கணம் தைரியத்தை வரவழைத்துக் கொண்டாள். இரவு போட்டுக் கொள்ளும்

மாத்திரை ஒன்றை உடனே போட்டுக்கொண்டாள். 'எனக்கு ஒன்றும் ஆகாது என்று சொல்லிக் கொண்டாள். படுக்கையில் ஒரு மணி நேரம் புரண்ட பிறகு தூக்கம் வந்தது. அடுத்த நாள் அவள் தன் பழைய நிலைக்கு வந்துவிட்டிருந்தாள். வழக்கம் போல் அலுவலகம் போனாள்.

அவளுக்கு இது ஒரு பாடத்தைக் கற்றுத் தந்தது. என் மனத்தில் இரு கூறுகள் உள்ளன. ஒரு கூறு அச்சுறுத்தும் எண்ணங்களை அள்ளி வீசும் ஒன்று. மறு கூறு அவற்றை விரட்டும் ஒன்று. எனக்கு ஊன்றுகோல் இந்த மறு கூறுதான். அது அஸ்தமித்தால் நான் முற்றாகப் பிறழ்ந்துவிடுவேன்.

நல்லவேளை பிறகு ஒரு முறைகூட இப்படி நேரவில்லை. அவள் மனத்திடத்துடன் இருந்தாள். மீண்டும் இப்படி நேராமல் தன்னால் பார்த்துக்கொள்ள முடியும் என்று சொல்லிக் கொண்டாள்.

அவள் ஆசுவாசமாக உணர்ந்த சமயங்களில் இந்தத் தொந்தரவுபற்றி நிறையச் சிந்தித்ததுண்டு.

சாலையில், பேருந்து, கார், ஆட்டோட்ராக்டர், சைக்கிள் போன்ற நிறைய வாகனங்கள் சென்றுகொண்டிருக்கின்றன. அதேபோல் மனத்திலும் பலப்பல எண்ணங்கள் ஓடிக்கொண் டிருக்கின்றன. வாகனங்களின் சுமையைச் சாலை தாங்கிக் கொள்கிறது. அதேபோல் எண்ணங்களின் பாரத்தைத் தாங்கும் சக்தி மனத்துக்கு வேண்டும். அது முற்றாகப் பழுதடையக் கூடாது.

எண்ணம் உணர்வுகளுடன் கலந்தால்தான் பிரச்சனை. எல்லாம் எண்ணமே. எண்ணத்திலிருந்து உணர்வைப் பிரித்தெடுக்க முடியாதுதான். ஆனாலும் எண்ணம் உணர்வை முழுமையாகப் பாதிக்காத அளவு பார்த்துக்கொள்ள வேண்டும். எண்ணத்தை அங்கீகரிக்காதவரையில் அது மனிதனைத் தொந்தரவு செய்யாது.

நோய்க்குறிகளுக்கும் இயல்பான நிலைக்கும் உள்ள வேறுபாடு நிஜத்துக்கும் பிரமைக்கும் இடையிலான வேறுபாடு தான். இயல்பு நிஜம். நோய்க்குறி பிரமை.

மனம் என்பது ஒரு செயற்கை. அதைக் களிமண்போல் உருட்டலாம். சுய ஆலோசனைகள் மூலம் அதன் போக்கை மாற்றலாம்.

ஆனால், என்னதான் இப்படி அறிவார்த்தமாக நினைக்க முடிந்தாலும் எண்ணங்கள் வரத்தான் செய்தன. உணர்வுகள்

லேசாகப் பாதிப்படைந்தன. எண்ணம் அவளையறியாமலேயே அங்கீகரிக்கப்பட்டது. நல்ல எண்ணத்தை உருவாக்கி அச் சுறுத்தும் எண்ணத்தை விரட்டிக்கொண்டிருந்தாள்.

அவளுக்குப் புகலிடம் தந்ததெல்லாம் ஒரு தத்துவம். புத்தகங்களின் உதவியில்லாமல் பட்டறிவில் விளைந்த ஒன்று. ஆறாத புண்ணென்றால் பழகிக்கொள்ள வேண்டும். புண்ணுக்கு அடிமையாகிப் புண்ணே வாழ்க்கையாகி விட்டால் இயக்கம் ஏது?

அவள் தன் நோய்க்குறிகளுக்குப் பழகிக்கொண்டு விட்டாள். அவள் ஒரு முறை மனம் பிறழ்ந்தவளானாலும் திடசித்தம் படைத்தவள். அவளது ஆரம்பகட்ட நோய்க் குறிகளை அகற்றியதும், இப்பொழுதுள்ள தொந்தரவுகளின் உக்கிரத்தை மட்டுப்படுத்துவதும், உணர்வுகளின் பாதிப்பைத் தடுப்பதும் உளநல மாத்திரைகளாக இருக்கலாம். ஆனால் அவளுள் இருக்கும் உள்ளுணர்வும் மனபலமும் இல்லையானால் அவள் மனநலக்காப்பகத்தில் நிரந்தரமாகத் தஞ்சம் புக வேண்டியதுதான்.

அவளுக்குத் தன்னிச்சையாக வரும் வார்த்தைகளில் பலவும், அவள் உருவாக்கும் வார்த்தைகளில் பலவும் மொழியில் புழங்காதவைகளாக இருக்கலாம். ஆனால் அவள் உருவாக்கும், நமக்கு வித்தியாசமாகத் தோன்றும் வார்த்தைகள்தான் அவளுக்குப் பலம். நம் மொழியின் கட்டுக்கோப்பைச் சொல்லி நாம் அவளது பலத்தைத் தகர்க்க வேண்டாமே.

ஒரு மனிதனுக்கு இடமில்லையெனினும் இது ஒரு சமூகமாகாது. ஓர் அராஜகக் கும்பலாகிவிடும். அவள் என்றும் நம் நல்ல தோழியாக இருக்கட்டுமே.

காட்சி: 5

ஒரு நோயாளி டூட்டி ரூமுக்கு வருவதும் போவதுமாக இருந்தார்.

செவிலி அவரை நோக்கி, ‘என்ன இண்ணெக்கி ஒரே ரெஸ்ட்லஸ்ஸா இருக்கே? வீட்டிலேர்ந்து ஒன்னெப் பாக்க யாருச்சும் வர்றாங்களா?’ என்று கேட்டாள்.

நிலை: 5

நா ஒரு நர்ஸெக் காதலிச்சிக் கல்யாணம் பண்ணிக் கிட்டேன், அவ வேறெ ஊர்லே ஆஸ்பத்திரியிலெ வேலையா

யிருந்தா. நா மாசம் ஒரு நாலு நாள் லீவு போட்டு அவளெப் போயிப் பாத்திட்டு வருவேன்.

திடீர்னு அவ நடத்தெமேலெ சந்தேகம் வந்திச்சி. மனசு ஒடெஞ்சிபோச்சி. நாப்பது தூக்க மாத்திரை சாப்பிட்டேன். அப்புறம் என்ன ஆச்சுன்னு தெரியல்லெ. நா கண் விழச்சிப் பாத்தப்ப பெட்லெ இருந்தேன். கை காலெல்லாம் அசைக்க முடியல்லெ. ஒரு பத்து நாள் பெட்லெ வச்சிருந்தாங்க. போலீஸ் கேஸையெல்லாம் எங்கப்பா சரி பண்ணிட்டாரு.

ஒருநாள் எம் பொண்டாட்டி என்னைப் பாக்க வந்தா. பிரமாதமா ட்ரஸ் பண்ணிக்கிட்டிருந்தா; என்னமோ ஒரு கல்யாணத்துக்குப் போற மாதிரி. வந்து பக்கத்துல கொஞ்ச நேரம் நின்னா. கொஞ்ச நேரத்துல மாமனார் வந்தாரு. ஸ்டாஃப் நர்ஸ்கிட்டெ கத்திக்கிட்டிருந்தாரு, 'எம் பொண்ணெ அவமானப்படுத்தணுங்குறதுக்காகவே இந்த மனுஷன் தூக்க மாத்திரை சாப்பிட்டு எங்க குடும்ப மானத்தையே கப்பலேத்திட்டான். இவனெ நானேகூடச் சுட்டுத்தள்ளிருவேன்'னு. கொஞ்ச நேரத்துல ரெண்டு பேரும் போயிட்டாங்க. எதுக்கு வந்தாங் கன்னு தெரியல்லே. ஒருவேளை நா செத்திருந்தா என் பொண்டாட்டிக்கு சந்தோஷமா இருந்திருக்குமோ என்னமோ.

நர்ஸ் சொன்னா, நா பத்து நாளா மயக்கமாகக் கெடந் தேனாம். எடது கண்ணுல அல்ஸர்ன்னு சொன்னாங்க. கண்ணாஸ்பத்திரியிலேர்ந்து ஒரு டாக்டர் வந்து ஒரு ஊசி மூலமா அதெ எடுத்துட்டுப் போனாரு. போறப்ப 'நீயாக் கூட கண்ணெ ஏதாச்சும் பண்ணியிருந்திருப்பே'ன்னு அதட்டிட்டுப் போனாரு. இவரெல்லாம் டாக்டர்தானான்னு கோபமா வந்திச்சி. ஆனா குரல் ரொம்பப் பலவீனமா இருந்திச்சி. வாய் தொறந்து ஒண்ணும் பேச முடியல்லெ. அப்புறம் என்னெ இங்கெ கொண்டாந்து சேத்துட்டாங்க. வந்து நாப்பது நாளாச்சி.

சிநேகிதங்க வந்து சொல்றாங்க அவ ஊர்லெ இருக்குற ஆஸ்பத்திரியில ஒரு ஆண் நர்ஸோட சிநேகமா இருக்குறதா. என் சந்தேகம் நிஜந்தான்னு எனக்குப் படுது. ஆனா இங்கெ நா பிரமையான சந்தேகத்துக்குச் சிகிச்சை எடுத்துக்கிட்டிருக் கேன். இந்தச் சந்தேகம் மனநோயின்னு இங்கெ சொல்றாங்க. எது நிஜம் எது பிரமை, எது பால் எது நஞ்சு, எவ நல்லவ எவ கெட்டவ ஒரு எழவுந் தெரியல்ல. அவனவனுக்குப் பட்டாத்தான் தெரியும். வேதனெ அனுபவிக்கிறவங்களுக்குத்தான் தெரியும். செத்தாத்தான் சுடுகாடு தெரியும்னு சும்மா சொல்லல்லெ. இந்த வாழ்கையெ நா இன்னும் எதுக்கு வாழ்ந்துக்கிட்டிருக்கணும்னு

தெரியல்லெ. என்னெ யாரும் காப்பாத்தாம விட்டிருக்கலாம். நா நிம்மதியாப் போய்ச் சேந்திருப்பேன்.

ஒரு முறை தற்கொலை முயற்சி பண்ணினவன் திரும்பவும் பண்ணிக்கிருவானாம். இன்னொரு தடவெ பண்ணிக்கிட்டா நிச்சயமாச் செத்துபோற மாதிரிப் பண்ணிக்குவேன். மலெபோல நம்பிக்கிட்டிருந்த ஒருத்தியே என்னெ ஏமாத்திட்டா. உயிருக்குயிராக் காதலிச்சவளே என்னெ எடுத்தெறிஞ்சிட்டா. இனி என்ன வாழ்வு வேண்டிக் கெடக்கு? என்னத்துக்கு இந்தச் சிகிச்சையெல்லாம்? நா இப்ப வாழலைன்னு எவன் அழுதான்? எல்லாம் சம்பிரதாயப்படி நடக்குது. மனுஷனுக்குத் தன் உயிரெ மாய்ச்சுக்குறதுக்கு உரிமை இல்லேன்னு சம்பிரதாயம் பேசுது. இவனுக பிரகாரம் ஒரு மனுஷன் நடைப்பிணமாவாச்சும் இருக்கலாம். ஆனா சாகக்கூடாது. இதெல்லாம் என்ன நியாயம்னு தெரியல்லெ.

நீங்க என்னடான்னா என்னெ ஒரு காட்சிப்பொருளா நெனெச்சி என்னெப் பாக்குறீங்க. எங்கிட்டெ கேள்வி கேக்குறீங்க. நீங்க சைகாலஜி படிச்சவரா இருக்கலாம். மனநோயாளிகளெப்பத்தி நேரடியாத் தெரிஞ்சிக்க என்னெப்போல உள்ளவங்களோடப் பேசலாம். ஒங்க காதலி ஒங்களெ ஏமாத்துனா அவளெக் கட்டி அணெச்சி முத்தமா கொடுக்கப் போறீங்க? என்ன ஒங்க சைகாலஜியோ என்ன சனியனோ? மனுஷ கஷ்டங்களைத் தெரிஞ்சுக்கணும்னா தானே கஷ்டப்படணும். பட்டறிவு மட்டுந்தான் உண்மையான அறிவு. கஷ்டப்படற எங்கிட்டேயிருந்து கஷ்டத்தெத் தெரிஞ்சிக்குறது இரவல் பாடம். இரவல் சொந்த உடமையாயிராது. ஒரு தரம் ஒரு டாக்டருக்கு ஒரு நோயாளியோட சீழ் infections-ன்னு சந்தேகம் வந்தது. சந்தேகத்தெத் தீத்துக்குர்றதுக்கு சீஃப் கிட்டெப் போனாரு. அவரு 'வேணும்னா சீழெ ஒன் உடம்புலேயே இன்ஜெக்ட் பண்ணி சோதனெ பண்ணிப் பாத்துக்கோ'ன்னாராம். Allen Boone படிச்சிருக்கீங்களா? அதுல நாய்களெப்பத்தி ஞானம் உள்ள ஒருத்தன்கிட்டெ ஒரு ஆளு போவான். அவன் கடைசீலெ சொல்லுவான். 'நாய்களெப் பத்தித் தெரிஞ்சிக்கணும்னா நாய்களோட வாழ்ந்து பார்; என்னெக் கேட்டுப் பிரயோஜனம் இல்லெ'ன்னு. ஒங்களுக்கும் கஷ்டம் தெரியணும்னா கஷ்டத்தோடு வாழுங்க. சுயமாக் கஷ்டப்படுங்க. வாழக்கையிலெ சுய அனுபவந்தான் நல்ல பாடம். இதெத் தவிர ஒங்ககிட்டெ சொல்ல என்ன இருக்கு?

அன்பே சிவம்னு எல்லா மதமும் சொல்லுது. அன்பே பொய்யாயிடறப்ப சிவம் எங்கெ இருக்கு சொல்லுங்க.

இப்பிடிப் பண்ணினதுக்கு அவளே எனக்கு விஷம் குடுத்திருக்கலாம். அவ மடியிலெயே நா செத்துப் போயிருப்பேன்.

காதல் காவியங்களெ நீங்க இலக்கியத்துல படிச்சிருப்பீங்க. எங்காதல் காவியம் எங்கெ வந்து முடிஞ்சிருக்கு, பாத்தீங்களா?

இது மிருகக்காட்சி சாலை மாதிரி மனிதக்காட்சி சாலை. இன்னும் கஷ்டங்களெத் தெரிஞ்சுக்கணும்னா இங்கெ இருக்குற என் மத்த சிநேகிதங்களெப் போய்ப் பாருங்க. ஒவ்வொருத்தனும் ஒரு காவியநாயகனாவோ வாழக்கைங்குற கொடூரம் குடுத்த அடிகளெச் சுமந்தவனாவோ இருப்பான். இங்கெ இருக்குற எல்லாருமே சிலுவை தாங்கிகதான். ஆனா இந்த ஒலகம் யேசுநாதரை மட்டுந்தான் பைபிள்லெ வடிச்சிருக்கு.

வாழ்க்கைன்னா என்னான்னு சொல்லுங்க. எனக்குப் புரியல்லெ. விட்டீங்கன்னா பேசிக்கிட்டேயிருப்பேன். பைத்தியம்னா உளறிக்கிட்டே இருக்கணும் இல்லியா? எம் பேச்சு உளறலா தத்துவமான்னு நீங்கதான் சொல்லணும். நீங்க இதுக்குன்னே படிச்சிருக்கீங்க.

‘முடிஞ்சா எங்க கஷ்டங்களெத் தொகுத்து ஒரு புத்தகம் எழுதுங்க. படிக்கறவங்க எங்களுக்காக ரெண்டு சொட்டுக் கண்ணீர் வடிச்சாங்கன்னா அதுவே எங்க கஷ்டத்துக்குக் கெடைக்கிற அங்கீகாரமா எடுத்துக்குவோம்.’

நிலை: 6

“ஒங்க பேர் என்ன?”

“எம் பேரா சார்?”

“ஆமா, ஒங்க பேருதான்.”

“நா படிக்கல்லெ சார்.”

“பரவாயில்லெ, ஒங்க பேரென்ன?”

“அந்தப் பொண்ணு கத்திக்கிட்டே இருந்திச்சி, என்னெ விட்டுரு விட்டுருன்னு. அந்தப் பையன் கையிலெ ஒரு பேனாக்கத்தி வச்சிருந்தான். எனக்கு வேறொண்ணும் தெரியாது. ஒரு ஸ்கூலுக்குப் பக்கத்துலதான் சார் கத்தியெக் காட்டி அவன் அந்தப் பொண்ணெக் கெடுத்திட்டான் போலெ.”

“அதுக்கு நீங்க ஏன் இங்கெ வரணும்?”

“அந்தப் பையன் எனக்குத் தெரியும் சார். அகிலாண்டபுரத்துல இருக்கவன்தான் சார். அகிலாண்டபுரத்துல இருக்குற பசங்க கெட்ட பசங்க சார்.”

“நீங்க நல்லவருதானெ?”

“தெரியல்லெ சார். நா கொளத்து வேலெ செய்றவன் சார். தெனத்துக்கும் பதினஞ்சு ரூபா வரும் எங்க அண்ணன் திருடுவான் சார். என்னெ ஒதெப்பான்.”

“சரி, ஓங்க பேரு என்ன?”

“பேரா சார், சந்தானம். ஓங்க பேரு சார்?”

“எம் பேரு ரவீந்திரன். ஓங்க காதுல யாரோ பேசுற மாதிரி இருக்கா?”

“ஆமா சார், பேசுறாங்க. எங்க அண்ணன் பேசுறான். எம் பேரு ரவீந்திரன் சார்.”

“சரி, என்ன பேசுறாங்க?”

“ரவீந்திரன் நல்ல பையன். ரவீந்திரன் பொண்ணுங்க கிட்டெப் போக மாட்டான். ரவீந்திரன் எந்தத் தப்புத் தண்டாவும் செய்ய மாட்டான்'னு எங்க அண்ணனோட குரல் கேக்குது.”

“ஓங்க பேரு சந்தானம், இல்லெ?”

“ஆமா சார். சந்தானம் நல்ல பையன். சந்தானம் தப்புத்தண்டாவெல்லாம் செய்ய மாட்டான்னு எங்க அண்ணன் சொல்லுது சார்.”

“சரி, சந்தானம். நீங்க எப்பிடி உள்ளே வந்தீங்க?”

“..................................”

“தெரியல்லெ?”

“தெரியல்லெ சார்.”

“நல்ல ஞாபகப்படுத்திப் பாருங்க.”

“தெரியல்லெ சார். சார், நீங்க போட்டிருக்கிற பேண்ட் என்ன விலெ சார்?”

“தொண்ணூறு ரூபா.”

“சட்டெ?”

“முப்பது ரூபா.”

“நல்லாயிருக்கு சார். ஏன் சார் கையெ இந்த மாதிரி வச்சிருக்கீங்க?”

“நா இயல்பாத்தான் வச்சிருக்கேன்.”

“ஓங்க கையெ நீட்டுங்க சார்.”

சந்தானம் ரவீந்திரனின் கையைத் தொட்டு அழுத்திப் பார்த்தார்.

"ஓங்க கை நல்லாயிருக்கு சார்."

"சரி, நீங்க இங்கெ எப்பிடி வந்தீங்க?"

"......................................"

"சரி, இது என்ன எடம்?"

"ஆஸ்பத்திரி சார்."

"அப்ப ஓங்களுக்கு ஒடம்புக்கு ஏதாச்சுமா?"

"இல்லெ சார், நா நல்லாத்தான் இருக்கேன்."

"இண்ணெக்கி என்ன கிழமெ?"

"என்னெ விட்டா நா நடந்தே வீட்டுக்குப் போயிருவேன் சார். டாக்டர்கிட்டெச் சொல்றீங்களா சார்?"

ரவீந்திரன் சந்தானத்தை விட்டகன்றார். பக்கத்தில் வந்து கொண்டிருந்த நோயாளியிடம் சந்தானத்தைப்பற்றி விசாரித்தார்.

"அவனா சார்? அவனுக்கு மந்தபுத்தின்னு சொல்றாங்க. ஒரு ஆறு வயசுப் பொண்ணெத் தூக்கிட்டுப்போயி ஒரு ஸ்கூலுக்குப் பின்னால வச்சிக் கெடுத்துட்டான் சார். போலீஸ் இங்கெ கொண்டாந்து விட்டிருக்கு."

ரவீந்திரன் மீண்டும் சந்தானத்தின் அருகில் சென்றார்.

"சரி சந்தானம், நீங்க ஓங்க ரூமூக்குப் போங்க."

"எம் பேரு ரவீந்திரன் சார்."

"எம் பேருதான் ரவீந்திரன்; ஓங்க பேரு சந்தானம். நீங்க ஓங்க ரூமுக்குப் போங்க."

"எம் பேரு ரவீந்திர சந்தானம். நா அப்ப போறேன் சார்."

காட்சி: 6

சமூகப்பணியாளர் ஒரு நோயாளியைக் கேட்டார் 'ஓங்களெ ஏன் இங்கெ சேத்திருக்காங்க தெரியுமா?' என்று.

நோயாளி: 'தெரியாதுய்யா.'

சமூகப்பணியாளர்: 'நீங்க குடிப்பீங்களா? எங்கெ வாயெத் தெறங்க.'

நோயாளி: 'நா எப்பனாச்சும் குடிப்பேங்கய்யா. ஆனா கலாட்டா எல்லாம் ஒண்ணும் செய்ய மாட்டேன்.'

நிலை: 7

'நா ஒரு ப்ராஜக்ட்ல வேலெ பாத்துக்கிட்டிருந்தேன். என்னோட வேலெ செஞ்சிக்கிட்டிருந்த டைப்பிஸ்டெக் காதலிச் சேன். செக்கச் செவேல்னு அழகா இருப்பா. இப்ப டி.வி.யிலெ காட்றானே சிவப்பழகு. அதெயெல்லாந் தூக்கிச் சாப்பிட்டிருவா. அந்த அளவுக்குச் சிவப்பா இருப்பா. வெக்கம் வந்துட்டாப் பாக்கணும். ஆப்பிள் மாதிரிக் கன்னம் சிவந்து போயிரும்.

என் சம்பளம் எழுநூறு ரூபா. அவளெப் பெரிய பெரிய ஓட்டலுக்கெல்லாம் அழெச்சிக்கிட்டுப் போவேன். பில் எண்பது தொண்ணூறுன்னு ஆகும். இதுக்காக நெறெய பேருகிட்டெ வட்டிக்கிக் கடன் வாங்கியிருந்தேன். வட்டியே கால் வாசிச் சம்பளத்தைச் சாப்பிட்டிரும். ஆனா காதலிக்காகச் செலவு பண்ணாம இருந்தா எப்பிடி?

ஒருநாள் அவ தங்கச்சி ஊர்லேர்ந்து வந்திருந்தா கோயம்பத்தூர்லேயே தங்கிப் படிக்க. அந்தச் சமயம் பாத்து நா மெட்ராஸுக்குப் போக வேண்டி வந்திச்சி. எங்காதலியும் அவ தங்கச்சியும் ரயிலேத்த வந்திருந்தாங்க. ரெண்டு பேரும் கிட்டத்தட்ட ஒரே வார்ப்புல வார்த்த பொம்மைங்க மாதிரி இருப்பாங்க. ரயில் கெளம்புறதுக்கு முன்னாடி எங்காதலின்னு நெனெச்சி அவ தங்கச்சி தோள் மேலெ கை வச்சி, 'வர்றேன் டியர், தங்கச்சியெப் பத்திரமாப் பாத்துக்க'ன்னு சொல்லிட்டு ரயிலேறிட்டேன். எல்லாம் கண நேரத்துல நடந்திருச்சி. ரயில் கெளம்புனதுக்கப்புறந்தான் நா செஞ்ச தப்பு புரிஞ்சது.

மெட்ராஸ்லேர்ந்து திரும்பி வந்ததும் எங் காதலிகிட்டே மன்னிப்பு கேட்டேன். அவ என்னெ ஏத்துக்குறதா இல்லெ. 'எல்லா ஆம்பிளைங்களெப்போல நீங்களும் காமவெறி பிடிச்சி அலையிறவர்தான்'ன்னு திட்டுனா. 'எல்லா ஆம்பிளைங்களை யும்பத்தி நீ தெரிஞ்சிவச்சிருக்கிற அளவுக்கு நா தெரிஞ்சி வச்சிக்கல்ல. குறிப்பா அவங்களோட காம இச்சைகெளெப்பத்தி எனக்குத் தெரியாது'ன்னேன். அவளுக்கு ஏன் கோபம் வந்ததுன்னு தெரியல்லெ. 'என்னெப்பத்தியே மோசமாப் பேசுற அளவுக்கு நீங்க மோசமானவர்னு தெரிஞ்சிருந்தா நா ஒங்களோட பழகியிருக்கவே மாட்டேன்'னுட்டா. பாருங்க நானா ஒண்ணும் அவளெப் பத்திப் பேசல்லெ. அவதான் சொன்னா ஆம்பிளைங்களெப்பத்தி. அதுக்கப்புறமா அவ எங்கூடப் பேசல்லெ. நா எவ்வளவோ முயற்சி பண்ணிப் பாத்தேன். எனக்கு வருத்தமாப்போச்சு. ஒரு உறவை இழக்குறது அதுதான் முதல் தடவை. அதாவது ஒரு பெண்ணோட உறவெ இழக்குறது.

ஆனா இதுக்கு முன்னாடி ஒரு வாட்டி இந்த மாதிரி ஆயிருக்கு. பழைய வீட்டுலெ ஒரு வயசானவரு இருந்தாரு. ஒரு வயசானவர்னு சொன்னதும் நீங்க ஒரு வயசுக்குழந்தெ; அந்தக் குழதைக்கு நா மதிப்பு தர்றேன்; அதனாலதான் வயசானவர்னு மதிப்புக் குடுத்து பேசுறேன்னு நெனெச்சிக்கக் கூடாது. ஒரு வயசானவர்னா வயசான ஒருவர், கிழம்னு அர்த்தம். நா எதுக்கு இவ்வளவு பாடுபட்டு ஒங்களுக்கு விளக்குறேன்னா நா ஒரு தடவை தப்பு செஞ்சவன். அதனாலெ எங் காதலியோட உறவே அஸ்தமிச்சிப் போச்சி. பேசுறதுலயும் தப்புவிட்டா நீங்க நாளெபின்னெ என்னெப் பாக்க வரமாட்டீங்க. ஒவ்வொரு உறவா இப்பிடி அறுத்துக்கிட்டிருந்தா நா யாருமேயில்லாத அனாதையாயிருவேன். நீங்க எனக்குச் சிநேகிதரா இருக்கணும்னு ஆசைப்பட்றேன்.

அவ போனதுக்கப்புறம் வாழ்க்கெ அன்பே இல்லாத வறண்ட பாலைவனமா மாறியிருச்சி. ஆமா, அந்த வயசான வரெப்பத்திச் சொல்லிக்கிட்டிருந்தேன்ல. அவரு ஒருநாள் பிரசங்கிக்க ஆரம்பிச்சாரு. ‘எல்லாக் கடவுளும் ஒண்ணுதான்’னாரு. நா சொன்னேன், ‘நீங்க எல்லாக் கடவுளையும் பாத்திருப் பீங்கபோல, ஆசையினாலெத்தான் இந்த அளவுக்குத் திட்ட வட்டமாச் சொல்றீங்க. ஒவ்வொரு கடவுளாச் சொல்லுங்க. எனக்கும் எல்லாக் கடவுள்களெப்பத்தியும் தெரிஞ்சிக்கிற சந்தர்ப்பம் கெடைக்கும்’னு. அவருக்குக் கோபம் ஏகமா வந்திருச்சி. ‘அதிகப் பிரசங்கி. போ அந்தாண்டெ’ன்னு வஞ் சாரு. கடவுளெப்பத்தித் தெரிஞ்சவங்க கோபப்படலாமான்னு தெரியல்லெ. கடவுள் ஞானம் படெச்சவங்க உணர்வுகளுக்கு அப்பாலெ இல்லெ இருக்கணும்.

எனக்கென்னமோ எல்லாருமே பைத்தியக்காரங்களோன்னு தோணுது. எங்காதலியும் இந்த வயசானவரும் ஒரே தினுசுதான். வயசானவரு எல்லாக் கடவுள்களெப்பத்தியும் பேசுறாரு. எங்காதலி எல்லா ஆம்பிளைங்களெப்பத்தியும் பேசுறா. ரெண்டு பேருக்கும் கேள்வி கேட்டாக்கக் கோபம் வருது.

ஒண்ணு ஞாபகத்துக்கு வருது. இந்த ஸ்பூனரிஸம் பத்திக் கேள்விப்பட்டிருக்கீங்களோ? அந்த மனுஷனுக்கு மறதி ஜாஸ்தியாம். ஒருதரம் ரயிலேர்றப்ப வேலைக்காரிக்கு முத்தம் குடுத்துட்டு மனைவிகிட்டெ டிப்ஸ் குடுத்துட்டுப் போனானாம். அவன் செஞ்சது ஸ்பூனரிஸம் ஆயிருச்சி. நானும் கிட்டத்தட்ட அதே தப்பெத்தான் செஞ்சிருக்கேன். எம் பேரு ராமநாதன். என் தப்பெ ராமநாதனிஸம்னு ஏத்துக்கலாம். நா என்ன டான்னா இங்கெ வந்து மாட்டிக்கிட்டேன்.

ஒரு தரம் என் கேஸ் ஃபைலெ லேசாப் பாக்க ஆரம்பிச்சேன். Impulsivityன்னு ஒரு வார்த்தை எழுதியிருந்தாங்க. அதுக்குள்ளார ஸ்டாஃப் நர்ஸ் ஃபைலெ எங்கிட்டேயிருந்து பறிச்சிக்கிட்டாங்க. அதாவது என்னெ எங்கிட்டெயிருந்து பறிச்சிக்கிட்டாங்க. நா சொல்றது ஒங்களுக்குப் புதிராப் படுதா? என்னைப்பத்தின உண்மைகள் இருக்குற ஃபைலெ எங்கிட்டெயிருந்து பறிச்சா என்னெயே எங்கிட்டெயிருந்து பறிச்ச மாதிரித்தானே? 'உன்னையே நீ அறிவாய்' என்னுல்லாம் சொல்றாங்க. என்னெப்பத்தி என்ன எழுதியிருக்காங்கன்னு நா தெரிஞ்சுக்கணும்னா ஃபைலெப் படிக்கணும். அதுக்கு இவங்க விட மாட்டேங்குறாங்க. இவங்க என்னெப்பத்தித் தெரிஞ்சுக்குறதெவிட நானே தெரிஞ்சிக்கிட்டா நா யாருன்னாச்சும் எனக்குத் தெரியும். நா யாருன்னு தெரிஞ்சிக்கிட்டா அது முக்தி நிலை இல்லியோ? ஆனா அதுக்கெல்லாம் இந்த ஆஸ்பத்திரியிலெ வழியில்லெ.

எனக்கு அழகுன்னா ரொம்பப் பிடிக்கும். ஒரு தடவெ பாண்டிச்சேரியிலேர்ந்து மெட்ராஸுக்கு பஸ்ஸுல வந்துக்கிட்டிருந்தேன். எதுக்க ஒரு இருபது வயசுப் பொண்ணும், அவளோட அப்பான்னு நெனெக்கிறேன், அவரும் இருந்தாரு. ஒரு கிராமத்துல பஸ் நின்னது. நா அந்தப் பொண்ணுகிட்டெப் பேச்சு குடுத்தேன். அவ தன்னெப்பத்திச் சொல்லிக்கிட்டே வந்தா. நா அவளெயே பாத்துக்கிட்டிருந்தேன். அவ ரொம்ப அழகா இருந்தா. 'நீ ரொம்ப அழகா இருக்கே. ஒங் கன்னத்தெக் கிள்ளலாம்போல ஆசையா இருக்கு'ன்னேன். 'ஸ் இந்த மாதிரிப் பேசப்படாது. அப்பா வந்திருவார்'ன்னா. சொன்ன மாதிரியே அப்பாவும் வந்துட்டாரு. அப்புறம் மெட்ராஸ் வர்றவரைக்கும் லேசு லேசா அவளெப் பாத்துக்கிட்டிருந்தேன். அவளும் ஜாடெமாடையா என்னெப் பாத்துக்கிட்டிருந்தா. மெட்ராஸ் வந்ததும் அவ அவ அப்பாகூடவே போயிட்டா. பின்னெ என்ன எங்கூடவா வருவா?

எனக்கு வருத்தமா இருந்திச்சி. இந்த மாதிரி மனசு விட்டுப் பழகுற பொண்ணுங்க ரொம்பக் கம்மி. அவ கன்னத்தைக் கிள்ள முடியல்லியேன்னு ஒரு வாரம் வருத்தப்பட்டேன். அழகுணர்வு தப்பானதான்னு தெரியல்லெ.

சரி, நா இங்கெ வந்த விஷயத்தெச் சொல்லலியே. அதெத் தெரிஞ்சிக்கத்தானெ நீங்க எங்கிட்டெக் கேள்வியெல்லாம் கேக்குறீங்க. ப்ராஜக்ட் பீரியட் முடிஞ்சது. கடைசிச் சம்பளம் வாங்குனப்ப எனக்குக் கையும் ஓடல்ல காலும் ஓடல்ல, கடங்காரங்க வர்றதுக்குள்ளெ நா தப்பிக்கணும். ப்ராஜக்ட்

முடியிறதெப்பத்தி எவங்கிட்டெயும் சொல்லல்லெ. ஏற்கனவே என் சர்டிபிகெட், துணியெல்லாம் ஒரு பெட்டியிலெ வச்சி எடுத்துக்கிட்டு வந்திருந்தேன். ஒரே பயம். கடங்காரன் எவனாச்சும் வந்தான்னா காசு தொலஞ்சது. அப்பிடியும் ரெண்டு பேரு வந்துட்டானுக. நானூத்தி அம்பது ரூபா பணால். கையிலெ மிச்சம் இருநூத்தி அம்பது ரூபா.

நேரா ரயில்வே ஷ்டேஷனுக்குப் போயி மெட்ராஸுக்கு ஒரு டிக்கெட் வாங்கிட்டேன். பெறகு மெட்ராஸ்ல எறங்கி சென்ட்ரல்லேர்ந்து வார்தாவுக்கு ஒரு டிக்கெட் வாங்கிக்கிட்டு ரயிலேறிட்டேன். அன்ரிசர்வ்ட்தான். ஒரே நெரிசல். எல்லாத்து லெயிருந்தும் தப்பிச்சிட்டதா ஒரு நிம்மதி. ஆனா தூக்கம் வரலெ. பயமா இருந்திச்சி. ரயில் பாட்டுக்கு ஓடிக்கிட்டே இருந்திச்சி. நாள் கணக்கா ரயில்லெயே இருந்த மாதிரி இருந்திச்சி. ஒருநாள் காலையிலெ ஒரு பத்து மணிக்கு வார்தா ஸ்டேஷன் வந்தது. எறங்கி சேவாக்ரமுக்கு ஒரு டிக்கெட் எடுத்தேன். சேவாக்ரம் பக்கந்தான். சேவாகரமிலேர்ந்து பஸ் பிடிச்சி பவுனார் வந்தேன். நா சொல்றது 1973லெ. பவுனார் ஆசிரமத்துல வினோபாபாவே இருந்தாரு. நெறைய மேல்நாட்டுக் காரங்க இருந்தாங்க. வினோபாபாவே 'சாந்தி சாந்தி'ன்னு சொல்லிக்கிட்டிருந்தாரு. கொஞ்சநேரம் மனசுக்கு சாந்தியா யிருந்திச்சி. அப்புறம் சேவாக்ராமுக்கே வந்துட்டேன். அப்ப வினோபாபாவே சொன்ன சாந்தி, என் கிளாஸ்மேட் சாந்தியெ ஞாபகத்துக்குக் கொண்டு வந்திருச்சி. சாந்தி அழகா உயரமா இருப்பா. நீங்க இந்த Razor's Edge வாசிச்சிருக்கீங்களா? அதுல Lorry எங்குற கேரக்டர் ஊர் ஊரா அலைவான். இந்தியாவுக்கு வந்து ஒரு இந்து சன்னியாசியெத் தரிசிச்சி விவாதம் பண்ணுவான். அவரு, 'நீ கடவுளெ நம்பாத ஆனா பக்தி சிரத்தையுள்ள வாலிபன்'னு சொல்லிடுவாரு. நா அந்த Lorry மாதிரி என்னெ உருவகிச்சிக்கிட்டேனோ என்னமோ. அதனாலதான் வினோபாபாவேயெ எல்லாம் போயிப் பாக்கத் தோணிச்சோ, இப்ப ஒண்ணும் தெரியல்லெ.

அப்புறமா சேவாக்ரம் ஸ்டேஷன்ல புஸாவலுக்கு டிக்கெட் வாங்குனேன். புஸாவல் ஸ்டேஷன்ல டீ சாப்பிட்டேன். பொதுவா நா சாஸர் உபயோகப்படுத்துறதில்லெ. கேண்டீன் காரன் சாஸரோடு டீ குடுத்தான். நா கப்பெ மட்டும் எடுத்துக் கிட்டேன். கேண்டீன்காரன் கையெ எடுத்திட்டான். சாஸர் கீழே விழுந்து ஒடெஞ்சிருச்சி. என் ஒடெஞ்ச வாழ்க்கையும் ஒடெஞ்ச சாஸரும் ஒண்ணுன்னு தோணிச்சி. கேண்டீன்காரன் இந்தியிலெ திட்டினான். 'மாஃப் கீஜியே பாய்'ன்னு மன்னிப்புக்

கேட்டுக்கிட்டேன். சாஸருக்கும் சேத்துக் காசு குடுத்துட்டு வந்தேன்.

புஸாவல்லேர்ந்து நேர பம்பாய்க்கு டிக்கெட் வாங்கிக் கிட்டேன். அத்தோட கையில் இருந்த காசு காலி. தாதர் ஸ்டேஷன்ல எறங்கிக்கிட்டு நேரெ ஒரு ஓட்டலுக்குப் போனேன். வேலெ கேட்டேன். அவன் இல்லைன்னு சொல்லிட்டான். நா என் படிப்பு பத்தியெல்லாம் சொன்னேன். அவன் ஓர் ஒரு ரூபா குடுத்து இன்னொரு ஓட்டல் விலாசம் குடுத்தான். அங்கெ போனேன். ஒரு விண்ணப்பம் எழுதித் தரச் சொன்னாங்க. எழுதிக் குடுத்தேன். அவன் 'கையெழுத்து நல்லா இல்லை; ஏதோ ஒரு clerical post தரலாம்னா கையெழுத்து இவ்வளவு மோசமாயிருக்கே'ன்னுட்டான். வந்ததுக்குச் சாப்பாடு சாப் பிட்டுட்டுப் போன்னு சொல்லி சமையல்கட்டுல ஒக்காத்திச் சாப்பாடு போட்டான். நாய்ப் பொளப்பாப் போச்சு.

அப்புறமா அப்பிடியே சுத்துனேன். சோர் பஜார்ல ஒரு பேண்ட்ஸ் சட்டையெ வித்தேன். கொஞ்சம் காசு கெடெச்சது. ராத்திரி ஆச்சி. மதுங்காகிட்டெ ஒரு சேரி. ஒரு தமிழாளு என்னெ விசாரிச்சான். நா என் நெலெமையெ எடுத்துச் சொன் னேன். ராத்திரி தங்குறதுக்கு ஏற்பாடு பண்ணுனான். ஒரு மாடி. பரண் மாதிரி இருந்த எடத்துல படுக்க எடம் கெடெச்சது. காலையிலெ ஆனதும் அவன் வந்து டீ வாங்கிக் குடுத்திட்டு வேலெ தேடிக்கோன்னு சொல்லிட்டுப் போயிட்டான்.

ஒண்ணும் தேறலெ. நா வடக்குல செட்டில் ஆயிரலாம்னு தான் போனேன். காதலியோட நினைவிலேயிருந்தும் கடங் காரங்க தொல்லையிலெயிருந்தும் தப்பிச்சிக்கலாம்னுதான்.

முதல்லெ ஒரு ஓட்டல்லெ வேலெக்கிச் சேர்றது. சாப் பாட்டுப் பிரச்சனை இருக்காது. ஓட்டல்ல இருந்துக்கிட்டே முயற்சி பண்ணி ஏதாச்சும் ஒரு கம்பெனியிலெ நுழைஞ்சிர லாம்னு இருந்தேன். ஒண்ணும் முடியல்லெ. கூடவே பயம் பயமா இருந்திச்சி. விக்டோரியா டெர்மினஸ்ல ஒரு பெரிய ஓட்டல். அதுக்குள்ளெ போறதுக்கே பயமா இருந்திருச்சி.

பேசாமெ கோயம்பத்தூருக்கே வந்திரலாம்னு தோணிச்சி. எந்த ரயில்லெ ஏறினேன்னு ஞாபகம் இல்லெ. நடுவுல டிக்கெட் செக்கிங் இன்ஸ்பெக்டர் என்னெ ஒரு ஸ்டேஷன்லெ எறக்கி விட்டுட்டாரு. வண்டி கௌம்புனதும் நா அடுத்த கம்பார்ட் மெண்ட்லெ ஏறிக்கிட்டேன். ஓங்கோல்லெ எறங்கிக்கிட்டேன். அப்ப காலையிலெ ஒரு ஆறு மணி இருக்கும். ஒரே பசி. ஒரு ரயில். அதுல ஏறிக்கிட்டேன். உள்ளே ஏறினதும் டிக்கெட் செக்கிங் இன்ஸ்பெக்டர். ஓடற வண்டியிலேர்ந்து கீழே குதிச்

சிட்டேன். சரளைக் கல்லுங்க. முட்டியிலெ நல்ல சிராய்ப்பு. வலது முழங்கையிலெ அடி. தள்ளாடித் தள்ளாடி ஸ்டேஷனுக்கு வந்திட்டேன்.

ஒரு பெஞ்சுல ஒரு தெலுங்குக்காரர் ஒக்காந்திருந்தாரு. அவருக்குத் தமிழ் நல்லாத் தெரிஞ்சிருந்திச்சி. நா அவர் கிட்டெ என் கஷ்டத்தெச் சொன்னேன். எங்கிட்டெ என்ன இருக்குன்னு கேட்டாரு. ஒரு தெரிகாட் பேண்ட்ஸும் ஒரு சட்டையும் ஒரு லுங்கியும் இருந்திச்சி. பேண்ட்ஸையும் சட்டையையும் எடுத்துக்கிட்டு இருபது ரூபா குடுத்தாரு. ஒரு லாரிகிட்டெ அழெச்சிக்கிட்டுப் போனாரு. டிரைவர் கிட்டெ என்னமோ சொன்னாரு. டிரைவர் எங்கிட்டெயிருந்து பதினைஞ்சு ரூபாயையும் லுங்கியையும் எடுத்துக்கிட்டான். சாயந்திரம் ஆச்சி. லாரி டிரைவர் என்னெ ஒரு சின்ன ஓட்டலுக்கு கூட்டிட்டுப்போயி ரெண்டு பரோட்டா, கறிக்குழம்பு வாங்கிக் குடுத்தான்.

ராத்திரி ஆச்சி. டிரைவர் என்னெ லாரி மேலே ஏறிப் படுத்துக்கச் சொன்னான். எங்கிட்டெயிருந்து வாங்குன லுங்கியெக் குடுத்துப் போர்த்திக்கச் சொன்னான். அவன் பேசுனது பாதித் தமிழ் பாதித் தெலுங்கு. கொஞ்ச நேரத்துல லாரி கௌம்பியிருச்சி. எங்கிட்டெ மிஞ்சினது என் சர்டிபிகெட்ஸ் மட்டுந்தான். ராத்திரி ஒரு எடத்துல லாரி நின்னுச்சி. டிரைவர் என்னெ எறங்கச் சொன்னான். ஒரு பன்னும் ஒரு டீயும் வாங்கிக் குடுத்தான். அவனும் சாப்புட்டான். பிறகு லாரி திரும்பவும் கௌம்பியிருச்சி. விடிய ஆரம்பிச்சிச்சி. கொஞ்ச நேரத்துல நல்ல வெயில். லாரி ஒரு எடத்துல நின்னுச்சி. டிரைவர் என்னெ எறங்கிக்கச் சொன்னான். எங்கிட்டேயிருந்த லுங்கியெ வாங்கிக்கிட்டான். ‘ஊர் வந்தாச்சி நீ போய்கொ’ன்னுட்டான்.

அது பீளமேடுன்னு தெரிஞ்சது. பஸ் ஏறி அப்புறம் வீட்டுக்கு வந்துட்டேன். நல்ல வேளை அம்மா இருந்தாங்க. சோறு போட்டாங்க. ஒரே பயமா இருந்துச்சி. ராவுலெ தூக்கம் வரலெ. எனக்கு நானே ஏதோ பினாத்திக்கிட்டிருந்தேன்.

பக்கத்து போர்ஷன்ல ஒரு ஆங்கிலோ இந்தியன் அம்மா இருந்திச்சி. அவளுக்கு எங்கம்மா அபசகுனம்னு பேர் வச்சிருந்தாங்க. ஏன்னு தெரியல்லெ. எப்பவும் ஒரு அழுக்கு கவுன் போட்டிருப்பா. அவளோட இங்கிலீஷ் எனக்கு வினோதமா இருக்கும். ஒரு தரம் எங்கிட்டே அவ ‘You got medicine for Eurech?’ன்னு கேட்டா. நா யூரெக்னா என்னான்னு கேட்டேன். Earacheன்னு தெளிவாச் சொன்னா. எங்கிட்டெ காதுவலி

மருந்து எதுவுமில்லைன்னு சொல்லிட்டேன். அவ என்னெப் பரிதாபமாப் பாத்தா. ரெண்டு அபசகுனங்களும் ஒருத்தரெ ஒருத்தர் பாத்துக்கிட்ட மாதிரி இருந்திச்சி.

எப்பவும் பயமா இருந்திச்சி. கடங்காரன் எவனாச்சும் வீடு தேடி வந்திருவானோ?

கடைசியிலெ என்னாலேயே என்னெச் சகிச்சிக்க முடியல்லெ. நேர இங்கெ வந்து Voluntary Boarderஆச் சேர்ந் தேன். இதெல்லாம் 1973லெ என் முதல் அட்மிஷனப்ப நடந்த கதை. அப்ப நடந்ததெல்லாம் தெளிவா ஞாபகம் இருக்கு.

ஆனா இப்ப எப்பிடி நா இங்கெ வந்தேன்ற வெவரம் அவ்வளவு சரியாத் தெரியல்லெ. என் ஆபீஸ்லேர்ந்து ரெண்டு பேர் என்னெ இங்கெ கொண்டாந்து விட்டுட்டுப் போனாங்க. எதுக்குன்றது சரியாத் தெரியல்லெ. இது எனக்கு ரெண்டாவது அட்மிஷன் போலெ.

காட்சி: 7

சமூகப்பணியாளர் முன் ஒரு நோயாளி அமர்ந்திருந்தார். சமூகப்பணியாளர் அவரது பெயரைச் சொல்லி மூன்று முறை அழைத்தும் அவர் முகத்தை வேறு பக்கம் திருப்பிய நிலை யிலேயே இருந்தார். வார்டர் அவரை வார்டுக்கு அழைத்துச் சென்றார்.

நிலை: 8

நா பி.எஸ்.ஸி. முடிச்சிட்டு ஒரு கம்பெனியிலெ சேல்ஸ் ரெப் வேலெ பார்த்துக்கிட்டிருக்கேன். இங்கெ fitness certificate குடுத்ததும் வேலெக்கிச் சேந்திருவேன்.

நா இங்கெ வந்தது ஒரு சின்ன விஷயத்துக்காக. எனக்கு வயசு இருவத்தி ஒண்ணு. என் மாமா பொண்ணு அவளுக்கு வயசு இருவத்தி நாலு. அவளெக் காதலிச்சேன். அவ M.A., B.Ed படிச்சவ. வேலெக்கி முயற்சி பண்ணிக்கிட்டிருக்கா. அவளும் என்னெ விரும்புனா. ஒரு கட்டத்துல இது மத்தவங் களுக்குத் தெரிஞ்சிருச்சி. எம் மாமா என்னெக் கடுமையா எச்சரிச்சார். என்னெவிட மூத்த பொண்ணெ நா காதலிக்குறது தப்புன்னு சொன்னாரு. வயசுல மூத்த பொண்ணெக் கல்யாணம் செஞ்சிக்குறதுல இருக்குற அனுகூலங்களெப்பத்தி Benjamin Franklin சொல்லியிருக்காரு. என் மாமா கிட்டே Franklin

பத்தியெல்லாம் சொல்ல முடியல்லெ. அவரு பத்தாவது வரெக்குந்தான் படிச்சிருக்காரு.

அவர் சொல்லெயும் மீறி நா அவரோட பொண்ணெச் சந்திச்சிக்கிட்டிருந்தேன். அவளுக்கு ரெண்டு அண்ணங்க இருக்கானுக. தடியனுங்க. என்னெ அடிச்சிப்போட்டானுக. அப்பறம் அப்பாவும் அம்மாவும் என்னெ ரொம்பவும் கண்டிச் சாங்க. அவளெச் சந்திக்க விடலெ. ரொம்ப விரக்தியாயிருச்சி. சதா அவளோட நெனெப்பு. ராத்திரியெல்லாம் அவ எம் பக்கத்துல இருக்குற மாதிரி ஒரு உணர்வு. ராத்திரி அவ என்னெக் கூப்பிட்ற மாதிரி கேக்கும். கண்ணெத் தொறந்து பாத்தா யாரும் இருக்க மாட்டாங்க.

கம்பெனிக்கு ஏனோதானோன்னு போய்க்கிட்டிருந்தேன். நா சரிவர ட்ரஸ் பண்ணிக்கிட்டு வரமாட்டேங்குறேன்னு கம்பெனியில சொல்ல ஆரம்பிச்சாங்க. மானேஜர் கேட்ட கேள்விக்குப் பதில் சொல்லல்லியாம். சதா யோசனையா இருந் தேனாம். சதா எம் மாமா பொண்ணு நெனப்புதான்னு சொல்ல முடியல்லெ. கடைசியிலெ நெனெப்பு பொழப்பெக் கெடுத் திருச்சி. கம்பெனியே என்னெ இங்கெ refer பண்ணியிருச்சி.

மாமா பொண்ணெயே கல்யாணம் பண்ணிக்க முடிஞ் சிருந்தா எனக்கு ஒரு பிரச்சனையும் இருந்திருக்காது. எல்லாருமாச் சேந்து என்னெ ஒரு சீக்காளி ஆக்கி இங்கெ கொண்டு வந்து சேத்துட்டாங்க. அவ எப்பிடியிருக்கான்னு தெரியல்லெ. அவளுக்கும் எம்மாதிரி எதுனாச்சும் ஆயி Female wardலெ இருக்காளான்னு தெரியல்லெ.

காதல்ங்குறது ஒரு உன்னதமான விஷயம். அதெ வியாதியா நெனெச்சி இங்கெ சிகிச்செ தர்றது ஆச்சரியமாவும் கொடூரமாவும் இருக்கு. இங்கிலீஷ்லெ ஒண்ணு சொல்லுவாங்க sleep over the problem-னு. எனக்கு இங்கெ நெறெய தூக்க மாத்திரைகளெக் குடுத்துத் தூங்க வச்சுர்றாங்க. இந்தத் தூக்க நிலையிலெ நா அவளெ மறந்திர்றேன்.

மனுஷனெத் தம் போக்குல விட்டா அவன் இயல்பா இஷ்டப்படி சுதந்திரமா நடந்துக்குவான். ஆனா சமூகத்துல சம்பிரதாயத்தெக் கட்டிக்கிட்டு அழுறது ஒரு நியதியாப் போச்சு. சம்பிரதாயத்தெ மீறினா அவனெ ஒடுக்கி சம்பிரதாயத்துக்குக் கட்டுப்பட வைக்க இந்த மாதிரி சிகிச்சையெல்லாம் குடுக்கு றாங்க. ஒரு விதத்துல பாக்கப் போனா இந்தச் சிகிச்செ தனி நபர் சுதந்திரத்துக்கும் சமூக நியதிக்கும் நடக்குற போராட்டமாத் தோணுது. எல்லாமே மெஜாரிட்டி முடிவாப் போச்சு. இந்த

நிலையிலெ தனிநபர் அடிபட்டுப் போயிர்றான். இது யார் பிரகாரம் நியாயம்னு தெரியல்லெ.

நா எம் மாமா பொண்ணெக் கல்யாணம் பண்ணிக்க முடியாட்டி பிரம்மச்சாரியாவே இருந்திருவேன். ஆனா அவ பொண்ணா இருக்குறதுனால வற்புறுத்தி ஒருத்தங்கிட்டெ ஒப்படெச்சிருவாங்க. இது மட்டும் என்ன சமூக நியதியோ தெரியல்லெ. மனசுல ஒருத்தன்; உடல் ரீதியிலெ இன்னொருத்தன். எல்லாத்தையும் நெனெச்சிப் பாத்தா நியதிங்குற வார்த்தைக்கு அர்த்தமே இல்லியோன்னுதான் தோணுது.

நிலை: 9

'நா வழக்கமா ரூமுக்குத் திரும்பிப் போறப்ப ஒரு வெத்திலெ பாக்குக் கடையிலெ அரை பாக்கெட் சிகரெட் வாங்கிக்கிட்டுப் போவேன். ஒருநாள் கடையிலெ கடைக்காரன் சம்சாரம் ஒக்காந்து கொழந்தைக்குப் பால் குடுத்துக்கிட்டிருந்தா. நா சரியாக் கவனிக்காமெ 'ஒரு அரெப் பாக்கெட் சார்ம்ஸ் குடுங்க'ன்னு காசெ நீட்டுனேன்.

சட்டுன்னு அவ மார்பகத்தெப் பார்த்திட்டேன். அவளும் இதெக் கவனிச்சிட்டா. புடவைத் தலெப்பெ எடுத்துப் போர்த்திக்கிட்டு கொழந்தைக்குப் பால் குடுக்குறதெ நிறுத்துனா. எனக்கு முகம் வேர்த்திரிச்சி. சிகரெட் வாங்கிக்கிட்டு ரூமுக்கு வந்துட்டேன்.

அண்ணெக்கி ராத்திரி பூரா எனக்கு அந்தக் காட்சியே ஞாபகத்துக்கு வந்துக்கிட்டிருந்திச்சி. நா ஏதோ தகாத காரியம் செஞ்சிட்ட மாதிரித் தோண ஆரம்பிச்சிருச்சி. அவ தன் புருஷங்கிட்டெ என்னெப்பத்திச் சொல்லியிருவாளோன்னு பயமா இருந்திச்சி. அவன் என்னெ வழியிலெ மடக்கி அடிச்சிருவானோன்னு பயமாயிருந்திருச்சி. அப்புறம் அந்தக் கடை இருந்த சந்துப் பக்கம் போகாமெ இருந்தேன்.

வழியிலெ போறவங்கல்லாம் என்னெ ஒரு தினுசாப் பாக்க ஆரம்பிச்சாங்க. 'போறான் பாரு, அசிங்கம் பிடிச்சவன்,' 'அவனா அவன் ஒரு மாதிரி'ன்னும் லேசா மத்தவங்க பேச ஆரம்பிச்சாங்க. நா தைரியத்தெ வரவழெச்சிக்கிட்டு ஆபீஸ் போய்க்கிட்டுத்தான் இருந்தேன். ஒரு வாரம் சமாளிச்சேன். அப்பறம் ரூமெ விட்டு வெளியெ வர்றதுக்கே பயமா இருந்திச்சி. ராத்திரி ஒரு சின்னச் சத்தம் கேட்டாக்கூட எந்திரிச்சிக்கிட்டேன். கிலி பிடிச்சவன்போல ஆயிட்டேன்.

ரூம்மேட் ‘என்ன என்ன’ன்னு கேக்க ஆரம்பிச்சிட்டாரு. நா செஞ்சது ரொம்பவும் மோசமான காரியமாப் பட்டு எம்மேலெயே வெறுப்புத் தட்ட ஆரம்பிச்சிருச்சி. தற்கொலெ எண்ணங்கள்லாம் வர ஆரம்பிச்சிருச்சி.

ரூம்மேட் என்னெ எங்க தெருக்கோடியில இருக்குற கோவிலுக்கு ரெண்டு நாள் அழெச்சிக்கிட்டுப் போனாரு. கொஞ்ச நேரம் அமைதியா இருந்தாப்பல தோணிச்சி. அப்புறம் கோவில் அர்ச்சகர் என்னெ ஒரு தினுசாப் பாத்தாரு. யாரோ என்னெ நிர்வாணமாப் பாக்குற மாதிரி இருந்திச்சி. உடம்பு கூசியிருச்சி.

அப்பறம் ரூம்மேட் என்னெ ஒரு டாக்டர்கிட்டெ அழைச்சிக்கிட்டுப் போனாரு. அவரு ஒரு ராத்திரி தூக்கத்துக்கு மாத்திரெ எழுதிக் குடுத்திட்டு இங்கெ போங்கன்னு சொன்னாரு. ரூம்மேட்தான் இங்கெ கொண்டாந்து சேத்தாரு. ரெண்டு நாளைக்கு ஒரு தரம் என்னெ அவருதான் வந்து பாக்குறாரு.

எனக்குச் சொந்த ஊர் வேலூர். ரூம்மேட் வந்தவாசிக் காரரு. ரெண்டு பேரும் பக்கத்துப் பக்கத்து ஊர்க்காரங்கதான். அம்மா அப்பாவுக்கு நா இங்கெ இருக்குறது பத்திக் கடுதாசி எழுத வேணாம்னு ரூம்மேட்கிட்டெ சொல்லியிருக்கேன். நா இங்கெ இருக்குறது தெரிஞ்சா அவங்க பதைச்சுப் போயிருவாங்க. முதல்லெ இங்கெ அட்மிஷன் பண்ண மாட்டேன்னுட்டாங்க. உறவினர் யாரோடவாச்சும் வரணும்னு சொல்லிட்டாங்க. ரூம்மேட்தான் டாக்டர்கிட்டெ ரொம்பக் கெஞ்சிக் கேட்டு அட்மிஷன் வாங்கித் தந்தாரு.

கடைக்காரன் சம்சாரம் என்னெ நேரிலெ பாத்து ‘தம்பீ, நா ஒண்ணும் ஒன்னெத் தப்பா நெனெக்கல்லே’ன்னு சொன்னா ஒரு வேளை எம் பிரச்சனைங்க தீந்திருமோ என்னமோ. ஆனா ஏன் எல்லாரும் என்னெ ஒரு மாதிரியாப் பாத்தாங்க, கேவலமாப் பேசுனாங்க? ஒருவேளை நா செஞ்சது மத்தவங்களுக்குத் தெரிஞ்சிருச்சோ? ஒரே குழப்பமா இருக்கு. ஒரு சிகரெட் இருந்தாக் குடுங்க. ஒரே டென்ஷனா இருக்கு.’

நிலை: *10*

“நா ரொம்பக் கண்ணியமான மனுஷன்.”

“சந்தோஷம். ஒங்க பிரச்சனெ ஒழுக்கம் சம்பந்தப்பட்டதா? எதுவா இருந்தாலும் மனந்திறந்து சொல்லுங்க.”

“எப்பிடி ஆரம்பிக்கிறதுன்னுதான் தெரியல்லெ.”

“பரவாயில்லெ. எங்கேயிருந்து வேணும்னாலும் ஆரம்பிங்க. கடைசீலெ கோத்துக்கிடலாம்.”

‘‘முதல்லெ பிரச்சனெ நான்தானான்னு புரியல்ல. பிரச்சனையெ எம்மேலெ சுமத்தியிருக்காங்கன்னுதான் படுது.”

“பரவாயில்லெ. சொல்லுங்க.”

“ரொம்ப நாளூ தூக்கம் வரல்லெ. கிட்டத்தட்ட ஒரு வருஷம். காலைலெ நாலு மணிக்குத் தூங்கி எட்டு மணிக்கு எந்திரிச்சிருவேன். ராத்திரிக்கு ஒரு பாக்கெட் சிகரெட் தீத்திருவேன். தூக்கம் வராம ஏதாச்சும் படிக்காலாம்னாக் கூட முடியாது. ஒரு வார்த்தெகூட மனசுல பதியாது. இதெல்லாம் எம்மேலெ சுமந்தப்பட்டிருக்குற பிரச்சனையோட விளைவு. என்னெ நாசப்படுத்திட்டாங்க பாவிங்க.”

“யாரு?”

“வேறெ யாரு? எல்லாம் அப்பாவும் மத்த சதிகாரச் சொந்தக்காரங்களுந்தான்.”

“முதல்லெ ஒங்களுக்கு இருக்குற பிரச்சனைகளெச் சொல் லுங்க.”

“எதுலெயும் சட்டுன்னு முடிவெடுக்க முடியிறதில்லெ. சினிமா மூணு மணிக்குன்னா ரெண்டே முக்கால் வரெக்கும் போறதா வேணாமான்னு ஒரே போராட்டம். பிறகு ரெண்டே முக்காலுக்கு முடிவெடுத்து ட்ரஸ் பண்ணிக் கிளம்ப மூணேகால் ஆயிடும்.”

“பிறகு?”

“எதுலெயும் ஒரு தயக்கம். ரயில்லெ எதிரிலெ ஒக்காந்திருக்க வரோட பேச ஆரம்பிக்கலாமான்னு முடிவெடுக்குறதுக்குள்ளே நா எறங்க வேண்டிய எடம் வந்திருக்கும்.”

“பிறகு?”

‘‘சிந்தனாவோட்டம் அதிகமா இருக்கு. எதையோ யோசிச்சிக்கிட்டே இருக்கேன். இங்கே வர்றதுக்கு முன்னாடி இந்த மாதிரித்தான் ஒரு ஐயாயிரரூபா ரொக்கத்தெ மேஜெமேலெ வச்சிட்டு நாம் பாட்டுக்கு எந்திரிச்சி வேறெங்கெயோ போயிட் டேன். நல்ல காலம் பெரியப்பா பையன் சொன்னதுனாலெ தப்பிச்சேன். இப்பிடி இருந்தா நா என் வியாபாரத்தெக் கோட்டெவிட்டிருவேன்.”

“நீங்க எதெப்பத்தி யோசிச்சிக்கிட்டிருக்கீங்க?”

“எனக்கு செக்ஸ் ஆசெ பதினாலு வயசுல தோண ஆரம் பிச்சது. அப்பத்துலேர்ந்தே எனக்குப் பொண்ணுங்கன்னா உயிர். இப்பிடி இருக்குறது ஒண்ணும் தப்பில்லியே?”

“மேக்கொண்டு சொல்லுங்க.”

“பொண்ணுங்களோட பேசுறதுல எனக்கு ரொம்ப மன சுகம் கெடெக்குது.”

“சொல்லுங்க.”

“நா இப்பிடிச் சொன்னதும் நா ஒரு பொறுக்கின்னோ ஸ்திரீலோலன்னோ நீங்க முடிவு செஞ்சிரக்கூடாது.”

“இல்லெ. அப்பிடியெல்லாம் நா நெனெக்க மாட்டேன். நீங்க மேக்கொண்டு சொல்லுங்க.”

“நா ரொம்ப கண்ணியமான மனுஷன். நா பொண்ணுங்க பின்னாலெ நாயா அலையிறவன் இல்லெ. எனக்குன்னு ஒரு வரையறை உண்டு. பதிமூணு வயசுல இருந்து பத்தொன்பது வயசு வரெ உள்ள பொண்ணுங்கதான் எம் மனசுக்குப் பிடிச்ச வங்க. வயசு மட்டும் பழகுறதுக்கான அடிப்படெயெ ஏற்படுத்தி யிராது. பொண்ணுங்க அழகாவும் இருக்கணும். நா ஒரு பொண் ணோட பேசுறேன்னா அவ வயசுல சின்னவளாயும் கொள்ளெ அழகியாவும் இருப்பாள்னு அர்த்தம். இதெல்லாம் நா எனக் குள்ளே ஏற்படுத்திக்கிட்ட கட்டுப்பாடு.”

“நீங்க எப்பிடி இங்கெ வந்தீங்க?”

“அதான் சொல்லிக்கிட்டிருக்கேன். நா இப்பிடியே சுதந்திரமாப் பொண்ணுகளோட பழகிக்கிட்டேயிருந்தேன். போன வருஷம் எங்க அப்பா எனக்குக் கல்யாணம் பண்ணி வச்சிட்டாரு. பொண்ணுக்கு வயசு இருபத்தி ஆறு. என் வரையறைக்குள்ளே வராதவ. செக்ஸ் அப்பீல் சுத்தமா இல்லெ. அழகுன்னும் பிரமாதமா ஒண்ணும் இல்லெ. அவளெ எனக்குப் பிடிக்கல்லெ. நேத்திக்கி பயங்கரமாச் சண்டெ போட்டேன். தகராறுல நா என்ன செஞ்சேன், என்ன கத்தினேன்னு தெரி யல்லெ. அப்பாவும் பெரியப்பா பையனும் என்னெ இங்கெ பலவந்தமாக் கொண்டாந்து சேத்துட்டாங்க. என் வியாபாரத் தெப் பெரியப்பா பையன் ஒழுங்காப் பாத்துக்கிடணும். இல்லேன்னா அதுவும் போயிரும்.”

காட்சி: 8

செவிலி: ‘ஓம் பேரென்ன?’

நோயாளி: ‘எஸ். தனராஜ் சிஸ்டர்.’

தனராஜின் உச்சரிப்பு சுத்தமாக இல்லை. சற்றுக் குளறியபடி இருந்தது.

செவிலி: 'ஏன் சட்டையெல்லாம் கிழிஞ்சிருக்கு?'

நோயாளி: '..............................'

செவிலி: 'என்ன சொல்லு.'

நோயாளி: 'இண்ணெக்கி நா டிஸ்சார்ஜ் சிஸ்டர்.'

செவிலி: 'துணியெல்லாம் எடுத்து வச்சிக்கிட்டிருக்கியா?'

நோயாளி: 'ஒரு லுங்கி வார்டுல இருக்கு சிஸ்டர்.'

அரை மணி நேரம் கழித்து.....

நோயாளி: 'வீட்டுலேர்ந்து யாரும் வரலெ சிஸ்டர்.'

செவிலி: 'கொஞ்சம் அமைதியா இரு. வருவாங்க.'

இன்னும் கால் மணி நேரம் சென்றது.

நோயாளி: 'வீட்டுலேர்ந்து யாரும் வரலெ சிஸ்டர். என்னெ வார்டரெவிட்டு வீட்ல விட்டுறச் சொல்லுங்க சிஸ்டர்.'

நோயாளி இப்பொழுது விசும்பி அழ ஆரம்பித்தான். செவிலி அவனை அமைதிப்படுத்தினாள். நோயாளி தலையில் அடித்துக்கொண்டு அழ ஆரம்பித்தான்.

செவிலி: 'இப்பவே இப்பிடி இருக்கே. வீட்டுக்குப் போயி எப்பிடி இருக்கப்போறே?'

நோயாளி: (அழுகையினூடே) 'நல்லா இருந்துக்குவேன் சிஸ்டர்.'

செவிலி: 'நீ இந்த மாதிரி அடம் பிடிச்சா ஒன்னெ சிங்கிள் ரூம்ல போட்டுறச் சொல்லிடுவேன்.'

பக்கத்திலிருந்த வார்டர்: 'என்ன சிஸ்டர், சிங்கிள் ரூம்ல போட்டுறட்டா?'

செவிலி: 'வேணாம், அவன் நல்ல பையன். கொஞ்ச நேரத்துல சரியாயிருவான்.'

நிலை: 11

"இங்கெ எவ்வளவு நாளா இருக்கீங்க?"

"பதினஞ்சு நாளு இருக்கும் சார்."

"ஒங்க பேரென்ன?"

"பாளையம் சார்."

"என்ன வேலெ செய்றீங்க?"

"எனக்கு டெய்லர் வேலெ தெரியும்; எங்க வீட்டுலெ எல்லாரும் டெய்லருங்க சார்."

"ஏன் இங்கெ இருக்கீங்க?"

"நா பீ துன்னுவேன் சார்."

"என்னது?"

"நா பீ துன்னுவேன் சார்."

"ஏன் அந்த மாதிரி?"

"அது கொஞ்சம் இனிப்பா, டேஸ்டா இருக்கும் சார்."

"அது ஒங்களுக்குத் தப்புன்னு தோணலியா?"

"என்ன தப்பு சார்?"

"ஒண்ணுமில்லெ. அதே ஒங்களாலெ நிறுத்த முடியல்லியா?"

"இல்லெ சார். இன்ணெக்கிக் காலையிலெகூட ஒரு தடவெ துன்னேன். எங்க கிராமத்துல என் சிநேகிதன் ஒருத்தன்கூட எம்மாதிரி இருக்கான்."

"அவரும் இங்கெ இருக்காரா?"

"தெரியல்லெ சார்."

"ஒங்களுக்குக் கல்யாணம் ஆயிரிச்சா?"

"ஆயிரிச்சி. ஒரு பொண்ணு இருக்கா. நா வேணாம்னு சொல்லச் சொல்ல என்னெ எங்கப்பா கல்யாணம் பண்ணி வச்சிட்டாரு."

"ஏன் கல்யாணம்னா ஒங்களுக்குப் பிடிக்காதா?"

"எனக்கு அது தப்புன்னு தோணுது சார். நா எம் பொண்டாட்டிகிட்டெ தப்பா நடந்துக்கிட்டேன். அவ பஞ்சுபோல இருப்பா. நாதான் அவளெக் கெடுத்துட்டேன்."

"ஒங்க பொண்டாட்டியெ நீங்களே எப்பிடிக் கெடுக்க முடியும்?"

"பஞ்சுபோல இருந்தா சார். நா தான் பலாத்காரம் பண்ணி அசிங்கமா நடந்துக்கிட்டேன்."

"அவங்க ஒங்ககிட்டெ நீங்க அந்த மாதிரி நடந்துகிட்டதாச் சொன்னாங்களா?"

"இல்லெ சார். பஞ்சுபோல இருக்குற ஒடம்பெக் கெடுத்தா அது தப்புதானெ சார்?"

"நீங்க ஒங்க மனைவிகூட எத்தனெ வருஷம் வாழ்ந்திருப்பீங்க?"

“நாப்பது அம்பது வருஷம் சார்.”

“ஒங்க வயசென்ன?”

“இருவத்தி ஒம்பது இருக்கும் சார்.”

“ஒங்க கொழந்தெ பேர் என்ன?”

“அருண் சார். ஆண் பொண்ணா மாறி செல்வியாயிருச்சி. ஆஸ்பத்திரியிலெ இருந்தப்ப ஆம்பிளெக் கொழந்தெயா இருந்திச்சி. வீட்டுல ஒரு வாரமாப் பொண்ணா வளர்த்துச் செல்வியாக்கிட்டாங்க.”

அப்பொழுது ஸ்டெல்லா அந்தப் பக்கம் வந்தாள். பாளையம் அவளை ஏறிட்டு நன்கு பார்த்து வலது சுட்டு விரலை உதடுகளின் குறுக்கே வைத்துக்கொண்டார்.

ஸ்டெல்லா: ‘என்ன ரவீந்திரன் இன்னும் முடியல்லியா?’

ரவீந்திரன்: ‘இல்லெ, இன்னும் ஒரு பதினஞ்சி நிமிஷம் ஆகும்னு நெனெக்கிறேன்.’

ஸ்டெல்லாவை மீண்டும் பாளையம் ஏறிட்டுப் பார்த்தார். மீண்டும் சுட்டு விரலை உதடுகளின் குறுக்கே வைத்துக்கொண்டு பார்வையை வேறு திசைக்குத் திருப்பினார்.

ஸ்டெல்லா இடத்தை விட்டு அகன்றாள். ரவீந்திரன் பாளையத்துடன் பேசுவதைத் தொடர்ந்தார்.

“பாளையம், ஏன் இந்த மாதிரி விரலெ உதட்டுல வச்சீங்க?”

“நா அப்பிடி ஒண்ணும் செய்யலியே.”

“இல்லெ, நா பாத்தேன். சொல்லுங்க.”

“ஒண்ணிமில்லெ சார்.”

“அவங்களெப் பாத்தா ஆசையா இருக்கா?”

“ஆமா சார், அவளோட படுக்கணும் போல இருக்கு. தப்புதானே? அதான் விரலெ வச்சி ஆசையெ அடக்கிக் கிட்டேன்.”

“சரி, நீங்க எவ்வளவு நாளா இங்கெ இருக்குறதாச் சொன்னீங்க?”

“பத்து வருஷம். தெரியல்லெ சார்.”

“இண்ணெக்கி என்ன தேதி?”

“தெரியல்லெ சார். ஒங்க பேரு செல்வியா சார்?”

“இல்லெ எம்பேரு ரவீந்திரன். ஒங்க மக பேருதான் செல்வி.”

“ஆமா சார். ஒங்க கண்ணாடியெக் குடுங்க சார்.”

பாளையம் ரவீந்திரனின் கண்ணாடியை அணிந்து கொண்டார்.

"கண்ணாடி நல்லா இருக்கு சார்."

"ஒங்களுக்கு இங்கெ இருக்கப் பிடிக்குதா?"

"சாப்பாடு போட்றாங்க. இங்கெ பேண்ட் சட்டெ போட்டு வர்றவங்களெப் பாத்தா வீட்டுக்குப் போகணும்னு தோணுது."

"ஒங்களெ ஒங்க மனைவி ஏத்துக்குவாங்களா?"

"மாட்டா சார். நாதான் அவளெக் கெடுத்துட்டேனே. அம்மாவெக்கூடக் கெடுத்துட்டேன்."

"அப்பிடீன்னு யார் சொன்னா?"

"தெரியல்லெ சார்."

"சரி பாளையம் நீங்க வார்டுக்குப் போயி ஓய்வெடுத்துக் குங்க."

"சரி செல்வி சார்.'

காட்சி: 9

'சிஸ்டர் எனக்கு இண்ணெக்கி டிஸ்சார்ஜ் சிஸ்டர்.'

'வீட்டுலேர்ந்து யாரு வந்திருக்காங்க?'

'இனிமேத்தான் வரணும் சிஸ்டர்.'

'வீட்டுல ஒம் பெண்டாட்டி ஒன்னெச் சேத்துக்குவாளா?'

'ஏன் மாட்டா சிஸ்டர்?'

'ஒழுங்கா வீட்டுக்குப் போயும் மாத்திரெ சாப்பிடு. இல்லேன்னா அழுக்கெக் கட்டிக்கிட்டு மறுபடியும் ரோட்டுல பிச்செ எடுக்க ஆரம்பிச்சிருவே. இங்கெ வர்றதுக்கு முன்னாடி என்ன பண்ணிக்கிட்டிருந்தே, ஞாபகம் இருக்கா?'

'வீட்டுக்குப் போயி நா ஒழுங்கா இருந்துக்குவேன் சிஸ்டர்.'

நிலை: 12

'நா ப்ளஸ் டூவுலேர்ந்தே சிகரெட், கஞ்சா, விஸ்கி, பிராந்தி, தம், பாக்கு, பான்பராக் எல்லாம் சாப்பிட்டுக்கிட்டெ இருந்தேன். அப்பாதான் கொண்டாந்து இங்கெ சேத்தாரு. இப்ப ஒண்ணுமில்லெ. ஆனா இந்த பீடி பிடிக்கிறதெத்தான் விட முடியல்லெ. ஒருநாள் என் சிநேகிதன் சைக்கிள் கடையில படுத்திருந்தேன். அப்ப முருகர், யேசு, அல்லா கடவுள்களெத்

தத்ரூபமாப் பாத்தேன். நமக்கும் மேலே ஒரு சக்தி இருக்கு. ஒத்துக்குறீங்களா? கொஞ்ச நாள்லெ டிஸ்சார்ஜ் பண்ணீடு வாங்க. ஊர்ல போயி ஒரு மூணு மாசம் ரெஸ்ட் எடுத்துக்கிட்டு வேலெக்கிப் போயிருவேன். என்னோட அங்கிள் எம்.ஜி. சுந்தர ராமன், பாங்க் ஆஃப் இந்தியாவுல மானேஜரா இருக்காரு. அவரு எனக்கு வேலெ போட்டுக் குடுப்பாரு. நா பி.காம். படிக்கணும்னு பாத்தேன். அப்பாதான் வேணாம்னுட்டாரு.

நிலை: 13

“நா அதிகமா சிகரெட் பிடிப்பேன். அதான் கொண்டாந்து விட்டுட்டாங்க. இப்ப ஸ்மோக்கிங் அவ்வளவு இல்லெ. சீக்கிரம் டிஸ்சார்ஜ் பண்ணிருவாங்க.”

ரவீந்திரன் என்ன துருவியும் வேறு எந்த விவரமும் அவரிடமிருந்து கிடைக்கவில்லை. நோயாளி வார்டுக்குப் போய்விட்டார்.

ரவீந்திரன்: ‘என்ன ஸ்டெல்லா இவரெப்பத்தி ஏதாச்சும் தெரிஞ்சதா?’

ஸ்டெல்லா: ‘இவரு தன்னோட அப்பா ரஷ்யாவுல பேராசிரியரா இருக்கார்ன்னும் KGBகளுக்கு வகுப்பு எடுத்துக் கிட்டிருக்கார்னும் திடமா நம்பிக்கிட்டிருக்காரு. KGB இவரெ வேவு பாக்குறதா வேற நெனக்கிறாரு.’

ரவீந்திரன்: ‘எங்கிட்டெ ஒண்ணுமே சொல்லல்ல பாத்தீங்களா? ரொம்பவும் கெட்டியான ஆளுதான்.’

ஸ்டெல்லா: ‘He has just played for the gallery. அவரு ஒங்களுக்கு ஒரு formal interview குடுத்தாரு. அவ்வளவுதான். ஏன் ஒங்ககிட்டெ சொல்லணும்? அதனாலெ அவருக்கென்ன லாபம்?’

காட்சி: 10

புறநோயாளிப் பகுதியில் ஒரு நோயாளி கைகால்கள் கட்டப்பட்ட நிலையில் ஒரு மூலையில் கிடத்தப்பட்டிருந்தார். பக்கத்திலிருந்தவர்களைப் பார்த்து அவர் கத்திக்கொண்டிருந்தார்: ‘தாயோளிங்களா, கட்டியா போட்டிருக்கீங்க? எம் ஒடம்புல நாகத்தம்மா கருநாகம் இருக்கு. என் சக்தி ஒங்களுக்குத் தெரியல்லெ. இப்ப எடுத்து விட்டேன்னா நாகம் ஒங்களை யெல்லாம் கொத்தித் தீத்திரும் டோய்...’

நிலை: 14

“ஒங்க பேரென்ன?”

“கிருஷ்ணராஜ்.”

“எப்பிடி இங்கெ இருக்கீங்க?”

“எனக்கு ஒரே பயம். ஸ்கூட்டர், லாரி, வேன், பஸ் எது பார்த்தாலும் பயம். அது எம்மேலெ ஏறிடுமோன்னு ஒரே திகில். இங்கெயே ஆஸ்பத்திரியில ஆட்டோ, டாக்ஸி, லாரியெல்லாம் வருது. இங்கெ இருக்கவும் பயமா இருக்கு. எப்பவும் பயமா இருக்கு.”

“எவ்வளவு நாளா இந்த மாதிரி?”

“போன வருஷம் நானும் என் சிநேகிதனும் ஸ்கூட்டர்ல போய்க்கிட்டிருந்தோம். எதுக்க ஒரு மோட்டார் சைக்கிள். அந்தாளு குடிச்சிருந்தாம்போல. ரெண்டு வண்டியும் மோதி யிருச்சி. சிநேகிதனுக்குக் கால்லெ அடி. மோட்டார் சைக்கிள் காரனுக்கும் அடி. ஆனா அவ்வளவு பலமா இல்லெ. எனக்குத் தலையிலெ அடி. எட்டுத் தையல் போட்டாங்க. அப்பத்துலேர்ந்து பயம் தொத்திக்கிருச்சி. ஒரே பயமா இருந்திச்சி. வீட்டெ விட்டு வெளியிலே போகல்லெ. அப்பாதான் இங்கெ கொண்டாந்து சேத்தாரு.”

“இங்கெ சிகிச்சையெல்லாம் குடுக்குறாங்களா?”

“சிகிச்சையா? ரொம்ப முரண்டு பிடிச்சா ஷாக் குடுக்கு றாங்க. வீட்டுக்குப் போகணும்னு அடம்பிடிச்சா கொஞ்சநாள் உள்ளெ அடச்சிவச்சி வீட்டுக்கு அனுப்பிச்சிர்றாங்க.”

“மாத்திரையெல்லாம் குடுக்குறாங்கல்லியா?”

“அதெல்லாம் குடுக்குறாங்க.”

“மாத்திரையெல்லாம் சிகிச்சையில்லியா?”

“அது என்ன சிகிச்சையோ? ஒரு தரம் மெண்டல் ஆயிட்டா அப்பிடியே இருக்க வேண்டியதுதான். இங்கெ ஏற்கனவே வந்தவன்தான் திரும்பித்திரும்பி வந்துக்கிட்டிருக்கான். குண மாறது அப்பிடீன்னு ஒண்ணு இருந்தா ஏன் மறுபடியும் மறு படியும் வரணும் சொல்லுங்க.”

“பயம் போறதுக்கு நீங்க என்ன முயற்சி எடுத்துக்குறீங்க?”

“நா குருதேவ் சுவாமிகளெத்தான் நம்பிக்கிட்டிருக்கேன். காலைலெ எந்திரிச்சதும் ஜெயஜெய குருதேவ் ஹரஹர குருதேவ் நாமகோடி குருதேவ் மீனாட்சி குருதேவ்ன்னு சொல்லிக்கிறேன்.”

“அப்ப பயம் போறதா?”

“இல்லெ எல்லாம் நா போன ஜன்மத்துல செஞ்ச பாவம். அதான் ஆண்டவன் என்னெ இப்பிடியாக்கித் தண்டிச்சிக்கிட்டிருக்கான்.”

“ஆண்டவன்னா தண்டிக்கணுமா?”

“தண்டிக்கிறானே. ஆகையினாலெதானே சொல்றேன்.”

“இங்கெ வந்து எவ்வளவு நாளிருக்கும்?”

“ஒரு வருஷம் முன்னே வந்தேன். ஒரு ரெண்டு மாசம் இருந்தேன். அப்புறம் டிஸ்சார்ஜ் ஆயி வீட்டுக்குப் போயிட்டேன். பிறகு நேர குருதேவ் மடத்துக்குப் போனேன். அங்கே நா போன நேரம் குருதேவ் சுவாமிகள் இல்லெ. சின்ன குருதேவ் சுவாமி கால்லெ விழுந்து கதறினேன். அங்கெ சமயல் கட்டுல வேலெ குடுத்தாங்க. பரிமார்ற வேலெ. ஆனா நா ஒரு தப்பு பண்ணிட்டேன்.”

“சொல்லுங்க.”

“நா பீடி பிடிப்பேன். அதனாலெயே காலையிலெ அஞ்சரெ மணிக்கு எந்திரிச்சி மடத்தெ விட்டு வெளியெ போயி கக்கூஸ்ல பீடி பிடிச்சிட்டு குளிச்சிட்டு வருவேன். இதெத் தெரிஞ்சிக்கிட்ட ஒருத்தன் வத்தி வச்சிட்டான். அதுக்கப்புறம் வெளியெ அனுப்பிச்சிட்டாங்க. திரும்பவும் இங்கெ வந்துட்டேன்.”

“குருதேவ் மடத்துல கொஞ்சநாள் இருந்துகூட பயம் போகல்லெ.”

“இல்லெ. இங்கெ தெனம் தெனம் செத்துப் பொழச்சிக்கிட்டிருக்கேன். செத்திரலாமான்னு தோணுது. டாக்டர் கிட்டெ சொன்னேன். ‘நா வாழ விரும்பல்லெ. ஒரு விஷ ஊசி போட்டுச் சாகடிச்சிருங்க’ன்னு.”

“ஒங்களுக்கு என்ன வயசு?”

“முப்பத்திநாலு.”

“என்ன படிச்சிருக்கீங்க?”

“எஸ்.எஸ்.எல்.சி.”

“எங்கெயாச்சும் வேலெ பாத்திருக்கீங்களா?”

இப்பொழுது இரண்டு நோயாளிகள் அவரை நோக்கி வந்தார்கள். கிருஷ்ணராஜ் நிஜாரில் முடிந்து வைக்கப்பட்டிருந்த பீடிக்கட்டை உருவி ஆளுக்கு இரண்டு பீடிகளைத் தந்தார். ஒரு நோயாளி இரண்டு ரூபாய்த் தாள் ஒன்றை கிருஷ்ணராஜிடம் கொடுத்தார். கிருஷ்ணராஜ் அதைப் பெற்றுக் கொண்டு ‘அப்புறம் அட்ஜஸ்ட் பண்ணிக்கிடலாம்’ என்று சொல்லி

அவரை அனுப்பிவைத்தார். பிறகு தானும் ஒரு பீடியைப் பற்ற வைத்துக்கொண்டார்.

"ஸாரி சார், தப்பா எடுத்துக்கக்கூடாது. பீடியெ விட முடியல்லெ."

"பரவாயில்லெ. சொல்லுங்க, எங்கெ வேலெ செஞ்சிக் கிட்டிருந்தீங்க?"

"கொஞ்ச நாள் கமர்ஷியல் டாக்ஸ் ஆபீஸ்லெ டென்–ஏ–ஒன் வேகன்ஸியிலெ இருந்தேன். அப்புறம் எங்க மாமா ஆபீஸ்லெ சூபர்வைஸரா இருந்தேன்."

"இப்ப என்ன செய்யப்போறீங்க?"

"தெரியல்லெ. வீட்டுக்குப் போறதுக்குப் பயமா இருக்கு. திரும்பவும் குருதேவ் மடத்துக்குப் போக முடியாது. ஜெய ஜெய குருதேவ் ஹரஹர குருதேவ் நாமகோடி குருதேவ் மீனாட்சி குருதேவ்."

"நா ஒண்ணு சொல்றேன். அதெப்பத்தி நீங்க என்ன நெனெக்கிறீங்கன்னு சொல்லுங்க. ஒருத்தனுக்கு ஒடம்பு சரி யில்லெ. அவன் படுத்திருக்கான். திடீர்னு நெனெச்சிக்கிட்டு எனக்கு ஒண்ணுமில்லேன்னு சொல்லிக்கிட்டு முகத்தெ அலம்பிக்கிட்டு வெளியில உலாத்த ஆரம்பிச்சிர்றான். அவ னுக்குச் சீக்கிரமே குணமாயிர்றது. இதெப்பத்தி நீங்க என்ன நெனெக்கிறீங்க?"

"நீங்க சொல்றது புரியல்லெ."

"ஒங்களுக்குப் பயம் தெளிஞ்சிருச்சின்னு நெனெச்சி டிஸ்சார்ஜ் வாங்கிக்கிட்டு மறுபடியும் வேலெக்கிப் போக ஆரம்பிச்சீங்கன்னா நீங்க நல்லா ஆயிற மாட்டீங்களா? மாத் திரைகளெ வெளியே போயிச் சாப்பிட்டுக்கிட்டு வேலெயிலெ இருங்களேன்."

"எனக்குத் தைரியம் வரல்லெ. டாக்டராப் பார்த்து டிஸ்சார்ஜ் பண்ணினா ஒருவேளெ போவேன்னு நெனெக் கிறேன். ஆனா இப்ப நெனெச்சாலே பயமா இருக்கு."

"சாவுங்குறது மனுஷனுக்கு வரத்தானே செய்யும். சாவு ஒரு பிரச்சனெ. அதெ நெனெச்சிப் பயப்படறது இன்னொரு பிரச்சனெ. நீங்க பிரச்சனெயெ ரெட்டிப்பா ஆக்கிக்கிட்டிருக் கீங்க. இதெ நீங்க நல்ல யோசிச்சுப்பாத்து உணர முடியாதா?"

"ஐயோ வேணாம். சாவெப்பத்திப் பேசாதீங்க. எனக்கு இருக்குற பயம் ஜாஸ்தியாயிரும்."

"நீங்க என்னதான் பண்ணப்போறதா உத்தேசம்?"

“இங்கெயே இருக்க வேண்டியதுதான். குருதேவ் சுவாமிகள் தான் என்னெக் காப்பாத்தணும்”

கிருஷ்ணராஜ் கன்னத்தில் போட்டுக்கொண்டார்.

* * *

ரவீந்திரன்: ‘ஸ்டெல்லா இந்த கிருஷ்ணராஜ் கிட்டெ நீங்க கொஞ்சம் பேசிப்பாக்குறீங்களா?’

ஸ்டெல்லா: ‘என்ன விஷயம் ரவீந்திரன், ரொம்ப சுவாரஸ்யமான கேஸா?’

ரவீந்திரன்: ‘எனக்கு என்னமோ கிருஷ்ணராஜ் மத்தவங்க கவனத்தை ஈர்க்குறதுக்கு, மத்தவங்க தன்மேலெ இரக்கம் செலுத்தணுங்குறதுக்குத் தன் பிரச்சனெகளெ மிகைப்படுத்திச் சொல்ற மாதிரி இருக்கு. நீங்க கொஞ்சம் பேசிப்பாருங்க. நானும் பக்கத்துல இருந்து கேக்குறேன்.’

* * *

ஸ்டெல்லா கிருஷ்ணாராஜிடம் பேசத் துவங்கினாள். கிருஷ்ணராஜ் உற்சாகமாகத் தன்னைப் பற்றிச் சொல்லத் தொடங்கினார்.

“நா எப்பவுமே மென்டல் இல்லெ. இங்கெ வர்றதுக்கு முன்னாலெ நா நல்லாத்தான் இருந்தேன். ஸ்டைலா இருப்பேன். ஒரு ஓம்பது பேரெக் காதலிச்சேன்.”

“ஒம்பது பேரையா?”

“ஆமா. நா நல்ல அழகா இருப்பேன். பொண்ணுங்க எம்மேலெ பிரியமா இருப்பாங்க. நா கடெசியாக் காதலிச்சது எம் மாமா பொண்ணெ. கல்யாணம் வரெகூட வந்தாச்சி. ஆனா நா சொல்லிட்டேன், என் தங்கச்சிங்க கல்யாணத்துக்கு அப்புறந்தான் என் கல்யாணம்னு. அப்புறம் அவளுக்கு வேற எடத்துல கல்யாணம் ஆயிருச்சி. இங்கெ வர்றதுக்கு முன்னாடி அவ வீட்டுக்குப் போயிருந்தேன். அவ சொன்னா, ‘நீங்க எப்ப வேணுமின்னாலும் இங்கெ வாங்க. எப்பவும் போல எம்மேலெ பிரியமா இருங்க’ன்னு.”

பிறகு கிருஷ்ணராஜ் தன் பயத்தைப்பற்றியும் குருதேவ் மடத்தைப்பற்றியும் சொன்னார். அவருடைய குரல் உற்சாகமாக இருந்தது.

“நீங்க என்ன பிராமினா?”

“இல்லெ கிறிஸ்டியன்.”

“ஒங்க பேச்சு பிராமின்ஸ்ஸாட்டமா இருக்கு.”

“எனக்கு பிராமின்ஸ்ஸுல நெறெய சிநேகிதிங்க இருக்காங்க. ஆமா கழுத்துல என்ன சிலுவை?”

“எல்லாம் என் பயத்தெப் போக்கிக்கிடத்தான். குருதேவ் சுவாமிகளோ யேசுநாதரோ என் பயத்தெப் போக்குனாச் சரி தான். ஒங்களெப் பாத்தா அசப்புல எம் பெரியம்மா பொண்ணு மாதிரி இருக்கீங்க. அவ எங்கிட்டெ ரொம்பப் பிரியமா இருப்பா.”

“அப்பிடியா? இங்கெ ஒங்க சிகிச்சையெல்லாம் எப்பிடி இருக்கு?”

“சிகிச்சையெல்லாம் ஒண்ணுமில்லெ. மனநோய்க்கு சிகிச்செ இல்லெ.”

“என்ன அப்பிடிச் சொல்லீட்டீங்க?”

“பிறகென்னங்க? இங்கெ வந்தவன்தான் திரும்பித் திரும்பி வந்துக்கிட்டிருக்கான். நம்ம ராக்கெட் யுகத்துல இருக்கோம். ஆனா மனநோயெக் குணப்படுத்துறதுக்கு, ஒங்க கிறிஸ்டியன் பேச்சுல சொல்லப்போனா, சொஸ்தப்படுத்துறதுக்கு ஒரு மிஷின் இன்னும் கண்டுபிடிக்கல்லெ.”

“ஸ்டெல்லா கிருஷ்ணராஜின் பயத்தைப் போக்கச் சில உத்திகளைச் சொல்லித் தந்தாள். ‘ஒங்க இருதயம் இருக்குற எடத்துல கையெ வச்சிக்கிட்டு ‘நா நல்லா இருக்கேன். எனக்கு ஒண்ணுமில்லேன்’னு பயம் வர்றப்ப சொல்லிக்குங்க.”

* * *

கிருஷ்ணராஜ் ஒரு தடவை அப்படிச் செய்து பார்த்தார்.

ரவீந்திரன்: ‘எனக்கு உறுதியாயிருச்சி. கிருஷ்ணராஜ் கவனத்தெக் கவரத்தான் பாக்குறாரு. நீங்க பொண்ணு. ஒங்களெ impress பண்ணணுங்குறதுக்காகத் தன் காதல் வாழ்க்கையெப்பத்தி யெல்லாம் சொன்னாரு. எங்கிட்டெ இதெப்பத்தி மூச்சுவிடல்லெ. அப்புறம் நீங்க அவரோட பெரியம்மா பொண்ணு, பிராமின் இத்யாதி இத்யாதி. நா நெனச்சது சரிதான்.’

ஸ்டெல்லா: ‘ஆனா இதெல்லாம்.......’

ரவீந்திரன்: ‘இதெல்லாம் மனுஷ இயல்புதான். ஒரு பொண்ணெச் சந்திக்கப்போறப்ப கொஞ்சம் நல்ல ட்ரஸ் பண்ணிக்கிட்டுப் போற மாதிரித்தான். நா இதெத் தப்புன்னு சொல்லமாட்டேன். எனக்கு ஒரு சந்தேகம் வந்தது. அதான் ஒங்களெப் பேசச் சொன்னேன்.’

ஸ்டெல்லா: 'நீங்க சொல்றது சரி. எனக்கும் அந்த மாதிரித்தான் பட்றது.'

ரவீந்திரன்: 'ஒங்க பேச்சு ஒண்ணும் பிராமின்ஸ் மாதிரி இல்லெ. சும்மா கிருஷ்ணராஜ் புருடா விட்டிருக்காரு. ஒண்ணு கவனிச்சீங்களா ஸ்டெல்லா? இவர்கிட்டெ ஒரு பெரிய முரண்பாடு இருக்கு. இவரு சாவெப்பத்திப் பயப்பட்றாரு. அதே சமயம் தான் செத்தாப் போறும்னு டாக்டர் கிட்டெ விஷஊசி போடச் சொல்றாரு. தான் சாகக் கூடாதுங்குறதும் சாகணுங் குறதும் ஒரே சமயத்துலெ....'

நிலை: 15

'என் நெலமெ பைத்தியக்காரத்தனமானதுன்னு எனக்கே தெரியுது. இங்கெ வந்ததுக்கப்புறம் கொஞ்சம் பரவாயில்லெ. கொஞ்ச நாள்லெ டிஸ்சார்ஜ் வங்கிக்கிட்டு வீட்டுக்குப் போயிருவேன். ஆபீஸ்லெ வேற லீவு. நா போய்த்தான் எல்லா வேலெயும் முடிக்கணும்.

என் பிரச்சனெ ரொம்பச் சின்னதுன்னு தோணுது. தெரியாத்தனமா ஒரு நியூமராலஜிஸ்ட்கிட்டே போனேன். அவரு எனக்கு ரெண்டாம் நம்பர் ஒத்துக்காதுன்னு சொன்னாரு. அதுலேர்ந்துதான் எனக்குக் கேடுகாலம் ஆரம்பமாச்சி.

என் ஒய்ஃப், 'இன்னும் ரெண்டு தோசெ வச்சிக்குங்க'ன்னா எனக்கு ஆத்திரம் பொங்கியிரும். தட்டெத் தூக்கிக் கடாசிடு வேன். ஒரு தரம் கக்கூஸ்ல என் பையன் இருந்தான். என் ஒய்ஃப் சொன்னா 'சுரேஷ் ரெண்டுக்குப் போயிருக்கான் வந்திரு வான்'னு. நா ஆத்திரத்துல டி.வி. செட்டெ ஒரு போடு போட் டேன். நல்ல வேளெ பிக்சர்ட்யூபுக்கு ஒண்ணும் ஆகல்லெ. அப்புறந்தான் ஆத்திரம் அடங்கிச்சி. 'தீபாவளிக்கு ரெண்டு செட் ட்ரஸ் எடுத்துக்குங்க'ன்னு ஒய்ஃப் சொன்னா. எனக்குப் படு எரிச்சல் வந்திரிச்சி. தீபாவளி அண்ணெக்கி சாமி படத் துக்குப் பக்கத்துக்கு ஒண்ணா ரெண்டு குத்துவிளக்கு ஏத்தி வச்சிருந்தா என் ஒய்ஃப். ஒரு விளக்கெக் கையால தட்டிவிட்டுட் டேன். அப்புறந்தான் எனக்கே தோணிச்சி, நா ஏதோ விபரீதமா நடந்துக்குறேன்னு. இங்கெ வந்து Voluntary Boarder ஆச் சேந்துட்டேன்.

இங்கே இருக்குற சோஷியல் ஒர்க்கர் வாரத்துக்கு மூணு தடவெ என்னோட பேசுறாரு. இப்ப எனக்குப் பரவாயில்லெ. அந்த சோஷியல் ஒர்க்கர் என் பயத்தெயும் ஆத்திரத்தெயும் நெறைய அளவு கொறச்சிருக்காரு.

நிலை: *16*

'யார் பைத்தியம்?' என்ற தலைப்பில் ஓர் எழுத்தாளர் சொன்ன குட்டிக்கதை.

இருபத்து இரண்டு வயது மகனுக்கு மனநிலை பிறழ்ந்து விட்டது. பையன் பேசுவதைச் சட்டென்று நிறுத்திக் கொண்டான். குடும்பம் வைதீகக் குடும்பம். தகப்பனாரும் அவருடைய சகோதரரும் பையனைக் குற்றாலத்துக்கு அழைத்துச் சென்றார்கள். சாயங்காலம் ஆகிவிட்டிருந்தபடியால் கோவில் மூடப்பட்டிருந்தது. பையன் தலையை ஒரு பக்கமாகச் சாய்த்து மௌனமாகச் சிரித்தான். பக்கத்தில் பஜனை மண்டபம் ஒன்று. மூவரும் உள்ளே நுழைந்தார்கள். தகப்பனாரும் அவருடைய சகோதரரும் பக்திப் பரவசத்தில் மூழ்கியிருந்தார்கள். ஜெயஜெய விட்டலா ஹரஹர விட்டலா உச்சகட்டத்துக்குப் போய்க் கொண்டிருந்தது. பையன் தலையைச் சாய்த்துப் புன்முறுவல் பூத்தவண்ணம் இருந்தான். ஒரு கட்டத்தில் விட்டலா உச்சத்துக்கும் மேலே எழ, தகப்பனார் மூர்ச்சையாகி விழுந்தார். யாரும் அவரைக் கவனிக்கவில்லை. பஜனை தொடர்ந்து கொண்டிருந்தது. பையன் மௌனமாக எழுந்து எங்கிருந்தோ ஒரு பாத்திரத்தில் தண்ணீர் பிடித்து வந்து தகப்பனார் முகத்தில் தெளித்து அவரை உசுப்பிக் கொண்டிருந்தான்.

நிலை: *17*

என் வீட்டுக்குப் பக்கத்துல சீட்டு சேத்தாங்க. அந்தம்மா மளிகைக்கடெ வச்சிருந்தாங்க. என்னையும் சேரச் சொன்னாங்க. 'எங்கிட்டெ காசில்லெ, மாட்டேன்'னு சொல்லிட்டேன். 'ஒன்னெப் பாத்துக்குறேன்'னு பயமுறுத்தினாங்க. நா வேலெ பாக்குற ஆபீஸ்லெயும் என்னெப்பத்தி ஏதோ சொல்லிட்டாங்க போல. சூபர்வைஸருக்கும் எனக்கும் தகராறு வந்திருச்சி. நா வேலெயெ விட்டுட்டேன். முதலாளி கூப்பிட்டனுப்பிச்சாரு. நா போகல்லெ.

வேறெ வேலெக்கி முயற்சி பண்ணுனேன். எதுவும் குதிரல்லெ. சீட்டுப் பிடிக்கிற அம்மாவும் என் முதலாளியும் நா முயற்சி பண்ணுன கம்பெனியிலெயெல்லாம் போயி ஏதோ சொல்லி வச்சிருந்தாங்கபோல. அதான் எவனும் வேலெ தரல்லெ. பொழப்புல மண்ணு. ரொம்ப விசனமாயிருச்சி.

எனக்கு எதிரிங்க ஜாஸ்தியாயிட்டாங்கன்னு தெரிஞ்சிச்சி. தூங்குறப்ப ஒரு இரும்புத் தடியெத் தலையணெக்கு அடியிலெ

பத்திரப்படுத்தி வச்சிக்கிட்டேன். எனக்கு எந்த நேரத்துலயும் எதுவும் நடக்கலாம்னு ஆனதுக்கப்பறம் என்னெக் காத்துக்க வேற வழி தோணல்ல.

சீட்டுக்காரம்மாவும் என் முதலாளியும் சதா பயமுறுத்துற குரல் காதுல கேட்டுக்கிட்டிருந்திச்சி: 'ஒனக்கு இந்த ஜன்மத்துல வேலெ கெடச்சிருமான்னு பாத்துர்றோம்'னு. ஒரே திகில். என் அப்பாதான் இங்கெ கொண்டாந்து சேத்தாரு.'

அக்கம்பக்கத்துல இருக்கவங்கல்லாம் எனக்கெதிராச் சதி செய்றாங்க. வேலெயும் கெடெக்கப் போறதில்லெ. நா இங்கெயே இருந்திரப்போறேன். மனுஷாளே மனுஷாளுக்கு எதிரியாயிர்றாங்க. இது என்ன ஒலகமோ?

நிலை: 18

நோயாளியின் அக்காள் தன் தங்கையின் நிலையை ஸ்டெல்லாவிடம் விளக்கிக்கொண்டிருந்தாள்.

'என் தங்கச்சியெ இங்கெ அட்மிட் பண்ணியிருக்கோம். அவளுக்கு வயது நாப்பத்தி நாலு ஆகுது. கல்யாணம் பண்ணிக்க மாட்டேன்னுன்டா. காரணம் தெரியல்லெ. பொதுவாவே அவ அதிகம் பேசமாட்டா. ஒரு எக்ஸ்போர்ட் கார்மெண்ட்ஸ் கம்பெனியிலெ தைக்கிற வேலையிலெ இருக்கா. போன வருஷம் அவளெயும் ஒரு சூபர்வைஸரையும் சம்பந்தப்படுத்திப் பேசுனாங்கன்னு ராஜினாமாக் கடிதம் குடுத்தா. என் தங்கச்சி நல்ல வேலெ செய்வா. கம்பெனியிலெ அவளுக்கு ரொம்ப நல்ல பேரு. முதலாளி ராஜினாமாக் கடிதத்தை ஏத்துக்கல்லெ. அந்த மாதிரி வதந்தியெல்லாம் ஒண்ணுமில்லைன்னு அடிச்சிச் சொல்லிட்டாரு. நாங்களும் சொன்னோம் நீயா எதையோ கற்பனெ பண்ணிக்காதேன்னு. அப்புறம் அவ கம்பெனிக்குப் போய்க்கிட்டிருந்தா.

ஏற்கனவே ரொம்பப் பக்தி. சாமியெல்லாம் வந்திரும். நா மாரியாத்தான்னு சொல்லுவா. எரியிற கற்பூரத்தை அப்பிடியே விழுங்கியிருவா. சிலவேளையிலெ செத்துப்போன எங்க சின்னம்மா ஆவிவேற அவமேலெ வந்திரும். அந்தச் சமயத்துல மத்தவங்க கேள்வி கேட்டா வருங்காலத்துல நடக்கப்போறதெச் சொல்லுவா. அதெல்லாம் நடக்குறதா என்னன்னு தெரியல்லெ.

இப்ப ஒரு ஆறு மாசமா அடிக்கொரு தரம் விரதம். சாப்பிட்றதே இல்லெ. சரிவர வேலெக்கிப் போறதில்லெ. சேலெயெச் சீரா உடுத்துறதில்லெ. எரிச்சல்லெ எல்லாரையுந்

திட்ட ஆரம்பிச்சிட்டா. பக்கத்து வீட்டுக்காரங்கதான் இங்கெ கொண்டுபோயிக் காமிக்கச் சொன்னாங்க. சேத்து ஒரு வாரம் இருக்கும். இப்ப கொஞ்சம் சாப்பிட்றா. வேளா வேளெக்கிச் சாப்பிட்டு ஒடம்பு தேறியிடுச்சுன்னா கூட்டிக்கிட்டுக் போயிருவோம்.'

நிலை: *19*

நோயாளி: 'நா நல்ல குடிப்பேன். ஐயப்பனுக்குப் போறதுக்கு மாலெ போட்டுக்கிட்டேன். குடிக்குறதெ நிறுத்துனேன். கைகாலெல்லாம் நடுங்க ஆரம்பிச்சிருச்சி. கண் முன்னாலெ வெள்ளையா ஒரு உருவம் தெரிய ஆரம்பிச்சிருச்சி. மனசுல எப்பவும் ஒரு பீதி. ஒடம்பு பூரா வேர்த்துக் கொட்டிக் கிட்டிருந்திச்சி. குடிச்சிக் கிட்டிருந்தப்ப ஒண்ணுமில்லெ. நல்லாத்தான் இருந்தேன். நிறுத்தினதுக்கப்பறந்தான் இந்தச் சனியனெல்லாம். குடியெ நிறுத்துறது தப்பான்னு தெரியல்லெ. குடி என் குடியெக் கெடுக்கல்லெ. குடிக்காம இருந்ததுதான் கெடுத்திருச்சி. இங்கெ சிகிச்சை குடுத்துக்கிட்டிருக்காங்க. இப்ப குடிக்கணும்னு தோணல்லெ.'

ஸ்டெல்லா: 'நெறையக் குடிச்சிக்கிட்டிருந்துட்டுத் திடீர்னு விட்டா இந்த மாதிரித்தான் ஏடாகூடமா ஏதாச்சும் ஆகும். இப்ப சிகிச்செ முடிஞ்சதுக்கப்பறம் நீங்க கொஞ்சம் கட்டுப் பாடா இருக்கணும். சிநேகிதங்க பார்ட்டிக்குக் கூப்பிட்டாங் கன்னு போயி சும்மா ஒரு ஸிப் சாப்பிடலாமேன்னு தொட்டீங் கன்னா திரும்பவும் குடிப்பழக்கம் தொத்திக்கும். அப்புறம் இவ்வளவு சிகிச்செ குடுத்தது வீணாப்போயிரும். ஒங்களெத் திருத்திக்குரதுல ஒங்க ஒத்துழைப்பும் அவசியம்.'

நிலை: *20*

'நா கமர்ஷியல் டாக்ஸ் ஆபீஸ்ல வேலெ செய்றேன். சில வேளைகள்லெ கதைங்க எழுதுவேன். 'சான்றோன்' பேர் கேள்விப்பட்டிருக்கீங்களா?

ஒரு கதெ எழுதுனேன், குழந்தைங்க விளையாட்றது பத்தி. அந்தக் கதையில பக்கத்துப் போர்ஷன் குழந்தெ பெயரையும் போட்டிருந்தேன். கதை பத்திரிகையில வெளி வந்திச்சி. குழந்தைங்க கதையா இருக்கத்தொட்டு எங்குழந்தெ படிச்சிக் கிட்டிருந்திச்சி. அவ சிநேகிதி பெயர் வந்ததுமே அவ போர்ஷ னுக்குப் போயி அவகிட்டெ பத்திரிகெயெக் குடுத்திருச்சி. அவ அம்மா படிச்சிப் பாக்கப் பத்திரிகெயெ வாங்கிக்கிட்டாங்க.

அப்பத்துலேர்ந்து எனக்குப் பயம் ஆரம்பமாயிருச்சி. 'எங்குழந்தெயெப்பத்தி எப்பிடிக் கதெ எழுதப்போச்சி?'ன்னு சண்டெக்கு வந்திரப் போறாங்கன்னு ஒரே பயம். ஆபீஸுக்குப் போனாலும் இதே யோசனெ. எதுலெயும் மனசைச் செலுத்த முடியல்லெ.

வீட்டுல ஒரு பம்ப் இருக்கு. அதுக்குப் பக்கத்துலதான் அவங்க போர்ஷன். அந்தப் பக்கம் போறப்பல்லாம் அந்தம்மா என்னெப்பத்திப் பேசிக்கிர்ற மாதிரி இருந்திச்சி. சில வேளை கள்லெ அந்தம்மாவோட வீட்டுக்காரர் வேற என்னெப்பத்திப் பேசுறமாதிரித் தோணிச்சி. அந்தம்மா பக்கத்துப் போர்ஷன் கள்லெ இருக்கவங்ககிட்டெயெல்லாம் 'அந்தாளுகிட்டெப் பேசாதீங்க. அவன் ஒங்களெப் பத்தியும் கதெ எழுதியிருவான்'னு சொல்றதுபோலயெல்லாம் கற்பனெ ஓடிச்சி. காம்பவுண்டுல இருக்குற மத்தவங்கள்லாம் என்னெத் தவிர்க்குற மாதிரித் தோணிச்சி.

ஆனாக்கூட யாரும் எங்கிட்டெ எங்கதெயெப்பத்திப் பேசல்லெ. ஆனா எனக்கு அதே சிந்தனையாப் போயிருச்சி. ராத்திரி படுத்தா தூக்கம் இல்லெ. சதா அதே ஞாபகம். பயம்னா அப்படியொரு பயம்.

கதெயெ நெனெச்சிப் பாத்தேன். அவங்க குழந்தெயெப் பத்தி இளக்காரமாவெல்லாம் எழுதல்ல; அவங்க கோபிச்சிக்க மாட்டாங்கன்னு தோணிச்சி. ஆனாக்கூடப் பயம் போகல்லெ. அந்தப் பத்திரிகெயெத் தொட்றதுக்கே பயமா இருந்திச்சி.

பக்கத்துப் போர்ஷன் குழந்தெ எங்குழந்தையோட பழைய படிக்குப் பேசி விளையாடிக்கிட்டிருந்திச்சான்னு அடிக்கடி கவனிச்சேன். ஒருவேளெ அவ அம்மா 'அவங்க வீட்டுக்கெல்லாம் நீ போகக்கூடாது'ன்னு அதுகிட்டெ சொல்லியிருந்தாக்க? ஆனா அந்தக் குழந்தெ என்னமோ வழக்கம்போல எங்குழந்தெயோட விளையாண்டுக்கிட்டுத்தான் இருந்திச்சி. ஆனா என்னாலெ அந்தக் குழந்தெகிட்டெ பழையமாதிரி இயல்பாப் பேச முடியல்லெ. பயமா இருந்திச்சி. ஒரு குழந்தெகிட்டெ போயி ஒரு முப்பத்தாறு வயசுக்காரன் பயப்பட்றான்னா எப்பிடியிருக்கும்?

ஒரு வாரம் சித்தப்பிரமெ பிடிச்சவன்போல இருந்தேன். வீட்டெக் காலி பண்ணிக்கிட்டு வேற வீட்டுக்குக் குடி போயிரலாமான்னு யோசிச்சேன். என் பொண்டாட்டிகிட்டெ சொன்னேன். அவ, 'ஒங்களுக்கென்ன பைத்தியமா பிடிச்சிருக்கு?'ன்னு கேட்டா. நா 'ஆமா'ன்னேன். அவ சொன்னா: 'அவங்க கேட்டா சிரிச்ச முகமாப் பதில் சொல்லிச் சமாளிங்க. ஒண்ணும் பிரச்னையாகாது'ன்னு. ஆனா ஒண்ணும் என் மனநெலெயெ

மாத்தல்லெ. எனக்கு என்ன பண்றதுன்னே தெரியல்லே. நா கண்ணியமா வாழ்ந்துக்கிட்டிருந்தவன். எந்த வம்புலயும் மாட்டிக் கிடாதவன். ஏதாச்சும் ஆச்சுன்னா என்னாலெ தாங்கிக்க முடியாதுன்னு பட்டது. ஒரு வாரம் இப்பிடியே ஓடிச்சி.

அண்ணெக்கி ஞாயித்துக் கெழமெ. இந்தப் பயத்துல வேற ஒரு கதெ எழுத முடியுமான்னு முயற்சி பண்ணுனேன். ரெண்டு வரிக்கு மேலெ எழுத முடியல்லெ. கதையே எழுத முடியாம போயிருமோன்னு நடுக்கமா இருந்திச்சி. கதை எழுதுறதுல எனக்கு ஒரு ஆத்ம திருப்தி கிடெச்சிக்கிட்டிருந்திச்சி. அதுவே வாழ்க்கையிலெ இல்லாம போயிருமோன்னு பீதியா இருந்திச்சி.

என்ன செய்றதுன்னு தெரியாம மனோதத்துவம் படிச்ச ஒரு சிநேகிதர்கிட்டெ யோசனெ கேட்டேன். அவரு ஒரு மனோதத்துவ டாக்டரெப் போயிப் பாக்கச் சொன்னாரு. பிரை வெட்டாப் பாத்துக்குற அளவுக்கு எங்கிட்டெ பணவசதி இல்லெ. எனக்கு நல்ல சம்பளம் தர்றாங்க. ஆனாக் கடன் அதிகம். ஆகையினாலதான் இங்கெ வந்து Voluntary Boarderஆச் சேந்துக்கிட்டேன்.

நல்லவேளெ என்னெ நல்ல வார்டுலதான் போட்டிருக் காங்க. இங்கெ இருக்குற சோஷியல் ஓர்க்கர் தங்கமான மனுஷர். தெனத்துக்கும் தைரியம் சொல்றாரு. 'சகமனுஷங்க மேலெ முழு நம்பிக்கெயெ வைங்க. யாருக்கும் பிறத்தியாரோட வாழ்க்கெயெக் கெடுக்கணுங்குற ஆசெ இல்லெ. அடிப்படையிலெ எல்லாருமே நல்லவங்க. தவிர, மத்தவங்களெப்பத்தி யோசிக்கிறதுக்கு யாருக்கும் நேரம் இல்லெ. நீங்க தைரியமா இருங்க'ன்னு அடிக் கடி சொல்றாரு. அவரு பேச்சுலதான் கொஞ்சம் தேறிவர்றேன்.

என் பொண்டாட்டிகுத்தான் இதுல ரொம்ப வருத்தம். சாயந்திரம் தெனத்துக்கும் வர்றா. குழந்தெயெக் கூட்டிக்கிட்டு வரவேணாம்னு சொல்லியிருக்கேன். நோயாளி உடையில என்னெப் பாத்தா என் குழந்தெ பயந்திரும். பிஞ்சு மனசுல எதுவும் ஆழமாப் பதிஞ்சிரும்.

எங் கதைகள்லெ எவ்வளவோ சமூகப் பிரச்சனகளெ அலசியிருக்கேன். ஆனா கதெ எழுதுறதுனாலெ இப்பிடி ஒரு பிரச்சனையிலெ மாட்டிக்கிருவேன்னு நெனெச்சுக் கூடப் பாக்கலெ. எனக்கு இந்தப் பயம் தெளிஞ்சி வீட்டுக்குப் போயி, இன்னொரு கதெ எழுதுறப்ப என் பொண்டாட்டி ஏதாச்சும் சொல்லுவாளோன்னு பயமா இருக்கு.

வீடு மாத்தலாமான்னு சோஷியல் ஓர்க்கரெக் கேட்டேன். அவரு சொல்றாரு, 'பிரச்சனைகளெ விட்டு விலகி ஓடிப்போனா

பயம் இன்னும் ஜாஸ்தியாயிரும். உண்மையிலேயெ ஒங்க பிரச்னை ஒரு கற்பனெப் பிரச்சனெ. பயம் ஆரம்பிச்ச எடத்துலெயே இருக்கப் பழகிக்கிங்க. அப்பத்தான் பயம் தெளியும். யாருமே ஒங்களெ நேரா வந்து எதுவும் சொல்லாதவரெ எதுவும் நடக்கல்லேன்னுதான் அர்த்தம். எல்லாமே ஒங்க மனசுல நடந்த போராட்டம்தான். தைரியமா அதே வீட்டுலயே குடியிருங்க. ஒண்ணும் ஆகாது'ன்னு.

பழையபடி தைரியம் வந்து கதை எழுத ஆரம்பிச்சுட்டேன்னா நா நல்லபடியா ஆயிட்டேன்னு நெனெச்சிக்கிருவேன். இந்த ஆஸ்பத்திரியிலேயே ரெண்டு கரு கெடெச்சிருக்கு. டிஸ்சார்ஜ் ஆனதும் வீட்டுக்குப்போயிக் கதைகளா எழுதணும்.

நா அடிப்படையிலேயே பயந்த சுபாவின்னு நெனெக்கிறேன். இப்பிடி ஆனதுக்கப்பறந்தான் எனக்கு என்னெப்பத்தி நெறெய விஷயங்க தெரியுது.'

நிலை: 21

'நா அடிக்கடித் தற்கொலை முயற்சி பண்ணிக்கிட்டிருந்தேன். ஆனா ஒவ்வொரு தரமும் யாரோ என்னெக் காப்பாத்தியிருவாங்க. எனக்குள்ள எப்பவுமே ஒரு தாழ்வு மனப்பான்மை. ஆகையினாலதான் முப்பத்திரெண்டு வயசாயும் இன்னும் கல்யாணம் பண்ணிகிடல்லெ.

போன மாசம் ஒரு நாப்பது தூக்க மாத்திரெகளெ முழுங்கிட்டேன். ஒரு ரெண்டு நாளு தூங்குனதுதான் மிச்சம். எனக்கு ஒண்ணும் ஆகல்லெ. அதுக்கப்பறந்தான் வினோதமா ஒரு விஷயம் ஆரம்பமாச்சி.

படுக்குற அறையில அடிக்கடி ஒரு கறுப்பு உருவம் தெரிய ஆரம்பிச்சிச்சி. வாட்டசாட்டமா கரடிமாதிரி இருந்திச்சி. தெனத்துக்கும் அது வரும், நா அது கிட்டெ ஒரு தடவெ கேட்டேன். 'நீ ஏன் இங்கெ வர்றேன்'னு. அது முகத்துல சன்னியாசி மாதிரி ஒரு புன்னகை. ஆனா அது வர்றது நிக்கல்லெ. அதுக்குப் பயந்துக்கிட்டே நா பெட்ரூமுல படுக்குறதெ விட்டுட்டேன்.

இந்தப் புதுத் தொந்தரவு ஆரம்பிச்சதுக்கப்பறம் தற்கொலெ எண்ணங்க முந்திவிட அடிக்கடி வர ஆரம்பிச்சிச்சி. கூடவே பயமும் சேந்துக்கிடுச்சி. எனக்கு அப்பா அம்மா இல்லெ. மாமா கூடத்தான் இருக்கேன். மாமாகிட்டெ சொல்லி அழுதேன், பேசாம என்னெச் சாகடிச்சிருங்கன்னு. அவருதான் என்னெ இங்கெ கொண்டாந்து சேத்தாரு.

எனக்கு இங்கெ இருக்கப் பிடிக்கல்லெ. என்னாலெ பொதுவாவே எந்தத் தோல்வியையும் சகிச்சிக்க முடியிறதில்லெ. நா சரியாவும் படிக்கல்லெ. ஒரு பெரிய உத்தியோகமும் எனக்குக் கெடெக்கப்போறதில்லெ. பேசாம செத்திரலாம். சாக விடாதபடிக்கு இங்கெ கொண்டாந்து சேத்துட்டாங்க. சாக விரும்புறவங்களெச் சாகவிட்றது நல்லது. சிகிச்சைன்னு ஒண்ணு வச்சி வாழணுங்குற செயற்கையான அக்கறெயெ ஏற் படுத்தி வெளியில அனுப்புறது எவ்வளவு தூரம் சரின்னு தெரியல்லே. 'அழுதாலும் பிள்ளெ அவதான் பெக்கணும்'னு சொல்லுவாங்க. வெளியில வந்ததுக்கப்பறம் என் தோல்விகளெ நான்தான் தாங்கிக்கணும். இங்கெ சிகிச்செ குடுக்குற டாக்டருங்களா வந்து தாங்கிக்கப் போறாங்க? சாக விருபுறவனெச் சாகவிடலாம் நிம்மதியா. இந்தச் சிகிச்செயே தனிநபர் இயல்புக்கு எதிரானதோன்னு தோணுது.'

காட்சி: 11

புறநோயாளிகள் பிரிவு. தங்கள் பெயர் அழைக்கப்படுவதற் காக நோயாளிகள், நோயாளிகளின் உறவினர்கள் பெஞ்சுகளில் அமர்ந்து காத்திருந்தனர். ஒரு மூலையில் ஒரு வாலிபன். கைகள் பின்புறம் ஒரு கயிற்றினால் இறுக்கமாகக் கட்டப்பட்டிருந்தன. கால்களும் அப்படியே. வாலிபன் திமிறிக்கொண்டிருந்தான். இருவர் அவனருகில் இருந்தார்கள். வாலிபன், 'ஒலகத்துல இருக்குற அத்தனெ பேரும் தேவடியாப் பசங்க. இந்த டாக்ட ருங்க என் பிரச்சனைக்கு என்ன பெரிஸ்ஸா தீர்வு சொல்லி யிடப் போறாங்க?' என்று கத்தினான். அவனை அழைத்து வந்திருந்த இருவரில் ஒருவன் அவனது தாடையில் ஒரு குத்து விட்டான். வாலிபன் இன்னும் திமிறினான். மீண்டும் ஒரு குத்து விழுந்தது. 'அடிங்கடா டேய், கட்டிப்போட்டுத்தானே என்னெ அடிக்க முடியும்?' என்று வாலிபன் கத்தினான்.

நிலை: 22

ஸ்டெல்லா: 'ஒரு சுவாரஸ்யமான விஷயம்.'

ரவீந்திரன்: 'சொல்லுங்க ஸ்டெல்லா.'

ஸ்டெல்லா: 'ஒரு நோயாளிக்கு உருவெளித்தோற்றங்க தெரிஞ்சிக்கிட்டிருந்துச்சாம். எல்லாமே abstract designs. அதெவச்சி அவரு நவீன ஓவியம் வரெஞ்சிக்கிட்டிருந்தாராம். அவரோட சம்சாரம் அவரு எப்பவுமே யோசனையா இருக்

கார்னு இங்கே வந்து சிகிச்செ எடுத்துக்கச் சொல்லியிருக்காங்க. அவரும் சிகிச்செ எடுத்திருக்காரு. abstract designs எல்லாம் தெரியிறதில்லியாம். ஓவியம் வரெய முடியல்லியாம். நேத்து டாக்டருக்கும் அவருக்கும் ஒரே வாக்குவாதம்.'

ரவீந்திரன்: 'யார் பிரகாரம் ஒருத்தன் மனநோயாளிங்குறது இன்னும் தீர்க்கப்படாத பிரச்சனைதானே. யார் சரி யார் தப்புங்குறது எப்பவுமே ஒரு பிரச்சனெதான்.'

காட்சி: 12

ரவீந்திரன் அன்றைக்கு ஜிப்பா அணிந்திருந்தார். இரு மருங்கிலும் இருந்த நோயாளிகளின் வார்டுகளைக் கடந்து சென்றுகொண்டிருந்தார். இடது பக்கத்திலிருந்து ஒரு குரல்: 'ஸ்தோத்திரம் ஃபாதர். சர்ச்சுல எங்களுக்காக வேண்டிக்குங்க.'

நிலை: 23

'எந்தலையிலெ மூளெயே இல்லெ. நரம்புங்க எல்லாம் அறுந்திருச்சி. குடல் போட்ற சத்தம் காது வரெக்கும் கேக்குது. சிறுநீரக நரம்புங்க முதுகு நரம்புங்க அறுந்திருச்சி. கை நரம்புங் களும் அறுந்திருச்சி. நரம்புங்கள்லாம் இழுத்துக்கிட்டிருக்கு. கண்ணுலேயிருந்தும் காதுலேயிருந்தும் மூக்குலேயிருந்தும் உண்ணிப்பூச்சிங்க விழுந்துக்கிட்டேயிருக்கு. தலையிலெயிருந்து பேன்பேனா விழுந்துக்கிட்டேயிருக்கு. தலைமுடியெல்லாம் நெட்டுக்குத்தலா நிக்கிது. எப்பவும் தாகமா இருக்கு. பல்லெல் லாம் ஒண்ணு ஒண்ணாக் கீழே விழுந்துகிட்டே இருக்கு. ஒடம்பு பூரா வலிக்குது. ஒடம்புல ரத்தமே சுண்டிப் போச்சு. ரத்தம் சுண்டுற வாசனெ எனக்கு நல்லாவே தெரியுது. எங்கிட்டெ வராதீங்க. என் ஒடம்பு ஒங்க ஒடம்புல இருக்குற ரத்தத்தெ உறிஞ்சிரும். எல்லாமே என் ஊர் ஜனங்க எம் மேலெ ஏவி விட்டிருக்குற சாத்தானோட வேலெ.'

நிலை: 24

'நா L.M.E. படிச்சி முடிச்சி வேலெ தேடிக்கிட்டிருந்தேன். சாயங்காலம் என் அண்ணன் கொழந்தெங்களுக்குச் சாப்பாடு ஊட்டிக்கிட்டிருந்தேன். அப்புறம் நானும் சாப்பிட்டுத் தூங்கிட் டேன். என்ன ஆச்சுன்னு தெரியல்லெ. அடுத்தநாள் இந்த ஆஸ்பத்திரியில இருந்தேன். எனக்கு இன்ஸூலின் ஊசி ஒரு

மாசமாப் போட்டாங்க. இவ்வளத்துக்கும் நா நல்லாத்தான் இருந்தேன்னு நெனெக்கிறேன். அதுக்கப்புறம் நா தெனத்துக்கும் மாத்திரைங்க சாப்பிட்டுக்கிட்டு இருக்கேன். நா மெண்டல் இல்லெ. நா இங்க ஏன் இருக்கேன்னே தெரியல்ல. ஆனா இருவத்தஞ்சு வருஷமா இங்க இருக்கேன். நா இங்க இருக்குற நோயாளிகளுக்கு நெறெய ஒதவி செஞ்சிக்கிட்டிருக்கேன். பக்கத்துல பாருங்க. அவனெ; அவம் பேரு கதிர்வேலு. சதா இதே மாதிரித்தான் சத்தம் போட்டுக்கிட்டிருப்பான். அது அவனோட இயல்பு. நெறெய நாளாவே இதே போலத்தான் இருக்கான்.'

இந்தக் கட்டத்தில் ஒரு சக நோயாளி அவரிடம் ஒரு சிறு காகிதப் பொட்டலத்தை நீட்டினார். அவர், 'போ அந்தாண்டெ. எல்லாம் அப்புறம் பாத்துக்கிடலாம். நா சார்கிட்ட பேசிக்கிட் டிருக்குறது தெரியல்ல?' என்று அதட்டலுடன் சொல்ல அந்த நோயாளி அப்பால் நகர்ந்தார். பிறகு அவர் தொடர்ந்தார்.

'நா இங்க வார்டர்களுக்கு, டாக்டர்களுக்கு, சோஷியல் ஒர்க்கர்களுக்கு ஒதவி செஞ்சிக்கிட்டிருக்கேன். எனக்கு இதே வீடாப்போச்சி. எனக்கு டிஸ்சார்ஜே இல்லேன்னு தோணுது. இருவத்தஞ்சு வருஷமாக் கெடெக்காத டிஸ்சார்ஜா இனிமேக் கெடெக்கப் போகுது?

நா இங்க ஒய்வு நேரங்கள்ல கவிதைங்க எழுதிக்கிட்டிருக் கேன். இந்த டைரியப் பாருங்க.'

அவர் ரவீந்திரனிடம் டைரியைத் தந்தார். டைரி முழுக்க கவிதை – பாட்டு போன்ற வரிகள்.

அவர் தொடர்ந்தார். 'நா பாடுவேன். கேளுங்க.

பூக்களே
பூக்களே
காவிய மலர்களே
சுவைக்குமே கனியைப்போல (பூ)

பூக்கள் தந்த கனிகள். அவை
சுவைத்தால் இனிக்கும். சில
சுவைத்தால் வெறுக்கும். (பூ)

ஆகாய நீர்த்துளிகள். அதில்
குளித்த மலர்கள்

வெண் நிலவைக் கண்டு மணம் நிறம்
மாறாத மலர்களே (பூ)

சா. ஹமீத் தந்த பா. இலக்க
தமிழ்ப்பா
படித்தால் இன்பம் பொங்குமே (பூ)

தென்னகத்தில் எழுதுவோர் எத்தனை
எத்தனை – அத்தனை
காகிதச் சுவடிகள் கண்டோர் எத்தனை
எத்தனை (பூ)

காவியம் தமிழ் மூ. புள்ளி
ஆயுதம் ஒன்று. அக்து
அழியாத தமிழ் எழுத்தாகுமே (பூ)

லேசான நடுங்கும் குரலில் சன்னமான ஒலியுடன் அவர் பாடிக்கொண்டிருக்க ஐந்து ஆறு நோயாளிகள் அவரையும் (பெயர் சாகுல் ஹமீத்) ரவீந்திரனையும் சூழ்ந்து கொண்டிருந்தனர். பாட்டின் இறுதியில் அவரது கண்கள் பனித்திருந்தன.

அவர் இப்பொழுது கவிதைக்கு விளக்கம் தந்தார். 'இலக்க' என்பதற்கு 'இலக்கண இலக்கிய' என்று பொருள் கொள்ள வேண்டும். மூ.புள்ளி என்பது மூன்று புள்ளி எழுத்து. அக்து என்பது அஃது.

அவர் தொடர்ந்தார்: 'எனக்கு ஓரளவு அறிவு இருக்குன்னு நெனெக்கிறேன். எனக்கு இங்க பேப்பர் கெடெக்காது. இந்த டைரி இங்க ஒருத்தரைப் பாக்க வந்தவர் குடுத்தது. நா பாடின இந்தப் பாட்டெ நா A.I.R.க்கு அனுப்பிச்சேன். ஆனா மடத்தனமா ஆஸ்பத்திரி விலாசம் போட்டுட்டேன். நோயாளியோட பாட்டுத்தானேன்னு உதாசீனப்படுத்தி அவங்க ஒலிபரப்பாமயே விட்டுட்டாங்க. எனக்குன்னு ஒரு சரியான பேனாகூடக் கெடெயாது. எழுதுறவனுக்கு ஒரு நல்ல பேனா இல்லேன்னா எப்பிடி இருக்கும்? இந்த என் பேனாவெப் பாருங்க. மூடி எப்பிடி சப்பையாயிருச்சு?'

நிலை: *25*

பருத்த உடலுடன் கூடிய ஒரு நோயாளி. வயது *45* இருக்கும். தலை லேசாக நரைத்திருந்தது. ரவீந்திரனின் கேள்விகளுக்குப் பதில் சொல்லிக்கொண்டிருந்தார்.

'நா எதுக்கு இங்க வந்தேன்னு சரியா ஞாபகம் இல்ல. அது எனக்கு இப்ப முக்கியமாப் படல்ல. பதினேழு வருஷமா இங்க இருக்கேன். என்னெ இங்க சேத்தவங்க பாக்க வரல்ல. இங்க எனக்கு எந்த ஒரு கஷ்டமும் இல்லெ. மூணு வேளெ திங்கிறதுக்குக் கெடெக்குது. இருக்குறதுக்கு இலவசமா இடமும் இருக்கு. விலெவாசி இருக்குற இருப்புல இந்த மாதிரி இடம் ஒருத்தனுக்குக் கெடெச்சா வெளியெ போறதுக்கு எப்பிடி மனசு வரும்? எனக்கு ஒண்ணுமில்ல. சௌக்கியமா இருக்கேன்.'

நிலை: *26*

'நா *1976*ல எம்.பி.பி.எஸ். முடிச்சேன். பிரைவெட் பிராக்டிஸ் பண்ணல்லெ. நா படிச்சப்ப நெறெய சிநேகிதங்க போதை மாத்திரைங்களெல்லாம் சாப்பிடுவாங்க. நா தொட்டதில்ல. கொஞ்சம் ஸ்மோக் பண்ணுவேன். அவ்வளவுதான். நெறெய பேர் பணக்கார வீட்டுப் பசங்க. Foreign போனாங்க. எனக்குத்தான் முடியல்ல. கடைசியில நா foreign போறதுக்கு ஒரு பரீட்சை எழுதப்போனேன். ஒரு ஐயாயிரம் ரூபா எடுத்துக்கிட்டு ஒரு லாட்ஜுல போய்த் தங்குனேன். மெட்ராஸ்ல. மொத்தமாக காசிருந்தா தொலஞ்சி போயிரும்னு லாட்ஜ் சொந்தக்காரர்கிட்ட பணத்தெக் குடுத்து வச்சிருந்தேன். அது *1978*ன்னு நெனெக்கிறேன். என்னெ யாராச்சும் அடிச்சிப் போட்டுட்டு எம் பணத்தெப் பிடுங்கிக்கிட்டா என்ன ஆகும்னு பயமா இருந்திச்சி. ரூமெ உள்பக்கமாத் தாப்பா போட்டுக்கிட்டுப் பத்திரமா ரெண்டு நாள் உள்ளெ இருந்தேன். அப்புறம் எங்க அப்பா கதவெ இடிச்சிக்கிட்டு உள்ளெ வந்தாரு. ரெண்டு ஆட்களெ வச்சி இங்க கொண்டாந்து சேத்துட்டாங்க. அப்பத்துலேர்ந்து இங்க ஒரு வருஷம் தங்குவேன். அப்புறம் ஒரு ஆறு மாசம் வெளியெ இருப்பேன். பன்னெண்டு வருஷம் இங்கயே வீணாப்போச்சி. எனக்கு *1980*ல கல்யாணம் வேற பண்ணிட்டாங்க. ஒரு பொண் கொழந்தெ இருக்கு. நாலாவதோ என்னமோ படிக்குது. பொண்டாட்டி சரியில்லெ. அவ brothel வச்சி நடத்தப் போறேன்னு பகிரங்கமாச் சொல்றா. இப்ப அவளுக்கு விடுதலைப் பத்திரம் குடுத்துட்டேன். எல்லாம் சமீபத்துலதான். கொழந்தைய நெனெச்சாத்தான் பாவமா

இருக்கு. இப்ப டிஸ்சார்ஜ் ஆனா அப்பாகிட்ட பணம் ஏற்பாடு பண்ணிக்கிட்டு பிரைவெட் பிராக்டிஸ் ஆரம்பிக்கலாம்னு உத்தேசம். இங்க எனக்கு Schizophrenia-வுக்கு சிகிச்செ குடுத்துக் கிட்டிருக்காங்க. நா நல்லா இருக்குற மாதிரியும் தோணுது. இல்லைன்னும் தோணுது.'

நிலை: 27

'எனக்கு சேலம். அப்பாவோட நகைக் கடையில வேலெ செஞ்சிக்கிட்டிருந்தேன். பங்காளிங்க வலிப்பு காட்டி அப்பா கடெ முன்னாடி வந்து சிரிக்க ஆரம்பிச்சாங்க. மார்க்கெட் பூரா அப்பாவெப்பத்தி கேலி கிண்டல் எல்லாம் பங்காளிங்க கௌப்பிவிட்டாங்க. அப்பா நல்லவரு. அவரு எதுக்கும் அசஞ்சி குடுக்கல்ல. ஒருவேளெ மன்னிச்சி விட்டாரோ என்னமோ. ஆனா என்னால ஆத்திரத்தெக் கட்டுப்படுத்த முடியல்ல. பங்காளிங்களெ அடிக்கப் போயிட்டேன். அப்புறந்தான் இங்க கொண்டுவந்து போட்டுட்டாங்க. என் இடது கால் ஆடுறதெப் பாருங்க. இது யாரோட வேலைன்னு நெனெக்கிறீங்க? எல்லாம் பங்காளிங்க செய்றதுதான். எலக்ட்ரானிக்ஸ் சக்தி மூலமா என்னெக் கட்டுப்படுத்திக்கிட்டிருக்கானுக. இவனுகளெல்லாம் உருப்படுவானுகளா? இங்க வந்துகூட என்னெ நிம்மதியா இருக்கவிடாமப் பண்றானுக. டிஸ்சார்ஜ் ஆனதும் ஊருக்குப் போயி அவனுகளெ ஒரு வழி பண்ணுனாத்தான் எம் மனசு அடங்கும்.'

நிலை: 28

பெண்கள் பகுதி. ஸ்டெல்லாவிடம் ஒரு பெண் நோயாளி சொல்லிக்கொண்டிருந்தாள்.

'ராத்திரி பூரா பக்கத்தாத்துல பன்னி வெட்டுறது, வாத்து அறுக்கறது, கோழி அறுக்கறது நடந்துண்டிருக்கு. அவா அக்கிரமக்காரா. எப்பிடித் தூங்க முடியிறது சொல்லு. சனியன், ஒரே மாம்ச நாத்தம், பக்கத்தாத்துலேர்ந்து மலநாத்தம் வேற குடலெப் புரட்டி எடுக்குது. அவாதான் நேக்குச் சூனியம் வச் சிருக்கா. சூனியத்தெ ஒரு மரப்பாச்சி பொம்மையில் வச்சிருக்கா. நா பாத்ரூமுல குளிக்கறச்செ அது என்னெ அம்மணமாப் பாக்குறது. நேக்கு ஒரே வெக்கமா ஆயிர்றது. அதான் நாலு நாளெக்கி ஒரு விசெ குளிக்க வேண்டியிருக்கு. நீ என்னத்துக்கு இதெயெல்லாம் என்னண்டெ கேட்டுண்டிருக்கே? பாத்தா

படிச்ச பொண்ணாட்டமா இருக்கே. ஒனக்குத் தெரிஞ்ச சாமியார் இருந்தாச் சொல்லு. சூனியத்தெ எடுத்துட்டா எல்லாம் நன்னாயிரும். எம் பூராக் கதையெயும் ஒன்னண்டெ சொன்னேன்ல. இதுக்காகவானும் நீ இந்த ஒத்தாசெயெச் செய்யலாம். போடியம்மா. நீ எங்க செய்யப்போறே? சூனியத்தெ எடுத்துரலாம்னு சொல்லி என்னெ இங்க கொண்டாந்து வுட்டுட்டா.'

நிலை: 29

'நா ஒரு ட்ரான்ஸ்போர்ட் கார்பரேஷன்ல செக்யூரிட்டியா இருக்கேன். என்னெ எதுக்கோ வேலையிலேர்ந்து சஸ்பெண்ட் பண்ணினாங்க. நா என்ன தப்பு செஞ்சேன்னு ஞாபகத்துக்கு வரல்ல. பொதுவா நா தப்பு செய்றவன் இல்லெ. எப்பவும் ஜீஸஸ் ஞாபகமா இருப்பேன். சஸ்பெண்ட் ஆனதுக்கப்புறம் தெனத்துக்கும் ராத்திரி ஜெபம் செய்ய ஆரம்பிச்சேன். ஒரு நாள் ராத்திரி நா இங்க இருக்கேன். நர்ஸ் சொன்னாங்க எங்க சித்தப்பாதான் என்னெ இங்க கொண்டாந்து சேத்ததா. இது எனக்கு ஏழாவது அட்மிஷன். நா ஒரு ஒருவாரம் வேலெக்கிப் போகலென்னா எங்க சித்தப்பா இங்க கொண்டாந்து சேத்துர்றாரு. இது எப்பிடி நடக்குறதுன்னு தெரியல்லெ. எனக்கு நடுவுல கல்யாணம் ஆச்சி. பொண்டாட்டி சரியில்லெ. என் இஷ்டத்துக்கு இணங்கமாட்டா. அவ ஒரு மனநோயாளியாத்தான் இருக்கணும்னு சந்தேகப்பட்றேன். ஆனா, நீங்க தண்ணி போடுவீங்களா?'

ரவீந்திரன்: 'இல்லியே, எனக்கு அந்தப் பழக்கமெல்லாம் கெடையாது.'

நோயாளி: 'பரவாயில்லெ. எங்கிட்ட எந்த ரகசியமும் தங்கும். தைரியமாச் சொல்லுங்க. நா யார்கிட்டயும் சொல்ல மாட்டேன்.'

ரவீந்திரன்: 'உண்மையிலேயே எனக்கு அந்த மாதிரிப் பழக்கமெல்லாம் இல்லெ. இருந்ததில்லெ.'

நோயாளி: 'ஒங்க முகத்தெப் பாத்தாத் தண்ணி போட்டவர், இல்லேன்னா ஒரு காலத்துல ரெகுலராத் தண்ணி போட்டு ஒரு கட்டத்துல நிறுத்தினவர் மாதிரித் தோணுது.'

ரவீந்திரன்: 'இல்லெ செபாஸ்டியன் எனக்கு அந்த மாதிரிப் பழக்கமெல்லாம் இருந்ததில்லெ.'

நோயாளி: 'எனக்கு ஒருத்தர் முகத்தெப் பாத்தாலே சில விஷயம் விளங்கிடும். எம் மேலெ ஜீஸஸ் அருள் உண்டு. நா

இங்க இருக்குற ரெண்டு பேர்கிட்ட சொல்லியிருக்கேன், ஒருத்தர் பிரதம மந்திரி ஆவாரு, இன்னொருத்தர் நிதி அமைச்சர் ஆவார்னு. நா சொல்றது நிச்சயம் நடக்கும். எங்கிட்ட இருக்கிற ஜீஸஸ்தான் இதெல்லாம் சொல்றாரு. தேவ பிதா எந்தன் ஈசனல்லோ....'

குழு

ஒரு பெஞ்ச். அதில் நான்கு நோயாளிகள். எதிரில் இருந்த இருக்கைகளில் ஸ்டெல்லாவும் ரவீந்திரனும்.

ரவீந்திரன்: 'ஒங்களெ அறிமுகப்படுத்திக்குங்க.'

நோயாளி: 'எம் பேரு எபிநெஸர். நா D.M.E. படிச்சிருக்கேன். நா ஏன் இங்க வந்தேன்னு ஞாபகம் இல்லெ. இப்ப நல்லா இருக்கேன். எங்கிட்ட ஒரு குறைகூட இருக்குறதாத் தெரியல்ல. இன்னும் நாலு நாள்ல டிஸ்சார்ஜ் ஆயிருவேன்.'

ஸ்டெல்லா: 'நீங்க ஒங்களெப்பத்திச் சொல்லுங்க.'

நோயாளி: 'எம் பேரு அன்வர் பாட்சா. பி.எஸ்.ஸி. படிச்சிருக்கேன். எம் மனைவிக்கு மத்த ஆம்பிளைங்க மேலெ ஒரு கண். வாழ்க்கெயே வெறுத்துப்போச்சி. இப்ப இங்க இருக்கேன்.'

ரவீந்திரன்: 'நீங்க இப்ப ஒங்களெப்பத்திச் சொல்லுங்க.'

நோயாளி: 'எம் பேரு சிங்காரம். நா எஸ்.எஸ்.எல்.ஸி.யில மூணு தரம் கோட் அடிச்சவன். ஏதாச்சும் வேலெ கெடெச்சதுன்னா செஞ்சிக்கிட்டிருந்தேன். ஒரு கட்டத்துல தூங்க ஆரம்பிச்சாத் தூக்கத்துக்குப் பதிலா மரணம் வர ஆரம்பிச்சிருச்சி.'

ஸ்டெல்லா: 'எப்பிடி மரணம் வரும்? நீங்கதான் உயிரோட இருக்கீங்களே.'

சிங்காரம்: 'அது அது அவனவனுக்கு வந்தாத்தான் தெரியும். எனக்கு மரணம் வர்றது எனக்குத்தான் தெரியும்.'

ரவீந்திரன்: 'இப்ப ஒங்களைப் பத்தி நீங்க சொல்லுங்க. ஒங்க கையில என்ன கட்டு?'

நோயாளி: 'எம் பேரு பாண்டியன். ஒம்பதாவது வரெ படிச்சிருக்கேன். அம்மா அப்பா கெடெயாது. அண்ணாருதான் வளத்தாரு. ஒரு டெய்லர் கடையில வேலெ பாத்துக்கிட்டிருந்தேன். பக்கத்து வீட்டுல ஒரு பொண்ணு இருந்தா. ப்ளஸ் டூ படிச்சிக்கிட்டிருந்தா. அவளெ எனக்கு ரொம்பவும் பிடிக்கும். அவளுக்கும் மல்லிகெப்பூ, ஜாக்கெட்டு, தாவணி எல்லாம் வாங்கிக் குடுப்பேன். ஒரு தடவெ யாருக்கும் தெரியாம டூரிங்

கொட்டகையில சினிமா பாக்கப் போயிருந்தோம். அங்கதான் யாரோ எங்களெப் பாத்துட்டு அண்ணாருகையில சொல்லிட்டாங்க. எங்க ரெண்டு பேரு வீட்டுலயும் ரகளெ ஆயிருச்சி. அப்பிடியும் நாங்க எப்பிடியோ சந்திச்சிக்கிட்டோம். என் கையிலக் காசு இல்லாதப்ப அண்ணியோட டப்பாவிலேர்ந்து காசு எடுப்பேன். அவளுக்கு, அதான் என் காதலிக்கு சதா எதை யாச்சும் வாங்கித்தரணுங்குற ஆசெ. ஒரு தரம் கையுங்களவுமாப் பிடிபட்டு அண்ணி என்னெ அறெஞ்சிட்டாங்க. அதுக்கு அடுத்த நாள் எங்க ஊர்ல திருவிழா. எம் மேலெ சாமி வந்திருச்சி. சாமி காதுல சொல்லிச்சி, 'எல்லாத்தெயும் அடிச்சி நொறுக்கு'ன்னு. நா கோவில் பக்கத்துல இருந்த கழியெ எடுத்து சுத்தியிலும் இருந்த ஆளுங்களெ அடிக்க ஆரம்பிச்சிட்டேன். சாமி சொன்னாக் கேக்கணுந்தானே? என் காலெக் கட்டிப் போட்டாங்க. ஒருத்தர் என் எடது கையெக் கெட்டிமாப் பிடிச்சிக்கிட்டு வலது கையெ நீட்டச் சொல்லி கற்பூரம் ஏத்துனாரு. அதான் கையில் தீக் காயம். அடுத்த நாள் எங்க ஊர்த் தலைவரு இங்க கொண்டாந்து சேத்திட்டாரு.'

ஸ்டெல்லா: 'இப்ப இங்க நாலு பேரு இருக்கீங்க. ஒங்களுக் குள்ளெயே ஒங்க பிரச்சனெகளெ அலசிக்குங்க.'

எபிநெஸர்: 'சாமி வர்றதுன்னா என்னான்னு சொல்லுங்க பாண்டியன்.'

பாண்டியன்: 'எப்பிடிச் சொல்றதுன்னு தெரியல்ல. ஒடம்பு பூரா ஒரு உற்சாகம் வரும். ஒரு தனி பலம் வந்திரும். வந்தாத் தான் அதெயெல்லாம் உணர முடியும். சும்மாச் சொன்னாப் புரியாது.'

எபிநெஸர்: 'ஒங்களுக்கு அடிக்கடி சாமி வருமா?'

பாண்டியன்: 'இல்லெ. ஒரே தரந்தான் வந்திச்சி. அதுக்கே இங்க கொண்டாந்து தள்ளிட்டாங்க.'

எபிநெஸர்: 'நல்லா யோசிச்சிப் பாருங்க பாண்டியன். ஒங்களுக்குச் சாமி வந்ததுனாலயா இங்க சேத்தாங்க?'

பாண்டியன்: 'ஆமா. சாமி வந்திச்சி. அடிச்சி நொறுக்கச் சொல்லிச்சி. நானும் சாமி சொன்ன மாதிரியே அடிச்சேன். அதுக்கப்புறந்தான் இங்க இருக்கேன்.'

எபிநெஸர்: 'நா சொல்றேன். ஒங்க மேலெ சாமி வந்தது னாலே ஒங்களெ இங்க சேக்கல்ல. நீங்க மத்தவங்களெ அடிச் சதுனாலதான் இங்க கொண்டாந்து சேத்திட்டாங்க. சரியா?'

பாண்டியன்: 'நா சாமி சொல்படிக் கேட்டதுனாலதான் இங்க கொண்டாந்துட்டாங்க.'

எபிநெஸர்: 'சாமின்னா நல்லது செய்யும். அடிச்சி நொறுக்கச் சொல்லாது. ஒங்க காதுல கேட்ட குரல் சாமிது இல்லெ.'

பாண்டியன்: 'அப்ப பிசாசுதா?'

எபிநெஸர்: 'எனக்கு விளங்கல்லெ. சிஸ்டர் நீங்க சொல்லுங்க.'

ஸ்டெல்லா: 'காதுல குரல் கேக்குறது மனநோயினோட ஒரு நோய்க்குறி. மனநோய்தான் மாயக்குரலுக்குக் காரணம். பாண்டியன், இப்பகூட ஏதாச்சும் குரல் ஒங்க காதுல ஒலிச்சிக் கிட்டிருக்கா?'

பாண்டியன்: 'இல்லெ சிஸ்டர், இங்க வந்து ஆறு மாசம் ஆயிருச்சி. இப்ப கொஞ்ச நாளா எந்தக் குரலும் கேக்குறதில்லெ.'

ரவீந்திரன்: "சிங்காரம், அன்வர் பாட்சா, நீங்க ரெண்டு பேரும் கலந்துக்காம சும்மா இருக்கீங்க. பாண்டியன் கிட்ட நீங்க எதெயும் கேக்க விரும்பல்லியா?"

சிங்காரம்: 'என் மரணம் என்னெ விட்டுப் போனாலொழிய எனக்கு மத்த எதுவும் புரியாது. எனக்கு எதுவுமே சரியாப் புரியல்ல.'

ரவீந்திரன்: "சரி, அன்வர் பாட்சா, நீங்க ஏதாச்சும் கேக் கணுங்களா?"

அன்வர் பாட்சா: 'பாண்டியன், காதலிக்குறது தப்பில்லெ. அதுக்காகத் திருடணுமா?'

பாண்டியன்: 'காதலுக்குக் கண்ணில்லைம்பாங்க. இதெ நா புதுஸ்ஸா ஒங்களுக்குச் சொல்லணுமா?'

ஸ்டெல்லா: 'பாண்டியன், தயவுசெஞ்சி உணர்ச்சி வசப் படாதீங்க ஒங்க பிரச்சனெகளெப்பத்தி நீங்களாவே பேசி ஒரு முடிவுக்கு வரணுங்குறதுக்குத்தான் இந்தக் குழு விவாதத்தெ ஏற்பாடு பண்ணியிருக்கோம். ஒங்களுக்கு ஒங்களெப்பத்தின உண்மைங்க புரியணும்ங்குறதுக்காக. கோபப்படாம சாந்தமா இதுல கலந்துக்குங்க பாண்டியன். ஒங்களுக்கும் மத்தவங்ககிட்ட கேக்குறதுக்கு நெறெய இருக்கும். அப்ப அவங்க கோபிச்சிக் கிட்டா ஒங்களுக்கு எப்பிடி இருக்கும்?'

பாண்டியன்: 'மன்னிச்சுக்குங்க சிஸ்டர்.'

எபிநெஸர்: 'அன்வர் பாட்சா, ஒங்களுக்கு ஒங்க மனைவி மேலெ இருக்குற சந்தேகத்தெ விரிவா எடுத்துச் சொல்றீங்களா?'

அன்வர் பாட்சா: 'அது ரொம்ப அந்தரங்கமான விஷயம். சொல்றதுக்குக் கூச்சமா இருக்கு.'

ஸ்டெல்லா: 'சொல்லுங்க பாட்சா. பரவாயில்ல. எல்லாம் ஒரு தெளிவெ அடையிறதுக்குத்தான் பேசிக்கிட்ருக்கோம்.'

அன்வர் பாட்சா: 'எங்க லேடீஸ் கோஷாவுல இருக்கவங்க. மத்த ஆம்பிளைங்க கண்ணுல படக்கூடாது. எம் மனைவி அப்பிடியில்லெ. வீட்டுக்கு ஆண் விருந்தாளிங்க வந்தா அவங்க முன்னாலெ வருவா. அவங்கல்லாம் அவளெப் பாப்பாங்க. கடையில மளிகெச் சாமான் வாங்குனா, கடைக்காரன் அவ கையில் பொட்டலத்தெக் குடுக்குறப்ப கடைக்காரன் கையும் எம் பொண்டாட்டி கையும் உரசிக்கும். என் ரத்தம் கொதிக்கும். வீட்டுக்கு கதவுக்கு பெயிண்ட் அடிக்கிறவன் வந்தான்னா, வெள்ளை அடிக்கிறவன் வந்தான்னா இவபோயி முன்னால நின்னு ஒத்தாசெ செய்ய ஆரம்பிச்சிருவா. அவனுகளும் இவ கிட்ட அடிக்கொரு தரம் பேச ஆரம்பிச்சிருவானுக. ஒரு தரம் ஒரு துணிக்கடைக்காரன் இவகிட்ட சிரிச்சுப் பேச ஆரம் பிச்சான். நா துணியெ இங்க எடுக்க வேணாம்னு தரதரன்னு அவளெ வீட்டுக்கு அழெச்சிக்கிட்டு வந்திட்டேன். வந்து பேயறெ அறெஞ்சேன். அண்ணிக்கு ராத்திரி அவ பூச்சி மருந்தெக் குடுச்சிட்டா. அதுக்கு வேற காசு அழுது போலீஸ் கேஸெல்லாம் ஆகாமப் பாத்துக்க வேண்டியிருந்துச்சி. எனக்கு வயசு நாப்பத்தேழு. அவளுக்கு முப்பது. ஒருவேளெ வயது வித்தியாசம் இவ்வளவு இருக்குறதுனாலயோ என்னமோ அவளுக்கு மத்த ஆம்பிளைங்கன்னா இஷ்டமா இருக்கு. நா ரொம்ப உணர்ச்சிவசப்பட்றவன். என்னால இதெயெல்லாம் தாங்கிக்க முடியல்ல.'

எபிநெஸர்: 'நீங்க சொல்றதெயெல்லாம் வச்சிப் பாக்குறப்ப ஒங்க மனைவி மேலே எந்தத் தப்பும் இருக்குறதா எனக்குத் தோணல்ல. சமூகம்னா ஆண்களும் பெண்களும் பழகத்தான் செய்வாங்க. நீங்க முதல்லெ சொன்னதெக் கேட்டதும் ஒங்க மனைவி ஏதோ சோரம் போயிட்டதா நெனெச்சிட்டேன். நீங்க விவரமாச் சொன்னதுக்கப்பறமாத்தான் தெரியுது எல்லாம் ஒங்க அனாவசிய சந்தேகக் குணம்னு. நீங்க சந்தேகிக்க சந்தேகிக்க ஒங்க மேலெ வெறுப்பு வந்து சந்தேகத்தெ ஊர்ஜிதப்படுத்துனா என்னான்ற வெறி வந்து ஏதாச்சும் விபரீதமாக்கூட அவங்க நடந்துக்குறதுக்கு சந்தர்ப்பம் ஏற்படும். எனக்குத் தெரிஞ்சு ஒரு கெமிஸ்ட்ரி புரஃபஸரோட சம்சாரம் விஷயத்துல இந்த மாதிரி நடந்திருக்கு. புரஃபஸர் தன்னோட சம்சாரம் மேலெ எப்பவும் சந்தேகப்பட்டுக்கிட்டே இருந்தாரு. இந்தம்மாவுக்கு அவரெப் பழி தீத்துக்கணுங்குற வெறி வந்திருச்சி. அவங்களோட வேலெ செய்ற ஒருத்தரோட நெருங்கிப் பழக ஆரம்பிச்சிட்டாங்க.

எல்லாம் தமிழ் சினிமாவுல வர்ற மாதிரி. கடைசியில புரஃபஸர் அவங்ககிட்ட மன்னிப்புக் கேட்டு அவங்களெத் தன் வழிக்குக் கொண்டு வர வேண்டியிருந்துச்சி.'

அன்வர் பாட்சா: 'நீங்க சொல்றது புரியிற மாதிரி இருக்கு. ஆனா என் உணர்ச்சிகளெக் கட்டுப்படுத்திக்க முடியல்லெ. எனக்குத் தற்கொலெ பண்ணிக்கிடலாம்னெல்லாம் தோண ஆரம்பிச்சிருச்சி.'

எபிநெஸர்: 'நல்ல யோசிச்சுப் பாருங்க அன்வர் பாட்சா. ஒங்க மனைவி விஷயத்துல நடந்ததெல்லாம் தற்செயலா நடந்திருக்கும். ஒருவேளெ அவங்க ஃப்ரீயாப் பழகுறவங்களா இருக்குறதுனாலெ விருந்தாளிங்களெ உபசரிக்க வந்திருக்கலாம். நீங்க ரொம்ப உடைமை மனப்பான்மையோட இருந்தா அது ஒங்களுக்கும் கஷ்டம் ஒங்க மனைவிக்கும் கஷ்டம்.'

அன்வர் பாட்சா: 'நானா என் கண்ணோட்டத்தெ மாத்திக் கிடணும். புரியுது. ஆனா நா ரொம்ப உணர்ச்சிவசப்பட்டிர்றேன்.'

எபிநெஸர்: 'ஒங்க மணவாழ்க்கெ நீடிச்சு நெலெக்கணும்னா பரஸ்பர நம்பிக்கை வேணும்.'

ஸ்டெல்லா: 'சிங்காரம், என்ன நீங்க ஒண்ணும் பேச மாட்டேங்குறீங்க?'

சிங்காரம்: 'எனக்குத் தூக்கத்துக்குப் பதிலா மரணம் வந்துக்கிட்டிருக்கு. அதுக்கு ஏதாச்சும் வழி சொல்லுங்க.'

அன்வர் பாட்சா: 'மரணம் என்ற நிலெயை அனுபவிச்சவங்க யாரும் மத்தவங்களுக்கு எடுத்துச் சொல்ற வரெக்கும் உயிரோட இருந்ததில்லெ. நீங்க இந்த நிலெயெ அனுபவிச்சிக்கிட்டிருக்கீங்க. நீங்க இதெ விவரமாச் சொன்னீங்கன்னா ஒலகத்துக்கே ஒரு புது வெளிச்சம் கெடச்ச மாதிரி இருக்கும்.'

சிங்காரம்: 'நா இங்க அவஸ்தெப்பட்டுக்கிட்டிருக்கேன். நீங்க என்னடான்னா அனுபவிச்சிக்கிட்டிருக்கேன்னு சொல் றீங்க. அது அது அவன் அவனுக்கு வந்தாத்தான் தெரியும். செத்தாத்தான் சுடுகாடு தெரியும். நா இந்த சுடுகாட்டு நிலெயெ தெனத்துக்கும் சந்திச்சிக்கிட்டிருக்கேன். ஒங்களுக்கே அப்படி ஒரு நெலெ வந்தாத்தான் தெரியும். இதெயெல்லாம் உணர முடியுமே ஒழிய சொல்ல முடியாது.'

ரவீந்திரன்: 'சரி இந்த விவாதத்தெ இத்தோட முடிச்சிக் கல்லாம். ஒங்களுக்கு ஒங்க நிலெயெப்பத்திய ஒரு தெளிவு ஏற் பட்டிருக்கும்ன்னு நா நெனெக்கிறேன். சந்தர்ப்பம் கெடச்சா மறுபடியும் கூடிப் பேசலாம்.'

ஸ்டெல்லா: ‘எபிநெஸர், அன்வர்பாட்சா, சிங்காரம், பாண்டியன், ஓங்க எல்லார்கிட்டயிருந்தும் சில விஷயங்களெப் புரிஞ்சிக்க முடிஞ்சது. உங்க எல்லாருக்கும் நானும் ரவீந்திரனும் நன்றி தெரிவிச்சிக்கிறோம்.’

நிலை: 30

ஸ்டெல்லா: ‘நேத்து ஒரு சுவாரஸ்யமான நோயாளியோட பேசிக்கிட்டிருந்தேன்.’

ரவீந்திரன்: ‘சொல்லுங்க.’

ஸ்டெல்லா: ‘பேரு காதர் மொஹிதீன். ஜெர்மனிக்காரர். ஊரு ஹனோவராம். நாப்பத்திரெண்டு வயசிருக்கும். அவரோட தோழி அவரெ ஹெஸ்ஸீன்னுதான் கூப்பிடுவாளாம். அவரு ஒருமுறெ ஹாம்பர்குல இருக்குற தன்னோட முஸ்லிம் நண்பரெப் பாக்கப் போயிருக்காரு. அவங்க வீட்டுல எல்லாரும் ரொம்பப் பிரியமாப் பழகியிருக்காங்க. அப்புறம் அவரு முஸ்லீமா மாறிட்டாரு.

அவரு நெறெய வேலெயிலெயெல்லாம் இருந்திருக்காரு. மிலிடரியில இருந்திருக்காரு. கடைசியாத் தோட்ட வேலெ செஞ்சிக்கிட்டிருந்தாராம். அவரு எங்கெயும் நிலையா இல்லி யாம். ஊர் ஊராச் சுத்திக்கிட்டிருப்பாராம். அவரு இப்ப அரசாங்கத்திலேர்ந்து வேலெயில்லா நபர்களுக்கான உதவித் தொகை வாங்கிக்கிட்டிருக்காராம்.

அவரு சராஸ், ப்ரௌண் ஷுகர், விஸ்கி இதெல்லாம் அடிப்பாராம். நெதர்லேண்ட்ஸ்தான் போதெ மருந்து சாப்பிடற வங்களோட சொர்க்கமாம். இங்கெயிருக்குற வடக்கத்தி சாமி யார்கள் சராஸ் சாப்பிட்றதுனாலதான் சாமியோட ஐக்கியமாக முடியிறதுங்குறாரு. இங்க பம்பாயிலதான் போதெ மருந்துங்க ரொம்பப் பேரு சாப்பிட்றதாச் சொல்றாரு.

அவரு ஊர் ஊராப் போய்க்கிட்டிருப்பாராம். அதே போலத்தான் இந்தியாவுக்கும் வந்திருக்காரு. கொடிமுடியில ஒரு நண்பரெப் பாக்கப் போயிருக்காரு. நெறெயக் குடிச்சிட் டாராம். குடி வெறியில என்ன பண்ணினார்னு தெரியல்லியாம். போலீஸ் பிடிச்சு லாக்அப்ல வச்சி இங்க கொண்டாந்து சேத்துட்டாங்களாம். அவரு சொல்றாரு குடிதான் ரொம்ப மோசமானது, மனுஷனெ வன்முறெக்கு ஆளாக்குதுன்னு. மத்த போதெ மருந்துங்க ஒருவித மயக்கத்தெக் குடுக்குறதோட சரி யாம். இன்னும் ரெண்டு மூணு நாளுல எம்பஸி மூலமா

டிஸ்சார்ஜ் வாங்கிக்கிட்டு ஜெர்மனி போயிருவாராம். போயி ரஷ்யா போகணும்னு திட்டம் வச்சிருக்காராம்.

அவரு செய்றதெல்லாம் மக்கள் மத்தியில அவரோட குரு சொன்ன பாடத்தெப் போதிக்கிறதுதான். மனுஷனுக்கு வேண்டியதெல்லாம் பிரக்ஞையில ஒரு மாற்றம். அந்த மாற்றம் வந்தா மனுஷன் கடவுளோட ஐக்கியமாயிர முடியும்கிறாரு.

நேத்து அவர் கிட்டேயிருந்து நெறெய விஷயங்களெத் தெரிஞ்சிக்க முடிஞ்சது. ஜெர்மனியில எல்லாம் காலையில நம்ம ஊர் மாதிரி குரான் ஓத மாட்டாங்களாம். மசூதியெல்லாம் அபார்ட்மெண்ட்ஸ்லதான் இருக்காம். எப்ப எப்ப தொழுற நேரம்னு அங்கெ உள்ளவங்களுக்குத் தெரியுமாம். அந்த நேரத்துல மசூதியில கூடியிருவாங்களாம்.

அவரு நேத்து ரொம்ப சாத்வீகமாப் பேசிக்கிட்டிருந்தாரு. மனுஷன் ஆஜானுபாகுவா இருந்தாரு. ஆனா அடிக்கடி பீடி பிடிச்சிக்கிட்டிருந்தாரு.'

காட்சி: 13

ரவீந்திரனை நோக்கி வார்டிலிருந்து ஒரு குரல்: வாங்க சார், ஸி.ஐ.டி.சார், உளவறிஞ்சி போக வந்தீங்களா?

நிலை: 31

'எம் பேரு ரவிச்சந்திரன். பத்தாவதுவரெ படிச்சிருக்கேன். டெய்லர் வேலெ தெரியும். பதினெட்டு வயசுல அரபு நாட்டுக்குப் போயிட்டேன். தோஹாவில கத்தர் என்ற இடத்துல டெய்லர் கடெ வச்சிருந்தேன். அங்கெ இருக்குற அரபு ஒருத் தருக்குத்தான் கடெ சொந்தம். ரொம்ப வேலெ வாங்குனாங்க. திடீர்னு மெண்டல் ஆயிட்டென்.

ஔறிக்கிட்டே தெருத்தெருவாச் சுத்தியிருக்கேன். அவங்க பாத்து ரெண்டு நாள் ஒரு ஆஸ்பத்திரியில சிகிச்செ குடுத்து அறுநூறு ரூபாயோட டிக்கெட் எடுத்து இந்தியாவுக்கு அனுப்பி வச்சிட்டாங்க. பம்பாய் வரெக்கும் பிளேன்ல வந்திருக்கேன். பம்பாயில ஒரு பையனெத் துணெக்கி அழெச்சிக்கிட்டேன். அவன் என் பர்ஸெயும் பெட்டியையும் களவாடிட்டான். மெண்டலா இருந்ததுனால சட்டுன்னு அந்தப் பையனெ நம்பி யிருக்கேன்.

அப்புறம் சட்டெப் பையில 137 ரூபா இருந்திச்சி. டிக்கெட்டெல்லாம் வாங்காம ரயில் ஏறிட்டேன். புத்தூர்ல ரயில்லேர்ந்து கீழே குதிச்சி மண்டையில அடிபட்டிருக்கு. ஏன் குதிச்சேன்னு தெரியல்ல. முதுகுலேயும் அடி. இங்க பாருங்க தளும்பெ. தலையில தையல் போட்டிருக்காங்க.

நா டாக்டர்கிட்டெ எங்க கொச்சி விலாசத்தெக் குடுத்திருக்கேன். எந்த ஆஸ்பத்திரியில இருந்தேன்றது ஞாபகம் வரல்லெ. அப்பா அம்மா வந்து பாத்தாங்க. நா மெண்டல்னு அவங்களுக்குத் தெரியாது. ஆஸ்பத்திரியில இருந்தப்ப என்கிட்ட இருந்த காசு என்னாச்சுன்னு தெரியல்ல. ஒருவேளை ரயில்லேர்ந்து கீழே குதிச்சப்பவே கீழே விழுந்திருக்கும். கைக்கடிகாரம் மட்டும் இருந்திச்சி. அதெயும் ஷூவெயும் அப்பா அம்மாகிட்ட குடுத்து வீட்டுக்கு எடுத்துக்கிட்டு போகச் சொல்லிட்டேன். அப்புறம் ஒருநாள் என்னெ டிஸ்சார்ஜ் பண்ணுனாங்க.

பிறகு, ஆந்திராவுல எங்கெங்கெயெல்லாமோ சுத்துனேன். சில பேரு என்னெ அடிச்சிட்டாங்க. நா எதுனாச்சும் கலாட்டா செஞ்சிருக்கணும். ஆனா ஒண்ணு. ஒரு டீக்கடையில டீ சாப்பிட்டிட்டு க்ளாஸெ ஒடெச்சேன். அது நல்ல ஞாபகம் இருக்கு.

அப்புறம் நா ஈரோடுக்கு வந்துட்டேன். திருவனந்தபுரத்துல மூணு தடவெயும் இந்த ஆஸ்பத்திரியில மூணு தடவெயும் அட்மிட் ஆயிருக்கேன்.

எனக்குச் சாராயம்னா பிடிக்காது. எங்க அண்ணன் ஈரோட்டுல சாராயக்கடெ வச்சிருந்தாரு. சாராய புட்டியெல்லாம் ஒடச்சிட்டேன். கடை ஆள் என் வலது தொடெயில கத்தியால குத்திட்டான். அதுக்கு வேற என்னெ ஆஸ்பத்திரிக்குக் கூட்டிக்கிட்டுப் போனாங்க போல.

வீட்டுல ரகளெ பண்ணுனது ஞாபகம் இருக்கு, தம்பியெயெல்லாம் பிடிச்சிக் குடெஞ்சி எடுத்திருக்கேன். 'நீ ஏன் சஞ்சய் காந்தியெச் சுட்டுக்கொன்னே?'ன்னு கேட்டு சித்திரவதெ செஞ்சிருக்கேன்.

அரபு நாடுகளுக்கும் இந்தியாவுக்கும் சண்டெ நடக்குறதுன்னு நெனெச்சி ரொம்பத் துக்கப்பட்டேன். நம்ம நாட்டுக்காக ஒழெச்சிருக்கேன். எந்த விதத்துல ஒழெச்சேன்னு தெரியல்ல. ஆனா ஒழெச்சேன்னு நெனெக்கிறேன்.

இங்க வந்து எட்டு நாளாகுது. வீட்டுல உள்ளவங்க யாரும் என்னெ மதிக்கிறதில்ல. நா மெண்டல் ஆகுறப்ப என் அண்ணன் என்னெப் போட்டு அடிச்சி ஒரு அறையில பூட்டி வச்சி அப்புறமா இங்கெ கொண்டாந்து சேத்திருவாரு.

நா ஒரு தப்பு செய்றேன். தெரியுது. நா இங்க குடுக்குற மாத்திரைகளெ ஒழுங்காச் சாப்பிட்றதில்லெ. இங்க இருக்குற வரையிலுந்தான் மாத்திரையெல்லாம். வீட்டுக்குப் போனதுக் கப்புறம் கொஞ்சநாள் சாப்பிட்டிட்டு விட்டுர்றேன். கொஞ்ச நாள் கழிச்சி மறுபடியும் மெண்டல் ஆயிர்றேன். மாத்திரைங் களெத் தொடர்ந்து சாப்பிட்டா திரும்பவும் திரும்பவும் அட்மிட் பண்ணிக்க வேண்டியிருக்காதுன்னு இங்க இருக்குற நர்ஸ் சொல்றாங்க. ஆனா நா சாப்பிட்றதில்லெ. மாத்திரெ சாப் பிட்றது போரடிக்குது.

ஒங்ககிட்ட பேசுறது எம் மனசுக்கு இதமா இருக்கு. நா வேணும்னா என் அண்ணனோட விலாசம் தர்றேன். அவரு கிட்டப் பேசி என்னெ ஏத்துக்கிடச் சொன்னீங்கன்னா ஒங்க ளுக்குப் புண்ணியமா இருக்கும். செய்வீங்களா?'

நிலை: 32

'ஒரு சிநேகிதர் பின்னால ஒக்காந்து மோட்டார் சைக்கிள்ல போயிக்கிட்டிருந்தேன். ஒரு லாரியெ ஓவர்டேக் பண்ணுனப்ப விபத்து ஏற்பட்டிருச்சி. பெரிய விபத்துன்னு சொல்ல முடியாது. சிநேகிதருக்குக் காயம் இல்லெ. எனக்கு தலையிலெ லேசான காயம். ஆனா ஒரு அதிர்ச்சி மாதிரி உள்ளூர ஒரு உணர்வு இருந்துக்கிட்டிருந்திச்சி.

அப்ப ஒரு ராத்திரி கனவுல நா பரம்பொருளெ வேண்டிக் கிட்டேன், 'ஆண்டவா, எனக்கு முடிவில்லாமையெக் காட்டு'ன்னு. இங்லீஷ்ல infinityன்னு சொல்லுவாங்களே அதெ. அதுக்கு அடுத்த நாள்லேர்ந்து எனக்குள்ளெ ஒரு மாறுதல் தோணிச்சி. கோவிலுக்குப் போயி நா சாமிகிட்ட வேண்டிக் கிட்டேன். 'ஆண்டவா எனக்கு இந்தப் பிறவிப் பெருங்கடலி லேர்ந்து விடுதலெ குடு'ன்னு. அதிலேர்ந்து சாமி பக்தி அதிகமா யிருச்சி.

வீட்டுல என் மனைவி ஒரு எவர்சில்வர் குத்துவிளக்கெ ஏத்தி வச்சி சாமி கும்பிடுவா. நா சொன்னேன் எவர்சில்வர் குத்துவிளக்கெ உபயோகப்படுத்துறது பாவம்னு. அப்புறந்தான் பித்தளையில ஒரு விளக்கு வாங்குனோம். எனக்குக் குத்து விளக்குக பத்தித் தெரியும். குத்து விளக்குக்குக் கடலெ எண்ணெ, பாமாயில், ரேடியோ ஆயில் எல்லாம் உபயோகப்படுத்தக் கூடாது. விளக்கெண்ணெ, இலுப்ப எண்ணெ, நெய் இதெல்லாந் தான் உபயோகப்படுத்தணும். இதெயெல்லாம் என் மனைவி

கிட்டச் சொல்லிக்கிட்டிருந்தேன். அவ அப்பத்துலேர்ந்து குத்து விளக்கு விஷயத்துல ஜாக்கிரதையா இருக்க ஆரம்பிச்சா.

குத்துவிளக்குங்குறது பீடையெ நீக்கும். பீடெ பரிகாரத் துக்குத்தான் குத்துவிளக்கெ ஏத்தி வக்கிறது.

ஒரு தரம் சாமி குத்துவிளக்குகிட்ட விளக்குல இருந்த நெய்யெச் சாப்பிட்றதுக்கு ஒரு எலி வந்ததாம். விளக்கு அணை யிற மாதிரி இருந்திச்சாம். அப்ப பாத்து ஒரு பூனையோட சத்தம் கேட்டுச்சாம். அவசரத்துல எலி விளக்குலேர்ந்து குதிச்சிச் சாம். அப்ப திரியெக் கொஞ்சம் நிமிண்டி விட்டிருச்சி தெரி யாம. விளக்கு பிரகாசமா எரிய ஆரம்பிச்சிருச்சி. ஓடின எலி கதவிடுக்குல மாட்டிக்கிட்டு செத்துப் போச்சுதாம். ஒரு விளக்கெ எரிய வச்சிட்டுத் தன் உயிரெப் போக்கிக்கிட்டதால அந்த எலி அடுத்த பிறவியில பலிசக்ரவர்த்தியாப் பிறந்திச்சாம்.

நா சாமிகிட்ட வேண்டிக்கிட்டதெல்லாம் எனக்கு இந்த மறுஜன்மமே வேண்டாம், எனக்குப் பிறவிக்கடலிலேர்ந்து விடுதலெ குடுன்னுதான். நா ராகவேந்திரசாமி மாதிரி ஜீவசமாதி அடையணும்னு ஆசெப்பட்டேன். முடியல்ல. எதுக்கும் குடுத்து வச்சிருக்கணும்.

ஒரு ராத்திரி ஒரு கொசு என் இடது கையில ஒக்காந்திச்சி. அது சொல்லிச்சி, 'ஒனக்கு மோட்சம் நிச்சயம்'னு. சொல்லிட்டுப் பறந்துபோயிருச்சி. பகவானாப் பாத்து இந்தச் செய்தி சொல்ல ஒரு கொசுவெ அனுப்பிச்சிருந்தார்னா பாத்துக்குங்க என் பக்தி சிரத்தெயெ. சாமிகிட்டக் கதறினேன், 'பகவானே அந்தக் கொசுவெ மறுபடியும் அனுப்பி மேக்கொண்டு பேசச் சொல்லு'ன்னு. ஆனா அந்தக் கொசு வரல்ல. அண்ணெக்கி ராத்திரி பூரா நா அழுதுக்கிட்டிருந்தேன்.

அப்புறம் தியானமெல்லாம் பண்ண ஆரம்பிச்சேன். வயத்துல ஒரு ஜோதி தோணிச்சி. அந்தப் பிரகாசத்தெச் சொல்லி முடியாது. ஒரு தடவெ ஒரு ரோஜாப்பூ தோணிச்சி. அதுல ஒரு நட்சத்திரம் கண் சிமிட்டிக்கிட்டிருந்திச்சி. 'பகவானே பகவானே'ன்னு கன்னத்துல போட்டுக்கிட்டேன். என் உள்ளெ ஒரு தெய்வ சக்தி புகுந்திச்சி.

ஒரு தரம் எனக்குக் குடுத்த பாலில விஷம் கலந்திருந்திச்சி. தெய்வத்தோட குரல் காதுல ஒலிச்சிச்சி 'இந்தப் பாலெக் குடிக் காதே'ன்னு. பகவான் படத்துக்கு முன்னால சாஷ்டாங்கமா விழுந்துட்டேன். 'பகவானே, நீ என்னெக் காப்பாத்திட்டே'ன்னு அழுதேன்.

இதெல்லாம் எனக்கு ஏற்பட்ட ஒரு மூணு மாச அனு பவங்க. நா இங்க இருக்கேன். எனக்கு ஏற்பட்டதெல்லாம் ஆன் மீக அனுபவங்க. ஆனா இந்த கம்ப்யூட்டர் யுகத்துல ஆன்மீக அனுபவங்களெப் பைத்தியக்கார அனுபவங்களா நெனெக் கிறாங்க. அதனாலதான் நா இங்க இருக்கேன். காலம் கெட்டுப் போனா சாமியாரெல்லாம் பைத்தியக்காரனா ஆக வேண்டியது தான். என்ன செய்ய, சொல்லுங்க. ஆன்மீக அனுபவங்க ஏற்பட்றதே அபூர்வம். அப்பிடி ஏற்பட்டா பைத்தியக்கார ஆஸ்பத்திரிக்கு வரவேண்டியிருக்கு. காலம் ரொம்பத்தான் கெட்டுருச்சி.'

நிலை: 33

'நா மெண்டல் இல்லெ. ஆனா அடிக்கடி யாரையோ போட்டு அடிச்சிர்றேன். அப்புறம் இங்க வந்திர்றேன். இங்க வந்ததுக்கப்புறம் கொஞ்சம் சாந்தமாயிர்றேன். எனக்குக் கோபமே வராம இருந்தா இங்க வரவேண்டிய அவசியம் இருக்காது. நெலத்துல கூலி வேலெ செய்வேன். எப்பனாச்சும் குடிப்பேன். ஆனா அது பழக்கமில்லெ. குடிச்சிட்டுக் கலாட்டா எல்லாம் பண்ண மாட்டேன்.'

நிலை: 34

'நா ஃபோட்டோ ஸ்டூடியோ வச்சி நடத்திக்கிட்டிருக்கேன். எனக்கும் எங்க அக்காவுக்கும் சொத்துத் தகராறு. அக்காவெப் போட்டு பயங்கரமா அடிச்சிட்டேன். இங்க கொண்டாந்து போட்டாங்க. முதல்லெ எம்பிராய்டரி பிஸுனஸ் பண்ணிக்கிட் டிருந்தேன். ஒரு லட்சம் சம்பாரிச்சேன். எல்லாத்தெயும் சிநேகிதங்களுக்கு டிரிங்க்ஸ் வாங்கிக்குடுத்து அழிச்சேன். நா அதிகமாக் குடிக்கிறதில்லெ. ஆனா சிநேகிதங்களுக்கு வாங்கிக் குடுப்பேன். அப்புறந்தான் இந்த ஸ்டூடியோ. இதுவும் சரியா நடக்கல்லெ. இப்ப இதெ மூடிட்டு கூல்டிரிங்க்ஸ் கடெ வக்கலாம்னு இருக்கேன்.

இது எனக்கு ஏழாவது அட்மிஷன். கல்யாணம்ஆயி ரெண்டு வருஷம் ஆயாச்சு. குழந்தெ கெடையாது. பொண்டாட்டிக்குப் பேய் பிடிச்சிருக்கு. அதான் குழந்தெ இல்லெ. முதல்லெ இங்க வந்தது *1983*ல. ஒருத்தர் மேலெ பேய் வந்து சொல்லிச்சி. ஆஞ்சநேயர் கோவிலெ தெனத்துக்கும் மூணு தரம் சுத்தணும்னு சொல்லிச்சி. நா தெனத்துக்கும் நூத்திஎட்டுத் தரம் சுத்த

ஆரம்பிச்சேன். ஒரு மண்டலம் சுத்துனேன். மண்டலம்னா ஒங்களுக்குப் புரியுமான்னு தெரியல்லெ. ஒரு மண்டலம்னா நாப்பத்தி எட்டு நாள். கடைசி நாள் அண்ணெக்கி சாப்பாட்டுல முட்டெ ஆம்லெட் வச்சிக் குடுத்துட்டாங்க. அதான் மெண்டல் ஆயிட்டேன். அப்பத்தான் முதல்லெ மெண்டல் ஆனது. அதுக்கப்புறம் அடிக்கடி ஆயிட்டிருக்கு.

எனக்குப் பேயில எல்லாம் நம்பிக்கெ இல்லெ. பேய் என்னை ஒண்ணும் பண்ணிக்க முடியாது. நட்ட நடுராத்திரியில சுடுகாட்டுல நடக்கச் சொன்னாலும் நடப்பேன். ஆனா எம் பொண்டாட்டிக்கு என்னமோ பேய் பிடிச்சிருக்கு.'

நிலை: *35*

'நா ஒரு பாங்குல டப்திரியா இருக்கேன். நா வசந்தான்னு ஒரு பொண்ணெ இஷ்டப்பட்டேன். அவளும் பிரியப்பட்டா. ஆனா கல்யாணம் நடக்கல்லெ. வேற ஒருத்தனுக்கு அவளெக் கல்யாணம் பண்ணிவச்சிட்டாங்க. அவளுக்குக் கொழந்தெயே பிறக்கல்லெ. காதலிக்குறது ஒருத்தனை கல்யாணம் பண்ணிக் கிறது இன்னொருத்தனைன்னா எப்பிடிக் கொழந்தெ பிறக்கும்?

எனக்குச் சொந்தத்துல ஒரு பொண்ணெப் பாத்துக் கல் யாணம் பண்ணிவச்சாங்க. தனிக்குடித்தனம் போனோம். அவ அம்மா வீடு பக்கத்துலதான். ஒரு ஆறுமாசம் கழிச்சி அவ அடிக்கடி அவ அம்மா வீட்டுக்குப் போக ஆரம்பிச்சா.

ஒருநாள் கண்டுபிடிச்சேன் அவ கள்ளப் புருஷனெ வச்சிருக்காள்னு. அவம்பேரு கமலக்கண்ணன். அவனுக்கு நாலு லாரி இருக்கு. நா முதல்லெ டைவர்ஸ் பண்ணணும்னு நெனெச் சேன். அப்புறந்தான் ஒரு பொண்ணுக்கு வாழ்வு குடுத்திட்டு அதெ நடுவுல பறிச்சிக்கிர்றது தப்புன்னு தோணிச்சி. விட்டுட்டேன்.

கமலக்கண்ணனெ நா அடிக்கடி அவ அம்மா வீட்டுல பாத்திருக்கேன். முதல்லெ அவன்தான் என்னெ ஆளெவச்சி அடிச்சி இங்க கொண்டாந்து போட்டது. இது எனக்கு ஆறாவது அட்மிஷன்.

எம் பொண்டிட்டிய அவ போக்கில விட்டுட்டா ஒரு சிக்கலும் இல்லெ. கள்ளப் புருஷனெப்பத்திக் கேட்டா சண்டெ. அப்புறம் இங்க அட்மிஷன்.

இவ்வளவுக்கும் எனக்கு ரெண்டு பசங்க இருக்காங்க. அவங்க எம் பசங்களான்றதே சந்தேகமா இருக்கு. எல்லாம் என் தலையெழுத்து.

இப்ப சொல்றாங்க நா மெண்டல் ஆனதுனால எனக்குச் செக்குல ஸைன் போட்ற உரிமையில்லைன்னு. எழுதிக் குடுக்கச் சொல்றாங்க. எல்லாம் என் சொத்தெ அபகரிச்சிக்க திட்டம். நா மாட்டேன்னுட்டேன்.

எனக்கு இப்ப நாப்பத்திரெண்டு வயசு ஆறது. ஒண்ணரெ வருஷம் லீவு போட்டிருக்கேன். அதுக்கப்புறம் வாலண்டரி ரிடயர்மெண்ட் வாங்கிக்கிட்டு காசெ ஒரு மடத்துக்கு எழுதிக் குடுத்திட்டு அங்கயே இருந்துக்கலாம்னு இருக்கேன்.

நா செஞ்சதும் தப்புதான். ஒரு பொண்ணெக் காதலிச்சி இன்னொரு பொண்ணெக் கல்யாணம் பண்ணிக்கிட்டேன். அதனோட பலாபலனெத்தான் அனுபவிக்கிறேன். இதெப் பாத்தீங்களா? இடது கையில பச்சை குத்தின அடையாளம். வசந்தா என்ற இந்தப் பேரு என் காதலியோடது. முதல்லெயே ஒங்ககிட்ட சொல்லிட்டேன். அவளெக் கல்யாணம் பண்ணிக் கிட்டிருந்தேன்னா எந்தச் சிக்கலும் வந்திருக்காது.

இந்தப் பச்சை குத்தின கையெ ஒருநாள் எம் பொண்டாட்டி பாத்துட்டா. பெரிய சண்டையே ஆயிருச்சி. என்னமோ நா தான் பெரிய தப்பு பண்ணிட்ட மாதிரியும் அவ ரொம்பப் பத்தினியாட்டமுமாப் பேசினா. நா வசந்தாவெக் காதலிச்சேனே ஒழியத் தொட்டதில்லெ. என்னோட காதல் சினிமாவுல மாதிரி கட்டிப்புரண்டு லாட்ஜுல ரூம் எடுத்து அனுபவிச்சிக்கிர்ற காதல் இல்லெ. ஆத்மார்த்தமான காதல். ரெண்டு உள்ளங் களோட ஐக்கியம். உடல்ரீதியான இச்சை இல்லாத அசிங்கம் இல்லாத காதல். கள்ளப்புருஷனெ வச்சிருக்கிற சிறுக்கிக்கு இதெல்லாம் எங்க புரியப்போகுது?

எனக்கு ஒண்ணும் புரியல்ல. பொண்டாட்டி வேற ஒருத்த னோட போறதெ அனுமதிச்சா நா வெளி உலகத்துல இருக்க லாம். இல்லேன்னா இங்க இருக்கணும். வாழ்க்கெயே சீரழிஞ்சி போச்சி. கல்யாணம் சொர்க்கத்துல நிச்சயிக்கப்பட்றதாச் சொல் றாங்க. எனக்கு பொள்ளாச்சின்ற நரகத்துல நிச்சயமாச்சி. மனுஷ வாழ்க்கெ ஏன் இப்பிடி நாசமாப் போகணும்னு தெரியல்ல.

ஒரு சிநேகிதன் சொன்னான், மத்த ஜீவராசிக மத்தியில ஒரு இயற்கை நியதி இருக்குன்னு. பறவைகள் வாழ்க்கையிலயோ மிருகங்க வாழ்க்கையிலயோ ஒரு சிக்கலும் இல்லெ. முதல்லெ பகவான் இந்த ஜீவராசிகளுக்குன்னு ஒரு உலகத்தெப் படெச்சிக் குடுத்துட்டாரு. ஆகையினால அதுங்களோட வாழ்க்கெயில பிரச்சனை இல்லெ. ஆனா கடவுள் மனுஷனெப் படெச்ச பிறகு அவனுக்குன்னு ஒரு உலகத்தெ அமெச்சிக் குடுக்குறதுக்குள்ளெ

மனுஷன் தானா ஒரு உலகத்தெ அமெச்சிக்கிட்டான். அவன் பட்ட அவசரம்தான் மனுஷ வாழ்க்கெ சீர்குலைஞ்சிருக் குறதுக்குக் காரணம். சிநேகிதன் சொன்னது சரியாத்தான் இருக்கும்னு படுது. என்ன உலகமோ இது. வாழ்க்கெயில எவனும் நிம்மதியா இல்லெ.'

ரவீந்திரன்: 'ஒண்ணு சொன்னாக் கோபிச்சுக்க மாட்டீங் களே. நீங்க ஒங்க மனைவி மேலெ வச்சிருக்கிற சந்தேகம் பிரமை யான சந்தேகமா இருக்குறதுக்கு சாத்தியம் இருக்கில்லியா?'

நோயாளி: 'அவனவனுக்குப் பட்டாத்தான் தெரியும். நா நோயாளிங்குறதுனால நீங்க என்னெ எப்பிடி வேணும்னாலும் பேசலாங்குற உரிமெ உங்களுக்கு இல்லெ. கண் முன்னால நடக்குற அநியாயத்தெப் பிரமைன்னு சொல்றீங்க. இதே இன் னொருத்தனா இருந்தா அவளெ வெட்டிப்போட்டு போலீஸ்ல சரணடஞ்சிருப்பான். நானா இருக்கத்தொட்டு பொறுமையா இருக்கேன்.'

நிலை: 36

'எனக்கு ரெண்டு நாள் கடுமையாக் காய்ச்சலடிச்சது. ரெண்டு நாளும் தூக்கம் இல்லெ. அதுக்கப்புறம் ஆபீஸுக்குப் போக ஆரம்பிச்சேன். ஆனா ஒரு கிலி பிடிச்சிருச்சி ஆபீ ஸுக்குப் போன மனைவி திரும்பி வரமாட்டா, அவளுக்கு ஏதாச்சும் ஆயிரும், ஸ்கூலுக்குப் போன குழந்தெய யாராச்சும் கடத்திக்கிட்டுப் போயிருவாங்க அப்பிடீன்னு. பயம்னா அப்பிடியொரு பயம். ஒருநாள் மனைவியையும் குழந்தையெயும் எங்கயும் போக வேணாம், வெளியில ஆபத்து காத்துக்கிட்டிருக் குன்னு சொல்லி வீட்டுலேயே இருக்கச் சொல்லிட்டேன். அதுக்கப்புறந்தான் என் மனைவி என்னெ இங்க அழெச்சிக்கிட்டு வந்து சேத்திட்டா. பயத்துல நெஞ்சு படபடன்னு அடிச்சிக் கிச்சி. கைகாலெல்லாம் உதறல். உடம்புல வேர்வையாக் கொட்டிச்சி. How to Stop Worrying and Start Living எல்லாம் படிச்சிப் பாத்தேன். ஒண்ணும் பிரயோசனமில்லெ. பயத்துல புத்தகத்துல இருக்குறது மனசுல பதியல்ல. இப்ப கொஞ்சம் பயம் தெளிஞ்சிருக்கு. டிஸ்சார்ஜ் ஆயி வீட்டுக்குப் போனதும் மறுபடியும் Dale Carnegie படிச்சா உபயோகமாயிருக்கும். அந்தப் புத்தகத்தெ ஏற்கனவே படிச்சிருக்கேன். நல்ல புத்தகம். ஒவ்வொரு ஆலோசனெயும் ஒரு capsule மாதிரி, மொத்தம் ஒரு முப்பது ஆலோசனை இருக்கும். அதைச் சரியாப் புரிஞ்சிக்கிட்டாலே கவலையெல்லாம் பறந்திடும். வாழ்க்கையில அடிப்படையில

ஒரு பாதுகாப்பில்லாத தன்மை இருக்கு. வாழ்க்கையோட இந்த நிலையில்லாத தன்மெதான் அதனோட அழகு. ஆனா பயத்துல இருந்தப்ப இதெல்லாம் மறந்திருச்சி. இப்ப பரவாயில்ல.'

நிலை: 37

'எனக்கு ஆறு மாசத்துக்கு முன்னாடி ஒரு பிரெச்சனெ ஆரம்பமாச்சி. ஒடம்புல இருந்து ஒரு துர்வாடை. வேர்வையும் மூத்திரமும் கலந்த நெடி. என் ஆபீஸ்ல லேடீஸ் எல்லாம் வேலெ பாக்குறாங்க. எல்லாரும் என்னெத் தவிர்த்தாங்க. கிட்ட வரல்ல. விலகி விலகிப் போனாங்க. நா ஒரு டாக்டர்கிட்ட போயி டெஸ்ட் பண்ணிக்கிட்டேன். யூரின் டெஸ்ட் நார்மலா இருந்துச்சி. வேர்வெ நாத்தம் அதிகமா இருந்தா லேசா சட்டையில செண்ட் பூசிக்குங்கன்னு டாக்டர் சொன்னாரு.

கடைசியில ஒண்ணு சொன்னாரு. ஒங்க கிட்டயிருந்து எனக்கு ஒண்ணும் நாத்தம் வரல்லெ; எல்லாம் ஒங்க மனபிரமையா இருக்கும்னு. நா சில சிநேகிதங்ககிட்ட கேட்டேன். அவங்களும் டாக்டர் சொன்ன மாதிரித்தான் சொன்னாங்க.

அப்புறம் வாயிலேர்ந்து துர்வாடை அடிக்கிற மாதிரி இருந்திச்சி. நா ஸ்மோக்கர். அடிக்கடி பல் துலக்குறது, மௌத் வாஷ் உபயோகிக்கிறது எல்லாம் பண்ண ஆரம்பிச்சேன். வாய் துர்நாற்றமெல்லாம் ஒண்ணும் இல்லைன்னு சிநேகிதங்க சொன்னாங்க. வாய் பிரச்சனை பெரிய பிரச்சனையா இல்லெ. ஆனா இந்த ஒடம்புலேர்ந்து வர்ற கெட்ட வாடெ அருவருப்பா இருந்திச்சி. குப்புன்னு அடிக்கும். அது எப்பிடி மத்தவங்களுக்குப் பரவாம இருக்கும், எனக்கு மட்டும் நாத்தம் எப்பிடி அடிக்கும்னு தெரியல்ல.

அப்புறந்தான் ஒரு சிநேகிதர் இங்கெ சிகிச்செ எடுத்துக்கிடச் சொன்னாரு. நா ஒரு out patientதான். பதினஞ்சு நாளெக்கி ஒரு தரம் வந்து மருந்து வாங்கிட்டுப் போறேன். இங்க இருக்குற சோஷியல் ஒர்க்கர் சொல்றாரு, 'மத்தவங்களா வந்து ஒங்களுக்குத் துர்நாற்றம் இருக்குன்னு சொன்னாலொழிய நீங்களா எந்த முடிவுக்கும் வரக்கூடாது. நீங்க பாட்டுக்கு மருந்து சாப்பிட்டுக்கிட்டு வேலெக்கிப் போய்க்கிட்டிருங்க. யாரும் ஒங்களெத் தவிர்க்கல்ல. எல்லாம் ஒங்க பிரமைதான். யாரும் பொதுவா மத்தவங்களெ வெறுக்க மாட்டாங்க. மத்தவங்க மேலெ முழு நம்பிக்கை வைங்க'ங்குறாரு. இப்ப முந்தி மாதிரி அவ்வளவு இல்லேன்னாலும் இப்பவும் திடீர்னு குப்புன்னு ஒரு வாடெ அடிக்குது. இது எப்ப தீருமோன்னு தெரியல்ல.'

காட்சி: 14

ஓர் இருபத்து ஐந்து வயது வாலிபர்; தனி அறையில் அடைக்கப்பட்டிருந்தவர்; பிறவி உறுப்பை இரு கைகளாலும் மூடி மறைத்துக்கொண்டிருந்தார். வார்டர் ஒருவர் அவரை எங்கோ அழைத்துச் சென்றுகொண்டிருந்தார்.

காட்சி: 15

ஒரு மூலையில் ஒரு நோயாளி. கண்கள் சிவந்திருந்தன 'என் அப்பாவெ யாரோ போட்டு அடிக்கிறாங்க. என் கண் முன்னாலே நல்லாத் தெரியுது. அவரெ யாராச்சும் காப்பாத் துங்க. சிஸ்டர், அவரெக் காப்பாத்துங்க' என்று அலறியவாறு மூர்ச்சையாகி விழுந்தார்.

காட்சி: 16

நோயாளிகள் இருக்கும் வார்டிலிருந்து ஒருவருக்கு அடி விழும் சத்தம். 'என்னெ விட்டிரு. அடிக்காதே. இனியொரு தரம் அப்பிடிச் செய்ய மாட்டேன்' என்ற அலறல். செவிலி வார்டுக்கு விரைந்தாள்.

காட்சி: 17

வார்டில் படுக்கையில் இருந்த நோயாளி ரவீந்திரனை நோக்கி, 'நீங்க சிவாஜி காலனி பக்கத்திலேர்ந்து வர்றீங்களா?' என்று வினவினார். ரவீந்திரன் 'இல்லை' என்றார். நோயாளி, 'ம் நீங்க பிரயோசனப்படமாட்டீங்க' என்றார்.

இன்னொரு நோயாளி 'நீங்க பத்திரிகை நிருபரா?' என்று வினவினார்.

நிலை: 38

'நா யேசுநாதர் அருள் பெற்றவன். நா பாத்ரூமுல ஒரு தரம் தடுக்கி விழுந்தேன். அப்ப மயக்கமா இருந்திச்சி. அப்ப தான் யேசுநாதர் அருள் எனக்கு முழுமையாக் கெடெச்சது.

நா என் அப்பாகிட்ட சொன்னேன். 'Pastor வந்திருக்காரு. அவரெக் கவனிங்க'ன்னு. 'யாரும் வரல்ல. சேர் காலியாகத்தான் கெடக்கு'ன்னுட்டாங்க. என் கண் முன்னால Pastor இருந்தாரு. இவங்களுக்குத்தான் தெரியல்ல. 'Pastor வந்திருக்காரு. எழுந்து

நின்னு மரியாதெ குடுங்க'ன்னேன். 'ஏன் ஒளர்றே?'ன்னு கேட்டாங்க.

ஒரு சிநேகிதன் எங்க வீட்டுக்கு வந்திருந்தான். காப்பி சாப்பிட்டுக்கிட்டிருந்தான். 'இந்தக் காப்பி பாலா மாறும் பார்'ன்னேன். அவன், 'போடா ஒன் வேலையெப் பாத்துக் கிட்டு'ன்னுட்டான்.

நா சின்ன வயசுல செஞ்ச தப்புக்கெல்லாம் சாமிகிட்ட மன்னிப்புக் கேட்டுக்கிட்டேன். ராத்திரி ஒரு மணி வரைக்கும் ஜெபம் பண்ணுனேன். பைபிள் படிச்சேன். என்னெச் சுத்தி உள்ளவங்க என்னெ நம்பல்ல. ஆகையினாலேயே நா அவங்களெ நம்பல்ல. குடிக்கத் தண்ணி குடுத்தாக்கூட ஒரு முறெ நல்லா செக் பண்ணிக்கிட்டுத்தான் குடிப்பேன்.

நா ஒரு ஸ்ட்ரிக்ட் பாப்டிஸ்ட். ஒரு மனுஷ காரியம் தேவனுக்கு ஒப்பானதான்னு யோசிப்பேன். பரிசுத்த ஆவியெ முழுமையா உணரணும்னு ஒரு ஆசெ. நா சில போலிக் கிறிஸ்தவங்க போலில்ல. ஒரு ஸ்ட்ரிக்ட் பாப்டிஸ்ட். ஒவ்வொரு மனுஷ காரியமும் புதிய ஏற்பாடு பிரகாரம் இருக்குதான்னு உறுதி படுத்திக்கிட்டிருக்குறதுதான் என் வாழ்க்கையோட பணி.

தேவனோட ஐக்கியமானவங்களுக்குச் சாத்தான் தொல்லெ குடுக்குறது சகஜம். ஆகையினாலதான் நா இந்தப் பைத்தியக்கார ஆஸ்பத்திரியில இருக்கேன்.'

நிலை: *39*

'நா இங்க அவுட் பேஷண்டாத்தான் சிகிச்செ எடுத்துக்கிட்டிருக்கேன். எனக்கு செக்ஸ்ல ஒரு சின்னப் பிரச்சனெ.

நா ஒரு உள்சுருங்கிய மாதிரி. பெண்களோட எல்லாம் அதிகமாப் பழகாதவன். காலேஜுல படிக்கிறப்ப சைட்கூட அடிச்சதில்லெ.

எனக்குக் கல்யாணம் ஆயி பத்து வருஷம் ஆகுது. இது வரெ எங்களுக்குள்ளெ ஒரு பிரச்சனையுமில்லெ. இப்ப இப்ப எம் பொண்டாட்டிகூட உடலுறவு வச்சிக்கிறெ சமயத்துல வேற யாரோ பொண்ணு ஞாபகம் வருது. என் மாமியார், இல்லேன்னா சினிமா ஸ்டார், இல்லேன்னா மார்க்கெட்டுல பாத்த ஏதோ ஒரு பொண்ணு இப்பிடி. எம் பொண்டாட்டிகூட படுக்குற மாதிரி இல்லெ. உடலுறவு அருவருப்பா இருக்கு. உடலுறவு முடிஞ்சதும் ஒரு குற்ற உணர்வு வேற வருது. அண்ணெக்கி ராத்திரி ஒரே மன உளைச்சலா இருக்கு. தூக்கம் போயிருது.

அடுத்தநாள் ஆபீஸுக்குப் போனா வேலெ செய்றது சிரமமா இருக்கு. அண்ணக்கிப் பூரா மனசு ஒரு நிலையில இருக்குற தில்லெ.

ஓங்களுக்கு ஆதவன் என்ற எழுத்தாளரெத் தெரியுமோ? நல்ல நல்ல கதைகள்லாம் எழுதியிருக்காரு. அவரோட நாவல் ஒண்ணு ரஷ்ய மொழியில கொண்டாந்திருக்காங்க. அவரு ஒரு கதையில இந்தப் பிரச்சனையெத் தொட்டிருக்காரு. கதை படிக்கிறதுக்கு நல்ல இருக்கு. ஆனா அதெ நிஜ வாழ்க்கையில அனுபவிக்கிறதுதான் நரக வேதனையா இருக்கு.

நா ஒரு ஸ்திரீலோலனா இருந்து எனக்கு இந்த மாதிரி ஒரு பிரச்சனெ இருந்ததுன்னா இயல்பா எடுத்துக்குவேன். நா கிட்டடத்தட்ட ஒரு ஏகபத்தினி விரதன். எனக்குப் போயி இப்பிடி யாறதுதான் ஆச்சரியமாகவும் எரிச்சலாவும் இருக்கு.

என் பொண்டாட்டிகிட்ட இதெப்பத்தி இன்னும் சொல் லல்லெ. அவ எப்பிடி எடுத்துக்குவாளோன்னு பயமா இருக்கு.

எங்க மொழியில ஒரு பழமொழி சொல்லுவாங்க, மூக்கெப் பொத்திக்கிட்டு நரகலைச் சாப்பிட்ற மாதிரின்னு. அந்த மாதிரிதான் என் பிரச்சனை இருக்கு.'

நிலை: 40

ஒரு நோயாளி தன் மனைவி கொண்டு வந்திருந்த சாப் பாட்டைச் சாப்பிட்டு முடித்துவிட்டு வார்டுக்குத் திரும்பினார். ஸ்டெல்லா அவரது மனைவியிடம் அவரைப் பற்றிக் கேட்டாள். நோயாளியின் மனைவி சொன்னது.

'அவர்கிட்ட எனக்கு ஏகப்பட்ட பிரச்சனெ. பதினாறு வருஷமாப் பிரச்சனெ. கடைசியில இப்பத்தான் இங்க கொண்டாந்து சேக்க முடிஞ்சது. நல்லபடியாக் குணம் ஆக்கி வீட்டுக்கு அனுப்பிச்சாங்கன்னா புண்ணியமா இருக்கும். கல்யாணம் ஆனதிலேர்ந்தே மனுஷன் சுவாதீனமா இல்ல.

ஒவ்வொரு காரியத்தெயும் பத்துப் பத்துத் தரம் எண்ணிச் செய்வாரு. எரிச்சலா வரும். மெதுவான குரல்லெ நம்பரெ வேற எண்ணிக்கிட்டிருப்பாரு.

வீட்டுக் கதவுகளெ பத்துத் தரம் மூடித் திறந்துகிட்டிருப்பாரு. தண்ணி குடிக்கிறப்ப பத்துத் தரம் டம்ப்ளரெக் கீழெ வச்சி வச்சிக் குடிப்பாரு. காப்பி, பால் எது குடிச்சாலும் இதே

கதைதான். சாப்பிடக் கூப்பிட்டா லேசுல வர மாட்டாரு. என்னோட சதா சண்டெ போட்டுக்கிட்டே இருப்பாரு.

ராத்திரி எந்திரிச்சி என்னெ உசுப்பிவிட்டு கதவு சாத்தி யிருக்கான்னு பாக்கச் சொல்லுவாரு. நா தூக்கக் கலக்கத்துல மாட்டேன்னுட்டேன்னா அசாத்தியக் கோபம் வந்திரும். மேஜெ மேலெ வாட்செக் கழட்டி ஒரு குறிப்பிட்ட இடத்துலதான் வப்பாரு. அதெக் கொஞ்சம் அந்தப் பக்கம் இந்தப் பக்கம் நகத்திட்டாக்கூட கத்தோ கத்துன்னு கத்தி ஊரெக் கூட்டிருவாரு.

திடீர்னு அந்தரத்துல கையெக் காட்டி, ‘அங்க என்ன இருக்கு; பார்’ன்னு சொல்லுவாரு. ஒண்ணுமில்லேன்னு சொன்னாக் கேக்கமாட்டாரு. மறுபடியும் பாக்கச் சொல்லுவாரு.

பல்லு துலக்குறப்ப பத்துத் தரம் எண்ணுவாரு. கொஞ்சம் இடைவெளி விடுவாரு. மறுபடியும் பத்துத் தரம் எண்ணுவாரு. சாப்பிறடப்ப பத்துக் கவளம் எண்ணிச் சாப்பிடுவாரு. அப்புறம் திரும்பவும் பத்துத் தரம் எண்ணுவாரு.

குடிக்கத் தண்ணி கொண்டாரச் சொல்லுவாரு. கொண் டாந்தா ‘வேணாம் கீழே கொட்டிரு’ம்பாரு. கொட்டாமப் பக்கத்துல வச்சாக் கோபம் வந்திரும். ‘நா கொட்டச் சொல்றது காதுல விழல்ல?’ன்னு ஒரே சத்தம்.

ஒரு தரம் குளிச்சிட்டு பாத்ரூமுல இருந்து அம்மணமா வந்துட்டாரு. நல்ல வேளெ யாரும் பாக்கல்ல.

ராத்திரி படுக்க வந்தா சுண்டு விரலால என் இடது கையில பத்துத் தரம் தட்ட ஆரம்பிச்சிருவாரு, நா எரிச்சல் பட்டு எந்திரிச்சிப் போயிருவேன். என் பின்னாலயே வந்து எந்த நம்பர்ல விட்டாரோ அந்த நம்பர்லேர்ந்து ஆரம்பிச்சிப் பத்து முடியிறவரெக்கும் தட்டி முடிச்சதுக்கப்புறந்தான் அவருக்கு நிம்மதி கெடெக்கும்.

இவரோட எப்பனாச்சும் சைக்கிள்ல போனாலும் இதே கதைதான். பெடலப் பத்துத் தரம் எண்ணிச் சுத்தி பிறகு கொஞ்சம் விட்டு மறுபடியும் பத்துத் தரம் மிதிப்பாரு.

எம் மேலெ கொஞ்சம்கூட அக்கறை இல்ல. எனக்கு ஒடம்புக்கு முடியல்லேன்னா டாக்டர்கிட்டகூட அழெச்சிக் கிட்டுப் போகமாட்டாரு.

‘ஏன் இந்த மாதிரி இருக்கீங்க?’ன்னு கேட்டா ‘எனக் கென்ன, நா நல்லாத்தானே இருக்கேன்’ம்பாரு.

இங்கெ கூட்டியர்றதுக்குள்ளெ பெரும்பாடாப் போயிருச்சி. ‘என்னெ இங்க அடெச்சி வச்சிட்டு நீ யார் கூடவோ ஜல்ஸா

செய்யலாம்னு பாக்குறியா?'ன்னு ஒரே கலாட்டா. நானா இருக்கத்தொட்டு இவரெ இவ்வளவு நாள் சகிச்சுக்கிட்டிருக் கேன். இதே ஒரு படிச்ச பொண்ணா இருந்தா ஆறே மாசத்துல கை கழுவிட்டுப் போயிருப்பா. ஆனா எனக்குத்தான் மனசு கேக்கல. ஒரு விதத்துல பரிதாபமாவும் இருக்கு. இன்னொரு விதத்துல ஆத்திரமாவும் இருக்கு.'

நிலை: 41

நோயாளி: 'இது எனக்குப் பத்தாவது அட்மிஷன்னு நெனெக்கிறேன். நா seamanஆ இருந்தேன். நெறெய இடங் களுக்குப் போயிருக்கேன். எனக்குத் திடீர்னு மறதி ஜாஸ்தியாப் போச்சு. ஒரு தரம் பெயிண்ட் அடிச்சிக்கிட்டிருந்தேன். எங்க விட்டேன்னே ஞாபகம் வரல்ல. தூங்கி அடுத்தநாள் எந்திரிச் சதுந்தான் ஞாபகத்துக்கு வந்தது. அவங்களே லீவு குடுத்து ஊருக்கு அனுப்பிச்சி வச்சாங்க. இங்க வந்து சிகிச்செ எடுத்துக் கிட்டு மறுபடியும் போய்ச்சேந்தேன். கொஞ்ச நாள்ல திரும்பவும் பழையபடி ஆச்சி. அவங்களே வேலையிலேர்ந்து எடுத் திட்டாங்க. மறுபடியும் இங்க வந்திட்டேன்.

எனக்கு மறதி மட்டும் பிரச்சனையா இருக்கும்னு தோணல்ல. வெறும் மறதியா இருந்தா எதுக்கு ஷாக் எல்லாம் குடுக்கணும்? ஆனா இப்போதய பிரச்சனெ மறதிதான்.

Seaman-ஆ இருந்தப்ப நல்லா இருந்திச்சி. கனடாவுல மனக்கோளாறுக்கு நல்ல வைத்தியம் பாக்குறாங்கன்னு கேள்வி. அங்க என்னமோ போக முடியாமப் போச்சி.

நா டூர் போயிருக்கேன். ப்ளேன்ல அரபு நாடுகளுக்கு கெல்லாம் போயிருக்கேன். ஒரு தரம் Frankfurt கூடப் போயிருக் கேன். இப்பிடி ஆனத்துக்கப்புறம் பழைய வாழ்க்கெயே அஸ்த மிச்சிப்போச்சி.

கொஞ்ச நாள் மெட்ராஸ்ல – அதுதான் எங்க சொந்த ஊர் – ஹார்பார்ல Tally Clerk-ஆ வேலெ செஞ்சேன். மறுபடி யும் இந்த மாதிரி ஆச்சி. கொஞ்சநாள் ஊர்லயே சீட்டுக் கம்பெனி வச்சி நடத்துனேன். இப்ப மூணு மாசமா இங்க இருக்கேன். கல்யாணமாயி எனக்கு ரெண்டு பசங்க இருக்காங்க. இப்ப டிஸ்சார்ஜ் ஆனதுக்கப்புறம் ஹார்பார்லயே மறுபடியும் வேல தேடலாம்னு உத்தேசம்.'

ரவீந்திரன்: 'பயணம்குறது ஒரு நல்ல அனுபவம்னு சொல்லு வாங்க. ஒங்க பயண அனுபவங்களெப்பத்திச் சொல்ல முடியுமா? நீங்க நெறெய ஊர் பாத்திருக்கீங்க.'

நோயாளி: 'சொல்றதுக்கு ஒண்ணுமில்லெ. எல்லாம் துண்டு துண்டா ஞாபகம் வருது. கோர்வையாச் சொல்ல முடியுமான்னு தெரியல்ல.'

நிலை: 42

ரவீந்திரன்: 'ஒங்க பேரென்ன?'

நோயாளி: 'வேலு.'

அவரது உதடுகள் அசைந்துகொண்டிருந்தன மௌனமாக.

ரவீந்திரன்: 'நீங்க ஏதோ பேசிக்கிட்டிருக்கீங்க.'

நோயாளி: 'இல்லியே.'

ரவீந்திரன்: 'எதுவரெ படிச்சிருக்கீங்க?'

நோயாளி: 'எஸ்.எஸ்.எல்.ஸி.வரெ படிச்சிருக்கேன்.'

ரவீந்திரன்: 'ஏதாச்சும் வேலெ பாத்திருக்கீங்களா?'

நோயாளி: 'இந்த M.E.S.ல A.E. வேலெ ஏதாச்சும் கெடெச்சாச் செஞ்சிருப்பேன்.'

ரவீந்திரன்: 'ஒங்க வயசு என்ன?'

நோயாளி: 'இருவத்தஞ்சி, முப்பத்தஞ்சி இல்லைன்னா நாப்பத்தஞ்சி.'

ரவீந்திரன்: 'இங்க எவ்வளவு நாளா இருக்கீங்க?'

நோயாளி: 'என்ன கேட்டீங்க? நைட்ல நல்லாத்தான் தூங்குறேன்.'

ரவீந்திரன்: 'நீங்க இங்க எவ்வளவு நாளா இருக்கீங்கன்னு கேட்டேன்.'

வேலுவின் உதடுகள் மீண்டும் மௌனமாக அசைந்து கொண்டிருந்தன. உரையாடலின் சங்கிலியை அவரால் தொடர முடியவில்லை.

ரவீந்திரன்: 'ஒங்களுக்கு என்ன கஷ்டம்? எப்பிடி இங்க வந்தீங்க?'

நோயாளி: 'எனக்கு ஊட்டி ஆஸ்பத்திரியில ஒரு ஆபரேஷன் ஆச்சி. டாக்டருங்க என் ஒடம்பெ மாத்திட்டாங்க. பிரேத அறையிலேர்ந்து ஒரு பிரேதத்தோட ஒடம்பெ எம் மேலெ பொருத்திட்டாங்க. அது ஒரு பிரேதம்னும் சொல்றதுக்கில்லெ. மூணு வேற வேற பிரேதங்களோட உடலுறுப்புகளெ எம் மேலெ பொருத்தி நான் என்குற ஒண்ணெ இல்லாமப் பண்ணிட்டாங்க.'

ரவீந்திரன்: 'நீங்க வேலுதானே?'

நோயாளி: 'ஆமா, நா வேலுதான். ஆனா வேலு நா இல்லெ. வேற ஏதோ ஓடம்புதான் என்னோடதா இருக்கு. இது என்னோட மூளெ இல்லெ. நா முந்தி நல்லா இருந்துக் கிட்டிருந்தேன். ஓடம்பெ மாத்தினதுக்கப்புறம் சீராச் சிந்திக்க முடியல்ல. நா நாம்பாட்டுக்கு இருக்கேன். மத்தவங்க என்ன சொல்றாங்குறதுகூடச் சிலவேளைகள்ல புரியமாட்டேங்குறது. இந்த டாக்டர் மட்டும் ஓடம்பெ மாத்தாம இருந்திருந்தா எனக்கு இப்பிடி ஒரு நெலெ ஏற்பட்டிருக்காது.'

அவரது உதடுகள் மீண்டும் மௌனமாக அசைந்து கொண்டிருந்தன.

நிலை: *43*

பெண்கள் பகுதியில் ஒரு நோயாளியின் தகப்பனாரை ஸ்டெல்லா பேட்டி கண்டு கொண்டிருந்தாள்.

தகப்பனார்: 'எம் பொண்ணுதான் உள்ளெ இருக்கா. பாத் துட்டுப் போலாம்னு வந்தேன். அவளால எங்களுக்கு ரொம்பக் கஷ்டம். அவளுக்குத் திடீர் திடீர்னு என்னமோ ஆகுது. அவளோட புருஷனெ நெனெச்சாத்தான் ஆத்திரமா வருது. அவளெச் சரியாவே கவனிச்சிக்க மாட்டான். அவளுக்குச் சரியில்லாம போயிட்டா எங்ககிட்ட கூட்டியாந்து விட்டுட்டு ஜாலியாப் போயிருவான். இவன்லாம் ஏன் கல்யாணம் பண்ணிக்கிட்டான்னே தெரியல்ல.

முதல்லெ *1979*ல எம் பொண்ணுக்குப் புத்தி மாறாட்டம் ஏற்பட்டிச்சி. தீபாவளி அண்ணெக்கிக் காலையில எண்ணெ தேச்சிக் குளிச்சி கோடி உடுத்தி பூசெ செஞ்சிருக்காங்க. அப்பவே லேசா ஒரு மாதிரி இருந்திருக்கா. பட்டாசு வெடிச் சத்தம் கேக்கக் கேக்கக் குதிக்க ஆரம்பிச்சிட்டாளாம். ஒரு வாரம் வித்தியாசமாக நடந்துகிட்டிருக்கா. புருஷன்காரன் எங்க வீட்டுக்குக் கொண்டாந்து விட்டுப்போயிட்டான். நாங்க அவளெ ரொம்ப அன்பாக் கவனிச்சிக்கிட்டோம். ஒரு வாரத்துல தானா அவ நல்ல ஆயிட்டா. அப்புறந்தான் அவளுக்கு எல்லாம் ஞாபகம் வந்திச்சி. புருஷன் வீட்டுக்குப் போகணும், அவருக்கு யாரு சாப்பாடு பண்ணிப்போடுவான்னு ஒரே அடம். அந்தாளுக்குத் தான் இவ மேலே பிரியமில்லெ. சரின்னு புருஷன் வீட்டுக்கு அனுப்பிச்சி வச்சோம்.

திரும்பவும் *1983*ல ஒரு தரம் பழையபடி ஆயிருச்சி. வீட் டோட ஒரு திருவிழாவுக்குப் போயிருந்திருக்கா. அதிர்வேட்டுச் சத்தம் கேட்டதும் குதிக்க ஆரம்பிச்சிருக்கா. பல்லெ நரநரன்னு

கடிச்சிருக்கா. வெறி வந்தமாதிரி கைகாலெயெல்லாம் பயங்கரமா ஒதற ஆரம்பிச்சிருக்கா. 'ராஜீவ் காந்திக்கு ஜே'ன்னு ரெண்டு மூணு வாட்டி கத்தியிருக்கா. அவ்வளவு போதும். புருஷங்காரன் ஒடனே எங்க வீட்டுக்குக் கூட்டியாந்து விட்டுட்டான். இந்தத் தரம் தானாச் சரியாப் போகல்ல. நாங்க சாமியார் ஒருத்தர்கிட்ட அவளெ அழெச்சிக்கிட்டுப்போனோம். அவரு தாயத்தெல்லாம் கட்டினாரு. பூசெ சமயத்துல அவ சாமியாரையே ஒதெக்கப் போயிட்டா. அவளெக் கட்டுப்படுத்துறது பெரிய பிரச் சனையாப் போயிருச்சி. தெரிஞ்சவர் ஒருத்தர் சொன்னார்னு ஒரு மனோதத்துவ டாக்டர்கிட்ட அழெச்சிக்கிட்டுப் போனாம். ஒரு மாசம் மருந்து சாப்பிட்டதும் புத்தி மாறாட்டம் தெளிஞ் சிருச்சி. அப்புறம் நாங்க கொஞ்ச நாள் வீட்டுலேயே ஓய்வில இருக்கச் சொன்னோம். கேக்கல. புருஷன் வீட்டுக்குப் போயிட்டா.

ஆனா மறுபடியும் 1988ல பிரச்சனையாயிருச்சி. சாமி ஊர்வலம் வந்திச்சாம். அதிர்வேட்டுச் சத்தம் கேட்டதும் ஆர்ப் பாட்டம் போட ஆரம்பிச்சிருக்கா. அவ மேலெ அங்காளப் பரமேஸ்வரி வந்திச்சாம். வீட்டுக்காரரு, மாமனார், மாமியாரெ யெல்லாம் ஆசீர்வாதம் பண்ண ஆரம்பிச்சிருக்கா. புருஷங்காரன் இந்தத் தடவெ அரண்டு போயி எங்ககிட்ட அழெச்சிக்கிட்டு வந்துட்டான். நாங்க போன தடவெ போன மனோதத்துவ டாக்டர்கிட்டயே அழெச்சிக்கிட்டுப்போனோம். ஒரு மாசத்துல நல்ல ஆயிட்டா. புருஷன் வீட்டுக்கு அனுப்பிச்சி வச்சிட்டோம். டாக்டர் சொன்னாரு தொடர்ந்து மாத்திரைங்க சாப்பிடணும்னு. ஆனா அதுக்குள்ளெ இவ புருஷன் வீட்டுக்குப் போயிட்டா. புருஷன் வீட்டுல மாத்திரெ சாப்பிட்றதுக்கெல்லாம் முடியாது. சரியாக் கவனிச்சிக்கவும் மாட்டாங்க.

ஆனா இப்ப கொஞ்ச நாளெக்கி முந்தி வந்ததுதான் ரொம்ப ஆச்சரியம். பட்டாசு, அதிர்வேட்டுச் சத்தம் எல்லாம் ஒண்ணுமில்லெ. ஒருநாள் அதிகாலையில எந்திரிச்சி குழாய் கிட்ட போயித் தண்ணி பிடிச்சி வாளி வாளியாத் தலையில ஊத்திக்கிட்டு முகமெல்லாம் மஞ்ச பூசிக்கிட்டு, 'நா அங்காளப் பரமேஸ்வரி வந்திருக்கேன். எங்கால்லெ விழுந்து கும்பிடுங்க'ன்னு புருஷங்கிட்ட மாமனார் மாமியார்கிட்டயெல்லாம் சொல்லி ஒரே அமர்க்களம். அடுத்த நாள் எல்லார் கால்லேயும் இவளே விழுந்து கும்பிட ஆரம்பிச்சிருக்கா, 'நா பாவம் செஞ்சிருந்தா என்னெ மன்னிச்சுக்குங்க'ன்னு. மனுஷாள் கால்லெ விழுந்தது கூடப் பெரிசில்லெ. கோழிக் கூடை கிட்ட போயி ஒரு கோழிகிட்ட விழுந்து 'நா தப்பு செஞ்சிருந்தா மன்னிச்சிக்க'ன்னு சொல்லியிருக்கா.

இந்த முறை புருஷங்காரன் ரொம்பக் கோபமாக் கொண்டாந்து விட்டான்.

'ஒரு பைத்தியத்தெத் தலையில கட்டிவச்சிட்டீங்க, நீங்களும் ஆச்சி. ஒங்க பொண்ணுமாச்சி. இனிமெ கொண்டாந்து விடாதீங்க'ன்னு கத்திட்டுக் கௌம்பிட்டான்.

இந்தத் தடவெ நாங்க பழைய மனோதத்துவ டாக்டர் கிட்டப் போகல்ல. நேர இங்க கொண்டாந்து சேத்துடோம். தனியா மருத்துவம் பாத்துக்கிட்டா நெறெயச் செலவாகுது. நா ஒரு கம்பெனியில சாதாரண குமாஸ்தா. எம் பொண்ணுக்கு நிரந்தரமா விடிவுகாலம் வருமான்னே தெரியல்ல.

சாமின்னா நாலு பேருக்கு நல்லது செய்யும்னு அர்த்தம். எம் பொண்ணு விஷயத்துல இது எதிர்மாறா இருக்கு. நா கஷ்டப்படணும்னு இருக்கு. எல்லாம் எந் தலையெழுத்து.'

நிலை: *44*

'எனக்குப் பொதுவாவே பயந்த சுபாவம். ஸ்கூல்ல வாத்தி யார்கிட்ட பயம். வீட்டுல அப்பான்னா சிம்ம சொப்பனம். வேலையில ஆபீசர்னா பயம். ஆனா வாழ்க்கெ சிக்கலில்லாம ஓடிக்கிட்டிருந்திச்சி. கல்யாணம் ஆயி தனிக்குடித்தனம் போனப்ப ஒரே பயம், என்னால தனியாக் குடும்பத்தெச் சமாளிக்க முடியுமான்னு. ஆனா எல்லாம் சிக்கலில்லாமப் போய்க் கிட்டிருந்திச்சி.

முந்தாநாள் சைக்கிள்ல ஆபீசுக்குப் போய்க்கிட்டிருந்தேன். அப்ப ஒரு குரல்; ஆபீசர் குரல்: 'நீ இண்ணைக்கி ஆபீசுக்கு வந்தே ஒன்னெத் தொலச்சிக் கட்டியிருவேன்.' திரும்பிப் பாத்தா ஆபீசரு இல்லெ. ஒண்ணுமில்லெ. ஆனா அவரு குரல் மட்டும் கேட்டிச்சி. சைக்கிளெ நிறுத்திட்டேன். திரும்பி வீட்டுக்குப் போலாம்னா 'வீட்டுக்குப் போனா மட்டும் அங்கெ ஒனக்கு நல்லதா காத்துகிட்டிருக்கப்போகுது'ன்னு ஒரு குரல். மனசெத் தைரியம் பண்ணிக்கிட்டு பக்கத்து பங்க் கடையில ஒரு சோடா குடிச்சிட்டு என் சிநேகிதன் ஆபீசுக்குப் போனேன். அவன்தான் நேத்து என்னெ இங்க கொண்டாந்து சேத்தான். இப்பவும் குரல் கேக்குது யாரோ கிசுகிசுக்கிற மாதிரி. ஆனா முதல்ல ஏற்பட்ட மாதிரித் தெளிவா இல்ல.

இது எப்பிடி ஏற்பட்டதுன்னு தெரியல்ல. ஒருவேளெ பயந்த சுபாவமா இருந்தா இந்த மாதிரியெல்லாம் வருமோ என்னமோ.'

நிலை: 45

ரவீந்திரன்: 'ஒங்க பேரு என்ன?'

நோயாளி: 'சந்திரன்.'

ரவீந்திரன்: 'என்ன படிச்சிருக்கீங்க?'

நோயாளி: 'பி.ஈ'

ரவீந்திரன்: 'இங்க எப்பிடி வந்தீங்க?'

நோயாளி: 'ஒரு காலையில எங்க அண்ணன் என்னெ இங்க கொண்டாந்து சேத்துட்டுப் போயிட்டான்.'

ரவீந்திரன்: 'ஒங்களுக்கு என்ன பிரச்சனெ?'

நோயாளி: 'தெரியல்ல. எங் கையெப் பாருங்க. துண்டு பீடி அடிச்சி நெருப்புக் காயம் விரல்லயெல்லாம் இருக்கு. ஒங்க கிட்ட ஒரு சிகரெட் இருக்குமா? முழுஸ்ஸா ஒரு சிகரெட் பாத்து ரொம்ப நாளாகுது.'

ரவீந்திரன்: 'ஸாரி, எனக்கு சிகரெட் பழக்கமில்லெ.'

நோயாளி: 'சரி, பரவாயில்லெ. யாரு சொல்லி நீங்க என்னெப் பாக்க வந்தீங்க? நீங்க யாரோட உளவாளி?'

ரவீந்திரன்: 'நா வேவு பாக்க வரல்ல. பொதுவா இங்க உள்ளவங்க பிரச்சனெயெத் தெரிஞ்சுக்கலாம்னு வந்திருக்கேன். சரி, இப்ப டிஸ்சார்ஜ் ஆனதும் என்ன வேலெ பாக்கப்போறீங்க?'

நோயாளி: 'எனக்குத் தையல் வேலெ தெரியும்.'

ரவீந்திரன்: 'பி.ஈ. படிச்சிட்டுத் தையல் வேலெக்காப் போப் போறீங்க?'

நோயாளி: 'இல்லெ. எனக்கு டிராயிங் வேலெயும் தெரியும். டிராயிங்னா படம் வரெயிறது இல்லெ. கட்டிட டிராயிங். நா சைன்டிஸ்டாவும் வேலெ செய்ய முடியும்.'

ரவீந்திரன்: 'நீங்க எதுக்காக இங்க இருக்கீங்கன்னு தெரியல்ல.'

நோயாளி: 'தெரியல்ல. தோ அங்க பாருங்க. அவரு எங்க அப்பா. என்னெப் பாக்க வந்திருக்காரு. அவரெ வேணும்னாக் கேட்டுக்குங்க.'

ரவீந்திரன் சந்திரனின் அப்பாவிடம் சென்றார். அவரிடம் பேச ஆரம்பித்தார்.

சந்திரனின் அப்பா: 'அவன் சைன்டிஸ்டா நல்ல வேலையில இருந்தான். திடீர்னு எல்லார் மேலெயும் சந்தேகப்பட ஆரம்பிச்சிட்டான். அவனோட வேலெ செய்றவங்க எல்லாம் அவனுக்

கெதிரா சதி செய்ற மாதிரி நெனெக்க ஆரம்பிச்சிட்டான். ஆபீசரெ அடிக்கப்போயிட்டான். அவனெ வீட்டுக்கு அனுப் பிச்சி வச்சிட்டாங்க. இவ்வளவு படிச்சி கடைசீல இந்த மாதிரி ஆயிருக்குறதெ நெனெச்சாத்தான் வயித்தெரிச்சலா இருக்கு.'

நிலை: *46*

'நா இங்க நாலு மாசமா இருக்கேன்னு நெனெக்கிறேன். நா எப்பிடி இங்க வந்தேன்றது கொஞ்ச நாளாத்தான் எனக்குத் தெரியும். நா ஒரு கோவில் பூசாரியோட சிநேகமா இருந்தேன். ஊர்க்கோடியிலதான் கோவில். தெனமும் சாயந்திரம் அவரோட பேசிக்கிட்டிருப்பேன்.

ஒருநாள் அவருக்கு ஒரு வைப்பாட்டி இருக்குதுன்னு கேள்விப்பட்டேன். அப்புறம் எனக்கு என்ன ஆச்சின்னு தெரி யல்ல. போன வாரம் எங்க அண்ணன் என்னெ இங்க பாக்க வந்திருந்தான். அவன் சொல்லித்தான் எல்லாம் தெரிஞ்சது. கொஞ்சங் கொஞ்சம் ஞாபகமும் வந்திக்கிட்டிருக்கு.

பூசாரியெத் தடி எடுத்து அடிக்கப் போயிருக்கேன். கோவிலெக் கல்லால அடிச்சிருக்கேன். வீட்டுல இருக்குற சாமி படத்தெயெல்லாம் கிழிச்சிப் போட்டிருக்கேன். துவம்சம் பண்ணியிருக்கேன். ஊர்ல இருக்கவங்களெ அடிச்சிருக்கேன். கட்டிப்போட்டு போலீஸ் கேஸாக்கி என்னெ இங்க கொண்டாந்து சேத்திருக்காங்க.

ஒரு தகவல். அதுக்கு எதிரான எதிர்வினை. இதுதான் நடந்திருக்கு. நா செஞ்சது ரைட்டா தப்பான்னு தெரியல்ல. ஆனா ஒரு கோவில் பூசாரியா இருந்துக்கிட்டு வைப்பாட்டி வச்சிருக்குறது நிச்சயம் தப்பு.'

நிலை: *47*

'நா ப்ளஸ் ஒன் படிக்கிறப்பவே கஞ்சா பிடிக்க ஆரம்பிச் சிட்டேன். ப்ளஸ் டூ முடிச்சுட்டு வேலெக்கெல்லாம் போகல்ல. சிநேகிதங்களோட கஞ்சா அடிச்சிக்கிட்டிருப்பேன். என்னெ இங்க யாரு சேத்தாங்குறது ஞாபகம் இல்ல. சேத்ததுக்கப்புறம் என்னெ யாரும் பாக்க வரல்ல. இங்கயிருந்து வீட்டுக்கு லெட்டர் போயிருக்கு. போன லெட்டர் திரும்பி வந்திருக்கு. விலாசம் மாறிட்டாங்களோ என்னவோ.

கஞ்சா அடிக்கிறப்ப ஏதோ ஒரு உருவம் எம் முன்னால உக்காந்து பேசிக்கிட்டிருக்குறமாதிரி இருக்கும். இங்க வந்ததுக்கப் புறம் கஞ்சா அடியோட இல்லெ. இங்க அதெல்லாம் கெடெக் காது. பீடி மட்டும் பிடிப்பேன். இப்ப கஞ்சா ஆசெயெல்லாம் விட்டுப்போச்சி. வீட்டுலேர்ந்து யாராச்சும் வந்து கூட்டிப் போனாங்கன்னா ஒரு வேலெ தேட ஆரம்பிச்சிடுவேன்.'

நிலை: *48*

'நா ஒரு சேட்டு வீட்டுல கார் டிரைவரா இருக்கேன். கல் யாணம் ஆயி அஞ்சி வருஷமாச்சி. ரெண்டு வருஷம் சந் தோஷமா இருந்தோம். அப்புறம் எம் பொண்டாட்டிக்கும் என் அம்மாவுக்கும் சண்டெ ஆரம்பமாயிருச்சி. வள்ளிசா ஆயிரம் ரூபா சம்பாதிக்கிறேன். எம் பொண்டாட்டி எங்கம்மாகிட்டக் காசு கேப்பா, 'எம் புருஷன் சம்பாரிச்ச காசு. நா செலவு பண்ண உரிமையில்லியா?'ன்னு ஒரே சண்டை. நா எவ்ளவோ சொல்லிப் பாத்துட்டேன். ரெண்டு பேருமே கேக்குறமாதிரி இல்லெ. எனக்கு மனசுல நிம்மதி இல்லாமப் போயிருச்சி. சரிவரச் சாப்பிட்றதில்லெ. தலைவலி பயங்கரமாயிருச்சி. ஜென்ரல் ஆஸ்பத்திரிக்குப் போனேன். அவங்க தலையிலேர்ந்து நீர் எடுப்பாங்கன்னு சொல்லி இங்க அனுப்பிச்சி வச்சிட்டாங்க. நா மெண்டல் இல்லெ. வீட்டுச் சண்டையிலெ சாப்பிட்றதில்லெ. காலையில எந்திரிச்சி வேலெக்கிப் போயிருவேன்.

சின்ன வயசுல ஞானஸ்நானம் எடுத்துக்கிட்டேன். கல் யாணத்துக்கப்புறம் புது நன்மை எடுத்துக்கலாம்னா பொண் டாட்டிக்கு முதல்லெ புது நன்மை எடுக்க வச்சதுக்கப்புறந்தான் எனக்கு எடுக்கணும்னு ஐயர் சொல்லிட்டாரு. புது நன்மை எடுக்காததுனாலயோ என்னமோ எனக்கு தேவன் இந்த மாதிரி யெல்லாம் சோதனெ குடுக்கிறாரு.

நோயாளியின் அம்மா ஸ்டெல்லாவிடம் தன் மகனைப் பற்றிக் கூறிக்கொண்டிருந்தாள்: 'அவன் அஞ்சி வருஷமாக் குடிச்சிக்கிட்டிருக்கான். ரெண்டு வருஷமாக் கஞ்சா பழக்கம் வேற. அப்புறம் அவம் பொண்டாட்டி எப்பப் பாத்தாலும் எங் கூடச் சண்டெ போடுவா. இதுனால வேற அவனுக்கு மனக் கஷ்டம். எப்பவும் தனியாவே இருக்க ஆரம்பிச்சான். யாரோட யும் பேசுறதில்லெ. எனக்கே சகிக்கல்ல. பக்கத்து வீட்டுக்காரங்க சொல்லி இவனெ இங்க சேத்துட்டேன்.'

காட்சி: 18

ஒரு நோயாளி ஒரு மரத்தின் முன் சாஷ்டாங்கமாக விழுந்து வணங்கினார். பிறகு சமூகப்பணியாளர் அறைக்கு முன் விழுந்து வணங்கினார். பிறகு ரவீந்திரனின் ஜோடுகளைத் தொட்டு வணங்கினார். அவர் வெறித்த பார்வையுடன் காணப் பட்டார். பிறகு வானத்தைப் பார்த்தவண்ணம் உலாத்திக் கொண்டிருந்தார்.

நிலை: 49

நோயாளியின் அம்மா: 'நாங்க ஸ்ரீவில்லிபுத்தூர் பக்கத்துல ஒரு கிராமத்துல இருக்கோம். பையனெ இங்க சேத்திருக்கோம். அவன் ஒரு அரிசி மில்லுல வேலெயா இருக்கான்.

மூணு மாசத்துக்கு முன்னாடி கல்யாணம் கட்டி வச்சோம். பொண்ணு கோயம்பத்தூர். எங்க கிராமம் பிடிக்கல்ல அவளுக்கு. பையங்கூட கிராமத்துல வாழ மாட்டேன்னிட்டு அவ அப்பா வீட்டுக்கே போயிட்டா. இவன் எத்தனையோ தரம் அவளெக் கூப்பிட்டுப் பாத்தான். அவ வரவேயில்லெ. அதுலயிருந்துதான் அவனுக்குச் சித்தப்பிரம பிடிச்சிருச்சி.

வேலெக்கிப் போறதில்லெ. யாரெக் கண்டாலும் பயம். வெயில்ல நேரங்காலம் தெரியாம நின்னுக்கிட்டிருப்பான். பாத்துக் கூப்பிட்டாப் போறும், கோபம் வந்திரும். அடிச்சிருவான். ராத்திரி பூராவும் சுத்திக்கிட்டே இருப்பான். ஒரு தரம் நடந்தே பக்கத்துக் கிராமத்துக்குப் போயிட்டான். தெரிஞ்சவங்க ஒருத்தங்க கூட்டியாந்து விட்டாங்க.

இவம் பொண்டாட்டி திரும்பி வந்திட்டா இவனுக்கு எல்லாம் சரியாப் போயிடும். அவ வர்றதா இல்லெ. இங்க குடுக்குற சிகிச்செயாச்சும் இவனெக் குணப்படுத்தியிருச்சுன்னா பழையபடி வேலெக்காச்சும் போக ஆரம்பிச்சிருவான். எல்லாம் ஆண்டவன் விட்ட வழி. நாம என்ன செய்றதுக்கிருக்கு?'

நிலை: 50

நோயாளியின் மனைவி: 'ஒரு ரெண்டு மாசத்துக்கு முந்தி அவரு சினிமாவுக்கு ஒரு கதை எழுதினாரு. ஒரு ஸ்டுடியோ வுக்குப் போய்க் குடுத்திட்டு வந்தாரு. 'நல்லா வந்திருக்கு. இன்னொண்ணு எழுதுங்க'ன்னு சொல்லியிருக்காங்க. அவரு எழுதின கதையெப் படமா எடுக்கப் போறாங்களாங்குறத ஒரு மாசத்துக்குள்ளெ சொல்றதாச் சொல்லியிருக்காங்க. அவரு

ரொம்ப எதிர்பார்ப்போட இருந்தாரு. டென்ஷன் அதிகமா யிருச்சி. கோபம் அதிகமா வர ஆரம்பிச்சிருச்சி. என்னெ யெல்லாம் அடிச்சிருவாரு. சில வேளெ குடிப்பாரு.

போன ஞாயித்துக்கிழம மீன் வாங்க மார்க்கெட் போயிருந் தோம். மூணு பேரு பைக்ல வந்து இவரெ இடிச்சிட்டாங்க. இவரு ஏன்னு கேட்டதுக்கு இவரெ அறெஞ்சிட்டாங்க. நா நியாயம் கேட்டேன். ஸாரின்னு சொன்னாங்க. 'நீங்க ஸாரின்னு சொன்னதும் வலி போயிருமா?'ன்னு கேட்டேன். 'சரி நீங்க கேஸ் போட்டுக்குங்க'ன்னு சொல்லிட்டுப் போயிட்டாங்க. நா வண்டி நம்பரெக் குறிச்சிக்கிட்டேன். கேஸ் போட்டிருக்கோம். இவரெ ஆஸ்பத்திரிக்குக் கொண்டுட்டுப் போயி கால்ல பேண் டேஜ் போட்டோம். விபத்து நடந்த சமயத்துலேர்ந்து இவருக்கு டென்ஷன் அதிகமாயிருச்சி.

ஆபீசுல இருந்து இவரெ இங்க அனுப்பிச்சிருக்காங்க.'

மனைவி சொல்லி முடிக்கும் தறுவாயில் நோயாளி வந்தார். 'இங்க ஏன் என்னெக் கூட்டி வந்து அவமானப்படுத்துற? வேற எங்கயாச்சும் பிரைவெட்டாப் பாத்துக்கிடலாம், வா' என்று இரைந்தார்.

நிலை: *51*

ஒரு பத்து வயதுப் பையன் 'ஆ ஊ' என்று கூச்சலிட்டுக் கொண்டிருந்தான். திடீரென்று குதிக்க ஆரம்பித்தான். அம்மாவின் இடுப்பில் தாவி ஏறினான்.

பையனுடைய அப்பா சொல்லிக்கொண்டிருந்தார்: 'பைய னுக்கு ரெண்டு வயசுலேர்ந்து காக்காவலிப்பு வர ஆரம்பிச்சுது. அதுக்கு மருந்து குடுத்துக்கிட்டிருக்கோம். எப்பவாச்சும் ஒரு வாரம்போல மருந்தெ நிறுத்தினா அமக்களப்படுத்த ஆரம்பிச் சிருவான். இப்ப ஒரு வாரமா மருந்து குடுக்கல்ல. அதான் இப்பிடிப் பண்றான்.'

தாயாரின் கண்கள் கலங்கியிருந்தன.

நிலை: *52*

ஒரு தனி அறையில் அடைக்கப்பட்டிருந்தார் ஒரு நோயாளி. உள்ளிருந்து மூத்திர நெடி.

நோயாளி: 'நா சொந்தத்துல ஆட்டோ வச்சிருக்கேன். போன வாரம் ஆட்டோ ஓட்டிக்கிட்டிருந்தப்ப ஒரு சைக்கிள்

காரன் நடுவுல பூந்துட்டான். ஆக்ஸிடெண்ட் ஆயிருச்சி. எனக்குத் தலையில அடி. நல்லவேளெ போலீஸ் கேஸாகல்ல. தலையில அடிபட்டதுலேர்ந்து அதிகமாப் பேச ஆரம்பிச்சிட்டேன். அதான் என்னெ இங்க கொண்டாந்து சேத்திட்டாங்க.'

ரவீந்திரன்: 'சரி. ஏன் தனி அறையில ஒங்களெப் போட்டாங்க?'

நோயாளி: 'என்னெப் பாக்க உறவுக்காரங்க வருவாங்க; காசு, சிகரெட்டெல்லாம் குடுத்துட்டுப் போவாங்க. கூட இருக்குற நோயாளிங்க சதா சிகரெட் குடுன்னு தொந்தரவு பண்ணுவாங்க. எனக்குத் தனி அறையில இருந்தா நிம்மதியா இருக்கும்னு தோணிச்சி. மத்த நோயாளிங்களெப் போட்டு அடிச்சிட்டேன். மத்தவங்களெ அடிச்சாத் தனி அறை கெடைக்கும்னு தெரிஞ்சுதான் செஞ்சேன். இப்ப தனி அறையில நிம்மதியா இருக்கேன். நீங்க சிகரெட் பிடிப்பீங்களா? சிகரெட் இருக்கு. பிடிக்கிறீங்களா?'

ரவீந்திரன்: 'வேணாம். பரவாயில்ல நா, சிகரெட் பிடிக்கிறதில்லெ.'

நோயாளி: 'சார் அக்கறையா வந்து விசாரிக்கிறீங்க. எங்க வேலெ செய்றீங்க?'

ரவீந்திரன்: "நா ஒரு செயல் திட்டத்துல உளவியலாளரா இருக்கேன். இங்க உள்ள நோயாளிகளெப்பத்தித் தெரிஞ்சிக்கணும்னு இங்க அடிக்கடி வர்றேன். சரி, நா கௌம்பறேன். ஒங்களெப்போல உள்ள இன்னும் ரெண்டு பேரோட பேசணும்."

நோயாளி: 'பேசுங்க, இண்ணெக்கி செவ்வா. மூணுலேர்ந்து நால்ரெவரெக்கும் ராகுகாலம். நால்ரெ மணி வரெக்கும் ஆஸ்பத்திரியிலேயே இருந்துட்டுப் பிறகு வெளிய போங்க. ராகு காலத்துல கௌம்பாதீங்க. ஏடாகூடமா ஏதாச்சும் ஆகும். எனக்கு ஆக்ஸிடெண்ட் ஆனது திங்கக்கிழமெ. சரியா காலைல ஏழரெ மணிக்கு ராகு காலத்துல வண்டிய எடுத்தேன். அதான் இப்பிடி ஆயிரிச்சி. ஒங்களெப் பாத்தா அப்பாவியாட்டமாத் தெரியுது. அதான் சொல்றேன் ராகுகாலத்துல புறப்படாதீங்கன்னு.'

ரவீந்திரன்: 'ராகுகாலம் வெளியில இல்ல. மனசுல இருக்கு. எல்லாத்துக்கும் மனசுதான் காரணம். கவலெப்படாதீங்க. எனக்கு ஒண்ணும் ஆகாது. அடுத்த வாரம் வரப்ப ஒரு சேதாரமும் இல்லாம முழுஸ்ஸா வந்து ஒங்களெ நிச்சயம் பாக்குறேன். சரி நா வரேன்.'

காட்சி: 19

'பெரிஸ்ஸா எங்க கஷ்டங்களைப் புரிஞ்சிக்க வந்துட்டே. நீயே மெண்டல் ஆனாத்தான் ஒனக்கு எங்க கஷ்டம் புரியும். உருப்படியா வேற வேலெ இருந்தாப் போய்ப் பாரு.' நோயாளி கோபாவேசப்பட்டார் ரவீந்திரனிடம்.

மீண்டும் நிலை: 14

கிருஷ்ணராஜ் காப்பகத்திலிருந்து வெளியேறி ஒன்றரை மாதம் கழித்து மீண்டும் காப்பகத்துக்கே திரும்பியிருந்தார்.

'இன்னும் பயம் தெளியல்ல. திரும்பவும் வந்துட்டேன். மனநோய்க்குச் சிகிச்சையே கெடையாது. மனநோயெத் தீக்குற துக்கு ஒரு மெஷின் கண்டுபிடிக்க யாராலயும் முடியல்ல. இன்னும் அந்த அளவுக்கு விஞ்ஞானம் முன்னேறல்ல. எங்க தீராத கஷ்டத்தெக் கொட்டி இந்தியன் எக்ஸ்பிரஸ்ல இல் லேன்னா ஹிண்டுவுல எழுதுங்க. அதான் நீங்க எங்களுக்குச் செய்ற உபகாரமா இருக்கும்.'

மீண்டும் நிலை: 24

ரவீந்திரன் சாகுல் ஹமீத் கவிதை எழுதுவதற்காக ஒரு ஒரு கொயர் நோட்டுப்புத்தகத்தையும் ஒரு 'ரேனால்ட்ஸ்' பேனாவையும் கொண்டு கொடுத்தார். சாகுல் ஹமீத் மிகவும் மகிழ்ச்சியுடன் அவைகளைப் பெற்றுக்கொண்டார். தான் அங்கு கிடைத்த சிறு சிறு பொருட்களை வைத்துத் தயாரித்திருந்த ஒரு பெண் பொம்மையை அவர் ரவீந்திரனிடம் பெருமையுடன் காண்பித்தார். ஒரு படைப்புள்ளம் உள்ளே முடங்கிக் கிடப்பது ரவீந்திரனுக்கு வருத்தமாக இருந்தது.

நிலை: 53

'நா அப்ப ஒரு லாட்ஜுல தங்கியிருந்தேன். என் வேலெ வீடு வீடாப் போயி வாரம் ஒரு முறை விவரங்கள் சேகரிக்கிறது. எனக்குன்னு வாடிக்கையாளருங்க (clients) இருந்தாங்க. எனக்குன்னு 210 வாடிக்கையாளருங்க. ஒரு நாளெக்கி ஒரு முப்பது வீடுகளுக்காச்சும் போக வேண்டியிருக்கும். லாட்ஜ் சாமியன் நகர்ல. எங்க அப்பா அம்மாவெல்லாம் டாட்டாபாத் ஆறாவது தெருவுல இருந்தாங்க.

எனக்குக் கொஞ்ச நாளாவே ஒருவிதமான டென்ஷன் தோண ஆரம்பிச்சிருச்சி. என் ரூம்மேட் என் நடத்தெ மேலெ சந்தேகப்பட்ற மாதிரி ஒரு எண்ணம். தெனத்துக்கும் ராத்திரி அவர்கிட்ட நடந்ததெயெல்லாம், காலையிலேர்ந்து ராத்திரிவரை நா என்ன என்ன செஞ்சேன்றதெ விலாவாரியா எழுதிக் காமிக்க ஆரம்பிச்சேன்.

ஒரு ராத்திரி ஒரு பயங்கரக் கனவு. எல்லாம் நெஜமா நடந்தது மாதிரியே. ஒரு பெரிய கரப்பாம்பூச்சி என்னெக் கடிச்சி விழுங்குற மாதிரி. நா அலறிக் கட்டிலுக்குக் கீழ விழுந்து மேஜெக் காலெக் கெட்டியாப் பிடிச்சிக்கிட்டேன். ரூம் மேட் லைட் போட்டு என்னன்னு பாத்தாரு. பக்கத்துல இருக்குற ரூம் ஆட்கள் நாலஞ்சி பேரு வந்திட்டாங்க. என் ரூம்மேட் ‘என்ன ஓங்களுக்குப் பைத்தியம் கிய்த்தியம் பிடிச்சுக்கிடுத்தா?’ன்னு கேட்டாரு. நா அப்பிடியே கூசிப் போயிட்டேன். மனசுல கலவரமா இருந்திச்சி. அப்புறம் தூக்கம் வரல்ல. அண்ணெக்கி ஆரம்பிச்சதுதான் பயம்.

பேசாம வீட்டுக்குப் போயிரலாம், இனி லாட்ஜெல்லாம் ஒத்துவராதுன்னு நெனெச்சேன். லாட்ஜுல காப்பிக் காசு பதினாறு ரூபாயும் வாடகெ அண்ணெயோட அம்பது ரூபாயும் ஆயிருந்திச்சி. நா ஆபீசுக்குப் போயி என் சூப்பர்வைஸர்கிட்ட சொன்னேன். ‘எனக்கு உடனடியா அறுவத்தாறு ரூவா குடுங்க. நா லாட்ஜுல குடுத்துட்டு வீட்டுக்குப் போப்போறேன். நா காசெ உடனே குடுக்காட்டி என்னெப் போலீஸ் பிடிச்சிரும்’னு. அவரும் குடுத்தாரு. நா காசெக் குடுத்துட்டு சாமான்களெ அப்புறமா வந்து எடுத்துக்குறேன்னு சொல்லிட்டு வீட்டுக்கு வந்துட்டேன்.

ஆனா பயம் போகல. எனக்கு ஏதோ ஆகப் போவுதுன்ற எண்ணம். பயம் வர வர அதிகமாயிட்டேயிருந்திச்சி.

எதுக்கோ ஒருநாள் அம்மா ஒரு நாலு மீட்டர் தடிக்கயிறு வாங்கிவரச் சொன்னாங்க. நா எப்பவும் யோசனையா இருந்த துல ஏன்னுகூடக் கேக்கல. கடையில கயிறு வாங்கிக்கிட்டிருந்தேன். கடைக்காரன் நா தூக்குப் போட்டுக்குறதுக்குத்தான் கயிறு வாங்குறேன்னு நெனெக்கிறானோன்னு தோணிச்சி. கயித்தெ வாங்கிக்கிட்டு விருட்டுன்னு எடத்த விட்டு நகந்துட்டேன். வேர்வெ வேர்வையா ஊத்திச்சி. வீட்டுக்கு வந்ததும் கொஞ்சம் நிம்மதியா இருந்திச்சி.

ஒருநாள் பதினொண்ரை மணிக் காட்சிக்கு ஒரு தெலுங்கு சினிமா பார்க்கப் போனேன். எனக்குத் தெலுங்கு தெரியாது.

சும்மாப் போனேன். படம் ஆரம்பிச்சிருச்சி. நா வெயிலுக்கு அப்ப ஒரு தொப்பி போட்டிருந்தேன். அதெ எடுத்துத் தொடெ மேலெ வச்சிருந்தேன். பக்கத்துலு ஒருத்தன் ஒக்காந்திருந்தான். அவன் என்னெயும் என் தொப்பியையும் மொறெச்சிப் பாத்துக்கிட்டிருந்தான். எனக்குப் பயம் ஜாஸ்தியாப் போயிரிச்சி. ஸீட்டெ விட்டு எந்திரிச்சி வெளியெ இருந்த ஆள்கிட்ட 'இந்தாங்க என் டிக்கெட்டெ வச்சிக்குங்க. வேற யாருக்காச்சும் யூஸ் பண்ணிக்குங்க. படம் போரடிக்குது. நா வீட்டுக்குப் போறேன்'னு சொல்லிச் சைக்கிளெ எடுத்துக்கிட்டு தியேட்டரெ விட்டு வெளியில வந்துட்டேன். தியேட்டர் ஆளுங்க என்னெ சைக்கிள்ல தொரத்திக்கிட்டு வர்ற மாதிரி இருந்திச்சி. 'எங்க அந்தத் தொப்பி போட்ட ஆள்?'ன்னு பின்னாடியிருந்து குரல் கேட்டுச்சி. நா வேகமாச் சைக்கிளெ ஓட்டுனேன். வீட்டுக்கு வந்து சைக்கிளெப் பூட்டி வச்சிட்டு வீட்டுல ஒரு மூலைல பதுங்கிக்கிட்டேன்.

அப்படியே இருந்தேன். எனக்குப் பைத்தியம் பிடிச்சிருக் குன்னு தோணிச்சி. அம்மாகிட்ட சொன்னேன். அவங்க என்னெ ஆஸ்பத்திரிக்குக் கூட்டிக்கிட்டுப் போகல்ல. சரி போலீஸ் கேஸா மாத்திக்கிட்டாச்சும் ஆஸ்பத்திரியில சேந்திரணும்னு தோணிச்சி. அப்ப ராத்திரி மணி பத்து இருக்கும். வீட்டுல ஒரு போர்ஷன்ல ஒரு கான்ஸ்டபிள் குடியிருந்தாரு. அவர்கிட்ட சொன்னேன், 'எனக்குப் பைத்தியம் பிடிச்சிருக்கு, போலீஸ் கேஸா ஆக்கி என்னெ ஆஸ்பத்திரியில சேத்திருங்க'ன்னு. அவரு என்னெ சைக்கிள்ல ஒக்காத்தி வச்சி ஸ்டேஷனுக்குக் கூட்டிக்கிட்டுப் போனாரு. பின்னால ஒரு ஏழெட்டுச் சைக்கிள். எல்லாம் பக்கத்து போர்ஷன்ல இருக்க வங்க. ஒரு ஊர்வலம் மாதிரி. எனக்குப் பைத்தியம் பிடிச்சது எல்லாருக்கும் தெரிஞ்சுபோச்சி.

ஸ்டேஷன்ல இருந்தேன். ஒரு மூலையில ஒக்கார வச்சாங்க. அந்த கான்ஸ்டபிள் எனக்கு டீ வாங்கிக் குடுத்தாரு. கொஞ்ச நேரம் ஆனதும் ஒரு நாலஞ்சி போலீஸ்காரங்க உடுப்பெக் கழட்டிட்டு ஜட்டியோட கிட்ட வந்தாங்க. கையில லத்தி வேற. நா அலறிட்டேன். 'என்னெ ஏடாகூடமா அடிச்சிக் கொண்டு போய்ச் சேக்காதீங்க. வெறுமனே ஆஸ்பத்திரியில சேத்திருங்க, புண்ணியமாப் போகும்'னேன். அவங்க கொஞ்ச நேரம் அப்பிடியே பாத்துகிட்டிருந்துட்டுப் போயிட்டாங்க. அப்புறம் என் வீட்டு கான்ஸ்டபிள் 'வூட்டுக்குப் போயிரு. அல்லாம் நாளக்கிக் காலையில பாத்துக்கிடலாம்'னுட்டாரு. நா ஸ்டேஷனெ விட்டு வெளிய வந்துட்டேன்.

வீட்டுக்குப் போகத் தோணல. அப்பிடியே சந்து சந்தா நடந்துகிட்டிருந்தேன். ஒரு எடத்துல ஒரு தெரிஞ்சவங்க வீடு. போயிக் கதவெத் தட்டுனேன். அந்த சார் டெலிபோன்ல வேலயா இருந்தாரு. என்னெப் பாத்து 'என்ன இந்த வேளை யில?'ன்னு கேட்டாரு. நா இருக்குறதெச் சொன்னேன். 'என்னெக் காலையில் மெண்டல் ஆஸ்பத்திரியில சேத்திருங்க. ராத்திரி தங்க எடம் குடுங்க'ன்னு கெஞ்சினேன். மொட்டெ மாடியில பசங்க படுத்திருந்தாங்க. பக்கத்துலயே ஒரு பாய் விரிச்சிக் குடுத்தாங்க. நா அவருகிட்டச் சொன்னேன், 'எனக்குப் பைத்தியம் பிடிச்சிருக்குறதென்னமோ வாஸ்தவந்தான். ஆனா நா யாருக்கும் கெடுதல் செய்யாத பைத்தியம். நீங்க தைரியமா இருக்கலாம். என்னால ஒங்களுக்கு எந்தவொரு தொந்தரவும் வராது'ன்னு. ராத்திரி ஒரு பொட்டுத் தூக்கம் இல்லெ. படபட படன்னு சத்தம் கேட்டிச்சி. ஒரு மோட்டார் சைக்கிள் சத்தம். ஒரு இன்ஸ்பெக்டர்தான் பைக்ல வர்ற மாதிரி இருந்திச்சி. அவரு என்னெத்தான் தேடிக்கிட்டிருக்காரு. நா எங்க இருக்கேன்னு தெரியாததுனால சந்து சந்தா அவரு சுத்திக்கிட்டிருக்காருன்னு தோணிச்சி. படபடபட ரொம்ப நேரம் கேட்டுக்கிட்டிருந்திச்சி.

விடிஞ்சது. ஒரு சிநேகிதர் வீட்டுக்குப் போயி அவரு மூலமா மெண்டல் ஆஸ்பத்திரியில சேந்துக்கிடலாம்னு தோணிச்சி. அந்த வீட்டுக்காரர்கிட்டச் சொல்லிக்கிட்டுக் கெளம்புனேன். நெறைய பேரு எம் பின்னாலயே வர்ற மாதிரி இருந்திச்சி. சிநேகிதர் வீட்டுக்குப் போனா அவரு இல்லெ. வெளியூர் போயிருந்தாரு. வெளியில எனக்காக ஆளுங்க காத்துக்கிட்டிருக் குறமாதிரி இருந்திச்சி. என்ன செய்றதுன்னு தெரியல்ல.

ஒம்பது மணிவரெக்கும் சந்து சந்தாச் சுத்திக்கிட்டிருந்தேன். ஒம்பது மணிக்குத்தான் ஜவுளிக்கடைங்கள்லாம் தொறப்பாங்க. எங்க அப்பா ஒரு ஜவுளிக்கடை குமாஸ்தா. கடெக்கிப் போயி அவரெக் கூட்டிக்கிட்டு ஆஸ்பத்திரிக்குப் போகலாம்னு நெனெச் சேன். கடையில ஒரு அரெ மணி நேரம் காத்துக்கிட்டிருந்தேன். அப்பா வரல்ல. எனக்கு வர வர பயம் அதிகமாயிட்டேயிருந்திச்சி.

சரின்னு ஒரு ஆட்டோ பிடிச்சேன். கையில ஒரு காத் துட்டு இல்லெ. நேர G.H.க்கு ஓட்டச் சொன்னேன். வேகமா ஓட்டச் சொன்னேன். பின்னால ஒரு முப்பது ஆட்டோ தூரத்திக்கிட்டு வந்திச்சி. G.H. வந்ததும் Psychiatric O.P.க்குப் போயி Psychologist-டெப் பாத்தேன். 'எனக்கு ஒரு ஏழு ரூவா குடுங்க. குணமானதும் குடுத்திர்றேன். ஆட்டோவுல வந்தேன்'னேன். அவரும் ஒடனே குடுத்தாரு. நா ஆட்டோக்காரர்கிட்ட பணத்தெக் குடுத்து ஆட்டோவ அனுப்பிவச்சேன்.

அந்த Psychologist என்னெப் பக்கத்துல இருந்த அறையில படுத்துக்கச் சொன்னாரு. 'கொஞ்சம் இருங்க. ஒருத்தர்கிட்ட பேசிக்கிட்டிருக்கேன். இந்தப் பேப்பர்ல ஒங்களுக்கு என்ன தோணுதோ எழுதிக்கிட்டிருங்க'ன்னு சொல்லி ரெண்டு பேப்பரையும் ஒரு பென்சிலயும் குடுத்திட்டுப் போனாரு. 'எனக்குச் சிகப்பு மசியில எழுதுறதுதான் பிடிக்கும். ஏன்னா சிகப்பு ரத்தக் கலர். ரத்தத்துல தோய்ச்சு எழுதுற எழுத்துதான் உண்மையான எழுத்து'ன்னு எழுதுனேன்.

பக்கத்து ஜன்னல் வழியாப் பாத்தா எங்க வீட்டுக் கான்ஸ்டபிள் ஒக்காந்திருக்காரு ஒரு பெஞ்சுல. எனக்கு இந்த போலீஸ் கேஸெல்லாம் ஒண்ணும் வேணாம்னு தோணிச்சி. இன்னொரு பேப்பர்ல 'இது Medico-legal கேஸ் இல்ல. நானா V.B.யா ஆஸ்பத்திரியில சேந்துக்கப்போறேன்'னு எழுதிக் கையெழுத்துப் போட்டேன்.

கொஞ்ச நேரம் கழிச்சி Psychologist வந்தாரு. மெண்டல் ஆஸ்பத்திரிக்கி ஒரு லெட்டர் குடுத்தாரு. ஒரு அஞ்சி ரூபா குடுத்து மெண்டல் ஆஸ்பத்திரிக்குப் போயி அட்மிட் பண்ணிக் கிடச் சொன்னாரு. கூட யாரையாச்சும் துணெக்கி அனுப்ப முடியுமான்னு கேட்டேன். யாரும் கெடெக்கல்ல.

பஸ்ஸுலேர்ந்து எறங்கி நேர Psychologist ரூமுக்குப் போனேன். லெட்டரெக் குடுத்தேன். அவங்க என்னெ Day Hospitalக்குப் போகச் சொல்லிட்டாங்க. அப்ப மணி பண்ணெண்டு இருக்கும். அங்க போனா 'அட்மிஷன்னா சொந்தக்காரங்களோட காலைல ஏழு மணிக்கு வந்திரணும்'னு சொல்லிட்டாங்க. எனக்கு ஒரே தவிப்பாப் போயிருச்சி. வெளியில பாதுகாப்பா உணர முடியல்ல. என்ன செய்றதுன்னு தெரியாம வெளிய வந்துட்டேன்.

காளிதாஸ் ரோடுல ஒரு நர்சிங் ஹோம்ல நுழெஞ்சேன். டாக்டரெப் பாத்தேன். என்னெ ஒரு ரூம்ல அட்மிட் பண்ணி சிகிச்சைக்கு ஏற்பாடு பண்ணுனா குணமானதும் ஒரு வருஷம் சம்பளம் வாங்காம அவங்க நர்சிங் ஹோம்ல வேலெ செய்றதாச் சொன்னேன். அந்த டாக்டர் ஒரு முசுடு. அதுக்கல்லாம் ஒத்துக் கல்ல.

சாயந்திரமாயிருச்சி. நேர என் டாக்டர் சிநேகிதர் வீட்டுக்குப் போனேன். அவரு வீட்டுலயே என்னெ இருக்கச் சொன்னாரு. ராத்திரி அவரு வீட்டுல சாப்பிட்டேன். மணி ராத்திரி பதினொண்ணு இருக்கும். வெளியில ஒரு லாரி நெறைய ஆளுங்க என்னெ அடிக்கிறதுக்குக் காத்திருக்கிற மாதிரி இருந் திச்சி. டாக்டர் படுத்திருந்தாரு. அவர்கிட்ட சொன்னேன்,

‘டாக்டர் முருகன், என்னெ இப்பவே ஆஸ்பத்திரியில சேத் திருங்க. பயமா இருக்கு’ன்னேன். அவர்கிட்ட வீட்டுல எந்த மருந்தும் இல்லெபோல. ‘சரி கௌம்புங்க’ன்னு அவரு என்னெ பைக்ல ஒக்காத்தி வச்சிக்கிட்டு G.H.க்கு அழெச்சிக்கிட்டுப் போனாரு. அங்க Casualty-யில ‘இவருக்கு ஒரு காம்போஸ் இன்ஜெக்ஷன் குடுத்து, காலையில் I.P.H.க்கு refer பண்ணி யிருங்க’ன்னு டாக்டர்கிட்ட சொல்லிட்டு எங்கிட்ட ஒரு அஞ்சி ரூபா குடுத்துட்டுப் போனாரு. அவங்களும் ஒரு ஊசி போட் டாங்க. ஆனா தூக்கம் என்னமோ வரல்ல. காலைல நானா டாக்டர்கிட்ட சொல்லிக்கிட்டுப் புறப்பட்டுட்டேன்.

காலைல தெருத் தெருவாச் சுத்திக்கிட்டிருந்தேன். டிபன் சாப்பிட்டேன். மத்தியானமும் சுத்திக்கிட்டிருந்தேன். சாயந்திரம் ஆச்சு. எங்க ஆபீசுக்குப் போனேன். ரெண்டு சூபர்வைஸருங்க இருந்தாங்க. அவங்க ரொம்ப நேரம் எங்கூடப் பேசிக்கிட்டிருந் தாங்க. அப்புறம் வெளியில ஒரு பெரிய ஓட்டல்ல சாப்பாடு வாங்கிக் குடுத்தாங்க. நா ஆஸ்பத்திரியில பாத்த ரெண்டு டாக்டருங்க எதுக்க இருந்த ஸீட்ல ஒக்காந்து சாப்பிட்டிக் கிட்டிருந்தாங்க. எனக்கு அப்பிடித்தான் தெரிஞ்சது. ராத்திரி ஆபீசுலயே படுத்துக்கிட்டேன்.

அடுத்த நாள் காலைல அந்த ரெண்டு சூபர்வைஸருங்களும் என்னெ மெண்டல் ஆஸ்பத்திரிக்கு அழெச்சிக்கிட்டுப் போனாங்க. அட்மிஷன் கெடெக்கல்ல. ஒரு இன்ஜெக்ஷன் போட்டுப் படுக்கவச்சிட்டாங்க. சாயந்திரம் போகச் சொல்லிட்டாங்க. ஒரு சூப்பர்வைஸர் வீடு வரெக்கும் என்னெக் கூட்டியாந்து விட்டாரு.

இதுல பாருங்க. எங்க அப்பா அம்மாக்கு என்னெப் பத்திக் கவலயே இல்ல.

ராத்திரி பூரா வீட்டுச் சுவத்துல பென்சில வச்சி என்னன் னமோ எழுதிக்கிட்டிருந்தேன். ஒரு எடத்துல ‘என்னெ யாராச்சும் தாக்க வந்தா நா டிக்ஷனரியெ எடுத்துத் திருப்பித் தாக்கியிருவேன்’னு எழுதுனேன். ஏன்னா டிக்ஷனரின்னா வார்த்தைங்க. வார்த்தைங்களெவிட என்ன பெரிய ஆயுதம் இருக்கப்போகுது?

காலைல அம்மாவெத் தொந்தரவு பண்ணி ஆஸ்பத்திரிக்கு அழெச்சிக்கிட்டுப் போகச் சொன்னேன். அவங்களும் ஒரு வழியா வந்தாங்க. அம்மிஷன் தர மாட்டேன்னுட்டாங்க. அப்புறம் டாக்டர்கிட்ட சொன்னேன். ‘இங்கயே எனக்கு ஒரு தனி அறெ குடுத்திருங்க. Experimental neurosis பத்தி ஒரு thesis

வச்சிருக்கேன். எனக்கு நெறைய பேப்பரும் ஒரு பேனாவும் குடுத்தீங்கன்னா thesisஐ எழுதிக் குடுத்திர்றேன். ஒங்க P.G.students-க்கு உபயோகமா இருக்கும்'னேன். அப்புறமாத்தான் அட்மிஷன் குடுத்தாங்க.

முதல்ல Acute Ward-ல போட்டாங்க. பக்கத்துல ஜன்னல். ஜன்னல் வழியா வீட்டுக்குப் பக்கத்துல இருக்கவங்க 'டோய் டோய்'ன்னு கலாட்டா பண்ணுனாங்க. எனக்கு அப்பிடித்தான் தோணிச்சி.

ஒருநாள் வார்டுல வார்டரோட கேரம்ஸ் ஆடிக்கிட்டிருந் தேன். 'ஒனக்குக் கல்யாணம் ஆயிருச்சா?'ன்னு வார்டர் கேட் டாரு. 'ஆறு வருஷத்துக்கு முன்னாடி ஆச்சி. அவ ஒரு வருஷத் துல வேற ஒருத்தனோட போயிட்டா'ன்னு சொன்னேன். 'அப்புறம் நீ ஏன் ரெண்டாம் கல்யாணம் பண்ணிக்கிடல்லே?'ன்னு கேட்டாரு. 'அவ பிரிஞ்சி போயி அஞ்சி வருஷந்தான் ஆகுது. இன்னொரு கல்யாணம் பண்ணிக்கணும்னா தம்பதிங்க பிரிஞ் சதுக்கப்புறம் ஏழு வருஷமாச்சும் தனியா இருந்தாத்தான் ரெண்டாங் கல்யாணத்துக்குச் சட்டப்படி அங்கீகாரம் கெடைக்கும்'னேன். பழசக் கௌறுனது எனக்கு எரிச்சலா இருந் திச்சி. 'அவ மட்டும் ஒடனே வேற ஒருத்தனோட போயிட்டா. அது மட்டும் சட்டப்படிச் செல்லுமா?'ன்னு கேடடாரு. 'அது என்ன எழவோ. அவ துப்புக் கெட்டுப் போயிட்டா, நானும் ஒடனே இன்னொருத்தியெக் கல்யாணம் பண்ணிக்கிடணுமா? பிரிஞ்ச வடு ஆர்றதுக்குப் போதுமான அளவு டைம் குடுக்க வேணாமா?'ன்னு கேட்டேன். 'நீ ரொம்பத்தான் நியாயம்லாம் பாக்குறே. சரி இப்ப செக்ஸுக்கு என்ன பண்றே?'ன்னு கேட் டாரு. எனக்கு ரொம்ப ஆத்திரமா வந்திரிச்சி. 'ஒரு மசுரும் பண்றதில்ல. போய்யா எந்திரிச்சி'ன்னு கத்திட்டேன். நா கொஞ்சம் வயலண்ட்டுன்னு அண்ணெக்கிக் கட்டிலோட கட்டிப்போட்டிருந்தாங்க.

அடுத்த நாள் எங்க ரெண்டு சூபர்வைஸரும் வந்து பாத் துட்டுப் போனாங்க. 'எனக்குக் குணமாயி சீக்கிரமா வந்து வேலையில சேந்திருவேன். நா வர்ற வரெக்கும் ஆபீசை ஒழுங்காப் பாத்துக்குங்க'ன்னு சொல்லி அனுப்பிச்சி வச்சேன்.

அதுக்கடுத்த நாள் சோஷியல் ஒர்க்கர்கிட்ட எங்க ஆபீஸர் நம்பர் குடுத்து ஃபோன் பண்ணச் சொல்லி என்னெ வந்து பாருங்கன்னு சொல்லச் சொன்னேன். அவரு சட்டெ பண்ணல்ல. எங்க ஆபீஸர் பேரு மிஸ்டர் எஸ். ரங்கதுரை. பக்கத்துல இருந்த நோயாளி 'சார், இவன் ராஜபார்ட் ரங்கதுரை சினிமா பாத்துட்டு ஒளர்றான்'னுட்டான்.

அப்புறம் என்னெ இங்க கொண்டாந்து சேத்திட்டாங்க. முதல்ல ஒரு பொதுவார்டுல போட்டாங்க. அங்க ஒருத்தன் அம்மணமாச் சுத்திக்கிட்டிருந்தான். வாட்ட சாட்டமா இருந் தான். இந்த செக்ஸ் சனியன்லாம் கேள்விப்பட்டிருப்பீங்களே. Homosexuality அதெல்லாம் நடந்திருமோன்னு ராத்திரி பூரா கண்ணு முழுச்சி ஜாக்கிரதயா இருந்தேன்.

அடுத்தநாள் டாக்டர்கிட்டக் கெஞ்சிக் கேட்டுக்கிட்டு இந்த improved block-க்கு வந்திட்டேன். இங்க கட்டில் இருக்கு. எல்லாம் ஓரளவு தெளிஞ்ச நோயாளிங்க. பயமில்ல.

இங்க வந்து சேந்து பன்னெண்டு நாளாகுது. இப்ப நல்ல ஆயிட்டேன். பயம் சுத்தமா இல்ல. லேசா நெர்வஸா இருக்கு. அவ்வளவுதான்.

ஆனா எனக்கு ஒரு பெரிய வருத்தம். நா முதல்ல கேட்ட பேப்பருங்களெயும் பேனாவெயும் குடுத்திருந்தா ஒரு மூணு நாள்ல Experimental neurosis பத்தி நா வச்சிருந்த thesis-ஐ எழுதி முடிச்சிருப்பேன். ஆனா இந்த ஆஸ்பத்திரி அதுக்கெல்லாம் எடம் குடுக்கல்ல. ஒரு மனுஷன் நெலெ தவறிய நெலெயிலயும் ஒரு logic இருக்கும். இப்ப பாருங்க. என் thesis சுத்தமா மறந்து போயிருச்சி. யாருக்கு நஷ்டம்? இந்த உலகத்துக்குத்தான்.

இதுலயும் ஒரு வர்க்கப் பிரச்சினெ இருக்குன்னு நெனெக் கிறேன். டாக்டருங்க உயர் ஜாதி. நோயாளிங்க கீழ் ஜாதி. ஆகையினால நோயாளிங்க சொல்றதெல்லாம் இளப்பமாப்படுது. நீங்க இந்த The Mind That Found Itself படிச்சிருக்கீங்களா? ஒரு குணமடஞ்ச நோயாளி எழுதுன பிரமாதமான புத்தகம். பைத்தியம்னு ஒருத்தரெ ஒதுக்குறது எவ்வளவு பெரிய தப்பு!

நா இன்னும் ரெண்டு மூணு நாள்ல டிஸ்சார்ஜ் ஆயிரு வேன். முதல் காரியமா வேலையிலெ சேந்திரணும். எங்க வீட்டுல இருக்க முடியாது. ஏன்னா தெரு பூராவுக்கும் தெரியும் எனக்குப் பைத்தியம் பிடிச்சது. மறுபடியும் லாட்ஜுக்குத்தான் போகணும். இதுவரெ வீட்டுலேர்ந்து ஈ காக்காகூட வந்து எட்டிப் பாக்கல்ல. மகன்மேலெ அவ்வளவு பிரியம்! ஒங்க மாதிரி யாராச்சும் வந்து விசாரிச்சா, பேசுனா மனசுக்கு ஆறுதலா இருக்கு.

ஸாரி மிஸ்டர் ரவீந்திரன், எம் மனசுல இருக்குறதெ யெல்லாம் ஒங்க மேலெ கொட்டுனதுல ஒரு சுமெ எறங்குன ஆசுவாசம் கெடெச்சிருக்கு. என் சுமெயெ ஒங்க மேலெ ஏத்திட் டேனோன்னுதான் வருத்தமா இருக்கு. ஒங்களெ வெளியில வந்து நிச்சயம் சந்திக்குறேன். ஒங்க விலாசம் குடுத்திட்டுப் போங்க.'

நிலை: 54

'எங்க காதல் பஸ்ஸுலதான் ஆரம்பமாச்சி. ஒரு தரம் அவ பஸ்ஸுல ஒரு காலெ வச்சதும் பஸ் கெளம்பியிருச்சி. நான்தான் அவ கையெப் பிடிச்சி மேலெ ஏத்திவிட்டேன். அப்புறமா புன்னகை பரிமாறல்கள். ஒரு மாசத்துல ரொம்ப நெருக்கமா யிட்டோம். அவ ரொம்ப அழகா இருப்பா. அவ புருஷன் அவளெ விட்டுப் பிரிஞ்சி, அஞ்சு வருஷமாச்சுதாம். ஒரு ஆறு வயசுப் பையன் இருந்தான். கல்யாணம் ஆன சூட்டோட சூடாப் பிறந்திருப்பான்னு நெனெக்கிறேன். எனக்கு இதெல்லாம் ஒரு பொருட்டாப் படல. அவளெ எனக்கு ரொம்பப் பிடிச்சிருந் தது. நல்ல இனிமையாப் பழகுவா. கொஞ்ச நாள்ல செக்ஸ் உறவு வச்சிக்க ஆரம்பிச்சோம். ஆறு மாசம் அன்னியோன்னியமாப் பழகுனோம்.

அவ ஊரு கூடூர், ஆந்திரா. அவ தங்கச்சிக்குக் கல் யாணம்னு ஊருக்குப் போனா. இவளோட அப்பன் ஒரு தப்புக் காரியம் பண்ணிட்டான். எல்லாருக்கும் அனுப்புறமாதிரி அவ புருஷனுக்கும் ஒரு அழைப்பிதழ அனுப்பிச்சிருக்கான். அந்த மனுஷனுக்கு என்ன தோணிச்சோ அவனும் கல்யாணத்துக்கு வந்துட்டான். பொண்டாட்டி மேலெ அஞ்சி வருஷமா இல்லாத அக்கறெ திரும்பவும் வந்திருக்கு. ஆச்சரியம். புருஷங் காரன் கேட்டா மாட்டேன்னா சொல்ல முடியும்? அவன் அவளோட வேலெய ராஜினாமா செய்யச் சொல்லி அவளெயும் பையனெயும் ஊருக்கு அழெச்சிக்கிட்டுப் போயிட்டான்.

அவ்வளவுதான். ஊர்லேர்ந்து அவகிட்டயிருந்து ஒரு கண்ணீர்க் கடிதம் வந்திச்சி. அத்தோட என் காதல் சகாப்தத் துக்கு சமாதி கட்டியாச்சி.

எனக்குக் கல்யாணத்துல நம்பிக்கெ இல்ல. அதெல்லாம் வெறும் சடங்கு. ஆனா நாம ரெண்டு பேரும் சேந்து வாழறதா முடிவு பண்ணியிருந்தோம். இந்தத் தகுந்த உறவு, தகாத உறவுங் குறதெல்லாம் சமூகம் தன் செளகரியத்துக்காக ஏற்படுத்திக்கிட்ட வார்த்தைங்கதானே? எல்லாம் சுத்த ஹம்பக். என் காதல் வாழ்க்கெ திடீர்னு நிர்மூலமானதும் நா ரொம்ப வருத்தமாயிட் டேன். எல்லாத்துலயும் அக்கறெ போயிருச்சி.

அதுவரெக்குந்தான் ஞாபகம் இருக்கு. வேலெக்கிப் போறதெ நிறுத்தியிருக்கேன். அதுவும் ஞாபகம் இருக்கு. எப்பிடி இங்க வந்தேன்னு தெரியல்ல. எனக்குத் தெரிஞ்சு ஒரு மாசமா இங்க இருக்கேன். இப்ப உள்ளூர ஒரு கூச்ச உணர்வு இருக்கு. இங்க நா யார்கிட்டயும் பேசுறதில்ல. இப்ப நீங்க கேட்டதுனால

இவ்வளவு பேசினேன். நடுவுல எனக்கு என்னமோ ஆயிருக்கு. என்னன்னு தெரியல்ல. வீட்டிலேர்ந்தும் என்னெ யாரும் பாக்க வரல்ல. யாராச்சும் வந்தா விவரம் தெரியும். ஆனா இப்பகூட அவ ஞாபகமாகவே இருக்கு.

நிலை: 55

நோயாளியின் தகப்பனார்: 'இங்க உள்ளெ இருக்குறது என் மகன். ஒரு தரம் இதய அதிர்ச்சியில் போயிட்ட ஒரு உறவுக்காரர் சாவுக்குப் போயிருந்தோம். வீட்டுக்கு வந்ததும் 'எனக்கு என்னவோபோல இருக்கு'ன்னான். ஒரு வாரம் கழிச்சி அவனுக்குக் காய்ச்சலடிச்சது. அதுக்கு மாத்திரெ சாப்பிட்டான். சரியாயிருச்சி. ஒரு தரம் என்னெ நல்ல தூக்கத்துலேர்ந்து உசுப்பி விட்டுட்டான். என்னான்னு கேட்டேன். ஒண்ணுமில்லேன்னுட் டான். அப்பத்லேர்ந்து அவனுக்குத் தூக்கம் போயிருச்சி. அசமந்தமாயிட்டான். எல்லாரெயும் கிட்ட போயி மொறச்சிப் பாக்க ஆரம்பிச்சிட்டான். கையெ ஆட்டாமயே நடப்பான். அவனுக்கு ஒரு பயம் தொத்திக்கிடுச்சி. அவனெ நேத்துதான் இங்க சேத்தேன்.'

நிலை: 56

ஒரு பெண் நோயாளி: 'நா ஒரு அவுட்பேஷண்ட். என் பிரச்சனெ சாதாரண ஒண்ணுன்னுதான் தோணுது. ஆனா அது என்னெ ரொம்பப் பாதிச்சிருக்கு.

கல்யாணம் ஆனதுக்கப்புறந்தான் எனக்குப் பிரச்சனைங்க ஆரம்பமாச்சி. அவரு நல்லவரா இருந்தாலும் மாமனார் மாமியார் ஒரு மாதிரி. 'நீ செய்ற சமயல் எங்கது மாதிரி இல்ல,' 'நாங்க நீ பரிமாறுறது மாதிரி பரிமாறுறது இல்ல,' 'நாங்க வேற விதமாப் பூசெ செய்வோம்' இப்பிடியே ஏதாச்சும் சொல்லி என்னெ ஒதுக்கி வக்க ஆரம்பிச்சாங்க. எனக்கு ரொம்ப சங்கட மாப் போச்சி. சரின்னு எங்க வீட்டுக்காரரு என் மாமனார் மாமியாருக்குன்னு ஒரு தனி வீடு பாத்து வச்சாரு. இது என் பிரச்சனெயெக் குறெக்கல்ல. அதிகப்படுத்தியிருச்சி. நாளெக்கி உலகம் என்ன பேசும்? மருமகக்காரி வந்துதான் பிள்ளெயெ அப்பன் ஆத்தாகிட்டயிருந்து பிரிச்சிட்டாள்னுதானே பேசும்?

அப்புறம் வர வர வாயில ஒரு கசப்புணர்வு தோண ஆரம்பிச்சது. சாப்பிட்டா வாந்தி எடுத்திருவேன். சாப்பாட்டு லேர்ந்து ஒரு நாத்தம் வர ஆரம்பிச்சது. சமையலறையிலும் ஒரு

நாத்தம். சமெக்கவே மனசு வரல. இதயம் படபடன்னு அடிச்சிக்க ஆரம்பிச்சது. கைகால்ல நடுக்கம். மத்தவங்களோட பேசப் பிடிக்கல்ல. தூக்கம் போயிருச்சி.'

நிலை: 57

ரவீந்திரனின் நண்பரின் கதை:

'என் மனைவி காசு இல்லேன்னா துவண்டு போயிருவா. அவளோட அப்பா அம்மா கொஞ்சம் வசதி படெச்சவங்க. பணக்கஷ்டத்துல ஒரு தரம் தற்கொலை முயற்சி பண்ணுனா. ஆஸ்பத்திரி, போலீஸ் கேஸுன்னு களேபரமா ஆயிரிச்சி. ஒரு தமிழ் தினசரியில நியூஸ் வேற போட்டுட்டான். நா ரொம்பக் கூசிப் போயிட்டேன். பணக் கஷ்டத்துல சாக முயற்சி பண்றதுன்னா இந்தியாவுல பல ஏழைங்க தற்கொலை பண்ணிக்கிட்டிருக்கணும்னு நெனெச்சேன்.

சம்பவம் நடந்து ஏழு வருஷம் கழிச்சி ஒருநாள் எம்.வி. வெங்கட்ராமோட 'காதுகள்' கதை படிச்சிக்கிட்டிருந்தேன். மாய ஒலி பத்தின கதை அது. ரொம்பவும் சுவாரஸ்யமா இருக்கவே கதைய என் மனைவிகிட்டச் சொல்லிக்கிட்டிருந்தேன். அப்ப தான் சொன்னா, 'நா தற்கொல செஞ்சிக்கிர்றதுக்கு முன்னாடி என் காதுலயும் குரல் கேட்டிச்சி 'தற்கொல பண்ணிக்கிட்டுச் சாவு'ன்னு.'

அப்பத்தான் தெரிஞ்சது என் மனைவியோட தற்கொல முயற்சிக்குக் காரணம் ஒரு தற்காலிக மனநிலைப் பிறழ்வுன்னு.'

நிலை: 58

'ஒடிந்த சிறகுகள்' என்ற தலைப்பில் ஸ்டெல்லாவின் நண்பர் எழுதின கதை.

கோவிந்தசாமியை எனக்குக் கடந்த இருபது நாட்களாகத் தான் தெரியும். அதற்கு முன் என் பகுதியில் பார்த்திருக்கலாம். நினைவில்லை. அவர் என் பகுதியிலேயே தெருத் தெருவாகச் சுற்றிக்கொண்டிருப்பவர் என்றும் இளைஞர்கள் மன்ற வாசலில் படுத்துறங்குபவர் என்றும் தெரிந்துகொண்டேன்.

ஒருநாள் தெருவில் நடந்து கொண்டிருந்தபோது அவர் 'நீ சம்பாரிக்கிறவந்தானே? ஒரு ரெண்டு ரூவா குடுத்திட்டுப் போ' என்றார். அப்பொழுதிலிருந்துதான் அவர் எனக்குப் பரிச்சயமானார். நானும் இரண்டு ரூபாயைக் கொடுத்துவிட்டு

நகர்ந்தேன். அவர் செய்தது வித்தியாசமாகவே படவில்லை. நாட்டின் நிதி நிலைபற்றி எனக்கு அவ்வளவு நல்ல அபிப்பிராயம் இல்லை. எனக்கு ஒரு முழுநேர வேலையும் ஒரு பகுதிநேர வேலை செய்தும் மாதம் ஆயிரத்து ஐநூறு ரூபாய்தான் கிடைக் கிறது. இதில் பிடிப்பு போகக் கையில் கிடைப்பது சொற்பம். அதுவே போதாமல் மாதம் நூறு ரூபாய்வரை கடன் வாங்கு வேன்.

ஒருநாள் அலுவலகம் கிளம்ப, சாலையைக் கடந்துகொண் டிருந்தேன். கோவிந்தசாமி சாலையின் நடுவே நின்று ஒரு போலீஸ்காரர்போல் சமிக்ஞை செய்து வாகனங்களை நிறுத்திச் சாலையைக் கடந்தார். அப்பொழுதுதான் அவர் வித்தியாச மானவர் என்பதைத் தெரிந்துகொண்டேன்.

நல்ல நிறம். ஒரு நீல முழுக்கால் சட்டை. அழுக்கேறிய ஒரு வெள்ளைச் சட்டை. கையில் ஒரு தோல் பை. ஒரு துண்டு வேறு தனியாகக் கையில் இருந்தது. ஒல்லியாக, குள்ளமாக இருந்தார். வயது ஐம்பது இருக்கும்.

ஒரு முறை டீக்கடை அருகில் சந்திப்பு நிகழ்ந்தது. அது ஒரு மாலை. கோவிந்தசாமி தரையைப் பார்த்தவாறு நடந்து கொண்டிருந்தார். கீழே குனிந்து ஓர் அட்டையை எடுத்தார். தார்தாராகக் கிழித்துத் தோல் பையில் வைத்துக்கொண்டார். 'கோவிந்தசாமி' என்றேன். 'யார்ரா அது என்னெக் கூப்பிட்றது?' என்றார் சற்றே அதட்டல் தொனியுடன். 'கோவிந்தசாமி டீ சாப்பிட்றீங்களா?' என்று கேட்டேன். 'நீயா? வா. டீ தானே? நீ டீ மட்டுந்தான் வாங்கிக் குடுப்பியா? திங்கிறதுக்கு ஏதாச்சும் வாங்கித் தர்ரது' என்றார். 'வாங்க கோவிந்தசாமி' என்று அவரை டீக்கடைக்கு அழைத்துச் சென்றேன். இரண்டு பன், இரண்டு வாழைப்பழம் சாப்பிட்டார். பிறகு டீ. 'நீ சிகரெட் பிடிப்பியா? சரி, நீ பிடிக்கல்லேன்னா எனக்கென்ன? எனக்கு ரெண்டு சார்மினார் சிகரெட் வேணும். வாங்கிக் குடு. நீதான் சம்பாரிக்கிறவனாச்சே' என்றார். அவர் கேட்டபடி வாங்கிக் கொடுத்தேன். எனக்கென்னவோ அவரிடம் பேச வேண்டும் போலிருந்தது. அனாதரவாக ஒரு மனிதன் திரிந்துகொண்டிருப் பதற்கு ஏதோ ஒரு வகையில் நானும் பொறுப்பு என்று பட்டது.

'கோவிந்தசாமி சும்மாதானே இருக்கீங்க. வீட்டுக்கு வாங்களேன், பேசிக்கிட்டிருப்போம் கொஞ்ச நேரம்' என்றேன். அவர் புகைத்துக்கொண்டே மௌனமாக என்னுடன் வந்தார்.

வீட்டில் கோவிந்தசாமிக்கு என் மனைவியை அறிமுகப் படுத்தி வைத்தேன். அவர் என் மனைவியைச் சற்று வெறித்துப்

பார்த்தார். பேசவில்லை. பிறகு திடீரென்று ஆடைகளைக் களைந்தார். அண்டர்வேர் மட்டும் இருந்தது. அவர் விபதரீத மாக எதுவும் செய்துவிடக்கூடாதே என்று என் மனம் அடித்துக் கொண்டது. அவர் தன் கால் சட்டையையும் சட்டையையும் தோல்பையில் வைத்துக்கொண்டார். ஓர் அழுக்கான லுங்கி யைப் பையிலிருந்து எடுத்து அணிந்துகொண்டார். பழக்கப் பட்டவர்போல் சமையல்கட்டுக்குப் போனார். மனைவியின் பார்வையில் பதற்றம் தென்பட்டது. அவளை அமைதியாக இருக்கும்படிக் கைகளால் சைகை செய்தேன்.

சமையல்கட்டின் மூலையில் கைகால் அலம்பும் இடம் இருந்தது. சோப் ஜன்னல் மீது இருந்தது. அதை எடுத்து பக்கத் திலிருந்த அண்டாவிலிருந்த தண்ணீர் கொண்டு முகம் கழுவிக் கொண்டார். 'குங்குமம் வச்சிருக்கியா?' என்று கேட்டார். என் மனைவியிடம் சொல்லிச் சிமிழை எடுத்து வரச் சொன்னேன். அவள் நடுங்கியவண்ணம் எடுத்து வந்தாள். அவர் குங்குமத்தை எடுத்து நெற்றியில் இட்டுக்கொண்டார். 'எம் பொண்டாட்டிய விட இவ அழகா இருக்கா' என்றார். என் மனைவி சட்டென்று இடத்தை விட்டு அகன்றாள் பதறியபடி.

பிறகு கோவிந்தசாமி தன் பாட்டுக்கு எழுந்து நடக்க ஆரம்பித்தார். தெருவுக்கு வந்துவிட்டார். கூடவே அவரது ஒரே உடைமைகளான தோல்பையும் துண்டும் இருந்தன. அவர் பையைக் கக்கத்தில் இடுக்கிக்கொண்டு வலது கையைப் பக்கவாட்டில் அசைக்க ஆரம்பித்தார். பிறகு மேலும் கீழும் அசைத்தார். பிறகு இரண்டு கைகளாலும் போலீஸ்போல் சமிக்ஞை செய்தார். கீழே விழுந்த தோல் பையையும் துண்டை யும் நான் எடுத்துகொண்டேன். அவர் சிவன் கோவில் பக்கம் வந்துவிட்டார். கோவிலருகே வந்ததும் நெடுஞ்சாண்கிடையாக விழுந்து வணங்கினார். பிறகு எழுந்து மூன்று முறை சிறு சுற்று சுற்றினார்.

'கோவிந்தசாமி' என்றேன். அவர் புற உலகுக்குத் திரும்பியவ ராக 'நீயா? நீ இன்னும் போகலியா?' என்று கேட்டார். சற்றுக் கழித்து 'நீ பொண்டாட்டியயெல்லாம் நம்பாதே. ஒருநாள் இல்லைன்னா இன்னொரு நாள் விட்டுப் போயிருவா' என்றார் எச்சரிக்கும் குரலில். பிறகு நான் கொடுத்த அவரது உடைமை களைப் பெற்றுக் கக்கத்தில் இடுக்கியவண்ணம் இளைஞர் மன்றத்தை நோக்கி நடக்க ஆரம்பித்தார். வலது கை அசைந்து கொண்டிருந்தது. நான் அவர் பின்னாலேயே சென்றேன். வழி யில் அவர் ஒரு சிறுமிக்கு ஆங்கில பாணியில் வணக்கம் தெரிவித்தார். பிறகு நான் திரும்பிவிட்டேன்.

இரண்டு நாட்கள் நான் கோவிந்தசாமியைப் பார்க்க வில்லை. அடுத்த நாள் மாலை நான் இளைஞர் மன்றத்துக்குச் சென்றேன். செயலர் எனக்கு ஓரளவு பழக்கப்பட்டவர். கோவிந்தசாமியைப்பற்றி விசாரித்தேன். அவர் ஒரு பங்களாவில் தோட்ட வேலை செய்து வந்ததாகவும் சதா குடித்துக்கொண்டு மனைவியிடம் சண்டை போட்டுக்கொண்டிருந்ததால் மனைவி யும் மகன்களும் விட்டுப் போய்விட்டார்கள் என்றும் அவர்கள் போன கையோட அவரது நடத்தை சரியில்லாத காரணத்தால் வேலையும் போய்விட்டதென்றும் தெரிவித்தார் செயலர். இளைஞர் மன்ற நண்பர்கள் அவர் கேட்டபோது நான்கைந்து ரூபாய் கொடுத்துக்கொண்டிருந்தார்கள். 'அவருக்கு ஏதாச்சும் வழி பண்ணணும்' என்றார் செயலர். 'நிச்சயம்' என்றேன் நான்.

அடுத்த மாலை மீண்டும் டீக்கடை அருகே அவரைப் பார்த்தேன். 'கோவிந்தசாமி, வீட்டுக்கு வாங்க. சாப்பாடு சாப் பிடலாம்' என்றேன். அவருக்குக் கோபம் வந்துவிட்டது. 'ஒனக்கு எதுனாச்சும் அறிவிருக்கா? சாயந்திரம் போயி சோறு திங்கச் சொல்றியே? வேணும்னா டீ வாங்கிக் குடு' என்றார். நானும் அவரும் டீ சாப்பிட்டோம். பிறகு அவரே என் பின்னால் என் வீட்டுக்கு வந்துவிட்டார்.

என் குழந்தை ஓர் இந்திய வரைபடத்தை அட்டையில் ஒட்டி ஓர் எழுதுபலகை அருகே சாத்தி வைத்திருந்தாள். அவள் தரையில் உட்கார்ந்து வாசித்துக்கொண்டிருந்தாள். கோவிந்த சாமி வரைபடம் முன் சாஷ்டாங்கமாகக் கிடந்து வணங்கினார். குழந்தை என்னை வினோதமாகப் பார்த்து, 'யார் டாடீ இவரு?' என்று கேட்டாள். 'ஒரு சிநேகிதர். நீ வெளிய பிந்துவோட வெளெயாடிட்டு அப்புறமா வா' என்று குழந்தையைப் பக்கத்து வீட்டுக்கு அனுப்பிவைத்தேன்.

கோவிந்தசாமி முற்றிலும் மௌனமாக இருந்தார். பிறகு ட்ரங்குப்பெட்டி மீது அடுக்கி வைக்கப்பட்டிருந்த தலையணை களை ஒன்றன்பின் ஒன்றாகத் தரையில் வைத்து வரிசைப் படுத்தினார். ட்ரங்குப்பெட்டியைச் சற்றே நகர்த்தினார். பீரோவை நகர்த்த முயன்று தோற்றார். பிறகு கீழே இறங்கி நடந்தார்.

அவருக்கு ஏதோ ஒரு வகையில் உதவ வேண்டும் என்று அலுவலகத்திலிருந்து இரண்டு நாட்கள் விடுப்பு எடுத்துக்கொண் டேன். காலை எட்டு மணிபோல இளைஞர் மன்றத்துக்குப் போனேன். கோவிந்தசாமி வாசலில் உட்கார்ந்து புகைத்துக் கொண்டிருந்தார். 'கோவிந்தசாமி வாங்க, ஏதாச்சும் சாப்பிடலாம்' என்றேன். 'நீ வாங்கித் தர்றியா?' என்று கேட்டுக் கொண்டே என்னுடன் வந்தார்.

ஓர் உணவகத்தில் நுழைந்தோம். 'ஆளுக்கு நாலு ஆப்பம் வடகறி கொண்டாங்க' என்றேன். அவரது தட்டு வந்ததும் கோவிந்தசாமி டம்ளரில் இருந்த தண்ணீரை எடுத்துத் தட்டைச் சுற்றிலும் தெளித்தார். பிறகு எழுந்து ஸிங்க் அருகில் சென்று கை கழுவிக்கொண்டார். ஸிங்க் மீது நான்கைந்து முறை தண்ணீர் தெளித்தார். பிறகு திருப்தி அடைந்தவராக வந்து உட்கார்ந்துகொண்டார்.

ஓர் ஆப்பத்தில் வடைகறி முழுவதையும் தீர்த்துவிட்டார். பிறகு பக்கத்தில் இருந்த நாற்காலியை நகர்த்தினார். மீண்டும் ஆப்பத்தைத் தொடர்ந்தார். இன்னும் ஒரு வடைகறி கொண்டு வருமாறு சப்ளையரிடம் சொன்னேன். அவருக்கு மொத்தம் மூன்று தட்டு வடைகறி தேவைப்பட்டது. பிறகு அவர் கைகழுவி முகத்தையும் கழுவிக்கொண்டார். தேநீர் கப் வந்தது. அதை அவர் நான்கு முறை முன்னும் பின்னும் நகர்த்தினார். பிறகு மெதுவாகத் தேநீர் பருகினார். சட்டைப் பையில் இருந்த சார்மினார் ஒன்றை எடுத்துப் புகைக்கத் தொடங்கினார்.

நாங்கள் சாலையில் நடந்துகொண்டிருந்தோம். 'கோவிந்த சாமி, ஒங்களுக்கு ஒடம்பு பலகீனமா இருக்கு. ஒங்களெ ஆஸ் பத்திரிக்குக் கூட்டிப் போப்போறேன்' என்றேன். 'ஓம் பிரியம்' என்றார். ஓர் ஆட்டோவை அமர்த்திக்கொண்டேன். வழி நெடுக அவர் தன் இரு கைகளையும் அசைத்துக்கொண்டிருந்தார். அவரது கை என்னை ஒரு முறையும் ஆட்டோ ஓட்டுநரை ஒரு முறையும் ஆசீர்வதித்தது.

ஆட்டோ மனநலக் காப்பகத்தின் புறநோயாளிப் பகுதி கட்டிடத்துக்கு வந்து சேர்ந்தது. கோவிந்தசாமிக்கு இடம் உடனே புரிந்துவிட்டது. 'என்ன என்னெ இங்க கொண்டாந் துட்டே? எனக்கென்ன பைத்தியமா பிடிச்சிருக்கு?' என்று கேட்டார் காட்டமாக. 'ஒங்களுக்கு வாழ்க்கெயில விரக்தி ஏற்பட்டிருக்கு. மனக் கவலெ தீர்றதுக்கு இங்க மருந்து தருவாங்க, அமைதியா இருங்க' என்றேன்.

மருத்துவருக்காகக் காத்துக்கொண்டிருக்க அவரால் முடிய வில்லை. வெளியே இருந்த இடத்துக்கு வந்தார். சரளைக் கற்கள் நான்கைக் காலால் ஒன்று கூட்டினார். ஒற்றைச் செருப்பு ஒன்று கிடந்தது. அதை எடுத்து ஆஸ்பத்திரிக்கு வெளியே எறிந்தார். நல்லவேளையாக அது யார் மேலேயும் படவில்லை. கீழே கிடந்த ஒரு காகிதத்தை எடுத்துக் கிழத்துப்போட்டார்.

'கோவிந்தசாமி, உள்ளே வாங்க. டாக்டர் ஒங்க பேரெக் கூப்பிட்டிருக்கப் போறார்' என்றேன். 'ஒனக்கு வேற வேலெ

இல்ல' என்று கத்திக்கொண்டு அவர் என் பின்னால் நடந்தார். பிறகு நின்றார். ஒரு சுற்றுச் சுற்றினார். பிறகு நடந்தார்.

நோயாளிகள் காத்திருக்கும் இடத்தில் நாங்கள் இருந்தோம். கோவிந்தசாமி தன் தோல் பையை ஒரு பெஞ்சின் ஓரத்தில் வைத்தார். துண்டை எடுத்து உதற ஆரம்பித்தார். சுவரில் இருந்த ஒட்டடையைத் துண்டினால் அகற்றினார். பிறகு கப்போர்டின் கதவுகளைத் துடைத்துச் சுத்தம் செய்தார். துண்டைப் பிறர்மீது உதற அவர்கள் ஒதுங்கிச் சென்றார்கள். ஒருவர் 'துண்டு நல்லாக் காஞ்சிருச்சி' என்றார் கிண்டலாக. கோவிந்தசாமி 'முதல்ல ஒம் புத்தியச் சோப்பு போட்டுக் கழுவிக் காய வை. திருந்தியிருவே' என்று பதிலடி கொடுத்தார்.

பிறகு நான் அவரிடம் பேச்சுக் கொடுக்க ஆரம்பித்தேன். 'கோவிந்தசாமி நீங்க குடிப்பீங்களா?' என்று கேட்டேன். 'ஏன் வாங்கித் தரப்போறியா? சொல்லு. குடிச்சி அஞ்சி நாளாச்சி' என்றார்.

ஓர் அம்மாள் தன் பக்கத்திலிருந்த உறவினருடன் சிரித்துப் பேசிக்கொண்டிருந்தாள். கோவிந்தசாமி 'எல்லாம் காரியப் பைத்தியங்க. சிரிச்சிச் சிரிச்சிக் காரியத்தெச் சாதிச்சிக்கிரு வாளுக' என்றார்.

நான் விட்ட இடத்திலிருந்து தொடர்ந்தேன். 'குடிச்சிக் கிட்டிருந்தா ஒடம்பு கெட்டிரும்ல' என்றேன். கோவிந்தசாமி, 'நீ யார்ரா பைத்தியக்காரனாட்டமா இருகே. அரசாங்கமே கடெ தொறந்து வச்சிருக்கு. அரசாங்கம் என்ன பைத்தியமா? ஒனக்குத்தான் முதல்ல மருந்து குடுக்கணும். ஒனக்குத்தான் பைத்தியம் பிடிச்சிருக்கு' என்றார்.

பிறகு அவர் மீண்டும் துண்டை உதற ஆரம்பித்தார். ஒருவர் மூக்குப்பொடி போட்டுக்கொண்டிருந்தார். அவரிட மிருந்து ஒரு சிட்டிகை எடுத்துக்கொண்டு கோவிந்தசாமி ஒரு உறிஞ்சு உறிஞ்சினார். நோயாளியின் உறவினர் ஒருவர் கோவிந்த சாமிக்கு ஒரு பச்சை வாழைப்பழம் தர அவர் அதைச் சாப்பிட் டார். பிறகு துண்டைப் பலமாக உதற ஆரம்பித்தார். ஏதோ நினைவுக்கு வந்தவராக 'நா குடிச்சாக்கூட சண்டை போடாம நிதானமா இருப்பேன்' என்றார்.

தோல்பையிலிருந்து ஓர் அச்சிட்ட புத்தகத்தை – அது ஒரு நிறுவனத்தின் ஆண்டு அறிக்கை – எடுத்து அவர் அதில் ஒரு பக்கத்தைக் காட்டினார். அதில் நிறுவனத்தின் Balance Sheet இருந்தது. இறுதியில் ரூ. *4,00,166.75* காசு என்று குறிப்பிடப் பட்டிருந்தது. 'இவ்வளவு காசும் என்னோடது' என்றார். 'இதெ வச்சிக்கிட்டு நா ஒரு பங்களா வாங்கப் போறேன். விட்டுப்போன

குடும்பம் காசு சேந்ததும் தானா திரும்பி வரும்' என்றார் முகத்தில் பிரகாசத்துடன். அதற்குள் மருத்துவர் அறையிலிருந்து 'கோவிந்தசாமி' என்று குரல் கேட்கவே அவரை அழைத்துக் கொண்டு உள்ளே சென்றேன்.

மருத்துவரிடம் நிலைமையை விளக்கிச் சொல்லி அக நோயாளியாக அவருக்குச் சிகிச்சை அளிக்க முடியுமா என்று கேட்டேன். உறவினர்கள் இல்லாததால் யாராவது பொறுப் பேற்றுக் கொள்வதாக இருந்தால் சேர்த்துக்கொள்ளத் தான் முயற்சி செய்வதாக வாக்களித்தார் மருத்துவர். நான் இளைஞர் மன்றம்பற்றிச் சொன்னேன். அங்கிருந்து ஒரு கடிதம் கொண்டு வந்தால் சேர்த்துக்கொள்ள ஏதுவாக இருக்கும் என்றார் மருத்துவர்.

அன்றைக்கு மட்டும் சிகிச்சைக்காக மருந்துச்சீட்டு எழுதிக் கொடுக்கப்பட்டது. கோவிந்தசாமியை ஊசிபோடும் அறைக்கு அழைத்துச் சென்றேன். ஊசி வேண்டாம் என்று வெளியே நடந்த அவரை நான்கு சிப்பந்திகள் பிடித்துப் படுக்கையில் கிடத்தினார்கள். புட்டத்தில் ஊசி போடப்பட்டது. ஒரே ஒரு மாத்திரை எழுதிக் கொடுக்கப்பட்டிருந்தது. அதை மருந்தகத்தில் நான் போய்ப் பெற்றுக்கொண்டேன்.

கோவிந்தசாமி இப்பொழுது லேசான மயக்கத்தில் இருந்தார். ஆட்டோ பிடிக்க மருத்துவமனைச் சிப்பந்தி ஒருவர் உதவ, நான் அவரை ஆட்டோவில் அமர்த்தினேன்.

ஆட்டோவில் தலையை ஒரு பக்கம் சாய்த்துப் படுத்திருந்தார் கோவிந்தசாமி. ஊசி வேலை செய்துகொண்டிருக்கிறது என்று நினைத்துக்கொண்டேன். நானும் ஆட்டோ ஓட்டுநரும் கைத்தாங்கலாக அவரை வீட்டுக்குள் கொண்டு சென்று படுக்க வைத்தோம்.

எனக்குச் சற்று ஆசுவாசமாக இருந்தது. நிம்மதியாக உறங்கட்டும் என்று விட்டுவிட்டேன். ஒரு மணி வாக்கில் அவரை எழுப்பினேன். எழவில்லை. தட்டில் தயிர்சாதம் பிசைந்து வைத்துவிட்டு அவரைச் சிரமப்பட்டு எழுப்பினேன். அவரால் கண்களைத் திறக்க முடியவில்லை. இரண்டு கவளம் ஊட்டினேன். தண்ணீர் வேண்டும் என்று குளறினார். கொடுத் தேன். மேலெல்லாம் தண்ணீர் சிந்தக் குடித்தார். பிறகு உடனே கீழே சாய்ந்துவிட்டார். நானும் விட்டுவிட்டேன்.

மனைவி வேலைக்குப் போயிருந்தாள். குழந்தைக்கு முழு ஆண்டுத் தேர்வு. பக்கத்துப் பள்ளியில்தான் படித்துக் கொண் டிருந்தாள். பக்கத்து போர்ஷன் அம்மாளிடம் நான் இளைஞர்

மன்றம் வரை போய் வருவதாகக் கூறி கோவிந்தசாமி எழுந்தால் வீட்டை விட்டுப் போகாமல் பார்த்துக்கொள்ளச் சொன்னேன். ‘அவரு ஒண்ணும் செஞ்சிர மாட்டார்ல’ என்று பயந்தாள் அந்த அம்மாள். ‘ஒண்ணுமில்ல. மயக்க ஊசி போட்டிருக்கு. அவரு அநேகமா எந்திரிக்க மாட்டாரு. நீங்க சும்மாப் பாத்துக்குங்க. நா இப்ப வந்திர்றேன்’ என்று கூறிவிட்டு இளைஞர் மன்றத் துக்குப் போனேன்.

நல்லவேளை செயலர் இருந்தார். அவரிடம் விஷயத்தை விளக்கினேன். அவர் இளைஞர் மன்றக் கடிதத்தாளில் மனநலக் காப்பக மேலாளர் அவர்களுக்கு ஒரு கடிதம் எழுதித் தந்தார். கோவிந்தசாமி வீடற்றவர் என்றும் அவரை மனநலக்காப்பகத்தில் அனுமதித்து சிகிச்சை வழங்குமாறு வேண்டியும் சிகிச்சை முடிந்து வெளியே அனுப்பப்படும் சமயம் தாங்களே பொறுப் பேற்று அவரைப் பராமரிப்பதாகவும் எழுதிக் கொடுத்தார். நான் ‘நாளெக்கி அவரெ ஆஸ்பத்திரிக்குக் கூட்டிக்கிட்டுப் போகணும். நா தனியாச் சமாளிக்கிறது கஷ்டமா இருக்கு. யாராச்சும் துணெக்கி வந்தா நல்லா இருக்கும்’ என்றேன். ‘காலையில ஏழரைக்கெல்லாம் ஆஸ்பத்திரியில இருக்கணும்’ என்றேன். ‘சரி அதுக்கென்ன? நம்ம உபசெயலாளரெ அனுப் பிச்சி வச்சிர்றேன். இதுக்கெல்லாம் அவருதான் சரியான ஆளு’ என்று உறுதியளித்தார்.

ஒரு மூன்று மணி வாக்கில் கோவிந்தசாமியை மீண்டும் எழுப்பினேன். சரிவரக் கண் திறக்க முடியாமல் எழுந்தார். குடிக்கத் தண்ணீர் கேட்டார். கொடுத்தேன். தரையெல்லாம் சிந்திவிட்டது. நான்கு கவளம் தயிர்சாதம் ஊட்டினேன். மீண்டும் கீழே சாய்ந்துவிட்டார்.

குழந்தை நான்கு மணிக்குப் பள்ளியிலிருந்து வீட்டுக்கு வந்தாள். ‘என்ன ஒன் ஃபிரண்ட் இங்க படுத்திருக்காரு?’ என்று கேட்டாள். ‘நீ இண்ணெக்கி ஆபீஸ் போல்ல?’ என்றாள். ‘இல்லடா கண்ணா, இந்த மாமாவுக்கு ஒடம்பு சரியில்ல. ஆஸ் பத்திரிக்குக் கூட்டிப் போயிருந்தேன்’ என்றேன். ‘என்ன ஜொரமா டாடீ?’ என்று கேட்டாள். ‘ஆமா ஆமா. நீ எப்பிடி இந்த நேரத்துக்கு வந்தே? ட்யூஷன் முடிச்சிட்டு ஆறரெ மணிக்கித்தானே வருவே?’ என்று வியந்தேன். ‘வீடு தெறந்திருந்திச்சி. நீ இருக்கி யாக்கும்னு நெனெச்சி வந்தேன். இந்த மாமா இங்கபடுத் திருக்காரு. இவருக்கு வீடில்லியா?’ என்று கேட்டாள். ‘இண்ணெக்கி நம்ம வீடுதான் இவரு வீடு. நீ ட்யூஷன் போ. விட்டா நீ சும்மா சும்மாக் கேள்வி கேட்டுக்கிட்டே இருப்பே’ என்று அவளைப் பள்ளிக்கு மீண்டும் அனுப்பி வைத்தேன்.

மனைவியும் குழந்தையும் சேர்ந்து ஆறரை மணிக்கு வீட்டுக்கு வந்தார்கள். மனைவியிடம் விலாவாரியாக விஷயத்தை எடுத்துச் சொன்னேன். 'இருக்குறதே ஒரு ரூம். இதுல இவர வேற வச்சிக்கிட்டு. ராத்திரி எழுந்து அமர்க்களம் பண்ணுனா என்ன பண்ணுவீங்க?' என்று கேட்டாள். 'ஒரு ராத்திரிதானே, சமாளிச்சிக்குவோம். யாருக்கு வேணும்னாலும் இப்பிடி புத்தி பிசகிப் போயிரலாம். எனக்கே இந்த மாதிரி ஆயிருந்தா நீ இப்பிடிப் பேச மாட்டே' என்றேன். 'சீ வாயெ மூடுங்க. என்ன பேச்சு பேசுறீங்க?' என்று கூறி அவள் தன் கையால் என் உதடு களைப் பொத்தினாள்.

ஒரு ஏழு மணி வாக்கில் ஓட்டலுக்குச் சென்று சூடாக எட்டு இட்லி வாங்கி வந்தேன். கோவிந்தசாமியை எழுப்பி னேன். பதறியவண்ணம் எழுந்துகொண்டார். 'சாப்பிட்றீங்களா கோவிந்தசாமி? மந்தியானம்கூட நீங்க சரியாச் சாப்பிடல்ல' என்றேன். அவர் தலையசைத்தார். ஒரு பாத்திரத்தில் தண்ணீர் கொண்டு வந்துவைத்தேன். அவர் தன் வலது கையை அதில் அமிழ்த்தினார். பொட்டலத்தைப் பிரித்து வைத்தேன். கீழேயெல் லாம் சிதற ஒரு ஐந்து இட்லி சாப்பிட்டார். கீழே சாயவிருந்தார். 'கோவிந்தசாமி, இந்த டானிக் மாத்திரயெ விழுங்கிடுங்க. ஒடம் புக்குத் தெம்பு வரும்' என்று ஆஸ்பத்திரியில் கொடுக்கப்பட்டிருந்த உறக்க மாத்திரையைக் கொடுத்தேன். நல்ல வேளையாக அவர் அதை முரண்டுபிடிக்காமல் விழுங்கித் தண்ணீர் பருகினார்.

ஒரு சிகரெட் கேட்டார். அவருக்காக வாங்கி வைத்திருந்த சிகரெட்களில் ஒன்றைக் கொடுத்தேன். கை ஈரமாக இருந்ததில் சிகரெட் ஈரமாகிப் புகைக்க முடியாமல் போனது. கைகளை அவரது துண்டால் துடைத்துவிட்டேன். பிறகு வேறொரு சிகரெட்டைக் கொடுத்தேன். பற்ற வைத்தேன். அவர் மெது வாகப் புகைத்தார். 'டீ குடிக்கிறியா?' என்றார். அப்பொழுதுதான் உறக்க மாத்திரையை உட்கொண்டிருந்தார். அந்தச் சமயத்தில் நரம்புகளுக்கு விறுவிறுப்பூட்டும் டீ கொடுத்தால் சரிப்பட்டு வராது. அவராகவே மறக்கட்டும் என்று சும்மா இருந்தேன்.

அவர் 'ஒண்ணுக்கடிக்கணும் கைலியக் கழட்டிடு' என்றார். நானும் அவ்வாறே செய்தேன். கக்கூஸ் கீழே இருந்தது. அவரைக் கீழே அழைத்துச்சென்றால் வழியில் தூக்கக் கலக்கத்தில் படியில் இடறி விழக்கூடும். சற்று யோசித்தேன். கைத்தாங்கலாகச் சமையல் அறைக்கு அழைத்துச் சென்றேன். கைகால் அலம்பும் இடத்திலேயே ஒண்ணுக்குப் போகும்படிச் சொன்னேன். பாதி யில் அவர் 'ஒண்ணுக்குச் சரியா வரல. தண்ணி குடு' என்றார். நான் செம்பில் தண்ணீர் குடுத்தேன். அதை அவர் அருந்திவிட்டு

மீண்டும் வந்து சுவரில் சாய்ந்துவிட்டார். அதற்குள் அவர் இருந்த இடத்தை மனைவி சுத்தப்படுத்தியிருந்தாள். சுவரில் சாய்ந்த அவர் சற்று நேரத்தில் தரையில் சாய்ந்துவிட்டார்.

எட்டு மணி வாக்கில் நானும் மனைவியும் குழந்தையும் சாப்பிட்டோம்.

'இண்ணெக்கி ஒனக்கு என்னடீ பரீட்செ?' என்று கேட்டேன் குழந்தையிடம். அவள் 'நாளேக்கி EVS' என்றாள். 'இண்ணெக்கிப் பரீட்செயெக் கேட்டா நீ நாளையிதச் சொல்றியா? ஒனக்கென்ன பைத்தியமா?' என்றேன். 'இல்ல டாடீ இண்ணெக்கி சயன்ஸ். நல்லா எழுதுனேன். நாளெக்கி EVS' என்றாள். நான் சாதாரணமாக அவளே படிக்கட்டும் என்று விட்டுவிடுகிறவன். EVS என்றால் என்ன என்று புரியவில்லை. 'என்னடீ ஒனக்கு மட்டும் புரியிற மாதிரிப் பேசிக்கிட்டிருக்கே? EVSன்னா எவனுக்குப் புரியும்?' என்றேன். 'நீதான் நெறயப் படிச்சிருக்கேல்ல? நாலாங் கிளாஸ் சப்ஜெக்ட்கூட ஒனக்குத் தெரிய மாட்டேங்குது. நீ எல்லாம் சின்ன வயசுல EVS படிக்கல்லியா?' என்று வம்பளந்தாள். 'EVSன்னா என்ன? டாடீமக்கு. நீதான் சொல்லணும்' என்றேன். EVSன்னா Environ-mental Studies. இதுகூடத் தெரியல்ல' என்று கேலி செய்தாள்.

எனக்குத் தூக்கம் பிடிக்கவில்லை. மனைவியிடம் 'எனக்கு இண்ணெக்கிக் கொஞ்சம் கலவரமா இருக்கு. நாளெக்கி இவரெ ஆஸ்பத்திரியில அட்மிட் பண்றவரெக்கும் நிம்மதியா இருக்க முடியாதுன்னு தோணுது. நீ பால் குக்கர் நெறெய டீ போட்டு வச்சிரு. நா ராத்திரி முழுக்கப் படிச்சிக்கிட்டிருக்கப்போறேன்' என்றேன்.

Labeling Madness புத்தகத்தில் முதல் அத்தியாயத்தைப் படித்தேன். 'கோவிந்தசாமிக்கு மனநிலை பிறழ்ந்துவிட்டது என்று முடிவு செய்ய உனக்கென்ன உரிமை இருக்கிறது?' என்ற கேள்வி என்னுள் முள்ளாகத் தைத்தது. கஷ்டப்பட்டுக் கேள்வியை மனத்திலிருந்து அகற்றினேன். பிறகு அந்தப் புத்தகத்தில் நாட்டம் குறைந்துவிட்டது. பிறகு படித்துக்கொள்ளலாம் என்று அலமாரியில் வைத்துவிட்டேன். The Divided Self புத்தகம்மீதும் The Myth of Mental Illness புத்தகம்மீதும் பார்வை சென்றது. ஏனோ படிக்க மனம் வரவில்லை. கடைசியில் க.நா.சு.வின் 'பித்தப்பூ'வை மீண்டும் படிக்க ஆரம்பித்தேன். காலை மூன்று மணி அளவில் 'பித்தப்பூ' முடித்துவிட்டேன். இடையில் நான்கு முறை டீ சாப்பிட்டேன் என்று நினைகிறேன். அடுத்து 'மீனுக்குள் கடல்' எடுத்துவைத்துக் கொண்டேன். 'காசி' கதை முடியும்போது மணி நான்காகிவிட்டது. திடீரென்று ஞாபகம்

வந்தது நான் இதுவரை கோவிந்தசாமியைப்பற்றி நினைக்க வில்லை என்று. எப்படி மறந்ததென்பது வியப்பாக இருந்தது. திரும்பிப் பார்த்தேன். அவர் அயர்ந்து தூங்கிக்கொண்டிருந்தார். வாய் திறந்து விகாரமாக இருந்தது. சிறிதேனும் தூங்க வேண்டுமென்று நான் படுத்துக்கொண்டேன்.

கண்மூடிக் கிடந்தேனானாலும் தூக்கம் வரவில்லை. ஆறு மணி வாக்கில் எழுந்து காலைக் கடன்களை முடித்துக் குளித்து விட்டு வந்தேன். மனைவி குழாயில் தண்ணீர் பிடித்துக்கொண் டிருந்தாள். வீட்டில் கோவிந்தசாமியைக் காணோம். மனைவி யிடம் விசாரித்தேன். ‘அவரு தூங்கிக்கிட்டுத்தானே இருந்தாரு’ என்றாள்.

அதற்குள் வாட்டசாட்டமான ஓர் இளைஞர் என் வீட்டுக்கு வந்தார். தன் பெயர் பாஸ்கரன் என்றும் இளைஞர் மன்ற உபசெயலர் என்றும் அறிமுகப்படுத்திக் கொண்டார். அவரிடம் சொன்னேன். இருவரும் சேர்ந்து கோவிந்தசாமியைத் தேடும் முயற்சியில் ஈடுபட்டோம். சந்தின் சற்றுத் தொலைவில் அவர் ஒருவரிடமிருந்து எதையோ பெற்றுக்கொண்டிருப்பது தெரிந்தது. இருவரும் அவரை நோக்கி ஓடினோம்.

‘என்ன கோவிந்தசாமி சொல்லாம கொள்ளாமக் கௌம்பிட்டீங்க?’ என்றேன். ‘இவரு தெரிஞ்சவரு. ரெண்டு ரூவா நன்கொடை குடுத்தார்’ என்றார் கோவிந்தசாமி சாவகாசமாக. மூவரும் தேநீர் அருந்தினோம். கோவிந்தசாமி லேசான தெளிவுடன் காணப்பட்டார்.

ஓர் ஆட்டோவை அழைத்தோம். ‘உள்ளெ ஏறிக்குங்க கோவிந்தசாமி’ என்றேன். ‘நீங்க ரெண்டு பேரும் முதல்ல ஏறிக்குங்க. நீங்க ஏறாம நா ஏறுனா நீங்க பாட்டுக்கு விட்டுட்டுப் போயிருவீங்க’ என்றார். அவர் சொல்படியே நாங்கள் முதலில் ஏறிக்கொண்டோம். எங்களுக்கு, குறைந்தது எனக்குப் பயமாக இருந்தது அவர் ஆட்டோவிலிருந்து குதித்துவிடுவாரோ என்று. கோவிந்தசாமி பழையபடி கைகளை அசைக்க ஆரம்பித்தார். ஒருமுறை இடது கையை வெளியே நீட்டினார். நல்லவேளை யாக விரைவில் உள்ளே இழுத்துக்கொண்டார். ஒருவழியாக மருத்துவமனைக்கு வந்து சேர்ந்தோம்.

மணி ஏழரை. மருத்துவமனைக் கதவு மூடப்பட்டிருந்தது. எட்டு மணிக்குத்தான் சேவைகள் ஆரம்பம் என்று தெரிந்தது. ஒரு சிறு கும்பல் இருந்தது.

கோவிந்தசாமி சாலையின் எதிரே இருந்த டீக்கடையை நோக்கி நடக்க ஆரம்பித்தார். வாகனங்களை அவர் பொருட்

படுத்தியதாகத் தெரியவில்லை. ஒரு லாரி பிரேக் போட்டு நின்றது. 'அறிவுகெட்ட முண்டங்களா. பேஷண்டெ நடு ரோட்டுல நடக்கவிட்டு வேடிக்கெயா பாத்துக்கிட்டிருக்கீங்க?' என்று ஓட்டுநர் திட்டினார்.

கோவிந்தசாமி டீக்கடை முன் நின்றார். அங்கேயே உணவுப் பொட்டலங்கள் இருந்தன. 'ஏதாச்சும் சாப்பிட்றீங்களா கோவிந்தசாமி?' என்றேன். 'ஒனக்குச் சுத்தமா அறிவே இல்ல. இவ்வளவு காலைல சாப்பிடச் சொல்றியே. பல்லுகூடத் தேய்க்கல' என்றார். டீ வாங்கிக் கொடுக்கச் சொன்னார். மூவரும் டீ சாப்பிட்டோம்.

கடையில் ஒரு பிளாஸ்டிக் குடத்தில் தண்ணீரும் அருகில் ஒரு எவர்சில்வர் லோட்டாவும் இருந்தன. கோவிந்தசாமி தண்ணீரை மொண்டு நடைபாதையில் தெளிக்க ஆரம்பித்தார். பக்கத்தில் ஒரு பங்களா இருந்தது. அதன் முன் நின்று கைகளை அசைக்க ஆரம்பித்தார். உள்ளேயிருந்து ஒரு வேலைக்காரி முன்கதவு அருகே வந்தாள். 'என்ன வேணும் பெரியவரே?' என்று கேட்டாள். கோவிந்தசாமி மந்திரம் பண்ணுவதுபோல அவளை நோக்கிக் கைகளை அசைக்கவே அவள் பயந்து உள்ளே போய்விட்டாள்.

கோவிந்தசாமி தன் பாட்டுக்குச் சாலையோரத்தில் நடக்க ஆரம்பித்தார். நாங்கள் இருவரும் அவர் பின்னே நடந்தோம். அவரை மருத்துவமனைக்கு உள்ளே வருமாறு கெஞ்சினோம். 'யார்ரா இவனுக?' என்று எரிச்சல் பட்டுக்கொண்டே அவர் எங்களுடன் உள்ளே வந்தார்.

நான் வரிசையில் நின்றுகொண்டிருந்தேன். என் முறை வந்தது. செவிலி 'பேஷண்ட் எங்கே?' அவரெ அழெச்சிக்கிட்டு வாங்க முதல்ல' என்றாள். 'பாஸ்கரன், கோவிந்தசாமியெ அழெச்சிக்கிட்டு வாங்க' என்று அவசரப்படுத்தினேன். கோவிந்த சாமி இப்பொழுது நின்ற இடத்திலிருந்து லேசாக குதிங்கால் களைத் தூக்கிக் குதிக்கும் பாவனையில் இருந்தார். பிறகு உள்ளே வந்தார். மருத்துவர் அறைக்கு முன் மூவரும் இருந்தோம். கோவிந்தசாமி அடிக்கடி சிகரெட் கேட்டுப் புகைத்துக் கொண்டிருந்தார்.

எங்கள் முறை வருவதற்கு அரைமணி பிடித்தது. நேற்றுப் பார்த்த அதே மருத்துவர் இருந்தார். இளைஞர் மன்றக் கடி தத்தைப் படித்தார். தன்னால் முடிவு செய்ய இயலாதென்றும் வார்ட் தலைமை மருத்துவரிடம் பரிந்துரைப்பதாகவும் சொன்னார். மீண்டும் நாங்கள் காத்திருக்க வேண்டியிருந்தது.

கோவிந்தசாமி இப்பொழுது துண்டை உதறத் தொடங்கினார். 'கடவுள நம்பாதவன் பீ திங்கிற ஜாதி' என்று தன் கருத்தை முன்வைத்தார். 'நா யார்னு எவனுக்கும் புரியல்ல. எங்கிட்ட நாலு லட்சத்துச் சொச்சம் பணம் இருக்கு. எவனுக்கும் இது தெரியல்ல. அதான் என்னெ மதிக்க மாட்டேங்குறானுக...' இப்படி ஏதேதோ பேசிக்கொண்டிருந்தார்.

கோவிந்தசாமி மறுபடியும் சாலைக்கு வந்துவிட்டார். அங்கு ஓர் அதிசயம் நிகழ்ந்தது. ஒரு பெண்மணி தோன்றினாள். 'நீங்க யாரு?' என்று என்னையும் பாஸ்கரனையும் கேட்டாள். எங்களுக்கு ஒன்றும் புரியவில்லை. நான் சுதாரித்துக்கொண்டேன். 'நாங்க யாருன்னு சொல்றதுல எங்களுக்குப் பிரச்சனெயில்ல. ஆனா அதுக்கு முன்னாடி இந்தக் கேள்வியெக் கேக்குறதுக்கு ஒங்களுக்கு என்ன உரிமெ இருகுன்றதெச் சொல்லுங்க' என்றேன். 'இல்ல, அவரெ இங்க கொண்டாந்திருக்கீங்களே. அதான் கேட்டேன்' என்றாள். 'அவரெ இங்க அழெச்சிக்கிட்டு வந்ததுல ஒங்களுக்கு என்ன கஷ்டம்? அவரு ஒங்களுக்குச் சொந்தக்காரரா?' என்று கேட்டேன். 'அதுனாலதான் கேக்குறேன். அவரு என் வீட்டுக்காரரு.' 'ஏம்மா இவ்வளவு நாளா ஆளெத் தனியாத் தவிக்க விட்டுட்டு இப்ப வந்து சொந்தம் கொண்டாட்றீங்க?' என்று பொறிந்தேன்.

அந்த அம்மாள் விசும்பினாள். கோவிந்தசாமி வீட்டில் நூற்று ஐம்பது ரூபாய்க்கு மேல் தர மாட்டார் என்றும் நானூற்று ஐம்பது ரூபாயைக் குடித்தே தீர்த்தார் என்றும் சதா தன்னை அடித்துக்கொண்டிருந்தார் என்றும் ஒருமுறை 'மூதேவி ஒழிஞ்சிபோ. நீ வந்த ராசிதான் தரித்திரம் தாண்டவமாடுது' என்று கத்திக்கொண்டு அரிவாள்மனையால் தாக்க வந்துவிட்டாரென்றும் அதன் பிறகுதான் அவள் வீட்டை விட்டுப்போனாள் என்றும் சொன்னாள். அவள் பக்கத்துத் தெருவில் ஒரு வீட்டில் பத்துப்பாத்திரம் தேய்த்துப் பிழைத்து வந்தாள். இரண்டு மகன்கள் 15, 17 வயதுப் பையன்கள். இருவரும் ஒரு மெக்கானிக் ஷெட்டில் வேலையாக இருந்தார்கள். அவளுக்கு வேலை பார்க்கும் வீட்டில் இருக்க இடம் கிடைத்திருந்தது. எங்களுக்குக் கேட்க சோகமாயிருந்தது.

அந்த அம்மாள் கையில் ஒரு மூன்று வயதுக் குழந்தை இருந்தது; அது அவள் தங்கச்சி குழந்தையாம். தங்கச்சி வீட்டுக்காரரும் குடிகாரராம். சமீபத்தில் அவர் வீட்டைப் புறக்கணித்து விட்டு எங்கோ சென்றுவிட்டாராம். அந்தக் குழந்தையையும் அந்த அம்மாள்தான் காப்பாற்றிவந்தாள்.

இப்பொழுது அந்த அம்மாள் கோவிந்தசாமி அருகில் இருந் தாள். கோவிந்தசாமி தன் மனைவியை அடையாளம் கண்டு கொண்டதாகவே தெரியவில்லை. குழந்தையைக் கேட்டார். அந்த அம்மாள் பயந்துகொண்டே கொடுத்தாள். கோவிந்தசாமி குழந்தையைக் கொஞ்ச நேரம் கையில் வைத்திருந்தார். பிறகு அந்த அம்மாள் குழந்தையை எடுத்துக்கொண்டாள்.

கோவிந்தசாமி மருத்துவமனை உள்ளே செல்ல பாஸ்கரன் பின்தொடர்ந்தார். அந்த அம்மாள் என் விலாசத்தை எழுதி வாங்கிக்கொண்டாள். தன் முகவரியைக் கொடுக்க மறுத்து விட்டாள். ‘முதல்ல அவரு நல்ல ஆயிவரட்டும். அப்புறம் வீடு எடுக்குறதப் பத்தி யோசிக்கலாம்’ என்றாள். ‘நீங்களும் வந்து விவரங்களெச் சொன்னா சிகிச்சைக்கு ஒதவியா இருக்கும். எனக்கு இவரெக் கொஞ்ச நாளாத்தான் தெரியும்’ என்றேன். அவள் வீட்டு வேலையை முடித்துவிட்டுப் பத்து மணி அளவில் வருவதாகக் கூறி விடைபெற்றாள்.

மீண்டும் கோவிந்தசாமி சாலையில் தென்பட்டார். மறு முனைக்குச் சென்றார். நானும் பாஸ்கரனும் பின்னால் சென் றோம். நெரிசல் மிகுந்த பேருந்து ஒன்று எங்களைக் கடந்து சென்றது. தொற்றிக்கொண்டிருந்த ஒருவரின் செருப்பு கழன்று சாலையில் விழுந்தது. கோவிந்தசாமி அதைக் கையில் எடுத்துக் கொண்டார். உரிமையாளர் பேருந்திலிருந்து குதித்து கோவிந்த சாமியை நோக்கி வந்தார். அவரது கையிலிருந்த செருப்பை வெடுக்கென்று பிடுங்கிக் காலில் அணிந்துகொண்டு பேருந்தை நோக்கி ஓடினார்.

கோவிந்தசாமியை மருத்துவமனைக்கு உள்ளே இருக்க வைக்க மிகுந்த பிரயாசை தேவைப்பட்டது.

ஒருவழியாக வார்ட் தலைமை மருத்துவர் வந்தார். எங்கள் முறை வந்தது. இளைஞர் மன்றக் கடிதத்தைப் பார்த்துவிட்டு அனுமதிக்கப் பரிந்துரை அளித்தார். கடைசியில் யூனிட் மருத்துவ அதிகாரி கையொப்பமிட வேண்டும். அதற்காக மீண்டும் காத்திருக்க வேண்டியிருந்தது.

அதற்குள் ஓர் இளைய மருத்துவ அதிகாரி கோவிந்தசாமியை அழைத்தார். கேள்விகள் கேட்டார். ரத்த அழுத்தம் பாத்தார். பாதி பதிலிலேயே கோவிந்தசாமி எழுந்து நிற்க நான் அவரை அமரும்படிச் சொல்ல வேண்டியிருந்தது. மருத்துவர் ‘ஒங்களுக்கு என்ன கஷ்டம்?’ என்று கேட்டார். கோவிந்தசாமி ‘நா நல்லாத் தான் இருக்கேன்’. என்றார். ‘அப்ப ஏன் இங்க வந்திருக்கீங்க?’ என்று கேட்டார் மருத்துவர். ‘இந்தாளுதான் கொண்டாந்தான்’ என்று என்னைச் சுட்டினார் கோவிந்தசாமி. கேள்வி–பதில்

குறிப்பெடுத்தல் முடிந்தது. உயரம் எடை எடுப்பதில் கோவிந்த சாமி ஒத்துழைக்கவில்லை. மருத்துவமனைச் சிப்பந்தி சத்தம் போட்ட பிறகே ஒழுங்காக நின்றார். பிறகு இளைய மருத்துவ அதிகாரி கோவிந்தசாமியின் மனைவி இருக்கிறாரா என்று பார்த்துவரச் சொன்னார். அவள் வெளியே இருந்தாள். அவளிடமும் கேள்விகள் கேட்டுக் குறிப்பெடுத்துக் கொண்டார்.

இப்பொழுது கோவிந்தசாமியின் மகன்கள் வந்தார்கள். அவர்கள் அழ, கோவிந்தசாமியும் சேர்ந்து விசும்பத் தொடங்கினார். 'நாலு லட்சம் கைக்கு வரட்டும். ஒங்களெ நல்ல வச்சிப் பாத்துக்குவேன்' என்றார் விசும்பலுக்கிடையில். மூத்தமகன் ஒரு பாத்திரத்தில் குழம்புச் சாதம் முட்டை எடுத்து வந்திருந்தான். கோவிந்தசாமி பெஞ்சில் உட்கார்ந்து சாப்பிட்டார்.

நேரம் சென்றுகொண்டிருந்தது. நானும் பாஸ்கரனும் சற்றுத் தள்ளி நின்றிருந்தோம். மகன்கள் ஷெட்டுக்குச் சென்று விட்டார்கள். மனைவி மட்டும் இருந்தாள். நாங்கள் கவனிக்க ஆரம்பித்தபோது அவர் தன் மனைவியைத் திட்டிக் கொண் டிருந்தார். 'தேவடியா முண்டெ எங்கிட்ட நாலு லட்சம் இருக் குன்னு தெரிஞ்சும் எனக்கு மரியாத குடுக்கத் தெரியுதா பார்.' அவள், 'நீ பேசாம இருக்க மாட்டே இப்ப' என்று இரைய ஆரம்பித்தாள். நாங்கள் புகுந்து சண்டையை விலக்க வேண்டிய தாயிற்று. எப்பொழுது கோவிந்தசாமி தன் மனைவியை அடை யாளம் கண்டுகொண்டார் என்பது எங்களுக்குப் புரியவில்லை.

ரத்தம், மூத்திரம் பரிசோதனை பண்ண வேண்டும். சோதனைக் கூடத்துக்கு அழைத்துச்சென்று அதற்காக ஏற்பாடு செய்தோம்.

சமூகப்பணியாளரிடம் நான் எனக்குத் தெரிந்த விவரங் களைச் சொன்னேன். சமூகப்பணியாளர் கோவிந்தசாமியை அழைத்துவருமாறு பணித்தார். அப்பொழுது கோவிந்தசாமி வெளியில் எரிந்துகொண்டிருந்த குப்பையில் ஒரு சிகரெட் பற்ற வைக்க முயன்றுகொண்டிருந்தார். அவரை ஒருவாறு சமூகப் பணியாளரிடம் அழைத்துச் சென்றோம்.

தன் கதையைச் சொல்லும்போது கோவிந்தசாமி அழ ஆரம்பித்துவிட்டார். தான் படிப்பறிவில்லாதவன் என்றும் ஆகையால்தான் இந்த உலகம் தன்னை ஏமாற்றுவதாகவும் சொல்லி அழுதார். அவர் குழம்பிய நிலையில் இருந்தார். நிறைய சொந்த விவரங்கள் அவருக்கு மறந்துவிட்டிருந்தன.

ஒரு பன்னிரண்டு மணி வாக்கில் யூனிட் மருத்துவ அதிகாரி வந்தார். கோவிந்தசாமியின் பெயர் அழைக்கப்பட்டது.

நானும் பாஸ்கரனும் அவரை அழைத்துக்கொண்டு உள்ளே சென்றோம். மருத்துவ மாணவிகள் அங்கு குழுமியிருந்தார்கள். இளைய மருத்துவர் கோவிந்தசாமி பற்றி எடுத்துச் சொல்ல ஆரம்பித்தார். கோவிந்தசாமி பக்கத்தில் இருந்த மேஜையில் கைவைத்து ஒரு ரிஜிஸ்டரை நகர்த்தினார். மருத்துவமனைச் சிப்பந்தி அவரை ஒழுங்காக இருக்குமாறு அவர் தோள்மீது கைவைத்துச் சொன்னார். 'மேல கை வக்கிற வேலெ மட்டும் எங்ககிட்ட வச்சிக்காத. ஆமா, நா யார்னு ஒனக்குத் தெரியாது' என்று கோவிந்தசாமி மிரட்டினார். இளைய மருத்துவர் குறிப்பைத் தொடர்ந்தார். யூனிட் மருத்துவ அதிகாரி மருத்துவக் குறிப்புகளை மட்டும் விரைவில் சொல்லுமாறு அவரைப் பணிக்க அவரும் அவ்வாறே செய்தார். நாங்கள் மருத்துவர் அறையை விட்டு வெளியேறினோம்.

டெபாஸிட் பத்து ரூபாய் கட்ட வேண்டியிருந்தது. செய் தோம். கோவிந்தசாமியும் அவரது மனைவியும் அனுமதிப் படிவத்தில் கையொப்பம் இட்டார்கள்.

இரண்டு இரண்டரை மணி வாக்கில் அகநோயாளிப் பிரிவிலிருந்து வண்டி வந்து அன்று அனுமதி வழங்கப்பட்ட நோயாளிகளை அழைத்துச் செல்ல வேண்டும். கோவிந்தசாமியும் அவர் மனைவியும் வெளியில் இருந்தார்கள். மகன்கள் அவருக்குச் சோறு கொடுத்துக்கொண்டிருந்தார்கள். நானும் பாஸ்கரனும் கோவிந்தசாமியின் மனைவியிடம் அவரைப் பார்த்துக்கொள்ளச் சொல்லி வெளியில் போய் சாப்பாடு சாப் பிட்டு வந்தோம். நல்ல பசி, காலையிலிருந்து இருவரும் ஒன்றும் சாப்பிட்டிருக்கவில்லை.

இரண்டரை மணிக்கு வண்டி வந்தது. நோயாளிகளும் உறவினர்களும் அதில் ஏறிக்கொண்டார்கள். வண்டி பக்கத்துக் கட்டடத்துக்குள் சென்றது. கோவிந்தசாமி தன் மனைவியின் கையை இறுக்கப் பற்றிக்கொண்டிருந்தார். அவள் 'விடு விடு' என்று சொல்லிக்கொண்டிருந்தாள். வண்டி மகளிர் பகுதி அருகில் நின்றது. 'லேடீஸ் இறங்கிக்குங்க' என்றார் ஓட்டுநர். பெண் நோயாளிகள் இறங்கிக்கொண்டார்கள். இருந்தும் நோயாளிகளின் உறவினர்களில் கோவிந்தசாமியின் மனைவி உட்பட மூன்று பெண்கள் இருந்தார்கள். 'ஏன் இவங்க எல்லாம் லேடீஸ் இல்லியா?' என்று கோவிந்தசாமி தன் சுவாதீனத்தை வெளிப்படுத்தினார்.

வண்டி மீண்டும் நகர ஆரம்பித்தது. ஒரு வார்ட் முன் நின்றது. நாங்களும் கூட மூன்று நோயாளிகளும் உட்சென் றோம். 'ஃபோட்டோ பிடிக்கணும்' என்று மருத்துவனைச்

சிப்பந்திகள் இருவர் ஒவ்வொரு நோயாளியாக ஓர் அறைக்கு அழைத்துச் சென்று சீருடை அணிவித்தார்கள். கோவிந்தசாமி பழுப்பு அரை நிஜாரிலும் அரைக்கைச் சட்டையிலும் புதிய மனிதராக உருவெடுத்திருந்தார். அவரது சொந்தத் துணிகள் அவரது மனைவியிடம் கொடுக்கப்பட்டன. இரண்டு சிப்பந்திகள் 'வாங்க, ஒண்ணுமில்ல' என்று அவரைத் தள்ளிக்கொண்டு நோயாளிகள் இருந்த கூடத்துக்கு அழைத்துச்சென்று அடைத்தார்கள்.

நானும் பாஸ்கரனும் கோவிந்தசாமியின் மனைவியும் வெளியே வந்தோம். 'இனிமேயாச்சும் அவரெ வந்து பாத்துக்குங்க. டிஸ்சார்ஜ் ஆனா இருக்குறதுக்கு எடமும் சாப்பாட்டுக்கும் ஏற்பாடு பண்ணனும். வெளிய வந்து ஒழுங்கா அவரு மருந்து சாப்பிட்ற மாதிரிப் பாத்துக்கணும். அப்பிடி இருந்தாத்தான் அவரால மறுபடியும் ஒரு வேலெக்கிப் போக முடியும். இல்லேன்னா அவரு காலம் முழுக்க நோயாளியாவே இருக்க வேண்டியதுதான். எல்லாம் ஓங்க விருப்பம்' என்றேன். 'நா எப்பிடியோ கஷ்டப்பட்டு வச்சிப் பாத்துக்குவேன்' என்று உறுதியளித்தாள் அந்த அம்மாள். 'இளைஞர் மன்றமும் ஒங்களுக்கு உதவும்' என்று அவளுக்குத் தெம்பளித்தேன்.

ஒரு பெரிய காரியம் செய்துவிட்ட திருப்தி ஏற்பட்டது.

நானும் பாஸ்கரனும் பேருந்தில் இருந்தோம். 'ரெண்டு ப்ரஸ் காலனி' என்று கேட்பதற்குப் பதில் 'ரெண்டு சார்மினார்' என்று நடத்துநரிடம் கேட்டுப் பிறகு என் தவறைத் திருத்திக் கொண்டேன். கோவிந்தசாமி மனத்தை விட்டு அகன்றால்தானே?

அடுத்த நாள் அலுவலகம் விட்டு வீடு திரும்பிக்கொண்டிருந்தேன். எதிரே வந்த ஒரு பொடியன் 'Have a good Thursday, Uncle' என்றான் கிண்டலாக. 'Thank you my dear son' என்றேன் அவனுக்கு ஈடுகொடுத்தவனாக. இருவருக்கும் சுவாதீனம் பிறழ்ந்திருப்பதாக எனக்குப் பட்டது.

அன்று இரவு என் மனைவி எனக்கும் குழந்தைக்கும் உணவு பரிமாறிக்கொண்டிருந்தாள். 'என்ன குழம்பு?' என்று கேட்டேன். 'பைத்தியம் பருப்புக் குழம்பு' என்றாள் ஏதோ ஞாபகமாக. 'பைத்தியம் பருப்பு இல்ல, பயித்தம் பருப்பு. ஒனக்கு என்ன ஆச்சி?' என்று அவளைத் திருத்தினேன்.

நான் செய்தது சரியா என்று தெரியவில்லை. ஒரு வேளை கோவிந்தசாமியின் சுதந்திரமான சுற்றித் திரிதலுக்கு நான் தடை போட்டுவிட்டேனோ என்ற எண்ணம் என்னை உறுத்திக் கொண்டிருக்கிறது.

நிலை: 59

'நா ரொம்ப பிஸியா இருக்கேன். நீங்க என்னெ டிஸ்டர்ப் பண்ணுறது எனக்குப் பிடிக்கல்லெ. சரி ஒங்களுக்கு நா யார் என்றுதானே தெரியணும். சொல்றேன். நல்லாக் காதுல வாங்கிக்குங்க. அஞ்சி நிமிஷம்தான் ஒங்களுக்காக ஒதுக்க முடியும்.

சரி விஷயத்துக்கு வர்றேன். நீங்க தேவேந்திரனப்பத்திக் கேள்விப்பட்டிருப்பீங்க. நா அந்த ஆனானப்பட்ட அவனவிடப் பெரியவன். நா தெனமும் சக்தி வாய்ஞ்ச அம்மன்களெ உரு வாக்கிக்கிட்டிருக்கேன். சில உதாரணங்க மட்டுந்தான் சொல்ல முடியும்: ஒப்பாரியம்மன், பிலாக்கோணத்தம்மன், பாடையம்மன், இழவத்தம்மன், மூதேவியம்மன், நரகலம்மன், மலமம்மன், நிர்மூலம்மன், துவம்சத்தம்மன், இத்தோட முடிச்சிக்கிர்றேன். சரி ஒங்களுக்கு நா ஒதுக்குன நேரம் முடிஞ்சிருச்சி. நீங்க போலாம். இண்ணெக்குள்ளே நூத்தியோரு அம்மன்களெ உருவாக்கணும். ஒங்களுக்கு எதுனாச்சும் பிரச்சனையின்னா வாங்க, சக்தி வாய்ஞ்ச ஒக்காள ஓழியம்மனுக்குப் பூசெ போட்டுத் தீத்திருவோம்.'

இன்னும் தொடரும் பழைமை: 1

முன்னால் இரு பக்கங்களிலும் உயரமான பலகைகள் வைக்கப்பட்டிருந்தன. நடுவில் சிறிது இடைவெளி. ஒரு திரைச்சீலை இடைவெளியை மூடியிருந்தது. பக்கத்துச் சுவரில் பில்லி சூனியம், காத்து சேஷ்டை, தாம்பத்தியத்தில் கசப்பு முதலியவற்றுக்குப் பரிகாரம் செய்யப்படும் என்று எழுதப் பட்டிருந்தது.

ரவீந்திரன் அந்த அறைமுன் தயங்கி நிற்கவே வெள்ளை லுங்கி தரித்திருந்த ஒரு நாற்பது வயதுக்காரர் வந்தார். ரவீந்திரன் அவருக்குக் கை கூப்பினார். அவர் ரவீந்திரனை உள்ளே அழைத்தார். ரவீந்திரன் மனநிலை பிறழ்ந்தவர்கள்மீது தனக் குள்ள அக்கறைபற்றியும் மனநிலை பிசகியவர்களை மாந்திரீக ரீதியில் எப்படிக் குணப்படுத்துகிறார்கள் என்பதைத் தெரிந்து கொள்ள வந்திருப்பதாகவும் தெரிவித்தார்.

உள்ளே ஒரு சிறு மேஜை. மேஜைமீது இரண்டு முட்டை கள். அவற்றின்மீது கட்டங்கள் போடப்பட்டிருந்தன. ஒவ்வொரு கட்டத்திலும் ஓர் எழுத்து. எந்த மொழி என்று தெரியவில்லை. அதேபோல் மூன்று தேங்காய்கள் நான்கைந்து இளநீர்கள்.

அவற்றின் மீதும் கட்டங்கள், எழுத்துகள். சில தாமிரத் தகடுகள். அவற்றின்மீதும் கட்டங்களும் எழுத்துகளும். சில தாமிரத் தாயத்துகள். மேஜை பூராவும் நிரம்பியிருந்தன.

பேச்சிலிருந்து அவர் மலையாள முஸ்லீம் மாந்திரீகர் என்று தெரிந்துகொண்டார் ரவீந்திரன்.

மாந்திரி கூற்று: நாங்க கேரளாவில் மனநோய்க்கு மருந் தெல்லாம் வச்சிருக்கோம். இளநீர் தாரையில மருந்து சாப்பிடணும். ஆனா இங்க கோயம்பத்தூர்ல இதெல்லாம் சரிப்பட்டு வர்றதில்ல.

இங்க நாங்க பைத்தியங்களெ குணப்படுத்துறதில்லெ. மனசு, நரம்பு சம்பந்தப்பட்ட வியாதிங்கன்னு தெரிஞ்சதுன்னா நாங்களே டாக்டர்கிட்ட போகச் சொல்லியிருவோம். ஆனா இந்தக் காத்து கறுப்பு இதெயெல்லாம் நாங்க கவனிச்சிக்கு வோம். எங்ககிட்ட சில பொருள்கள் இருக்கு. அதெ நெருப்புல காட்டுறது... எங்களுக்குன்னு சில வழிமுறைங்க இருக்கு. பைசாசம் பிடிச்சவங்க, தற்கொலெப் பொருள்களெத் தொட்ட வங்க, சில ஆகாத வீடுகள்ல குடியிருக்குறதுனால வர்ற கோளாறுங்களெயெல்லாம் எங்களால குணப்படுத்த முடியும். பக்கத்துல காதர் பாயினோட மூத்த மகனுக்கு அப்பிடி இருந் திச்சி. நாதான் பூரணமா குணமாக்குனேன். இங்க பக்கத்துலதான். வேணும்னா அவர்கிட்ட போயிக் கேட்டுக்குங்க.'

இன்றும் தொடரும் பழைமை: 2

ஓர் அதிகாலை ரவீந்திரனும் அவரது உளவியல்துறை நண்பர் ஒருவரும் ஒரு முஸ்லீம் சாமியாரைப் (ஹஸ்ரத்) பார்க்கக் கிளம்பினார்கள். நகர எல்லை தாண்டி ஓர் ஒதுக்குப்புறத்தில் இருந்தது அந்த இடம். நகர எல்லையில் இறங்கி மாற்றுப் பேருந்தில் செல்ல வேண்டும். பேருந்தில் ரவீந்திரனுக்கு அமர இடம் கிடைத்தது. நண்பர் நின்றுகொண்டிருந்தார். பின் இருக்கையில் ஒருவர் அமர்ந்திருந்தார். அவர் நண்பரைப் பார்த்து 'எங்க போவணும்?' என்று விசாரித்தார். நண்பர் ஊரின் பெயரைத் தெரிவித்ததுமே இன்னொருவருக்காகப் பிடித்து வைத்திருந்த இடத்தை அவர் நண்பருக்கு அளித்தார். அந்தச் சாமியாரின் பெருமைகளைப்பற்றி அவர் நண்பரிடம் சொல்லிக்கொண்டிருந்தார். இறங்கும் தறுவாயில் அவர் முன் இருக்கையில் இருந்த ரவீந்திரனைச் சுட்டி, 'அவரெ பத்திரமா அழைச்சிக்கிட்டுப் போங்க' என்றார். ரவீந்திரன் அவர் பிரகாரம் ஒரு மனநோயாளி ஆனது மிகவும் சுவாரஸ்யமாக இருந்தது.

சாமியாரின் வீட்டுக்குள் நுழையுமுன் உள்ளேயிருந்து ஒரு குடும்பம் வெளியே வந்துகொண்டிருந்தது. ஒரு பெண்மணி அவர்களிடம் 'செருப்பெக் கழட்டி வச்சிட்டுக் கால் கழுவிக்கிட்டு உள்ளெ போங்க' என்று அறிவுறுத்தினாள். வீட்டை ஒட்டி ஒரு பம்ப் இருந்தது. இருவரும் கால் கை கழுவிக்கொண்டார்கள்.

உள்ளே ஒரு விசாலமான கூடத்தின் நடுவே சாமியார் தரையில் ஒரு பாய் போட்டு அமர்ந்திருந்தார். ஒரு சிறு பச்சைப் பொட்டலம் கறுப்புக் கயிற்றால் கட்டப்பட்டு வலது புறத்தில் இணைக்கப்பட்டுத் தொங்கிக்கொண்டிருந்தது. அவர் கைகளை அசைக்கும்போது பொட்டலம் சேர்ந்து ஆடியது. சாமியார் கண்ணாடி அணிந்திருந்தார். குறுந்தாடி. நரை பாரித்திருந்தது. அவர் ஒடிசல் தேகத்துடன் காணப்பட்டார். எளிய உடை. ஒரு லுங்கி. ஒரு கைவைத்த வெள்ளை பனியன். அவ்வளவே. அவரைத் தாண்டி ஒரு மூலையில் சுவரோரமாக ஒரு புத்தம்புது Hero Honda பைக் நிறுத்திவைக்கப்பட்டிருந்தது.

சாமியார் முன் ஒரு குட்டையான சாய்வான ஒரு மேஜை இருந்தது. வலது பக்கத்தில் சிறு துண்டுகளாக வெட்டப் பட்டிருந்த காகிதங்கள். எதிரில் ஒரு நாற்பத்தைந்து வயது மதிக்கத்தக்கவர் அமர்ந்திருந்தார். வந்திருந்தவர் வேலையை உதறியிருந்தார். டிரைவர் வேலை. மனதில் எப்பொழுதும் ஒரே கிலி. வண்டியை ஓட்ட முடியாத அளவு கிலி. வீட்டில் பணப் பிரச்சனை. மனைவிக்கும் அவருக்கும் சச்சரவு. யாராவது செய்வினை வைத்திருப்பார்களோ என சந்தேகம். மொத்தத்தில் அமைதியில்லை.

சாமியார் ஒரு துண்டுக் காகிதத்தை எடுத்து சிகப்பு மசியில் ஏதோ எழுதி மேஜைமீது வைத்துச் சுருட்டினார். சுருணையை வெள்ளை நூலால் சுற்றிக் கட்டினார். 'இந்தா இந்தத் திரியெ எடுத்துக்கிட்டுப் போயி குத்து விளக்குல எரி, ஜோதியில காளியோ, மாடனோ, மாடோ, குட்டிச் சாத்தானோ தெரி யுதான்னு பாரு. ஒண்ணுந் தெரியல்லேன்னா யாரும் ஒனக்குச் செய்வினெ வக்கல்லேன்னு அர்த்தம். எதுக்கும் திரியெ எரிச்ச சாம்பலெ எங்கிட்ட கொண்டாந்து குடு. வர்றப்ப அம்பத்தேழு ரூவா எடுத்துக்கிட்டு வா. இது முடிச்சிட்டு நேர ஜென்ரல் ஆஸ்பத்திரி ரூம் நம்பர் நூத்தி நாப்பதுக்குப் போ. அங்க போயி சைகாலஜி டாக்டர்கிட்ட சொல்லு மனசுல பீதியா இருக்குன்னு. அவங்க மாத்திரைங்க குடுப்பாங்க. எல்லாம் சரியாயிரும்' என்றார்.

வந்தவர் மேஜை முன் விழுந்து வணங்கினார். சாமியார் அவசரமாக 'அதெல்லாம் ஒண்ணும் வேணாம். பரவாயில்ல.

அல்லா ஒன்னெக் காப்பாத்துவார்' என்றார். வந்தவர் காணிக் கையாக ஓர் ஐந்து ரூபாய்த் தாளை மேஜைமீது வைத்துவிட்டுக் கைகூப்பி விடைபெற்றார்.

சாமியார் ரவீந்திரனையும் அவரது நண்பரையும் தன் எதிரே வந்து அமருமாறு சொன்னார். அவர்கள் தங்கள் வருகையின் நோக்கத்தைச் சொல்ல சாமியார் தன்னைப் பற்றிச் சொல்ல ஆரம்பித்தார்:

'நாகூர், வேளாங்கன்னி, ஏர்வாடி தர்காவெல்லாம் கேள்விப்பட்டிருப்பீங்க. நா எங் குருநாதரோட ஆசியெ வச்சிக் கிட்டு இந்தச் சேவெ செஞ்சிக்கிட்டிருக்கேன். இதுதான் எங் குருநாதர் (சுவரில் ஒரு முஸ்லீம் பெரியவருடைய புகைப்படம் தொங்கிக்கொண்டிருந்தது). அவருக்கு இருவத்தஞ்சி லட்சம் சிஷ்யப்பிள்ளைங்க இருக்காங்க. நா சின்னவன். எனக்கு அஞ்சி லட்சம் சிஷ்யப்பிள்ளைங்க இருக்காங்க. என் பையன் எட்டா வதுவரெ படிச்சிருக்கான். அவனும் இந்தச் சேவெதான் செய் றான். இன்னொரு பையனெ சைகாலஜி படிக்க வக்கலாம்னு இருக்கேன்.

நா நல்லதுதான் செஞ்சிக்கிட்டு வர்றேன். 'நா குறுக்கு வழியில நெறைய காசு சம்பாரிக்கணும். எனக்கு ஒரு வழி காட்டுங்க; நா ஒரு பொண்ணெ விரும்புறேன். அவளெ வசியப் படுத்தணும்,' அப்பிடீன்னுட்டெல்லாம் ஆளுங்க வருவாங்க. அவங்களெயெல்லாம் நல்ல புத்தி சொல்லித் திருப்பி அனுப்பிச் சிருவேன்.

அப்புறம், மனசுல கலவரமா இருக்குறது, காதுல குரல் கேக்குறது இந்த மாதிரிக் கேஸெ எல்லாம் சைகாலஜி டாக்டர் கிட்ட அனுப்பிச்சிர்றது. அது நம்ம டிபார்ட்மெண்ட் கெடை யாது.

எங்கிட்ட இருக்குற சக்தி பார்வெ. அல்லா அருள் பெற்ற பார்வெ. அதெ வச்சித்தான் நா காரியங்களெச் செய்றேன். எங்கண்ணு ஆண்டவனெப் பாக்குற கண்ணு. அதனாலதான் எல்லாம் முடியுது. நா செய்றதெல்லாம் தைரியம் சொல்றதுதான். நெறைய பேரு தெளிஞ்சிர்றாங்க. எல்லாம் அவன் செயல். ஒரு முஸ்லீம் பெரியவரு கார் வச்சிருந்தாரு. அவர்கிட்ட யாரோ 'காரு யாருது?'ன்னு கேட்டாங்களாம். அவரு சொன்னாராம், 'காரு ஆண்டவனது'ன்னு. இந்தக் கதைய நா எல்லார்கிட்டயும் சொல்றது. நம்ம கையில என்ன இருக்கு? அவன் நெனெச்சா ஆக்குவான், நெனெச்சா அழிப்பான். இப்ப ஏதோ எனக்கு வசதியிருக்கு. வீட்டுல இருக்கேன். நாளெக்கே ஒண்ணு

மில்லேன்னு ஆனாக்கா அதோ தெரு முனையில ஒரு செடி இருக்கு. பக்கத்துல ஒரு ஷெட்டு போட்டு வச்சிருக்கேன். அங்க போயிரவேண்டியதுதான். நம்ம கையில என்ன இருக்கு சொல்லுங்க. எல்லாம் அவனாப் பாத்துச் செய்றதுதானே?

ஆண்டவனெப் பாக்குற எங் கண்ணுக்கு எல்லாம் தெரியும். சூனியம் எங்க வச்சிருக்காங்கன்னு ஒடனே சொல்லி யிருவேன். தோண்டிப் பாத்தா இருக்கும். எத்தனயோ வகையில சூனியம் வக்கிறாங்க. பொம்மையில ஆணி அடிச்சி... இப்பிடி எத்தனயோ வகையில.

இந்தத் தற்கொலையில செத்தவங்க, விபத்துல செத்தவங்க ஆவி நாப்பது நாளு அலஞ்சிக்கிட்டிருக்கும். அது சிலரெ அடிச்சிரும். அவங்க இங்க வருவாங்க. தண்ணியல ஃபாத்தியா ஓதிக் குடிக்கச் சொல்லுவேன். சரியாயிரும்.

சில பேரு இருக்காங்க. நா சூனியத்தெ எடுத்துர்றேன். ஐயாயிரம் குடு, ஆறாயிரம் குடுன்னு பணத்தெக் கரந்திருவாங்க. நா அந்த மாதிரியெல்லாம் அநியாயமாக் கொள்ளையடிச்சுச் சம்பாரிக்கிறதில்ல. ஒருத்தராண்டெயிருந்து அக்கிரமமாச் சம்பாரிச்ச காசு நெலெக்குமா? எனக்குப் பதினொரு பசங்க. அதுங்க நல்லா இருக்கணும்னா நா நல்லவனா இருக்கணும். எனக்கு ஆண்டவன் குடுத்த சக்திய என் சொந்த லாபத்துக்குப் பயன்படுத்திக்கிடக் கூடாதில்லியா?

இந்த அம்மாவாசெ, பௌர்ணமி, கிர்த்திகெ, அஷ்டமி, நவமி அண்ணெக்கி பைத்தியங்களுக்கு உக்கிரம் ஜாஸ்தியாயிரும். நா ஃபாத்தியா ஓதி சரி பண்ணி அனுப்பிச்சிருவேன்.

நானும் என்னால முடிஞ்ச மட்டும் நல்ல காரியங்களெச் செஞ்சிக்கிட்டிருக்கேன். ஆனா எப்பவும் வாழ்க்கெ ஒருத்தனுக்குச் சீரா இருக்குறதில்ல. எம் மேலெகூட ஒரு தரம் சூனியம் வச்சிட்டாங்க. நா மொதல்ல நம்பல்ல. அப்புறம் தகட்டெப் பாத்தா எம் பேரு இருக்கு. யாரோ விரோதிங்க. பொறாமெக் காரனுக. எனக்கொண்ணும் ஆகல்ல. எல்லாம் ஆண்டவனாப் பாத்துக் காப்பாத்துனதுதான்.

சோதனைங்க வராம இல்ல. வலது கண்ணுல ஆபரேஷன் ஆச்சி. உடனேயே இருமல். பயங்கர இருமல். மூக்கிலேர்ந்து தண்ணியாக் கொட்டுது. அப்பிடியெல்லாம் ஆகக்கூடாதாமே. கண்ணு போயிரும்னு டாக்டரு சொல்லிட்டாரு. மூணாவது நாள் கட்டெப் பிரிக்கிறப்ப சொன்னேன், 'பிரிங்க டாக்டர், ஒண்ணும் ஆயிருக்காது. இது ஆண்டவனெப் பாக்குற கண்ணு'ன்னு. கண்ணு நல்லாத்தான் தெரிஞ்சது. டாக்டர்

என்னெக் கும்பிட்டாரு. நா குடுத்த நூத்தி இருவத்தஞ்சி ரூவா ஃபீஸெக்கூடத் திருப்பிக் குடுத்திட்டாரு. அவருக்காத் தோணி ஒருநாள் வீட்டுக்கு வந்து 'கண்ணுக்குப் பலம் தரும்'னு இந்த டானிக் மாத்திரைங்களெக் குடுத்துட்டுப் போனாரு.'

சாமியார் ஒரு சிறு சீசாவில் இருந்த பச்சை நிற கேப்ஸ்யூல்களைக் காண்பித்தார். பிறகு கைகளை உயர்த்தி 'எல்லாம் அவன் செயல்' என்றார்.

பிறகு அவர் உருதுமொழியில் 'நான் உன்னுடன் இருக்கிறேன்', 'நீ காப்பாற்றப்படுவாய்' என்பதன் வாசகங்களைச் சொன்னார். ஒரு துண்டுக் காகிதத்தை எடுத்து ஓம் என்று எழுதி 'ஓ'வைச் சிறிது மாற்றினால் எப்படி அல்லா என்று ஆகும் என்றும் விளக்கினார். மற்றொரு துண்டுக் காகிதத்தை எடுத்து உருதுவில் ய போன்ற ஒரு எழுத்தை எழுதினார். 'ய'வின் நடுவில் நெடுக்காகக் கீழ நோக்கி ஒரு கோட்டை வரைந்தார். அது சூலாயுதமாயிற்று. பிறகு கோட்டின் குறுக்கே ஒரு கோட்டை வரைந்தார். அது சிலுவை ஆயிற்று. ஆக மும்மதங்களும் சமமாயின.

ஒரு மூலையில் வரிசையாக நிறைய பித்தளைக் குத்து விளக்குகள் இருந்தன. வியாழக்கிழமை விஷேசமாம். வேண்டுதல் செய்து கொண்டவர்கள் வந்து விளக்கேற்றித் தொழுது பூந்தி சர்க்கரை வழங்குவார்களாம்.

உரையாடல் முடிவுற்றது. சாமியார் ரவீந்திரனையும் நண்பரையும் ஆசீர்வதித்து அனுப்பினார்.

இன்றும் தொடரும் பழைமை: 3

ஒரு வியாழன். அந்த சுவாமிகளைப் பார்க்க அலுவலகத்தில் விடுப்பு எடுத்துக்கொண்டு காலையிலேயே புறப்பட்டார் ரவீந்திரன். அவருக்கு விலாசம் தோராயமாய்த்தான் தெரிந்திருந்தது. சந்தில் ஒருவரிடம் விசாரித்ததில் சரியான விலாசம் உடனே கிடைத்தது. பிரசித்திபெற்ற சுவாமிகள்தான் போலும்.

அது ஒரு வீடு. சுவாமிகள் மாலை நான்கு மணியிலிருந்து ஆறு மணிவரைதான் பக்தர்களுக்குத் தரிசனம் தருவாராம்.

மறுபடியும் மூன்று மணி அளவில் சுவாமிகளைப் பார்க்கப் புறப்பட்டார் ரவீந்திரன். பேருந்து நிறுத்தத்தின் அருகில் ஒரு தேநீர் விடுதி. ஓர் இருக்கையில் ஒரு வாலிபன் அமர்ந்திருந்தான். ரவீந்திரன் அவனருகில் அமர்ந்தார். 'தம்பி தண்ணீ கொண்டா' என்று மீண்டும் மீண்டும் கேட்டுக்கொண்டிருந்தான் அந்த

வாலிபன். சிப்பந்தி மிகவும் நிதானத்துடன் செயல்பட்டான். மிகுந்த தாமதத்துடன் ஓர் அலுமினிய லோட்டாவில் அவனுக்குத் தண்ணீர் வழங்கப்பட்டது. நீர் அருந்திய உற்சாகமோ என்னமோ அவன் தானாகப் பேச ஆரம்பித்தான். நடுவில் ரவீந்திரனை நோக்கி 'ஒங்களெப்போல ஒருத்தர் இருந்தா, இந்த ஒலகம் உருப்பட்டிரும்' என்றான். ரவீந்திரனுக்குத் திகைப்பாக இருந்தது. பிறகு தானாக ஏதோ பேசிக் கொண்டிருந்தான் அவன். மீண்டும் ரவீந்திரனைப் பார்த்து 'ஒண்ணும் கஷ்டப் பட்டுக்காதிங்க. நா ஒங்களெ ஒண்ணும் பண்ணியிர மாட்டேன்' என்று உறுதியளித்தான். மீண்டும் தானாகப் பேச ஆரம்பித்தான். சமீபகாலமாக உள்ளேயும் வெளியேயும் நிறைய மனநிலை பிறழ்ந்தவர்களைத் தான் சந்தித்துக்கொண்டிருப்பதாக ரவீந்திர னுக்குத் தோன்றிற்று. ரவீந்திரனின் தேநீர் வந்தது. அருந்திவிட்டுச் சுவாமிகளின் வீட்டை நோக்கி நடக்க ஆரம்பித்தார்.

வீட்டினுள்ளே ஒரு படிக்கட்டு இருந்தது. சுவாமிகளின் ஜாகை மேலேதானாம். ஒரு பதினாறு வயதுப் பையன் நெற்றி யிலும் கைகளிலும் வயிற்றிலும் பட்டை பட்டையாகத் திருநீறு அணிந்திருந்தான். அவன் ரவீந்திரனிடம் செருப்பைக் கீழேயே விட்டுச் செல்லுமாறு கேட்டுக்கொண்டான்.

ரவீந்திரன் மாடிக்குச் சென்றார். பக்கவாட்டில் திண்ணை ஒன்று இருந்தது. நான்கைந்து பேர் உட்கார்ந்திருந்தார்கள். ரவீந்திரனும் அவர்களுடன் சேர்ந்துகொண்டார்.

ஓர் அறை திறந்தது. ஒரு சோபா தென்பட்டது. அதில் சுவாமிகள் அமர்ந்திருந்தார். அவர் சிகப்பு நிற சில்க் வேஷ்டி அணிந்திருந்தார். நெற்றி நிறைய விபூதி; நடுவில் குங்குமப் பொட்டு. இல்லை, அப்படிச் சொல்வது தவறு. குங்குமத்தைப் பெரிய பரப்பாக அப்பியிருந்தார். மேலெ சட்டை இல்லை. ஒரு சிகப்பு சில்க் சால்வை. வயது அறுபதுக்கு மேல் இருக்கும். செக்கச்செவேல் நிறம். அழகாக இருந்தார்.

சற்றுக் கழித்து, முதலில் பார்த்த திருநீறுப் பையன் சுவாமி கள் வெளியே செல்லவிருப்பதாகவும் இரவுதான் திரும்புவார் என்றும் தெரிவித்தான். ஒவ்வொருவராகப் போய் ஒரு நிமிஷம் சுவாமிகளை வணங்கிவிட்டுச் சென்றார்கள். ரவீந்திரன் சென்ற போது பக்கத்திலிருந்த பிளாஸ்டிக் கூடையிலிருந்து ஒரு சிறு பொட்டலத்தை – விபூதி குங்குமப் பிரசாதம் – சுவாமிகள் கொடுத்தார்.

அடுத்த நாள் ஆடி வெள்ளி. பக்தர்கள் வெள்ளம் இருக்கும் என்று ரவீந்திரன் அன்று போகவில்லை. சனி அன்று மாலை அங்கு சென்றார். சுவாமிகள் அறை பூட்டப்பட்டிருந்தது. 'அவரு

இல்ல. நாளெக்கி வாங்கோ' என்று ஒரு பெண்மணி சொன்னாள். சுவாமிகளை லேசில் பிடிக்க முடியாது போலும் என்று நினைத்துக்கொண்டார் ரவீந்திரன்.

ஞாயிறு அன்று மீண்டும் போனார் ரவீந்திரன். ஒரு சிறு கும்பல் கூடியிருந்தது. சுவாமிகள் தரிசனம் கிடைப்பது அரிது என்றும் எதற்கும் கொடுத்துவைத்திருக்க வேண்டும் என்றும் ஒருவர் சொல்லிக்கொண்டிருந்தார். தன்னைப்போல் ஒரு மூன்று நான்கு முறை அலைந்தால் அப்படித்தான் நினைக்கத் தோன்றும் என்று ரவீந்திரன் நினைத்துக்கொண்டார்.

பக்கத்தில் அமர்ந்திருந்த பெண்மணி ஷோட்டாணிக்கரா அம்மன் மகிமைபற்றிப் பேசிக்கொண்டிருந்தாள். அவளுடைய மகன் மேல்நிலை வகுப்பில் படித்துக்கொண்டிருந்தான். அவளுடைய கவலையெல்லாம் அவனைப் பற்றித்தான். வாழ்க்கையில் ரொம்பவும் கஷ்டம் அனுபவித்தவள். கணவர் இரண்டு வருடம் பிரிந்திருந்தாராம். ஒரு சுவாமிகள் சொன்னாராம் அவர்கள் குலதெய்வத்துக்குப் பூசை போட்டு வருடக்கணக்கில் ஆகிறதென்று. அது ஒரு வனதேவதையாம். பூசை போட்ட அடுத்த நாளே கணவர் விழுந்தடித்துக்கொண்டு திரும்பி வந்தாராம். காக்கை உட்காரப் பனம்பழம் விழுந்திருந்தது. காதில் பூச்செருகல் வைபவம் இனிதே நிகழ்ந்தேறிக் கொண்டிருந்தது.

அவள் சுவாமிகளைப் பார்க்க அறைக்குள் சென்றாள். 'நேக்கு இந்தப் பையனெப்பத்தித்தான் இன்னும் கவலயா இருக்கு. வலிப்புக்கு நீங்க சொன்னேளே சங்குபுஷ்பம் அதெ மோந்து பாக்கச் சொல்லிருக்கேன். சரியா மார்க்கு வாங்குறதில்லை. ஹோமம் பண்ணினேன். ஞாபகம் இருக்கோல்லியோ? சாமியாராப் போயிர்றேன்றான். இமயத்துக்குப் போப் போறானாம். படிச்சா ஏர்றதில்லை, ஞாபகசக்தி சுத்தமா இல்லை.' சிறிது நேரம் ஒன்றும் கேட்கவில்லை. பையனும் அம்மாவும் வெளியே வந்தார்கள். அம்மாவின் கண்கள் கலங்கியிருந்தன.

அடுத்து ஓர் அம்மாள் உள்ளே போனாள். கதவு சாத்தப்பட்டது. நேரம் சென்றுகொண்டிருந்தது. உள்ளே ஏதோ இடிக்கும் சத்தம் கேட்டது. சற்றுக் கழித்து மருந்து அரைக்கும் அம்மி ஒன்றைத் திருநீறுப் பையன் அறையின் பின்பக்கக் கதவு வழியே எடுத்து வந்து திண்ணையின் ஓர் ஓரத்தில் வைத்தான். கதவு திறந்தது. பக்தை வெளியே வந்தாள்.

ஒரு குடும்பம் உள்ளே சென்றது. திண்ணையில் ரவீந்திரனுக்குப் பக்கத்தில் இருந்த ஒருவர் ஒரு பிளாஸ்டிக் கூடையில் குங்குமப் பொட்டலத்தைத் தயார் செய்வதில் முனைந்திருந்தார்.

கடைசியில் ரவீந்திரன் முறை வந்தது. ரவீந்திரன் தன்னை அறிமுகப்படுத்திக் கொண்டு மனநோய்களை சுவாமி எப்படிக் குணப்படுத்துகிறார் என்று கேட்டார்.

சுவாமிகள் ரவீந்திரனைத் தரையில் அமரும்படிச் சொன் னார். பிறகு சொல்ல ஆரம்பித்தார்.

'பைத்தியத்த மனோதத்துவ டாக்டருங்களால குணப்படுத்த முடியாது. கொஞ்சநாள் நல்லா இருப்பாங்க. மறுபடியும் திரும்ப வும் வந்திடும். மனோதத்துவ டாக்டருங்களுக்குப் பைத்தியம் பிடிச்சிருக்கு. பைத்தியங்களெப் பாத்துப் பாத்து அவாளுக்கும் பிடிச்சிருக்கு.

உண்மையிலேயே எந்த வியாதியெயும் மருந்துனால குணப் படுத்த முடியாது. அதனால்தான் டாக்டர் பத்துநாள் கழிச்சு வந்து பாருங்கோ, பதினஞ்சு நாள் கழிச்சு வந்து பாருங்கோன்றார். எங்கிட்ட டாக்டருங்க வந்துண்டிருக்காங்க. மருந்து எதெயும் குணப்படுத்துறதில்லை. இந்த இளம் பிள்ளைவாதத்தெ எந்த டாக்டர் குணப்படுத்தியிருக்கார்? இந்த யானைக்கால் வியாதியெ....? இந்த அஞ்ஞானம் நெறஞ்ச லோகத்துல விஞ் ஞானம் பலிக்காது.

நா பதினெட்டு வயசா இருக்கச்செ குத்தாலத்துல ஒரு சுவாமிகள் கிட்ட மூணு வருஷம் இருந்தேன்.

உடன் பிறந்த வியாதி மாமலையினாலேதான் தீரும். மலை என்றதெ திருப்பதி மலைன்னு நெனெச்சுண்டாலும் சரி மலை யில வளர்ற மூலிகைன்னு நெனெச்சுண்டாலும் சரி. நூத்திஎட்டு மூலிகை இருக்கு. மூலிகைய அப்பிடியே சாப்பிட முடியாது. தங்கத்தெ அப்பிடியே சாப்பிட முடியுமா சொல்லுங்கோ. பஸ்பம் பண்ணித்தானே சாப்பிட்றோம். சாணத்தெ அப்பிடியே வாயில போட்டுக்க முடியுமோ? எரிச்சு சாம்பல் பண்ணி விபூதி யாத்தானே சாப்பிட்றோம். இந்த மூலிகைகளெ ஹோமத்துல எரிச்சு தேன்ல கொழச்சு பைத்தியங்களுக்குக் குடுப்போம். ஒரு பத்து பெர்செண்ட் குணமாகாது. மீதி பேரெக் குணப்படுத்தி யிருவோம்.

இந்தப் பைத்தியங்கள் பௌர்ணமி, அமாவாசெ, பிறந்த நாள் அண்ணெக்கி உக்கிரமா இருக்கும். சந்திரன் கபாலத்துல இருக்கான். பௌர்ணமி அண்ணெக்கி அலைகள் பொங்குறது. அதே மாதிரி கபாலம் பொங்கி பைத்தியம் உக்கிரமாகும்.

இந்த உன்மாத தோஷம், அப்பிடீன்னா ஒரே சிந்தனையில் இருந்து பைத்தியம் ஆறவா, ஹிஸ்டீரியா, காக்கா வலிப்பு எல்லாம் மூலிகை மருந்தால குணப்படுத்தியிர முடியும். கேன்ஸரெக்கூட குணப்படுத்த முடியிறது.

லோகத்துல நூத்துக்கு இருவத்தஞ்சு பேரு பைத்தியக்காரா. லாயர் கோர்ட்டுல பிரமாதமா வாதாடுவார். ஆனா ஆத்துல அவரு பைத்தியம்தான்(?).

'ஒங்களுக்கு ஒண்ணுமில்லியே? மேலெ ஏதாவது கேக்குறதுக் கிருக்கா? அடிக்கடி வந்து போயிண்டிருங்கோ.'

ரவீந்திரன் எழுந்து கைகூப்பி விடைபெற்றார். சுவாமிகள் 'சித்தெ இருங்கோ' என்று சொல்லி ஒரு பிரசாதப் பொட்டலத்தை அவரிடம் கொடுத்தார்.

இன்றும் தொடரும் பழைமை: 4

ஒரு வீட்டின் முன் ஒரு போர்டு: ஒரு பெண் கடவுள். தலையில் ஒரு தங்கக் கிரீடம். நாக்கு ரத்தச் சிகப்பு; துருத்திக் கொண்டிருந்தது. கண்களில் வெறி. கழுத்தில் மண்டையோடுகளால் கோர்க்கப்பட்ட மாலை. பக்கத்துக்கு ஐந்து கைகள். கைகளில் கூரிய ஆயுதங்கள். இடுப்பில் ஒட்டியாணத்தைப்போல் கொய்யப்பட்ட ஐந்து தலைகள் ஐந்து கைகள் கொண்ட ஒரு தோரணம். துண்டிப்புகளைத் தத்ரூபப்படுத்த ஆங்காங்கே ரத்தத் துளிகள். கடவுளின் உடல் நீல நிறத்தில் இருந்தது. இடதுகால் தரையில் பாவ, வலது கால் அந்தரத்தில். உக்கிர தாண்டவம். கடவுளின் கீழே ஒரு முஸ்லீம் பெயரும், மாந்திரீகர் என்ற சொல்லும், பார்வை நேரமும் எழுதப்பட்டிருந்தன.

இன்றும் தொடரும் பழைமை: 5

ஒரு மாதா கோவில். பக்கத்தில் பாதிரியாரின் வீடு. சமய உடைகளைக் களைந்துவிட்டு சாதாரண உடையில் இருந்தார். ஐம்பது வயதிருக்கும். வாட்டசாட்டமாக உயரமாக இருந்தார். மூக்குக்கண்ணாடி அணிந்திருந்தார். ரவீந்திரன் தான் வந்த நோக்கத்தைத் தெளிவுபடுத்த, பாதிரியார் கூறலானார்.

'நாங்க பைத்தியங்களெ சொஸ்தப்படுத்துறோம். அப்பமும் ரசமும்தான் மருந்து. அப்பம் தேவனோட சரீரம். ரசம் தேவனோட ரத்தம். இது விசுவாசத்துனால நடக்குற கிரியை.

சில பேருக்கு அசுத்த ஆவி பிடிக்கும். பொதுவா இது இளைஞர்களுக்குப் பிடிக்கும். பிசாசுக்குன்னு ஒரு சக்தி இருக்கு. வாலிபப் பையங்களுக்கு விசுவாசம் அதிகம் இருக்காது. ஆகையினால அவங்களெத்தான் பிசாசு பிடிக்கும். அவங்களயும் சொஸ்தப்படுத்துறோம். இதுக்காகவும் பாவம் செஞ்சவங்களுக்குப் பாவ மன்னிப்பு வழங்குறதுக்கும் ஞாயிறு ஆறரெ மணியிலிருந்து எட்டு மணிவரெ விசேஷ ஜெபம் செய்றோம்.

சமீபத்துல ஒரு பெரியவர் வந்தாரு, ரொம்ப விசனத்தோட. அவரோட மகனுக்கு இருதயத்துல ஆபரேஷன். ஒரு ஆபரேஷன் நடந்து முடிஞ்சிருந்தது. அதுக்கு இருபதாயிர ரூபா செலவு செஞ்சிருந்தாரு. இன்னொரு ஆபரேஷன் செய்யணும்னு சொல்லிட்டாங்க. அதுக்கு அறுபதாயிர ரூபா ஆகும்னுட்டாங்க. நா விசேஷ பிரார்த்தனெ செஞ்சேன். ஆபரேஷன் இல்லாம லேயே சொஸ்தமாகணும்னு ஆண்டவங்கிட்ட வேண்டிக் கிட்டேன். ஜெபம் நடந்த அடுத்த நாள் ஒரு கிறிஸ்தவர் ஆப ரேஷனுக்கு இருபதாயிர ரூபா குடுத்திருக்காரு. அதுக்கப்புறம் என்ன ஆச்சின்னு தெரியல்ல. அவரு திரும்பவும் வந்து சொல் லல்ல. அநேகமா மீதி பணம் கெடச்சி ஆபரேஷன் ஆயிருக்கும். இல்ல, ஆபரேஷன் இல்லாமலேயே சொஸ்தமாயிருக்கும்.

எல்லாம் விசுவாசம்தான். ஒங்களுக்குத் தெரிஞ்ச யாராச்சும் கஷ்டத்துல இருந்தா அனுப்பிவைங்க. நா அவங்களுக்காக ஜெபம் செய்றேன்.'

இன்றும் தொடரும் பழைமை: 6

மலையாள மாந்திரிகர் ஒருவரின் விளம்பர நோட்டீஸ்:

குழந்தைகள், பெரியவர்கள் அனைத்து தோஷங்களுக்கும் மந்திரிக்கப்படும். செய்வினை, சூனியம், கண்திருஷ்டிகள் சரி செய்யப்படும். வாழ்க்கையில் முன்னேற்றம் இல்லையா? சரி செய்யப்படும். கணவன் மனைவி தகராறு, அண்ணன் தம்பி தகராறு, திருமணப் பொருத்தம், திருமணத் தடை எதுவாய் இருந்தாலும் சரி செய்யப்படும்.

குழந்தை பாக்கியம் இல்லாதவர்களுக்குச் சரி செய்யப்படும். வயிற்றில் உள்ள மருந்துகள் எடுக்கப்படும். வியாபாரம், தொழில், விவசாயம் இவைகளில் தடை இருப்பின் சரி செய்யப்படும். தொழில் செய்யக் கடன் கிடைக்குமா? கொடுத்த கடன் கிடைக்குமா? காரியங்கள் எதுவானாலும் அது வெற்றியா தோல்வியா? நம்மை விட்டுப் பிரிந்து போனவர்கள் உண்மை நிலை என்ன? வீடு, நிலம், வெளியூர் பிரயாணம் வெற்றியா? வீடு, நிலம் இவைகளில் எவ்வளவு பெரிய இடைஞ்சல்கள் இருந்தாலும் வெற்றியுடன் செய்து தரப்படும்.

குழந்தைகள் முதல் பெரியவர்கள் வரை காக்கா வலிப்பு, ஆஸ்த்மா, மனக்கோளாறு, மூலம், இவைகள் குணமாக்கப்படும். கைநாடி பார்க்கப்படும். டாக்டரால் கைவிடப்பட்ட வயிற்று வலி, ஒத்தைத் தலைவலி குணமாக்கப்படும். இவை அனைத்து வேலைகளும் அல்லாவின் ஆசியால் நல்லபடியாக நம்பிக்கை யுடன் செய்து தரப்படும்.

சில செய்திகள், சிந்தனைகள்: 1

மக்களின் ஆழ்ந்த கடவுள் சார்புகளும் கண்மூடித்தனமான நம்பிக்கைகளும் சாமியார்களை உருவாக்கிக் கொடுத்திருக்கின்றன. மக்களின் நம்பிக்கைக்கு அடிப்படைக் காரணம் கும்பல் மனநிலைப் பிறழ்வு (mass hysteria) தான்.

நமது குருக்கள், சாமியார்கள், மகாத்மாக்கள், ஆனந்தர்கள், பாபாக்கள், பகவான்கள், ரிஷிகள், மகரிஷிகள், யோகிகள், யோகி மகராஜாக்கள் எல்லாம் ஏமாற்று வித்தைக்காரர்கள். கையிலிருந்து விபூதி லிங்கம் வருவதெல்லாம் வெறும் தந்திரம்தான். சில சுவாமிஜிக்கள் கடத்தல்காரர்களாக இருந்திருக்கிறார்கள். சிலர் கற்பழிப்பு வைபவ அற்புதங்களை நிகழ்த்திப் புண்ணியம் தேடிக்கொண்டிருக்கிறார்கள். இவர்கள் மக்களின் நம்பிக்கையைச் சாதகமாக்கிக்கொண்டு நிறைய பணம் சம்பாதிக்கிறார்கள். ஒரு யோகிக்குத் தனி விமானமே இருந்ததாம். சுவாமிஜிக்கள் அனைவரும் மனநிலை பிறழ்ந்தவர்கள்தான்.

பக்திப் பரவசத்தைக் கஞ்சா கலந்த பிரசாதம் மூலம் மிகவும் அருமையாக ஏற்படுத்தலாம்.

L S D-யினால் ஆழ்ந்த ஆன்மீக உணர்வுகள் ஏற்படலாம்.

சாதுக்களின் தியான நிலைக்கு (trance) அவர்களது உடலில் ஏற்படும் ரசாயனச்சிதைவே காரணம்.

Glassolalia என்ற பிறழ்வு நிலையில் ஏற்படுவதுதான் அம்மன் சாமி உடலில் புகும் நிலை. சாமியோ பிறருடைய ஆவியோ உண்மையிலேயே உடலில் புகுவதில்லை. எல்லாம் ஒரு பிறழ்வு நிலையின் வெளிப்பாடே.

பூஜைகளும் பிரார்த்தனைகளும் போதை மருந்துகள் போல் மனித மனங்களில் மாறுதல்களை நிகழ்த்துகின்றன.

22 வெகு சர்வ சாதாரண அற்புதங்களை நிகழ்த்தக் கோரி ஒரு சிந்தனையாளர் 1963இல் விடுத்த சவாலை எந்த ஒரு மகா புருஷனும் இதுவரை நிகழ்த்திக் காட்டவில்லை. இந்த இருபத்து இரண்டில் ஒன்றுகூட நிகழ்த்தப்படவில்லை.

ஆவி என்பதெல்லாம் கட்டுக்கதை. ஆவிப் புகைப்படங்கள் எல்லாம் ஒரு தந்திரம்தான். ஆவிகளுடன் பேசுதல் மனநிலை பிறழ்ந்த நிலையில் ஏற்படும் ஒரு பிரமை. அது பேசுபவருடைய எண்ணங்களின் பிரதிபலிப்பே.

மறுபிறவி என்பதும் கட்டுக்கதைதான்.

கடவுள் என்பது மனச்சிதைவு சார்ந்த ஒரு கருத்தாக்கம்.

குட்டிச்சாத்தான் என்று ஒன்றும் இல்லை. குமரப் பருவத்தில் மனநிலை பிறழ்ந்த நிலையில் நிகழ்த்தும் சேஷ்டைகள்தான் எல்லாம்.

ஜாதகம் என்பது ஒரு மடத்தனம். ஜாதகக்காரர்கள் தவறான நம்பிக்கை (delusion) உடையவர்கள். ஏமாற்றுபவர்கள்.

சூனியம் வைத்தல், எடுத்தல் எல்லாம் தந்திரங்கள்.

டம்ளர் ஜோஸியம் என்பது ஒரு பொய். டம்ளரை ஓர் எழுத்தின் பால் நகர்த்துவது மனித விரலின் மன உடல் (psychomotor) அசைவுதான்.

உடலில் போதுமான அளவு parathyroxine இல்லையென்றாலும் உருவெளித்தோற்றங்கள் தெரிய வாய்ப்பு உண்டு.

வைட்டமின், என்ஸைம் குறைபாடுகளும் மனநிலைப் பிறழ்வுக்கு வழிகோலும்.

கள், சாராயம், அபின், கஞ்சா, ஊமத்தை ஆகியவை உருவெளித் தோற்றங்களை ஏற்படுத்தவல்லவை.

பிறருடைய எண்ணங்களை அறிந்து கொள்ளுதல் (telepathy), அதீத புலனுணர்வு (Extra Sensory Perception, Clairvoyance), சம்பவங்களை முன்கூட்டியே அறிதல் (Precognition) மனத்தினால் பொருட்களை அசைத்தல் (Psychokinesis) போன்ற மனத்தின் அதீத சக்திகளெல்லாம் விஞ்ஞானரீதியில் நிரூபிக்கப்படாதவை.

(நன்றி: Dr. Abraham T. Kovoor)

சில செய்திகள், சிந்தனைகள்: 2

சிந்தனையாளர்களில் ஒரு குழுவினர் மனச்சிதைவை (schizophrenia) ஓர் அதீத ஆரோக்கிய நிலை என்று அபிப்பிராயப்படுகிறார்கள்.

பிரக்ஞையை உடம்புடன் சம்பந்தப்படுத்தாத நிலையில் ஒரு பொய்யான சுயம் உருவாகிறது. இது ஆளுமையில் பிளவை ஏற்படுத்தி மனச்சிதைவுக்கு வழி கோலுகிறது. ஒரு மனச்சிதைவு நோயாளி மனதை சுயமாக (self) வரித்துக்கொள்கிறான். உடம்பு இதிலிருந்து வேறுபட்டது என்று நினைக்கிறான்.

அனுபூதி நிலையிலும் (mysticism) மனச்சிதைவு நிலையிலும் ஒரு சரிவு நிலை உண்டு. கட்டுக்கதை சிந்தனாவோட்டம் (mythical thinking) இரண்டு நிலைகளிலும் உண்டு. மதம் சார்ந்த ஆன்மீக அனுபவங்கள் இரு நிலைகளிலும் உண்டு. ஆனால் மனச்சிதைவு நோயாளியின் இந்த அனுபவங்கள் முதிர்ச்சியற்ற,

சுய காதல்வயப்பட்ட (narcissistic) தளத்தைச் சார்ந்தது. மனச்சிதைவு நோயாளி தன் நிழலையே உருவெளித் தோற்ற பிரமை உணர்வு அனுபவங்களில் காண்கிறான். இது அனுபூதி அனுபவத்திலிருந்து வேறுபட்டது. மனச்சிதைவில் சுயத்தில் (self) சிதைவு ஏற்படுகிறது. மனச்சிதைவிலிருந்து குணமாதலும் அனுபூதி நிலையில் கிடைக்கும் விழிப்புணர்வும் (enlightenment) ஒன்றல்ல. மனச்சிதைவு ஒரு குழம்பியநிலை. அனுபூதி நிலையைப்போல ஒரு தெளிவான நிலை அல்ல.

(நன்றி: Ken Wilber)

சில செய்திகள், சிந்தனைகள்: 3

மனச்சிதைவு ஓர் உள்நோக்கிய, பின்னோக்கிய பயணம். இழந்ததை, தொலைத்ததை மீண்டும் பெற மனம் எடுத்துக் கொள்ளும் ஒரு பிரயத்தனம்.

மனச்சிதைவின் முதல் கட்டத்தில் நோயாளி உலகம் இரண்டாகப் போவதை உணர்கிறான். ஒரு பகுதி அவனிடமிருந்து விலகிச் செல்கிறது. மறுபகுதியில் அவன் இருக்கிறான். மனச் சிதைவின் இரண்டாம் கட்டத்தில் ஒரு பின்னோக்கிய சரிவு ஏற்படுகிறது. அவன் ஒரு சிசுவாகிறான். கர்ப்பப்பைக்குள் இருக்கும் ஒரு நிலைக்குத் திரும்புகிறான். அவனுள் மிருகங் களுக்குள்ள பிரக்ஞை ஏற்படுகிறது. சிலவேளை மிருக வடிவத் துக்கோ தாவர வடிவத்துக்கோ திரும்ப விழைகிறான்.

மனச்சிதைவு நோயாளிகளில் சிலர் தாங்கள் பிறக்க வில்லை, எப்பொழுதுமே இருந்துகொண்டிருக்கிறோம், இறக்க வும் போவதில்லை என்று நினைக்கிறார்கள். இது பகவத் கீதையில் ஆத்மாவைக் குறிப்பிட்டுச் சொல்லும் 'அது பிறக்கவும் இல்லை, இறக்கவும் செய்யாது' போன்றதுக்கு ஒப்பாகும்.

மந்திரவாதியின் (shaman) மனநிலை ஒரு பிறழ்வு நிலை. பழங்குடிக் கலாச்சாரங்கள் இந்நிலையை பிரக்ஞையின் விஸ்தார மாகப் பாவிக்கின்றன.

யோகா (yoga) ஒரு மனமொப்பிய மனச்சிதைவு நிலை. LSD மருந்தடிமையின் நிலையும், மனச்சிதைவு நிலையும், மந்திரவாதி நிலையும், யோகா நிலையும் கிட்டத்தட்ட ஒத்த நிலைகள்தாம், சில அடிப்படை வேறுபாடுகளுடன். இந்நிலைகளிலிருந்து விடுபடுதலை ஒரு மறுபிறவி எடுப்பது போன்று இவர்கள் உணர்கிறார்கள்.

சுவாதீனம் என்பதே ஒரு வகை அந்நியமாதல்தான்.

(நன்றி: Joseph Campbell)

சில செய்திகள், சிந்தனைகள்: 4

ஹிஸ்டீரியா, பிற மனநோய்கள் எல்லாம் ஒருவகை மறை முக மொழி அல்லது வெளிப்பாடு. பிறரிடமிருந்து ஒரு பதிலை எதிர்நோக்கும் வெளிப்பாடு. ஹிஸ்டீரியா ஒரு வகை வாழ்க்கை முறை. இந்த நோய் பிறரிடமிருந்து அக்கறையை எதிர்பார்க்கிறது.

ஹிஸ்டீரியா ஒரு வகை ஏமாற்று வித்தை. தனக்கு அனு கூலம் கிடைக்க வேண்டும் என்பது நோயாளியின் நோக்கம்.

உளவியல் மருத்துவம் என்பது மனநோய்கள்பற்றிய ஆய்வு, நோய்களின் வகைமைகளைக் கண்டறிதல், அவற்றுக்குச் சிகிச்சை அளித்தல் முதலியவைகளை உள்ளடக்கிய துறை. உளவியல் மருத்துவம் குறித்தான இந்த விவரணை உபயோக மற்றது. ஏனென்றால் மனநோய் என்பதே ஒரு கட்டுக்கதை. உளவியல் மருத்துவர்கள் நடைமுறையில் செய்வதெல்லாம் வாழ்க்கையிலுள்ள தனிநபர், சமூக, நல்லொழுக்கம் சார்ந்த பிரச்சனைகளைத் தீர்த்து வைப்பதுதான்.

கடவுள் சார்ந்த விளையாட்டு பழங்கால போதையாக இருந்தது. உளவியல் மருத்துவ விளையாட்டு இன்றைய போதை யாக இருக்கிறது. இந்த இரு விளையாட்டுகளும் சமூக அமைதியைச் செயல்படுத்தியிருக்கின்றன.

(*நன்றி:* Thomas Szasz)

சில செய்திகள், சிந்தனைகள்: 5

மனநோயாளி என்பவன் குறுக்கிடும் குடும்பத்தின், பைத்தியக்காரச் சமூதாயத்தின் ஒரு பலிகடா.

பைத்தியக்காரன் சுவாதீனமுள்ளவன். அவனைப் பைத் தியக்காரன் என்று பெயர்ப்பலகை குத்தும் சமுதாயம்தான் பைத்தியக்காரத்தனமானது.

மனச்சிதைவு என்று ஒன்று இல்லவே இல்லை.

(*நன்றி:* Thomas Szasz)

சில செய்திகள், சிந்தனைகள்: 6

சமுதாயத்தின் கலவர நிலையை மனநோயாளி பிரதி பலிக்கிறான்.

கட்டாய உளவியல் மருத்துவச் சிகிச்சை ஒரு தண்டனை.

ஒருவனை மனநோயாளி என்று தீர்மானிக்கும்போது அவனைச் சமுதாயம் இழிவுபடுத்துகிறது; அவனைத் தாழ்த்து கிறது; அவனது சுதந்திரத்தை நிர்மூலமாக்குகிறது; அவனது கண்ணியத்தைக் குறைக்கிறது. இந்தச் செயல்களைப் புரிவது சமுதாயத்தின் அதிகாரவர்க்கம்தான். இது ஒரு சூழ்ச்சி.

மேற்கூறப்பட்ட கண்ணோட்டங்கள் சிந்தனையாளர்களின் ஒரு சாராரிடையே கடந்த இருபத்தைந்து வருடங்களாக நிலவி வருகின்றன.

ஒரு சிந்தனையாளர் பிரகாரம் மனநோய் ஒரு விளை யாட்டாகவும், இன்னொருவர் பிரகாரம் மனநோய் ஓர் ஆன்மீக அனுபவமாகவும் இருந்தபோதிலும், நோயால் பீடிக்கப்பட்ட வனுக்கு அது ஒரு சித்திரவதை.

(*நன்றி:* Anthony Clare)

சில செய்திகள், சிந்தனைகள்: 7

சுவாதீனமுள்ள எட்டுப் பேர் சில மனநலக் காப்பகங்களில் மனநோயாளிகள் என்ற போர்வையில் சேர்ந்த பிறகு தாங்கள் சுவாதீனமுள்ளவர்கள் என்று நிரூபித்துக்கொள்ள முடிய வில்லையாம். ஏழு முதல் ஐம்பத்து இரண்டு நாட்கள் வரை அவர்கள் காப்பகங்களில் கழித்தார்களாம்.

மனநோய் என்று ஒன்று இல்லை. விரும்பத்தகாத சமூக நடத்தை உள்ளவர்கள் மனநோயாளிகள் எனக் கணிக்கப்படு கிறார்கள்.

ஒரு கலாச்சாரத்தில் மனநோய் என்று கருதப்படுவது வேறு ஒரு கலாச்சாரத்தில் ஒரு குணவினோதமாகக் கருதப்படுகிறது.

பதற்றமும் வருத்தமும் இருக்கின்றன. மன அளவிலான கஷ்டம் இருக்கிறது. ஆனால் சுவாதீனம், சுவாதீனமின்மை என்ற பாகுபாடுகளுக்குப் போதுமான ஆதாரம் இல்லை.

ஒருவனை மனநோயாளி என்று விவரித்த பிறகு அவனது நடத்தை முழுக்கவும் சுவாதீனமில்லாததாகத் தெரிகிறது.

சுவாதீனமுள்ளவர்கள் எப்பொழுதும் சுவாதீனமுள்ளவர் களாக இருப்பதில்லை. மனநோயாளிகள் எப்பொழுதும் நோய்க் குறிகளை வெளிப்படுத்திக் கொண்டிருப்பதில்லை.

ஒருவனை மனநோயாளி என்று விவரிக்கும்போது அவன் ஓர் ஆண், ஓர் அப்பா, ஒரு கணவன், ஓர் அண்டை வீட்டுக் காரன், ஒரு கட்டிடக் கலைஞன் போன்ற மற்ற நிலைகள்

முழுக்க மறக்கடிக்கப்படுகின்றன. அவனது முழுமை மறைக்கப் படுகிறது. இது அநீதி.

சீனாவில் மாவோவின் போதனைகளும் உளவியல் சிகிச்சையின் ஒரு பகுதி.

(*நன்றி:* Thomas J Scheff)

சில செய்திகள், சிந்தனைகள்: 8

பூதங்கள் என்பவை ஆழ்மனத்தின் உணர்வுகள். பாமர நம்பிக்கைகளும் இதற்குக் காரணம். பூதங்கள் தவறான கற்பனை களின் விளைவுதான் என்கிறார் ஒரு ஹகீம் (யூனானி மருத் துவர்). இந்தக் கற்பனைக்கு ஆளாகும் நபரின் மூளை நரம்புகள் விறைத்துக்கொள்கின்றன. யூனானி மருந்துகள் மூலம் இந் நிலையைக் குணப்படுத்த முடியும் என்கிறார் ஹகீம். நாடித் துடிப்பைக் கணிப்பதன் மூலமே தைராய்ட் கோளாறையும் கர்ப்பப்பையின் உருச்சிதைவையும் இதயச் சுவரில் இருக்கும் பழுதையும் கண்டுபிடித்து விடுகிறார் இவர். ஆங்கில மருத்துவர் கள் இவரது கணிப்பைச் சரி என்று ஏற்றுக்கொண்டுள்ளனர்.

ஒரு மேலைநாட்டு உளவியல் மருத்துவரும் தில்லியில் உள்ள பட்டேஷா தர்காவில் இருக்கும் முஸ்லீம் பூசாரியும் தொழில் ரீதியில் மிகமிக நெருக்கமானவர்கள் என்கிறார் ஒரு சிந்தனையாளர்.

புனித குரான் மந்திரவாதிகளைக் கண்டனம் செய்கிறது. மந்திரவாதிகள் மதத்துக்குப் புறம்பானவர்கள் என்று கூறுகிறது.

பிசாசு பிடித்தல் என்பது ஹிஸ்டீரியா. தடுக்கப்பட்ட பாலுணர்வு, அடக்கப்பட்ட ஆத்திரம் என்ற பிசாசுகள்தான் துன்புறும் பெண்ணைப் பீடித்திருக்கின்றன.

ஹிஸ்டீரியா சொந்தப் பிரச்சனையின் வருத்தத்திலிருந்து ஒரு தப்பித்தல்தான்.

மந்திரவாதிகள் (Shamans) உளவியல் மருத்துவத்தில் இருக்கும் சில உத்திகளைக் கையாள்கிறார்கள். பகவான் ரஜ்னீஷ் கூட உளவியல் மருத்துவத்தில் இருக்கும் சில உத்திகளைக் கையாள்கிறார்.

மகராஜ் சரண்சிங் என்னும் சுவாமிஜீ சொல்கிறார்: “எங்களுக்கு உளவியல் மருத்துவத்தின்மீது எந்தவிதத் தீவிர வெறுப்பும் இல்லை. உளவியல் மருத்துவத்தினால் கிடைக்கும் விளைவு, முறையான வழியில் நம்பிக்கையுடன் தொடர்ந்து செய்யப்படும் தியானத்தின் வழியே கிடைக்கும்.”

ஒரு கூற்று: "பிரம்மனைத் தெரிந்துகொள்வதன் மூலம் ஒருவன் பிரம்மனைத் தவிர வேறு எதையும் தெரிந்துகொள் வதில்லை; அறிவியலைத் தெரிந்துகொள்வதில்லை; கணிதத்தைத் தெரிந்துகொள்வதில்லை; ஸ்டாக் மார்க்கெட்டைத் தெரிந்து கொள்வதில்லை. அப்படித் தெரிந்துகொள்வதாக வைத்துக் கொண்டால் பாரத சுவாமியார்களின் தொழில் மிக லாபகர மானதாக இருந்திருக்கும்."

இந்தியாவில் இருக்கும் பிரபல சுவாமியார்கள் சுயமுக்கியத் துவம் கொழிக்கும் ஆடம்பர வாழ்க்கையை வாழ்ந்துகொண் டிருக்கிறார்கள். இவர்கள் பெண்களை வெறுக்கிறவர்களாகவும் அரசியல் ரீதியில் ஃபாசிஸவாதிகளாகவும் இருக்கிறார்கள்.

சத்குரு, அவர்களது சீடர்கள் என்ற அமைப்பு ஒரு பண்ணை நிலை(feudal)தான். சத்குரு பண்ணைச் சீமான். சீடர்கள் பண்ணையாட்கள்.

பாரம்பரிய நம்பிக்கைகள் மனநோயைப் புனிதத்தோடு இணைத்துப் பார்க்கின்றன; மனநோயாளியை சன்னியாசியுடன் இணைத்துப் பார்க்கின்றன, காதலனைக் கவிஞனோடு ஒப்பிடு வதுபோல.

மனநோய் நிலைக்கும் அநுபூதி நிலைக்கும் ஒரே உடலியல் தளம்தான் என்கிறது தாந்திரீக முறை.

நோயாளியின் குதத்துக்கும் பிறவி உறுப்பின் அடிப்பகுதியின் நடுவிலும் கைவத்து உடலில் உள்ள கோளாறு, நோயாளியின் தீய பழக்கங்கள் இவற்றைத் தாந்திரீக வைத்தியரால் சொல்ல முடிகிறது.

அன்னை நிர்மலா தேவியின் கூற்று: "ஃப்ராய்ட் மனத்தை இடது பக்கத்திலிருந்து அணுகினார். இடது பக்கம் தடை விதிக்கப்பட்ட பக்கம். ஃப்ராய்டை விரட்டியடிக்கும் ஒரே மந்திரம்: ஓம், மோட்சத்தைத் தருபவளே, நிர்மலா தேவி."

அன்னை நிர்மலா தேவி தன் அருளால் ரத்தப் புற்று நோயையும் பிற புற்றுநோய்களையும் குணப்படுத்துவதாகக் கூறிக் கொள்கிறார்.

ஆயுர்வேதம் உடல்ரீதியான நோய்க்குறிகளைக் குணப் படுத்துவதன் மூலம் மனநோய்களைக் குணப்படுத்த முயற்சி செய்கிறது.

நன்றி : Sudhir Kakar

●

சைக்கியாட்ரி டுடே

"அடுத்தவனைக் கட்டுப்படுத்துபவன் மூலம் உன்
சுவாதீனத்தை நிரூபித்துக் கொள்ளத் தேவையில்லை"

– தாஸ்தாயெவ்ஸ்கி

இப்போது நாம் பார்க்கப் போகிறவர்கள் சற்றே வித்தியாசமானவர்கள். புறக்கணிக்கப்பட்டவர்கள். வரலாற்றில் தமக்கென்று சில பக்கங்கள்கூட இல்லாதவர்கள். யார் இவர்கள்? மனச்சிக்கல்கள் உள்ள நம் நண்பர்கள்தாம். இவர்களைப் புரிந்துகொள்ள இவர்களுக்காகப் பரிந்துரைக்க, சகமனிதர்களாக மனித நேயத்துடன் இவர்களைப் பார்க்க முன்வந்தவர்கள் மிகச் சிலரே. மாறுபட்ட இந்தச் சிலரின் கருத்துகளை இங்கே பார்க்கப் போகிறோம். இந்தச் சிந்தனையாளர்கள் சமூக சராசரிகளிலிருந்து வேறுபட்டவர்கள். சூழலின் நிர்ப்பந்தத்திலிருந்து விடுபட்டுச் சூழலை விமரிசித்தவர்கள். இவர்களை இங்கு பார்ப்போம்.

அங்கே அவன் அமர்ந்திருக்கிறான். யாருமே இல்லாத ஒரு அலுவலகத்தில், வெள்ளிக்கிழமை இரவு பத்து மணி அளவில். அவன் பேசவில்லை. அவன் அந்த நிலையில் பன்னிரண்டு மணி நேரமாக அமர்ந்துகொண்டிருக்கிறான். யாருக்கும் தெரியவில்லை ஏனென்று? யாருக்கும் தெரியவில்லை அவன் யாரென்று? மருத்துவமனையா அல்லது சிறையா? காவல் துறையினருக்கு அவன் தேவையில்லை. அது மருத்துவமனையாகத்தான் இருக்க வேண்டும். மருத்துவமனைதான் அது.

அவன் பூட்டப்படும் வார்டு ஒன்றுக்கு அழைத்துச் செல்லப்படுகிறான். அவன் கண்காணிப்புக்குள்ளாகிறான். அவன் அசையவில்லை. அவன் பேசவில்லை. கூடிய விரைவில் அசையாவிட்டாலோ, பேசாவிட்டாலோ அவனுக்கு மின் அதிர்வு (Electric Shock) தரப்படும். ஓர் அதிர்வு, இரண்டு அல்லது அதற்கு மேல். அவன்மீது சுய விருப்பம் அற்ற பாதுகாப்பு திணிக்கப்படுகிறது. அவன் மீது இந்தத் திணிப்பைப் புகுத்த ஓர் உளவியல் மருத்துவர் (Psychiatrist) அழைக்கப்படு

கிறார். மருத்துவர் இதற்காக ஒரு படிவத்தில் கையொப்பமிடு கிறார். நடப்பு இப்படித்தான் இருக்கிறது. சில நபர்களின் குறிப் பிட்ட நடத்தையை நிறுத்த, ஆரம்பிக்க, மாற்ற உளவியல் மருத்துவர்களைத் தவிர வேறு எந்தக் குழுவுக்கும் அதிகாரம் இல்லை. உளவியல் மருத்துவர்களைச் சொல்லிக் குற்றமில்லை. ஏனென்றால், நாம் அவர்களுக்கு நிறைய அதிகாரத்தைக் கொடுத்துவிட்டோம்.

உளவியல் மருத்துவருக்குக் கொடுக்கப்பட்டிருக்கும் அதி காரம் மருத்துவம் என்ற பெயரில் தனிநபர் உரிமைகளையும் சுதந்திரத்தையும் ஒடுக்குவதாக உள்ளது. இதற்கு இணையானதே கைதிகளைக் கொடுமைப்படுத்துவதும். உளவியல் மருத்துவருக்குக் கொடுக்கப்பட்டிருக்கும் இந்த அதிகாரம் விரும்பத்தகாதது. தேவையற்றது என்றில்லை. ஆனால், அனேக உளவியல் மருத்துவர்கள் இந்த அதிகாரத்தைப் பயன்படுத்தத் தகுதியற்ற வர்கள். உளவியல் மருத்துவ நடப்புகள் சிறந்த முறையில் அமைய வில்லை. இது வருந்தத்தக்கது. இப்படி இருக்க வேண்டிய அவசியம் இல்லை என்கிறார் உளவியல் மருத்துவர் ஆர்.டி. லெய்ங்க்.

நோயாளிகளின் விருப்பத்துக்கு எதிராக சிகிச்சை அளிக்கும் ஒரே மருத்துவம் உளவயில் மருத்துவம் மட்டும்தான். தேவை யானால் நோயாளியைச் சிறையில் அடைக்கும் மருத்துவமும் உளவியல் மருத்துவம்தான்.

உளவியல் மருத்துவர்களுக்குச் சட்டம் அதிகாரம் அளித் திருக்கிறது. அவர்களே இந்த அதிகாரத்தைக் கேட்காவிட்டாலுங் கூட அவர்கள் கையில் இந்த அதிகாரம் திணிக்கப்பட்டிருக்கிறது. சிலர் அதிக அதிகாரம் தேவை என்று நினைக்கிறார்கள். சிலர் குறைவான அதிகாரமே போதும் என்று நினைக்கிறார்கள். சிலர் உளவியல் மருத்துவம் அதிக அளவில் விற்பனையாகிறது என்று நினைக்கிறார்கள். உளவியல் மருத்துவம் மீது வைக்கப்பட்டிருக்கும் நம்பிக்கை யதார்த்தத்துக்குப் புறம்பானது; இதனாலேயே திருப்தி ஏற்படுகிறது. ஆனாலும் சமூகம் உளவியல் மருத்துவர்களிடமிருந்து இந்த அதிகாரத்தை எதிர்பார்க்கிறது.

நோய்க் கணிப்பு (Diagnosis) செய்வது உளவியல் மருத்துவர் களின் வேலை. இந்த நோய்க் கணிப்பு உளவியல் மருத்துவருக்கு நோயாளிமீது அதிக அதிகாரத்தை அளிக்கிறது. இந்த அதிகாரம் குற்றவாளியைச் சிறையில் அடைக்குமாறு தீர்ப்பு வழங்கும் நீதிபதியின் அதிகாரத்தைவிட அதிகமானது. நீதிபதியாவது வழக்கறிஞர்களின் வாதப் பிரதிவாதங்களையும் ஜூரிகளின் முடிவுகளையும் கணக்கில் எடுத்துக்கொள்கிறார். ஆனால்,

உளவியல் மருத்துவர் தனியாகவே நோய்க் கணிப்பு செய்கிறார். நோயாளியை மருத்துவமனையில் சேர்க்குமாறு கட்டளையிட்டு அவனைத் தன் இரக்கத்துக்கு ஆளாக்குகிறார். நோயாளியின் அபிப்பிரயாமோ குற்றவாளியின் அபிப்பிராயமோ இந்த அதிகாரிகளிடம் செல்லுபடி ஆவதில்லை. தனக்கு அளிக்கப்பட்ட இந்த அதிகாரம் மிகுந்த அச்சத்தையே அளித்தது என்கிறார் லெய்ங்க்.

காவல் துறையினரால் தண்டிக்கப்பட முடியாத குற்றம்–அற்ற ஆனால் வித்தியாசமான நடத்தைக்காக, உற்ற உறவினர்களால், நண்பர்களால், உடன் பணிபுரிகிறவர்களால், பக்கத்து வீட்டுக்காரர்களால் சகித்துக்கொள்ள முடியாத நடத்தைக்காக மனநலக் காப்பகங்கள் தினந்தோறும் மக்களை உள்ளே சேர்த்துக் கொள்கின்றன. இது ஒரு சமூகத் தீர்ப்பு. தாங்கமுடியாத, விடை காண முடியாத ஒன்றுக்கான சமூகத் தீர்ப்பு. நோயாளிகளாக மாறும் நிராகரிக்கப்பட்ட இம்மக்களின் அருகில் யார்தான் செல்ல விரும்புகிறார்கள்? சமூகத்தில் இந் நிலை தவிர்க்க இயலாதது. சில மக்களுக்கும் நமக்கும் இடையே இணைக்க முடியாத இடைவெளி உள்ளது என்று சொல்வதில் உளவியல் மருத்துவர்களுக்கு சலிப்பே ஏற்படுவதில்லை.

மனச்சிதைவு நோயாளிகளுக்கும் பிறருக்கும் இடையே உள்ள இடைவெளியை எந்தவித மானுட பந்தமும் இட்டு நிரப்ப முடியாது என்று கார்ல் ஜாஸ்பர்ஸும், மான்ஃபிரட் ப்ளூலரும் கூறுகிறார்கள். சம்பிரதாய உளவியல் மருத்துவத்தின்படி (Conventional Psychiatry) ஜனத்தொகையில் பத்தில் ஒருவர் மனச்சிதைவு நோயாளி இந்தக் கூற்றுகள், கணிப்புகள் எல்லாம் உளவியல் மருத்துவர்கள் சார்பில் செய்யப்பட்டவை. பொது மக்களில் பலர் பகிர்ந்துகொள்ளும் உணர்வுகளையே, கருத்து களையே இவை பிரதிபலிக்கின்றன.

மனச்சிதைவு நோயாளியால் நான் நீங்கள் என்ற உறவை வைத்துக்கொள்ள முடியாது என்று நினைக்கிறார்கள் சம்பிர தாய உளவியல் மருத்துவர்கள். இந்த நிலைப்பாட்டிலிருந்துதான் வேறுபடுவதாகக் கூறுகிறார் லெய்ங்க். மனச்சிதைவு நோயாளி களுக்குச் சிகிச்சை தேவைதான்; ஆனால் சிகிச்சை மனிதநேய அடிப்படையில் அமைய வேண்டும். நம்மைப் போலவே நோயாளியும் மனிதன்தான் என்பதை மறக்கக்கூடாது என்கிறார் லெய்ங்க்.

மனநோயாளிகளை நாம் எவ்வாறு நடத்துகிறோம்? அவர்களை உயிருடன் வைத்துக்கொள்வதில் எந்தவித அர்த் தமும் இல்லை என்று கருதி முப்பதுகளின் இறுதியில் நாஜி

அதிகாரத்தின் கீழ் இருந்த ஜெர்மனியில் மனநல மருத்துவமனை யில் இருந்த 50,000 நோயாளிகள் கொல்லப்பட்டனர். மாதா கோவில்கள் எதிர்ப்புக் குரல் எழுப்பிய பிறகே இக்கொலைகள் நிறுத்தப்பட்டன.

மனச்சிதைவு நோயாளி என்று ஒருவரைக் கணிக்கும் உளவியல் மருத்துவர் நோயாளியுடன் மனிதப் பிணைப்பை, பந்தத்தை ஏற்படுத்திக்கொள்ளாதவராக இருக்கிறார். இதை லெய்ங்க் சுட்டிக்காட்டியபோது உளவியல் மருத்துவர்கள் அவரிடம் கோபம் கொண்டனர்.

'ஷெஃப்'பின் கட்டுரைத் தொகுப்பு ஒன்றில் ஒரு காட்சி விவரிக்கப்படுகிறது. மனநலக் காப்பகங்களில் நோயாளிகள் உணர்வுள்ள மனிதர்களாகக் கூடக் கருதப்படுவதில்லை என்பதற்கு இது சிறந்த ஓர் உதாரணம். ஆண் மனநோயாளி களின் நடுவில் செவிலி ஒருத்தி மேல் சட்டையை அவிழ்த்துத் தன் ப்ராவைச் சரி செய்து கொண்டாளாம்.

மீண்டும் லெய்ங்க்குக்கு வருவோம். தன்னை ஓர் எதிர்–உளவியல் (Anti-Psychiatry) மருத்துவர் என்று தன் நண்பர் டேவிட் கூபர் வர்ணித்தபோது தான் அதை ஏற்றுக்கொள்ள வில்லை என்றும் ஆனால் எதிர்–உளவியல் மருத்துவக் கோட் பாடுகளில் தனக்கு உடன்பாடு உள்ளது என்றும் கூறுகிறார் லெய்ங்க். சம்பிரதாய உளவியல் மருத்துவம் நோயாளிகளைச் சமூகத்தின் எதிர்பார்ப்பின்படி சமூகத்திலிருந்து தனிமைப் படுத்தி அவர்களை ஒடுக்குகிறது. இப்போக்கில் தனக்கு நம்பிக்கை இல்லை என்கிறார் லெய்ங்க். இத்தாலிய உளவியல் மருத்துவர் களில் பலர் இப்போக்கைக் கைவிட்டு விட்டார்கள். இப்படிச் செய்வது அவ்வளவு சுலபமில்லை. எனினும் மற்ற நாடுகளிலுள்ள சில உளவியல் மருத்துவர்களும் இப்போக்கைக் கைவிட நினைக் கிறார்கள். உளவியல் மருத்துவர்களின் அடிப்படைக் கண் ணோட்டம் முற்றிலும் மாறினாலொழிய இது சாத்தியமில்லை.

சமூகம் உளவியல் மருத்துவரிடமிருந்து இரண்டு முக்கிய செயல்களை எதிர்பார்க்கிறது. ஒன்று சில மக்களைத் தனிமைப் படுத்தி ஓர் இடத்தில் பூட்டி வைப்பது; இன்னொன்று உளவியல் மருத்துவச் சிகிச்சை என்ற பெயரில் சில நிலைகளையும் நடத்தைகளையும் தடுத்து நிறுத்துவது அல்லது மாற்றுவது.

இரண்டாண்டுகள் உளவியல் மருத்துவராகப் பணியாற்றிய பிறகு, தன் நோயாளிகள் நடத்தப்படும் விதத்தில் தான் நடத்தப் பட்டால் அதைத் தான் விரும்ப மாட்டேன் என்ற முடிவுக்கு வந்தார் லெய்ங்க். கண்காணிப்புக்காக நோயாளிகளைப் பூட்டிய

வார்டுகளில் அடைப்பது போல் தனக்கு நேர்ந்தால் அதைத் தன்னால் சகித்துக்கொள்ள முடியாது என்று கருதினார். மன நோயாளிகள் மீது செலுத்தப்படும் சிகிச்சை முறைகளான மாத் திரைகள், மயக்க நிலை, மின் அதிர்வு எல்லாம் நவீன உளவியல் மருத்துவ முன்னேற்றங்களாகத் தன்னால் ஏற்றுக்கொள்ள இயல வில்லை என்கிறார் லெய்ங்க். "நீங்கள் கொடுக்கும் சிகிச்சை என்னை அழித்துக் கொண்டிருக்கிறது" என்று நோயாளி கூறி னால் பிற உளவியல் மருத்துவர்கள் போலல்லாது நோயாளியின் கூற்றை ஏற்றுக்கொண்டார் லெய்ங்க்.

கீர்க்ககார்டின் 'பயம் என்ற கருத்தாக்கம்' என்ற பிரசித்தி பெற்ற புத்தகத்துக்கு பாஸ்டனைச் சார்ந்த புகழ் வாய்ந்த உளவியல் மருத்துவர் ஒருவர் 1944இல் உளவியல் மருத்துவ அமெரிக்கப் பத்திரிகையில் மதிப்புரை வழங்கினார். மதிப்புரை வருமாறு:

"இந்தப் புத்தகம் உளவியல் மருத்துவர்களுக்கு ஒரு சுவாரஸ்யமான புத்தகம். ஏனென்றால் ஆசிரியர் ஒரு மன நோயாளி எனக் கொள்ளப்படுவதற்குப் புத்தகத்திலிருந்து பலத்த ஆதாரங்கள் கிடைக்கின்றன. இருந்த போதிலும் ஆசிரியர் ஒரு முக்கியமான எழுத்தாளர் என்ற அபிப்பிராயத்தை ஏற்படுத்தி யுள்ளார்." ஆசிரியர் மனச்சிதைவு மனநிலை கொண்டவர் என்பதற்கும் சுவாதீனத்திலிருந்து விலகிய மனநிலை படைத்தவர் என்பதற்கும் எடுத்துக்காட்டாக இரண்டு பத்திகளை மதிப்புரை யாளர் முன்வைக்கிறார்.

இந்த மதிப்புரை தன்னை ஆழ்ந்த மனவருத்தத்துக்கு ஆளாக்கியது என்றும் புத்தகத்திலிருந்து எடுத்துக்காட்டாகக் குறிப்பிடப்பட்ட இரண்டு பத்திகளும் மிகத் தெளிவாகத் தனக்குப் புரிவதாகவும் இப்படித் தான் கூறுவதாலேயே சம்பிர தாய உளவியல் மருத்துவர்கள் தன்னையே சுவாதீனத்தின் மறு பக்கத்தில் இருப்பவராகக் கணித்துவிடுவார்களோ என்று தான் அஞ்சுவதாகவும் கூறுகிறார் லெய்ங்க். கீர்க்ககார்ட் கீர்க்க கார்டாக இருந்ததனாலேயே மனநோயாளிப் பட்டம் பெறு கிறார், சம்பிரதாய உளவியல் மருத்துவர்களிடமிருந்து.

இதையடுத்து, லெய்ங்க் தன் உயர் அதிகாரி ஒருவரிடம் கீர்க்ககார்டின் இன்னொரு புத்தகமான 'இறப்பு வரை உள்ள நோய்' (Sickness unto Death) என்பதை வாசிக்கக் கொடுத்தார். வாசித்த பிறகு அதிகாரி "ஒரு சுவாரஸ்யமான புத்தகத்தை வாசிக்கக் கொடுத்ததற்கு மிக்க நன்றி. பத்தொன்பதாம் நூற் றாண்டின் ஆரம்பத்தில் இருந்த மனச்சிதைவு நோய்க்கான சிறந்த உதாரணம் இந்தப் புத்தகம்" என்று சொன்னாராம்.

தானும் அவர்களைப் போல் சம்பிரதாய உளவியல் மருத்துவர் களில் ஒருவராய் ஆகிவிடுவோமோ என்ற பயமும், நல்ல வேளையாக தான் அப்படி இல்லை என்ற ஆறுதல் உணர்வும் தனக்கு ஏற்பட்டதாகக் கூறுகிறார் லெய்ங்க்.

தன் மனநிலையும் கீர்க்ககார்டைப் போன்றதே என்று ஒப்புக்கொள்ளும் லெய்ங்க்கின் மனம் மனநோயாளிகளாகக் கணிக்கப்பட்ட நீட்சே, ஜாய்ஸ், ஆர்டாட் ஆகியோர்களைப் பற்றி நினைத்துப் பார்த்தது. இதெல்லாம் படுமோசமான கணிப்புகள்! தானே ஒரு மனச்சிதைவு நோயாளி என்று கணித்துக் கொள்ளும்படித் தனக்குப் பயிற்சி அளிக்கப்பட்டிருந் ததை மனவருத்தத்துடன் நினைவு கூறுகிறார் லெய்ங்க்.

“வான்கோவின் மனநிலையைப் பற்றி நீங்கள் என்ன வேண்டுமானாலும் சொல்லிக்கொள்ளுங்கள். வாழ்க்கை மிக மோசமானது. ஏனென்றால் சீக்குப் பிடித்த மனசாட்சி தன்னுடைய சீக்கிலிருந்து விடுபட விரும்பாததில் அக்கறை காட்டுகிறது. சீக்குப் பிடித்த சமுதாயம் சில நல்ல தீர்க்கதரிசி களின் ஆய்வுகளின் தொந்தரவிலிருந்து தன்னைக் காப்பாற்றிக் கொள்ள உளவியல் மருத்துவத்தைக் கண்டுபிடித்தது’’ என்று கூறுகிறார் ஆன்டனின் ஆர்டாட். “இது மனநோய். நான் என்னை மனநோயாளியாகக் கணித்துக் கொள்ளப் பயிற்சி அளிக்கப்பட்டிருக்கிறேன்” என்கிறார் லெய்ங்க். தான் நிச்சயம் உளவியல் மருத்துவரின் இரக்கத்தின் கீழ் இருக்க விரும்பவில்லை என்று கூறுகிறார் லெய்ங்க்.

“ஹாம்லெட் மோசமாகப் பழக்கப்படுத்தப்பட்ட வெறும் ஓர் எலி”; “லியருக்கு மின் அதிர்வுகள் கொடுக்கப்பட்டிருந்தால் நிறைய குழப்பங்கள் தவிர்க்கப்பட்டிருக்கும்” போன்ற உளவியல் மருத்துவர்களின் கூற்றுகளைக் கேட்டுச் சலித்திருக்கிறார் லெய்ங்க்.

உளவியல் மருத்துவம் பற்றி இன்னும் சில விஷயங்களைப் பார்ப்போம். அநேக நோயாளிகள் உளவியல் மருத்துவர்களிட மிருந்து உதவியை நாடுகிறார்கள். அவர்கள் எதிர்பார்க்கும் உதவி அவர்களுக்குக் கிடைத்தால் சிக்கல் இல்லை. ஆனால், எதிர்பார்க்காத வேறுவிதமான உதவி கிடைக்கும் போதுதான் சிக்கல் ஏற்படுகிறது. உளவியல் மருத்துவர்களிடையே இந்த உதவி பற்றிக் கருத்து வேறுபாடுகள் உள்ளன. செவிலிகளிடையேயும் நோயாளியின் உறவினர்களிடையேயும் இந்த நோயாளி இவர் களுடைய சிக்கல்களிலிருந்து விடுபட்டுத் தனிமையில் இருக்க விரும்புகிறார்.

சில சமயங்களில் தன் எண்ணங்களை அகற்றுமாறு நோயாளி மருத்துவரிடம் வேண்டிக்கொள்கிறார். மருத்துவர் முடிந்தால் அப்படிச் செய்கிறார். சில சமயங்களில் தன் எண்ணங்களைத் தன்னகத்தே தக்க வைத்துக்கொள்ள உதவு மாறு நோயாளி மருத்துவரிடம் கேட்டுக்கொள்கிறார். ஆனால், மருத்துவர் வேண்டாத எண்ணங்களோடு சேர்த்து நோயாளி தன்னிடம் வைத்துக்கொள்ள விரும்பிய எண்ணங்களையும் அகற்றிவிடுகிறார். தனது எண்ணங்களை எண்ண நோயாளி அனுமதிக்கப்படலாம். அல்லது எண்ணுவதற்கான அனுமதி அவருக்கு மறுக்கப்படலாம்.

மனநலக் காப்பகம் நோயாளிக்கு வெளி உலகில் நடக்கும் துன்பங்களிலிருந்து பாதுகாப்பு அளிக்கலாம். ஆனால் சிகிச்சை என்ற பெயரில் நடக்கும் கசப்பான சில அனுபவங்களை நோயாளி தாங்கிக்கொள்ள வேண்டியிருக்கும். மனநோயாளி யிடம் காணப்படும் பலகீனமான பயத்தைவிட உளவியல் மருத் துவரிடம் காணப்படும் பயமற்ற அதிகாரம் தன்னை அச்சுறுத் துவதாகக் கூறுகிறார் லெய்ங்க். நிறைய நோயாளிகள் உளவியல் மருத்துவச் சிகிச்சைக்கு உட்பட அஞ்சுவதில் ஆச்சரியப்படுவதற்கு ஒன்றுமில்லை. உளவியல் மருத்துவச் சிகிச்சை பல தவறான நம்பிக்கைகளைப் போக்குகிறது. அந்தத் தவறான நம்பிக்கைகளும் சிகிச்சை குறித்த பயமும் ஒன்று ஆனாலும்...

“எனக்கே மனநோய் பிடித்து, ஆனால் அது என்னையோ பிறரையோ பாதிக்காதவாறு இருந்தால் என்ன செய்வீர்கள்?” என்று இளவயதான பதினெட்டு உளவியல் மருத்துவர்களைக் கொண்ட வகுப்பில் லெய்ங்க் கேட்டபோது அவருக்குக் கிடைத்த பதில் “நாங்கள் தங்களுக்குச் சிகிச்சை அளிப்போம், தாங்கள் விரும்பினாலும் விரும்பாவிட்டாலும்” என்பது. “இந்தப் பதில் என்னை அச்சுறுத்துகிறது” என்று சொன்னாராம் லெய்ங்க்.

தேர்வில் வெற்றி பெறுவதற்காக மனநோயாளி ஒருவரைப் பரிசோதிக்க வேண்டும். மாணவர் சில மனச்சிதைவு நோயாளி களைப் பரிசோதிக்கும்போது அவர்களிடம் எந்த நோய்க்குறியும் இல்லாததுபோல் தோன்றும். ஏனென்றால், இந்த நோயாளிகள் கெட்டிக்காரர்கள். ஆனால், தேர்வில் வெற்றி பெற்றாக வேண்டும். மாணவர் ஒருவரின் கூற்றைக் கவனியுங்கள்:

“அவன் முதல் இருபது நிமிடங்களுக்கு எந்த நோய்க் குறியும் தனக்கு இருப்பதாகச் சொல்லவில்லை. ஆனால், அந்தத் தேவடியாப்பையனை நான் உடைத்தேன். பிறகு எல்லாமே வெளிவந்தன – தன்னைப் பற்றிப் பிறர் குறிப்பிடுவதாகவும்,

தன் எண்ணங்களைப் பிறர் கட்டுப்படுத்துவதாகவும்...இன்னும் நிறைய நோய்க்குறிகள்."

தேர்வில் வெற்றி பெற மாணவர் இதையெல்லாம் செய்தாக வேண்டும். மருத்துவ நியதிகளின்படி பார்த்தால் நோயாளியை உடைக்கக் கூடாது. அவரிடமிருந்த நோய்க்குறிகள் என்ன என்பதைத் தெரிந்துகொள்ள வேண்டும், அவ்வளவே.

ஒரு பெண் நோயாளி லெய்ங்க்கிடம் வந்தாள். தான் ஒரே நிலையில் தொடர்ந்து அசையாமல் இருப்பதாகக் கூறினாள். அப்படி அசைந்தே ஆக வேண்டுமானால் அதற்கு மிகுந்த சிரமம் தேவைப்பட்டது. அதேபோல் யாருடனும் பேச விருப்ப மில்லாமல் இருந்தாள். லெய்ங்குக்கு என்ன ஆலோசனை வழங்குவது என்று தெரியவில்லை. பல மாதங்கள் கழித்து நோயாளி லெய்ங்க்கைப் பார்க்க வந்தாள். தான் ஓர் ஓவியப் பள்ளியில் 'மாடலாக' வேலை செய்வதாகத் தெரிவித்தாள். அங்கே அவள் அசையாமலும் பேசாமலும் மணிக்கணக்கில் இருக்க முடிந்தது. அதற்குச் சம்பளமும் கிடைத்தது. தனக்கிருக்கும் 'காட்டோனியா' மனநோயை எப்படித் தனக்குச் சாதகமாகப் பயன்படுத்திக்கொள்வது என்று அவளுக்குத் தெரிந்திருந்தது. அவளுக்கான சிகிச்சை அவளுடைய வேலைதான்.

சமூகவியல் விரிவுரையாளர் ஒருவர் ஒரு கோடை இறுதியில் தனக்குத் தள்ளாடுதல் போன்ற உணர்வு இருந்ததற்காக ஒரு மருத்துவரிடம் சென்றார். மருத்துவர் அவரை ஒரு மருத்துவமனையில் மூன்று நாள் ஓய்வெடுத்துக்கொள்ளுமாறு சொன்னார். எழுபத்து இரண்டு மணி நேரத் தங்கலுக்குப் பிறகு விரிவுரையாளர் மருத்துவமனையை விட்டுப் பூரண குண மடைந்து வெளியேறினார். ஒன்பதாண்டுகள் கழித்து அவர் தனது மோட்டார் வாகன ஓட்டுநர் லைசன்ஸுக்காக விண்ணப் பித்தார். ஆனால், அவருக்குத் தற்காலிக லைசன்ஸ்தான வழங்கப் பட்டது. ஏனென்றால் ஒன்பது ஆண்டுகளுக்கு முன் வந்த அவரது மனநோய் மீண்டும் மீண்டும் வரக்கூடிய ஒரு நோய் என்று மருத்துவரால் கணிக்கப்பட்டிருந்ததாம். அவருக்கு மீண்டும் அந்த நோய் வரவில்லை என்றாலும் அவர் இப்பொழுது மனநோயாளியாகவே முடிவு செய்யப்பட்டிருக்கிறார்.

மனநலக் காப்பகம் ஒரு விந்தையான உலகம். பல நோயாளிகள் அந்தப் பாதுகாப்பான கருப்பையை விட்டு வெளி யேற விரும்பவில்லை. ஏனென்றால், வெளி உலகத்தில் அவர்கள் சரிவரப் புரிந்துகொள்ளப்படுவதில்லை. கார்ட்நாவெல் என்னும் இடத்திலுள்ள மனநலக் காப்பகத்தில் அடைக்கப்பட்ட ஒரு வார்டில் இருந்த நோயாளிகளுக்கு மருந்து தருவது நிறுத்தப்

பட்டது. இது நடந்த ஒரு வாரத்தில் வார்டில் இருந்த முப்பது ஜன்னல்கள் உடைக்கப்பட்டன. யாரும் காயமடையவில்லை. வார்டு திறந்து விடப்பட்டது. ஜன்னல்கள் உடைபடுவது நின்றது. யாரும் வார்டிலிருந்து வெளியேறவில்லை. வழியிருந்தும் யாரும் வெளியேற விரும்பவில்லை.

சட்டத்தால் தங்களுக்குக் கொடுக்கப்பட்ட அதிகாரத்தை நோயாளிகளுடன் பகிர்ந்துகொள்ள உளவியல் மருத்துவர்களால் முடிவதில்லை, அது மருத்துவப் பொறுப்புகளை மீறுவதாகக் கருதப்படும் என்பதால்.

மனநலக் காப்பகத்தில் நோயாளிகள் ஒரே நேரத்தில் ஒரே மாதிரியான செயல்களைப் புரிய மருத்துவம் தேவைப்படுகிறது; ஒரே சமயத்தில் அனைவரும் தூங்க, அனைவரும் சாப்பிட, அனைவரும் விழித்தெழ என்று தனிநபர் சுதந்திரம் என்பது மறுக்கப்படுகிறது. இரவில் கண் விழித்திருப்பதில் தவறேது மில்லை. பகலில் தூங்குவதிலும் தப்பேதுமில்லை. ஆனால், உலகத்தில் எந்த மனநலக் காப்பகத்தில் இதமான நிலா வெளிச் சத்தில் நிர்வாணமாக ஆனந்தமாகக் குளிக்க நோயாளிகள் அனுமதிக்கப்பட்டிருக்கிறார்கள்?

தனக்குச் சில சொற்கள் கண்ணியமான வசைச் சொற் களாகத் தோன்றுவதாகக் கூறுகிறார் லெய்ங்க். இச்சொற்களில் 'மனநோயாளி' என்ற சொல்லும் ஒன்று என்கிறார். இச்சொல் 'பழமைவாதி', 'காட்டுமிராண்டி', 'மூட நம்பிக்கை கொண்டவன்' போன்ற வசைச் சொற்களுள் ஒன்றாகும். இது போன்ற சொற்களைத் தன்னிலிருந்து தூக்கி எறிய விரும்பினார் லெய்ங்க்.

மனநோயாளிகளுக்குச் சம்பிரதாய ரீதியான சிகிச்சை அளிப்பதில் தோழமை உணர்வே அற்றுப் போகிறது என்று உணர்ந்த லெய்ங்க் முற்றிலும் புதிய சிகிச்சை முறைகளைக் கையாளத் தலைப்பட்டார்.

நோயாளிகளுக்கும் உளவியல் மருத்துவர்களுக்குமிடையே உள்ள இடைவெளி மிகப் பெரியது. இந்த இடைவெளி இருக்கும் வரை சிகிச்சையைச் சிகிச்சை என்று சொல்வது தவறாகும். தோழமை அற்ற உறவு குணப்படுத்தும் உறவாக இருக்க முடியாது.

"மனிதன் தனக்குத் தானே ஆபத்து விளைவித்துக்கொள் கிறான். நாம் பிறருடன் இணக்கமாகப் பழகுவதில்லை. நாம் பிறருடன் சண்டை போட்டுக்கொண்டும், பிறரிடமிருந்து முரண்பட்டுக் கொண்டும் இருக்கிறோம். நாம் எதிரும் புதிருமாக இருக்கிறோம். நாம் விரோதிகள். ஒருவரை ஒருவர் சந்தித்துக்

கொள்ளுமுன் நாம் மற்றவருக்கு எதிராளியாக இருக்கிறோம். நாம் பிறரை மனிதன் என்றுகூட மதிப்பதில்லை. அப்படியே மதித்தாலும் அவனை உடனே புறக்கணித்துவிடுகிறோம்" என்கிறார் லெய்ங்க்.

உளவியல் மருத்துவர்கள் நோயாளிகளைக் கையாளும் விதத்தைக் குறிப்பிடுகையில்,

"இந்த இடைவெளி எசமானருக்கும் அடிமைக்கும் இடையே உள்ள இடைவெளி. பணக்காரனுக்கும் ஏழைக்கும் உள்ள இடைவெளி. சுவாதீனமானவன் – பைத்தியக்காரன் என்ற இடைவெளியும் இது போன்ற ஒன்றே. இந்த இடைவெளி உளவியல் மருத்துவச் சிகிச்சையிலும் பரிதாபகரமாகத் தொடர் கிறது. இந்த முறிவு, இந்த இடைவெளி குணப்பட்டால்தான் சிகிச்சையே சாத்தியம். மனித ஒருமைப்பாட்டின் இழப்பு, தோழமையின் இழப்பு, மனித ஒத்திசைவின் இழப்பு, மனித நல்லிணக்கத்தின் இழப்பு மக்களைப் பல விதங்களில் பாதிக் கிறது. சிலரால் இந்த இழப்பைச் சகித்துக்கொள்ள முடியாது. ஒரு நோயாளிக்கு மின் அதிர்வு சிகிச்சை அளிப்பதற்காக மின் விசையை அழுத்தும்போது அவனுடைய படுக்கையில் நானும் என்னுடைய இருக்கையில் அவனும் இருந்திருந்தால் எப்படி இருக்கும் என்பதை நினைத்துப் பார்க்காமல் தோழமையை உணர்வது சிரமமாக இருந்தது. இதனால்தான் நான் மின் விசையை அழுத்துவதை விட்டுவிட்டேன்" என்கிறார் லெய்ங்க்.

இத்துடன் கட்டுரை முடிவுறுகிறது என்றாலும் தோழமை உணர்வு கலந்த லெய்ங்க் நம் மனங்களில் நெகிழ்வுடன் தொடர் கிறார்.

வித்தியாசமான பார்வைகள்

சைக்கியாட்ரிஸ்டை நம்பாதவன் 'ஒரு மாதிரி;' மனசுக்குள் சைக்கியாட்ரிட்ஸ்டுக்குப் பயப்படுகிறான். சைக்கியாட்ரிஸ்டை நம்புபவனும் 'ஒரு மாதிரிதான்;' சைக்கியாட்ரிஸ்டின் சார்பில் லாமல் அவனால் வாழவே முடியாது.

– எரிக்கா யாங்

பார்வை: 1

உளவியல் மருத்துவம் மனநோய் என்னும் கருத்தாக்கத்தைக் கொண்டாடுகிறது. பைத்திய நிலையையும் வித்தியாசமான

நடத்தையையும் உள்ளடக்கிய இந்தக் கருத்தாக்கம் அறிவியல் சார்ந்த ஒரு முன்னேற்றமாகக் கருதப்படுகிறது. இக்கருத்தாக்கத் திலிருந்து வேறுபட்டது சமூக அறிவியல் பார்வை. அறுபது களிலிருந்து இப்பார்வை நிலவி வருகிறது. இதன்படி மனநோய் என்பது தனிநபர் மனதில் உள்ள வியாதி அல்ல. சமூகத்தில் உள்ள முக்கியமான பிறருடைய எதிர்வினைகளால் தூண்டப் பட்டு தனிநபர் ஒருவர் மேற்கொள்ளும் நடத்தையே ஆகும். இந்நடத்தை பைத்திய நிலையை நோக்கிய உந்துதல் அல்ல. இந்நடத்தைக்குக் காரணம் பிறருடன் உறவாடுவதுதான். நோய் என்பது சமூகத்தால் தீர்மானிக்கப்படுவது. மனநோயாளி என்ற படிமம் (Image) உளவியல் மருத்துவரால் குறிக்கப்படுவது போன்ற மன அளவில் பாதிக்கப்பட்டவனைக் குறிப்பது அல்ல. மாறாக, மனநோயாளி என்பவன் நுணுக்கமான, பார்வையுள்ள, உணர்வுபூர்வமாக வாழும் ஆனால் சக்தியற்ற ஒருவன் 'முக்கிய மான பிறருடைய' நிர்ப்பந்தங்களை உள் தங்கவைத்துக் கொள்ளும் முயற்சியே மனநோய் ஆகும்.

நடத்தைக்கும் சுய அடையாளத்துக்கும் (Self Identity) பாதகம் இல்லாமல் அனைவரும் ஒரு சூழ்நிலையிலாவது வித்தியாசமான நடத்தையையே மேற்கொள்கிறார்கள். 'முக்கிய மான' பிறரால் (மனநோய்க்குறிகள் கண்டுகொள்ளப்படாமல் இருந்தால் மனநோய் என்ற பேச்சுக்கே இடமிருக்காது. கண்டுகொள்ளப்பட்டால், மனநோயாளி என்ற பாத்திரத்தை ஏற்றுக் குறிப்பிடப்பட்டவர் நடிக்க வேண்டி வருகிறது. இந்நிலை பாத்திரத்தை ஏற்று நடிக்கும் நிலையையும் தாண்டிச் செல்கிறது. மனநோயாளி என்ற பாத்திரத்தினால் கிடைக்கும் சுய அடையாளம் ஒருவரது செயல்திறன் மீது உள்ள கட்டுப்பாட்டை இழக்கச் செய்கிறது. உண்மையிலேயே மனநோய் என்பது ஒரு கட்டுக்கதை. சமூகம் இந்தக் கட்டுக்கதையை நம்புவதால் அது ஒரு யதார்த்தமாகவே மாறியுள்ளது.

மனநோயாளி என்ற முத்திரை ஒருவனது நடத்தையைக் குறிக்கவில்லை; மாறாக அவனது சமூகக் கூறுகளையும் சமூக எதிர்கொள்ளலையுமே குறிக்கிறது என்பதை ஆய்வுகள் தெளிவு படுத்தியுள்ளன. இந்தக் கருத்து மருத்துவக் கருத்திலிருந்து வேறுபட்டது. மனநோய்க்கு உளவியல் மருத்துவம் ஒரு தீர்வு என்பதைச் சமூக எதிர்வினைக் கொள்கை ஏற்றுக்கொள்ள வில்லை. மாறாக, உளவியல் மருத்துவம் மனநோய் என்ற முத்திரையை வளர்ப்பதாகவே உள்ளது என்கிறது இந்தக் கொள்கை. அதிநவீன உளவியல் மருத்துவம் மனநோயாளி

யினுடைய நிலை மோசமாவதற்கே காரணமாக உள்ளது என்று சொல்கிறது, இங்கிலாந்திலும் மொரீஷியஸ் தீவிலும் மேற்கொள்ளப்பட்ட ஆய்வு ஒன்று.

மனச்சிதைவு உள்ள மகள்களை உள்ளடக்கிய குடும்பத்தில் பெற்றோர்கள் நோய்க்குறிகளை வளர்க்கும் விதத்தில் நடந்து கொள்கிறார்கள் என்று ஆய்வு ஒன்று கூறுகிறது.

தாமஸ் சாஸின் கருத்துகளும் சமூக எதிர்வினைக் கொள்கையாளர்களுடைய (Societal Reaction Theorist) கருத்துகளும் சேர்ந்து எதிர்உளவியல் மருத்துவ இயக்கத்துக்கு (Anti psychiatry) வித்திட்டுள்ளன.

விசித்திரமான நடத்தை மனநோய் அல்ல. அது ஒரு மொழி என்கிறார் சாஸ். ஹிஸ்டீரியா என்பது நமக்குப் புரியாத வேறு ஒரு மொழி என்கிறார் அவர். ஹிஸ்டீரியா என்பது நோயின் ஒரு மொழி. அது உபயோகிப்பவருக்குப் பயனுள்ளதாக இருக்கிறது. இந்த மொழி, உபயோகிப்பவருக்குத் தான் விரும்பும் செயல்களைச் செய்ய சுதந்திரம் அளிக்கிறது. அன்றாட வேலைகளிலிருந்து விடுவிப்பு அளிக்கிறது. ஹிஸ்டீரியா என்ற மொழியினால், பாதிக்கப்பட்டவருக்குப் பிறரிடமிருந்து உதவி கிடைக்கிறது.

பார்வை: 2

உளவியல் மருத்துவம் என்பது மனநோய்க் கணிப்பும் சிகிச்சையுமாகும். இந்த விவரணை சம்பிரதாய ரீதியானது. ஏனென்றால், மனநோய் என்பது ஒரு கட்டுக்கதை. உளவியல் மருத்துவர்கள் மனநோய் பற்றி அக்கறை கொள்ளவில்லை. உண்மையில் அவர்கள் செய்வதெல்லாம் அன்றாட வாழ்வின் சொந்த, சமூக நன்னடத்தை சார்ந்த பிரச்சனைகளைப் பரிசீலிப்பதுதான்.

கடந்த காலத்தில் கடவுள் விளையாட்டு போதைப் பொருளாக இருந்தது போல, தற்கால மக்களுக்கு உளவியல் மருத்துவ விளையாட்டு போதைப் பொருளாக இருக்கிறது. இரண்டு விளையாட்டுகளுமே சமூகத்தில் ஏற்படும் இறுக்கத்தைத் தளர்த்தவும் சமூகத்தை அமைதிப்படுத்தவும் உதவியிருக்கின்றன.

உளவியல் மருத்துவக் கொள்கைகளின் சமூக நன்னெறி பற்றிய மதிப்பீடுகள் தெளிவாக இல்லாதவரை உளவியல் மருத்துவத்தின் சமூக நடத்தை அடிப்படையில் நன்னெறிகளைச் சார்ந்தது.

ஒரு பக்கம், மனநோயாளி என்ற பாத்திரத்தை ஏற்று நடிக் கிறார்கள். ஹிஸ்டீரியா உள்ளவர் உடல் சம்பந்தமான நோய் தனக்கிருப்பதாக நடித்து மருத்துவ விளையாட்டின் விதிமுறை களின்படி சிகிச்சையை வரவேற்கிறார். இன்னொரு பக்கம் உளவியல் மருத்துவர், மருத்துவர் என்ற பாத்திரத்தை ஏற்று நடித்து நோயாளிகளின் வெளிப்பாடுகளை நோயாகக் கருதி சிகிச்சை செய்கிறார்.

வாழ்க்கையில் விளையாட்டுகள் நிறைய உள்ளன. சிலருக்கு விளையாட்டில் சிக்கல் ஏற்படுகிறது. அந்தச் சிக்கலுக்குத்தான் உளவியல் மருத்துவர் சிகிச்சை அளிக்கிறார். வாழ்க்கையில் நிறைய பேர் விளையாட்டுகளை விளையாடக் கற்றுக்கொள் கிறார்கள். கற்றுக்கொள்வது எப்படி என்பதையும் கற்றுக்கொள் கிறார்கள். அவர்களுக்கு வாழ்க்கையில் சிக்கல் இல்லை.

பழைய விளையாட்டுகள் ஒழிக்கப்பட்டு புது விளை யாட்டுகள் உருவாகின்றன. மக்களில் சிலர் புது விளையாட்டுக்கு மாற மறுக்கிறார்கள். பலர் புது விளையாட்டுகளில் சிலவற்றை யேனும் கற்றுக்கொள்கிறார்கள்.

நாமெல்லாம் வாழ்க்கை என்னும் பள்ளியில் பயிலும் மாணவர்கள். இந்தப் பள்ளியில் யாரும் தைரியத்தை இழக்க வேண்டிய அவசியமில்லை. ஆனாலும் இந்தப் பள்ளியில் மத நம்பிக்கைகளும் தேசியக் கட்டுக்கதைகளும் மற்றும் மிக சமீபத்திய சம்பிரதாய உளவியல் மருத்துவக் கொள்கைகளும் தவறான வழிக்கு மாணவர்களைக் கொண்டு செல்லும் குழப்பம் நிறைந்த ஆசிரியர்களாக இருக்கிறார்கள்.

பார்வை: 3

மனம் சார்ந்த பிரச்சனைகளைச் சமூகக் கண்ணோட்டத் துடன் அணுகலாம். சமூக நியதிகளை மீறுவது மனநோய்க் குறிகள் எனக் கொள்ளப்படுகிறது. சமூகப் பாத்திரத்தை மீறுவது மனநோய் எனக் கொள்ளப்படுகிறது. நியதிகளைப் போற்றாத வனுக்கு முத்திரை குத்தப்படுகிறது. மனநோயாளி என்றோ, குற்றவாளி என்றோ, வக்கிரம் பிடித்தவன் என்றோ, குடிகாரன் என்றோ, பாவி என்றோ, முட்டாள் என்றோ, மோசமானவன் என்றோ முத்திரை குத்தப்படுகின்றன. சூனியக்காரி என்றோ, அசுத்த ஆவி பிடித்தவன் என்றோ வர்ணிக்கப்பட்ட காலமும் இருந்திருக்கிறது.

வித்தியாசமான நடத்தை பல காரணங்களால் ஏற்படலாம். பாரம்பரியம், உடலில் ஏற்படும் ரசாயன மாற்றம் போன்றவையும்,

நீடித்த பயம், பிறருடன் போட்டி போடுவதில் ஏற்படும் சிக்கல், உணவு, உறக்கம், புலனுணர்வு ஆகியவை மறுக்கப்படுதல் போன்றவையும் வித்தியாசமான நடத்தைக்குக் காரணமாகலாம். மாயத் தோற்றங்கள், தவறான நம்பிக்கைகள், மனச்சோர்வு, அதீத வெறி முதலியவை தோன்ற மேற்சொன்ன காரணிகள் காரணமாகலாம்.

மிகவும் உள்சுருங்கியவர்கள், ஒதுங்கி வாழ்பவர்கள், எல்லை மீறிய கோபத்தை வெளிப்படுத்துபவர்கள், மாய ஒலிக்கு ஆளானவர்கள், மாயத் தோற்றங்களைக் காண்பவர்கள் அனைவருமே மனநோயாளிப் பட்டத்தைப் பெறுவதில்லை. அவர்களுடைய வித்தியாசமான நடத்தை கண்டுகொள்ளப்படுவ தில்லை அல்லது நியாயப்படுத்தப்படுகிறது. மனநோய் என்பது ஒரு பாத்திரத்தை ஏற்று நடிப்பது அல்லது வெறும் பாசாங்கு என்று கொள்வதைத் தவிர்ப்பதற்கு முதலில் மனநோய் என்ற சமூக நிறுவனத்தை விவாதிக்க வேண்டும்.

யார் பிரகாரம் ஒருவர் மனநோயாளி என்பது தீர்மானிக்கப் படாமலேயே இருக்கிறது. பாத்திரத்தை ஏற்று வெற்றிகரமாக நடித்தல் என்பது ஒத்துழைக்கும் நோயாளிகளைப் பொறுத்து அமைகிறது. பாத்திரத்தை ஏற்று நடித்தல், பிறரின் எதிர்பார்ப்பு களைப் பூர்த்தி செய்கிறது.

பாத்திரத்தை ஏற்று நடித்தல் நம்பிக்கையுடனும் நம்பிக்கை யின்மையுடனும் செய்யப்படுகிறது. மனநலக் காப்பகம் ஒன்றில் ஆய்வு ஒன்று நடத்தியபோது சில நோயாளிகள் தங்கள் நோய்க் குறிகளை ஏளனத்துடன் பயன்படுத்துவதாக ஆய்வாளரிடம் சொன்னார்கள். புது அதிகாரிகளைப் பயமுறுத்தவோ, பிடிக் காத வேலையிலிருந்து தப்பிக்கவோ பயன்படுத்துவதாகச் சொன் னார்கள். ஆனால், மற்ற சமயங்களில் இதே நோயாளிகள் நோய்க் குறிகள் கொண்ட நடத்தையில் உண்மையாக இருந்திருக்கிறார்கள்.

மனநோய் என்றால் என்ன என்ற படிமம் சிறு வயதிலேயே உருவாகிவிடுகிறது. ஒத்த வயதுடைய சிறுவர்களிடமிருந்து அந்தப் படிமம் கற்றுக்கொள்ளப்படுகிறது. நிறைய நிறையத் தவறான கருத்துகள் சிறு வயதிலேயே கற்றுக்கொள்ளப்படுகின்றன. வயது ஆக ஆக இக்கருத்துகள் சரியான தகவல்கள் மூலம் கை விடப்படுகின்றன. ஆனாலும் மனநோய் பற்றிய தவறான கருத்து கள் பரவவே சமூகச் சூழல்கள் துணைபுரிகின்றன. தகவல் தொடர்பு சாதனங்களின் பங்கு இதில் முக்கியமாகிறது. கற் பழித்த ஒருவன் அல்லது கொலைகாரன் ஒருவன் பழைய மன நோயாளி என்பது போன்ற செய்திகளைப் பத்திரிகைகள் வெளி யிடுகின்றன.

இது போன்ற பாரபட்சம் நிறைந்த செய்திகளால் கொலை, கற்பழிப்பு ஆகிய கொடிய செயல்களைச் செய்பவர்கள் பழைய மனநோயாளிகள் என்ற கருத்து பரவலாகிறது. உண்மையில் அதிகமாக வன்முறையில் ஈடுபடுபவர்கள் பழைய மனநோயாளிகள் அல்ல. பொது மக்களில் சிலரே என்பதை ஓர் ஆய்வு தெளிவுபடுத்தியுள்ளது. ஆனாலும் இந்த மாதிரிக் கருத்துகளைச் செய்திப் பத்திரிகைகள் உருவாக்கத் தவறுகின்றன.

தகவல் தொடர்பு சாதனங்கள் மட்டுமின்றி அன்றாட வாழ்க்கையில் நடக்கும் பேச்சுகளும் மனநோய் பற்றிய தவறான கருத்துகளையே உள்ளடக்கியிருக்கின்றன. எடுத்துக்காட்டாக, "உனக்கென்ன பைத்தியமா பிடித்திருக்கிறது?" "இது ஒரு பைத்தியக்காரர்கள் இல்லமாகி விடும்." "இச்செய்தியினால் எனக்குப் பைத்தியம் பிடித்துவிடும் போலிருக்கிறது" போன்றவை.

ஒவ்வொரு கலாச்சாரத்திலும் மனநோயாளி என்பதற்கு ஒரு படிமம் உள்ளது. ஒருவரது வித்தியாசமான நடத்தை ஒரு நெருக்கடி நிலையில் பொதுப் பிரச்சனையாகும்போது அனைவரும் இந்தப் படிமத்தின் ஊடாக அவரைப் பார்க்கிறார்கள். வித்தியாசமான நடத்தையுள்ளவரும் இப்படிமத்தை ஒட்டியே நடந்துகொள்ள வேண்டி வருகிறது.

கிளாஸ் சொல்கிறார்: "சிப்பாய்கள் தங்கள் யூனிட்களிலிருந்து பிரித்தெடுக்கப்பட்டு மருத்துவமனையில் சேர்க்கப்படும்பொழுது அநேகமாக முதிர் மனநோயாளிகளாகிறார்கள். பிரித்தெடுத்தாலும் மருத்துவமனையில் சேர்ப்பதும் முத்திரை குத்துதலும் வித்தியாசமான நடத்தையை உறுதிப்படுத்துவதாக அமைகின்றன." இந்தக் கண்ணோட்டத்தில் பார்க்கும்பொழுது சில பல மனநோய்கள் சமூகப் பாத்திரங்களே என்பது தெளிவாகிறது. சமூக அமைப்பில் மனநோயாளிக்கான இடத்தில் நோயாளி சேர்கிறான். அவனது வித்தியாசமான நடத்தை அந்த இடத்திற்கு ஏற்றதாக அமைய அவன் வழிவகை செய்துகொள்கிறான். வித்தியாசமான நடத்தை கொண்டவன் என்று முத்திரை குத்தப்பட்டவன் வித்தியாசமான நடத்தை கொண்டவன் என்ற பாத்திரத்தை ஏற்று நடிப்பதையே சமூகம் விரும்புகிறது. மருத்துவர்களும் மருத்துவமனைச் சிப்பந்திகளும் தெரிந்தோ தெரியாமலோ அவனிடமிருந்து நோய்க்குறிகள் வெளிப்படுமாறு செய்கிறார்கள்.

வித்தியாசமான நடத்தை கொண்டவன் என்ற பட்டத்தைத் தாங்கியவன் சாதாரண சுவாதீனமான நடத்தைக்குத் திரும்பும் போது தண்டிக்கப்படுகிறான். சுவாதீனமான நிலைக்குத் திரும்பிச் சமூகத்தில் மறு நுழைவு செய்ய அவன் முயலுகையில்

சமூகம் அவனைப் பாரபட்சத்துடன் நடத்துகிறது. பழைய அந்தஸ்தைத் தரத் தயங்குகிறது. வேலை, தாம்பத்திய உறவு, சமூக உறவுகள் இவற்றைத் தரத் தயங்குகிறது. இப்படியாக வித்தியாசமான நடத்தைக்குப் பாதுகாப்பும் சுவாதீன நிலைக்குத் திரும்புவதற்குத் தண்டனையும் கிடைக்கிறது. பகிரங்கமாக ஒருவன் மீது முத்திரை குத்தப்படும்பொழுது அவன் பிறரது எதிர்பார்ப்புக் கிணங்க அவனுக்கென்று கொடுக்கப்பட்ட மனநோயாளி என்ற பாத்திரத்தை ஏற்க நேர்கிறது. அவனுக்கு வேறு வழி இல்லை. அவனது வித்தியாசமான நடத்தை பகிரங்கமாக அங்கீகரிக்கப் பட்டுப் பிரச்சனையாக்கப்படும் பொழுது, பாதிக்கப்பட்டவன் மிகவும் குழப்பமடைகிறான். பதற்றப்படுகிறான். அவமானப்படு கிறான். அவன் பிறரிடமிருந்து வரும் சந்தேகங்களுக்கு அடி பணிந்து சமூகத்தால் ஏற்றுக் கொள்ளப்பட்ட மனநோயாளி பாத்திரத்தை ஏற்கிறான். குறிப்பாக சமூக அந்தஸ்து வாய்க்கப் பெற்ற மருத்துவர்கள் அவன் மீது முத்திரை குத்தும்போது, அவன் தொடர்ந்து மனநோயாளியாக இருக்கும் வாழ்க்கையை மேற்கொள்கிறான்.

பார்வை: 4

சமூகம்தான் ஒருவனது நடத்தை வித்தியாசமானதா இல்லையா என்று தீர்மானிக்கிறது.

காரணமில்லாமல் யாரும் வித்தியாசமான அந்தஸ்தில் தங்களை வைத்துக்கொள்வதில்லை. சில காரணங்களை இங்கு பார்ப்போம். (1) ஒருவன் சிறுபான்மைக் குழுவைச் சார்ந்தவனாக இருக்கலாம். அவனுடைய நடத்தை ஆதிக்கக் குழுவின் நியதிகளை மீறுவதாக அமையலாம். (2) ஒன்றுக்கொன்று முரணான இரண்டு பொறுப்புகளை ஒருவன் ஏற்றிருக்கலாம். ஒரு பொறுப்புச் சார்ந்த நடத்தை இரண்டாவது பொறுப்பின் நியதிகளை மீறுவதாக அமையலாம். (3) தான் மற்றவர்களால் பிடிபட மாட்டோம் என்ற நம்பிக்கையுடன் சுயலாபத்துக்காக ஒருவன் நியதிகளை மீறலாம். (4) நியதிகளைப் பற்றிய உணர்வு இல்லாமலேயே தன்னையறியாமல் ஒருவன் நியதிகளை மீறலாம். சமூக எதிர்வினைக் கொள்கையாளர்கள் பிரகாரம் ஒரு மனிதன் சக்தி வாய்ந்தவனாக அதிகாரம் மிக்கவனாக இருக்கும்போது அவன்மீது 'வித்தியாசமானவன்' என்ற பெயர்ப் பலகை குத்தப்படுவதில்லை.

வித்தியாசமானவன் என்ற பட்டம் எப்படி ஒருவனுக்கு வருகிறது என்று பார்ப்போம். குற்றவாளியை விசாரணை

செய்தல் அல்லது உளவியல் மருத்துவர்களின் நோயாளிகள் பற்றிய கருத்தரங்கு போன்றவற்றில் வித்தியாசமான நடத்தை குறித்து தீர்ப்பு வழங்கப்படுகிறது. இது ஒருவனுக்கு ஒரு சமூகப் பாத்திரத்தைக் கொடுக்கிறது; குற்றவாளி அல்லது மனநோயாளி என்ற பாத்திரத்தைக் கொடுக்கிறது.

வித்தியாசமானவன் என்ற பட்டம் சமூகத்தில் அவனுக் கிருந்த பிற அந்தஸ்துகளை இல்லாமல் செய்துவிடுகிறது. பிறர் அவனை வித்தியாசமானவன் என்ற கண்ணோட்டத்துடனேயே பார்க்கிறார்கள்.

ஒருவனை வித்தியாசமானவன் என்று பகிரங்கமாக அறி விக்கும் பொழுது, அவன் வித்தியாசமானவர்களின் குழுவில் தங்க நேரிடுகிறது. உதாரணத்துக்கு மனநலக் காப்பகம். இந்தக் குழுக்கள் வித்தியாசமானவர்கள் என்ற பொதுவான அம்சத்தை உள்ளடக்கியுள்ளன. அனைவரும் ஒரே விதியைப் பகிர்ந்து கொள்கின்றனர்; ஒரே மாதிரியான பிரச்சனைகளை எதிர்கொள் கின்றனர்; இதனால் அவர்களுக்கென்றே ஒரு தனி சிறு கலாச்சாரம் உருவாகிறது. இந்தக் குழுவின் அங்கத்தினர்கள் வித்தியாசமானவர்கள் என்ற அடையாளத்தைத் தக்கவைத்துக் கொள்கிறார்கள். அவர்களது இந்த அடையாளம் நியாயப்படுத்தப் படுகிறது. இது நடந்த பிறகு பழைய நிலைக்குத் திரும்புவது மிகவும் கஷ்டமானது. வித்தியாசமான நடத்தை ஒரு வாழ்க்கை முறையாகிறது. இதிலிருந்து மாறுவது கடினமாகிறது. புனர்வாழ் வும் கடினமாகிறது. எந்தத் தொந்தரவும் இல்லாமல் வித்தியாச மானவன் வித்தியாசமான நடத்தையை மேற்கொள்ளக் கற்றுக் கொள்கிறான். சுவாதீன உலகில் அவன் ஏற்கனவே தோல்வி கண்டுள்ளான். சுவாதீனமான உலகில் இயங்கத் தன்னால் முடியவில்லை என்ற இயலாமையைப் பறைசாற்றியுள்ளான். தீண்டத்தகாதவனாக அவன் உலகைப் பார்க்கிறான். மனநலக் காப்பகத்தின் நெறிமுறைகளை மீறினால் அவன் இன்னும் நோயாளியாகவே இருப்பதாகக் கருதப்படுகிறான். மனநலக் காப்பகத்தை விட்டு வெளியேறிய பிறகு சமூகம் அவனிடமிருந்து மோசமான நடத்தையையே எதிர்பார்க்கிறது. அவனைக் கூர்ந்து நோக்குகிறது. மிகவும் கடுமையான நியதிகளை அவன்மீது திணிக்கிறது. நியதிகளை மீறும்போது மறுபடியும் அவனை மன நலக் காப்பகத்தில் தள்ளுகிறது.

இந்த அவமானமான சடங்குகளுக்கு ஆளானவனுக்கு சமூகத்தில் தாழ்ந்த இடம் கிடைக்கிறது. அவன் வித்தியாசமான கண்ணோட்டத்துடனேயே உலகைப் பார்க்கிறான். அவனது

அறிவும் திறமையும் இக்கண்ணோட்டத்தையே ஒட்டி அமை கின்றன. பிறரின் எதிர்பார்ப்புகளை ஒட்டி அவனுள் தான் வித்தியாசமானவன் என்ற சுயபடிமம் உருவாகிறது.

ஷெஃப் சொல்கிறார்: (1) சுவாதீனமானவர்கள் பலர் சமூக நியதிகளை அடிக்கடி மீறுகிறார்கள். (2) இந்த மீறல் பல காரணங்களால் நடைபெறுகிறது. (3) இவை மனநோயாகக் கொள்ளப்படக் கூடாது. மீறல்களை விட இந்த மீறல்களை மற்றவர்கள் எப்படி அணுகுகிறார்கள் என்பதே முக்கியமானது. இந்த அணுகுமுறைதான் மீறல்களை மேற்கொள்பவர்களுக்கு மனநோயாளி பட்டத்தைப் பெற்றுத் தருகிறது.

சமூகத்தில் உருவாகியுள்ள மனநோயாளிப் படிமம் மக்களை மனநோயாளிகள்பால் அச்சத்தை ஏற்படுத்தியிருக்கிறது.

மனநலக் காப்பக அதிகாரிகள் பார்வைக்கு வித்தியாசமான ஒருவன் வரும்போது எந்தவொரு விதிவிலக்குமில்லாமல் அவன் மனநலக் காப்பகத்தில் சேர்க்கப்படுகிறான். ஏனென்றால்,

(1) பொது மக்களைவிட உளவியல் மருத்துவருக்கு நிறைய நோய்க்குறிகள் கண்ணுக்குப் படுகின்றன. (2) ஒருவன் மனநோ யாளியா இல்லையா என்ற கேள்வி எழும்போது நோயில்லாத வனைக்கூட சிகிச்சைக்கு உள்ளாக்குவது பாதுகாப்பானது என்று உளவியல் மருத்துவருக்குப் படுகிறது. (3) வித்தியாசமான நடத்தையைக்கூடப் பெரிதுபடுத்தும் மனப்போக்கைக் கொண்டவர்கள் உளவியல் மருத்துவர்கள்.

பொதுமக்கள் மனநோய் பற்றித் தவறான கருத்துகளைக் கொண்டிருப்பதால் மனநோயாளிகள் அச்சத்துடனும், நம்பிக்கையின்மையுடனும், வெறுப்புடனும் பார்க்கப்படுகிறார்கள். மக்கள் பிரகாரம் மனநோயாளி திடீரென்று எதிர்பாராத ஒன்றைச் செய்துவிடக் கூடும்; அவன் அபாயகரமானவன். இவை மட்டுமின்றி அவன் அசிங்கமானவன், அறிவில்லாதவன், நேர்மையற்றவன், பயனற்றவன். இது போன்ற கருத்துகளும் மக்களிடையே நிலவி வருகின்றன. மக்கள் மனநோயாளியை எதிர்மறைக் கண்ணோட்டத்துடனேயே பார்க்கிறார்கள்.

மனநலக் காப்பகத்தில் சேர்க்கப்படுமுன் அவன் தான் நம்பிய பிறரால் நிராகரிக்கப்பட்டுச் சிறையில் அடைக்கப் பட்டிருப்பான். மனநலக் காப்பகத்தை வந்தடையும் முன் அவன் உறவினர்களாலும் நண்பர்களாலும் புறக்கணிக்கப்பட்டவனாக உணர்கிறான். இது மனநோயாளி என்ற பாத்திரத்தை ஏற்கும் வகையில் அமைகிறது.

பார்வை: 5

சுவாதீனமான எட்டுப் பேர் மனநலக் காப்பகங்களில் நுழைந்த பிறகு அவர்கள் மனச்சிதைவு நோயாளிகளாகக் கருதப்பட்டுச் சிகிச்சைக்கு உட்படுத்தப்பட்டனர். இந்தச் சம்பவத்தை அடிப்படையாகக் கொண்டு ரோஸென்ஹேன் (Rosenhan) சொல்கிறார். "சுவாதீனத்துக்கும் சுவாதீனமின்மைக்கும் உள்ள வேறுபாட்டைக் கண்டுபிடிக்க இயலாது" என்று மானுட வியலாளர் ரூத் பெனடிக்ட் சொல்கிறார். "ஒரு கலாச்சாரத்தில் சுவாதீனமான நடத்தையாகக் கருதப்படுவது மற்றொரு கலாச்சாரத்தில் வித்தியாசமான நடத்தையாகக் கருதப்படுகிறது."

ஒருவருக்கு மனச்சிதைவு நோயாளி என்ற பட்டம் கொடுக்கப்பட்டதும் அது எல்லோருடைய கண்ணோட்டத்தையும் பாதிக்கிறது – நோயாளி, நோயாளியின் குடும்பம் மற்றும் அவனது உறவினர்கள். நோயாளியே இந்தக் கணிப்பை ஏற்றுக் கொண்டு மனச்சிதைவு நோயாளி நடத்தையைப் பிறரின் எதிர்பார்ப்புக்கிணங்க மேற்கொள்கிறான். ரோஸென்ஹேன் சொல்கிறார்: "மனச்சிதைவு என்று கருதப்படும் நடத்தை வெளி உலகில் சுவாதீனமான நடத்தையாகவும் மனநலக் காப்பகத்தில் சுவாதீனமற்ற நடத்தையாகவும் கருதப்படுகிறது" என்று. இது ஏனென்றால் மனநோயாளிகள் வினோதமான சூழலுக்கு ஏற்றாற்போல் நடந்துகொள்கிறார்கள். ஆனால் மனநோய் என்ற நடத்தை சில கலாச்சாரங்களிலும் சிறுபான்மையினரிலும் சுவாதீனமான நடத்தையாகக் கொள்ளப்படுகிறது.

மனநோய் என்ற சொல்லுக்கு அர்த்தமில்லை என்று பல சிந்தனையாளர்கள் நினைக்கிறார்கள். இந்தக் கட்டுக்கதையைத் தொடர்ந்து வளரவிட்டுக் கொண்டிருப்பதால் சமூக நியதிகளி லிருந்து விலகிச் செல்பவர்களை நாம் தண்டித்துக் கொண்டும் அவமானப்படுத்திக் கொண்டும் இருக்கிறோம்.

மொழியின் பரிணாமத்தில் மனநோயைக் குறிக்கும் வார்த்தை கடைசியாகத்தான் தோன்றியிருக்க வேண்டும். ஏனென்றால் அது சமூக நியதிகள் மீறப்படுவதைக் குறிக்கும் ஒரு சொல்.

சூனியக்காரிகளை உள்ளடக்கிய கலாச்சாரங்களில் சூனியக் காரியை மனநோயாளியாகக் கொள்வதில்லை. அவளது நடத்தை என்னதான் வித்தியாசமானதாக இருந்தாலுங்கூட. மனநலம் குன்றிய இவர்களது நடத்தை சமூகத்தால் ஏற்றுக் கொள்ளப்படுகிறது.

பெயர்ப் பலகை குத்துதல் (Labeling) சமூகத்தில் எவ்வாறு செயல்படுகிறது என்பதைக் காட்ட ஒரு சிறு உதாரணம். மெலனேஷியர்களில் கடுமையான வியாதியால் பாதிக்கப்பட்டுச் சாகும் தறுவாயில் இருப்பவர்களையும் மிகவும் வயதான கிழவர்களையும் குறிக்க 'மேட்' என்ற வார்த்தை உபயோகப் படுத்தப்படுகிறது. இதன் பொருள் 'இறந்த மனிதன்.' மேல்குறிப் பிடப்பட்டவர்கள் 'மேட்' என்ற பெயர்ப் பலகையால் அவமான மான சடங்குக்கு உட்படுத்தப்பட்டு உரிமைகளை இழந்து உயிருடன் புதைக்கப்படுகிறார்கள். பெயர்ப் பலகை சமூகத்தில் எவ்வளவு சக்தி வாய்ந்ததாக இருக்கிறது என்பதை இது காட்டுகிறது. மெலனேஷியர்கள் பிரகாரம் இது அவமானமான சடங்கு அல்ல. ஏனென்றால் புதைத்தல் மறுமைக்கு வழிகோலும் ஓர் உயரிய சடங்காகும். மெலனேஷிய சமூகத்தில் ஏற்றுக் கொள்ளப்பட்ட இந்த இறப்பு ஒரு கட்டுக்கதையே ஆகும். இது போலவே மனநோய் என்பதும் ஒரு கட்டுக்கதை.

பார்வை: 6

உலகப் பிரசித்தி பெற்ற அறிவியலாளரும் கடவுள் மறுப்புத் தத்துவத்தை தன் வாழ்க்கை முறையாகக் கொண்டவரும் உளவியல் மருத்துவருமான ஆப்ரகாம் டி. கோவூர் கிட்டத்தட்ட ஐம்பது ஆண்டுகள் நடத்திய ஆய்வுகள் மூலம் கிடைக்கப் பெற்ற தகவல்கள் பின்வருமாறு:

மக்களின் கடவுள் நம்பிக்கையும், பிற மூட நம்பிக்கை களும்தான் சாமியார்களை உருவாக்கிக் கொடுத்திருக்கின்றன. மக்களின் மூட நம்பிக்கைகளுக்கு அடிப்படைக் காரணம் கும்பல் – பைத்திய நிலைதான் (Mass Hysteria).

சாமியார்கள் அனைவரும் மனநோயாளிகள். சாதுக்களின் தியான நிலைக்கு அவர்கள் உடலில் ஏற்படும் ரசாயனச் சிதைவே காரணம். பூசைகளும் புனஸ்காரங்களும், போதைப் பொருட்கள் போல் மனித மனங்களில் மாறுதல்களை ஏற்படுத்துகின்றன.

இருபத்து இரண்டு வெகு சாதாரண அற்புதங்களை நிகழ்த்தக் கோரி டாக்டர் கோவூர் 1963இல் உலகத்துக்கு விடுத்த சவாலை எந்தவொரு மகாபுருஷனும் இதுவரை நிகழ்த்திக் காட்ட முடியவில்லை. அற்புதம் என்பதெல்லாம் ஏமாற்று வித்தைதான்.

பக்திப் பரவசத்தை கஞ்சா, எல்.எஸ்.டி. போன்ற போதைப் பொருட்கள் மூலமும் ஏற்படுத்த முடியும்.

உடலில் சாமி புகுதல், இறந்தவருடைய ஆவி புகுதல் எல்லாம் பைத்திய நிலைதான். ஆவி என்பதெல்லாம் ஒரு கட்டுக்கதை. ஆவி புகைப்படங்கள் எல்லாம் ஒரு தந்திரம்தான். ஆவிகளுடன் பேசுதல் பைத்திய நிலையையே குறிக்கிறது. மறுபிறவி என்பது, மனதின் அதீத சக்திகள் என்பதெல்லாம் வெறும் கதை.

கடவுள் என்பதே பைத்திய நிலையில் உருவாக்கப்பட்ட ஒரு கருத்தாக்கம்.

பில்லி சூனியம் எல்லாமே தந்திரங்கள், குட்டிச் சாத்தான் என்பவன் விடலைப் பருவத்தில் பைத்திய நிலையில் நிகழ்த்தும் சேஷ்டைகள்தான்.

டாக்டர் கோவூர் மூட நம்பிக்கைகளை ஒழிக்கவே தன் வாழ்க்கையை அர்ப்பணித்துக்கொண்டவர்.

●

கட்டுரைகள்

*

இப்பகுதியில் இடம்பெற்றிருக்கும் கட்டுரைகள் புது எழுத்து, விருட்சம், சிலேட் ஆகிய இதழ்களிலிருந்து கிடைத்தவை. சிலேட் இதழில் இடம்பெற்ற கட்டுரை, சஃபி வசமிருந்த ஒரு கைப்பிரதி. அவர் அனுப்பி சிலேட்டில் பிரசுரமானது. புது எழுத்து – கோபிகிருஷ்ணன் சிறப்பிதழில் இடம்பெற்றிருக்கும் கட்டுரைகள் அதில் மறுபிரசுரம் செய்யப்பட்டிருப்பவை. முதல் பிரசுர விபரம் தெரியவில்லை.

விருட்சம் இதழில் வெளிவந்த ‘ஜன்னல் வழியே’ கட்டுரை அவருடைய மரணத்துக்குப் பின் வெளிவந்தது. அநேகமாக, இதுவே அவருடைய கடைசி எழுத்தாக இருக்கக் கூடும்.

*

கீழுலகிலிருந்து குறிப்புகள்
(Notes From Underground)

இந்த நவீனத்தில் மூன்று சம்பவங்கள் குறிப்பிடப் படுகின்றன.

ஒன்று: தன்னால் உயர் பதவி கிடைத்ததும் அவனை வழியனுப்பி வைக்குமுகமாக கதாபத்திரம் பிரிவு உபசார விழாவில் கலந்துகொள்வது; இதில் அந்த நண்பர்கள் குழாம் அவனை அவமானப்படுத்துவது; அவர்கள்மீது வஞ்சம் தீர்த்துக் கொள்ள அவன் ஓடுவது; பிறகு மது போதை தெளிந்த நிலை யில் விழாவை ஏற்பாடு செய்திருந்த நண்பனுக்கு மன்னிப்புக் கடிதம் எழுதுவது. மனிதனின் இழிநிலை, தீவிர வெறுப்பு, சமூக சுமுகத்தை முன்னிட்டு போலித்தனமாக மன்னிப்புக் கேட்பது – இவை சித்திரிக்கப்படுகின்றன.

இரண்டு: காசுக்காக உடலை விற்கும் பெண்ணிடம் மென்மை உணர்வுகளைக் கொட்டி, அவளது அவலநிலையை எடுத்துச் சொல்லி, அவள் அந்தச் சாக்கடையிலிருந்து மீண்டால் தான் வாழ்வு உண்டு என்று 'புத்தகம்போல்' பேசி, பிறகு அவள் தன் அறைக்கு வந்தபோது, தன் ஏழ்மையைப் பார்த்து அவள் எள்ளக்கூடும் என்ற நினைப்பில் அவள்மேல் பொறிந்து விழுவது, தான் கதாநாயகனாக எழ அவன் அவள்பால் சொன்ன பொய்கள் காரணமாக சுய வெறுப்பு கொள்வது, கடைசியில் அவளால் அலட்சியப்படுத்தப்படுவது, ஒரு hysterical மனநிலையில் இயங்குவது சொல்லப்படுகிறது.

மூன்று: வேலைக்காரன் தோரணையுடன் நடந்து கொள்வதால் அவனுடன் கடுமையாக நடந்துகொள்வது, ஒரு hysterical கோபாவேச உணர்வுக்குழப்ப நிலையில் உழல்வது முன்வைக்கப்படுகிறது.

மூன்றிலும் பிரதானமாகத் தென்படுவது ரஷ்ய ஆத்மாவின் இயல்பாகவே துன்பத்தை நாடும் தன்மை.

துன்பம் ஒரு மதிப்புமிக்க மனித மதிப்பீடு; சாதிக்க முடி யாததைச் சாதிக்க முயலும் ஒரு முயற்சிதான் துன்பம்; அது

நற்றிணை பதிப்பகம் ○ 899

ஒரு கதாநாயகனின் தன்மை, ஒரு சன்னியாசியின் தன்மை கொண்டது என்கிறார் புத்த தேவ போஸ். நவீனத்தில் வரும் கதாபாத்திரங்கள் உள் பொதிந்திருக்கும் இயல்பின் காரணமாகத் துன்பத்தை ஏற்றுக்கொள்கின்றன. எல்லோருமே துன்பத்தில் இருக்கிறார்கள். துன்பத்தை வலிந்து வரவேற்கிறார்கள், மனித னுக்குத் துன்பம் பிடித்தமானது, அவன் துன்பத்தை நேசிக்கிறான் என்கிறார் தாஸ்தாயெவ்ஸ்கி. துன்பம் ரஷ்யர்களின் பிரத்தியேக உரிமை. அவர்களால்தான் வெகுவாகவும் ஆக்கபூர்வமாகவும் துன்பத்தை அனுபவிக்க முடியும் என்கிறார் போஸ். குரூரத்தின் பின்னால் ஒளிந்துகொண்டிருக்கும் மனநிலையும், மனித அசிங்கங்களின் பின்னால் மறைந்து கிடக்கும் உளவியலும் நவீனத்தில் பிரத்தியட்சமாகின்றன.

நவீனம் இரண்டு பகுதிகளைக் கொண்டது. முதல் பகுதி மனித இயல்பின் விரிவான அலசல், அடுத்த பகுதி சம்பவங்கள். ஓர் உள் சுருங்கியவன், நண்பர்களற்றவன், நுண்ணுணர்வுகள் கொண்டவன், மிகவும் உணர்வுபூர்வமாக வாழ்கிறவன், புற உலகின் சராசரி மதிப்பீடுகளைப் பின்பற்றாதவன், யதார்த்தத்தை நேரடியாக எதிர்கொள்ளாதவன், தன் சிறுவளைக்குள் ஒதுங்கிக் கிடப்பவன் பார்க்கும் பார்வைதான் இந்த நவீனம். அவன் தன்னை சதா விமரிசித்துக் கொண்டவண்ணம் இருக்கிறான். ஒவ்வொரு கட்டத்திலும் தன் நேர்மை குறித்து வினாக்களை எழுப்புகிறான். தன் சுய முரண்பாடுகளை முன்வைக்கிறான். தன் முகத்திரையைத் தானே கிழித்தெறிகிறான். தன் சுய சந்தே கங்களை அருவருப்பின்றி எடுத்துச் சொல்கிறான். தன் அடிப் படைகள் மீதே அவனுக்கு சந்தேகங்கள் இருக்கின்றன. ஆசை களையும் லட்சியங்களையும்விட மேன்மையானவைகளைக் காட்டித் தன்னை விடுவிக்குமாறு இறைஞ்சுகிறான். அவனது பார்வைகளில் சிலவற்றை நாம் சந்திப்போம்:

பிரக்ஞை ஒரு வியாதி. ‘சபிக்கப்பட்ட பிரக்ஞையின் விதிகள்’ மோசமானவை. பிரக்ஞை மனிதனின் அபாக்கியம். துன்பம் பிரக்ஞையின் ஆரம்பம். துன்பத்தை மனிதன் விரும்பு கிறான். பார்க்கப் போனால் உடல் வியாதியிலும் ஓர் அனுப வித்தல் இருக்கிறது. தனது நாட்டங்களை மனிதன் தெரிந்து கொள்ளாததனால்தான் அசிங்கங்களில் ஈடுபடுகிறான். அவ னுக்கு அனுகூலங்களைவிட வக்கிரங்கள் இனிமையானவை யாகப் படுகின்றன. அவன் வேண்டுமென்றே உண்மைகளைத் திரிக்கிறான். தன் தர்க்கத்தை நியாயப்படுத்திக்கொள்ள எதையும் செய்கிறான்... இப்படியாக அவன் நம்முடன் உரையாடிக் கொண்டே போகிறான்.

அவன் தன் உணர்வுகளைப் பரிசீலிக்கிறான். 'என் கோபம் என்னுள் நிகழும் ரசாயனச் சிதைவுதான்' என்று முடிவு கட்டு கிறான். ஆனால் அவனது கோபத்தை அவனால் தணித்துக் கொள்ள முடியவில்லை. தன் hysteriaவை மட்டுப்படுத்திக் கொள்ள முடியவில்லை. வேண்டுமென்றே தன்னை ஏமாற்றிக்கொள்வதற்காகத் தன்மேல் வெறுப்புக் கொள்கிறான்.

அறிவுஜீவிகளின் ஒரே காரியம் உளறல்தான் என்கிறான் அவன். புத்திஜீவியால் எதையும் ஆரம்பிக்கவும் முடியாது, முடிக்கவும் முடியாது என்கிறான். 'நான் ஒரு சோம்பேறி. இந்தக் குணத்துக்காகவாவது நான் என்னை மதித்துக்கொள்ள வேண்டும்' என்று வெறுப்படைகிறான்; அங்கதச் சுவையுடன் கூறுகிறான்.

நாகரிக வளர்ச்சி மீது அவன் தன் பார்வையைச் செலுத்து கிறான். 'நாகரிகத்தின் ஒரே அனுகூலம் அது பல கிளுகிளுப்புகளை மனிதனுக்குத் தந்திருப்பதுதான்' என்கிறான். 'இப்பொழுது நாம் ரத்தம் சிந்துவதை வெறுக்கிறோம். ஆனாலும் முன்பைவிட அதிக சக்தியுடன் அதில் ஈடுபட்டுள்ளோம்' என்று சாடுகிறான். மனித மனத்தை அறிவியல், நல்லறிவு பிரகாரம் சீர்திருத்தம் செய்யலாம். ஆனால் அது தேவைதானா, விரும்பத்தக்கதுதானா என்று கேட்கிறான். மனிதனுக்கு ஏன் அழிவின் மீது அடங்காக் காதல் இருக்கிறது என்று வியக்கிறான். பழி தீர்த்துக் கொள் வதில் நியாயம் இருக்கிறது, ஆனால் அது அர்த்தமற்றது என்கிறான்.

ஒரு கட்டத்தில் அவனுக்கு இப்படி நினைக்கத் தோன்று கிறது: எல்லாம் இயற்கையின் பாற்பட்டது. இயற்கை மனிதனின் அனுமதியை நாடுவதில்லை. இயற்கையின் நியதிதான் மனிதனின் நடத்தையை நிர்ணயிக்கிறது. ஆகையால் மனிதன் தன் செயல்களுக்குப் பொறுப்பேற்க வேண்டியதில்லை என்கிறான். யதார்த்தத்தில் தெரிவுகள் இல்லை என்கிறான்.

சராசரி சுவாதீனமான மனிதர்களைப் பார்த்து அவன் பொறாமைப்படுகிறான். 'நீங்கள் உண்மையானவர்களாக இருக் கலாம். ஆனால் அடக்கம் இல்லாதவர்கள்' என்கிறான்.

ஒவ்வொரு கண்ணோட்டத்தையும் அவன் விளக்குகிறான். ஒவ்வொரு கட்டத்திலும் 'பொறுங்கள், நான் விளக்குகிறேன்' என்று கூறுகிறான், இது வெறும் கண்ணோட்ட உதிர்ப்புகள் அல்ல என்னும் முகமாக.

மனிதன் தனக்குத்தானேகூட சொல்லிக்கொள்ளாத விஷயங் கள் பல உள்ளன; அவனுக்கு அப்படிச் சொல்லிக்கொள்வது

பயமாக இருக்கிறது என்கிறான். மனிதன் பொய்யன்; ஆகவே உண்மையான சுயசரிதைகள் அசாத்தியம்; ஏனென்றால் அவை வாசகர்களுக்காக எழுதப்பட்டவை என்கிறான்.

நாற்பது வருட பாதாள வாசத்தின் விளைவாக ஏற்பட்டது தான் இவ்வெளிப்பாடுகள் என்கிறான். பாதாளம் என்பது அவன் வளை, அவன் அறை. புற உலகிலிருந்து கத்திரிக்கப்பட்ட ஒன்று. நண்பர்களற்ற உலகம் அது. தன் வளையிலிருந்து வெளிவந்து பேசுவதாகக் கூறுகிறான்.

தன் எழுத்து குறித்தும் அவன் விமர்சிக்காமல் இல்லை. 'நான் எனக்காக எழுதிக்கொள்கிறேன். வாசகர்களுடன் பேசும் விதம் வெறும் ஒரு வெற்று வடிவம்தான். நான் எந்த முறையையும் பின்பற்றவில்லை, எனக்கு நினைவுக்கு வருவதை அப்படியே பதிவு செய்கிறேன்' என்கிறான். ஏன் மனதுக்குள் எண்ணாமல் எழுத வேண்டும் என்ற கேள்விக்கும் அவனிடம் விடை உண்டு. 'எழுத்து ஒருவித கண்ணியத்தைத் தருவது மட்டுமின்றி, எழுத்தினால் என்னை வெகுவாக விமர்சனத்துக்கு உள்ளாக்கிக் கொள்ள முடிகிறது; தவிர, எழுத்தின் மூலம் சிறிது ஆசுவாசம் கிடைக்கிறது. மேலும், எழுத்து என்பது வேலை. வேலை ஒரு மனிதனுக்கு அன்பு உள்ளத்தையும் நாணயத்தையும் கற்பிக்கிறது' என்கிறான்.

அவன் ஓர் அனாதை. தூரத்து உறவினர்களால் பள்ளிக்கு அனுப்பப்பட்டவன். ஒரு தனியன். தன் வெறுப்பைப் பிறர்மீது பிரதிபலித்து அவர்கள்மீது வெறுப்பு கொள்கிறவன். பள்ளி ஒரு கடுங்காவல் தண்டனை அவனுக்கு. அவனுக்கு நண்பன் என்றால் தன் ஆதிக்கத்தைச் செலுத்த உபயோகப்படும் ஒரு பலிகடா. தன்னைப் பரிவுடன் பார்க்கும் விலைமாது மீதுகூட ஆதிக்கத்தையும் வெறுப்பையும் செலுத்த முயல்கிறவன். ஆனால் அன்பே அற்றவன் அல்ல. நல்லதையும் அழகையும் விரும்புகிறவன்தான். லட்சியவாதிகள் தங்கள் லட்சியங்களுக்காக ஒரு விரலைக்கூட அசைக்கவில்லை என்ற கருத்து கொண்டவன். தன் தீவிரத்தன்மை மீதே சந்தேகம் கொண்டவன். நிறைய படித்தவன். ஆகையினாலேயே மற்ற மாணவர்களால் வெறுக்கப் பட்டவன். சதா வறுமையில் உழல்பவன். அவனது ஏழ்மை மற்ற மாணவர்களால் எள்ளி நகையாடப்படுகிறது. ஒருவேளை இதுதான் அவர்கள்மீது வஞ்சம் தீர்க்கும் விழைவை ஏற்படுத்து கிறதோ? பதவிக்கு அருகதை அற்றவன் பதவிக்கு வருவதை அவனால் ஏற்றுக்கொள்ள முடியவில்லை. ஆனாலும் சமூகத்தில் அவன் வாழ வேண்டியிருக்கிறது. ஆகவேதான் அவமானப் படுத்திய நண்பனுக்கு மன்னிப்புக் கடிதம்.

வேலை அவன்மீது சுமத்தப்பட்டட ஒரு நிர்பந்தம், அவனுக்கு அலுவலகத்தில் ஒரே ஒரு நண்பன்தான் உண்டு. யாரிடமும் சகஜமாக உணர முடியாதவன். தனக்குத் தானே பேசிக்கொண்டு மருகுபவன். வருத்தத்தின் காரணமாகக் குடிப்பவன். மென்மை உணர்வுகளை வெறுக்கிறவன். ஆனால் அவனுக்கும் ஒரு மறுபக்கம் உண்டு. தண்மையாக உணரும்போது மென்மையானவன். அந்த விலைமாதுவிடம் காதலின் மென்தன்மைகள் பற்றிப் பேசுவது, நேசம் அற்ற வாழ்க்கை அர்த்தமிழந்த ஒன்று என்று சொல்வது, தாம்பத்திய வாழ்வின் சிறப்பம்சங்களை விளக்குவது, 'எனக்குச் சிறு பிராயத்திலிருந்தே வீடு என்று ஒன்று இருந்திருந்தால் நான் இப்படிப்பட்டவனாக உருப்பெற்றிருக்க மாட்டேன்' என்று அவளிடம் சொல்வது, தான் மென்மையே இல்லாமல் இருப்பதற்கு வீடற்ற நிலைதான் காரணம் என்று உணர்வது – எல்லாம் அவனது மறுபக்கத்தைக் காட்டுகிறது.

எல்லாம் போதை நிலையில் நிகழ்கிறது. அந்த நிலையில்கூட தான் பேசுவது அந்தப் பெண்ணைத் தன்பால் ஈர்க்கும் ஓர் உத்திதான் என்று சந்தேகிக்கிறான். அது ஒரு பொய் என்று உணர்கிறான். தான் பொய் சொல்கிறோமோ என்று தன்னைத் தானே கேட்டுக்கொள்வது, 'சமூகம் எக்கேடு கெட்டு ஒழிந்தாலும் பரவாயில்லை, என் தேனீரை நான் ஆசுவாசமாகப் பருக முடிய வேண்டும்' என்று hysteria நிலையில் குமுறுவது, விலைமாது கதாநாயகியாக உருப்பெறுவதைச் சகிக்க இயலாமல் இருப்பது, சகமனிதர்களை மதிக்காதவனாக இருப்பது – எல்லாம் அவன் ஆளுமையின் அங்கங்கள். கடைசியாக இது இலக்கியம் அல்ல, தன்னைத் திருத்திக்கொள்வதற்கான ஒரு தண்டனை என்று தன் குறிப்புகளை விமர்சிப்பது; இது நவீனம் அல்ல, ஏனென்றால் இது எதிர்–கதாநாயகனைக் கொண்டது என்று அபிப்பிராயப் படுவது –– இவைதான் அவன். சிதிலமடைந்த ஆளுமைதான். ஆனால் நிச்சயமாகப் பாசாங்குகள் அற்றது. பொய்மை எள்ளளவும் இல்லாதது. மிக மிக நேர்மையானது.

எந்தவிதமான ஆளுமையிலிருந்து மனிதனைப் பற்றிய உண்மைகள் வெளிவருகின்றன என்பது நமக்கு முக்கியமல்ல. வாழ்வின் நிஜங்களைச் சொல்ல ஒருவன் பரிசுத்தவானாகத் திகழ வேண்டும் என்ற அவசியம் இல்லை. அப்படிப்பட்ட ஓர் எதிர்பார்ப்பு ஒரு சம்பிரதாயப் பழைமையாகத்தான் இருக்க முடியும். ஒரே வாக்கியத்தில் இந்த நவீனத்தைப் பற்றிச் செல்ல வேண்டுமென்றால், 'இது மனித இயல்புகளைப் பற்றிய ஓர் அரிதான ஆவணம்' என்று கூற வேண்டும்.

(கல்குதிரை, தாஸ்தாயெவ்ஸ்கி சிறப்பிதழ், 1992)

க.நா.சு. என்னும் ஓர் ஆன்மா

சாமர்செட்மாம் எங்கோ குறிப்பிட்டதாக நினைவு:

“என்னிடம் இயற்கையான வரப்பிரசாதங்களைவிட திறமை அதிகமாக இருக்கிறது: திறமையைவிட நற்பண்புகள் அதிகமாக இருக்கின்றன.”

இது ஒரு முக்கியமான வாசகமாகத் தோன்றுகிறது. அறிவு என்பது பாரம்பரியம் சார்ந்த விஷயம். திறமை கற்றுக்கொள்ளும் ஒன்று. இரண்டும் தேவைதான். மறுப்பதற்கில்லை. ஆனால் எல்லாவற்றையும் விட ஒரு மனிதனுக்குச் சிறப்பை அளிப்பது நற்பண்பு ஒன்றாகவே இருக்க முடியும். இது ஆன்மா சார்ந்த விஷயம். இது மட்டும்தான் மிக முக்கியமான விஷயமாக எனக்குப் படுகிறது. சிக்கல், குழப்பம், முரண்கள் முதலியவற்றைப் பிரதான அம்சங்களாகக் கொண்ட இன்றைய சமூகச் சூழலில் இது வலியுறுத்தப்படக்கூடிய ஒன்றும்கூட.

இன்றைய நடப்புகளை உணர்வுபூர்வமாகக் கூர்ந்து நோக்குபவர்களுக்குச் சில அம்சங்கள் துல்லியமாக விளங்கும்: 1. படிப்பு, ஒரு துறையில் இருக்கும் வல்லமை, பதவி, வசதி போன்ற சௌரியங்களில் ‘நான்’ உணர்வுக்குக் கிறக்கம் தரும் ஒரு பாதுகாப்பைத் தேடிக்கொண்டு பிறர்மேல் தேவையில்லாமல் ஆதிக்கம் செலுத்தும் மனப்பாங்கு கொண்ட உயர்மட்ட மனிதர்கள்; 2. ஒரு சக்தி வாய்ந்த ஆளுமை வாய்க்கப் பெற்றதை அனுகூலமாகக் கொண்டு தன்னுடைய கருத்துகளை, தீவிர விருப்பு வெறுப்புகளைப் பிறர் மேல் புகுத்தி அவர்களிடையே சுயமாகக் கருத்து உருவாவதை முற்றாக நிர்மூலமாக்கி, அவர்களுடைய இயல்பான தன்மைகள், தனித்துவம் என்கிற புதினம் போன்ற மதிக்கத்தக்க மனித அம்சங்கள்மீது சமாதி எழுப்பி இரண்டாம்பட்ச மனிதர்களை உருவாக்கும் வன்செயலை மிகவும் நாசுக்காகவும் பூடகமாகவும் செய்துகொண்டிருக்கும் அபிப்பிராயங்களை உருவாக்கும் தலைவர்கள்; 3. வாக்குச் சாதுரியத்தின் துணை கொண்டு தங்களைத் தவிரப் பிறர் யாரும் உன்னதத்தைச் செய்யவில்லை என்று தங்களை நிலைநாட்டிக் கொள்ளும் சக்திவாய்ந்த விளம்பரதாரர்கள்; 4. பிறருடைய

செயல்களில் குறை கண்டுபிடித்து அதனால் நிறை என்னும் பிரமையைத் தங்களைச் சுற்றி உருவாக்கிக்கொள்ளும் பெரிய மனிதர்கள்; 5. கடைசியில், மிக மிகப் பரிதாபகரமாக இவர்களின் கையில் சிக்கிக் குழம்பித் தத்தளிக்கும் சராசரிகள். சுவாதீனம் என்பது சிரமசாத்தியமாக இருப்பதில் எந்தவித ஆச்சரியமுமில்லை.

இந்தச் சூழலில் க.நா.சு. என்கிற ஒரு நல்ல மனிதர் வாழ்ந் திருந்தார் என்பது ஒரு பெரிய விஷயம். அவரை சகமனிதன் என்ற ரீதியில் அணுகுகிறேன். அப்படி அணுகுவதற்கு மனிதன் என்ற அடிப்படையில் எனக்குப் போதிய சுதந்திரம் உண்டு. நான் அவருடன் பழகிய சொற்பகாலத்தில் அவரைப்பற்றி நான் உணர்ந்துகொண்டதை மிகைப்படுத்தாமல், எனக்கு நானே பொய் சொல்லிக்கொள்ளாமல் இங்கு தொகுத்துத் தர விழைகிறேன்.

சாதாரணமாக எழுத்துலகில் நுழையும் புதியவனுக்குப் பல அதிர்ச்சிகள் காத்துக்கொண்டிருப்பது எல்லோருக்கும் தெரிந்த ஒன்றே. 'கண்டவனெல்லாம் எழுத ஆரம்பித்துவிட்டான்' போன்ற கொச்சைகளை நான் காதுபடக் கேட்க நேர்ந்ததுண்டு. இதை நான் விஸ்தரிக்க விரும்பவில்லை. க.நா.சு. என்கிற முதிர்ந்த எழுத்தாளருக்கு இது போன்ற அலட்சியமான, பொறுப்பற்ற மனோபாவம் இருந்ததில்லை. இன்றைக்கே ஆரம்பித்தவ னென்றாலும் படித்துப் பார்ப்போம். நன்றாக இருந்தால் ஊக்குவிப்போம் என்ற ஆரோக்கியமான எண்ணம் அவரிடம் இருந்தது. புதியவர்களை ஊக்குவிக்கும் குணமும் ஆரம்ப கால எழுத்தாளர்களைத் தட்டிக் கொடுக்கும் ஒரு தகப்பனார் மனப் பாங்கும் அவரிடம் இருந்தது. போதுமான அளவு கனம் இருந்த எழுத்துகளை அவர் மனப்பூர்வமாக அங்கீகரித்தார் என்றே சொல்ல வேண்டும். ஒரு படைப்பில் வேண்டுமென்றே ஓட்டை கள் கண்டுபிடித்து நிராகரிக்கும் போக்கு அவரிடம் சிறிதுகூட இல்லை. இதெல்லாம் ஓர் ஆரோக்கியமான மனநிலையைத்தான் காட்டுகிறது.

இங்கு ஒரு நிகழ்ச்சியைக் குறிப்பிட வேண்டும். தில்லியி லிருந்து சென்னைக்குக் குடிவந்த புதிதில் ஓர் இலக்கியக் கூட்டத் தில் க.நா.சு. பேச நேர்ந்தது. பேச்சின் நடுவே நான்கைந்து கார சாரமான கேள்விக்கணைகள் அவரை நோக்கித் தொடுக்கப் பட்டன. தனக்குச் சென்னையிலுள்ள இலக்கியச்சூழல் இன்னும் சரிவரப் பரிச்சயமாகவில்லையென்றும் ஆகையால் தன்னிடம் எந்தவித அபிப்பிராயமும் தற்போது இல்லையென்றும் தயங்கா மல், மழுப்பாமல், பணிவுடன் சொன்னார். இது அவரிடம் இருந்த இயல்பான ஒரு நற்பண்பு என்று கொள்வது பிசகாகாது.

‘ஆகா! நான் எவ்வளவு பெரிய எழுத்தாளன். ஏதாவது ஓர் அபிப்பிராயத்தைத் திட்டவட்டமாகத் தெரிவித்தே ஆக வேண்டும். இல்லாவிட்டால் எழுத்தாளன் என்ற என் படிமம் என்ன ஆவது?’ போன்ற அனாவசிய பந்தாக்கள் அவரிடம் இல்லாமல் இருந்தது. அடிப்படையில் அவரது ஆளுமையில் ஓர் அடக்கம் பொதிந்திருந்தது. தெரியாததைத் தெரியாது என்று ஒப்புக்கொள்ளும் நேர்மையும் மனப்பூர்வமாக உணர்ந்ததை விமர்சனங்களுக்கு அஞ்சாமல் ஆணித்தரமாகக் கூறும் தைரியமும் அவரிடம் இருந்தன. அவர் மிகவும் மனோபலம் வாய்ந் தவராகத்தான் இருந்திருக்க வேண்டும் என்ப தில் எனக்குச் சிறிதும் சந்தேகம் தட்டவில்லை. ‘செஸ்டர்டன்’ சொன்ன வாழ்வில் விழைவும் அதன் எதிர்மறையை எதிர் கொள்ளும் துணிவும் ஒருங்கே அமைந்த பலம், தைரியம், திடம் அவருடைய ஆளுமைக்கு ஒரு சிறப்பைத் தந்தது என்று சொல்ல வேண்டும்.

நான் பள்ளி இறுதி வகுப்பில் வாசித்துக்கொண்டிருந்த போது ஒரு செல்வந்த மாணாக்கர் என்னுடன் சகமாணவராக இருந்தார். அவரிடம் மோட்டார் வாகனம் இருந்தது. ஆனால் அவர் நடந்தே தான் பள்ளிக்கு வருவார். வேண்டுமென்றே சற்று நைந்துபோன சட்டையைத்தான் அணிவார். தான் பணக்காரன் என்று தெரிந்தால் பிற மாணவர்கள் தன்னுடன் நெருங்கிப் பழக மாட்டார்கள் என்ற காரணத்தால்தான் அவர் அவ்வாறு நடந்துகொண்டார். க.நா.சு. தன்னைச் சுற்றிலும் மிடுக்கையும் தோரணையையும் கொண்ட சூழலை உருவாக்கிக் கொள்ளவில்லை. ஆகையால்தான் அவருக்கு நிறைய நண்பர்கள் இருந்தார்கள். எழுத்து அந்தஸ்தை அடிப்படையாக வைத்துக் கொண்டு அவரிடம் பேசத் தயங்கிய சில நண்பர்களிடம் ‘நீங்கள் என்னிடம் தாராளமாகப் பழக மாட்டேன் என்கிறீர்கள் என்பதுதான் எனக்கு வருத்தமாக இருக்கிறது’ என்று குறை பட்டுக் கொண்டார்.

க.நா.சு.விடம் இருந்த முக்கியமான பண்பு அவரது எளிமை. அவருடைய அறைக்குச் (சென்னையில் அவர் தங்கி யிருந்த வீடு) செல்ல ஏற்கனவே அவரிடம் ஒரு நேரத்தைக் குறித்துக் கொண்டு பிறகு சரியாக இவ்வளவு நேரம்தான் பேச அனுமதி போன்ற சிக்கல்கள் இல்லை. எந்தச் சமயத்திலும் யார் வேண்டுமானாலும் போய்ப் பேசிவிட்டு வரலாம் என்ற சுதந் திரம் அவரிடம் நிலவியது. இதைக் குறிப்பிடுவதற்கு எனக்குச் சொந்த முறையில் ஒரு காரணம் உள்ளது. 1979இல் ஓர் எழுத்தாளர் வீட்டுக்குப் போக வேண்டிய நிர்ப்பந்தம் எனக்கு (அப்பொழுது வேலை பார்த்த) அலுவலக ரீதியில் ஏற்பட்டது.

கொளுத்தும் வெயிலில் கிட்டத்தட்ட அவருடைய விலாசத்தைத் தேடி அலைந்து கண்டுபிடித்து ஒருவாறு அவருடைய வீட்டை அடைந்தபோது 'அவர் வீட்டில் யாரையும் பார்ப்பதில்லை' என்று அவரது மனைவியார் நிர்தாட்சண்யமாக என்னை விரட்டியடித்தது என்னை இன்னும் உறுத்திக்கொண்டிருக்கும் கசப்பான ஒரு நினைவு. இலக்கிய வம்பிலோ அரசியலிலோ மாட்டிக்கொள்ளாமல் ஒதுங்கி வாழ்வதில் பாதுகாப்பாக உணர்வதால் அந்த எழுத்தாளர் பெயரை நான் குறிப்பிட விரும்பவில்லை.

க.நா.சு. அடிப்படையில் சிக்கல் இல்லாத மனிதர். தன்னுடைய படைப்புகளைப் பிரசுரத்துறையில் தங்களை ஆழமாக நிர்மாணித்துக்கொண்ட பிரபல புத்தக வெளியீட்டாளர்கள்தான் போட வேண்டும் என்கிற கெடுபிடிகளையெல்லாம் அவர் வைத்துக்கொள்ளவில்லை. ஒரு நண்பர்(பிரசுராலயம் என்று ஒன்றும் அவருக்கில்லை) க.நா.சு.வின் கவிதைத்தொகுப்பு ஒன்றைப் போட அவரிடம் அணுகினார். க.நா.சு. தன்னிடம் இருந்த கவிதைகளை உடனே அவரிடம் கொடுத்தார். அந்த நண்பர் என்னிடம் சொன்ன 'He just gave it for the asking' என்ற வாக்கியம் என் காதில் இன்னமும் ஒலித்துக்கொண்டிருக்கிறது.

கடைசி காலத்தில் தனது எழுத்துகள் இந்த இந்தப் பத்திரிகைகளில் வெளிவந்திருக்கிறது என்ற பிரக்ஞையும் அக்கறையும்கூட அவரிடம் இல்லாமல் போயிருந்தது. விஷயம் பிரஸ்தாபிக்கப்பட்டபோது அவரது துணைவியார் எடுத்துச் சொல்ல, 'ஓ அப்படியா?' என்று கேட்கும் நிலை ஏற்பட்டிருந்தது. இந்தத் தள்ளாமை ஒரு புறமிருக்க எதைப்பற்றியும் கவலைப் படாமல் கண்களை உற்றுப் பார்த்துக்கொண்டு குறைபட்ட பார்வையுடன் தன் எழுத்துப் பணியைத் தொடர்ந்து நிகழ்த்திக் கொண்டிருந்தார். கிட்டதட்ட ஒரு கர்மயோகியை ஒத்த நிலையில்.

முழுக்க முழுக்க எழுத்துலக வாழ்க்கையை அவரால் வாழ முடிந்திருக்கிறது. இன்றைய சூழலில் இது ஒரு மகத்தான விஷயம். சாதனையும்கூட. அவர் வாழ்ந்த காலத்திலேயே அவருக்கு அங்கீகாரமும் மதிப்பும் இருந்தது இலக்கிய உலகம் அவருக்குச் செய்த சிறப்பாகும்.

ஒரு சிறந்த படைப்பாளி நம்மிடையே இன்று இல்லாதிருப்பதோடுகூட ஒரு சிறந்த மனிதரும் இல்லாமல் போய் விட்டதுதான் இழப்பு உணர்வை இரட்டிப்பாக்குகிறது.

(புது எழுத்து, கோபிகிருஷ்ணன் சிறப்பிதழ், ஆவணி 2003)

●

அப்பழுக்கற்ற எழுத்து

பெண்மையின் உணர்வுகளைக் கவித்துவமுள்ள நடையில் சொல்லும் நிறைவான தொகுப்பு.

பாதசாரியின் மிகப் பொருத்தமான முன்னுரையுடன் ஆரம்பிக்கிறது. மரப்பாச்சி தொகுப்பில் 14 கதைகள் இருக்கின்றன. ஒவ்வொரு கதை குறித்தும் என் எண்ணப் பதிவுகளைத் தந்திருக்கிறேன். முற்றிலும் தெரியாத கதாசிரியர் மீது மதிப்புரை எழுதும்போது ஒருவித Pistain Purity கிடைத்துவிடுகிறது. உமா மகேஸ்வரியை நான் முதலில் படிப்பது மரப்பாச்சி தொகுப்பு மூலம்தான். தொகுப்பில் 14 சிறுகதைகள் உள்ளன. அவற்றைப் பார்ப்போம்.

1. மரப்பாச்சி : எட்டு வயதுச் சிறுமியான அனுவுக்கு அப்பா மூலம் அழகான மரப்பாச்சி கிடைக்கிறது. அனு மரப்பாச்சியில் அப்படியே ஒன்றிவிடுகிறாள்.

கிறிஸ்துமஸ் லீவில் அத்தை அனுவைத் தன் வீட்டுக்கு அழைத்துப் போகிறாள். மாமா அனுவைக் கெடுக்க முயல்கிறார். அனு விடாப்பிடாக அம்மா வீட்டுக்குத் தன்னை அழைத்துச் செல்லுமாறு அத்தையைக் கேட்டுக்கொள்கிறாள். இதைக் 'கிழட்டுக் காமத்தின் புகைச்சல்' என்று வர்ணிக்கிறார் கதாசிரியை.

Child abuse - இன்னொரு உதாரணம். 1980இல் எனக்குத் திருமணம் நடந்தது. நானும் என் துணைவியாரும் மயிலையில் ஒரு வீட்டில் ஒண்டுக் குடித்தனத்தில் இருந்தோம். எங்கள் எதிர் போர்ஷனில் ஒரு சக்கிலியத் தம்பதிகள் தங்கியிருந்தார்கள். அவர்களுக்கு நான்கு வயதுச் சிறுமி இருந்தாள். ஒரு நாள் ஆளரவம் இல்லாத தருணத்தை சாதகப்படுத்தி அந்தச் சிறுமியை வீட்டுக்காரனின் மகன் மாடிக்கு அழைத்துச் சென்று கெடுத்துவிடுகிறான். சிறுமியின் ஜட்டியில் ஸ்கலிதம். ஆனால் அந்த அயோக்கியனை யாரும் எதுவும் செய்ய முடியவில்லை. ஏனென்றால், அவன் வீட்டுக்காரரின் மகன்.

1991இல் மனநோயாளிகளைப் பேட்டி கண்டுகொண்டிருந் தேன். Criminal ward - ல் ஒரு நோயாளியுடன் பேசிக்கொண்

டிருந்தோம். அந்த நோயாளி என்னுடன் ஒத்துப் போகவில்லை. அவனின் பக்கத்திலிருந்த நோயாளியிடம் அவனைப் பற்றிக் கேட்டேன். "அவனா சார், ஒரு எட்டு வயதுப் பெண் குழந்தையை, கத்திமுனையில் ஸ்கூல் பக்கத்தில் கிடத்தி கெடுத்திட்டான் சார்" என்றான். Paedophilia என்ற மன நோய் Child Abuseக்கு முக்கிய காரணமாக இருந்தாலும் சமூகக் குற்றவாளிக்கு உச்சபட்ச தண்டனை அளிக்க வேண்டும்.

இந்தக் கதையைப் பின்வருமாறு முடிக்கிறார் கதாசிரியை: என் மரப்பாச்சி எங்கே... இடை வளைந்து உடல் மறுபடியும் பெண் தன்மையுடனிருந்தது; மீண்டும் முளைக்கத் தொடங்கியிருந்த அதன் முலைகளை அனு வெறுப்போடு பார்த்தாள்.

கதையின் முடிவு நன்றாக அமைந்திருக்கிறது. தொகுப்பின் மிகச் சிறந்த கதையாக மரப்பாச்சியைச் சொல்லலாம்.

2. நிறைவின் உறைதளத்தின்: இந்தக் கதையில் வரும் வாழ்வதைப் போலவே சாவதும் இவ்வளவு இம்சையா? என்ற அழுத்தமான வரி, கதை முழுமைக்கும் பொருந்தி நிற்கிறது.

3. உமாமகேஸ்வரி எழுதியுள்ள ஆண் கதை வருமாறு: ஐநூறு ரூபாயைத் திருடியவர் மச்சான்தான். அதை மறைக்கத் தான் அவன் அக்காவை அடித்திருக்கிறார். இந்தக் குறுங்கதையும் நன்றாகவே அமைந்துள்ளது.

4. வருகை: அப்பாவின் வருகையை விவரிக்கும் சுருக்கமான நல்ல கதை.

5. கரு: அற்புதமான கதை. ஒரு பெண்ணால் மட்டுமே எழுத முடியக்கூடிய கதை.

6. நெடி: வெளியில் இரவில் சில ஆட்கள் மலம் அள்ளப் பணிக்கப்படுகிறார்கள். நெடி தன்மீது படர்வதான உணர்வு நந்தினிக்கு ஏற்படுவது tactile hallucination என்கிற மன நோய்க்குறி.

7. கதவு திறக்கும் கணம்: தணிவான தொனியில் அழகாகச் சொல்லப்பட்டிருக்கும் ஒரு நல்ல குடும்பச் சித்திரம்.

8. தொலைந்தவன்: ஓர் அக்காள் தன் தம்பியின் கதையைக் கூறுகிறாள். தம்பு (தம்பியின் பெயர்) ஒரு Sadist. அடிக்கடி தம்பி தொலைந்துகொண்டிருக்கிறான். ஓரிடத்தில் யாரும் எதிர்பாரா நொடிப்பிளவில் இடது மணிக்கட்டை பிளேடால் ஆழமாய் வெட்டிக்கொண்டான் என்று வருகிறது. இதை உளவியலில் Manipulative behaviour என்று சொல்வார்கள். தம்பி மறுபடியும் தொலைந்து போனான் என்ற வரியின் முடிவுடன் கதை முடிகிறது.

9. புதர்கள்: இந்தக் கதையில் மனோ என்கிற பெண் முன் ஒரு நிர்வாணப் பெண் திடீரென்று தோன்றுகிறாள். அவள் பற்றற்றவள். அவள் உதறியது ஆடைகளை மட்டுமா? கேட்கிறார் கதாசிரியை. கடைசியில் அவள் மர்மமான முறையில் இறந்து போகிறாள். அவலங்கள் நிறைந்த அற்புதமான கதை இது.

10. மலையேற்றம்: சிறுவர் சிறுமியர் மலையேறி இறங்கு கிறார்கள். மிகவும் குதூகலம் அளிக்கும் கதை இது.

11. மரணத் தடம்: இந்தக் கதை ஒரு பெண்ணால் மட்டுமே எழுதப்படக் கூடியது. Fantasy நன்றாக அமைந்து கதைக்குக் கை கொடுத்துக் காப்பாற்றுகிறது.

12. இறந்தவர்களின் கடிதம்: இந்தக் கதை நூதனமான முறையில் வனையப்பட்ட ஒரு சோதனா முயற்சி.

13. தற்கொலை: ஒரு விதத்தில் இந்தக் கதை Obsession with death ஆக இருப்பினும் விரிவாக எழுதப்பட்டுச் சிறக்கிறது.

14. ரணகள்ளி: நிவேதா என்கிற சிறுமியின் தாயார் இறந்து போகிறாள். அப்பா வேறு ஒரு பெண்ணை மணக்கிறார். என்ன செய்தும் நிவேதாவால் சித்தியை ஏற்றுக்கொள்ள இயலவில்லை.

இத்துடன் சிறுகதைகள் மீதான சிறு அலசல் நிறைவுறு கிறது. கதாசிரியையின் உரைநடை சில இடங்களில் கவித்துவம் வாய்ந்ததாக இருக்கிறது. இந்தச் சிறுகதைத் தொகுப்பு எனக்கு மனநிறைவைத் தருகிறது. உமாமகேஸ்வரியிடமிருந்து நிறையவே எதிர்பார்க்கலாம். அப்பழுக்கற்ற எழுத்துகள்.

(உமாமகேஸ்வரியின் 'மரப்பாச்சி' சிறுகதைத் தொகுப்புக்கு 'இந்தியா டுடே'யில் எழுதிய விமர்சனம்.)

(மறுபிரசுரம் : புதுஎழுத்து, கோபிகிருஷ்ணன் சிறப்பிதழ், ஆவணி 2003).

●

மனநிலைப் பிறழ்வு பற்றிய படைப்புகள்

விஞ்ஞானம் தன் வசதிக்காகவும் சுலபமான புரிதலுக்காகவும் நிறைய விஷயங்களைத் தனித்தனியே பிரித்து வாழ்க்கையைக் கூறு போட்டுப் பார்க்கிறது. ஆனால் இலக்கியம் என்பது அவ்வாறல்ல. எந்த ஒரு பிரச்சனையையும் வாழ்க்கையிலிருந்து பிரிக்காமல் பார்க்கிறது இலக்கியம். மனநிலைப் பிறழ்வு பற்றிய படைப்புகள் பிறழ்வை இந்த முறையிலேயே அணுகியுள்ளன.

முதலில் க.நா.சு. அவர்களின் 'பித்தப்பூ'வை எடுத்துக் கொள்வோம். நிறையப் படித்த தியாகுவுக்கு மனநிலை பிறழ்ந்து விடுகிறது. சிகிச்சையில் இருந்துகொண்டே அன்றாட வாழ்விலும் பங்குகொள்கிறார். பிறழ்ந்த நிலையிலேயே ஒருநாள் அவர் இறந்துவிடும் பரிதாபத்துடன் நவீனம் முற்றுப்பெறுகிறது.

நவீனம் பிறழ்வு பற்றிய பல சிந்தனைகளை முன்வைக்கிறது. பிறழ்வு என்றால் என்ன என்பது பற்றி ஓரிரு வார்த்தைகள் முதலில் சொல்வது நல்லது. பிறழ்வு என்பது முதலில் ஒரு சமூகத் தீர்ப்பு. சமூகம் ஒருவனை மனநிலை பிறழ்ந்தவன் என்று தீர்மானிக்கிறது. அதன் பிறகே அது உண்மையாகிறது.

இப்பொழுது நவீனம் முன்வைக்கும் சிந்தனைகளைப் பார்ப்போம். மனநிலை பிறழ்ந்த சில கதாபாத்திரங்கள் நவீனத்தில் வருகின்றன. அடிக்கடி புடவை, துணிமணிகளைக் களைந்து போட்டுவிட்டு 'அய்யோ நெருப்பு நெருப்பு' என்று ஓட ஆரம்பித்துவிடும் தியாகுவின் அத்தை. வீட்டு மானம் பறிபோய் விடக்கூடாது என்பதற்காக அவள் கட்டிப் போடப்பட்டிருக்கிறாள். பிறழ்வு ஒரு சமூகப் பிரச்சனையாகி விடுகிறது என்பது சுட்டப்பட்டிருக்கிறது. சமூகம் தன்னைப் பிறழ்வின் பாதிப்பிலிருந்து காப்பாற்றிக்கொள்ள பிறழ்ந்தவனை ஒதுக்கி வைத்துவிடுகிறது. புலியைக் கூண்டிலடைப்பது போல.

ஒரு பைத்தியக்காரன் தன் மேல் கல்லெறிவது ஓர் இடத்தில் சொல்லப்படுகிறது. இங்கும் பிறழ்வு சமூகப் பிரச்சனையாவது சுட்டப்படுகிறது.

கிருஷ்ணய்யர் என்ற பைத்தியம் தூணில் கட்டப்பட்டிருக்கிறார். மந்திர உச்சாடணையில் பிசகு ஏற்பட்டதால் கிருஷ்ண

மூர்த்திக்குப் பைத்தியம் பிடித்துவிடுகிறது. அதீத கடவுள் பக்தியும் எப்படிப் பைத்தியமாவதற்கு வழிகோலுகிறது என்பதும் சொல்லப்படுகிறது. கிருஷ்ணமூர்த்தி அளிக்கும் வார்த்தைகளின் வினோதமான விளக்கங்களும் கூறப்படுகிறது. இதெல்லாம் பிறழ்வின் வெளிப்பாடுகள்.

ராமச்சந்திர சாஸ்திரிக்குப் பிடித்த பைத்தியத்துக்குக் காரணம் மனைவி சோரம் போவது. இதை அவள் வெளியில் சொன்னதும் கோபம் கொண்ட கள்ளக்காதலன் அவரைத் தலையில் அடித்துக் காயப்படுத்தி விடுகிறான். ராமச்சந்திர சாஸ்திரிக்கு உகபாரம் செய்யும் மகாலிங்க ஐயரும் சுயலாபம் கருதியே செய்கிறார். இதில் நிலை பிறழ்ந்தவர்கள் ராமச்சந்திர சாஸ்திரியா இல்லை, அவரைச் சுற்றியுள்ள இந்த இரு கயவர்களா என்ற கேள்வியைப் பூடகமாக எழுப்புகிறது நவீனம்.

சுதந்திரமாக நடமாடிக்கொண்டிருக்கிற கல்லெறி பெறும் பைத்தியங்கள் பற்றியும் நவீனம் குறிப்பிடுகிறது. இது மனநிலை பிறழ்ந்தவர்களுக்குச் சமூகம் கொடுக்கும் மரியாதை.

பத்திரிகை நடத்த உதவ முன்வரும் நண்பருக்கும் பைத்தியம் பிடிக்கிறது. அவர் திண்ணையில் கட்டப்பட்டிருக்கிறார். யாருக்கும் எந்த விதத்திலும் சித்த ஸ்வாதீனம் இல்லாமல் போகலாம்தான்; மனத்தில் தாங்க முடியாத கவலை, உடலில் அடிபடுதல் அல்லது வியாதியின் கொடுமை போன்ற காரணங்களினால் பைத்தியம் பிடிக்கலாம் என்ற வாக்கியங்கள் நினைவு கூரத்தக்கன. பல வேளைகளில் பீதியும் கவலையும் மனநோய்க்கு வழிகோலுகின்றன என்ற கூற்றையும் இங்கு நினைவுபடுத்திக்கொள்ள வேண்டும்.

‘நான் எங்கேயும் தனியாக நடந்து போகமாட்டேன் சார்; என்னை யார் என்று தெரிந்துகொண்டு கூட்டம் கூடித் தொந்தரவு கொடுக்க ஆரம்பித்து விடுவார்கள்’ என்று சொல்லும் ஒரு அம்மாவும் பைத்தியம் பிடித்தவள்தான். தன்னை மேன்மையாகக் கருதிக்கொள்ளும் நோய்க்குறி இந்த அம்மாவிடம் காணப்படுகிறது.

பரங்கிப்புண், முக்கியமாக மனநோய் வரக் காரணமாக இருப்பதும் ஓர் உளவியல் உண்மை. இதுவும் நவீனத்தில் கூறப்படுகிறது.

உடுக்கடிப்பது ஒலிப்பது போலவும் பூசாரி உரத்த குரலில் குறி சொல்வது போலவும் தனக்கே ஏற்பட்டுவிடுவதும் குறிப்பிடப்படுகிறது. இது மாய ஒலி என்ற நோய்க்குறி. தற்காலிகமானதென்றாலும் இதுவும் பிறழ்வுதான்.

தியாகுவின் மனநிலைப் பிறழ்வுக்குப் புறக்காரணம் தெளிவாகவே இருக்கிறது. கார் விபத்தில் காதலி இறந்துவிடுவது, தியாகுவுக்கு விபத்தில் தலைக்காயம் ஏற்பட்டு பல நாட்கள் சுயநினைவின்றிக் கிடப்பது ஆகியவை. தியாகு சிகிச்சை பெற்றுக்கொண்டே வேலையிலும் இருக்கிறார். சில சமயம் சம்பந்தாசம்பந்தம் இல்லாமல் பேசுகிறார். சங்கராச்சாரியரிடம் போகிறார். மனதுக்கு அது ஆறுதலாக இருக்கிறது. மன அமைதி நாடி சித்திரம், இலக்கியம் இவற்றில் ஈடுபடுகிறார். மனநல சிகிச்சையில் இருப்பவர்கள் குடிக்கக்கூடாது; குடித்தால் மனநல மருந்துகளான அமைதிப்படுத்திகள் வேலை செய்யாது. தெரிந்தும் குடிக்கிறார். அதீத மனச்சோர்வுக்கு ஆளாகி சாவு பற்றிய சிந்தனைகளைத் தழைக்கவிடுகிறார். அவருக்கு மறதி வேறு. படித்தும் தன் முழுத் திறமையை வெளிப்படுத்த சமூகம் (வேலைச் சூழல்) அனுமதிக்கவில்லை. கிட்டத்தட்ட ஒரு சிதில மடைந்த வாழ்க்கை. மரணத்தில் அவருடைய பிரச்சனைக்குத் தீர்வு கிடைக்கிறது. தியாகுவின் கதாபாத்திரம் கண்முன் நிற்கும் பாத்திரம்.

தவிர, சராசரித் தன்மையிலிருந்து விலகி வாழும் எவரையும் சமூகம் பைத்தியம் என்று கூறுகிறது. சுயநலம் கருதாது காசை ஊராருக்குச் செலவு செய்து அழிப்பவன் பைத்தியக்காரன். வேலைக்குப் போகாமல் முழு நேரமும் எழுதிக்கொண்டிருக்கும் இலக்கியவாதி பைத்தியக்காரன். லட்சியவாதி பைத்தியக்காரன். இப்படி நிறைய விஷயங்களை நவீனம் சொல்லிக்கொண்டே போகிறது.

நவீனத்தைப் படித்து முடித்ததும் முதலில் எழும் கேள்வி. யாருக்குப் பைத்தியம் பிடித்திருக்கிறது. இந்தச் சமூகத்துக்கா அல்லது...? யார் பிரகாரம் ஒருவர் பைத்தியம் என்பது இன்னும் தீர்மானமாகாத விஷயம். நிறைய எதிர் உளவியல் புத்தகங்கள் நம்மிடையே நிலவிவருகின்றன. மனச்சிதைவைப் புகழ்ந்து எழுதப்பட்ட ஒரு புத்தகமும் இருக்கிறது. ஒரு உளவியல் மருத்துவரால் எழுதப்பட்டதுதான் இந்தப் புத்தகம். மனநிலைப் பிறழ்வே வெறும் கட்டுக்கதை என்கிறது மற்றொரு புத்தகம். மனச்சிதைவு அனுபவத்தை ஓர் ஆன்மீக அனுபவமாகப் பார்க்கிறது ஒரு புத்தகம். சரிவரப் பெயர்ப்பலகை குத்த முடியாத நோய்க்குறிகளை மனச்சிதைவு என்று வரையறைப்படுத்தும் குறையும் குறைந்தபாடில்லை. மனம், மனநிலைப் பிறழ்வு எல்லாம் இன்னும் தெளிவாகப் புரிந்துகொள்ள முடியாத ஒரு புதிராகவே இருந்து வருகிறது.

அடுத்ததாக பாதசாரி அவர்களின் 'காசி' என்னும் கதையை எடுத்துக்கொள்வோம். ஓரளவு படித்த, நல்ல இலக்கியப் பரிச்சயம் உள்ள காசிக்கு நிகழும் மனநிலைப் பிறழ்வைக் கதை விவரிக்கிறது. இந்தக் கதை 'மீனுக்குள் கடல்' என்னும் புத்தகத்தில் இருக்கிறது.

சிகரெட் பிடிப்பதைப் பால் வராத முலைக்காம்பை உறிஞ்சுகின்ற மாதிரி உணர்கிறார் காசி. இது வாய்வழிப் பாலுணர்வுத் தேக்கம் Oral fixation என்று கொள்ளலாம். சுயமைதுனம் கட்டுக்கடங்காத ஒரு பிரச்சனையாக இருக்கிறது இவருக்கு. இவருக்குப் பல காதல் அனுபவங்கள். இவருக்கு வேண்டியது உடலுறவு கொள்ள வயதில் மூத்த தாயான பெண். இது ஓர் Oedipus சிக்கல். இதனால் வாழ்வில் ஏற்படும் அசம்பாவிதங்கள்; கல்யாணம் ஆனால் மனச்சீக்கு தீர்ந்துவிடும் என்ற பாமரத்தனமான நம்பிக்கை; தவித்துத் தவித்துச் சில தடவை தற்கொலை முயற்சிகளில் ஈடுபடுவது; எந்த வேலையிலும் காலூன்ற முடியாத நிலைகொள்ளாமை; பொறுப்பை ஏற்றுக் கொள்வதில் பயம்; வாழ்க்கையில் ஓர் அவநம்பிக்கை எல்லாம் சொல்லப்படுகின்றன. இதில் குடிப்பழக்கம் வேறு. உடைந்து போன மணவாழ்க்கை ஏற்கனவே நிகழ்ந்துகொண்டிருக்கும் சின்னாபின்னத்துக்குக் கூடுதல் சேர்க்கையைத் தருகிறது. ஏதோ வனாந்திரத்துக்கு ஓடிப் போகலாம் என்கிற தப்பித்தல் எண்ணம்; சதா கனவுகளின் தொந்தரவு; இயலாமை காரணமாக அழுதல்; ஒரு கனவில் ஒரு பெண் சிலையின் மார்பகத்திலிருந்து பால் குடித்தல் போன்ற ஆழ்மன விகல்பம். இப்படியே காசியின் மனநிலைப் பிறழ்வு விவரிக்கப்பட்டுக் கொண்டே வருகிறது. நல்ல ஒரு நட்பை இழந்தது இவர் சரிந்ததற்குக் காரணமாக வைக்கப்படுகிறது.

உண்மையில் காரணம் இதைவிட ஆழமான ஒன்றாக இருக்க வேண்டும். காசியின் பிரச்சனை முடிவில்லாததாகத் தொடர்கிறது.

கடைசியில் இவர் ஓரளவு மனம் தேறுகிறார். 'சுயம் நசித்து' விட்ட நான்கைந்து நண்பர்கள், எழுத்து, படிப்பு இவைதான் தனக்கு நம்பிக்கை வரக் காரணம் என்கிறார் இவர். காசி தேறியிருப்பது சந்தோஷப்பட வேண்டிய விஷயம். பிறழ்ந்த நிலைக்கு முன்பாக இருந்த பழைய சுவாதீனமான நிலைக்குத் திரும்பியிருக்கிறாரா என்பது தெரியவில்லை. சிலவேளை உளவியல் சிகிச்சைகூட ஓரளவுதான் பலனளிக்கிறது. அதிகபட்சம் நோயாளி தன் நோய்க்குறிகளுடன் வாழக் கற்றுக்கொள்கிறான். அந்த அளவு இருந்தால்கூடப் போதுமானது. மனநிலை பிறழ்ந்த

ஒருவருக்கு நோயின் உக்கிரம் தணிந்த பிறகு தனது நோயைப் பற்றிய உள்ளுணர்வு ஏற்பட்டாலே பிறர்போல வாழ நிச்சயம் முடியும். காசி நம் மனதை நெகிழ வைக்கும் ஒரு கதாபாத்திரம்.

அடுத்து சொல்லப்பட வேண்டியது பாதசாரி அவர்களின் இன்னொரு படைப்பான 'இலைகள் சிரித்தன'. இதுவும் 'மீனுக்குள் கடல்' என்னும் புத்தகத்தில் இருக்கிறது.

இரவில் அப்பாவைக் காணோம். மகனின் மனம் அல்லாடுகிறது. ஏற்கனவே அப்பா சுகவீனமாக இருந்தபோது 'அப்பா இன்று இறந்துவிடுவார்' என்று தினமும் எண்ணி சஞ்சலப் பட்டதுண்டு. இதுவே ஓர் Obsession,, ஆட்டிப் படைக்கும் எண்ணம். மகனுக்கு இரவில் விழித்துப் படிக்கும் பழக்கம். இரவில் மட்டுமே இவர் முழு ஆசுவாசத்துடன் இருக்கிறார். இரவில் இவர் காதுக்குள் ரேடியோவின் மெலிதான ரீங்காரம் கேட்கிறது. இது மாய ஒலி நோய்க்குறி. அப்பாவோ வேண்டாத சிறுசிறு பொருட்களையெல்லாம் பத்திரப்படுத்தி வைத்திருப்பவர். இது அவ்வளவு கடுமையாக எடுத்துக் கொள்ளப்படா விட்டாலும் ஒரு eccentricity; ஒரு சிறு குணவினோதமாகவேனும் கொள்ள வேண்டும். கடைசியில் அப்பா வீடு திரும்புகிறார். மகனுக்கு மன உளைச்சலிலிருந்து விடுவிப்பு கிடைக்கிறது.

நோய்க்குறிகள் சில சுவாதீனமுள்ளவர்களிடமும் இருக்கும். ஒரு நோய்க்குறி அன்றாட வாழ்க்கையைப் பாதிக்காதவரை பிரச்சனையில்லை. சில வேளை மனநிலைப் பிறழ்வு சில அனு கூலங்களைக் கூடப் பெற்றுத் தரலாம். ஒரு தடவை மனநிலை பிறழ்ந்து குணமானவர் ஒருவரால் – எல்லோராலும் அல்ல – உருவெளித் தோற்றத்தை பிரக்ஞையுடன் கொண்டுவர முடியும். ஒரு கூட்டல் கணக்கைப் பேப்பர் பென்ஸில் வைத்துப்போட வேண்டும் என்ற அவசியம் இல்லை. எண்களை உருவெளித் தோற்றத்திலேயே கொண்டு வந்து போட்டுவிடலாம். அதே போல் வானொலிப் பெட்டியின் துணை இல்லாமலேயே லதா மங்கேஷ்கரின் பாட்டை, மாய ஒலியைத் தட்டிவிட்டுக் கேட்டு மகிழலாம். அப்படியானால் மனநிலைப் பிறழ்வை முழுக்க முழுக்க ஓர் அபாக்கிய நிலை என்று கொள்ள வேண்டிய அவசியம் இல்லை.

அடுத்தது, உமாவரதராஜன் அவர்களின் 'உள்மன யாத்திரை' என்னும் சிறுகதைத் தொகுப்பு. இது மனநிலைப் பிறழ்வு பற்றியது இல்லையெனினும் சில கதைகள் மனத்தின் செயல்பாட்டை ஊடுருவிப் பார்த்தல் என்ற நிலையில் அமைந் துள்ளன. இதுவும் ஒரு குறிப்பிடத்தக்க தொகுப்பு. குறிப்பாக சூரியனின் முன்புறம் என்னும் கதையில் ஒரு அனுபவம்

குறிப்பிடப்பட்டிருக்கிறது. ஓர் இருட்குகை. அதனுள் அசைவற்று நான் கிடந்தேன். மரணத்தின் அரும்பு மயிர்களை நான் புரிந்து கொண்டேன். அசைய முடியவில்லை. இடது புறமும் சரி, வலது புறமும் சரி. ஏதோ ஒரு பாட்டை நான் அந்தப் பொழுது கேட்க விரும்பினேன் இதையும் நாம் கணக்கில் எடுத்துக் கொள்ள வேண்டும்.

லா.ச.ராவின் 'நேசம்' என்னும் சிறுகதைத் தொகுப்பில் 'பாலா' என்னும் சிறுகதை இடம்பெற்றிருக்கிறது. மன அதிர்ச் சிக்குள்ளாகும்போது, சந்தேகத்தின் அடிப்படையில் ஏற்படும் மனச்சிதைவு நோய்க்கு (Paranoid Sezhizophrenia) உள்ளாகும் ஓர் இளம் பெண்ணின் நிலை இக்கதையில் சித்தரிக்கப்பட்டிருக்கிறது.

அடுத்தது சு. சமுத்திரம் அவர்கள் எழுதியுள்ள 'வெளிச் சத்தை நோக்கி...' என்ற புத்தகத்தைக் குறிப்பிட வேண்டும்.

முதலில் இந்த நவீனத்தில் உள்ள குறைகளைச் சொல்லிவிட்டு நிறைகளுக்கு வருகிறேன். ஆசிரியர் அடுக்குமொழிகளிலும் ஒலி நய வெளிப்பாடுகளிலும் தன்னை இழந்துவிடுகிறார் என்ற எண்ணம் தோன்றுகிறது. ஆங்கில வார்த்தைகளைத் தமிழில் எழுதும்போது உச்சரிப்பு பிசகாமல் எழுத வேண்டும். 'பெர்ஸீகுஸன்' என்று ஓரிடத்தில் குறிப்பிடப்பட்டிருக்கிறது. சரியான உச்சரிப்பு 'பெர்ஸிக்யூஷன்'. சிக்மண்ட் ஃப்ராய்டை எட்மன்ட் பிராய்ட் என்று குறிப்பிட்டிருக்கிறார் ஆசிரியர். இதையும் இவர் திருத்திக்கொள்ள வேண்டும். ஃபோயா என்ற வார்த்தையைத் தவறான அர்த்தத்தில் உபயோகித்திருக்கிறார். தன்னை மற்றவர்கள் கிண்டல் செய்வதான நினைப்பு, காதிரைச் சல் தன்னைப் பீடிக்கப் போகிறது என்ற பயம் (Persecutory delusion) சிதைவின் நோய்க்குறிகள். இந்த நோய்க்குறிகளை மெய்யப்பனுக்கு சிகிச்சை அளித்த உளவியல் மருத்துவர் கணக்கில் எடுத்துக்கொள்ளவில்லை போலும். மெய்யப்பனைப் பீடித்துள்ள நோய் Compulsive neurosis என்று குறிப்பிடப் பட்டிருக்கிறது. மனச்சிதைவு நோய்க்குறிகளும் இந்நோய்க்குறிகளும் கிட்டத்தட்ட ஒரே மாதிரி இருப்பினும் மேலே சொல்லப்பட்டவை மனச்சிதைவின் நோய்க்குறிகளே. உளவியல் சார்ந்த இந்தத் தவறுகளை ஆசிரியர் திருத்திக்கொள்ள வேண்டும் என்று நான் அவரைத் தோழமையுடன் கேட்டுக் கொள்வேன்.

இப்பொழுது நவீனத்தில் உள்ள நிறைகளைப் பார்ப்போம். சில பகுதிகள் உருக்கமாகவும் மனதைத் தொடும்படியும் அமைந்திருக்கின்றன. சில வாசகங்கள் அருமையாக உள்ளன.

உதாரணம்: வாதை இல்லாமல் ஞானப்பேறும் இல்லை. என் னுரை நன்றாக வந்துள்ளது. மனநோய் பற்றிய ஆசிரியரின் ஆரோக்கியமான கண்ணோட்டம் என்னுரையில் தெளிவாகக் கூறப்பட்டிருக்கிறது. காதல் தோல்வி ஒரு மனிதனை எந்த அளவுக்குப் பாதிக்கும் என்பது நன்றாகவே சித்தரிக்கப்பட்டிருக் கிறது. நோய்க்குறிகளின் வர்ணனைகள் நன்றாக அமைந்திருக் கின்றன. என்றாலும் ஆசிரியர் சற்று மிகைப்படுத்தியிருக்கிறாரோ என்று எண்ணத் தோன்றுகிறது. ஆசிரியர் Hypnotherapyயை நன்கு விளக்கியுள்ளார். ஆனால், இந்த சிகிச்சைமுறை இப் பொழுதெல்லாம் அரிதாகக் கையாளப்பட்டு வரும் ஒன்று. மனநோய்க்கு சமூக அமைப்பும் காரணம் என்ற முக்கியமான உண்மையை ஆசிரியர் சொல்லியிருக்கிறார். உடல் ஊனமுற்ற சத்யாவின் பாத்திரப் படைப்பும் பியூன் முனுசாமியின் பாத்திரப் படைப்பும் நன்கு அமைந்துள்ளன. இதெல்லாம் பாராட்டப்பட வேண்டியவை.

அடுத்தது ஜூலை 1989 'மீட்சி'யில் வெளிவந்த 'முடியாத சமன்' என்னும் கோபிகிருஷ்ணனின் சிறுகதை. பாலுணர்வில் சிக்கல் உள்ள ராமபத்திரனின் பிரச்சனை முன்வைக்கப்படு கிறது. 'காசி'யில் பெண் சிலையின் மார்பகத்தில் காசி பால் குடிப்பதாக வருகிறது. ராமபத்திரனுக்குச் சற்று வித்தியாசமான பிரச்சனை. அம்மனுடன் உடலுறவு கொள்வதாகக் கனவு காண்கிறார் ராமபத்திரன். பிறழ்வு, சமூகக் கட்டுக்கோப்புகளை உடைத்தெறிந்து விடுகிறது.

அடுத்தது கோபிகிருஷ்ணனின் 'பிறழ்வு விடிவு' என்ற குறுநாவல். 'உணர்வுகள் உறங்குவதில்லை' என்ற தொகுப்பில் இடம் பெற்றிருக்கிறது. ராமனுக்கு மனச்சிதைவு நோயும் ஆட்டிப் படைக்கும் எண்ணங்கள் என்ற நோயும் பீடித் திருக்கின்றன. ராமனுக்கு இவை பெரும் மன உளைச்சலைத் தந்தாலும் உளவியலில் பரிச்சயம் இருப்பதால் இந்நோய்க்குறிகள் அவரது அன்றாட அலுவலைப் பாதிக்கவில்லை. சிகிச்சைக்கென்று புறப்படும்போது வழியில் ஒரு கார் விபத்தில் மாட்டிக்கொண்டு தலைக்காயம் ஏற்படுகிறது. அவருக்கு அதுவே மின் அதிர்வுச் சிகிச்சைபோல் அமைந்து தற்காலிகமாக நோயிலிருந்து விடு விப்பு ஏற்படுத்துகிறது. ஆனால், திடீரென்று மீண்டும் ஆட்டிப் படைக்கும் எண்ணம் ஆரம்பமாகிறது.

என் கதைகளைப் பற்றிச் சொல்ல, அவற்றை விமர்சிக்க எனக்கு உரிமை இல்லை என்றபோதிலும், பிறழ்வு குறித்தான இக்கட்டுரையில் இவ்விரண்டையும் ஒதுக்க முடியவில்லை. இதற்காக நான் மன்னிப்பு கேட்டுக்கொள்கிறேன்.

இந்த வாழ்க்கையின் மேம்போக்கான அழகைக் கூட பிறழ்வு என்ற பிரச்சனை குலைத்துவிடுகிறது. வாஸ்தவம்தான். ஆனால் பிறழ்வுகள் நிகழாமல் இல்லை. பிறழ்வு என்பது வாழ்க்கையின் யதார்த்தத்திலிருந்து ஒரு தப்பித்தல். வாழ்வதும், வாழ்வைச் சகித்துக்கொள்ள முடியாதபோது வாழ்விலிருந்து தப்பிப்பதும் மனிதர் செயல்களே.

இலக்கியம் பிறழ்வு சார்ந்தது. வாழ்க்கை மனிதர்களுடையது. மனம்தான் மனிதன். சில வேளைகளில் அது பிறழ்ந்துவிடுகிறது. அதைப் பற்றியும் படைப்புகள் வருவது வரவேற்கத்தக்கது. மன நிலைப் பிறழ்வு பற்றியும் மனவளர்ச்சி குன்றிய நிலை பற்றியும் நம் தமிழ் சினிமாக்கள் தரங்கெட்ட கருத்துகளைப் பரப்பிக் கொண்டிருக்கும் இக்காலகட்டத்தில் பிறழ்வு குறித்தான இலக்கியப் படைப்புகள் வருவது நல்லது.

கடைசியாகச் சில வார்த்தைகள். கனவு இதழில் வெளிவந்த ஜெயமோகன் அவர்களின் 'வனம்' என்னும் சிறுகதையும் கணை யாழி இதழில் வெளிவந்த பாவண்ணன் அவர்களின் 'தனுசு' என்னும் குறுநாவலும் இக்கட்டுரையில் இடம் பெறவில்லை. ஏனென்றால் இரண்டும் 1990இல் வெளிவந்தவை. எண்பதுகளில் வெளிவந்த படைப்புகள் ஏதாவது விடுபட்டுப் போயிருந்தால் அது என் கவனக்குறைவைக் காட்டுகிறது. இதற்கு நான் மன்னிப்பு கேட்டுக்கொள்கிறேன்.

(புது எழுத்து, கோபிகிருஷ்ணன் சிறப்பிதழ்,
ஆவணி 2003)

●

ஜன்னல் வழியே

சம்பவம்: 1

எனக்கு வயிற்றுப்போக்கு கண்டிருந்தது. எங்கள் வீட்டின் அருகாமையில் இருக்கும் மருந்துக்கடைக்கு, என் பிரச்சனை தீர மாத்திரைகள் வாங்கச் சென்றிருந்தேன். கடையின் உரிமையாளர் நிவாரண மாத்திரைகளைத் தந்துவிட்டு, மிகவும் மென்மையாகவும், பொறுமையாகவும், “ஒருமுறை அவசரத்தில் ஐந்து ரூபாய் பெறுமானமுள்ள மாத்திரைகளை நீங்கள் வாங்கிச் சென்றது நினைவில் இருக்கிறதா?” என்று கேட்டார். அவர் பேசிய தொனி நலன் விசாரிப்புத் தொனி. எனக்கும் நினைவுக்கு வந்து நான் காசு கொடுத்தேன். பேருந்து நிறுத்தத்துக்குப் போக வேண்டுமானால் அந்தக் கடையைத் தாண்டித்தான் போக வேண்டும். எத்தனையோ முறை கடையைக் கடந்து சென்றிருந் தும், என்னை அழைக்காமல் கடைக்கு மீண்டும் சென்றபோதுதான் பாக்கி கேட்ட கடைக்காரரின் இங்கிதமும், பெருந்தன்மையும் என்னைத் தொட்டன.

சம்பவம்: 2

நான் தேனீர் அருந்தும் கடையில் பீடி சிகரெட்டும் விற்கிறார்கள். ஒருமுறை ஒரு ரூபாய்க்கு காஜா பீடி கேட்டபோது, கடையை நடத்திவரும் பெரியவர் ஐந்து பீடிகளைக் கொடுத்தார். ஒரு ரூபாய்க்கு நான்கு பீடிகள்தான். கூடுதலாகப் பெற்ற ஒரு பீடியைத் திருப்பித் தந்தேன். பெரியவர் மிகுந்த நன்றியுணர்வுடன் அதைப் பெற்றுக்கொண்டார். அடிப்படை நம்பிக்கைதான் உறவுகளின் அஸ்திவாரம் என்று நினைக்கத் தோன்றிற்று.

சம்பவம்: 3

எங்கோ வெளியே சென்று இரவு ஒன்பது மணி வாக்கில், கிடைத்த ‘கட் சர்வீஸ்’ பேருந்தில் ஏறி அண்ணாநகர் மேற்கு நிறுத்தத்தில் இறங்கி, அங்கு என் வீட்டுக்குப் போகும் பேருந்துக் காகக் காத்திருந்தேன். நெரிசல் இருந்தால் நான் பேருந்தில் பயணம் செய்ய மாட்டேன். தோள்பையைச் சுலபத்தில் பிளேடு போட்டு அறுத்துவிடுகிறார்கள். எனக்கு அந்த மாதிரி மூன்று

முறை நடந்திருக்கிறது. மனம் இறுக்கத்துக்கு உள்ளாகியிருந்தது. பக்கத்தில் ஓர் ஆட்டோ வந்தது. "சாருக்கு எங்கே போகணும்?" என்று கேட்டார் ஓட்டுநர். நானும் சொன்னேன். "ஐந்து ரூபாய் கொடுங்கள், போதும்" என்றார் அவர். அதே மாதிரி ஒரு பிராமணப் பெண்மணியையும் ஐந்து ரூபாயில் அம்பத்தூர் தொழிற்பேட்டை வரை அழைத்துச் செல்ல ஒப்புக்கொண்டார். பொதுவாக என் வீட்டருகில் இருக்கும் பேருந்து நிறுத்தத்துக்கு ரூ. 15க்குக் கீழ் வரமாட்டார்கள். ஓட்டுநர் பேசிக்கொண்டு வந்தார். தான் வீட்டுக்குப் போய்க்கொண்டிருப்பதாகவும், வழியில் ஓரிருவருக்கு ஓர் உதவியாகக் குறைந்த கட்டணத்தை வசூலிப்பதாகவும் சொன்னார் அவர். இதனால் அவரை சக ஆட்டோ ஓட்டுநர்கள் திட்டுவதாகவும், அதை அவர் பொருட்படுத்துவதில்லை என்றும் சொன்னார். அந்த ஆட்டோ ஓட்டுநரின் உபகாரம் என் மனதைத் தொட்டது.

சம்பவம்: 4

22.12.2002 (ஞாயிறு) ஆத்மாநாம் கவிதைகள் குறித்துக் கலந்துரையாடல் நிகழ்ச்சியில், உடல்நலம் பாதிப்படைந்ததால், கலந்துகொள்ள முடியாமல் போனது. கூட்டம் மாலை 4 மணிக்கு. இரண்டு மணி வாக்கில் மூச்சிரைப்பு அதிகரித்து விட்டது. அதையும் மீறிக் கூட்டத்தில் கலந்துகொண்டால், ஒருக்கால் நான் பிற நண்பர்களுக்கு ஒரு சுமையாக ஆகி யிருப்பேன். ஆத்மாநாம் மீது நான் பெரும் மதிப்பு கொண்டவன். கூட்டத்தில் கலந்துகொள்ள இயலாமல் போனது அவருடைய நட்புக்கு நான் செய்த துரோகம் என்று நினைக்கத் தோன்றிற்று. இந்த உணர்வு எனக்குள் ஏற்கனவே இருக்கும் மனச்சோர்வை அதிகப்படுத்தியது. என்னையே நான் சபித்துக்கொண்டேன்.

(நவீன விருட்சம்–59, 2003)

●

பாரனோயா என்பது மனநோயா அல்லது கடவுளின் தண்டனையா?

இந்தக் கட்டுரையில் ஷாட்ஸ்மென் என்ற உளவியல் மருத்துவர் பத்தொன்பதாம் நூற்றாண்டில் வாழ்ந்த ஷ்ரபர் என்ற ஜெர்மன் நாட்டு நீதிபதியின் மனநோயையும் புகழ்பெற்ற கல்வியலாளரான அவரது தந்தையின் குழந்தை வளர்ப்பு முறைகளையும் இணைத்துப் பார்க்கிறார்.

சம்பிரதாய ரீதியான விவரணைகளின்படி நீதிபதி ஷ்ரபர் மனநோயாளிதான். அவர் கடவுள் குட்டிச்சாத்தான்கள் மூலம் தன்னைத் தண்டிப்பதாக முழுமையாக நம்பினார். தனது மனநோய்க்குக் காரணம், தான் குழந்தையாக இருந்தபோது தன்னை ஒடுக்குவதற்காகத் தன் தந்தை கையாண்ட முறைகள் தான் என்பதை ஷ்ரபர் உணரவில்லை.

ஷ்ரபர் வாழ்ந்த காலம் 1842-1911. நாற்பத்து இரண்டாம் வயதில் அவருக்கு மனநோய் பிடித்தது. அவர் மனநலக் காப்பகத்திலேயே இறந்துபோனார்.

ஷ்ரபரின் தந்தை கையாண்ட ஒடுக்குமுறைகளை ஆனானப்பட்ட ஃப்ராய்ட் கூடக் குழந்தை வளர்ப்பின் இயல் பான அம்சங்களாக ஒப்புக்கொண்டார். மன வினோதங்களை நிர்ணயிக்கும் விவரணைகளில் காரணரீதியில் அலச முடியாத ஒரு குருட்டாம்போக்குத் தன்மை நிலவுகிறது என்பதையே இதெல்லாம் எடுத்துக்காட்டுகின்றன.

ஷ்ரபரின் தவறான நம்பிக்கைகளை (delusions) அவரது ஆளுமையுடன் பொருத்திப் பார்ப்பதைவிட அவர் குழந்தைப் பருவத்தில் வளர்க்கப்பட்ட முறைகளுடன் பொருத்திப் பார்ப் பதே சரியானது என்ற தீர்வுக்கு நம்மால் வர முடிகிறது. புதிர், நீதிபதி ஷ்ரபர் அல்ல; அவரது தந்தைதான். அவரது காலச் சூழலுக்கு ஏற்புடையதாக இருப்பினும், ஓர் உளவியல் ரீதியான விளக்கத்துக்கு அவரது தந்தையின் நடத்தையைத்தான் அலச வேண்டி வருகிறது.

துயரத்தில் இருக்கும்போது தண்டிக்கப்படுகிறவர்கள், புறந்தள்ளப்படுகிறவர்கள் அல்லது நிராகரிக்கப்படுகிறவர்கள் தமக்கு உள்ளே இருக்கும் துயரத்தையோ பிறருடைய துயரத்தையோ கண்டுகொள்ள மாட்டார்கள் என்கிறார் டாம்ஸ் கின்ஸ் என்ற சிந்தனையாளர். ஒடுக்கப்பட்ட உணர்வானது, ஒழுங்குமுறை, கட்டுப்பாடு ஆகியவற்றின் மீதுதான் அதிக முக்கியத்துவத்தைச் செலுத்தும் மனோபாவத்தைத் தரும். இரக்கத்தின் மீதோ, இயல்பான உணர்வு வெளிப்பாட்டின் மீதோ, படைப்புத் திறன் மீதோ அல்ல. அது பொதுவாக நிகழும் அனுபவத்தை உணர்ந்து துய்க்காமல் மனதை மறக்கச் செய்துவிடும். இல்லாத மனதைத்தான் உருவாக்கும்.

ஜெர்மன் குடும்பங்களிலும் ஜெர்மன் நாட்டிலும் நிலவி வரும் கொடூரமான எதேச்சதிகாரம் பாலுணர்வின் மீதும் பிற உணர்வுகளின் மீதும் செலுத்தப்படும் ஒடுக்குமுறை காரணமாகத்தான் என்று வாதாடுகிறார் வில்ஹெல்ம் ரீக் என்னும் சிந்தனையாளர்.

ஷ்ரபரின் தந்தையின் கடுமையான குழந்தை வளர்ப்பு முறைகள் கொடூரமான விளைவுகளை அளித்தன. நீதிபதி ஷ்ரபர் மனநோயாளி ஆனார். அவரது சகோதரர் தற்கொலை செய்துகொண்டார்.

காரணமில்லாமல் குழந்தை அழுகிறது என்று தெரிந்தால், அதன் கவனத்தைத் திருப்ப வேண்டும், கடுமையான வார்த்தை களைப் பிரயோகிக்க வேண்டும், பயமுறுத்தும் சைகைகளைச் செய்ய வேண்டும், படுக்கையில் கிடத்தி அறைய வேண்டும் என்கிறார் ஷ்ரபரின் தந்தை. குழந்தை அழுகையை நிறுத்தித் தூங்கும் வரை இவ்வாறு செய்ய வேண்டும் என்பது அவரது வாதம். இப்படி ஒரு முறையோ இரண்டு முறைகளோ செய்தால் போதும். பிறகு, ஒரு கடுமையான பார்வை குழந்தையைக் கட்டுப்பாட்டுக்குள் கொண்டு வந்துவிடும். காரணமில்லாத அழுகை என்பது சுதந்திரத்தின் தோற்றம் என்றும் இதைத் தவிர்க்க வேண்டும் என்றும் கூறுகிறார் ஷ்ரபரின் தந்தை.

தலை நிமிர்ந்து இருக்கவும் தாடைகளும் பற்களும் சீராக வளரவும் ஷ்ரபரின் தந்தை குழந்தைகளுக்குக் கொடூரமான தோல்பட்டை வார்களை அணிவித்தார். குழந்தைகள் குற்றவாளிகள் என்றும், அவர்களை நல்வழிப்படுத்த வேண்டும் என்றும் அவர் நம்பினார். அவர் குழந்தைகளை வளர்த்த விதம் ஒரு தண்டனை போன்றது. ஆனால் அவர் அதைத் தண்டனை யாகக் கருதவில்லை. அவர் செய்ததெல்லாம் சரி என்றே நினைத்தார்.

அவர் ஒரு மருத்துவர், முடநீக்கு இயல் நிபுணர், கல்வியியலாளர். குழந்தை வளர்ப்பு பற்றிப் பதினெட்டு புத்தகங்களை அவர் எழுதினார். தான் எழுதியவற்றைத் தன் குழந்தைகள் மீதும் பிரயோகித்தார்.

ஃப்ராய்ட் இப்புத்தகங்களை அறிவாராயினும் ஷ்ரபரின் மனநோயை அலச இப்புத்தகங்களைத் தரவுகளாகப் பயன்படுத்தவில்லை. குழந்தை தன் பெற்றோர் மீது கொண்டிருக்கும் ஓரினப் பாலுணர்வு இச்சையைத்தான் தண்டனையாகவும் (persecutation) பிற்காலத்தில் உணர்கிறது என்றார் ஃப்ராய்ட். இந்தக் காரணம்தான் நிஜம் என்று நிறைய உளவியல் நிபுணர்கள் நம்பினார்கள். Schizophrenia (மனச்சிதைவு) என்ற வார்த்தையை முதலில் பிரயோகித்த யூஜீன் ப்ளூலர் என்ற அறிஞர்கூட ஷ்ரபரை மனச்சிதைவு நோயாளி என்று வர்ணித்தாரேயொழிய, ஷ்ரபரின் தந்தையைப் பற்றி ஒரு வார்த்தைகூடக் கூறவில்லை.

ஷ்ரபரின் தந்தையின் புத்தகங்களை உளப்பகுப்பாய்வில் ஃப்ராய்ட் எடுத்துக்கொள்ளாதது குறித்து ஷாட்ஸ்மென் மிகவும் மனவருத்தப்படுகிறார். ஜெர்மானியப் பெற்றோர்கள் தங்கள் குழந்தைகளைக் கொடூரமான (sadistic) முறைகளில்தான் வளர்க்கிறார்கள் என்கிறார் அவர்.

மூலம்: Paranoia or Persecution:
The Case of Schreber - Mortn Schatzman
(சிலேட், ஆகஸ்ட் – அக்டோபர் 2006)

●

கவிதைகள்

*

கோபிகிருஷ்ணனின் மூன்று கவிதைகள் இப்பகுதியில் இடம்பெற்றிருக்கின்றன. கவிதைகளைப் பிரதானமாகக் கொண்டு 1988ஆம் ஆண்டு முதல் வெளிவரத் தொடங்கிய விருட்சம் இதழில் கோபிகிருஷ்ணன் எழுதிய கவிதைகள் இவை. விருட்சம் இதழாசிரியர் அழகியசிங்கரோடு கோபிக்கு இருந்த நட்பினால் தூண்டப்பட்டு அவர் கவிதைகளும் எழுதிப் பார்த்திருக்கக் கூடுமென்று தோன்றுகிறது.

*

*சொர்க்கவாசி

யேசு வந்தார்
பாவம் ஒழிந்தது

காந்தி வந்தார்
தீண்டாமை ஒழிந்தது

புத்தர் வந்தார்
உயிர்வதை ஒழிந்தது

சாக்ரடீஸ் வந்தார்
மூடச்சிந்தனை ஒழிந்தது

மார்க்ஸ் வந்தார்
ஆதிக்க வர்க்கம் ஒழிந்தது

லிங்கன் வந்தார்
அடிமைத்தனம் ஒழிந்தது

பெரியார் வந்தார்
அறிவிலித்தனம் ஒழிந்தது

வேறு யாரோ வந்தார்
தீமை ஒட்டுமொத்தமாக ஒழிந்தது

உல்லாசமாக இருக்கிறேன்
காதில் கடுக்கன் போட்டுக்கொண்டு
யார் வருகைக்கோ காத்துக்கொண்டு.

(புது எழுத்து, கோபிகிருஷ்ணன் சிறப்பிதழ்,
ஆவணி 2003)

 நற்றிணை பதிப்பகம் ○ 927

இயக்கம்

பிரபஞ்சத்தில் என்றோ
ஒரு துகள்
ஏன் என்று தெரியாது
ஆனாலும்
உருவெடுத்தது.

காலம் உருள,
துகளும் உருண்டது.
பிற துகள்களுடன்
உரசி
மோதி, கலந்து
சில உறவுகள், உணர்வுகள்
பிரமைகள் அர்த்தங்கள் அனர்த்தங்கள்
இலட்சியங்கள் கொள்கைகள் வெறும் மாயைகள்
         உணர்வுகளில் சிக்கல்கள்
முரண்படல்கள்
              ஒதுங்குதல்
ஒதுக்குதல் சுமுகம் இணக்கம் வித்தியாசம்
              அந்நியமாதல்

சிக்கல்கள் உபாதைகள்
சந்தோஷத்தின் சாயைகள் கீற்றுகள்
குழப்பங்கள் தெளிவுப் போலிகள்.
அமைதியாக
சந்தோஷமாக
சார்புகளையும் கறைகளையும்
களைந்து
காலவெள்ளத்தில் கரையும் இத் துகள்.

கவலைக்குரிய விஷயம்

கவலைப்படவில்லை
யாரும் நிஜமாகவே
கவலைப்படவில்லை

    கவலையில்லாமல் இருந்தது.
கவலைப்பட ஆரம்பித்தார்கள்
    கவலைக் கிடமாகிவிட்டது.
கவலையைப் போக்க நினைத்தார்கள்
    கவலை வந்து சூழ்ந்தது.
கவலையைப் பற்றி
கவலைப்படாமல் இருந்திருந்தால்
    கவலையே இல்லாமல் இருந்திருக்கும்.

(விருட்சம் கவிதைகள் – தொகுதி: 1, 1994)

●

நேர்காணல்

யூமா வாசுகியால் மேற்கொள்ளப்பட்ட இந்த நேர் காணலில், கோபிகிருஷ்ணன் தன்னை வெளிப்படுத்திக் கொண்டிருக்கும் விதம் வெகு அபூர்வமானது. தன்னை, தன் சுயத்தை வெகு சுலபமாகக் களைந்து கொள்ள அவருக்கு முடிகிறது. ஒப்பனைகளைத் தீண்டாத மனத்தின் அழகிய வெளிப்பாடு. இந்த எளிய, நேரிய, நிர்வாண மனோபாவத்திலிருந்துதான் அவருடைய எழுத்துகளும் படைப்புகளும் உருக்கொண்டிருக்கின்றன.

*

நேர்காணல்

பாளையங்கோட்டை செயிண்ட் சேவியர் கல்லூரியில் ஏதோ மொழிபெயர்ப்பு வேலை தொடர்பாக சி. மோகனுடன் கோபிகிருஷ்ணன் தங்கியிருந்தபோது நான் அங்கே செல்கிற சூழல் அமைந்தது. அந்த மாலைப் பொழுதில் கொஞ்சம் மது அருந்திவிட்டு நானும் கோபியும் நள்ளிரவு தாண்டியும் பேசிக் கொண்டிருந்தோம். அதற்குப் பல வருடங்கள் முன்பிருந்தே அவருடன் அறிமுகம் ஏற்பட்டிருந்தது. தியாகராய நகர் ரங்கநாதன் தெரு சாந்தி காம்ப்ளக்சில் 'ஆத்மன்' ஆலோசனை மையத்தை கோபியும் சஃபியும் நடத்திய காலத்தில். அவரை நான் பார்ப்பதற்கு முன்பு 'உனக்கும் உங்களுக்கும்' என்ற என் சிறு கவிதைத் தொகுப்பைப் படித்திருந்தார். முதல் சந்திப்பிலேயே 'உங்கள் புத்தகத்திற்கு யாரும் மதிப்புரை எழுதியிருக்கிறார்களா? இல்லையென்றால் நான் எழுதித் தரட்டுமா?' என்று மிகவும் பணிவுடன் அவர் கேட்டது வித்தியாசமாயிருந்தது. காலவரிசை சரியாக நினைவில்லை. அதற்கு முன்போ பின்போ, கோபியின் 'மிகவும் பச்சையான வாழ்க்கை' சிறுகதையை 'குதிரை வீரன் பயணம்' இதழில் வெளியிட்டிருந்தேன். சென்னையில் அவ்வப்போது எங்கெங்கு வைத்தோ சில சந்தர்ப்பங்களில் ஒருவரையொருவர் நேரிட நேர்ந்து சில வார்த்தைகள் பேசியிருக் கிறோம். இந்த வகையில்தான் தொடர்பு. பாளையங்கோட்டையில் தான் மனதாழ்ந்த முனைப்புடன், அக்கறையுடன், லேசான போதையும் இரவின் ஏகாந்தமும் தந்த சீராட்டலில் 'நண்பர்கள்' எனத்தக்க ஒரு இடத்திற்கு வந்து சேர்ந்தோம். விரிவான பேட்டி எடுக்க வேண்டும் என அப்போது தோன்றிய விருப்பத்தை 'மழை'க்காக சாதிக்க முயன்றேன். கோபி அனுமதியளித்தார். குறித்த நாளில் அலுவலகத்திற்கு வந்த கோபி பேட்டி தொடங்கும்போதே 'என்னைப் பற்றி நானே சொல்லிவிடுகிறேன் கேள்விகளைப் பிறகு வைத்துக்கொள்ளலாம்' என்றார். அதன டிப்படையில் ஆரம்பித்தது அவரது விவரணை.

வார்த்தைகளின் மூச்சு முட்டலில் திகைத்து இருவரும் ஸ்தம்பித்த தருணங்களில் அடிக்கடி வெளியே வந்து தேநீர்

அருந்தப் போனோம். சிகரெட்டுகளின் துணை கொண்டு மீதுற்ற இறுக்கத்தைச் சற்றே இளக்கிக்கொள்ள முயன்றோம். தனியறையின் மங்கலொளியில் கோபி மிகுந்த சிரமத்துடன் தன் கடந்த வாழ்வின் சித்திரத்தை நினைவுகூரும்போது சோர்வுற்ற போதெல்லாம் நிறுத்திவிட்டு வெளியே வந்தார். கேள்விகளுக்கான அர்த்தமோ இடப்பொருத்தமோகூட இந்த நேர்முகம் சம்பந்தப்பட்டு இல்லை. பேச்சின் பின்னணியாகப் பக்கத்து வீடுகள் ஒன்றிலிருந்து யாரிடமோ தொடர்ந்து அடி வாங்கி தன் கதறலின் மூர்க்கத்தை மேலும் மேலும் அதிகரித்த ஒரு சிறுமியின் நிராதரவுக் குரல் தாழிட்ட கதவின் இடுக்கு வழியாகக் கசிந்தபடியிருந்தது. பேச்சு முடிந்து வெகுநேரம் நீடித்த சஞ்சலமான அமைதியில் “நான் சொன்னதெல்லாம் மிகவும் அசிங்கமாக இருக்கிறதா” என்று கேட்டார் கோபி.

– யூமா. வாசுகி

***

நான் 23 ஆகஸ்ட் 1945இல் மதுரையில்லே ஜடாமுனி கோயில் தெரு, மீனாட்சியம்மன் கோயில் அருகில் பிறந்தேன். எனக்கு இப்போ வயசு 56. முதல் தம்பி பெயர் நாகராஜன். எம்.எஸ்ஸி., படித்திருக்கிறான். அவன் திருவொற்றியூர் வெள்ளையஞ்செட்டியார் மேல்நிலைப் பள்ளியில் ஆசிரியராகப் பணிபுரிகிறான். அடுத்து தங்கை மீரா. தங்கை கணவருக்கு நரம்புத் தளர்ச்சி நோய் (Parkinson's Disease). கழுத்து, கைகள் ஆடிக்கொண்டே இருக்கும். அதனால் அவர் எந்த வேலைக்கும் போக இயலவில்லை. மீரா தன் மகனிடமிருந்து பண உதவி பெற்று வாழ வேண்டியிருக்கிறது. மீராவுக்குப் பிறகு ஹம்ஸா. திருவண்ணாமலையில் எய்ட்ஸ் ப்ராஜக்டில் வேலை செய்கிறாள். அவளுக்கு வயது 50. அடுத்த தங்கை இந்திராவின் குடும்பம்தான் இருப்பதிலேயே மிகவும் ஏழ்மைப்பட்ட குடும்பம். பிளாட்பாரத்தில் கண்ணாடி வளையல் போட்டு வியாபாரம் செய்கிறார். அயனாவரம் நம்மாழ்வார்பேட்டை மார்க்கெட் பகுதியில் இருக்கிறது அவர்களின் கடை. இந்திராவுக்குப் பிறகு உள்ள தங்கை கீதா பி.எஸ்ஸி ஸுவாலஜி படித்தவர். காஞ்சிபுரத்தில் நல்ல வசதியான நிலையில் வசிக்கிறார். அவர் கணவர் உதயகுமார், காஞ்சிபுரம் நெசவாளர் சேவை மையத்தில் வேலை செய்கிறார். கீதாவுக்குப் பின்னுள்ள தம்பி தேவராஜன் பி.டெக்., எம்.எஸ். கம்ப்யூட்டர் படித்து அமெரிக்காவில் வேலை செய்கிறார். மிகவும் வசதியான குடும்பம் இவர்களுடையதுதான்.

தேவராஜன் மனைவி அமுதாவும் எம்.எஸ். கம்ப்யூட்டர் படித்தவள்.

பள்ளியிறுதி வரையிலும் மதுரை வாசம். படித்தது சௌராஷ்ட்ரா ஹைஸ்கூல். அது 1961ஆம் ஆண்டில். அப்பா வின் பூர்விகம் பரமக்குடி.

சென்னையில் துணிக்கடை ஒன்றில் அப்பாவுக்கு வேலை. தாத்தா சுதந்திரப் போராட்ட தியாகி. மதுரை எம்.எஸ். சுப்பைய்யர். சௌராஷ்டிரர்கள் தங்களை பிராமணர்கள் என்று நினைத்துக்கொண்டு தங்கள் பெயரின் பின்னால் பிராமண ஒட்டுக்களைப் போட்டுக்கொள்கிறார்கள். என் அப்பா பெயர் என். பி. கிருஷ்ணமாச்சாரி, மாமனார் பெயர் கோபால் ராவ், தாத்தாவின் பெயர் சுப்பையர். சௌராஷ்டிரர்கள் பூணூல் போட்டுக்கொள்ளும் பழக்கம் உள்ளவர்கள். அம்மாவழித் தாத்தா இவர். நிலம் நீச்சுடன் மிகவும் வசதியாக வாழ்ந்தவர் தாத்தா. சொந்தமாகக் கதர்க்கடை ஒன்றும் வைத்து நடத்தி வந்தார். கதர்க்கடையை தாத்தா மூடிவிட்ட பிறகு அவருக்கு மனநிலை சரியில்லாமல் போய்விட்டது. தற்கொலைக்கு முயற்சி செய்யுமளவு பாதிக்கப்பட்டிருந்தார். அதிர்ஷ்டவசமாக அம் முயற்சியிலிருந்து காப்பாற்றப்பட்டார். பாட்டிக்கு மதுரைதான். அப்பா அம்மா மட்டும்தான் சென்னையோடு தொடர்புடைய வர்கள். தாத்தாவின் மனநோயின் பொருட்டு பாட்டி அவரைக் குணசீலத்தில் சேர்த்தாள். ஒரு மண்டலத்திற்கு, தாத்தாவின் நிலத்தில் வேலை செய்துகொண்டிருந்த இரண்டு ஆட்கள் அவருடன் இருந்து அப்போது பார்த்துக்கொண்டார்கள். ஒரு மண்டலம் முடிந்து வீட்டிற்கு வந்த உடனே தாத்தா இறந்து போனார். அவர் தலை மொட்டையடிக்கப்பட்டிருந்தது. உடல் வெகுவாக மெலிந்திருந்தது. அந்த நேரத்தில் நான் சென்னையில் பி.ஏ. முதலாண்டு படித்துக்கொண்டிருந்தேன். பிரசிடென்சி காலேஜ் பி.ஏ. சைக்காலஜி. 1962லிருந்து 65வரை. முதலாமாண்டு படிக்கும்போது அம்மா அப்பாவுடன்தான் இருந்தேன். கணக் கில் மிகவும் பின்தங்கியவன் நான். எஸ்.எஸ்.எல்.சி.யில் கணக்கு அறவே பிடிக்காமல் போய்விட்டது. பால்யத்தில் நான் நன் றாகப் படித்ததினால் மூன்றாம் வகுப்பிலிருந்து ஐந்தாம் வகுப் பிற்கு முன்னேற்றப்பட்டேன். நான்காம் வகுப்பு கணக்குப் பாடம் படிக்க முடியாமல் போய் அந்தப் பிரச்சனை இன்றும் தொடர் கிறது.

பி.ஏ. ஆன்ஸிலரி புள்ளி விவரவியலும் லாஜிக்கும். புள்ளி விவரவியல் பாஸ் பண்ணுவதற்கு மிகவும் சிரமப்பட வேண்டி

யிருந்தது. ஆரம்பத்திலிருந்தே, எஸ்.எஸ்.எல்.சி. காலத்திலிருந்தே சைக்காலஜியில் ஆர்வம். தாத்தா இறந்த பிறகு அந்த ஆர்வம் கூடுதலாகியது.

கோ எஜுகேஷன் கல்லூரி அது. இயல்பிலேயே கூச்ச சுபாவமுடையவன் நான். பெண்களிடம் பழகுவதில் கூச்சம் மிக அதிகமாயிருந்தது. இதற்குக் காரணம் என் பாட்டிதான். பாட்டி வீட்டிலேயே பஜனை மண்டலி வைத்திருந்தாள். வீட்டில் சிறு கோயிலும் இருந்தது. எல்லா தெய்வ விக்ரகங்களும் உள்ள கோயில். தினமும் காலையில் பூஜை நடக்கும். பூஜையை நான்தான் செய்ய வேண்டும். மாலைகளில் பஜனை நடக்கும். எட்டாம் வகுப்பு வரையிலும் பூஜை செய்வதில் பாட்டிக்கு உதவி செய்துகொண்டிருந்தேன். அந்த சமயத்தில் பூஜைக்கு, பஜனைக்கு, வரும் எல்லாப் பெண்களையும் உறவு முறையில் மாமி, அக்கா, அத்தை என்றுதான் அழைப்பேன். இதனா லெல்லாம் கூச்சம் உருவாகிவிட்டது. பாட்டியினுடையது பெரிய வீடு. சுமார் இருபது பெண்களுக்கு மேல் வழிபாட்டிற்கு வருவார்கள்.

அரசு கலைக்கல்லூரியிலிருந்து எகனாமிக்ஸ் படிக்கவும், சென்னை கிறிஸ்தவக் கல்லூரியிலிருந்து ஆங்கில இலக்கியம் படிக்கவும், மாநிலக் கல்லூரியில் உளவியலுக்கும் வாய்ப்புகள் அமைந்தன. நான் உளவியலையே தேர்வு செய்தேன். சீட் கிடைப்பது அப்போது மிகவும் எளிது. நன்கொடைகளோ சிபாரிசுகளோ தேவையில்லை. மூன்றாம் வருடம் படிக்கும்போது ஒரு பெண்ணுடன் மானசீகக் காதல் ஏற்பட்டது. அந்தப் பெண் அப்போது எட்டாம் வகுப்பு படித்துக்கொண்டிருந்தாள். அவளுக்கு நான் மாலை நேரத்தில் ஹிந்தி டியூசன் எடுத்தேன். அந்தப் பெண் மீது எனக்கு முழு ஈடுபாடு இருந்தது. அறியாப் பருவத்தில் வரும் ஈடுபாடு, காதல், உணர்ச்சி வேகம். இதைத் தான் Calf Love என்று சொல்வார்கள்.

என் கல்லூரிப் படிப்பு முடிந்த பிறகு வீடு வறுமையினால் சூழப்பட்டு விட்டது. என்னை வேலைக்குப் போகச் சொல்லி அப்பா தொடர்ந்து துன்புறுத்திக்கொண்டிருந்தார். நான் முதலாமாண்டு படித்துக்கொண்டிருக்கும்போதே ‘நீ படிப்பை நிறுத்திவிட்டு வேலைக்குப் போ. வேலை வாய்ப்பு அலுவலகத்தில் பதிவு செய்’ என்று சொன்னவர்தான் அப்பா. நான் விடாப்பிடி யாகப் படித்தேன். படிப்பை முடிப்பதற்கு எனக்கு மூன்று நண்பர்கள் உதவினார்கள். ஹிந்தி டியூசனிலிருந்து எனக்குக் கொஞ்சம் பணம் வந்தது.

மெட்ராஸ் எஜுகேஷனல் ரூல்ஸ்(92 எம்.இ.ஆர்.)படி ஆஃப் ஃபீஸ் கன்ஸஷன் கொடுத்தார்கள். அதன்படி நான் பாதிளயவு பணம் கட்டினாலே போதும். அரிஜன் வெல்ஃபேர் ஸ்காலர்ஷிப் கிடைத்தது. என் அம்மாவின் தம்பியாகிய மாமா வாரத்திற்கு 5 ரூபாய் கொடுப்பார். 5 ரூபாய் அந்தக் காலத்தில் மிகப் பெரிய தொகை. அதை வைத்துச் சமாளித்துப் படித்தேன். நான் கல்லூரியில் படிக்கும்போது ஒரு வேஷ்டி, ஒரு பேண்ட், ஒரு டி ஷர்ட் மட்டும்தான் இருந்தது. மூன்று வருடமும் இதே நிலைதான்.

பி.ஏ. இறுதியாண்டு படித்துக்கொண்டிருந்தபோது என்.எம். பதி அறையில் தங்கியிருந்தேன். காலையில் 2 இட்லி சாப்பிடுவேன். மதியச் சாப்பாடு பெரும்பாலும் கிடையாது. மாலையில் நான் ஹிந்தி டியூசன் எடுக்கும் பெண் (அவள் பெயர் அனுராதா) வீட்டில் ஒரு கப் காபி கொடுப்பார்கள். அதுதான் சாப்பாடுபோல. இரவு திருவல்லிக்கேணி பெரிய தெருவில் அரை கிளாஸ் பால் மற்றும் 2 பன்கள். அதோடு சரி.

1965இல் மூன்றாமாண்டு படிக்கும்போது சமூக உளவியலாளர் ஒருவரிடத்தில் அவரது ஆராய்ச்சிக்குத் தரவுகள் சேகரித்துத் தரும் வேலையை இரண்டு மாதம் செய்தேன்.

ரிசல்ட் வந்த இரண்டு மாதங்களுக்குப் பிறகு ராஜாஜி ஹாலில் ‘மீட் த சேலஞ்ச்’ (இந்திய பாகிஸ்தான் போர் பற்றிய கண்காட்சி) கண்காட்சியில் விரிவுரையாளராக ஐந்து நாட்கள் வேலை பார்த்தேன். இந்த வேலைக்கு நாளொன்றுக்கு 5 ரூபாய் சம்பளம்.

பிறகு பாரத் சேவக் சமாஜத்தின் சார்பாக வீடு வீடாகப் போய், வாங்கும் மளிகை சாமான்களின் விலையைப் பற்றி – எவ்வளவு ரூபாய்க்கு என்ன பொருள் வாங்குகிறார்கள் – தகவல் சேகரிக்கும் வேலையை இரண்டு மாதங்கள் செய்தேன். இதில் மாதம் ரூ. 100 சம்பளம்.

ஓரியண்டல் ஃபயர் அண்டு ஜெனரல் இன்ஷ்யூரன்ஸ் கம்பெனி லிமிடெட்–இல் குமாஸ்தா உத்தியோகம் ஒரு வருடம் ஏழரை மாதங்கள் பார்த்தேன். இங்குதான் நான் டேபிள் டென்னிஸ் கற்றுக்கொண்டேன். இரண்டு பரிசுகளை வென்றிருக்கிறேன் – அரசு மருத்துவமனை மனமகிழ் மன்றத்தில் Singles-ல் Runner ஆகவும் Doubles-ல் Winner ஆகவும். டேபிள் டென்னிஸ் ஓர் அற்புதமான விளையாட்டு. எல்லா அலவன்சும்

சேர்த்து மாதச் சம்பளம் 253 ரூபாய். இந்த வேலை தற்காலிகம் தான்.

அடுத்து ஒரு அரசு வேலை கிடைத்தது. லோயர் டிவிஷன் கிளார்க். ஆல் இந்தியா ஹேண்டிகிராஃப்ட்ஸ் போர்டில். சென்னையில்தான். 67லிருந்து 69வரையில் ஒரு வருஷம் நான்கு மாதங்கள். மாதச் சம்பளம் ரூ. 300. அப்போது மாலை வகுப்பில் டிப்ளமோ இன் ஆந்த்ரோபாலஜி (மானிடவியல்) மெட்ராஸ் யுனிவர்சிட்டியில் சேர்ந்தேன். இது இரண்டு வருடப் படிப்பு. புரபேஷன் பீரியடிலேயே அரசு வேலையை ரிஸைன் செய்துவிட்டேன்.

அரசு பொது மருத்துவமனையில் செயற்கை அவயவங்கள் நிலையம் – புனர்வாழ்வு மையத்தில் அடுத்த வேலை. அது கைகால் இழந்தோருக்கான புனர்வாழ்வு மையம். என்னுடைய கல்வித் தகுதிக்கு ஏற்றாற்போல ஒரு வேலையை அங்கே ஏற்படுத்திக் கொடுத்தார்கள். மார்க்கண்டேயன் என்பவர்தான் இந்த ப்ராஜக்டின் தலைவர். அவர் கல்லூரியில் என் வகுப்புத் தோழராயிருந்தவர். என்னைவிட ஓர் ஆண்டு மேல் வகுப்பில் படித்தவர்.

அரசு வேலையை 11.4.69இல் ரிஸைன் செய்துவிட்டு 12.4.69இல் இந்தப் புது வேலையில் சேர்ந்தேன். 69இல் 23 அல்லது 24 வயது இருக்கும் எனக்கு. இந்த வேலை திருப்தி கரமாக இருந்தது.

உளவியல் பரிசோதனை நடத்துதல்தான் வேலை. நோயாளிகளை பேட்டி கண்டு கேஸ் ஹிஸ்டரி எழுத வேண்டும். மாதம் 550 ரூபாய் சம்பளம். தோராயமாக 1974 வரையில் 5 வருடங்கள் இந்த வேலையில் இருந்தேன். இந்த வேலைதான் வாழ்க்கையில் பெரிய திருப்புமுனை. எப்படியென்றால் முதலில் 'ஒன் இயர் ரிஸர்ச் அன்டு டெமான்ஸ்ட்ரேஷன் ப்ராஜெக்ட்' ஆக இருந்தது. அதில் ஒரு கிறிஸ்துவப் பெண். என் வயதுதான் இருக்கும். அவள் என்னுடன் நெருங்கிப் பழகினாள். பிரதி ஞாயிறு எங்கள் வீட்டிற்கு வருவாள். அவளுக்கு நான் ஆங்கில இலக்கணம் டியூசன் எடுப்பேன். அவள் ரொம்ப அழகு. என்னைவிட உயரம். அந்தக் காலத்து கே.ஆர். விஜயா சாயலில் இருப்பாள். ஒன் இயர் ப்ராஜக்ட் முடிந்தவுடன் அவள் போய் விட்டாள். நான் தொடர்ந்தேன். அவள் மேல் ஒரு எமோஷனல் அட்டாச்மெண்ட் இருந்தது. அதைக் காதல் என்று சொல்ல முடியாது. அவள் சென்று வெகுநாட்களான பிறகு அவளிட மிருந்து ஒரே ஒரு லெட்டர் வந்தது. இந்த சமயத்தில் அடுத்த

ப்ராஜக்ட் தொடரும்போது என் கல்யாணத்திற்கான ஆயத்தங்களை என் பெற்றோர்கள் 72இல் செய்தார்கள். திடீ ரென்று ஒரு நாள் அந்தக் கிறிஸ்தவப் பெண் என் அலுவலகத்திற்கு வந்தாள். நான் அவளிடம் 'என் கல்யாணத்திற்குப் பெண் பார்க்கிறார்கள்' என்றேன். அவள், 'இனி நாம் பழைய மாதிரி பழக முடியாதே' என்றாள். இதுதான் இண்டிகேஷன். இதன் மூலம்தான் அவளுக்கு என்மீது காதல் இருப்பது எனக்குத் தெரிகிறது. அவள் பெயர் நான்ஸி.

அந்தக் கிறிஸ்தவப் பெண்ணிற்கு ஏற்கனவே ஒரு காதல் ஏற்பட்டு அதில் அவள் தோற்றிருந்தாள். எனக்கும் ஒரு காதல் தோல்வி முன்பே இருந்தது. நான் வேலை செய்துகொண்டிருந்த அரசு பொது மருத்துவமனையில் (ஒரு வருட ப்ராக்டிஸ் முடிந்து நான்ஸி சென்ற பிறகு) ஒரு ஃபிஸியோதெரபிஸ்டும் வேலை பார்த்து வந்தாள். அவள் ஏற்கனவே திருமணமாகி விவாகரத்தானவள். அவளுக்கு தன் கணவனைத் தவிர, வேறு தொடர்பு இருந்ததுதான் விவாகரத்திற்குக்கான காரணம். அவளுக்கு ஆறு வயதில் பெண் குழந்தை உண்டு. ஃபிஸியோதெர பிஸ்டின் மீது ஆழமான காதல் கொண்டிருந்தேன். என் திருமணத்திற்கு முன்பு நடந்தது இது. காதல் வேகத்தால் உந்தப்பட்டு ஒரு கடிதம் எழுதி அவளிடம் கொடுத்தேன். அந்தக் கடிதம் பாலுணர்வின் வேகத்தில் எழுதப்பட்டது. மிகவும் கொச்சையானது. அதை அவள் மட்டும் படிக்காமல் சக ஊழியரான ஆண் ஃபிஸியோதெரபிஸ்டிடமும் படிக்கக் கொடுத்து விட்டாள். அது மட்டுமின்றி அவள்பால் ஏற்பட்ட பாலுணர்வு எழுச்சிக்கான வடிகால் என்ன என்று புரியாமல், நான் ஓர் அருவருப்பானவன் என்று கருதிக்கொண்டு மிகவும் குழம்பிய நிலையிலும் குற்ற உணர்விலும் உருக்குலைந்திருந்தேன். அவளுக்கு என்னைத் திருமணம் செய்துகொள்ள விருப்பம் இல்லை. இது எனக்கு பெரிய மனப் பிரச்சனையாகிவிட்டது. என் கடிதத்தை எல்லா ஃபிஸியோதெரபிஸ்டுகளும் மற்றவர்களும் படித்துவிட்டது போலவும் எல்லோருக்கும் என்னைப் பற்றித் தெரிந்துவிட்டது போலவும் ஒரு மாய உணர்வால் பீடிக்கப் பட்டேன். முதன் முதலாக மனதளவிலான பாதிப்பு இதுதான். இந்த மாய உணர்வு என் காதுகளில் மாய ஒலியாகக் கேட்க ஆரம்பித்துவிட்டது. 'நீ மிகவும் மோசமானவன்.. நீ மிகவும் பச்சையானவன்... நீ ஒரு காமுகன்... நீ அசிங்கம் பிடித்தவன்...' என்று என்னை எல்லோரும் திட்டுவதுபோல; கெட்ட வசவுகளால் என்னைத் துன்புறுத்துவதுபோல. என்னால் சகிக்க

முடியவில்லை. ஒரு நண்பரிடம் ஆலோசனை கேட்க, அவர் ஒரு சைக்யாட்ரிஸ்டைப் பார்க்கும்படி அறிவுறுத்தினார்.

டாக்டர். தைரியம் என்பவரைப் போய்ப் பார்த்தேன். அவர் கொடுத்த மாத்திரைகளைச் சாப்பிட்டுக்கொண்டிருந் தேன். என் சீனியரான பாலகிருஷ்ணன் அரசு மருத்துவ மனையில் புற நோயாளிகளின் பிரிவில் கிளினிக்கல் சைக்கால ஜிஸ்ட் ஆகப் பணிபுரிந்து வந்தார். அவரிடம் என் பிரச்சனை களைச் சொன்னபோது, அவர் என்னை டாக்டர் சாரதா மேனனிடம் அழைத்துச் சென்றார்.

இந்த உளவியல் சிகிச்சையில் முக்கியமானது என்ன வென்றால் மாத்திரைகளைத் தொடர்ந்து சாப்பிட்டு வர வேண்டும். இது அவசியமானது. நல்லபடியாகக் குணமாகிக் கொண்டு வருகிறது என்று தெரிந்தால் மாத்திரைகளின் வீரியத்தைக் குறைத்துக் கொடுப்பார்கள்.

இந்த சமயத்தில்தான் அந்தக் கிறிஸ்தவப் பெண் நான்ஸி வந்து என்னை மீட்டாள். சாந்தோம் தமிழ் சர்ச் பாண்டியன் பாதிரியார்தான் எனக்கு ஞான ஸ்னானம் கொடுத்தது. உண்மை யில் நான் கடவுள் நம்பிக்கையாளன் அல்ல. என் கிறிஸ்தவப் பெயர் கே. கார்ல் ராஜன் என்றானது.

12.7.72 அன்று ராமநாதபுரம் கிரைஸ்ட் சர்ச்சில் திருமணம் நடந்தது. திருமணத்திற்கு என் நண்பர்கள் யாரும் வரவில்லை. என் பெற்றோர்களுக்குத் தெரியாமல் திடீரென்று நான் புறப்பட்டுப் போய் திருமணம் செய்துகொண்டேன். நான்கு நாட்கள்தான் இதற்காக விடுப்பு எடுத்துக்கொண்டேன். மணப் பெண்ணிற்கு மதுரைதான் பூர்வீகம். சென்னை வந்து வீட்டிற்குப் போகாமல் நண்பர்கள் வீட்டில் தங்கினேன். என் தந்தை என்னைத் தேடி வந்து ‘நீ எங்கேயும் போக வேண்டாம். நம் வீட்டிலேயே வந்து இரு’ என்றார்.

மாதம் ஒரு தடவை நான் ராமநாதபுரம் போய் அவளைச் சந்திப்பேன். அல்லது அவள் சென்னைக்கு வருவாள். அவள் இங்கு வரும்போது நண்பர்கள் வீட்டில்தான் சந்தித்துக் கொண் டோம். நான் தொடர்ந்து மாத்திரைகளைச் சாப்பிடுவதைக் கவனித்த அவள் ‘எதற்கு மாத்திரை சாப்பிடுகிறாய்’ என்று கேட்டாள். நான் ஒன்றுமில்லை என்று மறைத்தேன். இதனால் நான்ஸிக்கும் எனக்கும் கடும் வாக்குவாதம் ஏற்பட்டது. ஆயினும் எப்படியோ உறவு தொடர்ந்தது.

பிறகு அவளுக்கும் எனக்கும் பிரச்சனைகள். ஒருமுறை ராமநாதபுரம் சென்று அவள் வீட்டிலேயே 17 மாத்திரைகள் சாப்பிட்டு தற்கொலைக்கு முயன்றேன். அதீத எரிச்சலினாலும், மாத்திரை சாப்பிடுவது தொடர்பான கேள்விகள் பெரிதும் இரிட்டேட் செய்ததாலும் அப்படிச் செய்தேன். நான் மாத்திரைகள் விழுங்கியிருப்பது தெரியாமல், சினிமாவுக்குப் போகலாம் என்றாள் அவள். மாலை நேரம். சரி என்று கிளம்பிவிட்டேன். அவள் தோழி ஒருத்தி எங்களுடன் வந்தாள்.

மாத்திரை சாப்பிட்டதனால் என்னால் நேராக நடக்க முடிய வில்லை. பக்கவாட்டில் சாய்ந்து தட்டுத்தடுமாறி நடந்தேன். ஏதோ சிக்கல் என்று அவளுக்குப் புரிந்துவிட்டது போலிருக்கிறது. உடனே ராமநாதபுரம் ஹெட்குவார்ட்டர்ஸ் ஆஸ்பத்திரியில் என்னைச் சேர்த்து சிகிச்சையளித்தாள். குணமாக மூன்று நாட்களானது. நீங்கள் மாத்திரைகள் சாப்பிடுவதை உடனடியாக நிறுத்தினால்தான் நாம் சேர்ந்து இருக்க முடியும் என்றாள் நான்ஸி. சரி என்று ஒத்துக்கொண்டேன்.

உண்மையில் மாத்திரை சாப்பிடுவதை நான் விடவில்லை. விடக்கூடாது. அவளுக்குத் தெரியாமல் சாப்பிட்டு வந்தேன். மூன்று நாட்களுக்கு ஒன்று எனும்படி எங்களிடையே கடிதப் போக்குவரத்து நடந்தது. அவள் சென்னை வந்து என்னுடன் தங்குவதற்காக அவளது டிரான்ஸ்ஃபருக்கு ஏற்பாடு செய்து கொண்டிருந்தேன். அவள் சென்னை வருவதில் அக்கறையில்லாம லிருந்தாள். அது எனக்கு உடனே புரிந்தது. ராமநாதபுரத்தில் அவள் பணியிடத்தில் அவளுக்கு ஆண் நண்பர்கள் அதிகம். குறிப்பாக ஒரு டாக்டருடன் அவளுக்கு மிக நெருங்கிய தொடர்பு இருந்தது. சந்தேகத்திற்குரிய தொடர்பு அது.

இந்த விவகாரத்திற்கு என்ன செய்யலாம் என்று தீவிரமாக யோசித்தேன். வெறுமையும் குழப்பமும் வெறுப்புமான அலைக் கழிப்பு. அல்லாட்டம். இனி வாழமுடியாது என்று தோன்றி விட்டது. திருமணமாகி ஒரு வருடம் முடிந்திருந்தது. 'நீ சென்னைக்கு வா. நம் முதலாமாண்டு திருமண நாளைக் கொண்டாடுவோம்' என்று அவளை அழைத்தேன். அவள் வந்தாள். நான் ஏற்பாடு செய்திருந்த வீட்டில் தங்கினோம். அந்த வீட்டு எண். 13. நான்கு நாட்கள் கழிந்தபிறகு நான் சொன்னேன் 'நீ யாருடன் வேண்டுமானாலும் எப்படி வேண்டு மானாலும் பழகிக்கொள். அதைப் பற்றி எனக்குப் பிரச்சனை யில்லை. ஆனால் அவர்களைப் பற்றி என்னிடம் எதுவும் சொல்லாதே' என்றேன்.

என் வேண்டுகோளைப் பொருட்படுத்தவில்லை அவள். அடிக்கடி அவள் அந்த டாக்டரைப் பற்றியே பேசிக் கொண்டிருந்ததும் மற்ற ஆண் பணியாளர்களைப் பற்றி மிகவும் நெருக்கமாகப் பேசியதும் என் சந்தேகத்தை ஊர்ஜிதப்படுத்தியது. இதை என்னால் தாங்கிக்கொள்ள இயலவில்லை. நிலைமை பொறுக்க முடியாமல் போனது.

திருமண முதல் ஆண்டு நிறைந்த நான்கு நாட்களுக்குப் பிறகு துக்கம் தாளாமல், அவள் தூங்கிக் கொண்டிருந்தபோது டாக்ஸி பிடித்து வெளியே சென்று நாற்பது மன நல மாத்திரைகள் வாங்கிக்கொண்டு வந்தேன். வீட்டினுள் தண்ணீர் குடித்தால் அந்த ஓசையில் அவள் விழித்து சந்தேகிக்கலாம் என்ற யோசனையில் மாத்திரைகளைக் கக்கூஸ் குழாயில் வரும் தண்ணீரைக் கொண்டு விழுங்கினேன்.

'என்னைப் பொறுத்தவரை எல்லாம் முடிந்துவிட்டது. வாழ விருப்பமில்லாததால் நான் சாகிறேன். தயவுசெய்து என்னைக் காப்பாற்ற முயற்சிக்காதே. இனி உனக்கு முழு சுதந்திரமுண்டு. நீ எப்படி வேண்டுமானாலும் வாழ்ந்து கொள்ளலாம். உன்னை மனப்பூர்வமாக வாழ்த்துகிறேன்' என்று கடிதம் எழுதி அவள் தலையணைக்குக் கீழ் வைத்துவிட்டுப் படுத்துவிட்டேன். அவள் என்னை எழுப்பிப் பார்த்திருக்கிறாள். நான் எழுந்திருக்கவில்லை. நான்ஸி என்னைக் கொண்டுபோய் மருத்துவமனையில் சேர்த்தாள். அங்கே என்னைப் பரிசோதித்த டாக்டர் எனக்கு கிட்னி செயலிழந்துவிட்டதாகவும் உடனடி மரணம் தவிர்க்க முடியாதது என்றும் அறிவித்துவிட்டார். தலையிலிருந்து கால்வரை துணியால் மூடிவிட்டார்கள். முற்றும் பிரக்ஞை கெட்டுப் படுத்திருக்கிறேன் நான். அங்குள்ள வேறு டாக்டர் எனக்கு ஏற்கனவே நண்பராயிருந்தவர். லேசாக அவருக்கு சந்தேகம் தட்டியிருக்கிறது. மூடிய துணியை விலக்கி என்னைத் தொட்டுப் பார்த்திருக்கிறார். சன்னமாக உயிர் இருப்பது தெரிந்தது அவருக்கு. அந்த நண்பர் Lasix இன்ஜக்ஷன் கொடுத்துக் காப்பாற்றினார். அதன் பிறகு தேறினேன்.

மருத்துவமனையில் கிடந்தபோது என்னைப் பார்க்க வந்தாள் என் மாமியார். 'உன்னை சுட்டுக் கொல்ல வேண்டும். வெளியே விட்டு வைக்கக்கூடாது. எங்களை மிகவும் அவமானப் படுத்திவிட்டாய். பெருங் கேவலத்தைச் சம்பாதித்துக் கொடுத்து விட்டாய். உன் முகத்தில் விழிக்கவே வெட்கமாக இருக்கிறது' என்று வசவுக் கூச்சல் போட்டுக் கலங்கடித்தாள் அவள்.

என் மனைவி பார்ப்பதற்கு வருவாள். நன்றாக அலங் கரித்துக் கொண்டு சிறப்பாக வருவாள். என்னை உதாசீனம் செய்து மற்ற நோயாளிகளுடன் அரட்டையடிப்பாள். அவளும் அவளது பழைய டாக்டர் சினேகிதனும் நான் படுக்கையில் கிடந்து போராடிக்கொண்டிருக்கையில் சிக்கன் பிரியாணி சாப்பிட்டு சந்தோஷமாகப் பேசிச் சிரித்துக்கொண்டிருந்திருக் கிறார்கள். இதையெல்லாம் என் நண்பர்கள் அவ்வப்போது என்னிடம் தெரிவிப்பார்கள். அவளிடம் 'இனிமேல் என்னைப் பார்க்க வரவேண்டாம்' என்று முடிவாகச் சொல்லிவிட்டேன். அத்துடன் அந்த சாப்டர் முடிந்தது. இந்த தற்கொலை முயற்சிக்குப் பிறகு 'Largactyl' மாத்திரைகளை உட்கொள்ளு வதைச் சுத்தமாக நிறுத்திவிட்டேன்.

என் மனைவி என்னை விட்டுப்போன நான்கே மாதங்களில் சென்னைக்கு மாற்றலாகி வந்தாள். ஓர் ஆடவரைத் திருமணம் செய்துகொண்டாள். இவை இரண்டும் அவள் மீதான என் சந்தேகத்தை மேலும் ஊர்ஜிதப்படுத்தின. ஆனால் மனநல மருத்துவர்கள் இது கற்பனை சந்தேகம் என்று schizophrenia paranoid என்ற மனப்பிணிக்கு மருந்து கொடுத்துக்கொண்டிருந் தார்கள்.

அரசு மருத்துவமனையில் வேலை செய்கிறபோது மாலை நேர வகுப்பில் சேர்ந்து போஸ்ட் கிராஜுவேட் டிப்ளமா இன் கிரிமினாலஜியும் ஃபேரன்ஸிக் சயின்ஸும் ஒரு வருட கோர்ஸில் படித்திருந்தேன். 1974இல் எங்கள் ப்ராஜக்ட் முடிந்துவிட்டது. அது அமெரிக்க நிதியுதவியுடன் நடந்த ப்ராஜக்ட். நிதியுதவி நின்றவுடன் எல்லோருக்கும் வேலை போய்விட்டது. பி.எல். 480 நிதி என்று பெயர். அமெரிக்காவிலிருந்து வரும். எங்கள் சீஃப் தவிர எல்லோரும் எங்கெங்கோ சிதறிப்போனோம்.

எனக்குக் கடன் தொல்லை அதிகமாகிவிட்டது. பல விதங் களிலும் கடன் வாங்கி நான்ஸிக்கு மிக அதிகம் செலவு செய்தது பெருந்தொல்லையாகிவிட்டது கடைசியில். திருமண முதலாம் ஆண்டு நிறைவையொட்டி அந்தப் பெண் வந்து தங்கிய நான்கு நாட்களும் செலவு மிக அதிகம். என் நண்பர் சொன்னார். 'இங்கே இருக்காதே. வேறு எங்காவது சென்றுவிடு. முக்கியமாக சென்னையில் இனிமேலும் நீ இருக்காதே.'

வேலை போன அடுத்த நாளே வடக்கே புறப்பட்டேன். சில புத்தகங்களும் சில சான்றிதழ்களும் எடுத்துக்கொண்டேன். இதற்கான முன்னேற்பாடுகளை ஏற்கனவே செய்திருந்தேன். மகாராஷ்டிராவில் உள்ள சேவாக்கிராம் காந்தி மெடிக்கல்

காலேஜ்ல் கிளர்க்காகப் பணிபுரிந்தவர் என் உயர்நிலைப் பள்ளி நண்பர். அவரிடம் எழுதிக் கேட்டதற்கு 'சரி! நீ வா' என்று பதிலளித்திருந்தார். வார்தாவில் இறங்கி சேவாக்கிராம் சென்று அங்கு ஒருமாதம் இருந்தேன்.

அந்த நண்பர் போதிய பணவசதி இல்லாதவர். திரும்பத் திரும்ப என்னை சென்னைக்கே சென்றுவிடும்படி கூறிக் கொண்டிருந்தார். பி.ஜி. பிரகாசன் அவர் பெயர். நான் சென்னை செல்லாமல் மகாராஷ்டிரா மாநிலம் புசாவலுக்குச் சென்று அங்கிருந்து பாம்பே சென்றேன். எல்லாமே டிக்கெட் இல்லாத பயணம்தான்.

பாம்பே ரயிலில் செக்கிங் இன்ஸ்பெக்டரிடம் அகப்பட்டுக் கொள்ளும்படி ஆகிவிட்டது. என்னைப் பற்றி விசாரித்து ஐந்து ரூபாயைக் கேட்டு வாங்கிக்கொண்டு போனார். பாம்பேயில் இறங்கி டிக்கட் கேட்கும்போது இன்னொரு பரிசோதகர் பிடித்துக்கொண்டார். 'நான் இங்கே பிழைப்பதற்காக வந்திருக் கிறேன். எனவே என்னைத் தொந்தரவு செய்ய வேண்டாம்' என்று நான் அவரைக் கேட்டுக்கொண்டதன் பேரில் மனமிரங்கி விட்டுவிட்டார். ஏதாவது சாப்பிட்டாக வேண்டியிருந்தது. ஒரு ஹோட்டலுக்குச் சென்று வேலை வேண்டினேன். அந்த ஹோட்டலில் வேலை எதுவும் காலியாக இருக்கவில்லை.

இரவில் எங்கே தங்குவது என்று பிரச்சனையாகிவிட்டது. தாராவிற்குப் போய் அங்கு ஒருவரிடம் என் சிரமங்களை யெல்லாம் எடுத்துச் சொன்னேன். அவர் வீட்டுப் பரணில் படுத்துக்கொள்ளும்படி அனுமதித்தார். தங்க மட்டுமே இடம். இதற்குப் பணம் கொடுக்க வேண்டியது இல்லை. கையில் சுத்த மாகப் பணம் கிடையாது. எடுத்து வந்திருந்த சில புத்தகங்களை எடைக்குப் போட்டு ஒரு பொட்டலம் வேர்க்கடலை வாங்கிச் சாப்பிட்டேன். மொத்தமாக மூன்று நாட்கள்தான் பாம்பேயில் இருந்திருப்பேன். சோர் பஜாரில் என் துணிகளை விற்றதன் மூலம் கொஞ்சம் சில்லறை தேறியது சாப்பிடுவதற்கு.

அடுத்த நாள் வேறு ஒரு ஹோட்டலில் வேலை கேட்டேன். விண்ணப்பம் எழுதித் தரும்படிச் சொன்னார், அங்கு பொறுப்பிலிருந்தவர். நான் எழுத முயற்சித்தேன். கை நடுங்கி யது. எழுத்து சரியாக வரவில்லை. இதைப் பார்த்துக் கொண் டிருந்தவர் வேலை தர இயலாது என்றும் சாப்பிட்டுவிட்டுச் செல்லும்படியும் கூறினார். 'வேலை தந்தால்தான் சாப்பிடுவேன்' என்றேன் நான். 'இந்த ஃபார்மாலிட்டீஸ் எல்லாம் வேண்டாம். சும்மா சாப்பிடுங்கள்' என்று அவர் கேட்டுக் கொண்டபிறகு மூன்று சப்பாத்திகள் சாப்பிட்டேன்.

அப்படியே நடந்து கொண்டிருந்தபோது, சென்னை திருவல்லிக்கேணி ஜிம்கானா கிளப்பில் டேபிள் டென்னிஸ் விளையாடும் நண்பர் ஒருவரைப் பார்த்தேன். இரண்டு இட்டிலி வாங்கிக் கொடுத்து கையில் கொஞ்சம் காசு கொடுத்து சென்னை போய்விடும்படி சொன்னார் அவர்.

பாம்பேயிலிருந்து டிக்கெட் இல்லாமல் ஹைதராபாத் போனேன். அப்போது என்னிடம் ஒரு சட்டையும் பேண்டும் மட்டுமே இருந்தது. ஹைதராபாத்தில் எனக்கு நண்பரான ஒரு சைக்காலஜிஸ்ட் இருந்தார். அவரிடம் ஊர் திரும்புவதற்கு உதவும்படி கேட்டேன். 'நீ இங்கிருந்து கடிதம் போட்டு உன் அப்பா அம்மாவிடமிருந்து பணம் வாங்கி புறப்பட்டுப் போ. நான் பணம் தரமாட்டேன்' என்று கறாராகக் கூறினார் அவர். இது சிக்கலான ஏற்பாடாகத் தெரிந்தது. ரயில் ஏறிவிட்டேன். இப்போதும் டிக்கட் பரிசோதகரிடம் சிக்கித் தப்பினேன். ஓங்கோல் வந்து அங்கிருந்து சென்னைக்கு ரயில் பிடிக்க வேண்டும். கிராண்ட் டிரங்க் எக்ஸ்பிரஸ் ஏறியபோது எதிர்பட்டார் டிக்கட் பரிசோதகர். நான் என்ன செய்வதென்று நிதானிப்பதற்குள் ரயில் வேகமெடுத்துவிட்டது. வேறு வழியின்றி குதித்துவிட்டேன். முழங்காலில் பலமாக அடிபட்டுவிட்டது. வலியினால் நகர மடியாமல் விழுந்த இடத்திலேயே வெகுநேரம் கிடந்தேன். பிறகு மெதுவாக நடந்து சென்று ரயில்வே ஸ்டேஷன் பெஞ்சில் அமர்ந்தேன். யாரோ ஒருவர் பேச்சுக் கொடுத்தார். தெலுங்குக்காரர். தமிழை அவரால் புரிந்துகொள்ள முடிந்தது. ஒரு டீ வாங்கிக் கொடுத்தார். அங்கிருந்த ஒரு லாரி டிரைவரிடம் என்னை சென்னைக்குக் கொண்டுபோய் சேர்த்துவிடும்படி சொன்னார். லாரி இரவில்தான் கிளம்பும். என்னிடம் பணமில்லாததால் என் சட்டையையும் கைலியையும் வாங்கிக்கொண்டார் டிரைவர். அடுத்த நாள் காலை லாரி போரூர் வந்து சேர்ந்தது. 'இதுதான் சென்னை. நீ இங்கேயே இறங்கு' என்றார் டிரைவர். நான் அவர் சொன்னபடி செய்தேன். கையில் கொஞ்சம் சில்லறையும் கொடுத்து இறக்கிவிட்டார் அவர். நான் கொசப்பேட்டையிலிருந்து என் வீட்டிற்குச் சென்றேன். வீட்டில் யாருமே என்னை எதிர்கொள்ளவில்லை.

தனக்குத்தானே பேசிக்கொள்ளும் பழக்கம் தொற்றிக் கொண்டது. இரவுகளில் தூக்கமில்லை. ஓயாத மன உளைச்சல். எதை எதையெல்லாமோ நினைத்து அடிக்கடி அழுது கொண் டிருந்தேன். ஒரு நிலைக்குப் பிறகு சிகிச்சை எடுத்தே தீரவேண்டு மென்று தோன்றிவிட்டது. நண்பர் பாலகிருஷ்ணன் மூலமாக (கிளினிகல் சைகாலஜிஸ்ட்) அரசு மனநலக் காப்பகத்தில் சேர்ந்தேன்.

1974இல் 45 நாட்கள் அங்கு சிகிச்சை எடுத்துக்கொண்டேன். அந்த நேரத்தில் அங்கே சூப்பரின்டெண்டெண்ட் ஆக இருந்தவர் டாக்டர் சாரதா மேனன். எந்த இடையூறும் இல்லாதபடி சீராகவும் சரியாகவுமிருந்தது மருத்துவமனைச் சூழல். சிகிச்சையும் சிறப்பான வகையில் இருந்தது.

போக்கிடமென்று எதுவும் இல்லாமலாகிவிட்டது. பாட்டிக்குக் கடிதம் எழுதினேன். பாட்டி கடிதமும் பணமும் அனுப்பியிருந்தாள். டிஸ்சார்ஜ் ஆகி மதுரைக்கு என் பாட்டியிடம் புறப்பட்டுப் போனேன். வேலை தேடியபடி 9 மாதங்கள் அங்கேயே இருந்தேன்.

அந்தச் சமயத்தில் மதுரை ஆதீனத்தின் மூலம் மறுபடி இந்துமதத்துக்கு மாறி என் இயற்பெயரைப் பெற்றேன்.

மேற்கொண்டு மருத்துவச் செலவு செய்ய பாட்டி விரும்பவில்லை. 'நீ சென்னைக்குப் போ'வென்று பாட்டி சொன்னதால் திரும்பவும் சென்னை வந்தேன்.

ஒரு நண்பனின் வீட்டுத் திண்ணையில் இரவில் படுக்கை. தெருக்குழாயில் காலைக் குளியல். சமயங்களில் கட்டணக் கழிப்பறையில். வேலை தேடுவதைத் தொடர்ந்து செய்து கொண்டிருந்தேன்.

நண்பர் ஒருவர் மூலமாக ராமாராவ் பாலிகிளினிக்கில் 1975இல் வேலைக்குச் சேர்ந்தேன். மாத ஊதியம் ரூ. 200

அங்கு வேலை பார்த்த காலம் இரண்டரை வருடங்கள். பாலிகிளினிக்கில் ஒரு தோழி கிடைத்ததுதான் சந்தோஷம். அவளோடு தந்தை-மகள் மாதிரியான உறவு. அவளுக்கும் தலைமை மருத்துவருக்கும் பிரச்சனை ஏற்பட்டு அவள் காஞ்சிபுரத்திற்குப் போனாள். நான் பாலிகிளினிக்கிலேயே தொடர்ந்தேன். நான் தொடர்ந்து மனநல மாத்திரைகள் சாப்பிட்டு வந்தேன். அரசு மனநலக் காப்பகத்தில் இலவசமாக மாத்திரை தருவார்கள். பெரிய ஜாப் எதுவும் என்னால் செய்ய இயலாதபடி மனநிலை பாதிப்படைந்திருந்தது. சில காலத்திற்குப் பிறகு பெரிய வேலை செய்ய முடியும் என்ற நம்பிக்கை வந்தபோது க்ரியா ராமகிருஷ்ணனைச் சந்தித்து நிலைமையைச் சொன்னேன். எனக்கு வேலை தரும்படி வேண்டினேன்.

ராமகிருஷ்ணன் IMRB (இண்டியன் மார்க்கெட் ரிஸர்ச் பீரோ)வில் வேலை வாங்கித் தந்தார். அவர் என் நண்பரின் கல்லூரித் தோழர். இங்கே ஐந்து வருடங்கள் வேலை பார்த்தேன். வீடு வீடாகப் போய் சிகரெட் – பேட்டரி – கார்பெட் இவை பற்றி விவரங்கள் சேகரிக்க வேண்டும்.

மே 1980இல் திரும்பவும் பெரிய மனபாதிப்பு ஏற்பட்டது. மறுபடியும் மாய ஒலிகள் காதில் கொடூரமாக ஒலிக்க ஆரம்பித்தன. 'நீ எதற்கும் தகுதியில்லாதவன்... நீ வாழ்க்கையில் எல்லாவற்றையும் இழந்துவிட்டாய்... இனிமேலும் நீ உயிருடன் இருக்க முடியாது...' இப்படி. அலுவலகம் மூலமாகவே அரசு மனநலக் காப்பகத்தில் சேர்க்கப்பட்டேன்.

சேர்ந்து ஐந்தாம் நாளிலேயே சரியாகிவிட்டது. ஆனால் அவர்கள் டிஸ்சார்ஜ் கொடுக்காமல் பத்து நாட்கள் வைத்திருந்தார்கள். வேலைக்குப் போனேன். என்னை உடனே வேலையில் சேர்க்காமல் ஒரு மாதம் ஓய்வு எடுக்கச் சொல்லி ஒரு மாத சம்பளமும் கொடுத்தார்கள். அதற்குப் பிறகு ஐஎம்ஆர்பி-யில் முழுநேரமாகவும், க்ரியாவில் பகுதிநேரமாகவும் வேலை செய்தேன்.

இந்தக் காலத்தில் ந. முத்துசாமி எழுதிய 'நாற்காலிக் காரர்கள்' புத்தகத்தையும், 'சூரியனின் கடைசி கிரணத்திலிருந்து முதல் கிரணம் வரை' (ஹிந்தியிலிருந்து சரோஜா மொழிபெயர்ப்பு செய்தது) எனும் புத்தகத்தையும் க்ரியா ராமகிருஷ்ணன் கொடுத்தார். இதற்கு முன்னால் மு. வரதராசன், ஹேமா ஆனந்த தீர்த்தன், சா. கந்தசாமி இவர்களை மட்டும் படித்திருந்தேன்.

மீண்டும் எனக்குப் பெண் துணை அவசியப்பட்டது. அம்மாவிடம் சொன்னேன். அம்மா புரோக்கர் மூலம் இப்போ திருக்கிற என் மனைவியைப் பெண் பார்த்தார். திருவொற்றியூர் திருமண மண்டபத்தில் 20.10.80இல் திருமணம் நடந்தது. ஐஎம்ஆர்பி நண்பர்கள் எல்லோரும் வந்திருந்தார்கள். திருமணத்திற்கு முன் லாட்ஜில் தங்கியிருந்தேன். பிறகு மைலாப்பூரில் தனிக்குடித்தனம்.

திருமணம் முடிந்து வந்த முதல் சிக்கல் – ஏன் மாத்திரை சாப்பிடுகிறீர்கள் என்று என் மனைவி தொடர்ந்து கேட்ட கேள்விகள். எனக்குத் தலைவலி, தொடர்ந்து சாப்பிட்டு வர வேண்டும் என்று ஒருவாறு சமாளித்தேன். வாழ்க்கை தன் போக்கில் நடந்துகொண்டிருந்தது. நீங்கள் அலைந்து திரிய வேண்டாம் க்ரியாவுக்கே வந்துவிடுங்கள் என்று சொன்னார் ராமகிருஷ்ணன். அதை ஏற்று க்ரியாவுக்கே வேலைக்குப் போக ஆரம்பித்தேன். க்ரியா அப்போது ராயப்பேட்டையிலிருந்தது.

பெண் குழந்தை பிறந்தது. குழந்தையைப் பார்க்கும்போது 'ராணி' எனும் பெயர் பொருத்தமாகத் தெரிந்தது. 'ராணிஸ்ரீன்னு வச்சிட்டேன். 1983 முடிவில் குழந்தை பிறந்த பிறகுதான் எழுத

ஆரம்பித்தேன். இதற்கு முன்பு ஒரு முயற்சியாக 73இல் தூயோன் எனும் சிறுகதை எழுதியதைச் சொல்ல வேண்டும். அதை ஞானக்கூத்தனிடம் காட்டினேன். நன்றாக வந்திருப்பதாகச் சொன்னார் அவர். அந்தக் கதையை பிரசுரிக்கத் தோன்ற வில்லை. அதை 86இல் திரும்பவும் எழுதினேன். அது 'விருட்சம்' இதழில் பிரசுரம் ஆனது. 78இல் ராமராவ் பாலிகிளினிக்கில் வேலை செய்தபோது கிடைத்த தோழியைப் பற்றி (அவள் என்னை டாடி என்று அழைப்பாள்) ஒரு கதை எழுதினேன். அது 'மையம்' பத்திரிகையில் 84 ஜனவரி – மார்ச் இதழில் வெளியானது. இதுதான் முதல் வெளியீடு. மிகவும் மகிழ்ச்சி யடைந்தேன். தொடர்ந்து எழுதினேன். நிறையக் கதைகள் சேர்ந்தன. கதைகள் நன்றாயிருக்கின்றன என்றார் ஆனந்த். நகுலனிடம் கதைகளைக் காட்டச் சொன்னார். இரு தினங்கள் கழித்து க.நா.சு. தங்கியிருந்த அறைக்கு நகுலன் வந்திருந்தார். ஆனந்தும் நானும் சேர்ந்து என் ஏழு கதைகளை நகுலனிடம் கொடுத்தோம்.

அடுத்தநாள் கடற்கரையில் நகுலனை ஞானக்கூத்தனோடு பார்த்தோம். 'இந்தக் கதைகளை எனக்குப் பிடித்திருக்கிறது. என்னிடம் பணம் இருந்தால் புத்தகமாகப் போடுவேன்' என்றார் நகுலன். நகுலன் சொன்னதை ஜெயதேவன் (வி. ராஜகோபால்) மனதில் வாங்கி அவரே பதிப்பித்தார். 'ஒவ்வாத உணர்வுகள்' மார்ச் 86இல் வெளியானது.

தொகுப்பு அச்சில் இருந்த நிலையில் மிகத் துக்ககரமான சம்பவங்கள் நிகழ்ந்தன. என் மனைவி, வீட்டில் இருக்கப் பிடிக்காமல் ஏதேனும் வேலைக்குப் போகிறேன் என்றாள். நான் இந்த விஷயத்தை திலீப் குமாரிடம் சொன்னேன். ராயப்பேட்டை முத்தமிழ் பிரிண்டிங் பிரஸ்ஸில் வேலை இருப்பதாகப் பரிந்துரைத்தார் திலீப். என் மனைவியின் கல்வித் தகுதி 7ஆம் வகுப்பு. ஒரே மாதத்தில் கம்பாசிடர் வேலையைக் கற்றுக்கொண் டாள். அவளிடமுள்ள வினோத வழக்கம் என்னவென்றால் கையில் காசில்லை என்றால் முழுக்கவும் அப்செட் ஆகி விடுவாள்.

அவள் வசதியான வீட்டில் நல்லபடியாக வளர்ந்தவள். என் கையில் காசு தீர்ந்துபோனால் நண்பர்களிடம் கடன் வாங்கியாவது வைத்துக்கொள்வேன். ஒரு தடவை சுத்தமாக காசில்லாமல் போய்விட்டது. நான் இரண்டு பித்தளைப் பாத் திரங்களை எடுத்து அடகு வைக்கப் போனேன். அன்றைக்குப் பார்த்து அடகுக்கடை லீவு. எனக்குத் தெரியாமல் போய்விட்டது. நான் திரும்பவும் பாத்திரங்களை வீட்டில் வைத்துவிட்டு க்ரியா

வுக்குப் போய்விட்டேன். நண்பர்கள் சினிமாவுக்குப் போகிற மனநிலையில் இருந்தார்கள். அவர்களின் வேண்டுகோளுக் கிணங்கி நானும் சேர்ந்துகொண்டேன்.

நாங்கள் அலங்கார் தியேட்டரில் படம் பார்த்துக் கொண் டிருந்தோம். என்ன படமென்று இப்போது நினைவில்லை. திடீரென்று படத்தை நிறுத்திவிட்டு 'க்ரியா கோபிகிருஷ்ணன் வான்டட் இம்மீடியட்லி. ஃப்ரண்ட்ஸ் ஆர் வெயிட்டிங்' என்று சிலைடு போட்டார்கள். கீழே போனேன். 'உன் மனைவி தற் கொலைக்கு முயற்சி செய்து ராயப்பேட்டை மருத்துவமனையில் சேர்க்கப்பட்டிருக்கிறாள்' என்று தகவல் கிடைத்தது.

உடனடியாக அவளைப் பார்த்துவிட்டு வீட்டிற்கு ஓடி னேன். என் மாத்திரைகளை எடுத்து சாப்பிட்டிருப்பாளோ என்று எனக்கு சந்தேகம். வீட்டில் பரிசோதிக்கையில் அதுதான் நடந் திருந்தது. முதலில் மின்விசிறியில் தூக்குப் போட்டுக் கொள்ள முயன்றிருக்கிறாள். அது இயலாமல் போகவே மாத்திரைகளை எடுத்து சாப்பிட்டிருக்கிறாள். குழந்தை கிரஷ்ஷில் இருந்தது. குழந்தையைப் பக்கத்து வீட்டுப் பாட்டி அழைத்துக்கொண்டு வந்து வைத்திருந்தார்கள்.

இந்த மாத்திரைதான் இவள் சாப்பிட்டிருக்கிறாள்; இதற்கு சரியான மாற்று கொடுத்து சரிசெய்துவிடுங்கள் என்று நான் டாக்டரிடம் சொன்னேன். போலீஸ் கேஸாகிவிட்டது. என்னை உள்ளே வைத்துவிட்டார்கள். லாக்கப்பில் அல்லாமல் போலீஸ் ஸ்டேஷனுக்குள். அந்த வளாகத்திற்குள்தான் நான் இருக்க வேண்டும். கேஸ் புக் செய்யப்பட்டது. அங்கிருந்த இன்ஸ் பெக்டர், 'நான் சபரி மலைக்கு மாலை போட்டிருப்பதால் அடிக்க மாட்டேன். அடிப்பதற்கு ரொம்ப நேரம் ஆகாது. உண்மையைச் சொல்லிவிடு' என்றார்.

நான் எல்லாவற்றையும் அவரிடம் விளக்கிச் சொன்னேன். என் மனைவியின் இயல்பைத் தெளிவாக எடுத்துக் கூறினேன். போலீஸ்காரர்கள் நம்பவில்லை. அநாகரிகமான அசிங்கமான பல கேள்விகளைக் கேட்டார்கள். 'உன் நண்பர்கள் எவரிட மாவது உன் மனைவிக்குத் தொடர்பு உண்டா?' என்றெல்லாம் கேட்டார்கள். இதில் வேதனையான விஷயம் என்னவென்றால் 1986 புத்தாண்டு அன்று அந்த இன்ஸ்பெக்டர் 'ஹேப்பி நியூ இயர்' என்று எனக்குப் புத்தாண்டு வாழ்த்து சொன்னார்.

நான் பித்தளைக் குடங்களை எடுத்துக்கொண்டு அடகுக் கடைக்குப் போனதைப் பக்கத்து வீட்டுக்காரர்கள் பார்த்து என் மனைவியிடம் சொல்லிவிட்டார்கள் போலிருக்கிறது. என்

மனைவியின் உறவினர்கள் வந்தார்கள். என்னைக் கண்டித்துப் பேசி அவளை அவள் வீட்டிற்கு அழைத்துச் சென்றார்கள். அவள்மீது கேஸ் ஆகிவிட்டது. சைதாப்பேட்டை கோர்ட்டுக்கு நானும் அவளும் சென்றோம். தற்கொலைக்கான முதல் முயற்சி என்று தண்டனையில்லாமல் விட்டுவிட்டார்கள். கடைசியாக போலீஸ் ஸ்டேஷனை விட்டு வரும்போது அந்த இன்ஸ்பெக்ட ரிடம் நன்றி சொன்னேன். 'நீ நன்றியெல்லாம் சொல்ல வேண் டாம். உன் மனைவியை ஜாக்கிரதையாகப் பார்த்துக்கொள். அது போதும்' என்றார் அவர். எனக்கு மனது கேட்கவில்லை. அவருக்கு ஏதாவது செய்ய வேண்டும் என்று தோன்றியது. க்ரியா ராமகிருஷ்ணனிடம் இதைப் பற்றிப் பேசினேன். 'டாக்டர் இல்லாத இடத்தில்' எனும் புத்தகத்தைக் கொடுக்கச் சொன்னார். நான் கொடுத்த புத்தகத்தை மகிழ்வுடன் பெற்றுக்கொண்டார் இன்ஸ்பெக்டர்.

மருத்துவமனை, போலீஸ் முதலான எல்லாச் செலவு களையும் க்ரியா ராமகிருஷ்ணன்தான் பார்த்துக் கொண்டார். நான் போலீஸ் ஸ்டேஷனில் இருந்த நான்கு நாட்களும் க்ரியா ஸ்தம்பித்துவிட்டது. அதன் பிறகு தனி ரூம் எடுத்துத் தங்கினேன். கொடுக்குப்பேட்டையில் இருந்த என் மாமியாரிடம் குழந்தையின் படிப்பு தடைப்பட வேண்டாம் என்று கேட்டுக்கொண்டேன். 3.30 மணிக்கு குழந்தையைப் பள்ளியிலிருந்து அழைத்துக் கொண்டுபோய் மாமியார் வீட்டில் விடுவேன். குழந்தை ராணி ஸ்ரீ எல்.கே.ஜி. படித்துக் கொண்டிருந்தாள். ஒரு மாதம் கழித்து என் வீட்டிலிருந்து சாமான்களை மாமியார் வீட்டிற்கு எடுத்துச் சென்றேன்.

மார்ச் 86இல் ஒவ்வாத உணர்வுக்கும், க.நா.சு.வின் கவிதைப் புத்தகத்திற்கும் வெளியீட்டு விழா. சிட்டாடல் பதிப்பகம் – மையம் வெளியிட்டிருந்தது.

க்ரியா டிக்ஷனரி ப்ராஜெக்ட் 2.6.86இல் தொடங்கியது. நானும் முனைவர் பா.ரா. சுப்பிரமணியன் அவர்களும் ஆரம்ப கட்ட வேலைகளுக்காக சிதம்பரத்தில் மறைமலை நகரில் இருந்தோம். அண்ணாமலைப் பல்கலைக்கழக மொழியியல் பேராசிரியர் முனைவர் என். குமாரசாமி ராஜா அவர்களின் உதவி டிக்ஷனரிக்குத் தேவைப்பட்டதால்தான் சிதம்பரத்தில் இருக்க வேண்டி வந்தது என்று நினைக்கிறேன். ஆனால் நான் இதை நிச்சயமாகக் கூற முடியாது. Policy decisions பற்றி எனக்கு ஒன்றும் தெரியாது.

முனைவர் ப.ரா. சுப்பிரமணியனின் வீடு தஞ்சாவூரில் இருந்தது. வெள்ளிக்கிழமை மதியம் சிதம்பரத்திலிருந்து அவர் தஞ்சாவூர் புறப்படுவார். நான் சென்னை வருவேன். திங்கட்கிழமை சிதம்பரத்தில் சேர்ந்துகொள்வோம். *87*இல் வேலையை சென்னையில் செய்ய இங்கு வந்தேன். சென்னையில் ப்ராஜெக்ட் ஆபீஸ் அண்ணாநகர் (வெஸ்ட்) விரிவிலிருந்தது. நான் கொருக்குப்பேட்டையிலிருந்து வருவது சிரமம். எனவே பாடியில் வீடு எடுத்தேன். *86*லிருந்து மனைவி ஜனசக்தியில் கம்பாசிடராகப் பணியில் சேர்ந்தாள். சிறிய கருத்து வேற்றுமை காரணமாக *29.7.89*இல் நான் க்ரியாவிலிருந்து வெளியேறினேன்.

*1992*இல் டிக்ஷனரி வெளியான பிறகு நான் மீண்டும் க்ரியாவின் நண்பனானேன். ஒன்றே ஒன்று இங்கு சொல்லத் தோன்றுகிறது. ஒரு சூழல் உறவுக்கு ஏதுவாக இல்லாவிட்டால் அந்தச் சூழலை விட்டு பிரச்சனைக்குரிய நபர் விலக வேண்டும்; அது எவ்வளவு பெரிய ஊதியத்தை ஈட்டித்தரும் சூழலாக இருந்தாலும் சரி. இதை நான் ஒரு தார்மீகமான செயல் என்றே கருதுகிறேன். அப்பொழுதுதான் சூழலுக்கு வெளியேயாவது நட்பு நிலைக்கும். எனக்கு நட்பு மிக மிக முக்கியம்.

வங்கியில் ரெக்கரிங் டெபாசிட்டாக இருந்த *3000* ரூபாயில் செலவுகளைப் பார்த்துக்கொண்டேன். இரண்டு மாதங்கள் கழித்து வேலை கிடைத்தது. டாக்டர். சாரத மேனனிடம் வேலை. இவர் மனச்சிதைவு ஆராய்ச்சி நிறுவன இயக்குனராக இருந்தார். சைக்யாட்ரிக் சேஷியல் ஒர்க்கர் பணி எனக்கு. அவருடைய மாலை நேரத் தனியார் மருத்துவமனையில் நோயாளிகளை நேர்கண்டு கேஸ் ஹிஸ்டரி எழுத வேண்டும். பாதிக்கப்பட்ட நோயாளிகளுக்கு அறிவுரை வழங்குதலும், குழு சிகிச்சையும் செய்ய வேண்டும். அது பகுதி நேரப் பணி.

அங்கு சேர்ந்த ஒரு வாரத்திலேயே Guild of Serviceஇல் நண்பர் ஒருவரின் சிபாரிசினால் உதவி சமூகப் பணியாளர் வேலை கிடைத்தது. இந்த வேளையில் எனக்கு எந்தப் பிரச்சனையும் இல்லை. எப்போது வேண்டுமானாலும் போகலாம் வரலாம். அங்கு முக்கியமான நெருக்கமான ஒரு தோழி இருந்தாள். 'ஓட்டம்' கதையில் வருபவள். என்னுடன் எட்டு மாதங்கள் வேலை செய்துவிட்டு ஹாங்காங் போய்விட்டாள். அவளிடமிருந்து கடிதங்கள் வந்துகொண்டிருந்தன. அங்கேயே அவளுக்குத் திருமணம் முடிந்தது. ஒரு வருடம் கழித்து வந்தாள். வருடத்தில் மூன்று முறை அவளைப் பார்க்கப் போவேன்.

எனக்கு மனநலப் பிரச்சனைகள் அவ்வளவாக இல்லை. எழுதிக் கொண்டிருந்தேன்.

ஆனந்த், நகுலன், க.நா.சு., ஜெயதேவன், சுந்தர ராமசாமி முதலானோர் நண்பர்களானார்கள். வெங்கட் சாமிநாதன் இண்டியன் எக்ஸ்பிரஸில் என் கதைகளைப் பற்றி Curving Downwards என்று மதிப்புரை எழுதினார். பிறகு Economic TimesRலும் குறிப்பிட்டிருந்தார். ஞானக்கூத்தன், ஆர். ராஜ கோபால், ரா. ஸ்ரீனிவாசன், அழகியசிங்கர் ஆகியோருடனும் நெருக்கமான தொடர்பிருந்தது.

நான் பார்த்ததிலேயே மிகவும் நல்லவேலை இது (Guild). ஒரு சொர்க்கம் போல. சகல சுதந்திரங்களும் உண்டு. 2500 ரூபாய் மாதச் சம்பளம். பதவி உயர்வு கிடையாது. நான் எம்.ஏ. படிக்க வேண்டும் என்று நிபந்தனை விதித்தார்கள். எம்.ஏ. படித்தால்தான் பிரமோஷன் எனும் நிலையில், தபால் வழியில் அண்ணாமலைப் பல்கலைக்கழகத்தில் எம்.ஏ. சோஷியாலஜி சேர்ந்து அதை முடித்தேன். சான்றிதழ் வந்த உடனே பணி உயர்வு கேட்டதற்கு முடியாது என்று மறுத்துவிட்டார்கள். அலுவலகச் சூழ்நிலை அடியோடு மாறியது.

படிப்பிற்காக 5000 ரூபாயாவது செலவழித்திருப்பேன். 60 நாட்களாவது இதற்காக விடுப்பு எடுத்திருப்பேன். நான் இழப்பீடு கேட்டேன். யாரும் உதவி செய்யவில்லை. அந்தச் சமயம் பார்த்து எனக்கு மூச்சிரைப்பு நோய் ஏற்பட்டது. என் உடல்நிலை பெரிதும் மோசமடைந்தது. மூச்சுவிட இயலவில்லை. மருத்துவச் செலவு பூதாகரமாய் நின்று அச்சுறுத்தியது. வேறு வழியின்றி வேலையை ராஜினாமா செய்தேன். இதன்மூலம் கிடைத்த 28,000 ரூபாயில் மருத்துவத் தேவைகளைப் பூர்த்தி செய்துகொண்டேன். 'கில்டி'இல் ஏழரை வருட காலம் வேலை பார்த்திருந்தேன்.

'கில்ட்'இல் இருக்கும்போது 93இல் நானும் சஃபி மற்றும் லதா ராமகிருஷ்ணனும் 'ஆத்மன் ஆலோசனை மையம்' என்ற அமைப்பைத் தொடங்கினோம். இதன் முக்கியமான செயல்பாடு மனநிலை பாதிக்கப்பட்டவர்களுக்கு ஆலோசனை வழங்குவது. மையம் மூன்றரை வருடங்கள் இயங்கியது. ஆரம்பக் கட்டத்தில் நிறைய கிளையன்ட்ஸ் வந்தார்கள். என்னுடைய மனநல பாதிப் பினாலும், பிரமோஷனுக்காக எம்.ஏ. படித்துக் கொண் டிருந்ததாலும் தொடர்ந்து அதில் செயல்பட முடியவில்லை.

கில்ட் ஆப் சர்வீஸில் ஒரு ஃபால்ஸ் ரிப்போர்ட் எழுதப் பணித்தார்கள். ஒவ்வொரு சோஷியல் ஓர்க்கருக்கும் குறிப்பிட்ட பகுதியில் உள்ள குடும்பங்கள் ஆய்வுக்காக ஒதுக்கப்பட்டிருக்கும். அந்தக் குடும்பங்களில் உள்ள குழந்தைகளின் கல்வி வசதி, மருத்துவ வசதி, வீட்டின் – வீட்டுக் கூரையின் நிலை என்ன என்பது பற்றியெல்லாம் கண்காணிக்க வேண்டும். வீட்டுக் கூரை பிரிந்தோ சேதமுற்றோ இருந்தால் அதைச் சரிசெய்ய உதவ வேண்டும். லண்டன் ப்ராஜக்ட் இது. நாங்கள் டெல்லி கில்ட் ஆப் சர்வீஸ் அலுவலகத்திற்கு ரிப்போர்ட் அனுப்பவேண்டும்.

ஒரு சமூகப் பணியாளர் சுமார் 250 குடும்பங்களைப் பார்க்க வேண்டியிருந்தது. இது அவ்வளவு சுலபமல்ல. ஆகவே பணியாளர்கள் ஆய்வு செய்யாமலேயே அலுவலகத்தில் இருந்தபடி அறிக்கைகளைத் தயார் செய்தார்கள். நானும் அவ் வாறு செய்யும்படி கட்டாயப் படுத்தப்பட்டேன். பார்க்காமல் ஆராயாமல் பொய்யாக என்னால் அறிக்கை எழுத முடிய வில்லை. ஆனால் அதை நான் செய்தே தீரவேண்டியிருந்தது. அப்படிச் செய்யாமல் பணியில் நீடிக்க இயலாது. உடனடியாக வேறு வேலையும் கிடைக்காது.

இந்த பீதியினால் 3250 மில்லிகிராம் வீரியம் கொண்ட மாத்திரைகளை சாப்பிட்டுவிட்டுப் படுக்கையில் சாய்ந்தேன். தடயங்கள் எதையும் விட்டு வைக்கவில்லை. கதவைத் தாழ் போடாததால் திறந்து பார்த்த என் மனைவி உடனடியாக ஒரு ஆட்டோ பிடித்து கே.எம்.சி.க்குக் கொண்டு சென்றாள். அங்கே என்னை சிகிச்சைக்கு எடுத்துக்கொள்ள மறுத்தார்கள். ஆட்டோ டிரைவரும் என் மனைவியும் வற்புறுத்திக் கெஞ்சியதன் பேரில் சேர்த்துக்கொண்டார்கள். ஏழு நாட்கள் சுத்த மயக்க நிலையில் கிடந்தேன். இதனாலும் என்னால் ஆத்மனைக் கவனிக்க இயலவில்லை. முழுதுமாக சஃபிதான் பார்த்துக்கொண்டிருந்தார். சில குறிப்பிட்ட கேஸ்களை லதா ராமகிருஷ்ணன் எடுத்துக் கொண்டார். இதனால் கில்ட் ஆப் சர்வீஸ் வேலைக்கு பாதகம் ஏற்படவில்லை. டாக்டர் சாரதா மேனன்தான் சிகிச்சை கொடுத்தது. போலீஸ் கேஸ் ஆகாமல் பார்த்துக்கொண்டார்கள். டிஸ்சார்ஜ் ஆன நாளன்று மாலையில் டாக்டர் சாரதா மேனனைப் பார்த்தேன். மருந்து மாத்திரைகள் எழுதிக் கொடுத் தார்கள். இந்த விஷயம் நிறைய நண்பர்களுக்குத் தெரிந்து ஒரு மாதிரியாக ஆகிவிட்டது.

எழுத்து தொடர்புடையது, அல்லாதது என்று பல இடங்களில் சிறிய சிறிய ஃப்ரீலான்ஸ் வேலைகள் பார்த்தேன்.

மனநிலை குன்றிய பையனை அழைத்துச் சென்று கம்ப்யூட்டர் சென்டரில் விட்டு வருதலும் அவற்றில் ஒன்று.

ரோஜா முத்தையா ஆய்வு நூலகத்தில் இன்டெக்ஸர் வேலை க்ரியா ராமகிருஷ்ணன் மூலமாகக் கிடைத்தது. 4320 ரூபாய் சம்பளம். இதுவரை வாங்கியதிலேயே அதிக சம்பளம் இதுதான். இங்கு வேலை பார்த்த காலம் ஒரு வருடம் மூன்று மாதங்கள். என்னுடைய உற்ற சக ஊழியர் ஒருவரை உதவி இயக்குநர் ஒருவர் அவமதித்ததற்கு எதிர்ப்பு தெரிவிக்கவே நான் அந்த நல்ல வேலையைத் துறந்தேன். பொருளாதார பலகீனம் தற்போதும் நீடிக்கிறது. அடிக்கடி நண்பர்களின் உதவி தேவைப் படுகிற நிலை. இரண்டு மனநோய்க் குறிகள் இன்னும் இருக் கின்றன.

1. Obsessive ruminations *2.* Obsessive depression போன்ற பிரச்சனைகள் எனக்கிருந்தன.

முதலாவது தாறுமாறான எண்ணங்கள். நான் நினைக்காம லேயே தானாகவே எண்ணங்கள் வருகின்றன. மோசமான எண்ணங்கள் அதிகம் வரும். இது மனதை மிகவும் பாதிக்கிறது. இந்த மோசமான எண்ணங்கள் என்னுள் அதிகமான அச்சத்தை ஏற்படுத்துகின்றன.

இரண்டாவது, ஆட்டிப்படைக்கும் மனச்சோர்வு. இதற் கான சிகிச்சையை டாக்டர் சாரதா மேனனிடம் சமீபகாலம் வரை பெற்றுக்கொண்டிருந்தேன். இப்பொழுது ESIஇல் சிகிச்சை எடுத்து வருகிறேன். மனநிலை பாதிக்கப்பட்டிருக்கும் நிலையில் நான் எழுதுவதில்லை. என் இதுவரையிலான ஒட்டுமொத்த வாழ்க்கையில் மிக மகிழ்ச்சிகரமான நிலையி லிருந்தது என் மகளின் திருமணத்தின் போதுதான்.

எப்படியிருந்தாலும் ஒரு நிரந்தர வேலைக்கான அவசியம் அதிகரித்து வந்தது. மனநிலை குன்றியவர்களுக்கான பள்ளி நடத்திய ஜலாலுதீன் எனும் நண்பரும், நந்தன் பத்திரிக்கையின் நண்பர் ஒருவரும் என்னை நக்கீரனில் சேர்த்துவிட்டார்கள். ப்ரூஃப் ரீடர் உத்தியோகம். 11 மணி நேர வேலை. 2000 ரூபாய் சம்பளம். இடையிடையில் சில கிஃப்ட்ஸ் கிடைக்கும். போனஸ் உண்டு. இங்கே நான் காலந்தவறாமையை மிகச் சரியாகக் கடைப்பிடிக்க வேண்டியிருந்தது. கோபால் மிகவும் தங்கமான மனிதர். கோபாலின் தம்பிதான் ஆர்ட் டைரக்டர். அவருடைய பிஹேவியர் சரியில்லை. எப்போதும் அதிகார தோரணை உண்டு. ஒத்துப்போக இயலவில்லை.

முதல் நாள் இரவு 9.30 வரை வேலை பார்த்துவிட்டுச் சென்றதால் அடுத்த நாள் 11.30க்குத்தான் அலுவலகம் வர முடிந்தது. தாமதத்திற்காக முன்கூட்டியே என்னால் ஃபோன் செய்து சொல்ல இயலவில்லை. காலையில் கொஞ்சம் தூங்கி விட்டேன். 'ஏன் லோட்டா வர்றீங்க, ஃபோன் பண்ண முடியாதா?' என்று கத்திப் பேசினார் ஆர்ட் டைரக்டர் பிறர் முன்னால். நக்கீரனில் இருக்கும்போதுதான் என் பெண்ணுக்குக் கல்யாணம் நடந்தது (10 செப்டம்பர் 2000). ஒரு வருடம் 3 மாதம் நக்கீரன் வேலை. கோபாலிடம் நான் வாங்கிய கடன் 4060 ரூபாயை இன்னும் என்னால் திருப்பித் தர முடியவில்லை. எப்படியிருந்தாலும் அதைக் கொடுத்துவிடுவேன்.

அமோகமாக நடந்தது என் மகள் ராணிஸ்ரீயின் திருமணம். நண்பர்கள் உதவினார்கள். கேட்டதற்கு அதிகமாகவே பணம் கொடுத்தார்கள். 28,000 ரூபாய் செலவானது. பெண்ணும் மாப்பிள்ளையும் சந்தோஷமாக இருக்கிறார்கள். மூன்று தோழர் தோழியரின் பேருதவியால்தான் திருமணம் நடந்தது. அவர்கள் தர்மசங்கடமாக உணர்வார்கள் என்று கருதி, பெயர்களை நான் இங்கு குறிப்பிடவில்லை.

1993ஆம் ஆண்டு டேபிள் டென்னிஸை எழுதிக்கொண் டிருந்தபோது எனது முன்னாள் மனைவி நான்ஸியை மீண்டும் பார்க்க வேண்டுமென்று தோன்றியது. சென்னையில்தான் அவர் இருந்தார். சந்தித்தேன். இரண்டு குழந்தைகளுடனும் கணவருடனும் சந்தோஷமாக வாழ்ந்துகொண்டிருந்தார். கணவர் புள்ளிவிவரவியல் அதிகாரி. அந்தக் குழந்தைகள் மீது கொண்ட பிரியத்தால் ஒரு குழந்தையைத் தத்தெடுத்துக் கொள்வதாகக் கூறினேன். நான்ஸி நெகிழ்ந்துபோனார். நல்ல நிலைமையில் இருப்பதால் தானே வளர்த்துக்கொள்வதாகக் கூறிவிட்டார். அவர் பெயர் அப்போதும் நான்ஸி கார்ல்ராஜன் என்றே இருந்தது. அவரது பழைய பெயருக்கே மீண்டும் மாறிக் கொள்வதற்காக விடுதலைப் பத்திரம் ஒன்று எழுதிக்கொடுத் தேன். எனக்கு மிகவும் மகிழ்ச்சியளித்த சந்திப்பு அது. விடைபெறும் போது, இப்போதாவது கடவுளை நம்புகிறீர்களா என்றார் நான்ஸி. இல்லை என்றேன்.

எந்தப் படைப்புகள் மீதும் கடுமையான விமர்சனங்களை நான் எழுதுவதில்லை. பிறர் எழுதுவதையும் விரும்புவதில்லை. எழுத்து ஒரு உழைப்பு. அதற்கான மதிப்பென்று நிச்சயம் உண்டு. எந்த ரூபத்திலிருந்தாலும் குரூரத்தை என்னால் சகித்துக் கொள்ள இயலவில்லை. விமர்சனம் என்ற பெயரில் காட்டுத்

தனமான தாக்குதல் கூடாது. மென்மையான தொனியில் ஒன்றின் மீதான அபிப்பிராயங்களைச் சொல்லலாம். இதெல்லாம் குப்பை என்கிற மாதிரி சொல்லக்கூடாது. 1993 பிப்ரவரியிலிருந்து மே வரை ஒரு வினோத மனநிலையிலிருந்தேன். அது மிகவும் பிரகாசமான நிலை. அந்த மனநிலையில் எழுதப்பட்டதுதான் 'டேபிள் டென்னிஸ்.' அது ஒரு பறத்தல் போன்ற உணர்வு. அந்தப் பறத்தல் மனநிலையில் அறிவு பாதிக்கப்பட்டு விடவில்லை. எம்.ஏ. நான்கு பேப்பர் பரிட்சை எழுதி மூன்றில் தேர்ச்சி பெற்றேன். வேறு எந்தப் படைப்பையும் பாதிப்பான மனநிலையில் எழுதியதில்லை.

என் எண்ணங்களை, அனுபவங்களை மற்றவர்களுடன் பகிர்ந்துகொள்வதற்காகத்தான் எழுதுகிறேன். எனக்கு வாழ்க்கை இம்மாதிரி அமைந்திருக்கிறது. உங்களுக்கு எப்படி... என்பது போலத்தான். என் சில கதைகளில் அக்கிரமங்களையும் முறைகேடுகளையும் வெளிப்படுத்தியிருக்கிறேன்.

உதாரணமாக உளவியல் துறை, சமூகப் பணித் துறை போன்ற தொண்டு நிறுவனங்களில் நடக்கும் மோசடிகளை எழுதியிருக்கிறேன். மனநிலை மாறுபாடு என்றால் என்ன என்று மக்களுக்கு தெரியப்படுத்துவதற்காக 59 மனநோயாளிகளை பேட்டி எடுத்து 'உள்ளேயிருந்து சில குரல்கள்' எனும் தலைப்பில் புத்தகமாக வெளியிட்டேன்.

நான் வாசித்த எதிர் உளவியல் தொடர்பான எட்டு புத்தகங்களிலிருந்து முக்கியமான சில விஷயங்களை அதில் 'சில செய்திகள் சில சிந்தனைகள்' எனும் தலைப்பில் எழுதியிருக்கிறேன். முஸ்லீம் ஹஸ்ரத்துகள், மலையாள மாந்திரீகர்கள், இந்து சுவாமிஜிகள், பாதிரியார்களைச் சந்தித்து பேட்டி எடுத்து மனநோய்க்கான சிகிச்சையாக அவர்கள் என்ன செய்கிறார்கள் என்பது பற்றியும் 'இன்றும் தொடரும் பழமை' எனும் தலைப்பில் 'உள்ளேயிருந்து சில குரல்கள்' புத்தகத்தில் எழுதியிருக்கிறேன். சென்னையை மையமாக வைத்து எழுதினால் பிரச்சனையாகிவிடும் என்று ஒரு நண்பர் கூறியதால் கோவையை மையமாக வைத்து அந்தப் புத்தகத்தை எழுதினேன்.

இந்தப் புத்தகம் மீதான ஒரு நல்ல மதிப்புரையைப் பாவண்ணன் தினமணியில் எழுதியிருந்தார்.

இந்தப் புத்தகத்தின் மூலம் சுவாதீன நிலைக்கும் சுவாதீனமில்லாத நிலைக்கும் இடையே உள்ள மெலிதான இழையை நீங்கள் அறுத்துவிட்டீர்கள் என்றார் யுவன்.

எழுதும்போது மனநிறைவு ஏற்படுகிறது. அப்போது எந்த வேண்டாத சிந்தனையும் வருவதில்லை. முழுமையான பிடிப்பு ஏற்படுகிறது. ஒரு நல்லுணர்வு அது. இதுவரையில் நான் எழுதியவை எனக்குத் திருப்திகரமாகவே இருக்கின்றன. எனக்கு ஒரு விஷயம் பிடிக்கவில்லை என்றால் அதைப்பற்றி நான் எழுத மாட்டேன். என் பாணியை மாற்றிக்கொள்வதிலும் எனக்கு விருப்பமில்லை. நான் எழுதிய எல்லாக் கதைகளும் (சில கதை களைத் தவிர) யதார்த்தக் கதைகள்தான். கற்பனையும் நிஜமும் கலந்தவை. 'கருத்தரங்கில் கணக்கில் கொள்ளப்பட்டவை' என்ற கதை மட்டும்தான் சர்ரியலிஸக் கதை. இது சோதனை முயற்சி. 'வார்த்தை உறவு' எனும் கதையும் ஒரு சோதனை முயற்சி. 'மிகவும் பச்சையான வாழ்க்கை' எனக்கு மிகவும் பிடித்த கதை. 'காணி நிலம் வேண்டும்' செண்டிமெண்ட் கதை. எனக்கு ஆதவன் கதைகள் மிகவும் பிடித்திருக்கிறது. ஒரு விஷயத்தை பல கோணங்களில் பார்க்க அவரால் முடிகிறது. நகுலன், சுந்தர ராமசாமியையும் பிடிக்கும்.

என் கதைகளில் ஒரே ஆள் எல்லாக் கதைகளிலும் தொடர்ந்து வருவது விமர்சனத்திற்குள்ளாகியிருக்கிறது. எனக்கு வாழ்க்கையே முக்கிய பிரச்சனையாக இருப்பதால் படிக்கும் உந்துதல் குறைவாகவே உள்ளது. நண்பர்களிடமிருந்து புத்தகங் களை இரவல் பெற்றே படிப்பேன். என் சேகரிப்பில் ஏற்கனவே ஆயிரம் புத்தகங்கள் உள்ளன.

கோணங்கியின் கதையில் உள்ள ஓட்டம் எனக்குப் பிடித் திருக்கிறது. ஆனால் புரியவில்லை. அந்த ஓட்டம் தடைப்படாமல் நீண்டுகொண்டே போகும். ஒரு கதை முடிந்த பிறகும்கூட அதை இன்னும் கொஞ்சம் எழுதியிருக்கலாம் என்று தோன்றும்.

சுந்தர ராமசாமி தங்கு தடையற்று நன்றாகப் பேசக் கூடியவர். அது பெரிய பலம் அவருக்கு.

சாமர்செட் மாம், ஆல்டஸ் ஹக்ஸ்லெ என் விருப்பத்திற் குரியவர்கள். சாமர்செட்மாமின் 35 புத்தகங்கள் படித்திருக்கிறேன். எரிக்க யாங், பேர்ல் எஸ் பக், மேரி கோரல்லி, ஏர்ல் ஸ்டான்லி கார்ட்னர், தாஸ்தாயெவ்ஸ்கி, மார்க்குவெஸ் ஆகியவர்கள் என் மனதிற்கு நெருக்கமானவர்கள்.

நான் இலக்கியத்திற்கு இதுவரை எந்தப் பரிசும் பெற்ற தில்லை. பிரசுரிக்கத் தகுந்தவை என்றளவில் கணையாழியில் குறுநாவல்கள் பிரசுரமாயின. இதுவரை மூன்றே மூன்று தடவை கள் இலக்கியவாதியாக இருப்பதற்காகக் கௌரவிக்கப்பட்டிருக் கிறேன்.

1. நண்பர் வே.மு. பொதியவெற்பன் அவர்கள் தன் பொன்விழாவில் 'பொதிகை' பொன்விழா மலரை என்னை வெளியிடச் சொன்னார். நானும் இதற்கென்றே குடந்தை சென்றிருந்தேன். இது 30.4.2000 அன்று நிகழ்ந்த நிகழ்ச்சி. மிகவும் மனநெகிழ்வு தந்த ஒன்று.

2. திருப்பூர் தமிழ்ச் சங்கம் 20.1.2002 அன்று எனக்கு நன்கொடையாக ரூ.4000 கொடுத்தது.

3. National Folklore Support Centre நடத்திய விழாவில் 9.3.2002 அன்று நடந்த ஒரு நிகழ்ச்சியில் நான் ஓர் எழுத்தாளர் என்ற முறையில் கௌரவிக்கப்பட்டேன். இது எம்.டி.எம். எனக்குச் செய்த மறக்கவியலாத சிறப்பு.

இலக்கியக் கூட்டங்களுக்கு நான் அதிகம் போவதில்லை.

தத்துவங்களை எழுதுவதற்குக் கவிதை, சிறுகதை, நாவல் வடிவம் தேவையில்லை. அதற்கு ஏராளமான தத்துவப் புத்தகங்கள் உள்ளன. அவற்றை நேரடியாகவே படித்துவிடலாம். வீல் டூரண்ட் எழுதிய தி ஸ்டோரி ஆப் ஃபிலாசபி எனும் புத்தகம் மேற்கத்திய தத்துவங்கள் எல்லாவற்றையும் சொல்கிறது.

சுதந்திரக் கலாசாரம்தான் பிரதானமென்று தோன்றுகிறது. அவரவர் உணர்வுகளுக்கு அவரவர் நேர்மையாக இருக்க வேண்டும். எனக்குத் திருமணத்தில் நம்பிக்கையில்லை என்பதை திருமணத்திற்குப் பிறகுதான் உணர்ந்தேன். ஆணும் பெண்ணும் தங்களுக்குள் உறவு வைத்துக்கொள்ளத் தீர்மானித்தால் சமூக பாதிப்புகளைப் பற்றிக் கவலைப்படக் கூடாது. அது பாது காப்பான உறவாக இருந்தால் சரி. ஒரு ஆண் ஒரு பெண்ணை விரும்பினால் திருமணம் செய்யாமலேயே சேர்ந்து வாழலாம், அந்த உணர்வு இருக்கும் வரை. இதே உரிமை பெண்ணுக்கும் உண்டு. ஒரு மனிதன் 60 வயதுவரை வாழ்கிறான் என்றால் நான்கு பெண்களுடனாவது சேர்ந்து வாழ வாய்ப்புண்டு. இதைத்தான் சுதந்திரக் கலாசாரம் என்று சொல்கிறேன். கற்பை எப்படிப் புரிந்துகொள்வது என்றே எனக்குத் தெரியவில்லை. அது தேவையற்றது. திருமணத்தை மீறிய உறவுகள் இருக்கத் தானே செய்கின்றன!

பெண் தான் விரும்புகிறபடி உறவு வைத்துக்கொள்ளக்கூடிய பாலியல் சுதந்திரம் வேண்டும். பாலியல் சுதந்திரம் மிகவும் அவசியமானது. 9ஆம் வகுப்பிலிருந்தே பாலியல் கல்வியைப் புகுத்த வேண்டும்.

சக மனிதனை விரோதியாகக் கருதுவது மிகக் கொடூரமான விஷயம். தனக்கும் சக மனிதனுக்குமான சமூக இடைவெளிதான் எல்லாப் பிரச்சனைகளுக்கும் காரணம். அலுவலகங்களில் ஊழியரென்றும் அதிகாரி என்றும் வேறுபாடு இருக்கக்கூடாது. அப்போதுதான் சுமுகமாக இருக்கும். இந்திய நிலையை முதலாளிகள் புரிந்துகொள்ளவில்லையென்று தெரிகிறது. உதாரணமாக சரியான நேரத்திற்கு ஊழியர் ஒருவர் அலுவலகத்திற்கு வர வேண்டுமென்று எதிர்பார்க்கிறார்கள். இது நிச்சயம் நடைமுறையில் பலன் தராது. பஸ் சீக்கிரம் வராது. சில வேளைகளில் பஸ்ஸே இருக்காது. குளிப்பதற்கு பாத்ரூம் கிடைக்காது. இதுபோன்ற காரணங்களால்தான் மிகவும் தாமதமாகிவிடும். இந்த விஷயம் நிறைய சிக்கல்களுக்குக் கொண்டுபோகும். இதையெல்லாம் கடந்து அலுவலகம் சென்றடைந்த ஊழியரை 'ஏன் தாமதம்' என்று அதிகாரி கூச்சல் போட்டால் ஊழியர் அப்செட் ஆகிவிடுகிறார். அவரால் அன்று முழுவதும் சரியாக வேலை செய்ய இயலாதபடியாகிறது. இதனால் அலுவலகத்திற்குத் தான் நஷ்டம். இதை அதிகாரிகள் புரிந்துகொள்ள வேண்டும். இதை ஒரு உதாரணமாகச் சொன்னேன். இதைப் போன்றே அனேக விஷயங்கள் உண்டு. இந்த நடவடிக்கைகளால் பெண்கள் மிகவும் பாதிக்கப்படுகிறார்கள்.

இதுவரை 17 நிறுவனங்களில் பணிபுரிந்திருக்கிறேன். பணி அனுபவத்தில் நான் மூன்று நல்ல உயர் அதிகாரிகளைத்தான் பார்த்திருக்கிறேன்.

1. ஏ.எஸ். கல்யாணராமன், சீனியர் ஃபீல்டு மேனேஜர், IMRB.

2. க்ரியா: எஸ். ராமகிருஷ்ணன்.

3. டாக்டர் எம். சாரதா மேனன்.

எழுதுகிற எழுத்தை எழுத்தாளன் வாழ்ந்து காட்ட வேண்டும். அதுதான் உண்மையான எழுத்து. அப்போதுதான் அதில் நேர்மையிருக்கும். எழுத்தை மிக உணர்ந்துதான் எழுதுகிறோம். ஆகையால் அந்த உணர்வோடு வாழ்க்கை சம்பந்தப்பட்டிருக்கிறது.

என் மனைவி என் கதைகளைப் படிக்க மாட்டாள். அவளுக்கு இலக்கியப் பழக்கம் குறைவு. பக்கத்திலிருக்கும் சிவன் கோயிலில் கதாகாலட்சேபம் நடந்தால் போவாள். சுகி சுப்பிரமணியம் பேச்சிலும் அவளுக்கு ஈடுபாடு உண்டு.

நான் தனியன். எந்த அமைப்பையும் குழுவையும் சார்ந்து இயங்குபவன் அல்ல.

நிறுவனங்களில் வேலை பார்ப்பது இதுவரை சிக்கலாகவே இருந்திருக்கிறது. இதனால் நான் ஒரு எதிர் நிறுவன ஆளுமை என்று என்னைப் பற்றி நினைக்கிறேன். இதைப் பற்றி 'தூயோன்' தொகுப்பில் 'பரிணாமம்' என்ற கதையில் சொல்லியிருக்கிறேன். அனேக சிரமங்கள் இருந்தாலும் மன நிறைவான தருணங்களும் உண்டு. நண்பர்களாலும் தோழியராலும் நிறைந்தது என் வாழ்க்கை.

வாழ்க்கை ஒரே விதமாக உள்ளது. அதை எப்படி மாற்ற வேண்டுமென்று தெரியவில்லை.

ஒன்பது மாதம் முன்பு, தொடர்ந்து மூன்று வாரங்கள் சுய நினைவில்லாமல் இயங்கிக்கொண்டிருந்திருக்கிறேன். டாக்டர் சாரதா மேனன் 'மூன்று வாரங்கள் உங்கள் மெமரி இரேஸ் ஆகியிருந்தது' என்றார்கள். இது எப்படி நடந்தது, என்ன காரணமென்று தெரியவில்லை.

தற்சமயம் சில மொழிபெயர்ப்பு வேலைகளைச் செய்து கொண்டிருக்கிறேன். இப்போது உடனடித் தேவை – ஒரு வேலை.

(மழை, ஜூலை 2002)

ооо